ഗ്രീൻ ബുക്സ്

രാജീവ്ഗാന്ധി വധം
മറയ്ക്കപ്പെട്ട എന്റെ സത്യങ്ങൾ

നളിനി മുരുകൻ

1964 മെയ് 27നാണ് നളിനിയുടെ ജനനം.
ചെന്നൈയിലെ പ്രസിദ്ധമായ ഒരു സ്കൂളിൽനിന്നും
12-ാം ക്ലാസ് പാസ്സായി. തുടർന്ന് ചെന്നൈ എത്തിരാജ്
കോളേജിൽനിന്നും ഇംഗ്ലീഷ് സാഹിത്യത്തിൽ ബിരുദം നേടി.
വെല്ലൂരിൽ സ്ത്രീകളുടെ ജയിലിലാണിപ്പോൾ നളിനി.
ലോകത്ത് ഏറ്റവും കൂടുതൽ കാലം (27 വർഷം) തുടർച്ചയായി
ജയിൽശിക്ഷ അനുഭവിക്കുന്ന വനിത താനാണെന്ന്
നളിനി അവകാശപ്പെടുന്നു.

ഇടമൺ രാജൻ: അധ്യാപകൻ.
കൊല്ലം ജില്ലയിലെ ഇടമണ്ണിൽ ജനനം.
മധുര കാമരാജ് യൂണിവേഴ്സിറ്റിയിൽനിന്നും
ചരിത്രത്തിൽ ബിരുദാനന്തര ബിരുദം.
തമിഴ് മലയാളം പരിഭാഷകൾ ചെയ്യുന്നു.

ആത്മകഥ

രാജീവ്ഗാന്ധി വധം
മറയ്ക്കപ്പെട്ട എന്റെ സത്യങ്ങൾ

നളിനി മുരുകൻ

വിവർത്തനം

ഇടമൺ രാജൻ

ഗ്രീൻ ബുക്സ്

green books private limited
gb building, civil lane road, ayyanthole,
thrissur- 680 003, kerala, ph: +91 487-2381066, 2381039
website: www.greenbooksindia.com
e-mail: info@greenbooksindia.com

branches:
thrissur 8589095302
thiruvananthapuram 8589095301
calicut 8589095307

original tamil title
rajiv kolai
maraikkappetta unmakalum
nalini priyanka sandhippum

malayalam
rajiv gandhi vadham
maraykkappetta ente sathyangal
auto-biography
by
nalini murugan

translated by
edamon rajan

first published july 2018
reprinted april 2024

cover design : rajesh chalode

printed in india
repro india ltd

isbn : 978-93-87357-19-8

₹ 570.00
GBPL/1023/2018

മുഖക്കുറി

രാജീവ് ഗാന്ധിയുടെ കൊലയാളികൾ എന്ന് മുദ്രകുത്തപ്പെട്ട് നളിനിയുൾപ്പെടെയുള്ള ഇരുപത്താറു പേരെ കൊടുംഭീകരരുടെ പട്ടികയിൽ ഉൾപ്പെടുത്തി ജയിലിലടയ്ക്കുകയുണ്ടായി. ജയിലിൽ കഴിയുന്ന നളിനിയുടെ ഓർമ്മകളാണ് ഈ കൃതി. അവ അത്യന്തം നടുക്കം സൃഷ്ടിക്കുന്നതുമാണ്. ലോകത്ത് ഏറ്റവുമധികകാലം തടവുശിക്ഷയനുഭവിച്ച വനിതയുടെ ആത്മകഥയ്ക്ക് ഇന്ന് പ്രസക്തി ഏറെയാണ്. ഈ ഗ്രന്ഥത്തിന്റെ രണ്ടാം പതിപ്പിറങ്ങുമ്പോൾ നളിനി ജയിൽമോചിതയായിരിക്കുന്നു. 1991 മെയ് 21 – തമിഴ്നാട്ടിലെ പ്രായേണ വിജനമായ ഒരു പ്രദേശം, ശ്രീപെരുമ്പത്തൂരിൽവെച്ച് ഒരു മനുഷ്യബോംബ് സ്ഫോടനത്തിൽ രാജീവ് ഗാന്ധി ദാരുണമായി കൊല്ലപ്പെടുകയുണ്ടായി. ഈ വധഗൂഢാലോചനയ്ക്കു പിറകിൽ പ്രവർത്തിച്ച യഥാർത്ഥ കുറ്റവാളികൾ ആരാണ് എന്നത് ഇപ്പോഴും ദുരൂഹമാണ്. ഇതിന് ചട്ടുകമായി പ്രവർത്തിച്ച കുറ്റവാളികളാണ് ഇപ്പോൾ ശിക്ഷാകാലാവധി കഴിഞ്ഞ് പുറത്തു വന്നിരിക്കുന്നത്. ഈ പുസ്തകം രാജീവ് ഗാന്ധി വധത്തിനു പിറകിലുള്ള ഇനിയും അനാവരണം ചെയ്തിട്ടില്ലാത്ത ദുരൂഹത വെളിപ്പെടുത്തുന്നു. നളിനി കരഞ്ഞുതീർത്ത കടലുകളുടെ പുസ്തകം എന്ന നിലയ്ക്കു മാത്രമല്ല, ഭീതിദമായ മർദ്ദനങ്ങളുടെ കഥയും കൂടിയാണിത്. ഇരുമ്പഴികൾക്കുള്ളിൽ നടക്കുന്ന മനുഷ്യാവകാശലംഘനങ്ങളെക്കുറിച്ച് ഗവേഷണം നടത്തുന്നവർക്ക് ആധികാരികഗ്രന്ഥമായിരിക്കും ഈ ആത്മകഥയെന്ന് റിട്ട. ജസ്റ്റിസ് ഹരിപരന്താമൻ ഈ പുസ്തകത്തിന്റെ അനുബന്ധക്കുറിപ്പിൽ പ്രസ്താവിക്കുന്നുണ്ട്.

എഡിറ്റർ

നളിനി മുരുകൻ
ജീവിതരേഖ

1964 മെയ് 27നാണ് നളിനിയുടെ ജനനം. അമ്മ പത്മാവതിയുടെ പിതാവ് രത്തിന സഭാപതി ഒരു തികഞ്ഞ ഗാന്ധിയനും സ്വാതന്ത്ര്യസമരസേനാനിയുമായിരുന്നു. പത്മാവതി എന്ന പേരിട്ടതുതന്നെ ഗാന്ധിജിയാണ്. ഭർത്താവ് ശങ്കരനാരായണൻ ഒരു പൊലീസ് സബ്-ഇൻസ്പെക്ടറായിരുന്നു. അയാളുടേത് രണ്ടാം വിവാഹമായിരുന്നു. സുഖകരമല്ലാത്ത അവരുടെ ദാമ്പത്യജീവിതം വിവാഹമോചനത്തിൽ ചെന്നെത്തി. മൂത്ത മകളാണ് നളിനി. ഭാഗ്യനാഥൻ എന്ന ഒരനുജനും കല്യാണി എന്ന അനുജത്തിയുമുണ്ട്. ചെന്നൈയിലെ പ്രസിദ്ധമായ ഒരു സ്കൂളിൽനിന്നും12-ാം ക്ലാസ് പാസ്സായി. തുടർന്ന് ചെന്നൈ എത്തിരാജ് കോളേജിൽനിന്നും ഇംഗ്ലീഷ് സാഹിത്യത്തിൽ ബിരുദം നേടി. ഇംഗ്ലീഷ് ഭാഷ നന്നായി കൈകാര്യം ചെയ്യാൻ പ്രാവീണ്യം നേടിയിരുന്നു. ഉയർന്ന പഠനത്തോടൊപ്പം ഒരു സ്വകാര്യകമ്പനിയിൽ ജോലിയും നേടി. ഇതിനിടയിൽ അനുജൻ ഭാഗ്യനാഥൻ മുഖേന ശ്രീലങ്കക്കാരനായ ദാസ് എന്ന മുരുകനുമായി പരിചയപ്പെട്ടു. അതു പ്രേമമായി മാറുകയും വീട്ടുകാരുടെ എതിർപ്പിനെത്തുടർന്ന് രഹസ്യമായി അവർ വിവാഹിതരാവുകയും ചെയ്തു. മുരുകന്റെ സുഹൃത്തായ ശിവരാജന്റെ ബന്ധുക്കൾ എന്ന നിലയിൽ ശുഭ, ധനു എന്നീ ശ്രീലങ്കൻ യുവതികൾ നളിനിയോടൊപ്പം ഒരാഴ്ചക്കാലം താമസിക്കാൻ ഇടയായിരുന്നു. 1991 മെയ് 21ന് രാജീവ്ഗാന്ധി കൊല്ലപ്പെടുമ്പോൾ ശുഭയും ധനുവും നളിനിയും ശ്രീപെരുമ്പുത്തൂരിലുണ്ടായിരുന്നു. അങ്ങനെയാണ് കേസിൽ നളിനി ഒന്നാംപ്രതിയായത്. 15.6.91ൽ സെയ്ദാപ്പേട്ടിൽ വച്ച് നളിനിയും മുരുകനും അറസ്റ്റിലായി. അറുപതു ദിവസം സി.ബി.ഐ. കസ്റ്റഡിയിൽ കൊടിയ മർദ്ദനം. അവസാനം 26 പ്രതികൾക്കും

ടാഡ കോടതി വധശിക്ഷ വിധിച്ചു. പിന്നീട് വധശിക്ഷ ജീവപര്യന്തമായി ഇളവു ചെയ്തു. രാജീവ്ഗാന്ധി വധ ക്കേസിൽ നളിനിയുടെയും മുരുകന്റെയും പങ്ക് ഇനിയും സ്ഥിരീകരിക്കപ്പെടേണ്ടതാണ്. കൊടിയ മർദ്ദനങ്ങൾ നേരി ട്ടിട്ടും അവർ കുറ്റം സമ്മതിക്കുകയുണ്ടായില്ല. അറസ്റ്റിലാകു മ്പോൾ നളിനി രണ്ടു മാസം ഗർഭിണിയായിരുന്നു. ജയിലിൽ പിറന്ന മകൾ ഹരിദ്ര ഇന്ന് ലണ്ടനിൽ പ്രാക്ടീസ് ചെയ്യുന്ന ഒരു ഡോക്ടറാണ്. അവൾക്ക് ഇന്ത്യയിൽ വരാൻ ഇതുവരെ ഇന്ത്യാഗവൺമെന്റ് വിസ നൽകിയിട്ടില്ല. 30 വർഷമായി നളിനി ജയിൽവാസമനുഭവിച്ചു. നളിനി, വെല്ലൂരിൽ സ്ത്രീകളുടെ ജയിലിലും മുരുകൻ, വെല്ലൂരിലെ പുരുഷ ന്മാരുടെ ജയിലിലുമായിരുന്നു.

2022 നവംബർ 12ന് നളിനി ഉൾപ്പെടെ ആറു പ്രതികൾ ഭരണ ഘടനയുടെ 142-ാം വകുപ്പു പ്രകാരമുള്ള പ്രത്യേക അധികാര പ്രകാരം മോചിപ്പിക്കപ്പെട്ടു.

ഞങ്ങൾക്കുവേണ്ടി
ജീവത്യാഗം ചെയ്ത ചെങ്കൊടിക്കും
രക്തസാക്ഷികളായ മുത്തുകുമാർ
മുതൽ ജനീവാ മുരുകദാസ് വരെയുള്ള
എല്ലാ ധീരദേശാഭിമാനികൾക്കും
ഈഴമണ്ണിൽ ജീവിതം ബലിയർപ്പിച്ച
എല്ലാ ആത്മാക്കൾക്കും
ഈ ആത്മകഥ സമർപ്പിക്കുന്നു.

സോണിയാ ഗാന്ധി രാഷ്ട്രപതിക്കു കൊടുത്ത കത്ത് ഇപ്രകാരമാണ്

"എന്റെ പ്രിയ ഭർത്താവ് രാജീവ് ഗാന്ധിയുടെ വധത്തിനു പിന്നിൽ പ്രവർത്തിച്ച നാലുപേർക്കും മരണശിക്ഷതന്നെ നൽകണമെന്ന് ഞങ്ങളുടെ കുടുംബം ആഗ്രഹിക്കുന്നില്ല. എനിക്കോ എന്റെ മക്കൾക്കോ ആ നാലുകൊലയാളികളെയും തൂക്കിലേറ്റുന്നതിൽ യാതൊരു താത്പര്യവുമില്ല! അതുമാത്രമല്ല, എട്ടുവയസ്സുമാത്രം പ്രായമുള്ള ഒരു കുഞ്ഞിന്റെ അമ്മയായ നളിനിയെ തൂക്കിലേറ്റുന്നതു ഞങ്ങൾ ഒട്ടുംതന്നെ ആഗ്രഹിക്കുന്നില്ല. എന്റെ പ്രിയ ഭർത്താവ് രാജീവ്ഗാന്ധിയുടെ നിര്യാണം മൂലം എന്റെ കുഞ്ഞുങ്ങൾ എത്രമാത്രം സങ്കടപ്പെട്ടിട്ടുണ്ടോ, അതുപോലെ ഈ ലോകത്ത് മറ്റൊരു കുഞ്ഞ് അതിന്റെ അച്ഛനെയും അമ്മയെയും ഒരേസമയം നഷ്ടപ്പെട്ട് അനാഥയാകുന്നതിൽ ഞങ്ങൾക്കു തീരെ താത്പര്യമില്ല."

ഉള്ളടക്കം

ഭീതിദമായ ഏകാന്തതയിൽ ഒളിപ്പിച്ചുവച്ച്
മണ്ണടിഞ്ഞുപോയ ഓർമ്മകളെ
പൊടിതട്ടിയെടുത്തു പരിശോധിക്കുകയാണ് ഞാൻ.
മുഖവുരയ്ക്കുവേണ്ടി ജയിലിനുള്ളിലെത്തിയ
ഈ പുസ്തകം എന്റെ കൈകളിൽക്കിടന്ന്
പിടഞ്ഞുകരയുന്നു. എനിക്കു നേരിടേണ്ടിവന്ന
വേദനാജനകമായ സംഭവങ്ങൾ വീണ്ടും
ഓർത്തെടുത്ത് എഴുതുമ്പോൾ മുമ്പനുഭവിച്ചു
തീർത്ത വേദനകൾ പുനർജ്ജനിക്കുകയാണ്,
എന്റെ ശരീരത്തിലും മനസ്സിലും!
സത്യം പറഞ്ഞാൽ താങ്ങാവുന്നതിനപ്പുറമാണ്.

നളിനി മുരുകൻ
വനിതാ ജയിൽ, വെല്ലൂർ

ഇതിന്റെയൊക്കെ പിന്നിൽ പ്രവർത്തിച്ച സൂത്രധാരന്മാർ ആരൊക്കെ? ഇവരെയൊക്കെ എപ്പോഴാണ് മറനീക്കി പുറത്തുകൊണ്ടുവരുവാൻ കഴിയുന്നത്?

ഇതിനുള്ള ഉത്തരം ആരുടെ കൈയിലാണുള്ളത്? എന്നാൽ ഒരേയൊരു 'തീക്കൊള്ളി' മതിയാകും ആ കറുത്ത മൂടുപടം എരിച്ചു ചാമ്പലാക്കി ആ മുഖങ്ങൾ വെളിച്ചത്തുകൊണ്ടുവരുവാൻ! ആ തീക്കൊള്ളികളിൽ ഒന്നായി ഈ പുസ്തകം മാറിയേക്കാം.

നിശ്ശബ്ദമായിരിക്കൂ... ഈ തീക്കൊള്ളിയുടെ വരികൾ നിങ്ങളുടെ ഹൃദയമിടിപ്പിന്റെ വേഗത വർദ്ധിപ്പിച്ചേക്കാം... നിശ്ചലമാക്കിയേക്കാം. എന്റെ സങ്കടങ്ങൾ നിങ്ങളെയും ബാധിച്ചേക്കാം. നിങ്ങളുടെ ഉറക്കം നിങ്ങളുടെതന്നെ ശത്രുവായി മാറിയേക്കാം. നിങ്ങളുടെ കൈക്കുമ്പിളുകളിൽ ചിത്രശലഭങ്ങളെപ്പോലെ നിറച്ചുവച്ചിരിക്കുന്ന നിങ്ങളുടെ സ്വപ്നങ്ങൾ ഒന്നോ രണ്ടോ നാളുകൾക്കുള്ളിൽ മേഘപാളികളായി രൂപാന്തരപ്പെട്ട് അപ്രത്യക്ഷമായേക്കാം. അതിനാൽ ജാഗ്രതയായിരിക്കുക.

എവിടെത്തുടങ്ങണമെന്ന് ഒരു നിശ്ചയവുമില്ല. ശരി, എന്റെയമ്മ പത്മാവതിയിൽനിന്നുതന്നെ തുടങ്ങാം.

രാജീവ്ഗാന്ധിയുടെ ഘാതകർക്ക് സംരക്ഷണം നൽകിയവരെന്ന് പത്രമാസികകളെല്ലാം തന്നിഷ്ടംപോലെ എഴുതിരസിച്ച ആ പത്മാവതിയെ നിങ്ങളെല്ലാവരും ഒരു തീവ്രവാദിയായിട്ടാണ് കണ്ടിട്ടുള്ളത്. അവർ ഒരു യഥാർത്ഥ ഗാന്ധിയന്റെ മകളാണെന്ന് എത്രപേർക്കറിയാം? ഏറ്റവും മഹനീയമായ, കാരുണ്യത്തിന്റെ മൂർത്തീഭാവമായ പ്രസവശുശ്രൂഷ തൊഴിലായി സ്വയം സ്വീകരിച്ച ഒരു നേഴ്സായിരുന്നു അവരെന്ന് എത്രപേർക്കറിയാം? അവരെപ്പറ്റി എന്തെല്ലാം നീചമായ നുണക്കഥകളാണ് സി.ബി.ഐയുടെ പ്രത്യേക അന്വേഷണസംഘം പടച്ചുവിട്ടത്? എന്നാൽ എന്റെ അമ്മ പത്മാവതി 'മരുന്നിനു'പോലും തീവ്രവാദം ഇഷ്ടപ്പെടാത്ത ഒരു കുടുംബത്തിലെ അംഗമാണെന്ന വസ്തുത ആരെങ്കിലും തിരിച്ചറിഞ്ഞിട്ടുണ്ടോ? എന്റെ മുത്തച്ഛൻ രത്തിനസഭാപതി ദീർഘകാലം സ്വാതന്ത്ര്യസമരത്തിൽ പങ്കെടുത്ത ഒരു കോൺഗ്രസ് ത്യാഗിവര്യനായിരുന്നു. കല്യാണം കഴിഞ്ഞ് ദീർഘനാളായിട്ടും ഒരു കുഞ്ഞിക്കാലു കാണാൻ യോഗമില്ലാതെ പോയ ആൾ! അതിനായി അദ്ദേഹം കയറിയിറങ്ങാത്ത ക്ഷേത്രങ്ങളില്ല. സമരങ്ങളിൽ പങ്കെടുക്കാത്ത നാളുകളിലെല്ലാം ക്ഷേത്രദർശനത്തിനായിരുന്നു ചെലവഴിച്ചിരുന്നത്.

അങ്ങനെ തപസ്സുചെയ്തു നേടിയെടുത്ത പൊൻകുഞ്ഞിനെ 'വന്ദേമാതരം' ചൊല്ലിക്കൊണ്ടാണ് ഏറ്റുവാങ്ങി ലാളിച്ചത്. അതേ സന്തോഷത്തോടെ, നാടിന്റെ സ്വാതന്ത്ര്യത്തിനായി സ്വയം സമർപ്പിതനായ മഹാത്മാഗാന്ധിയുടെ അടുത്തേക്കോടി, അദ്ദേഹത്തിന്റെ കൈകളിൽ കുഞ്ഞിനെ ഏല്പിച്ചു. മഹാത്മജിയാണ് കുഞ്ഞിനെ മടിയിൽക്കിടത്തി പത്മാവതി എന്ന പേരു നൽകി ചുംബിച്ച് തിരിച്ചേല്പിച്ചത്. 'പേരും

പെരുമയും ഉണ്ടാകുമെന്ന്' അദ്ദേഹം ആശീർവദിക്കുകയും ചെയ്തു. അദ്ദേഹത്തിന്റെ വാക്കുകൾ നമ്മുടെ നാടിന്റെ സ്വാതന്ത്ര്യത്തെപ്പോലെ ത്തന്നെ പാഴായിപ്പോയി. എന്നാൽ ഗാന്ധിജിയെപ്പോലെ, അദ്ദേഹത്തിന്റെ ശിഷ്യനായ എന്റെ മുത്തച്ഛനെപ്പോലെ അമ്മയുടെ ജീവിതവും 'സ്നേഹ മാണ് ദൈവം' എന്ന രീതിയിൽത്തന്നെ മുന്നേറിക്കൊണ്ടിരുന്നു.

ആ പത്മാവതിയുടെ മൂത്തമകളാണ് ഞാൻ. ഇന്ന് ലോകത്ത് ഏറ്റവും ദീർഘകാലമായി തടവറയിൽ വാടിത്തളർന്നുകഴിയുന്ന സ്ത്രീതടവുകാരി നളിനി. എനിക്ക് ഒരനുജൻ ഭാഗ്യനാഥൻ. മൂന്നാമത്തവൾ അനുജത്തി കല്യാണി. ഞങ്ങൾ രണ്ടുപേരും അമ്മയുടെ രണ്ടു ചിറകുകളായിട്ടാണ് കഴിഞ്ഞുകൂടിയിരുന്നത്. ഞങ്ങളോടൊപ്പം അമ്മയുടെ ഇളയസഹോദരൻ രാജരത്തിനവും താമസിച്ചിരുന്നു. ഞങ്ങളുടെ അമ്മാവനായ അദ്ദേഹം ബുദ്ധിവളർച്ചയില്ലാത്ത ആളായിരുന്നു. ഒരു കൊച്ചുകുട്ടിയെപ്പോലെ യായിരുന്നു അദ്ദേഹം പെരുമാറിയിരുന്നത്. ഞങ്ങളെല്ലാം ഒരേ കൂട്ടില ടയ്ക്കപ്പെട്ട കിളികളെപ്പോലെയായിരുന്നു കഴിഞ്ഞിരുന്നത്.

പഠനം കഴിഞ്ഞ് നല്ല ഉത്തരവാദിത്വമുള്ള ഒരു ജോലി സമ്പാദിക്കണം. അതും സർക്കാർ സർവ്വീസിൽ നല്ല പദവിയിലെത്തണമെന്നായിരുന്നു മുത്തച്ഛന്റെ ആഗ്രഹം. എന്നാൽ ആതുരശുശ്രൂഷയാണ് സേവനം ചെയ്യാൻ പറ്റിയ മേഖല എന്നു തിരിച്ചറിഞ്ഞ് നേഴ്സിംഗ് പഠിക്കാൻ തീരു മാനിച്ച ആളായിരുന്നു അമ്മ. പഠനം പൂർത്തിയായ ഉടൻ ചെന്നൈയിലെ പ്രശസ്തമായ കല്യാണി ഹോസ്പിറ്റലിൽ ജോലിക്കു ചേർന്നു. അധികം വൈകാതെ വിദഗ്ധയായ സൂതികർമ്മിണി എന്ന ഖ്യാതി നേടിയെടുത്തു. അവരുടെ കൈകളിലേക്കു പിറന്നുവീണ കുഞ്ഞുങ്ങളിൽ പലരും ഇന്ന് പ്രഗദ്ഭരായ നടീനടന്മാർ, പൊലീസ് ഓഫീസർമാർ, കളക്ടർമാർ എന്നീ നിലകളിലെല്ലാം പ്രസിദ്ധിയാർജ്ജിച്ചവരായി മാറിക്കഴിഞ്ഞു.

അമ്മയുടെ 'കൈപ്പുണ്യം' പ്രസിദ്ധമാണ്. എല്ലാവരും അവരെ സ്നേഹിക്കുകയും ബഹുമാനിക്കുകയും ചെയ്തിരുന്നു. അമ്മ നല്ല ക്ഷമാ ശീലയാണെന്നു മാത്രമല്ല, നല്ലതു മാത്രമേ ചെയ്യാവൂ, നല്ലതു ചെയ്താൽ നല്ല ഫലം തിരിച്ചുകിട്ടുമെന്നും എല്ലാവരെയും ഉപദേശിക്കുകയും ചെയ്തി രുന്നു.

ആരെയും വഞ്ചിക്കുകയില്ല. ഒന്നിനു പത്തായി പ്രത്യുപകാരം ചെയ്യും. സ്നേഹിച്ചാലും അങ്ങനെ തന്നെ! സ്നേഹത്തിനുവേണ്ടി എന്തു ത്യാഗവും സഹിക്കും.

ഇത്രയും ഗുണഗണങ്ങളുള്ള ഒരു ചെറുപ്പക്കാരിയെ ആരാണ് സ്നേഹിച്ചുപോകാത്തത്? ആശുപത്രിയിലുള്ള സകലരും അമ്മയെ ഇഷ്ട പ്പെട്ടിരുന്നു. അക്കൂട്ടത്തിൽ ശങ്കരനാരായണൻ എന്ന സബ്-ഇൻസ് പെക്ടർക്ക് അമ്മയോട് കടുത്ത പ്രേമം തോന്നി. ചികിത്സയിൽ കഴിഞ്ഞി രുന്ന അദ്ദേഹത്തിന്റെ അമ്മയെ സന്ദർശിക്കാൻ കൂടെക്കൂടെ മുടങ്ങാതെ

ആശുപത്രിയിൽ വന്നുകൊണ്ടിരുന്നു. തുടർച്ചയായ ഈ കണ്ടുമുട്ടൽ പ്രേമമായി വളർന്നു. രണ്ടു വീട്ടുകാരുടെയും സമ്മതത്തോടെ അവർ തമ്മിലുള്ള വിവാഹം നടന്നു. (അദ്ദേഹത്തിന്റെ രണ്ടാംവിവാഹമായിരുന്നു അത്) അങ്ങനെ ഞങ്ങൾ മൂന്നു മക്കളും ജനിച്ചു.

എന്തെല്ലാം കഷ്ടപ്പാടുകളുണ്ടായിരുന്നെങ്കിലും അമ്മ അതൊന്നും ഞങ്ങളെ അറിയിക്കാതെ വളർത്തി. വലുതായി സമ്പാദിച്ചുകൂട്ടണമെന്ന അത്യാഗ്രഹമൊന്നും അമ്മയ്ക്ക് ഉണ്ടായിരുന്നില്ല. മക്കൾ ആഗ്രഹിക്കുന്നതെല്ലാം വാങ്ങിക്കൊടുക്കണം. ഞങ്ങളെ നല്ലതുപോലെ വളർത്തണം. നല്ല വിദ്യാഭ്യാസം നൽകണം. ഈയൊരു ആഗ്രഹമേ അമ്മയ്ക്കുണ്ടായിരുന്നുള്ളൂ.

27.5.1964–ൽ പ്രധാനമന്ത്രി ജവഹർലാൽ നെഹ്റു അന്തരിച്ച ദിവസമായിരുന്നു എന്റെ ജനനം. അന്ന് വാഹനങ്ങളൊന്നും ഓടിയിരുന്നില്ല. അതിനാൽ അന്നു മുഴുവൻ ആശുപത്രിയിൽ ചെലവഴിച്ചശേഷം അടുത്ത ദിവസമാണ് ഞങ്ങളെ വീട്ടിൽ കൂട്ടിക്കൊണ്ടുപോയത്. എനിക്ക് ഓർമ്മയായ നാൾ മുതൽ അമ്മ ഇക്കാര്യം കൂടെക്കൂടെ പറയുമായിരുന്നു. നാലു വയസ്സുള്ളപ്പോൾ മുതൽ ഞാനൊരു 'കുറുമ്പി'പ്പെണ്ണായിട്ടാണ് വളർന്നു വന്നത്.

എന്തു കേട്ടാലും അതേപടി തിരിച്ചുപറയാനുള്ള കഴിവ് അന്നേ എനിക്കുണ്ടായിരുന്നു. അതുകൊണ്ട് നേരിട്ട് ഒന്നാംക്ലാസിൽ ചേർത്തു. മൈലാപ്പൂരിൽ ജർമ്മൻ ദമ്പതികൾ നടത്തിയിരുന്ന പ്രസിദ്ധമായ ഹയർ സെക്കണ്ടറി സ്കൂളിലാണ് ഞാൻ പന്ത്രണ്ടാംക്ലാസുവരെ പഠിച്ചത്. അതു കഴിഞ്ഞ് എത്തിരാജ് വിമൻസ് കോളേജിൽ ചേർന്നു.

എനിക്കിഷ്ടമുള്ള ഇംഗ്ലീഷ് സാഹിത്യമായിരുന്നു ഐച്ഛികവിഷയം. ഒരു തടസ്സവുമില്ലാതെ വിജയകരമായി പഠനം പൂർത്തിയാക്കി. നല്ലതുപോലെ ഇംഗ്ലീഷ് കൈകാര്യം ചെയ്യാൻ എനിക്കു കഴിഞ്ഞിരുന്നു.

ഇക്കാലമത്രയും അച്ഛനും അമ്മയും തമ്മിൽ കലഹങ്ങൾ പതിവായിരുന്നു. അതിലുള്ള ദേഷ്യമെല്ലാം അമ്മ എന്നോടാണ് തീർത്തിരുന്നത്. കുട്ടിയായിരുന്ന എനിക്ക് അതൊക്കെ താങ്ങാനുള്ള ശേഷിയുണ്ടായിരുന്നില്ല. അവരുടെ കൂടെക്കഴിഞ്ഞുകൊണ്ട് തുടർന്നു പഠിക്കാൻ എനിക്കു കഴിയുമായിരുന്നില്ല. മനസ്സമാധാനത്തോടെ എന്തെങ്കിലും ജോലിക്കു പോകാനും കഴിയുന്ന സാഹചര്യമല്ല വീട്ടിൽ ഉണ്ടായിരുന്നത്. എല്ലാവർക്കും എന്നോടു വെറുപ്പാണെന്ന് തോന്നി. സ്നേഹത്തോടെ പെരുമാറേണ്ട അമ്മപോലും എന്നോട് കലഹിച്ചു സംസാരിച്ചിരുന്നതിനാൽ എനിക്കുണ്ടായ സങ്കടം പറഞ്ഞറിയിക്കാൻ വിഷമമായിരുന്നു.

ഞാനെപ്പോഴും കരഞ്ഞുവിളിച്ചു കഴിഞ്ഞുകൂടി. ആ പ്രായത്തിൽ അതുമാത്രമേ ചെയ്യാൻ കഴിയുമായിരുന്നുള്ളൂ. വീട്ടിലെ മൂത്തമകളാണ് ഞാൻ. അതുകൊണ്ടാണ് എന്നോട് കൂടുതൽ ദേഷ്യം കാണിക്കുന്നതെന്ന്

തിരിച്ചറിയാൻ ആ പ്രായത്തിൽ കഴിഞ്ഞിരുന്നില്ല. അമ്മ ഇളയവരോടു കാണിക്കുന്ന സ്നേഹം എന്നോടു കാണിക്കുന്നില്ലല്ലോ എന്ന ദുഃഖം വല്ലാതെ അലട്ടിക്കൊണ്ടിരുന്നു. ഈ സാഹചര്യത്തിലാണ് ഒരു ജോലി അന്വേഷിക്കാൻ തുടങ്ങിയത്. ഇംഗ്ലീഷ് ഭാഷാനൈപുണ്യം കണക്കിലെടുത്ത് പല വലിയ കമ്പനികളിലും അനായാസം ജോലി കിട്ടി. എന്നാൽ അവിടെയൊന്നും തുടർന്നുപോകാൻ കഴിഞ്ഞില്ല. പതിവുപോലെ കൂടെ ജോലി ചെയ്യുന്ന പുരുഷന്മാരുടെയും മേലുദ്യോഗസ്ഥരുടെയും ശല്യപ്പെടുത്തലായിരുന്നു അതിനുള്ള കാരണം. ഒന്നും മൂടി മറച്ചുവച്ച് പെരുമാറാൻ കഴിഞ്ഞിരുന്നില്ല. എനിക്കിഷ്ടപ്പെടാതെ വന്നാൽ ആരോടായാലും മുഖത്തടിച്ചപോലെ സംസാരിക്കും. അതുകാരണം അവിടെ ജോലി തുടരാൻ കഴിയാതെ പിരിഞ്ഞുപോകും.

അവസാനമായി അടയാറിലുള്ള പേരുകേട്ട ആനബോണ്ട് സിലിക്കോൺ കമ്പനിയിൽ ചേർന്നു. പുതിയ ജോലിസ്ഥലം. നല്ല ഒരു മാറ്റം തോന്നി. എല്ലാവരും സ്നേഹത്തോടും മര്യാദയോടും പെരുമാറി. അതുകൊണ്ട് അവിടെത്തന്നെ ജോലി തുടർന്നു.

ഇതിനിടയിൽ വീടുവിട്ട് ഞാൻ തനിയെ താമസിക്കേണ്ട സ്ഥിതി വന്നു. മറ്റെങ്ങുമല്ല; വില്ലിവാക്കത്തുള്ള വലിയമ്മയുടെ വീട്ടിലാണ് താമസം തുടങ്ങിയത്. ജോലിയോടൊപ്പം ബിരുദാനന്തരബിരുദ പഠനത്തിനുള്ള സൗകര്യംകൂടി നോക്കിയാണ് വീടുമാറിയത്. അന്നെനിക്ക് അങ്ങനെ ചെയ്യാനാണ് തോന്നിയത്. അതല്ലാതെ മറ്റൊരു വഴിയും മുന്നിലില്ലായിരുന്നു.

കുറെക്കാലം പ്രശ്നരഹിതമായി കടന്നുപോയി. എന്നാൽ താമസിയാതെ അവിടെയും കുഴപ്പങ്ങൾ തുടങ്ങി. വലിയമ്മയും നിസ്സാര കാര്യങ്ങൾക്ക് കോപിക്കാനും വഴക്കടിക്കാനും തുടങ്ങി. എങ്ങനെയെങ്കിലും പ്രശ്നങ്ങളുണ്ടാക്കി എന്റെ വീട്ടിലേക്ക് തിരിച്ചയയ്ക്കുകയായിരുന്നു വലിയമ്മയുടെ ലക്ഷ്യം. എന്നാൽ അതു നിറവേറ്റിയില്ല. ഞാൻ പിടിവാശിയിൽ ഉറച്ചുനിന്നു. അതിനാൽ ഞാനും കപടമായ കോപം അഭിനയിച്ചു. എന്നെ സ്നേഹിക്കേണ്ടവർ എന്തുകൊണ്ടാണ് ഇങ്ങനെയൊക്കെ പെരുമാറുന്നതെന്ന് അന്ന് മനസ്സിലായിരുന്നില്ല. വലിയമ്മ നല്ലതിനുവേണ്ടിയാണ് ഇതൊക്കെ ചെയ്യുന്നതെന്നും അറിഞ്ഞുകൂടായിരുന്നു. അത് എന്നെ വളരെയധികം ദുഃഖിപ്പിച്ചു.

അതുകൊണ്ട് വലിയമ്മയുടെ വീടുവിട്ട് അതേ തെരുവിൽത്തന്നെയുള്ള ചെറിയ ഒരു വീട് വാടകയ്ക്കെടുത്തു താമസം തുടങ്ങി. വലിയമ്മയോടൊപ്പം അല്ലെങ്കിലും അവരുടെ കൺവെട്ടത്തുതന്നെ, അവരുടെ സംരക്ഷണയിൽത്തന്നെയെന്ന തോന്നലോടെയായിരുന്നു അവിടെ താമസിച്ചിരുന്നത്.

അക്കാലത്ത് അച്ഛനും അമ്മയും തമ്മിലുള്ള ബന്ധം വഷളാകുകയും അമ്മ മൈലാപ്പൂരിലുള്ള വീടുവിട്ട് റോയപ്പേട്ടയിൽ മറ്റൊരു വീട്ടിൽ

താമസം തുടങ്ങുകയും ചെയ്തു. ഞാൻ അവരോടൊപ്പം താമസിക്കുന്ന കാലത്തുതന്നെ മാറിത്താമസിക്കാനുള്ള ശ്രമം അമ്മ തുടർന്നിരുന്നു. അതിനിടയിലാണ് ഞാൻ വില്ലിവാക്കത്തേക്കു താമസം മാറിയത്. അതുകൊണ്ട് പുതിയ സ്ഥലത്തെപ്പറ്റി ഒന്നുംതന്നെ അറിഞ്ഞുകൂടായിരുന്നു.

അക്കാലത്ത് അമ്മയോ അനുജനോ എന്നെ കാണാൻ വന്നിരുന്നില്ല. ഞാനെന്തെങ്കിലും ദേഷ്യപ്പെടുമോ എന്നു ഭയന്നായിരിക്കണം അവർ വരാതിരുന്നത്. എന്നാൽ അനിയത്തി കല്യാണിയും, അവരുടെ കൂടെത്താമസിച്ച് നേഴ്സിംഗ് ജോലി ചെയ്യുന്ന അവളുടെ കൂട്ടുകാരി വാസന്തിയും ആഴ്ചയിലൊരിക്കൽ എന്നെ കാണാൻ വരുമായിരുന്നു. അവർ വരുമ്പോൾ അമ്മയുണ്ടാക്കിയ ഭക്ഷണസാധനങ്ങൾ കൊണ്ടുവരും. ശനി, ഞായർ ദിവസങ്ങളിൽ അവർ എന്റെ കൂടെത്തന്നെയാണ് കഴിഞ്ഞിരുന്നത്.

പുതിയ സ്ഥലത്തെ വീടിനെപ്പറ്റി ഞങ്ങൾ സംസാരിച്ചുകൊണ്ടിരിക്കും. അത് ആശ്വാസപ്രദമായിരുന്നു. അങ്ങനെയിരിക്കുമ്പോഴാണ് അനിയത്തി ആ വിവരം പറയുന്നത്. ശ്രീലങ്കയിൽനിന്ന് ദാസ് എന്ന ഒരു പയ്യൻ പഠിക്കാനായി ചെന്നൈയിലെത്തിയിട്ടുണ്ട്. ഇവിടെനിന്നും വിദേശത്ത് എന്തെങ്കിലും ജോലി തേടിപ്പോകാനാണ് അയാൾ വരുന്നത്. അയാൾ എന്നെക്കാണാൻ ഇങ്ങോട്ടുവരുന്നുണ്ടെന്നും അവർ പറഞ്ഞു. "ഞാൻ അയാളെ ഇങ്ങോട്ടു വിളിച്ചുകൊണ്ടുവരട്ടെ?" അനിയത്തി അനുവാദം ചോദിച്ചു. എനിക്കൊന്നും മനസ്സിലായില്ല. 'പയ്യൻ' എന്നു പറഞ്ഞതുകൊണ്ട് ചെറിയ കുട്ടിയായിരിക്കുമെന്നാണ് കരുതിയത്. അതാരായിരിക്കും? പേര് ദാസ്. ശ്രീലങ്കക്കാരനാണെന്നാണ് പറഞ്ഞിട്ടുള്ളത്. എല്ലാവരെയുംപോലെ എനിക്കു അതൊരു സാധാരണ സംഭവമായിട്ടേ തോന്നിയുള്ളൂ.

അക്കാലത്ത് ശ്രീലങ്കയിൽനിന്നും ധാരാളം ചെറുപ്പക്കാരും മുതിർന്നവരും തമിഴ്നാട്ടിൽ വന്നുപോകാറുണ്ടായിരുന്നു. അവിടെ സ്വതന്ത്ര തമിഴ്-പ്രവിശ്യയ്ക്കുവേണ്ടി പോരാട്ടങ്ങൾ നടത്തിക്കൊണ്ടിരിക്കുന്ന എല്ലാ സംഘടനകളുടെയും പ്രതിനിധികൾ ഇവിടെ വന്നു തങ്ങിയിരുന്നു. അന്നത്തെ മുഖ്യമന്ത്രി എം.ജി. രാമചന്ദ്രനും പ്രതിപക്ഷനേതാവ് കരുണാനിധിയും ഉൾപ്പെടെ എല്ലാ പാർട്ടിനേതാക്കളും ശ്രീലങ്കൻ പോരാളികളെ ഇവിടെ സ്വീകരിക്കുകയും അവർക്കുവേണ്ട സൗകര്യങ്ങൾ ചെയ്തുകൊടുക്കുകയും ചെയ്തിരുന്നു.

കുറെക്കൂടി തെളിച്ചുപറഞ്ഞാൽ അന്നത്തെ പ്രധാനമന്ത്രിയായിരുന്ന ഇന്ദിരാഗാന്ധിയായിരുന്നു ശ്രീലങ്കൻ തമിഴ്പോരാളികൾക്ക് ഏറ്റവും കൂടുതൽ സൗകര്യങ്ങൾ ചെയ്തുകൊടുത്തിരുന്നത്. അവരെ ഇവിടെ താമസിപ്പിച്ച് ആയുധപരിശീലനം നൽകുന്നതിനുവരെയുള്ള അനുമതി അവർ നൽകിയിരുന്നുവെന്ന് പലരും പറഞ്ഞുകേട്ടിട്ടുണ്ട്. അതുകൊണ്ടാണ് തമിഴ് ഈഴത്തിനുവേണ്ടി പോരാടുന്നവരെ ഇവിടെ കക്ഷിരാഷ്ട്രീയം നോക്കാതെ ആദരിച്ചുവന്നത്. തമിഴരല്ലാത്ത മറ്റാളുകളും

ശ്രീലങ്കൻ തമിഴ്പോരാളികൾക്ക് പ്രോത്സാഹനം നൽകിയിരുന്നു. ഇവർക്ക് സാമ്പത്തിക സഹായങ്ങളും എല്ലാവരും കൊടുത്തിരുന്നു.

ശ്രീലങ്കൻ പോരാളികൾ തമിഴ്നാട്ടിൽ വന്ന് ഇവിടെയുള്ള ചെറുപ്പക്കാരെ സംഘടിപ്പിച്ച് അവരോടൊപ്പം തെരുവുകൾതോറും നടന്ന്, ശ്രീലങ്കൻ പട്ടാളം നടത്തുന്ന വംശീയമായ നരഹത്യകൾ കാണിക്കുന്ന വീഡിയോചിത്രങ്ങൾ പ്രദർശിപ്പിക്കുമായിരുന്നു. യുവാക്കൾ അവരോടൊപ്പം എല്ലാ കാര്യങ്ങൾക്കും സഹകരിച്ച് - പ്രവർത്തിച്ചുകൊണ്ടിരുന്നു. ജനങ്ങൾക്ക് പൊതുവേ ശ്രീലങ്കൻ തമിഴ്പോരാളികളോട് മതിപ്പും ആദരവും ഉണ്ടായിരുന്നു. ആയിരക്കണക്കിനു ചെറുപ്പക്കാർ പോരാളികളെ സഹായിക്കുന്നത് തങ്ങളുടെ കടമയാണെന്ന് ഉറച്ചു വിശ്വസിച്ചു.

സ്വതന്ത്ര തമിഴ് ഈഴത്തിനുവേണ്ടി പോരാടുന്ന പല സംഘടനക്കാരും തമിഴ്നാടിന്റെ വിവിധ ഭാഗങ്ങളിൽ ക്യാമ്പുകളുണ്ടാക്കിയിരുന്നു. തമിഴ്നാട് സർക്കാരും പൊതുജനങ്ങളും ചെയ്യുന്ന സഹായങ്ങളെപ്പറ്റി പോരാളികളും നന്ദിയോടെ സ്മരിക്കാറുണ്ടായിരുന്നു. അന്നു തമിഴ്നാട് മുഖ്യമന്ത്രിയായിരുന്ന എം.ജി.രാമചന്ദ്രൻ സർക്കാർ ഖജനാവിൽനിന്നും തമിഴ്പുലികൾക്ക് നാലു കോടി രൂപ സംഭാവന നൽകിയ വിവരം ഇന്നും അഭിമാനത്തോടെ പറയുന്നവരുണ്ട്. ശ്രീലങ്കൻ പോരാളിയാണെന്നറിഞ്ഞാൽ തമിഴ്നാട്ടിലെ ഏതു വീട്ടിലും തങ്ങുവാൻ ഇടംവരെ നൽകാറുണ്ടായിരുന്നു. തമിഴ് ചെറുപ്പക്കാരെല്ലാം അവർക്കുവേണ്ടി എന്തും ചെയ്യാൻ സന്നദ്ധരായിരുന്നു.

ശ്രീലങ്കൻ പോരാളികൾക്ക് സഹായം ചെയ്തിരുന്ന ആയിരക്കണക്കിന് ചെറുപ്പക്കാരിൽ ഒരാളായിരുന്നു എന്റെ സഹോദരൻ ഭാഗ്യനാഥൻ. അന്ന് ചെന്നൈയിലെ പ്രസിദ്ധമായ ഫോട്ടോ സ്റ്റുഡിയോ ഉടമയായിരുന്ന ശുഭസുന്ദരത്തെ അവൻ ഇടയ്ക്കിടെ സ്റ്റുഡിയോയിൽ പോയി കാണുമായിരുന്നു. അന്ന് പേരറിവാളൻ, ഹരിബാബു, മുത്തുരാജ് തുടങ്ങിയ പലരും ഫോട്ടോഗ്രാഫി പഠിക്കാൻ ശുഭസുന്ദരത്തിന്റെ സ്റ്റുഡിയോയിൽ വരുമായിരുന്നു. ഇവർ മാത്രമല്ല, മറ്റു പല ശ്രീലങ്കൻ യുവാക്കളും സ്റ്റുഡിയോയിലെ നിത്യസന്ദർശകരായിരുന്നു.

അവിടെവെച്ചാണ് ഭാഗ്യനാഥനും പേരറിവാളനും സുഹൃത്തുക്കളാകുന്നത്. അറിവ് (പേരറിവാളൻ) ചെന്നൈയിൽ വരുമ്പോഴെല്ലാം ഞങ്ങളുടെ വീട്ടിലും വന്നുപൊയ്ക്കൊണ്ടിരുന്നു. ചില സന്ദർഭങ്ങളിൽ ഒന്നോ രണ്ടോ ദിവസം ഞങ്ങളുടെ വീട്ടിൽ തങ്ങിയശേഷം ജൊലാർപേട്ടയ്ക്കു പോകും. അത്രതന്നെ! ഈ സുഹൃത്തുക്കളുടെ കൂട്ടത്തിൽ പുതിയതായി വന്നുചേർന്നയാളായിരുന്നു ദാസ്. ആ ദാസാണ് എന്നെ കാണാൻ വരുമെന്ന് അറിയിച്ചിരുന്നത്.

ആ ദിവസത്തിനായി ഞാൻ കാത്തിരുന്നു.

രണ്ട്
ആദ്യസമാഗമം

ആ സന്ദർശനം എന്നെ ഇത്രമാത്രം പ്രതിസന്ധിയിലേക്ക് തള്ളിവിടുമെന്ന് സ്വപ്നത്തിൽപോലും കരുതിയിരുന്നില്ല. ശുഭസുന്ദരത്തിന്റെ ഫോട്ടോസ്റ്റുഡിയോയിൽ വച്ച് ഭാഗ്യനാഥനെ കണ്ടപ്പോൾ താമസിക്കാനൊരിടം വേണമെന്ന് ദാസ് ആവശ്യപ്പെട്ടിരുന്നു. മറ്റൊരു വാടകവീട് കിട്ടുന്നതുവരെ ഞങ്ങളുടെ വീട്ടിൽവന്നു താമസിക്കുവാൻ ഭാഗ്യനാഥൻ ദാസിനെ ക്ഷണിച്ചു. അങ്ങനെ ദാസ് അനിയനോടൊപ്പം വീട്ടിൽ വന്നെത്തി.

എന്നാൽ അമ്മയ്ക്ക് ഇക്കാര്യത്തിൽ അത്ര താത്പര്യമുണ്ടായിരുന്നില്ല. കാരണം അനിയത്തി കല്യാണിയും അവളുടെ സുഹൃത്ത് വാസന്തിയും വീട്ടിലുണ്ട്. രണ്ടു പെൺകുട്ടികൾ താമസിക്കുന്ന വീട്ടിൽ ഒരാളെക്കൂടി താമസിപ്പിക്കുവാൻ അമ്മ വിസമ്മതിച്ചു. അമ്മയും അനിയത്തിയും തമ്മിലുള്ള സംഭാഷണം കേൾക്കാനിടയായ ദാസ്–

“വേണ്ടമ്മേ, ഞാൻ കാരണം നിങ്ങൾക്കൊരു ബുദ്ധിമുട്ടുവേണ്ട. ഞാൻ വേറെ താമസസ്ഥലം കണ്ടുപിടിച്ചുകൊള്ളാം.” എന്നു പറഞ്ഞു. ഭാഗ്യനാഥന്റെ നിർബന്ധത്തിനു വഴങ്ങി, മറ്റൊരു വീട് എത്രയും വേഗത്തിൽ കണ്ടുപിടിച്ചുകൊള്ളാമെന്ന വ്യവസ്ഥയിൽ ദാസിനെ മനസ്സില്ലാമനസ്സോടെ വീട്ടിൽ താമസിപ്പിക്കാൻ അമ്മ സമ്മതം മൂളി. ആദ്യമൊന്നും അമ്മയ്ക്ക് ദാസിനെ അത്ര ഇഷ്ടമായിരുന്നില്ല. എന്നാൽ ഏതാനും ദിവസങ്ങൾക്കുള്ളിൽ അമ്മയ്ക്ക് ദാസിനോട് നല്ല അടുപ്പമുണ്ടായി. അതിരാവിലെ എഴുന്നേറ്റ് കുളിച്ച് നെറ്റിയിൽ ഭസ്മം പൂശി, പ്രാർത്ഥിച്ചശേഷം വീട്ടുജോലികളിൽ മറ്റുള്ളവരെ ദാസ് സഹായിക്കാൻ തുടങ്ങി. പാചകത്തിനുള്ള പച്ചക്കറികളെല്ലാം നുറുക്കിക്കൊടുക്കും.

റോയപ്പേട്ടയിലുള്ള ശബരി കോളേജ്, ത്യാഗരാജനഗറിലുള്ള വിവേകാനന്ദ കോളേജ് എന്നീ രണ്ടു ട്യൂട്ടോറിയലുകളിലും രാവിലെയും വൈകിട്ടും ഇംഗ്ലീഷ് കോച്ചിംഗിന് ദാസ് ദിവസവും മുടങ്ങാതെ പോകാൻ തുടങ്ങി. വീട്ടിലിരിക്കുമ്പോഴെല്ലാം വായനയിലും പഠനത്തിലും മുഴുകിയിരിക്കും.

എല്ലാവരോടും അനായാസമായി ഇടപഴകാനും സംസാരിക്കാനും ദാസ് നല്ല സമർത്ഥനായിരുന്നു. ഇതാണ് ദാസിനോട് അമ്മയ്ക്ക് അടുപ്പം തോന്നാനുള്ള പ്രധാന കാരണം. രണ്ടുപേരും ദീർഘനേരം സംസാരിച്ചു കൊണ്ടിരിക്കും. വീട്ടിലെല്ലാവർക്കും ദാസിന്റെ കാര്യം പറയാനേ നേര മുണ്ടായിരുന്നുള്ളൂ.

ഒരു ദിവസം രാവിലെ കറിക്കരിഞ്ഞുകൊണ്ടിരിക്കുമ്പോൾ ദാസ് അമ്മ യോടു ചോദിച്ചു - "അമ്മേ, നിങ്ങൾക്ക് രണ്ടു പെൺമക്കളുണ്ടെന്ന് ഭാഗ്യനാഥൻ പറഞ്ഞല്ലോ, അതിൽ ഒരാളേ ഇവിടെയുള്ളൂ. മറ്റേയാൾ എവിടെയാണ്?" വാവിട്ടുകരഞ്ഞുകൊണ്ട് അമ്മ നടന്ന സംഭവങ്ങളെല്ലാം ദാസിനോട് പറഞ്ഞു. കേട്ട കഥകൾ ദാസിനെയും ദുഃഖിപ്പിച്ചു.

"ശരിയമ്മേ, സങ്കടപ്പെടാതെ, ഞാനെങ്ങനെയെങ്കിലും പറഞ്ഞു സമാധാനിപ്പിച്ച് നിങ്ങളുടെ മകളെ നിങ്ങളോടൊപ്പം കൊണ്ടുവരാൻ ശ്രമിക്കാം... വെറുതെ കരയണ്ടാ..."

ദാസ് അമ്മയെ സമാധാനിപ്പിച്ചു. കൂടെപ്പിറപ്പുകളോടൊപ്പം വളർന്ന ദാസിന് അമ്മയുടെയും എന്റെയും സങ്കടങ്ങൾ ബോധ്യമായി. ദാസും അധികകാലവും തന്റെ അച്ഛനമ്മമാരെയും സഹോദരങ്ങളെയും പിരിഞ്ഞാണ് കഴിഞ്ഞിരുന്നത്. തനിക്ക് അഭയം നൽകിയ വീട്ടിൽ ആരും സങ്കടപ്പെടരുതെന്ന് അയാൾ ആഗ്രഹിച്ചു. എങ്ങനെയെങ്കിലും മകളെ സമാധാനിപ്പിച്ച് കൂട്ടിക്കൊണ്ടുവന്ന് അമ്മയോടൊപ്പം താമസിപ്പിക്കാൻ അയാൾ തീരുമാനിച്ചു.

ഇതിനുശേഷമാണ് ദാസിനെ കൂട്ടിക്കൊണ്ടുപോയി എന്നെ കാണിച്ചു കൊടുക്കാൻ അമ്മ അനിയനെ ചുമതലപ്പെടുത്തിയത്. അങ്ങനെയാണ് ദാസ് എന്നെക്കാണാൻ വരുന്നവിവരം അനിയത്തി പറയുന്നത്. ആ ദിവസം ഇപ്പോഴും ഓർക്കുന്നു. 1991 ഫെബ്രുവരി എട്ടാംതീയതി ആണെന്നു തോന്നുന്നു. ദാസും അനിയത്തി കല്യാണിയും അവളുടെ സ്നേഹിത വാസന്തിയുംകൂടി ഒരു ദിവസം വൈകീട്ട് എന്റെ ഓഫീസി ലെത്തി. അനിയത്തി ഓഫീസിനുള്ളിൽ വന്ന് വിവരം പറഞ്ഞു. ഒരു കൊച്ചു പയ്യനാണല്ലോ വരുന്നത് എന്ന ധാരണയിൽ ഞാനും താത്പര്യ ത്തോടെ പുറത്തുവന്നു. ചവിട്ടുപടി കയറിവരുന്ന ദാസിനെ കണ്ടയുടൻ 'വാടാ തമ്പീ...' എന്നു ഞാൻ ക്ഷണിച്ചു. പെട്ടെന്ന് ദാസിന്റെ മുഖം വിളറി. 'എടാ' എന്നു വിളിക്കുന്നത് അയാൾക്ക് ഇഷ്ടപ്പെടുകയില്ലെന്ന് എങ്ങനെ അറിയാനാണ്?

"ഞാൻ നിന്റെ അനിയനാണോ' എന്ന ഒരു പുരുഷന്റെ ഗർവ്വും ഒരു കള്ളച്ചിരിയും അയാളുടെ മുഖത്ത് കണ്ടു.

ഉയരം കുറഞ്ഞ ശരീരപ്രകൃതവും വടിച്ചുമിനുക്കിയ മുഖവും കണ്ടാൽ ഒരു മുതിർന്ന ആളായി തോന്നുമായിരുന്നില്ല.

ഏതായാലും അയാളെന്നെ തുറിച്ചുനോക്കിയവിധം എന്തോ ഒരു മാതിരി തോന്നൽ എന്നിലുളവാക്കി. പെട്ടെന്ന് ഉള്ളിൽ ഒരു നാണം എവിടെനിന്നാണ് ഓടിക്കയറിവന്നതെന്ന് അറിഞ്ഞുകൂടാ. എന്റെ മുഖം നാണംകൊണ്ട് ചുവന്നുതുടുത്തു. അപ്പോഴെനിക്കു തോന്നിയ വികാരം ഒരു പുതിയ അനുഭവമായിരുന്നു. അതെന്താണെന്ന് തിരിച്ചറിയാനുള്ള കഴിവ് അന്നുണ്ടായിരുന്നില്ല. എന്നാൽ എന്തോ ഒരു പാരവശ്യവും സുഖകരമായ ഒരനുഭൂതിയും ശരീരം മുഴുവൻ പടർന്നുപിടിച്ചതുപോലെ തോന്നി. ജോലിത്തിരക്കു കാരണം നേരെ ഓഫീസിലേക്കു കടന്നു. അവരും എന്നെ പിൻതുടർന്നുവന്ന് എന്റടുത്തിരുന്നു.

നമുക്കായി വിധിക്കപ്പെട്ടവരെ ആദ്യത്തെ കണ്ടുമുട്ടലിൽത്തന്നെ തിരിച്ചറിയാൻ കഴിയുമെന്ന് പൊതുവെ പറഞ്ഞുകേട്ടിട്ടുണ്ട്. എനിക്കും അങ്ങനെ വല്ലതുമാണോ? പെട്ടെന്ന് എന്റെയുള്ളിൽ ഒരു നാണം പൊട്ടിവിരിയാനുള്ള കാരണമെന്താണ്? എന്തുകൊണ്ടായിരിക്കും? എന്റെ മുഖത്തു വിടർന്ന നാണം അയാൾ ശ്രദ്ധിച്ചുകാണുമോ? അയാൾക്കും ഇതേ വികാരം തോന്നിക്കാണുമോ? ഇങ്ങനെ വിവിധങ്ങളായ ചിന്തകൾ മനസ്സിൽ ഓടിയെത്തി. എന്തുകൊണ്ടാണ് ഇങ്ങനെയൊക്കെ തോന്നുന്നത്? ആരോടും എന്തും മുഖത്തുനോക്കി വെട്ടിത്തുറന്നു പറയുന്ന സ്വഭാവക്കാരിയായിരുന്നല്ലോ ഈ നളിനി! അങ്ങനെയാണല്ലോ മറ്റുള്ളവർ എന്നെപ്പറ്റി ഇതുവരെ പറഞ്ഞിട്ടുള്ളത്? ഇയാളുടെ നോട്ടം എന്നിൽ ഇത്രയും മാറ്റം വരുത്താനുള്ള കാരണം എന്തായിരിക്കും?

എന്തുകൊണ്ടാണ് വെറുമൊരു പയ്യനെപ്പോലെ കരുതിയ ദാസിനോട് ഉള്ളിന്റെയുള്ളിൽ ഇങ്ങനെയൊക്കെ തോന്നാനിടയാക്കിയത്? അയാളുടെ മുഖത്ത് നേരെ നോക്കാൻ കഴിയാതെ തലകുനിച്ചത് എന്തുകൊണ്ടാണ്? ഇതു ഞാൻ തന്നെയോ എന്ന് എന്റെ ഉള്ളിൽനിന്ന് ഒരായിരം ചോദ്യങ്ങൾ തലങ്ങും വിലങ്ങും പൊങ്ങിവരുന്നു! എന്നാൽ ഈ ചോദ്യങ്ങൾക്കൊന്നും വ്യക്തമായ ഒരുത്തരം അപ്പോഴുണ്ടായിരുന്നില്ല.

ഇതേ വികാരവിചാരങ്ങളോടെ ഓഫീസ് ജോലികളെല്ലാം വേഗം തീർത്ത് പുറത്തുവന്നു. അവിടെനിന്നും ഞങ്ങൾ ഓട്ടോയിൽ പാരീസ് കോർണറിലെത്തി. പോകുന്ന വഴിക്കാണ് ഇന്ന് ദാസിന്റെ പിറന്നാളാണെന്ന് അനിയത്തി പറയുന്നത്. 'അങ്ങനെയോ?' എന്നു പറഞ്ഞുകൊണ്ട് ഞാൻ ജന്മദിനാശംസകൾ അറിയിച്ചു. അപ്പോഴും ഞാനറിയാതെ ഉള്ളിൽ ആ നാണം വന്നുനിറഞ്ഞു. പാരീസ് കോർണറിലുള്ള ഒരു ഹോട്ടലിൽ നിന്നും ഭക്ഷണം കഴിച്ചു. ഇതൊന്നുംതന്നെ മുൻകൂട്ടി നിശ്ചയിച്ചുനടന്ന സംഭവങ്ങളല്ല. വിശന്നപ്പോൾ ഹോട്ടലിൽനിന്നും ഭക്ഷണം കഴിച്ചു. അത്രതന്നെ! ഇതിനാണ് 'മുരുകന്റെ പിറന്നാളാഘോഷത്തിന് നളിനി ഗംഭീരമായി വിരുന്നൊരുക്കി'യെന്ന് പിന്നീട് സി.ബി.ഐ. കഥയുണ്ടാക്കിയത്. അതുതന്നെയാണ് മാധ്യമങ്ങൾ പല വിധത്തിൽ ഊതിപ്പെരുക്കി പ്രചരിപ്പിച്ചത്.

അടുത്തുള്ള തുണിക്കടയിൽനിന്നും ദാസിന് പിറന്നാൾ സമ്മാനമായി ഒരു ഷർട്ട് വാങ്ങിക്കൊടുത്തു. 'മുരുകൻ' എന്ന പേര് ആദ്യമായി ഞാൻ കേൾക്കുന്നത് സി.ബി.ഐക്കാർ പറയുമ്പോഴാണ്. ആ രഹസ്യം അവരെങ്ങനെ കണ്ടുപിടിച്ചു എന്നത് തുടർന്നുവരുന്ന അധ്യായങ്ങളിൽനിന്നും അറിയാൻ കഴിയും.

ഇവിടംമുതൽ ദാസിനെ ഇനി മുരുകൻ എന്നു വിളിക്കാം. ദാസും മുരുകനും ഒരാൾതന്നെ എന്നറിയാത്തവരും കാണുമല്ലോ? പാരീസ് കോർണറിൽനിന്നും ഞങ്ങൾ വില്ലിവാക്കത്തുള്ള വീട്ടിലെത്തി. കുറേനേരം വിശ്രമിച്ചശേഷം അടുത്തുള്ള തിയേറ്ററിൽ സിനിമ കാണാൻ പോയി. സിനിമ കഴിഞ്ഞിറങ്ങുമ്പോൾ, ഇനി വീട്ടിൽച്ചെന്നു ഭക്ഷണമുണ്ടാക്കാൻ വൈകും എന്നുള്ളതുകൊണ്ട് രാത്രിഭക്ഷണം ഹോട്ടലിൽനിന്നും വാങ്ങി. വീട്ടിലെത്തി ഭക്ഷണം കഴിച്ചുകൊണ്ട് നാലുപേരും അർദ്ധരാത്രിവരെ വർത്തമാനം പറഞ്ഞിരുന്നു. അനിയത്തിയും കൂട്ടുകാരിയും മുരുകനോട് സാധാരണപോലെ കളിതമാശകൾ പറഞ്ഞുകൊണ്ടിരുന്നു. ഞാനും അവരെപ്പോലെയാകാൻ ശ്രമിച്ചെങ്കിലും നടന്നില്ല.

മുരുകനും അവരോട് സാധാരണപോലെ പെരുമാറി. അവരോടു സംസാരിക്കുന്നതുപോലെ എന്നോട് തുറന്നു സംസാരിക്കാൻ മടിക്കുന്നതുപോലെ തോന്നി. എന്നാൽ ശ്രദ്ധ മുഴുവൻ എന്നിലാണ് കേന്ദ്രീകരിച്ചിരിക്കുന്നത്. ഇതൊക്കെ തിരിച്ചറിഞ്ഞിട്ടും ഒന്നുമറിയാത്തവളെപ്പോലെ ഞാനും പെരുമാറി. മനസ്സ് എന്നെ അയാളിലേക്ക് വലിച്ചടുപ്പിച്ചുകൊണ്ടിരുന്നു. അതു കണ്ടിട്ടും കാണാത്തതുപോലെ ഞാൻ അഭിനയിച്ചു. എപ്പോഴും നല്ല ചുറുചുറുക്കോടെ നടന്നിരുന്ന യഥാർത്ഥ നളിനി എവിടെപ്പോയി എന്ന ചോദ്യത്തോടെയാണ് അന്നു ഞാൻ ഉറങ്ങാൻ പോയത്. ഉറക്കത്തിലെല്ലാം അയാളുടെ ആ നോട്ടമായിരുന്നു എന്നെ വേട്ടയാടിക്കൊണ്ടിരുന്നത്.

ദീർഘമായ സംഭാഷണത്തിനിടയിൽ മുരുകൻ പറഞ്ഞ അയാളുടെ കുടുംബകഥ ഒരു ചലച്ചിത്രത്തിലെന്നപോലെ മനസ്സിൽ ഓടിക്കൊണ്ടിരുന്നു. ഒരു ചേട്ടനും ഒരു ചേച്ചിയും മൂന്ന് അനിയന്മാരും മൂന്ന് അനിയത്തിമാരുമുള്ള ഒരു വലിയ കുടുംബം. അമ്മ ശോമണിക്ക് പച്ചക്കറിക്കച്ചവടമായിരുന്നു. അച്ഛൻ വെറ്റിവേൽ ഒരു ഹോട്ടൽ നടത്തിയിരുന്നു. അദ്ദേഹം അറിയപ്പെട്ട ഒരു ഈശ്വരഭക്തനായിരുന്നു. അവരുടെ നാട്ടിൽ അഞ്ഞൂറുവർഷം പഴക്കമുള്ള പ്രസിദ്ധമായ ഒരു മുരുകൻകോവിലുണ്ട്. അവിടെ പ്രശസ്തനായ ഒരു സ്വാമിയുണ്ടായിരുന്നു. മുരുകന്റെ അച്ഛന് പന്ത്രണ്ടുവയസ്സുള്ളപ്പോൾ ആ സ്വാമി ആ ക്ഷേത്രക്കുളത്തിൽ മുക്കിയെടുത്ത് 'ദീക്ഷ' നൽകിയിരുന്നത്രേ!

പിന്നീടാണ് ആ സ്വാമിയുടെ അവസാനനാളുകളെപ്പറ്റി വിശദമായി അറിയാനിടയായത്. അയാളുടെ കാലശേഷം ക്ഷേത്രകാര്യങ്ങൾ നോക്കി

നടത്താൻ ഒരാളുവേണം, അതിനുപറ്റിയ ആളെത്തേടി നടക്കുകയായിരുന്നു. അദ്ദേഹം ക്ഷേത്രത്തിൽ വന്നുപോകുന്ന പലരേയും അകത്തേക്കു കൂട്ടിക്കൊണ്ടുപോയി മുകളിലുള്ള 'മോന്തായം' കാട്ടി അവിടെന്താണ് കാണുന്നതെന്ന് ചോദിക്കും. വരുന്നവർ മേലോട്ടുനോക്കിയിട്ട് അവിടെ ഒന്നും കാണുന്നില്ലല്ലോ എന്നു പറഞ്ഞ് പൊയ്ക്കളയും! അങ്ങനെ പലരോടും ചോദിച്ചു മനസ്സുമടുത്ത് കഴിയുന്ന കാലത്താണ് ദിവസവും രാവിലെ ക്ഷേത്രത്തിൽ വന്ന് തൊഴുതുമടങ്ങുന്ന മുരുകന്റെ അച്ഛന്റെ കാര്യം ഓർമ്മവന്നത്. അടുത്ത ദിവസം അദ്ദേഹം ക്ഷേത്രത്തിൽ വന്നപ്പോൾ വിളിച്ചുകൊണ്ടുപോയി. 'മുകളിലെന്താണ് കാണുന്നത്, സൂക്ഷിച്ചു നോക്കിയിട്ട് പറയൂ... എന്ന പതിവുചോദ്യം ചോദിച്ചു. മുരുകന്റെ അച്ഛൻ 'മോന്തായ'ത്തിൽ നോക്കിയശേഷം 'മൂർഖൻ പാമ്പ് പത്തിവിരിച്ചാടുന്നു' എന്ന് പറഞ്ഞുവത്രേ!

ഉടനെ സ്വാമി, "ഇനി ഈ ക്ഷേത്രം നോക്കിനടത്തേണ്ടത് നീ തന്നെയാണെടാ... അതിനു യോഗ്യതയുള്ളവൻ നീ തന്നെ!" എന്നു പറഞ്ഞ ദിവസം രാത്രിതന്നെ സ്വാമി സമാധിയായി. തുടർന്ന് ക്ഷേത്രത്തിന്റെ ചുമതല ഏറ്റെടുത്ത മുരുകന്റെ അച്ഛൻ ഒഴിവുസമയങ്ങളിൽ ക്ഷേത്രത്തിൽ വരുന്നവർക്ക് സൗകര്യങ്ങൾ ചെയ്തുകൊടുക്കുക, കുട്ടികളെ നോക്കുക എന്നീ സേവനങ്ങളും ചെയ്യാൻ തുടങ്ങി. മുരുകന്റെ ചേട്ടൻ പത്താംക്ലാസ് കടന്നയുടൻ തമിഴ്പുലികളുടെ കൂട്ടത്തിൽ ചേർന്നു. 1987-ൽ അപ്രതീക്ഷിതമായുണ്ടായ ഒരു അപകടത്തിൽപെട്ട് അയാൾ വീരചരമമടഞ്ഞു. കുടുംബത്തിലുള്ള മറ്റൊരാൺകുട്ടി മുരുകനാണ്. യഥാർത്ഥപേര് ശ്രീഹരൻ.

ചേട്ടൻ പത്താക്ലാസിൽ പഠിക്കുന്ന കാലത്താണ് ഇന്ത്യൻ സമാധാന ദൗത്യസേന (ഐ.പി.കെ.എഫ്.) ശ്രീലങ്കയിലെത്തുന്നത്. അക്കാലത്ത് ചില വിമോചനസംഘടനകൾ ഇന്ത്യൻ സൈന്യത്തോടൊപ്പം പരസ്യമായി യോജിച്ചു പ്രവർത്തിക്കാൻ തുടങ്ങി. തമിഴ്പുലികൾ (എൽ.ടി.ടി.ഇ.) കാടുകയറി. ചേട്ടൻ തമിഴ്പുലികളോടൊപ്പം പോരാട്ടങ്ങളിൽ പങ്കെടുത്തിരുന്നതിനാൽ വീട്ടിൽ ഒരിക്കലും സ്വസ്ഥത ഉണ്ടായിരുന്നില്ല. ചോദ്യം ചെയ്യലും ഭേദ്യം ചെയ്യലും തുടർന്നുകൊണ്ടിരുന്നു. എന്തിന്, ജീവൻ പോലും അപകടത്തിലായിരുന്നു.

സിംഹളസൈനികരും മറ്റു വിമോചനസംഘങ്ങളും വന്ന് ഓരോന്നു ചോദിക്കുകയും കയ്യേറ്റം ചെയ്യുകയും പതിവായിരുന്നു. വീട്ടിലിരിക്കാനേ കഴിയുമായിരുന്നില്ല. തുടർന്നു പഠിക്കാനും കഴിഞ്ഞില്ല. സ്വതന്ത്രമായി പുറത്തിറങ്ങി നടക്കാൻപോലും കഴിയുമായിരുന്നില്ല. എന്തുചെയ്യണം എന്നറിയാതെ ഒരു ദിവസം ആരോടും ചോദിക്കാതെയും പറയാതെയും നേരെ കാട്ടിൽപോയി തനിക്കു സംരക്ഷണം തരണമെന്ന് മുരുകൻ തമിഴ്പോരാളികളോട് ആവശ്യപ്പെട്ടു. അയാൾക്ക് അതല്ലാതെ മറ്റൊരു മാർഗവും അറിയില്ലായിരുന്നു. ഗ്രാമത്തിന്റെ ചുമതലയുള്ള ഒരു പോരാളി

ചേട്ടനെ പരിചയമുള്ള ആളായിരുന്നു. അതുകൊണ്ട് അയാളുടെ നിർദ്ദേശ പ്രകാരം കാട്ടിൽപോയി തമിഴ്പുലികളോടൊപ്പം നിന്ന് അവർക്കുവേണ്ട സഹായങ്ങൾ ചെയ്തുകൊടുക്കാൻ തുടങ്ങി.

വിവരമറിഞ്ഞ അച്ഛൻ ഒരിക്കൽ കാട്ടിലെത്തി പോരാട്ടത്തലവനെ കണ്ട് അനുവാദം വാങ്ങി മുരുകനെ വീട്ടിൽ കൂട്ടിക്കൊണ്ടുവന്നു. അതിനു ശേഷമാണ് മുരുകന് കൂടുതൽ അഗ്നിപരീക്ഷകൾ നേരിടേണ്ടിവന്നത്. മുരുകനെ അന്വേഷിച്ച് പൊലീസ്, പട്ടാളം, തമിഴ്പുലികൾക്കെതിരെ പ്രവർത്തിക്കുന്ന മറ്റു സംഘടനകൾ ഇങ്ങനെ ഓരോരുത്തരായി വരാൻ തുടങ്ങി. ഒരിക്കൽ മുരുകനെ പൊലീസ് പിടിച്ചുകൊണ്ടുപോയി മർദ്ദിച്ച് അവശനാക്കുകയും രണ്ടുദിവസം കസ്റ്റഡിയിൽ വെക്കുകയും ചെയ്തു. ദിവസവും സൈനികക്യാമ്പിൽപോയി ഒപ്പുവയ്ക്കണമെന്ന വ്യവസ്ഥ യിലാണ് വിട്ടയച്ചത്. അവിടെ അവർ ആവശ്യപ്പെടുന്ന ദാസ്യവേല കളെല്ലാം ചെയ്തുകൊടുക്കണം. പുതിയതായി പിടിച്ചുകൊണ്ടുവരുന്ന വരെപ്പറ്റിയുള്ള വിവരങ്ങളെല്ലാം പറഞ്ഞുകൊടുക്കണം. ഇല്ലെങ്കിൽ മർദ്ദന മുറകൾ തുടങ്ങും. ഈ നില തുടർന്നാൽ അധികകാലം ആയുസ്സുണ്ടാ യിരിക്കുകയില്ല എന്ന നില വന്നുചേർന്നു. അങ്ങനെ പഠനവും മുടങ്ങി.

ഇതെല്ലാമറിഞ്ഞ മുരുകന്റെ അച്ഛൻ അദ്ദേഹത്തേയും കൂട്ടി പുലി കളുടെ ഒരു നേതാവിനെ കണ്ട് വീട്ടിലെ കഷ്ടപ്പാടുകളെല്ലാം എണ്ണി യെണ്ണിപ്പറഞ്ഞ്, എങ്ങനെയെങ്കിലും തന്റെ മകനെ വിദേശത്ത് എവിടെ യെങ്കിലും എത്തിച്ചുതരണമെന്നും അല്ലെങ്കിൽ അവന്റെ ജീവനും അപ കടത്തിലാണെന്നും അറിയിച്ചു. ചേട്ടൻ തമിഴ്പുലികളുടെ സേനയിൽ അംഗമായിരുന്നതിനാൽ അനിയനേയും പിടികൂടി കൊല്ലാക്കൊല ചെയ്യു മെന്ന ഭയം സങ്കടത്തോടെ അവരെ അറിയിച്ചു.

അതിനായി വളരെ കഷ്ടപ്പെട്ട് കുറെ പണമുണ്ടാക്കി മുൻപറഞ്ഞ പുലിത്തലവനെ ഏല്പിച്ചു. അയാൾ ഒരു ഏജന്റ് മുഖേന മുരുകനെ ബോട്ടിൽകയറ്റി തമിഴ്നാട്ടിലെ വേദാരണ്യം കടൽക്കരയിൽ ഇറക്കിവിട്ടു. അങ്ങനെ വേദാരണ്യത്തിൽ വരുമ്പോഴാണ് വിദേശത്തേക്ക് ആളുകളെ അയയ്ക്കുന്ന ഒരു ഏജൻസി ശിവരാജൻ നടത്തുന്നു എന്നറിയാൻ കഴി ഞ്ഞത്. ശിവരാജൻ ജാഫ്നാക്കാരനാണെന്നു മാത്രമല്ല, കുറെനാൾ തമിഴ്പുലികളോടൊപ്പം ഉണ്ടായിരുന്ന ആളുമാണ് എന്നറിഞ്ഞപ്പോൾ അയാളെ വിശ്വസിച്ച് അയാൾ പറയുന്നതുപോലെ മുരുകൻ പെരുമാറാൻ തുടങ്ങി.

വിദേശത്തു പോകുന്നതിന് ഇംഗ്ലീഷ് പരിജ്ഞാനം അത്യാവശ്യ മായതുകൊണ്ടാണ് രണ്ട് ട്യൂട്ടോറിയൽ കോളേജുകളിൽ ചേർന്ന് പഠനം തുടങ്ങിയതും ഞങ്ങളോടൊപ്പം ഒരു വാടകവീട് കിട്ടുന്നതുവരെ താമസി ക്കാൻ തീരുമാനിച്ചതും. ഈ കദനകഥകളെല്ലാം കേട്ട ഞങ്ങൾക്ക് മുരു കനോട് അനുകമ്പ തോന്നി.

മുരുകന് തന്റെ ഏറ്റവും ഇളയ അനിയനോടായിരുന്നു കൂടുതൽ സ്നേഹം. അന്നവൻ രണ്ടാംക്ലാസിൽ പഠിച്ചുകൊണ്ടിരിക്കുകയാണ്. നല്ല മിടുക്കൻ. പഠനത്തിൽ വളരെ തത്പരനായ അവനെ പഠിപ്പിക്കാൻ കഴിയാത്തതിന്റെ ദുഃഖം മുരുകനെ വല്ലാതെ അലട്ടിക്കൊണ്ടിരുന്നു.

“അവനെ ഇങ്ങോട്ടുകൊണ്ടുവരൂ. ഞങ്ങൾ നന്നായി പഠിപ്പിച്ചുകൊള്ളാം. അത് ഞങ്ങൾക്കൊരു പ്രശ്നമേയല്ല...” എന്നു ഞാൻ പറഞ്ഞു.

“ശരി, നോക്കാം.” എന്നായി മുരുകൻ.

മുരുകന്റെ കഥകേട്ട് സഹതാപം തോന്നി. അന്നു രാത്രി ഞങ്ങൾ മൂന്നുപേരും വീടിനുള്ളിലും മുരുകൻ വരാന്തയിലും ഉറങ്ങി. രാവിലെ എഴുന്നേറ്റ് അനുജത്തിയുടെയും കൂട്ടുകാരിയുടെയും കൂടെ മുരുകനും യാത്രയായി. പതിവുപോലെ ഞാൻ ഓഫീസിലേക്കും പോയി.

എന്റെ മനസ്സും അയാളോടൊപ്പം പൊയ്ക്കഴിഞ്ഞിരുന്നുവെന്ന വിവരം അപ്പോൾ മനസ്സിലായിരുന്നില്ല. എപ്പോഴും നല്ല ചുറുചുറുക്കോടെ ചെയ്തിരുന്ന ഓഫീസ് ജോലികളൊന്നും ഇന്ന് കൃത്യമായി ചെയ്യാൻ കഴിഞ്ഞില്ല. അപ്പോഴാണ് കാര്യങ്ങളുടെ കിടപ്പ് മനസ്സിലാകുന്നത്. ഞാൻ ഓഫീസിലും മനസ്സ് മുരുകനോടൊപ്പം പോയിരിക്കുന്ന വിവരവും ബോധ്യപ്പെട്ടു.

മൂന്ന്

ഒരേയൊരു പോംവഴി

എന്റെ മനം കവർന്നുകൊണ്ടുപോയ മുരുകൻ അന്നു വൈകീട്ടും ഓഫീസിലെത്തി. അതു ഞാൻ തീരെ പ്രതീക്ഷിച്ചിരുന്നതല്ല. ഒരഞ്ചു മിനിട്ടു നേരം വർത്തമാനം പറഞ്ഞിരുന്നശേഷം സ്ഥലംവിട്ടു. അഞ്ചു നിമിഷത്തേക്കു മാത്രമായിരുന്നെങ്കിലും ആ സന്ദർശനം ആശ്വാസകര മായിരുന്നു. എനിക്കുണ്ടായിരുന്ന അതേ വികാരമായിരിക്കുമോ അയാളെ ഇവിടെ എത്തിച്ചതെന്ന കാര്യം അത്ര നിശ്ചയമുണ്ടായിരുന്നില്ല.

അടുത്ത ദിവസം വൈകീട്ടും അയാൾ വന്നു. അഞ്ചുമിനിറ്റ് സന്ദർശനം ഇന്ന് പത്തുമിനിറ്റായി. അതിനടുത്ത ദിവസവും വന്നു. സംസാരിച്ചിരുന്നത് പതിനഞ്ചുമിനിറ്റുനേരം! പിന്നീടത് അരമണിക്കൂറായി. ഒരാഴ്ചയ്ക്കുള്ളിൽ മുഴുവൻ സമയവും എന്നെ കാത്തിരിക്കുന്ന നില യിലേക്ക് കാര്യങ്ങൾ ചെന്നെത്തി. ഓഫീസിൽ എനിക്കടുത്തിട്ടിരിക്കുന്ന കസേരയിൽ വന്നിരിക്കും. ഞാൻ ചെയ്യുന്ന ഓരോ ജോലിയും കണ്ണി മയ്ക്കാതെ നോക്കിയിരിക്കും. എന്റെ ഓരോ ശരീരവടിവുകളും നോക്കി രസിക്കുകയായിരുന്നു എന്നു പറയുന്നതാകും കൂടുതൽ ശരി. എങ്കിലും അങ്ങനെ ചെയ്യുകയായിരുന്നു എന്ന രഹസ്യം അപ്പോൾ അറിയില്ലാ യിരുന്നു.

പരസ്പരബന്ധമില്ലാതെ ഒരുപാടു കാര്യങ്ങൾ ഞങ്ങൾ പറഞ്ഞു കൊണ്ടിരിക്കും. ആ വാക്കുകളെല്ലാം മനസ്സിൽ മധുരരസം പകരുന്നവ യായിരുന്നു. ഞങ്ങളുടെ മനസ്സുകളെ അവഗണിച്ച് ഹൃദയങ്ങൾ പരസ്പരം ആശയവിനിമയം നടത്താൻ തുടങ്ങി. ഈ ഉണർവ്വും സ്നേഹപ്രകടന ങ്ങളും എവിടെച്ചെന്ന് അവസാനിക്കുമോ എന്ന ഭയത്തിലായിരുന്നു മനസ്സ് തുടിച്ചുകൊണ്ടിരുന്നത്. ദിവസവും വൈകീട്ട് വില്ലിവാക്കത്തേക്കുള്ള ബസ്സിൽ കയറ്റിവിട്ടശേഷമേ റായപ്പേട്ടിലുള്ള വീട്ടിൽ മുരുകൻ പോകാറു ണ്ടായിരുന്നുള്ളൂ.

അന്നും പതിവുപോലെ എന്നെക്കാണാൻ ഓഫീസിൽ വന്നു. വർത്ത മാനം പറഞ്ഞുകൊണ്ട് കുറെനേരം കാത്തിരുന്നു. അരമണിക്കൂറെന്നത് ഒരു മണിക്കൂറായിക്കാണും. ഞാൻ ജോലി തുടർന്നുകൊണ്ടേയിരുന്നു.

“നിങ്ങൾ പൊയ്ക്കൊള്ളൂ. എന്റെ ജോലി തീരാൻ ഇനിയും സമയമെടുക്കും.” ഞാൻ പറഞ്ഞു.

“സാരമില്ല. ഞാൻ കാത്തിരിക്കാം. നിന്നെ ബസ് കയറ്റിവിട്ടശേഷമേ ഞാൻ പോകൂ.” എന്ന് വാശിപിടിച്ച് കാത്തിരുന്നു. എന്റെ ജോലി തീർന്നപ്പോൾ രാത്രി എട്ടുമണിയായി. ഓഫീസിൽ നിന്നിറങ്ങി ബസ്സ്റ്റോപ്പിലെത്തിയപ്പോൾ നേരം എട്ടരമണി.

“ഇന്നിനി റോയപ്പേട്ടയിൽ പോകാൻ ബുദ്ധിമുട്ടാകും. രാത്രിയായതിനാൽ വീട് കണ്ടുപിടിക്കാനും കഷ്ടപ്പെടേണ്ടിവരും. ഇവിടെ നിങ്ങൾ പുതിയ ആളാണ്. മാത്രമല്ല ഭാഷയും വ്യത്യാസമുള്ളതിനാൽ അതും പ്രശ്നമാണ്. ഇന്ത്യൻ സമാധാനസേനയുമായി ഉണ്ടായിട്ടുള്ള തകരാറുകൾ കാരണം ശ്രീലങ്കൻ തമിഴരെയെല്ലാം തമിഴ്പുലികളായി കരുതി അറസ്റ്റു ചെയ്യുന്നുമുണ്ട്. അതുകൊണ്ട് ഇന്ന് എന്റെ കൂടെ വരൂ. നാളത്തെ ക്കാര്യം പിന്നീട് തീരുമാനിക്കാം.” ഞാൻ പറഞ്ഞു. ഞാനറിയാതെ തന്നെ അയാളുടെ സുരക്ഷയെ കരുതി എന്റെ മനസ്സെടുത്ത തീരുമാനത്തിന്റെ പൊരുൾ എന്താണെന്ന് എനിക്കറിഞ്ഞുകൂടാ.

ശരി, ആയിക്കോട്ടെ, എന്ന രീതിയിൽ സങ്കോചത്തോടെ മുരുകൻ നിന്നു. അധികം വൈകാതെ വില്ലിവാക്കത്തേക്കുള്ള ബസ് വന്നു. എന്റെ കൈയിൽ പിടിച്ചുവലിച്ച് ബസ്സിൽ കയറ്റി. ബസ്സിനുള്ളിൽ സാമാന്യം തിരക്കുണ്ടായിരുന്നു. ഏറ്റവും പിന്നിലുള്ള സീറ്റിലിരുന്ന ഞാൻ അയാളോട് അടുത്തിരിക്കാൻ പറഞ്ഞു.

യാത്രയ്ക്കിടയിൽ ഞങ്ങൾ സംസാരിച്ചുകൊണ്ടിരിക്കേ, ആദ്യം കണ്ടപ്പോൾ ‘വാടാ പയ്യനേ’ എന്നു വിളിച്ചത് എന്തുകൊണ്ടാണെന്ന് എന്നോടു ചോദിച്ചു. എനിക്ക് ചിരിയോടൊപ്പം ലജ്ജയും തോന്നി.

“അതു മറ്റൊന്നുകൊണ്ടുമല്ല. ഒരു കൊച്ചു പയ്യനാണെന്ന് അവർ പറഞ്ഞിരുന്നല്ലോ? അതു മനസ്സിലിരുന്നതുകൊണ്ടായിരിക്കാം കണ്ടയുടൻ അങ്ങനെ വിളിച്ചുപോയത്! മീശയൊക്കെ വടിച്ചിരുന്നതിനാൽ ഒരു കൊച്ചു പയ്യനെപ്പോലെയാണ് തോന്നിയത്. പക്ഷേ.... പിന്നീട് എന്നെ നോക്കിയ വിധം എന്തോ പോലെയായിരുന്നു. അതിനുശേഷമാണ് എനിക്കു മനസ്സിലായത് നിങ്ങളത്ര കൊച്ചുകുട്ടിയൊന്നുമല്ലെന്ന്. അങ്ങനെ വിളിച്ചത് തെറ്റായിപ്പോയോ എന്നു തോന്നിയതുകൊണ്ടാണ് വേഗത്തിൽ ഓഫീസിലേക്ക് കയറിപ്പോയത്.” എന്നു പറഞ്ഞ് ഞാൻ ചിരിച്ചു. അയാളും ചിരിയിൽ പങ്കുചേർന്നു.

ഞങ്ങൾ രണ്ടുപേരും പറയാൻ ഇഷ്ടപ്പെട്ട വിഷയം വിട്ട് മറ്റെന്തൊക്കെയോ പറഞ്ഞുകൊണ്ടിരുന്നു.

അപ്പോഴേ ആദ്യം കണ്ടപ്പോൾ തോന്നിയ കാര്യങ്ങൾ പറയേണ്ടതായിരുന്നു. അയാളും അതുതന്നെയായിരിക്കും കേൾക്കാൻ കൊതിച്ചിട്ടുണ്ടാവുക! എന്നാൽ അത് തുറന്നുപറയാനുള്ള ധൈര്യം എനിക്കില്ലായിരുന്നു. അയാൾക്കുള്ളിലും പ്രേമം പൊട്ടിമുളയ്ക്കാൻ തുടങ്ങിയ വിവരം

അയാളും അറിഞ്ഞിരിക്കാനിടയില്ല. ഞാൻ ലജ്ജിച്ചു തലതാഴ്ത്തുംവിധം ഒരു നോട്ടം അയാളിൽനിന്ന് വരണമെങ്കിൽ തീർച്ചയായും അയാളുടെ ഉള്ളിലും ഒരു പ്രേമപ്രവാഹം ഉടലെടുത്തിരിക്കണം! അതയാൾക്കു മനസ്സിലാകുന്നവിധത്തിൽ കണ്ണുകൾ ഒരു കണ്ണാടിപോലെ ആയിത്തീർന്നു കാണുമോ എന്തോ?

അതേ, അങ്ങനെതന്നെയായിരുന്നു കാര്യങ്ങൾ പൊയ്ക്കൊണ്ടിരുന്നത്. വളരെ നാളുകൾക്കുശേഷം അയാൾതന്നെ എന്നോട് അക്കാര്യം തുറന്നു സമ്മതിച്ചിട്ടുണ്ട്.

വർത്തമാനം എന്റമ്മയെക്കുറിച്ചും ഞാൻ വീടുവിട്ടുകഴിയുന്നതിനെപ്പറ്റിയും വരെയെത്തി. ആദ്യം ആത്മവിശ്വാസം, ധൈര്യം, കഠിനാധ്വാനം ഇവയെപ്പറ്റിയെല്ലാം പുകഴ്ത്തിപ്പറഞ്ഞ് അതിനെയെല്ലാം അയാൾ അംഗീകരിക്കുന്നതായി അറിയിച്ചു. എല്ലാ പെൺകുട്ടികളും സ്വന്തം കാലിൽ നിൽക്കത്തക്കവണ്ണം അവരവരുടെ കഴിവുകളെ വളർത്തിയെടുക്കണം. അതിനുള്ള കഴിവും ആത്മവിശ്വാസവും വളർത്തിയെടുക്കണം. എന്നാൽ അതവരെ ഒറ്റപ്പെടുത്തുന്നതരത്തിൽ ബലഹീനമായിപ്പോകാൻ പാടില്ല. ബന്ധങ്ങളെ ബലപ്പെടുത്താൻ അതിനു കഴിയണം. ഓരോ ബന്ധങ്ങളെയും അറുത്തുമുറിച്ചുകളഞ്ഞാൽ പിന്നെ എന്താകും ജീവിതം? പറയൂ..." ഇങ്ങനെ പല കാര്യങ്ങളും ഞങ്ങൾ സംസാരിച്ചു.

അയാളുടെ സംഭാഷണം നല്ല ഒരു ജ്ഞാനിയുടേതുപോലെ എനിക്കു തോന്നി. വലിയ കുടുംബത്തിൽ ജനിച്ച്, ബന്ധങ്ങൾ വിട്ടുപിരിഞ്ഞതിന്റെ ദുഃഖം നൽകിയ അനുഭവപാഠം ജീവിതത്തിൽ കിട്ടിയ സമ്പത്തായി അയാൾക്കു തോന്നിയിരിക്കണം. ഇത്ര ചെറിയ ശരീരത്തിനുള്ളിൽ ഇത്ര വലിയ കാര്യങ്ങൾ ഒളിഞ്ഞിരിപ്പുണ്ടല്ലോ എന്ന അറിവ് എന്നെ വല്ലാതെ അദ്ഭുതപ്പെടുത്തി.

"ഈ പ്രായത്തിൽ അമ്മയെ പിരിഞ്ഞ് ഒറ്റയ്ക്കു താമസിക്കുന്നത് തെറ്റാണ്. ഒരമ്മയ്ക്കുണ്ടാകുന്ന ദുഃഖം എത്രയായിരിക്കുമെന്ന് അറിയാമോ? ശരിയോ, തെറ്റോ? ഒരമ്മയുടെ കണ്ണുനീർ എല്ലാ ന്യായവാദങ്ങളെയും ശരിയെയും അലിയിച്ചുകളയും... അച്ഛനമ്മമാർക്ക് കരിങ്കല്ലായിത്തീരാൻ കഴിയില്ല. നീ തനിയെ താമസിക്കുന്നതുകൊണ്ട് എപ്പോഴും നിന്റെ കാര്യം പറയാനേ അമ്മയ്ക്കു നേരമുള്ളൂ. അവരുടെ മനസ്സ് എത്ര മാത്രം വേദനപ്പെടുന്നുണ്ടെന്ന് നിനക്കറിയാമോ?" അങ്ങനെ എന്റമ്മയ്ക്കു വേണ്ടി നിർത്താതെ വാദിക്കുന്നതുകേട്ട് എനിക്ക് കരച്ചിലടക്കാൻ കഴിഞ്ഞില്ല.

ഒരു ഘട്ടത്തിൽ ഞാൻ എന്നെത്തന്നെ മറന്ന് ഉച്ചത്തിൽ നിലവിളിച്ചുപോയി. ബസ്സിലുണ്ടായിരുന്ന എല്ലാവരും തിരിഞ്ഞ് ഞങ്ങളുടെ നേരെ നോക്കി. അദ്ദേഹം ആകെ പരിഭ്രമിച്ചുപോയി. ഒന്നും മനസ്സിലാകുന്നില്ല.

"ഇത്രയും ഉച്ചത്തിൽ നിലവിളിക്കാൻ ഞാനെന്താ പറഞ്ഞത്? വേഗം കരച്ചിലടക്കൂ..."

വേവലാതിയോടെ അദ്ദേഹം പറഞ്ഞു. എന്നിട്ടും സമനില വീണ്ടെടുക്കാൻ എനിക്കു കഴിഞ്ഞില്ല.

ഒരു വർഷം ഞാനനുഭവിച്ച വേദനകൾ കണ്ണീരായി ഒലിച്ചിറങ്ങി. അമ്മയെ പിരിഞ്ഞശേഷം ഒരിക്കലും മനസ്സമാധാനം ഉണ്ടായിട്ടില്ല. എന്നിട്ടും എന്തോ ഒന്ന് തനിയെ താമസിക്കുവാൻ എന്നെ നിർബന്ധിച്ചുകൊണ്ടിരുന്നു. അവകാശത്തോടുകൂടി ഉപദേശിക്കുവാനും ആരുമുണ്ടായിരുന്നില്ല. എന്നെ മനസ്സിലാക്കാൻ ആരുമില്ലല്ലോ എന്ന ദീർഘനാളായുള്ള സങ്കടത്തെ, അയാളുടെ ആശ്വസിപ്പിക്കലും ഉപദേശവും മാറ്റിയെടുത്തു. തീപ്പൊള്ളലേറ്റ വ്രണത്തിൽ പുരട്ടിയ മരുന്നുപോലെ അയാളുടെ വാക്കുകൾ സുഖപ്രദമായി അനുഭവപ്പെട്ടു.

അതിനാൽ പെട്ടെന്ന് കരച്ചിലടക്കാൻ കഴിഞ്ഞില്ല. മുരുകൻ എന്റെ ഇരുകരങ്ങളും ചേർത്തുപിടിച്ച് – “കരയാതെ, കരയാതെ” എന്നു കേണപേക്ഷിക്കാൻ തുടങ്ങി. എന്റെ കൈയിലുള്ള തൂവാലകൊണ്ട് കണ്ണുകൾ തുടയ്ക്കാനായി എന്റെ കൈകൾ അദ്ദേഹം പിടിച്ചുയർത്തി. ബസ്സിലുണ്ടായിരുന്ന യാത്രക്കാരെല്ലാം ഞങ്ങളെ ഒരുമാതിരി നോക്കാൻ തുടങ്ങി.

“അയ്യോ, കരച്ചിലടക്ക്. ഞാൻ നിന്നെ എന്തോ വഴക്കുപറയുന്നതുകൊണ്ടാണ് നീയിങ്ങനെ നിലവിളിക്കുന്നതെന്ന് അവർ കരുതുന്നുണ്ടാകും. ഒരുവേള, അവരെന്നെ കൈയേറ്റം ചെയ്യാനും മടിക്കില്ല. എനിക്ക് സദാചാരക്കാരുടെ മർദ്ദനം ഏൽക്കാൻ പോകുകയാണ്...” എന്നയാൾ പറഞ്ഞുകൊണ്ടേയിരുന്നു. എന്നിട്ടും കരച്ചിലടക്കാൻ എനിക്കു കഴിഞ്ഞില്ല. അയാളുടെ പരിഭ്രമം കൂടിക്കൂടി വന്നു. എല്ലാവരും ചേർന്ന് തന്നെ കയ്യേറ്റം ചെയ്തേക്കുമോ എന്ന ഭയം മുരുകന്റെ മുഖത്ത് തെളിഞ്ഞു കാണാമായിരുന്നു. ഒരു ഘട്ടത്തിൽ അയാൾ കേണപേക്ഷിക്കാൻപോലും തയ്യാറായി. അപ്പോഴാണ് അവിടെ ഉണ്ടാകാനിടയുള്ള പ്രത്യാഘാതങ്ങളെപ്പറ്റി ഞാൻ ബോധവതിയായത്. അതിനാൽ പെട്ടെന്ന് നിശ്ശബ്ദയായി. മുഖമെല്ലാം കരഞ്ഞു ചുവന്നുതുടുത്തിരുന്നു. കുറെ നേരം ഞാൻ മൗനം ഭജിച്ചു. വീണ്ടും കരച്ചിൽ വന്നേക്കുമോ എന്ന ഭയത്തിൽ ഞാൻ സംഭാഷണം തുടർന്നു.

ഭയന്നു വിളറിവെളുത്തുപോയിരുന്ന മുരുകനെക്കണ്ട് ഈ സങ്കടങ്ങൾക്കിടയിലും എനിക്കു ചിരിപൊട്ടി. എന്നാൽ അത് വെളിപ്പെടുത്താതെ ഞാനിരുന്നു. ആ അവസ്ഥയിൽ അയാളെ കാണുന്നതുതന്നെ പരിതാപകരമായി തോന്നി. കരച്ചിലടങ്ങിയപ്പോൾ ഏതോ ഭാരം ഇറക്കിവെച്ചതുപോലെ ഒരാശ്വാസം എനിക്കു തോന്നി! നാം ഇഷ്ടപ്പെടുന്ന ഒരാളിന്റെ മുന്നിൽ നിലവിളിക്കുന്നതും ആത്മഹർഷത്തിനു കാരണമായേക്കാം. അത് പരസ്പരമുള്ള സൗഹൃദത്തെ കൂടുതൽ ബലപ്പെടുത്തുമെന്ന് അപ്പോൾ ഞാൻ കരുതിയില്ല. എന്നാൽ സാവധാനം ആ തോന്നൽ അല്പാല്പമായി ഉയർന്നുവരുന്നതുപോലെ ഒരു സംശയം! ആ സന്ദിഗ്ധ

ഘട്ടത്തിലും മുരുകന്റെ സാന്നിധ്യം ആശ്വാസരമായിരുന്നു. ഞാനും സമനില വീണ്ടെടുത്ത് സാധാരണപോലെ പെരുമാറാൻ തുടങ്ങി. ഞങ്ങൾ തമ്മിലുള്ള അകലം കുറച്ചുകൊണ്ടുവരുവാൻ ഈ സംഭവം ഇടയാക്കി.

ഞങ്ങളെ ശ്രദ്ധിച്ചുകൊണ്ടിരുന്ന യാത്രക്കാർ കുടുംബപ്രശ്നമായിരിക്കുമെന്നു കരുതി അവരവരുടെ സ്വകാര്യതയിലേക്കു മടങ്ങി. എന്റെ നിലവിളി അല്പംകൂടി നീണ്ടുപോയിരുന്നെങ്കിൽ അയാൾക്കു മർദ്ദനം ഉറപ്പായിരുന്നേനേ. പിൽക്കാലത്ത് ഇതേപ്പറ്റി പറയുമ്പോഴെല്ലാം ഞങ്ങൾ രണ്ടുപേരും നിലത്തുകിടന്ന് ഉരുണ്ടുചിരിക്കും. അന്ന് ഞാൻ വിചാരിച്ചിരുന്നെങ്കിൽ നല്ല ചുട്ട അടി നിങ്ങൾക്ക് കിട്ടുമായിരുന്നുവെന്ന് ഞാൻ കളിയാക്കും.

അതേ, കാൽനൂറ്റാണ്ടുകാലത്തെ ജയിൽവാസവും അതേതുടർന്നുള്ള പീഡനങ്ങൾക്കുമിടയിൽ ഞങ്ങൾക്ക് ഓർത്തുചിരിക്കാൻ ദൈവം തന്ന ഒരേയൊരവസരമാണ് ഈ ബസ് യാത്രയിൽ ഉണ്ടായ സംഭവം. പലർക്കും ദീർഘമായ ചിരിക്കും സന്തോഷത്തിനുമിടയിൽ ചെറിയ ചെറിയ സങ്കടങ്ങൾകൂടി തിരുകിവച്ച ദൈവം ഞങ്ങൾക്കുമാത്രം ദീർഘമായ സങ്കടങ്ങൾക്കു നടുവിൽ ചിരിക്കാൻ പറ്റിയ ഒരേയൊരു ചെറിയ സംഭവം മാത്രം വച്ചുതന്നത് എന്തുകൊണ്ടാണെന്നുള്ളതിന് ഉത്തരം തേടിക്കൊണ്ടിരിക്കുകയാണ് ഞാൻ. എന്നാൽ അതിനുള്ള ഉത്തരം ഇതുവരെ കിട്ടിയിട്ടേയില്ല.

കുറ്റം ചെയ്തശേഷം അനുഭവിക്കുന്ന ശിക്ഷ വേറെ. എന്നാൽ കുറ്റമേ ചെയ്യാതെ ശിക്ഷ അനുഭവിക്കേണ്ടിവരുന്ന അവസ്ഥയെക്കുറിച്ച് എന്തു പറയാനാണ്? അതേപ്പറ്റി പിന്നീട് വിശദമാക്കാം.

ഒരുകണക്കിന് ഞങ്ങൾ വില്ലിവാക്കത്തു ചെന്നിറങ്ങി. നേരം വളരെ ഏറിയിരുന്നു. വീട്ടിൽചെന്ന് ഭക്ഷണമുണ്ടാക്കാൻ കഴിയാതിരുന്നതിനാൽ വഴിയിൽനിന്നും വാങ്ങിക്കൊണ്ടുപോയി. അന്ന് അവിടെ തങ്ങിയശേഷം അടുത്ത ദിവസം രണ്ടുപേരും ഒന്നിച്ചു പുറപ്പെട്ടു. ഞാനെന്റെ ഓഫീസിലും മുരുകൻ റോയപ്പേട്ടയിലുള്ള അമ്മവീട്ടിലും എത്തിച്ചേർന്നു. പതിവുപോലെ അന്നു വൈകീട്ടും മുരുകൻ ഓഫീസിൽ വന്നു. ജോലി തീർത്ത് അല്പനേരം 'സൊറ' പറഞ്ഞിരിക്കുന്നത് ഒരു രസമായിരുന്നു. എപ്പോഴും അയാളാണ് കൂടുതൽ സംസാരിക്കുന്നത്. ഞാൻ അതുകേട്ട് രസിച്ചിരിക്കും.

അയാളുടെ കുടുംബകഥ, നാടിന്റെ കഥ, കൂടാതെ വായിച്ച പുസ്തകങ്ങൾ എന്നിവയെപ്പറ്റിയെല്ലാം നിർത്താതെ പറഞ്ഞുകൊണ്ടിരിക്കും. അയാൾക്ക് നാട്ടിലുണ്ടായിട്ടുള്ള കഷ്ടനഷ്ടങ്ങൾ, ആപത്തുകൾ, താത്പര്യത്തോടെ ആരംഭിച്ച് പാതിവഴിയിൽ നിന്നുപോയ പഠനം ഇവയെപ്പറ്റിയെല്ലാം വിശദമായി സംസാരിക്കും. അയാളുടെ ചില കദനകഥകൾ

എന്നെയും കരച്ചിലിന്റെ വക്കോളമെത്തിക്കുന്നവയായിരുന്നു. ഞാൻ വിദേശത്ത് എവിടെയെങ്കിലും പോയി പണം സമ്പാദിച്ച് അയച്ചു കൊടുത്തില്ലെങ്കിൽ സഹോദരങ്ങൾ പട്ടിണികിടന്നു ചത്തുപോകാനിടയാകും. അല്ലെങ്കിൽ അവരുടെ വിദ്യാഭ്യാസം, ഭാവി എല്ലാം പാഴായിപ്പോകുമെന്ന് മുരുകൻ കൂടെക്കൂടെ സങ്കടത്തോടെ പറയുമായിരുന്നു. അയാളുടെ പഠനം പാതിവഴിയിൽ നിന്നുപോയതുപോലെ തന്റെ സഹോദരങ്ങളുടെ പഠനവും മുടങ്ങിപ്പോകരുതെന്ന് മുരുകൻ ആഗ്രഹിച്ചു.

മുരുകനെ സമാശ്വസിപ്പിക്കാൻവേണ്ടി ഞാൻ പറഞ്ഞു. "സങ്കടപ്പെടാതിരിക്കൂ... നല്ലതു നടക്കും... ദൈവം നിങ്ങളെ കൈവിടുകയില്ല."

ഒരിക്കൽ, 1991 ഏപ്രിൽ ഒന്നാംതീയതി ഞായറാഴ്ചയാണെന്നു തോന്നുന്നു. ഞങ്ങൾ ആറുപേർ ഗോൾഡൻ ബീച്ച് കാണാൻ പോയി. ഞാൻ, മുരുകൻ, അനിയത്തി കല്യാണി, അവളുടെ കൂട്ടുകാരി വാസന്തി, എന്റെയൊരു സുഹൃത്ത് ജയന്തി (ഇവൾക്ക് മുടന്തുള്ളതിനാൽ എന്റെ തോളിൽപ്പിടിച്ചേ നടക്കാൻ കഴിയുമായിരുന്നുള്ളൂ) മുരുകന്റെ നാട്ടുകാരനായ മറ്റൊരു യുവാവ് എന്നിവരായിരുന്നു സംഘത്തിൽ ഉണ്ടായിരുന്നത്. അവരെല്ലാവരും മണൽപ്പരപ്പിലും വെള്ളത്തിലും ഓടിക്കളിച്ചുകൊണ്ടിരുന്നു. ഞാൻ മാത്രം തനിയെ ഒരിടത്തിരുന്നു. ഒന്നിലും മനസ്സുറയ്ക്കുന്നില്ല. ഉള്ളിൽ എന്താണ് നടക്കുന്നതെന്നും അറിയില്ല. എന്നാൽ ശാന്തമായി, സ്വാഭാവികമായി ഇരിക്കാനും കഴിയുന്നില്ല. ഞാനറിയാതെതന്നെ മനസ്സ് മുരുകനെ ചുറ്റിച്ചുറ്റി വന്നുകൊണ്ടിരിക്കുന്നതു മാത്രമറിയാം. മനസ്സിനെ കടിഞ്ഞാണിട്ടുനിർത്താൻ ഞാൻ ശ്രമിച്ചുനോക്കി. ആ ശ്രമങ്ങളെല്ലാം വിഫലമായിക്കൊണ്ടിരുന്നു. മനസ്സിനും വിവേകത്തിനുമിടയിൽ പ്രേമമെന്ന ഫുട്ബോൾ അങ്ങോട്ടുമിങ്ങോട്ടും ഉരുണ്ടുകളിച്ചുകൊണ്ടിരുന്നു.

മുരുകൻ അന്യനാട്ടുകാരൻ. ഞാൻ മറ്റൊരു നാട്ടുകാരി. അയാളുടേത് എണ്ണത്തിൽ വലിയ ഒരു കുടുംബം. അതിനുള്ളിൽച്ചെന്നുപെട്ടാൽ എല്ലാവരുടെയും ഭാരം ചുമലിലേറ്റേണ്ടിവരും. അതെല്ലാം ശരിയാകുമോ? ചിന്തിച്ചു നോക്കൂ... നന്നായി ചിന്തിച്ച് ഒരു തീരുമാനമെടുക്ക്.... തിടുക്കം കാട്ടരുത്..." വിവേകം ഉപദേശിച്ചുകൊണ്ടിരുന്നു.

മറുവശത്ത്, അതൊന്നും കാര്യമാക്കരുത്, ഒരാളോടു പ്രേമം തോന്നിയാൽപിന്നെ മറ്റൊന്നും പ്രതീക്ഷിക്കരുത്. ഇഷ്ടപ്പെട്ട ആളിനു നമ്മെ സമർപ്പിക്കുന്നതാണ് യഥാർത്ഥ പ്രണയം എന്ന് ഉപദേശിച്ച് മനസ്സ് എന്നെ അയാളുടെയടുത്ത് കൊണ്ടെത്തിച്ചു. പ്രണയകാര്യത്തിൽ എപ്പോഴെങ്കിലും എവിടെയെങ്കിലും വിവേകം ജയിച്ച ചരിത്രമുണ്ടോ? ഇല്ലല്ലോ....?

മണലിൽ ഓടിക്കളിച്ചുകൊണ്ടിരിക്കുന്ന അയാൾക്കുള്ളിലും എന്നെപ്പോലെ സംഘർഷങ്ങൾ നടക്കുന്നുണ്ടോ? ഉണ്ടെന്ന് തോന്നുന്നു. കളിക്കുന്നത് അവരുടെ കൂടെയായിരുന്നെങ്കിലും ശ്രദ്ധ മുഴുവൻ

ഇങ്ങോട്ടായിരുന്നുവെന്ന് നന്നായി മനസ്സിലായി. അയാളോടൊപ്പം കൊടുത്തയച്ചിരുന്ന മനസ്സിനോട് ഞാൻ കലഹിച്ചുകൊണ്ടിരുന്നു. അവിടെയുള്ള കടലിന്റെ അഴക് ആകർഷിച്ചതേയില്ല. തിരമാലകളുടെ സൗന്ദര്യവും ആസ്വദിക്കാൻ കഴിഞ്ഞില്ല. മണൽപ്പരപ്പിന്റെ വശ്യതയും ആകർഷിച്ചില്ല. പൂഴിമണൽ വാരിയെറിഞ്ഞുകളിക്കാനും കഴിഞ്ഞില്ല. എന്തു ചെയ്യണമെന്നറിയാത്ത ഒരവസ്ഥയിലായിരുന്നു ഞാൻ. അന്നു വൈകീട്ട് ആറുമണിവരെ അവിടെത്തന്നെ കഴിച്ചുകൂട്ടി. സമയമായി, പോകാമെന്ന് പലതവണ പറഞ്ഞുനോക്കി. "ഒരു തിടുക്കവുമില്ല" എന്നു പറഞ്ഞ് മുരുകൻ എന്നെ നോക്കി അർത്ഥസൂചകമായി ചിരിച്ചത് എന്തിനെന്ന് മനസ്സിലാകാതെ മൗനമായി അവിടെത്തന്നെയിരുന്നു. എല്ലാവരോടും എതിർത്തു സംസാരിക്കുന്ന ഞാൻ അയാളോടുമാത്രം കൂട്ടിലടയ്ക്കപ്പെട്ട പാമ്പിനെപ്പോലെ എന്തു പറഞ്ഞാലും തലയാട്ടിക്കൊണ്ടിരിക്കുന്നത് എന്തുകൊണ്ടാണ്? സമയം ആറുമണി കഴിഞ്ഞിരുന്നു. മുരുകന്റെ നാട്ടുകാരനെ വേറെ വഴിക്കു പറഞ്ഞയച്ചിട്ട് ഞങ്ങൾ അഞ്ചുപേരും ഒരു ഓട്ടോയിൽ കയറി. രാത്രി ഏഴരമണിക്ക് റോയപ്പേട്ടയിലുള്ള അമ്മവീട്ടിലെത്തി. അവരെയെല്ലാം അവിടിറക്കിവിട്ട് ഞാൻ മാത്രം അതേ ഓട്ടോയിൽ എന്റെ വീട്ടിൽ പൊയ്ക്കൊള്ളാമെന്ന അഭിപ്രായം മുരുകൻ അംഗീകരിച്ചില്ല.

എന്റെ കൈയിൽ കടന്നുപിടിച്ചു. ഇവിടെവരെ വന്നിട്ട് അമ്മയെക്കാണാതെ പോകുന്നത് എല്ലാവർക്കും വിഷമമായിരിക്കുമെന്ന് അയാൾ കെഞ്ചിപ്പറഞ്ഞു. അതിനാൽ എതിർത്തൊന്നും പറയാൻ കഴിഞ്ഞില്ല. ഒരു ഭാഗത്ത് എന്റെ ദുരഭിമാനം, മറുഭാഗത്ത് പെറ്റമ്മയെ കാണാനുള്ള മോഹം – ഇങ്ങനെ മനസ്സിൽ പോരാട്ടം നടന്നുകൊണ്ടിരുന്നു. ഞാനറിയാതെ തന്നെ കാലുകൾ വീട്ടിനുള്ളിലേക്കു നടന്നു.

കൂട്ടുകാരി വസന്ത അടുത്തുള്ള ആശുപത്രിയിലേക്കോടിച്ചെന്ന് അമ്മയോടു വിവരം പറഞ്ഞു. ചെയ്തുകൊണ്ടിരുന്ന എല്ലാ ജോലികളും മാറ്റിവച്ച് പാതി ഓടിയും പാതിനടന്നും അവർ വെപ്രാളപ്പെട്ട് വീട്ടിലെത്തി.

എന്നെക്കണ്ടയുടൻ അലമുറയിട്ടു കരഞ്ഞുകൊണ്ട് ഓടിവന്നു കെട്ടിപ്പിടിച്ചു. ഒരു വർഷത്തെ അകൽച്ചയും അതുമൂലമുണ്ടായ വേദനയും എനിക്കു നന്നായി ബോധ്യപ്പെട്ടു. അമ്മയോടൊപ്പം ഞാനും നിലവിളിക്കാൻ തുടങ്ങി. കണ്ടുനിന്നവരെല്ലാം ദുഃഖമടക്കാൻ പാടുപെട്ടു. എല്ലാവരുടെയും കണ്ണുകൾ നിറഞ്ഞുതുളുമ്പി. അപ്പോഴേക്കും അനിയൻ ഭാഗ്യനാഥനും വന്നെത്തി. എന്നെക്കണ്ടയുടൻ 'അക്കാ' എന്നു വിളിച്ചുകൊണ്ട് ഓടിവന്ന് കെട്ടിപ്പിടിച്ചു. അവന്റെ കണ്ണുകളും നിറഞ്ഞൊഴുകാൻ തുടങ്ങി. സ്നേഹത്തെ പൂട്ടിവയ്ക്കുവാൻ ഏതെങ്കിലും താഴിനു കഴിയുമോ? സങ്കടകരമായ എത്രയോ സംഭവങ്ങൾ വിസ്മൃതിയിലാണ്ടുകഴിഞ്ഞു. എന്നാൽ ഇന്നുവരെ ആ സംഭവവും അതുനടന്ന തീയതിയും സമയവും എനിക്കു മറക്കാൻ കഴിഞ്ഞിട്ടില്ല.

ഞാൻ ഏറ്റവുമധികം സന്തോഷത്തോടുകൂടി കാണപ്പെട്ട പ്രധാനപ്പെട്ട ദിവസമായിരുന്നു അതെന്ന് ഞങ്ങളുടെ വിവാഹശേഷം അദ്ദേഹമെന്നോട് പറഞ്ഞിട്ടുണ്ട്. ആ സംഭവത്തിനുശേഷമാണ് അമ്മയുമായി ചേർത്തുവയ്ക്കാൻ മുരുകൻ നടത്തിയ നാടകത്തിന്റെ ഭാഗമായിരുന്നു ഗോൾഡൻ ബീച്ച് സന്ദർശനവും അവിടെനിന്നും മനഃപൂർവ്വം വൈകി പുറപ്പെട്ടതും എല്ലാമെന്ന് പിന്നീടാണ് അറിയുന്നത്.

എന്തായാലും തിരിച്ചെത്തി അമ്മയോടും അനുജനോടുമൊപ്പം താമസിക്കാൻ കഴിഞ്ഞതിൽ ഞാൻ സന്തോഷിച്ചു. പിരിഞ്ഞുള്ള താമസം കൊണ്ടുണ്ടാകുന്ന സങ്കടങ്ങൾ എന്നെ വല്ലാതെ ഉലച്ചിരുന്നു.

അതിനുശേഷം ഇടയ്ക്കിടെ റോയപ്പേട്ടയിലുള്ള അമ്മ വീട്ടിൽ പോകാറുണ്ടായിരുന്നു. വില്ലിവാക്കത്ത് ഞാനെടുത്ത വാടകവീട് ഒഴിഞ്ഞു കൊടുക്കാൻ കഴിഞ്ഞിരുന്നില്ല. അതിനു രണ്ടു കാരണങ്ങളുണ്ടായിരുന്നു. ഒന്നാമത്തേത് പി.ജി. പഠനത്തിന് അവിടെ ട്യൂഷന് പൊയ്ക്കൊണ്ടിരുന്നു എന്നതാണ്. 1991 ജൂൺ 16ന് ഒരു പ്രധാന പരീക്ഷ എഴുതാനുണ്ടായിരുന്നു. രണ്ടാമതായി വീടിന് കൊടുത്തിരുന്ന അഡ്വാൻസ് തുക മടക്കിത്തരാൻ ഉടനെ കഴിയില്ലെന്ന് വീട്ടുടമ പറഞ്ഞിരുന്നു.

എന്നാൽ ഈ സംഭവത്തെ സി.ബി.ഐ കേസ് ഡയറിയിൽ എഴുതിയിരുന്നതിങ്ങനെയാണ്:-

"മുരുകന്റെ നിർദ്ദേശപ്രകാരം ബോധപൂർവ്വം ഗൂഢലക്ഷ്യത്തോടെയാണ് വാടകവീട് ഒഴിയാതിരുന്നത്."

അതുപോകട്ടെ, നമുക്കു കഥയിലേക്ക് മടങ്ങിവരാം. ഈ സംഭവത്തിനുശേഷം 1991 ഏപ്രിൽ 18ന് ചെന്നൈ മെറീനാ കടൽക്കരയിൽ ഒരു രാഷ്ട്രീയ സമ്മേളനം നടന്നിരുന്നു. റോയപ്പേട്ടയിലെ വീട്ടിൽനിന്നും ഒരു മൈൽ മാത്രം അകലത്തിലാണ് മെറീനാബീച്ച്. ആ സമ്മേളനത്തിൽ ജയലളിത പങ്കെടുക്കുമെന്ന് അറിയിച്ചിരുന്നു. മുരുകൻ വലിയൊരു എം.ജി.ആർ. ആരാധകനായിരുന്നു. അതുകൊണ്ട് ജയലളിതയോടും വലിയ ഭക്തിയുണ്ടായിരുന്നു. അങ്ങനെ ജയലളിതയെ നേരിൽ കാണാനുള്ള അവസരം ഉപയോഗപ്പെടുത്താൻ അദ്ദേഹം തീരുമാനിച്ചു. രാത്രിയിൽ നടക്കുന്ന സമ്മേളനത്തിൽ അദ്ദേഹത്തെ തനിയെ അയയ്ക്കാനുള്ള മടി കാരണം ഞാനും കൂട്ടിനുപോയി.

"രാഷ്ട്രീയയോഗങ്ങളിൽ പങ്കെടുക്കാൻ നിങ്ങൾക്കു താത്പര്യം തോന്നിയത് എന്തുകൊണ്ടാണെന്ന് സി.ബി.ഐ. പിൽക്കാലത്ത് എന്നോടു ചോദിച്ചു.

"അങ്ങനെയൊന്നുമില്ല. രാഷ്ട്രീയനേതാക്കളെയും സിനിമാക്കാരെയും കാണാനിഷ്ടമാണ്." ഞാൻ പറഞ്ഞു.

അദ്ദേഹത്തിന്റെ താത്പര്യപ്രകാരം വേദിയോട് അടുത്തുനിന്ന് ഞങ്ങൾ മീറ്റിംഗ് കണ്ടു. ജനങ്ങൾ തിങ്ങിനിറഞ്ഞ വലിയ സമ്മേളനം.

ഗാന്ധിപ്രതിമയ്ക്ക് അടുത്തുനിന്നാണ് ഞങ്ങൾ റോഡുമുറിച്ചു കടക്കേണ്ടിയിരുന്നത്. വാഹനങ്ങൾ തലങ്ങും വിലങ്ങും ഓടിക്കൊണ്ടിരുന്നു. വാഹനങ്ങൾക്കിടയിലേക്ക് അദ്ദേഹം എടുത്തുചാടിയാലോ എന്നുകരുതി ഞാൻ ആ കൈകളിൽ മുറുകെപ്പിടിച്ചു.

ശരിയായ നേരത്ത് സാവധാനം റോഡ് മുറിച്ചുകടന്നു. എന്നാൽ ഹൃദയത്തിൽ നിറഞ്ഞിരുന്ന പ്രേമത്തിന്റെ അലകൾ അടുത്ത ഘട്ടത്തിലേക്കു കടക്കാതെ അവിടെത്തന്നെ നിശ്ചലമായി നിന്നതേയുള്ളൂ. റോഡ് മുറിച്ചുകടന്ന ശേഷവും കോർത്തുപിടിച്ചിരുന്ന കൈകൾ വേർപ്പെടുത്താൻ മനസ്സില്ലാതെ വീണ്ടും കൂടുതൽ ബലമായി ചേർത്തുപിടിച്ചു. ഞങ്ങൾ മൗനം പാലിച്ചിരുന്നെങ്കിലും ഞങ്ങളുടെ കൈകളിലൂടെ ഇരുഹൃദയങ്ങളും ആശയവിനിമയം നടത്തിക്കൊണ്ടിരുന്നു. ഇതെല്ലാം അവിശ്വസനീയമായ പുതിയ അനുഭവങ്ങളായിരുന്നു.

കടലോരത്തുള്ള റോഡ് കഴിഞ്ഞയുടൻ ഞങ്ങൾ മൗനം വെടിഞ്ഞു. എന്റെയുള്ളിൽ ആകപ്പാടെ ഒരങ്കലാപ്പ് അനുഭവപ്പെട്ടു. അദ്ദേഹം എന്തൊക്കെയോ പറഞ്ഞുകൊണ്ടിരുന്നു. ഞാൻ ഒന്നും മിണ്ടാതെ നടന്നു. ചേർത്തുപിടിച്ചിരിക്കുന്ന കൈകളിലൂടെ ഹൃദയങ്ങൾ നടത്തിക്കൊണ്ടിരുന്ന സംഭാഷണം മുറിഞ്ഞുപോകാതിരിക്കട്ടെയെന്നു ഞാൻ ആശിച്ചു. അദ്ദേഹം പറഞ്ഞതിനെല്ലാം 'ഉം, ഉം' എന്ന മറുപടി മാത്രമേ ഞാൻ കൊടുത്തിരുന്നുള്ളൂ.

കേട്ടതൊന്നും മനസ്സിൽ തങ്ങിനിൽക്കുന്നില്ല. മനസ്സിന്റെ സംഘർഷത്താലും ഏർപ്പെട്ട പാരവശ്യത്താലും എന്റെ ഉള്ളങ്കയ്യുകൾ വിയർത്ത് രണ്ടുപേരുടെയും കൈകൾ നനഞ്ഞുകുതിർന്നു.

പെട്ടെന്ന്, "എന്താ നിന്റെ കൈ ഇങ്ങനെ വിയർക്കുന്നത്, സുഖമില്ലേ?" എന്നു ചോദിച്ചു.

സുബോധം തിരിച്ചുകിട്ടിയ ഞാൻ എന്റെ മറ്റേ കൈയിലിരുന്ന തൂവാലയെടുത്തു കൊടുത്തു. അദ്ദേഹം അതുവാങ്ങി രണ്ടുപേരുടെയും കൈകളും തുടച്ചു. വീണ്ടും കൈകൾ ചേർത്തുപിടിച്ചുനടന്നു. ഞാനെതിർത്തില്ല. ഞങ്ങളോ പരസ്പരം മിണ്ടുന്നില്ല. എന്നാൽ കൈകളെങ്കിലും സംസാരിച്ചുകൊള്ളട്ടെ എന്ന് സമാധാനിച്ചു.

അതെനിക്ക് ആശ്വാസവും സന്തോഷവും നൽകി. ഇങ്ങനെ ഒന്നും സംസാരിക്കാത്ത ചില സംജ്ഞകൾ മാത്രം വച്ചുകൊണ്ടാണ് ഞങ്ങളുടെ പ്രണയം ഉറപ്പുവരുത്തിയത്.

"നിനക്ക് എന്നോടു പ്രേമമുണ്ടെന്ന് കാട്ടിത്തന്ന കണ്ണാടി നിന്റെ ലജ്ജാവിവശമായ മുഖവും കണ്ണുകളുമായിരുന്നു. അന്നു നീ നിന്റെ നാണം പ്രകടിപ്പിക്കാതിരുന്നെങ്കിൽ എന്റെ പ്രണയം ഒരിക്കലും പുറത്തറിയാതെ പോകുമായിരുന്നെന്ന് പിൽക്കാലത്ത് അദ്ദേഹം 'ഒരു കവിത പോലെ' ആവർത്തിച്ചുപോന്നു.

കൈകൾ ചേർത്തുപിടിച്ചുകൊണ്ട്, കലങ്ങിയ മനസ്സോടെ വീടിനരികിൽ വരെ നടന്നെത്തി.

അയ്യോ വീടെത്തിയെന്നു മനസ്സു പറഞ്ഞാലും കോർത്തുവച്ചിരുന്ന കൈവിരലുകൾ വിടുവിക്കാൻ മനസ്സുവന്നില്ല. ഈയവസ്ഥയിൽ ഇങ്ങനെ തന്നെ തുടർന്നുപോകാൻ എന്റെ ഹൃദയം തേങ്ങി. പിടിവിടുവിച്ചു സ്വതന്ത്രമാകാനുള്ള സമയം കടന്നുപൊയ്ക്കൊണ്ടിരുന്നു.

"വീടെത്തി, നാളെ ബാക്കി പറയാം." എന്നു പറഞ്ഞുകൊണ്ട് സാവകാശം എന്റെ കൈകളിൽനിന്നും മുരുകൻ തന്റെ കൈകൾ പിൻവലിച്ചു. വൈദ്യുതി നിലച്ചുപോയ യന്ത്രംപോലെയായി ഞാൻ. അന്നു രാത്രി ഭക്ഷണമൊന്നും കഴിച്ചില്ല എന്നതിനേക്കാൾ, കഴിക്കേണ്ട ആവശ്യം തോന്നിയില്ല എന്നു പറയുന്നതായിരിക്കും കൂടുതൽ ശരി! അദ്ദേഹത്തിന്റെ അവസ്ഥയും ഇതുതന്നെയായിരുന്നു. ഭക്ഷണം കഴിക്കാൻ അമ്മ വിളിച്ചപ്പോൾ പുറത്തുനിന്നും കഴിച്ചുവെന്ന് കള്ളം പറഞ്ഞു രക്ഷപ്പെട്ടു. രാത്രിയിൽ രണ്ടുപേരും ഉറക്കം വരാതെ കഴിച്ചുകൂട്ടി. സ്വപ്നം കണ്ടിരുന്നോ? അതുമില്ല. ഉറങ്ങിയാലല്ലേ സ്വപ്നം കാണാൻ കഴിയൂ! പതിവുപോലെ അദ്ദേഹം ട്യൂട്ടോറിയലിലേക്കും ഞാനെന്റെ ഓഫീസിലേക്കും പോയി. അന്നു വൈകിട്ടും കൃത്യസമയത്ത് മുരുകൻ ഓഫീസിലെത്തി. എന്നാൽ മുമ്പില്ലാത്തവിധം എന്റെയുള്ളിൽ പരവേശവും വെപ്രാളവും തോന്നി. തലേദിവസം രണ്ടുപേരും കൈകോർത്തുപിടിച്ചു നടന്നുവന്നത് മിന്നാമിനുങ്ങിനെപ്പോലെ മനസ്സിൽ വട്ടമിട്ടു പറന്നുകൊണ്ടിരുന്നു. ശരിയായി ഒന്നു മിണ്ടാൻപോലും കഴിയുന്നില്ല. തൊട്ടും തൊടാതെയും എന്തൊക്കെയോ പറഞ്ഞൊപ്പിച്ച് അവിടെനിന്നും വില്ലിവാക്കത്തെ വീട്ടിലേക്കു പോയി.

ഞങ്ങൾ ബസ്സിൽ യാത്ര ചെയ്യുമ്പോൾപോലും എനിക്കുള്ള പ്രേമത്തെപ്പറ്റി തുറന്നു പറയാനുള്ള ധൈര്യം ഉണ്ടായിരുന്നില്ല. വീട്ടിൽച്ചെന്നതിനുശേഷമാണ് സംഭാഷണം തുടങ്ങാൻ ശ്രമിച്ചതുതന്നെ. അതും ആരാദ്യം തുടങ്ങിവയ്ക്കണമെന്ന സംശയം വേറെ.

"ഇങ്ങനെയൊക്കെ ആയിത്തീരുമെന്ന് സ്വപ്നത്തിൽപ്പോലും കരുതിയിരുന്നില്ല." മുരുകൻ തുടങ്ങിവച്ചു. ഞാനും ആകപ്പാടെ ഒരു കുഴപ്പത്തിലായിരുന്നു.

"ശരി, എന്നെ ഇഷ്ടമല്ലേ?" ഞാൻ ചോദിച്ചു.

"ഹേയ് അതല്ല, നിന്നെ ഭാര്യയായിക്കിട്ടാനുള്ള ഭാഗ്യം എനിക്കുണ്ടാകുമോ? എന്തെന്നാൽ എന്റെ സാഹചര്യങ്ങൾ അതിനു കഴിയുന്ന തരത്തിലല്ലല്ലോ ഉള്ളത്."

അദ്ദേഹം തന്റെ കുടുംബപ്രശ്നങ്ങൾ, വിദേശയാത്ര, എന്റെ വീട്ടിൽ വന്നേക്കാവുന്ന എതിർപ്പ് ഇവയെപ്പറ്റിയെല്ലാം വിശദമായി സംസാരിച്ചു. ഇപ്പറഞ്ഞതെല്ലാം അയാളെന്ന വ്യക്തിയെ സംബന്ധിച്ചിടത്തോളം

ന്യായം തന്നെ. തന്റെ ഭാര്യയായിത്തീർന്നാൽ അയാൾക്കുള്ള പ്രശ്ന ങ്ങളെല്ലാം എന്റേതുകൂടിയായിത്തീരുമല്ലോ എന്നതായിരുന്നു അദ്ദേഹ ത്തിന്റെ സങ്കടം.

അയാളേക്കാൾ നല്ല ഒരാളിനെ കണ്ടുപിടിച്ച് ഞാൻ കല്ല്യാണം കഴിക്കണം, സന്തോഷവതിയായിരിക്കണം, അയാളുടെ സങ്കടങ്ങൾ, കുടുംബപ്രശ്നങ്ങൾ ഇവയൊന്നും എന്നെ ബാധിക്കരുത്. ഇങ്ങനെ ഓരോന്നും പറഞ്ഞുകൊണ്ടിരുന്നു.

ഇങ്ങനെ സംസാരിച്ചുകൊണ്ടിരിക്കുമ്പോൾ അയാളോടുള്ള ഇഷ്ടം കൂടുതൽ ദൃഢമായിക്കൊണ്ടിരുന്നു. എന്റെ പ്രേമത്തെപ്പറ്റിയും സ്നേഹി ക്കപ്പെടാനുള്ള ദാഹവും എടുത്തുപറഞ്ഞു.

എല്ലാം കേട്ടുകൊണ്ടിരുന്ന മുരുകൻ ഇങ്ങനെ പറഞ്ഞു. "എനിക്കു നിന്നോട് പ്രേമമുണ്ട്. എന്നാൽ നിന്റെ ജീവിതസന്തോഷത്തിന് ഞാൻ മൂലം ഭംഗം വരുമോ എന്ന ഭയമുണ്ട്. അറിഞ്ഞോ അറിയാതെയോ ഞാൻ തമിഴ്പുലികളുമായി ബന്ധപ്പെട്ട ആളായി മാറിക്കഴിഞ്ഞു. എന്റെ ചേട്ടൻ ആ പ്രസ്ഥാനത്തിനുവേണ്ടി വീരമൃത്യു വരിച്ചിരുന്നു. ഞാനും അതിലെ അംഗമായിക്കഴിഞ്ഞു എന്നു കരുതി പൊലീസും പട്ടാളവും എന്നെ വേട്ടയാടാൻ തുടങ്ങിക്കഴിഞ്ഞിരുന്നു. അതുകൊണ്ടുതന്നെ ഞാനെപ്പോഴും പ്രശ്നങ്ങളുടെ നടുവിലാണ്.

എന്റെ വലിയച്ഛന്റെ മകൻ കാനഡയിലുണ്ട്. അയാൾക്ക് കത്തയ ച്ചിട്ടുണ്ട്. അതുപോലെ സ്വിറ്റ്സർലണ്ടിലുള്ള എന്റെ ചിറ്റമ്മയ്ക്കും കത്ത യച്ചിട്ടുണ്ട്. അവരെപ്പോഴാണ് വിളിക്കുന്നതെന്നു കാത്തിരിക്കുകയാണ് ഞാൻ. അങ്ങനെ വിദേശത്തുപോയാലും എന്റെ ജീവിതം എങ്ങനെയായി ത്തീരുമെന്ന് ഒരുറപ്പുമില്ല. മറ്റു വഴികളൊന്നും തെളിഞ്ഞില്ലെങ്കിൽ സ്വന്തം നാട്ടിൽ തിരിച്ചുപോകേണ്ടിവരും. അവിടെ എനിക്ക് എന്തുവേണമെങ്കിലും സംഭവിക്കാം. ജീവിതം തുടരാൻ സാധിക്കുമോ എന്നുപോലും നിശ്ചയ മില്ല. അങ്ങനെയുള്ളപ്പോൾ ഞാനെങ്ങനെയാണ് നിന്നെ കല്യാണം കഴിക്കുന്നത്?" നിറകണ്ണുകളോടെ മുരുകൻ പറഞ്ഞുകൊണ്ടിരുന്നു.

ഞാനൊരു ശുദ്ധമനസ്സുകാരിയായ പെണ്ണിനെപ്പോലെ ഉറച്ചുനിന്നു. "എനിക്കൊരു ജീവിതമുണ്ടെങ്കിൽ അതു നിങ്ങളോടൊപ്പമായിരിക്കും. ഒരു പെണ്ണ് ഒരാളിനെ ഹൃദയത്തിൽ പ്രതിഷ്ഠിച്ചുകഴിഞ്ഞാൽപ്പിന്നെ, ഇതേ പോലുള്ള കാര്യങ്ങൾ പറഞ്ഞ് ആ ബന്ധം അവസാനിപ്പിക്കുകയാണെ ങ്കിൽ അതു മരണത്തിനു തുല്യമാണ്. ജീവിച്ചാൽ നിങ്ങളോടൊപ്പം, അല്ലെങ്കിൽ ജീവിതകാലം മുഴുവൻ ഇങ്ങനെത്തന്നെ കഴിച്ചുകൂട്ടും." എന്റെ പിടിവാശിയെപ്പറ്റി ബോധവാനായിരുന്ന അയാൾ വികാരാധീന നായി. "ഓരൊറ്റ ദിവസം മാത്രം നിങ്ങളോടൊപ്പം കഴിച്ചുകൂട്ടി. നിങ്ങളുടെ കുഞ്ഞിനെ പോറ്റിവളർത്താൻ കഴിഞ്ഞാൽ, അതുമാത്രം മതി എന്റെ ജീവിതം ധന്യമാകാൻ. നിങ്ങളുടെ ഓർമ്മയ്ക്കായി ആ കുഞ്ഞിനെ വളർത്തി ആളാക്കിയെടുക്കുന്നതുതന്നെ ഒരു മഹാഭാഗ്യമായി ഞാൻ

കരുതും.'' ഇങ്ങനെ നിറകണ്ണുകളോടെ പറഞ്ഞപ്പോൾ അദ്ദേഹം കണ്ണീരൊഴുക്കി.

ശരി നമ്മൾ ഭാര്യാഭർത്താക്കന്മാരായി കഴിയാനാണ് ഈശ്വരനിശ്ചയമെങ്കിൽ അതുതന്നെ നടന്നുകൊള്ളട്ടെ എന്നായി അദ്ദേഹം.

അങ്ങനെ ഞങ്ങൾ ഒരു തീരുമാനത്തിലെത്തി. കല്യാണം ഉടൻ നടത്തുന്നതാണ് ഞങ്ങളുടെ ബന്ധത്തിനും അദ്ദേഹത്തിനും നല്ലത്. പക്ഷേ, എങ്ങനെ? വീട്ടിൽനിന്നും എതിർപ്പുണ്ടാകുമെന്ന് ഉറപ്പാണ്. പിന്നെന്തു ചെയ്യും? ഇങ്ങനെ പലതും ചിന്തിച്ച് രഹസ്യമായി കല്യാണം നടത്താൻ തീരുമാനിച്ചു.

“വാണാലും ശരി, വീണാലും ശരി, ഒരുമിച്ചായിക്കൊള്ളട്ടെ” എന്ന ഉറപ്പിൽ 1991 ഏപ്രിൽ 21-ാം തീയതി ഞങ്ങൾ തിരുപ്പതി ക്ഷേത്രത്തിലേക്കു പുറപ്പെട്ടു. ഒരു താലിച്ചരടു വാങ്ങി ദർശനത്തിനുള്ള നീണ്ട വരിയിൽ കാത്തുനിന്നു. ആ സമയത്ത് മനസ്സിൽ എന്തൊക്കെയോ ചിന്തകൾ വന്നുപൊയ്ക്കൊണ്ടിരുന്നു. ബന്ധുക്കളും സുഹൃത്തുക്കളും ചുറ്റും കൂടിനിന്ന് മംഗളകരമായി ഞങ്ങളുടെ മേൽ അരിയഭിഷേകം നടത്തി, ആശീർവ്വദിച്ച് നടക്കേണ്ട വിവാഹം, ഇങ്ങനെ ആരോരുമില്ലാതെ, രഹസ്യമായി, നടക്കുന്നല്ലോ എന്ന വിചാരം മനസ്സിൽ അലയടിച്ചുകൊണ്ടിരുന്നു.

മറുവശത്ത് മുരുകനെ ജീവിതപങ്കാളിയാക്കാൻ ഉറച്ചശേഷം വീട്ടുകാരുടെ എതിർപ്പിനെത്തുടർന്ന് ഈ വിവാഹം നടക്കാതെ പോയാൽ എന്തു ചെയ്യും? അതുകൊണ്ട് ഇതല്ലാതെ മുന്നിൽ വേറെ പോംവഴികൾ ഇല്ലായിരുന്നു. ഇങ്ങനെ സമ്മിശ്ര വികാരങ്ങളോടെ സ്വാമിദർശനം കഴിഞ്ഞ് പുറത്തുവന്നു. സൗകര്യമായ ഒരിടം കണ്ടുപിടിച്ച് “ഈ സന്നിധാനത്തെ സാക്ഷിനിർത്തി, ഞങ്ങളെ നോക്കിനിൽക്കുന്ന ഈ ആകാശത്തെയും ഭൂമിയെയും സാക്ഷിനിർത്തി മുരുകൻ എന്റെ കഴുത്തിൽ താലി ചാർത്തി.

മാതാപിതാക്കൾ ചുറ്റുംനിന്ന് ഞങ്ങളെ ആശീർവദിക്കുന്നതുപോലെ മനസ്സിൽ സങ്കല്പിച്ചപ്പോൾ കണ്ണുകൾ നിറഞ്ഞുപോയി. എങ്കിലും എന്റെ മനസ്സു മുഴുവൻ ഭർത്താവ് നിറഞ്ഞുനിന്നിരുന്നതിനാൽ മറ്റു സങ്കടങ്ങളൊന്നും അധികം അലട്ടിയില്ല.

എന്റെ നിർബന്ധത്തിനു വഴങ്ങി അദ്ദേഹം കാൽവിരലുകളിൽ ‘മെട്ടി’ അണിയിച്ചു. അതുരണ്ടും ഇതുവരെ ശരീരത്തിന്റെ ഭാഗമായിത്തന്നെ എന്നോടൊപ്പമുണ്ട്. സി.ബി.ഐ. എന്നെ അറസ്റ്റു ചെയ്യുമ്പോൾ കഴുത്തിൽക്കിടന്ന താലിയും കാൽവിരലുകളിൽ അണിഞ്ഞിരുന്ന മെട്ടിയും കേസ് ഡയറിയിൽ രേഖപ്പെടുത്തിയിരുന്നു. അത് എക്സിബിറ്റ് നമ്പർ 18 ആയി കോടതിയിൽ സമർപ്പിച്ച കേസ് രേഖകളിലും ഉൾപ്പെടുത്തിയിരുന്നു. എന്നിട്ടും കേസ് വിസ്താരത്തിൽ എന്തുകൊണ്ടാണ് ഈ

വസ്തുത മറച്ചുവെയ്ക്കപ്പെട്ടത്? ഞങ്ങൾ വിവാഹിതരാണെന്ന സത്യം മറച്ചുവയ്ക്കാനും ഞങ്ങളെ അപമാനിക്കാനും ശ്രമിച്ചത് എന്തിനായിരുന്നു? ഈ സംഭവം ഞങ്ങളുടെ ദിവ്യാനുരാഗത്തിന്റെ ദുരന്തമായി പര്യവസാനിച്ചു.

ഞങ്ങൾ വിവാഹിതരാണെന്ന കാര്യം മറച്ചുവെച്ച് കുമാരി നളിനി എന്ന് രേഖപ്പെടുത്തിയത് എന്തിനായിരുന്നു? അവരുടെ ഗൂഢലക്ഷ്യങ്ങൾ എന്തായിരുന്നുവെന്ന് തുടർന്നുള്ള അദ്ധ്യായങ്ങളിൽ പ്രതിപാദിക്കുന്നതാണ്.

ഇപ്പോൾ നിർത്തിയ സ്ഥാനത്തുനിന്നുതന്നെ തുടങ്ങാം. തിരുപ്പതി ക്ഷേത്രത്തിൽ ഞങ്ങളുടെ വിവാഹം നടന്നശേഷം, അദ്ദേഹത്തിന്റെ വിദേശയാത്രാക്കാര്യത്തിൽ ഞാൻ കൂടുതൽ താത്പര്യം കാണിച്ചു തുടങ്ങി.

ട്രാവൽ ഏജൻസികളെപ്പറ്റി പലരോടും അന്വേഷിച്ചപ്പോൾ കിട്ടിയ പ്രധാന പേര് ശിവരാജന്റേതായിരുന്നു. അയാളുടെ സഹായത്തോടുകൂടിയാണ് മുരുകൻ ചെന്നൈയിൽ വന്നതെന്നും അയാളുടെ ഒരു സുഹൃത്തു വഴിയാണ് ഞങ്ങളുടെ വീട്ടിൽ താമസിക്കാൻ തുടങ്ങിയതെന്നും മനസ്സിലാക്കി.

ശിവരാജൻ മുമ്പ് എൽ.ടി.ടി.ഇയുടെ ആളായിരുന്നുവെന്നും കൂടുതൽ അന്വേഷണത്തിൽ മനസ്സിലാക്കാൻ കഴിഞ്ഞിരുന്നു.

ഒരു കാലഘട്ടത്തിൽ കേന്ദ്ര-സംസ്ഥാന സർക്കാരുകളും തമിഴ്ജനത മൊത്തമായും ശ്രീലങ്കൻ വിമോചനപ്പോരാളികൾക്ക് പിൻതുണയും പലവിധ സഹായങ്ങളും നൽകിയിരുന്ന കാര്യവും മനസ്സിലാക്കിയിരുന്നു. എന്നാൽ ഇന്ത്യൻ സമാധാനസേന ശ്രീലങ്കൻ പ്രശ്നത്തിൽ ഇടപെട്ടതിനെപ്പറ്റിയും അതുമായി ബന്ധപ്പെട്ട് ഉണ്ടായിട്ടുള്ള തിരിച്ചടികളെപ്പറ്റിയും ഒരു ധാരണയുമുണ്ടായിരുന്നില്ല.

ഇതൊന്നുമറിയാതെ, ഭർത്താവിനെ എങ്ങനെയെങ്കിലും വിദേശത്ത് അയച്ച് നല്ല ഒരു ജോലി കണ്ടുപിടിച്ച്, ഞങ്ങളെയും കൂട്ടിക്കൊണ്ടു പോകും എന്ന വിശ്വാസത്തിലാണ് ഇക്കാര്യത്തിൽ മുൻകൈയെടുത്തു പ്രവർത്തിച്ചത്.

എന്നാൽ ശിവരാജനുമായുണ്ടായ ആ ഒരു ബന്ധമാണ് ആയുഷ്കാലം മുഴുവൻ ഞങ്ങളെ ജയിലിലടയ്ക്കാൻ പോകുന്നതെന്ന് അന്ന് സ്വപ്നത്തിൽപോലും ഞാൻ കരുതിയിരുന്നില്ല.

നാല്

ശിവരാജനുമായുള്ള കണ്ടുമുട്ടൽ

ഇവിടെ ഒരു കാര്യം പ്രത്യേകം എടുത്തുപറയേണ്ടതുണ്ട്. ശ്രീലങ്കയിൽ സമാധാനം പുനഃസ്ഥാപിച്ച് അവിടെയുള്ള തമിഴർക്ക് സംരക്ഷണം നൽകാനാണല്ലോ ഇന്ത്യൻ സമാധാന ദൗത്യസേനയെ അങ്ങോട്ടയച്ചത്. എന്നാൽ ശ്രീലങ്കൻ ഭരണാധികാരി ജയവർദ്ധനയുടെ വക്രബുദ്ധിമൂലം അവിടെ നടന്നത് ഇന്ത്യൻ സൈന്യവും തമിഴ്പുലികളും തമ്മിലുള്ള ഏറ്റുമുട്ടലുകളാണ്. ആ സംഭവം ഇന്ത്യൻ ഭരണാധികാരികൾക്കും തമിഴ് പുലികൾക്കുമിടയിൽ ശത്രുത വളർത്താൻ മാത്രമേ ഉപകരിച്ചുള്ളൂ. ആ വിരോധം മാറ്റിയെടുത്ത് ഇന്ത്യയുമായുള്ള സൗഹൃദം പഴയപടി വളർത്തി യെടുക്കണം. അതിനുള്ള സാഹചര്യമൊരുക്കാനായി ഇന്ത്യയിലെ പ്രമുഖ നേതാക്കളെ നേരിൽ സന്ധിച്ച് അവർക്ക് പൂമാല ചാർത്തി ആദരിച്ച്, അതിന്റെ ചിത്രങ്ങളെടുത്ത് സൂക്ഷിച്ചുവച്ചാൽ പിൽക്കാലത്ത് അവരുമായി ഒരു അനുരഞ്ജനചർച്ചയും മറ്റും നടക്കുമ്പോൾ നമുക്കു പ്രയോജന പ്പെടുത്തിയെടുക്കാം. ശ്രീലങ്കയിൽ തമിഴർക്കു വിജയിക്കണമെങ്കിൽ ഇന്ത്യൻ ഭരണാധികാരികളുടെ സഹായം അത്യാവശ്യമാണ്. അതിനു വേണ്ടിയാണ് ശിവരാജൻ ഇവിടെ പ്രവർത്തിച്ചുകൊണ്ടിരിക്കുന്നതെന്നും കഴിയുമെങ്കിൽ അവർക്കുവേണ്ട സഹായങ്ങൾ ചെയ്തുകൊടുക്കണ മെന്നും ആരോ മുരുകനെ ധരിപ്പിച്ചിരുന്നു. അക്കാര്യം അദ്ദേഹം എന്നോടും പറഞ്ഞിരുന്നു.

'അതിനെന്താ, നല്ല കാര്യമല്ലേ' എന്നായി ഞാൻ. ഇന്ത്യയിലെ നേതാക്കളെ മഹിളകൾ പൂമാലയിട്ട് ആദരിക്കുന്നത് മംഗളകരമായി രിക്കു'മെന്ന് മുരുകൻ പറഞ്ഞു.

"നിനക്കു കഴിയുമോ?" മുരുകൻ എന്നോട് ചോദിച്ചു.

"പിന്നെന്താ?"എന്നാൽ കഴിയുന്ന സഹായങ്ങൾ ഞാനും ചെയ്യാ മെന്ന് ഏറ്റു. ഈ സാഹചര്യത്തിലാണ് ആ കൂടിക്കാഴ്ച നടന്നത്.

ആ ദിവസം എനിക്കു നന്നായി ഓർമ്മയുണ്ട്. 1991 മെയ് മൂന്നാം തീയതി. അന്നാണ് ഞാനാദ്യമായി ശിവരാജനെ കാണുന്നത്.

മുരുകൻ വില്ലിവാക്കത്തുള്ള എന്റെ വീടിന്റെ വിലാസം നേരത്തെ ശിവരാജനു നൽകിയിരുന്നു. അതുവച്ചുകൊണ്ട് രണ്ടു പെൺകുട്ടികളെയും കൂട്ടി അയാൾ വീട്ടിൽ വന്നു. അല്പം കറുത്ത് ഉയരംകുറഞ്ഞ ഒരുവൾ. മറ്റവൾ ഒത്ത ഉയരവും ഇരുനിറവും ഉള്ളവൾ. ഇവരാണ് ശുഭ, ധനു എന്നീ പേരുകാരെന്ന് അന്നെനിക്കറിഞ്ഞുകൂടായിരുന്നു. ഇന്ത്യൻ നേതാക്കളെ കാണാൻ വന്നിരിക്കുന്നവരാണെന്നാണ് പരിചയപ്പെടുത്തിയത്. ശിവരാജൻ വീട്ടിനുള്ളിൽ കടന്നതേയില്ല. പുറത്തുതന്നെ നിന്നു.

"സുഖമാണോ? നിങ്ങളെപ്പറ്റി മുരുകൻ എല്ലാ കാര്യങ്ങളും പറഞ്ഞിട്ടുണ്ട്. കണ്ടതിൽ സന്തോഷം! നമ്മുടെയാളുകൾ അവിടെ (ശ്രീലങ്കയിൽ) വളരെ കഷ്ടപ്പെടുകയാണ്. അവർക്കുവേണ്ടി നമ്മൾ എന്തെങ്കിലും നല്ലതു ചെയ്യണം. അതിന് നിങ്ങളും ഞങ്ങളെ സഹായിക്കണം. നിങ്ങൾക്കു മാത്രമേ ഞങ്ങളെ സഹായിക്കാൻ കഴിയൂ!" എന്നു പറഞ്ഞ് ശിവരാജൻ, ധനുവിനെ ചൂണ്ടിക്കാട്ടി, "ഈ കുട്ടിക്ക് ലേശം പനിയുണ്ടെന്നു തോന്നുന്നു. തനിയെയാണ് കഴിയുന്നത്. ഒന്നു ശ്രദ്ധിക്കാൻ പോലും ആരുമില്ല. അതുകൊണ്ടാണ് ഇവിടെ ഏതാനും ദിവസം തങ്ങിക്കൊള്ളട്ടെയെന്ന് കരുതി ഇങ്ങോട്ടു കൂട്ടിക്കൊണ്ടുവന്നത്. നിങ്ങൾക്കു ബുദ്ധിമുട്ടൊന്നുമില്ലല്ലോ?"

ശിവരാജൻ എന്നോടു ചോദിച്ചു.

ജീവിതകാലം മുഴുവൻ ബുദ്ധിമുട്ടാൻ പോകുകയാണെന്ന് അന്നു ഞാൻ കരുതിയതേയില്ല. പാവമല്ലേ എന്നു വിചാരിച്ച് തലകുലുക്കി സമ്മതിച്ചു. അത്രതന്നെ! ശിവരാജൻ അപ്പോഴേ അവിടെനിന്നും പോയി.

ധനുവിന് നല്ല പനിയുണ്ടായിരുന്നു. ചില മരുന്നുകൾ വാങ്ങിക്കൊടുക്കുക മാത്രമല്ല കഴിക്കാൻ ചായയും റൊട്ടിയും കൊടുത്തു. അതു കഴിച്ച് അവൾ വിശ്രമിച്ചു. ശ്രീലങ്കയിൽ അവരനുഭവിക്കുന്ന കഷ്ടപ്പാടുകളെക്കുറിച്ചും അവിടെക്കണ്ട വിശേഷങ്ങളെക്കുറിച്ചും ശുഭ പറഞ്ഞുകൊണ്ടിരുന്നു. അടുത്ത ദിവസം എനിക്കു ലീവായിരുന്നു. ധനുവിന്റെ പനി നന്നായി കുറഞ്ഞിരുന്നു.

"അക്കാ, നമുക്ക് അമ്പലത്തിൽ പോയിട്ടുവരാം." അവൾ എന്നെ ക്ഷണിച്ചു. ഞാനവളെയുംകൂട്ടി ക്ഷേത്രത്തിൽ പോയി വഴിയിലുള്ള കടയിൽക്കയറി അവർക്കുവേണ്ട ചില സാധനങ്ങൾ വാങ്ങി.

"അക്കാ, നിങ്ങൾ എന്തെങ്കിലുമൊന്നു വാങ്ങണം." ഒരു കൊച്ചുകുട്ടിയെപ്പോലെ അവൾ കൊഞ്ചിപ്പറഞ്ഞു. "എനിക്കൊന്നും വേണ്ട, ഞാനിവിടെത്തന്നെയുള്ള ആളല്ലേ, എപ്പോൾ വേണമെങ്കിലും വാങ്ങാമല്ലോ." ഞാൻ ഒഴിഞ്ഞുമാറിയപ്പോൾ പിന്നീട് സിനിമ കാണാൻ എന്നെ നിർബന്ധിച്ചു. അതിനാൽ വില്ലിവാക്കത്തുള്ള ഒരു സിനിമാ തീയേറ്ററിൽ പോയി. അവർ മുമ്പ് തിയേറ്ററിൽ പോയി സിനിമ കണ്ടിട്ടില്ലെന്നും ഇത് ആദ്യമാണെന്നും പറഞ്ഞു. എന്തുകൊണ്ടോ സിനിമയിൽ ശ്രദ്ധിക്കാൻ അവർക്കു കഴിഞ്ഞിരുന്നില്ല. പരിഭ്രമത്തോടെ ചുറ്റും നോക്കിക്കൊണ്ടിരുന്നു.

അവരുടെ നാട്ടിലെ സ്ഥിതി വളരെ മോശമാണ്. അവിടെ ഇതുപോലെ നടക്കാൻ പറ്റില്ല എന്നു പറഞ്ഞുകേട്ടപ്പോൾ എന്റെ കണ്ണുകൾ നിറഞ്ഞു.

സിനിമ കഴിഞ്ഞയുടൻ പല കടകളിലും കയറിയിറങ്ങി വീട്ടിൽ തിരിച്ചെത്തി. അന്നു രാത്രി അവിടെ കഴിഞ്ഞു. അടുത്ത ദിവസം – അതായത് ഞായറാഴ്ച രാവിലെ ശിവരാജൻ വന്ന് വിവിരങ്ങളൊക്കെത്തിരക്കിയ ശേഷം അവരെ കൂട്ടിക്കൊണ്ടുപോയി. അയാളുടെ പെരുമാറ്റത്തിൽ യാതൊരു സംശയവും തോന്നിയില്ല. ആ ഇളംപ്രായത്തിൽ, പ്രത്യേകിച്ച് ലോകപരിചയക്കുറവുള്ള എനിക്ക് ഓരോ മനുഷ്യരുടെയും പെരുമാറ്റങ്ങളെപ്പറ്റി എന്തറിയാനാണ്? എന്തെങ്കിലും മുൻകൂട്ടി ഗ്രഹിക്കാൻ കഴിയുമോ?

പൊതുവേ ഞാനൊരു ചാഞ്ചാട്ടക്കാരിയാണ്. ആരെങ്കിലും സഹായം ചോദിച്ചുവന്നാൽ ഒരു മടിയും കൂടാതെ ചെയ്തുകൊടുക്കും. അമ്മയിൽനിന്നും പകർന്നുകിട്ടിയ ഗുണമായിരിക്കും അത്.

അതും ശരീരസുഖമില്ലാത്ത ഒരാളിന് സഹായം ചെയ്യേണ്ടത് അത്യാവശ്യമാണെന്നു കരുതി. അത്രയേയുള്ളൂ. അതിനപ്പുറം ഒന്നിനെപ്പറ്റിയും അറിവുണ്ടായിരുന്നില്ല. അതെന്റെ കുറ്റവുമല്ല. അത് പ്രായത്തിന്റെ പ്രശ്നമാണ്. കൂടുതലായി ആരെയെങ്കിലും സംശയിക്കുകയോ, കൂടുതലായി എന്തെങ്കിലും അന്വേഷിക്കുകയോ ചെയ്യണമെന്ന് അറിഞ്ഞുകൂടാത്ത പ്രായം. പോരെങ്കിൽ ഭർത്താവിന്റെ നാട്ടുകാരനുമാണല്ലോ? ശിവരാജന്റെ സഹായത്താലാണ് മുരുകൻ വിദേശത്തുപോകാനിരിക്കുന്നത്. ഇക്കാരണങ്ങളാലാണ് ശിവരാജൻ ആവശ്യപ്പെട്ട സഹായങ്ങൾ ഒരു മടിയും കൂടാതെ ചെയ്തുകൊടുത്തത്.

ഇതിനുശേഷം മെയ്മാസം ആറാംതീയതിയാണ് ഞാനും മുരുകനും തമ്മിൽ കാണുന്നത്. അന്നു ഞാൻ റോയപ്പേട്ടയിലെ വീട്ടിൽ പോയി. അമ്മ അവിടെയുണ്ടായിരുന്നു. അതുകൊണ്ട് ഞങ്ങൾക്കു ഭാര്യാഭർത്താക്കന്മാരെപ്പോലെയോ, കാമുകരെപ്പോലെയോ പെരുമാറാൻ കഴിഞ്ഞില്ല. പൊതുവായ കാര്യങ്ങൾ മാത്രം സംസാരിച്ചുകൊണ്ടിരുന്നു. അപ്പോഴും ശിവരാജനെപ്പറ്റി എന്തെങ്കിലും കൂടുതൽ കാര്യങ്ങൾ അന്വേഷിക്കണമെന്ന് തോന്നിയില്ല.

മെയ് ഏഴാംതീയതി എന്തോ കാര്യത്തിന് ബസ് പണിമുടക്ക് നടന്നിരുന്നു. അതിനാൽ വീട്ടിൽത്തന്നെ കഴിച്ചുകൂട്ടി. ഉച്ചകഴിഞ്ഞ് ശുഭയെയും ധനുവിനെയും കൂട്ടിക്കൊണ്ട് ശിവരാജൻ വന്നു. ചെന്നൈ നന്ദനത്തിൽ ഒരു പൊതുസമ്മേളനം നടക്കുന്നുണ്ട്. മുൻപ്രധാനമന്ത്രി വി.പി.സിങ്, നടൻ ശിവാജിഗണേശൻ, സ്റ്റാലിൻ തുടങ്ങിയവരെല്ലാം സംബന്ധിക്കുന്നുണ്ട്. അവിടെ വി.പി.സിങ്ങിനെ മാലയിട്ടു സ്വീകരിക്കണം. ഞാൻ കൂടി ചെല്ലുമോ എന്ന് ശുഭയും ധനുവും സ്നേഹപൂർവ്വം ചോദിച്ചു. ഞാനേതായാലും വീട്ടിൽ വെറുതെയിരിക്കുകയാണല്ലോ? അതുകൊണ്ട്

കൂടെച്ചെല്ലാമെന്നു സമ്മതിച്ചു. വി.പി.സിങിനെ കാണുന്നതും അടുത്തു ചെല്ലുന്നതുമെല്ലാം വലിയ കാര്യമല്ലേ? ആ സന്തോഷത്തിലാണ് ഞാനും അവരോടൊപ്പം പുറപ്പെട്ടത്. ഞാൻ കൂടി ചെല്ലുന്നതിൽ അവർക്കും വലിയ സന്തോഷം. പോകുന്ന വഴിയിൽ മുരുകനെയും കണ്ടു. മീറ്റിംഗ് സ്ഥലത്ത് ഹരിബാബു, പേരറിവാളൻ മുതലായവരും ഉണ്ടായിരുന്നു.

ആറുമണിയോടെ ഞങ്ങൾ യോഗസ്ഥലത്തെത്തി. പലരും സ്റ്റേജിൽ പ്രസംഗിക്കുന്നു. വി.പി.സിങ് വന്നപ്പോൾ രാത്രി ഒരുമണിയായി ക്കാണും. അദ്ദേഹത്തെ പൂമാലയണിയിക്കാൻ ധനു ശ്രമിച്ചു. പക്ഷേ, കഴിഞ്ഞില്ല. അതിനുശേഷം അവൾ സ്റ്റേജിൽ നിന്നിറങ്ങിവരുമ്പോൾ പൂമാല ഞാൻ വാങ്ങി. ഫോട്ടോ എടുക്കാനായി ഒരു ക്യാമറ എന്നെയും ഏല്പിച്ചിരുന്നു. എന്നാൽ അവിടെയുണ്ടായിരുന്ന തിക്കും തിരക്കും കാരണം ഫോട്ടോയെടുക്കാൻ കഴിഞ്ഞില്ല. ആ സമയം ഹരിബാബു സ്റ്റേജിന്റെ പിന്നിൽ ആയിരുന്നതിനാൽ അയാൾക്കും ഫോട്ടോയെടുക്കാൻ കഴിഞ്ഞില്ല.

മാലയിടാൻ കഴിയാതിരുന്നതിനും ഫോട്ടോ എടുക്കാതിരുന്നതിനും ശിവരാജൻ എല്ലാവരേയും ശകാരിച്ചു. മാത്രമല്ല അടുത്ത പ്രാവശ്യം ഇത്തരം തെറ്റുകൾ ആവർത്തിക്കരുതെന്നും താക്കീത് നൽകി. ഞാനാകെ പരിഭ്രമിച്ചുപോയി. ആകപ്പാടെ ഒരു കുഴപ്പം. കാരണം ശിവരാജൻ ഇത്രയും കോപാവേശത്തോടെ സംസാരിക്കുമെന്ന് തീരെ പ്രതീക്ഷിച്ചി രുന്നില്ല. മുരുകന്റെ മുഖഭാവം മാറിയതും എന്നെ വേദനിപ്പിച്ചു. എന്നാൽ അവിടെവച്ച് അതിനെപ്പറ്റിയൊന്നും ചോദിച്ചറിയാനുള്ള അവസരം ലഭിച്ചില്ല. ഹരിബാബുവും അവിടെനിന്നും പൊയ്ക്കഴിഞ്ഞിരുന്നു.

പിന്നീട് ഒരു സന്ദർഭം കിട്ടിയ ഉടൻ "പൂമാല കൈയിൽ കൊടുക്കാൻ ശ്രമിക്കുന്ന നിന്റെയെങ്കിലും ഒരു ഫോട്ടോ എടുക്കാതിരുന്നതു കൊണ്ടാണ്" അദ്ദേഹം കോപിച്ചത്. ആ ഫോട്ടോ കിട്ടിയിരുന്നെങ്കിൽ അടുത്ത പ്രാവശ്യം വീണ്ടും കാണുമ്പോൾ അതു കാണിച്ചാൽ അദ്ദേഹ ത്തിനു നമ്മിലുള്ള വിശ്വാസം വർദ്ധിക്കുകയും കാര്യങ്ങൾ സംസാരി ക്കാൻ എളുപ്പമാകുകയും ചെയ്യുമായിരുന്നു. ആ അവസരം പാഴായിപ്പോ യതിലുള്ള വിഷമംകൊണ്ടാണ് ശിവരാജൻ അങ്ങനെ കയർത്തു സംസാരിച്ചതെന്ന് ധനുവും ശുഭയും എന്നെ സമാധാനിപ്പിക്കാനായി പറഞ്ഞു. ഞാനൊന്നും മിണ്ടാതെ കേട്ടുകൊണ്ടിരുന്നു. എന്നാൽ അത് ഞങ്ങളെ വിശ്വസിപ്പിക്കാനുള്ള ഒരു നാടകമായിരുന്നുവെന്ന് പിന്നീടാണ് അറിയാനിടയായത്.

അതായത് നല്ല ബന്ധങ്ങൾ വളർത്തിയെടുക്കാൻ ഫോട്ടോ പിൽക്കാലത്ത് സഹായകമാകും. അതുകൊണ്ടാണ് രണ്ടു ക്യാമറകൾ ഏർപ്പാടു ചെയ്തത്. അതിനപ്പുറം കൂടുതൽ സംശയങ്ങളൊന്നും ഞങ്ങൾ ചോദിക്കാതിരിക്കാനാണ് ഉഗ്രകോപം കാട്ടിയത്.

ഈ സമ്മേളനസ്ഥലത്ത് വൈകീട്ട് ആറു മണിമുതൽ രാത്രി രണ്ടു മണിവരെ ഏകദേശം ഏഴുമണിക്കൂർ ഞങ്ങൾ കഴിച്ചുകൂട്ടി. എന്നാൽ പിന്നീട് നടന്ന വിചാരണയിൽ ഞങ്ങളെ യോഗസ്ഥലത്ത് കണ്ടതിന് ഒരു സാക്ഷിപോലും ഉണ്ടായിരുന്നില്ല. സി.ബി.ഐയും ഇതേപ്പറ്റി അന്വേഷിച്ച തേയില്ല. ഇതായിരുന്നു യാഥാർത്ഥ്യം!

എന്നാൽ മെയ് 21ന് ബോംബ് സ്ഫോടനം നടന്ന സ്ഥലത്ത് എന്നെ കണ്ടതായി മൂന്നുപേർ സാക്ഷി പറഞ്ഞു. അവരിൽ രണ്ടുപേർ കോൺഗ്രസ്സുകാരും മറ്റൊരാൾ ഒരു വനിതാ പൊലീസ് ഓഫീസറും ആയിരുന്നു. എത്ര വിചിത്രമായ കാര്യങ്ങളാണ് നടക്കുന്നത്. കള്ളസാക്ഷി കളെ എങ്ങനെ ഉണ്ടാക്കുന്നുവെന്നതിന് ഉത്തമ ഉദാഹരണമാണ് ഈ സംഭവം!

ഇതിനിടയിൽ മുരുകൻ വന്ന്, “നാട്ടിൽനിന്നും എന്റെയൊരു സുഹൃ ത്തിന്റെ ബന്ധുക്കൾ ചെന്നൈയിൽ വന്നിട്ടുണ്ട്. ചില പ്രധാന ക്ഷേത്ര ങ്ങൾ സന്ദർശിക്കാൻ അവർക്ക് പരിപാടിയുണ്ട്. ഞാനുംകൂടി അവരോ ടൊപ്പം ചെല്ലാമോ എന്ന് അവരെന്നോടു ചോദിച്ചു.”

പൊതുവെ ശ്രീലങ്കയിൽനിന്നും വരുന്നവർ ഇവിടെയുള്ള പ്രധാന ക്ഷേത്രങ്ങളിലെല്ലാം ദർശനം നടത്തുന്ന പതിവുണ്ട്. അതുകൊണ്ട് അവരുടെ കൂടെ പോകാൻ ഞാൻ അദ്ദേഹത്തിന് അനുവാദം കൊടുത്തു. ‘സൂക്ഷിച്ചു പോയി വരണം’, ഞാൻ അദ്ദേഹത്തെ യാത്രയാക്കി.

മെയ് പത്താംതീയതി അമ്മയോടൊപ്പം മുരുകൻ വീട്ടിൽ വന്നിരുന്നു. എന്തോ പെട്ടെന്ന് അമ്മയ്ക്ക് എന്നെക്കാണണമെന്നു തോന്നി. അതു കൊണ്ടാണ് അദ്ദേഹം അമ്മയേയും കൂട്ടി വന്നത്. അന്നും ഞങ്ങൾക്ക് മനസ്സു തുറന്നു സംസാരിക്കാൻ അവസരം ലഭിച്ചില്ല. പൊതുവായ കാര്യ ങ്ങൾ മാത്രമേ സംസാരിച്ചുള്ളൂ. അതിരാവിലെ അമ്മയേയും കൂട്ടി പോകു കയും ചെയ്തു. ഭർത്താവിനോട് സ്വസ്ഥമായി ഒന്നു സംസാരിക്കാൻ പോലും കഴിയാതിരുന്നതിനാൽ അവരോട് എനിക്ക് വെറുപ്പുതോന്നി.

നേരത്തെ തീരുമാനിച്ചതനുസരിച്ച് അടുത്ത ദിവസം (മെയ് 11ന്) ശ്രീലങ്കൻ സുഹൃത്തുക്കളോടൊപ്പം ക്ഷേത്രദർശനത്തിന് മുരുകൻ പോയി. റോയപ്പേട്ടയിലുള്ള അമ്മവീട്ടിലും അവർ തങ്ങിയിരുന്നില്ല. അവർ ചെന്നൈയിൽ തിരിച്ചെത്തുന്നതുവരെ ഞാൻ ഒറ്റപ്പെട്ടുപോയല്ലോ എന്ന ചിന്ത അലട്ടി. ഞാൻ അവരുടെ മടങ്ങിവരവിനായി പ്രതീക്ഷയോടെ കാത്തിരുന്നു. അടുത്ത ദിവസം, അതായത് മെയ് 12ന്, ശുഭയും ധനുവും വീട്ടിൽ വന്നു. അന്ന് അവധിയായിരുന്നതിനാൽ സിനിമ, ഷോപ്പിംഗ്, ക്ഷേത്രദർശനം ഇതിനൊക്കെവേണ്ടി എന്നെയും കൂട്ടിക്കൊണ്ടുപോയി. ആ യാത്ര അവർ രണ്ടുപേരും നല്ലതുപോലെ ആസ്വദിച്ചതായി തോന്നി. ശുഭയ്ക്കാണ് സിനിമാക്കമ്പം കൂടുതലുണ്ടായിരുന്നത്. പാട്ടിനോടും അവൾക്ക് വലിയ താത്പര്യമായിരുന്നു. എന്നാൽ ധനുവിന് ക്ഷേത്ര ദർശനത്തിലായിരുന്നു കൂടുതൽ ഭ്രമം. അന്നൊരു ദിവസം എന്നോടൊപ്പം

കഴിഞ്ഞ് അതിരാവിലെ അവർ പുറപ്പെട്ടു. ഞാൻ ഓഫീസിലേക്കും പോയി.

രണ്ടു ദിവസം കഴിഞ്ഞുകാണും. ഓഫീസിലുള്ള ഫോണിലായിരുന്നു എന്റെ ശ്രദ്ധ മുഴുവൻ. മുരുകൻ തന്നെ വിളിക്കുമെന്നുള്ള ആശയിലായിരുന്നു ആ കാത്തിരിപ്പ്! അതിനു മറ്റൊരു കാരണം കൂടിയുണ്ടായിരുന്നു. എന്റെയുള്ളിൽ എന്തൊക്കെയോ മാറ്റങ്ങൾ ഉണ്ടാകുന്നതുപോലെ ഒരു തോന്നൽ! എന്റെ പിരീഡ് മുടങ്ങിപ്പോയിരുന്നു. എനിക്ക് കൂടെക്കൂടെ ഛർദ്ദി വരാൻ തുടങ്ങി. വയറിനുള്ളിൽ എന്തോ ഉള്ളതുപോലെ ഒരു തോന്നൽ. സന്തോഷം തോന്നി. അതോടൊപ്പം വീട്ടിലറിഞ്ഞാൽ എന്തായിരിക്കും ഗതി എന്ന ഭയവുമുണ്ടായി. എങ്ങനെയെങ്കിലും ഈ സന്തോഷവാർത്ത ഭർത്താവിനെ അറിയിച്ചെങ്കിലേ സമാധാനമാകൂ. ഒരു വിങ്ങലോടുകൂടി കാത്തിരുന്നു. അപ്പോഴാണ് ആ വിളി വന്നത്. ഫോണെടുത്തു. മറുവശത്ത് ഭർത്താവ്തന്നെ!

"ഏപ്പാ, ഏങ്ങനെയുണ്ട്... ഇപ്പോഴെവിടെയാ? എപ്പോഴാ വരിക?" ഞാൻ നിർത്താതെ ചോദിച്ചുകൊണ്ടിരുന്നു.

"ഉടനെ വരാം, നാളെയോ മറ്റന്നാളോ അവിടെയെത്തും. ഇവിടെ വിശേഷങ്ങളൊന്നുമില്ല. കാര്യങ്ങളൊക്കെ നന്നായി നടക്കുന്നു. ഒരു പ്രശ്നവുമില്ല." എന്നായി മുരുകൻ.

"ഒരു പ്രധാനപ്പെട്ട കാര്യം പറയാനുണ്ട്. അതുകൊണ്ടാണ് വേഗം വരുമോ എന്നു ചോദിച്ചത്..."

"അങ്ങനെയോ? എന്താ വിശേഷം? മാറ്റിവെയ്ക്കേണ്ട. ഇപ്പോൾത്തന്നെ പറഞ്ഞോ... ഇല്ലെങ്കിൽ എന്താ... ഏതാ... എന്നറിയാതെ ഞാനും കുഴപ്പത്തിലായിപ്പോകും. അതുകൊണ്ട് എന്തായാലും ഇപ്പോൾത്തന്നെ പറഞ്ഞോളൂ..." എന്ന് മുരുകൻ നിർബന്ധം പിടിച്ചു. ആ പറഞ്ഞതിലും കാര്യമുണ്ടെന്ന് തോന്നി.

ചുറ്റും നോക്കി. അടുത്താരുമില്ലെന്ന് ഉറപ്പുവരുത്തിയശേഷം പറഞ്ഞു.

"നിങ്ങളൊരു അച്ഛനാകാൻ പോകുന്നു... എന്റെ ദേഹമാകെ ഒരു മാതിരിയായിരിക്കുന്നു... അതൊക്കെ വച്ചുനോക്കിയാൽ നിങ്ങൾ അച്ഛനാകാൻ പോകുന്നു എന്നത് 'കൺഫേം...' എന്നു പറഞ്ഞ് ചിരിച്ചു.

"അയ്യയ്യോ.... ഈ സമയത്ത് ഞാനെത്ര ദൂരത്തിലായിപ്പോയി? അടുത്തെങ്ങാനും ഉണ്ടായിരുന്നെങ്കിൽ നിന്നെ തൂക്കിയെടുത്ത് ഒരു കറക്കുകറക്കിയേനേ...! പിന്നെന്തിനാ ഇപ്പോൾത്തന്നെ പറഞ്ഞത്?"

"കണ്ടോ... കണ്ടോ... അതുകൊണ്ടാ ഞാൻ നേരിൽ കണ്ടു പറയാമെന്നു പറഞ്ഞത്... നിങ്ങളല്ലേ എന്നെ നിർബന്ധിച്ച് പറയിച്ചത്..." ഞാനൊരു കപടദേഷ്യം പ്രകടിപ്പിച്ചു.

"ശരി, ശരി... ഞാൻ വേഗം വരാം." എന്നുപറഞ്ഞ് ഫോൺ വെച്ചു.

അദ്ദേഹം അറിഞ്ഞുകൊണ്ട് ഫോൺ വെച്ചതാണോ? അതോ അറിയാതെ നിന്നുപോയതാണോ എന്നൊരു സംശയം. അതിനാൽ ഇത്തിരി ദേഷ്യം തോന്നി. ഞാനെത്ര പ്രധാനപ്പെട്ട ഒരു കാര്യമാണ് പറഞ്ഞുകൊടുത്തത്? അങ്ങേരുടെ ഇഷ്ടത്തിന് വേഗം വരാം, പെട്ടെന്നു വരാം എന്നൊക്കെപ്പറഞ്ഞ് ഫോൺ വെച്ചുകളഞ്ഞു. യഥാർത്ഥത്തിൽ കോപവും സങ്കടവുമെല്ലാം തോന്നി. യഥാർത്ഥത്തിലുള്ള കോപമാണോ അതോ കോപം അഭിനയിക്കുകയായിരുന്നോ എന്ന കാര്യത്തിൽ സംശയമുണ്ട്. എന്തായാലും ഇങ്ങനെയൊരു പ്രധാന കാര്യം അറിയിക്കാൻ കഴിഞ്ഞല്ലോ എന്ന സമാധാനം മനസ്സിനു സുഖകരമായിത്തോന്നി. ആറു ദിവസങ്ങൾ കടന്നുപോയി. 17-ാം തീയതി വീണ്ടുമൊരു ഫോൺ വിളി വന്നു.

മുരുകൻ ചെന്നൈയിൽ തിരിച്ചെത്തിയെന്നും കൂടെയുള്ളവർക്ക് ചില സാധനങ്ങൾ വാങ്ങാനുണ്ട്, അത് വാങ്ങിക്കൊടുത്തശേഷം ഉടനെ വന്നു കാണാമെന്നും അറിയിച്ചു. ചെന്നൈയിലെത്തിയല്ലോ, ഇനി എപ്പോൾ വേണമെങ്കിലും കാണാമല്ലോ എന്ന സന്തോഷം എനിക്കും. എന്നാൽ പിന്നീടു നടന്ന കാര്യങ്ങൾ ഞങ്ങളുടെ സമാഗമം നീണ്ടുപോകാൻ കാരണമായി.

അടുത്തദിവസം, അതായത് മെയ് 18-ാം തീയതി എനിക്ക് അവധിയായിരുന്നു. അതറിഞ്ഞുകൊണ്ടാണോ എന്തോ, ശുഭയും ധനുവും വില്ലിവാക്കത്തുള്ള ഞങ്ങളുടെ വീട്ടിലെത്തി. ഊരുചുറ്റിക്കറങ്ങാനായിരിക്കും വന്നത്, അല്ലാതെ മറ്റെന്തിനാണ്? പാവം, അവരുടെ നാട്ടിൽ ഇതിനുള്ള സൗകര്യമില്ലാത്തതുകൊണ്ടാണല്ലോ എന്നു കരുതി അവരോടൊപ്പം പോയി. അന്നു ഞങ്ങൾ പോയത് മഹാബലിപുരത്തേക്കാണ്. എല്ലായിടവും ചുറ്റിക്കണ്ട് വീട്ടിൽ തിരിച്ചെത്തിയപ്പോൾ നേരം നന്നേ ഇരുട്ടിയിരുന്നു. അവിടെനിന്നും വില്ലിവാക്കത്തുള്ള ഒരു തിയേറ്ററിൽ പോയി സെക്കന്റ് ഷോ കണ്ടു.

അടുത്ത ദിവസം, അതായത് 19-ാം തീയതിയും കറക്കം തന്നെ! പ്രധാന ക്ഷേത്രങ്ങൾ, കടകൾ ഇങ്ങനെ കണ്ടയിടങ്ങളിലെല്ലാം ചുറ്റിയടിച്ച് രാത്രിയിലാണ് വീട്ടിൽ തിരിച്ചെത്തിയത്. അന്നും വില്ലിവാക്കത്തുള്ള തിയേറ്ററിൽ സിനിമയ്ക്ക് പോകാമെന്ന് ശുഭ അഭിപ്രായപ്പെട്ടു. “ആളെവിടപ്പാ... ചുറ്റിയടിച്ചതു മതി... നാളെ ഓഫീസിൽ പോകാനുള്ളതാണ്.” അതുകൊണ്ട് നേരത്തെ ഉറങ്ങാമെന്ന് പറഞ്ഞു. അന്നും രാത്രി വളരെനേരം സംസാരിച്ചുകൊണ്ടിരുന്നു. അതിരാവിലെ ശുഭയും ധനുവും പോയി. ഞാനും കൃത്യസമയത്ത് ഓഫീസിൽ പോയി.

ആ രണ്ടു ദിവസങ്ങളിലും മുരുകൻ ഞങ്ങളെത്തേടി അലഞ്ഞുനടക്കുകയായിരുന്നു. ഞങ്ങൾ ഏതു ക്ഷേത്രത്തിലാണ്, ഏതു തിയേറ്ററിലാണ് പോയത് എന്ന് മുരുകൻ എങ്ങനെ അറിയാനാണ്? അദ്ദേഹം വില്ലിവാക്കത്തുള്ള വീട്ടിലും പോയിരുന്നു. ഞങ്ങൾ അതിരാവിലെ പുറത്തു

പോയി എന്ന വിവരം മാത്രമേ അദ്ദേഹത്തിനു ലഭിച്ചുള്ളൂ. ഞങ്ങളെവിടെ പ്പോയി എന്നതിനെപ്പറ്റി മുരുകന് ഒരു ധാരണയുണ്ടായിരുന്നില്ല. വില്ലിവാക്കം സിനിമാതീയേറ്ററിന്റെ മുന്നിലും കാത്തുനിന്നിട്ടും ഞങ്ങളെ കണ്ടുപിടിക്കാൻ അദ്ദേഹത്തിനു കഴിഞ്ഞില്ല. തുടർന്ന് റോയപ്പേട്ടയിലെ വീട്ടിലേക്കുതന്നെ തിരിച്ചുപോയി.

മെയ് 20-ാം തീയതിയും ഇതുതന്നെ ആവർത്തിച്ചു. ഓഫീസ് വിട്ട യുടൻ അദ്ദേഹം വരുമെന്നു കരുതി കാത്തിരുന്നു. അദ്ദേഹം വന്നില്ല. നേരെ റോയപ്പേട്ടയിലുള്ള വീട്ടിലേക്കു പോയി. ആ സമയം അദ്ദേഹം തന്റെ ജോലികളെല്ലാം തീർത്ത് അഡയാറിലുള്ള ഓഫീസിലേക്ക് പോയി. പരസ്പരം കണ്ടുപിടിക്കാനായി രണ്ടുകൂട്ടരും വിപരീതദിശകളിലായി അലഞ്ഞുനിടക്കുകയായിരുന്നു. അതിനാൽ അന്നും പരസ്പരം കാണാൻ ഞങ്ങൾക്കു കഴിഞ്ഞില്ല.

മെയ് 21-ാം തീയതിയും ഇതുതന്നെ ആവർത്തിച്ചു. ഞാൻ രാവിലെ ഓഫീസിലെത്തി. ഒരു പൊതുസമ്മേളനത്തിൽ പങ്കെടുക്കാൻ അരദിവസം അവധി വേണമെന്ന് ആവശ്യപ്പെട്ടു. അവധിയൊന്നും വേണ്ട, കുറെ സമയം ജോലി ചെയ്തശേഷം പൊയ്ക്കൊള്ളാൻ മേലുദ്യോഗസ്ഥൻ സമ്മതിച്ചു. നേരവും കാലവും നോക്കാതെ ജോലി ചെയ്യുന്നവളാണ് ഞാൻ. അതുകൊണ്ടാണ് മേലധികാരി അങ്ങനെ പറഞ്ഞത്. ഒരു മണി ക്കൂർ ഓഫീസ് ജോലികൾ ചെയ്തശേഷം റോയപ്പേട്ടയിലെ വീട്ടിൽ പോയി. എങ്ങനെയെങ്കിലും ഭർത്താവിനെ ഇന്നു കണ്ടുപിടിക്കണമെ ന്നതായിരുന്നു എന്റെ പ്രധാന ലക്ഷ്യം. തമ്മിൽക്കണ്ടിട്ട് ഒരുപാടുനാളായി എന്ന സങ്കടം. മാത്രമല്ല ഇന്നത്തെ ശ്രീപെരുമ്പത്തൂർ മീറ്റിംഗിലേക്ക് ശിവരാജൻ തന്നെ ക്ഷണിച്ചിരുന്നു. അതേപ്പറ്റിയും അദ്ദേഹത്തോടു പറഞ്ഞിട്ടുപോകാമെന്നു കരുതി വീട്ടിൽച്ചെല്ലുമ്പോൾ വീട് പൂട്ടിക്കിട ക്കുന്നു.

വീടിന്റെ താക്കോൽ പതിവായി വയ്ക്കുന്നിടത്തുതന്നെ ഉണ്ടാ യിരുന്നു. ഇന്നും കാണാൻ കഴിയില്ലല്ലോ എന്ന സങ്കടം താങ്ങാനായില്ല. അതെങ്ങനെ വെളിപ്പെടുത്താനാണ്? അടുക്കളയിൽ കയറി നോക്കി. ഞാനുണ്ടാക്കിവച്ചിരുന്ന ഭക്ഷണം കഴിച്ചിട്ടാണ് പോയിരിക്കുന്നത്.

ശുഭയുടെയും ധനുവിന്റെയും കൂടെ ശ്രീപെരുമ്പത്തൂരിൽ പോകണം. മീറ്റിംഗ് കഴിഞ്ഞാലുടൻ റോയപ്പെട്ടയിൽ മടങ്ങിയെത്തണം. എങ്ങനെ യെങ്കിലും ഭർത്താവിനെ ഇന്ന് കണ്ടേ പറ്റൂ. നാളെ വില്ലിവാക്കത്തെ വീട്ടിലേക്ക് അദ്ദേഹത്തെ കൂട്ടിക്കൊണ്ടുപോകണം. ഗർഭിണിയാണെന്ന കാര്യം അറിയിക്കുകയും ഭാവികാര്യങ്ങൾ ആലോചിച്ചു തീരുമാനി ക്കുകയും വേണം. ഇതെല്ലാം വിചാരിച്ചുകൊണ്ടായിരുന്നു യാത്ര. കാരണം ഇനി ഞങ്ങളുടെ പ്രണയമോ, രഹസ്യമായി നടന്ന വിവാഹമോ ഒളിപ്പിച്ചുവയ്ക്കാൻ കഴിയില്ല. ഗർഭലക്ഷണങ്ങൾ പ്രകടമാകാൻ തുടങ്ങി യിരുന്നു.

വീട്ടിലുള്ളവരുടെ പ്രതികരണത്തെപ്പറ്റി ഓർത്തപ്പോൾ ഭയം തോന്നി. ഇതിനിടയിൽ അവിടെയെത്തിയ ശുഭയോടും ധനുവിനോടുമൊപ്പം പാരീസ് കോർണറിലേക്കു പോയി. എനിക്കുള്ളിൽ ഇത്രയും പ്രശ്നങ്ങൾ നിലനിൽക്കുമ്പോഴും വൈകീട്ട് ഒരു മുൻപ്രധാനമന്ത്രിയെ അടുത്തുനിന്ന് കാണുവാനുള്ള അവസരം കിട്ടുമല്ലോ എന്ന സന്തോഷവും നിറഞ്ഞു നിന്നു.

പാരീസ് കോർണർ ബസ്സ്റ്റോപ്പിലിറങ്ങി. അവിടെ ശിവരാജനും ഹരി ബാബുവും ഞങ്ങളെ കാത്തുനിന്നിരുന്നു. അവരോടൊപ്പം ബസ്സിൽ വൈകീട്ട് ഏഴ് മണിയോടെ ശ്രീപെരുമ്പത്തൂരിൽ എത്തി. ബസ് യാത്ര യ്ക്കിടയിൽ ശുഭയും ധനുവും നിർത്താതെ സംസാരിച്ചുകൊണ്ടിരുന്നു. സിനിമയെയും ഇവിടെയുള്ള തീയേറ്ററുകളെപ്പറ്റിയുമായിരുന്നു അവർ അധികം സംസാരിച്ചുകൊണ്ടിരുന്നത്.

മീറ്റിംഗ് കഴിയുമ്പോൾ പത്തുമണിയാകും. അതുകഴിഞ്ഞ് ഭക്ഷണം കിട്ടാൻ ബുദ്ധിമുട്ടായിരിക്കുമെന്നു പറഞ്ഞ് ശിവരാജൻ ഞങ്ങളെ ഒരു ഹോട്ടലിൽ കൊണ്ടുപോയി. ഭക്ഷണം കഴിഞ്ഞ് വീണ്ടും യോഗസ്ഥല ത്തെത്തി. ജനവാസം കുറഞ്ഞ, മുൾക്കാടുകൾ മൂടിക്കിടക്കുന്ന ഒരു വിജന പ്രദേശത്തായിരുന്നു. മിറ്റിംഗ് നടക്കുന്നത്. ഇങ്ങനെയൊരു സ്ഥലത്ത് സമ്മേളനം നടത്തുന്നത് എന്നെ അദ്ഭുതപ്പെടുത്തി.

ആ സമയം യോഗസ്ഥലത്ത് കാണികളേക്കാൾ കൂടുതൽ പൊലീസു കാരുണ്ടായിരുന്നു. അത്ര വലിയ ആൾക്കൂട്ടമൊന്നും ഉണ്ടായിരുന്നില്ല. ഏഴുമണിക്ക് രാജീവ് വരുമെന്നറിഞ്ഞിട്ടും പറയത്തക്ക ജനപങ്കാളിത്തം കാണാൻ കഴിഞ്ഞില്ല. അദ്ദേഹം വന്നുചേരാൻ അല്പം വൈകുമെന്ന് പലതവണ അറിയിപ്പ് വന്നു. കുറെക്കഴിഞ്ഞ് യോഗസ്ഥലം ജനങ്ങളെ ക്കൊണ്ട് നിറഞ്ഞുകവിഞ്ഞു.

ഞങ്ങളോടൊപ്പം വന്നുകൊണ്ടിരുന്ന ശിവരാജനും ധനുവും പെട്ടെന്ന് പിന്നിലേക്ക് മാറിനിന്നു. ഞാൻ തിരിഞ്ഞുനോക്കി. അവർ തമ്മിൽ എന്തോ വാഗ്വാദം നടക്കുന്നു. രണ്ടുപേരുടെ മുഖത്തും ഗൗരവഭാവം. അവർ തമ്മിൽ കലഹിക്കുകയാണെന്ന് തോന്നി. എന്നാൽ അവർ തമ്മിൽ പറയുന്നത് എനിക്കു കേൾക്കാൻ കഴിയുമായിരുന്നില്ല. അടുത്തിരുന്ന ശുഭയോട്, 'എന്താ കാര്യം? എന്തിനാണ് അവർ തമ്മിൽ വഴക്കിടുന്നത്?' ഞാൻ ചോദിച്ചു.

'വഴക്കൊന്നുമല്ലക്കാ... അയാൾ എപ്പോഴും അങ്ങനെയാണ് സംസാരി ക്കുന്നത്. അതൊന്നും കാര്യമാക്കേണ്ട. എന്റെ കൂടെ വരൂ!' എന്നും ശുഭ പറഞ്ഞു. അല്പം കഴിഞ്ഞ് യാതൊന്നും സംഭവിക്കാത്തതുപോലെ രണ്ടു പേരും വന്ന് ഞങ്ങളോടൊപ്പം കൂടി. ഇത്രയും ജനക്കൂട്ടത്തിനിടയിൽക്കൂടി എങ്ങനെ വി.ഐ.പികൾ ഇരിക്കുന്നിടത്ത് എത്തിച്ചേരുമെന്നുള്ളതായി രുന്നു എന്റെ ആശങ്ക! എന്നാൽ അവിടെ നടക്കുന്ന ഓരോ സംഭവവും

തലകീഴായിട്ടാണ് തോന്നിയത്. അവിടെക്കൂടിയിരുന്ന പ്രമുഖ വ്യക്തികളെല്ലാം ശിവരാജനു നല്ല പരിചയമുള്ളവരായിരുന്നു. എന്നാൽ അവർ ആരൊക്കെയായിരുന്നു എന്ന് എനിക്കു നിശ്ചയമുണ്ടായിരുന്നില്ല. എന്നാൽ എല്ലാവരും പാർട്ടി നേതാക്കന്മാരായിരുന്നു എന്ന കാര്യം ഉറപ്പാണ്.

അവരോടൊക്കെ സുഹൃത്തുക്കളെപ്പോലെ ചിരിച്ചുകൊണ്ടാണ് ശിവരാജൻ സംസാരിച്ചുകൊണ്ടിരുന്നത്. അങ്ങനെ വി.ഐ.പികൾ ഇരിക്കുന്ന സ്ഥലത്തേക്ക് ധനുവിനെ മാത്രം ശിവരാജൻ കൂട്ടിക്കൊണ്ടുപോയി. ഞാനും ശുഭയും സ്ത്രീകൾ ഇരിക്കുന്ന ഭാഗത്തേക്കു പോയി സംഗീതക്കച്ചേരി കേട്ടുകൊണ്ടിരുന്നു. സ്റ്റേജിൽ ശങ്കർ-ഗണേഷ് ഗ്രൂപ്പാണ് കച്ചേരി നടത്തിയിരുന്നത്. ഇതിനിടെ രാജീവ്ഗാന്ധിയെ മാലയിടാനുള്ള വി.ഐ.പി നിരയിൽ ധനുവിനെ ഒന്നാമതു നിർത്തിയശേഷം ശിവരാജൻ കുറെ അകലെ മാറിനിന്ന് നേതാക്കളോട് സംസാരിച്ചുകൊണ്ടിരുന്നു.

ജനക്കൂട്ടം ഹർഷാരവം മുഴക്കി. വി.ഐ.പികൾ ഇരുന്നയിടത്ത് അവിടവിടെയായി പൊലീസുകാർ നിൽക്കുന്നുണ്ടായിരുന്നു. പ്രമുഖരായ ചില നേതാക്കൾ അങ്ങുമിങ്ങും നടക്കുന്നതു കാണാം. രാജീവ്ഗാന്ധി ഇതാ വന്നുകൊണ്ടിരിക്കുന്നു, ഇപ്പോഴെത്തും എന്നൊക്കെ അറിയിപ്പുകൾ വന്നുകൊണ്ടിരുന്നു. എല്ലാവരേയുംപോലെ ഞാനും എത്തിവലിഞ്ഞു നോക്കിക്കൊണ്ടുനിന്നു.

സമയം 10.15 ആയിക്കാണും. ആർപ്പുവിളികൾ ഉച്ചസ്ഥായിയിലെത്തി. 'രാജീവ്ഗാന്ധി നീണാൾ വാഴട്ടെ' എന്ന മുദ്രാവാക്യം അന്തരീക്ഷത്തെ പ്രകമ്പനം കൊള്ളിച്ചു. ഞാൻ എത്തിനോക്കി. പക്ഷേ, സ്റ്റേജിൽ നടക്കുന്നതൊന്നും കാണാൻ കഴിഞ്ഞില്ല. കാറിൽ വന്നിറങ്ങിയ രാജീവ് ഗാന്ധി അരികിലുള്ള ഇന്ദിരാഗാന്ധിയുടെ പ്രതിമയിൽ പൂമാല ചാർത്തി ആദരിച്ചുകൊണ്ടിരിക്കുകയാണെന്ന് അടുത്തുനിന്നവർ സംസാരിക്കുന്നതു കേട്ടു. എല്ലാവരും എഴുന്നേറ്റുനിന്നിരുന്നതിനാൽ എന്താണ് നടക്കുന്നതെന്ന് വ്യക്തമല്ല. അകലെ ആൾക്കൂട്ടം ആടിയുലഞ്ഞ് നീങ്ങിക്കൊണ്ടിരിക്കുന്നതുപോലെ തോന്നി.

അല്പസമയത്തിനകം രാജീവ്ഗാന്ധി വന്നെത്തിയ വിവരം മൈക്കിൽക്കൂടി പറയുന്നതു കേട്ടു. സ്റ്റേജിലേക്കുള്ള പാതയിൽ ചുവപ്പു പരവതാനി വിരിച്ചിരുന്നയിടത്തേക്ക് ആളുകൾ തള്ളിക്കയറാൻ തുടങ്ങി. എന്നാൽ ഇതൊന്നുംതന്നെ കാണാൻ എനിക്കു കഴിഞ്ഞില്ല. രാജീവ്ഗാന്ധിയെ എങ്ങനെയെങ്കിലും അടുത്തുനിന്ന് കാണണമെന്ന മോഹം എനിക്കുണ്ടായിരുന്നു.

'വാ, മുന്നിലേക്കു പോയിനിന്നു കാണാം." ഞാൻ ശുഭയെ വിളിച്ചു. 'വേണ്ടാ' എന്നു മാത്രം പറഞ്ഞ് അവൾ എന്റെ കൈയിൽ മുറുകെപ്പിടിച്ചു. അങ്ങനെത്തന്നെ എന്നെ പിടിച്ചുവലിച്ച് ഞങ്ങൾ നിന്നിടത്തുനിന്നും അല്പം അകലത്തേക്ക് കൊണ്ടുപോയി.

"ശുഭേ, എന്താണീ കാണിക്കുന്നത്?" എന്നു ഞാൻ ചോദിച്ചുകൊണ്ടിരുന്നു.

"ഒന്നുമില്ല. മിണ്ടാതിരിക്ക്." എന്നുമാത്രം അവൾ മറുപടി പറഞ്ഞു.

എന്നോടൊപ്പം വരൂ എന്നു പറഞ്ഞുകൊണ്ട് ശുഭ എന്നെ വീണ്ടും പിറകിലേക്ക് കൂട്ടിക്കൊണ്ടുപോയി.

ഓ, ആൾക്കൂട്ടത്തിനിടയിൽക്കൂടി മുന്നോട്ടുപോകാൻ കഴിയാത്തതുകൊണ്ട് പിന്നിൽക്കൂടി ചുറ്റി സ്റ്റേജിലേക്കു പോകാനായിരിക്കും എന്നെ വലിച്ചുകൊണ്ടുപോകുന്നതെന്നു ഞാൻ കരുതി.

ഞാൻ അവളെ പിൻതുടർന്നു. അവൾ എന്റെ കൈയിലുള്ള പിടി മുറുക്കി. അതിലെന്തോ രഹസ്യം ഉള്ളതുപോലെ തോന്നി. എന്നാൽ അതെന്താണ് എന്ന കാര്യംമാത്രം മനസ്സിലായില്ല.

ജനക്കൂട്ടത്തിന്റെ ആർപ്പുവിളികൾ ഉച്ചത്തിലായിക്കൊണ്ടിരുന്നു. രാജീവ്ഗാന്ധി സ്റ്റേജിലേക്കു നടന്നുവരുന്നതു മാത്രം കാണാൻ കഴിഞ്ഞു.

അഞ്ച്

മനുഷ്യബോംബ്

രാജീവ്ഗാന്ധി വേദിയിലേക്ക് വന്നുകൊണ്ടിരുന്നു. അതുവരെ സ്ത്രീകളുടെ ഭാഗത്ത് പിൻനിരയിലാണ് ഞങ്ങൾ ഇരുന്നിരുന്നത്. പെട്ടെന്ന് എന്റെ കൈയിൽ മുറുകെപ്പിടിച്ച ശുഭ, എന്നെ വലിച്ചിഴച്ചുകൊണ്ട് പുറത്തേക്ക് ഓടാൻ തുടങ്ങി. ഓടുന്നതിനിടയിൽ എന്താണു നടക്കുന്നതെന്ന് ഞാൻ ചോദിച്ചുകൊണ്ടിരുന്നു. 'മിണ്ടാതെ എന്റെ കൂടെ വരൂ, നമുക്കു നോക്കാം' എന്നു പറഞ്ഞുകൊണ്ട് ശുഭ വേഗത്തിൽ നടന്നുകൊണ്ടിരുന്നു.

പുറത്തേക്കുള്ള വഴിയിൽ ഒരു ഇരുന്നൂറ് മീറ്റർ ഞങ്ങൾ നടന്നുകാണും. ജീവിതത്തിൽ ഇന്നുവരെ കേട്ടിട്ടില്ലാത്ത ഒരുഗ്രസ്ഫോടനശബ്ദം! നേതാക്കളെ സ്വീകരിക്കുമ്പോൾ പടക്കം പൊട്ടിക്കാറുള്ള കാര്യം എനിക്കറിയാം. എന്നാൽ ഈ ശബ്ദം ആ പ്രദേശത്തെയാകെ കിടുകിടെ വിറപ്പിച്ചുകളഞ്ഞു. ആ പ്രദേശമാകെ പ്രകമ്പനംകൊണ്ടു. പെട്ടെന്നു തിരിഞ്ഞുനോക്കി. ആകാശത്തിനും ഭൂമിക്കുമിടയിൽ അഗ്നിഗോളവും പുകയുംകൊണ്ട് മൂടിയിരിക്കുന്നു. കൂട്ടനിലവിളി, അലർച്ച, എല്ലാംകൂടി വിഭ്രാന്തി പരത്തുന്ന രംഗങ്ങൾ! ജനക്കൂട്ടം തലങ്ങും വിലങ്ങും ജീവനും കൊണ്ടോടിക്കൊണ്ടിരുന്നു. തിക്കിലും തിരക്കിലുംപെട്ട് എത്രപേർക്ക് പരിക്കുപറ്റിയിരിക്കുമെന്ന് ഒരു നിശ്ചയവുമില്ല. എന്താണ് നടക്കുന്നതെന്ന് ഒരു രൂപവും എനിക്കില്ല. എന്നെ പിടിച്ചുവലിച്ച് ഓടിക്കൊണ്ടിരുന്ന ശുഭ പെട്ടെന്ന് നിന്നു. എന്റെ കൈകാലുകൾ വിറയ്ക്കാൻ തുടങ്ങി. തൊണ്ട വരണ്ടുണങ്ങി. എന്താണ് സംഭവിക്കുന്നതെന്നു കൃത്യമായി അറിഞ്ഞുകൂടെങ്കിലും എന്തോ അരുതാത്തത് അവിടെ നടന്നിട്ടുണ്ടെന്ന് ബോധ്യപ്പെട്ടു. മനസ്സ് ചഞ്ചലമായി. തീഗോളം മാനംമുട്ടെ ഉയരുന്നതു കണ്ടു. ആ പ്രദേശത്തെ മുഴുവൻ നടുക്കിയ സ്ഫോടനശബ്ദം. എന്താണു നടക്കുന്നതെന്ന് അറിയാനായി ഞാൻ തിരിഞ്ഞുനോക്കി. കറുത്ത പുക ആകാശത്തിലേക്ക് ഉയർന്നുകൊണ്ടിരുന്നു. അല്പനേരത്തിനുള്ളിൽ പുക കെട്ടടങ്ങി. ജനക്കൂട്ടം റോഡിലേക്ക് ജീവനുംകൊണ്ടോടാൻ തുടങ്ങിയിരുന്നു.

ആ സമയം ആൾക്കൂട്ടത്തിൽനിന്നും ശിവരാജൻ ഞങ്ങളുടെ നേർക്ക് ഓടിവന്നു.

“വാ, പോകാം. ഇനി ഇവിടെ നിൽക്കാൻ പറ്റില്ല; എന്തോ കുഴപ്പ മുണ്ട്.” എന്നു പറഞ്ഞ് ഞങ്ങളെ റോഡിലേക്ക് കൂട്ടിക്കൊണ്ടുപോയി. ഞാൻ വെപ്രാളത്തോടെ “അയ്യോ അണ്ണാ, ധനു എവിടെ? അവളെ കാണാനില്ലല്ലോ?” ശിവരാജനോടു ചോദിച്ചു.

“അവൾക്കൊരു കുഴപ്പവുമില്ല. എനിക്കറിയാവുന്ന ചിലരുടെ കൂട്ടത്തിൽ നിൽക്കുന്നുണ്ട്. അവൾ വന്നുകൊള്ളും. നമുക്കു പോകാം.” പെട്ടെന്ന് അവിടെവന്ന ഒരു ഓട്ടോ നിർത്തിച്ച് കൂലി പറഞ്ഞുറപ്പിച്ച് ഞങ്ങളെ അതിലേക്ക് തള്ളിക്കയറ്റി ശിവരാജനും കൂടെക്കയറി.

ഓട്ടോയിലിരുന്ന് ശുഭയും ശിവരാജനും ഒന്നുംതന്നെ സംസാരിച്ചില്ല. ശുഭയുടെ മുഖത്ത് സങ്കടവും കോപവും പ്രകടമായിരുന്നു. പെട്ടെന്നു ണ്ടായ ഞെട്ടലിലും ഭയത്തിലും എന്റെ ശരീരം വിയർത്തൊലിക്കാൻ തുടങ്ങി.

അവിടെനിന്നും ഞങ്ങളെ ഒരു പുതിയ വീട്ടിലേക്ക് കൂട്ടിക്കൊണ്ടു പോയി. വഴിയിലിറങ്ങി റോയപ്പേട്ടയിലെ വീട്ടിലേക്കു പോകാൻ ഞാനാ ഗ്രഹിച്ചു. പക്ഷേ ഒരു വാഹനവും എങ്ങും കാണാനുണ്ടായിരുന്നില്ല.

“ഇപ്പോൾ പോകേണ്ട, വഴിയിൽ എന്തെങ്കിലും ആപത്ത് സംഭവി ച്ചേക്കും. അതുകൊണ്ട് ഞങ്ങളുടെ കൂടെ വരൂ... നാളെ രാവിലെ നിങ്ങളുടെ വീട്ടിലേക്കു പോകാം.” ശിവരാജൻ പറഞ്ഞു. അതുകൊണ്ട് അവരുടെ കൂടെ പോകാൻ ഞാൻ നിർബന്ധിതയായി. ആ വീട് ആരുടേ താണെന്നുപോലും എനിക്കറിഞ്ഞുകൂടായിരുന്നു.

ഇതിനിടയിൽ അദ്ഭുതകരമായ ഒരു സംഭവം നടന്നു. കാൽനൂറ്റാണ്ടു കടന്നുപോയെങ്കിലും ഇപ്പോഴും ഓർക്കുമ്പോൾ എനിക്കു ഭയം തോന്നുന്നു. പല രാത്രികളിലും ഭയംമൂലം ഞാൻ ഞെട്ടിവിറച്ചിട്ടുണ്ട്. ഞങ്ങൾ മൂവരും ഓട്ടോയിൽ നിന്നിറങ്ങി ആ പുതിയ വീട്ടിലേക്കു നടന്നു കൊണ്ടിരിക്കുകയായിരുന്നു. പെട്ടെന്ന് ഞങ്ങളുടെ കൺമുന്നിൽ ധനു നടന്നുപൊയ്ക്കൊണ്ടിരിക്കുന്നു. അത് വെറും തോന്നലല്ല. ഞങ്ങൾ അവി ശ്വസനീയമായ ആ കാഴ്ച നോക്കിനിന്നു. ഞങ്ങൾക്കുമുമ്പേ ധനു എങ്ങനെ അവിടെയെത്തി എന്നു ഞാൻ അതിശയിച്ചു. എങ്ങനെയെന്ന് ശുഭയോട് ആംഗ്യത്തിൽ ചോദിച്ചു.

അവൾക്കും ആകെയൊരു പരിഭ്രമം? ധനുവിന്റെ മേലുള്ള കണ്ണെടു ക്കാതെതന്നെ ചൂണ്ടുവിരൽകൊണ്ട് വായ്പൊത്തി നിശ്ശബ്ദയായിരി ക്കാൻ എന്നോട് അവൾ ആവശ്യപ്പെട്ടു. ആ തെരുവിലുള്ള നായ്ക്കളും ഒത്തുകൂടി ആ പ്രദേശത്തെ നടുക്കി. എവിടെനിന്നെന്നറിയില്ല, ഒരു ചുഴലി ക്കാറ്റ് പെട്ടെന്ന് അവിടേക്ക് ഉഗ്രശബ്ദത്തോടെ വീശിയടിച്ചു.

വീട്ടിൽനിന്നും ഇറങ്ങുമ്പോൾ ധരിച്ചിരുന്ന അതേ വേഷത്തിൽ കൈയിലൊരു ചന്ദനമാലയുമായി ധനു നടന്നുപോകുന്നു. ശ്രീപെരുമ്പത്തൂരിൽ ആ സ്ഫോടനം നടന്ന നിമിഷംമുതൽ ഞങ്ങളെ പിൻതുടർന്ന്, ഞങ്ങളോടൊപ്പം ഓട്ടോയിൽ സഞ്ചരിച്ച്, ഇപ്പോൾ ഞങ്ങളുടെ കൺമുന്നിൽ നടന്നുനീങ്ങുന്നു. ഓടിച്ചെന്ന് അവളെ പിടിച്ചുനിർത്താനായി ഞാൻ ഒരടി മുന്നോട്ടുവച്ചു. ശുഭ എന്റെ കൈയിൽ കടന്നുപിടിച്ച് ഒന്നും വേണ്ട എന്ന് ആംഗ്യം കാട്ടി. ഞങ്ങളോടൊപ്പം വരാതിരുന്ന ധനു എങ്ങനെ ഞങ്ങളുടെ മുന്നിലെത്തി?

അതൊരദ്ഭുതമായി ഇന്നും അവശേഷിക്കുന്നു. ഇടിമിന്നലേറ്റപോലെ ഞാൻ ഞെട്ടിത്തരിച്ചുനിന്നു. ആ കാഴ്ച ഞാൻ മാത്രമേ കണ്ടുള്ളോ എന്നറിയാൻ ഞാൻ മറ്റുള്ളവരെ നോക്കി. ശുഭ, ശിവരാജൻ, ജയകുമാർ, അയാളുടെ ഭാര്യ എന്നിവരെക്കൂടാതെ അവർക്കടുത്തിരുന്ന മറ്റു പലരും ആ കാഴ്ചകണ്ട് അദ്ഭുതപരതന്ത്രരായിരിക്കുന്നു. പ്രത്യേകിച്ച് ശിവരാജനും ശുഭയുമാണ് കൂടുതൽ ഞെട്ടലോടെ അത് കണ്ടുകൊണ്ട് നിന്നിരുന്നത്. വെളിയിൽ വരാന്തയിൽ കിടന്നിരുന്ന മറ്റു ചിലരും കിടക്കയും ചുരുട്ടിയെടുത്ത് വീടിനുള്ളിലേക്ക് ഓടി.

ഞങ്ങൾ പോകാനുദ്ദേശിച്ച വീടിന്റെ മുന്നിൽ നിന്ന ധനു, നേരെ വീട്ടിനുള്ളിൽ കടന്ന് ചുവരിനുള്ളിൽ അപ്രത്യക്ഷയായി. ആർക്കും ഒരക്ഷരം ഉരിയാടാൻ കഴിഞ്ഞില്ല. അവിടെ അടുത്തുള്ളവർക്കൊക്കെ ഇതൊരു സാധാരണ കാഴ്ചയായിരുന്നു.

എന്നാൽ ഞങ്ങൾക്ക് അങ്ങനെയായിരുന്നില്ല. ഇതെങ്ങനെ സാധ്യമാകുമെന്ന സംശയംമൂലം അന്നു മൗനമായിരുന്നു. ഞങ്ങൾ പരസ്പരം ഇതേപ്പറ്റി ഒന്നും സംസാരിച്ചില്ല. എന്നാൽ പിൽക്കാലത്ത് ഞങ്ങളെ സി.ബി.ഐ. അറസ്റ്റു ചെയ്ത് ചോദ്യം ചെയ്യുന്നതിനിടയിൽ ഓരോരുത്തരും ധനുവിന്റെ പ്രേതത്തെ കണ്ട കാര്യം വിവരിക്കുകയും അവരത് രേഖപ്പെടുത്തുകയും ചെയ്തിട്ടുണ്ടെന്ന് പിന്നീട് അറിയാൻ കഴിഞ്ഞു. അത് യഥാർത്ഥമായിരുന്നോ, വെറും തോന്നൽ മാത്രമായിരുന്നോ എന്ന് ഇന്നും വ്യക്തമല്ല. എന്നാൽ ഒരേസമയം പലരും കണ്ടു എന്ന കാര്യം സി.ബി.ഐയും സ്ഥിരീകരിക്കുന്നുണ്ട്.

വീടിനകത്തു കടന്നയുടൻ ശുഭ അലമുറയിട്ടു കരയാൻ തുടങ്ങി. എന്താണ് നടന്നതെന്നറിയാതെ ഞാനും അവളെ കെട്ടിപ്പിടിച്ചു കരയാൻ തുടങ്ങി. അവളുടെ ശരീരം തിളച്ചുമറിയുന്നതുപോലെ തോന്നി. ഭക്ഷണമൊന്നും കഴിച്ചില്ല. അന്നു രാത്രി മുഴുവൻ ശുഭ നിലവിളിച്ചുകൊണ്ടേയിരുന്നു. "പാവം, ആ ഹരിബാബു! കൊച്ചുപയ്യൻ! ജീവിതം ആരംഭിച്ചതേയുള്ളൂ. എന്തു പാപമാണോ ചെയ്തത്? ഇങ്ങനെ നാശമായിപ്പോകാൻ?" അവൾ ഇങ്ങനെ ഓരോന്നും പുലമ്പിക്കൊണ്ടേയിരുന്നു.

'അവന് ഒന്നും സംഭവിച്ചുകാണില്ല. അവൻ നന്നായിത്തന്നെ തിരിച്ചുവരും. നീ മിണ്ടാതിരിക്ക്' എന്ന് അവളെ സമാധാനിപ്പിച്ചുകൊണ്ടിരുന്നു.

“നിങ്ങൾക്കൊന്നുമറിയില്ല.... വെറുതെയിരിക്കൂ’ എന്നവൾ ആശങ്കയോടെ പറഞ്ഞു.

നേരം പുലർന്നു. മുൻപ്രധാനമന്ത്രി രാജീവ്ഗാന്ധി ബോംബ് സ്ഫോടനത്തിൽ കൊല്ലപ്പെട്ടുവെന്ന വാർത്ത നാടെങ്ങും പ്രചരിച്ചു. അദ്ദേഹത്തിനു കൊടുത്ത പൂക്കൂടയിൽ വെച്ചിരുന്ന ബോംബാണ് പൊട്ടിത്തെറിച്ചതെന്നും അതല്ല അലങ്കരിച്ചുവച്ചിരുന്ന ഫ്ളവർവെയ്സിൽ വച്ചിരുന്ന ബോംബാണ് പൊട്ടിയതെന്നും പലവിധത്തിൽ പത്രവാർത്തകൾ വന്നുകൊണ്ടിരുന്നു. സംഭവസ്ഥലത്തുണ്ടായിരുന്ന എനിക്കുപോലും എന്താണു നടന്നതെന്ന് കൃത്യമായി പറയാൻ പറ്റാത്ത അവസ്ഥ.

അടുത്ത ദിവസം, അതായത് മെയ് 22-ാം തീയതി വാഹനങ്ങൾ ഒന്നുംതന്നെ ഓടിയില്ല. അതിനാൽ അന്ന് ആ വീടിനുള്ളിൽത്തന്നെ കഴിച്ചുകൂട്ടി. അന്നാണ് ആ വീടിന്റെ ഉടമസ്ഥൻ ജയകുമാറാണെന്ന് അറിയുന്നത്. ശുഭയും ഞാനും ആ മുറിവിട്ട് പുറത്തുവരരുതെന്ന് ശിവരാജൻ കർശനനിർദ്ദേശം നൽകിയിരുന്നു. അവിടെ നടക്കുന്നതെല്ലാം ഒരു കടങ്കഥപോലെയും ഭീതിപരത്തുന്നതായും തോന്നി.

23-ാം തീയതി ചില വാഹനങ്ങളൊക്കെ ഓടാൻ തുടങ്ങി. എങ്കിലും എല്ലായിടത്തും കൂച്ചലും കുഴപ്പവും നിലനിന്നിരുന്നു. ഒരു ഓട്ടോയിൽ അഡയാറിലുള്ള ഓഫീസിൽ പോയി. അവിടെ ഒരു മണിക്കൂറോളം ജോലി ചെയ്തുകഴിഞ്ഞപ്പോഴാണ് രണ്ടു ദിവസത്തേക്ക് സർക്കാർ അവധി പ്രഖ്യാപിച്ചിരുന്ന കാര്യം അറിയുന്നത്. അവിടെനിന്നും ഇറങ്ങി നേരെ റോയപ്പേട്ടയിലുള്ള അമ്മവീട്ടിലേക്ക് മുരുകനെത്തേടിപ്പോയി.

ഞാനാകപ്പാടെ പരിഭ്രമത്തോടും ഭയത്തോടും കൂടിയാണ് കഴിഞ്ഞിരുന്നത്. ആ വിവരം മുരുകനോടു പറയുന്നതിനേക്കാൾ, എന്റെ ഗർഭത്തിലുള്ള കുഞ്ഞിനെയോർത്തായിരുന്നു ഞാനധികവും വേവലാതിപ്പെട്ടിരുന്നത്. ഈ കുഴപ്പങ്ങൾക്കിടയിൽ കുഞ്ഞിന് ഒന്നും സംഭവിക്കരുതേയെന്ന് സർവ്വദൈവങ്ങളെയും വിളിച്ച് മനമുരുകി പ്രാർത്ഥിച്ചു. തിരുപ്പതി വെങ്കിടാചലപതിക്ക് നേർച്ചയും നേർന്നു. എപ്പോഴാണ് ഭർത്താവിനെ കാണാൻ കഴിയുക എന്ന ആകാംക്ഷയിൽ കാത്തിരുന്നു. ആ സങ്കടത്തോടെ വീട്ടിലെത്തി.

വീട്ടിൽ മുരുകനുണ്ടായിരുന്നു. അദ്ദേഹത്തിന്റെ മുഖത്ത് എന്തെങ്കിലും പരിഭ്രമമോ, മാറ്റമോ കാണാനായില്ല. എന്നാൽ എന്നെ കണ്ടയുടൻ ദേഷ്യപ്പെട്ടു സംസാരിക്കാൻ തുടങ്ങി. ഞാനെവിടെയെല്ലാം തേടി നടന്നു. ആരോടൊക്കെ ചോദിച്ചു. എന്നെ കാണാൻ പോലും കഴിയാത്ത വിധം നിനക്കെന്താണിത്ര തിരക്ക്? ഇത്ര ദിവസങ്ങളായിട്ടും എന്നെ കാണണമെന്നു തോന്നിയതേയില്ലേ? നിന്നെത്തേടി എത്ര പ്രാവശ്യം ഇവിടെ വന്നുപോയി എന്നറിയാമോ? എവിടെയാണ് പോയിരുന്നതെന്നു നിർത്താതെ ചോദിച്ചുകൊണ്ടിരുന്നു. ഞാനെന്തെങ്കിലും മറുപടി പറയാൻപോലും സമ്മതിച്ചില്ല. അത്ര കോപമായിരുന്നു എന്നോട്. ഈ

സമയത്ത് അവിടെ മറ്റാരുമുണ്ടായിരുന്നില്ല. അത് മുരുകന് കൂടുതൽ സൗകര്യമായി. അദ്ദേഹത്തിന്റെ കോപവും ആവേശവും ഒന്നു കെട്ടടങ്ങി. ഞാൻ മൗനമായിരുന്നു. അദ്ദേഹം ശാന്തനായി.

അതേസമയം എന്നെ കണ്ട സന്തോഷവും ഉണ്ടായിരുന്നു. ദേഷ്യം ഒന്നടങ്ങിയപ്പോൾ സാധാരണപോലെ പെരുമാറി. രാജീവ്ഗാന്ധിയുടെ വധം സംബന്ധിച്ച് പത്രങ്ങളിൽ വായിച്ചു. ആ കൂട്ടത്തിൽ നിനക്ക് എന്തെങ്കിലും സംഭവിച്ചുകാണുമോ എന്നായിരുന്നു എനിക്ക് ഭയം. ആകെ കുഴപ്പത്തിലായിപ്പോയിരുന്നു. നിന്നെ കണ്ടശേഷമാണ് എനിക്കു സമാധാനമായത്, എന്ന് കണ്ണീരൊഴുക്കിക്കൊണ്ടു പറഞ്ഞു.

എന്റെ കോപവും സങ്കടവും മറ്റൊരുതരത്തിലായിരുന്നു. ഞാനും ദേഷ്യത്തോടെ ചോദിച്ചു. “നിങ്ങളെ തിരക്കി ഞാൻ എവിടെയെല്ലാം അലഞ്ഞെന്ന് അറിയാമോ?”

തുടർന്ന് എന്നെക്കാണാൻ മുരുകൻ അമ്മയെയും കൂട്ടി എന്റെ വീട്ടിൽ വന്ന മെയ് 10-ാം തീയതി മുതൽ ശുഭയോടും ധനുവിനോടുമൊപ്പം ചുറ്റിത്തിരിഞ്ഞത്, മുരുകനെ അന്വേഷിച്ചുനടന്നത്, ശ്രീപെരുമ്പത്തൂരിൽ പോയത്, ഒരു ദിവസം ജയകുമാറിന്റെ വീട്ടിൽ തങ്ങിയത് തുടങ്ങിയവയെല്ലാം വിസ്തരിച്ചുപറഞ്ഞു.

“ഞാനെന്തു ചെയ്യാനാ? മനഃപൂർവ്വമാണോ കാണാതിരുന്നത്? എനിക്കെത്രമാത്രം സങ്കടമുണ്ടായിരുന്നെന്നറിയാമോ? ഞാൻ ചോദിച്ചു.

ഗർഭിണിയായ ഒരു പെൺകുട്ടി, ആ വിവരം വീട്ടുകാരറിയാതെ മറച്ചുവയ്ക്കേണ്ടിവന്നതിലുള്ള വേദന എത്രമാത്രമായിരിക്കുമെന്നെല്ലാം ഒരുവിധം പറഞ്ഞ് എന്റെ സങ്കടങ്ങൾ ഇറക്കിവച്ചു. പിന്നീടാണ് ഇതുവരെയുണ്ടായ കുഴപ്പങ്ങളുടെ കാരണങ്ങൾ മനസ്സിലാക്കി സ്വയം സമാധാനിപ്പിക്കാൻ ശ്രമിച്ചത്. ബോംബ് സ്ഫോടനത്തെപ്പറ്റി പറഞ്ഞപ്പോൾ, ‘എന്തോ ഒന്നു നടന്നിട്ടുണ്ട്. പക്ഷേ അതാരാണ് ചെയ്തതെന്നു മാത്രം അറിയില്ല. ഇതിന്റെയൊക്കെ പിറകിൽ എന്തോ ചതി നടന്നിട്ടുണ്ട്.’ എന്നു മറുപടി കിട്ടി. അദ്ദേഹവും ആകെ ഒരു കുഴപ്പത്തിലായതുപോലെ തോന്നി. ആളാകെ വിളറിപ്പോയിരുന്നു. മനസ്സിനെ സമാധാനപ്പെടുത്തിക്കൊണ്ട് അന്നവിടെത്തന്നെ തങ്ങി.

ജോലിക്കും മറ്റുമായി പുറത്തുപോയിരുന്നവരെല്ലാം വീട്ടിൽ തിരിച്ചെത്തി. ബോംബ് സ്ഫോടനത്തിന്റെ രംഗങ്ങൾ ടെലിവിഷനിൽ കണ്ട അമ്മ, അനിയത്തി, അവളുടെ സഹൃത്ത്, ഞാൻ എല്ലാവരും വാവിട്ടു നിലവിളിച്ചു. അടുത്ത രണ്ടു ദിവസങ്ങളിൽ വീട്ടിൽ ആഹാരമൊന്നും ഉണ്ടാക്കിയില്ല. ആർക്കും ആഹാരത്തോടു താത്പര്യം തോന്നിയതുമില്ല. ടി.വിയിൽ കണ്ട കാര്യങ്ങളെല്ലാം നടുക്കമുണ്ടാക്കുന്നവയായിരുന്നു. പിന്നെങ്ങനെയാണ് ഭക്ഷണം കഴിക്കാൻ തോന്നുക? സാധാരണപോലെ പെരുമാറാൻ കഴിയുമോ? അത്രമാത്രം സങ്കടപ്പെട്ടാണ് ഞങ്ങൾ കഴിച്ചുകൂട്ടിയത്.

ടി.വിയിലും പത്രങ്ങളിലും സംശയിക്കപ്പെടുന്ന ഒരു പെണ്ണിന്റെ ചിത്രം പ്രസിദ്ധീകരിച്ചിരുന്നു. നന്നായി തിരിച്ചറിയാൻ കഴിയുന്നില്ലെങ്കിലും ഞങ്ങളുടെയെല്ലാം മനസ്സുകളിൽ ഒരു സംശയം മുളപൊട്ടാൻ തുടങ്ങിയിരുന്നു. ഞങ്ങൾ അറിയാതെതന്നെ ഏതോ കുരുക്കിലകപ്പെട്ടതുപോലെ ഒരു തോന്നൽ മനസ്സിൽ പൊന്തിവരാൻ തുടങ്ങി.

തൊട്ടടുത്ത ദിവസം, അതായത് മെയ് 22-ാം തീയതിതന്നെ പേരറിവാളൻ അയാളുടെ സാധനങ്ങളെല്ലാമെടുത്ത് നാട്ടിലേക്ക് പൊയ്ക്കഴിഞ്ഞിരുന്നു. മുരുകൻ ഞങ്ങളുടെ വീട്ടിൽ താമസിക്കാൻ തുടങ്ങിയശേഷം അധികം വൈകാതെ പേരറിവാളനും ഞങ്ങളോടൊപ്പം താമസം തുടങ്ങിയിരുന്നു. ഏതോ ഒരു വലിയ ഭാരം ഞങ്ങളെ വീർപ്പുമുട്ടിക്കുന്നതുപോലെ തോന്നി. ഞങ്ങളോട് ആരൊക്കെയോ വിശ്വാസവഞ്ചന ചെയ്തു എന്ന ഒരു തോന്നൽ ശക്തമായി അനുഭവപ്പെട്ടു. ആരോടുപോയിത്തിരക്കാനാണ്? ഒന്നും മനസ്സിലാകുന്നില്ല.

മെയ് 24-ാം തീയതി ഞാനും മുരുകനും വില്ലിവാക്കത്തുള്ള വീട്ടിലെത്തി. തനിച്ചിരുന്നു കുറെ കരയണമെന്ന് തോന്നി. അടുത്ത ദിവസം പൊതുഅവധിയായിരുന്നതിനാൽ എവിടെയും പോകേണ്ടിവന്നില്ല. കാര്യങ്ങൾ മോശമായിക്കൊണ്ടിരിക്കുകയാണ്.

അപ്പോഴാണ് മുരുകന്റെ കൈപിടിച്ച് എന്റെ വയറ്റത്തുവച്ച് അവിടെ വളർന്നുവരുന്ന കുഞ്ഞിനെ കാട്ടിക്കൊടുത്തത്.

ഈ വേദനകൾക്കിടയിലും മുരുകന്റെ മുഖം പ്രകാശപൂരിതമായി. എന്നെ ചേർത്തുപിടിച്ച് പൊക്കിയെടുത്ത് രണ്ടു കറക്കുകറക്കി നിലത്തു നിർത്തി. എത്ര സന്തോഷകരമായിരുന്നു ആ നിമിഷങ്ങൾ. ആണോ അതോ പെണ്ണോ? എന്തു പേരിടണം... അങ്ങനെ എത്രയെത്ര ചോദ്യങ്ങൾ? കുറെനേരത്തേക്ക് പരിസരബോധമില്ലാതെ കഴിച്ചുകൂട്ടി.

വീണ്ടും സങ്കടം അണപൊട്ടിയൊഴുകി. നീ ഗർഭിണിയാണെന്നറിഞ്ഞിട്ടും ശ്രീപെരുമ്പുത്തൂരിൽ പോകാതിരിക്കാമായിരുന്നില്ലേ എന്ന് എന്നോട് ചോദിച്ചു.

“ഞാനെന്തു ചെയ്യാനാ? നിങ്ങളെക്കാണാം, സംസാരിക്കാം എന്നൊക്കെയാണ് ഞാൻ കരുതിയിരുന്നത്. ഒന്നും നടക്കാതെ പോയി. നല്ല കാര്യമല്ലേ എന്നോർത്ത് കൂടെച്ചെല്ലാമെന്നു സമ്മതിച്ചശേഷം പിന്നെ പിന്മാറുന്നതെങ്ങനെയാണ്? അവരൊക്കെ നിങ്ങളുടെ സ്വന്തം നാട്ടുകാരല്ലേ?

പെട്ടെന്നു പോകാതിരുന്നാൽ നിങ്ങളെ അവർ തെറ്റിദ്ധരിക്കും. ഞാൻ മൂലം നിങ്ങൾക്കു ചീത്തപ്പേരു വന്നുചേരുമോ എന്നു ഭയപ്പെട്ടു. നിങ്ങളുടെ മനസ്സ് വേദനിക്കുന്നവിധത്തിൽ നടക്കരുത് എന്നാണാഗ്രഹം. കാര്യങ്ങളിങ്ങനെയൊക്കെ സംഭവിക്കും, നിങ്ങൾ ഓടിപ്പിടഞ്ഞു നടക്കേണ്ടിവരും എന്നൊക്കെ എങ്ങനെ അറിയാനാണ്? ഇങ്ങനെ ഞങ്ങൾ ഓരോന്നു സംസാരിച്ചുകൊണ്ടിരുന്നു. പെട്ടെന്ന് ആരോ വാതിലിൽ മുട്ടുന്ന

ശബ്ദം കേട്ടു. 'അത് ശിവരാജൻ ആയിരിക്കും. ഞാനിവിടെ ഉണ്ടെന്നു പറയേണ്ട,' എന്നു പറഞ്ഞ് അദ്ദേഹം അകത്തേക്കു പോയി.

കതകു തുറന്നു. ശിവരാജൻ തന്നെ! എന്തുകൊണ്ടോ എന്റെ ചങ്കിടിപ്പ് കൂടിവന്നു. 'വരൂ, എന്തൊക്കെയുണ്ട് വിശേഷങ്ങൾ!' ഞാൻ ചോദിച്ചു. എന്റെ സ്വീകരണത്തിലും സംഭാഷണത്തിലും തെളിഞ്ഞുനിന്ന അതൃപ്തി അയാൾ തിരിച്ചറിഞ്ഞതുപോലെ തോന്നി.

'വെറുതെ, ഇതുവഴി വന്നപ്പോൾ ഒന്നു കയറിയിട്ടു പോകാമെന്നു കരുതി' എന്ന് മറുപടി പറഞ്ഞു. അയാൾക്ക് എന്തോ പ്രശ്നങ്ങൾ ഉള്ള പോലെ തോന്നി. ഞാൻ ജോലിക്കോ, മറ്റാവശ്യങ്ങൾക്കോ പുറത്തു പോകുകയാണെങ്കിൽ വീട്ടിൽത്തങ്ങാം എന്നു കരുതിയായിരിക്കും വന്നിരിക്കുന്നതെന്നു ഞാൻ ഭയപ്പെട്ടു.

എന്തൊക്കെപ്പറഞ്ഞാലും അയാൾ ഭർത്താവിന്റെ നാട്ടുകാരനാണ്. നാളെ മുഖത്തുനോക്കി വർത്തമാനം പറയാൻ പറ്റാത്ത നിലവരും. മാത്രമല്ല മുരുകനോടൊപ്പം വിമോചനപ്പോരാളികളുടെ കൂട്ടത്തിലുണ്ടായിരുന്ന ആളുമാണ്. മുരുകനും ഇതുതന്നെയാണ് പറഞ്ഞിട്ടുള്ളത്. അതുകൊണ്ട് ഉള്ളിലൊരു ഭയംതോന്നി. മുരുകനെ വിദേശത്തുകൊണ്ടുപോകാമെന്നു പറഞ്ഞ് ഞങ്ങളെ പറ്റിക്കുമോ?

അതിനാൽ ഉള്ളിൽ തോന്നിയതെല്ലാം മറച്ചുവച്ച് ഞാൻ പറഞ്ഞു, "അണ്ണാ ഞാൻ പുറത്തുപോകുകയാണ്."

"എവിടേക്കാണ്?"

പെട്ടെന്ന് ഇങ്ങനെയൊരു ചോദ്യം ഞാൻ പ്രതീക്ഷിച്ചിരുന്നില്ല. അതുകൊണ്ട് എന്തു മറുപടി പറയുമെന്ന് ഒരു നിശ്ചയവുമില്ല. എനിക്കു സങ്കടം വരുമ്പോഴെല്ലാം ഓടിച്ചെന്നു ശരണം പ്രാപിക്കുന്ന ഒരു സ്ഥലമുണ്ട് – തിരുപ്പതി ഏഴുമലയാൻ ക്ഷേത്രം. അപ്പോഴാണ് തിരുപ്പതിയിൽ കല്യാണം നടന്നതും കുഞ്ഞിനു ദോഷം വരാതിരിക്കാൻ നേർച്ച നേർന്നിട്ടുള്ള കാര്യവും ഓർമ്മവന്നത്. ഇതൊന്നും ഓർക്കാതെയാണ് തിരുപ്പതിയിൽ പോകുന്നു എന്നു പറഞ്ഞത്.

"ഓ, അങ്ങനെയോ? എങ്കിൽ ഞാനും വരുന്നു. ശുഭയെയും കൂട്ടി വരാം.... നിങ്ങൾ അമ്മയെ കൂടെക്കൊണ്ടുവരൂ... ഒന്നിച്ചുപോകാമെന്ന്" ശിവരാജൻ പറഞ്ഞു. എന്റെ തല കറങ്ങിപ്പോയി. എതിർത്തു പറയാനും നിർവ്വാഹമില്ല. തൊണ്ടയിൽ മുള്ളു കുടുങ്ങിപ്പോയതുപോലുള്ള അവസ്ഥ. തിരുപ്പതിയിൽ പോകുന്നെങ്കിൽ അവർ കൂടി വരുന്നതിൽ എന്താണ് പ്രശ്നം?

"പ്രശ്നമുണ്ട്. കൂടെ വരുന്നത് ഇഷ്ടമില്ലെന്നു പറഞ്ഞാൽ അയാളുടെമേൽ എനിക്ക് സന്ദേഹം തോന്നിത്തുടങ്ങിയെന്ന് അയാൾ വിചാരിക്കാൻ സാധ്യതയുണ്ട്. ആ വിചാരം ഭർത്താവിനു വിദേശത്തുപോകാനുള്ള അവസരം നഷ്ടപ്പെടുത്തുമോ, അല്ലെങ്കിൽ എന്തെങ്കിലും കള്ളം

പറഞ്ഞ് വേറെ ഏതെങ്കിലും രാജ്യത്ത് പറഞ്ഞയച്ച് കുഴപ്പത്തിൽ ചാടിക്കുമോ എന്ന ഭാവം മനസ്സിൽ അലയടിച്ചുകൊണ്ടിരുന്നു. എനിക്കൊന്നും മനസ്സിലായില്ല. "അണ്ണാ, ഒന്നു നിൽക്കണേ... തിഥി, നക്ഷത്രം ഇതൊക്കെ ഒന്നു നോക്കിയിട്ടുവരാം എന്ന് കള്ളം പറഞ്ഞ് അകത്തുപോയി മുരുകനോട് വിവരങ്ങൾ പറഞ്ഞു. അയാളും നമ്മുടെ കൂടെ വരാനിരിക്കുകയാണ് എന്ന വിവരവും അറിയിച്ചു. അദ്ദേഹവും ആകെ കുഴപ്പത്തിലായതുപോലെ തോന്നി. വേണ്ടാ എന്നു വിചാരിക്കുന്തോറും വിധി വലിഞ്ഞുകയറി വന്ന് ചുറ്റിവരിയുന്ന അവസ്ഥ. എന്തു ചെയ്യണമെന്നറിയാതെ സങ്കടപ്പെട്ടു.

പിന്നെ ഞാൻതന്നെ പറഞ്ഞു, "ഇനിയൊന്നും ചെയ്യാനില്ല. ചിലപ്പോൾ ഇങ്ങനെയൊക്കെയേ നടക്കൂ... വരുന്നതുവരട്ടെ എന്നു തീരുമാനിച്ച് വിധിയെ അതിന്റെ പാട്ടിന് വിട്ടേക്കുകയാണ് വേണ്ടത്. ഞാൻ സമ്മതിക്കാൻ പോകുകയാണ് എന്നു തറപ്പിച്ചു പറഞ്ഞു.

അതനുസരിച്ച് വെളിയിൽ വന്ന് ശിവരാജനോട് 'ശരി' എന്നു പറഞ്ഞയുടൻ, 'അമ്മയോടു വിവരം പറയൂ... എല്ലാവർക്കും ചേർന്നു പോകാം', എന്നു പറഞ്ഞ് അയാൾ പോയി. ഞാനും പുറത്തുപോയി അനിയനെ ഫോണിൽ വിളിച്ച്, 'തിരുപ്പതി ദർശനത്തിനു പോകാൻ ഒരു ടാക്സി ഏർപ്പാടുചെയ്യണം, നമുക്കു പോയിട്ടുവരാം, പണമൊക്കെ ഞാൻ കൊടുത്തുകൊള്ളാം, അമ്മയോട് വിവരം പറയണം' എന്നു പറഞ്ഞേൽപ്പിച്ചു. എല്ലാം അറിഞ്ഞുവച്ചുകൊണ്ട് ആരെങ്കിലും സ്വന്തം പേരിൽ ടാക്സി കാർ ബുക്ക് ചെയ്ത് ശിവരാജൻ, ശുഭ എന്നിവരോടൊപ്പം തിരുപ്പതി ദർശനത്തിനു പോകുമോ? ഈ ന്യായമായ ചോദ്യം ആരും ചോദിക്കാതിരിക്കാൻ വേണ്ടിയാണ് 'കൊല നടത്തിയശേഷം തിരുപ്പതിയിൽ ദർശനം നടത്തി ഈശ്വരനുള്ള നേർച്ചക്കടം തീർത്തു' എന്ന് സി.ബി.ഐ. കുപ്രചരണം നടത്തിയത്. പത്രമാധ്യമങ്ങൾ ഈ വാർത്ത അങ്ങനെതന്നെ പ്രചരിപ്പിച്ചു.

മനഃസ്സമാധാനവും സന്തോഷവും ലഭിക്കുമെന്നു കരുതി തിരുപ്പതി ദർശനം കഴിഞ്ഞുവന്ന അന്നുതന്നെയാണ് എനിക്ക് ഞെട്ടലും അതൃപ്തിയും ഒരേസമയം ഉണ്ടാക്കിയ ആ സംഭവം ഉണ്ടായത്.

എന്റെ മനസ്സിൽ ഉടലെടുത്തിരുന്ന ഭയം ശരിയായി വരുമെന്ന കാര്യം ഏതാണ്ട് ഉറപ്പായിരുന്നു. വൈകിപ്പോയി – വളരെ വൈകിപ്പോയിരുന്നു... കാത്തിരുന്നു കാണാം...

ആറ്

സി.ബി.ഐ. എന്റെ പിറകേ...

ഞങ്ങളെ മാത്രമല്ല ഞങ്ങളുടെ ഭാവിയെയും വഹിച്ചുകൊണ്ട് കാർ തിരുപ്പതിയിൽ എത്തിച്ചേർന്നു. തിരുപ്പതിയിൽ പോയി വന്നാൽ 'തൃപ്തി' കിട്ടും എന്നു ഞാൻ ആത്മാർത്ഥമായി വിശ്വസിച്ചിരുന്നു. പരിക്ഷീണ രായ ഞങ്ങൾക്ക് സമാശ്വാസം ലഭിക്കും. ഭർത്താവിനെ അദ്ദേഹത്തിന്റെ കഷ്ടപ്പാടുകളിൽനിന്നും മോചിപ്പിച്ച് വിദേശത്ത് അയയ്ക്കണം എന്ന പ്രാർത്ഥന മനസ്സു മുഴുവൻ നിറഞ്ഞുനിന്നു.

അന്നു രാത്രി തിരുപ്പതിയിൽ കഴിച്ചുകൂട്ടി. ഞങ്ങൾക്കു താമസി ക്കാനുള്ള മുറികൾ ശിവരാജനും കാർ ഡ്രൈവറുംകൂടി ബുക്ക് ചെയ്തി രുന്നു. മുരുകനും ശിവരാജനും ഒരു മുറിയിൽ. അമ്മയും ശുഭയും ഞാനും മറ്റൊരു മുറിയിൽ.

മുരുകൻ ശിവരാജനോട്, 'എന്തൊക്കെയാണ് ഇവിടെ നടക്കുന്നത്? ഒന്നും മനസ്സിലാകുന്നില്ലല്ലോ, ആകെ കുഴപ്പത്തിലേക്കാണ് പോകുന്ന തെന്നു തോന്നുന്നു, ഒന്നു തെളിച്ചു പറയൂ..." എന്നാവശ്യപ്പെട്ടു.

എന്നാൽ ഒന്നും വിട്ടുപറയാതെ ശിവരാജൻ ഉരുണ്ടുകളിക്കുകയാണ് ചെയ്തത്. 'എന്നോടൊന്നും ചോദിക്കരുത്' എന്ന ഭാവമായിരുന്നു അയാൾക്ക്.

മെയ് 26-ാം തീയതി ഒരു ഇംഗ്ലീഷ് പത്രത്തിൽ പ്രസിദ്ധീകരിച്ചിരുന്ന ധനുവിന്റെ ചിത്രം കാണിച്ച്, ഇനിയെങ്കിലും ഒന്നും മറച്ചുവയ്ക്കാതെ പറയൂ എന്ന് മുരുകൻ ശിവരാജനോട് ആവശ്യപ്പെട്ടു. ആ ചിത്രം കണ്ട ശേഷമാണ് ശിവരാജൻ ചില കാര്യങ്ങൾ സൂചിപ്പിക്കാൻ തയ്യാറായത്.

അയാൾ പറഞ്ഞ കാര്യങ്ങൾ കേട്ട് മുരുകൻ ഞെട്ടിത്തരിച്ചിരുന്നു പോയി. "എത്ര ഭീകരമായ കാര്യങ്ങളാണ് നടന്നിരിക്കുന്നത്. ഇങ്ങനെ യൊരു ചതി എന്തിനാണ് തമിഴ്നാട്ടിൽവച്ച് നടത്തിയത്. തമിഴ് ജനത ഇനി ലങ്കൻ പ്രശ്നങ്ങളിൽ തമിഴരെ സഹായിക്കുമോ? ഒന്നും പിടികിട്ടു ന്നില്ലല്ലോ?" എന്നു ചോദിച്ചു. അതിന് ശിവരാജൻ ഒരു മറുപടിയും പറ യാതെ മൗനമായിരുന്നു. ഏതായാലും ഒരു 'ഏടാകൂട'ത്തിലാണ് ചെന്നുപെട്ടിരിക്കുന്നതെന്ന് മുരുകനു ബോധ്യമായി.

അപ്പോഴും തനിക്കെന്തെങ്കിലും പ്രശ്നങ്ങൾ ഇതിന്റെ പേരിലുണ്ടാകുമെന്ന് മുരുകന് ഒരു സംശയം പോലും തോന്നിയിരുന്നില്ല. അതേസമയം തന്നെ വിശ്വസിച്ച് അഭയം തരികയും അടുത്തിടപഴകുകയും ചെയ്ത ഒരു കുടുംബത്തിന് താൻമൂലം വലിയ അപകടമാണല്ലോ വരാൻ പോകുന്നത് എന്നോർത്ത് മുരുകൻ സങ്കടപ്പെട്ടു. ഈ ക്രൂരകൃത്യത്തിന് ആ പാവം കുടുംബം മറുപടി പറയേണ്ടിവരുമല്ലോ? അത് 'ഉണ്ടചോറിന്' നന്ദികേടുകാട്ടിയതുപോലെ ആയിത്തീരുമല്ലോ? അഭയംതന്ന കുടുംബത്തെ ഒരു അത്യാപത്തിൽ തള്ളിയിട്ട് സന്ദിഗ്ദ്ധഘട്ടത്തിൽ അവരെ ഉപേക്ഷിച്ച് ഓടിയൊളിക്കുന്ന തരത്തിൽ സംസ്കാരശൂന്യനായി വളർത്തപ്പെട്ട ആളല്ല അദ്ദേഹം. അതിനാൽ ഇരുതലയും തീയെരിയുന്ന മരക്കൊമ്പിലെ എറുമ്പിനെപ്പോലെ ആയിത്തീർന്നു എന്റെ ഭർത്താവ്.

അന്നു രാവിലെ ക്ഷേത്രദർശനം കഴിഞ്ഞ് ചെന്നൈയിലേക്ക് മടങ്ങുന്ന വഴിയിൽ രഹസ്യമായി നടന്ന സംഭവങ്ങൾ എന്നോടു ചോദിച്ചു മനസ്സിലാക്കി. അവിടെ ഇപ്രകാരം നടന്നോ, അപ്രകാരം നടന്നോ എന്നുള്ള ചോദ്യങ്ങൾക്കെല്ലാം ഞാൻ അതേ എന്ന് ഉത്തരം നൽകി.

"ശരി, ഇവിടെവച്ച് ഇതിൽക്കൂടുതലൊന്നും പറയേണ്ട. അതു മറ്റുള്ളവർ കേട്ടാൽ ആകെ കുഴപ്പത്തിലാകും. ഇപ്പോൾ ഇക്കാര്യങ്ങളെല്ലാം നമുക്കു മൂന്നുപേർക്കും മാത്രമേ അറിയൂ. മറ്റാർക്കും ഈ വിവരങ്ങൾ അറിയില്ല. വീട്ടിൽ ചെന്നിട്ട് ഇനിയെന്തു ചെയ്യണമെന്ന് ആലോചിക്കാം." എനിക്കും ഇപ്പോഴത്തെ സ്ഥിതിയിൽ അതാണു നല്ലതെന്നു തോന്നി. ഇതിനോടൊപ്പം മറ്റൊരു കാര്യംകൂടി പറഞ്ഞേ മതിയാകൂ. ശിവരാജൻ, "നിങ്ങളും മുരുകനുമായുള്ള ബന്ധത്തെപ്പറ്റിയെല്ലാം എനിക്കറിയാം" എന്ന് കൂടെക്കൂടെ പറഞ്ഞുകൊണ്ടിരുന്നു. അതിന്റെയർത്ഥം അയാളെ സംശയിക്കരുത്, അഥവാ അയാളെപ്പറ്റി എന്തെങ്കിലും അറിയാമെങ്കിൽ അത് മറ്റാരോടും വെളിപ്പെടുത്താൻ പാടില്ല, അഥവാ എന്തെങ്കിലും പറഞ്ഞാൽ ഞങ്ങൾ രണ്ടുപേരും കുഴപ്പത്തിലാകുമെന്ന മുന്നറിയിപ്പ് നൽകുന്ന വിധത്തിലായിരുന്നു അയാളുടെ സമീപനം. എന്നാൽ അപ്പോഴത് അത്ര കാര്യമായി ഞാനെടുത്തില്ല.

ഈ ഘട്ടത്തിലാണ് ഇതുവരെ നടന്ന കാര്യങ്ങളെപ്പറ്റി ഞാൻ ആലോചിക്കാൻ തുടങ്ങിയത്. ഇപ്പോൾ എന്നേക്കാൾ ഭർത്താവിന്റെ ജീവനും അദ്ദേഹത്തിന്റെ സംരക്ഷണവുമാണ് പ്രധാനം എന്നു തോന്നി. അതാണ് എന്നെ അലട്ടിക്കൊണ്ടിരുന്നത്. അതിനാൽ ശിവരാജനുമായി അല്പം അകലം പാലിക്കുന്നതാണ് നല്ലതെന്ന തീരുമാനത്തിലെത്തി. ഇതൊക്കെയാണെങ്കിലും ഞങ്ങൾ രഹസ്യമായി വിവാഹം ചെയ്ത കാര്യം ശിവരാജന് അറിയില്ലായിരുന്നു.

മടങ്ങിവരുംവഴി തിരുത്തണിയിലുള്ള മുരുകൻകോവിലിലും ദർശനം നടത്തിയാണ് വീട്ടിലെത്തിയത്. ആരും ഒന്നുംതന്നെ സംസാരിച്ചിരുന്നില്ല. നാട്ടിലെ ഒരു പ്രമുഖ നേതാവിന്റെ കൊലപാതകത്തിൽ മനസ്സറിയാതെ

ഞങ്ങളും പെട്ടുപോയി എന്നു ബോധ്യമായശേഷം എന്തു സംസാരിക്കാനാണ്? അന്നു വൈകീട്ട്, രാജീവ്ഗാന്ധിയെ വധിച്ചത് മനുഷ്യബോംബാണെന്നും അതിനു കാരണക്കാരി എന്നു സംശയിക്കുന്ന ഒരു പെണ്ണിന്റെ ചിത്രവും അതു സംബന്ധിച്ച വാർത്തയും പത്രങ്ങളിലെല്ലാം പ്രസിദ്ധീകരിച്ചു. രാവിലെ ഇംഗ്ലീഷ് പത്രത്തിൽ വന്ന വാർത്ത ഞാൻ കണ്ടിരുന്നില്ല. അതേപ്പറ്റി മുരുകൻ പറഞ്ഞതു മാത്രമേ എനിക്കറിയാമായിരുന്നുള്ളൂ. ആ സായാഹ്നപത്രം ഞാൻ വീണ്ടും വീണ്ടും വായിച്ചു. എന്റെ കണ്ണിൽ ഇരുട്ടുകയറുന്നതുപോലെയും തലകറങ്ങുന്നതുപോലെയും തോന്നി. പെട്ടെന്ന് ഒരു കൊടുംവനത്തിനുള്ളിൽ ഒരുകൂട്ടം ചെന്നായ്ക്കളുടെ നടുവിൽപ്പെട്ടുപോയ അവസ്ഥ. ആ മനുഷ്യബോംബ് ധനു തന്നെ! എന്റെ പിറകെ അക്കാ, അക്കാ എന്നു വിളിച്ചുനടന്നവൾ! സിനിമാഭ്രാന്തു പിടിച്ചു നടന്നവൾ! മനസ്സിലൊന്നും ഒളിപ്പിച്ചുവയ്ക്കാൻ കഴിയാത്ത ഒരു പഞ്ചപാവം എന്നപോലെ എന്നോട് ഇടപഴകിയവൾ! ഞങ്ങളോടൊപ്പം ശ്രീപെരുമ്പത്തൂരിൽ വന്ന്, ഒരു ബോംബിനോടൊപ്പം പൊട്ടിച്ചിതറിത്തെറിച്ചവൾ! അതിനുശേഷം ഓട്ടോയിൽ ഞങ്ങളോടൊപ്പം യാത്രചെയ്തവൾ! തെരുവിൽ ഞങ്ങൾക്കുമുമ്പേ നടന്ന് ഒരു വീടിന്റെ ചുവരിനുള്ളിൽ അപ്രത്യക്ഷയായ ധനുവിന്റെ ചിത്രംതന്നെയാണ് ആ സായാഹ്നപത്രത്തിൽ കണ്ടത്.

ഉറപ്പായപ്പോൾ എനിക്കു കരച്ചിലടക്കാൻ കഴിഞ്ഞില്ല. അലറിക്കരഞ്ഞു. എന്നോടൊപ്പം കൂടെയുണ്ടായിരുന്നവരെല്ലാം അലമുറയിട്ടു നിലവിളിക്കാൻ തുടങ്ങി. ഇനി എന്തായിത്തീരുമോ എന്ന ആശങ്ക മനസ്സിനെ പിടിച്ചുകുലുക്കി.

എനിക്കെന്തുവന്നാലും കുഴപ്പമില്ല. പിന്നെന്താ? പൊലീസ് പിടിക്കുമായിരിക്കും? തീർച്ചയായും അതിനുള്ള സാധ്യതയുണ്ട്. പിടിച്ചുകൊള്ളട്ടെ! ഏതായാലും ചോദ്യം ചെയ്യുമല്ലോ? നടന്ന സംഭവങ്ങളെല്ലാം പറഞ്ഞുകൊടുക്കും. ശരിയോ തെറ്റോ എന്ന് അവർ അന്വേഷിക്കും. അപ്പോൾ ഞാനൊരു കുറ്റവും ചെയ്തിട്ടില്ലെന്ന് അവർക്കു ബോധ്യമാകും. എന്നെ വിട്ടയയ്ക്കും.

എന്നാൽ ഭർത്താവിനെ അങ്ങനെ വിട്ടയയ്ക്കുമോ? നിശ്ചയമായും അതിനുള്ള സാധ്യതയില്ല. വിട്ടയയ്ക്കുകയുമില്ല. കാരണം ശിവരാജന്റെ നാട്ടുകാരനാണ്. മുമ്പ് തമിഴ്പുലികൾക്കുവേണ്ടി പ്രവർത്തിച്ചിട്ടുണ്ട്. തമിഴ്നാട്ടിൽ വന്നശേഷവും ശിവരാജനുമായി അടുത്ത ബന്ധം പുലർത്തിയിരുന്നു. ഇതെല്ലാം സത്യത്തെ മറച്ചുകളയും? അദ്ദേഹത്തെ കുറ്റക്കാരനായി മാത്രമേ കാണുകയുള്ളൂ. അറസ്റ്റു ചെയ്യുമെന്ന് ഓർത്തപ്പോൾത്തന്നെ ശരീരം മുഴുവൻ നടുങ്ങിത്തെറിച്ചു.

ഒരു വലിയ കുടുംബത്തിന്റെ ഭാരം ചുമലിലേറ്റി, ഒരു അമ്മക്കിളിയെപ്പോലെ ഭക്ഷണംതേടി കടൽകടന്ന് അന്യദേശത്തെത്തി അലഞ്ഞുതിരിഞ്ഞ് കിട്ടുന്ന ജോലി ചെയ്ത് കുടുംബം പുലർത്താമെന്ന് സ്വപ്നം

കണ്ടുനടന്ന് അവസാനം തന്റേതല്ലാത്ത കുറ്റത്തിന് ആപത്തിൽചെന്നു പെട്ടല്ലോ എന്നു ചിന്തിച്ച് എന്റെ മനസ്സ് തകർന്നുതരിപ്പണമായിപ്പോയി. എനിക്കു കരച്ചിലടക്കാൻ കഴിഞ്ഞില്ല. വയറ്റിൽ വളരുന്ന കുഞ്ഞിനെ തഴുകി. മനസ്സിൽ തീമഴ പെയ്തപോലെ വെന്തുനീറുന്നു. കരച്ചിൽ മാത്രമേ ആശ്വാസം നൽകിയുള്ളൂ.

ഈ സമയത്ത് വീട്ടിൽ മറ്റൊരു പ്രശ്നം ആരംഭിച്ചുകഴിഞ്ഞിരുന്നു. നിർത്താതെയുള്ള നിലവിളിയും ശരീരത്തിൽ പ്രകടമായ മാറ്റങ്ങളും, മുരുകനോടു കാട്ടിയിരുന്ന പരിഗണനകളും തിരിച്ചറിഞ്ഞ എന്റമ്മയ്ക്ക് കാര്യങ്ങളൊക്കെ ഏകദേശം ബോധ്യപ്പെട്ടുകഴിഞ്ഞിരുന്നു. പ്രസവമെടുക്കുന്നതിൽ നിപുണമായ അമ്മയ്ക്ക് പെറ്റമകളുടെ ശരീരത്തിൽ നടക്കുന്ന മാറ്റങ്ങൾ തിരിച്ചറിയാൻ കഴിയാതിരിക്കുമോ?

എന്നെ വീടിനുള്ളിൽക്കൊണ്ടുപോയി വിശദമായി ചോദ്യം ചെയ്തു. അമ്മയുടെ മുഖത്ത് അഗ്നിസ്ഫുലിംഗങ്ങൾ മിന്നിമറയുന്നത് കണ്ടു.

ഇനിയൊന്നും ഒളിക്കാൻ കഴിയാത്തതുകൊണ്ട് എല്ലാം ഏറ്റുപറഞ്ഞു. ഞങ്ങൾ തിരുപ്പതി ക്ഷേത്രത്തിൽവച്ച് വിവാഹിതരാകുകയും ഭാര്യാ ഭർത്താക്കന്മാരായി ജീവിക്കുകയും ചെയ്തതുവരെയുള്ള കാര്യങ്ങൾ ഒന്നും ഒളിക്കാതെ അമ്മയെ ധരിപ്പിച്ചു. കഴുത്തിൽ ഒളിപ്പിച്ചിരുന്ന താലി എടുത്തുകാണിച്ചു. അമ്മ തനിക്കുണ്ടായ കോപവും ദേഷ്യവുമെല്ലാം മുരുകന്റെ മേൽ തീർക്കാൻതുടങ്ങി. അതു കണ്ടു ഭയന്നുപോയ ഞാൻ അദ്ദേഹത്തോട് അവിടംവിട്ടുപോകാൻ ആവശ്യപ്പെട്ടു. വേണ്ടാ, അമ്മയുടെ കോപം അടങ്ങുന്നതുവരെ എന്നെ ശകാരിച്ചുകൊള്ളട്ടെ! എന്തുവന്നാലും അനുഭവിച്ചുതീരണമല്ലോ എന്നു പറഞ്ഞ് ശാന്തനായി അവിടെത്തന്നെയിരുന്നു.

എനിക്ക് അതു കേട്ടുനിൽക്കാനുള്ള ശക്തിയില്ലായിരുന്നു. അതുകൊണ്ട്, ദയവുചെയ്ത് എവിടെയെങ്കിലും പൊയ്ക്കൊള്ളൂ, ഇവിടെ എല്ലാമൊന്നു ശാന്തമാകുമ്പോൾ വന്നാൽ മതിയെന്നു നിർബന്ധിച്ച് അദ്ദേഹത്തെ യാത്രയാക്കി, അമ്മ നെഞ്ചത്തടിയും നിലവിളിയുമായി ചുറ്റിനടന്ന്, “അയ്യോ, എല്ലാം കെട്ടുപോയല്ലോ, എല്ലാം തെറ്റിപ്പോയല്ലോ, എന്റെ കുരുവിക്കൂട് താറുമാറായിപ്പോയല്ലോ, തളിർത്തുവരാൻ തുടങ്ങിയപ്പോൾ ത്തന്നെ വെട്ടിവീഴ്ത്തിക്കളഞ്ഞല്ലോ? ശ്വാസംവിടാൻ തുടങ്ങുന്ന നേരത്ത് വെള്ളത്തിൽ പിടിച്ചുമുക്കിക്കളഞ്ഞല്ലോ... നാശമായിപ്പോകട്ടെ” എന്ന് മുരുകനെ അമ്മ ശപിച്ചു. ഞാൻ നിശ്ശബ്ദയായിരുന്നു അമ്മയുടെ സങ്കടം ഒന്നടങ്ങുന്നതുവരെ എന്തുവേണമെങ്കിലും പറഞ്ഞുകൊള്ളട്ടെ എന്നു കരുതി ഞാൻ മൗനം പാലിച്ചു.

അമ്മയുടെ ദേഷ്യം ഒന്നു കുറഞ്ഞു എന്നറിഞ്ഞയുടൻ ഉത്തരവാദി മുരുകനല്ല, ഞാൻ തന്നെയാണെന്ന് അമ്മയെ വിശ്വസിപ്പിക്കുവാൻ ശ്രമിച്ചു. മനസ്സറിയാതെ ഞാനിതിൽപെട്ടുപോയതുപോലെതന്നെയാണ് മുരുകനും ഇതിൽ പെട്ടുപോയതെന്ന് അമ്മയെ ബോധ്യപ്പെടുത്താൻ

ശ്രമിച്ചു. "യഥാർത്ഥത്തിൽ ഇങ്ങനെയൊരു സംഭവം നടക്കുന്ന വിവരം അദ്ദേഹത്തിന് മുൻകൂട്ടി അറിയാമായിരുന്നെങ്കിൽ എന്നെ ശ്രീപെരുമ്പത്തൂരിലേക്ക് അയയ്ക്കില്ലായിരുന്നു. അദ്ദേഹത്തിന് എന്നോടുള്ള സ്നേഹവും കരുതലും അതേപോലെ നമ്മുടെ കുടുംബത്തോടും ഉണ്ടെന്ന് എനിക്കു നന്നായി അറിയാം. നമുക്കു നല്ലതുചെയ്യാനാണ് അദ്ദേഹം നമ്മോടൊപ്പം കഴിയുന്നത്, അല്ലാതെ നമ്മളെ ദ്രോഹിക്കാനല്ലമ്മേ..." ഞാൻ അമ്മയെ ബോധ്യപ്പെടുത്താൻ ശ്രമിച്ചു.

"ഒരിക്കൽ ഞാൻ അമ്മയെ വഴക്കുപറഞ്ഞതിന് എന്നോട് മൂന്നു ദിവസമാണ് മിണ്ടാതെ നടന്നത്. അറിയാമോ? അമ്മയോടും നമ്മുടെ കുടുംബത്തോടും അത്രയും താത്പര്യം അദ്ദേഹത്തിനുണ്ട്. അതുകൊണ്ട് ആവശ്യമില്ലാതെ അദ്ദേഹത്തെ തെറ്റിദ്ധരിക്കരുത് അമ്മേ..." ഞാൻ കരഞ്ഞുപറഞ്ഞു.

ഞാൻ നിർത്താതെ ഓരോന്നു പറഞ്ഞുകൊണ്ടിരുന്നെങ്കിലും ഒരു പ്രതികരണവും അമ്മയിൽനിന്നുണ്ടായില്ല. ചുമരിൽ ചാരി, തന്റെ കുടുംബത്തിന്റെ ഭാവി എന്താകുമോ എന്ന ആശങ്കയിൽ എവിടെയോ നോട്ടമുറപ്പിച്ച് നിശ്ചലമായി ഇരുന്നു. ഈ പ്രശ്നത്തിൽ ഞങ്ങൾ പെട്ടുപോകുമോ എന്തോ? ഞങ്ങൾ നിരപരാധികളാണെങ്കിലും അതു മറ്റുള്ളവർ വിശ്വസിക്കുമോ? അതു മാത്രമല്ല പൊലീസ്, അറസ്റ്റ്, വിചാരണ ഇതിലെല്ലാം പെട്ടുപോയാൽ വന്നുചേരുന്ന അപമാനം എത്ര ഭീകരമായിരിക്കും എന്ന ചിന്തയിലായിരുന്നു അമ്മയുടെ മനസ്സു മുഴുവൻ.

കാര്യങ്ങൾ ഇപ്പോൾ മറ്റൊരു ഗതിയിലേക്കാണ് നീങ്ങിക്കൊണ്ടിരിക്കുന്നത്. ഞാൻ ഗർഭിണിയാണെന്ന കാര്യം അമ്മയ്ക്കു മാത്രം അറിയാവുന്ന രഹസ്യമാണ്. അനിയൻ ഭാഗ്യനാഥനും അനിയത്തി കല്യാണിക്കും ഇക്കാര്യം അറിയില്ല. ഈ സാഹചര്യത്തിൽ മുരുകനെ ഞങ്ങളുടെ വീട്ടിൽ തുടർന്നു താമസിപ്പിക്കുന്നത് കൂടുതൽ പ്രശ്നങ്ങൾക്ക് ഇടയാകുമെന്ന് ഞങ്ങൾ കരുതി.

വേഗത്തിൽ മുരുകന് ഒരു താമസസ്ഥലം കണ്ടുപിടിക്കണം. അതിന് എന്തു ചെയ്യണമെന്ന് ഞാൻ ആലോചിച്ചുകൊണ്ടിരുന്നു. മറ്റൊരിടം കിട്ടുന്നതുവരെ ഭാഗ്യനാഥന്റെ പ്രസ്സിൽ താമസിക്കാൻ ധാരണയായി. ഭാഗ്യനാഥന് ഇക്കാര്യങ്ങളെപ്പറ്റിയൊന്നും യാതൊരു മുന്നറിവും ഇല്ലാത്തതുകൊണ്ടാണ് അങ്ങനെയൊരു തീരുമാനത്തിൽ എത്തിച്ചേർന്നത്. അങ്ങനെ മുരുകൻ ഭാഗ്യനാഥന്റെ പ്രസ്സിൽ താമസം തുടങ്ങി.

രാത്രിയിൽ ഉറങ്ങാൻവേണ്ടി മാത്രമേ മുരുകൻ അവിടെ പോയിരുന്നുള്ളൂ. പകൽനേരങ്ങളിൽ എവിടെയെങ്കിലും ചുറ്റിത്തിരിഞ്ഞുകൊണ്ടിരിക്കും. ഭക്ഷണം ഹോട്ടലിൽനിന്നും കഴിക്കും. ഇതിനുള്ള ഏർപ്പാടുകൾ ചെയ്തശേഷം മെയ് 27-ാം തീയതി മുതൽ ഞാൻ ജോലിക്കു പോകാൻ തുടങ്ങി.

എന്തു ചെയ്യണമെന്നറിയാതെ ആകെപ്പാടെ വലിയ പ്രതിസന്ധിയിലായിക്കഴിഞ്ഞു. കലങ്ങിയ മനസ്സോടെ ജോലികൾ ചെയ്തുകൊണ്ടിരുന്നു. അന്ന് ഉച്ചയോടെ സി.ബി.ഐ. എന്നെത്തേടി ഓഫീസിൽ എത്തിച്ചേർന്നു. അവരുടെ കൈയിൽ ഓഫീസിലെ ഫോൺ നമ്പരെഴുതിയ ഒരു തുണ്ടുകടലാസുണ്ടായിരുന്നു. അതിൽ ശങ്കർ എന്നും എഴുതിയിരുന്നു. ആ പേപ്പർ എന്നെക്കാണിച്ച് ഈ ഫോൺനമ്പർ നിങ്ങളുടെ ഓഫീസിന്റേതല്ലേ എന്നും നിങ്ങളല്ലേ നളിനി എന്നും ചോദിച്ചു. രണ്ടിനും ഞാൻ 'അതേ' എന്ന് മറുപടി കൊടുത്തു. 'ദാസിനെ നിങ്ങൾ അറിയുമോ?, ആരാണ് ഈ ശങ്കർ' എന്നീ ചോദ്യങ്ങളും അവർ ചോദിച്ചു. 'ദാസിനെ അറിയാം, എന്നാൽ ശങ്കർ ആരാണെന്നറിഞ്ഞുകൂടാ' എന്നു മറുപടി കൊടുത്തു. തിരിച്ചും മറിച്ചും ചില ചോദ്യങ്ങൾ ചോദിച്ചശേഷം എന്റെ മേൽവിലാസവും വാങ്ങി 'വീണ്ടും വരും' എന്നു പറഞ്ഞ് പോയി.

യഥാർത്ഥത്തിൽ ഈ 'ശങ്കർ' ആരാണന്ന് എനിക്കറിഞ്ഞുകൂടാ. അയാൾ മുരുകന്റെ നാട്ടുകാരനാണ് എന്നുമാത്രം അറിയാം. വിദേശത്തു പോകാനായി ചെന്നൈ പുരശവാക്കത്ത് ഒരു ഹോട്ടലിൽ തങ്ങിയിരിക്കുകയാണെന്നും അറിയാം. ഒരിക്കൽ മുരുകൻ ശിവരാജനോടൊപ്പം ശങ്കറെ കണ്ടപ്പോൾ എന്തെങ്കിലും ആവശ്യമുണ്ടെങ്കിൽ ബന്ധപ്പെടാനായി എന്റെ ഓഫീസ് ഫോൺ നമ്പർ അയാൾക്കു കൊടുത്തിരുന്നു.

ആ വിവരം മുരുകൻ എന്നോടു പറഞ്ഞിരുന്നില്ല. ശങ്കർ എന്നെ ഫോണിൽ വിളിച്ചിട്ടുമില്ല. അതുകൊണ്ടാണ് ശങ്കറിനെ അറിയില്ലെന്ന് തറപ്പിച്ചു പറഞ്ഞത്.

രാജീവ്ഗാന്ധി വധത്തിനുശേഷം തമിഴ്നാട്ടിൽ തങ്ങിയിരുന്ന വിമോചനപ്പോരാളികളുടെയെല്ലാം അവസ്ഥ പരുങ്ങലിലായി. അതാണ് പരശവാക്കത്തു തങ്ങിയിരുന്ന ശങ്കറും കുഴപ്പത്തിലാകാനിടയായത്.

ഹോട്ടലുടമ ശങ്കറോട് മുറി ഒഴിഞ്ഞുതരാൻ നിർബന്ധിക്കുകയായിരുന്നു. എവിടെപ്പോകണമെന്നു നിശ്ചയമില്ലാതെ ബസ്സിൽ ശങ്കർ തഞ്ചാവൂരിലെത്തി. അവിടെ താമസിക്കാൻ ഒരിടം തേടി പലയിടത്തും കറങ്ങി നടന്നു. അയാളുടെ സംഭാഷണവും മറ്റും കേട്ട് സംശയം തോന്നിയ ഒരു ഓട്ടോഡ്രൈവറാണ് ഈ ശ്രീലങ്കൻ തമിഴനെപ്പറ്റി പൊലീസിനെ വിവരമറിയിച്ചതും അയാൾ അറസ്റ്റിലായതും.

'തമിഴ്പുലിയെ അറസ്റ്റു ചെയ്തു' എന്ന വാർത്ത എല്ലാ പത്രങ്ങളിലും വന്നു. അങ്ങനെ അന്വേഷണം ഒരു പ്രത്യേക ദിശയിലേക്കു നീങ്ങാൻ തുടങ്ങി.

രാജീവ്ഗാന്ധി വധക്കേസിൽ ആദ്യം അറസ്റ്റു ചെയ്യപ്പെട്ട ആൾ ശങ്കറാണ്. അയാളുടെ സഞ്ചിയിലുണ്ടായിരുന്ന ഡയറിയിൽ ഒരു തുണ്ടുകടലാസ് ഉണ്ടായിരുന്നു. അതിൽ എന്റെ പേരും ഓഫീസിന്റെ ഫോൺ നമ്പറും ഉണ്ടായിരുന്നു. അയാളെ ചെന്നൈയിൽ കൊണ്ടുവന്ന് ചോദ്യം

ചെയ്തപ്പോൾ 'ദാസാണ് നളിനിയുടെ ഫോൺ നമ്പർ തന്നതെ'ന്ന് അയാൾ മൊഴി കൊടുത്തു.

ഇക്കാര്യങ്ങളൊന്നും ഞാനറിഞ്ഞിരുന്നില്ല. ഓഫീസിൽ എന്നെത്തേടി സി.ബി.ഐക്കാർ വന്നുപോയ കാര്യം മാത്രമേ എനിക്കറിയൂ. ശങ്കറെ അറസ്റ്റുചെയ്തശേഷം ഞങ്ങളെല്ലാവരും സി.ബി.ഐയുടെ നിരീക്ഷണത്തിലായിക്കഴിഞ്ഞിരുന്നു എന്നതാണ് സത്യം. ഈ വിവരവും അപ്പോൾ ഞാനറിഞ്ഞിരുന്നില്ല. അതിനുശേഷം ഞാനാകെ പരിഭ്രമത്തിലായി. ജോലിയിൽ ശ്രദ്ധിക്കാൻ കഴിയുന്നില്ല. ഭർത്താവിന് എന്തു സംഭവിച്ചു കാണുമോ എന്നറിയാതെ വേവലാതിപ്പെട്ടു കഴിഞ്ഞുകൂടി. അദ്ദേഹത്തെയും അറസ്റ്റു ചെയ്തുകാണുമോ? ചോദ്യം ചെയ്തു കാണുമോ? ഈ സംശയങ്ങളൊക്കെ അലട്ടിക്കൊണ്ടിരുന്നു. അന്നു ജോലി കഴിഞ്ഞയുടൻ അനിയന്റെ പ്രസ്സിലേക്കു പോയി. ജോലി കഴിഞ്ഞ് അവിടെ വരുമെന്ന് നേരത്തെ അറിഞ്ഞിരുന്നതിനാൽ അദ്ദേഹവും (മുരുകൻ) എത്തി.

ഞാനാകപ്പാടെ അങ്കലാപ്പിലായതുപോലെ കാണപ്പെട്ടതിനാൽ, "എന്താടോ, എന്തുപറ്റി...?" എന്നു ചോദിച്ചു. സി.ബി.ഐ. വന്നതും എന്നെ ചോദ്യം ചെയ്ത വിവരവും വിശദമായി പറഞ്ഞുകൊടുത്തു. "ശരിയാണ്, ഞാനാണ് നിന്റെ ഫോൺനമ്പർ കൊടുത്തിരുന്നത്, അതു പറയാൻ ഞാൻ മറന്നുപോയതാണ്. ഇപ്പോൾ അത് ഒരു പ്രശ്നമായല്ലോ' എന്നു പറഞ്ഞ് അദ്ദേഹം സങ്കടപ്പെട്ടു.

"ശരി, ഇനിമേൽ എന്നെ കാണാൻ വരേണ്ട... എനിക്കെന്തുവേണമെങ്കിലും സംഭവിച്ചുകൊള്ളട്ടെ! നീ നന്നായിരുന്നാൽ മതി. അനിയൻ ഭാഗ്യനാഥന് ഒരു സംശയം തോന്നാൻ പാടില്ല. നമ്മൾ വിവാഹിതരായ വിവരം അവർക്ക് അറിഞ്ഞുകൂടല്ലോ? അതുകൊണ്ട് ദിവസവും നമ്മൾ കാണുന്നത് തെറ്റിദ്ധാരണകൾക്ക് ഇടയാകും. അതുകൊണ്ട് ഇനി ഇങ്ങോട്ടുവരാൻ പാടില്ല. വേറൊരു താമസസ്ഥലം കണ്ടുപിടിച്ചശേഷം വിവരം അറിയിക്കാം. അപ്പോൾ വന്നാൽ മതി." മുരുകൻ പറഞ്ഞു.

എനിക്ക് പെട്ടെന്നു കോപം അടക്കാനായില്ല. രൂക്ഷമായി ഞാൻ മുരുകനെ നോക്കി. ഒരു സെക്കന്റ് നേരം മാത്രം! ദേഷ്യം കാണിക്കാൻ പറ്റിയ സ്ഥലമല്ല ഇതെന്നു മനസ്സിലാക്കി വേഗം സാധാരണനില വീണ്ടെടുത്തു. ഒരു നിമിഷത്തേക്ക് കണ്ണുകൾ കലങ്ങിപ്പോയി. ഞാൻ ആ മുഖത്തേക്ക് സൂക്ഷിച്ചുനോക്കിപ്പറഞ്ഞു, "ഇങ്ങോട്ടു നോക്കൂ... എന്തൊക്കെ പ്പറഞ്ഞാലും നിങ്ങൾ എനിക്കു താലികെട്ടിയ പുരുഷനാണ്, അങ്ങനെ ഏതോ ഒരു അന്യസ്ത്രീയെപ്പോലെ നിങ്ങളെ പിരിഞ്ഞുപോകാൻ എനിക്കു കഴിയില്ല. എങ്ങനെ കഴിയും, പറയൂ... അനിയൻ എന്തെങ്കിലും വിചാരിക്കുന്നെങ്കിൽ വിചാരിച്ചുകൊള്ളട്ടെ, മറ്റു മാർഗങ്ങളൊന്നുമില്ലല്ലോ? വേണ്ടിവന്നാൽ അതേടാ, ഞങ്ങൾ കല്യാണം കഴിച്ചവരാണ്, ഭാര്യാഭർത്താക്കന്മാരാണ് എന്നു പറഞ്ഞിട്ടു പോകാം! ഇത്രയുമൊക്കെ ആയ സ്ഥിതിക്ക് ഇനി മൂടിമറച്ചുവയ്ക്കാൻ എന്താണുള്ളത്? ഇനി മേലിൽ

ഇങ്ങനെയൊന്നും പറയരുത്." പതിഞ്ഞ ശബ്ദത്തിൽ ഭർത്താവിനെ താക്കീത് ചെയ്തു. അദ്ദേഹം തിരിച്ചൊന്നും പറഞ്ഞില്ല.

മുരുകൻ അഞ്ചു ദിവസം മാത്രമേ അനിയന്റെ പ്രസ്സിൽ താമസിച്ചുള്ളൂ. മെയ് 27 മുതൽ ജൂൺ ഒന്നു വരെ മാത്രം! ഒരു ദിവസംപോലും പകൽ അവിടെ കഴിഞ്ഞിട്ടേയില്ല.

മുരുകൻ ഒരുവീടുതേടി അലഞ്ഞുനടന്നു. പോകാനിടമില്ലാതിരുന്നതിനാൽ ചില ദിവസങ്ങളിൽ ബസ്സ്റ്റാന്റിൽ കിടന്നുറങ്ങി. ചില ദിവസങ്ങളിൽ സിനിമ കണ്ടശേഷം തിയേറ്ററിൽതന്നെ കിടന്നുറങ്ങിയിട്ടുണ്ട്. ദിവസവും ഞാൻ പ്രസ്സിൽ ചെല്ലുമ്പോൾ എന്നെ പ്രതീക്ഷിച്ച് അവിടെ നിൽക്കുന്നുണ്ടാകും. എന്തെങ്കിലും ഭക്ഷണം വാങ്ങിക്കൊടുത്തശേഷം ഞാനും വീട്ടിൽ പോകും.

പലയിടത്തും തേടി. അവസാനം ഒരു സ്ഥലം കിട്ടി. എന്നെ കൊണ്ടുപോയി വീടു കാണിച്ചുതന്നു. വീട് അത്ര നന്നായിരുന്നില്ല. യാതൊരു സുരക്ഷിതത്വവുമില്ലാത്ത സ്ഥലം. എനിക്കും തീരെ ഇഷ്ടപ്പെട്ടില്ല. ഇതു വേണ്ട, മറ്റൊരു വീടു നോക്കാൻ പറഞ്ഞു. അലച്ചിൽ പിന്നെയും തുടർന്നു. ആവശ്യത്തിനു ഭക്ഷണംപോലും കിട്ടുന്നുണ്ടായിരുന്നില്ല.

ചില ദിവസങ്ങളിൽ ഓഫീസിൽ നിന്നിറങ്ങി ബസ്സിൽ കയറുമ്പോൾ ആൾ ബസ്സിലിരിക്കുന്നുണ്ടാകും. മുഷിഞ്ഞ വേഷം. താടിയും മുടിയും നീണ്ടുവളർന്ന് കണ്ടാൽ ഒരു ഭിക്ഷക്കാരനെപ്പോലെ തോന്നും. 'നിങ്ങൾ ഇങ്ങനെ കഷ്ടപ്പെടേണ്ട ആളാണോ! ഞാൻ കാരണമാണല്ലോ നിങ്ങൾ ഇവിടെ ഇത്ര കഷ്ടപ്പെട്ട് കഴിഞ്ഞുകൂടേണ്ടിവരുന്നത്' എന്നു പറഞ്ഞ് ഞാൻ നിലവിളിച്ചു. 'അതൊന്നും സാരമില്ല. എല്ലാം ശരിയാകും. നീ വിഷമിക്കരുത്' എന്നുപറഞ്ഞ് എന്നെ സമാധാനിപ്പിക്കും. ഈ സംഘർഷഭരിതമായ സന്ദർഭത്തിലും ഞാൻ ഓഫീസിൽ പൊയ്ക്കൊണ്ടിരുന്നു. എന്നാൽ ഉറക്കവും മനസ്സമാധാനവും നഷ്ടപ്പെട്ട്, ഉള്ളിന്റെയുള്ളിൽ നിലവിളിച്ചുകൊണ്ടാണ് ഞാൻ സമയം തള്ളിനീക്കിയിരുന്നത്. കണ്ണടച്ചാലുടൻ പിച്ചിക്കീറിയ വസ്ത്രങ്ങൾ ധരിച്ച്, ഭിക്ഷക്കാരനെപ്പോലെ അലഞ്ഞുനടക്കുന്ന ഭർത്താവിന്റെ ചിത്രമാണ് തെളിഞ്ഞുകാണുന്നത്. പൊട്ടിക്കരഞ്ഞ് ചാടിയെഴുന്നേൽക്കും. കണ്ടുമുട്ടൽ, പ്രേമം, വിവാഹം, ഗർഭം ഇങ്ങനെ ഏതാനും മാസങ്ങൾക്കുള്ളിൽ ആടിത്തീർത്ത എന്റെ ജീവിതം, ഇനിയെന്ത്? എന്ന ഉത്തരംകിട്ടാത്ത ചോദ്യത്തിനു മുന്നിൽ പകച്ചുനിന്നു.

വേണമെങ്കിൽ മുരുകന് രക്ഷപ്പെടാമായിരുന്നു. എനിക്കുവേണ്ടിയാണ് ഈ യാതനകളെല്ലാം അനുഭവിച്ചുകൊണ്ടിരിക്കുന്നത്. എന്നോടുള്ള സ്നേഹംകൊണ്ടാണ് എന്നെ ചുറ്റിപ്പറ്റി നിൽക്കുന്നത്. എന്റെ കുടുംബത്തിന്റെ സ്ഥിതിയോർത്ത് അദ്ദേഹം ആകെ തകർന്നുപോയിരുന്നു. താൻ മാത്രം രക്ഷപ്പെട്ടുകളയാമെന്ന് സ്വപ്നത്തിൽപ്പോലും അദ്ദേഹം

വിചാരിച്ചിരുന്നില്ല. ഞങ്ങൾക്കേൽക്കപ്പെട്ട കഷ്ടങ്ങളോർത്ത് മനമുരുകി മൗനനൊമ്പരങ്ങളുമായിട്ടാണ് അദ്ദേഹം ദിവസങ്ങൾ തള്ളിനീക്കിയിരുന്നത്.

ഇതിനിടെ ശ്രീപെരുമ്പത്തൂർ സമ്മേളനത്തിന്റെ ഫോട്ടോ എടുത്തുകൊണ്ടിരിക്കുന്നതിനിടയിൽ സ്ഫോടനത്തിൽ കൊല്ലപ്പെട്ട ഹരിബാബുവിന്റെ ക്യാമറയിലുണ്ടായിരുന്ന ചിത്രം കണ്ട് ഫോട്ടോഗ്രാഫറായ ശുഭസുന്ദരത്തെ ജൂൺ ഒന്നാംതീയതി പൊലീസ് അറസ്റ്റു ചെയ്തു. ഇദ്ദേഹത്തിന്റെ കീഴിൽ അനേകം പേർ ഫോട്ടോഗ്രാഫി പഠിക്കുന്നുണ്ടായിരുന്നു. ഹരിബാബുവിന്റെ ഗുരുവായിരുന്നു എന്ന കാരണത്താലാണ് ശുഭസുന്ദരത്തെ അറസ്റ്റു ചെയ്തത്. പിൽക്കാലത്ത് ഇയാൾക്ക് വധശിക്ഷ വിധിക്കപ്പെടുകയുണ്ടായി. വിചാരണ, ടാഡ കോടതിവിധി എന്നിവയിൽപ്പെട്ട് ഒമ്പതുവർഷം ഇയാൾ ജയിലിലായിരുന്നു. പിൽക്കാലത്ത് സുപ്രീം കോടതി ഇയാളെ വെറുതെ വിട്ടു.

എന്നാൽ അയാൾക്കുണ്ടായ പീഡനങ്ങൾ, മാനസികപിരിമുറുക്കം ഇവയെല്ലാം കാരണം രോഗിയായിത്തീരുകയും ഏതാനും ദിവസങ്ങൾക്കുള്ളിൽ മരണമടയുകയും ചെയ്തു. ധർമ്മത്തിന്റെ നിലനില്പിനെ കുടിലതന്ത്രങ്ങൾ വിഴുങ്ങി. എന്നാൽ ഇവിടെ ധർമ്മം വീണ്ടും വിജയിച്ചു. എങ്കിലും നീണ്ട ഒമ്പതുവർഷം അദ്ദേഹം ജയിലിൽ അനുഭവിച്ച നരകയാതനകൾക്ക് ആരു സമാധാനം പറയും? ഇങ്ങനെയുള്ള ചോദ്യങ്ങൾക്ക് ഉത്തരമേയില്ല.

ഇനി അറസ്റ്റു നാടകങ്ങളിലേക്കു വരാം.

ഏഴ്

ആത്മഹത്യാശ്രമം

ശുഭസുന്ദരത്തെ അറസ്റ്റുചെയ്ത് ഏതാനും ദിവസം കഴിഞ്ഞ്, അതായത് ജൂൺ 6-ാം തീയതി, എന്റെ അനിയൻ ഭാഗ്യനാഥനെയും സി.ബി.ഐ. കസ്റ്റഡിയിലെടുത്തു. എന്നുവച്ചാൽ, നിയമപ്രകാരം അറസ്റ്റ് ചെയ്തില്ല. നിയമവിരുദ്ധമായി സി.ബി.ഐ. ആസ്ഥാനമായ 'മല്ലിക'യിൽ അടച്ചുവച്ചിരുന്നു.

യാതൊരു പ്രശ്നവുമില്ല, വെറുതെ ചില കാര്യങ്ങൾ ചോദിച്ചറിയാൻ വേണ്ടി മാത്രമാണ് കൂട്ടിക്കൊണ്ടുപോകുന്നതെന്നാണ് തുടക്കത്തിൽ പറഞ്ഞിരുന്നത്. എന്നും രാത്രിയിൽ ഭക്ഷണം കഴിക്കാനായി അനിയനെ വീട്ടിൽ കൊണ്ടുവരും. ഭക്ഷണം കഴിഞ്ഞ് തിരിച്ചുകൊണ്ടുപോകും. അവന്റെമേൽ എന്തു കുറ്റമാണോ ചാർത്താൻ പോകുന്നത്? ചോദ്യം ചെയ്തശേഷം ഉടൻ വിട്ടയയ്ക്കുമെന്നാണ് ഞങ്ങൾ കരുതിയിരുന്നത്.

ഇതിനിടെ സ്ഫോടന സ്ഥലത്തുവെച്ച് ഹരിബാബു എടുത്തിരുന്ന ശിവരാജന്റെ ഫോട്ടോ മെയ് 28 മുതൽ എല്ലാ പത്രങ്ങളിലും ദൃശ്യമാധ്യമങ്ങളിലും പ്രസിദ്ധീകരിച്ച് അയാൾക്കായി വലവിരിച്ച് അന്വേഷണം തുടങ്ങിയിരുന്നു. ടി.വി., പത്രങ്ങൾ, പോസ്റ്ററുകൾ അങ്ങനെ എവിടെ നോക്കിയാലും ശിവരാജന്റെ ചിത്രങ്ങളും വാർത്തകളും മാത്രം! അതു കണ്ട്, ഞാൻ വീണ്ടും ഞെട്ടിവിറച്ചു. ശിവരാജൻ ഒന്നുരണ്ടു പ്രാവശ്യം വീട്ടിൽ വന്നുപോകുന്നത് അയൽക്കാർ ആരെങ്കിലും കണ്ടിട്ടുണ്ടെങ്കിൽ അവർ പൊലീസിനെ വിവരം അറിയിക്കുമെന്ന ഭീതി എന്നെ പിടികൂടിയിരുന്നു.

അതിനിടെ ഞെട്ടിപ്പിക്കുന്ന ഒരു വാർത്തയും, ഈ സംഭവങ്ങൾക്കെല്ലാം പുതിയ ഒരു വഴിത്തിരിവും ഉണ്ടായി. എന്നും രാത്രിയിൽ ഭക്ഷണം കഴിക്കാൻ ഭാഗ്യനാഥനെ സി.ബി.ഐക്കാർ വീട്ടിൽ കൊണ്ടുവന്നുകൊണ്ടിരുന്നു. എന്നാൽ അന്നു രാത്രിയിൽ അവനെ കൊണ്ടുവന്നില്ല. അമ്മ ഒരുപാടുനേരം കാത്തിരുന്നു. സമയം കടന്നുപോകുന്തോറും ഭയം അധികരിച്ചുകൊണ്ടിരുന്നു. ഒരുപക്ഷേ അവനെ അറസ്റ്റു ചെയ്തു എന്ന വാർത്ത അറിയിച്ചാൽ നമ്മുടെ കുടുംബത്തിന്റെ അന്തസ്സ്

എന്തായിത്തീരും? ചുറ്റിലുമുള്ളവർ എങ്ങനെയായിരിക്കും ഞങ്ങളെ കാണുന്നത്? എന്തൊക്കെ പറഞ്ഞുപരത്തും? കൊലപാതകികളുടെ കുടുംബം എന്നു ഞങ്ങളെ കാറിത്തുപ്പുകയില്ലേ? ഈ പേരുദോഷ ത്തോടെ എങ്ങനെ ജീവിക്കും? ഇങ്ങനെ ഞങ്ങളൊക്കെ പരിഭ്രാന്തിയി ലായി.

എന്റെ അച്ഛനും അദ്ദേഹത്തിന്റെ ചില ബന്ധുക്കളും പൊലീസിൽ ഉണ്ട്. അവർ ഞങ്ങളെപ്പറ്റി എന്തായിരിക്കും പറയുക? ഈ അപവാദം ആരെയെല്ലാമായിരിക്കും ചുറ്റിവരിയുക? എത്രപേരോടു സമാധാനം പറയേണ്ടിവരും? കൊലപാതകികളെന്ന ദുഷ്പ്പേരു വഹിച്ചുകൊണ്ട് എത്ര നാൾ അവരുടെയിടയിൽ ജീവിക്കാൻ കഴിയും? ഇങ്ങനെ പലവിധ ചിന്ത കളാൽ ഉഴറി 'കൊടുങ്കാട്ടിനുള്ളിൽ ദിക്കറിയാതെ നട്ടംതിരിയുന്ന' അവസ്ഥയിൽ ഞങ്ങൾ എത്തിച്ചേർന്നു.

ഇതിനിടെ മുരുകൻ ദിവസവും താമസസ്ഥലത്തുനിന്നും റോയപ്പേട്ട യിലുള്ള വീടിനടുത്തുവന്നുനിന്ന് അമ്മ ജോലി കഴിഞ്ഞ് ആശുപത്രി യിൽനിന്നും വന്നോ, എന്തെങ്കിലും പ്രശ്നങ്ങളുണ്ടോ എന്നെല്ലാം അമ്മ പോലുമറിയാതെ നിരീക്ഷിച്ചുകൊണ്ടിരുന്നു. പതിവുപോലെ അമ്മ തിരിച്ചെത്തി എന്ന് ഉറപ്പുവരുത്തിയശേഷമേ അദ്ദേഹം അവിടെനിന്നും പോകുമായിരുന്നുള്ളൂ. അദ്ദേഹത്തിന് ഒരു മനസ്സാക്ഷിക്കുത്തുണ്ടാ യിരുന്നു. നടന്നുപോയ ഒരു കുറ്റത്തിന്റെ പേരിൽ ഈ കുടുംബം വേദന അനുഭവിക്കുന്നല്ലോ, അവരുടെ സ്ഥിതി എന്തായിരിക്കുന്നു എന്നു കണ്ടറിയാൻ വേണ്ടിയാണ് അദ്ദേഹം ഇങ്ങനെ വന്നുപൊയ്ക്കൊണ്ടി രുന്നത്.

പതിവുപോലെ അന്നു വൈകിട്ടും വഴിയരികിൽ വന്ന് അമ്മയെ കാത്തുനിന്നു. അമ്മ പതിവായി വരേണ്ട സമയം കഴിഞ്ഞിട്ടും കാണാ ത്തതിനാൽ അദ്ദേഹത്തിന്റെ മനസ്സിൽ പല സംശയങ്ങളും ഉണ്ടായി. അമ്മയ്ക്ക് എന്തോ ആപത്തു പറ്റിയിട്ടുണ്ട് എന്നു കരുതി നേരെ വീട്ടി ലേക്ക് വന്നു. ആ സമയം വീട്ടിലുണ്ടായിരുന്ന ഞാനും അമ്മയും അനി യത്തി കല്യാണിയും അവളുടെ കൂട്ടുകാരിയും ചേർന്ന് വിഷം കഴിച്ച് ആത്മഹത്യ ചെയ്യാൻ തീരുമാനിക്കുകയും അതിനുവേണ്ടി എലിവിഷം വാങ്ങി വീട്ടിൽ സൂക്ഷിക്കുകയും ചെയ്തിരുന്നു. ഞങ്ങളോടൊപ്പം ഒരു വിരുന്നുകാരിയായി താമസിച്ചിരുന്ന വാസന്തിയോട് 'നീ നിന്റെ നാട്ടിൽ പൊയ്ക്കോ, ഞങ്ങളുടെ തലവിധി ഇങ്ങനെയായിപ്പോയി. ഞങ്ങൾ കൂട്ട ആത്മഹത്യ ചെയ്ത വിവരം നീ ആരോടും പറയേണ്ട, ഞങ്ങൾ കാരണം നിന്റെ ജീവിതംകൂടി നശിക്കാനിട വരരുത്' എന്ന് അമ്മ കാലുപിടിച്ചു കരഞ്ഞ് പറഞ്ഞുകൊണ്ടിരുന്നു.

എന്നാലവൾ, "ഇല്ലമ്മേ ഇത്രനാളും നിങ്ങളുടെ കൂടെക്കഴിഞ്ഞു. നിങ്ങൾ തന്ന ഭക്ഷണമാണ് ഇതുവരെ കഴിച്ചുകൊണ്ടിരുന്നത്. നിങ്ങൾക്കൊരു സങ്കടം വന്നപ്പോൾ ഇട്ടെറിഞ്ഞുപോയാൽ എന്റെ മനസ്സ്

എപ്പോഴും വേദനിച്ചുകൊണ്ടിരിക്കും. മാത്രമല്ല, നിങ്ങളോടൊപ്പം കഴിഞ്ഞിരുന്നതുകൊണ്ട് എന്നെയും അവർ ചോദ്യം ചെയ്യും. ചിലപ്പോൾ അറസ്റ്റു ചെയ്യാനും ഇടയുണ്ട്. നിങ്ങൾക്കു സംഭവിക്കുന്നതൊക്കെ എനിക്കും വന്നുചേരും. നിങ്ങളെ പഴിക്കുന്നവർ എന്നെയും പഴിക്കും. ആ പഴി കേട്ടു കൊണ്ട് ജീവിക്കുന്നതിനേക്കാൾ നല്ലത് നിങ്ങളോടൊപ്പം മരിക്കുന്നതാണ്" എന്നിങ്ങനെ വാശിപിടിച്ച് ഓരോന്നു പറഞ്ഞുകൊണ്ടിരുന്നു. ഞാനും അമ്മയും എത്ര നിർബന്ധിച്ചിട്ടും അവൾ കൂട്ടാക്കിയില്ല. ഞങ്ങളുടെ കൂടെത്തന്നെ അവളും ചത്തുകളയുമെന്ന് ഉറപ്പിച്ചുപറഞ്ഞു. അതിൽ കൂടുതലൊന്നും ചെയ്യാൻ ഞങ്ങൾക്കു കഴിയുമായിരുന്നില്ല. ആ പെൺകുട്ടിയുടെ മനസ്സാക്ഷി, ഞങ്ങളുടെ മേൽ അവൾ വച്ചിരുന്ന സ്നേഹം, വിശ്വാസം എന്നിവ മറ്റുള്ളവർക്കില്ലാതെ പോയല്ലോ? ഞങ്ങൾക്കൊരു കഷ്ടകാലം വന്നപ്പോൾ ഓടിയൊളിച്ചില്ലല്ലോ? ഞങ്ങളെപ്പറ്റി അപവാദം പ്രചരിപ്പിച്ചില്ലല്ലോ! ഉണ്ട ചോറിനു നന്ദി കാണിക്കാനാണ് അച്ഛനുമമ്മയും അവളെ പഠിപ്പിച്ചിട്ടുള്ളത്. എന്നാൽ അവളെപ്പോലെത്തന്നെ ഞങ്ങളോടൊപ്പമുണ്ടായിരുന്ന മറ്റു ചിലരുടെ പെരുമാറ്റത്തെപ്പറ്റി ചിന്തിക്കുമ്പോൾ ഇപ്പോൾപോലും താങ്ങാൻ പറ്റാത്ത മനോവ്യഥ നിലനിൽക്കുന്നുണ്ട്.

സമയം കടന്നുപൊയ്ക്കൊണ്ടിരുന്നു. എത്രയോ നിർബന്ധിച്ചിട്ടും വാസന്തി അവളുടെ തീരുമാനത്തിൽനിന്നു വ്യതിചലിച്ചില്ല. അതിലുറച്ചു തന്നെ നിന്നു. ഗത്യന്തരമില്ലാതെ നാലുപേരും ആത്മഹത്യ ചെയ്യാനുറച്ചു. ഒരു പാത്രത്തിൽ ചോറു വിളമ്പി, കറിയൊഴിച്ച് അതിൽ എലിവിഷവും ചേർത്ത് ഞാൻ കുഴച്ചുകൊണ്ടിരുന്നു.

"അയ്യയ്യോ, ഇനിമേൽ ജീവിച്ചിരിക്കാൻ പറ്റില്ലല്ലോ, ചുറ്റുമുള്ളവരെല്ലാം ഓരോ അപവാദങ്ങൾ പറഞ്ഞുനടക്കുമായിരിക്കും. അതുകേട്ടു കൊണ്ട് ജീവിക്കാൻ പറ്റില്ല. ഒരു സ്വാതന്ത്ര്യസമരപോരാളിയുടെ കുടുംബമാണ് ഈ കൊല ചെയ്തതെന്ന് ആക്ഷേപിക്കുമല്ലോ", ചുവരിൽ ചാരിയിരുന്ന് അമ്മ അലമുറയിട്ടുകൊണ്ടിരുന്നു.

ഞാൻ വിഷച്ചോറ് ഉരുട്ടിക്കൊണ്ടിരിക്കേ വാതിലിൽ മുട്ടുകേട്ടു. തുറന്നു നോക്കുമ്പോൾ ഭർത്താവ് കൺമുന്നിൽ! പെട്ടെന്ന് ഇവിടെ വന്നെത്തുമെന്ന് സ്വപ്നത്തിൽപോലും ഞാൻ കരുതിയിരുന്നില്ല.

എന്നെയും ചോറുരുട്ടിക്കൊണ്ടിരിക്കുന്ന കൈയിലേക്കും നോക്കി. കരഞ്ഞുകലങ്ങിയ മുഖത്തേക്ക് സൂക്ഷിച്ചുനോക്കി. എന്തോ ഒരു ദുർവാസന തോന്നിയതുകാരണം ചുറ്റും കണ്ണോടിച്ചു. ചോറിരുന്ന പാത്രം, അതിനടുത്ത് എലിവിഷത്തിന്റെ ഒരൊഴിഞ്ഞ കൂട്! കാര്യം മനസ്സിലായപ്പോൾ ഞെട്ടിത്തരിച്ചുനിന്നു.

എന്നെ രൂക്ഷമായി നോക്കി, "എന്നെ തനിച്ചാക്കിയിട്ട് ചാകാൻ ശ്രമിച്ചു, അല്ലേ? ഇത്രയേയുള്ളൂ നിനക്ക് എന്നോടുള്ള സ്നേഹം?" എന്നു

ചോദിക്കുന്നതുപോലെ തോന്നി. എന്തോ തെറ്റുചെയ്തതുപോലെ ഒരു തോന്നൽ. അദ്ദേഹത്തെ ഓർക്കാതെ ഇങ്ങനെയൊരു തീരുമാനത്തിൽ എത്തിച്ചേർന്നതിന്റെ കുറ്റബോധം ഉലച്ചുകളഞ്ഞു. ഞാൻ പൊട്ടി ക്കരഞ്ഞു.

അദ്ദേഹം ഈ സമയത്ത് ഇവിടെ എങ്ങനെയെത്തി? എന്തദ്ഭുത മായിരിക്കുന്നു? എന്തിനാണ് ഈ സങ്കടക്കടലിന്റെ നടുവിലേക്ക് വന്നു കയറിയത്? അതോർക്കുമ്പോൾ ഇപ്പോഴും ആശ്ചര്യം തോന്നും. ഏതോ ഒരു 'ഉൾവിളി'യാണ് ഇവിടെയെത്തിച്ചത്. അത് ഭാര്യയെന്ന നിലയിൽ എന്നോടുള്ള പരിശുദ്ധ സ്നേഹമാണോ, അതോ വയറ്റിൽ വളരുന്ന അദ്ദേഹത്തിന്റെ കുഞ്ഞിന്റെ ആത്മാവാണോ, അതോ ഇതു രണ്ടും കൂടി ച്ചേർന്നതോ? ഉത്തരം ഇപ്പോഴും കൈയിലില്ല. നമുക്ക് ഒരിക്കൽ മാത്രം കിട്ടുന്ന ഈ വിലപ്പെട്ട ജീവനെ ഉപേക്ഷിച്ച് ചാകാൻ തുടങ്ങുന്നതു ശരിയാണോ? എന്നോർത്തപ്പോൾ ഞാനാകെ തളർന്നുപോയി.

ഭർത്താവിനെ കണ്ടയുടൻ അമ്മയുടെ കോപം ഇരട്ടിയായി. അദ്ദേഹത്തെ മുറിക്കകത്താക്കി വേഗം കതകടച്ച്, "നാശംപിടിച്ചവനേ, ഞങ്ങളെന്തു തെറ്റാടാ ചെയ്തത്? എന്റെ കുടുംബത്തെ കുട്ടിച്ചോറാക്കി ക്കളഞ്ഞല്ലോ, ഞങ്ങളുടെ ഈ കുരുവിക്കൂട് വലിച്ചുകീറിക്കളഞ്ഞല്ലോ... ഞങ്ങളുടെ മാനവും മര്യാദയുമെല്ലാം നശിപ്പിച്ചുകളഞ്ഞല്ലോ! ഇനി ഈ നാട്ടിൽ ഞങ്ങൾക്കെങ്ങനെ ജീവിക്കാൻ കഴിയും." ഇങ്ങനെ വായിൽ ത്തോന്നിയതെല്ലാം വിളിച്ചുപറഞ്ഞ് തലയിലടിച്ച് അലമുറയിട്ടു കൊണ്ടിരുന്നു.

മുരുകൻ ഒരക്ഷരം മറുപടി പറഞ്ഞില്ല. പറയുന്ന ആക്ഷേപങ്ങളെല്ലാം കേട്ട് ഒരു പ്രതിമപോലെ നിന്നതേയുള്ളൂ. ഞാനാണ് അമ്മയെ അല്പ മെങ്കിലും സമാധാനിപ്പിക്കാൻ ശ്രമിച്ചത്. "സത്യത്തിൽ അദ്ദേഹത്തിന് ഒന്നുമറിഞ്ഞുകൂടാ അമ്മേ, തെറ്റുചെയ്ത ആളായിരുന്നെങ്കിൽ ഇപ്പോൾ ഇവിടെ വന്നുനിൽക്കുമായിരുന്നോ? അദ്ദേഹത്തിന് എന്തു ചെയ്യാൻ കഴിയും? ശിവരാജൻ ഇദ്ദേഹത്തിനോടു കാര്യങ്ങൾ രഹസ്യമാക്കിവച്ചു. ഇപ്പോൾ കുഴപ്പത്തിലായത് ഇദ്ദേഹമാണ്. ആ കോലമെന്നു നോക്കൂ... ഭിക്ഷക്കാരനെപ്പോലെയായി... ഈ പാവത്തിനെ ഇനി വഴക്കുപറയ രുതമ്മേ... എന്തു ചെയ്യാനാ... നമ്മുടെ വിധി ഇങ്ങനെയായിപ്പോയി", ഞാൻ സമാധാനിപ്പിക്കാൻ ശ്രമിച്ചു. അമ്മയുടെ കോപം തണുത്തു തുടങ്ങിയപ്പോൾ മൗനമായിരുന്ന് കരയാൻ തുടങ്ങി.

അദ്ദേഹം അമ്മയുടെ സമീപമെത്തി, "എന്നോടു ക്ഷമിക്കണം അമ്മേ, നിങ്ങൾ എന്നെ ശാസിച്ചതിനു കാരണമുണ്ട്... നിങ്ങളുടെ കോപവും സങ്കടവും എനിക്കു മനസ്സിലാകും... എന്നെക്കൊണ്ട് എന്തു ചെയ്യാൻ പറ്റുമമ്മേ.... യഥാർത്ഥത്തിൽ നടന്നതിനെപ്പറ്റിയൊന്നും എനിക്കറിഞ്ഞു കൂടാ... അങ്ങനെ അറിഞ്ഞിരുന്നെങ്കിൽ ഞാൻ നിങ്ങളുടെയടുത്തു

വരുമായിരുന്നില്ല. നിങ്ങളെ വെറുതെ എന്തിനാണ് ഞാൻ കുഴപ്പത്തിലാക്കുന്നത്? എനിക്കിതേപ്പറ്റി ഒന്നും അറിയില്ല. പിന്നെ നളിനി എങ്ങനെ അറിയാനാണ്? ഞാനും നളിനിയും ഒന്നുംതന്നെ മറച്ചുവെച്ചിട്ടില്ലമ്മേ... ഇതാണു സത്യം! ഞങ്ങളെ വിശ്വസിക്കണം."

ഒരു ഘട്ടത്തിൽ അദ്ദേഹം എന്തോ ഒരുറച്ച തീരുമാനമെടുത്തിട്ടുള്ളതുപോലെ തോന്നി. അദ്ദേഹം പറഞ്ഞു, "ഇങ്ങോട്ടു നോക്കമ്മേ, അറിഞ്ഞോ അറിയാതെയോ ഞങ്ങൾമൂലം നിങ്ങൾക്കു വലിയ ബുദ്ധിമുട്ടുകളാണ് ഉണ്ടായിരിക്കുന്നത്. ഞങ്ങൾ കാരണമാണ് ഇനിയും നിങ്ങൾ കഷ്ടപ്പെടാൻ പോകുന്നത്. അതുകൊണ്ട് ഞങ്ങൾ ഇവിടെനിന്നും പോവുകയാണ്. എന്നോടു ക്ഷമിക്കണം അമ്മേ, എന്റെ കൊക്കിനു ജീവനുള്ളിടത്തോളം കാലം നിങ്ങളുടെ മകളെ ഞാൻ ഉപേക്ഷിക്കുകയില്ല. ജീവിക്കുകയാണെങ്കിൽ ഒന്നിച്ചു ജീവിക്കും. അതല്ല മരിക്കുകയാണെങ്കിലും ഒന്നിച്ചു തന്നെ! കാര്യങ്ങളെല്ലാം ഒന്നു നേരെയാകുമ്പോൾ നിങ്ങളുടെ പേരക്കുട്ടിയെയുംകൂട്ടി നിങ്ങളെ കാണാൻ ഞങ്ങൾ വരും. എന്നിട്ട് എന്നോട്, നാളെ രാവിലെ ഒമ്പത് മണിക്ക് ശാന്തി തിയേറ്ററിനടുത്തെത്തണം. ഞാൻ വന്നു കൂട്ടിക്കൊണ്ടുപൊയ്ക്കൊള്ളാം" എന്നു പറഞ്ഞ് മുറിക്കുള്ളിലേക്ക് കയറിപ്പോയി.

പാത്രത്തിലിരുന്ന വിഷം കലർത്തിയ ചോറെടുത്ത് അതിൽ വെള്ളമൊഴിച്ച് കഴുകി സെപ്റ്റിക് ടാങ്കിലേക്കൊഴിച്ചു. ശേഷം ഒന്നും മിണ്ടാതെ വേഗത്തിൽ പുറത്തേക്കു പോയി.

അടുത്ത ദിവസം, ജൂൺ 10ന് ഞാൻ രാവിലെ ആറുമണിക്ക് ഓഫീസിലെത്തി. ഓഫീസിന്റെ ഒരു താക്കോൽ എപ്പോഴും എന്റെ കൈവശമുണ്ടാകും. ഞാനാണു മുമ്പേ വരുന്നതെങ്കിൽ ഓഫീസ് ഞാൻതന്നെ തുറന്നുവെയ്ക്കും. മുറിതുറന്ന് അകത്തുകടന്നു. എന്റെ നെഞ്ച് 'പടപടാ' അടിച്ചുകൊണ്ടിരുന്നു. അമ്മവീടുപോലെയായിരുന്നു എനിക്ക് ഓഫീസ്. ഈ കമ്പനിയുടെ ഉടമസ്ഥനെ ഞാൻ അച്ഛനെപ്പോലെയാണ് കരുതിയിരുന്നത്. കമ്പനി മാനേജർ സ്വന്തം ജ്യേഷ്ഠനെപ്പോലെ സ്നേഹവും വിശ്വാസവും കരുണയും കാട്ടിയിരുന്നു.

എനിക്കു സങ്കടം വരുമ്പോഴെല്ലാം ഈ ഓഫീസും ഇവിടെയുള്ളവരും എങ്ങനെയെല്ലാം എന്നെ താങ്ങിനിർത്തിയിരുന്നു എന്ന് ആലോചിച്ചുകൊണ്ടാണ് ഓരോ അടിയും നീങ്ങിക്കൊണ്ടിരുന്നത്. ഇതെല്ലാം ഒരു സ്വപ്നം പോലെ തോന്നി. തിരിച്ച് ഇങ്ങോട്ടുതന്നെ വന്നെത്താൻ കഴിയുമോ – എന്നോർത്തപ്പോൾ നിറഞ്ഞൊഴുകിയ കണ്ണുനീർ അടക്കുവാൻ കഴിഞ്ഞില്ല. ഞാനൊരു കടലാസെടുത്തു. "അപ്രതീക്ഷിതമായ കാരണങ്ങളാൽ ഞാൻ ജോലി രാജിവയ്ക്കുന്നു. ദയവായി എന്നോടു പൊറുക്കണം!" എന്ന് കമ്പനിയുടമയ്ക്ക് ഇംഗ്ലീഷിൽ ഒരു കത്തെഴുതിവച്ച ശേഷം പുറത്തുകടന്നു.

അപ്പോഴേ, വേണമെങ്കിൽ അവിടെനിന്നും പോകാമായിരുന്നു. ഒരു താക്കോൽ കൈവശം ഇരിക്കുന്നതുകൊണ്ട് പ്രശ്നങ്ങളൊന്നുമില്ല. കാരണം ഓഫീസിലെ കണക്കെഴുത്തുകാരിയായ സുജയയുടെ കൈയിൽ മറ്റൊരു താക്കോലുണ്ട്. അതുവച്ച് ഓഫീസ് തുറന്നുകൊള്ളും. എന്നാലും ഒരു മടി. അല്പനേരം ആലോചിച്ചശേഷം സുജയയുടെ വീടു തേടിപ്പോയി. അവരെക്കണ്ട് 'അത്യാവശ്യമായി എനിക്കു ചില ജോലിത്തിരക്കു കാരണം മുടങ്ങാതെ ഓഫീസിൽ വരാൻ കഴിയില്ല" എന്നു പറഞ്ഞ് താക്കോൽ അവരെ ഏല്പിച്ചശേഷം തിരിച്ചുനടന്നു.

ഈ ഘട്ടത്തിൽ അല്പമൊന്നു ചിന്തിച്ചുനോക്കണം. രാജീവ്ഗാന്ധിയുടെ വധവുമായി എന്തെങ്കിലും ബന്ധമുണ്ടായിരുന്നെങ്കിൽ ഇങ്ങനെയൊക്കെ ചെയ്യാൻ എനിക്കു കഴിയുമായിരുന്നോ? ഇതൊന്നും മുൻകൂട്ടി തീരുമാനിച്ചതല്ല. മനഃസാക്ഷിയനുസരിച്ചുള്ള കാര്യങ്ങൾ മാത്രമേ ചെയ്തിട്ടുള്ളൂ. വലിയ ഒരു കൊലപാതകത്തിനു കൂട്ടുനിന്നിട്ട് മുടങ്ങാതെ ഓഫീസിൽ പോയി ജോലി ചെയ്യാൻ ആർക്കെങ്കിലും കഴിയുമോ? ഇനി ജോലിയേ വേണ്ട എന്ന് ഉറപ്പിച്ചുകഴിഞ്ഞ ഓഫീസിൽച്ചെന്ന് രാജിക്കത്തെഴുതിവെച്ച് തിരിച്ചുപോകേണ്ട ആവശ്യമെന്താണ്? അല്ലെങ്കിൽ രാജിക്കത്തെഴുതിയശേഷം താക്കോൽ മറ്റൊരു ജീവനക്കാരിയെ തേടിപ്പിടിച്ച് ഏല്പിച്ചുകൊടുക്കേണ്ട ആവശ്യമെന്ത്? നേരെ എന്റെ പാട്ടിനു പോകാമായിരുന്നല്ലോ? എങ്ങനെയെങ്കിലും രക്ഷപ്പെടാൻ ശ്രമിക്കുന്നവർ ചെയ്യുന്ന കാര്യങ്ങളാണോ ഇതെല്ലാം?

സ്ഥിരമായി ജോലിയുപേക്ഷിച്ചു പോകുകയാണെങ്കിലും ആരും തെറ്റിദ്ധരിക്കരുതെന്നു നിർബന്ധമുള്ള ഞാൻ എങ്ങനെയാണ് ഇതുപോലൊരു മഹാപാതകത്തിനു കൂട്ടുനിൽക്കുന്നത്?

മനസ്സാക്ഷിയനുസരിച്ച് കുറ്റവാളി അല്ലാത്തതുകൊണ്ടല്ലേ സ്വയം മറന്ന് ഇങ്ങനെയെല്ലാം കാട്ടിക്കൂട്ടിയത്?

ഈ സന്ദർഭത്തിൽ വായനക്കാർക്ക് ചില സംശയങ്ങൾ ഉണ്ടായേക്കാം. എന്റെ മനസ്സിലും അങ്ങനെ ചില ചോദ്യങ്ങൾ, ഉയർന്നുവരുന്നുണ്ട്. അതിനുള്ള മറുപടികളെല്ലാം തുടർന്നുവരുന്ന അധ്യായങ്ങളിൽ കാണാവുന്നതാണ്.

ഇനി നിർത്തിയ ഇടത്തുനിന്നുതന്നെ തുടങ്ങാം. ഓഫീസിന്റെ താക്കോൽ ഏല്പിച്ചശേഷം ഭർത്താവ് പറഞ്ഞിരുന്നതനുസരിച്ച് ശാന്തി തിയേറ്ററിനടുത്ത് കാത്തുനിന്നു. എന്നാൽ അദ്ദേഹത്തെ കാണാനില്ല. അഞ്ചു മിനിറ്റ്, പത്തുമിനിറ്റ് അങ്ങനെ അരമണിക്കൂർ കഴിഞ്ഞുപോയി. അദ്ദേഹം എത്തിയില്ല. നെഞ്ചിടിപ്പ് വർദ്ധിച്ചു. ആകാംക്ഷയോടെ ചുറ്റും നോക്കി.

ഒരുപക്ഷേ അദ്ദേഹവും അകപ്പെട്ടുകാണുമോ? അങ്ങനെയെങ്കിൽ ഞങ്ങൾ ഇതുവരെ ആലോചിച്ചുറപ്പിച്ച കാര്യങ്ങളെല്ലാം വൃഥാവിലാകും.

ഒന്നും മനസ്സിലാകുന്നില്ല.

അനാഥയായതുപോലൊരു തോന്നൽ. കാത്തിരിപ്പു തുടർന്നു. ഒരു മുക്കാൽ മണിക്കൂർ കഴിഞ്ഞ് മുരുകൻ വിയർത്തൊലിച്ച് ഓടിവരുന്നതു കണ്ടു. ആ തലവെട്ടം കണ്ടപ്പോഴേ എനിക്കു സമാധാനമായി. അടുത്തു വന്നയുടൻ "എന്താ ഇത്ര വൈകിയത്? ഞാനെത്ര പേടിച്ചുപോയെന്നറിയാമോ?", പാരവശ്യത്തോടെ ഞാൻ ചോദിച്ചു.

"എനിക്കു വിദേശത്തു പോകുന്നതുമായി ബന്ധപ്പെട്ട് ഒരാളെക്കാണാൻ ശിവരാജൻ എന്നെ ചുമതലപ്പെടുത്തി. അയാളെ കാത്തിരുന്നതുകൊണ്ടാണ് വരാൻ വൈകിയത്. എന്നാൽ പറഞ്ഞിരുന്നയാൾ വന്നതേയില്ല. എവിടെച്ചെന്നാലും തടസ്സങ്ങളാണല്ലോ" എന്നു പറഞ്ഞ് അദ്ദേഹം സങ്കടപ്പെട്ടു. അതുകണ്ടപ്പോൾ എനിക്ക് അദ്ദേഹത്തോടു തോന്നിയ ദേഷ്യം അലിഞ്ഞില്ലാതായി.

"എങ്ങോട്ടു പോകും, എന്തു ചെയ്യും?" ഞാൻ ചോദിച്ചു. അല്പ നേരത്തെ മൗനത്തിനുശേഷം അദ്ദേഹം പറഞ്ഞു. "മനസ്സാകെ തളർന്നുപോയി. ഒരെത്തുംപിടിയും കിട്ടുന്നില്ല. ആദ്യം തിരുപ്പതിപ്പെരുമാളെ പോയിക്കാണാം. അദ്ദേഹം ഒരു വഴി കാണിച്ചുതരും." എനിക്കും മറ്റൊരു വഴിയും തോന്നിയില്ല. അതുതന്നെ ശരിയെന്നു തോന്നി.

രണ്ടുപേരും പാരീസ് കോർണറിലെത്തി. അവിടെനിന്നും തിരുപ്പതിയിലേക്കുള്ള ബസ്സിൽ കയറി.

ഞാൻ ശരിക്കൊന്ന് ഉറങ്ങിയിട്ട് വളരെ നാളുകളായി. താൻ ജീവന്റെ ജീവനായി സ്നേഹിക്കുന്ന ഭർത്താവിനെ ഒരു ഭിക്ഷക്കാരനെപ്പോലെ തെരുവുതോറും അലയാൻ വിട്ടിട്ട് ഏതു പെണ്ണിന് മനസ്സമാധാനത്തോടെ ഉണ്ണാനും ഉറങ്ങാനും കഴിയും? മാത്രമല്ല, ഞാൻ എന്തു കഴിച്ചാലും ഛർദ്ദിക്കാൻ തുടങ്ങിയിരുന്നു. അപ്പോൾ രണ്ടുമാസം ഗർഭിണിയായിരുന്നു. അതുകൊണ്ടാണ് കൂടെക്കൂടെ ഈ ഛർദ്ദി വന്നുകൊണ്ടിരുന്നത്. ഈ വക ശാരീരികപ്രശ്നങ്ങളോടൊപ്പം മാനസികമായ പ്രശ്നങ്ങൾ വേറെയും! അതിനാൽ ആകെ ക്ഷീണിതയായിരുന്നു. ബസ്സിൽ കയറിയിരുന്ന് അല്പ സമയത്തിനുള്ളിൽ അദ്ദേഹത്തിന്റെ നെഞ്ചിലേക്ക് ഒരു കൊച്ചുകുഞ്ഞിനെപ്പോലെ ചാരി ചുരുണ്ടുകൂടിയിരുന്നു. കണ്ണുനീർ ധാരധാരയായി ഒഴുകിക്കൊണ്ടിരുന്നു. എന്റെ വേദന മനസ്സിലാക്കിയ അദ്ദേഹം കണ്ണീർ തുടച്ച്, തലയിൽ തഴുകിക്കൊണ്ടേയിരുന്നു. അത് എനിക്കും ഹിതകരമായിത്തോന്നി. ഭയം, വേദന, സങ്കടങ്ങൾ ഇവയെല്ലാം മറന്ന് ഞാനുറങ്ങിപ്പോയി.

അപ്പോഴാണ് വിചിത്രമായ ആ സ്വപ്നം ഒരു ചലച്ചിത്രത്തിലെന്നപോലെ വ്യക്തമായിക്കാണുന്നത്. ഇപ്പോഴെന്താണ് ഇങ്ങനെയൊരു സ്വപ്നം കാണാനിടയായത് എന്നെനിക്കറിയില്ല.

അന്ന് വീട്ടിൽ നിന്നും തിരിച്ചശേഷം, 'അഡയാറിലുള്ള അഷ്ടലക്ഷ്മീ

ക്ഷേത്രത്തിൽ പോയിവരാമെന്നു പറഞ്ഞ് മുരുകൻ എന്നെ കൂട്ടിക്കൊണ്ടു പോകുന്നു. ക്ഷേത്രദർശനത്തിനുശേഷം ബീച്ചിലെത്തി കാഴ്ചകൾ കണ്ടു നടന്നു. അവിടെ തിരമാലകളെ നോക്കി ശുഭ ഇരിക്കുന്നു. "അങ്ങോട്ടു നോക്കൂ... അവിടെ ശുഭ..."

"നിനക്കു വട്ടുപിടിച്ചിരിക്കുകയാണ്. ആരെക്കണ്ടാലും ശുഭ, ശുഭ.... നീ വാ... ദർശനം കഴിച്ച് നമുക്കു വേഗം പോകാം." അദ്ദേഹം എന്നെ നിർബന്ധിച്ചു.

കരയിലിരിക്കുന്ന ശുഭയെ കാണാതെയായിരിക്കണം ഇങ്ങനെ പറയുന്നതെന്നു കരുതി ഞാൻ വീണ്ടും,

"ഞാൻ പറയുന്നതു സത്യമാണ്. അങ്ങോട്ടു നോക്കൂ... ശുഭ തന്നെയാണ് അവിടെയിരിക്കുന്നത്." എന്നു പറയുന്നതിനിടയിൽ ശുഭ തിരിഞ്ഞു നോക്കി. എന്നെ കണ്ടയുടൻ ഓടിവന്ന് കെട്ടിപ്പിടിച്ച് നിലവിളിക്കാൻ തുടങ്ങി. അവളുടെ ശരീരം തീപറ്റിയെരിയുന്നതുപോലെ... നല്ല പനിയുണ്ടെന്ന് തോന്നി. എന്റെ തോളിൽ മുഖമമർത്തി അവൾ തേങ്ങി ത്തേങ്ങി കരഞ്ഞു. അവളെ എന്തു പറഞ്ഞാണ് സമാധാനിപ്പിക്കേണ്ടത്? എന്നോർത്ത് ഞാനും കരഞ്ഞു. എന്റെയും ശുഭയുടെയും ഉച്ചസ്ഥായിയിലുള്ള രോദനങ്ങളെ കടൽക്കാറ്റ് മൗനമായി കടത്തിക്കൊണ്ടു പൊയ്ക്കളഞ്ഞു.

ആ കടലിലെ തിരമാലകളെപ്പോലെ ഞങ്ങളുടെ അന്തരംഗങ്ങളിലും തിരമാലകൾ നിർത്താതെ അലയടിച്ചു കയറിക്കൊണ്ടിരുന്നു. ഒരു പെണ്ണിന്റെ മനസ്സു തിരിച്ചറിയാൻ മറ്റൊരു പെണ്ണിനേ കഴിയൂ... ശുഭയുടെ മനസ്സിനെ ഏകദേശം മനസ്സിലാക്കാൻ എനിക്കു കഴിഞ്ഞിരുന്നു. എന്തിനെപ്പറ്റിയും നിർത്താതെ പറഞ്ഞുകൊണ്ടിരിക്കുന്നവൾ, യാതൊരു സങ്കടങ്ങളും പുറത്തുകാണിക്കാത്തവൾ. ഹരിബാബുവിന്റെയും മറ്റുള്ളവരുടെയും മരണം അവളെ വല്ലാതെ പിടിച്ചുലച്ചിരുന്നു. ശുഭയുടെ ശരീരത്തിൽ പടർന്നിരുന്ന അഗ്നിജ്വാലകൾ എന്നിലേക്കും പടരുന്നതുപോലെ തോന്നി.

ഉടനെ അടുത്തുനിന്ന മുരുകനോട് "എന്താ ശുഭയുടെ ശരീരം ചുട്ടുപൊള്ളുന്നുണ്ടല്ലോ, ഇതൊന്നും തിരക്കാൻ ആരുമില്ലേ? ഇവളെ കൂട്ടിക്കൊണ്ടുപോയി ഒരു ഡോക്ടറെ കാണിക്കണം, മറ്റു കാര്യങ്ങളെല്ലാം പിന്നെ നോക്കാം." എന്ന് ദേഷ്യത്തോടെ പറഞ്ഞു.

തിരിഞ്ഞുനോക്കുമ്പോൾ അവിടെ ശിവരാജൻ കറുപ്പുനിറത്തിൽ ഒരു കാട്ടാളന്റെ ഭീകരരൂപത്തിൽ നിൽക്കുന്നു. അടുത്തുള്ള ആശുപത്രിയിൽ കൊണ്ടുപോയി, ശുഭയെ ഡോക്ടറെ കാണിച്ച് എന്തൊക്കെയോ മരുന്നും ഗുളികകളുമായി ആ ഭീകരരൂപം തിരിച്ചുവന്നു. ഇപ്പോഴാണ് ശിവരാജനെ അടുത്തു കാണുന്നത്. കറുത്തു കരുവാളിച്ച ശരീരത്തിലെങ്ങും മുളച്ചു പൊന്തിയ മുള്ളുകളോടെ, ഒരു രാക്ഷസനെപ്പോലെ അവിടെ നിന്നിരുന്നു. ശുഭ വീണ്ടും എന്നെ കെട്ടിപ്പിടിച്ച് തോളിൽച്ചാരി കണ്ണീർ വാർത്തുനിന്നു.

അവളറിയാതെതന്നെ അവളുടെ ഉടൽ നടുങ്ങിക്കൊണ്ടിരുന്നു. ഏങ്ങലടിച്ചു കരയുന്ന ശബ്ദം കേൾക്കാം.

"അക്കാ, നിങ്ങളും എന്റെ കൂടെ വരൂ, നിങ്ങൾ എന്റെ കൂടെ വന്നില്ലെങ്കിൽ എനിക്കെന്റെ നാട്ടിൽപ്പോയിച്ചേരാൻ കഴിയില്ല. ഇവിടെത്തന്നെ കിടന്നു ചത്തോളാം. നിങ്ങളും എന്റെ കൂടെ വരണം", എന്നു കരഞ്ഞു പറഞ്ഞു. പാവം അവളുടെ മനസ്സിൽ എന്താണോ എന്നറിയാൻ കഴിയുന്നില്ല.

എന്റെ തോളിൽ ചാഞ്ഞുകിടന്ന അവളെ ഞാൻ തഴുകി ആശ്വസിപ്പിച്ചുനിന്നു. രാക്ഷസനെപ്പോലെ നിന്നിരുന്ന ശിവരാജൻ, "മതി, പോകാം" എന്നു പറഞ്ഞ് അവളെ പിടിച്ചുവലിച്ചുകൊണ്ടുപോയി. പോകുന്ന പോക്കിൽ അയാൾ കൂടെക്കൂടെ തിരിഞ്ഞുനോക്കിക്കൊണ്ടിരുന്നു. പെട്ടെന്ന് രണ്ടുപേർക്കും ചിറകുകൾ മുളച്ച് ആകാശത്തിലേക്കു പറന്നുയരാൻ തുടങ്ങി. ഞാനാകെ അദ്ഭുതപരതന്ത്രയായി. ഞാനെന്റെ അസ്തിത്വം മറന്ന് അവരുടെ പോക്കു നോക്കിക്കൊണ്ടുനിന്നു. അതിനിടയിൽ ഞങ്ങളെച്ചുറ്റി ആരൊക്കെയോ നിൽക്കുന്നതുപോലെ ഒരു ഞെട്ടൽ.

അതേ, ഞങ്ങളെ പിടികൂടാനായി ചുറ്റിലും പൊലീസുകാർ. കൈകളിൽ കുന്തങ്ങളുമായി ഞങ്ങളുടെ നേരെ കുത്താൻ വരുന്നതുപോലെ തോന്നി. പൊലീസുകാരായിരുന്നിട്ടും അവരുടെ ദേഹമെല്ലാം കറുത്തും കണ്ണുകൾ ചുവന്നും ഭീകരരൂപികളായി കാണപ്പെട്ടു. ആ സ്വപ്നം അതിനപ്പുറത്തേക്കു നീണ്ടുപോയില്ല.

ഞാൻ പെട്ടെന്നുണർന്ന് തലയുയർത്തിനോക്കി. ബസ് ഓടിക്കൊണ്ടിരുന്നു. ഞാൻ മുരുകനെ ചാരിയിരിക്കുകയായിരുന്നു. ഭയാനകമായ സ്വപ്നം കണ്ട് ശരീരമാകെ വിയർത്തുകുളിച്ചു. ഒന്നും മനസ്സിലാകുന്നില്ല. ചുറ്റും നോക്കി. ഇത്രയും നേരം കണ്ടതെല്ലാം സ്വപ്നമായിരുന്നോ എന്നു ചിന്തിച്ച് അദ്ദേഹത്തിന്റെ തോളിലേക്ക് വീണ്ടും ചാരി, ആ കൈകളിൽ മുറുകെപ്പിടിച്ചിരുന്നു.

ഇതെല്ലാം ശ്രദ്ധിച്ചുകൊണ്ടിരുന്ന മുരുകൻ "എന്താ ഇതെല്ലാം! ഒരു മാതിരിയിരിക്കുന്നല്ലോ?" എന്നു ചോദിച്ചു. ഭയത്തോടുകൂടി, ഭീകരമായ ഒരു സ്വപ്നം കണ്ടു.... എന്നു പറയാൻ ആരംഭിച്ചശേഷം... അങ്ങനെതന്നെ വാക്കുകൾ വിഴുങ്ങി. അദ്ദേഹം ആകപ്പാടെ ക്ഷീണിതനാണ്. ആ സമയത്ത് ഭീതിദമായ ഈ സ്വപ്നത്തിന്റെ കാര്യം കൂടിപ്പറഞ്ഞ് അദ്ദേഹത്തിന്റെ സമാധാനം കളയാൻ ഞാനൊരുങ്ങിയില്ല.

"ഏയ്, ഒന്നുമില്ല, ഒന്നു മയങ്ങിപ്പോയി. എനിക്കു ഛർദ്ദിക്കാൻ തോന്നുന്നു. അതാണ് ഉണർന്നത്" എന്നു പറഞ്ഞ് കുറെ നേരം നിശ്ശബ്ദമായി അദ്ദേഹത്തിന്റെ തോളിൽ ചാരിയിരുന്നു.

ധനുവിനെ അവസാനമായി കണ്ട കാഴ്ച എന്റെ ഓർമ്മയിലെത്തി.

എല്ലാമൊരു കടങ്കഥപോലെ തോന്നുന്നു. അവൾ എന്റെ മനസ്സു മുഴുവൻ നിറഞ്ഞുനിന്നു. അവളാണോ ഇങ്ങനെയൊക്കെ ചെയ്തതെന്ന് വിശ്വസിക്കാനേ കഴിഞ്ഞില്ല. അവൾ എല്ലാക്കാര്യത്തിലും വ്യത്യസ്ത യായിരുന്നു. വലിയ ദൈവവിശ്വാസിയാണ്. വഴിയിൽ ഏതു ക്ഷേത്രം കണ്ടാലും ഉള്ളിൽപ്പോയി തൊഴുത് വിഭൂതി പൂശി വന്നെങ്കിലേ അവൾക്കു തൃപ്തിയാകൂ. അതുപോലെ ഭക്തിപ്പാട്ടുകളിലും തത്പരയായിരുന്നു. എപ്പോൾ നോക്കിയാലും ചെവിയിൽ ഹെഡ്ഫോൺ വച്ച് ഭക്തിപ്പാട്ടുകൾ കേട്ടുകൊണ്ടിരിക്കും. അധികം ആരോടും സംസാരിക്കാറില്ല. എത്ര കളിയാക്കിയാലും എപ്പോഴും ചിരിച്ചുകൊണ്ടിരിക്കും. അവളൊരു നാണം കുണുങ്ങിയായിരുന്നു.

കുറെ സിനിമാക്കമ്പം കൂടുതലുള്ളവളാണ്. “അക്കാ, ചെന്നൈ യിലുള്ളതുപോലെയുള്ള തിയേറ്ററുകൾ ഞാൻ മുമ്പു കണ്ടിട്ടേയില്ല. ഞങ്ങളുടെ നാട്ടിൽ ഇങ്ങനെയൊന്നുമില്ല. അതുകൊണ്ട് എന്നെ സിനിമാ കാണിക്കാൻ കൊണ്ടുപോകണം.” ഇങ്ങനെ കൊച്ചുകുട്ടികളെപ്പോലെ കൊഞ്ചിപ്പറയും. എന്നോടൊപ്പം തങ്ങിയിരുന്ന അഞ്ചു ദിവസങ്ങളിൽ നാലു സിനിമകൾ കണ്ടിരുന്നു. എപ്പോഴും പ്രസന്നവതിയായിരുന്നു.

മെയ് 21-ാം തീയതി ശ്രീപെരുമ്പത്തൂരിൽ വച്ച് ശിവരാജൻ എന്തി നാണ് ധനുവിനെ ശകാരിച്ചത്? അതിനുശേഷം ശുഭയെ തനിയെ വിളിച്ച് ധനുവിനെക്കൊണ്ട് ഏതോ സത്യം ചെയ്യിക്കുന്നതുപോലെ എന്തോ കാട്ടിയല്ലോ? അതൊക്കെ എന്തായിരുന്നുവെന്ന് എനിക്ക് ഇതുവരെ മനസ്സിലായിട്ടില്ല. അവരോട് അതേപ്പറ്റി ചോദിക്കാനുള്ള ധൈര്യവും ഉണ്ടായിരുന്നില്ല. അതു ചോദിക്കണമോ വേണ്ടയോ എന്നുപോലും നിശ്ചയമില്ല.

ഇങ്ങനെ ഓരോന്നു ചിന്തിച്ച് യാത്ര തുടർന്നുകൊണ്ടിരുന്നു. ഈ സമയത്ത് ഞങ്ങളറിയാതെ ചെന്നൈയിൽ എന്തൊക്കെയോ സംഭവ വികാസങ്ങൾ ഉണ്ടായിക്കൊണ്ടിരുന്നു. ഞങ്ങൾ പാരീസ് കോർണറിൽ നിന്നും ബസ്സിൽ പുറപ്പെട്ട് അധികം കഴിയുന്നതിനു മുമ്പുതന്നെ സി.ബി.ഐ. ഞങ്ങളുടെ വീട്ടിലെത്തിയിരുന്നു. വീട്ടിലുണ്ടായിരുന്ന അമ്മ, അനിയത്തി, അവളുടെ കൂട്ടുകാരി വാസന്തി, മനവളർച്ചയില്ലാത്ത എന്റെ അമ്മാവൻ രാജരത്തിനം എന്നിവരെയെല്ലാം ഒന്നിച്ച് അറസ്റ്റു ചെയ്ത് സി.ബി.ഐ. ആസ്ഥാനമായ ‘മല്ലിക’യിൽ കൊണ്ടുപോയി തടങ്കലിൽ വെച്ചു.

അതിനു തലേദിവസംതന്നെ പേരറിവാളനെത്തേടി അയാളുടെ വാസ സ്ഥലമായ ജൊലാർപേട്ടയിൽ സി.ബി.ഐ. ചെന്നിരുന്നതിനാൽ അയാൾ കീഴടങ്ങി.

ഹരിബാബു എടുത്തിരുന്ന എന്റെ ഫോട്ടോ കാണിച്ച് ഇതാരാണെ ന്നറിയാമോ എന്ന് പലരോടും അന്വേഷിച്ചു. ‘ഇതു നളിനി’യാണെന്ന്

എല്ലാവരും സമ്മതിച്ചു. അതിനുശേഷമാണ് എന്നെപ്പറ്റിയുള്ള അന്വേഷണം തീവ്രമാക്കിയത്. അപ്പോഴാണ് എന്നോടൊപ്പം ഭർത്താവ് മുരുകനുമുണ്ടെന്ന് അവർ അറിയുന്നത്. മുരുകനെയും പ്രതിപ്പട്ടികയിൽ ചേർത്ത് അന്വേഷണം ഊർജ്ജിതമാക്കി. പിടിക്കപ്പെട്ട ആർക്കും ഞങ്ങളെ വിടെയാണെന്ന് അറിഞ്ഞുകൂടായിരുന്നു.

അടുത്ത ദിവസം ശാന്തി തിയേറ്ററിനു മുന്നിൽ സന്ധിക്കാമെന്നു പറഞ്ഞ് ഞങ്ങൾ പോയതിനുശേഷമുള്ള ഒരു കാര്യവും അമ്മയ്ക്കു പോലും അറിയില്ലായിരുന്നു. അതിനാൽ ഞങ്ങളെ അന്വേഷിക്കുന്നതിന് അവർക്ക് ചില തടസ്സങ്ങൾ നേരിടേണ്ടിവന്നു.

ഹരിബാബുവിന്റെ ക്യാമറയിൽനിന്നും എന്റെ ഫോട്ടോ അവർക്ക് കിട്ടിയിരുന്നു. അതുകൊണ്ട് എന്നെ കണ്ടുപിടിക്കാൻ അത്ര ബുദ്ധിമുട്ടുണ്ടായിരുന്നില്ല.

ജൂൺ 12-ാം തീയതിയിലെ എല്ലാ പത്രങ്ങളിലും ഈ കേസുമായി ബന്ധപ്പെട്ട് അന്വേഷിക്കുന്നവരുടെ കൂട്ടത്തിൽ എന്റെ ചിത്രവും പ്രസിദ്ധീകരിച്ചിരുന്നു. എന്നാൽ മുരുകന്റെ ചിത്രമോ കണ്ടുപിടിക്കാൻ കഴിയുന്ന എന്തെങ്കിലും അടയാളങ്ങളോ പൊലീസിന്റെ കൈവശമുണ്ടായിരുന്നില്ല.

അതിനുശേഷമാണ് കസ്റ്റഡിയിലുള്ളവരോട് ദാസിനെപ്പറ്റി അന്വേഷിക്കുന്നത്. ഓരോരുത്തരും അയാളെപ്പറ്റി വിവരിച്ചുകൊടുക്കുന്നതിന്റെ അടിസ്ഥാനത്തിൽ ദാസിന്റെ രേഖാചിത്രം കമ്പ്യൂട്ടറിൽ തയ്യാറാക്കി. പല കോണുകളിലുള്ള ചിത്രങ്ങൾ തയ്യാറാക്കിയിരുന്നു.

ആ ചിത്രം കണ്ടാൽ ഭർത്താവിന്റെ തല മുണ്ഡനം ചെയ്താൽ എങ്ങനെയുണ്ടാകുമോ അതുപോലെ കിറുകൃത്യമായിരുന്നു. അതു കണ്ടാൽ അദ്ദേഹത്തിന്റെ യഥാർത്ഥ ഫോട്ടോ പോലെ തന്നെയുണ്ടായിരുന്നു.

അത്ര കൃത്യമായി കൂട്ടത്തിലാരോ ബുദ്ധിപൂർവ്വം വിവരങ്ങൾ പൊലീസിനു കൈമാറിയിരുന്നു. അതു പറഞ്ഞുകൊടുത്ത ആളിന്റെ ബുദ്ധിശക്തി അതിശയകരമായിരുന്നു. അയാളുടെ ഓർമ്മശക്തിയും അപാരമായിരുന്നു. വളരെ വൈകി കാണാനിടയായ ആ ചിത്രം എപ്പോൾ, എവിടെ വച്ചാണ് എടുത്തത് എന്നറിയാതെ ഞങ്ങൾ ആശയക്കുഴപ്പത്തിലായി.

ജൂൺ 13-ാം തീയതി മുരുകന്റെ ഈ ചിത്രവും എല്ലാ പത്രമാധ്യമങ്ങളിലും പ്രസിദ്ധീകരിക്കപ്പെട്ടു. ഈ വിവരങ്ങളൊന്നുംതന്നെ അപ്പോൾ ഞങ്ങൾ അറിഞ്ഞിരുന്നില്ല. ഇത്രയും കാര്യങ്ങൾ ചെന്നൈയിൽ നടന്നുകൊണ്ടിരിക്കുമ്പോൾ ഞങ്ങൾ ബസ്സിൽ തിരുപ്പതിയിലേക്ക് സഞ്ചരിച്ചുകൊണ്ടിരുന്നു.

എട്ട്
ഒരു പലായനം

"ഞങ്ങളെക്കൊണ്ട് നിങ്ങൾക്കൊരു ബുദ്ധിമുട്ടു വരരുത്. ഞങ്ങൾ എവിടെയെങ്കിലും പൊയ്ക്കൊള്ളാം", എന്ന് അമ്മയോട് പറഞ്ഞിട്ട് എന്തോ ഒരു ആവേശത്തിൽ പുറപ്പെട്ടു. വഴിയറിയാതെ അലഞ്ഞു തിരിയുന്നവർക്ക് ദിക്കു കാട്ടിക്കൊടുക്കുന്ന 'എഴുമലയാനെ' വിശ്വസിച്ച് എങ്ങോട്ടെന്നില്ലാതെ യാത്ര തുടർന്നു. 'ഇനിയെങ്ങോട്ട്?' എന്ന ചിന്ത വല്ലാതെ അലട്ടിക്കൊണ്ടിരുന്നു.

ബസ് യാത്രയ്ക്കിടയിൽ വേദനകൾ പരസ്പരം പങ്കുവച്ചു. ഭക്ഷണമൊന്നും കഴിക്കാൻ തോന്നിയില്ല. എന്തെങ്കിലും കഴിക്കാൻ മുരുകൻ നിർബന്ധിച്ചുകൊണ്ടിരുന്നു. എന്തു കഴിച്ചാലും ഛർദ്ദി. ഗർഭിണികൾക്കെല്ലാം ഛർദ്ദിയുണ്ടാകുന്നത് സർവ്വസാധാരണമാണെന്ന വിവരം അറിഞ്ഞുകൂടാത്ത ഭർത്താവ് ആകെ പരിഭ്രാന്തനായി.

ഒന്നും കഴിക്കാതിരുന്നാൽ നന്നല്ല എന്നു കരുതി ഒരു ജ്യൂസ് വാങ്ങിക്കൊണ്ടുത്തന്നു. എന്തു കഴിച്ചാലും ഛർദ്ദി അധികമായിക്കൊണ്ടിരുന്നു. പലപ്പോഴും അദ്ദേഹത്തിന്റെ മടിയിലേക്കാണ് ഛർദ്ദിച്ചത്. ബസ്സിന്റെ ഒരു വശത്ത് എന്നെ ഇരുത്തി അദ്ദേഹം എന്റെ തല ചേർത്തുപിടിച്ചു. ക്ഷീണിച്ച് അവശയായിപ്പോയ എന്നെ ഒരു കൊച്ചുകുട്ടിയെപ്പോലെ താങ്ങിപ്പിടിച്ച് നിർബന്ധമായി ഭക്ഷണം കഴിപ്പിച്ചു. എന്തു ചെയ്യാനാണ്? ഈ കഷ്ടപ്പാടുകളൊന്നും ഛർദ്ദിക്ക് അറിയേണ്ട കാര്യമില്ലല്ലോ! വീണ്ടും ഇടയ്ക്കിടെ ഓക്കാനം വന്നുകൊണ്ടിരുന്നു. ഒരു ഘട്ടത്തിൽ അടിവയറും തൊണ്ടയും വേദനിക്കാൻ തുടങ്ങി. ആപ്പിൾ ജ്യൂസ് നല്ല പോഷകഗുണമുള്ളതാണെന്നു പറഞ്ഞ് അതും വാങ്ങിക്കൊണ്ടുവന്ന് എന്നെ നിർബന്ധിച്ചു കുടിപ്പിച്ചു.

ഇങ്ങനെ പെടാപ്പാടുപെട്ട് ഞങ്ങൾ തിരുപ്പതിയിലെത്തി. മലമുകളിൽ കയറണം, ബസ്സിൽ പോകാമെന്ന് അദ്ദേഹം പറഞ്ഞു. "വേണ്ടാ, നടന്നു തന്നെ മലകയറണം. നിങ്ങൾക്കുവേണ്ടിയും നമ്മുടെ കുഞ്ഞിനു വേണ്ടിയും ഞാൻ നേർച്ച നേർന്നിട്ടുള്ളതാണ്." അതുകൊണ്ട് നടന്നു തന്നെ മലകയറണം എന്ന് ഞാൻ വാശിപിടിച്ചു.

"വേണ്ട, നിനക്ക് ഒട്ടും ശക്തിയില്ല, തളർന്നുവീണുപോകും. നേർച്ച നടത്താൻ ഇനിയൊരിക്കൽ വരാം" എന്ന് അദ്ദേഹം നിർബന്ധം പിടിച്ചു. എന്റെ ആരോഗ്യസ്ഥിതിയെപ്പറ്റി അദ്ദേഹത്തിന് വലിയ ഉൽക്കണ്ഠയുണ്ടായിരുന്നു. എനിക്ക് അദ്ദേഹത്തെപ്പറ്റിയും വയറ്റിൽ വളരുന്ന കുഞ്ഞിനെപ്പറ്റിയും മാത്രമേ ഉൽക്കണ്ഠയുണ്ടായിരുന്നുള്ളൂ. അതുകൊണ്ട് എന്റെ നേർച്ച ഇന്നുതന്നെ നടത്തണമെന്ന് നിർബന്ധിച്ചു. എന്റെ സങ്കടം അദ്ദേഹത്തിന് മനസ്സിലായതേയില്ല.

അവസാനം ഞാൻ തറപ്പിച്ചുപറഞ്ഞു. "നേർച്ച മാറ്റിവയ്ക്കാൻ പാടില്ല. എനിക്കു തുണയായി നിങ്ങളുണ്ടല്ലോ. പോരെങ്കിൽ പെരുമാളിന്റെ തുണയും നമുക്കുണ്ടല്ലോ? അതിനാൽ എനിക്കു മലകയറാൻ കഴിയും."

ഇതിനുമേൽ ഒന്നും ചെയ്യാൻ കഴിയില്ലെന്ന് അദ്ദേഹത്തിനു മനസ്സിലായി. ഒന്നാമത്തെ പടിയിൽ കർപ്പൂരം കത്തിച്ച്, മുകളിലേക്കുനോക്കി പെരുമാളിനെ വണങ്ങി, "എല്ലാം നല്ലതുപോലെ നടത്തിത്തരേണ്ടത് നീ തന്നെ, എന്റെ ഭാര്യയെ നല്ലതുപോലെ കാത്തുകൊള്ളേണമേ." എന്നിങ്ങനെ പ്രാർത്ഥിച്ചുകൊണ്ട് ഞങ്ങൾ മല കയറാൻ തുടങ്ങി. അതൊക്കെയോർത്താൽ ഇപ്പോഴും ശരീരം കുളിരു കോരിയിടും. അദ്ദേഹം എന്നെ എത്രമാത്രം സ്നേഹിക്കുന്നുവെന്ന് ഏഴുമലൈയാനാണ് കാണിച്ചുതന്നത്.

അദ്ദേഹം എന്റെ കൈകൾ ബലമായി ചേർത്തുപിടിച്ചു. പടി കയറുമ്പോൾ എന്റെ ശരീരത്തിന്റെ മുഴുവൻ ഭാരവും അദ്ദേഹത്തിനുമേൽ വീഴത്തക്കവണ്ണം ചേർത്തുപിടിച്ചാണ് നടന്നിരുന്നത്. ഞാനും എന്റെ മുഴുവൻ ഭാരവും അദ്ദേഹത്തിന്റെ മേൽ ഇറക്കിവച്ചാണ് മലകയറ്റം തുടർന്നത്. നടന്നുനടന്ന് കാൽപ്പാദങ്ങൾ വേദനിക്കുമ്പോഴെല്ലാം അദ്ദേഹം മറ്റൊരു വിദ്യ പ്രയോഗിച്ചു. എന്റെ രണ്ടു കാൽപ്പാദങ്ങളും അദ്ദേഹത്തിന്റെ പാദങ്ങളുടെ മേൽവച്ച്, പിഞ്ചുകുഞ്ഞുങ്ങളെ അച്ഛനമ്മമാർ നടത്തിക്കുന്നതുപോലെ നടത്തിച്ചു. നടത്തിച്ചു എന്നല്ല, അദ്ദേഹം എന്നെ എടുത്തുകൊണ്ടുപോയി എന്നു പറയുന്നതായിരിക്കും കൂടുതൽ ശരി! ഇതുകണ്ട് മറ്റു ഭക്തന്മാർ ആശ്ചര്യപ്പെട്ടു. ഇത്ര സ്നേഹത്തോടും ക്ഷമയോടുംകൂടി ഭാര്യയെ പിടിച്ചുകയറ്റിക്കൊണ്ടു പോകുന്നല്ലോ എന്നു കരുതി അവർ ഞങ്ങളെ പ്രശംസിക്കുകയും ചെയ്തു. മറ്റു ചിലർ 'നന്നായി വരട്ടെ' എന്ന് ആശീർവ്വദിച്ചു.

വേറെ ചിലരാകട്ടെ, "എന്നാപ്പാ, ഭാര്യയ്ക്കു നല്ല സുഖമില്ലേ...? സൂക്ഷിച്ചു കൊണ്ടുപോകൂ" എന്ന് ക്ഷേമാന്വേഷണം നടത്തി.

ആ വേദനയും സങ്കടവുമെല്ലാം ഞാനെന്നേ മറന്നുകഴിഞ്ഞു. "ഭർത്താവും കുഞ്ഞും നന്നായിരിക്കണം" എന്ന് ഏഴുമലയാനോടു പ്രാർത്ഥിക്കാൻ കഴിഞ്ഞപ്പോൾത്തന്നെ മനസ്സ് സംതൃപ്തമായിക്കഴിഞ്ഞിരുന്നു. ഒരുകണക്കിന് എന്റെ നേർച്ച വിജയകരമായി പൂർത്തിയാക്കി.

ഞങ്ങൾ പെരുമാളിന്റെ ഭക്തരാണല്ലോ! അതുകൊണ്ട് യാതൊരു ബുദ്ധിമുട്ടുമില്ലാതെ മലകയറി സന്നിധാനത്തിലെത്തി. അപ്പോഴേക്ക് നേരമിരുട്ടാൻ തുടങ്ങി. അതിനാൽ രാത്രിയിൽ അവിടെത്തന്നെ തങ്ങി അതിരാവിലെ ക്ഷേത്രദർശനം നടത്താനായി നീണ്ട വരിയിൽ വന്നുനിന്നു. അപ്പോഴെല്ലാം 'ഭർത്താവിനെയും കുഞ്ഞിനെയും നല്ലപടി കാത്തു സൂക്ഷിച്ചുകൊള്ളണമേ' എന്ന ഏഴുമലയാനെ നോക്കി മന്ത്രിച്ചു കൊണ്ടിരുന്നു. പ്രതീക്ഷിച്ചതുപോലെ സ്വാമിദർശനം ഭംഗിയായി നിർവ്വഹിച്ചു.

അവിടെനിന്നും 'മുടിദാനം' ചെയ്യുന്നിടത്തേക്ക് അദ്ദേഹം എന്നെ കൂട്ടി നടന്നു. ഒന്നും ചോദിക്കാതെ ഞാൻ പിൻതുടർന്നുകൊണ്ടിരുന്നു. തല മുണ്ഡനം ചെയ്യുന്നിടത്ത് അദ്ദേഹത്തെ പിടിച്ചിരുത്തി. അതുകൊണ്ടും തീർന്നില്ല. അതേ പ്രാർത്ഥനയോടെ ക്ഷേത്രത്തിനു ചുറ്റും ശയന പ്രദക്ഷിണവും നടത്തി. ആ സമയത്തൊന്നും ഒരു ക്ഷീണവും തോന്നി യിരുന്നില്ല. മനസ്സിലും യാതൊരു അങ്കലാപ്പും ഉണ്ടായിരുന്നില്ല. ഉറച്ച മനസ്സോടെ നേർച്ചകൾ നന്നായി നടത്തി. ഏഴുമലയാർ കാത്തുരക്ഷിച്ചു കൊള്ളുമെന്നുള്ള വിശ്വാസം ഞങ്ങളെ വളരെയധികം ആശ്വസിപ്പിച്ചു.

ഇങ്ങനെ ശരീരവും മനസ്സും ഒന്നുപോലെ പെരുമാൾ സന്നിധിയിൽ സമർപ്പിച്ച് നടത്തിയ നേർച്ചയെ സി.ബി.ഐ. എങ്ങനെയൊക്കെയാണ് ആക്ഷേപിച്ചതെന്നറിയാമോ? എന്തെല്ലാം കള്ളക്കഥകളാണ് അതിന്റെ പേരിൽ അവർ കെട്ടിച്ചമച്ചത്?

രാജീവ് വധം തൃപ്തികരമായി പൂർത്തിയാക്കിയതിനുള്ള നന്ദി യായിട്ടാണ് മുരുകൻ തല മുണ്ഡനം ചെയ്തതെന്നും ഞാൻ ശയന പ്രദക്ഷിണം നടത്തിയതെന്നുമുള്ള നുണപ്രചരണമാണ് അവർ നട ത്തിയത്. ഈ കള്ളക്കഥകൾ മാധ്യമങ്ങൾ വഴി പ്രചരിപ്പിക്കുന്നതിനും അവർ മുൻകൈയെടുത്തു. മാത്രമല്ല, ഞങ്ങൾക്കെതിരെയുള്ള കുറ്റപത്ര ത്തിലും ഈ വിവരങ്ങളെല്ലാം ഉൾപ്പെടുത്തിയിരുന്നു. ഇതിൽ കൗതുക കരമായ ഒരു വസ്തുതയെന്തെന്നാൽ ഞങ്ങൾ ശിവരാജനോടൊപ്പം പോയതും ഇതുപോലെതന്നെയാണ് പ്രചരിപ്പിച്ചിരുന്നത്. ഇപ്പോൾ ക്ഷേത്ര ദർശനം നടത്തിയതും അതിനുവേണ്ടിയാണ് എന്നാണ് പ്രചരണം. ആരെന്ത് പറഞ്ഞാലും അതെല്ലാം ചൂടുള്ള വാർത്തയായി വെളിച്ചത്തു വന്നുകൊണ്ടിരുന്ന സമയമായിരുന്നല്ലോ അത്!

എന്തെന്നോ ഏതെന്നോ ഉള്ള ഒരു കാരണവും അന്വേഷിക്കാതെ സി.ബി.ഐ. പറയുന്നതെന്തും പത്രങ്ങളും ജനങ്ങളും വിശ്വസിച്ചു കൊണ്ടിരുന്ന കാലമായിരുന്നല്ലോ അത്. സി.ബി.ഐ. പ്രത്യേക അന്വേ ഷണസംഘം ഒരു പൊട്ടുതൊട്ടാൽ അതൊരു പെരുംകോലമായി ചിത്രീ കരിക്കാൻ പത്രങ്ങൾ ശ്രമം നടത്തിക്കൊണ്ടിരുന്നു.

മനുഷ്യബോംബ് പൊട്ടിക്കുന്നവർക്കും മോക്ഷം നൽകുന്ന ആളാണോ പെരുമാൾ? ആ സ്ഫോടനത്തിൽ മരിച്ച മറ്റു പതിനേഴ്

പേരുടെയും മരണത്തിനുത്തരവാദി ഈ പെരുമാൾ തന്നെയാണോ? അദ്ദേഹമാണോ ഞങ്ങളെ ആശീർവ്വദിച്ച് തിരിച്ചയച്ചത്? ഇതൊക്കെയാണ് ഏഴുമലയാന്റെ തൊഴിലെന്ന് സി.ബി.ഐയ്ക്ക് എവിടെനിന്നാണ് വിവരം ലഭിച്ചത്? ഏതായാലും തിരുപ്പതി പെരുമാളെയും പ്രതിസ്ഥാനത്തു ചേർക്കാതിരുന്നത് നല്ല കാര്യമായിപ്പോയി. അക്കാര്യത്തിൽ ഏതായാലും നമുക്കു സന്തോഷിക്കാം.

എങ്ങനെയോ നേർച്ചകളെല്ലാം നല്ലതുപോലെ നടത്തി തിരുസന്നിധിയിലേക്കു നോക്കി നിന്നപ്പോൾ ഞാനറിയാതെ കരഞ്ഞുപോയി. എത്ര ശ്രമിച്ചിട്ടും കരച്ചിലടക്കാൻ കഴിഞ്ഞില്ല. ഞങ്ങളുടെ ഈ ലക്ഷ്യമില്ലായാത്ര എവിടെച്ചെന്ന് അവസാനിക്കും? ഒരു നിശ്ചയവുമില്ല.

“വീണ്ടും ഇവിടെ വന്ന് അങ്ങയെക്കാണാൻ എപ്പോൾ കഴിയും? എങ്ങനെയായാലും ഭർത്താവിനെ കാത്തുകൊള്ളേണമേ? സി.ബി.ഐ. വേണമെങ്കിൽ എന്നെ പിടിച്ചുകൊള്ളട്ടെ. എന്നെ ചോദ്യം ചെയ്യുമ്പോൾ ഞാനൊരു തെറ്റും ചെയ്തിട്ടില്ലെന്ന് അവർക്കു ബോധ്യമാകും. അപ്പോൾ അവരെന്നെ വിട്ടയയ്ക്കും. അതുകൊണ്ട് ഭർത്താവിനെ കാത്തുരക്ഷിച്ചാൽ മതി. ഇത്ര മാത്രമേ എനിക്കു പ്രാർത്ഥിക്കാനുള്ളൂ. അതു നിറവേറ്റിത്തരണം. അവസരം ലഭിച്ചാൽ വീണ്ടും വന്നു കാണാം. അഥവാ പിടിക്കപ്പെട്ടാലും അങ്ങയുടെ കാൽപ്പാദങ്ങളിൽതന്നെ ഞാൻ വീണു കിടക്കും.” ഞാൻ മനമുരുകിക്കരഞ്ഞു.

എന്നെ താങ്ങിപ്പിടിച്ചിരുന്ന അദ്ദേഹം പുറത്ത് തട്ടി ആശ്വസിപ്പിച്ചു. “സങ്കടപ്പെടാതെ, ദൈവം നമ്മെ കൈവിടുകയില്ല. നീ ഒന്നുകൊണ്ടും ഭയപ്പെടരുത്.”

നേർച്ചകളെല്ലാം ഭംഗിയായി നടത്തി ജൂൺ 16-ാം തീയതി ഞങ്ങൾ മലയിറങ്ങി. ഭർത്താവ് എന്റെ ആരോഗ്യസ്ഥിതിയെപ്പറ്റി ഓർത്തു മാത്രമേ ദുഃഖിച്ചിരുന്നുള്ളൂ. ഗർഭിണിയായിരിക്കുമ്പോൾ അധികം അലഞ്ഞു നടക്കാൻ പാടില്ല. നല്ല ഭക്ഷണവും വിശ്രമവും ആവശ്യമുള്ള സമയമാണ്. എന്നാൽ പോകാനൊരിടമില്ലാതെ നാടോടിയെപ്പോലെ അലഞ്ഞു തിരിയേണ്ട ഗതികേടിലായിപ്പോയല്ലോ എന്നോർത്ത് സങ്കടപ്പെട്ടു. അദ്ദേഹത്തിന്റെ കലങ്ങിയ കണ്ണുകളും വാടിയ മുഖവും കണ്ട് “പോകട്ടെ, വരുന്നതുവന്നോട്ടെ, ഒന്നുകൊണ്ടും സങ്കടപ്പെടരുത്” ആശ്വസിപ്പിക്കാൻ ശ്രമിച്ചു. ഒരിടത്തിരുന്ന് ഞങ്ങൾ പല മാർഗ്ഗങ്ങളും ചിന്തിച്ചുകൊണ്ടിരുന്നു.

ഇനിയെങ്ങോട്ടു പോകണമെന്ന് നിശ്ചയവുമില്ല. പരിചയമുള്ള പല മുഖങ്ങളും ഓർത്തുനോക്കിയെങ്കിലും ഒരെത്തുംപിടിയും കിട്ടിയില്ല. പലരെപ്പറ്റിയും ആലോചിച്ചു. അങ്ങോട്ടു പോകണമോ വേണ്ടയോ? അവസാനം മധുരയിൽ എനിക്കൊരാളെ പരിചയമുണ്ട്. അദ്ദേഹത്തിന്റെയടുത്ത് പോകാമെന്നു തീരുമാനിച്ചു. അവിടെ പ്രശ്നങ്ങളൊന്നുമുണ്ടാകില്ലെന്ന് അദ്ദേഹത്തിന് വാക്കുകൊടുത്തു. അയാൾ എന്നോടൊപ്പം

ഒരു കമ്പനിയിൽ മാനേജരായി ജോലി നോക്കിയിട്ടുണ്ട്. അതുകൊണ്ട് അങ്ങോട്ടുതന്നെ പോകാനുറച്ചു.

തിരുപ്പതിയിൽനിന്നും ബസ്സിൽ മധുരയിലിറങ്ങി വളരെ കഷ്ടപ്പെട്ടാണ് വീടു കണ്ടുപിടിച്ചത്. ഞങ്ങളെ നന്നായി സ്വീകരിച്ചു. വിവാഹത്തെ പ്പറ്റിയും ഗർഭിണിയാണെന്ന കാര്യവും ചുരുക്കിപ്പറഞ്ഞു. പിന്നീടാണ് അവിടെ സുരക്ഷിതമല്ലെന്നു ഞങ്ങൾക്കു തോന്നിയത്. ഗൃഹനാഥൻ ഒരു മദ്യപാനിയായിരുന്നു. മാത്രമല്ല, മുറിക്കുള്ളിൽത്തന്നെ കഴിഞ്ഞു കൊള്ളണം, പുറത്തെങ്ങും ഇറങ്ങാൻ പാടില്ല എന്നുള്ള കടുത്ത നിബ ന്ധനകളും വച്ചു.

ഭാഗ്യവശാൽ കൊലക്കേസിൽപ്പെട്ട് ചുറ്റിത്തിരിയുന്നവരാണ് എന്ന വിവരം അയാളോടു പറഞ്ഞിരുന്നില്ല. വീട്ടുകാർക്ക് ഇഷ്ടമില്ലാതെ ശ്രീലങ്കൻ തമിഴനെ കല്യാണം കഴിച്ചതുകൊണ്ട് വീട്ടുകാർ എതിർ ത്തെന്നും അതുകൊണ്ട് വീടുവിട്ടിറങ്ങിയതാണ് എന്നും മാത്രമേ അയാളോടു പറഞ്ഞിരുന്നുള്ളൂ. എന്നാലും അയാളുടെ നിബന്ധനകളും ഉത്തരവുകളും അനുസരിക്കാൻ കഴിയുമായിരുന്നില്ല. അയാൾ തുടർച്ച യായി മദ്യപിച്ചുകൊണ്ടേയിരുന്നു. അതിനാൽ അടുത്ത ദിവസംതന്നെ അവിടെനിന്നും പുറപ്പെടാൻ തീരുമാനിച്ചു.

വിശ്രമിക്കാനുള്ള ഒരവസരം കിട്ടുമെന്നുള്ള പ്രതീക്ഷ അസ്ഥാന ത്തായി. ഈ ഓട്ടപ്പാച്ചിൽ ഇത്രവേഗം നിന്നുപോകും എന്ന് ഞങ്ങൾ കരുതിയതേയില്ല.

അടുത്ത ദിവസം തീയതി നേരത്തെ പറഞ്ഞുറപ്പിച്ചതനുസരിച്ച് മുരുകൻ വീടിനു പുറത്തുപോയി അല്പം അകലെയായി എന്നെ കാത്തു നിന്നു. പിൻവാതിൽ വഴി ബാഗുകളെടുത്ത് ഞാനും പുറത്തിറങ്ങി. ഗൃഹനാഥൻ അറിഞ്ഞാൽ ഞങ്ങളെ വീട്ടിനുള്ളിൽ നിർബന്ധമായി പൂട്ടി യിടുമോ എന്നുവരെ ഭയപ്പെട്ടിരുന്നു. അതുകൊണ്ട് രഹസ്യമായി ഭർത്താവ് നിൽക്കുന്നയിടത്ത് എത്തിച്ചേർന്നു.

അവിടെനിന്ന് ഓടിയും നടന്നുമായി ഒരു ഓട്ടോ പിടിച്ച് മധുര ബസ് സ്റ്റാന്റിലെത്തി. ഞങ്ങൾ ഒളിച്ചോടിക്കളഞ്ഞ വിവരം ഗൃഹനാഥൻ അറിഞ്ഞതേയില്ല. അയാൾ രാവിലെ എഴുന്നേറ്റ് കാപ്പി കുടിച്ചശേഷം സാവധാനം അന്നത്തെ ഇംഗ്ലീഷ് ദിനപ്പത്രം മറിച്ചുനോക്കിക്കൊണ്ടിരുന്നു.

“രാജീവ്ഗാന്ധി വധക്കേസിൽ നളിനിയുടെ കുടുംബത്തിലുള്ള എല്ലാ വരും അറസ്റ്റിൽ, നളിനി, ദാസ് എന്നയാളോടൊപ്പം ഒളിവിൽ പോയി, പൊലീസ് അവരെ പിടികൂടാൻ വലവീശിക്കഴിഞ്ഞു” എന്ന് വലിയ അക്ഷരങ്ങളിൽ എഴുതിയിരുന്നു. അതോടൊപ്പം സ്ഫോടനം നടന്ന യിടത്ത് സ്ത്രീകളുടെ കൂട്ടത്തിൽ ശുഭയും ഞാനും ഇരിക്കുന്ന ചിത്രവും പ്രസിദ്ധീകരിച്ചിരുന്നു.

വാർത്ത വായിച്ച ഗൃഹനാഥൻ ഞെട്ടിത്തരിച്ചുനിന്നു. അയാളുടെ ശരീരമാസകലം വിയർത്തുകുളിച്ചു. ഉടനെ അയാൾ ചെന്നൈയിൽ

സി.ബി.ഐ. ആസ്ഥാനമായ 'മല്ലിക'യിൽ ഫോൺ ചെയ്ത് നളിനിയും ദാസും അയാളുടെ വീട്ടിലെത്തിയിരുന്ന കാര്യം അറിയിച്ചു. ഞങ്ങളെ തിരിച്ചറിയാനുള്ള അടയാളങ്ങളെല്ലാം പൊലീസ് ഗൃഹനാഥനോട് ചോദിച്ചു മനസ്സിലാക്കി. തല മുണ്ഡനം ചെയ്തിട്ടുണ്ട്, വെള്ളത്തൊപ്പി വെച്ചിട്ടുണ്ട് മുതലായ കാര്യങ്ങളെല്ലാം അവർ മനസ്സിലാക്കി.

ഏതാനും നിമിഷങ്ങൾക്കുള്ളിൽ മധുര പൊലീസ് ആ വീട്ടിലെത്തി. 'എപ്പോഴാണ് വന്നത്, എത്രനാൾ ഇവിടെ കഴിഞ്ഞു, അയാൾക്ക് ഞങ്ങളുമുള്ള ബന്ധം' ഇവയെല്ലാം വിശദമായി അവർ ചോദിച്ചറിഞ്ഞു.

ഈ സംഭവവികാസങ്ങളൊന്നും അപ്പോൾ ഞങ്ങൾ അറിഞ്ഞിരുന്നില്ല. ലക്ഷ്യമില്ലാത്ത യാത്ര തുടർന്നുകൊണ്ടിരുന്നു. ചുറ്റും നടക്കുന്ന കാര്യങ്ങളെപ്പറ്റി ഒരു ധാരണയുമുണ്ടായിരുന്നില്ല. പത്രങ്ങൾ വായിക്കാനും കഴിഞ്ഞിരുന്നില്ല. പത്രത്തിൽ വന്ന ഫോട്ടോ കണ്ട് ആരെങ്കിലും പൊലീസിൽ പിടിച്ചുകൊടുക്കുമോ എന്നു ഞങ്ങൾ ഭയപ്പെട്ടു. അതുമാത്രമോ, സുഹൃത്തിന്റെ വീട്ടിൽനിന്നും വിവരങ്ങൾ ശേഖരിച്ച പൊലീസ് ടീം പൻതുടരുന്ന കാര്യവും അറിഞ്ഞിരുന്നില്ല.

ബസ്സ്റ്റാന്റിൽ നിന്നുകൊണ്ട് ഇനി എങ്ങോട്ടു പോകണമെന്ന് ആലോചിച്ചു. ഒരു പിടിയും കിട്ടുന്നില്ല. ഭർത്താവിനെ അറിയുന്നവർ ആരുംതന്നെ അവിടെയെങ്ങുമില്ല. അഥവാ ഉണ്ടായിരുന്നാലും അങ്ങോട്ടൊന്നും പോകാൻ കഴിയില്ല. കാരണം, അവരും ശ്രീലങ്കൻ തമിഴരായിരിക്കും. അതിനാൽ പൊലീസ് അവരെയും പിൻതുടർന്നുകൊണ്ടിരിക്കും. അതുകൊണ്ട് എനിക്ക് പരിചയത്തിലോ ബന്ധത്തിലോ ആരെങ്കിലുമുണ്ടോ എന്നാണ് അന്വേഷിച്ചുകൊണ്ടിരുന്നത്.

പെട്ടെന്നാണ് ബാംഗ്ലൂരിൽ ദാവൺഗരെയുള്ള കൂട്ടുകാരി ശശികലയുടെ കാര്യം ഓർമ്മവന്നത്. അങ്ങോട്ടുപോകാനുറച്ച് ബാംഗ്ലൂർ ബസ്സിൽ കയറിയിരുന്നു. എന്നാൽ അവളുടെ ശരിയായ മേൽവിലാസം അറിയില്ലായിരുന്നു. അവളുടെ പേരും ഏതോ ഒരു സ്കൂളിൽ ടീച്ചറാണെന്ന വിവരവും മാത്രമേ എന്റെ പക്കൽ ഉണ്ടായിരുന്നുള്ളൂ. അതുവച്ചുകൊണ്ട് ഒരുകണക്കിന് അവൾ ജോലി ചെയ്യുന്ന സ്കൂൾ കണ്ടുപിടിച്ചു.

ഞങ്ങളെ കണ്ടതിൽ അവൾക്കു വലിയ സന്തോഷം. എന്താണ് ഒരു മുന്നറിയിപ്പുമില്ലാതെ എന്നതരത്തിൽ ക്ഷേമാന്വേഷണങ്ങൾ നടത്തി. എന്തോ പ്രേമത്തിലകപ്പെട്ട് കല്യാണം നടത്തി വന്നിരിക്കുകയാണെന്ന് അവൾ ധരിച്ചുകാണും. അവളുടെ മുഖത്ത് എന്തോ ഒരു സംശയം തോന്നിയതുപോലെ! എന്നിട്ടും അതേപ്പറ്റി ഒരക്ഷരംപോലും ചോദിച്ചില്ല. എന്നത്തേയുംപോലെ സന്തോഷത്തോടെ കളിതമാശകൾ പറഞ്ഞുകൊണ്ടിരുന്നു. സ്കൂൾവിട്ടശേഷം ഞങ്ങളെ വീട്ടിൽ കൂട്ടിക്കൊണ്ടുപോയി.

നല്ല സ്വീകരണമാണ് അവിടെ ലഭിച്ചത്. സന്തോഷത്തോടും ആശ്വാസത്തോടും ഞങ്ങൾ കുളിച്ച് വസ്ത്രങ്ങളൊക്കെ മാറി. അതുവരെ

ഞങ്ങളെപ്പറ്റി അവർക്ക് ഒന്നുമറിഞ്ഞുകൂടായിരുന്നു. അവൾ നിർത്താതെ സംസാരിച്ചുതുടങ്ങി. എന്നാൽ വിധി എന്നൊന്നുണ്ടല്ലോ, അതു ഞങ്ങൾക്കുമുമ്പേ സഞ്ചരിച്ച് ഞങ്ങൾക്കെതിരേ പ്രവർത്തിച്ചു കൊണ്ടിരുന്നു.

സംസാരിച്ചുകൊണ്ടിരിക്കേ അവൾ ടെലിവിഷൻ ഓൺചെയ്തു. അപ്പോൾ വാർത്താപ്രക്ഷേപണം നടന്നുകൊണ്ടിരിക്കുന്നു. രാജീവ്ഗാന്ധി വധക്കേസിലെ പ്രതികളാണെന്നും ഇവർ രണ്ടാളും ഒളിവിൽ കഴിയുക യാണെന്നും ഞങ്ങൾ രണ്ടുപേരുടെയും ഫോട്ടോകൾ കാട്ടി പറഞ്ഞു കൊണ്ടിരുന്നു. ഇവരെപ്പറ്റി വിവരം കിട്ടുന്നവർ സി.ബി.ഐ. ഓഫീസിൽ വിവരം അറിയിക്കണമെന്നും കന്നട വാർത്തയിൽ ആവർത്തിച്ചുകാണിച്ചു. ഞങ്ങൾക്ക് കന്നട ഭാഷ വശമില്ലായിരുന്നു.

വാർത്തകേട്ട എന്റെ സുഹൃത്ത് 'അയ്യോ...' എന്നു നിലവിളിച്ച് ബോധംകെട്ടു താഴെവീണു. അവിടെ കിടന്നുകൊണ്ടുതന്നെ, "ഈ കേട്ട തെല്ലാം സത്യമാണോ? നിങ്ങൾ ഒളിച്ചോടി വന്നവരാണോ?" എന്ന് അവർ പയ്യാരം പറഞ്ഞുകൊണ്ടിരുന്നു. അവരുടെ ശരീരം കിടുകിടെ വിറ യ്ക്കാൻ തുടങ്ങി. മഹാനായ ഒരു നേതാവിന്റെ വധക്കേസിലെ പ്രതി കളാണ് ഞങ്ങളെന്നറിഞ്ഞപ്പോൾ എന്തായിരിക്കും അവരുടെ അവസ്ഥ? നടന്ന സംഭവങ്ങളെല്ലാം സത്യസന്ധമായി അവരെ ധരിപ്പിച്ചു. ഞങ്ങൾ നിരപരാധികളാണെന്ന് വയറ്റിൽ വളരുന്ന കുഞ്ഞിനെത്തൊട്ട് സത്യം ചെയ്തു. ഭർത്താവ് ശ്രീലങ്കൻ തമിഴനായതുകൊണ്ടു മാത്രമാണ് ഞങ്ങളെ സംശയിക്കുന്നതെന്ന് അവരെ ബോധ്യപ്പെടുത്തി.

എന്റെ സ്നേഹിത അത് വിശ്വസിച്ചു. എന്നാൽ ഇതൊരു ഗൗരവ തരമായ കാര്യമായതിനാൽ അവരുടെ ഭർത്താവിനെ വിളിച്ചുവരുത്തി. അദ്ദേഹവും ഞങ്ങൾ പറഞ്ഞ കാര്യങ്ങളെല്ലാം കേട്ട് ഞെട്ടിപ്പോയി. ഭാര്യയും ഭർത്താവും തനിയെ കൂടിയാലോചിച്ചു. രണ്ടുപേരുടെ മുഖത്തും ഭീതി പ്രകടമായിരുന്നു. പെട്ടെന്ന് എന്റെ സുഹൃത്ത് ഞങ്ങളുടെ നേരെ കൈകൂപ്പി. "ദയവുചെയ്ത് ഉടനെ ഇവിടെനിന്നും പോകണം. ഞങ്ങളെ ക്കൂടി കുഴപ്പത്തിലാക്കരുതേ...", അവർ നിറകണ്ണുകളോടെ അപേക്ഷിച്ചു.

ഒന്നോ രണ്ടോ ദിവസം അവിടെത്തങ്ങി മറ്റു കാര്യങ്ങളെപ്പറ്റി ആലോ ചിക്കാമെന്നായിരുന്നു കരുതിയിരുന്നത്. വെറുതെ തെക്കുവടക്കായി അലഞ്ഞുനടക്കേണ്ടല്ലോ എന്നാണ് വിചാരിച്ചിരുന്നത്. ഇനി അധികം ഓടാനുള്ള ശേഷിയും എന്റെ ശരീരത്തിന് ഉണ്ടായിരുന്നില്ല. നേരിട്ടുചെന്ന് കീഴടങ്ങി സത്യങ്ങളെല്ലാം തുറന്നുപറഞ്ഞാലോ എന്നാലോചിച്ചു. ഞങ്ങളെ ചോദ്യം ചെയ്തശേഷം ഉടനെ വിട്ടയക്കുമെന്ന് കരുതി. അതിനിടയിൽ എന്നെയും യഥാർത്ഥ കുറ്റവാളിയായി പ്രഖ്യാപിച്ചു കഴിഞ്ഞിരുന്നു എന്ന സത്യം തിരിച്ചറിഞ്ഞ ഞാൻ ആകെ തകർന്നു പോയി.

എന്റെ കൂട്ടുകാരി വീണ്ടും അവരുടെ ഭർത്താവുമായി രഹസ്യചർച്ച നടത്തിയശേഷം ഇരുവരും വീണ്ടും ഞങ്ങളുടെ മുന്നിൽ തൊഴുകൈകളോടെ നിന്നു.

“ദയവുചെയ്ത് ഉടൻ ഇവിടം വിട്ടുപോകണം. നിങ്ങൾ ഇവിടെയുണ്ടെന്നറിഞ്ഞാൽ ഞങ്ങളുടെ കുടുംബവും ആപത്തിലാകും. പിന്നീട് ഈ നാട്ടിൽക്കഴിയാൻ ഞങ്ങൾക്കു സാധ്യമല്ല.” അവർ കരഞ്ഞുകൊണ്ടു പറഞ്ഞു.

“ഇല്ലമ്മാ, ഞങ്ങൾ കാരണം നിങ്ങൾക്ക് ഒരു കുഴപ്പവും ഉണ്ടാകാതെ ഞങ്ങൾ നോക്കിക്കോളാം. നിങ്ങളൊന്നും ഭയപ്പെടേണ്ട. ഞങ്ങൾ ഉടൻ പുറപ്പെടുകയാണ്. ഞങ്ങൾ ഇവിടെ വന്ന കാര്യം ആരോടും പറയില്ല. നിങ്ങളും ആരോടും പറയേണ്ട. ഞങ്ങൾ കാരണം നിങ്ങൾക്ക് യാതൊരു ബുദ്ധിമുട്ടും ഉണ്ടാകാൻ പാടില്ല. നിങ്ങൾ ഭയപ്പെടരുത്. ഞങ്ങളിതാ പോകുകയാണ്.” എന്റെ ഭർത്താവ് അവരോടു പറഞ്ഞു.

“നല്ലത്. അതുമതി. നിങ്ങൾ പെട്ടെന്ന് ഇവിടെനിന്നു പോയാൽ മതി. ദയവായി ഞങ്ങളെ തെറ്റിദ്ധരിക്കരുത്...” അവർ കേണപേക്ഷിച്ചു.

അപ്പോൾ രാത്രി ഏഴ് മണിയായിക്കാണും. യാത്ര പറഞ്ഞ് സഞ്ചികളും തൂക്കി പുറപ്പെടാൻ തുടങ്ങി. തീരെ നടക്കാൻ വയ്യ. ഗർഭത്തിന്റെ തളർച്ച ഒരു വശത്ത്, അതിനോടൊപ്പം ശരിയായ ഭക്ഷണവും വിശ്രമവുമില്ലാതെ ഓടിക്കൊണ്ടിരുന്നാൽ എന്തായിരിക്കും അവസ്ഥ? തീരെ അവശയായിപ്പോയിരുന്നു. ദാവൺഗരെയിൽനിന്നും ബസ്സിൽ ബാംഗ്ലൂർ വന്നിറങ്ങി. ബസ്സിൽ രണ്ടിടത്തായി പരസ്പരം അറിയാത്തവരെപ്പോലെയാണ് സഞ്ചരിച്ചത്. രണ്ടുപേരും ഒന്നിച്ചിരുന്നാൽ വേഗത്തിൽ പിടിപെട്ടേക്കുമോ എന്ന ഭയവുമുണ്ടായിരുന്നു.

ബസ്സ്റ്റാന്റിൽ ഇറങ്ങിയശേഷവും അങ്ങനെതന്നെ. ഞങ്ങൾ രണ്ടിടത്തായി നിലയുറപ്പിച്ചു. ഇനി എങ്ങോട്ടുപോകും? ഇതായിരുന്നു ഞങ്ങളെ അലട്ടിക്കൊണ്ടിരുന്ന പ്രധാന പ്രശ്നം. ഒരു തീരുമാനത്തിലെത്താൻ കഴിഞ്ഞില്ല. ഒരു പരിചയക്കാരുടെയും മുഖം ഓർമ്മയിൽ വരുന്നില്ല. ഒരേയിടത്തുതന്നെ ദീർഘനേരം നിന്നാലും സംശയമുണ്ടാകും. അതുകൊണ്ട് അങ്ങോട്ടുമിങ്ങോട്ടും നടന്നുകൊണ്ടിരുന്നു. ഒരു പത്തടി വ്യത്യാസത്തിൽ മുന്നിലും പിന്നിലുമായിട്ടാണ് നടന്നിരുന്നത്. ഞാനാണ് പിന്നിൽ. തൊട്ടടുത്ത ക്ഷേത്രത്തിൽനിന്നും ഒരു മണിനാദം. വലതുവശത്ത് ഒരു ക്ഷേത്രമുണ്ടെന്ന് മനസ്സിലാക്കി ഞാൻ അങ്ങോട്ടുതിരിഞ്ഞു. അപ്പോൾ ഭർത്താവ് കൂടെയുള്ള കാര്യമേ മറന്നുപോയിരുന്നു.

“അദ്ദേഹത്തിനു നല്ലതുമാത്രം വരുത്തണേ” എന്നു മനമുരുകി പ്രാർത്ഥിച്ചുകൊണ്ട് ഞാൻ ക്ഷേത്രത്തിനുള്ളിൽ കടന്നു. ഒരു പത്തു നിമിഷം പ്രാർത്ഥനയിൽ മുഴുകി അവിടെത്തന്നെ നിന്നു. ഞാൻ എന്നെത്തന്നെ മറന്ന് കണ്ണീരൊഴുക്കിക്കൊണ്ട് ഭസ്മം വാങ്ങി നെറ്റിയിൽ

വീതിക്കു പൂശി, മിച്ചമുള്ളത് കൈയിൽവെച്ച് ക്ഷേത്രത്തിൽനിന്നും പുറത്തുകടന്നു.

മുന്നിൽ നടന്നിരുന്ന മുരുകനെ കാണാനില്ല. ഒരു പത്തടി മുന്നിലായിരുന്നു അദ്ദേഹം ഉണ്ടായിരുന്നത്. അതിവേഗം നടന്നാൽ കൂടെയെത്താമെന്നു കരുതി മുന്നോട്ട് ഓട്ടവും നടത്തയും തുടർന്നു. അദ്ദേഹത്തെ കാണാൻ കഴിഞ്ഞില്ല. കണ്ണെത്തും ദൂരംവരെ അങ്ങോട്ടുമിങ്ങോട്ടും ഓടി അദ്ദേഹത്തെ തേടിക്കൊണ്ടിരുന്നു. ആളെ കണ്ടുപിടിക്കാൻ കഴിഞ്ഞില്ല.

ഞാൻ അദ്ദേഹത്തെ തേടിനടന്നതുപോലെ അദ്ദേഹം എന്നെയും തേടുകയായിരുന്നു. ഞാൻ പെട്ടെന്ന് ക്ഷേത്രത്തിനുള്ളിൽ കടന്നത് അറിഞ്ഞിരുന്നില്ല. തിരിഞ്ഞുനോക്കുമ്പോൾ എന്നെ കാണാനില്ലെന്നു മനസ്സിലാക്കി അമ്പരന്നു. ബസ് സ്റ്റാന്റ് വരെ അദ്ദേഹം തിരിഞ്ഞോടി. ചുറ്റിലും നോക്കി. തൊട്ടടുത്തായി നടന്നുകൊണ്ടിരുന്ന ആൾ എവിടെപ്പോയി? ഒരുപക്ഷേ പൊലീസുകാർ ആരെങ്കിലും പിടികൂടി കൊണ്ടുപോയിക്കാണുമോ?

അവിടെയെല്ലാം എന്നെത്തേടി അദ്ദേഹം അലഞ്ഞു. ഒരു ഘട്ടത്തിൽ കരഞ്ഞുവിളിച്ച് അദ്ദേഹത്തിന്റെ കണ്ണും മുഖവും തടിച്ചുവീർത്തു. എന്റെ സ്ഥിതിയും അതുതന്നെ! ഭാഷപോലും വശമില്ലാത്ത ഒരു നാട്ടിൽ ഇതുപോലൊരു സ്ഥിതിയുണ്ടായാൽ എന്തുചെയ്യും? അതും ഈ രാത്രിയിൽ ആരോടു ചോദിക്കാനാണ്? ആരോടെങ്കിലും തിരക്കിയാൽ അതു ഞങ്ങളെ കണ്ടുപിടിക്കാൻ വളരെ എളുപ്പമായിത്തീരും. എന്തു ചെയ്യണമെന്ന് ഒരെത്തും പിടിയുമില്ലാത്ത ഞാൻ കരഞ്ഞുവിളിച്ച് നടന്നു. ഇത്രനേരവും ബാംഗ്ലൂർ ബസ്സ്റ്റാന്റിലാണ് ചുറ്റിത്തിരിഞ്ഞു നടന്നുകൊണ്ടിരുന്നത്. അവിടെനിന്നും പുറത്തുപോകാൻ സാധ്യതയില്ല. ഒരേ സ്ഥലത്ത് രണ്ടിടങ്ങളിലായി ഞങ്ങൾ പരസ്പരം തേടിയലഞ്ഞു. അങ്ങനെ രണ്ടുമണിക്കൂർ കഴിഞ്ഞുകാണും. എനിക്കുണ്ടായ വിഷമം ഊഹിക്കാവുന്നതേയുള്ളൂ. സത്യത്തിൽ എല്ലാം ഇവിടംകൊണ്ടവസാനിച്ചു എന്നാണ് ഞാൻ കരുതിയത്.

അപ്പോഴാണ് തൊട്ടുപിറകിൽ ‘എന്താടോ’ എന്നൊരു ശബ്ദം കേൾക്കുന്നത്. മരുഭൂമിയിൽ പെട്ടെന്നൊരു മഴച്ചാറലടിച്ചാൽ എങ്ങനെയിരിക്കും? ഞാൻ തിരിഞ്ഞുനോക്കി. എന്റെ കൺമുന്നിൽ എന്നെത്തന്നെ മിഴിച്ചുനോക്കിക്കൊണ്ട് നിൽക്കുന്നു. അദ്ദേഹത്തിന്റെ കണ്ണുകൾ ചുവന്നു കലങ്ങിക്കിടന്നു.

മുഖത്ത് ഗൗരവം വരുത്തിക്കൊണ്ട്, “എന്താ ഇങ്ങനെ ചെയ്തത്? എന്റെ പിന്നിൽ വന്നുകൊണ്ടിരുന്നതല്ലേ? പെട്ടെന്ന് എങ്ങോട്ടാ പോയത്?” കോപത്തോടെ ചോദിച്ചു. ഞാൻ അദ്ദേഹത്തിന്റെ കൈയിൽ പിടിച്ച് ഒരിടത്തുകൊണ്ടിരുത്തി. അദ്ദേഹം ദേഷ്യം അടങ്ങുന്നതുവരെ ഒച്ചയെടുത്തുകൊണ്ടിരുന്നു. “എന്നെ വിട്ടിട്ട് എങ്ങും പോകാൻ പാടില്ല.

അറിയാമോ? ഞാനെത്രമാത്രം സങ്കടപ്പെട്ടുവെന്ന് നിനക്കറിയാമോ?" ദേഷ്യപ്പെട്ട് വീണ്ടും ചോദിച്ചു.

"അതൊന്നുമല്ല, അടുത്തൊരു ക്ഷേത്രം കണ്ടപ്പോൾ അറിയാതെ കയറിപ്പോയതാണ്. ഒരു മനസ്സമാധാനം കിട്ടുമല്ലോ എന്നു കരുതി. ഞാൻ പ്രാർത്ഥിച്ചത് നിങ്ങൾക്കുവേണ്ടി മാത്രമാണ്. എന്താണെന്നറിയില്ല, എനിക്കുവേണ്ടിയാണല്ലോ നിങ്ങൾ ഈ പെടാപ്പാടെല്ലാം പെട്ടുകൊണ്ടിരിക്കുന്നത്" എന്നുപറഞ്ഞ് ഞാനാ മുഖത്ത് സൂക്ഷിച്ചുനോക്കി.

"വേണ്ട, വേണ്ട. എനിക്കുവേണ്ടി നിങ്ങൾ ഇത്രയും കഷ്ടപ്പെടേണ്ട... എന്നെ വിട്ടിട്ടുപോകാൻ മനസ്സുവരാത്തതുകൊണ്ടല്ലേ എന്നെ ചുറ്റിപ്പറ്റി നടക്കുന്നത്?"

"പ്ലീസ്. ഞാൻ പറയുന്നതു കേൾക്കൂ. എനിക്കെന്തെങ്കിലും ഒരു വിഷം വാങ്ങിത്താ... ഞാൻ കുടിച്ചു ചത്തുകൊള്ളാം... അല്ലെങ്കിൽ എന്റെ ശരീരം തിരിച്ചുകിട്ടാത്തതുപോലെ വല്ല തീവണ്ടിക്കടിയിൽപ്പെട്ട് ചത്തോളാം. എനിക്കുവേണ്ടി നിങ്ങൾ ഇനിയും കഷ്ടപ്പെടരുത്. എന്നെ വിട്ടിട്ട് എവിടെയെങ്കിലും പൊയ്ക്കോളൂ... പോയി രക്ഷപ്പെടൂ. ഏതെങ്കിലും അന്യനാട്ടിൽപോയി നല്ലതുപോലെ കഴിഞ്ഞുകൂടാം. നിങ്ങളെ പ്രതീക്ഷിച്ചിരിക്കുന്ന നിങ്ങളുടെ കുടുംബത്തെ രക്ഷിക്ക്. നിങ്ങൾ നല്ലതുപോലെ ജീവിക്കുന്നതു കണ്ടാൽ മാത്രം മതിയെനിക്ക്." ഇങ്ങനെ പിച്ചുംപേയും പറയുന്നമാതിരി എന്തൊക്കെയോ പറഞ്ഞുകൊണ്ടിരുന്നു.

അദ്ദേഹത്തിന്റെ കോപം പറഞ്ഞറിയിക്കാൻ പ്രയാസം. "നീയെന്താ പറഞ്ഞത്? അതിനേക്കാൾ നല്ലത് ഇവിടെവച്ച്... ഇപ്പോൾത്തന്നെ ചത്തുകളയുന്നതല്ലേ? എന്നെ വിശ്വസിച്ച് ഇറങ്ങിവന്ന നിന്നെ പാതിവഴിയിൽ ഉപേക്ഷിച്ച് ഓടിക്കളയുന്ന വൃത്തികെട്ടവനായിട്ടല്ല എന്റെ അച്ഛനമ്മമാർ എന്നെ വളർത്തിയത്. അങ്ങനെ ചെയ്യുന്നവർ ജീവിച്ചിരിക്കാൻ അർഹതയുള്ളവരല്ല... നീ എന്നെ അത്ര മോശക്കാരനായി കാണരുത്. നിനക്ക് എന്നോട് എത്രമാത്രം സ്നേഹമുണ്ടോ അതേപോലുള്ള സ്നേഹം എനിക്ക് നിന്നോടുമുണ്ട്. അതു നീ മനസ്സിലാക്കണം. എന്റെ കൊക്കിനു ജീവനുള്ളിടത്തോളംകാലം ഞാൻ നിന്റടുത്തുതന്നെ ഉണ്ടായിരിക്കും. നിന്റെകൂടെ മാത്രമേ ഞാൻ കഴിഞ്ഞുകൂടുകയുള്ളൂ. നിന്നെ ഉപേക്ഷിച്ച് ഒരിക്കലും ഞാൻ പോകില്ല. ഇതു സത്യം! നീ മനസ്സിലാക്കിക്കോ. എന്തുവന്നാലും നമുക്കു രണ്ടുപേർക്കും ചേർന്ന് ഒന്നിച്ച് അനുഭവിച്ചുതീർക്കാം." എന്ന് ദേഷ്യത്തോടെ പറഞ്ഞു.

"എന്റെ പൊന്നുദൈവമേ, ഇങ്ങനെയൊരു സ്നേഹമൂർത്തിയെ എനിക്കു തന്നിട്ട്, അദ്ദേഹത്തോടൊപ്പം ജീവിതം ആസ്വദിക്കാൻ അനുവദിക്കാതെ എന്നെയിങ്ങനെ വിരട്ടിയോടിച്ചു വിടുന്നല്ലോ. അതു ന്യായമാണോ?"

ദൈവത്തെ മനസ്സാ ശപിച്ചു. ഇത്രയും സ്നേഹസമ്പന്നനായ ഭർത്താവിനോട് ഞാനങ്ങനെ സംസാരിക്കാൻ പാടില്ലായിരുന്നു. അങ്ങനെയൊന്നും ചോദിക്കാൻ പാടില്ലായിരുന്നു. എന്നെ മാത്രം വിചാരിച്ച്

പിന്നാലെ വന്നുകൊണ്ടിരിക്കുന്ന അദ്ദേഹത്തെ വേദനിപ്പിക്കാൻ പാടില്ലായിരുന്നു. എന്നാൽ മുന്നിൽ വേറെ വഴികളൊന്നും ഉണ്ടായിരുന്നില്ല. എന്നെക്കരുതിയാണല്ലോ അദ്ദേഹം ഇത്രയും കഷ്ടപ്പെടുന്നതെന്ന് വിചാരിച്ചുപോയി. അവസാനം കണ്ണുനീരുകണ്ട് മനസ്സലിഞ്ഞ് അദ്ദേഹം സമാധാനിപ്പിച്ചു. ഞങ്ങൾ രണ്ടുപേരും ശാന്തരായി.

ഇനിയെങ്ങോട്ട് എന്ന ചർച്ച വീണ്ടും സജീവമായി. ആകപ്പാടെ ഗുരുതരമായ പ്രശ്നം! അപ്പോഴാണ് അദ്ദേഹത്തിന് ഒരു വെളിപാടുണ്ടായത്. വെല്ലൂരിൽ തനിക്കൊരു സ്നേഹിതനുണ്ടെന്നും ഒരൊറ്റ പ്രാവശ്യമേ അവിടെ പോയിട്ടുള്ളൂ എന്നു പറഞ്ഞശേഷം, 'വാ... നമുക്കവിടെ ഒന്നു പോയി നോക്കാം. ഒരു പ്രശ്നവുമുണ്ടാകാൻ സാദ്ധ്യതയില്ല എന്നും വിവരിച്ചു. വെല്ലൂരിലേക്കുള്ള ബസ്സിൽ കയറി. എനിക്കുവേണ്ടി ജ്യൂസ് പാക്കറ്റുകൾ വാങ്ങിവച്ചിരുന്നു. നല്ല വിശപ്പുണ്ടായിരുന്നെങ്കിലും ഭക്ഷണമൊന്നും കഴിക്കാൻ തോന്നിയിരുന്നില്ല. അഥവാ എന്തെങ്കിലും കഴിച്ചാലുടൻ ഛർദ്ദി തുടങ്ങും. ഞാൻ കഴിക്കാത്തതുകൊണ്ട് അദ്ദേഹവും ഒന്നും കഴിച്ചിരുന്നില്ല. അതിനാൽ ആകെ ക്ഷീണിച്ച് ശരീരം പകുതിയായതുപോലെ തോന്നി. വിധിയുടെ വിളയാട്ട് എവിടെവരെ പോകുന്നുവെന്നു നോക്കട്ടെ എന്ന ചിന്തയോടെ വെല്ലൂരിലേക്കു യാത്ര തുടർന്നു.

അതിരാവിലെ വെല്ലൂരിൽ വന്നിറങ്ങി. ബസ്സ്റ്റാന്റിലെ ശുചിമുറിയിൽ പ്രഭാതകർമ്മങ്ങൾ നിർവ്വഹിച്ചു. അടുത്തുള്ള കടയിൽനിന്നും ഇഡ്ഡലി വാങ്ങിക്കൊണ്ടുവന്നു. ഒരൊറ്റ ഇഡ്ഡലി കഴിക്കാൻ മാത്രമേ എനിക്കു കഴിഞ്ഞുള്ളൂ. ബാക്കിയുണ്ടായിരുന്നത് അദ്ദേഹം കഴിച്ചു. അല്പം വിശ്രമിക്കാമെന്നു കരുതി കാത്തിരുന്നു.

പിന്നീടാണ് സുഹൃത്തിന്റെ വീട് കണ്ടുപിടിക്കാനുള്ള ശ്രമം തുടങ്ങിയത്. എന്നെയും കൂട്ടി അലഞ്ഞുനടക്കുന്നത് ആരോഗ്യത്തെ ബാധിക്കും. ഞാൻ വാടിത്തളർന്നുപോകും. അത് ഗർഭം അലസുന്നതിനുതന്നെ കാരണമായേക്കും. ഇങ്ങനെയൊക്കെപ്പറഞ്ഞ് എന്നെ സമാധാനപ്പെടുത്തിയശേഷം, "നീ ബസ്സ്റ്റാന്റിൽത്തന്നെ വിശ്രമിക്കണം, ഞാൻ വീടു കണ്ടുപിടിച്ചശേഷം നിന്നെ കൂട്ടിക്കൊണ്ടുപൊയ്ക്കൊള്ളാം." എന്നു പറഞ്ഞ് പുറപ്പെട്ടു. സത്യം പറഞ്ഞാൽ തുടർന്നു നടക്കാൻ കഴിയുമായിരുന്നില്ല. അതിനാൽ, ശരി പോയി വരൂ, ഞാനിവിടെ കാത്തിരിക്കാം എന്നു സമ്മതിച്ച് ബസ്സ്റ്റാന്റിന്റെ ഒരു മൂലയിൽ പോയിരുന്നു.

അല്പനേരം കഴിഞ്ഞപ്പോൾ അടുത്തുനിന്നിരുന്ന ഒരാളിന്റെ കൈവശം ഒരു ദിനപ്പത്രം ഇരിക്കുന്നതു ശ്രദ്ധയിൽപ്പെട്ടു. വായിച്ചു തിരിച്ചു കൊടുക്കാമെന്നു പറഞ്ഞ് അതുവാങ്ങി പേജുകൾ മറിക്കാൻ തുടങ്ങി. അതിലുണ്ടായിരുന്ന ഒരു വാർത്ത വായിച്ച് ഞാൻ ഞെട്ടിവിറച്ചു. എന്റെ വീട്ടിലുള്ള അഞ്ചുപേരേയും അറസ്റ്റു ചെയ്തുകഴിഞ്ഞു. എന്നെയും ദാസിനെയും പൊലീസ് അന്വേഷിച്ചുകൊണ്ടിരിക്കുന്നു എന്നും റിപ്പോർട്ടുണ്ട്. എന്റെ സങ്കടങ്ങളൊന്നും പുറത്തുകാട്ടാതെ സാവധാനം ആ വാർത്ത

വായിച്ചുകൊണ്ടിരുന്നു. ഇതിനിടെ ബസ് വന്നുവെന്നു പറഞ്ഞ് പത്രം തിരികെ വാങ്ങാതെ അടുത്തുനിന്നയാൾ പോയി.

എന്റെ ശരീരം കിടുകിടെ വിറയ്ക്കാൻ തുടങ്ങി. ഇരുന്നിടത്തുനിന്നും മറ്റൊരിടത്തേക്കു മാറി അവിടെ ചാരിയിരുന്നു. സാരിത്തുമ്പുകൊണ്ട് തല മൂടിമറച്ചിരുന്നതു നന്നായി. പെട്ടെന്നാർക്കും എന്റെ മുഖം തിരിച്ചറിയാൻ കഴിയുമായിരുന്നില്ല. കുറെ നേരത്തേക്കു മറ്റു ചില പ്രശ്നങ്ങളാണ് നേരിടേണ്ടിവന്നത്. പൊതുവേ ഒറ്റയ്ക്കിരിക്കുന്ന സ്ത്രീകൾ നേരിടുന്ന പ്രശ്നങ്ങൾതന്നെ! എനിക്ക് അതൊരു പുത്തൻ അനുഭവമായിരുന്നു. ഏതോ ഒരുവൻ എന്നെ ചുറ്റിച്ചുറ്റി നടക്കാൻ തുടങ്ങി. എന്തൊക്കെയോ ചില വൃത്തികെട്ട ചേഷ്ടകൾ കാണിക്കാൻ തുടങ്ങി. എന്റെ അഴിഞ്ഞുലഞ്ഞ വേഷവും മറ്റും കണ്ട് എന്നെ 'മറ്റൊരുതരത്തിൽ' നടക്കുന്നവളായി അയാൾക്കു തോന്നിയിരിക്കണം, അല്ലെങ്കിൽ ഒരു ഭിക്ഷക്കാരിയാണെന്നു ധരിച്ചുകാണണം. തുടന്ന് മാനസികവൈകല്യമുള്ള ഒരു സ്ത്രീലമ്പടനെപ്പോലെ അയാൾ പെരുമാറാൻ തുടങ്ങി.

ഇതിനെതിരെ പ്രതികരിക്കാനും എനിക്കു കഴിയുമായിരുന്നില്ല. അതു കേട്ടാൽ ആളുകൾ ചുറ്റും കൂടാൻ തുടങ്ങും. ചിലപ്പോൾ പൊലീസുകാരും വന്നേക്കും. ആരാണ്, എവിടെ നിന്നാണ് എന്ന് ചോദ്യങ്ങൾ ഉണ്ടായേക്കും. അതെല്ലാം എന്നെ വലിയ കുഴപ്പത്തിൽ കൊണ്ടുചെന്നെത്തിക്കുമെന്ന് നന്നായിട്ടറിയാം. അതുകൊണ്ടാണ് ഒന്നുമറിയാത്തമട്ടിൽ അങ്ങോട്ടുമിങ്ങോട്ടും നടക്കാൻ തുടങ്ങിയത്. ആളുകൾ കൂട്ടംകൂടി നിൽക്കുന്നയിടത്തേക്കു ഞാൻ മാറിനിന്നു.

നേരം ഉച്ചകഴിഞ്ഞു. സഹിക്കവയ്യാത്ത വിശപ്പ്! ഉടനെ വരാമെന്നു പറഞ്ഞു പോയ ആളിനെ മൂന്നുമണിക്കൂറായിട്ടും കാണാനില്ല. ഞാനാകെ പരിഭ്രമിച്ചുപോയി. വഴിയിൽ സംശയം തോന്നി ആരെങ്കിലും പിടിച്ചു വച്ചിരിക്കുകയായിരിക്കുമോ? മറ്റെന്തെങ്കിലും ആപത്തിൽപ്പെട്ടിരിക്കുമോ എന്നു ചിന്തിച്ച് ഭ്രാന്തുപിടിച്ചവളെപ്പോലെ പിച്ചുംപേയും പറയാൻ തുടങ്ങി. എത്രനേരം ഇങ്ങനെ അങ്ങുമിങ്ങും നടന്ന് സമയം തള്ളിനീക്കാൻ കഴിയും? എത്ര ആലോചിച്ചിട്ടും ഒരെത്തുംപിടിയും കിട്ടുന്നില്ല. ഞാൻ അനാഥയാക്കപ്പെട്ടവളെപ്പോലെ തോന്നി. എന്തെങ്കിലും കാരണവശാൽ അദ്ദേഹം വരാതിരുന്നാൽ എന്റെ ഗതിയെന്താകും? തനിയെ എങ്ങോട്ടുപോകും? ആരുണ്ട് അഭയം തരാൻ എന്നോർത്തപ്പോൾ ധാരധാരയായി ഒഴുകിയ കണ്ണുനീർ നിയന്ത്രിക്കാൻ കഴിഞ്ഞില്ല. ആരും കാണാതെ കണ്ണുതുടച്ച് കാത്തിരുന്നു. ഇതിനിടയിൽ അദ്ദേഹം തിരിച്ചെത്തി. ഇരുത്തിയിട്ടുപോയ സ്ഥലത്ത് കാണാതെ അദ്ദേഹം എന്നെത്തേടി നടക്കാൻ തുടങ്ങി.

ഞാൻ പുതിയ ഒരു കുരുക്കിൽപ്പെട്ടുകഴിഞ്ഞിരുന്നല്ലോ. എന്നെ ശല്യം ചെയ്തുകൊണ്ടിരുന്ന ആ ഞരമ്പുരോഗിയിൽനിന്നും രക്ഷപ്പെടാൻ ബസ് സ്റ്റാന്റിനകത്തുതന്നെ പലയിടത്ത് മാറിമാറി നിന്നുകൊണ്ടിരുന്നു.

ഈ വിവരം അദ്ദേഹത്തിന് അറിഞ്ഞുകൂടായിരുന്നല്ലോ! എന്നെത്തേടി പലയിടത്തും അദ്ദേഹം അലഞ്ഞുനടന്നു.

ഏതാണ്ട് ഒരു മണിക്കൂർനേരത്തെ തിരച്ചിലിനൊടുവിൽ പരസ്പരം കണ്ടുമുട്ടി. ഈ സംഭവത്തെ എങ്ങനെയാണ് വിവരിക്കേണ്ടത്? എന്നാൽ രണ്ടുപേരും കരഞ്ഞുതളർന്നിരുന്നു എന്നതു മാത്രം സത്യം!

സുഹൃത്തിനെത്തേടിയലഞ്ഞ് തിരിച്ചെത്തിയ അദ്ദേഹം പരിക്ഷീണ നായിരുന്നു. ഭക്ഷണമൊന്നും കഴിച്ചിരുന്നില്ല. എന്നെ വഴിയിൽ നിർത്തിയിട്ട് ഞാനില്ലാതെ എങ്ങനെ ഭക്ഷണം കഴിക്കുമെന്നുള്ള മനഃപ്രയാസത്തിൽ ഓടിവന്നതാണ്. പരിതാപകരമായിരുന്നു അദ്ദേഹ ത്തിന്റെ അവസ്ഥ. ആര് ആരോടാണ് ആശ്വാസവാക്കുകൾ ചൊല്ലേ ണ്ടത്?

ഇതു വായിക്കുന്നവർക്ക് ഇതൊരു നിസ്സാരസംഭവമായേ തോന്നു കയുള്ളൂ. എന്നാൽ ഞങ്ങളുടെ അന്നത്തെ മാനസികാവസ്ഥയിൽ ഞങ്ങൾ മരിച്ചുജീവിച്ചുവെന്നോ, ജീവിച്ചുമരിച്ചുവെന്നോ ഉള്ള അവസ്ഥ യിലായിരുന്നു. ബാംഗ്ലൂരിൽ സംഭവിച്ചതിന്റെ തനിയാവർത്തനമാണ് ഇവിടെയും അരങ്ങേറിയത്. ഇവിടെവച്ചും അദ്ദേഹം എന്നോടു കയർത്തു സംസാരിച്ചു.

“ഞാൻ കാരണമാണല്ലോ നിങ്ങൾക്കീ കഷ്ടപ്പാടുകളെല്ലാം വന്നു ചേർന്നത്. അതുകൊണ്ട് എന്നെ വിട്ടേക്കൂ... ഞാനെവിടെയെങ്കിലും പോയി ചത്തോളാം.” ബാംഗ്ലൂരിൽ വച്ചു പറഞ്ഞതുതന്നെ ഇവിടെയും ഞാൻ ആവർത്തിച്ചു.

രണ്ടുപേരും ഒരുവർക്കൊരുവർ ജീവന്റെ ജീവനായാണ് കരുതിയിരി ക്കുന്നത്. ആർക്കും ആരെയും വിട്ടുകളയാൻ കഴിയുമായിരുന്നില്ല. ആരെ ഉപേക്ഷിച്ചശേഷം ആർക്കാണ് മരിക്കാൻ കഴിയുക? രണ്ടുപേരും സംസാരിച്ച്, വഴക്കടിച്ച്, അവസാനം സമരസപ്പെട്ട് അങ്ങനെ കഴിഞ്ഞു പോകുന്നു. ഈ അഞ്ചുദിവസത്തെ ഓട്ടപ്പാച്ചിലിൽ ഞങ്ങൾ എത്രമാത്രം വേദന അനുഭവിച്ചിരുന്നു. ചെന്നൈ ശാന്തി തിയേറ്ററിന്റെ മുന്നിൽ തുടങ്ങി തിരുപ്പതി, മധുര, ബാംഗ്ലൂർ, വെല്ലൂർ, വിഴുപ്പുറം വഴി വീണ്ടും ചെന്നൈ യിൽ തിരിച്ചെത്തിയ ഈ അഞ്ചു ദിവസങ്ങൾ ജീവിതകാലത്ത് ഒരിക്കലും മറക്കാനേ കഴിയില്ല. ഈ അഞ്ചു ദിവസങ്ങളും ഞങ്ങളുടെ മനസ്സിൽ ഇപ്പോഴും വേദനിപ്പിക്കുന്ന ഒരു ബ്രഹ്മാണ്ഡ ചലച്ചിത്രംപോലെ ഓടി ക്കൊണ്ടിരിക്കുന്നു. ഇതിനുള്ളിൽ ആയിരക്കണക്കിന് ഉപകഥകളുമു ണ്ടായിരുന്നു. പിൽക്കാലത്ത് സി.ബി.ഐ. ഞങ്ങളെ വേർപിരിക്കുന്നതിനു വേണ്ടി കാട്ടിക്കൂട്ടിയ ക്രൂരമായ മർദ്ദനമുറകൾ സഹിച്ചുകൊണ്ട് വേർ പിരിയാതെ പിടിച്ചുനിൽക്കാനുള്ള ശക്തി ഞങ്ങൾക്കു നൽകിയത് ആ അഞ്ചു ദിവസങ്ങളിൽ ഞങ്ങൾ സഹിച്ച വേദനകളും അനുഭവങ്ങളും ആയിരുന്നു. ഒന്നോർത്താൽ അതിനുള്ള ശക്തി ഞങ്ങൾക്കു നൽകിയ സർവ്വേശ്വരനോടാണ് നന്ദി പറയേണ്ടത്.

അതവിടെ നിൽക്കട്ടെ! ഓടിത്തളർന്ന് അവശനായ ഭർത്താവ് ഒരു പൊതുച്ചോറ് വാങ്ങിക്കൊണ്ടുവന്നു. എന്നെ അടുത്തിരുത്തി വാരിവാരി ഊട്ടിക്കൊണ്ട് പറഞ്ഞു, "ഞാനെന്റെ കൂട്ടുകാരനെ എവിടെയെല്ലാം തേടിയെന്നറിയാമോ? ആ വീടുപോലും കണ്ടുപിടിക്കാൻ എനിക്കു കഴിഞ്ഞില്ല. തെരുവുതോറും ഞാൻ അലഞ്ഞുനടന്നു. കൂട്ടത്തിൽ നിന്നെ തനിയെ വിട്ടുപോന്നതിന്റെ സങ്കടം വേറെയും."

ഇനി എന്തുചെയ്യണമെന്ന് ഒരു പിടിയുമില്ല. ഇതിൽക്കൂടുതൽ അന്വേഷിക്കാനുള്ള ക്ഷമയും അദ്ദേഹത്തിന് ഇല്ലായിരുന്നു. ഇതിന് ഞാനെന്തു മറുപടി പറയാനാണ്? ക്ഷീണിച്ചുതളർന്ന ആ മുഖത്തുനിന്നും കണ്ണുകളെടുക്കാതെ ഞാൻ ആ മുടി കൈകൾകൊണ്ട് മാടിയൊതുക്കി വച്ചുകൊടുത്തു. എനിക്കാണെങ്കിൽ അസഹ്യമായ വിശപ്പ്! അദ്ദേഹം ഉരുട്ടിത്തന്നത് തിന്നുകൊണ്ടിരുന്നു. പെട്ടെന്ന് മനംപുരട്ടി. അദ്ദേഹത്തിന്റെ ദേഹത്തേക്ക് ചാഞ്ഞ് ഛർദ്ദിക്കാൻ തുടങ്ങി. മുമ്പേതന്നെ ഓടിത്തളർന്നാണ് അദ്ദേഹം എത്തിയത്. അതിന്റെ കൂടെ ഇതും! എന്നിട്ടും അദ്ദേഹം മുഖം ചുളിക്കുകപോലും ചെയ്തില്ല. എന്നെ താങ്ങിപ്പിടിച്ചുകൊണ്ടുതന്നെ കൈയിൽ വെള്ളമൊഴിച്ച് എന്റെ വായും മുഖവും കഴുകിത്തരിക മാത്രമല്ല, കുടിക്കാൻ വെള്ളം വായിലൊഴിച്ചു തരികയും ചെയ്തു. അല്പം ആശ്വാസം തോന്നിത്തുടങ്ങിയ ഉടൻ, അദ്ദേഹം എന്റെ ദേഹത്തുവീണിരുന്ന ഛർദ്ദിയെല്ലാം വെള്ളമൊഴിച്ചു തുടച്ചുമാറ്റി. അല്പം കഴിഞ്ഞ് അടുത്തുള്ള കടയിൽനിന്നും ജ്യൂസ് വാങ്ങിക്കൊണ്ടുവന്നു. അത് രണ്ടുപേരും ചേർന്ന് കുടിച്ചു. അതു മാത്രമായിരുന്നു ഞങ്ങൾക്ക് അന്നത്തെ ഭക്ഷണം.

വീണ്ടും ഇനിയെങ്ങോട്ട് എന്നതു മാത്രമായി ചിന്ത. ഇതിനുമേൽ ചുറ്റിനടക്കാൻ എനിക്കു സാധ്യമല്ല എന്ന് ഉറപ്പിച്ചുകഴിഞ്ഞിരുന്നു. "നമ്മുടെ കുടുംബത്തിലുള്ള എല്ലാവരെയും അറസ്റ്റു ചെയ്തുകഴിഞ്ഞു. നമ്മൾ മാത്രം ഇങ്ങനെ ഒളിച്ചുനടന്ന് എന്തു നേടാൻ കഴിയും? നമുക്കു ജീവിക്കാൻ കഴിയുമോ? വരുന്നതുവരട്ടെ! നമ്മൾ എന്തു തെറ്റാണ് ചെയ്തത്? എന്തിനാണ് ഇങ്ങനെ ഓടിക്കൊണ്ടിരിക്കുന്നത്. നമ്മളെ പിടികൂടി ചോദ്യം ചെയ്തുകൊള്ളട്ടെ. അപ്പോഴല്ലേ സത്യം പുറത്തുവരൂ! അതിനാൽ ഉടനെ ചെന്നൈയിലേക്കു പോകാം. വരുന്നതിനെയെല്ലാം നേരിടാം. നമ്മളെ പിടികൂടിയാലുടൻ വീട്ടിലുള്ളവരെ വിട്ടയയ്ക്കുമല്ലോ! നമ്മൾ കാരണം അവരെന്തിനാണ് ഈ അഗ്നിപരീക്ഷകൾ നേരിടുന്നത്." ഇത്രയും പറഞ്ഞശേഷം കൈയിലിരുന്ന പത്രം അദ്ദേഹത്തെ കാണിച്ചു.

അതു വായിച്ച അദ്ദേഹത്തിന്റെ മുഖം വിവർണമായി. നമ്മൾ കാരണം വീട്ടിലുള്ള നിരപരാധികൾ വേദനയനുഭവിച്ചുകൊണ്ടിരിക്കുന്നു. എന്തെങ്കിലും ചെയ്തേ പറ്റൂ... അവിടെ എന്താണ് നടക്കുന്നതെന്നറിയാതെ നമ്മളിങ്ങനെ കറങ്ങിനടക്കുന്നത് ശരിയല്ല. ഈ വാർത്ത വായിച്ചാൽ കാര്യങ്ങളെല്ലാം നമുക്കെതിരായിട്ടാണ് നീങ്ങുന്നത് എന്നു തോന്നുന്നു.

ഈ പൊലീസുകാരെ ഒരിക്കലും വിശ്വസിക്കാൻ പറ്റില്ല. എന്തെങ്കിലും വിവരം കിട്ടിയശേഷം അങ്ങോട്ടു പോകുന്നതായിരിക്കും നല്ലത്. നിന്റെ കൂട്ടുകാരിയുടെ വീട് വിഴുപ്പുറത്താണല്ലോ? ആ വീട് അറിയാമെങ്കിൽ അവിടെപ്പോയി വിവരങ്ങൾ അന്വേഷിച്ചശേഷം ചെന്നൈയിലേക്ക് പോകാം." എനിക്കും അതാണ് ശരിയെന്നു തോന്നി.

കൂടുതലൊന്നും ചിന്തിച്ചില്ല. വെല്ലൂരിൽനിന്നും വിഴുപ്പുറത്തേക്കുള്ള ബസ്സിൽ കയറി. ഞങ്ങളുടെ വീട്ടിലുള്ളവരെയെല്ലാം അറസ്റ്റു ചെയ്തതു കൊണ്ട് കൂട്ടുകാരി വിഴുപ്പുറത്തു കാണുമല്ലോ? എങ്ങനെയും അവൾ വിവരങ്ങളെല്ലാം അറിഞ്ഞിരിക്കും. അവളെ കണ്ടാൽ കാര്യങ്ങളെല്ലാം വ്യക്തമായി അറിയാം. അതിനുശേഷം ചെന്നൈയിലേക്കു പോകാം. അവിടെ എന്തു നടന്നാലും അതു സ്വീകരിക്കാം. അങ്ങനെ തീരുമാനിച്ച് ഉറപ്പിച്ചശേഷമായിരുന്നു ഈ പുറപ്പാട്.

വിഴുപ്പുറത്തിറങ്ങി സുഹൃത്തിന്റെ വീടുതേടി നടപ്പുതുടങ്ങി. രണ്ടു പേരും ഒരുമിച്ച് കയറിച്ചെന്നാൽ ശരിയാവുകയില്ല. അതുകൊണ്ട് അദ്ദേഹത്തെ കുറെ അകലെ മാറ്റിനിർത്തി അവിടത്തെ സ്ഥിതിഗതികൾ അറിഞ്ഞതിനുശേഷം കൂട്ടിക്കൊണ്ടുപോകാം എന്നു കരുതി. ഞാൻ നേരെ വീട്ടിലേക്കു നടന്നു. വീടു പൂട്ടിക്കിടക്കുന്നു.

എന്റെ ഉള്ളൊന്നു പിടഞ്ഞു. ആകെയുണ്ടായിരുന്ന പ്രതീക്ഷയും തകർന്നു തരിപ്പണമായല്ലോ എന്ന ദുഃഖം. അടുത്തെവിടെയെങ്കിലും പോയതായിരിക്കുമോ? അങ്ങനെയെങ്കിൽ ഉടൻ വന്നേക്കും എന്ന പ്രതീക്ഷയും എനിക്കുണ്ടായി. കാത്തിരിക്കുന്നതിനേക്കാൾ നല്ലത് ആരോ ടെങ്കിലും ചോദിക്കുന്നതാണ് എന്നു കരുതി എതിർവശത്തുള്ള വീട്ടിൽ ച്ചെന്ന് വിവരം തിരക്കി.

"അവർ ചെന്നൈയിൽ പോയിരിക്കുകയാണ്. മൂന്നു ദിവസങ്ങളായി പോയിട്ട്. എപ്പോൾ വരുമെന്ന് അറിഞ്ഞുകൂടാ." അല്പം ഭയത്തോടു കൂടി ചുറ്റും നോക്കിക്കൊണ്ട് മറുപടി കിട്ടി. എന്തോ അരുതാത്തതു സംഭവിച്ചിരിക്കുന്നു. അല്ലെങ്കിൽ സംഭവിക്കാൻ പോകുന്നുവെന്ന് ഊഹി ക്കാൻ കഴിഞ്ഞു. ഉടനെ ഞങ്ങളും ചെന്നൈയിലേക്കുതന്നെ പോകാൻ തീരുമാനിച്ചു.

ചെന്നൈയിൽ ചെന്നു കണ്ടുകൊള്ളാമെന്നു പറഞ്ഞ് ഒന്നും സംഭവി ക്കാത്തതുപോലെ സാവകാശം നടന്ന് അദ്ദേഹം നിൽക്കുന്നയിടത്ത് എത്തി. "എന്തോ കുഴപ്പം സംഭവിച്ചിട്ടുണ്ട്. വീട് പൂട്ടിക്കിടക്കുകയാണ്. എല്ലാവരും ചെന്നൈയിൽ പോയിരിക്കുന്നുവെന്നു പറയുന്നു. അവർക്കും എന്തൊക്കെയോ സംശയങ്ങൾ ഉള്ളതുപോലെ തോന്നുന്നു. ഇനി അധിക സമയം ഇവിടെ നിൽക്കുന്നതു പന്തിയല്ല എന്നു പറഞ്ഞ് വേഗത്തിൽ അവിടെനിന്നും നടന്നു. വഴിയിൽക്കണ്ട ഓട്ടോയിൽ കയറി വിഴുപ്പുറം ബസ് സ്റ്റാന്റിലെത്തി.

ഈ സമയത്ത് ഞാൻ വിവരം തിരക്കിയ വീട്ടിൽ ചില സംഭവങ്ങൾ നടന്നുകൊണ്ടിരുന്നു. നേരത്തെ പറഞ്ഞുറപ്പിച്ചിരുന്നതുപോലെ ഞാന വിടെച്ചെന്ന് അന്വേഷിച്ച വിവരം അപ്പോൾത്തന്നെ ആരോ പൊലീസിൽ അറിയിച്ചുകഴിഞ്ഞിരുന്നു. നിമിഷങ്ങൾക്കുള്ളിൽ പൊലീസ് അവിടെ പാഞ്ഞെത്തി. എന്നെപ്പറ്റിയുള്ള വിവരങ്ങൾ തിരക്കി. എന്റെ ഫോട്ടോ കാണിച്ച് 'ഇവരാണോ വന്നിരുന്നത്' എന്നു തിരക്കി.

'അതെ, ഇവർ തന്നെ' എന്ന മറുപടി കിട്ടിയ ഉടൻ ധൃതിയിൽ അവർ പോയി. ഉടൻതന്നെ ചെന്നൈയിലെ സി.ബി.ഐ. ആസ്ഥാനമായ 'മല്ലിക'യിൽ വിവരം അറിയിച്ചു. അവിടെനിന്നും എല്ലാ സ്ഥലങ്ങളി ലേക്കും സന്ദേശങ്ങൾ പറന്നു. ഇതിനിടെ ഞങ്ങളെ കയ്യോടെ പിടി കൂടാനുള്ള ശ്രമങ്ങൾ ശക്തമായി ആരംഭിച്ചിരുന്നു. എല്ലായിടത്തും പൊലീസ് 'അലർട്ട്' ആയി കാത്തുനിന്നു. ഇതൊന്നുമറിയാതെ വിഴുപ്പു റത്തുനിന്നും ചെന്നൈയിലേക്ക് ഞങ്ങൾ ബസ്സിൽ കയറി.

ബസ്സ് പുറപ്പെട്ട് അല്പസമയത്തിനുള്ളിൽ പൊലീസ് ഞങ്ങളെത്തേടി ബസ്സ്റ്റാന്റിലെത്തി. ഇതിനിടെ ബസ് വിഴുപ്പുറത്തുനിന്ന് വളരെ അകല ത്തിൽ എത്തിക്കഴിഞ്ഞിരുന്നു. ഇനി ആരും ഞങ്ങൾക്ക് അഭയം തരാൻ തയ്യാറാകില്ലെന്ന് ഉറപ്പായി. അതുകൊണ്ട് ചെന്നൈയിൽ ആരുടെ സഹായം തേടണമെന്ന് അവിടെച്ചെന്നു തീരുമാനിക്കാം എന്നുറച്ച് യാത്ര തുടർന്നു. അതു മാത്രമല്ല, അമ്മ, സഹോദരങ്ങൾ, അമ്മാവൻ ഇവർ ക്കൊക്കെ എന്തു സംഭവിച്ചു എന്നറിയാനും ശ്രമിക്കണമെന്നുള്ള ഉദ്ദേശ്യ ത്തോടെയാണ് ചെന്നൈയിലേക്കു പുറപ്പെട്ടത്.

അപ്പോൾത്തന്നെ എന്റെ മനസ്സ് എന്നോടു മന്ത്രിച്ചുതുടങ്ങിയിരുന്നു: "നിന്റെ ഒളിച്ചോട്ടം അവസാനിപ്പിക്കാനുള്ള സമയമായിരിക്കുന്നു. ഇനി മേൽ എങ്ങോട്ടും പോകാൻ നിനക്കു കഴിയില്ല. ഉടൻതന്നെ നീ പൊലീ സിന്റെ പിടിയിൽപ്പെടും." ഇങ്ങനെ വീണ്ടും വീണ്ടും ആവർത്തിച്ചു കൊണ്ടിരുന്നു. എന്റെ വേവലാതിയെക്കുറിച്ചും മനസ്സാക്ഷി എന്നോടു പറഞ്ഞ കാര്യത്തെപ്പറ്റിയും അദ്ദേഹത്തെ അറിയിച്ചു. "ശരിയാണ്, എനിക്കും അതുതന്നെയാണ് തോന്നുന്നത്. നോക്കാം. വരുന്നതുവരട്ടെ! ഇനിയെല്ലാം ദൈവം നിശ്ചയിക്കട്ടെ. അനുഭവിക്കണമെന്ന് വിധിയു ണ്ടെങ്കിൽ അനുഭവിച്ചുതന്നെ തീർക്കണമല്ലോ! നോക്കാം ഒന്നിനെയും ഭയപ്പെടരുത്. മനസ്സു തളർന്നുപോകാതെ സൂക്ഷിക്കണം. ഞാൻ ജീവി ച്ചിരിക്കുന്നിടത്തോളം കാലം നിന്നോടൊപ്പം നിനക്കുവേണ്ടി മാത്രമായി രിക്കും കഴിച്ചുകൂട്ടുന്നത്." ഇങ്ങനെ അദ്ദേഹം ചെവിയിൽ മന്ത്രിച്ചപ്പോൾ എനിക്കു കരച്ചിലടക്കാൻ കഴിഞ്ഞില്ല. ഇതിൽക്കൂടുതൽ എന്താണ് പറയാനുള്ളത്?

നിശ്ശബ്ദയായി അദ്ദേഹത്തോടു ചാഞ്ഞ് തുറിച്ച കണ്ണുകളോടെ പുറത്തേക്കു നോക്കിയിരുന്നു. അദ്ദേഹത്തിന്റെ തോളിൽ ചാഞ്ഞിരി ക്കാനുള്ള അവസരം ഇന്നത്തോടുകൂടി അവസാനിക്കുമോ എന്ന ഭയവും അലട്ടിക്കൊണ്ടിരുന്നു.

ബസ്സ് തിണ്ടിവനത്തെത്തുമ്പോൾത്തന്നെ ചില ലക്ഷണങ്ങൾ കണ്ടു തുടങ്ങിയിരുന്നു. ബസ് സ്റ്റാന്റുകളിലെല്ലാം പൊലീസ് സംഘം ജാഗ്രതയോടെ നിന്നിരുന്നു. ഇറങ്ങുന്നവരെ ശ്രദ്ധിച്ചതല്ലാതെ അവർ ബസ്സിനുള്ളിൽ പരിശോധന നടത്തിയില്ല. ചെങ്കൽപ്പട്ടിലും പൊലീസിന്റെ സാന്നിധ്യം പ്രകടമായിരുന്നു. എന്നാൽ അവർ സാധാരണ ഡ്യൂട്ടിയിലുള്ളതുപോലെ ആയിരുന്നു കാണപ്പെട്ടത്. ഒരുപക്ഷേ, ഞാൻ വെറുതെ സംശയിച്ചതാകാം. ബസ് താംബരത്തെത്തി. അവിടെ പൊലീസുകാർ ആരുമുണ്ടായിരുന്നില്ല. അതുകൊണ്ട് അവിടെത്തന്നെ ഇറങ്ങിയാലോ എന്നാലോചിച്ചു. അവിടെയിറങ്ങിയാൽ എങ്ങോട്ടുപോകും എന്നതിന് ഒരു നിശ്ചയവുമുണ്ടായിരുന്നില്ല. അതിനിടെ ബസ് പുറപ്പെട്ടുകഴിഞ്ഞിരുന്നു.

ബസ് സയ്ദാപ്പേട്ടയിൽ വന്നുനിന്നു. അവിടെ ഒരു പരിചയക്കാരനുണ്ട്. അയാളെപ്പോയി കാണാമെന്നു കരുതി അവിടെയിറങ്ങി. ഏതാനും നിമിഷങ്ങൾക്കകം ഒരു സബ് ഇൻസ്പെക്ടറും ഒരു പൊലീസുകാരനും ഓടിവന്ന് ഞങ്ങളെ പിടികൂടി. അവരെ സഹായിക്കാൻ അവിടെയുള്ള ഓട്ടോക്കാരും കൂടിച്ചേർന്ന് ഭർത്താവിനെ ബലമായി ചേർത്തുപിടിച്ചു. എന്നെയും ബലമായി പിടിച്ചുനിർത്തി.

ഞങ്ങളെ ഒരു ഓട്ടോയിൽ കയറ്റി, ഇരുവശങ്ങളിലും പൊലീസുകാരും കയറി. ഓട്ടോ അടുത്തുള്ള പൊലീസ് സ്റ്റേഷനിലെത്തി. ബസ് സ്റ്റാന്റിൽ നിൽക്കുന്നവർക്ക് എന്താണ് അവിടെ നടക്കുന്നത് എന്നതിനെപ്പറ്റി പിടികിട്ടാൻ ഇടയില്ല. ഏതോ കള്ളന്മാരെ പിടിക്കുകയാണെന്നു മാത്രമാണ് അവർ ധരിച്ചത്.

യഥാർത്ഥത്തിൽ രാജീവ്ഗാന്ധി വധക്കേസിലെ പ്രതികളെയാണ് പിടികൂടിയിരിക്കുന്നതെന്ന് ഞങ്ങളെ പിടിച്ച പൊലീസുകാർക്കും അറിഞ്ഞുകൂടായിരുന്നു. വടക്കുനിന്നും എത്തിയിട്ടുള്ള കള്ളക്കൂട്ടങ്ങളാണ് എന്നാണ് അവരോടും പറഞ്ഞിരുന്നതെന്ന് പിന്നീട് അറിയാൻ കഴിഞ്ഞു. വിഴുപ്പുറത്തുനിന്നും ഞങ്ങൾ ബസ്സിൽക്കയറിയ വിവരം 'മല്ലിക'യിൽ എത്തിയിരുന്നു. വഴിയിലുള്ള എല്ലാ പൊലീസ് സ്റ്റേഷനിലേക്കും 'അന്യസംസ്ഥാന കൊള്ളസംഘത്തിൽപ്പെട്ട രണ്ടുപേർ ഇന്ന വേഷത്തിൽ ഇന്ന അടയാളങ്ങളോടെ വരുന്നുണ്ട്, ഉടൻ പിടികൂടണം" എന്ന സന്ദേശമാണ് അവർക്കു ലഭിച്ചിരുന്നത്.

എങ്ങനെയോ, ഘോരവനത്തിൽ ഓടിത്തളർന്ന ഞങ്ങളുടെ ഭാവി ഇരുളടഞ്ഞ, ക്രൂരമൃഗങ്ങളും പാമ്പുകളും നിറഞ്ഞ ഒരു ഗുഹാമുഖത്ത് ചെന്നുനിന്നു.

ഒമ്പത്

കുറ്റാന്വേഷണം

ഞങ്ങളുടെ കണ്ണുകൾ തുണികൊണ്ടു മൂടി ഇരുകൈകളും പിന്നിൽ ചേർത്തുകെട്ടി. എന്നിട്ട് ഞങ്ങളെ അടിച്ചുപിടിച്ച് ഒരു ഓട്ടോയിൽ തള്ളിക്കയറ്റി. എന്റെ വലതുവശം ചേർന്ന് സബ്ഇൻസ്പെക്ടറും എന്റെ ഭർത്താവിന്റെ ഇടതുവശത്ത് പൊലീസുകാരനും കയറി, ഞങ്ങളെ ഞെരുക്കിയിരുത്തി യാത്രതുടങ്ങി.

മൂന്നുപേർക്ക് കഷ്ടിച്ചിരിക്കാവുന്ന സ്ഥലത്ത് നാലുപേർ ഇരുന്നാൽ എങ്ങനെയുണ്ടാകും? പൊതുവേ സ്ത്രീകൾ തങ്ങൾക്കുണ്ടാകുന്ന ശാരീരിക പീഡനങ്ങൾ പുറത്തുപറയാൻ മടിക്കും. തങ്ങൾക്കു മാനഹാനി വന്നേക്കുമോ എന്നു ഭയന്നാണ് സംഭവം രഹസ്യമാക്കി വയ്ക്കുന്നത്. ഞാനും അങ്ങനെതന്നെയാകാനാണ് ആഗ്രഹിക്കുന്നത്. എന്നാൽ എനിക്കു സംഭവിച്ച അപമാനം മേലിൽ മറ്റൊരു സ്ത്രീക്കും ഉണ്ടാകാൻ പാടില്ല എന്നതിനാലാണ് നടന്ന സംഭവങ്ങൾ സ്വാഭാവികമായുള്ള ലജ്ജ മറച്ചുവച്ച് വെളിപ്പെടുത്താൻ ധൈര്യം കാണിക്കുന്നത്. ഇത്തരം പുരുഷന്മാർ അവരുടെ വീട്ടിലുള്ള സ്ത്രീകളുടെ മുന്നിൽ തലകുനിച്ചു നിൽക്കേണ്ടിവരും! അവരുടെ മുന്നിൽ ഇത്തരക്കാർ അപമാനിക്കപ്പെടണം. അതുകൊണ്ടാണ് ഇതെല്ലാം തുറന്നുപറയുന്നത്. ഇത്തരക്കാരുടെ ഹീന പ്രവൃത്തികൾ മേലിൽ ഉണ്ടാകാതിരിക്കാൻ ഇതു സഹായിച്ചേക്കും എന്നു ഞാൻ കരുതുന്നു.

ആ സബ്-ഇൻസ്പെക്ടർ എന്നെ ഞെക്കിപ്പൊട്ടിക്കുന്ന വിധമാണ് ഇരുന്നത്. ആ അവസരം നല്ലതുപോലെ പ്രയോജനപ്പെടുത്തി. ഇരുട്ടായിരുന്നത് അയാൾക്കു കൂടുതൽ സൗകര്യപ്രദമായി. എന്തെങ്കിലും ശബ്ദമുണ്ടാക്കിയാൽ കഴുത്തു ഞെരിച്ചു കൊന്നുകളയുമെന്ന് എന്റെ ചെവിയിൽ പറഞ്ഞശേഷമാണ് അയാൾ തന്റെ ഹീനകൃത്യം നിർവ്വഹിച്ചത്. ഞങ്ങൾ വെറുമൊരു കള്ളക്കൂട്ടമാണ് എന്നു ധരിച്ചുവെച്ചത് അയാൾക്ക് വളരെ അനുകൂലമായി മാറിയിരിക്കണം.

അയാൾക്കു കഴിയുന്നവിധത്തിലെല്ലാം കൈക്രിയകൾ തുടർന്നു. ഒരു സ്ത്രീയെ മറ്റൊരാൾ സ്പർശിക്കാൻ പാടില്ലാത്തയിടങ്ങളിലെല്ലാം

അയാൾ കൈവെച്ച് എന്നെ അപമാനപ്പെടുത്തി. ചുട്ടുപൊള്ളുന്ന മണൽപ്പരപ്പിൽ വീണ ഒരു പുഴുവിനെപ്പോലെ ഞാൻ ഞെളിയുകയും പുളയുകയും ചെയ്തു. നന്നായി ശ്വാസം വിടാൻപോലും എനിക്കു കഴിയാതെ വന്നു. ആകപ്പാടെ യാത്രാക്ഷീണവും മരണവെപ്രാളവും. അതിനേക്കാൾ ക്രൂരമായിരുന്നു അയാൾ കാട്ടിക്കൂട്ടിയ ലൈംഗിക അതിക്രമങ്ങൾ! അപ്പോൾത്തന്നെ ജീവൻ നിലച്ചുപോയെങ്കിൽ നന്നായിരുന്നുവെന്ന് തോന്നി. അതിനായി ആഗ്രഹിക്കുകയും ചെയ്തു. സഹിക്കാൻ പറ്റാതെ എന്തെങ്കിലും ഒച്ചയുണ്ടാക്കിയാൽ തൊട്ടടുത്തിരിക്കുന്ന ഭർത്താവ് വിവരമറിയുകയും തുടർന്ന് എന്തെങ്കിലും വിപരീതഫലങ്ങളുണ്ടാകുകയും ചെയ്യുമോ എന്നു ഭയന്നു.

വെപ്രാളപ്പെട്ട് എന്തെങ്കിലും പറഞ്ഞാൽ അടിച്ചുകൊന്നുകളഞ്ഞാലോ എന്നു ഞാൻ ഭയപ്പെട്ടു. ഇരുപതു മിനിട്ടോളം അയാൾ കാട്ടിയ അക്രമങ്ങൾ പല്ലുകടിച്ചുപിടിച്ച്, വേദനകൊണ്ടു പുളഞ്ഞ് സഹിച്ചു. ഓട്ടോ ഒരിടത്തു നിർത്തി.

ബൂട്സിന്റെ ചടപട ശബ്ദങ്ങളും പലരുടെ സംഭാഷണങ്ങളും കേട്ടു. കണ്ണുകൾ മൂടിയിരുന്ന ഞങ്ങളെ കെട്ടുകളഴിക്കാതെതന്നെ ഓട്ടോയിൽ നിന്നിറക്കി ഒരു അംബാസിഡർ കാറിൽ കയറ്റി. മുൻസീറ്റിൽ മറ്റൊരു പൊലീസ് ഓഫീസറും കയറി. മറ്റു പ്രശ്നങ്ങളെല്ലാം ഞാൻ മറന്നുകഴിഞ്ഞിരുന്നു. ആ തെമ്മാടിയുടെ കൈപ്പിടിയിൽനിന്നും പീഡനത്തിൽ നിന്നും എങ്ങനെയെങ്കിലും മോചനം നേടണമെന്ന ഒരൊറ്റ ആഗ്രഹമേ എനിക്ക് അപ്പോഴുണ്ടായിരുന്നുള്ളൂ. ഏതു പെണ്ണിനും അങ്ങനെയേ തോന്നുകയുള്ളൂ. ആകെ നിൽക്കക്കള്ളിയില്ലാത്ത അവസ്ഥയിലായിരുന്നു.

കാറിൽ കയറിയശേഷവും അയാളുടെ ചേഷ്ടകൾ തുടർന്നു. വീണ്ടുമൊരു മുപ്പതുമിനിറ്റു നീണ്ടയാത്ര. സത്യം പറഞ്ഞാൽ ഞാനൊരു ജീവച്ഛവമായി മാറിക്കഴിഞ്ഞിരുന്നു. വേദനയും സങ്കടവും വെളിപ്പെടുത്താൻ കഴിയാതെ ശരീരം മരവിച്ചുപോയ ഒരു ജന്മമായി മാറി.

ഇനിമേൽ മരിച്ചാലെന്ത്, ജീവിച്ചാലെന്ത് എന്ന ഒരു വിരക്തിയിൽ ആണ്ടുപോയി. ഭർത്താവ് അടുത്തിരിക്കുമ്പോൾത്തന്നെ ഇങ്ങനെയൊരു ലൈംഗിക അതിക്രമം നേരിടേണ്ടിവരുന്നതിനേക്കാൾ വലിയ അപമാനം വേറെയുണ്ടോ? സർക്കാരുദ്യോഗം എന്ന അഹങ്കാരത്തിന്റെ പേരിൽ നടക്കുന്ന ഇത്തരം അക്രമങ്ങളെ തടഞ്ഞുനിർത്താൻ ആർക്കു കഴിയും? എന്നെപ്പോലെയുള്ള പാവപ്പെട്ട സ്ത്രീകൾ തലമുറതലമുറകളായി അനുഭവിച്ചുവരുന്ന ഒരനീതിയാണിത്.

ആ സങ്കടവും അപമാനവും മറക്കാൻ കഴിയുമോ? അന്നു ഞാൻ മൂന്നുമാസം ഗർഭിണിയായിരുന്നു. ചെയ്യാത്ത കുറ്റത്തിന്റെ പേരിൽ ഓടിത്തളരേണ്ട അവസ്ഥ ഒരു ഭാഗത്ത്, അതിനിടയിൽ പിടിക്കപ്പെട്ടതിന്റെ പേരിൽ അനുഭവിക്കുന്ന യാതനകൾ മറുവശത്ത്. അതുംപോരാഞ്ഞ് പൊലീസുദ്യോഗസ്ഥന്റെ വൃത്തികെട്ട പെരുമാറ്റങ്ങളും. ഇനിയടുത്തത്

എന്താണാവോ സംഭവിക്കാൻ പോകുന്നത്. ഓർമ്മകൾ ഓരോന്നായി മനസ്സിൽ പൊങ്ങിവന്നുകൊണ്ടേയിരുന്നു.

ഇതുവരെ സംഭവിച്ച പ്രതിസന്ധികളെല്ലാം അടുത്തുനടക്കാൻ പോകുന്ന ക്രൂരപീഡനങ്ങളുടെ ഒരു മുന്നോടി മാത്രമായിരുന്നു. തുടക്കം ഇങ്ങനെയൊക്കെയായിരുന്നെങ്കിൽ സി.ബി.ഐ. എന്തൊക്കെയായിരിക്കും ചെയ്യാൻ പോകുന്നത് എന്നോർത്ത് തലചുറ്റുന്നതുപോലെ തോന്നി. നടക്കാൻ പോകുന്ന കാര്യങ്ങളെപ്പറ്റി ഊഹിക്കാൻ പോലും കഴിയുന്നില്ല. ചത്തുജീവിച്ച് കൊടിയ മർദ്ദനമുറ ഏറ്റുവാങ്ങാനാണല്ലോ എന്റെ ജീവിതമെന്നോർത്ത് മനസ്സ് കലങ്ങിപ്പോയി.

എങ്ങനെയൊക്കെയോ ഞങ്ങളെ കൂട്ടിക്കൊണ്ടുപോയിരുന്ന വാഹനം സി.ബി.ഐ. പ്രത്യേക അന്വേഷണസംഘത്തിന്റെ ആസ്ഥാനമായ 'മല്ലിക' എന്ന കെട്ടിടസമുച്ചയത്തിനുള്ളിൽ എത്തിച്ചേർന്നു.

കണ്ണുമൂടിക്കെട്ടിയിരുന്ന തുണി അഴിച്ചുമാറ്റി. കമാന്റോ സംഘങ്ങൾ ഞങ്ങൾക്കുചുറ്റും വലയം തീർത്തുനിന്നു. പെട്ടെന്ന് ഉള്ളിലേക്ക് വലിച്ചിഴച്ചുകൊണ്ടുപോയി. അപ്പോഴവിടെ കണ്ട കാഴ്ചകൾ ഒരിക്കലും മറക്കാൻ കഴിയുന്നവയായിരുന്നില്ല. പ്രശസ്തമായ ഒരു ഹോളിവുഡ് ചിത്രത്തിൽ കാണുന്നതുപോലെയുള്ള രംഗങ്ങളാണ് അവിടെ നടന്ന ഓരോ സംഭവങ്ങളും!

എനിക്കെതിരെ ലൈംഗികാതിക്രമം കാട്ടിയ സബ് ഇൻസ്പെക്ടർക്ക് പിൽക്കാലത്ത് പണക്കിഴിയും പ്രശസ്തിപത്രവും നൽകിയതായി അറിയാൻ കഴിഞ്ഞപ്പോൾ 'കേഴുക പ്രിയ നാടേ' എന്നു പറയാൻ മാത്രമേ കഴിഞ്ഞുള്ളൂ. പൊതുജനങ്ങളിൽനിന്ന് പിരിച്ചെടുക്കുന്ന വരിപ്പണത്തിൽ നിന്നും ഇയാളെപ്പോലൊരു 'സ്ത്രീലമ്പടന്' 'പട്ടും വളയും' കൊടുത്ത് ആദരിച്ചുവെന്നത് നാടിന് അപമാനമാണ്.

ഞങ്ങളെ വലിച്ചിഴച്ച് ഒരു വലിയ പൊലീസ് അധികാരിയുടെ മുന്നിൽ കൊണ്ടുനിർത്തി. അന്വേഷണസംഘത്തലവനായിരിക്കും അതെന്ന് ഞാനൂഹിച്ചു. അയാൾ ഞങ്ങളെ വെറും കൃമികീടങ്ങളെയെന്നപോലെ വെറുപ്പോടെ നോക്കി. നിങ്ങൾ കുറ്റം ചെയ്തിട്ടുണ്ടോ ഇല്ലയോ എന്ന ചോദ്യം പോലും ഞങ്ങളോടു ചോദിച്ചില്ല. ഞങ്ങളെ കണ്ടയുടനെ 'കൊലയാളികളെ കൊണ്ടുവന്നോ? ഈ രണ്ടുനായ്ക്കളുടെയും മുതുകിലെ തോലുരിച്ചെടുക്കണം. അപ്പോഴേ ഇവരൊക്കെ മര്യാദ പഠിക്കുള്ളൂ' എന്ന് കർക്കശസ്വരത്തിൽ ഉത്തരവിട്ടു.

യാതൊരു ചോദ്യം ചെയ്യലുമില്ല. ഒരു കുറ്റപത്രവും സമർപ്പിച്ചില്ല. വക്കീലന്മാരുടെ വിസ്താരങ്ങളുമില്ല. എന്തെങ്കിലും കോടതി നടപടികളൊന്നും തന്നെയില്ല. ഇതൊന്നുമില്ലാതെ രണ്ടുപേരെ കണ്ടയുടൻ കുറ്റവാളികളായി പ്രഖ്യാപിക്കുന്ന ലോകത്തെ ആദ്യത്തെ അധികാരി ഇദ്ദേഹമായിരിക്കണം. 'സത്യമേവ ജയതേ' എന്ന മുദ്രാവാക്യം പേറുന്ന

സി.ബി.ഐയുടെ കേസന്വേഷണത്തിന്റെ തുടക്കമേ ഇങ്ങനെയൊക്കെയായിരുന്നു. അതായത് ആദ്യംതന്നെ കുറ്റവാളികളെ പ്രഖ്യാപിക്കുക, അതിനനുകൂലമായി കേസന്വേഷണം നടത്തുക എന്ന രീതി. നമ്മുടെ കേസന്വേഷണത്തിന്റെ ഒരു ഗതി!

ഇങ്ങനെയുള്ള വിദഗ്ധനായ ഒരാളായിരുന്നു സി.ബി.ഐ. പ്രത്യേക അന്വേഷണസംഘത്തിന്റെ തലവനായിരുന്ന കാർത്തികേയൻ എന്നു പിന്നീടാണ് അറിയാൻ കഴിഞ്ഞത്. അടുത്ത ചില നിമിഷങ്ങളിൽ നടന്ന കാര്യങ്ങൾ ഭാവനയിൽപ്പോലും നടപ്പാക്കാൻ കഴിയാത്ത അദ്ഭുതക്കാഴ്ചകളായി മാറി. ഞങ്ങളെ രണ്ടുപേരെയും പ്രത്യേകം സെല്ലുകളിലേക്കു വലിച്ചിഴച്ചു കൊണ്ടുപോയി. എന്നെ വളരെ തരംതാണ അസഭ്യവർഷത്തോടെ പിന്നിൽനിന്നും മർദ്ദിച്ച് വലിച്ചിഴച്ചുകൊണ്ടുവന്ന് മുറിക്കുള്ളിലേക്ക് തള്ളി. അല്പനേരം നിശ്ശബ്ദമായി കടന്നുപോയി.

ആ നിശ്ശബ്ദതയെ ഭഞ്ജിച്ചുകൊണ്ട് ആ പ്രദേശത്തെയാകെ പ്രകമ്പനം കൊള്ളിക്കുന്ന വിധത്തിൽ ഒരു നിലവിളിശബ്ദം അടുത്ത മുറിയിൽനിന്നും മുഴങ്ങിക്കേട്ടു. അത് ഭർത്താവിന്റെ ദീനരോദനമായിരുന്നു. സർവ്വ നാഡീഞരമ്പുകളും മുറിച്ചുകളഞ്ഞതുപോലെ എന്റെ ശരീരം നടുങ്ങിവിറച്ചു. അദ്ദേഹത്തിന്റെ മുറവിളി എന്നെ ഭയപ്പെടുത്തി. 'അയ്യോ, അയ്യോ' എന്നു ഞാനും അറിയാതെ നിലവിളിച്ചുപോയി. ഈ സംഭവം നടന്നിട്ട് 25 വർഷങ്ങൾ കടന്നുപോയിരിക്കുന്നു. കാൽ നൂറ്റാണ്ടു കാലം! എന്നിട്ടും ആ മുറവിളി എന്റെ കാതുകളിൽ ഇപ്പോഴും മുഴങ്ങിക്കൊണ്ടിരിക്കുന്നു. ഒരിക്കലും മറക്കാൻ കഴിയാത്തവിധം ഹൃദയത്തിൽ ആഴത്തിൽ പതിഞ്ഞുപോയിരിക്കുന്നു. പല രാത്രികളിലും ആ രേഖാചിത്രങ്ങളുടെ നിഴലാട്ടം എന്റെ ഉറക്കം കെടുത്തിയിട്ടുണ്ട്. പലപ്പോഴും ഉറക്കത്തിൽ ഞെട്ടിഎഴുന്നേറ്റ് അലറിക്കരഞ്ഞിട്ടുമുണ്ട്.

എന്നാൽ എന്റെ സ്വപ്നങ്ങളുടെ യഥാർത്ഥ മുഖം തിരിച്ചറിയാൻ കഴിയാതിരുന്ന വാർഡർമാർ, ഞാൻ തൂക്കുമരത്തെ ഭയന്നാണ് നിലവിളിക്കുന്നതെന്ന് പറഞ്ഞുപരത്തി. എന്തിന്? കൂടെയുണ്ടായിരുന്നവർപോലും അങ്ങനെയാണ് കരുതിയിരുന്നത്. ആയുഷ്കാലം മുഴുവൻ ഭർത്താവിന്റെ മുറവിളി ഒരു ശൂലംപോലെ കുത്തിക്കീറിക്കൊണ്ടിരിക്കുന്നു. മായാത്ത ആ മുറിപ്പാടുകളുടെ കഥ ആരോടു പറഞ്ഞ് ബോധ്യപ്പെടുത്താൻ കഴിയും?

ഞാൻ ഭയപ്പെട്ടുകാണുന്ന സ്വപ്നങ്ങളുടെ പട്ടികയിൽ പ്രഥമസ്ഥാനം ആ മുറവിളിക്കാണ്. മറ്റുള്ളവയെല്ലാം വിട്ട് ഈ ഒന്നിനെമാത്രം എന്റെ സ്വപ്നങ്ങളിൽനിന്നും പറിച്ചെറിഞ്ഞു കളയണമെന്ന് എത്രമാത്രം ശ്രമിച്ചു നോക്കിയിട്ടുണ്ട്. എന്നാൽ രാത്രികളെയും സ്വപ്നങ്ങളെയും എന്തു ചെയ്യാൻ കഴിയും? ആ രാത്രികളും സ്വപ്നങ്ങളും എന്നെ പലപ്രാവശ്യം കീഴ്പ്പെടുത്തിയിട്ടുണ്ട്. ആ ശബ്ദം കേട്ടുകൊണ്ടിരിക്കേ, 'അയ്യോ, അദ്ദേഹത്തെ ഉപദ്രവിക്കരുതേ' എന്ന് അലറിക്കരയുമ്പോൾ വാർഡർമാർ

എന്നെ മർദ്ദിച്ച് കൈകാലുകളിൽ വിലങ്ങുവെച്ച്, അതിനെ ഒരു ചങ്ങല യുമായി ബന്ധിച്ച് 'ഒരു അടിമപ്പെണ്ണിനെ'പ്പോലെ അടുത്തുള്ള മേശയുടെ കാലിൽ കെട്ടിയിട്ടു.

ഒരു മണിക്കൂർ കഴിഞ്ഞുകാണും. കൈകാലുകളിലെ ചങ്ങലയോടെ അദ്ദേഹം കിടക്കുന്ന മുറിയിലേക്ക് എന്നെ വലിച്ചിഴച്ചു കൊണ്ടുപോയി. അവിടെക്കണ്ട കാഴ്ച ജീവിതകാലം മുഴുവൻ മറക്കാൻ പറ്റാത്ത ഒന്നാ യിരുന്നു. ശത്രുക്കൾക്കുപോലും ഇത്തരമൊരു ഗതി വരുത്തരുതേ എന്നാണ് പ്രാർത്ഥന.

അദ്ദേഹം പൂർണനഗ്നനായി ഒരു ഭിത്തിയോടു ചേർന്നുകിടക്കുന്നു. വായ, മുഖം, നെഞ്ച്, മുതുക് ഇങ്ങനെ ദേഹമാസകലം രക്തം കട്ടപിടിച്ചു കിടക്കുന്നു. പിശാചുക്കൾ കടിച്ചുകീറിയതുപോലെ ദേഹമാസകലം രക്തം പുരണ്ടിരിക്കുന്നു. എത്രപേർ ചേർന്നായിരിക്കും ഇത്ര ക്രൂരമായി മർദ്ദി ച്ചിരിക്കുക? മർദ്ദനത്തിനുപയോഗിച്ചത് എന്തായിരിക്കും? ഒന്നുമറിഞ്ഞു കൂടാ. കൈയിൽ ലാത്തികളും ഇരുമ്പുവടികളുമായി പലരും ചുറ്റും നിന്നി രുന്നു.

പ്രത്യേക അന്വേഷണസംഘത്തലവൻ കാർത്തികേയൻ പറഞ്ഞതു പോലെ തോലുരിച്ചെടുത്തിരുന്നു. ഈ ഭീകരദൃശ്യം എന്നെ കാണിച്ച് ഭീഷണിപ്പെടുത്തി അവരുടെ ഇഷ്ടപ്രകാരം എന്റെ മൊഴിയെടുക്കുക എന്ന ഗൂഢലക്ഷ്യമായിരുന്നു അവർക്കുണ്ടായിരുന്നത്. 'ശരിക്കു കണ്ടോ, നിനക്കും ഇതുതന്നെ ഗതി! നിന്നെയും ഇതുപോലെ തുണിയുരിച്ചുകളയു മെന്ന്' ഭീഷണിപ്പെടുത്തി, എന്റെ മാനത്തെയും രക്ഷപ്പെടാനുള്ള ആഗ്രഹ ത്തേയും ഇല്ലാതാക്കി, അവരുടെ കാൽക്കീഴിൽ ചവിട്ടിയരയ്ക്കുമെന്നു കാണിക്കാനുള്ള ശ്രമമാണ് അവിടെ അരങ്ങേറിയത്. അവർ പറയുന്ന തെല്ലാം കേട്ട് അനുസരണയുള്ള ഒരു പാവയാക്കി മാറ്റിയെടുക്കാനുള്ള തന്ത്രമായിരുന്നു ഇത്. ഞാൻ അലറിവിളിച്ചുകൊണ്ട് അദ്ദേഹത്തെ നോക്കി. അദ്ദേഹത്തിന്റെ കണ്ണുകൾ നിലത്ത് ഊന്നിയിരുന്നു. ഇടയ്ക്കിടെ ബോധക്ഷയമുണ്ടായി. ചുണ്ടുകൾ വിറപൂണ്ടിരുന്നു. വെള്ളം വേണമെന്നു പറയുകയാണോ എന്നു ഞാൻ സംശയിച്ചു. പ്രാണൻ അല്പാല്പമായി വിട്ടുപോയിക്കൊണ്ടിരിക്കുന്നതുപോലെ തോന്നി. ചുണ്ടുകളുടെ ഈ ചലനം എത്രനാൾ നിലനിൽക്കും? അതു പെട്ടെന്ന് നിന്നുപോകുമോ? ഇങ്ങനെ പോയി എന്റെ ചിന്തകൾ.

അദ്ദേഹത്തിന്റെ അവസ്ഥ കണ്ടു നിലവിളിച്ച് "ദൈവമേ, എനിക്കെന്തു വന്നാലും ഞാൻ സ്വീകരിച്ചുകൊള്ളാം, എന്നാൽ അദ്ദേഹത്തിനു മുമ്പേ എനിക്കു മരിക്കണം, ആ ഒരാഗ്രഹമെങ്കിലും എനിക്കൊന്നു നിറവേറ്റി ത്തരൂ, അദ്ദേഹമില്ലാതെ ജീവിക്കുന്ന കാര്യം എനിക്കു സ്വപ്നത്തിൽ പ്പോലും കാണാൻ കഴിയുന്നില്ല" എന്ന് ഞാൻ വിലപിച്ചുകൊണ്ടേ യിരുന്നു.

ഇതിനിടെ ഒരാൾ ഓടിവന്ന് അദ്ദേഹത്തിന്റെ നെഞ്ചത്ത് ആഞ്ഞു ചവിട്ടി. നേരത്തെതന്നെ ജീവച്ഛവമായി മാറിയ അദ്ദേഹത്തിനുണ്ടായിരുന്ന നാമമാത്രമായ ചലനവും നിന്നുപോയതുപോലെയായി. ഇതു കണ്ടു നിൽക്കാൻ ശേഷിയില്ലാതെ ഭയപ്പാടോടെ ഞാൻ കണ്ണുകൾ ഇറുക്കി യടച്ചു.

"അയ്യോ, അദ്ദേഹത്തെ അടിക്കല്ലേ, ഉപദ്രവിക്കല്ലേ", ഞാൻ കേണ പേക്ഷിച്ചു. അതുകേട്ട് എന്നെ നോക്കിക്കൊണ്ട് ഒരു പൊലീസ് ഓഫീസർ, "ഞങ്ങൾ പറയുന്നതുപോലെ അനുസരിച്ചില്ലെങ്കിൽ നിനക്കും ഇതേ ഗതി തന്നേടീ... നീ പെണ്ണാണെന്നൊന്നും ഞങ്ങൾ കണക്കാക്കുകയില്ല... നിന്റെ ദേഹത്ത് ഒരു തുണ്ടുതുണിപോലും ഉണ്ടായിരിക്കില്ല. എല്ലാം ഉരിഞ്ഞെടുക്കും... നീ ചത്താലും ഞങ്ങൾക്കൊന്നുമില്ല. ഒരുത്തനും ഞങ്ങളോടു ചോദിക്കില്ല." എന്ന് ഭീഷണിപ്പെടുത്തി. എനിക്കു തല ചുറ്റുന്നതുപോലെയും കണ്ണുകളിൽ ഇരുട്ടുകയറുന്നതുപോലെയും തോന്നി. എന്തെങ്കിലുമൊന്നു മിണ്ടാൻപോലും കഴിയുന്നില്ല. എന്നെ വലിച്ചിഴച്ചു കൊണ്ടുപോയി പഴയതുപോലെ കെട്ടിയിട്ടു. ഞാൻ ചുരുണ്ടു കൂടിക്കിടന്നു.

ഭർത്താവ് നഗ്നനായിക്കിടക്കുന്നതും അദ്ദേഹത്തിന്റെ മേൽ നടത്തുന്ന ക്രൂരമർദ്ദനങ്ങളും എന്നെ കാണിക്കണം. അതുകണ്ട് ഭയന്ന് അവർ പറയുന്നതെല്ലാം അതേപടി അനുസരിക്കണം. അല്ലെങ്കിൽ എന്റെ ഗതിയും ഇതുതന്നെ, എന്റെ തോലും ഉരിച്ചെടുക്കും എന്നെല്ലാം പറഞ്ഞ് അവരുടെ കുറ്റാന്വേഷണ രീതി ബോധ്യപ്പെടുത്തുന്നതായിരുന്നു അവരുടെ ലക്ഷ്യമെന്ന് ഇപ്പോഴെനിക്കു തോന്നുന്നു.

അന്നുരാത്രി എന്നെ ഉറങ്ങാൻ അനുവദിച്ചതേയില്ല. വളരെ നാളു കളായി അലഞ്ഞുനടന്നതിന്റെ ക്ഷീണം ഒരു വശത്ത്, ശരിയായ ഭക്ഷണ ത്തിന്റെയും ഉറക്കത്തിന്റെയും കുറവ് മറുവശത്ത്. ഛർദ്ദി, തളർച്ച ഇവയെ നേരിടാൻ കഴിയാതെ ശരീരം ദുർബലമായിരുന്നു. ഈ സാഹചര്യത്തിൽ ഉറക്കം വരാനും വഴിയില്ല. എങ്കിലും ഞാനറിയാതെ കണ്ണുകൾ അട യാൻ തുടങ്ങി. അപ്പോഴാണ്, "എടീ.... എന്നു തുടങ്ങുന്ന ശകാരവർഷം ആരംഭിച്ചത്. പോക്കിൽ ഓരോ തൊഴിയോ ചവിട്ടോ തരാനും മറക്കാറില്ല. അസഭ്യം പറഞ്ഞ് മാനസികമായി പീഡിപ്പിച്ചത് അവരുടെ വരുതിക്കു നിർത്താനുള്ള ശ്രമമാണ് അവിടെ നടന്നുകൊണ്ടിരിക്കുന്നത്. സി.ബി.ഐ. പ്രത്യേക അന്വേഷണസംഘത്തിൽ 'പൂരപ്പാട്ടു പാടാനായി മാത്രം ഒരു പ്രത്യേക സെൽ പ്രവർത്തിക്കുന്നതുപോലെ തോന്നി. അത്രമാത്രം ക്രൂരവും മ്ലേച്ഛവുമായ ഭാഷയാണ് അവിടെ നേരിടേണ്ടിവന്നത്.

ഞങ്ങളെ പിടികൂടിയ ദിവസം ഉച്ചമുതൽ ഭക്ഷണമൊന്നും തന്നിരു ന്നില്ല. മുഴുപ്പട്ടിണിയായിരുന്നു. പേരിനുപോലും ഒരു വനിതാപൊലീസിനെ അവിടെ കാണാൻ കഴിഞ്ഞില്ല. ശുചിമുറിയിൽ കൊണ്ടുപോകുമ്പോൾ പോലും ചങ്ങലയിൽ പിടിച്ചുകൊണ്ട് കൂടെവരുന്നത് പുരുഷന്മാരായ

പൊലീസുകാരാണ്. അവിടെയുണ്ടായ കാര്യങ്ങളെപ്പറ്റി ഇതിൽക്കൂടുതൽ എന്തു പറയാനാണ്?

ഞങ്ങളെ കോടതിയിൽ ഹാജരാക്കുന്നതായി പറഞ്ഞുകേട്ടിരുന്നു. അതിനുമുമ്പ് ഒരു സംഭവം നടന്നു. ആ കൊടുംക്രൂരതയെപ്പറ്റി ഓർക്കുമ്പോൾ ഇപ്പോഴും നടുക്കം വിട്ടുമാറുന്നില്ല. ഒരു സ്ത്രീക്കും ഇതുപോലെ ഒരു ഗതികേട് ഉണ്ടാകാൻ പാടില്ലാത്തതാണ്.

അന്വേഷണ ഉദ്യോഗസ്ഥരിൽ പ്രമുഖനെന്നു തോന്നിയ ഒരാൾ എന്റടുത്തു വന്നു. എന്റെ കഴുത്തിൽക്കിടന്നിരുന്ന താലിയിൽ പിടിച്ച് "ഇതൊക്കെ നിനക്കെന്തിനാടീ..." എന്നു പറഞ്ഞ് അത് പൊട്ടിച്ചെടുത്തു. ഞാൻ അലമുറയിട്ടു കരയാൻ തുടങ്ങിയപ്പോൾ എന്റെ കൈകളിൽ കിടന്നിരുന്ന കുപ്പിവളകൾ ഞെരിച്ചുടച്ച് നിലത്തെറിഞ്ഞു. കാൽവിരലുകളിൽ അണിഞ്ഞിരുന്ന 'മെട്ടി', കൊലുസ് ഇതെല്ലാം ബലം പ്രയോഗിച്ച് ഊരിയെടുത്തു. തലയിൽ വച്ചിരുന്ന വാടിക്കരിഞ്ഞ പൂവിനെപ്പോലും അയാൾ വെറുതെ വിട്ടില്ല. മുടിയോടുചേർത്ത് പിടിച്ചുപറിച്ചെറിഞ്ഞു.

അയാൾക്കെന്താണ് ഇത്ര വലിയ ആവേശം? എന്തിനാണ് ഈ അക്രമം കാട്ടിയത്? ഇതിൽനിന്നും അയാൾക്കു ലഭിക്കുന്ന സംതൃപ്തി എന്താണ്? മറ്റെന്തെങ്കിലും ലക്ഷ്യം അയാൾക്കുണ്ടെന്ന് അപ്പോഴെനിക്കു തോന്നിയില്ല. "അയ്യോ..." എന്നു ഞാൻ നിലവിളിച്ചു. അതല്ലാതെ വേറെ എന്തുചെയ്യാൻ എനിക്കു കഴിയും? ഒരു നായയെ എന്നപോലെ കൈകാലുകളിൽ ചങ്ങലയിട്ടു പൂട്ടി മൂന്നാംമുറ പ്രയോഗിക്കുമ്പോൾ കൈയെടുത്തു തടയാൻപോലും കഴിയുമായിരുന്നില്ല.

കാൽ നൂറ്റാണ്ടുകൾ കടന്നുപോയിരിക്കുന്നു

ആ ഉദ്യോഗസ്ഥന്റെ മകളോ മരുമകളോ കാലിൽ മെട്ടി, കൊലുസ്, കുപ്പിവളകൾ എന്നിവയിട്ട് പൂവും പൊട്ടും വച്ച് നടക്കുന്നുണ്ടാകും. അതു കാണുമ്പോൾ എന്നെ അപമാനിച്ച കാര്യം അയാളുടെ മനസ്സിലെങ്കിലും തോന്നാതിരിക്കുമോ? ആർക്കറിയാം? അയാൾ ഇത്ര മനസ്സാക്ഷിയില്ലാത്തവനായിപ്പോയല്ലോ? മാനുഷിക പരിഗണന അല്പമെങ്കിലും ഉണ്ടായിരുന്നെങ്കിൽ നിരപരാധി എന്നറിഞ്ഞിട്ടും എന്നെ ഇങ്ങനെ പാടുപെടുത്തുമായിരുന്നോ?

ഓരോരുത്തർക്കും എപ്പോഴെങ്കിലും മനഃസ്സാക്ഷിക്കുത്ത് അനുഭവപ്പെടാതിരിക്കുമോ? അങ്ങനെ വന്നാൽ ചെയ്തുപോയ തെറ്റുകൾ ഏറ്റുപറഞ്ഞ് കുറ്റസമ്മതം നടത്തേണ്ടതല്ലേ? അത് ആ ഉദ്യോഗസ്ഥന് ഉണ്ടായിരിക്കുമെന്നാണ് കരുതുന്നത്. എന്തുകൊണ്ടാണ് ഞാനിങ്ങനെ പറയുന്നതെന്ന് തുടർന്നുള്ള അദ്ധ്യായങ്ങളിൽ വായിക്കാം.

ആകെപ്പാടെ എന്നെ അലങ്കോലമാക്കി മാറ്റിക്കഴിഞ്ഞിരുന്നു. എന്റെ കെട്ടുതാലി പറിച്ചെറിഞ്ഞത് എന്തിനാണെന്ന് എനിക്കറിഞ്ഞുകൂടാ. അവർ കാണിച്ച ഈ പീഡനമുറകളുടെ പിന്നിലുള്ള ഗൂഢാലോചന

അന്നെനിക്കു മനസ്സിലായിരുന്നില്ല. അയാളോടൊപ്പം ഉണ്ടായിരുന്ന വരും കൂടെക്കൂടെ വന്ന് അസഭ്യവർഷം ചൊരിഞ്ഞ് പോകും. അവർ പറയുന്നതെല്ലാം അനുസരിക്കണം. അതാണ് എനിക്കും എന്റെ ജീവനും നല്ലത് എന്ന വിധത്തിൽ മർദ്ദനമുറകൾ പ്രയോഗിക്കുകയല്ലാതെ എന്തെങ്കിലും വിവരങ്ങൾ ചോദിച്ചറിയാൻ ഇതുവരെ ശ്രമിച്ചിട്ടേയില്ല. പറയുന്നതുപോലെ കേൾക്കണം എന്ന് ആവർത്തിച്ചു പറഞ്ഞ് മർദ്ദി ക്കുന്നതല്ലാതെ അവർ ഒന്നുതന്നെ 'പറഞ്ഞിട്ടില്ല' എന്നത് മറ്റൊരു വിരോധാഭാസം. ഓരോരുത്തരായി ചുറ്റിവളഞ്ഞു വന്നുനിൽക്കും. പുച്ഛത്തോടെ നോക്കും. ആഭാസകരമായ വാക്കുകൾ പ്രയോഗിക്കും. ഗർഭിണിയാണെന്ന പരിഗണന പോലുമില്ലാതെ നിർത്താതെ ഇടിയും തൊഴിയും തന്നിട്ടുപോകും.

അവശയായി ഒന്നുറങ്ങാൻ തുടങ്ങുമ്പോൾ വരും! അടിവയറ്റിൽ തൊഴിക്കും. ബൂട്സിട്ട കാലുകൾകൊണ്ടാണ് തൊഴിക്കുന്നത്. അത് എങ്ങനെയിരിക്കുമെന്ന് ചിന്തിച്ചുനോക്കണം. ഒരു പോള കണ്ണടയ്ക്കുവാൻ അനുവദിക്കുകയില്ല. എപ്പോൾ വരുമോ? എങ്ങനെയെല്ലാം ഉപദ്രവിക്കുമോ എന്ന ഭയത്തിലാണ് എപ്പോഴും കഴിഞ്ഞുകൂടിയിരുന്നത്. അങ്ങനെ ഒരു വിഭ്രാന്തമായ മാനസികാവസ്ഥയിൽ ഞാനെത്തിച്ചേർന്നു.. അത്രമാത്രം മാനസികപീഡനങ്ങളാണ് അവർ നടത്തിയിരുന്നത്. എല്ലാറ്റിനോടും വിരക്തി. ഈയൊരവസ്ഥയാണ് അവരും പ്രതീക്ഷിച്ചിരുന്നത്.

ഇടയ്ക്കിടെ ഭർത്താവിന്റെ അലർച്ച കേൾക്കാം. അതു കേൾക്കാത്ത സമയത്ത് മയങ്ങിക്കിടക്കുകയായിരിക്കുമെന്ന് ഊഹിച്ചു. ഇനി എന്തു നടക്കുമോ എന്ന ഭീതിയിലും ഞെട്ടലിലും എന്നെ നിലനിർത്താനുള്ള എല്ലാ ശ്രമങ്ങളും അവർ നടത്തിയിരുന്നു. അങ്ങനെയിരിക്കെയാണ് സി.ബി.ഐയുടെ ഒരാഫീസർ അവിടെ വന്നത്. അയാളിപ്പോൾ റിട്ടയർ ചെയ്തുകഴിഞ്ഞു. ഒരു 'മുട്ടൻ തെറി' വിളിച്ചുകൊണ്ട് അടുത്തുവന്ന അയാൾ പെട്ടെന്ന്, "നിന്നെ ബലാത്സംഗം ചെയ്തെങ്കിലേ എന്റെ കലി അടങ്ങുകയുള്ളെടീ. നിന്റെ തുണിയെല്ലാം ഉരിഞ്ഞെറിഞ്ഞ് പൂർണ നഗ്ന യാക്കി നടുത്തെരുവിൽ നിർത്തി കല്ലെറിഞ്ഞുകൊന്നാലും എന്റെ കലി അടങ്ങുകയില്ലെടീ..." എന്ന് ആക്രോശിച്ചുകൊണ്ട് മർദ്ദനം തുടർന്നു. ഞാനാണ് യഥാർത്ഥ കുറ്റവാളി എന്ന ഉറച്ച വിശ്വാസത്തിലാണ് അയാൾ ഇങ്ങനെയെല്ലാം പെരുമാറിയത്.

അടുത്ത ദിവസം രണ്ടുപേർ എന്റെയടുത്തുവന്നു. പൂട്ടിയിരുന്ന ചങ്ങല യിൽ പിടിച്ചുകൊണ്ട് എന്നെ പുറത്തു കൊണ്ടുവന്നു. വായ് തുറക്കാൻ പാടില്ല. കഴുത്തറുത്തു കൊന്നുകളയുമെന്ന് ഭീഷണിപ്പെടുത്തിയാണ് വലിച്ചിഴച്ചുകൊണ്ടുപോയത്. പിന്നീട് ഒരു വാഹനത്തിൽക്കയറ്റി ഇടത്തും വലത്തുമായി രണ്ടുപേരും ഇരുന്നു. തുടന്ന് ഇരുകൈകളിലും വിലങ്ങിട്ട് ഒരു ചങ്ങലയിൽ ബന്ധിച്ച് ഭർത്താവിനെയും കൊണ്ടുവന്നു. ഒരു തെരുവു പട്ടിയെ പിടിച്ചുവലിച്ചു കൊണ്ടുവരുന്നതുപോലെയായിരുന്നു ആ വരവ്.

ഇങ്ങനെ പെരുമാറുന്നതുകൊണ്ട് എന്തു നേട്ടമാണ് അവർക്കുണ്ടാകുന്നത് എന്നത് മനസ്സിലാകുന്നില്ല. അതിൽനിന്ന് അവർക്കുണ്ടാകുന്ന സംതൃപ്തിയും സന്തോഷവും എന്താണെന്ന് ഒരെത്തുംപിടിയും കിട്ടുന്നില്ല. എന്നാൽ ഒരു കാര്യം മാത്രം എനിക്കു നന്നായി മനസ്സിലാക്കാൻ കഴിഞ്ഞിട്ടുണ്ട്.

ഈ കോലത്തിൽ ഞങ്ങളെ കണ്ടാൽ ഞങ്ങൾ കൊടുംകുറ്റവാളികളാണെന്ന് കാഴ്ചക്കാർ വിശ്വസിച്ചുകൊള്ളും. അങ്ങനെയൊരു ഭീകര രംഗമാണ് അവർ തയ്യാറാക്കിയിരുന്നത്. ചുറ്റും കമാണ്ടോകളെ അണിനിരത്തി ഞങ്ങളെ കെട്ടിയിരുന്ന ചങ്ങലയിൽ പിടിച്ചുവലിച്ച് നടത്തിക്കൊണ്ടുപോയി. നിരപരാധികളെ തീവ്രവാദികളായി ചിത്രീകരിക്കുന്ന പൊലീസിന്റെ കുതന്ത്രങ്ങളുടെ ഭാഗമായിരുന്നു ഇത്. പശുവിനെ പുലിയാക്കുന്നതും പുലിയെ പശുവാക്കുന്നതും കേസ് ജയിക്കാൻ എന്തു വൃത്തികേടുകളും ചെയ്യാൻ മടിക്കാത്ത ഇവർക്ക് കൈവന്ന ഒരു കലയായിരുന്നു.

ചങ്ങലയിൽ ബന്ധിച്ച് വലിച്ചിഴച്ചുകൊണ്ടുവന്ന ഭർത്താവിനെ വാഹനത്തിൽ എനിക്കു കാണത്തക്കവണ്ണം കയറ്റിയിരുത്തി. ഒന്നുംതന്നെ സംസാരിച്ചില്ല.

സെല്ലിലെ വേഷംതന്നെയാണ് ഞങ്ങൾ ധരിച്ചിരുന്നത്. കുളിക്കാനും സമ്മതിച്ചിരുന്നില്ല. അദ്ദേഹത്തിന്റെ ശരീരത്തിലുള്ള മുറിവുകൾ ഷർട്ടുകൊണ്ട് പരമാവധി മറയ്ക്കാൻ ശ്രമിച്ചിരുന്നു. എന്നിട്ടും രക്തക്കറകൾ പുറമേ കാണാമായിരുന്നു. അതുകണ്ട് കരച്ചിലടക്കാൻ എനിക്കു കഴിഞ്ഞില്ല. അദ്ദേഹം കരഞ്ഞുകലങ്ങിയ കണ്ണുകളോടെ എന്നെത്തന്നെ സൂക്ഷിച്ചുനോക്കിക്കൊണ്ടിരുന്നു. അദ്ദേഹത്തോട് ഒന്നും സംസാരിക്കാൻ ശ്രമിച്ചില്ല. വാഹനത്തിനുള്ളിൽ വെച്ചുതന്നെ അവർ മർദ്ദിച്ചേക്കുമെന്ന് ഞാൻ ഭയപ്പെട്ടു. ഞാൻ കണ്ണുകൾകൊണ്ട് സുഖമാണോ എന്ന് അന്വേഷിക്കുകയും ആംഗ്യഭാഷയിൽ ഭക്ഷണം കഴിച്ചോ എന്നു ചോദിക്കുകയും ചെയ്തു. എന്റെ പിന്നിലിരുന്ന ഒരു പൊലീസുകാരൻ ഇതു കണ്ടു. അയാൾ എന്റെ തലയ്ക്ക് ഒരു തട്ടുതട്ടി. ഇടിത്തീവീണതുപോലെ തോന്നി. ഇതു താൻ പ്രതീച്ചിരുന്നതേയില്ല. അതു കണ്ടിരിക്കാനുള്ള ശേഷിയില്ലാതെ അദ്ദേഹം മുഖം തിരിച്ചുകളഞ്ഞു. എന്നെ ഉപദ്രവിച്ച പൊലീസുകാരൻ "എന്താടീ... നിങ്ങളു തമ്മിലൊരു കോഡുഭാഷ...?" എന്ന് കളിയാക്കി ചോദിച്ചു. ഞാനൊന്നും മിണ്ടിയില്ല. നിശ്ശബ്ദയായിരുന്നു. എന്തെങ്കിലും പറഞ്ഞാൽ അദ്ദേഹത്തെയും കയ്യേറ്റം ചെയ്തെങ്കിലോ എന്നു ഞാൻ ഭയപ്പെട്ടു.

വാഹനം വേഗത്തിൽ ഓടിക്കൊണ്ടിരുന്നു. എവിടേക്കാണ് എന്തിനാണ് കൊണ്ടുപോകുന്നത് എന്നതിനെപ്പറ്റി ഒരു കാര്യവും ഞങ്ങൾ അറിഞ്ഞിരുന്നില്ല.

യാത്ര ഏതാണ്ട് ഒരു മണിക്കൂറോളം നീണ്ടുനിന്നു.

പത്ത്

ഭർത്താവ് എനിക്കെതിരെ?

പൊലീസ് വാഹനത്തിനുള്ളിൽ ഞങ്ങളെ മുന്നിലും പിന്നിലുമായിരുത്തി. ചുറ്റിലും തോക്കുധാരികളായ കമാണ്ടോകൾ! ഞങ്ങളുടെ വാഹനത്തിനു മുന്നിലും പിന്നിലുമായി കമാണ്ടോ വാഹനങ്ങൾ അകമ്പടി സേവിച്ചു. ഒരു മണിക്കൂറിലധികം നീണ്ട ആ യാത്ര ഒരു കെട്ടിട സമുച്ചയത്തിൽ അവസാനിച്ചു. ലോകത്തിലെ ഏറ്റവും ഭീകരരായ തീവ്രവാദികളെ അറസ്റ്റുചെയ്തു കൊണ്ടുവരുമ്പോൾ സ്വീകരിക്കേണ്ട സുരക്ഷാ സംവിധാനങ്ങളെല്ലാം അവിടെ ഒരുക്കിയിരുന്നു. ഞങ്ങളെ വാഹനത്തിൽനിന്നും ഇറക്കിയ ഉടൻ കമാണ്ടോ സൈന്യം വട്ടമിട്ടു നിലയുറപ്പിച്ചു. ഞങ്ങളെ ആരെങ്കിലും വെടിവെച്ചു കൊന്നുകളഞ്ഞാലോ എന്ന സംശയത്തിന്റെ പേരിൽ ഏർപ്പെടുത്തിയ കരുതലാണുപോലും! മുഖം പുറത്തുകാണിക്കാതെ ചുറ്റും വളഞ്ഞുനിന്ന് ഞങ്ങളെ ഒരു മുറിക്കുള്ളിലേക്ക് തള്ളിക്കയറ്റി. കോമ്പൗണ്ടിനു പുറത്ത് റോഡിനിരുവശവും ആയിരക്കണക്കിനാളുകൾ തിക്കിത്തിരക്കി നിന്നിരുന്നു. അവരെല്ലാം ഞങ്ങളെക്കാണാൻ കൂടിനിന്നവരാണെന്ന് അപ്പോൾ ഞങ്ങൾ അറിഞ്ഞിരുന്നില്ല.

കൂടിനിന്നവരെ നിയന്ത്രിക്കാൻ മാത്രം നൂറുകണക്കിന് പൊലീസുകാർ ഉന്തും തള്ളും നടത്തിക്കൊണ്ടിരുന്നു. അടുത്തുള്ള മരങ്ങളിലും കെട്ടിടങ്ങളുടെ മുകളിലും ആളുകൾ കൂട്ടത്തോടെ കയറിനിന്നിരുന്നു.

ഇത്രയും വലിയ ജനക്കൂട്ടം ആരെക്കാണാനാണ് ഇവിടെ കാത്തുനിൽക്കുന്നത്? വലിയ വി.ഐ.പികൾ ആരെങ്കിലും വരുന്നുണ്ടായിരിക്കും എന്നാണ് കരുതിയത്. സൗകര്യം കിട്ടിയാൽ അവിടെ വരുന്ന ആ മഹദ്വ്യക്തിയോട് എനിക്കു നേരിടേണ്ടിവന്ന കൊടുംക്രൂരതകളെപ്പറ്റി എങ്ങനെയെങ്കിലും പറയണം എന്ന ആഗ്രഹവും എനിക്കുണ്ടായിരുന്നു.

പെട്ടെന്ന് പത്രക്കാരും ചാനലുകാരുമെല്ലാം തങ്ങളുടെ നേർക്ക് ഓടിവന്നുകൊണ്ടിരുന്നു. പളപളാ എന്ന് ഫ്ളാഷ് ക്യാമറകളുടെ മിന്നലും നിർത്താതെ ഞങ്ങളുടെ ഫോട്ടോ എടുക്കലും തിടുക്കത്തിൽ നടന്നുകൊണ്ടിരുന്നു. അവർ ഞങ്ങളുടെ അടുത്തേക്ക് വരാതിരിക്കാൻ

കമാണ്ടോകൾ പ്രത്യേകം ശ്രദ്ധിച്ചിരുന്നു. ഞങ്ങളുടെ മുഖം ക്യാമറകളിൽനിന്ന് ഒളിപ്പിക്കാൻ പൊലീസുകാർ പെടാപാടുപെട്ടു. ആകെപ്പാടെ അവിടം ഒരു പൂരപ്പറമ്പുപോലെയായിത്തീർന്നു. പത്രക്കാർ എന്തൊക്കെയോ വിളിച്ചുചോദിച്ചുകൊണ്ടിരുന്നു. എന്നാൽ കമാണ്ടോകൾ അവരെ തടഞ്ഞുനിർത്തി. അവരുടെ ചോദ്യങ്ങൾ ഞങ്ങൾക്ക് വ്യക്തമായി കേൾക്കാൻ കഴിഞ്ഞില്ല.

എനിക്കൊന്നും മനസ്സിലായില്ല. അവസരം ലഭിച്ചിരുന്നെങ്കിൽ പത്രക്കാരുടെ ചോദ്യങ്ങൾക്ക് കൃത്യമായ മറുപടി നൽകാൻ കഴിഞ്ഞേനേ. നിങ്ങൾ കരുതുന്നതുപോലെ ഞങ്ങൾ തീവ്രവാദികളല്ലെന്ന് തറപ്പിച്ചു പറഞ്ഞുകൊടുക്കാമായിരുന്നു.

എന്നാൽ ഞങ്ങളെച്ചുറ്റിയുള്ള പൊലീസുകാരുടെ ബഹളം കാരണമാണ് പത്രക്കാരുടെ ചോദ്യങ്ങൾ കേൾക്കാൻ കഴിയാതിരുന്നത്.

ഈ ആൾക്കൂട്ടം ഞങ്ങളെക്കാണാൻ വന്നവരായിരുന്നു എന്ന സത്യം ഇപ്പോഴാണ് എനിക്കു മനസ്സിലാകാൻ തുടങ്ങിയത്. നാട്ടുനടപ്പറിയാത്ത ഒരു പഞ്ചപ്പാവമായിപ്പോയല്ലോ ഞാൻ! അക്കാര്യമോർക്കുമ്പോൾ എനിക്കിപ്പോഴും ലജ്ജ തോന്നുന്നു. അങ്ങനെ ചില നല്ല അവസരങ്ങളും ഞാൻ കളഞ്ഞുകുളിച്ചു.

അത്രമാത്രം തന്റേടം എനിക്കുണ്ടായിരുന്നെങ്കിൽ അവിടെ തടിച്ചുകൂടിയ പത്രക്കാരെ ഞങ്ങൾക്കനുകൂലമായി മാറ്റിയെടുക്കാൻ കഴിയുമായിരുന്നു. അവരിലൂടെ ഞങ്ങൾ നിരപരാധികളാണെന്ന വിവരം മാലോകരെ അറിയിക്കാമായിരുന്നു. സി.ബി.ഐയുടെ കെട്ടുകഥകളെ തുടക്കത്തിൽത്തന്നെ പൊളിച്ചടുക്കാമായിരുന്നു. പൂർണമായി വിജയിക്കാൻ കഴിഞ്ഞില്ലെങ്കിലും ഒന്നു ശ്രമിച്ചുനോക്കുകയെങ്കിലും ചെയ്യാമായിരുന്നു. ഇത്രനല്ല ഒരവസരം പാഴാക്കിയതിൽ എനിക്ക് ഇപ്പോഴും വ്യസനമുണ്ട്. ഈ കോലാഹലങ്ങൾക്കിടയിൽ നിന്നാണ് ഞങ്ങളെ ഉന്തിത്തള്ളി തിടുക്കത്തിൽ ഒരു മുറിയിലേക്ക് കയറ്റിവിട്ടത്.

അമ്പതിലധികം പൊലീസുകാർ അവിടെമാത്രം ഉണ്ടായിരുന്നു. അക്കൂട്ടത്തിലുള്ള ഒരു വനിതാ പൊലീസുകാരി എന്റടുത്തുവന്നുനിന്നു. എന്റെ ഭർത്താവും അധികം അകലത്തിലല്ലാതെ ഉണ്ടായിരുന്നു. ഞങ്ങൾ അന്യോന്യം നോക്കി. കണ്ണുകളാൽ ചില ആശയവിനിമയം നടത്താൻ മാത്രമേ ഞങ്ങൾക്കു കഴിയുമായിരുന്നുള്ളൂ.

ആ സമയത്ത് ഞങ്ങളിരുന്ന മുറിയിലേക്ക് കറുത്ത കോട്ട് ധരിച്ച ഒരാൾ കടന്നുവന്നു. കൂടെ സി.ബി.ഐ അധികാരികളും ഉണ്ടായിരുന്നു. അദ്ദേഹം എന്താണ് പറയാൻ പോകുന്നത് എന്നറിയാൻ ഞങ്ങളെല്ലാം ആകാംക്ഷയോടെ കാത്തിരുന്നു. അയാൾ ഞങ്ങളെ തുറിച്ചുനോക്കിക്കൊണ്ട് അടുത്തുനിന്ന ഓഫീസറോട്, “എന്താ, എല്ലാം റെഡിയാണോ, ഈ പട്ടികൾ എന്തോ പറയാൻ തയ്യാറായി നിൽക്കുകയാണ്. സൂക്ഷിച്ചു

കൊള്ളണം. മോന്തയ്ക്ക് നാലു വീക്കു വീക്കിയിട്ടു കൊണ്ടുവാ. ഉള്ളിൽ ച്ചെന്ന് എന്തോ പറയാനിരിക്കുകയാണെന്നു തോന്നുന്നു." എന്ന് മുന്ന റിയിപ്പ് നല്കി.

അപ്പോഴാണ് ഞങ്ങളെ കോടതിയിലേക്കാണ് കൂട്ടിക്കൊണ്ടുവന്നിരി ക്കുന്നതെന്ന് മനസ്സിലായത്.

കറുപ്പ് കോട്ട് ധരിച്ചുവന്നയാൾ സി.ബി.ഐയുടെ സ്പെഷ്യൽ പ്രോസി ക്യൂട്ടറായിരുന്നു. അതായത് സ്പെഷ്യൽ പ്രോസിക്യൂട്ടർ എന്ന പേരിൽ മനുഷ്യവർഗത്തിൽ കൂട്ടാൻ കൊള്ളാത്ത വ്യക്തി! ഞങ്ങളുടെ മേൽ വിളക്കിച്ചേർത്ത കെട്ടുകഥകൾ, കൊടിയ മർദ്ദനമുറകൾ എന്നിവയുടെ യെല്ലാം സൂത്രധാരൻ ഇയാളായിരുന്നുവെന്ന് പിന്നീടാണ് മനസ്സിലായത്. നീതിയെ എങ്ങനെ അനീതിയാക്കാമെന്നും നിയമങ്ങളെയെല്ലാം എങ്ങനെ നിയമലംഘനങ്ങൾക്ക് ഉപയോഗപ്പെടുത്താമെന്നും പഠിച്ചു പാസ്സായി അതനുസരിച്ച് പ്രവർത്തിച്ചുകൊണ്ടിരിക്കുന്നയാൾ! മറ്റുദ്യോഗസ്ഥന്മാർക്ക് ഉപദേശങ്ങളും നിർദ്ദേശങ്ങളും നൽകുന്ന പ്രമുഖൻ! തുടർന്ന് നടന്ന എല്ലാ അന്യായങ്ങൾക്കും ദൃക്സാക്ഷിയായിരുന്നതും ഇയാൾതന്നെ!

ആ കറുപ്പുകുപ്പായക്കാരന്റെ ആജ്ഞയനുസരിച്ച് ഞങ്ങൾക്ക് അവിടെ വെച്ചുതന്നെ 'പ്രത്യേക വിചാരണ' നടന്നു. എന്തിനാണെന്നറിയില്ല, ലാത്തികൊണ്ട് മുരുകന്റെ മുതുകത്ത് പൊലീസുകാർ നാലഞ്ച് കുത്തു കുത്തി. വേദനകൊണ്ട് പുളഞ്ഞ അദ്ദേഹം നിലവിളിയുടെ വക്കുവരെ യെത്തി. "ജഡ്ജിയുടെ മുന്നിൽ എന്തെങ്കിലും പറഞ്ഞുകൊടുത്താൽ ... മോളേ... അതോടെ എല്ലാം അവസാനിക്കും. തുടർന്ന് തെറിയഭിഷേകം! കുറെനാൾ ഞങ്ങളുടെ കസ്റ്റഡിയിൽത്തന്നെ ആയിരിക്കും. അതുകൊണ്ട് സൂക്ഷിച്ചോ.... തല്ലിക്കൊന്നിട്ട് രക്ഷപ്പെട്ടോടിപ്പോയെന്ന് ഞങ്ങൾ പറയും... ജാഗ്രതയായിരുന്നോ... ഇങ്ങനെ കഠിനമായ വാക്കുകളിൽ ഭീഷണി പ്പെടുത്തിയ ശേഷമാണ് ജഡ്ജിയുടെ മുന്നിൽ ഞങ്ങളെ ഹാജരാക്കി പ്രതിക്കൂട്ടിൽ കയറ്റിനിർത്തിയത്.

ഗൗരവഭാവത്തിൽ ജഡ്ജി ന്യായാസനത്തിൽ ഇരിക്കുന്നുണ്ടായിരുന്നു. സാധാരണയായി ജഡ്ജി ആദ്യം കുറ്റവാളികളെ നോക്കുന്നതാണ് പതിവ്. എന്താ, ഏതാ എന്നെല്ലാം ചോദിക്കും. പ്രത്യേകിച്ച് പൊലീസുകാർ നിങ്ങളെ ദേഹോപദ്രവം ചെയ്തിട്ടുണ്ടോ എന്നും മറ്റും ചോദിക്കാറുണ്ട്. കൂടാതെ പ്രതികൾക്ക് കോടതിയോട് എന്തെങ്കിലും പറയാനുണ്ടോ എന്നും ചോദിക്കുന്നതാണ് കീഴ്വഴക്കം. നിയമപ്രകാരം ഓരോ ന്യായാ ധിപനും നിർബന്ധമായും പിൻപറ്റേണ്ട ഒഴിച്ചുകൂടാനാവാത്ത കടമയാ യിരുന്നു അത്. ഈ നടപടിക്രമങ്ങളെല്ലാം ഞങ്ങളുടെ കേസിൽ കീഴ്മേൽ മറിഞ്ഞു. ഇതു ബോധ്യപ്പെടാൻ ഞങ്ങൾക്കു വളരെ നാളുകൾ വേണ്ടി വന്നു. ചലച്ചിത്രങ്ങളിൽ മാത്രമല്ല, നിയമപുസ്തകങ്ങളിലും ഇതെല്ലാം വിവരിക്കുന്നുണ്ട്. എന്നാൽ ഈ ജഡ്ജി ഒരു കറുപ്പുതുണികൊണ്ട് സ്വയം കണ്ണുകൾ മൂടിക്കെട്ടിയതുപോലെയാണ് പെരുമാറിയത്.

ഞങ്ങളുടെ നേർക്ക് അദ്ദേഹം ഒരിക്കൽപോലും തലയുയർത്തി നോക്കിയതേയില്ല. ഒറ്റച്ചോദ്യംപോലും ഞങ്ങളോട് ചോദിച്ചതുമില്ല. ഇവരാണോ യഥാർത്ഥപ്രതികൾ എന്നുപോലും പരിശോധിച്ചില്ല. അതേ സമയം, അവിടെയും പൊലീസ് എന്നെ ചുറ്റിവളഞ്ഞുനിന്നു. ഒന്നും നേരിട്ടു സംസാരിച്ചില്ലെങ്കിലും ഞങ്ങളെ ഭീഷണിപ്പെടുത്തുന്ന തരത്തിൽ ഇടയ്ക്കിടെ ഞങ്ങളെ നോക്കിയിരുന്നു.

എന്റെ ഉപബോധമനസ്സ് എന്നെ ഉപദേശിച്ചു.

"നളിനീ, ഈയവസരം പാഴാക്കിക്കളഞ്ഞാൽ പിന്നീട് അതിനുള്ള അവസരം ലഭിച്ചെന്നുവരില്ല. കിട്ടിയ സന്ദർഭം നല്ലതുപോലെ ഉപയോഗപ്പെടുത്തണം. വായ് തുറന്നു നടന്ന കാര്യങ്ങളെല്ലാം വിശദമാക്കി മൊഴി കൊടുക്കണം. കിട്ടിയ അവസരം പാഴാക്കരുത്. പെട്ടെന്ന് ആ തന്റേടം എവിടെനിന്ന് വന്നുവെന്ന് എനിക്കറിഞ്ഞുകൂടാ.

ഞാൻ ന്യായാധിപനെ നോക്കി ഉച്ചത്തിൽ, "ഞാനൊരു കുറ്റവും ചെയ്തിട്ടില്ല സർ... എനിക്ക് സർക്കാർ ചെലവിൽ ഒരു വക്കീലിനെ നിയമിച്ചുതരണം..." എന്ന് അപേക്ഷിച്ചു. ഈ രണ്ടു വാചകങ്ങൾ മാത്രമേ ഞാൻ കോടതിയിൽ പറഞ്ഞുള്ളൂ. ഇതല്ലാതെ വേറൊന്നും പറഞ്ഞിരുന്നില്ല. "ഒരു കുറ്റവും ചെയ്തിട്ടില്ല" എന്ന മൊഴി രേഖപ്പെടുത്തിയെങ്കിലേ തുടർന്ന് കേസ് വാദിക്കാനാകൂ. അതിനായി വക്കീലിനെ വയ്ക്കാൻ ഞങ്ങൾക്കു പണമില്ല. കുടുംബത്തിലെ മറ്റംഗങ്ങളെല്ലാം ജയിലിലാണ്. സി.ബി.ഐ. ഞങ്ങളെ കസ്റ്റഡിയിൽ വെച്ചിരിക്കുമ്പോൾ എവിടുന്നു പണം കിട്ടാനാണ്? അതുകൊണ്ടാണ് സർക്കാർ വക്കീലിനെ ഏർപ്പെടുത്തിത്തരാൻ ഞങ്ങൾ ആവശ്യപ്പെടുന്നത്. ഈ രണ്ടാവശ്യങ്ങളാണ് 'മൊഴി'യായി ഞങ്ങൾ കൊടുത്തത്.

എന്നാൽ ആ ന്യായാധിപൻ ശബ്ദം കേട്ടയിടത്തേക്ക് തല ഉയർത്തുകപോലും ചെയ്തില്ല. എന്തോ അദ്ദേഹത്തിന് താത്പര്യമില്ലാത്ത വിഷയങ്ങൾ അവിടെ നടക്കുന്നതുപോലെയാണ് തോന്നിയത്.

ഞാൻ പറഞ്ഞ രണ്ടു കാര്യങ്ങൾപോലും കേൾക്കാൻ നിൽക്കാതെ 'അതൊക്കെ പിന്നീട് നോക്കാം' എന്ന ഒറ്റവാക്കിൽ മറുപടി പറഞ്ഞു നിർത്തി. അത്രതന്നെ! അദ്ദേഹത്തിന്റെ കേസുവിസ്താരം ഇതോടെ അവസാനിച്ചു. ഉടൻ എന്നെ അവിടെനിന്നും വലിച്ചിഴച്ച് അടുത്ത മുറിയിലേക്ക് കൊണ്ടുപോയി.

ഒരു മുപ്പതു നിമിഷങ്ങൾ കഴിഞ്ഞുകാണും. പബ്ലിക് പ്രോസിക്യൂട്ടർ എനിക്കെതിരെയുള്ള കുറ്റപത്രം വിശദീകരിച്ചുകൊണ്ടിരുന്നു. അതൊന്നും കേൾക്കാനും മനസ്സിലാക്കാനും കഴിഞ്ഞിരുന്നില്ല. എല്ലാം ഇംഗ്ലീഷിലായിരുന്നതിനാൽ ഭർത്താവിനും ഒന്നും മനസ്സിലായിരുന്നില്ല. അവിടെ നടന്ന കാര്യങ്ങളെല്ലാം ഒരു കടങ്കഥപോലെ തോന്നി.

പബ്ലിക് പ്രോസിക്യൂട്ടറുടെ വാദം കഴിഞ്ഞയുടൻ വീണ്ടും ഞങ്ങളെ ജഡ്ജിയുടെ മുന്നിൽ കൊണ്ടുനിർത്തി. ഞങ്ങൾ അദ്ദേഹത്തോട് ഒന്നും പറഞ്ഞില്ല. അദ്ദേഹം ഞങ്ങളോട് ഒന്നുംതന്നെ ചോദിച്ചതുമില്ല. ഒരു നിമിഷംപോലും അവിടെ നിൽക്കാൻ അനുവദിച്ചില്ല. കൊണ്ടുവന്നതു പോലെതന്നെ പുറത്തേക്കു കൊണ്ടുപോയി. അവിടെ നടന്നതൊന്നും മുരുകനു മനസ്സിലായതേയില്ല. ഒന്നുമറിയാതെ മിഴിച്ചു നിൽക്കാനേ അദ്ദേഹത്തിനു കഴിഞ്ഞുള്ളൂ. എന്തെന്നാൽ നമ്മുടെ നാട്ടിലെ കോടതി നടപടികൾ, പൊലീസ് വിചാരണ ഇവയെപ്പറ്റിയൊന്നും അദ്ദേഹം അറിഞ്ഞിരിക്കാനിടയില്ല.

ഓർമ്മവെച്ച നാൾ മുതൽ സിംഹളസൈന്യത്തെ കണ്ട പരിചയമേ അദ്ദേഹത്തിനുണ്ടായിരുന്നുള്ളൂ. അവരുടെ പ്രവർത്തനരീതിയെപ്പറ്റി മാത്രമേ അദ്ദേഹത്തിന് അറിയാമായിരുന്നുള്ളൂ. കോടതി, പൊലീസ് ഈ സംവിധാനങ്ങളൊന്നും അന്നു ശ്രീലങ്കയിൽ ഉണ്ടായിരുന്നില്ല.

കുറ്റാരോപിതർക്ക് തങ്ങളുടെ അഭിപ്രായങ്ങൾ, തങ്ങൾക്കേർപ്പെട്ട അനീതികൾ, കയ്യേറ്റങ്ങൾ, മർദ്ദനങ്ങൾ ഇവയെപ്പറ്റിയെല്ലാം ന്യായാധിപന്റെ മുന്നിൽ മൊഴിയായി കൊടുക്കാം എന്നുള്ള വിവരംപോലും അദ്ദേഹത്തിന് അറിഞ്ഞുകൂടായിരുന്നു.

അറിഞ്ഞിരുന്നെങ്കിൽ അദ്ദേഹത്തിനുണ്ടായിരുന്ന പരുക്കൻ സ്വഭാവരീതിമൂലം വരുംവരായ്കകളെപ്പറ്റി ചിന്തിക്കാതെ ജഡ്ജിയോടും പത്രമാധ്യമങ്ങളോടും തനിക്കുള്ള ആവലാതികൾ ഉച്ചത്തിൽ വിളിച്ചുപറയുമായിരുന്നു. അദ്ദേഹത്തിന് എന്നെപ്പറ്റിയും എന്റെ വയറ്റിൽ വളരുന്ന കുഞ്ഞിനെപ്പറ്റിയും മാത്രമേ ഉൽക്കണ്ഠ ഉണ്ടായിരുന്നുള്ളൂ. അതല്ലാതെ മറ്റൊന്നിനെപ്പറ്റിയും യാതൊരു ശ്രദ്ധയും ഉണ്ടായിരുന്നില്ല.

അതിനുശേഷം കോടതിയിൽനിന്നും ഞങ്ങളെ പുറത്തുകൊണ്ടുവന്നയുടൻ 'പൊലീസ് മുറ' പ്രയോഗിക്കാൻ തുടങ്ങി. "നിനക്ക് വക്കീലിനെ വേണം, അല്ലേടീ.. എങ്ങനെയുള്ള വക്കീലിനെയാ നിനക്കു വേണ്ടത്... ഞങ്ങൾ വച്ചുതരാം..." ഇങ്ങനെ ദ്വയാർത്ഥത്തിൽ സംസാരിച്ച്, മുട്ടുകൊണ്ട് പല പ്രാവശ്യം തലയ്ക്കടിച്ച്, വിരട്ടി വലിച്ചിഴച്ച് പൊലീസ് വാനിനുള്ളിലേക്ക് തള്ളി. വാഹനത്തിനുള്ളിൽ വച്ചും രണ്ടുപേർക്കുമെതിരെ 'മൂന്നാംമുറ' പ്രയോഗിച്ചുകൊണ്ടിരുന്നു. "നിനക്ക് എന്തിന്റെ കേടാടീ... ഇത്രയൊക്കെ മുന്നറിയിപ്പു തന്നിട്ടും ജഡ്ജിയുടെ മുന്നിൽ പരാതി പറയാൻ! ഇവിടെ വച്ചുതന്നെ നിന്റെ തൊലിയുരിച്ചുകളയും... അതും നീ അവിടെച്ചെന്നു പറഞ്ഞുകൊടുക്കുമോ?" കയ്യേറ്റം തുടന്നുകൊണ്ടേയിരുന്നു.

മറ്റൊന്നുമില്ല, ഒരു വക്കീലിനെ ഏർപ്പാടുചെയ്തുതരണം എന്നു മാത്രം പറഞ്ഞതിനാണ് ഇത്രയും ദണ്ഡനങ്ങൾ സഹിക്കേണ്ടി വന്നത്. അപ്പോൾ ഞങ്ങൾ പൊലീസ് കസ്റ്റഡിയിൽ നേരിട്ട മർദ്ദനമുറകളെപ്പറ്റി

ജഡ്ജിയോടു പറഞ്ഞിരുന്നെങ്കിൽ ഞങ്ങളുടെ ഗതി എന്താകുമായിരുന്നു? ഏതു ചീത്തക്കാര്യത്തിനും ഒരു ഗുണഫലമുണ്ടാകുമല്ലോ? ഞാൻ ജഡ്ജിയോടു കൂടുതൽ കാര്യങ്ങളൊന്നും പറയാതിരുന്നത് നന്നായി. ആ പാവം ജഡ്ജി ഞങ്ങൾ പറയുന്നതെല്ലാം രേഖപ്പെടുത്താൻ പോകുക യല്ലേ...? അങ്ങേർക്ക് ഇക്കാര്യത്തിൽ എന്താണിത്ര നിർബന്ധം? ഞങ്ങളെ തലയുയർത്തി ഒന്നു നോക്കുകപോലും ചെയ്യാത്ത ജഡ്ജിയിൽ നിന്നും ഒരു 'നീതി'യും ഞങ്ങൾ പ്രതീക്ഷിച്ചിരുന്നില്ല. എന്നാൽ ഞാൻ കോടതി യിൽ ആവശ്യപ്പെട്ട കാര്യങ്ങൾ അടുത്ത ദിവസങ്ങളിലെ പത്രങ്ങളിൽ വൻപ്രാധാന്യത്തോടെ പ്രസിദ്ധീകരിച്ചിരുന്നതായി പിൽക്കാലത്ത് അറി യാൻ കഴിഞ്ഞു.

ഞങ്ങളുടെ റിമാന്റ് റിപ്പോർട്ടിലും അതു ചേർത്തിരുന്നുവെന്നും പിന്നീടറിഞ്ഞു അവിടെനിന്നും 'മല്ലിക'യിൽ എത്തുന്നവരെ പൊലീസു കാർ ഞങ്ങളെ അധിക്ഷേപിച്ചുകൊണ്ടേയിരുന്നു. അവരുടെ വാക്കു കളൊന്നും എഴുതാൻ പറ്റുന്നവയായിരുന്നില്ല. എനിക്കാകെ വെറുപ്പ് തോന്നി. വീണ്ടും മർദ്ദനമുറകൾ ഏറ്റുവാങ്ങാൻ മനസ്സ് അനുവദിച്ചിരു ന്നില്ല.

ഒരു വാക്കു ചോദിച്ചതിന് ഇത്രയും ക്രൂരമർദ്ദനങ്ങൾ ഞങ്ങളുടെ മേൽ അഴിച്ചുവിട്ടതല്ലാതെ ഒരു വക്കീലിനെ ഏർപ്പാടു ചെയ്തുതരാൻ ആരും ശ്രമിച്ചതേയില്ല. ഞങ്ങൾക്കുവേണ്ടി വാദിക്കാൻ ഒരു വക്കീലിനെ കിട്ടാ ത്തതുപോലെ ഞങ്ങളുടെ അപേക്ഷ ചവറ്റുകൊട്ടയിൽ വലിച്ചെറിഞ്ഞു കളഞ്ഞതായി തോന്നി. ഒരു വർഷമല്ലാ, നാലു വർഷങ്ങൾ വരെ ഞങ്ങളുടെ അപേക്ഷ പരിഗണിച്ചതേയില്ല.

ഒരു പ്രമുഖ അന്വേഷണ ഉദ്യോഗസ്ഥൻ എന്റെ കെട്ടുതാലി പൊട്ടി ച്ചെടുക്കുക മാത്രമല്ല, മെട്ടി, കൊലുസ്, വളകൾ ഇവയെല്ലാം പിടിച്ചെടു ത്തിരുന്ന കാര്യം നേരത്തേ പറഞ്ഞിരുന്നല്ലോ? എന്തിനാണ് അയാൾ ഇങ്ങനെയൊക്കെ ചെയ്തതെന്നു നിങ്ങൾക്കു സംശയം തോന്നിയേക്കാം. ഒരു കുറ്റവാളിയെ അറസ്റ്റു ചെയ്യുമ്പോൾ ചില നടപടിക്രമങ്ങൾ പാലി ക്കേണ്ടതുണ്ട്. നിയമപ്രകാരം ദേഹപരിശോധന നടത്തുകയും കൈവശ മുള്ള വസ്തുക്കൾ പരിശോധിച്ച് അത് ഏറ്റെടുത്തുകൊണ്ടുള്ള രേഖകൾ തയ്യാറാക്കുകയും വേണം (Personal Search Memo) പ്രതികളെ ആദ്യ മായി കോടതിയിൽ ഹാജരാക്കുമ്പോൾ ആ രേഖകളും കോടതിയിൽ സമർപ്പിക്കേണ്ടതാണ്. ഒന്നും മറച്ചുവെയ്ക്കാനും നിഷേധിക്കാനും പാടില്ല. ഞങ്ങളെ അറസ്റ്റു ചെയ്യുമ്പോൾ ഞങ്ങളുടെ കൈവശമുണ്ടായി രുന്ന വസ്തുക്കൾ, ഞങ്ങളുടെ ശാരീരിക അടയാളങ്ങൾ, ധരിച്ചിരുന്ന വസ്ത്രങ്ങൾ ഇവയെല്ലാം രേഖപ്പെടുത്തും.

ഞാൻ വിവാഹിതയാണ്. ഭർത്താവിന്റെ പേര് ദാസ് എന്നും രേഖ പ്പെടുത്തി. എന്റെ താലി, മെട്ടി, കൊലുസ്, വളകൾ എന്നിവയെല്ലാം രേഖ കളിൽ ഉൾപ്പെടുത്തിയിരുന്നു. അതിൽ ഞാൻ ഒപ്പിടുകയും ചെയ്തിരുന്നു.

പ്രധാനപ്പെട്ട ആ രേഖ ഒരിക്കലും മാറ്റം വരുത്താൻ കഴിയുന്നതല്ല. "മുൻ കോപിക്കു ബുദ്ധി കമ്മിയായിരിക്കും എന്നാണല്ലോ." എന്റെ കേസിൽ കള്ളത്തരം മാത്രം പറഞ്ഞ് വിജയിക്കാമെന്ന പ്രതീക്ഷയിലാണ് അവർ കളി തുടങ്ങിയത്. അതിനാൽ മേൽപ്പറഞ്ഞ രേഖകളെല്ലാം ഒളിപ്പിച്ച് ഞാൻ കല്യാണമേ കഴിച്ചിട്ടില്ലെന്നു രേഖപ്പെടുത്തി. തുടർന്നുള്ള കേസ് ഡയറികളിലെല്ലാം 'കുമാരി' നളിനി എന്നാണ് ചേർത്തിട്ടുള്ളത്. അവിവാഹിതകൾ താലിയും മെട്ടിയും അണിയാൻ പാടില്ലല്ലോ? അതു കൊണ്ടാണ് ആ അധികാരി എന്റെ താലി പൊട്ടിച്ചെടുത്തത്.

ഇന്ത്യൻ കുറ്റാന്വേഷണ ചരിത്രത്തിൽ ഇത്ര ഹീനമായ ഒരു 'കാത്തിരിപ്പ്' മറ്റെവിടെയും കാണാൻ കഴിയില്ല. യഥാർത്ഥത്തിൽ വിവാഹം നടന്നു കഴിഞ്ഞതാണ്. അറസ്റ്റു ചെയ്യുന്ന സമയത്ത് താലി, മെട്ടി, കൊലുസ് എല്ലാം ധരിച്ചിരുന്നു. ഭർത്താവ് ദാസാണെന്നും രേഖപ്പെടുത്തിയിരുന്നു. ഇതെല്ലാം അറിഞ്ഞിരുന്നിട്ട്, ഞാൻ കല്യാണമേ കഴിച്ചിട്ടില്ലെന്ന് വ്യാജ രേഖയുണ്ടാക്കിവയ്ക്കുന്ന കുറ്റാന്വേഷണരീതിയെപ്പറ്റി എന്തു പറയാനാണ്?

തുടർന്ന് എന്റെ മേലുള്ള പീഡനമുറകൾ ക്രൂരമാകാൻ തുടങ്ങി. അവരുടെ കള്ളക്കഥകൾക്ക് അനുകൂലമായി മൊഴി കൊടുക്കണമല്ലോ! അതിനുവേണ്ടിയാണ് മർദ്ദനം തുടർന്നത്.

എലിയെപ്പിടിച്ച പൂച്ച, ഇരയെ അത്ര പെട്ടെന്ന് കൊന്നുതിന്നാറില്ല. ഇഞ്ചിഞ്ചായിക്കൊന്ന്, അതിന്റെ മരണവെപ്രാളം കണ്ടുരസിച്ച് അവസാനമാണ് അതിനെ കടിച്ചുകീറിത്തിന്നുന്നത്. ഇതു നേരിൽ കണ്ടിട്ടുള്ളവർ ധാരാളമുണ്ട്. സി.ബി.ഐ. പ്രത്യേക അന്വേഷണസംഘവും ഈവിധമാണ് എന്നെ കൈകാര്യം ചെയ്തത്. ഈ സംഭവങ്ങൾ വീണ്ടും ഓർമ്മിക്കാൻ ഇഷ്ടപ്പെട്ടിരുന്നവയല്ല. എന്നാൽ അതെല്ലാം പുറത്തു പറയേണ്ട അവസരം വന്നെത്തിയിരിക്കുന്നു. അതിന്റെ പട്ടിക എങ്ങനെ തയ്യാറാക്കാനാണ്?

അഞ്ചടി ചതുരത്തിലുള്ള ഒരു മുറിയിൽ ഏതാണ്ട് അമ്പതു ദിവസങ്ങൾ ചുരുണ്ടുകൂടി കിടക്കേണ്ടിവന്നതിനെപ്പറ്റി എന്തു പറയാനാണ്? കൈകാലുകളിൽ വിലങ്ങിട്ട്, ഓടിരക്ഷപ്പെടാതിരിക്കാൻ ചങ്ങലകൊണ്ടു ബന്ധിപ്പിച്ച് മേശയുടെ കാലിൽ കെട്ടിയിരുന്നതിനെപ്പറ്റി എന്തു പറയാനാണ്? കൈകാലുകളിലെല്ലാം ചോരയും ചലവും കട്ടപിടിച്ചു കിടന്നതിനെപ്പറ്റി എന്തുപറയാനാണ്? അബോധാവസ്ഥയിലും പാതിമയക്കത്തിലും ആ കുടുസ്സുമുറിയിൽ ചുരുണ്ടുകൂടിക്കിടക്കുമ്പോഴും ചുറ്റിലും നാലഞ്ചു പേർ സംരക്ഷണവലയം തീർത്തിരിക്കുന്നതിനെപ്പറ്റി എന്തു പറയാനാണ്? ഉടലുള്ളപ്പോൾത്തന്നെ ഉയിരിനെപ്പറിച്ചെടുത്തതോ, ഉയിർ നിലനിൽക്കേത്തന്നെ ഉടലിനെ കശക്കിയെറിഞ്ഞ കഥയെപ്പറ്റിയോ എന്തു പറയാനാണ്? ഇതിൽ ഏതു പറയണം, ഏതു പറഞ്ഞുകൂടാ എന്നതിനെപ്പറ്റിയും നിശ്ചയമില്ല.

ഓരോ ദിവസവും ഓരോ വിധത്തിലുള്ള മർദ്ദനമുറകൾ; മനസ്സിനും ശരീരത്തിനും വിശ്രമംപോലുമില്ലാത്ത സ്ഥിതി! മറ്റുള്ളവരേക്കാൾ എന്നെയും ഭർത്താവിനെയുമായിരുന്നു കൂടുതൽ മർദ്ദനത്തിനു വിധേയ മാക്കിയിരുന്നത്. കാരണം ഞാൻ ശുഭയോടും തനുവിനോടുമൊപ്പം അഞ്ചു ദിവസങ്ങൾ ഇടപഴകിയിരുന്നു. മുരുകൻ ശിവരാജനുമായി അടുത്തിട പഴകിയിരുന്നു. അതിനാൽ എല്ലാ കുറ്റങ്ങളും ഞങ്ങളുടെമേൽ ചുമത്തി. ഞങ്ങളെ പ്രധാന പ്രതികളാക്കിത്തീർക്കാനുള്ള ഉത്സാഹം അവർ കാട്ടി ക്കൊണ്ടിരുന്നു.

അവർ ചോദിക്കുന്നതും പറയുന്നതുമായ എല്ലാ കാര്യങ്ങളും എന്നെ ക്കൊണ്ടു സമ്മതിപ്പിച്ച് കുറ്റം ഏറ്റുപറയിക്കുവാനായിരുന്നു അവരുടെ ശ്രമം. ഈ കേസിൽ ഞാൻ ചെയ്ത ഒരേയൊരു കുറ്റം ഒരു ശ്രീലങ്കൻ-തമിഴനെ സ്നേഹിച്ചതും കല്യാണം കഴിച്ചതുമാണ്. അതല്ലാതെ മറ്റൊരു കുറ്റവും ചെയ്തിട്ടില്ല. പിന്നെങ്ങനെയാണ് അവർ ആരോപിക്കുന്ന കുറ്റം ഞാനേറ്റെടുക്കുന്നത?

പ്രത്യേക അന്വേഷണസംഘത്തലവൻ കാർത്തികേയനു മറ്റൊരു ലക്ഷ്യവുമുണ്ടായിരുന്നു. “മാർഗ്ഗമല്ല ലക്ഷ്യമാണ് പ്രധാനം” എന്നത് എത്ര ശരി! അതായത് എന്നെ മാപ്പുസാക്ഷിയാക്കി മാറ്റിയെടുക്കണം. ഭർത്താ വിനെതിരെ ഞാൻതന്നെ മൊഴി കൊടുക്കണം. അദ്ദേഹത്തിനെതിരെ സാക്ഷി പറഞ്ഞ് ഞാൻതന്നെ കഴുമരം തയ്യാറാക്കിക്കൊടുക്കണം! എന്റെ കെട്ടുതാലി ഞാൻതന്നെ പിച്ചിച്ചീന്തിയെറിയണം! എന്തൊരു സൂക്ഷ്മ മായ കണക്കുകൂട്ടലുകളായിരുന്നു അവർ ചെയ്തിരുന്നത്.

ഇവർ അന്വേഷിച്ചുകൊണ്ടിരിക്കുന്ന ശിവരാജനേയും ശുഭയേയും ഇതുവരെ പിടികൂടാൻ കഴിഞ്ഞില്ല. അതുകൊണ്ട് മുരുകനെ ഒന്നാംപ്രതി യാക്കുക എന്നതായിരുന്നു പ്രധാന ലക്ഷ്യം. അതായത്, ശിവരാജനേയും ശുഭയേയും പിടികിട്ടാപ്പുള്ളികളായി പ്രഖ്യാപിക്കുവാൻ അവർ പദ്ധതി യിട്ടിരുന്നു. അതുകൊണ്ടാണ് അവരെ പിടികൂടാൻ തീവ്രശ്രമം നടത്താ തിരുന്നത്. അതിനു സഹായകമാകുന്നവിധത്തിൽ എന്നെ മാപ്പുസാക്ഷി യാക്കി മാറ്റണം!

മുരുകൻ എന്നെ കല്യാണം കഴിച്ചു എന്നു വരുത്തിത്തീർത്ത് കബളി പ്പിച്ചു എന്നു തുടങ്ങി, ഈ പടുകൊലയിൽ അദ്ദേഹം എങ്ങനെയെല്ലാം ഭാഗഭാക്കായി എന്ന് പൊലീസുകാർ പറയുന്നതുപോലെയൊക്കെ എന്നെ ക്കൊണ്ടു പറയിക്കാൻ അവർ ശ്രമിച്ചുകൊണ്ടിരുന്നു. അവർ എഴുതി ക്കൊണ്ടുവരുന്നതെല്ലാം ഒരെതിരും പറയാതെ ഞാൻ ഏറ്റുപറഞ്ഞ് ഒപ്പിട്ടു കൊടുക്കണം. അവരുടെ ഇഷ്ടപ്പടി എന്നെ എളുപ്പത്തിൽ മാറ്റിയെടുക്കാ മെന്ന ശുഭാപ്തിവിശ്വാസം അവർക്കുണ്ടായിരുന്നു.

അതുകൊണ്ടാണ് ഞങ്ങൾ വിവാഹം കഴിച്ചിട്ടില്ല എന്നതിന് കള്ള ത്തെളിവുകളുണ്ടാക്കിയത്. അതനുസരിച്ച് താലിയും മെട്ടിയും പിടിച്ചെ ടുത്തു. അവരുടെ ഗൂഢപദ്ധതികൾക്കൊന്നും ഞാൻ കൂട്ടുനിന്നില്ല. എന്തു

വന്നാലും എന്റെ 'ജീവന്റെ ജീവനായ' അദ്ദേഹത്തിനെതിരെ ഒരു വാക്കും പറയില്ല എന്ന ഉറച്ച തീരുമാനത്തിൽ അവസാനംവരെ പിടിച്ചുനിന്നു. അതുകൊണ്ടാണ് പൊലീസുകാർ മർക്കടമുഷ്ടിക്കാരായി മാറിയത്. അവർ ഞങ്ങളെപ്പറ്റി അപവാദപ്രചരണങ്ങൾ തുടർന്നുകൊണ്ടിരുന്നു. പത്രത്താളുകളിൽ അശ്ലീലപരാമർശങ്ങളും തുടർച്ചയായി വന്നുകൊണ്ടിരുന്നു. എന്റെ പ്രേമത്തെയും എന്റെ ചാരിത്ര്യത്തെയും വളരെ മോശമായി ചിത്രീകരിക്കുന്ന കഥകളും അവർ പ്രചരിപ്പിച്ചുകൊണ്ടിരുന്നു. പിൽക്കാലത്ത് ഇതേപ്പറ്റി അറിയാനിടയായപ്പോൾ കരയണമോ ചിരിക്കണമോ എന്ന അവസ്ഥയിലായിരുന്നു ഞാൻ. അതു വിട്ടുകളയാം. പത്രങ്ങളുടെ കച്ചവടക്കണ്ണോടെയുള്ള കിടമത്സരങ്ങൾ – സി.ബി.ഐ. നല്ലതുപോലെ പ്രയോജനപ്പെടുത്തി. ഒരാളെ ബലിയാടാക്കി മാറ്റണമെങ്കിൽ ആദ്യം അവരെപ്പറ്റി അറപ്പുളവാക്കുന്ന വാർത്തകൾ ജനങ്ങൾക്കിടയിൽ പ്രചരിപ്പിച്ച് അവരെ തേജോവധം ചെയ്യണം. അതാണ് സി.ബി.ഐ. ഞങ്ങൾക്കെതിരെ ആദ്യം ചെയ്തത്.

ഈ ഗൂഢാലോചനക്കാരുടെ പ്രവൃത്തികളുടെ അടുത്ത ഘട്ടത്തെപ്പറ്റി ഇനി വിവരിക്കാം. ഒരുവശത്ത് 'മൂന്നാംമുറ' പ്രയോഗിച്ച് എന്നെ വശത്താക്കാനുള്ള ശ്രമം, മറുവശത്ത് മറ്റു ചില മനഃശാസ്ത്രപരമായ നീക്കങ്ങളാണ് തുടർന്നത്.

ഒരു പൊലീസ് ഓഫീസർ എന്റടുത്തുവന്ന്, ശാന്തമായി സംഭാഷണം തുടങ്ങി, "നിങ്ങളെപ്പറ്റി ഞങ്ങൾ വിശദമായി അന്വേഷിച്ചു. നീ നല്ല സ്വഭാവഗുണമുള്ളവളാണ് എന്ന റിപ്പോർട്ടാണ് കിട്ടിയത്. എന്നാൽ മറ്റവനെപ്പറ്റി ശരിയായ വിവരങ്ങളൊന്നും കിട്ടിയിട്ടില്ല. ശ്രീലങ്കയിൽ അവന്റെ നാട്ടിലും ഞങ്ങൾ അന്വേഷിച്ചു. ആളത്ര നല്ലവനൊന്നുമല്ല എന്ന റിപ്പോർട്ടാണ് കിട്ടിയിട്ടുള്ളത്. അവിടെ പല സ്ത്രീകളുമായും അവന് അവിഹിതബന്ധങ്ങളുണ്ടായിരുന്നു. അവരെയെല്ലാം കബളിപ്പിച്ച്, കുഴപ്പത്തിൽ ചാടിച്ചശേഷമാണ് അവിടെനിന്നും ഓടിപ്പോന്നിട്ടുള്ളത്. ആ സ്ത്രീകളുടെയെല്ലാം കുടുംബങ്ങൾ താറുമാറായിപ്പോയിട്ടുണ്ട്.

അതുപോലെതന്നെ ഇവിടെ വന്ന് നിന്നോടു പ്രേമം നടിച്ച്, നിന്നെ കബളിപ്പിച്ച്, ഈ കൊലക്കേസിൽ മനഃപൂർവ്വം കുടുക്കുകയായിരുന്നു. നിനക്കവനോട് ഇത്രമാത്രം ഇഷ്ടം തോന്നാനുള്ള കാരണമെന്താണ്? പാവം! നീ ചതിക്കുഴിയിൽ വീണുപോയല്ലോ? ഇനിയെങ്കിലും മാനമായി ജീവിക്കാൻ നോക്ക്. നിന്റെ പഠിപ്പെന്താണ്? അവന്റെ പഠിപ്പെന്താണ്? നീ നല്ലതുപോലെ ചിന്തിച്ചുനോക്ക്..." ഇങ്ങനെ എന്നോടു സഹതാപം പ്രകടിപ്പിച്ചു. "എനിക്കുവേണ്ടി ഇത്രയും നല്ല ഉപദേശങ്ങൾ നൽകാൻ ഒരാളോ?" ഞാൻ ആശ്ചര്യപ്പെട്ടുപോയി.

"അതൊക്കെ ശരിതന്നെ സാർ! ഈ കൊലപാതകത്തിൽ ഞാൻ ഒരു ഘട്ടത്തിലും ഇടപെട്ടിട്ടില്ല. അവർ ക്ഷണിച്ചതുകൊണ്ടാണ് ആ മീറ്റിംഗിനു പോയത്. അത്രയേയുള്ളൂ. അല്ലാതെ ഭർത്താവ് എങ്ങനെ

എന്നെ ഈ കേസുമായി ബന്ധിപ്പിച്ചു എന്നെനിക്ക് ഒട്ടും മനസ്സിലാകുന്നില്ല.

ഇതെല്ലാം ചേർത്തുവെച്ച് ചിന്തിച്ചപ്പോഴാണ് എനിക്കൊരു സംശയം തോന്നിയത്. അപ്പോൾ ഞാനൊന്ന് ഉഷാറായി. എങ്ങനെയെങ്കിലും എന്നെയും എന്റെ ഭർത്താവിനെയും തമ്മിലടിപ്പിക്കണം. തുടന്ന് വീണ്ടും ഇല്ലാത്തതും ഇല്ലാത്തതുമായ കാര്യങ്ങൾ പ്രചരിപ്പിച്ച് ഞങ്ങൾ തമ്മിലുള്ള അകൽച്ച വലുതാക്കിക്കൊണ്ടിരിക്കണം. പിന്നീട് പൊലീസുകാർ പറയുന്നതെല്ലാം ഞാൻ തലകുലുക്കി അനുസരിക്കും. ഇതായിരുന്നു അവരുടെ പദ്ധതി.

ഈ ചതി ബോധ്യമായ ഉടൻ സി.ബി.ഐ. ഇങ്ങനെയൊക്കെ ചെയ്യുമോ എന്നു ഞാൻ അതിശയിച്ചു. ഇതേപോലെ മറ്റൊരു ആഫീസർ ഭർത്താവിനെ എന്നിൽനിന്നും അകറ്റാൻ ശ്രമിച്ചുകൊണ്ടിരുന്നു.

“എടേയ്, നീയെന്താടാ ഇങ്ങനെ ഒരു പാവമായിപ്പോയത്? നീ അന്യനാട്ടിൽ വളർന്നവൻ. അതും ഒരു നാട്ടുമ്പുറത്തുകാരൻ. നിനക്കൊന്നുമറിഞ്ഞുകൂടാ... ഈ ചെന്നൈപ്പട്ടണത്തിൽ ജനിച്ചുവളർന്ന പെൺപിള്ളേരെപ്പറ്റി നിനക്കെന്തറിയാം? ഒരു ചുക്കുമറിഞ്ഞുകൂടാ... ഇവിടുത്തെ പെണ്ണുങ്ങളെ വിശ്വസിക്കാനേ പറ്റില്ല. ആ പെണ്ണു നളിനി ഒരുപാടു കമ്പനികളിൽ ജോലി നോക്കിയിട്ടുള്ളവളാണ്. അവൾ മഹാപിഴയാണ്. ജോലി ചെയ്തിരുന്ന സ്ഥലങ്ങളിലെല്ലാം ഞങ്ങൾ അന്വേഷിച്ചതാണ്. വളരെ മോശം! ചെല്ലുന്നിടത്തെല്ലാം ഓരോരുത്തനോട് ‘ലവ്’ ആയി നടക്കുന്നവളാണ്. അതുമായി ബന്ധപ്പെട്ട് ഒരുപാടു മോശപ്പെട്ട കഥകളുണ്ട്. അതെല്ലാം ഉടനെ പത്രങ്ങളിൽ അച്ചടിച്ചുവരും.

നീ ഒരു നല്ല കുടുംബത്തിൽപ്പിറന്നവനാണ്. പത്രത്തിൽ നിന്റെ പേര് അവളോടു ചേർത്തുവന്നാൽ ആകെ നാണക്കേടാകും. നിനക്ക് ചേച്ചിയും അനിയത്തിമാരും ഒക്കെയുള്ളതല്ലേ! അവരെയെല്ലാം ആരു കെട്ടിക്കൊണ്ടുപോകും? അതുകൊണ്ട് അവളെ വിട്ടുകളഞ്ഞേക്ക്. ഇപ്പോഴേ ആ പെണ്ണു നിന്നെപ്പറ്റി കുറേ കുറ്റങ്ങൾ പറഞ്ഞുകൊടുത്തിട്ടുണ്ട്. നീ അവളെ കബളിപ്പിച്ചു കൂട്ടിക്കൊണ്ടുപോയി നശിപ്പിച്ചു എന്നാണ് അവൾ പറയുന്നത്. മാത്രമല്ല നീയാണ് യഥാർത്ഥ കുറ്റവാളിയെന്നും അവൾ മൊഴികൊടുത്തിട്ടുണ്ട്.” ഇങ്ങനെ തുടർച്ചയായി പല കഥകളും പറഞ്ഞ് അദ്ദേഹത്തിന്റെ മനസ്സു മാറ്റിയെടുക്കാൻ പരമാവധി ശ്രമിച്ചുകൊണ്ടിരുന്നു.

എന്നാൽ അദ്ദേഹത്തിന്റെ മനസ്സു മാറ്റിയെടുക്കാൻ അവർക്കു കഴിഞ്ഞില്ല. അവരുടെ ചതിത്തിട്ടത്തിൽ വീഴുന്ന ആളായിരുന്നില്ല അദ്ദേഹം. ഞങ്ങൾ പരസ്പരം എത്രമാത്രം വിശ്വാസമർപ്പിച്ചിരുന്നോ അതുപോലെ പൊലീസും ഞങ്ങളെ മേൽ ഒരു വിശ്വാസമർപ്പിച്ചിരുന്നു. അത് എങ്ങനെയെങ്കിലും ഞങ്ങളെത്തമ്മിൽ പിരിക്കാൻ കഴിയുമെന്നുള്ള ഒരു മൂഢവിശ്വാസമായിരുന്നു എന്നു മാത്രം.

ഇതുപോലെയാണ് ശിവരാജൻ, ധനു എന്നിവർക്ക് അഭയം കൊടുത്തു എന്ന പേരിൽ ബാംഗ്ലൂരിലുള്ള രംഗനാഥൻ എന്നയാളെയും ഭാര്യയെയും പ്രതിപ്പട്ടികയിൽ ചേർത്തത്. പിന്നീട് അവരെ മസ്തിഷ്കപ്രക്ഷാളനം നടത്തി അന്യോന്യം വഴക്കടിപ്പിച്ചത്. അവസാനം രങ്കനാഥന്റെ ഭാര്യയെ മാപ്പുസാക്ഷിയാക്കി, ഭർത്താവിനെതിരെ മൊഴി കൊടുപ്പിക്കാൻ പൊലീസുകാർക്ക് കഴിഞ്ഞു.

ആ സ്ത്രീ, "ഇത് അന്യായമാണ്, ഈ കൊലയാളികളെ വീട്ടിൽ താമസിപ്പിച്ചിരിക്കുന്നത് ഞാൻ അനുവദിക്കില്ല" എന്ന് പറഞ്ഞ് പൊലീസിൽ പരാതി കൊടുത്തുവെന്ന് കുറ്റപത്രത്തിൽ സി.ബി.ഐ. എഴുതിച്ചേർത്തു. മാത്രമല്ല രംഗനാഥന്റെ ഭാര്യ നേരിട്ട് സ്വമേധയാ വന്ന് സ്വന്തം കൈപ്പടയിൽ സത്യവാങ്മൂലം എഴുതിത്തന്നുവെന്നാണ് സി.ബി.ഐ. കോടതിയിൽ വാദിച്ചത്.

എന്നാൽ രംഗനാഥന്റെ ഭാര്യ കന്നടക്കാരി. അവർക്ക് തമിഴ് എഴുതാനും വായിക്കാനും അറിഞ്ഞുകൂടാ. ഒരുകണക്കിന് തട്ടിമുട്ടി ചില തമിഴ് വാക്കുകൾ സംസാരിക്കും. അത്രതന്നെ! അവസാനം ഈ വസ്തുത കോടതിക്കു ബോധ്യപ്പെടുകയും സി.ബി.ഐയ്ക്കു ചീത്ത പ്പേരു കിട്ടുകയും ചെയ്തു. അതു മറ്റൊരു കഥ! രംഗനാഥനെ കോടതി വെറുതെ വിടുകയും അവർ ഭാര്യാഭർത്താക്കന്മാരായി സസുഖം ജീവിച്ചു വരികയും ചെയ്യുന്നുവെന്നത് ദൈവഹിതമെന്നു മാത്രമേ പറയാൻ കഴിയൂ.

വീണ്ടും ഞങ്ങളുടെ കഥയിലേക്കു വരാം. രംഗനാഥന്റെ കാര്യത്തിൽ നടന്ന ചതി ഞങ്ങളെക്കൊണ്ടു ചെയ്യിക്കാൻ അവർക്കു കഴിഞ്ഞില്ല.

സി.ബി.ഐ. തലപുകഞ്ഞാലോചിച്ച് പുതിയ ഒരു പദ്ധതി തയ്യാറാക്കി. ഇത്തവണ അവരുണ്ടാക്കിയ കഥകൾ ഞെട്ടലുളവാക്കുന്ന വയായിരുന്നു.

പതിനൊന്ന്

ഉടലോ ഉയിരോ?

സി.ബി.ഐ. അന്വേഷണസംഘം ഓരോ ദിവസവും എന്നെ ചോദ്യം ചെയ്യുന്നതിനെപ്പറ്റി കൂടിയാലോചനകൾ നടത്തിക്കൊണ്ടിരുന്നു. എന്തൊക്കെ ചെയ്യണം? എങ്ങനെ ചോദ്യം ചെയ്യണം? എന്തെല്ലാം എന്നെക്കൊണ്ടു പറയിക്കണം ഇതൊക്കെയായിരുന്നു നിത്യേനയുള്ള അവരുടെ ചർച്ചാവിഷയം. എന്നാൽ അവരുടെ ഓരോ ശ്രമങ്ങളും തോൽവിയടഞ്ഞുകൊണ്ടിരുന്നു. ഇപ്പോൾ അവരൊരു മൂന്നാംകിട പദ്ധതി - ചതിയിൽ വീഴ്ത്തുക എന്ന പദ്ധതി - അതാണ് അവർ തയ്യാറാക്കിയിട്ടുള്ളത്.

അങ്ങനെ എന്റെ മുന്നിൽ പ്രത്യക്ഷപ്പെട്ട ഒരു ഓഫീസർ എന്റെ നിസ്സഹായാവസ്ഥ ഓർത്ത് പരിതപിച്ചു. സുഖവിവരങ്ങൾ തിരക്കി. ആടുകളുടെ സംരക്ഷണത്തിനുവേണ്ടി മുറവിളി കൂട്ടുന്ന ചെന്നായ്ക്കളുടെ കഥ കേട്ടിട്ടുണ്ട്. എന്നാൽ അതു നേരിട്ടു കാണാൻ അവസരം ലഭിച്ചത് ഈ വിചാരണയ്ക്കിടയിലാണ്. എന്റെ അമ്മ, സഹോദരങ്ങൾ എന്നിവരെപ്പറ്റിയെല്ലാം അല്പനേരം സംസാരിച്ചു. അതായത് അവരുടെ ഞങ്ങളുടെ കസ്റ്റഡിയിൽത്തന്നെയാണ്. അത് ഓർമ്മയിലിരിക്കട്ടെ എന്ന ഒരു ഭീഷണിയും ആ സംഭാഷണത്തിലുണ്ടായിരുന്നു.

ഒരനുജത്തിയുടെ ക്ഷേമത്തിൽ തല്പരനായ ഒരു ജ്യേഷ്ഠനെപ്പോലെ തുടങ്ങി, "എന്താടോ ആ പയ്യന്റെ ഒരു യോഗ്യത? നിന്റെ പഠിപ്പെന്ത്? അവന്റെ പഠിപ്പെന്ത്? കാഴ്ചയ്ക്കുപോലും നിങ്ങൾ തമ്മിൽ ഒരു ചേർച്ചയുമില്ലല്ലോ? ആ കുള്ളനെ നിനക്കെങ്ങനെ പ്രേമിക്കാൻ തോന്നി? നിനക്ക് സൗന്ദര്യത്തിനും പഠിപ്പിനും എന്താണൊരു കുറവ്? നിന്നെ അവൻ വഞ്ചിക്കുകയായിരുന്നു." ഈ സംഭാഷണത്തിന്റെ പാരമ്യത്തിൽ ചോദ്യം ചെയ്യലിന്റെ ഗതിതന്നെ മാറി. അവൻ നിന്നെപ്പറ്റിച്ചു കടന്നുകളയാൻ ശ്രമിച്ച വിവരം നിനക്കറിയാമോ? ഇന്നലെ അവനു നല്ല നാലു തൊഴി കൊടുത്തപ്പോൾ ഉള്ളതെല്ലാം ഉള്ളതുപോലെ പുറത്തുവിട്ടു. നിന്നെ കബളിപ്പിച്ച് രക്ഷപ്പെടാൻ വേണ്ടിയാണ് വേദാരണ്യത്ത് എത്തിയതെന്ന് അവൻ സമ്മതിച്ചിട്ടുണ്ട്. ഇങ്ങനെ ഒരു യഥാർത്ഥ അഭ്യുദയകാംക്ഷിയെപ്പോലെ അയാൾ അഭിനയം കൊഴുപ്പിച്ചു.

ഈ അനുജത്തിക്കുവേണ്ടി അഭ്യുദയകാംക്ഷിയായ ആ ജ്യേഷ്ഠൻ കണ്ണീരൊഴുക്കിയിട്ടില്ലെന്നേയുള്ളൂ. ഞാനെന്തു പറയാനാണ്? ഭർത്താവ് എന്നെ ഉപേക്ഷിച്ച് ഓടിപ്പോകാൻ ശ്രമിച്ചുപോലും! ഇതെന്തു കഥയാണ്?

ഉടലിനെ വിട്ട് 'ഉയിർ ഓടിപ്പോകുന്നത് അത്ര നിസ്സാര കാര്യമാണോ? എന്തൊക്കെയാണ് ആ ഓഫീസർ പറഞ്ഞിട്ടുപോയത്? ഞങ്ങളുടെ ജീവൻ ആരുടെ കൈവശമാണെന്ന് ഞങ്ങൾക്കുതന്നെ നിശ്ചയമില്ല. ഞങ്ങളുടെ ഉടലുകളെ രണ്ടാക്കിപ്പിരിച്ച് ഉയിരിനെ മാത്രം ഒന്നാക്കി വച്ചു കളഞ്ഞല്ലോ ആ ഈശ്വരൻ! ആ മഹാനുഭാവൻ ചേർത്തുവച്ചതാണല്ലോ ഞങ്ങളെ? ഈ കഷ്ടപ്പാടുകളെല്ലാം സഹിച്ച് കഴിഞ്ഞുപോയ ഇരുപത്തിയാറ് വർഷങ്ങളായി ജീവിച്ചുവരികയാണല്ലോ? ഞങ്ങൾ ഹൃദയങ്ങൾ കൊണ്ടാണ് ഇപ്പോഴും ജീവിക്കുന്നത്.

പലരും ഇപ്പോഴും അദ്ഭുതത്തോടെ ചോദിക്കാറുണ്ട്, ഞങ്ങൾ അന്യോന്യം വച്ചിരിക്കുന്ന സ്നേഹത്തെക്കുറിച്ച്! ഞങ്ങളുടെ സ്നേഹം കണ്ട് ഭ്രമിച്ചുപോയവരുണ്ട്; സന്തോഷിച്ച് അഭിനന്ദനം അറിയിച്ചവരുണ്ട്; മോശമെന്നു പറഞ്ഞ് അധിക്ഷേപിച്ചവരുണ്ട്. ഒന്നുകൂടി വ്യക്തമായി പ്പറഞ്ഞാൽ ഞങ്ങളുടെ പരസ്പര സ്നേഹം കണ്ട് അസൂയപ്പെട്ടവർ പോലുമുണ്ട്!

ഇത്രയും വലിയ പരീക്ഷണഘട്ടത്തിൽപോലും എങ്ങനെ ഇത്ര യോജിപ്പോടെ ഒരു മനസ്സായി കഴിയാൻ പറ്റുന്നു എന്നു ചോദിച്ചവരുമുണ്ട്. ഈ ചോദ്യങ്ങൾക്കെല്ലാമുള്ള മറുപടി ഞങ്ങൾക്കെതിരെ അപവാദപ്രചരണം നടത്തിയവർതന്നെ പറഞ്ഞുകൊള്ളട്ടെ. ഇന്നും ഭർത്താവിന്റെ ലോകം ഈ ഞാൻതന്നെ! ഞാൻ തന്നെയാണ് അദ്ദേഹത്തിന്റെ ജീവനും! അദ്ദേഹത്തിന്റെ ആത്മീയജീവിതത്തിൽപ്പോലും ഞാനില്ലാതെ പൂർണത വരില്ലെന്നാണ് അദ്ദേഹം അവകാശപ്പെടുന്നത്. ലോകത്തിന്റെ ഏതു കോണിലിരുന്നാലും ഞാനല്ലാതെ മറ്റാരേയും കണ്ണെടുത്തു നോക്കാൻ കഴിയാത്തയാൾ. കൊടുംപാപങ്ങളുടെ ഭാരം മുതുകിലേറ്റി നടക്കുന്ന ചില അയോഗ്യന്മാർ ഞങ്ങൾക്കെതിരെ കള്ളപ്രചരണം നടത്തുകയാണ്. അങ്ങനെയുള്ളവരുടെ ദുഷ്പ്രചരണങ്ങൾ ജനങ്ങളെ വഴിതെറ്റിക്കാനുള്ളതാണ്. അന്ന് ആ പൊലീസുദ്യോഗസ്ഥൻ അങ്ങനെ സംസാരിച്ചപ്പോൾ അയാളോട് എനിക്കുണ്ടായ കോപം പറഞ്ഞറിയിക്കാൻ പ്രയാസമാണ്.

ബന്ധുക്കളോടൊപ്പം ക്ഷേത്രദർശനത്തിനു പോകുന്ന വിവരം മുൻകൂട്ടി എന്നോട് പറഞ്ഞിരുന്നതാണ്. എന്നാൽ സി.ബി.ഐ. പ്രചരിപ്പിച്ചതോ തമിഴ് പുലികളെ കാണാൻ ശ്രീലങ്കയിലേക്കു കടക്കാനാണ് അദ്ദേഹം വേദാരണ്യത്തിൽ എത്തിയതെന്നാണ്. സമയത്ത് ബോട്ട് വന്നെത്താതിരുന്നതുകൊണ്ടാണ് ചെന്നൈയിൽ തിരച്ചെത്തിയതെന്നും ആണ് കേസ് ഡയറിയിൽ രേഖപ്പെടുത്തിയിരുന്നത്. എന്നാലിപ്പോൾ പറയുന്നത്

എന്നെ കബളിപ്പിച്ച് ശ്രീലങ്കയിലേക്ക് രക്ഷപ്പെടാൻ വേണ്ടിയാണ് വേദാരണ്യത്തു പോയതെന്നാണ്. ഇതിലേതാണ് സത്യം?

അതു മാത്രമല്ല തമിഴ്പുലികളുടെ നേതൃനിരയിൽ രണ്ടാംസ്ഥാനക്കാരനാണ് മുരുകനെന്നാണ് സി.ബി.ഐ. വാദിച്ചത്. ആ വാദം അംഗീകരിച്ചാണ് അദ്ദേഹത്തിന് കോടതി വധശിക്ഷ വിധിച്ചത്.

തമിഴ്പുലികളുടെ രണ്ടാംനിരയിലുള്ള ഒരു നേതാവ് ഒരു ബോട്ടു കിട്ടാൻ വേണ്ടി ഒരാഴ്ചക്കാലം വേദാരണ്യത്തിൽ കാത്തിരുന്നശേഷം അതു കിട്ടാതെ മടങ്ങേണ്ടിവന്നുവെന്ന് പറഞ്ഞാൽ ആർക്കെങ്കിലും വിശ്വസിക്കാൻ കഴിയുമോ? ശ്രീലങ്കയിൽനിന്നും ദിവസവും ബോട്ടുകൾ വരികയും പോകുകയും ചെയ്തുകൊണ്ടിരുന്നു എന്നതാണ് വസ്തുത. അദ്ദേഹത്തിന്റെ കൈവശം വാക്കി-ടോക്കി ഉണ്ടായിരുന്നുവെന്നും കുറ്റപത്രത്തിൽ പറഞ്ഞിട്ടുണ്ട്. ഇതൊക്കെയുണ്ടായിട്ടും അദ്ദേഹത്തിന് ഒരു ബോട്ട് കിട്ടിയില്ല എന്നു പറയുന്നത് വിശ്വസിക്കാൻ ബുദ്ധിമുട്ടാണ്. അതു മാത്രമല്ല രാജീവ്ഗാന്ധി വധത്തിനു മുമ്പായിരുന്നു ഈ സംഭവം നടന്നത് എന്നും ഓർക്കണം. അന്ന് ശ്രീലങ്കയിലേക്ക് പോകുന്നതിനും വരുന്നതിനും ഒരു നിയന്ത്രണവും ഉണ്ടായിരുന്നില്ലല്ലോ? തന്നെയുമല്ല, അദ്ദേഹത്തിന് രക്ഷപ്പെടണമായിരുന്നെങ്കിൽ, എത്രയോ അവസരങ്ങളുണ്ടായിരുന്നു. വിവാഹത്തിനായി തിരുപ്പതിയിൽ പോയപ്പോൾ വേണമെങ്കിൽ എന്നെ ഉപേക്ഷിച്ചു കടന്നുകളയാമായിരുന്നല്ലോ? അദ്ദേഹം എന്തിനാണ് എന്നെത്തന്നെ വിവാഹം കഴിക്കാൻ തീരുമാനിച്ചത്? എന്നെ വിവാഹം കഴിച്ചിരുന്നില്ലെങ്കിൽ ഓടിപ്പോകേണ്ടിവരുമായിരുന്നില്ലല്ലോ? ആരും തടയാനുണ്ടായിരുന്നില്ലല്ലോ?

അദ്ദേഹം ഈ നാട്ടിൽത്തന്നെ ഒളിച്ചുകഴിഞ്ഞിരുന്നുവെങ്കിൽ എനിക്കെന്തു ചെയ്യാൻ കഴിയുമായിരുന്നു. ഞാനെവിടെത്തേടി കണ്ടുപിടിക്കാനാണ്? എനിക്കും വയറ്റിൽ വളരുന്ന കുഞ്ഞിനും എന്തു സംഭവിക്കുമായിരുന്നു? ഒരാഴ്ച പല സ്ഥലങ്ങളിലും ചുറ്റിത്തിരിഞ്ഞശേഷം വീണ്ടും എന്നെത്തേടി വന്നതെന്തിനാണ്? അപ്പോഴേ ഓടിപ്പോകാമായിരുന്നില്ലേ? സി.ബി.ഐ പറയുന്ന 'ഓടിപ്പോകൽ കഥ' സത്യമാണെങ്കിൽ ബോംബ് സ്ഫോടനം നടന്ന ദിവസംതന്നെ രക്ഷപ്പെടാമായിരുന്നില്ലേ? അല്ലെങ്കിൽ എന്റെ വീട്ടിൽ വന്ന മെയ് 23-ാം തീയതി ഓടിക്കളയാമായിരുന്നില്ലേ? ശിവരാജനെപ്പോലെയുള്ളവർ രക്ഷപ്പെട്ടപ്പോൾ അദ്ദേഹത്തിനും അവരോടൊപ്പം കൂടാമായിരുന്നില്ലേ? ആർക്കെങ്കിലും തടയാൻ കഴിയുമായിരുന്നോ? രാജീവ് വധത്തിനുശേഷം ഒരു ദിവസം കഴിഞ്ഞ് ഞാൻ കാണാൻ ചെല്ലുന്നതുവരെ അദ്ദേഹം എന്റെ വീട്ടിൽത്തന്നെയാണല്ലോ താമസിച്ചിരുന്നത്. അതും എനിക്കെന്തു സംഭവിച്ചുകാണും എന്ന സങ്കടത്തിൽ!

കുറ്റം ചെയ്തശേഷം രക്ഷപ്പെടാൻ ശ്രമിക്കാതെ, "ഈ ഒരാഴ്ചക്കാലം

എന്നെക്കാണാതെ താനെവിടെ പോയിരുന്നു എന്നു ചോദിച്ച് എന്നോടു വഴക്കിടാൻ വേണ്ടി മാത്രമായി ഇവിടെത്തങ്ങുമായിരുന്നോ?

അതിനുശേഷം ജൂൺ 12-ാം തീയതി തിരുപ്പതിയിൽ പോയതു മുതൽ സെയ്ദാപ്പേട്ടയിൽ വച്ചു പിടികൂടുന്നതുവരെയുള്ള അഞ്ചു ദിവസങ്ങളിൽ എവിടെയെല്ലാം അലഞ്ഞുതിരിഞ്ഞു നടന്നു? അപ്പോഴൊക്കെ രക്ഷപ്പെടണമായിരുന്നെങ്കിൽ നടക്കുമായിരുന്നല്ലോ?

ബാംഗ്ലൂർ ബസ് സ്റ്റാന്റിലും വെല്ലൂർ ബസ് സ്റ്റാന്റിലും ഞങ്ങൾ തമ്മിൽക്കാണാൻ കഴിയാതെ തേടിയലഞ്ഞു നടന്നപ്പോൾ രക്ഷപ്പെടാമായിരുന്നില്ലേ? എന്തിനാണ് കണ്ണീരോടെ എന്നെത്തേടി വന്നത്? "എന്നെ വിട്ടിട്ട് നീയെവിടെയാണ് പോയതെന്നു ചോദിച്ചുകൊണ്ട് നിലവിളിച്ചത് അദ്ദേഹമല്ലേ? ജീവിതത്തിൽ എന്നെങ്കിലും മറക്കാൻപറ്റുന്ന സംഭവങ്ങളാണോ അതെല്ലാം? അതുമാത്രമല്ല, "ഞങ്ങളുടെ കുടുംബത്തിനുവേണ്ടി നിങ്ങൾ കഷ്ടപ്പെടാതെ എവിടെയെങ്കിലും പോയി രക്ഷപ്പെടാൻ ഞാൻ പറയുന്നതുകേട്ട് സങ്കടപ്പെടുകയും അതോടൊപ്പം കോപിക്കുകയും ചെയ്തതിനെപ്പറ്റി ആർക്കറിയാം? വേറൊന്നും വേണ്ട, ഒരൊറ്റ ദിവസം നിങ്ങളുടെ കൂടെക്കഴിഞ്ഞാൽ മതി, ആയുഷ്ക്കാലം നിങ്ങളോടൊപ്പം കഴിഞ്ഞതിന്റെ സന്തോഷവും സംതൃപ്തിയും എനിക്കു ലഭിക്കാൻ എന്നു ഞാൻ പറഞ്ഞത് അദ്ദേഹത്തോടുള്ള സ്നേഹംകൊണ്ടല്ലേ? അദ്ദേഹത്തിന്റെ കറകളഞ്ഞ സ്നേഹമാണ് ഇന്നും എന്നെ താങ്ങിനിർത്തുന്നത്.

ഇതൊന്നുമറിയാതെ ആ ഓഫീസർ വർത്തമാനം തുടർന്നുകൊണ്ടേയിരുന്നു. അയാളോട് ഞാനെന്തു മറുപടി പറയാനാണ്?

വിചാരണ നടത്തുന്ന സി.ബി.ഐക്കാർക്ക് ഇതൊന്നും മനസ്സിലാകില്ല. പറഞ്ഞുകൊടുത്താലും വിശ്വസിക്കില്ല. ഞങ്ങളെ ഏതെല്ലാം തരത്തിൽ അപമാനപ്പെടുത്തിയിട്ടുണ്ടെന്നറിയാമോ? ഇതെന്താ 'അംബികാ-അമരാവതി' പ്രണയമോ മറ്റോ ആണോ? എന്നു പരിഹസിച്ചവരും ധാരാളമുണ്ട്. മാടപ്രാവിന്റെ സ്നേഹത്തെപ്പറ്റി പരുന്തിനോടു പറഞ്ഞിട്ടെന്താ കാര്യം? എനിക്കുവേണ്ടി എത്രയോ കഷ്ടപ്പാടുകൾ സഹിച്ച് ഈ മണ്ണിൽത്തന്നെ ഉറച്ചുനിന്ന അദ്ദേഹത്തെപ്പറ്റി ഇത്രയും ആക്ഷേപങ്ങൾ പറഞ്ഞിട്ടും, "എന്റെ ദൈവമേ, എന്റെ മനസ്സിൽനിന്നും ഈ കേട്ട വാക്കുകളെല്ലാം മായിച്ചു കളയണമേ", എന്നു പ്രാർത്ഥിക്കാൻ മാത്രമേ എനിക്കു കഴിഞ്ഞുള്ളൂ.

ഇത്രയൊക്കെ വിസ്തരിച്ചിട്ടും ഞാനൊരു മറുപടിയും പറയാതെ മിഴിച്ചിരിക്കുന്നതു കണ്ട് ദേഷ്യം തോന്നിയ ആ ഓഫീസർ എന്നെ ഒരടിയടിച്ച് അസഭ്യം വിളമ്പിക്കൊണ്ട് നടന്നുപോയി. ഇത്തരം അസഭ്യവാക്കുകൾ എന്റെ ജീവിതത്തിൽ ഇന്നുവരെ ഞാൻ കേട്ടിട്ടില്ല. ഇത്തരം വൃത്തികെട്ട വാക്കുകൾ കേൾക്കുന്നതിനേക്കാൾ ഭേദമാണ് മരണം എന്നു തോന്നത്തക്കവിധം ക്രൂരവും അറപ്പുളവാക്കുന്നതുമായിരുന്നു അയാളുടെ സംഭാഷണം.

അന്വേഷണ സംഘത്തലവൻ രഘോത്തമൻ ഇടയ്ക്കിടെ വന്നും പോയുമിരുന്നു. അയാളുടെ മുറിയുടെ വലതുവശത്തായി, അയാൾക്കു കാണാവുന്ന അഞ്ചടി ചതുരത്തിലുള്ള കുടുസ്സുമുറിയിലാണ് എന്നെ കൈകാലുകളിൽ ചങ്ങലകൾ കൊണ്ടു ബന്ധിച്ച് പാർപ്പിച്ചിരുന്നത്. മുകളിലെ നിലകളിലേക്കു പോകേണ്ടവർ എന്റെ മുന്നിൽക്കൂടിയാണ് പൊയ്ക്കൊണ്ടിരുന്നത്. ഞാനെപ്പോഴും മയങ്ങിക്കിടക്കുകയായിരിക്കും. അല്ലാതെ സ്വയം കണ്ണടച്ചുകിടക്കാൻ അവിടെ കഴിയുമായിരുന്നില്ല. കൂടെ ക്കൂടെ വന്നുപോകുന്നവർ 'എന്തെങ്കിലും പുരോഗതിയുണ്ടോ?' എന്നു ചോദിച്ചുകൊണ്ടിരുന്നു. ഇതുകേട്ട് മറ്റുള്ളവർ, "അവൾ ഒന്നും അനുസരി ക്കുന്നില്ല സർ... എങ്ങനെയെല്ലാം ചോദ്യം ചെയ്തു നോക്കി. എന്നിട്ടും കൽപ്രതിമപോലെ ഇരിക്കുന്നതല്ലാതെ വേറൊരു പ്രയോജനവുമില്ല..." എന്ന മറുപടി എന്റെ ചെവിയിലും വന്നുവീഴും. സി.ബി.ഐ. ആകെ കുഴപ്പത്തിലായി. ഇനി എന്തു ചെയ്താൽ എന്നെ മാപ്പുസാക്ഷിയാക്കി മാറ്റിയെടുക്കാമെന്ന് രാപകൽ ഭേദമില്ലാതെ ചർച്ചകൾ നടന്നുകൊണ്ടി രുന്നു.

അങ്ങനെയാണ് ഒരു ദിവസം ആ തീരുമാനത്തിൽ അവർ എത്തി ച്ചേർന്നത്. അവിടെയും ഇവിടെയുമായി ചില രഹസ്യചർച്ചകൾ! എല്ലാ യിടത്തും ശ്മശാന മൂകത! അല്പസമയത്തിനുള്ളിൽ ഭർത്താവിനെ പാർപ്പിച്ചിരിക്കുന്ന സെല്ലിൽനിന്നും ദീനരോദനം മുഴങ്ങുന്നതു കേട്ടു.

എന്നെയും നിർബന്ധിച്ച് അങ്ങോട്ടു വലിച്ചിഴച്ചുകൊണ്ടുപോയി. കുറെ പ്പേർ വട്ടംകൂടിനിന്ന് അദ്ദേഹത്തെ മർദ്ദിക്കുന്നത് എന്റെ കൺമുന്നിൽ!

സമയം കടന്നുപൊയ്ക്കൊണ്ടിരുന്നു. "ദൈവമേ... ഇപ്പോൾ നീ മാത്രമേ ഞങ്ങൾക്കു തുണയായിട്ടുള്ളൂ. ഞങ്ങളെ കാത്തുകൊള്ളണമേ!" ഞാനും നിലവിളിക്കാൻ തുടങ്ങി. പെട്ടെന്ന് അദ്ദേഹത്തിന്റെ ശബ്ദം നിലച്ചു. എനിക്കു നിൽക്കക്കള്ളിയില്ലാതായി. തീർന്നുപോയിക്കാണുമോ? അദ്ദേഹത്തിന്റെ കഥ കഴിഞ്ഞുകാണുമോ? അദ്ദേഹത്തിന് എന്തോ സംഭവിച്ചിട്ടുണ്ട്. അതെന്തെന്നറിയാനുള്ള ആകംക്ഷയിൽ ഞാൻ നീറി. അവിടെയുള്ളവരോട് കേണപേക്ഷിച്ചു നോക്കി. വീണ്ടും വീണ്ടും കെഞ്ചി നോക്കി. എന്നാൽ ആരും ഒരു മറുപടിയും പറഞ്ഞില്ല. എന്റെ നിലവിളി ആരും ഗൗനിച്ചതേയില്ല.

അല്പനേരം കഴിഞ്ഞ് രണ്ടുപേർ ചേർന്ന് അദ്ദേഹത്തെ താങ്ങിയെ ഴുന്നേല്പിച്ചു നിർത്തി. കഴുത്തൊടിഞ്ഞ് തൂങ്ങിയതുപോലെ കിടന്നു. ശരീരമാസകലം രക്തം. ജീവൻ പോയിക്കാണുമോ എന്ന ഭയം എനിക്ക്. എന്റെ ദേഹമാകെ ഞെട്ടിത്തരിച്ചു. നെഞ്ചിടിപ്പു നിന്നുപോയതു പോലെ തോന്നി. "പട്ടി, ഈ പട്ടി ചത്തുപോയാൽ തൂക്കിയെടുത്ത് എങ്ങോട്ടെങ്കിലും വലിച്ചെറിയൂ. എന്നിട്ടൊരു നാലു റൗണ്ട് വച്ചേക്കൂ... പൊലീസിനെ ആക്രമിച്ചു രക്ഷപ്പെടാൻ ശ്രമിച്ചു എന്നു പറയാം. അതൊരു

എൻകൗണ്ടറാക്കി മാറ്റാം. ഒരു പ്രശ്നവുമില്ല." എന്ന് ഒരാഫീസർ പറഞ്ഞിട്ടുപോകുന്നതു ഞാൻ കേട്ടു.

ഒരു പത്തുനിമിഷം കഴിഞ്ഞുകാണും. ഒരാഫീസർ എന്റടുത്തുവന്നു. "നിന്റെ കാമുകന്റെ ഗതി കണ്ടോ? ജട്ടി മാത്രമിട്ടു തൂക്കിയെടുത്തു കൊണ്ടുപോകുന്നതു കണ്ടോ? ഞങ്ങൾ പറയുന്നതുപോലെ നീ അനുസരിക്കുന്നതുവരെ അവന്റെ ഗതി ഇതുതന്നെടീ... അവൻ അടികൊണ്ടു ചാകാൻ പോവുകയാണ്. അവന്റെ മരണത്തിനുത്തരവാദി ഞങ്ങളല്ല. നീയാണ് അതിന്റെ കാരണക്കാരി. നീ വാശിപിടിക്കുന്തോറും അവന്റെ ജീവൻ അല്പാല്പം പൊയ്ക്കൊണ്ടിരിക്കും. അവൻ ചത്തുപൊയ്ക്കൊള്ളട്ടെ എന്നതാണ് നിന്റെ ആശയെങ്കിൽ അതു നടക്കട്ടെ", എന്ന് അലറിയിട്ട് അയാൾ പോയി.

എനിക്കെല്ലാം മനസ്സിലായി – ഞാൻ ഇരുതലയും പറ്റിയെരിയുന്ന കമ്പിലിരിക്കുന്ന ഉറുമ്പിന്റെ അവസ്ഥയിലായി. അവരു പറയുന്നതുപോലെ സത്യവാങ്മൂലം കൊടുത്താൽ ഭർത്താവിനു തൂക്കുമരം ഉറപ്പാകും. അതല്ല അവർ പറയുന്നതുപോലെ പറയില്ല എന്നു ഞാൻ വാശിപിടിച്ചാൽ ഇവിടെ വച്ചുതന്നെ അദ്ദേഹത്തെ അടിച്ചുകൊന്നുകളയും.

ഇതിൽ രണ്ടായാലും എനിക്കൊന്നുപോലെയാണ്. ഇതിൽ ഏതു സ്വീകരിക്കണം? ഏതു നിരാകരിക്കണം? ഞാനൊരു മാപ്പുസാക്ഷിയായി മാറി, അദ്ദേഹത്തിനു തൂക്കുകയർ വാങ്ങിക്കൊടുക്കുന്നതിനേക്കാൾ നല്ലതാണ് അവസാനംവരെ അദ്ദേഹത്തോടൊപ്പം നിന്ന് ഒരു എൻകൗണ്ടർ മരണം വാങ്ങിക്കൊടുക്കുന്നത്.

മരിക്കുന്നതുവരെ, "നളിനി എനിക്കൊരു ദ്രോഹവും ചെയ്തിട്ടില്ല, തനിക്കെതിരായി ഒന്നും പറഞ്ഞിട്ടില്ല, അവൾ അവസാനംവരെ എന്നോടൊപ്പം ഉറച്ചുനിന്നു എന്നറിഞ്ഞുകൊണ്ട് മരിച്ചുപൊയ്ക്കോട്ടെ! അങ്ങനെ വന്നാൽ പിന്നെ ഞാനധികനാൾ ജീവിച്ചിരിക്കില്ല. അദ്ദേഹത്തോടൊപ്പം ഞാനും പോകും. 'മരിച്ചാലും ഒന്നിച്ചുവേണം' എന്ന് അദ്ദേഹം മുൻപു പറഞ്ഞിട്ടുണ്ടല്ലോ. അതു നടപ്പാക്കണം." എന്നുതന്നെ ഞാനുറച്ചുനിന്നു.

"എന്റെ ജീവൻ പോകുന്നെങ്കിൽ പൊയ്ക്കോട്ടെ, നിങ്ങളുടെ ഇഷ്ടത്തിനനുസരിച്ച് വിചാരണ നടത്താൻ ഭർത്താവിനെ ഞാൻ വിട്ടുതരില്ല, ഞാൻ ചത്താലും അതു നടക്കാൻ പോകുന്നില്ല" എന്നു ഞാൻ ശപഥം ചെയ്തു.

"പാപി, മഹാപാപീ... എന്തിനാണിങ്ങനെ എന്റെ മേൽ ഇത്ര സ്നേഹം കൊണ്ടുനടക്കുന്നത്? എന്നെ തൂക്കിയെറിഞ്ഞു കളഞ്ഞിട്ട് ഓടിപ്പോയി നിങ്ങളുടെ ജീവനെങ്കിലും രക്ഷിക്കാമായിരുന്നില്ലേ? എന്ന് ഞാനും എന്റെ മനസ്സും കൂടിച്ചേർന്ന് കരഞ്ഞുതീർത്തു.

എന്നെ പഴയ കൂട്ടിലേക്കു വലിച്ചിഴച്ചുകൊണ്ടുപോയി ചങ്ങലയിൽ ബന്ധിച്ചു. ആ അഞ്ചടി ചതുരത്തിൽ നീണ്ടുനിവർന്നു കിടക്കാൻ

ഇടമില്ലാത്തതിനാൽ ഒരിടത്ത് കുത്തിയിരുന്നു. ആ ഇരുപ്പിൽ അങ്ങനെ ത്തന്നെ ഭിത്തിയിലേക്കു ചാഞ്ഞ് ചുരുണ്ടുകൂടി. മനസ്സ് ഒന്നിലും ഉറയ്ക്കു ന്നില്ല. അങ്ങേയറ്റം പോയാൽ, "നിന്റെ കെട്ടിയോൻ ചത്തുപോയെടീ..." എന്നു പറയുമായിരിക്കും. പറയട്ടെ? എനിക്കു പിന്നെന്താ? ഞാനും മരിച്ചു കൊണ്ടിരിക്കുകയാണല്ലോ?" എന്നെ കടന്നുപോകുന്ന ബൂട്സുകളുടെ ശബ്ദം മാത്രം കേട്ടുകൊണ്ടിരുന്നു.

എന്തൊക്കെയോ ഓർമ്മകൾ മനസ്സിനുള്ളിൽ തിക്കിത്തിരക്കി കടന്നു വരുന്നു. എപ്പോഴേ മരിച്ചുപോകേണ്ട ഭർത്താവ് ഇപ്പോൾ എനിക്കുവേണ്ടി മർദ്ദനങ്ങൾ ഏറ്റുവാങ്ങിക്കൊണ്ടിരിക്കുകയാണ്. അദ്ദേഹത്തിന്റെ ജീവൻ ഇന്നു മുഴുവൻ ഉണ്ടായിരിക്കുമോ, നാളെ ഉണ്ടായിരിക്കുമോ? ഒരു നിശ്ചയ വുമില്ല. ഒരിക്കൽ ഞങ്ങൾ സല്ലപിച്ചുകൊണ്ടു കിടന്നപ്പോൾ അദ്ദേഹം കണ്ട ഒരു കൊലക്കളത്തെപ്പറ്റി എന്നോടു പറഞ്ഞിരുന്നു. മരണത്തെ മുഖാമുഖം കണ്ട നിമിഷങ്ങൾ...

അന്ന് മുരുകൻ കിളിനൊച്ചിയിൽ അമ്മയെ പച്ചക്കറി വ്യാപാരത്തിൽ സഹായിച്ചുകൊണ്ടിരിക്കുന്ന കാലം. വവൂനിയ, മന്നാർ ജില്ല എന്നിവിട ങ്ങളിലെല്ലാം പച്ചക്കറി വ്യാപാരത്തിനായി പോയിവന്നുകൊണ്ടിരുന്നു.

ഒരു ദിവസം വവൂനിയായിൽ നിന്നും കായ്കറികൾ വാങ്ങിക്കൊണ്ടു വരാൻ കിളിനൊച്ചിയിൽ നിന്നുള്ള ചില കൂട്ടുകാരോടൊപ്പം പൊയ്ക്കൊ ണ്ടിരിക്കുകയായിരുന്നു. അക്കൂട്ടത്തിൽ ഏറ്റവും പ്രായം കുറഞ്ഞയാൾ മുരുകനായിരുന്നു. അവർ സഞ്ചരിച്ചിരുന്ന ബസ്സ് വനത്തിൽകൂടി പുളിയ ങ്കുളം സൈനിക പരിശോധനാ കേന്ദ്രത്തിലേക്കു പൊയ്ക്കൊണ്ടിരുന്നു. ശ്രീലങ്കൻ സൈന്യവും ഇന്ത്യൻ സമാധാനസേനയും സംയുക്തമായി നടത്തിയിരുന്ന ആ ചെക്കുപോസ്റ്റിൽ പരിശോധനയ്ക്കായി ബസ്സു നിർത്തി. അവരോടൊപ്പം മുഖംമൂടി ധരിച്ച മറ്റു ചില തീവ്രവാദ സംഘടന യിൽപ്പെട്ടവരും ഉണ്ടായിരുന്നു.

ബസ്സിലെ യാത്രക്കാരെയെല്ലാം താഴെയിറക്കി വരിവരിയായി നിർത്തി ഓരോരുത്തരെയും പരിശോധിച്ചശേഷം ബസ്സിലേക്ക് കയറ്റിക്കൊണ്ടി രുന്നു. മുരുകൻ വന്നുനിന്നയുടൻ മുഖംമൂടി ധരിച്ചിരുന്ന ഒരാൾ എന്തോ അടയാളം കാട്ടി. ഉടനെ മുരുകനെ പട്ടാളക്കാർ ഒരു വശത്തേക്കു മാറ്റി നിർത്തി, വിശദമായ ദേഹപരിശോധന നടത്തി. എന്നിട്ട് ആരാണ്, എവിടെ നിന്നാണ് എന്നെല്ലാം ചോദിക്കാൻ തുടങ്ങി. അതിനുശേഷം അവിടെ യുള്ള പട്ടാളക്കാരിൽ ഒരാളെ മുരുകനെ നോക്കാൻ ചുമതലപ്പെടുത്തി.

അദ്ദേഹത്തെ അടുത്തുള്ള ഒരു മുറിയിലേക്കു കൂട്ടിക്കൊണ്ടുപോയി വസ്ത്രങ്ങളെല്ലാം ഊരിമാറ്റി കൈകളും കണ്ണുകളും കെട്ടി നിലത്തി രുത്തി. എന്നുവച്ചാൽ മർദ്ദനമുറകൾ ആരംഭിക്കാൻ പോകുന്നു എന്നർത്ഥം.

അക്കാലത്ത് ജാഫ്നയിലുള്ള ചെറുപ്പക്കാരെല്ലാം തമിഴ്പുലികളാ ണെന്ന ഒരു ഉറച്ച ധാരണ പട്ടാളക്കാർക്ക് ഉണ്ടായിരുന്നു. മുരുകന്റെ

വേഷവും ഭാവവും നടപ്പുമെല്ലാം ജാഫ്നക്കാരുടേതുപോലെയായിരുന്നു. അതറിയാതെ മുരുകൻ അപകടത്തിൽ വന്നുപെടുകയായിരുന്നു. ആ സാമ്യമാണ് അദ്ദേഹത്തിന്റെ ജീവനുതന്നെ വെല്ലുവിളിയായി മാറിയത്.

വിചാരണയ്ക്കെന്ന പേരിൽ കാട്ടിൽ കൊണ്ടുപോയി വെടിവെച്ചു കൊന്നുകളയുമെന്ന് അദ്ദേഹം ഭയപ്പെട്ടു. ആകെ പതറിപ്പോയി. ഇത്തരം നടപടികൾ അന്നവിടെ സർവ്വസാധാരണമായിരുന്നു. പിടികൂടുന്നവരെ കാട്ടിൽ കൊണ്ടുപോയി വെടിവെച്ചുകൊന്ന് ഒരടയാളംപോലും അവ ശേഷിപ്പിക്കാതെ മറവുചെയ്യുന്നതു പതിവായിരുന്നു.

അപ്പോഴാണ് പട്ടാളക്കാരുടെ അടുത്തുനിന്നിരുന്ന ഒരു സാധാരണ ക്കാരൻ, "അയ്യോ, ഇതു കിളിനൊച്ചിയിലുള്ള മണിയക്കയുടെ മോനാണ്", എന്നു പറഞ്ഞുകൊണ്ട് ഓടിവന്ന്, "ഇവന്റമ്മ കിളിനൊച്ചി മാർക്കറ്റിൽ പച്ചക്കറിവ്യാപാരം നടത്തുന്ന മണിയക്കയാണ്. ഇവനും അമ്മയുടെ കൂടെ കച്ചവടത്തിൽ പങ്കാളിയാണ്, അവിടെത്തന്നെയാണ് താമസവും" എന്നു പറഞ്ഞു. അയാളുടെ വാക്കുകൾ വിശ്വസിച്ച പട്ടാളക്കാർ അദ്ദേഹത്തോടു മറ്റു ചില ചോദ്യങ്ങൾകൂടി ചോദിച്ചശേഷം കെട്ടഴിച്ചുവിട്ട് വസ്ത്രങ്ങൾ ഉടുപ്പിച്ച് ബസ്സിൽ കയറ്റിയിരുത്തി. അപ്പോഴാണ് അദ്ദേഹത്തിനു ജീവൻ തിരിച്ചുകിട്ടിയത്.

മുരുകന്റെ കൂടെ വന്നിരുന്ന ഒരാളിനു പരിചയമുള്ള ആളായിരുന്നു പട്ടാളക്കാരുടെ അടുത്തുനിന്നിരുന്ന ആ സിവിലിയൻ. മുരുകന്റെ സുഹൃത്ത് അയാളോട് മുരുകനെപ്പറ്റി പറഞ്ഞ കള്ളത്തിന്റെ പേരിലാണ് മുരുകൻ അന്നു രക്ഷപ്പെട്ടത്.

യഥാർത്ഥത്തിൽ മുരുകന്റെ കുടുംബക്കാർ തമിഴ്പുലികളുമായി അടുപ്പമുള്ളവരായിരുന്നു. മുരുകന്റെ ജ്യേഷ്ഠൻ തമിഴ് ഈഴത്തിനുവേണ്ടി സമരത്തിൽ പങ്കെടുത്തു വീരചരമമടഞ്ഞ ആളാണ്. ജാഫ്നാക്കാരനു മാണ്. ഈ വിവരങ്ങൾ വല്ലതും പട്ടാളക്കാരുടെ ചെവിയിൽ എത്തിയിരു ന്നെങ്കിൽ അന്നുതന്നെ മുരുകന്റെ കഥ കഴിഞ്ഞിരിക്കും! മുരുകൻ മരണ വുമായി മുഖാമുഖം കണ്ട ആദ്യസന്ദർഭമായിരുന്നു അത്.

ഇതുപോലെതന്നെ മറ്റൊരു സന്ദർഭത്തിൽ മുരുകൻ മാന്നാറിൽനിന്നും തുണി വാങ്ങിക്കൊണ്ട് കിളിനൊച്ചിയിലേക്കു ബസ്സിൽ വന്നുകൊണ്ടിരി ക്കുകയായിരുന്നു. വഴിയിൽ മറ്റൊരു തമിഴ്സംഘടനയുടെ ചെക്ക്പോസ്റ്റ് ഉണ്ടായിരുന്നു. അവിടെ മുരുകൻ സഞ്ചരിച്ചിരുന്ന ബസ്സ് തടഞ്ഞുനിർത്തി. ആ പ്രദേശത്ത് ഈ സംഘടനയായിരുന്നു പ്രബലമായിരുന്നത്. അവരെ സഹായിക്കാൻ കൂടെ ശ്രീലങ്കൻ സൈനികരും ഉണ്ടായിരുന്നു. പതിവു പോലെ യാത്രക്കാരെ പുറത്തിറക്കി വരിയായി നിർത്തി. ഓരോരുത്ത രെയും പരിശോധിച്ചശേഷം തിരികെ ബസ്സിൽ കയറ്റിക്കൊണ്ടിരുന്നു. സംശയത്തിന്റെ പേരിൽ ഇവിടെയും മുരുകനെ മാറ്റിനിർത്തി. മുഖംമൂടി ധരിച്ച് അവിടെ നിന്നിരുന്ന ഒരാളാണ് മുരുകനെ ചൂണ്ടിക്കാട്ടിക്കൊടു ത്തത്. പരിശോധന നടക്കുന്നതിനിടയിൽ പട്ടാളക്കാരുടെ കണ്ണുവെട്ടിച്ച്

മുരുകൻ ബസ്സിൽ കയറിയിരുന്നു. ബസ്സ് പുറപ്പെട്ടശേഷമാണ് പട്ടാളക്കാർ അദ്ദേഹം രക്ഷപ്പെട്ട വിവരമറിയുന്നത്. രക്ഷപ്പെട്ടയാൾ തമിഴ്പുലികളുമായി ബന്ധമുള്ള ആളാണെന്നറിഞ്ഞ പട്ടാളക്കാർക്ക് കലികയറി. ഉടൻ അവർ വാക്കി–ടാക്കിയിൽ അടുത്ത ചെക്ക്–പോസ്റ്റിൽ വിവരമറിയിച്ചു. അദ്ദേഹത്തിന്റെ നിറം, ഉയരം, ധരിച്ചിരുന്ന ഷർട്ടിന്റെയും ലുങ്കിയുടെയും നിറം എന്നീ വിവരങ്ങളും കൈമാറി. കാട്ടുവഴിയിൽ സഞ്ചരിച്ചുകൊണ്ടിരുന്ന ബസ്സിനെപ്പറ്റിയുള്ള വിവരങ്ങൾ വാക്കി–ടാക്കിയിൽ കേട്ട പട്രോൾ സംഘം ബസ്സ് തടഞ്ഞുനിർത്തി മുരുകനെ പിടിച്ചിറക്കി അടുത്തുള്ള കാട്ടിൽ കൊണ്ടുപോയി വിവസ്ത്രനാക്കി കൈകാലുകളും കണ്ണുകളും മൂടിക്കെട്ടി ഒരിടത്തിരുത്തി. വിചാരണസമയത്ത് മുരുകൻ പറഞ്ഞ ഒരു കാര്യവും അവർ അംഗീകരിച്ചില്ല. മുരുകനെ വെടിവെച്ചു കൊല്ലാനുള്ള നീക്കങ്ങൾ തുടങ്ങി. അവിടെ നടക്കാൻ പോകുന്ന സംഗതി ഊഹിച്ചെടുത്ത അദ്ദേഹം "എല്ലാം അവസാനിച്ചു" എന്നുറച്ചു വിശ്വസിച്ച് നിലവിളിക്കാൻ തുടങ്ങി. അന്ന് അപ്രകാരം ഭയപ്പെട്ട് നിലവിളിച്ച കാര്യം ഓർമ്മ വരുന്നില്ലെന്നു പിൽക്കാലത്ത് എന്നോടു പറഞ്ഞിരുന്നു. എന്നാൽ ഉച്ചത്തിലുള്ള ആ നിലവിളിയാണ് അദ്ദേഹത്തിന്റെ ജീവൻ രക്ഷിച്ചത്. അപ്പോഴാണ് ബസ്സ് തടഞ്ഞവരുടെ തലവൻ മുരുകനെ തിരിച്ചറിഞ്ഞതും ചില ചോദ്യങ്ങൾ ചോദിച്ചതും.

"നീ യഥാർത്ഥത്തിൽ കിളിനൊച്ചിക്കാരൻ തന്നെയാണോ? ആ മാർക്കറ്റിലുള്ള രണ്ടുമൂന്നു പേരെപ്പറ്റി ചോദിച്ച് അവരെ അറിയുമോ? തുടങ്ങിയ ചോദ്യങ്ങൾക്ക് മുരുകൻ കൃത്യമായ മറുപടി നൽകി. കഴിഞ്ഞ മൂന്നു വർഷങ്ങളായി മുരുകൻ കിളിനൊച്ചി മാർക്കറ്റിൽ ജോലി ചെയ്തിരുന്നതിനാൽ അവിടെയുള്ള എല്ലാവരേയും അറിയാമായിരുന്നു. അദ്ദേഹത്തിന്റെ മറുപടിയിൽ തൃപ്തനായ ഗ്രൂപ്പ് തലവൻ അതുവഴിവന്ന മറ്റൊരു വാഹനത്തിൽ മുരുകനെ കയറ്റിവിട്ടു. എന്നിട്ടും താൻ യഥാർത്ഥത്തിൽ രക്ഷപ്പെട്ടോ എന്നു തീർച്ചപ്പെടുത്താൻ അദ്ദേഹത്തിനു കുറേ നേരത്തേക്കു കഴിഞ്ഞില്ല. അങ്ങനെ മരണവുമായുള്ള രണ്ടാമത്തെ മുഖാമുഖത്തിലും അദ്ദേഹം രക്ഷനേടി.

ഇപ്പോൾ സി.ബി.ഐ. ഏർപ്പെടുത്തിയ മരണവുമായുള്ള മൂന്നാമത്തെ അഭിമുഖം നടന്നുകൊണ്ടിരിക്കുകയാണ്. അതിൽ അദ്ദേഹം രക്ഷപ്പെടുമോ എന്ന സംശയം അപ്പോഴും ബാക്കിനിന്നിരുന്നു. ആരും സഹായിക്കാനില്ലാതെ, സർവ്വേശ്വരനിൽ എല്ലാം സമർപ്പിച്ച് ഞാൻ പ്രാർത്ഥനയിൽ മുഴുകി കാത്തിരുന്നു.

പെട്ടെന്ന് ഒരലർച്ച! അതിനോടൊപ്പം കേട്ടിരിക്കാൻ കഴിയാത്ത നികൃഷ്ടമായ അസഭ്യവർഷവും! ഭയന്നുവിറച്ച് ഞാനങ്ങോട്ടു നോക്കി. എതിരേ ആ പൊലീസ് ഓഫീസർ അഹംഭാവത്തോടെ നോക്കിക്കൊണ്ട് നിന്നിരുന്നു.

ജീവശ്വാസം നിലച്ചുപോകുന്ന ആ വാർത്ത അയാൾ പരിഹാസത്തോടെ വിവരിച്ചുതന്നു.

പന്ത്രണ്ട്

കഴുത്തറുത്ത കോഴിയെപ്പോലെ...

പ്രത്യേക അന്വേഷണസംഘം കൂടിയാലോചനകൾ നടത്തിയശേഷം ദിവസവും എന്നെ ചോദ്യം ചെയ്തുകൊണ്ടിരുന്നു. കൂടിയാലോചനയിൽ ഇന്നെന്തൊക്കെ ചെയ്യണം, എന്തെല്ലാം എന്നെക്കൊണ്ടു പറയിപ്പിക്കണം ഇതൊക്കെയായിരുന്നു പ്രധാന ചർച്ചാവിഷയങ്ങൾ. എങ്കിലും അവരുടെ എല്ലാ ശ്രമങ്ങളും പരാജയപ്പെട്ടുകൊണ്ടിരുന്നു. ഇപ്പോൾ വീണ്ടും മൂന്നാം കിട പീഡനമുറകളുമായി അവർ രംഗത്തുവന്നിരിക്കുകയാണ്.

"എന്താടീ... നിന്നെ പൂർണനഗ്നയാക്കി നിർത്തി ചോദ്യം ചെയ്താലേ നീ മര്യാദ പഠിക്കുകയുള്ളോ?" എന്ന ഈ ഒരു ചോദ്യം മാത്രമാണ് ആ വിചാരണ ഉദ്യോഗസ്ഥന്റെ വായിൽനിന്നു വീണ അല്പമെങ്കിലും മാന്യതയുള്ള വാക്കുകൾ! ഇതിനേക്കാൾ എത്രയോ നികൃഷ്ടമായ ഭാഷയാണ് അയാൾ തുടർന്ന് ഉപയോഗിച്ചത്. അല്പമെങ്കിലും മനക്കട്ടിയില്ലാത്തവരായിരുന്നെങ്കിൽ അപ്പോൾത്തന്നെ അവരുടെ ജീവൻ ഉടൽവിട്ടു പിരിഞ്ഞു പോകുമായിരുന്നു. ആ അസഭ്യവർഷങ്ങൾ ഏതൊരു മനുഷ്യന്റെയും ആത്മാഭിമാനത്തെയും ഉണർവ്വുകളെയും പിഴുതെറിഞ്ഞുകളയും. തുടർന്ന് അവരുടെ താളത്തിനൊത്തു തുള്ളുന്ന ഒരു പാവയായി, ജീവച്ഛവമായി ഏതൊരാളും മാറിപ്പോകും.

അതിനെ പ്രതിരോധിക്കാൻ കഴിഞ്ഞത് എനിക്ക് ജന്മനാ ലഭിച്ച ചില അടിസ്ഥാനഗുണഗണങ്ങൾ കൊണ്ടാണ്. അതിനെ നേരിടാനാണ് ഇത്തരം സഭ്യേതരഭാഷാപ്രയോഗങ്ങളും മർദ്ദനമുറകളും അവർ സ്വീകരിച്ചത്. എനിക്കേർപ്പെട്ട ഞെട്ടലിൽനിന്നും മോചിതയാകാതിരുന്നതുകൊണ്ട് ഞാൻ നിശ്ശബ്ദയായി അങ്ങനെതന്നെയിരിക്കും. ആ ഉദ്യോഗസ്ഥൻ വീണ്ടും അസഭ്യം വിളമ്പിയശേഷം അവിടെനിന്നും പോയി.

ഒരു മണിക്കൂർ കഴിഞ്ഞുകാണും. അവിടെ വീണ്ടുമൊരു പരപരപ്പ്! അവർ എന്നെപ്പറ്റിത്തന്നെയാണ് പറഞ്ഞുകൊണ്ടിരിക്കുന്നതെന്ന് മനസ്സിലായി. എന്തായിരിക്കും അവരുടെ അടുത്ത പരിപാടിയെന്ന് ഊഹിക്കാൻ പോലും കഴിഞ്ഞില്ല.

ഒരു പൊലീസുകാരൻ അടുത്തുവന്നു. പതിവുപോലെ ഒരു തവി ചോറും സാമ്പാറും തന്നിട്ട് കഴിക്കാൻ പറഞ്ഞു. അതു സ്വീകരിക്കുക യല്ലാതെ വേറെ പോംവഴിയില്ല. ഞാൻ ഒറ്റയ്ക്കല്ലല്ലോ? എന്റെ വയറ്റിൽ ഒരു കുഞ്ഞുകൂടി വളരുന്നുണ്ടല്ലോ! കണ്ണുനീർ ധാരധാരയായി ഒഴുകാൻ തുടങ്ങി. സ്വയം നിയന്ത്രിച്ചുകൊണ്ട് ഞാനത് കഴിച്ചു.

കുഞ്ഞിനെപ്പറ്റിയായിരുന്നു എന്റെ വേവലാതി മുഴുവൻ. എങ്ങനെ യെങ്കിലും അതിനെ രക്ഷിച്ചെടുക്കണം. അതുകൊണ്ടാണ് ലവലേശം ലജ്ജയില്ലാതെ ആ ഭക്ഷണം കഴിച്ചത്. എന്നെ പട്ടിണിയിട്ട്, കുടിക്കാൻ ഒരു തുള്ളിവെള്ളംപോലും നൽകാതെ തേജോവധം ചെയ്യുന്നതായിരുന്നു അവരുടെ പ്രധാന ഹോബി. മേലുദ്യോഗസ്ഥരുടെ പ്രീതി പിടിച്ചുപറ്റാൻ വേണ്ടിയും ചിലർ എന്റെ മേൽ മർദ്ദനമുറകൾ പ്രയോഗിച്ചുകൊണ്ടിരുന്നു. ചിലർ തങ്ങളുടെ അക്രമവാസനകളെ തൃപ്തിപ്പെടുത്താൻ വേണ്ടി എന്റെ മേൽ ക്രൂരമായ മൂന്നാംമുറകൾ പ്രയോഗിച്ചുകൊണ്ടിരുന്നു.

ഇങ്ങനെ പട്ടിണികിടന്നാൽ എന്റെ കുഞ്ഞ് മരിച്ചുപോകും. അങ്ങനെ യെങ്കിലും എന്നെ അവരുടെ വരുതിക്കു കൊണ്ടുവരാനാകും. എന്നെ ഭർത്താവിൽനിന്നും അകറ്റാൻ കഴിയും. ഇങ്ങനെയുള്ള തെറ്റായ കണക്കു കൂട്ടലുകളുടെ അടിസ്ഥാനത്തിലാണ് അവർ പ്രവർത്തിച്ചുകൊണ്ടി രുന്നത്. എന്നാൽ ഇക്കാര്യം അപ്പോഴെനിക്ക് അറിയില്ലായിരുന്നു. അവ രുടെ പ്രവർത്തനങ്ങളെല്ലാം ഒരു 'ചാരപ്പണി'യുടെ മാതൃകയിലുള്ളതാ യിരുന്നു. അതിനു കഴിയുന്ന രീതിയിലാണ് അവർ കരുനീക്കം നടത്തി യിരുന്നത്.

എന്നാൽ സർവ്വേശ്വരൻ കൂട്ടിയിരുന്ന കണക്ക്, അവരുടെ കണക്കു കൂട്ടലുകളെയെല്ലാം തെറ്റിക്കുന്ന വിധത്തിലുള്ളതായിരുന്നു. ഈ ക്രൂര മായ പീഡനങ്ങളിൽ നിന്നെല്ലാം കുഞ്ഞിനെ കാത്തുരക്ഷിക്കാൻ ഈശ്വരൻ തീർച്ചപ്പെടുത്തിയിരുന്നു.

അല്പനേരം കഴിഞ്ഞ് ഒരു പൊലീസുകാരൻ വന്ന് എന്നെ കൂട്ടി ക്കൊണ്ടുപോയി. "ഇതോടെ നിന്റെ കഥ കഴിയും, എന്തു നടക്കുമോ എന്തോ? മര്യാദയ്ക്കു പറയുന്നതു കേട്ടു നടന്നോ... എങ്ങനെയെങ്കിലും ജീവൻ രക്ഷിക്കാൻ നോക്ക്..." ഇങ്ങനെ ദ്വയാർത്ഥത്തിൽ, എന്നാൽ ഭയ പ്പെടുത്താനും വേണ്ടി പലതും പോകുന്നവഴിയിൽ അയാൾ പറഞ്ഞു കൊണ്ടിരുന്നു. അയാളുടെ ഭീഷണി എന്നെ വല്ലാതെ ഉലച്ചുകളഞ്ഞു എന്താണ് നടക്കാൻ പോകുന്നത് എന്നറിയാതെ എന്റെ അടിവയറുവരെ നീറാൻ തുടങ്ങി. കൈകാലുകൾ വിയർക്കാനും വിറയ്ക്കാനും തുടങ്ങി.

മേൽനിലയിലുള്ള സൂപ്രണ്ടിന്റെ മുറിക്കുള്ളിലേക്ക് എന്നെ പിടിച്ചു തള്ളി. തിരിഞ്ഞുനോക്കുന്നതിനിടയിൽ പുറത്തുനിന്നും ഉഗ്രശബ്ദ ത്തോടെ വാതിൽ ആഞ്ഞടിച്ചു. എതിരെയുള്ള കസേരയിൽ പൊലീസ് സൂപ്രണ്ട് ഇരിക്കുന്നു. അയാൾ എന്നെ തുറിച്ചുനോക്കിക്കൊണ്ടുതന്നെ

എഴുന്നേറ്റു. അടുത്തേക്കുവന്ന് ഭീഷണിപ്പെടുത്തുംവിധം നോട്ടം തുടർന്നു. മുന്നോട്ടുവന്ന് കതകു കുറ്റിയിട്ടശേഷം മേശപ്പുറത്ത് എനിക്കഭിമുഖമായി ഇരുന്നു. ആ മുറിയും അവിടെ നടന്ന സംഭവങ്ങളും ഭീതിദമായിരുന്നു. ഇവിടെ എന്തുവേണമെങ്കിലും നടന്നേക്കും എന്ന് എന്നെ ബോധ്യപ്പെടുത്താനുള്ള ശ്രമമായിരുന്നു അതെല്ലാം. അപ്പോൾ സമയം രാത്രി 11 മണിയായിക്കാണും. ഭൂരിപക്ഷംപേരും ഉറങ്ങിക്കഴിഞ്ഞു. ഈ സമയത്താണ് വിചാരണയ്ക്കെന്ന പേരിൽ എന്നെ കൂട്ടിക്കൊണ്ടുവന്നിരിക്കുന്നത്.

"ജീവൻ കൈയിലെടുത്തു പിടിച്ചിരിക്കുന്നതുപോലെ" എന്നൊരു ചൊല്ലുണ്ടല്ലോ, അതായിരുന്നു എന്റെ അവസ്ഥ. നിശ്ശബ്ദമായ നിമിഷങ്ങൾ കടന്നുപൊയ്ക്കൊണ്ടിരുന്നു. അഞ്ചു നിമിഷങ്ങൾ ഞാൻ അങ്ങനെത്തന്നെ നിന്നു. അയാളുടെ തുറിച്ചുനോട്ടവും മാറ്റമില്ലാതെ തുടർന്നുകൊണ്ടിരുന്നു. എനിക്കൊന്നും മനസ്സിലായില്ല.

"എടീ തേവിടിശ്ശീ... നടന്നതെല്ലാം ഒന്നും വിട്ടുപോകാതെ പറയെടീ... ഒന്നും മറച്ചുവയ്ക്കാൻ പാടില്ല. മനസ്സിലായോ? ആ മുരുകനുമായി എങ്ങനെ പരിചയപ്പെട്ടു. എങ്ങനെയൊക്കെയായിരുന്നു നിങ്ങൾ തമ്മിലുള്ള ബന്ധം. അവനോടൊപ്പം എവിടെയെല്ലാം ചുറ്റിനടന്നു. നിങ്ങൾ എന്തെല്ലാം ചെയ്തു? നിങ്ങൾ നടത്തിയ ഗൂഢാലോചനകളെപ്പറ്റിയെല്ലാം വിശദമായി പറയണം. നിർത്താതെ പറഞ്ഞുകൊണ്ടേയിരിക്കണം. ഞാൻ ചോദിച്ചുകൊണ്ടേയിരിക്കും..."

അയാൾ പരുക്കൻ ശബ്ദത്തിൽ ആജ്ഞാപിച്ചു. വേട്ടയാടാനായി ചുറ്റും കൂടിനിൽക്കുന്ന പുലികളുടെ നടുവിൽപ്പെട്ട പേടമാനിനെപ്പോലെ ഭയന്നു വിറച്ചു ഞാൻ നിന്നു.

എവിടെനിന്നു തുടങ്ങണം, എങ്ങനെ പറയണം എന്നു ചിന്തിക്കാനുള്ള സാവകാശം എനിക്കു ലഭിച്ചില്ല. "നമ്മുടെ വീട്ടിൽ ഒരു പയ്യൻ വന്നിട്ടുണ്ട്. അവനെ കൂട്ടിക്കൊണ്ടുവന്നു നിന്നെ കാണിക്കാൻ അമ്മ പറഞ്ഞു. വിളിച്ചുകൊണ്ടുവരട്ടെ?" എന്ന് എന്റെ അനുജത്തി ചോദിച്ചതു മുതൽ പറഞ്ഞുതുടങ്ങി.

യഥാർത്ഥത്തിൽ നടന്നതും എനിക്കറിയാവുന്നതുമായ എല്ലാ കാര്യങ്ങളും ഒന്നും ഒളിക്കാതെ ഞാൻ പറഞ്ഞുകൊണ്ടിരുന്നു. അല്പനേരത്തിനുള്ളിൽ ആ ഓഫീസർ ഉറങ്ങാൻ തുടങ്ങി. ഇതുകണ്ട ഞാൻ ഇനി പറഞ്ഞിട്ടു കാര്യമില്ലല്ലോ എന്നു കരുതി പറച്ചിൽ നിർത്തി.

പെട്ടെന്ന് കണ്ണുതുറന്ന അയാൾ, "എന്താടീ നിർത്തിക്കളഞ്ഞത്? നീ എത്രപേരെ കണ്ടിട്ടുണ്ട്! ആരുടെയെല്ലാം കൂടെപ്പോയിട്ടുണ്ട്? അവരെയൊക്കെ കബളിപ്പിച്ചതുപോലെ എന്നെ പറ്റിക്കാൻ നോക്കേണ്ട. നീ ഒരു പാടുപേരെ കണ്ടിട്ടുണ്ടല്ലോ. പിന്നെ ഇവനോട് മാത്രമെന്താ നിനക്കിത്ര കമ്പം തോന്നാൻ കാരണം? അതോ അവനു നിന്നോടാണോ ഇഷ്ടം തോന്നിയത്, പറയെടീ ...മോളേ..." ഇങ്ങനെ ഭീഷണിപ്പെടുത്തിക്കൊണ്ടിരുന്നു. എന്നോട് എന്തെങ്കിലും ചോദിച്ചറിയുക എന്നുള്ളതല്ല അയാളുടെ

ലക്ഷ്യം. എന്നെ മാനസികമായി തളർത്തണം, എന്റെ മാനാഭിമാനത്തെയും വ്യക്തിത്വത്തെയും പിച്ചിച്ചീന്തണം. എന്നെ അപമാനിക്കണം... ഇതൊക്കെയായിരുന്നു അയാളുടെ ലക്ഷ്യം. ഇതേപ്പറ്റി ഞാനപ്പോൾ ചിന്തിച്ചിരുന്നില്ല. പേടിച്ചുവിറച്ചു ഞാൻ നിന്നു. ഒരാളെ നമ്മുടെ വരുതിക്കു കൊണ്ടുവരണമെങ്കിൽ ആദ്യം അവരുടെ മാനം, വ്യക്തിത്വം ഇവയെല്ലാം വേരോടെ പിഴുതുമാറ്റണം, എന്ന് എവിടെയോ വായിച്ച കാര്യം ഓർമ്മയിലെത്തി. അതായിരുന്നു അവർ മുൻകൂട്ടി പദ്ധതിയിട്ട് നടപ്പാക്കിക്കൊണ്ടിരുന്നത്.

എഴുതാൻ അറപ്പുതോന്നുന്ന, മ്ലേച്ഛമായ, ആഭാസകരമായ ചോദ്യങ്ങൾ എന്റെ കാതുകളിൽ അമ്ലമഴ പെയ്യിച്ചു. എന്റെ ഹൃദയത്തെ ഞെക്കിപ്പിഴിഞ്ഞ് അയാൾ രസിച്ചു. വളരെ ഉയർന്ന റാങ്കിലുള്ള ഒരു പൊലീസ് അധികാരിയുടെ വായിൽനിന്നും ഇത്തരം വൃത്തികെട്ട വാക്കുകൾ ഞാൻ ഒരിക്കലും പ്രതീക്ഷിച്ചിരുന്നതല്ല. ഒരു പത്തു പ്രാവശ്യം 'കഴുവേറ്റി'യിരുന്നെങ്കിൽ ഇതിലും ഭേദമായിരുന്നു എന്നെനിക്കു തോന്നി. പത്തു പ്രാവശ്യം ജീവനോടെ കത്തിക്കുന്നതായിരുന്നു ഇതിലും നല്ലതെന്നു തോന്നി.

"നിർത്താതെ പറഞ്ഞുകൊണ്ടിരിക്കണം... നിർത്തിയാൽ നിന്റെ മുതുകിലെ തോലുരിച്ചെടുക്കും." എന്നു പറഞ്ഞുകൊണ്ട് കൈയിലിരുന്ന ചൂരൽവടികൊണ്ട് മുതുകത്ത് ഒരു കുത്തുകുത്തി. കഴുത്തറുത്ത കോഴിയെപ്പോലെ ഞാൻ നിലത്തുവീണു. കൈകാലുകൾ വെട്ടിനുറുക്കുന്നതുപോലെ അസഹ്യമായ വേദനയോടെ ചാടിയെഴുന്നേറ്റു. "ഒരു ശബ്ദം പോലും പുറത്തു കേൾക്കാൻ പാടില്ല. നേരെ നില്ലെടീ... എന്നു പറഞ്ഞ് വീണ്ടും എന്നെ അടിക്കാനെന്നവണ്ണം ചൂരൽവടി ഓങ്ങി. 'നടന്ന കാര്യങ്ങൾ ഒന്നും വിട്ടുപോകാതെ പറഞ്ഞുകൊണ്ടിരിക്കണം... മനസ്സിലായോ?' എന്ന് ശബ്ദമടക്കിപ്പറഞ്ഞുകൊണ്ട് കസേരയിൽപ്പോയിരുന്നു. കാലുകൾ രണ്ടുമുയർത്തി മേശപ്പുറച്ചുവച്ച് കസേരയിൽ ചാരി കണ്ണുകളടച്ചിരുന്നു.

വീണ്ടും ഞാൻ പറഞ്ഞുതുടങ്ങി. നേരം രാത്രി ഒരുമണി കഴിഞ്ഞിരുന്നു. അയാൾ കണ്ണടച്ചിരുന്നതിനാൽ യഥാർത്ഥത്തിൽ ഉറങ്ങുകയാണോ, ഉറക്കം നടിക്കുകയാണോ എന്നറിയാതെ ഞാൻ വലഞ്ഞു. എങ്കിലും പറഞ്ഞുകൊണ്ടേയിരുന്നു. നാവു വരണ്ടുതുടങ്ങി. തൊണ്ടയും തലയും വേദനിക്കാൻ തുടങ്ങി. അതിനാൽ വർത്തമാനം തുടരാൻ എനിക്കു കഴിഞ്ഞില്ല. എന്നിട്ടും ഒരു 'റോബോട്ടിനെ'പ്പോലെ ഞാൻ തുടർന്നുകൊണ്ടേയിരുന്നു. പെട്ടെന്ന് കണ്ണുതുറന്ന അയാൾ, "നീ എന്താണ് പറഞ്ഞുകൊണ്ടിരുന്നത്? ഞാൻ അറിയാതെ ഉറങ്ങിപ്പോയി. അതുകൊണ്ട് വീണ്ടും ആദ്യം മുതൽ പറയണം. എന്ന് സാധാരണ ശബ്ദത്തിൽ പറഞ്ഞശേഷം രൂക്ഷമായി നോക്കി. ഒരേ നില്പിൽ നിന്നുകൊണ്ട് സംഭാഷണം തുടരാൻ കഴിയാത്തവിധം ഞാൻ ക്ഷീണിതയായിരുന്നു. ഇരുന്നുകൊണ്ട് പറയാൻ പോലും ഉള്ള കെല്പ് എനിക്കില്ലായിരുന്നു. അപ്പോൾ പിന്നെ ഒരു

ഗർഭിണിക്ക് എത്രനേരം അങ്ങനെ നിൽക്കാൻ കഴിയും? ശരീരം മുഴുവൻ വിറയ്ക്കാൻ തുടങ്ങി.

വീണ്ടും ഞാൻ ആദ്യം മുതൽ പറഞ്ഞുതുടങ്ങി. ഞാനും മുരുകനും പരിചയപ്പെട്ടതും പിന്നീട് തുടർച്ചയായി കാണാൻ തുടങ്ങിയതും എന്നെ കാണാൻ ദിവസവും ഓഫീസിൽ വന്നു കാത്തിരുന്നതും ബസ് സ്റ്റോപ്പ് വരെ കൂടെ വന്ന് ബസ്സിൽ കയറ്റിവിട്ടതും എല്ലാം തുടർന്നുകൊണ്ടിരുന്നു. അയാൾ വീണ്ടും ഉറങ്ങാൻ തുടങ്ങി. ഞാൻ അവിടെയുണ്ടായിരുന്ന ക്ലോക്കിൽ നോക്കി. സമയം വെളുപ്പിന് മൂന്നുമണി കഴിഞ്ഞിരുന്നു.

അതിനുമേൽ ഒന്നും പറയാൻ കഴിയുമായിരുന്നില്ല. ഞാൻ അത്രയധികം ക്ഷീണിച്ച അവശയായിരുന്നു. മയക്കം വരുന്നതുപോലെ തോന്നി.

പെട്ടെന്ന് ചാടിയെഴുന്നേറ്റ് അയാൾ, 'എന്താടീ, നീ പൈങ്കിളിക്കഥയാണോ പറഞ്ഞുകൊണ്ടിരിക്കുന്നത് ഞാൻ ഉറങ്ങിപ്പോകാൻ? എന്താടീ നിർത്തിക്കളഞ്ഞത്?" എന്നു പറഞ്ഞ് ചൂരൽവടികൊണ്ട് മുതുകിൽ വീണ്ടും രണ്ടുമൂന്നു പ്രാവശ്യം കുത്തി.

ഉച്ചി മുതൽ ഉള്ളങ്കാൽ വരെ ഇടിമിന്നലേറ്റതുപോലെ എന്റെ ദേഹം പുളഞ്ഞു. താഴെ വീണ ഞാൻ പിടഞ്ഞു നിലവിളിച്ചു. ബൂട്ടിട്ട കാലു കൊണ്ട് അയാൾ രണ്ടുവട്ടം എന്നെ ആഞ്ഞുതൊഴിച്ചു. "തേവിടിശ്ശീ... ഇനി നിർത്തിയാൽ കൊന്നുകളയും... മനസ്സിലായോ?" അയാൾ വീണ്ടും കസേരയിൽ പോയിരുന്നു.

ഇതെന്തൊരു കുറ്റാന്വേഷണ രീതിയാണ്? എന്നെ മാനസികമായി തളർത്താനുള്ള ഒരു തന്ത്രമായിരുന്നു അത്. ഇതും ഒരു കുറ്റാന്വേഷണ മുറയാണെന്ന് അപ്പോഴെനിക്ക് നിശ്ചയമുണ്ടായിരുന്നില്ല. എന്തോ വിവരങ്ങൾ എന്നിൽനിന്നും ചോർത്തിയെടുക്കാൻവേണ്ടി മാത്രമായിരുന്നു അതെന്നാണ് അപ്പോൾ ഞാൻ കരുതിയത്.

അഞ്ചുമിനിറ്റ് കഴിഞ്ഞുകാണും. "ഇല്ലില്ല, നീ പറഞ്ഞതു മുഴുവൻ ഞാൻ കേട്ടില്ല. നീ എല്ലാം വ്യക്തമായി പറഞ്ഞതുമില്ല. അതുകൊണ്ട് ആദ്യം മുതൽ വീണ്ടും പറയണം. ഒന്നും വിട്ടുപോകാതെ പറയണം... മനസ്സിലായോ? എന്നു പറഞ്ഞ് കുറിപ്പെടുക്കാനെന്നവണ്ണം ഒരു ബുക്കും പേനയും എടുത്തുവച്ചു. ഇപ്പോഴാണ് യഥാർത്ഥത്തിൽ മൊഴി രേഖപ്പെടുത്താൻ പോകുന്നത്..."

ഇനി കുഴപ്പമില്ല എന്നു ഞാൻ കരുതി. എന്നാൽ നടന്നതോ? വേറെ കാര്യങ്ങളായിരുന്നു.

എല്ലാ വേദനകളും കടിച്ചമർത്തിക്കൊണ്ട് ആദ്യം മുതൽ വീണ്ടും പറഞ്ഞുതുടങ്ങി. ഞാൻ പറയുന്നതെല്ലാം കൃത്യമായി എഴുതിയെടുക്കുന്നതുപോലെ അഭിനയിച്ച ആ ഉദ്യോഗസ്ഥൻ, അല്പനേരം കഴിഞ്ഞപ്പോൾ പേന അടച്ചുവെച്ച് എന്നെ തുറിച്ചുനോക്കിക്കൊണ്ടിരുന്നു. അധികം

വൈകാതെ വീണ്ടും അയാൾ ഉറങ്ങാൻ തുടങ്ങി. ഞാൻ തുടർന്നു പറയണോ നിർത്തണമോ എന്ന സംശയം എനിക്ക്! എന്തായാലും മുമ്പു പറയുന്നതിനിടയിൽ നിർത്തിയതിനു കിട്ടിയ മർദ്ദനമോർത്ത് ഞാൻ തുടർന്നു പറഞ്ഞുകൊണ്ടേയിരുന്നു. ഒരു ഘട്ടത്തിൽ പറച്ചിൽ തുടരാൻ കഴിയാതെ ഞാൻ ബോധംകെട്ടു നിലത്തുവീണു. എന്നിട്ടും അയാൾ എന്നോട് ഒരു കരുണയും കാട്ടിയില്ല. "നീ എത്ര അഹങ്കാരിയായതു കൊണ്ടാണ് ഇടയ്ക്കുവച്ച് നിർത്തിക്കളഞ്ഞത്! നിനക്കൊട്ടും ഭയമേ ഇല്ലാതായിപ്പോയല്ലോടീ... ഇതെല്ലാം പുലികൾ നിന്നെ പരിശീലിപ്പിച്ച തല്ലേടീ... എനിക്കു നന്നായിട്ടറിയാം... നീ എല്ലാം പറഞ്ഞു, പക്ഷേ, ശ്രീലങ്കയിൽ പോയതും അവിടെ തമിഴ് പുലികളുടെ ക്യാമ്പിൽ ട്രെയി നിംഗ് നടത്തിയതും മാത്രം നീ പറഞ്ഞില്ല. അല്ലേടീ... ഈ രീതിയിൽ പെരുമാറാനുള്ള പരിശീലനവും അവിടെ നിന്നല്ലേടീ നിനക്ക് കിട്ടിയത്? ഇനിയും എന്നെ പറ്റിക്കാൻ നോക്കേണ്ട. ഇനി നിന്നെ വേറൊരു രീതി യിൽ ചോദ്യം ചെയ്തെങ്കിലേ ശരിയാകൂ... നീ അത്രയ്ക്കു ബുദ്ധിമതി യാണ്. ഞാനെന്താ മണ്ടനാണോ?" എന്നു പറഞ്ഞുകൊണ്ട് കാൽ മുട്ടുകൾ മടക്കി ഉലക്കകൊണ്ടടിക്കുന്നതുപോലെ എന്റെ മുതുകത്തു തുടർച്ചയായി ഇടിച്ചു. ആ ഇടിയുടെ വേദന എന്റെ അടിവയറുവരെ വ്യാപി ക്കുന്നതുപോലെ എനിക്കു തോന്നി. തുടർന്ന് മറ്റു ചില പൊലീസുകാരെ വിളിച്ചുവരുത്തി മുഖത്തു വെള്ളം തളിച്ച്, പിടിച്ചുയർത്തി ചാരിയിരുത്തിയ ശേഷമാണ് എനിക്കു ബോധം തെളിഞ്ഞത്. എന്നെ തൂക്കിയെടുത്ത് ആ അഞ്ചടി ഗുഹയിലേക്കു കൊണ്ടുപോയി ഉള്ളിൽത്തള്ളി. അപ്പോഴെല്ലാം ഒരു നേരിയ ഓർമ്മ മാത്രമേ എനിക്കുണ്ടായിരുന്നുള്ളൂ. എങ്കിലും നേരം പുലരാൻ തുടങ്ങുകയാണെന്നു മാത്രം എനിക്കറിയാമായിരുന്നു. എന്നാൽ എത്ര മണിയായിക്കാണും എന്ന് ഊഹിക്കാൻ കഴിഞ്ഞില്ല. ഞാനങ്ങനെ ത്തന്നെ കിടന്നു. ഒരു മണിക്കൂർ കഴിഞ്ഞുകാണും.

വീണ്ടും ഒരു പൊലീസുകാരൻ വന്ന് ലാത്തികൊണ്ട് മെല്ലെ കുത്തി ഉണർത്തി. നേരം നന്നേ പുലർന്നിരുന്നു. കാലിൽ കെട്ടിയിരുന്ന ചങ്ങല മാത്രം അഴിച്ചുമാറ്റി. എന്നെ ശുചിമുറിയിലേക്കു കൊണ്ടുപോയി. അവിടെ വച്ച് കൈവിലങ്ങ് മാറ്റി എന്നെ മുറിയിലേക്കു തള്ളി. വെളിയിൽ മൂന്നു നാലു പൊലീസുകാർ കാവൽ നിന്നിരുന്നു. എല്ലാവരും പുരുഷന്മാർ! ഇതിൽക്കൂടുതൽ ഇവിടെ എന്തെഴുതണമെന്ന് എനിക്കറിഞ്ഞുകൂടാ.

പുറത്തു വന്നയുടൻ വീണ്ടും കൈകളിൽ വിലങ്ങുവച്ചു. കുളിക്കാൻ അനുവദിച്ചിരുന്നില്ല. എന്തിനധികം മാറ്റിയിടാൻ ഒരു തുണിപോലും ഇല്ലാ യിരുന്നു. ഞാൻ കസ്റ്റഡിയിലാകുമ്പോൾ ഇട്ടിരുന്ന അതേ വസ്ത്രങ്ങൾ തന്നെ! തലമുടിയെല്ലാം അഴുക്കുപിടിച്ച് ജട കെട്ടാൻ തുടങ്ങിയിരുന്നു. മുടി ഒട്ടിപ്പിടിക്കാനും തുടങ്ങിയിരുന്നു. തലയിൽനിന്നും പേൻ ഉതിർന്നു വീഴുന്ന അളവിൽ വളർന്നിരുന്നു. എന്തിനേറെ, എന്റെ മേലുള്ള ദുർഗന്ധം എനിക്കുതന്നെ സഹിക്കാൻ പറ്റാത്തവിധം ആയിക്കഴിഞ്ഞിരുന്നു.

ദുർഗന്ധം അസഹ്യമായപ്പോഴാണ് കുളിക്കാൻ അനുവദിച്ചത്. ഉടുത്തിരുന്ന തുണി കഴുകി ഈർപ്പത്തോടെ അതുതന്നെ ഉടുക്കണം. ഞാനൊരു ശരാശരി മനുഷ്യരുടെ നടുവിൽത്തന്നെയാണോ എന്ന് എനിക്കൊരു സംശയം!

കുളിമുറിയിൽനിന്നും പുറത്തുവന്ന എന്നെ ആ അഞ്ചടി ഗുഹയിലേക്ക് കൊണ്ടുവന്ന് ചങ്ങലയിൽ ബന്ധിച്ചു. എന്തോ ഒരു സാധനം കഴിക്കാൻ തന്നു. അതെന്താണെന്നു തിരിച്ചറിയാൻപോലും എനിക്കു കഴിയുമായിരുന്നില്ല. ആടുമാടുകൾ, നായ്ക്കൾ ഇവയെല്ലാം കൊടുക്കുന്നത് എന്താണെന്നു ചോദിച്ചിട്ടാണോ ഭക്ഷിക്കുന്നത്? ആ പട്ടികയിൽ ഞാനും കൂടി ഉൾപ്പെട്ടു എന്നു പറയാം. അല്ല, ആ പട്ടികയിലാണ് എന്നെ ഉൾപ്പെടുത്തിയിരുന്നത്.

പീഡനമുറകളിൽ ഏറ്റവും ക്രൂരമായതാണ് ഉറങ്ങാൻ സമ്മതിക്കാതിരിക്കുക എന്നത്. മറ്റൊന്ന് നമ്മുടെ മനസ്സിനെ വേദനിപ്പിക്കുന്ന വിഷയങ്ങൾ നമ്മളെക്കൊണ്ട് ആവർത്തിച്ചു പറയിച്ച് കേട്ടു രസിക്കുക എന്നത്. ഈ രണ്ടിനും ഇരയായിത്തീരുന്നവർ, അവരെ ഈ അവസ്ഥയിലേക്കു തള്ളിവിട്ടവർ പറയുന്നതെന്തും അതേപടി അനുസരിക്കുന്ന ഒരു മാനസികാവസ്ഥയിൽ എത്തിച്ചേരും. ഈ മർദ്ദനമുറകളെ വർണ്ണിക്കാൻ എന്റെ കൈയിൽ വാക്കുകളേ ഇല്ലെന്നു പറയേണ്ടിവരും. ഈ രണ്ടു മർദ്ദനമുറകൾ കൂടാതെ ശാരീരികമായ മർദ്ദനങ്ങളും നിരന്തരം ഏറ്റുവാങ്ങേണ്ടി വന്നിരുന്നു. ഈ വിചാരണ രാപ്പകൽ ഭേദമില്ലാതെ നടന്നുകൊണ്ടിരുന്നു. ഓരോ ദിവസവും ഓരോ പുതിയ ഓഫീസർമാരാണ് വരിക. ഓരോരുത്തരോടും സംഭവങ്ങൾ ആദ്യം മുതൽ പറഞ്ഞുതുടങ്ങണം. അതായത് ശാരീരികവും മാനസികവുമായ രീതികളിൽ ദണ്ഡിക്കുക എന്നതായിരുന്നു അവരുടെ ലക്ഷ്യം. ദിവസം ഒരു മണിക്കൂർ പോലും ഉറങ്ങാൻ സമ്മതിച്ചിരുന്നില്ല. അഥവാ തളർന്നുറങ്ങിപ്പോയാൽ മുഖത്ത് വെള്ളം തളിച്ച് ഉണർത്തും. ഒരാഴ്ചയിലെ ഏഴു ദിവസങ്ങളിലേക്ക് ഏഴു പൊലീസ് സൂപ്രണ്ടുമാരെ എന്നെ വിചാരണ ചെയ്യുന്നതിന് മാത്രമായി ചുമതലപ്പെടുത്തിയിരുന്നു. എന്നെ പരമാവധി ദേഹോപദ്രവം ഏല്പിക്കുക എന്നതു മാത്രമായിരുന്നു അവർക്കു മുകളിൽനിന്നും കൊടുത്തിരുന്ന നിർദ്ദേശം.

പലപ്പോഴും മുഖത്തു വെള്ളം തളിച്ചാലും എഴുന്നേൽക്കാൻ കഴിയാറില്ല. അപ്പോൾ നാലഞ്ചുപേർ ചേർന്ന് ബൂട്സിട്ട കാലുകൾകൊണ്ട് തൊഴിക്കുന്നതിനു പകരം അങ്ങോട്ടുമിങ്ങോട്ടും നീക്കിമാറ്റിക്കൊണ്ടിരിക്കും. അതേപ്പറ്റി ഓർത്തുള്ള ഭയംമൂലം അടുത്ത പ്രാവശ്യം എത്ര അവശതയാണെങ്കിലും ശബ്ദം കേട്ടാലുടൻ എഴുന്നേറ്റിരിക്കാൻ ശ്രമിക്കും.

ആ സംഭവങ്ങളെല്ലാം ഇപ്പോൾ എന്റെ മനസ്സിൽ ഓടിയെത്തുകയാണ്. എന്റെ വിചാരണയുടെ അവസാന നാളുകളിൽ, അതായത് ഞാൻ

കുറ്റസമ്മതമൊഴി കൊടുത്തു എന്ന് അവർ അവകാശപ്പെടുന്നതിന് ഒരാഴ്ച മുമ്പു മുതൽക്കേ എനിക്ക് സ്വബോധം ഉണ്ടായിരുന്നില്ല. ഞാനെന്താണ് പറയുന്നത്, എനിക്കെന്താണ് സംഭവിക്കുന്നത് എന്നൊന്നും കൃത്യമായി പറയുവാൻ കഴിയുമായിരുന്നില്ല. സ്വബോധം വീണ്ടെടുക്കാൻ പിന്നെയും ഒരാഴ്ച കാത്തിരിക്കേണ്ടിവന്നു.

പിൽക്കാലത്ത് ജയിലിൽ അടയ്ക്കപ്പെട്ട ചില തടവുകാർ പറഞ്ഞു കേട്ട 'പോക്കിരി' എന്ന സിനിമയിലെ ചില രംഗങ്ങൾ ഞാനെന്റെ ജീവിതവുമായി തുലനം ചെയ്തു നോക്കാറുണ്ട്. വില്ലനായ പ്രകാശ്‌രാജിനെ ഉറങ്ങാൻ സമ്മതിക്കാതെ സി.ബി.ഐ. നാലഞ്ചുനാൾ വച്ചിരുന്നുപോലും. അവസാനം അദ്ദേഹം, "ഞാൻ പറയാം... ഞാനെല്ലാം പറയാം." എന്നു പറഞ്ഞ് ഉച്ചത്തിൽ നിലവിളിച്ചുവത്രേ! അദ്ദേഹം ബുദ്ധിഭ്രമം സംഭവിച്ചവരെപ്പോലെ പിച്ചുംപേയും പറഞ്ഞുതുടങ്ങിയത്രേ!

അതിനേക്കാൾ ഭീകരമായ മർദ്ദനമുറകളാണ് അവർ എന്റെമേൽ പ്രയോഗിച്ചത്. അങ്ങനെ ഇരുപതു ദിവസങ്ങളോളം ഈ അക്രമം തുടർന്നുവന്നു. അന്നു ഞാൻ നാലുമാസം ഗർഭിണിയായിരുന്നു. അന്ന് എന്തൊക്കെയാണ് നടന്നതെന്ന് കൃത്യമായിപ്പറയാൻ എനിക്കിന്നും കഴിയില്ല. കൂടുതൽ സമയവും പാതിമയക്കത്തിൽ പരസ്പരബന്ധമില്ലാതെ എന്തൊക്കെയോ പറഞ്ഞുകൊണ്ടിരുന്നു. അവരുടെ പീഡനങ്ങൾ നിർത്തിക്കഴിഞ്ഞാലും പറഞ്ഞതുതന്നെ നിർത്താതെ മന്ത്രോച്ചാരണം ആവർത്തിക്കുന്ന ഒരു യന്ത്രംപോലെ പറഞ്ഞുകൊണ്ടിരിക്കും. അതുകേട്ട് 'വായടയ്ക്കെടീ..." എന്നു പറഞ്ഞ് വീണ്ടും മർദ്ദനം തുടങ്ങും. ഇതിൽ ഏറ്റവും സങ്കടകരമായ കാര്യം എന്തെന്നാൽ എന്നെ തേജോവധം ചെയ്ത ഉദ്യോഗസ്ഥന്മാരിൽ ഒരാളെ എനിക്കൊരിക്കലും മറക്കാൻ കഴിയില്ല. ഈ കേസിൽ പതിനാറ് പ്രതികളുടെ സത്യവാങ്മൂലം രേഖപ്പെടുത്തിയ – ത്യാഗരാജൻ ഐ.പി.എസ് ആയിരുന്നു ആ ഉദ്യോഗസ്ഥൻ.

മറ്റുള്ളവരേക്കാൾ എന്നെ ഏറ്റവും കൂടുതൽ വേദനിപ്പിച്ചത് ഈ ത്യാഗരാജനായിരുന്നു. ക്രൂരപീഡനം നടത്തുന്നതിൽ സ്പെഷ്യലൈസ് ചെയ്തിരുന്നതുപോലെയായിരുന്നു അയാളുടെ 'പെർഫോമൻസ്'. അതേപ്പറ്റി പിന്നീട് വിശദീകരിക്കാം.

ഈ പീഡനങ്ങൾക്കിടയിൽ എങ്ങനെയും കുഞ്ഞിനെ രക്ഷിച്ചെടുക്കുക എന്നുള്ളതിൽ മാത്രമാണ് സർവ്വശ്രദ്ധയും കേന്ദ്രീകരിച്ചിരുന്നത്. ഇപ്പറഞ്ഞതെല്ലാം ഇപ്പോൾ ഊതിപ്പെരുപ്പിക്കുകയാണെന്ന് ആരും തെറ്റിദ്ധരിക്കരുത്. ഇത് ഇപ്പോൾ മാത്രമല്ല പറയുന്നത്, മുമ്പും പറഞ്ഞിട്ടുണ്ട്.

പൊലീസ് കസ്റ്റഡിയിൽനിന്നും റിമാന്റ് ചെയ്ത് തടങ്കലിൽ വച്ച ശേഷം, ഇനി പൊലീസ് കസ്റ്റഡിയിലേക്ക് പോകേണ്ടിവരില്ല എന്ന് ആശ്വസിച്ചിരിക്കുകയായിരുന്നു ഞാൻ. അക്കാലത്ത് ഞാനനുഭവിക്കേണ്ടിവന്ന മൂന്നാംമുറകളെപ്പറ്റി, പ്രത്യേകിച്ച് ത്യാഗരാജൻ ചെയ്ത പീഡനങ്ങളെപ്പറ്റി വിശദമായ ഒരു പരാതി, രേഖകളും തെളിവുകളും സഹിതം

കോടതിയിൽ സമർപ്പിച്ചിരുന്നു. ഞങ്ങളെക്കൊണ്ട് നിർബന്ധിച്ച് കുറ്റസമ്മതമൊഴിയിൽ ഒപ്പിടുവിച്ചതിനെപ്പറ്റിയും പരാതിയിൽ പറഞ്ഞിരുന്നു.

എന്നാൽ ഞങ്ങൾ അങ്ങനെയൊരു പരാതി നൽകിയിട്ടില്ലെന്ന്, അതു തെളിയിക്കുന്നതിന് ചില വ്യാജരേഖകൾ സഹിതം സുപ്രീംകോടതിയിൽ അവർ സമർപ്പിച്ച റിപ്പോർട്ടിന്റെ അടിസ്ഥാനത്തിലാണ് ഞങ്ങൾക്ക് വധശിക്ഷ വിധിച്ചത്. അത് ഇന്നും തീരാത്ത വേദനയായി ഞങ്ങളുടെ മനസ്സുകളിൽ നിറഞ്ഞുനിൽക്കുന്നു.

സി.ബി.ഐ. കസ്റ്റഡിയിലിരുന്ന അവസാനത്ത ഇരുപതു ദിവസങ്ങളിൽ രാവും പകലും ഉറങ്ങാൻപോലും സമ്മതിക്കാതെ പീഡനങ്ങൾ തുടർന്നു. നാല് ഡി.ഐ.ജിമാരെയും പതിനാറ് എസ്.പിമാരെയും ചേർത്ത് 20 പേരെയാണ് ഇതിനായി മാത്രം പ്രത്യേക അന്വേഷണസംഘത്തലവൻ കാർത്തികേയൻ നിയോഗിച്ചിരുന്നത്. ഇവരിൽനിന്നും തെരഞ്ഞെടുക്കപ്പെട്ട ഏഴുപേരാണ് തുടർച്ചയായി എന്നെ ചോദ്യം ചെയ്തത്.

ഈ ഏഴുപേരോടുമാണ് പറഞ്ഞതുതന്നെ വീണ്ടും വീണ്ടും ഞാൻ ആവർത്തിച്ചുകൊണ്ടിരുന്നത്. ചില ഓഫീസർമാർ ഞങ്ങളുടെ ഭാര്യാ-ഭർത്തൃബന്ധങ്ങളെപ്പറ്റിപോലും ചോദിച്ച് രസിച്ചിരിക്കുന്ന വക്രബുദ്ധികളായിരുന്നു. അതേപ്പറ്റിയെല്ലാം തുറന്നെഴുതാൻ കഴിയുമോ?

എന്തുകൊണ്ട് കഴിയില്ല? എന്തുകൊണ്ടാണ് എഴുതാൻ പറ്റാത്തതെന്ന് ഇതു വായിച്ചുകഴിഞ്ഞശേഷം നിങ്ങൾതന്നെ തീരുമാനിച്ചുകൊള്ളുക. ഏറ്റവും ഉന്നതമായ പദവിയിലുള്ള ആ ഡി.ഐ.ജി ഒരു സത്യസന്ധനായ ഉദ്യോഗസ്ഥനായിരിക്കുമെന്നാണ് ഞാൻ കരുതിയിരുന്നത്. ഒരു ദിവസം എന്നെയും ഭർത്താവിനെയും ഒരേസമയം വിചാരണയ്ക്കെന്ന പേരിൽ കൊണ്ടുവന്നു. പതിവിനു വിപരീതമായി ഞങ്ങളുടെ കൈകാലുകളിലെ വിലങ്ങുകൾ നീക്കിയിരുന്നു. ഞങ്ങൾ അകത്തുകടന്നയുടൻ അവിടെ നിന്നിരുന്ന വനിതാ പൊലീസുകാരിയോട് പുറത്തു പോകാൻ ആവശ്യപ്പെട്ടു. അതിനുശേഷം കതകടച്ച് കുറ്റിയിട്ടു.

കുറേനേരം മറ്റുള്ളവരെപ്പോലെ പതിവുചോദ്യങ്ങൾ തുടങ്ങി. പെട്ടെന്ന് നിങ്ങൾ ആദ്യമായി കണ്ടുമുട്ടിയപ്പോൾ 'മറ്റേക്കാര്യം ചെയ്തോ' എന്ന് ഒരു ആഭാസനെപ്പോലെ ചോദിച്ചു. മുരുകൻ നിശ്ശബ്ദനായിരുന്നു. എന്താടാ മിണ്ടാതിരിക്കുന്നത്? അപ്പോൾ ഇവളുടെ വയറ്റിൽ വളരുന്ന കുഞ്ഞ് നിന്റേതല്ലേ? എന്നായി അടുത്ത ചോദ്യം. എന്തു മറുപടി പറയണമെന്നറിയാതെ ഞങ്ങൾ വലഞ്ഞു. തുടർന്ന് അയാൾ ഞങ്ങളെ ആ മുറിയിൽ വച്ചുതന്നെ വിവസ്ത്രരായി ലൈംഗികബന്ധത്തിലേർപ്പെടാൻ നിർബന്ധിച്ചു.

ആ ഉദ്യോഗസ്ഥൻ ഇംഗ്ലീഷിലാണ് ഈ ആവശ്യം ഉന്നയിച്ചത്. അതിനാൽ അക്കാര്യം മുരുകന് ശരിക്കു മനസ്സിലായില്ല. അയാളെന്താ പറയുന്നതെന്ന് അദ്ദേഹം എന്നോടു രഹസ്യമായി ചോദിച്ചു. നമ്മളോട് 'മറ്റേത്'

ചെയ്തുകാണിക്കാനാണ് പറയുന്നതെന്ന് ഞാൻ പറഞ്ഞുകൊടുത്തു. ഇതുകേട്ട മുരുകന് അടങ്ങാത്ത ദേഷ്യം വന്നു. "പഠിച്ചിട്ടാണോ വന്നിരിക്കുന്നത്? നീലപ്പടം കണ്ടിട്ടാണോ ജോലിക്കു വന്നിരിക്കുന്നത്? എന്നു തുടങ്ങി വായിൽത്തോന്നിയതെല്ലാം വിളിച്ചു പറയാൻ തുടങ്ങി. "ഏറി വന്നാൽ നിങ്ങളെന്നെ കൊല്ലുമായിരിക്കും... ചെയ്തോ... എന്റെ ജീവനെടുക്കുമായിരിക്കും... അതിൽകൂടുതലൊന്നും ചെയ്യില്ലല്ലോ... നിങ്ങളു പറയുന്നതുപോലെയൊക്കെ ചെയ്യാൻ വേറെ ആളിനെ നോക്കണം. നിങ്ങളെന്തു വേണമെങ്കിലും ചെയ്തോ..." അടക്കാനാകാത്ത കോപത്തോടെ അദ്ദേഹം പറഞ്ഞുകൊണ്ടിരുന്നു.

ഞാനാകപ്പാടെ ഞെട്ടിവിറച്ചുപോയി... എല്ലാം കൈവിട്ടുപോയി... എന്റെ ഭർത്താവിന്റെ കഥ ഇന്നത്തോടെ അവസാനിക്കും. അദ്ദേഹം ഇത്രയധികം പൊട്ടിത്തെറിക്കുമെന്നു ഞാൻ പ്രതീക്ഷിച്ചതേയില്ല.

ആ ഉദ്യോഗസ്ഥന്റെ മുഖം വിളറിവെളുത്തു. അയാൾ സ്തബ്ധനായി ഇരുന്നുപോയി. അയാൾ ചാടിയെഴുന്നേറ്റു. "നീ ആരോടാ സംസാരിക്കുന്നതെന്നറിയാമോ?" പുറത്തുനിന്നിരുന്ന പൊലീസുകാരെ അകത്തേക്കു വിളിച്ചു. "ഇവൻ എതിർത്തു സംസാരിക്കുന്നു... ഇവനെ ശരിപ്പെടുത്തണം..." എന്നു പറഞ്ഞയുടൻ മൂന്നുനാലു പൊലീസുകാർ ചേർന്ന് അദ്ദേഹത്തെ മർദ്ദിക്കാൻ തുടങ്ങി. ഞാനാ ഓഫീസറുടെ നേർക്ക് കൈകൂപ്പി അപേക്ഷിച്ചു, അദ്ദേഹത്തെ വെറുതെ വിടാൻ. ഞാനയാളുടെ കാൽക്കൽ വീണു. എന്തു ചെയ്യാനാണ്. മർദ്ദനം കുറെനേരം തുടർന്ന ശേഷമാണ് അവസാനിപ്പിച്ചത്. അവിടെനിന്നും അദ്ദേഹത്തെ വലിച്ചിഴച്ച് സെല്ലിൽ കൊണ്ടുപോയി പൂട്ടിയിട്ടു.

ഇതൊന്നും ഞാനിപ്പോൾ പെരുപ്പിച്ചു പറയുന്നതല്ല. ഏതാണ്ട് ഒന്നര പേജുള്ള ഒരു പരാതി അന്നുതന്നെ ഞാൻ കോടതിയിൽ സമർപ്പിച്ചിരുന്നു. മനഃപൂർവ്വമായോ ഒരു പബ്ലിസിറ്റിക്കുവേണ്ടിയോ ഞാനൊന്നും തന്നെ പറഞ്ഞിട്ടില്ല. അവിടെ നടന്ന ചില കാര്യങ്ങൾ വെളിപ്പെടുത്താൻ പറ്റാത്തവയായതിനാൽ ഞാൻ മൗനം പാലിക്കുകയാണ്. ഞാൻ വെളിപ്പെടുത്തുന്ന എല്ലാ കാര്യങ്ങൾക്കും വ്യക്തമായ തെളിവുകളുമുണ്ട്.

സി.ബി.ഐ. കസ്റ്റഡിയിൽ നടന്ന മറ്റൊരു അന്യായത്തെപ്പറ്റിയും ഇവിടെ പ്രതിപാദിക്കേണ്ടതുണ്ട്. അഡയാറിലെ സി.ബി.ഐ. പ്രത്യേക അന്വേഷണസംഘത്തിന്റെ ഹെഡ്ക്വാർട്ടേഴ്സായ 'മല്ലിക'യിൽ വച്ചാണ് ദിവസവും വിചാരണ നടത്തിയിരുന്നത് അവസാനത്തെ ഒരാഴ്ച പൂനമല്ലി പ്രത്യേക ജയിലിൽ ഞങ്ങളെ കൊണ്ടുവന്നു.

ഇതെന്തിനു വേണ്ടിയായിരുന്നു? മല്ലികയിൽ എല്ലാ മേലധികാരികളും മറ്റു ജീവനക്കാരുമായി ധാരാളം പേർ ഉണ്ടായിരുന്നു. അതിൽ പലർക്കും കാർത്തികേയന്റെ നേതൃത്വത്തിൽ നടക്കുന്ന ചോദ്യംചെയ്യൽ രീതികളോട് അതൃപ്തിയുള്ളവരായിരുന്നു. ചിലർ ഇത്തരം പീഡനങ്ങളെ പരസ്യമായി ചോദ്യം ചെയ്യാനും തുടങ്ങിയിരുന്നു. ഞങ്ങളിൽ പലർക്കും

നേരിട്ട് ശിവരാജനുമായി ഇടപാടുകൾ ഉണ്ടായിരുന്നെന്നും എന്നാൽ ഗൂഢാലോചനയെപ്പറ്റി ഞങ്ങൾക്കാർക്കും അറിഞ്ഞുകൂടായിരുന്നുവെന്നും ഇവർ പരസ്യമായി പറഞ്ഞിരുന്നു. അങ്ങനെയുള്ള ഉദ്യോഗസ്ഥന്മാരുടെ സാന്നിധ്യത്തിൽ മല്ലികയിൽ വച്ച് സത്യവാങ്മൂലം വാങ്ങാൻ പാടില്ല എന്ന് കാർത്തികേയൻ ശഠിച്ചു. കാരണം ഇവിടെ നടന്ന സംഭവങ്ങൾ ആരെങ്കിലും പുറത്തറിയിക്കാനുള്ള സാധ്യത ഏറെയാണ്. അങ്ങനെ വന്നാൽ അത് സി.ബി.ഐയ്ക്ക് ചീത്തപ്പേരുണ്ടാക്കും. അതിനാൽ പൂനമല്ലി സ്പെഷൽ ജയിലിൽ സ്ഥലം അപേക്ഷ കൊടുത്തുവാങ്ങി. അവിടെ കാർത്തികേയന് താത്പര്യമുള്ള ഉദ്യോഗസ്ഥരുടെ മാത്രം സാന്നിധ്യത്തിൽ കുറ്റസമ്മതമൊഴികൾ പടച്ചുണ്ടാക്കി. അതിനുവേണ്ടി മാത്രമാണ് അവസാനത്തെ ഒരാഴ്ച ഞങ്ങളെ ഇവിടെ കൊണ്ടുവന്നത്. ഞങ്ങളെ ക്കൂടാതെ മറ്റുചിലരെയും അവസാനത്തെ ഒരാഴ്ച ഇവിടെ കൊണ്ടുവന്നിരുന്നു. എന്നാൽ അത് പൊലീസ് കസ്റ്റഡിയിലെ അവസാന ദിവസങ്ങളായിരുന്നു എന്നത് അന്ന് ഞങ്ങൾ അറിഞ്ഞിരുന്നില്ല. അക്കാര്യം ഞങ്ങളെ അറിയിക്കാതിരിക്കാൻ അവർ പ്രത്യേകം ശ്രദ്ധിച്ചിരുന്നു.

അവിടെവച്ചാണ് ദണ്ഡനമുറകളുടെ 'കൊട്ടിക്കലാശം' അരങ്ങേറിയത്. അവർ പറയുന്നതെല്ലാം അനുസരിക്കുകയും ചൂണ്ടിക്കാട്ടിത്തരുന്നയിടങ്ങളിലെല്ലാം ഒപ്പിട്ടുകൊടുക്കുകയും വേണം. ഒപ്പിട്ടുകൊടുത്തില്ലെങ്കിൽ അപ്പോൾത്തന്നെ 'ആത്മഹത്യ' ചെയ്യിക്കുമെന്ന് ഭീഷണിപ്പെടുത്തും. അങ്ങനെയാണ് അവസാനത്തെ 'കുറ്റസമ്മതമൊഴി' ഇവിടെവച്ച് രേഖപ്പെടുത്തിയത്.

ജയിലിനുള്ളിലെ ഒരു ഇലക്ട്രിക്കൽ മുറിയിലേക്ക് എന്നെ കൂട്ടിക്കൊണ്ടുപോയി. രാത്രി ഒരു മണി മുതൽ വെളുപ്പിന് നാല് മണിവരെ കൊടിയ മർദ്ദനങ്ങൾ നടന്നുകൊണ്ടേയിരുന്നു. പകൽ നേരങ്ങളിൽ രാവിലെ 10 മണിക്ക് ആരംഭിക്കുന്ന 'ചോദ്യം ചെയ്യൽ' (ഭേദ്യം ചെയ്യൽ) വൈകുന്നേരംവരെ നീണ്ടുനിൽക്കും. അങ്ങനെയാണ് 1991 ആഗസ്റ്റ് 7-ാം തീയതി ഉച്ചയ്ക്ക് മർദ്ദനമേറ്റ് ഞാൻ ബോധംകെട്ടുവീണത്. ഡോക്ടറെ വിളിച്ചുവരുത്തി പരിശോധിച്ചപ്പോൾ ശരീരം വളരെ 'വീക്ക്' ആണെന്നും പൂർണ്ണവിശ്രമം നിർബന്ധമാണെന്നും അദ്ദേഹം വിധിച്ചു. അതേതുടർന്ന് എനിക്ക് നാല് ബോട്ടിൽ ഗ്ലൂക്കോസ് ട്രിപ്പിട്ടു. ഈ സമയത്തെല്ലാം ഞാൻ തളർന്നു മയങ്ങിക്കിടക്കുകയായിരുന്നു. കൈകാലുകൾ ചലിപ്പിക്കാൻ പോലും കഴിയുമായിരുന്നില്ല. ദേഹമാസകലം രക്തം കട്ടിപിടിച്ച നിലയിലായിരുന്നു.

കൈകാലുകൾ ചങ്ങലയിട്ടിരുന്ന ഇടങ്ങളിലെല്ലാം വ്രണപ്പെട്ട് രക്തവും ചലവും ഉണങ്ങിപ്പിടിച്ചിരുന്നു. ഇന്ന് ഒരു ദിവസമെങ്കിലും എന്നെ വിചാരണയിൽനിന്നും ഒഴിവാക്കണമെന്ന് ഞാനപേക്ഷിച്ചു. ഒരു വിശ്രമം എന്റെ ശരീരം അത്രമേൽ കൊതിച്ചിരുന്നു.

എന്നാൽ നടന്നതെല്ലാം മറ്റുവിധത്തിലായിരുന്നു. രാത്രിയിലേക്ക് നാമമാത്രമായ 'ഭക്ഷണം' തന്നു. രാത്രി ഉറങ്ങിപ്പോകാതിരിക്കാൻ വേണ്ടി രണ്ട് ഇഡ്ഢലി മാത്രമാണ് തന്നത്. രാത്രി ഒമ്പത് മണിയോടെ നല്ല തണുത്ത വെള്ളത്തിൽ മുഖം കഴുകി വരാൻ എന്നോട് ആവശ്യപ്പെട്ടു. രാത്രി പത്തു മണിക്ക് ഒരു പൊലീസുകാർ വന്ന് "നിങ്ങളെ വിളിച്ചു കൊണ്ടുവരുവാൻ സാർ പറഞ്ഞിരിക്കുന്നു, കൂടെ വരൂ..." എന്നു പറഞ്ഞു. ഒരു മറുപടി പറയാൻപോലും അവസരം നൽകാതെ വലിച്ചിഴച്ചുകൊണ്ടു പോയി. അയ്യോ, ഈയവസ്ഥയിലും പീഡനമോ എന്നു വിചാരിച്ച് ഒരു പുഴുവിനെപ്പോലെ ഞാൻ പുളഞ്ഞുകൊണ്ടിരുന്നു. സൂപ്രണ്ടിന്റെ മുറി തുറന്നിരുന്നു. എന്നെ അകത്തേക്കുതള്ളിയശേഷം വാതിലടച്ചു കുറ്റിയിടുന്ന ശബ്ദം ഞാൻ കേട്ടു.

പുറത്തു നല്ല മഴ പെയ്തുകൊണ്ടിരുന്നു. ഇടിമിന്നലോടുകൂടിയ കടുത്ത മഴ! മഴയോടൊപ്പം ശക്തമായ കാറ്റും വീശുന്നുണ്ടായിരുന്നു. ഞാൻ മുറിക്കുള്ളിലെത്തിയപ്പോൾ അവിടെ എനിക്കെതിരേ നിൽക്കുന്നു ആ ഓഫീസർ! എന്റെ നട്ടെല്ലിൽക്കൂടി ഒരു മിന്നൽപ്പിണർ പാഞ്ഞുപോയി.

പതിമ്മൂന്ന്

അബോർഷൻ...

എതിരെ നിൽക്കുന്ന പൊലീസുകാരനെ കണ്ടാലേ ഞാൻ ഞെട്ടി വിറയ്ക്കും. തവണ മുറയിൽ എന്നെ ചോദ്യം ചെയ്തിരുന്നവരിൽ ഇയാളും ഉൾപ്പെട്ടിരുന്നു. പ്രൗഢഗംഭീരമായ ആ ഐ.എ.എസ്. മുദ്രയുള്ള തൊപ്പിവച്ചുകൊണ്ട് ഇത്ര വൃത്തികെട്ട, ലജ്ജാകരമായ ചോദ്യങ്ങൾ ചോദിക്കുന്നതിൽ കേമനായിരുന്നു ഇയാൾ! ഇന്നിനി എന്താണോ നടക്കുന്നതെന്നറിയാതെ ഞാൻ ഭയന്നു വിറച്ചുനിന്നു.

കുറെ നേരത്തേക്ക് മൗനം. പരിഹസിക്കുന്ന രീതിയിൽ പുച്ഛത്തോടെയുള്ള ഒരു ചിരി മുഖത്ത്! 'രക്ഷപ്പെട്ടെന്നു കരുതിയോ' എന്നു ചോദിക്കുന്നതുപോലെ ഒരു നോട്ടം. 'എല്ലായ്പ്പോഴും രക്ഷപ്പെടാൻ കഴിയില്ല. കഴിഞ്ഞിരുന്നെങ്കിൽ നിന്റെ ഗതി ഇതൊന്നുമായിരിക്കില്ല. നിന്നെ ഇത്രനാൾ വീണ്ടും വീണ്ടും ചോദ്യം ചെയ്യേണ്ടിവരുമായിരുന്നോ? നീ അവസാനം എന്റെ കൈയിൽ വന്നുവീഴുമായിരുന്നില്ലല്ലോ' എന്ന മട്ടിൽ ഒരു പരിഹാസച്ചിരി ആ മുഖത്തു തെളിഞ്ഞുകണ്ടു.

'അയാളുടെ തരമേ ഇതുതന്നെ!" അധികം വിരട്ടലൊന്നുമില്ല. എന്നാൽ അയാളുടെ രീതികൾ വ്യത്യസ്തമായിരുന്നു. ഞാൻ 'രക്ഷപ്പെട്ടു' എന്നയാൾ പറഞ്ഞിരുന്നല്ലോ, അതെന്താണെന്ന് ഇപ്പോൾ വെളിപ്പെടുത്താം. അത് അഡയാറിലെ മല്ലികയിൽ നടന്ന സംഭവമാണ്. അതിനാൽ തൽക്കാലത്തേക്ക് പൂനമല്ലി ജയിലിൽനിന്നും അഡയാറിലെ 'മല്ലിക'യിലേക്കു പോകാം. ലോകത്തിലെ ഏറ്റവും വലിയ ജനാധിപത്യ രാഷ്ട്രത്തിന്റെ രഹസ്യാന്വേഷണ വിഭാഗം ഇത്ര 'സ്വതന്ത്രമായ രീതി'യിലാണോ വിചാരണ നടത്തിയതെന്ന വസ്തുതയിലേക്ക് ഞാൻ വെളിച്ചം വീഴ്ത്താൻ പോകുകയാണ്.

അന്നും ഇതേപോലെതന്നെയാണ് ഈ ഉദ്യോഗസ്ഥൻ വിചാരണയ്ക്കു വന്നത്. എല്ലാവരേയുംപോലെ ഞങ്ങൾ എങ്ങനെയാണ് ബന്ധപ്പെടാനിടയായത്, അതിനുശേഷം എന്നെല്ലാം ഗൂഢാലോചനകൾ നടത്തി എന്നെല്ലാം പറയാൻ ആവശ്യപ്പെട്ടു.

ഞാനും പതിവുപോലെ ആദ്യം മുതലുള്ള സംഭവങ്ങൾ വിവരിക്കാൻ തുടങ്ങി. അയാൾ ശാന്തനായി. ഒരു 'മാന്യവ്യക്തി'യെപ്പോലെ എന്നെത്തന്നെ നോക്കിയിരുന്നു. അതുകണ്ട് ഞാൻ ആശ്ചര്യപ്പെട്ടു, അങ്ങനെ അരമണിക്കൂർ കടന്നുപോയി. അത്രയേയുള്ളൂ...

വേതാളം വീണ്ടും മുരുക്കുമരത്തിൽ കയറി... ഈ വേതാളം ദേഹോപദ്രവം ഏല്പിക്കില്ല. വിരട്ടാറില്ല. പൂർണ്ണമായും മനഃശാസ്ത്രരീതിയിലായിരുന്നു ചോദ്യംചെയ്യൽ. ശാരീരികമായ അക്രമങ്ങളേക്കാൾ ഭീകരമാണ് മാനസിക പീഡനം. 'നാവിൽനിന്നേറ്റ പൊള്ളലിന്റെ കല' എന്നു തിരുവള്ളുവർ പറഞ്ഞതുപോലെ.

"നീ പറഞ്ഞ കാര്യങ്ങളൊക്കെ നന്നായിട്ടുണ്ട്. പക്ഷേ നീ എത്ര പേരുടെ കൂടെക്കിടന്നിട്ടുണ്ട്' എന്ന കാര്യം മാത്രം നീ പറയുന്നില്ലല്ലോ, അതെന്താ? അതോ ഇവനെ മാത്രമേ പ്രേമിച്ചൊള്ളോ...? വേറെ? ഇത്തരം ആഭാസകരമായ ചോദ്യങ്ങൾ ചോദിച്ചാൽ എന്തു പറയും? ഇതായിരുന്നു അയാളുടെ വിചാരണരീതി.

ഇത്തരം ചോദ്യങ്ങൾ എന്നെ തളർത്തിക്കളയും. എന്റെ സമനില തെറ്റിക്കും. അധികസമയം നിൽക്കാൻ കഴിയാതെ മയങ്ങിവീണു. ഒന്നും സംഭവിക്കാത്തതുപോലെ മുഖത്തു വെള്ളം തളിച്ച് എഴുന്നേൽപ്പിച്ചിരുത്തും. അതിനു മാത്രമേ സഹായികളെ വിളിക്കുകയുള്ളൂ.

ഒരു ഐ.എ.എസ്. ഉദ്യോഗസ്ഥൻ ഇത്ര മോശമായി സംസാരിക്കുന്നല്ലോ എന്നോർത്ത് ഞാൻ ഭയപ്പാടോടും പരിഭ്രമത്തോടും ഇരുന്നു.

"ശരി... നീയും മുരുകനും കണ്ടുമുട്ടി... അന്നു നീ മുരുകന്റെ കൂടെക്കിടന്നില്ലേ?" ഒന്നും മിണ്ടാതെ ഞാൻ മൗനമായിരുന്നാൽ, "അപ്പോൾ നീ മുരുകന്റെ കൂടെ കിടന്നില്ല... കറക്ടല്ലേ... അപ്പോൾ നിന്റെ കൊച്ചിന്റെ അച്ഛൻ അവനല്ല... ശരിയല്ലേ? അപ്പോൾ നിങ്ങളുടെ കൂട്ടത്തിലെ വേറെ ഏതോ ഒരുത്തന്റേതായിരിക്കും.... ശിവരാജന്റേതാണോ?" ഇങ്ങനെ വളരെ ഹീനമായ തരത്തിൽ ചോദ്യം ചെയ്യൽ തുടങ്ങി.

ആ സമയത്ത് എന്റെ കൈവശം ഒരു സയനൈഡ് കുപ്പി ഉണ്ടായിരുന്നെങ്കിൽ, അയാളുടെ മുഖത്തു കാറിത്തുപ്പിയശേഷം അതു കുടിച്ചു ചത്തേനെ! എന്റെ മനസ്സ് അതിനായി തുടിച്ചുകൊണ്ടിരുന്നു.

അയാളുടെ വിചാരണ നേരിടുന്നതിനേക്കാൾ നല്ലത് ആയിരം തവണ മരിക്കുന്നതാണ്. അത്ര ക്രൂരമായിരുന്നു അയാളുടെ വാക്കുകൾ.

എങ്കിലും ഞാൻ പിടിച്ചുനിന്നു. എന്റെ കൈകൊണ്ട് എന്റെ എല്ലാമായ ഭർത്താവിനെ ബലികൊടുക്കാൻ കൂട്ടുനിൽക്കില്ല. അക്കാര്യത്തിൽ ഞാൻ ഉറച്ചുതന്നെ നിന്നു. അതിനുള്ള ശിക്ഷയായി വധശിക്ഷ വിധിച്ചാലും സാരമില്ല; അതു ഞാൻ ഏറ്റുവാങ്ങിക്കൊള്ളാമെന്ന് ഉറപ്പിച്ചു.

അയാളും പിന്മാറാൻ തയ്യാറാകുന്ന ലക്ഷണമില്ല. ചിരിച്ചുകൊണ്ട്, എഴുന്നേറ്റുപോയി എന്തോ ഒന്ന് തേടിപ്പിടിച്ചു കൊണ്ടുവന്നു. അതൊരു

വീഡിയോ കാസറ്റ് ആയിരുന്നു. അത് അവിടെയുണ്ടായിരുന്ന ഡിസ്കി ലിട്ടു. പടം ഓടാൻ തുടങ്ങി. അതു നോക്കിക്കൊണ്ടുനിന്ന അയാൾ ഒരു പ്രത്യേക സീനിൽ എത്തിയപ്പോൾ അതു പെട്ടെന്ന് ഫ്രീസ് ചെയ്ത് എന്നെ നോക്കി.

തമിഴ്പുലികളെപ്പറ്റിയുള്ള ഒരു ഡോക്യുമെന്ററി ആയിരുന്നു അത്. അവിടെ പോരാളികളെ പരിശീലിപ്പിക്കുന്നതും തുടർന്നു നടക്കുന്ന പരി പാടികളുമാണ് ആ കാസറ്റിലുണ്ടായിരുന്നത്. അതിൽ എന്നെപ്പോലെ തോന്നിക്കുന്ന ഒരു പെണ്ണിന്റെ ചിത്രമുണ്ടായിരുന്നു. അതു കാണിച്ച ശേഷം, "ഇതു നീയല്ലേ? ഒന്നും ഒളിക്കാതെ പറയണം."

"അതു നീ തന്നെയല്ലേ? നീയെപ്പോഴാണ് ശ്രീലങ്കയിൽ പോയത്? പുലികളോടൊപ്പം എത്രമാസം പരിശീലനം നടത്തി?" ഇങ്ങനെ വീണ്ടും വീണ്ടും ചോദ്യങ്ങൾ ചോദിച്ചുകൊണ്ടിരുന്നു.

"അതു ഞാനല്ല സാർ, ഞാൻ ശ്രീലങ്കയിൽ പോയിട്ടേയില്ല സർ!" കരഞ്ഞുകൊണ്ട് ഞാൻ ആവർത്തിച്ചു.

"ഇല്ലില്ല, നീ ബോട്ടിൽ അവിടെച്ചെന്ന് പരിശീലനം നേടിയിട്ടുണ്ട്. നീ ബോട്ടിൽ കയറിപ്പോയതിന്റെ തെളിവുകൾ, സാക്ഷികൾ എല്ലാം ഞങ്ങളുടെ പക്കലുണ്ട്. ഞാനാകെ പരിഭ്രമിച്ചുപോയി.

എന്താണിതെല്ലാം? ഇപ്പോഴേ ഒരു ഗൂഢാലോചനക്കേസിൽ പ്രതി യായി. ഒന്നും നോക്കാതെ മറ്റുള്ളവരെ സഹായിക്കാൻ പോയാണ് ഈ ഊരാക്കുടുക്കിൽ ചെന്നുപെട്ടത്. ഞാൻ ജാഫ്നയിൽപ്പോയി തമിഴ്പുലി കളിൽനിന്നും പരിശീലനം നേടി എന്നു പറയാൻ തുടങ്ങിയാൽ ഈ കഥ എവിടെപ്പോയി അവസാനിക്കും? വേറെ ഏതെങ്കിലും ഓഫീസർ ഇങ്ങനെ പറയുമോ? ഒരു ഗതികിട്ടാപ്രേതം പോലെ ഞാനവിടെ നിന്നു.

ഈ വീഡിയോ കാസറ്റുകൾ എവിടെനിന്നും കിട്ടി എന്നത് മറ്റൊരു കഥയാണ്. അതു ഞാൻ ചുരുക്കിപ്പറയാം. അക്കാലത്ത് തമിഴ്പുലികളുടെ ആധികാരികരേഖകളെല്ലാം സൂക്ഷിച്ചിരുന്നത് തമിഴ്നാട്ടിലായിരുന്നു. വീഡിയോ, ആഡിയോ മുതലായ മുഖ്യരേഖകളെല്ലാം ഒരു സ്ഥലത്തു മാത്രമായി സൂക്ഷിക്കാതെ പലയിടങ്ങളിലായാണ് സൂക്ഷിച്ചിരുന്നത്. അന്ന് കേന്ദ്ര-സംസ്ഥാന ഗവണ്മെന്റുകൾ തമിഴ് വിമോചന സംഘടന കൾക്ക് സർവ്വസഹായവും നൽകിവന്നിരുന്നു. അതുകൊണ്ടാണ് അവരുടെ പ്രധാനപ്പെട്ട റിക്കാർഡുകൾ ഇവിടെ സൂക്ഷിച്ചിരുന്നത്.

രഹസ്യമായി സൂക്ഷിച്ചിരുന്ന ഇവയുടെ സൂക്ഷിപ്പുകാരൻ അന്ന് ചെന്നൈയിൽ തങ്ങിയിരുന്ന ബേബി സുബ്രഹ്മണ്യൻ എന്നയാളായി രുന്നു. അയാൾ ജാഫ്നയിൽ പോയതിനുശേഷം അതിന്റെ ചുമതല മുത്തു രാജാ എന്നയാൾക്കായിരുന്നു. 'ബുദ്ധിപൂർവ്വം' പെരുമാറിയ ഈ പുതിയ ആൾ പലയിടങ്ങളിലായി സൂക്ഷിച്ചിരുന്ന ഈ രേഖകളെല്ലാംകൂടി ചെങ്കൽപ്പേട്ടിലുള്ള ഒരേയിടത്തു സൂക്ഷിച്ചുവച്ചിരുന്നു. ചോദ്യം ചെയ്യലിൽ

നല്ല പിള്ളയാകാൻ വേണ്ടി ഇയാൾ ചെങ്കൽപ്പേട്ടിൽ സൂക്ഷിച്ചിരുന്ന എല്ലാ രേഖകളും സി.ബി.ഐയ്ക്കു കൈമാറി. ഒരു ലോറി നിറയെ കയറ്റാനുള്ള റിക്കാർഡുകൾ അങ്ങനെയാണ് സി.ബി.ഐയുടെ കൈവശം എത്തിച്ചേർന്നത്.

അക്കൂട്ടത്തിൽ നിന്നാണ് ശിവരാജൻ, ശുഭ, ധനു, ആതിര തുടങ്ങിയവരുടെ ചിത്രങ്ങൾ സി.ബി.ഐയ്ക്കു ലഭിക്കുന്നത്. കാസറ്റുകൾ കൂടാതെ മറ്റു ചില പ്രധാനപ്പെട്ട രേഖകളും അതോടൊപ്പം അവർക്കു കിട്ടിയിരുന്നു. അക്കൂട്ടത്തിലുള്ള ഒരു കാസറ്റ് കാണിച്ചാണ് ഇപ്പോഴെന്റെ ജീവനെടുത്തുകൊണ്ടിരുന്നത്. പിൽക്കാലത്ത് ഇതേപ്പറ്റി പുസ്തകങ്ങളെഴുതിയ പല ഉദ്യോഗസ്ഥന്മാരും ഈ രേഖകൾ എങ്ങനെ ലഭിച്ചു എന്നതിനെപ്പറ്റി ഒന്നും എഴുതാതിരുന്നതിന്റെ രഹസ്യം ഇന്നും അജ്ഞാതമാണ്. ഈ സംഭവങ്ങളെല്ലാം വളരെ വൈകിയാണ് ഞാൻ മനസ്സിലാക്കുന്നത്. യഥാർത്ഥത്തിൽ ആ വീഡിയോയിലുണ്ടായിരുന്നത് ഞാനായിരുന്നില്ല. എന്നോട് രൂപസാദൃശ്യമുള്ള മറ്റേതോ പെൺകുട്ടിയായിരുന്നു എന്നത് ആ ആഫീസർക്കുതന്നെ നന്നായിട്ടറിയാമായിരുന്നു. അതായത് ഞാൻ നിരപരാധിയാണെന്ന കാര്യം! ഒരു ശ്രീലങ്കൻ തമിഴനെ പ്രേമിച്ചുപോയി എന്ന ഒരേയൊരു കുറ്റത്തിന്റെ പേരിലാണ് ഞാൻ ശിക്ഷിക്കപ്പെടുന്നതെന്ന് പല ഓഫീസർമാർക്കും അറിയാമായിരുന്നു. എന്നാൽ മേലുദ്യോഗസ്ഥന്മാരെ ഭയന്നാണ് പുറത്തു പറയാതിരുന്നത്. വാസ്തവം ഇതായിരിക്കേ, ഈ ആഫീസർ എന്റെ മേൽ പുതിയൊരു ബോംബെറിയുകയാണ് ചെയ്തത്.

എങ്ങനെയെങ്കിലും എന്നെ ഈ കേസിൽ കുടുക്കണം. അതിനായി എന്തെങ്കിലുമൊരു കഥ മെനഞ്ഞ് എന്നെ ഭീഷണിപ്പെടുത്തി അവർ പറയുന്നതെന്തും അതേപടി അനുസരിക്കുന്ന ഒരാളായി മാറ്റിയെടുക്കണം. അങ്ങനെ അവരുടെ താത്പര്യപ്രകാരം സത്യവാങ്മൂലം നൽകണം. ഇതിനുള്ള കരുനീക്കങ്ങളാണ് അവർ നടത്തിക്കൊണ്ടിരുന്നത്. പതിവുപോലെ എന്റെ തീരുമാനത്തിൽ ഉറച്ചുനിന്നു.

നേരം പുലർന്നുതുടങ്ങിയിരുന്നു. ആ ഉദ്യോഗസ്ഥൻ ചിരിച്ചുകൊണ്ട് എഴുന്നേറ്റു. 'വിചാരണ ഇതോടെ അവസാനിച്ചുവെന്നു കരുതരുത്... ഞാൻ വീണ്ടും വരും." എന്നു പറഞ്ഞാണ് അയാൾ പോയത്. അങ്ങനെ പോയ ആൾ മറ്റുള്ളവരുമായി ഇതേപ്പറ്റി ചർച്ചകൾ നടത്തി. അതിന്റെ പ്രത്യാഘാതം അടുത്ത ദിവസം ഉച്ചയോടെ അറിയാൻ കഴിഞ്ഞു.

എത്ര ശ്രമിച്ചിട്ടും എന്നെ അവരുടെ വഴിക്കു കൊണ്ടുവരുവാൻ കഴിയുന്നില്ലല്ലോ? ഇനിയെന്ത്? എന്നതായിരുന്നു അവരുടെ ചർച്ചാവിഷയം. എന്നാൽ അക്കാര്യം ഞാനറിഞ്ഞിരുന്നില്ല. എന്നാൽ കൂട്ടത്തിൽ സുമനസ്സുകളായ ചിലരുണ്ടായിരുന്നു. അവർ നൽകിയ സൂചനകളുടെ അടിസ്ഥാനത്തിൽ എന്തോ ഒന്നു സംഭവിക്കാൻ പോകുന്നു എന്ന ധാരണ എനിക്കുണ്ടായി. എന്താണ് നടക്കാൻ പോകുന്നതെന്നറിയാതെ ഞാൻ വലഞ്ഞു.

അന്ന് എനിക്കു കടുത്ത പനിയുണ്ടായിരുന്നു. അതിനുള്ള മരുന്നുകൾ എനിക്കു തന്നു. പനി കുറയാൻ വേണ്ടിയാണ് ഉച്ചവരെ എനിക്കു വിശ്രമം അനുവദിച്ചത്. ഈ സമയത്ത് ചോദ്യം ചെയ്യലൊന്നും ഉണ്ടായില്ല. അതിനു പകരം തീവ്രമായ കൂടിയാലോചനകൾ പുറത്ത് നടന്നുകൊണ്ടിരുന്നു.

അല്പസമയത്തിനകം എന്നെ പുറത്തേക്കു കൊണ്ടുവന്നു. ആരും ഒന്നും പറഞ്ഞില്ല. പനി വിട്ടുവിട്ടുവന്നുകൊണ്ടിരുന്നു. ശരീരം മുഴുവൻ തളർന്ന് അവശയായിരുന്നു. എന്തോ ചോദിച്ചറിയാനുണ്ടെന്ന ഭാവത്തിൽ ഒരു വാഹനത്തിൽ എന്നെ തള്ളിക്കയറ്റി. അപ്പോഴും കൈകാലുകളിൽ ചങ്ങലയിട്ടു പൂട്ടിയിരുന്നു. ഞാനെങ്ങാനും ഓടിപ്പൊയ്ക്കളഞ്ഞാലോ?

ആ വാഹനം എവിടെയൊക്കെയോ ചുറ്റിക്കറങ്ങി അഡയാറിലുള്ള നവീന ഹോസ്പിറ്റലിന്റെ മുന്നിൽ നിന്നു. അവിടെ ഒരു ലേഡീഡോക്ടറുടെ അപ്പോയിന്റ്മെന്റ് വാങ്ങിയിരുന്നു.

അതായത്, എനിക്ക് ഒരുപാട് ശാരീരികപ്രശ്നങ്ങൾ ഉണ്ടെന്നും തീരെ അവശയാണെന്നും ഈ നിലയിൽ പ്രസവിക്കേണ്ടിവന്നാൽ അതു കുഞ്ഞിന്റെ ആരോഗ്യത്തിനു ഹാനികരമായിരിക്കും എന്നും അതിനാൽ ഭ്രൂണഹത്യ നടത്തിത്തരാൻ ഞാൻ പൊലീസ് അധികാരികളോട് അപേക്ഷിച്ചിട്ടുണ്ടെന്നുമായിരുന്നു വിശദീകരണം.

ഈ വിവരങ്ങൾ അറിയിക്കാതെയാണ് അവരെന്നെ കൊണ്ടുപോയത്.

ഒരു ലേഡീഡോക്ടറുടെ മുറിയുടെ മുന്നിൽ എന്നെ കൊണ്ടുവന്നു നിർത്തി. ആ സമയത്ത് അവിടെ മറ്റു സന്ദർശകരെ അനുവദിച്ചിരുന്നില്ല. എനിക്കു മുമ്പേ ഒരു സി.ബി.ഐ. ഓഫീസർ ഉള്ളിൽച്ചെന്ന് ഡോക്ടറോട് എന്തോ സംസാരിച്ചശേഷം ഞാൻ അകത്തുചെല്ലാൻ ആംഗ്യം കാട്ടി. ഞാൻ ഡോക്ടറുടെ മുന്നിലെത്തി. ഡോക്ടർ ചില ചോദ്യങ്ങളും ചോദിച്ചു.

തുടർന്ന് കൂടെ വന്നവരോട് പുറത്തുനിൽക്കാൻ ആവശ്യപ്പെട്ടിട്ട് ഡോക്ടർ എന്നെ പരിശോധനാ മുറിയിലേക്ക് കൊണ്ടുപോയി. അവിടെയുള്ള കട്ടിലിൽ എന്നെ കിടത്തി. എന്നെ പരിശോധിച്ച ശേഷം ഡോക്ടറുടെ മുഖഭാവം ആകെ മാറാൻ തുടങ്ങി. എന്റെ ശരീരം മുഴുവൻ മർദ്ദനത്തിന്റെ പാടുകളുണ്ടായിരുന്നു.

മാത്രമല്ല, കൈകാലുകളിൽ ചങ്ങലയിട്ടിരുന്ന ഭാഗങ്ങളിൽ ചോരയും പഴുപ്പും കട്ടിപിടിച്ചിരുന്നു. ഡോക്ടർ മുഖം ചുളിച്ചു. എന്നിട്ടും അതേപ്പറ്റി ഒന്നും ചോദിച്ചില്ല. "കുഞ്ഞ് നല്ല വളർച്ചയെത്തിക്കഴിഞ്ഞു. വളരെ വൈകിപ്പോയി. ഇപ്പോൾ അബോർഷൻ നടത്തിയാൽ നിങ്ങൾക്കും ആപത്താണ്." ഡോക്ടർ പറഞ്ഞു. തുടർന്ന് എന്തുവരെ പഠിച്ചിട്ടുണ്ട്, ഇക്കാര്യങ്ങളൊന്നും അറിഞ്ഞുകൂടേ, പിന്നെന്തിനാണ് അബോർഷൻ വേണമെന്നു പറയുന്നത്, എന്നെല്ലാം എന്നോടു ചോദിച്ചു.

ഇതാണ് ശരിയായ സമയമെന്നു മനസ്സിലാക്കി ഞാൻ ഡോക്ടറുടെ കൈകളെ കാലുകളായിക്കരുതി പിടിച്ചുകൊണ്ട്, ഇതുവരെ നടന്നതും നടന്നുകൊണ്ടിരിക്കുന്നതുമായ എല്ലാ കാര്യങ്ങളും ചുരുക്കി, എന്നാൽ വികാരപാരവശ്യത്തോടെ ഇംഗ്ലീഷിൽ വിവരിച്ചുകൊടുത്തു. ഇതുകേട്ട് ഡോക്ടറുടെ മുഖത്ത് വിയർപ്പുപൊടിഞ്ഞു. മുഖം വിളറിവെളുത്തിരുന്നു. കൈകാലുകളിലെ മുറിവുകളെപ്പറ്റി ചോദിച്ചു. ചങ്ങലയിൽ കെട്ടിയിട്ടിരുന്ന കാര്യങ്ങളും ധരിപ്പിച്ചു. 24 മണിക്കൂറും ചങ്ങലയിൽത്തന്നെ എന്നും ഞാൻ വിവരിച്ചു.

"മാഡം, എന്റെയീ കുഞ്ഞിനുവേണ്ടിയാണ് ഈ കഷ്ടപ്പാടുകളെല്ലാം ഞാൻ സഹിക്കുന്നത്. അതുകൊണ്ട് എനിക്ക് അബോർഷൻ നടത്തരുതെന്ന് കൈകൂപ്പി നിറകണ്ണുകളോടെ ഞാൻ ഡോക്ടറോട് അപേക്ഷിച്ചു. അതിനുശേഷം ഡോക്ടർ എന്നോട് ഒന്നും സംസാരിച്ചില്ല. അവരുടെ മുഖത്ത് ഗൗരവം നിഴലിച്ചിരുന്നു. തിരികെപ്പോയി കസേരയിലിരുന്ന് പൊലീസ് ഓഫീസറെ അകത്തു വിളിപ്പിച്ചു.

"ഒന്നു പറയാം, അബോർഷൻ നടത്താവുന്ന കാലം കഴിഞ്ഞുപോയി. ഇനിമേൽ അത് ചെയ്താൽ അപകടകരമാണ്. മാത്രമല്ല അവരുടെ ആരോഗ്യസ്ഥിതി വളരെ മോശമാണ്. അബോർഷൻ നടത്തിയാൽ അവരുടെ ജീവൻതന്നെ അപകടത്തിലാകാൻ സാധ്യതയുണ്ട്. അവരുടെ ജീവന് ഒരു ഉത്തരവാദിത്വവും തരാൻ എനിക്കു കഴിയില്ല." ഇപ്രകാരം ഡോക്ടർ പറഞ്ഞുകൊണ്ടിരിക്കേ ആ പൊലീസ് ഓഫീസർക്കു കലികയറി.

"അങ്ങനല്ല മാഡം, ഇതൊരു പ്രമാദമായ കേസാണ്. അതിന്റെ പൂർണ്ണരഹസ്യവും ഇവൾക്കറിയാം. എന്നാലിവൾ ഞങ്ങളോടു സഹകരിക്കുന്നില്ല. അതിനുള്ള കാരണം അവളുടെ ഗർഭമാണ്. അതില്ലാതാക്കിയാൽപ്പിന്നെ ഞങ്ങൾക്ക് കാര്യങ്ങൾ എളുപ്പമാണ്. ഇവളെ ഇനിയും ചോദ്യം ചെയ്യേണ്ടതുണ്ട്. ഇത് വളരെ സെൻസിറ്റീവ് ആയ കേസാണ്. ഇൻവെസ്റ്റിഗേഷൻ തുടരാനാകാതെ ബ്രോക്കർ പാടില്ല. പ്ലീസ്, ഞാൻ പറഞ്ഞത് മനസ്സിലാക്കണം! ഓഫീസർ വാദിച്ചുനോക്കി.

ഡോക്ടറുടെ കണ്ണുകൾ കത്തിജ്ജ്വലിച്ചു. "പ്ലീസ്, സർ, ഞാൻ പറയുന്നതു കേൾക്കൂ. എനിക്കങ്ങനെ ചെയ്യാൻ കഴിയില്ല. ഒരേസമയത്ത് ഇരട്ടക്കൊലപാതകം ചെയ്തതുപോലെയായിത്തീരും. അറിയാതെ പറ്റിപ്പോകുന്നതു വേറെ കാര്യം. അറിഞ്ഞുകൊണ്ടു ചെയ്യുന്നത് കൊലപാതകമാണ്. അതിനു ഞാൻ തയ്യാറല്ല. എന്റെ മെഡിസിൻ പഠനം ഇത്തരം ഹീനപ്രവൃത്തികൾക്കുള്ളതല്ല." ഇങ്ങനെ ഡോക്ടർ ഇംഗ്ലീഷിൽ പറഞ്ഞു.

ആ ഓഫീസർ വിട്ടുകൊടുക്കാൻ തയ്യാറായിരുന്നില്ല. അയാളുടെ കോപം ഇരട്ടിച്ചുതുടങ്ങിയിരുന്നു, "മാഡം, നിങ്ങൾക്കു കാര്യങ്ങൾ

ശരിയായി മനസ്സിലായിട്ടില്ലെന്നു തോന്നുന്നു. ഇതു ഞങ്ങൾക്കു താത്പര്യമുണ്ടായിട്ടു ചെയ്യുന്നതല്ല. ഈ കേസിന്റെ പ്രത്യേകത അങ്ങനെ ചെയ്യുവാൻ ഞങ്ങളെ പ്രേരിപ്പിക്കുകയാണ്. അതിനുവേണ്ടിയാണ് ഞങ്ങൾ ഇത്രയും നിർബന്ധം പിടിക്കുന്നത്." അയാൾ തുടർന്നു.

ഇതിൽക്കൂടുതൽ തനിക്കൊന്നും പറയാനില്ല എന്നർത്ഥത്തിൽ തോളുകൾ കുലുക്കിക്കൊണ്ട് ഡോക്ടർ പറഞ്ഞു, "അതിനു ഞാൻ തന്നെ വേണമെന്നില്ലല്ലോ, വേറെ എത്രയോ ഡോക്ടർമാരുണ്ട്, അവരിൽ ആരെക്കണ്ടാലും ഇതേ മറുപടിയായിരിക്കും അവരും പറയുക. ഒരു ഗർഭസ്ഥ ശിശു എങ്ങനെ വളരും, എത്ര നാളിനുള്ളിൽ അബോർഷൻ ചെയ്യാം, അതിനുമേൽ ചെയ്താലുണ്ടാകുന്ന ദുരന്തഫലങ്ങൾ എന്തെല്ലാം ഇതൊക്കെ അറിയുന്നവർക്കേ അതിന്റെ ദോഷങ്ങൾ മനസ്സിലാകൂ... വിഫലമായ കാര്യങ്ങൾക്കു ശ്രമിക്കരുത്. കുഞ്ഞു നന്നായി വളർന്നു കഴിഞ്ഞിരിക്കുന്നു, കൈവച്ചാൽ രണ്ടു ജീവനും അപകടത്തിലാകും" എന്നു പറഞ്ഞ് എഴുന്നേറ്റു. ഇതിൽക്കൂടുതൽ പറയാനൊന്നുമില്ല എന്നർത്ഥത്തിൽ പറഞ്ഞുനിർത്തി. അതിനുശേഷവും എന്തൊക്കെയോ വിവാദങ്ങൾ നടന്നു.

ഒരു ഘട്ടത്തിൽ ഡോക്ടർ, "സോറി... എന്നെക്കൊണ്ട് പറ്റില്ല... ഓക്കെ... നിങ്ങൾ മറ്റേതെങ്കിലും ഡോക്ടറെ കണ്ടോളൂ... ആരുടെയടുത്തു പോയാലും ഇതുതന്നെയായിരിക്കും മറുപടി" എന്നു പറഞ്ഞുകൊണ്ടിരുന്ന ഡോക്ടർ പെട്ടെന്നു ശബ്ദമുയർത്തി ആ ഓഫീസറെ താക്കീത് ചെയ്യാൻ തുടങ്ങി,

"ഒന്നു ചെയ്യൂ, നിങ്ങളുടെ ഡിപ്പാർട്ടുമെന്റിൽത്തന്നെ ഒരാശുപത്രി സ്ഥാപിച്ചുകൊള്ളുക. അവിടുത്തെ ഡോക്ടർമാർ നിങ്ങളുടെ ഉത്തരവുകൾ അനുസരിച്ചുകൊള്ളും." എന്ന് കഠിനമായി ശകാരിച്ച്, Please get out" എന്നു പറഞ്ഞുനിർത്തി.

ആ ലേഡി ഡോക്ടറുടെ ധൈര്യത്തേയും നിശ്ചയദാർഢ്യത്തെയും അമ്പരപ്പോടെ നോക്കിനിൽക്കാനേ എനിക്കു കഴിഞ്ഞുള്ളൂ. അന്നൊക്കെ സി.ബി.ഐ. ഓഫീസറെന്നു കേട്ടാൽ ചാടിയെഴുന്നേറ്റ് ഓച്ഛാനിച്ചു നിൽക്കുന്ന ഉദ്യോഗസ്ഥന്മാരേ ഉണ്ടായിരുന്നുള്ളൂ. അവരോട് ഒരു ലേഡീ ഡോക്ടർ ഇത്ര ധൈര്യത്തോടെ എതിർത്തു നിൽക്കുന്നതുതന്നെ മഹാകാര്യമാണ്. ആ ഓഫീസറുടെ മുഖം കോപംകൊണ്ടു തുടുക്കുന്നതു ഞാൻ കണ്ടു. ഈ കോപമെല്ലാം ഇനി എന്നോടായിരിക്കും തീർക്കുന്നതെന്ന് എനിക്കു നന്നായി അറിയാമായിരുന്നു.

എന്നെ തിരികെ മല്ലികയിൽ കൊണ്ടുവന്നു. വഴിനീളെ കടുത്ത ഭാഷയിൽ ശകാരിച്ചുകൊണ്ടിരുന്നു. അയാളുടെ കോപം തണുക്കുന്നതുവരെ ഇതു തുടർന്നു, അയാളുടെ മുഖത്ത് അപമാനിക്കപ്പെട്ടതിന്റെ വൈക്ലബ്യം വ്യക്തമായി കാണാമായിരുന്നു. പ്രപഞ്ചസൃഷ്ടിയുടെ നിയമങ്ങൾ

മാറ്റിയെടുക്കാൻ ആർക്കു കഴിയും? അതിന്റെ അന്ത്യംകുറിക്കാൻ അയാൾ തയ്യാറായത് എത്ര കൊടുംപാതകമാണ്?

എനിക്ക് ആ ലേഡിഡോക്ടർ ആരാണെന്നുപോലും അറിഞ്ഞുകൂടാ. ആ രൂപം ഒരു ദിവ്യവിഗ്രഹംപോലെ ഞാൻ മനസ്സിൽ പ്രതിഷ്ഠിച്ച് ഇന്നും ആരാധിച്ചുവരുന്നു. അന്നവർ എന്റെമേൽ കൈവെച്ചിരുന്നെങ്കിൽ, ആ കുഞ്ഞ് ജനിച്ചുവളർന്ന്, ഇന്നൊരു ഡോക്ടറായിത്തീരുമായിരുന്നില്ല. ഞാനും ഇങ്ങനെ എഴുതാൻ ബാക്കിയുണ്ടാകുമായിരുന്നില്ല. അതുകൊണ്ടാണ് ആ ഡോക്ടറെ ദൈവത്തിനു സമമായി ഞാൻ കാണുന്നത്.

ആ ഡോക്ടറുടെ പേരെന്ത്, ഇപ്പോഴെവിടെയുണ്ട്? എന്തുചെയ്യുന്നു? ഇതൊന്നും എനിക്കറിഞ്ഞുകൂടാ. എന്റെ ദൈനംദിന പ്രാർത്ഥനകളിൽ അവർക്കുവേണ്ടിയും പ്രാർത്ഥിക്കാറുണ്ട്. അവരും അവരുടെ കുടുംബവും ദീർഘായുസ്സായിരിക്കട്ടെ!

എന്നെ വീണ്ടും മല്ലികയിൽ കൊണ്ടുവന്ന്, പഴയ സ്ഥലത്ത് ചങ്ങലയിൽ ബന്ധിച്ചു. വിലങ്ങിട്ടിരുന്ന സ്ഥലത്ത് വ്രണവും രക്തവും കണ്ടാണ് ഡോക്ടർ കാരണം തിരക്കിയത്. ആ വിലങ്ങുകളാണ് എന്റെ ജീവിതത്തിൽ ഒരു വഴിത്തിരിവുണ്ടാകാൻ കാരണമായത്. അതിനുശേഷം നടന്ന വിചാരണകൾ കൂടുതൽ പൈശാചികമായിരുന്നു. എന്റെ ഭർത്താവിനെതിരെ എന്നെ മാപ്പുസാക്ഷിയാക്കാൻ അവർ പയറ്റിയ എല്ലാ അടവുകളും പരാജയപ്പെടുകയാണുണ്ടായത്. 'ഞാൻ നേരത്തെ കൊടുത്ത മൊഴികൾ തെറ്റായിരുന്നു. ഞാൻ കുറ്റം ചെയ്തിട്ടുണ്ട്, എന്റെ മനസ്സാക്ഷി എന്നെ കുത്തിനോവിച്ചുകൊണ്ടിരിക്കുന്നു' എന്ന് ത്യാഗരാജൻ മാധ്യമങ്ങൾക്ക് നൽകിയ അഭിമുഖത്തിൽ കുറ്റസമ്മതം നടത്തിയിരുന്നു.

"യാനോ അരശൻ, യാനേ കൾവൻ

മൻപതൈക്കാക്കും തെൻപുലം കാവൽ

എൻമുതൽ പിഴൈത്തതു കെടുകവെൻ ആയുൾ..."

എന്ന് ചിലപ്പതികാരത്തിൽ പറയുന്നുണ്ട്. സ്വർണപ്പണിക്കാരന്റെ വാക്ക് വിശ്വസിച്ച് കോവലനെ രാജ്ഞിയുടെ ചിലമ്പു മോഷ്ടിച്ചുവെന്ന കുറ്റത്തിന്, പാണ്ഡ്യ രാജാവ് നെടഞ്ചേഴിയൻ വധിക്കുന്നു. പിന്നീട് കോവലൻ നിരപരാധിയാണെന്നു തിരിച്ചറിഞ്ഞ പാണ്ഡ്യരാജാവ് കുറ്റബോധത്താൽ ഹൃദയസ്തംഭനം ബാധിച്ച് മരണമടയുന്നു. ഇതാണ് കഥാസന്ദർഭം. ആ പാണ്ഡ്യരാജാവിനെപ്പോലെ ഈ ഉദ്യോഗസ്ഥനും ഒരുനാൾ പശ്ചാത്തപിക്കേണ്ടിവരും.

കണ്ണീരോടെ ഞാൻ വിവരിക്കുന്ന ഈ സംഭവങ്ങൾ ജീവിതകാലം മുഴുവൻ അയാളുടെ മനസ്സാക്ഷിയെ അടിച്ചുനുറുക്കിക്കൊണ്ടിരിക്കും. എന്നെയും എന്റെ വെളിപ്പെടുത്തലുകളെയും അയാൾക്ക് അത്രവേഗം തള്ളിക്കളയാൻ കഴിയില്ല. പരസ്യമായി സമ്മതിച്ചില്ലെങ്കിലും അയാളുടെ

ഉള്ളിന്റെയുള്ളിൽ അത് കുത്തിനോവിച്ചുകൊണ്ടിരിക്കും. മരിക്കുന്നതിനു മുമ്പ് എന്നെങ്കിലും ഒരുനാൾ അത് ഓർമ്മിക്കേണ്ടിവരും.

കരിമ്പാറയ്ക്കുള്ളിലും ഈർപ്പമില്ലാതിരിക്കുമോ? എത്ര ഉയർന്ന ഉദ്യോഗസ്ഥനായിരുന്നാലും അദ്ദേഹത്തിന്റെ മനസ്സാക്ഷിയുടെ ഏതെങ്കിലുമൊരു കോണിൽ ഞാൻ അദ്ദേഹത്തിന്റെ മകളായോ അല്ലെങ്കിൽ മകൾക്കു തുല്യയായോ സ്ഥാനംപിടിച്ചിരിക്കും.

പാവം, ഇതൊന്നും അദ്ദേഹം സ്വയം ചെയ്തതായിരിക്കാനിടയില്ല. മുകളിൽനിന്നുള്ള ഉത്തരവുകൾ തന്റെ മനസ്സാക്ഷിയെ മാറ്റിനിർത്തി നടപ്പാക്കുക മാത്രമേ അദ്ദേഹം ചെയ്തിരിക്കുകയുള്ളൂ.

അതുപോകട്ടെ, 'മല്ലികയിൽനിന്നും ഞാൻ 'രക്ഷപ്പെട്ടു' എന്നു നേരത്തെ പറഞ്ഞിരുന്നത് ഈ ഗർഭം അലസിപ്പിക്കലിന്റെ കാര്യമാണ്.

അതു മാത്രമല്ല, എടുത്തു പറയേണ്ട മറ്റൊന്നു കൂടിയുണ്ട്... അതിനായി കാത്തിരിക്കാം...

പതിന്നാല്

അമ്മയും സഹോദരനും എനിക്കെതിരെ...

തുടർന്നുള്ള നാളുകൾ എനിക്ക് ഉറക്കമില്ലാത്തതായിരുന്നു. എന്റെ ഗർഭസ്ഥ ശിശുവിനെ കൊല്ലാൻ ശ്രമിച്ചവർ എന്തു ക്രൂരകൃത്യവും ചെയ്യാൻ മടിയില്ലാത്തവരാണ് എന്ന ചിന്തയാണ് എന്റെ ഉറക്കം കെടുത്തിയത്.

ഉറങ്ങുമ്പോൾപോലും ഒരു വശം ചരിഞ്ഞ് കൂനിക്കൂടി കൈകാലുകൾ കൊണ്ട് വയറിനു ചുറ്റും സംരക്ഷണവലയം തീർത്താണ് കിടക്കുക. ഉറങ്ങിക്കിടക്കുമ്പോൾ വല്ല കുത്തിവയ്പോ മറ്റോ നടത്തിയാലോ എന്നും ഭയപ്പെട്ടിരുന്നു.

അവർക്ക് നിയമങ്ങളും നീതിയുമൊന്നും ബാധകമല്ലല്ലോ? നിയമപരമായി ചില വിവേചനാധികാരങ്ങൾ ഉള്ളവരാണ് അവർ. പോരെങ്കിൽ അന്യായമായി ചുമത്താവുന്ന ടാഡാ (TADA) നിയമവും അവരുടെ കൈയിലുണ്ട്. "നളിനി ഉറക്കത്തിൽ ആത്മഹത്യ ചെയ്തു" എന്നു സി.ബി.ഐ. പ്രചരിപ്പിച്ചാലും അതു വിശ്വസിക്കാൻ എല്ലാവരും നിർബ്ബന്ധിതരാണ്. അവരെ ചോദ്യം ചെയ്യാൻ ആർക്കാണ് ധൈര്യമുള്ളത്? രാജീവ് വധക്കേസിൽ 'വെള്ളക്കാക്ക മലർന്നു പറക്കുന്നു," എന്നു സി.ബി.ഐ. പറഞ്ഞാലും പത്രക്കാർ അത് വേദവാക്യമായി സ്വീകരിക്കുകയും വൻ വാർത്താപ്രാധാന്യത്തോടെ പ്രസിദ്ധീകരിക്കുകയും ചെയ്തിരുന്നു. പത്രങ്ങളിൽ വരുന്നതെല്ലാം ശരിയാണെന്നു ധരിക്കുന്നവരാണ് ഭൂരിപക്ഷം പേരും.

പിന്നീടു നടന്ന മർദ്ദനങ്ങളെല്ലാം എന്റെ വയറിനു നേരെയായിരുന്നു വന്നുകൊണ്ടിരുന്നത്. ശങ്കർ എന്ന പൊലീസ് സൂപ്രണ്ടും അയാളുടെ സിൽബന്ധികളുമായിരുന്നു ഏറ്റവും ക്രൂരമായി എന്നോട് പെരുമാറിയിരുന്നത്. മർദ്ദിക്കുന്നത് എവിടെ വേണമെങ്കിലും ആയിക്കൊള്ളട്ടെ, വയറ്റിൽ തട്ടാതിരിക്കാൻ ഞാൻ പ്രത്യേകം ശ്രദ്ധിച്ചിരുന്നു. ചോദ്യം ചെയ്യൽ നടത്തിയിരുന്ന ഉദ്യോഗസ്ഥന്മാർ കൂടുതലും ദുർമോഹികളും അത്യാഗ്രഹികളുമായിരുന്നു. ദുർമോഹം പദവിയുടെ ഉയർച്ചയും അത്യാഗ്രഹം

ശമ്പളക്കൂടുതൽ ലഭിക്കും എന്നുള്ളതുമായിരുന്നു.

ഈ കേസ് അവസാനിച്ചു കഴിയുമ്പോൾ എല്ലാവർക്കും പ്രൊമോഷനും ശമ്പള ഉയർച്ചയും മറ്റാനുകൂല്യങ്ങളും അന്വേഷണസംഘത്തലവൻ കാർത്തികേയൻ വാഗ്ദാനം ചെയ്തിരുന്നു. അതിനുവേണ്ടിയാണ് 'മരിക്കുന്നതിനു മുമ്പേ ചാക്കിൽക്കെട്ടിക്കൊണ്ടുപോയ കഥ' പോലെ നിരപരാധികളാണെന്ന് ബോധ്യമായ ശേഷവും കുറ്റം സമ്മതിപ്പിക്കാൻ മൂന്നാംമുറ പ്രയോഗിച്ചുകൊണ്ടിരുന്നത്. ഏറ്റവും കൂടുതൽ ക്രൂരമർദ്ദനം നടത്തുന്നവരെ കൂടുതൽ കാര്യപ്രാപ്തിയുള്ളവരായി കരുതിപ്പോന്നു. അക്കാര്യത്തിൽ അവർക്കുള്ളിൽത്തന്നെ കുടിപ്പകയും അസൂയയും നിലനിന്നിരുന്നു. ഒരാളോടു പറഞ്ഞ വിവരങ്ങൾ മറ്റാരോടും പറയാൻ പാടില്ല. തന്നോടുവേണം പുതിയ വിവരങ്ങൾ ആദ്യം വെളിപ്പെടുത്താൻ തുടങ്ങിയ കാര്യങ്ങളിലായിരുന്നു ഓഫീസർമാർ തമ്മിലുള്ള കിടമത്സരങ്ങൾ നടന്നുകൊണ്ടിരുന്നത്.

അതേസമയം എല്ലാ ഓഫീസർമാരും അത്തരക്കാരായിരുന്നു എന്നു പറയാൻ കഴിയില്ല. അവിടെയും നീതിപൂർവ്വം ജോലി ചെയ്തിരുന്ന ഉദ്യോഗസ്ഥന്മാരുണ്ടായിരുന്നു. ചില ഓഫീസർമാർ രഹസ്യമായി മുറുമുറുത്തിരുന്നു. അതിൽക്കൂടുതൽ ഒന്നും ചെയ്യാൻ അവർക്കു കഴിയുമായിരുന്നില്ല. മറ്റു ചിലർ തങ്ങളുടെ പദവിയേക്കാൾ മനസ്സാക്ഷിയാണ് ഉയർന്നതെന്നു കരുതി പരസ്യമായി എതിർപ്പു രേഖപ്പെടുത്തി പുറത്തുപോയവരുമുണ്ട്. വേറെ ചിലർ മനസ്സാക്ഷിയെ ഉള്ളിന്റെയുള്ളിൽ വച്ചുകൊണ്ട് ഒന്നും പുറത്തു കാണിക്കാതെ ഗൗരവക്കാരായി നടിച്ചു നടക്കുന്നവരുമുണ്ടായിരുന്നു.

എന്തിനധികം, പ്രത്യേക അന്വേഷണ സംഘത്തലവൻ രഘോത്തമൻ ഞങ്ങൾക്കെതിരെ കൊടുംക്രൂരകൃത്യങ്ങൾ ആളാണ്. എന്റെ കെട്ടുതാലി പിടിച്ചുപൊട്ടിച്ച് വലിച്ചെറിഞ്ഞതും അദ്ദേഹമാണ്. എങ്കിലും അദ്ദേഹത്തെക്കുറിച്ച് ഞങ്ങൾക്കൊരു പ്രത്യേക അഭിപ്രായമുണ്ട്. വ്യക്തിപരമായി മനസ്സാക്ഷിയുള്ള ആളുതന്നെയായിരുന്നു. ചില കാര്യങ്ങൾ ആവശ്യമില്ലെന്ന് മേലുദ്യോഗസ്ഥരോട് തർക്കിക്കാറുണ്ടായിരുന്നു. എനിക്ക് അപകടമൊന്നും വരാതിരിക്കാനായി പകൽസമയം മുഴുവൻ അദ്ദേഹത്തിന്റെ മേൽനോട്ടം എന്നിലുണ്ടായിരുന്നു. എനിക്കും ഭർത്താവിനും ഏറ്റവുമധികം മർദ്ദനമേൽക്കേണ്ടി വന്നത് അദ്ദേഹത്തിന്റെ അസാന്നിദ്ധ്യത്തിലായിരുന്നു. എന്നാൽ ചില കാര്യങ്ങൾക്ക് തടയിടാൻ അദ്ദേഹത്തിനും കഴിഞ്ഞില്ല. അദ്ദേഹത്തിനു മുകളിൽ വേറെ ഉദ്യോഗസ്ഥരുള്ളപ്പോൾ പാവത്തിനെന്തു ചെയ്യാൻ കഴിയും? പ്രതിപ്പട്ടികയിലുള്ള പലർക്കും ചില സഹായങ്ങൾ ചെയ്തു കൊടുത്തിട്ടുണ്ട്. എന്നാൽ അതിനെല്ലാം ഒരു പരിധിയില്ലേ?

എന്നാൽ ആ പരിധിക്ക് അപ്പുറത്തേക്ക് രഘോത്തമൻ പോയിട്ടില്ല. എന്റെമേൽ നടന്ന പല വൻമുറകളെപ്പറ്റിയും അദ്ദേഹത്തിനു അറിവുണ്ടായിരുന്നില്ല.

എങ്കിലും എല്ലാ ഉദ്യോഗസ്ഥരും പണത്തിനും പദവിക്കും വേണ്ടി മോശമായി പെരുമാറി എന്നും പറയാൻ കഴിയില്ല. തുടർന്നുവന്ന മറ്റൊരു വിരട്ടൽ പർവ്വത്തിലേക്കു കടക്കാം. ഒരു ഘട്ടത്തിൽ പുതിയ പരീക്ഷണങ്ങളായിരുന്നു എനിക്കു നേരിടേണ്ടി വന്നിരുന്നത്. അവസാനമായി 'മല്ലിക'യിൽ എനിക്കെതിരാളികളായി മാറിയത് അമ്മയും സഹോദരനുമായിരുന്നു. അവരെ എന്തു പറഞ്ഞു വിരട്ടിയാണ് എന്റെ ശത്രുക്കളാക്കി മാറ്റിയെടുത്തതെന്ന് അറിഞ്ഞുകൂടാ. എന്നാൽ സ്വന്തം മകൾക്കെതിരെ ഒരമ്മയെ മാറ്റിയെടുക്കാൻ കഴിയുമോ എന്നു ചോദിച്ചാൽ, സി.ബി.ഐ. പ്രത്യേക അന്വേഷണ സംഘത്തിന് അതും അതിലപ്പുറവും കഴിയുമെന്നതാണ് വസ്തുത. ബന്ധങ്ങൾ പിരിക്കാൻ നാണവും മാനവുമില്ലാതെ അവർ നടപ്പാക്കുന്ന 'പൊലീസ് ബുദ്ധി'ക്ക് സി.ബി.ഐ. ഒരപവാദമായി ത്തീരുന്നതെങ്ങനെ?

എന്നെ നേരിട്ടു കുറ്റസമ്മതം നടത്തിക്കാൻ അവർക്കു കഴിഞ്ഞിരുന്നില്ല. ഒരു സ്ത്രീ ഗർഭിണിയായിരിക്കുമ്പോൾ ഭർത്താവിനോട് കൂടുതൽ സ്നേഹം കാണിക്കുന്നത് സ്വാഭാവികമാണ്. അതുകൊണ്ടാണ് എന്റെ ഗർഭം അലസിപ്പിക്കാൻ അവർ ശ്രമിച്ചത്. അതു നടക്കാതെ വന്നപ്പോൾ അവർ അമ്മയെ ഭീഷണിപ്പെടുത്തി വശത്താക്കുകയാണുണ്ടായത്.

"നിങ്ങൾക്കു മകളെ വേണോ അതോ 'കോടിക്കര ഷൺമുഖത്തിന്റെ കഥ' ഇവിടെ ആവർത്തിക്കണോ? ഇതിൽ ഏതു വേണമെന്നു തീരുമാനിക്കണം. ഞങ്ങൾ പറയുന്ന കാര്യം മകളെക്കൊണ്ട് അംഗീകരിപ്പിക്കാൻ നിങ്ങൾക്കു വേണ്ട എല്ലാ സൗകര്യങ്ങളും ഞങ്ങൾ ചെയ്തു തരും. ഇല്ലെങ്കിൽ 'ആത്മഹത്യ' ചെയ്തതാണ് എന്നു പറഞ്ഞ് അവളുടെ ശവം നിങ്ങൾക്കു വിട്ടുതരും!" ഇങ്ങനെ ആശയും ആശങ്കയും ഉയർത്തുന്ന വാക്കുകൾ സി.ബി.ഐ. എന്റെ പെറ്റമ്മയുടെ നേരെ പ്രയോഗിച്ചു.

ഒരു പെറ്റമ്മയ്ക്ക് എന്തു ചെയ്യാൻ കഴിയും? കോടിക്കര ഷൺമുഖത്തെ പിടിച്ചുകൊണ്ടുവന്നതും വിചാരണ എന്ന പേരിൽ ഒരു 'പ്രഹസനം' നിർവ്വഹിച്ചതും പിന്നീട് അയാളുടെ മൃതദേഹം കയറിൽ തൂങ്ങിയാടുന്നതും അത് ആത്മഹത്യയാണെന്ന് സി.ബി.ഐ. പ്രചരിപ്പിച്ചതുമെല്ലാം ഞങ്ങൾക്ക് അറിവുള്ളതാണ്. ഇതുകേട്ട് അമ്മ ഞെട്ടിത്തരിച്ചു. അതിനുശേഷമാണ് അമ്മ എന്നെ വന്നു കണ്ട് കരഞ്ഞു കാലു പിടിച്ചത്. ഞാൻ വഴങ്ങാതിരുന്നതിനാൽ വഴക്കിട്ട് എന്നെ ശപിച്ചുകൊണ്ടാണ് തിരികെപ്പോയത്.

അവർ പഠിപ്പിച്ചുവിട്ടതെല്ലാം എന്നോടു പറഞ്ഞുകൊണ്ടിരിക്കേ ഞാനെന്റെ അമ്മയോട് "എന്റെ കുഞ്ഞിനെ കൊല്ലാൻ കൂട്ടുനിൽക്കുന്നതിനേക്കാൾ മരണമാണ് ഞാൻ ഇഷ്ടപ്പെടുന്നത്. എന്റെ ഭർത്താവിനെ ഒറ്റുകൊടുക്കുന്നതിനേക്കാൾ ഞാനിഷ്ടപ്പെടുന്നതും എന്റെ മരണമാണ്. വേണമെങ്കിൽ നിങ്ങളുടെ മകൾ മരിച്ചുപോയി എന്ന് ഇപ്പോൾ മുതൽ കരുതിക്കൊള്ളൂ" എന്ന് ഞാൻ ഉറപ്പിച്ചു പറഞ്ഞു.

എന്റെ പിടിവാശിയെപ്പറ്റി പൊലീസുകാരേക്കാൾ നന്നായി അറിയുന്ന ആളാണ് അമ്മ. തുടർന്ന് അനുജൻ ഭാഗ്യനാഥൻ വന്നു. അവനോടും ഇതേ മറുപടി തന്നെ പറഞ്ഞയച്ചു. പാവം അവനെയാണ് അവർ കൂടുതൽ ഭീഷണിപ്പെടുത്തിയത്. കൊന്നുകളയുമെന്ന് പറഞ്ഞതിനേക്കാൾ അവനെ വേദനിപ്പിച്ചത്, "നിന്റെ പെങ്ങളെപ്പറ്റി പത്രങ്ങളിൽ മോശമായ വാർത്തകൾ ഞങ്ങൾ പ്രചരിപ്പിക്കും, മാത്രമല്ല അവൾ പലരുമായി അവിഹിതബന്ധം നടത്തിയിരുന്നു എന്നും ഞങ്ങൾ പത്രങ്ങളിൽ കൊടുക്കും" എന്ന് ഒരു ചെറുപ്പക്കാരന്റെ മുഖത്തു നോക്കി ഭീഷണിപ്പെടുത്തിയാൽ ആരുടെ നാഡീഞരമ്പുകളാണ് തളർന്നുപോകാത്തത്?

അവന് ഇക്കാര്യം എന്നോടു നേരിട്ടുപറയുവാൻ കഴിയുമോ? അവൻ എന്റെ മുന്നിൽ വന്ന് കാലുപിടിച്ച് കേണപേക്ഷിച്ചു.

അന്ന് അവനനുഭവിച്ചിരുന്ന തീവ്രവേദനയുടെ ആഴം ആ സമയത്ത് എനിക്കു മനസ്സിലായിരുന്നില്ല. പൊലീസിന്റെ നിർബ്ബന്ധത്തിനു വഴങ്ങിയാണ് അവൻ എന്റെ മുന്നിൽ വന്നത്. അതിനാലാണ് അവൻ എന്നെ വിരട്ടുന്നത്. എന്നെയും മരുമകനെയും തമ്മിൽ പിരിക്കാനുള്ള ശ്രമമാണ് അപ്പോൾ നടക്കുന്നതെന്നാണ് ഞാൻ മനസ്സിലാക്കിയിരുന്നത്. സത്യം പറഞ്ഞാൽ അമ്മയോടും അനുജനോടും കടുത്ത വെറുപ്പാണ് അപ്പോൾ തോന്നിയത്. അവർ സി.ബി.ഐയുടെ നിർബ്ബന്ധത്തിനു വഴങ്ങിയാണ് വന്നതെന്ന് അപ്പോൾ അറിഞ്ഞുകൂടായിരുന്നു.

ഇവിടെ ഭർത്താവിനെതിരെ ഭാര്യയേയും അച്ഛനമ്മമാർക്കെതിരെ മക്കളെയും ശത്രുക്കളാക്കി മാറ്റിക്കൊണ്ടിരിക്കുകയാണ് ഈ പൊലീസുകാർ. പ്രേമിച്ചു വിവാഹം ചെയ്ത ഭർത്താവ് ഭാര്യയെ ഉപേക്ഷിക്കുന്നത് അത്ര വലിയ കാര്യമാണോ?

ഈ സംഭവത്തിനു ശേഷമാണ് എന്റെ മേലുള്ള ചോദ്യം ചെയ്യൽ തീവ്രമായത്. സിലോൺകാരനോട് ഇവൾക്കെന്താ ഇത്ര വലിയ കമ്പം? ഇത്ര അഹങ്കാരിയായ ഇവളെ ഇങ്ങനെ ചോദ്യം ചെയ്താൽപ്പോരാ, മറ്റു വിധത്തിലാണ് ചോദ്യം ചെയ്യേണ്ടതെന്ന് അവർ തമ്മിൽ സംസാരിക്കുന്നത് ഞാൻ കേട്ടിരുന്നു.

മുകൾനിലയിലേക്കു പോകുന്ന വഴിയിലുള്ള ആ അഞ്ചടി സെല്ലിൽ എന്നെ അടച്ചു. അതിന്റെ മുന്നിൽക്കൂടി ആളുകൾ എപ്പോഴും തലങ്ങും വിലങ്ങും വന്നുപൊയ്ക്കൊണ്ടിരിക്കും. ആ ബൂട്സുകളുണ്ടാക്കുന്ന അപശബ്ദങ്ങളുടെ ധ്വനി എന്റെ തലച്ചോറിനെ പിടിച്ചുകുലുക്കുന്നതു പോലെ തോന്നും. ഒന്നു നേരേ ചൊവ്വേ ഇരിക്കാനോ കിടക്കാനോ പറ്റാത്ത ആ അറയിൽ മനപ്പൂർവ്വം വെള്ളമൊഴിച്ചിടും. അല്ലെങ്കിൽ എന്റെ കണ്ണൊന്നടയാൻ തുടങ്ങുമ്പോൾ മുഖത്ത് വെള്ളം തളിച്ചുണർത്തും. അതിനാൽ അവിടം ചളിനിറഞ്ഞ് അറപ്പുളവാക്കുന്ന തരത്തിൽ ആയിക്കഴിഞ്ഞിരുന്നു.

അവിടെ എനിക്ക് കാവലായി ഒരു വനിതാപൊലീസുകാരി, ഒരു ഡി.എസ്.പി., ഒരു സി.ആർ.പി.എഫ്. കോൺസ്റ്റബിൾ, ഒരു സി.ബി.ഐ.

ഉദ്യോഗസ്ഥൻ. ഇങ്ങനെ നാലുപേർ എപ്പോഴുമുണ്ടായിരിക്കും. ഞാൻ ഓടി രക്ഷപ്പെട്ടുകളഞ്ഞെങ്കിലോ? എനിക്കു സംരക്ഷണം എന്ന പേരിൽ അവിടെ നടന്നതെല്ലാം 'മൂന്നാംമുറ'യുടെ ഭാഗമായിരുന്നു. ദയ, കാരുണ്യം എന്നിവ 'കിലോയ്ക്ക് എന്തു വില?' എന്ന തരത്തിലായിരുന്നു പെരുമാറ്റം. ഈ ക്രൂരതകളെല്ലാം എന്നെക്കൊണ്ട് ഒരൊറ്റവാചകം പറയിക്കാൻ വേണ്ടി മാത്രമായിരുന്നു – "ഞാനെന്റെ ഭർത്താവിനെതിരെ സാക്ഷി പറയാം, നിങ്ങൾ പറയുന്നതെല്ലാം അതേപടി അനുസരിക്കാം." നീതിയും അനീതിയും തമ്മിലുള്ള ഒരു പോരാട്ടമായി അതു വളർന്നു കഴിഞ്ഞിരുന്നു.

ഈ സാഹചര്യത്തിലാണ് 'അവസാനഘട്ട വിചാരണ' എന്ന പേരിൽ എന്നെ പൂനമല്ലി സ്പെഷ്യൽ ജയിലിലേക്ക് മാറ്റിയത്. ഒന്നുകിൽ അവരുടെ ഇഷ്ടപ്രകാരം മൊഴി നൽകണം; അല്ലെങ്കിൽ 'ആത്മഹത്യ' ചെയ്തു എന്ന് പുറംലോകം അറിയുന്ന വിധത്തിൽ ഞാൻ മരിച്ചുകൊള്ളണം. അവിടെയാണ് രാപകൽ വ്യത്യാസമില്ലാതെ, ഉറങ്ങാൻ പോലും സമ്മതിക്കാതെ മർദ്ദനമുറകൾ അരങ്ങേറിക്കൊണ്ടിരുന്നത്. അവിടെ ഞാനൊരു മനോരോഗിയെപ്പോലെ ആയിത്തീർന്നിരുന്നു. അവരുടെ ഓരോ പ്രവൃത്തികളും എന്നെ മാനസികമായി തളർത്താനുള്ളതായിരുന്നു. ഞാനാകെ തകർന്നു തരിപ്പണമായിപ്പോയിരുന്നു. ഒരന്ത്യഘട്ടശ്രമമെന്ന നിലയിൽ ഈ ക്രൂരതയ്ക്കെല്ലാം നേതൃത്വം നൽകിയ 'പുണ്യവാൻ' മറ്റാരുമല്ല, പിൽക്കാലത്ത് തനിക്കു 'പിഴവുപറ്റി' എന്ന് ഒരഭിമുഖ സംഭാഷണത്തിൽ ഏറ്റുപറഞ്ഞ അതേ ഐ.പി.എസ്. ഉദ്യോഗസ്ഥൻ ത്യാഗരാജൻ തന്നെ!

എനിക്കഭിമുഖമായി ത്യാഗരാജൻ ഇരിക്കുന്നു. അദ്ദേഹത്തിന്റെ മുന്നിലുള്ള മേശയിൽ പിടിച്ച് അതിലേക്കുതന്നെ ചാരി ഞാൻ നിൽക്കുന്നു. ഒരു കൈത്താങ്ങില്ലാതെ നിൽക്കാനുള്ള കെല്പ് ഇല്ലായിരുന്നു. അത്രമാത്രം അവശയായിരുന്നു ഞാൻ. അത് എന്നെ ചോദ്യം ചെയ്യുന്നവർക്കും നന്നായിട്ടറിയാം. അയാളെന്നെ തുറിച്ചുനോക്കിക്കൊണ്ട് എഴുന്നേറ്റുപോയി വാതിലടച്ചു കുറ്റിയിട്ടു.

തിരികെ വന്ന് എന്റെ നേരെ നോക്കി, "ഇങ്ങോട്ടു നോക്ക്, ഇതാണ് നിന്റെ ലാസ്റ്റ് ചാൻസ്! ഞാൻ പറയുന്നതുപോലെ കേട്ടില്ലെങ്കിൽ ഇവിടെയിനി എന്താണ് നടക്കാൻ പോകുന്നതെന്ന് നിനക്കറിയാമല്ലോ? എനിക്കെതിരെ നിന്നെ ഉടുതുണിയില്ലാതെ നിർത്താൻ പോകുകയാണ്. കൂടെ രണ്ടുമൂന്നു പൊലീസുകാരെക്കൂടി വിളിച്ചു കാണിക്കും.

പിന്നെയും നിന്റെ പിടിവാശി തുടർന്നാൽ ഞാൻ പുറത്തുപോകും. പിന്നെ അവന്മാരെന്താ ചെയ്യാൻപോകുന്നതെന്നു നിനക്കറിയാമല്ലോ? അതു തീർച്ചയായും നടക്കും, മനസ്സിലായോ?" ഇങ്ങനെ വിരട്ടിയശേഷം കസേരയിലിരുന്നു.

അയാളിത്രയും പറഞ്ഞുകഴിഞ്ഞപ്പോഴേക്കും എനിക്ക് ശ്വാസം നിലച്ചതുപോലെയായി. ഞാൻ കൈകൂപ്പി നിന്നു "എന്നെ, ഒരു മകളെപ്പോലെ

കരുതണം, സാർ, ദയവായി അങ്ങനെയൊന്നും ചെയ്യരുത്:" ഇങ്ങനെ നിലവിളിച്ച് കേണപേക്ഷിച്ചു.

കടിച്ചുകീറാൻ ചുറ്റിനിൽക്കുന്ന ചെന്നായ്ക്കൾ ഇരയുടെ വെപ്രാളം കണ്ടുപിന്മാറുമോ? അല്പനേരം നിശ്ശബ്ദമായി കടന്നുപോയി.

എന്റെ അപേക്ഷകളൊന്നും ചെവിക്കൊണ്ടതുപോലെ തോന്നിയില്ല. "ഇതാ, ഈ കടലാസിലെല്ലാം ഒപ്പിട്ടുതരൂ...... ഇല്ലെങ്കിൽ ഞാൻ പറഞ്ഞതു പോലെതന്നെ നടക്കും. ഞാനെന്തുചെയ്യാനും മടിക്കുന്നവനല്ല. നീ ജീവിച്ചിരിക്കാനുള്ള കാലാവധി അവസാനിച്ചുകഴിഞ്ഞു. ഇനിയുള്ള നാളുകൾ ഞങ്ങൾക്കുള്ളതാണ്. അത്രതന്നെ!" ഒരു വില്ലനെപ്പോലെ ഗൗരവം മുഖത്തുവരുത്തി അയാൾ സാവകാശം പറഞ്ഞുകൊണ്ടിരുന്നു.

ഞാനൊന്നും മിണ്ടാതെ തേങ്ങിക്കൊണ്ടുനിന്നു. പുറത്തുനടന്നു കൊണ്ടിരുന്ന ഇടിമിന്നൽ ശബ്ദത്തോടൊപ്പം എന്റെ ഹൃദയമിടിപ്പിന്റെ ശബ്ദവും കേൾക്കാമായിരുന്നു. എന്റെ തേങ്ങൽ ആ മുറി മുഴുവൻ നിറഞ്ഞുനിന്നു. അയാൾ തുറിച്ചുനോട്ടം തുടർന്നു. ചീന്തിയെടുത്ത ഇരയുടെ മാംസം കാലുകളിൽ ചവിട്ടിപ്പിടിച്ചുനിൽക്കുന്ന വേട്ടമൃഗത്തിന്റെ അതേ ഭാവം!

എന്റെ മൗനം അയാളുടെ ദേഷ്യം ഇരട്ടിപ്പിച്ചു. "ഇങ്ങോട്ടുനോക്ക്. ഇവിടെ കതകടച്ചു പൂട്ടിയിരിക്കുകയാണ് പുറമെ നല്ല മഴ! നീ എത്ര കരഞ്ഞാലും നിലവിളിച്ചാലും ഒരുതരിശബ്ദം പോലും പുറത്തു കേൾക്കില്ല. അഥവാ കേട്ടാലും ഒരുത്തനും എന്റെ മുറിയിലേക്കു വരില്ല. ഇവിടെ എന്തുവേണമെങ്കിലും നടക്കും. കാണണോ?" ഭീഷണി തുടർന്നു കൊണ്ടിരുന്നു.

എന്തുപറ്റിയെന്നറിയില്ല. ഞാൻ കരഞ്ഞുകൊണ്ടു പറഞ്ഞു. "ഞാൻ നാലുമാസം ഗർഭിണിയാണ് സാർ, എന്നെ ഒന്നും ചെയ്യരുതേ!" കൈകൂപ്പി അപേക്ഷിച്ചു. എന്നിട്ടും അയാൾക്ക് യാതൊരു ദയയും എന്നോട് തോന്നിയില്ല.

പെട്ടെന്ന് ചാടിയെഴുന്നേറ്റ് നെഞ്ചത്തു തൊഴിക്കുന്നതു മാതിരി, "എന്താടീ, നീ വലിയ ശീലാവതി ചമയുന്നത്? വേശ്യയായ നിനക്ക് എവിടെടീ മാനവും മര്യാദയും?" അയാൾ അലറി. ഇതിനേക്കാൾ മോശമായ പദപ്രയോഗങ്ങളോടെ കസേര പിന്നിലേക്കു തള്ളിമാറ്റി.

"നിന്റെ തുണിയെല്ലാം ഉരിഞ്ഞെടുത്തു നിന്നെ മാനഭംഗപ്പെടുത്താതെ വിടില്ലെടീ.... എന്നാലേ നീ വഴിക്കു വരൂ...!" എന്നു പറഞ്ഞുകൊണ്ട് എന്റെ അടുത്തേക്ക് പാഞ്ഞുവന്നു.

അയാൾ നേരത്തെ പറഞ്ഞതുപോലെ പോലീസുകാരെ വിളിച്ചേക്കുമോ എന്ന ഭയത്തിൽ ഞാൻ നിലവിളിച്ച്, തൊഴുകയ്യോടെ പിന്നിലേക്കു മാറി..

പതിനഞ്ച്

എല്ലാം കഴിഞ്ഞുപോയി...

പൊലീസ് മേധാവി ത്യാഗരാജനെപ്പറ്റി നന്നായി അറിയാം, അവസാന ഇരുപത് ദിവസങ്ങളിൽ എന്നെ ചോദ്യം ചെയ്യുകയും ഭേദ്യം ചെയ്യുകയും ചെയ്ത ഏഴു ഐ.പി.എസ്.കാരിൽ ഒരാളായിരുന്നു ത്യാഗരാജൻ. വളരെ പ്രാകൃതമായ മർദ്ദനമുറകൾ സ്വീകരിച്ചിരുന്നയാൾ. ഭീതിയോടെ ഞാൻ പിന്നിലേക്കു മാറി.

അല്പനേരം അവിടെത്തന്നെ എന്തോ ചിന്തിച്ചുനിന്ന ശേഷം അയാൾ വാതിൽ തുറന്നു. 'പുറത്തു പോകൂ' എന്ന് കൈകാണിച്ചു. എനിക്കൊന്നും മനസ്സിലായില്ല. സംശയത്തോടെ അയാളെ നോക്കിക്കൊണ്ടുതന്നെ പുറത്തുകടന്നു. അതിനിടയിൽ മറ്റു പൊലീസുകാർ വന്ന് എന്നെ കൂട്ടിക്കൊണ്ടുപോയി.

പതിവുപോലെ അന്നു ഞാൻ നിലവിളിച്ച് ബഹളം കൂട്ടിയില്ല. കാരണം അവിടെനിന്നും ഒരു പതിനഞ്ചടി അകലെയുള്ള മുറിയിലാണ് ഭർത്താവിനെ ചങ്ങലയിൽ ബന്ധിച്ചിട്ടിരിക്കുന്നത്. ഞാൻ നിലവിളിച്ചാൽ അത് അദ്ദേഹത്തേയും ബാധിക്കും. എനിക്കെന്തോ ആപത്തു സംഭവിച്ചു എന്നു കരുതി പൊലീസുകാരുമായി ഏറ്റുമുട്ടാനിടയാകും. അത് അദ്ദേഹത്തിന്റെ ജീവനുതന്നെ ആപത്തായിതീരുമെന്ന ഭയം എനിക്കുണ്ടായിരുന്നു.

ആരുണ്ട് എന്നെ സഹായിക്കാൻ? ബന്ധുക്കളും ശത്രുക്കളായി മാറിക്കഴിഞ്ഞു. പെറ്റമ്മ പോലും എന്നെ ശത്രുവായിട്ടാണ് കാണുന്നത്. എനിക്കപ്പോൾ അങ്ങനെ പെരുമാറാനാണ് തോന്നിയത്, അത്രതന്നെ! എനിക്ക് ആകെയുള്ള ഒരാശ്വാസം ഭർത്താവാണ്. അദ്ദേഹത്തേക്കൂടി നഷ്ടപ്പെടുത്താൻ എനിക്കു കഴിയുമോ? ഉയിരുള്ളിടത്തോളം കാലം അദ്ദേഹവും ജീവിക്കും. എനിക്കെന്തെങ്കിലും സംഭവിച്ചാൽപ്പിന്നെ അദ്ദേഹം ജീവിച്ചിരിക്കില്ല. ആത്മഹത്യ ചെയ്തുകളയും!

എന്നെ പിടിച്ചുകൊണ്ടുപോയിട്ടും ഒന്നും സംഭവിക്കാത്ത മട്ടിലാണ് അദ്ദേഹത്തിന്റെ സെല്ലിന്റെ മുന്നിൽക്കൂടി നടന്നുപോയത്. എന്നെക്കൊണ്ടുപോയി സെല്ലിൽ വീണ്ടും പൂട്ടിയിട്ടു. അരമണിക്കൂർ കഴിഞ്ഞുകാണും.

വീണ്ടും രണ്ടു പൊലീസുകാർ വന്ന്, “അദ്ദേഹം കൂട്ടിക്കൊണ്ടു ചെല്ലാൻ ആവശ്യപ്പെട്ടിരിക്കുന്നു” എന്നു പറഞ്ഞുകൊണ്ട് എന്നെ പിടിച്ചുവലിച്ചു കൊണ്ടുപോയി.

വേതാളമല്ല, ഭ്രാന്തുപിടിച്ച രക്തരക്ഷസ്സ്, വീണ്ടും മുരിക്കുമരത്തിലേറി. ഞാനീപ്പറയുന്ന ഓരോ സംഭവത്തിനും ആധാരങ്ങളുണ്ട്. ആധികാരികമായ രേഖകളോ, തെളിവുകളോ ഇല്ലാത്ത ഒരു കാര്യവും ഞാനിവിടെ പറഞ്ഞിട്ടില്ല. ഇക്കാര്യങ്ങളെല്ലാം 1991-ൽ- താനെ കോടതിയിൽ എഴുതി സമർപ്പിച്ചിട്ടുള്ളതാണ്. കുരുടി കതകു തുറന്നു നോക്കുന്നതു പോലെ ചോദ്യം ചെയ്യലെന്ന പഴയ കഥ വീണ്ടും ആവർത്തിക്കാൻ തുടങ്ങി. പഴയതുപോലെ ആഭാസകരമായ വാക്കുകൾ... “നിന്റെ വയറ്റിലുള്ള കൊച്ചിന്റെ അച്ഛനാരാണ്? അത് എത്ര പേരാണെന്നു പത്രത്തിൽ കൊടുക്കേണ്ടേ? ഉടുതുണിയില്ലാതെ നിന്ന് അപമാനപ്പെടേണ്ടേ? ഉടൻ തീരുമാനം പറയണം. കൂടുതലൊന്നും പറയാൻ എനിക്കു നേരമില്ല” എന്നു പറഞ്ഞുകൊണ്ട് അയാൾ എഴുന്നേറ്റു. ഞാൻ നിന്നനിൽപ്പിൽ അയാളുടെ കാലിൽ വീണ് വിങ്ങിക്കരയാൻ തുടങ്ങി.

ഞാനങ്ങനെ ചെയ്തത് അയാളെ കൂടുതൽ കോപാകുലനാക്കി. എഴുന്നേറ്റുവന്നു കതകടച്ചുകുറ്റിയിട്ട്, തൊട്ടടുത്ത് എനിക്കഭിമുഖമായി നിന്നു. ഞാൻ വീണ്ടും അയാളുടെ കാലിൽവീണു. അയാളുടെ കോപം ഇരട്ടിച്ചുകൊണ്ടിരുന്നു.

“ഇങ്ങോട്ടുനോക്ക്, ഇതിൽ കൂടുതൽ നിനക്കു ചാൻസില്ല. നിനക്കു തന്ന അവസരങ്ങളെല്ലാം നീ പാഴാക്കികളഞ്ഞു. നീ എത്ര ഉച്ചത്തിൽ വേണമെങ്കിലും അലറി വിളിച്ചുകൊള്ളൂ... അതൊന്നും എനിക്ക് പ്രശ്നമേയല്ല. ഞാൻ പറയുന്നതുപോലെ അനുസരിച്ചുകൊള്ളണം” എന്നുപറഞ്ഞുകൊണ്ട് എന്റെ അടുത്തേക്കു വന്നയുടൻ ഞാൻ വീണ്ടും കൈകൂപ്പി കാലിൽ വീണു നിലവിളിക്കാൻ തുടങ്ങി.

പെട്ടെന്ന് എന്റെ നെഞ്ചിൽ ശക്തിയായി ഇടിച്ചുകൊണ്ട് ഷാളിൽ പിടിച്ചു വലിച്ചു. അയാളിങ്ങനെ ചെയ്യുമെന്ന് പ്രതീക്ഷിച്ചതേയില്ല. ഞാൻ ഞെട്ടിവിറച്ചുനിന്നു.

“ഇതൊരു തുടക്കം മാത്രമാണ്. വെളിയിൽ ചെറുപ്പക്കാരായ പൊലീസുകാർ കാത്തു നിൽക്കുകയാണ്. നിന്റെ തുണിയഴിച്ചുമാറ്റി ഞാൻ പുറത്തുപോകും. പിന്നെന്തു നടക്കുമെന്നു നിനക്കറിയാമല്ലോ?” അയാൾ മുറുമുറുത്തു.

അയാൾ വീണ്ടും എന്റെ ഷാളിൽ പിടിച്ചുവലിച്ചു. പഴയ ആ തുണിക്കഷണം പിഞ്ചിക്കീറാൻ തുടങ്ങി. അതിനുമേൽ പിടിച്ച് എനിക്കു നിൽക്കാൻ കഴിഞ്ഞില്ല. എത്ര കൊടിയ വേദനകളും ഏറ്റുവാങ്ങാൻ ഒരു പെണ്ണു തയ്യാറായേക്കും. എന്നാൽ അവളുടെ മാനത്തിനു ഭംഗം വന്നാൽ അവൾക്കു സഹിക്കാൻ കഴിയില്ല.

മഹാഭാരതത്തിൽ പാഞ്ചാലിയുടെ വസ്ത്രാക്ഷേപത്തിനു ദുശ്ശാസനൻ തുനിഞ്ഞപ്പോൾ അവളുടെ മാനം കാക്കാൻ ഒരു കൃഷ്ണനുണ്ടായിരുന്നു. അതുപോലെ ഈ ഗതികെട്ട അബലയെ രക്ഷിക്കാൻ ഇവിടെയൊരു കൃഷ്ണൻ അവതരിക്കാനുള്ള ഒരു സാധ്യതയുമില്ലെന്ന് എനിക്ക് നന്നായി അറിയാം. അതിനു വന്നെത്താവുന്ന ഒരേയൊരാൾ ഭർത്താവാണ്. അദ്ദേഹത്തെയും കൈകാലുകളിൽ വിലങ്ങിട്ട് ചങ്ങല കൊണ്ട് ബന്ധിച്ച് കിടത്തിയിരിക്കുകയാണല്ലോ? പിന്നെ അദ്ദേഹത്തിനു എന്തു ചെയ്യാൻ കഴിയും?

മറ്റൊരു വഴിയുമില്ലാതെ ഞാൻ നിലത്തുവീണു. അതേ, വീണ്ടും ഇരുട്ടറയിലേക്കു തന്നെ. "വേണ്ടാ സാർ... നിങ്ങൾ എന്തുപറഞ്ഞാലും അതേപോലെ കേട്ടുകൊള്ളാം... പ്ലീസ്...സർ... എന്നെ ഒന്നും ചെയ്യരുത്. എന്നെ വിട്ടയയ്ക്കൂ..." എന്ന് ഒരു നൂറുതവണ ഉരുവിട്ട് അയാളുടെ കാലിൽ വീണു. ഇതു കണ്ട് അയാൾ തന്റെ കസേരയിൽ പോയിരുന്നു.

"ഇനി എന്നെ ഈ കസേരയിൽ നിന്നും എഴുന്നേൽപ്പിക്കാൻ ഇടയാക്കരുത്. പിന്നെ ഇവിടെന്തു നടന്നാലും ആർക്കും തടയാൻ പറ്റില്ല." തുടർന്ന് നേരത്തേ കമ്പ്യൂട്ടറിൽ ടൈപ്പ് ചെയ്തുവച്ചിരുന്ന കടലാസ്സുകളെടുത്തു. അതു അയാൾ മറ്റൊരു പേപ്പറിലേക്ക് പകർത്തിയെഴുതിക്കൊണ്ടിരുന്നു. ടൈപ്പുചെയ്ത പേപ്പറിലുള്ളത് അങ്ങനെതന്നെ പകർത്തിയെഴുതിയാൽ വിശ്വാസ്യത വരാനിടയില്ലെന്നു കരുതി ഇടയ്ക്കിടെ എന്നോടു ചില ചോദ്യങ്ങൾ ചോദിച്ച് അതിന്റെ മറുപടിയും അതിൽ എഴുതിച്ചേർത്തുകൊണ്ടിരുന്നു. പല അസത്യങ്ങൾക്കിടയിൽ വല്ലപ്പോഴും ഒരു സത്യം കൂടി ചേർത്തെഴുതിയാൽ എല്ലാം സത്യമായിത്തീരുമെന്ന് അയാൾ കരുതിയിരിക്കണം. കാണാൻ ഒരു "ഒറിജിനാലിറ്റി"യൊക്കെ വേണമല്ലോ....! ഇതാണ് പിൽക്കാലത്ത് സത്യവാങ്മൂലത്തിനുള്ള തെളിവായി ഉപയോഗപ്പെടുത്തുന്നത്. (General Corroborations) TADA ചട്ടപ്രകാരം ഒരാൾ സ്വമനസ്സാലേ കൊടുക്കുന്ന കുറ്റസമ്മതമൊഴി കണക്കിലെടുത്ത് മറ്റുപ്രതികൾക്കും ശിക്ഷ വിധിക്കാൻ കഴിയും. ഇക്കാര്യവും എനിക്കപ്പോൾ അറിയില്ലായിരുന്നു. അന്ന് ഞങ്ങൾക്ക് ഏതെങ്കിലും വക്കീലിന്റെ സേവനം ലഭ്യമായിരുന്നില്ല. എന്നാൽ ഇക്കാര്യത്തെക്കുറിച്ച് അറിയാവുന്ന ചിലർക്ക് നിയമസഹായം ലഭിക്കുകയും ചെയ്തിരുന്നു. എന്തു വന്നാലും കുറ്റസമ്മതമൊഴി നല്കരുതെന്ന് അവർക്ക് ഉപദേശം നേരത്തേ കിട്ടുകയും ചെയ്തു.

ഈ നിയമോപദേശം ലഭിച്ചവർ പോലും മറ്റുമാർഗ്ഗമില്ലാതെ കുറ്റസമ്മതമൊഴി നിർബന്ധപൂർവ്വം കൊടുക്കേണ്ടി വന്നിട്ടുണ്ട്. അവരെ കുറ്റം പറഞ്ഞിട്ടു കാര്യമില്ല. സി.ബി.ഐ. അത്രമാത്രം ക്രൂരമായ പീഡനങ്ങൾ അവരുമേൽ നടത്തിയാണ് സത്യവാങ്മൂലം വാങ്ങിയെടുത്തത്. അപ്പോൾപ്പിന്നെ എന്നെപ്പോലെയൊരു അബലയായ സ്ത്രീക്ക് എത്ര നാൾ പിടിച്ചുനിൽക്കാൻ കഴിയും. ഒരു പാവയെപ്പോലെ തലയാട്ടി നിൽക്കാൻ മാത്രമേ അപ്പോൾ കഴിയുമായിരുന്നുള്ളൂ.

ത്യാഗരാജൻ എഴുതിയെടുത്തുകൊണ്ടിരുന്നു. ഇടയ്ക്ക് എഴുത്തു നിർത്തി, ഒരു സംഭവത്തെപ്പറ്റി പറഞ്ഞശേഷം നിങ്ങൾ അങ്ങനെ ചെയ്തിരുന്നോ എന്നു ചോദിക്കും. അതേയെന്നു പറഞ്ഞാൽ അതുകൂടിചേർത്ത് എഴുത്തു തുടരും. ഇങ്ങനെ പുലർച്ചെ മൂന്നുമണിവരെ എന്റെ സത്യവാങ്മൂലം എഴുതിക്കൊണ്ടിരുന്നു. ഇതായിരുന്നു അവിടെ നടന്ന യഥാർത്ഥ വസ്തുതയെന്ന് ഭർത്താവിന്റെയും കുഞ്ഞിന്റെയും പേരിൽ ഏതു ക്ഷേത്രസന്നിധിയിൽവച്ചും ഏറ്റുപറയുവാൻ കഴിയും. ഇങ്ങനെയൊന്നും നടന്നിട്ടില്ലെന്ന് സത്യം ചെയ്യാൻ ത്യാഗരാജനു കഴിയുമോ? തീർച്ചയായും കഴിയില്ല. അയാൾ ഈശ്വരവിശ്വാസിയാണ്. അതിനാൽ അയാളുടെ മനസ്സാക്ഷിക്കുവിരുദ്ധമായി ഒരു വിശദീകരണം നൽകാൻ കെൽപ്പുള്ള ഒരാളാണെന്നു തോന്നുന്നില്ല.

ത്യാഗരാജൻ സാറേ! എന്റെ മേൽ കഠിനമായ ദേഹോപദ്രവം ഏൽപ്പിച്ചശേഷം ആരും എന്നെ മൂന്നാംമുറയ്ക്കു വിധേയയാക്കിട്ടില്ലെന്ന് സർട്ടിഫിക്കറ്റും വാങ്ങി വച്ചിട്ടുണ്ടല്ലോ? എന്റെ കഴുത്തിൽക്കിടന്ന കെട്ടുതാലി നിങ്ങൾ കണ്ടിരുന്നില്ലേ? കാൽവിരലുകളിൽ അണിഞ്ഞിരുന്ന മെട്ടി നിങ്ങൾ കണ്ടില്ലേ? ഞാൻ നാലുമാസം ഗർഭിണിയാണെന്ന കാര്യം അറിഞ്ഞിരുന്നില്ലേ! അതേപ്പറ്റിയല്ലാം ചോദിച്ചറിഞ്ഞ് സത്യവാങ്മൂലം തയ്യാറാക്കിയ നിങ്ങൾ ഭർത്താവിന്റെ പേര് ചോദിച്ച് രേഖപ്പെടുത്താതിരുന്നത് എന്തുകൊണ്ടാണ്? പിന്നെന്തിനാണ് 'കുമാരി നളിനി' എന്ന് എഴുതിവച്ചത്? ദയവുചെയ്ത് ഈ ചോദ്യങ്ങൾക്കുള്ള ഉത്തരം നിങ്ങൾ പറഞ്ഞു തന്നേ മതിയാകൂ!

ഈ കുറ്റാരോപണം ഞാൻ നടത്തുന്നതും ആവശ്യമായ തെളിവുകൾ ഉള്ളതുകൊണ്ടാണ്. എന്റെ സത്യവാങ്മൂലത്തിലുള്ള നിരവധി വൈരുദ്ധ്യങ്ങളെപ്പറ്റി തുടർന്നുള്ള അദ്ധ്യായങ്ങളിൽ വായിക്കാവുന്നതാണ്. സ്വമനസ്സാലേ കൊടുത്ത സത്യവാങ്മൂലമായിരുന്നെങ്കിൽ മേല്പ്പറഞ്ഞ വൈരുദ്ധ്യങ്ങൾ ഉണ്ടാകുമായിരുന്നോ? എങ്ങനെയോ ആ ഉദ്യോഗസ്ഥൻ വിചാരിച്ച രീതിയിൽത്തന്നെ കാര്യങ്ങൾ നിറവേറ്റി. അയാൾ തന്നിഷ്ടപ്പടി തയ്യാറാക്കിയ കുറ്റസമ്മതമൊഴിയിൽ എന്നെ മുൾമുനയിൽ നിർത്തി ഒപ്പുവയ്പ്പിച്ചു. അയാൾക്ക് പദവി ഉയർച്ചയും പാരിതോഷികങ്ങളും മറ്റാനുകൂല്യങ്ങളും ഇഷ്ടം പോലെ കിട്ടും. അത്തരം വ്യാമോഹങ്ങൾക്ക് നിങ്ങളെന്നെ ബലിമൃഗമാക്കി മാറ്റി. മനസ്സാക്ഷിക്കുത്തു കാരണം ഞങ്ങളെ മരണദണ്ഡത്തിൽ നിന്നു രക്ഷപ്പെടുത്തിയാൽ മാത്രം മതിയോ? എന്നെപ്പോലൊരു സ്ത്രീയെ ജീവിതകാലം മുഴുവൻ ജയിലിൽ നരകജീവിതം നയിക്കേണ്ടിവരുന്നതിനെ ന്യായീകരിക്കുന്നത് എന്തിന്റെ പേരിലാണ്? ഈശ്വരന്റെ മുന്നിൽ നിങ്ങളിതിനു സമാധാനം പറയേണ്ടിവരാതിരിക്കുമോ?

എന്റെ കൈവിരലുകൾ പിടിച്ച് നിങ്ങളെന്റെ കണ്ണിൽത്തന്നെ കുത്തുകയായിരുന്നു. എന്റെ ശരീരം തന്നെയാണ് എന്റെ ആത്മാവിനെ മായ്ച്ചു

കളയുന്നത്. ഞാൻതന്നെയാണ് ഭർത്താവിനെ തൂക്കുമരത്തിന്റെ നിഴലിൽ പിടിച്ചുനിർത്തിയത്. ഇതിൽ കൂടുതൽ ഞാനെന്തുപറയാനാണ്?

എല്ലാം കഴിഞ്ഞ് വിജയശ്രീലാളിതനായി എന്നെ നോക്കിയ ത്യാഗ രാജൻ " 'വെരി ഗുഡ്', നിന്നെക്കൊണ്ടുള്ള പണിയൊക്കെ അവസാനിച്ചു, പോയി വാ... പോകുന്ന വഴിക്ക് നിന്റെ കെട്ടിയവനോടും പറയണം മര്യാദയ്ക്ക് ഒപ്പിട്ടുകൊടുക്കാൻ! അവൻ ഇനിയും ഒപ്പിടുന്നില്ലെങ്കിൽ നിന്നെത്തന്നെ വീണ്ടും വിളിക്കേണ്ടി വരും.

അവന്റെ കൺമുന്നിൽ നിന്നെ ഉടുതുണിയില്ലാതെ നിർത്തി ചതച്ചരച്ച് തൊലിയുരിച്ചെടുക്കുന്നത് കാണേണ്ടെങ്കിൽ പറയുന്നതനുസരിച്ച് നടന്നുകൊള്ളാൻ അവനോടു പറഞ്ഞുകൊടുക്കണം. അതല്ല നിന്നെ അങ്ങനെ കാണാൻ അവൻ ഇഷ്ടപ്പെടുന്നുണ്ടെങ്കിൽ "പറ്റില്ല" എന്നു പറഞ്ഞ് ഒഴിഞ്ഞുകളയാൻ പറയണം. അതിന്റെ കൂടെ 'ആത്മഹത്യ ചെയ്തു' എന്ന വാർത്തയും അതിരാവിലെ കേൾക്കാം. ഇതിലേതാണു വേണ്ടതെന്നു അവനോടു ചോദിച്ചറിഞ്ഞിട്ടു പൊയ്ക്കൊള്ളുക."

എന്ന് സന്മനസ്സുള്ള ഓഫീസറെപ്പോലെ പറഞ്ഞു.

ആ മുറിവിട്ട് പുറത്തിറങ്ങുമ്പോൾ അയാൾ വീണ്ടും ഓർമ്മിപ്പിച്ചു, "നിന്നെക്കൊണ്ടുള്ള ആവശ്യമെല്ലാം ഞങ്ങൾ നേടിക്കഴിഞ്ഞു. നീ പൊയ്ക്കോ. " ഇതോടെ എന്റെ ജീവിതം പാഴായിപ്പോയ കാര്യം അയാൾ അറിയാത്തതാണോ? തൊട്ടടുത്തുള്ള മുരുകന്റെ മുറിയിലേക്ക് എന്നെ കൊണ്ടുപോയി. അദ്ദേഹം എന്തൊക്കെയോ ആലോചിച്ച് ഉറങ്ങാതെ സങ്കടപ്പെട്ടിരിക്കുകയായിരുന്നു. "ഇതു കേൾക്കൂ... നിങ്ങളിനി കടും പിടുത്തം പിടിക്കേണ്ട. ഒന്നും മിണ്ടാതെ ഒപ്പിട്ടുകൊടുത്തു..... നിങ്ങൾക്കെന്തെങ്കിലും വന്നാൽ ഞാൻ ചത്തുകളയും!"

അവിടെ നടന്ന കാര്യങ്ങൾ പിന്നീടു പറയാം. "ആ ഉദ്യോഗസ്ഥൻ എന്തും ചെയ്യാൻ മടിക്കാത്ത ആളാണെന്ന് എല്ലാവർക്കും അറിയാവുന്ന കാര്യമാണ്. വേണ്ടാ.... പ്രശ്നങ്ങളൊന്നും ഉണ്ടാക്കരുത്. ഈ ജീവിതം അതിന്റെ പാട്ടിനു പൊയ്ക്കൊള്ളട്ടെ." ഇങ്ങനെ കാലുപിടിച്ചു പറഞ്ഞിട്ട് ഞാനവിടെനിന്നും പോയി. അദ്ദേഹം ആകെ തകർന്നവനെപ്പോലെ നോക്കിനിന്നു. അതിനുശേഷം അദ്ദേഹത്തിന്റെ കുറ്റസമ്മതമൊഴി രേഖപ്പെടുത്തിയതിനെപ്പറ്റി പിന്നീടു പറയാം.

തുടർന്ന് അടുത്തതായി നടന്ന കാര്യങ്ങളായിരുന്നു നീതിതേടിയുള്ള അഗ്നിപരീക്ഷകൾ!

ഒരാളിന്റെ കുറ്റസമ്മതമൊഴി വാങ്ങണമെങ്കിൽ ആദ്യം അയാളെ പൊലീസ് കസ്റ്റഡിയിൽ നിന്നും വിടുവിക്കണം. അയാളെ ഭീഷണിപ്പെടുത്തുകയോ മർദ്ദിക്കുകയോ ചെയ്യാൻ പാടില്ല. ഇങ്ങനെയൊന്നും നടന്നിട്ടില്ലെന്ന് ന്യായാധിപൻ ആദ്യദിവസം തന്നെ ഉറപ്പാക്കണം. അതിനുശേഷം കേസ് അന്വേഷണ ഉദ്യോഗസ്ഥൻ അയാളെ കാണാൻ പാടില്ല.

അടുത്തദിവസം അയാൾക്ക് യാതൊരു സമ്മർദ്ദവുമില്ലെന്ന് ഉറപ്പുവരുത്തിയശേഷം വേണം മൊഴി രേഖപ്പെടുത്തേണ്ടത്.

എന്നാൽ ടാഡ ചട്ടങ്ങളിൽ ഈ വ്യവസ്ഥയില്ല. ഏതു പൊലീസുദ്യോഗസ്ഥനാണോ കേസന്വേഷിക്കുന്നതും പ്രതികളെ പീഡനങ്ങൾക്കു വിധേയമാക്കുന്നതും അയാൾക്കുതന്നെ ഒരു ന്യായാധിപനെപ്പോലെ സത്യവാങ്മൂലം എഴുതിവാങ്ങാനുള്ള അധികാരമുണ്ട്. എന്തന്യായമാണ് അതെന്നു നോക്കണേ?

അതും പോകട്ടെ, നിയമത്തിൽ പറഞ്ഞിരിക്കുന്നത്, സത്യവാങ്മൂലം വാങ്ങിക്കഴിഞ്ഞാൽ അതോടൊപ്പം പ്രതിയേയും കോടതിയിൽ ഹാജരാക്കണമെന്നാണ്.

എന്നാൽ ഞങ്ങളുടെ കാര്യത്തിൽ അങ്ങനെയൊന്നുമല്ല നടന്നത്. രാത്രി മുഴുവൻ ഞങ്ങളുടെ മൊഴി രേഖപ്പെടുത്തിയശേഷം രാവിലെയാണ് മറ്റു മാമൂൽ ചടങ്ങുകളെല്ലാം നടത്തിയത്. അതും കഴിഞ്ഞ് രണ്ടു ദിവസങ്ങൾക്കുശേഷമാണ് സെയ്ദാപേട്ട സബ്ബ്-ജയിലിൽ കൊണ്ടുവന്നത്. അവിടെയുള്ള ഇടുങ്ങിയ സെല്ലുകളിലായി പത്തുമുപ്പതുപേരെ അട്ടിയടുക്കി അടച്ചു വച്ചിരുന്നു. ഇവരെല്ലാം ഈ കേസിലെ സാക്ഷിപ്പട്ടികയിൽ ഉൾപ്പെട്ടവരായിരുന്നു. ഈ സാക്ഷികളെ കാണുമ്പോൾത്തന്നെ മനസ്സിൽ ഭയം ഇരട്ടിക്കും.

ഇതിനിടെ ഞങ്ങൾക്കായി മറ്റൊരു 'ഷോക്ക്' കാത്തിരിക്കുന്നുണ്ടായിരുന്നു. ഈ ജയിലിലാണ് ഞങ്ങളെ തുടർന്നു താമസിപ്പിക്കാൻ പോകുന്നതെന്ന കാര്യം ഞങ്ങൾക്ക് അപ്പോൾ അറിവുണ്ടായിരുന്നില്ല. ഞങ്ങളെ കോടതിയിൽ ഹാജരാക്കാൻ പോകുന്ന കാര്യവും അറിയാമായിരുന്നില്ല. ഇതിനുശേഷം ഞങ്ങൾ പൊലീസിന്റെ കസ്റ്റഡിയിലാണോ, ജുഡീഷ്യൽ കസ്റ്റഡിയിലാണോ എന്നുള്ള വിവരവും ഞങ്ങൾക്ക് അജ്ഞാതമായിരുന്നു.

ദിക്കറിയാത്ത പറവകളെപ്പോലെ ഞങ്ങൾ ഗതിയറ്റു നിന്നു. മറുവശത്തുള്ള സെല്ലുകളിൽ ഈ കേസുമായി ബന്ധപ്പെട്ട് അറസ്റ്റു ചെയ്യപ്പെട്ട മറ്റു പ്രതികൾ ഇരുമ്പഴികളിൽ പിടിച്ചുകൊണ്ടു ഞങ്ങളെത്തന്നെ ഉറ്റുനോക്കി നിന്നിരുന്നു.

ഞങ്ങളുടെ ഗതിയും ഇതുതന്നെയായിരിക്കുമോ എന്നു ചിന്തിച്ചുകൊണ്ടു പൊലീസ് വാഹനത്തിനുള്ളിൽ ഞങ്ങളിരുന്നു. പെട്ടെന്ന് അവിടമാകെ എന്തോ പരിഭ്രമം ബാധിച്ചതുപോലെ ഒരു വെപ്രാളം ഞങ്ങൾക്കു കാണാൻ കഴിഞ്ഞു. ജയിലിലെ സെല്ലുപോലെ തോന്നിക്കുന്ന ഒരു ചെറിയമുറിയിൽ അല്പം നീളത്തിലുള്ള ഒരു ബഞ്ചും ഒരു മേശയുമിട്ടിരുന്നു.

ടാഡ നിയമത്തിൽ എന്താണു പറഞ്ഞിരിക്കുന്നതെന്ന് അറിയാമോ? കേസിന്റെ സവിശേഷതകൾ കണക്കിലെടുത്ത് ന്യായാധിപൻ എവിടെയുണ്ടോ, അവിടം കോടതിയായി കണക്കാക്കിക്കൊണ്ടു കേസു നടത്താം

എന്നാണ്. അതായത് ന്യായാധിപൻ എവിടെ കാലുകുത്തുന്നുവോ അവിടം കോടതിമുറിയായി മാറും. അതനുസരിച്ചാണ് സെയ്ദാപ്പേട്ട സബ്-ജയിലിലെ ഒരു കുടുസ്സുമുറി കോടതിയായി രൂപാന്തരം പ്രാപിച്ചത്.

ഞങ്ങളിവിടെയെത്തുമ്പോൾ ഇക്കാര്യം അറിയില്ലായിരുന്നു. അതൊരു കോടതി മുറിയാണെന്നും അവിടെയിരിക്കുന്ന ആളാണ് ന്യായാധിപനെന്നും നിശ്ചയമില്ലായിരുന്നു. നടപടികളെല്ലാം പൂർത്തിയായ ശേഷമാണ് അതൊരു കോടതിയായിരുന്നുവെന്ന് ഞങ്ങൾ അറിയുന്നത്.

ഇവിടെ മറ്റൊരു കാര്യം കൂടി എടുത്തു പറയേണ്ടതുണ്ട് സി.ബി.ഐക്കാർ അവരവരുടെ സൗകര്യത്തിനുവേണ്ടി എങ്ങനെ പൂനമല്ലി സ്പെഷ്യൽ ജയിൽ ആവശ്യപ്പെട്ട് ഉപയോഗിച്ചോ, അതേപോലെ ഈ സെയ്ദാപ്പേട്ട് സബ്-ജയിലും ഗവൺമെന്റിന്റെ അനുമതിയോടെ സി.ബി.ഐയുടെ നിയന്ത്രണത്തിൽ വാങ്ങിക്കഴിഞ്ഞിരുന്നു. ഇവിടെയാണ് ഈ കേസിൽ പ്രതിചേർക്കപ്പെട്ട ചില ശ്രീലങ്കക്കാർ എട്ടുവർഷക്കാലം കുഞ്ഞുക്കുട്ടിപരാധീനങ്ങളോടൊപ്പം അടച്ചുവയ്ക്കപ്പെട്ടിരുന്നത്. ഇതിൽ പലരും സർക്കാർ സാക്ഷികളായിരുന്നു. ഇവരാണ് ഐഡന്റിഫിക്കേഷൻ പരേഡിൽ ഞങ്ങളെ തിരിച്ചറിയേണ്ടത്. കേസുവിസ്താരം നടക്കുമ്പോൾ സാക്ഷികൾക്കു ഞങ്ങളെ പെട്ടെന്നു തിരിച്ചറിയാൻ കൂടിയായിരുന്നു ഈ നാടകം ഇവിടെ അരങ്ങേറിയത്. ഒരു കല്ലുകൊണ്ട് രണ്ടു മാങ്ങാ വീഴ്ത്തുന്ന തന്ത്രം! അതായത് ഞങ്ങളെ ടാഡ കോടതി ഹാജരാക്കുകയും, അതോടൊപ്പം സർക്കാർ സാക്ഷികൾക്കു ഞങ്ങളെ പരിചയപ്പെടുത്തികൊടുക്കുകയും വേണം. എന്നാലല്ലേ പിൽക്കാലത്ത് സാക്ഷിപറയാൻ എളുപ്പമായിരിക്കുക. ഇവിടെ വച്ചും ഞങ്ങളെ കഠിനമായി ഭീഷണിപ്പെടുത്തി.

“ സൂക്ഷിച്ചോ, എന്തെങ്കിലും വേണ്ടാത്തതു വിളിച്ചുപറഞ്ഞാൽ നിങ്ങളുടെ കഥ ഇതോടെ അവസാനിക്കും. ഇവിടെ നിന്ന് ഞങ്ങളുടെ കസ്റ്റഡിയിലേക്കുതന്നെയാണ് നിങ്ങൾ വരാൻ പോകുന്നത്. മാത്രമല്ല നിങ്ങൾ ഒപ്പിട്ട സത്യവാങ്മൂലവും ഞങ്ങളുടെ കൈവശമുണ്ട്. ഇനി നിങ്ങൾ ജീവിച്ചിരിക്കണമെന്ന് ഞങ്ങൾക്കൊരു നിർബന്ധവുമില്ല. ആവശ്യമില്ലാതെ രണ്ട് ‘ആത്മഹത്യകൾ’ ഉണ്ടാകാതെ കരുതലോടെ നടന്നുകൊള്ളണം.” ഇവർ ഞങ്ങളെ ഭീഷണിപ്പെടുത്തിക്കൊണ്ടിരുന്നു. ഈ പറയുന്നതിന്റെ അർത്ഥം ഞങ്ങൾക്കു പിടികിട്ടിയിരുന്നില്ല. ആകപ്പാടെ ഒരു ആശയക്കുഴപ്പം.

മാത്രമല്ല കൂടെക്കൂടെ, “എടാ മുരുകാ... നീ ആത്മഹത്യ ചെയ്യാൻ പോവുകയാണെന്ന് കേൾക്കുന്നുണ്ടല്ലോ, ശരിയാണോ?” എന്ന് ഉച്ചത്തിൽ മറ്റുള്ളവർ കേൾക്കാൻവേണ്ടി പറഞ്ഞുകൊണ്ടുമിരുന്നു. അതായത് മറ്റുള്ളവർകൂടി ഇക്കാര്യം കേട്ടുകൊള്ളട്ടെയെന്നു ചുരുക്കം.

വാഹനത്തിൽ നിന്നിറക്കി ന്യായാധിപന്റെ മുന്നിലേക്കു കൊണ്ടുപോകുമ്പോഴും ഞങ്ങളുടെ ഇടുപ്പിന് ഓരോ കുത്തുകുത്തി ഇക്കാര്യം

ഓർമ്മിപ്പിച്ചുകൊണ്ടേയിരുന്നു. കോടതിമുറിയിൽ നില്ക്കുമ്പോഴും ഇത് ആവർത്തിച്ചുകൊണ്ടിരുന്നു. ഇതൊക്കെയാണെങ്കിലും ഞങ്ങളെ മൂന്നാംമുറ പ്രയോഗിച്ച് സത്യവാങ്മൂലത്തിൽ നിർബന്ധിച്ച് ഒപ്പു വയ്പ്പിക്കുകയായിരുന്നു എന്നു ന്യായാധിപനോടു പറയാൻ കഴിയുമെന്ന് ഞങ്ങൾ ആശിച്ചിരുന്നു. എന്നാൽ അവിടെ നടന്ന സംഭവങ്ങൾ ഞങ്ങളുടെ ആശകളെ തല്ലിത്തകർക്കുകയാണുണ്ടായത്. അവിടെ കറുപ്പുകോട്ടു ധരിച്ച് വക്കീലിനെപ്പോലെ തോന്നിക്കുന്ന ഒരാളും അയാളുടെ വലതു വശത്ത് സി.ബി.ഐ.യുടെ വക്കീൽ ജേക്കബ് .... ഡാനിയലും ഇടതു വശത്ത് സ്പെഷ്യൽ ഇൻവെസ്റ്റിഗേഷൻ ടീം തലവൻ രഘോത്തമനും അടുത്ത സുഹൃത്തുക്കളെപ്പോലെ ഇരുന്നിരുന്നു. ആ ചെറിയ മുറിയിലിട്ടിരുന്ന നീളൻ ബഞ്ചിലാണ് അവർ ഇരുന്നിരുന്നത്. കണ്ടിട്ട് അയാളാണ് ന്യായാധിപൻ എന്നെനിക്കു തോന്നിയതേയില്ല. അദ്ദേഹവും സി.ബി.ഐ വക്കീലായിരിക്കുമെന്നാണ് ഞാനാദ്യം കരുതിയത്. അത് അബദ്ധമായിപ്പോയി. അദ്ദേഹത്തിന്റെ മുമ്പിൽ ഞങ്ങളെ ഹാജരാക്കി. അദ്ദേഹം തല അല്പമൊന്നുയർത്തി ഞങ്ങളെ നോക്കി. അത്രതന്നെ! "നിങ്ങളെ ജുഡീഷ്യൽ കസ്റ്റഡിയിൽ വിടാൻ ഉത്തരവിടുന്നു', എന്നു പറഞ്ഞതുപോലും ശരിയായി കേൾക്കാൻ കഴിഞ്ഞില്ല. അതിനിടയിൽ ഞങ്ങളെ പിടിച്ചു വലിച്ച് പുറത്തേക്കുകൊണ്ടുപോയി. മൊത്തത്തിൽ ഒരു നിമിഷം പോലും വേണ്ടിവന്നില്ല. അദ്ദേഹമാണ് ടാഡ കോടതി ജഡ്ജിയെന്നു തിരിച്ചറിയാൻ പോലുമുള്ള സമയം ലഭിച്ചില്ല. മുൻകൂട്ടി തയ്യാറാക്കിയിരുന്ന ഒരു പദ്ധതിയനുസരിച്ചാണു ഇതെല്ലാം നടന്നത്.

ഈ സാഹചര്യങ്ങളെ നന്നായി മനസ്സിലാക്കിയിരിക്കേണ്ടതാണ്. ഇത്ര നാളും ഞങ്ങളെ തേജോവധം ചെയ്ത് ഞങ്ങളുടെ സത്യവാങ്മൂലം വാങ്ങിയവരെ അടുത്തിരുത്തിക്കൊണ്ട് ഞങ്ങളോട് എന്തു വിവരങ്ങളാണ് ചോദിച്ചറിയാൻ കഴിയുന്നത്?

ഒരു യജമാനൻ കലിതുള്ളിനില്ക്കുന്ന പൂച്ചയുടെ മുന്നിലേക്ക് എലിയെ വിട്ടിട്ടു പോകുന്നു. ആ പൂച്ച എലിയെ പെടാപ്പാടുപെടുത്തി രസിക്കുന്നു.

അല്പനേരം കഴിഞ്ഞുവന്ന യജമാനൻ എലിയേയും പൂച്ചയേയും ഒന്നിച്ചിരുത്തി എലിയോടു, "പൂച്ച നിന്നെ ഉപദ്രവിച്ചോ?" എന്നു ചോദിച്ചാൽ എലി വായ്തുറക്കുമോ? മാത്രമല്ല, വീണ്ടും ഈ പൂച്ചയോടൊപ്പം കുറെനാൾക്കൂടി കഴിയേണ്ടി വരികയും ചെയ്യും. ഈ നിലയിൽ പൂച്ചയ്ക്കെതിരേ എന്തെങ്കിലും പറയാൻ എലിക്കു കഴിയുമോ?

കൊച്ചുകുട്ടികൾക്കുപോലും ഇതിലടങ്ങിയിരിക്കുന്ന ന്യായം മനസ്സിലാകും. എന്നാൽ ഇതൊന്നും തിരിച്ചറിയാൻ കഴിയാത്ത തരത്തിലുള്ളതായിരുന്നു ടാഡ ചട്ടങ്ങൾ.

നിങ്ങളെ പൊലീസുകാർ ദേഹോപദ്രവം ചെയ്തോ, മൂന്നാം മുറ പ്രയോഗിച്ചോ? ശരീരത്തിൽ എന്തെങ്കിലും മുറിവുകളുണ്ടോ? ഇങ്ങനെയുള്ള

ചോദ്യങ്ങൾ ടാഡ ജഡ്ജിക്കു ചോദിക്കാൻ കഴിയുമോ? അഥവാ ചോദിച്ചാലും ഈ ചുറ്റുപാടിൽ സത്യസന്ധമായ ഒരു മറുപടി പറയാൻ ഞങ്ങൾക്കു കഴിയുമോ? ചിന്തിച്ചു നോക്കൂ...? എന്നാൽ അവിടെ ഇത്തരം നടപടിക്രമങ്ങൾ ഒന്നുംതന്നെയുണ്ടായില്ല. അതിനുള്ള ചെറിയ അവസരം പോലും നൽകാതെ തന്ത്രപൂർവ്വം കാര്യങ്ങൾ നടത്തിയെടുക്കുകയായിരുന്നു.

ഞങ്ങൾക്കു നീതിയെവിടെ? എങ്ങനെയൊക്കെയാണ് ഞങ്ങൾക്കു നീതി നിഷേധിക്കപ്പെട്ടതെന്ന് ചിന്തിച്ചു നോക്കണം.

ജഡ്ജിയുടെ മുന്നിൽ ഞങ്ങളെ ഹാജരാക്കി എന്ന പ്രഹസനം കേവലം ഒരു മിനിറ്റിൽ അവസാനിച്ചു. ടാഡ ജഡ്ജി ഞങ്ങളോടു ഒരു ചോദ്യംപോലും ചോദിച്ചില്ല. ഞങ്ങൾ ഒന്നും പറഞ്ഞതുമില്ല. പെട്ടെന്നു ഞങ്ങളെ പുറത്തേക്കു കൊണ്ടുപോയി.

ഇപ്പോൾ ഞങ്ങളുടെ മുന്നിൽ പുതിയ പ്രശ്നങ്ങളാണ് ഉയർന്നുവരുന്നത്. ഞങ്ങളെ പൂനമല്ലി ജയിലിൽ പാർപ്പിക്കുമോ, അതോ സെയ്ദാപ്പേട്ടയിലെ ഈ സബ് ജയിലിൽ പാർപ്പിക്കുമോ എന്ന സംശയം ബാക്കിയായി. ഒന്നും മനസ്സിലാകാതെ പരുങ്ങിനിന്നു. വൃത്താകൃതിയിലുള്ള ജയിലറകളുടെ കമ്പിയഴികളിൽ പിടിച്ച് തടവുകാർ ഭയത്തോടെ ഞങ്ങളെ നോക്കിക്കൊണ്ടുനിന്നു. അവരുടെ ഭീതിദമായ മുഖങ്ങൾ ഞങ്ങളെയും ഭയപ്പെടുത്തി.

ഞങ്ങളെ പിടിച്ചുകൊണ്ടുപോയി കോടിക്കര ഷൺമുഖത്തെപ്പോലെ കൊന്നു തള്ളിയിട്ട് ആത്മഹത്യ ചെയ്തതാണെന്നു പ്രചരിപ്പിക്കുമോ? അതുകൊണ്ടാണോ ഇവിടെയുള്ള അന്തേവാസികൾ ഞങ്ങളെ സഹതാപപൂർവ്വം നോക്കിക്കൊണ്ടു നിന്നത്?

ഇങ്ങനെ പരിഭ്രമിച്ചു നിന്ന ഞങ്ങളെ പെട്ടെന്നു രണ്ടിടങ്ങളിലേക്കു മാറ്റി. രണ്ടു വാഹനങ്ങളിൽ കയറ്റി. “അദ്ദേഹത്തെ വിട്ട് ഞാൻ വരില്ല, എന്നെ എങ്ങോട്ടാണ് കൊണ്ടുപോകുന്നത്”, എന്നിങ്ങനെ ഞാൻ നിലവിളിച്ചുകൊണ്ടിരുന്നു. ഒരു ഫലവുമുണ്ടായിരുന്നില്ല. എന്നെ കയറ്റിയ വാഹനം പുറത്തേക്കുവന്ന് എങ്ങോട്ടോ ഓടിച്ചുപോയി. ആ യാത്ര ഏതാണ്ട് ഒരു മണിക്കൂർ നീണ്ടുനിന്നു. വഴിനീളെ ഞാനെന്റെ ഭർത്താവ് എവിടെ എന്നു ചോദിച്ചു വിങ്ങിക്കരഞ്ഞുകൊണ്ടിരുന്നു. അദ്ദേഹത്തെ തനിയെ കൊണ്ടുപോയിരിക്കുകയാണ്. എന്തെങ്കിലും ചെയ്തുകളയുമോ എന്നു ഞാൻ ഭയപ്പെട്ടു. അവരാരും മറുപടിയും പറഞ്ഞില്ല. ഇങ്ങനെ എന്നെ പരമാവധി തേജോവധം ചെയ്യുന്നതുപോലെ പെരുമാറി. ചെങ്കൽപ്പട്ട് ജയിലിൽ കൊണ്ടെത്തിച്ചു. നടപടി ക്രമങ്ങളെല്ലാം പൂർത്തിയാക്കിയശേഷം എന്റെ തൂക്കം പരിശോധിച്ചു. വെറും മുപ്പത്തിയഞ്ച് കിലോഗ്രാം മാത്രം! സി.ബി.ഐ. അറസ്റ്റ് ചെയ്യുമ്പോൾ എന്റെ തൂക്കം അമ്പത്തിയഞ്ച് കിലോ ആയിരുന്നു. അറുപതു ദിവസത്തെ കൊടിയ മർദ്ദനങ്ങളുടെ ഫലമായി എന്റെ ഇരുപതു കിലോ തൂക്കം കുറയ്ക്കാൻ

അവർക്കു കഴിഞ്ഞു. ഇപ്പോൾ എന്റെ ഗർഭം നാലുമാസം പിന്നിട്ടു കഴിഞ്ഞു. ഈ സാഹചര്യത്തിൽ എത്ര ആപത്ഘട്ടങ്ങളെയാണ് ഞാൻ തരണം ചെയ്തതെന്ന് നിങ്ങൾ ഊഹിച്ചുകൊള്ളുക.

എനിക്ക് ഒന്നും മനസ്സിലാകുന്നില്ല. പൊലീസ് കസ്റ്റഡി അവസാനിച്ചു കാണുമോ? ഇനി ജുഡീഷ്യൽ കസ്റ്റഡിയിയിലായിരിക്കുമോ? അതോ വീണ്ടും പൊലീസ് കൊണ്ടുപോകുമോ? ഇത് മുൻകൂട്ടി അറിഞ്ഞിരുന്നെങ്കിൽ ടാഡ ജഡ്ജിയോട് സത്യങ്ങളെല്ലാം തുറന്നു പറയാമായിരുന്നല്ലോ എന്നു വിചാരിച്ചാലും എന്റെ ഭർത്താവിന്റെ ഗതി എന്താകുമെന്നറിയാതെ ഞാൻ സങ്കടപ്പെട്ടു.

ചെങ്കൽപ്പെട്ടു ജയിലിനുള്ളിൽ എൽ(L) ആകൃതിയിലാണ് സെല്ലുകൾ ക്രമീകരിച്ചിരുന്നത്. ഒരു ഭാഗത്തു നടക്കുന്ന കാര്യങ്ങളെല്ലാം മറുഭാഗത്തുള്ളവർക്ക് നന്നായി കാണാൻ കഴിയും. അങ്ങനെ ഞാൻ നോക്കി നിൽക്കേ, എതിർഭാഗത്ത് പുരുഷന്മാരുടെ വാർഡിലേക്ക് മുരുകനെ കൊണ്ടുപോകുന്നതു കണ്ടു. ആ കാഴ്ച എനിക്ക് അവിശ്വസനീയമായി തോന്നി. എപ്പോഴാണ് അദ്ദേഹത്തെ ഇവിടെ കൊണ്ടുവന്നത്? എന്നേക്കാൾ മുൻപേ ഇവിടെ കൊണ്ടുവന്നോ എന്ന സന്തോഷം ഈ സങ്കടക്കടലിനു നടുവിലും എന്നെ ആശ്വസിപ്പിച്ചു.

ഇതിനുശേഷം എനിക്കല്പം മനസ്സമാധാനം ലഭിച്ചു എന്നു പറയാം. എന്നാൽ അകത്തേക്കുവന്നു സി.ബി.ഐ. ഓഫീസർ, ഒരാഴ്ചക്കകം നിങ്ങളെ വീണ്ടും സി.ബി.ഐ. കസ്റ്റഡിയിൽ കൊണ്ടുപോകുമെന്ന് ഭീഷണിപ്പെടുത്തിയിട്ടു പോയി. അങ്ങനെ ഓരോ ദിവസവും സി.ബി.ഐ. എപ്പോൾ വരുമെന്ന ഭീതിയിലാണ് കഴിഞ്ഞുകൂടിയിരുന്നത്. ഇനി വൈകിക്കാൻ പാടില്ല. എന്തും സംഭവിക്കാനുള്ള സാധ്യതയുണ്ട്. ഇത് നല്ലൊരവസരമാണ്. ജയിലിലായിരിക്കുമ്പോൾത്തന്നെ അക്കാര്യം ചെയ്തുതീർക്കുന്നതാണ് നല്ലതെന്ന് ഞാനും ഭർത്താവും ചേർന്ന് തീരുമാനമെടുത്തു.

അതനുസരിച്ച് സി.ബി.ഐ. കസ്റ്റഡിയിലിരുന്ന അറുപതു ദിവസങ്ങളിൽ നടന്ന പീഡനങ്ങളെല്ലാം വിവരിച്ച്, എത്രമാത്രം ഭീഷണിപ്പെടുത്തിയാണ് കുറ്റസമ്മതമൊഴി എഴുതിവാങ്ങിയത് എന്ന വിവരങ്ങളെല്ലാം കാണിച്ച്, ഒന്നും വിട്ടുപോകാതെ എഴുതി, നടപടിക്രമങ്ങളെല്ലാം പൂർത്തിയാക്കി പരാതിയായി കോടതിയിൽ സമർപ്പിച്ചു.

എന്നാൽ ജയിലധികൃതർ അത് യഥാസമയം എത്തേണ്ടയിടത്ത് എത്തിച്ചോ?

പതിനാറ്

ധർമ്മയുദ്ധങ്ങൾ

ഞങ്ങൾ കോടതിയിലേക്കയച്ച പരാതി അത്ര എളുപ്പത്തിൽ എത്തേണ്ടിടത്ത് എത്തിയില്ല. ജയിലിനുള്ളിൽ ആ പരാതിയും കുറെനാൾ 'തടവിൽ'ക്കിടന്നു. അതിനുവേണ്ടി ഞങ്ങൾ ഒരു സമരപ്രഖ്യാപനം നടത്തിയ ശേഷമാണ് അതു കോടതിയിലേക്കയച്ചത്. പരാതിയയച്ച വിവരം ചില മാസങ്ങൾക്കു ശേഷമാണ് സി.ബി.ഐ അറിയുന്നത്. അവർ ഞങ്ങളോടു കടുത്ത വെറുപ്പും വിദ്വേഷവും പ്രകടിപ്പിക്കാൻ തുടങ്ങി. "ഞങ്ങളാരാണെന്ന്- അറിയാമോ? ഞങ്ങൾക്കെതിരെ പരാതികൊടുക്കാനുള്ള ധൈര്യം നിങ്ങൾക്കുണ്ടോ?" എന്നു പറഞ്ഞ് ഉറഞ്ഞുതുള്ളാൻ തുടങ്ങി.

സി.ബി.ഐയുടെ ആ ഉറഞ്ഞുതുള്ളലിന്റെ പ്രതിധ്വനികൾ ജയിലിനുള്ളിലും മുഴങ്ങാൻ തുടങ്ങി. അപ്പോൾ അവർ പരമശിവന്റെ കഴുത്തിൽ ചുറ്റിക്കിടക്കുന്ന പാമ്പായി മാറിയിരുന്നു. അല്ലല്ല, തെറ്റിപ്പോയി, പാമ്പല്ല പരമശിവനായിത്തന്നെ അവർ മാറിക്കഴിഞ്ഞിരുന്നു. ആ അധികാരഗർവ്വം ജയിലിനുള്ളിലും വ്യാപിച്ചുകഴിഞ്ഞു. ഞാനും ഭർത്താവും ഒരു കാരണവശാലും തമ്മിൽക്കാണാതിരിക്കാൻ അവർ പരമാവധി ശ്രമിച്ചുകൊണ്ടിരുന്നു. ഞാൻ ഗർഭിണിയായിരുന്നതുകൊണ്ടും ആരോഗ്യസ്ഥിതി വഷളായിരുന്നതുകൊണ്ടും എന്നെ കാണാൻ അനുവദിക്കണമെന്ന് മുരുകൻ അധികാരികൾക്കു കത്തു നൽകുകയും വാദിച്ചു നോക്കുകയും ചെയ്തു. അതൊന്നും ജയിലധികൃതർ ചെവിക്കൊണ്ടില്ല. അവർ മനസ്സുതുറന്നതുമില്ല. ആഴ്ചയിലൊരിക്കൽ ഈ അവകാശവാദം അദ്ദേഹം ഉന്നയിച്ചുകൊണ്ടിരുന്നു.

"തട്ടിയാൽ തുറക്കാത്ത വാതിൽ തല്ലിപ്പൊളിക്കണം" എന്നൊരു ന്യായമുണ്ടല്ലോ? അതിനാൽ വേറെ പോംവഴിയില്ലാത്ത ഒരു നിരാഹാര സമരത്തിനു തയ്യാറെടുത്തു. ഞാൻ ഗർഭിണിയും ബലഹീനയുമായതുകൊണ്ട് മുരുകൻതന്നെ നിരാഹാരസമരം ആരംഭിക്കാൻ തീരുമാനിച്ചു. ജയിൽജീവിതത്തിനിടയിൽ അദ്ദേഹം നടത്തിയ ധർമ്മസമരം എനിക്കുവേണ്ടിയായിരുന്നു. എന്നെ കാണണമെന്ന ആഗ്രഹത്തിന്റെ പേരിൽ മാത്രമുള്ളതായിരുന്നു.

മൂന്നു ദിവസത്തെ നിരാഹാരസമരത്തിനൊടുവിൽ അധികാരികൾ ഒരൊത്തുതീർപ്പിനു തയ്യാറായി. ആവശ്യം അംഗീകരിക്കാൻ പറ്റില്ലെന്ന് അവർ വാശിപിടിച്ചു. അവസാനം ഗത്യന്തരമില്ലാതെ ദിവസവും പതിനഞ്ച് മിനിറ്റുനേരം തമ്മിൽക്കാണാനും സംസാരിക്കാനും അനുവാദം ലഭിച്ചു.

കർശനമായ ചില നിബന്ധനകൾ വച്ചാണ് സന്ദർശനാനുമതി നൽകിയത്. അതായത്, അസിസ്റ്റന്റ് ജയിലറുടെ മുറിക്കുള്ളിൽ, അദ്ദേഹത്തിന്റെ സാന്നിദ്ധ്യത്തിൽ, നിലത്തിരുന്നു സംസാരിച്ചുകൊള്ളണം എന്നുള്ളതായിരുന്നു പ്രധാന നിബന്ധന. അക്കാലത്ത് ഗോവിന്ദരാജ് എന്ന ഒരാളായിരുന്നു അസിസ്റ്റന്റ് ജയിലർ. അദ്ദേഹത്തിന്റെ മുന്നിൽ വച്ചാണ് ഞങ്ങളെ സംസാരിക്കാൻ അനുവദിച്ചിരുന്നത്. പരസ്പരം സ്പർശിക്കാൻ ഒരു കാരണവശാലും പാടില്ല. കയ്യെത്താത്ത അകലത്തിൽ ഇരിക്കണം. ഇങ്ങനെ ഉത്തരവു പുറപ്പെടുവിക്കുക മാത്രമല്ല അതു നിർബന്ധപൂർവ്വം നടപ്പാക്കുകയും ചെയ്തു.

ഞങ്ങൾക്കു കണ്ട് സംസാരിക്കാൻ അവസരം കിട്ടിയതുതന്നെ സന്തോഷകരമായിരുന്നു. അതുകൊണ്ട് ജയിലറുടെ നിബന്ധനകൾ ഞങ്ങൾ അണുവിടപോലും തെറ്റിക്കാതിരിക്കാൻ പ്രത്യേകം ശ്രദ്ധിച്ചിരുന്നു. ഈ സമയത്തു ഞങ്ങളുടെ ചലനങ്ങളും ഞങ്ങൾ തമ്മിലുള്ള സംഭാഷണങ്ങളുമെല്ലാം അപ്പോഴപ്പോൾ സി.ബി.ഐ ആഫീസിൽ അറിയിച്ചുകൊണ്ടിരുന്നു. ഭാര്യാഭർത്താക്കന്മാരായിരുന്നിട്ടും രഹസ്യമായ ഒരു വാക്കുപോലും സംസാരിക്കാൻ ഞങ്ങളെ അനുവദിച്ചിരുന്നില്ല. ഞങ്ങൾ പുറത്തേക്കയയ്ക്കുന്ന ഓരോ കത്തിന്റെയും കോപ്പി C.B.I. ആസ്ഥാനത്ത് എത്തിക്കൊണ്ടിരുന്നു. ചിലപ്പോൾ ഞങ്ങളുടെ കത്തുകൾ ബന്ധപ്പെട്ടവർക്ക് അയച്ചുകൊടുക്കാതെ തടഞ്ഞുവയ്ക്കുകപോലും ചെയ്യുമായിരുന്നു. ഇപ്രകാരം ചില സഹായങ്ങളഭ്യർത്ഥിച്ചുകൊണ്ട് പുറമെയുള്ള ചിലർക്ക് അയച്ച കത്തുകൾപോലും അവർ മുക്കിക്കളഞ്ഞു. ഞങ്ങൾക്കെതിരെ സി.ബി.ഐ. കുറ്റപത്രം സമർപ്പിക്കുന്നതുവരെ ഇതുതന്നെയായിരുന്നു സ്ഥിതി. ഞങ്ങൾ എഴുതുന്ന കത്തുകൾ ജയിലധികാരികൾ യഥാസമയം പോസ്റ്റു ചെയ്യുന്നില്ലെന്നു പലപ്രാവശ്യം ഞങ്ങൾ കോടതിയിൽ പരാതി ബോധിപ്പിച്ചിരുന്നു. ആ പരാതികളും അനവസരത്തിൽ അന്ത്യനിദ്ര കൊള്ളുകയാണുണ്ടായത്. പിന്നെ ഞങ്ങൾ ആരോടു പരാതി പറയാനാണ്?

ഇക്കാലത്ത് എന്റെ ആരോഗ്യസ്ഥിതി വഷളായിക്കൊണ്ടിരുന്നു. ശരീരവും മനസ്സും ഒന്നുപോലെ തളർന്നുപോയിരുന്നു. പണ്ടേ ദുർബല... പിന്നെ ഗർഭിണിയും!

ഇതൊക്കെയാണെങ്കിലും ദിവസവും തമ്മിൽക്കാണാനും സംസാരിക്കാനും അവസരം ലഭിച്ചതു മാനസികമായി ഞങ്ങളെ വളരെയധികം സന്തോഷിപ്പിച്ചിരുന്നു. എന്നാൽ വയറിന്റെ കാര്യം പരിതാപകരമായിരുന്നു. ജയിലിൽത്തരുന്ന ഒരു തവി ഉപ്പുമാവും ഒരു തവി ചോറും ഒരു

ഗർഭിണിക്കു മതിയാകുമായിരുന്നില്ല. വിശപ്പ് അതിക്രമിച്ചുകൊണ്ടിരുന്നു. കുഞ്ഞ് വളർച്ചമുറ്റിത്തുടങ്ങിയിരുന്നു. ശരീരം ശോഷിച്ചു എല്ലും തോലുമായി.

ഈ വിവരങ്ങളെല്ലാം ഭർത്താവിനെ ബോധ്യപ്പെടുത്തി, എങ്ങനെയെങ്കിലും ഒരു റൊട്ടിയോ ബണ്ണോ, എന്തെങ്കിലുമൊന്നു വാങ്ങിത്തരാൻ അദ്ദേഹത്തോടു കെഞ്ചി. അദ്ദേഹത്തിന്റെ കണ്ണുകൾ കലങ്ങിപ്പോയി. ഒരു പഴകിയ ഷർട്ടും പിഞ്ചിത്തുടങ്ങിയ ലുങ്കിയും മാത്രമായിരുന്നു അദ്ദേഹത്തിന് ആകെയുണ്ടായിരുന്നത്. ഒരു റൊട്ടിക്കഷണം പോലും വാങ്ങിതരാൻ കഴിവില്ലാത്ത ഭർത്താവായിപ്പോയല്ലോ എന്നു പറഞ്ഞ് അദ്ദേഹം വിലപിച്ചു. ഞാനും പട്ടിണികിടന്നു നരകിക്കേണ്ടിവരുന്നു എന്നോർത്ത് അദ്ദേഹം സങ്കടപ്പെട്ടു. ആരെങ്കിലും ഒരു പാക്കറ്റ് ബിസ്ക്കറ്റെങ്കിലും വാങ്ങിത്തന്നിരുന്നുന്നെങ്കിൽ!

അങ്ങനെ നിലത്തിരുന്നു വർത്തമാനം പറഞ്ഞശേഷം എഴുന്നേൽക്കാൻ അത്യധികം ക്ലേശിക്കേണ്ടിവന്നിരുന്നു. ശരീരം അത്രമാത്രം ക്ഷീണിച്ച് അവശയായിരുന്നു. അതിനാൽ ശരീരം ഇടയ്ക്കിടെ നടുങ്ങിവിറയ്ക്കും. ഇരുന്നാൽപ്പിന്നെ എഴുന്നേൽക്കാൻ കഴിയില്ലായിരുന്നു.

അതുകൊണ്ട് കൈകൾ നിലത്തൂന്നി, കാലുകൾ നീട്ടി നിരങ്ങിനിരങ്ങി അടുത്തുള്ള ജനൽവരെയെത്തും. അവിടെയിരുന്നുകൊണ്ട് ജനലഴികളിൽ എത്തിപ്പിടിച്ച്, ശ്വാസം അടക്കി സാവകാശം എഴുന്നേറ്റു നിന്ന് അല്പം വിശ്രമിച്ച ശേഷമേ സാവധാനം നടന്നുനീങ്ങാൻ കഴിയുമായിരുന്നുള്ളൂ. ആ ഉദ്യോഗസ്ഥൻ ഇതെല്ലാം നോക്കിക്കൊണ്ടിരിക്കും. ഇതു കണ്ടുകൊണ്ടിരിക്കുന്നത് അയാൾക്കൊരു കൗതുകകരമായ കാഴ്ചയായി തോന്നിയിട്ടുണ്ടാകണം! ഇതെല്ലാം ശ്രദ്ധിച്ചുകൊണ്ട് നിസ്സഹായനായ ഭർത്താവ് അടക്കിപ്പിടിച്ച ദുഃഖഭാരത്തോടെ അടുത്തുതന്നെ നിൽക്കും. പിടിച്ചെഴുന്നേൽപ്പിക്കാൻ ഒന്നു ശ്രമിക്കാൻ പറ്റുമോ? ഒന്നു തൊട്ടുപോയാൽ അത് ദേശദ്രോഹക്കുറ്റമായി വ്യാഖ്യാനിക്കപ്പെട്ടേക്കും. എനിക്കൊന്നും വരുത്തരുതേ എന്ന പ്രാർത്ഥന മാത്രമേ അദ്ദേഹത്തിനുണ്ടായിരുന്നുള്ളൂ.

നേരത്തേയുണ്ടായിരുന്ന ജയിലറിനുപകരം ആ സ്ഥാനത്തേക്ക് സുബ്രഹ്മണ്യ അയ്യർ എന്ന ഒരാൾ ചുമതലയേറ്റു. പതിവുപോലെ തടവുകാർക്കുള്ള പരാതികൾ കേൾക്കുന്ന ദിവസം വന്നെത്തി. ഞാൻ നിലത്തിരുന്നു ഭർത്താവിനോടു സംസാരിക്കുന്നതും അവസാനം എഴുന്നേൽക്കാൻ പാടുപെടുന്നതുമെല്ലാം അദ്ദേഹം ശ്രദ്ധിച്ചുകൊണ്ടിരുന്നു. പതിവുപോലെ അന്നും പതിനഞ്ചു മിനിറ്റു സംസാരിച്ചശേഷം വളരെ ബദ്ധപ്പെട്ട് ഞാനെഴുന്നേറ്റു നിന്നു. കണ്ണുകളിൽ ഇരുട്ടുകയറുന്നതുപോലെ തോന്നി. നെഞ്ചിടിപ്പു ക്രമാതീതമായി വർദ്ധിച്ചുകൊണ്ടിരുന്നു. ഞാൻ ജനൽക്കമ്പിയിൽ മുറുകെപ്പിടിച്ച് അങ്ങനെതന്നെ നിന്നു. ഈ സംഭവം ഇതേപടി പലനാൾ ആവർത്തിച്ചു. ഇതെല്ലാം കണ്ടുകൊണ്ടിരുന്ന പുതിയ

ജയിലർക്കു ദേഷ്യം വന്നു. "എന്താടാ.. നീ ഇവളുടെയാരാ?" "ഭർത്താവാണ്, സാർ" അദ്ദേഹം മറുപടി കൊടുത്തു. "എന്താടാ, നീ കെട്ടിയോനാണെന്നു പറയുന്നു... ഒരു വയറ്റുകണ്ണി പെണ്ണുമ്പിള്ള എഴുന്നേൽക്കാൻ കഴിയാതെ ഇഴഞ്ഞുവന്നു കമ്പിയിൽപ്പിടിച്ചു നിൽക്കാൻപോലും കഴിയാതെ കഷ്ടപ്പെടുന്നു. എന്നിട്ടു നീ കല്ലുപോലെ നോക്കിനിൽക്കുന്നു.. നീ മനുഷ്യനാണോടാ... നിനക്കു വിവരമുണ്ടോടാ... നീ എന്താണ് തിന്നുന്നത്..." ഇങ്ങനെ കടുത്ത വാക്കുകളിൽ ശകാരിക്കാൻ തുടങ്ങി.

മുരുകന് ഒന്നും മനസ്സിലായില്ല. അദ്ദേഹത്തിനു മാത്രമല്ല എനിക്കും അതൊരു കടങ്കഥ പോലെ തോന്നി. ഇയാളിനി എന്തു നാടകമാണോ നടത്താൻ പോകുന്നത്? എന്നു ഞാൻ ഭയപ്പെട്ടു.

ആ ഉദ്യോഗസ്ഥനു കോപം അടങ്ങുന്നില്ല. "ഞാനോരോന്നു പറഞ്ഞുകൊണ്ടേയിരിക്കുന്നു.. നീ ഒന്നും മിണ്ടാതെ നിൽക്കുന്നതെന്താ..? " എന്നു പറഞ്ഞുകൊണ്ട് അദ്ദേഹത്തെ അടിക്കാനായി കയ്യോങ്ങിക്കൊണ്ടുവന്നു. അപ്പോഴേക്കും ഭർത്താവ്, "അതല്ല സാർ.. ഇതു കണ്ടുകൊണ്ടു നിൽക്കുന്നത് സങ്കടമാണ്.. എന്നാൽ നേരത്തേയിരുന്ന അദ്ദേഹം ഞങ്ങൾ തൊടാൻപാടില്ല എന്നു കർശനമായി ഉത്തരവിട്ടിരുന്നു സാർ.. അതുകൊണ്ടാണ് പിടിച്ചെഴുന്നേൽപ്പിക്കാൻ ഞാൻ ശ്രമിക്കാതിരുന്നത്!", മുരുകൻ വിനയത്തോടെ പറഞ്ഞു.

"ഏതു തേ... മോനാ അങ്ങനെ പറഞ്ഞത്? നിന്റെ പൊണ്ടാട്ടിയെ നീയാടാ പിടിച്ചെഴുന്നേൽപ്പിക്കേണ്ടത്. നീയല്ലാതെ മറ്റു വല്ലവരുമാണോ നിന്റെ പൊണ്ടാട്ടിയെ പൊക്കിയെടുക്കേണ്ടത്? ഏതു... മോനാ അങ്ങനെ പറഞ്ഞത്. അവന്റെ പൊണ്ടാട്ടിയെ അവനല്ലാതെ മറ്റാരേയെങ്കിലും വിളിച്ച് എടുത്തു പൊക്കിക്കുമോ..." ഇങ്ങനെ നിർത്താതെ അദ്ദേഹം ശകാരം തുടർന്നുകൊണ്ടിരുന്നു.

ആ ഉദ്യോഗസ്ഥൻ അടങ്ങുന്ന ലക്ഷണം കാണുന്നില്ല. "ഒരു ഗർഭിണിയായ സ്ത്രീ ! ഇത്രയും കഷ്ടപ്പെടുന്നു. എന്തെങ്കിലും ചോദിച്ചാൽ 'മുട്ടാത്തർക്കം' പറഞ്ഞുകൊണ്ടുനിൽക്കുന്നു... അവന്റെ പൊണ്ടാട്ടിയെ അവൻ കൂലിക്കാരെവച്ചു പൊക്കിയെടുക്കട്ടെ... നിന്റെ പൊണ്ടാട്ടിയെ നീ തന്നെ തൂക്കണം.. മനസ്സിലായോ? ഇവിടെ പുല്ലുപോലെ ചില ചട്ടങ്ങളുണ്ടാക്കും... വിവരംകെട്ടവന്മാർ!" ഇങ്ങനെ പിറുപിറുത്തുകൊണ്ട് അദ്ദേഹം ആ മുറിയിൽ നിന്നു പോയി. ഇങ്ങനെയും ചില അധികാരികൾ... അല്ല.. യഥാർത്ഥ മനുഷ്യസ്നേഹികൾ, മനുഷ്യരൂപം പൂണ്ട ദേവന്മാർ, ഞങ്ങളുടെ ഇരുളടഞ്ഞ ജീവിതത്തിൽ പ്രകാശമായി നിലനിന്നിട്ടുണ്ട്. അതിനുശേഷമാണ് എന്റെ കൈപിടിച്ചെഴുന്നേല്പിക്കുവാൻ ഭർത്താവ് എന്നെ സഹായിക്കാൻ തുടങ്ങിയത്. ഈ പുതിയ സൂപ്രണ്ടിനെ എല്ലാവർക്കും ഭയമാണ്. വായിൽ തോന്നുന്നതെല്ലാം വിളിച്ചുപറയും. തെറ്റുകണ്ടാൽ കണ്ണുമൂട് ശകാരിക്കും. അത്ര നിർബന്ധക്കാരനാണ്, പിടിവാശിക്കാരനാണ്. എന്നാൽ അദ്ദേഹത്തെപ്പോലെ ഒരു മനുഷ്യസനേഹിയെ ഞാൻ കണ്ടുമുട്ടിയിട്ടേയില്ല.

തടവുപുള്ളികൾ അദ്ദേഹത്തെ ഒരു ദൈവത്തെപ്പോലെയാണ് കണ്ടിരുന്നതെന്നു പിൽക്കാലത്തു മനസ്സിലാക്കാൻ സാധിച്ചിട്ടുണ്ട്.

ഇനി മറ്റൊരു കാര്യംകൂടി എടുത്തു പറയാനുണ്ട്. ഞങ്ങൾ തടവറയിലായശേഷം ആറുമാസങ്ങൾ കടന്നുപോയിരുന്നു. ഈ കാലയളവിൽ ഞങ്ങളെ കാണാൻ ഒരാൾപോലും അനുവാദം ചോദിക്കുകയോ വരികയോ ചെയ്തിട്ടില്ല. വക്കീലന്മാരും ചില രാഷ്ട്രീയ നേതാക്കളും വന്നുപോയിട്ടുണ്ട്. അവർ മറ്റുതടവുകാരെ കണ്ടിട്ടു പോകും. എന്നെയോ, ഭർത്താവിനെയോ, അമ്മയേയോ കാണാൻ ഒരിക്കൽപോലും ഇതുവരെ ആരും വന്നിരുന്നില്ല.

അതിന്റെ പിന്നിലും ഒരു രാഷ്ട്രീയക്കളി നടന്നിട്ടുണ്ട്. അതുമായി ബന്ധപ്പെട്ട വേദനകളെപ്പറ്റി എന്തുപറയാനാണ്? ആറുമാസങ്ങൾക്കു ശേഷമാണ് ദുരൈസ്വാമി എന്ന വക്കീൽ എന്നെക്കാണാൻ വന്നത്. വക്കാലത്ത് ഏറ്റെടുത്ത് കേസുവാദിക്കാനുള്ള അനുവാദം ചോദിക്കാനാണ് അദ്ദേഹം വന്നത്.

ഇതുസംബന്ധിച്ച് ഭർത്താവുമായി പലപ്പോഴും സംസാരിക്കാറുണ്ടായിരുന്നു. എന്താണ് നമ്മളോടു മാത്രം ഈ പക്ഷഭേദം കാണിക്കുന്നത്?, എന്നു ഞാൻ സങ്കടപ്പെടുമായിരുന്നു. “അങ്ങനെയൊന്നുമില്ല, ഇതൊക്കെ സാധാരണ നടക്കുന്ന കാര്യങ്ങളാണ്” എന്നദ്ദേഹം സമാധാനിപ്പിക്കും. ഇതിന്റെപേരിൽ വഴക്കിടുകപോലും ചെയ്തിട്ടുണ്ട്. ആ ദിവസങ്ങളെപ്പറ്റിയും അന്നു ഞങ്ങളുടെമേൽ നടന്ന ബഹിഷ്കരണത്തെപ്പറ്റിയും ഒന്നും ഓർക്കാൻ പാടില്ല എന്നു വിചാരിക്കും. എത്ര കയ്പേറിയ സംഭവങ്ങളായിരുന്നു അത്.

ഇനിയെന്റെ പ്രസവനാളുകളെപ്പറ്റി ചിലതു പറയേണ്ടതുണ്ട്. എങ്ങനെയോ പത്താംമാസത്തിലേക്കു ഞാൻ അടുത്തുകൊണ്ടിരുന്നു. സി.ബി.ഐ എന്നെ അറസ്റ്റു ചെയ്യുമ്പോൾ ഞാൻ രണ്ടുമാസം ഗർഭിണിയായിരുന്നു. അടുത്ത രണ്ടുമാസങ്ങൾ സി.ബി.ഐയുടെ മൂന്നാംമുറയ്ക്ക് ഇരയായി ഞാനവരുടെ കസ്റ്റഡിയിലായിരുന്നു. അതിനടുത്ത ആറുമാസങ്ങൾ ചെങ്കൽപ്പട്ടിലെ ഈ ജയിലിൽ! പ്രത്യേകിച്ചു വലിയ പ്രശ്നങ്ങളൊന്നുമില്ലാതെ കാലം കഴിഞ്ഞുപോയി.

പ്രസവത്തീയതി അറിയിച്ചുകഴിഞ്ഞിരുന്നു. എന്നാൽ അതിനും പത്തു ദിവസംമുമ്പേ പ്രസവവേദന തുടങ്ങി. ജീവനെടുക്കുന്ന അസഹ്യമായ വേദന! നിലവിളിച്ചു ഞാനബോധാവസ്ഥയിലായി. വാർഡനും മറ്റുജീനക്കാരും അങ്ങോട്ടുമിങ്ങോട്ടും ഓടിക്കൊണ്ടിരുന്നു. ഇനി എന്തു നടക്കുമോ എന്ന ഭയം എന്നെയും പിടികൂടിയിരുന്നു. എന്റമ്മ പേരെടുത്ത ഒരു നേഴ്സ് ആയിരുന്നതിനാൽ അടുത്തുള്ള മറ്റൊരു ബ്ലോക്കിൽ നിന്നും അവരെ കൂട്ടിക്കൊണ്ടുവന്നു.

അമ്മ എന്റെ നാഡിമിടിപ്പ് പരിശോധിച്ചു.. ശരീരമാകെ ക്ഷീണിച്ച് അവശയായിരുന്നു. പൾസ് റേറ്റ് കുറഞ്ഞുകൊണ്ടിരിക്കുന്നു. “ഇങ്ങനെ

നീണ്ടുപോയാൽ ജീവനുതന്നെ അപകടമാണ്. അതിനാൽ ഉടൻതന്നെ ആശുപത്രിയിലേക്കു കൊണ്ടുപോകണം," എന്ന് വാർഡനോട് പരിഭ്രമ ത്തോടെ പറഞ്ഞു.

ആ സമയത്ത് അഡീഷണൽ സൂപ്രണ്ട് ബാലചന്ദ്ര എന്നയാളായി രുന്നു ഡ്യൂട്ടിയിലുണ്ടായിരുന്നത്. അദ്ദേഹം മേലധികാരികളുമായി ആലോചിച്ച് ഒരു വാഹനത്തിൽ എന്നെ ചെങ്കൽപ്പെട്ട് മെഡിക്കൽ കോളേ ജിൽ എത്തിച്ചു. അവിടെ എന്നെ അഡ്മിറ്റുചെയ്ത് ഗ്ലൂക്കോസ് ട്രിപ്പു നൽകി പൾസ്റേറ്റ് നോർമലാക്കികൊണ്ടുവന്നു.

ഈ വിവരങ്ങളൊന്നും എന്റെ സെല്ലിനോട് തൊട്ടടുത്തുണ്ടായിരുന്ന ഭർത്താവിനെ അറിയിച്ചില്ല.

പ്രസവവേദന അസഹ്യമായിക്കൊണ്ടിരുന്നു. ആരോഗ്യസ്ഥിതി മോശ മായതുകൊണ്ട് ഭ്രൂണത്തെ ഇനിയും താങ്ങിനിർത്താനുള്ളശേഷി ശരീര ത്തിനുണ്ടായിരുന്നില്ല. അതിനാലാണ് പ്രസവവേദന നേരത്തേ വന്നത്. തുടർന്ന് എന്തുചെയ്യണമെന്ന് ഡോക്ടർമാർ കൂടിയാലോചിച്ചു.

എന്നെ മയക്കാനുള്ള മരുന്നു കുത്തിവയ്ക്കാമോ എന്ന് പരിശോധി ച്ചപ്പോൾ അതു താങ്ങാനുള്ള ശക്തിയും ശരീരത്തിനില്ല എന്ന നിഗമന ത്തിൽ അവർ എത്തിച്ചേർന്നു. അത് അമ്മയ്ക്കും കുഞ്ഞിനും ദോഷ മായിത്തീരുമെന്ന് അവർ കരുതി. സിസേറിയൻ നടത്തിയാലോ എന്നും അവർ ആലോചിച്ചു. അതും താങ്ങാനുള്ള കെൽപ്പ് എന്റെ ശരീരത്തി നില്ലാതിരുന്നതിനാൽ അവസാനമായി വാക്വം ഡെലിവറി (Vacuum Delivery) രീതിയിൽ കുഞ്ഞിനെ പുറത്തെടുത്തു. ഞങ്ങൾക്ക് ഒരു പെൺകുഞ്ഞു ജനിച്ചു.

ഒന്നുരണ്ടു മണിക്കൂറിനുള്ളിൽ കാര്യങ്ങളെല്ലാം ശുഭകരമായി അവ സാനിച്ചു. സ്റ്റിച്ചുകളിട്ട് രക്തസ്രാവം ഇല്ലെന്നുറപ്പു വരുത്തി ഉടൻതന്നെ എന്നെ നേരെ ജയിലിലേക്കുതന്നെ കൂട്ടിക്കൊണ്ടുപോയി. ഒരുദിവസം വേണ്ട, ഒരു രാത്രി പുലരുന്നതുവരെപ്പോലും ആശുപത്രിയിൽ കിടക്കാൻ അവരെന്നെ അനുവദിച്ചില്ല.

ജയിലിൽ എല്ലാ സൗകര്യങ്ങളും ഉണ്ടെന്നു പറഞ്ഞു വിശ്വസിപ്പി ച്ചാണ് വളരെ തിടുക്കത്തിൽ തിരികെ ചെങ്കൽപ്പെട്ടു ജയിലിലേക്കുതന്നെ കൊണ്ടുവന്നത്. പേരിന് മെത്തപോലെ തോന്നിക്കുന്ന ഒരു കിടക്ക മാത്രം! അതല്ലാതെ എന്തെങ്കിലും ചികിത്സാസൗകര്യങ്ങളോ, ഉപകരണങ്ങളോ അവിടെ ഉണ്ടായിരുന്നില്ല. എന്തിന് ഒരു കൈസഹായത്തിനുപോലും ഒരാളുണ്ടായിരുന്നില്ല. ആ സെല്ലിൽ ഞാൻ തനിയെ കിടന്നു. രക്തസ്രാവം പൂർണ്ണമായി നിലച്ചിരുന്നില്ല. ഇതെപ്പറ്റി ഇതിൽക്കൂടുതൽ എന്തെഴുതാ നാണ്? അപ്പോൾ ഞാനനുവദിച്ച നരകയാതന എങ്ങനെ എഴുതി ഫലി പ്പിക്കാൻ കഴിയും?

നേരം പുലർന്നശേഷമാണ്, "രാത്രി ഇവിടെ നടന്ന സംഭവങ്ങളും തനിക്കൊരു പെൺകുഞ്ഞു ജനിച്ചു എന്ന വാർത്തയും മുരുകൻ

അറിയുന്നത്. ഒരു കണക്കിനു സന്തോഷവും, മറുഭാഗത്ത് ഇത്രയൊക്കെ നടന്നിട്ടും എന്നോടൊരു വാക്കു പറഞ്ഞില്ലല്ലോ" എന്ന സങ്കടവും മുരുകനുണ്ടായി.

ഉത്സാഹത്തോടും ഉൽക്കണ്ഠയോടും ഓടിവന്ന അദ്ദേഹത്തെ പൊലീസുകാർ തടഞ്ഞുനിർത്തി. അദ്ദേഹം എത്രകേണപേക്ഷിച്ചിട്ടും എന്റെയടുത്തേക്കു വരുവാൻ സമ്മതിച്ചില്ല. വാക്കുതർക്കമുണ്ടാകുകയും അവസാനം അദ്ദേഹത്തെ പൊലീസുകാർ വളഞ്ഞിട്ടു മർദ്ദിക്കുന്നതുവരെ കാര്യങ്ങൾ ചെന്നെത്തി. എന്നിട്ടും അദ്ദേഹം പിന്മാറാൻ തയ്യാറായില്ല. കിട്ടുന്ന മർദ്ദനങ്ങളെല്ലാം ഏറ്റുവാങ്ങി, എങ്ങനെയെങ്കിലും എന്നെയും കുഞ്ഞിനെയും കണ്ടേ പറ്റൂ എന്ന ശാഠ്യം പിടിച്ച്, കണ്ണീരും കയ്യുമായി നിലവിളിച്ചുകൊണ്ടേയിരുന്നു. സഹതടവുകാരെല്ലാം ഈ കാഴ്ചകണ്ടുകൊണ്ടിരുന്നു. കൂട്ടത്തിൽ പ്രായമുള്ള ഒരാൾ "എടേയ്.. നിർത്തെടാ.. നിർത്തെടാ.." എന്ന് ഉറച്ച ശബ്ദത്തിൽ പറഞ്ഞുകൊണ്ടിരുന്നു. പത്തോളം പൊലീസുകാർ ചേർന്ന് മുരുകനെ വളഞ്ഞിട്ടു മർദ്ദിച്ചത് മുൻപറഞ്ഞയാളിന്റെ സെല്ലിനു മുന്നിൽ വച്ചായിരുന്നു. ശിവരാജനും നാലാംപ്രതിയായ ശങ്കറിനും അഭയം കൊടുത്തു എന്ന കുറ്റത്തിന് അറസ്റ്റുചെയ്യപ്പെട്ടിരുന്ന ആളായിരുന്നു അദ്ദേഹം. പിന്നീട് അദ്ദേഹത്തെ എങ്ങനെ വിട്ടയച്ചു എന്ന കാര്യം ഇപ്പോഴും അജ്ഞാതമാണ്.

പതിവുപോലെ മുരുകന്റെ മേൽ ഒരു കള്ളക്കേസുകൂടി രജിസ്റ്റർ ചെയ്തു. "മുരുകനു കുഞ്ഞിനോടുള്ള വെറുപ്പുകാരണം അതിനെ കൊല്ലാൻ ശ്രമിച്ചു. അതു തടയാൻ ശ്രമിച്ച പൊലീസുകാരെ അദ്ദേഹം ആക്രമിച്ചു." ഇതായിരുന്നു പുതിയ കേസ്. മാത്രമല്ല ഈ വാർത്ത പത്രമാധ്യമങ്ങളെല്ലാം പ്രസിദ്ധീകരിക്കുകയും ചെയ്തു. എന്തു വലിയ കൊടുംക്രൂരതയാണ് അവർ കാട്ടിയത്. തനിക്കു ജനിച്ച കുഞ്ഞിനെ കൊല്ലാൻ ശ്രമിച്ചു എന്നു പറഞ്ഞുകേട്ടാൽ എന്തായിരിക്കും സ്ഥിതി? ഇത്ര നീചമായ പ്രവൃത്തികളാണ് സി.ബി.ഐ. ചെയ്തുകൊണ്ടിരുന്നത്.

ആ കേസ് ഫയലിൽ സ്വീകരിച്ച് മുരുകന് നോട്ടീസയച്ചു. ഇക്കാര്യത്തിൽ എന്നെ ഏറ്റവും അധികം വേദനിപ്പിച്ച സംഗതി ഏതെന്നു വച്ചാൽ, ഇതൊക്കെ നടക്കുമ്പോൾ ഈ ജഡ്ജി ആ ജയിലിൽത്തന്നെയുണ്ടായിരുന്നു. ജയിലിലെ അന്തേവാസികളുടെ റിമാന്റുകാലാവധി നീട്ടിക്കൊടുക്കാനുള്ള ഉത്തരവു പുറപ്പെടുവിച്ച ശേഷം പുറത്തേക്കു വരുമ്പോൾ അദ്ദേഹത്തിന്റെ കൺമുന്നിൽവച്ചാണ് പത്തോളം പൊലീസുകാർ മുരുകനെ തടഞ്ഞുവച്ച് മർദ്ദിച്ചത്. എങ്കിലും ആരുടെ സമ്മർദ്ദത്താലാണോ എന്തോ, കേസ് സ്വീകരിച്ച് സമൻസയയ്ക്കാൻ അദ്ദേഹം തയ്യാറായത്.

അതിനുള്ള മറുപടിയിൽ നടന്ന സംഭവങ്ങളെല്ലാം വിശദമായി എഴുതിയശേഷം, "സർ, അങ്ങയുടെ കൺമുന്നിൽ വച്ചു നടന്ന സംഭവത്തെ ഇങ്ങനെ തലകീഴാക്കി മാറ്റി, സ്വന്തം കുഞ്ഞിനെ കൊല്ലാൻ ശ്രമിച്ചതായി

കള്ളക്കഥ ചുമത്തി കേസെടുത്തതു ശരിയാണെന്ന് അങ്ങു വിശ്വസിക്കുന്നുണ്ടോ? അങ്ങനെയിരിക്കേ രാജീവ് വധവുമായി ബന്ധപ്പെട്ട് എന്റെ മേൽ ചുമത്തപ്പെട്ട കള്ളക്കേസ് അങ്ങു വിശ്വസിച്ചു. അതുകൊണ്ട് കഴിഞ്ഞ ഒരു വർഷമായി ജാമ്യംപോലും തരാതെ വച്ചിരിക്കുകയാണല്ലോ?" എന്നു ചോദിക്കുക മാത്രമല്ല, "അങ്ങയുടെ കൺമുന്നിൽ നടന്ന സംഭവത്തെ കള്ളക്കേസാണെന്നറിഞ്ഞിട്ടും അതു സ്വീകരിച്ചല്ലോ? അതുവിശ്വസിച്ച് എനിക്കു നോട്ടീസും അയച്ച താങ്കൾ ഒരു നിഷ്പക്ഷനാണെന്ന് എങ്ങനെ വിശ്വസിക്കും?" എന്ന തരത്തിൽ മറുപടി കൊടുത്തു.

സത്യം പറഞ്ഞാൽ ഒരു ന്യായാധിപനോട് ഇങ്ങനെയൊക്കെ ന്യായവാദം നടത്താൻ പാടില്ല എന്ന് എനിക്കോ ഭർത്താവിനോ അപ്പോൾ അറിയാൻ പാടില്ലായിരുന്നു. അദ്ദേഹം എഴുതിയതെല്ലാം സത്യമായിരുന്നു. എന്നാൽ കീഴ്‌വഴക്കങ്ങളനുസരിച്ച് അതു തെറ്റാണ്. എങ്ങനെയോ ഞാൻ ആ ജഡ്ജിയെ ചെന്നുകണ്ട് മുരുകനെ ശിക്ഷിക്കരുതെന്ന് കേണപേക്ഷിച്ചു അവസാനം മരുകന് ഒരു 'വാണിംഗ്' കൊടുത്ത് ആ കേസ് അവസാനിപ്പിച്ചു. അതിനുശേഷം അദ്ദേഹം എന്നെ കാണാൻ വന്നു. അപ്പോൾ ഞാൻ തങ്ങിയിരുന്ന സെല്ലിനു കുറുകെ ഒരു കമ്പിവല സ്ഥാപിച്ചിരുന്നു. അതിന്റെ നടുക്ക് ഒരടി ചതുരത്തിൽ ഒരു ദ്വാരമുണ്ടായിരുന്നു. ഭർത്താവുവന്ന് കമ്പിവലയ്ക്കു മുന്നിൽ നിൽക്കും. എതിർവശത്ത് ഒരു സ്റ്റൂളിട്ട് കുഞ്ഞിനെ മടിയിൽ വച്ചുകൊണ്ട് ഞാനിരിക്കും. കുഞ്ഞിനെ ആവേശത്തോടെ കൈയിൽ വാങ്ങി ഒരുനിമിഷം വച്ച് ഉടൻതന്നെ തിരിച്ചു കൊടുക്കും.

ഒരുദിവസം കഴിഞ്ഞു. കുഞ്ഞിന് കടുത്ത പനി. വിറയലുമുണ്ട്. മേലാസകലം ഇടയ്ക്കിടെ ഞെട്ടിവിറയ്ക്കും. ചിലപ്പോൾ അല്പസമയത്തേക്ക് ഞെട്ടൽ നീണ്ടു നിൽക്കും. ചികിത്സിക്കാതിരുന്നാൽ അപകടമാണ്. എന്നാൽ അക്കാര്യം എനിക്കറിഞ്ഞുകൂടായിരുന്നു. നന്നായി കുഞ്ഞിനെ ശ്രദ്ധിച്ചുകൊള്ളാൻ അമ്മ ഉപദേശിച്ചു.

ഇപ്പോഴും ആ പഴയ വാർഡനാണ് സഹായത്തിനെത്തിയത്. മേലുദ്യോഗസ്ഥന്മാരെ വിവരമറിയിച്ച് കുഞ്ഞിനെ മാത്രം അടുത്തുള്ള ആശുപത്രിയിൽ കൊണ്ടുപോയി. സുരക്ഷാ കാരണങ്ങളാൽ എന്നെ കൂടെപ്പോകാൻ അനുവദിച്ചില്ല.

ഒരു ദിവസം കഴിഞ്ഞു. രണ്ടുദിവസം കഴിഞ്ഞു. മൂന്നാംദിവസവും വന്നെത്തി. എന്റെ കുഞ്ഞിന് എന്തു സംഭവിച്ചു എന്നുപോലും എന്നോടു പറഞ്ഞില്ല. അന്വേഷിച്ചപ്പോൾ ഇൻക്യുബേറ്ററിൽ വച്ചിരിക്കുകയാണ് എന്നറിയാൻ കഴിഞ്ഞു. കുഞ്ഞ് സുഖമായിരിക്കുന്നു എന്നു പറഞ്ഞതല്ലാതെ വിശദാംശങ്ങളൊന്നും ഞാനറിഞ്ഞിരുന്നില്ല. ഒരു പെറ്റമ്മയുടെ ശാരീരികവും മാനസികവുമായ നില എന്തായിരിക്കുമെന്ന് ആലോചിച്ചു നോക്കൂ...

പാൽ കെട്ടി നിന്ന് എന്റെ മാറിടം വേദനിക്കാൻ തുടങ്ങി. അസഹ്യമായ വേദന! എന്തുചെയ്യണമെന്ന് അറിഞ്ഞുകൂടാ. എങ്ങനെയൊക്കെയോ ഞാനെന്റെ വേദന കുറച്ചുകൊണ്ടുവന്നു. മാറിടങ്ങളിൽ കുത്തിവലിക്കുന്ന വേദന, ശരീരം മുഴുവൻ അടിച്ചുനുറുക്കുന്നതു പോലെയുള്ള നൊമ്പരം കൂടിക്കൊണ്ടേയിരുന്നു. കൂടെ പനിയുമുണ്ടായി. അധികാരികളുടെ കാലുപിടിച്ച് അമ്മ എന്നെ ചികിത്സിക്കാൻ അടുത്തെത്തി.

മൂന്നുദിവസങ്ങൾക്കു ശേഷമാണ് കുഞ്ഞിനെ കൊണ്ടുവന്ന് എന്നെ ഏല്പിക്കുന്നത്. കുഞ്ഞ് സുഖം പ്രാപിച്ചു. എന്നാൽ ദൃഷ്ടികൾ ഒരിടത്തു തന്നെ ഉറച്ചുനിൽക്കുന്നു. കണ്ണുകൾ ചലിക്കുന്നതേയില്ല.

പാലുകൊടുത്താൽ ഒന്നോ രണ്ടോ കവിൾ കുടിച്ചശേഷം മുഖം തിരിച്ചുകളയും. മൂന്നുദിവസംകൊണ്ട് പാലുകുടി മറന്നുപോയതുപോലെ! എനിക്കൊന്നും മനസ്സിലായില്ല. അതിനുശേഷം കുഞ്ഞിനെ പാലൂട്ടാൻ ഞാൻ പെട്ടപാട് പറഞ്ഞറിയിക്കാൻ വിഷമമാണ്. കുഞ്ഞിനെ കയ്യിലെടുത്തുവച്ചാണ് പാലുകൊടുക്കേണ്ടത്. മറ്റു പോഷകാഹാരങ്ങൾ ഒന്നും കൊടുക്കാനുമില്ല. പാൽകെട്ടിക്കിടന്ന് മാറിടങ്ങളിൽ വ്രണമുണ്ടാകുന്ന സ്ഥിതിവരെയെത്തി.

കുഞ്ഞു വിശന്നു കരയും. മാറിടങ്ങളിലെ വേദനകൊണ്ട് ഞാനും നിലവിളിക്കും. കഠിനമായ പരീക്ഷണകാലങ്ങളായിരുന്നു അത്. അക്കാലത്ത് ഞാനനുഭവിച്ച വേദനയുടെ കാഠിന്യം അമ്മമാർക്കു മാത്രമേ മനസ്സിലാകൂ. വേറെ ആരോടു പറയാനാണ്? എനിക്കറിയാവുന്ന വിദ്യകളൊക്കെ പ്രയോഗിച്ചു നോക്കി. കുഞ്ഞിന്റെ സ്ഥിതിക്ക് ഒരു മാറ്റവും വന്നില്ല. ദൃഷ്ടി ഒരു സ്ഥലത്തുതന്നെ ഊന്നി നിൽക്കുന്ന അവസ്ഥ. ആകെ ഭയപ്പെട്ടുപോയി. മാനസികവളർച്ചയെത്താത്ത കുട്ടികൾ ഇങ്ങനെയാണ് പെരുമാറുന്നത്. എന്റെ കുഞ്ഞും അങ്ങനെയായിരിക്കുമോ എന്നോർത്തപ്പോൾ അടിവയറ്റിൽ തീയാളുന്നതുപോലെ തോന്നി.

എന്റെ ദൈവമേ, എന്റെ ഭാവിയോ തൂക്കുമരത്തിന്റെ നിഴലിലാണ്. കുഞ്ഞിന്റെ ഗതിയും ഇങ്ങനെയായിപ്പോയല്ലോ? സഹായത്തിനുപോലും ഒരാളില്ല. കുഞ്ഞിന്റെ അമ്മൂമ്മ, അമ്മാവൻ എന്നിവരും വധശിക്ഷ പ്രതീക്ഷിച്ച് അതേ ജയിലിൽത്തന്നെ കഴിയുന്നുണ്ട്. കുഞ്ഞിന്റെ ഭാവി എന്തായിത്തീരുമോ എന്നോർത്ത് കരച്ചിലടക്കാൻ കഴിഞ്ഞില്ല. എനിക്കുണ്ടായ സംശയങ്ങൾ അമ്മയ്ക്കും സഹോദരൻ ഭാഗ്യനാഥനും തോന്നിയിരുന്നു. അവരും ഇതോർത്ത് സങ്കടപ്പെട്ടുകൊണ്ടിരുന്നു. എന്നാൽ എന്റെ ഭർത്താവ് കുഞ്ഞിനെക്കണ്ടശേഷം, "അങ്ങനെയൊന്നുമില്ല, കുഞ്ഞ് സുഖം പ്രാപിക്കും, നീ ആവശ്യമില്ലാത്ത കാര്യങ്ങൾ ചിന്തിച്ചുകൂട്ടി പ്രശ്നങ്ങൾ ഉണ്ടാക്കാതിരുന്നാൽ മതി. ആദ്യം നിനക്കാണ് ആത്മവിശ്വാസം വേണ്ടത്. നമുക്കുള്ള ആത്മവിശ്വാസം കുഞ്ഞിനും ഗുണപ്രദമാകും. നിന്റെ കണ്ണുകൾ ഒരു മാതിരിയിരിക്കുന്നു. കുട്ടിക്ക് ഇപ്പോൾ

ചില പ്രശ്നങ്ങളുണ്ട്, എന്നാൽ അധികം വൈകാതെ സുഖംപ്രാപിച്ചു വരും. ഒന്നും ഭയപ്പെടേണ്ട." അദ്ദേഹം ആശ്വസിപ്പിച്ചു.

എന്നാൽ കണ്ടവരെല്ലാം കുഞ്ഞിന് കാര്യമായ എന്തോ കുഴപ്പമുണ്ടെന്നാണ് പറഞ്ഞത്. പിന്നീട് അദ്ദേഹം കാണാൻ വന്നു. എന്റെ പരിതാപകരമായ അവസ്ഥ കണ്ട് ഇങ്ങനെ പറഞ്ഞു. "ഒന്നും സാരമില്ല; വല്ലവരും പറയുന്നതുകേട്ട് നീ വിഷമിക്കരുത്" എന്നു പറഞ്ഞ് എന്നെ ശാസിച്ചു. അതിനുശേഷമാണ് അല്പം മനസ്സമാധാനമുണ്ടാകുന്നത്.

ഏതായാലും ഒരു കാര്യം പറഞ്ഞേ മതിയാകൂ. പ്രസവസമയത്ത് ജയലളിതയായിരുന്നു തമിഴ്നാട് മുഖ്യമന്ത്രി. അവരുടെ ഭരണമികവു കാരണമാണ് പ്രസവം നല്ല രീതിയിൽ നടക്കാൻ സഹായകമായത്. മറ്റാരെങ്കിലുമായിരുന്നെങ്കിലും അവിടെയുമിവിടെയും അലഞ്ഞുനടന്ന് മേലുദ്യോഗസ്ഥന്മാരുടെ അനുമതി വാങ്ങിവരുമ്പോഴേക്കും കുഞ്ഞിന്റെ ജീവൻ അപകടത്തിലാകുമായിരുന്നേനെ! ഞാനും ചിലപ്പോൾ രക്ഷപ്പെടില്ലായിരുന്നു. അന്ന് അങ്ങനെയൊന്നും സംഭവിച്ചില്ല... ഞങ്ങൾ രണ്ടുപേരും ജീവനോടെയിരിക്കുന്നതിനു കാരണക്കാരിയായ മുഖ്യമന്ത്രിയോട് ഞങ്ങൾ നന്ദിയുള്ളവരായിരിക്കും. ഈ വിവരം ഞങ്ങൾ പിന്നീട് അവർക്കുകൊടുത്ത ചില അപേക്ഷകളിൽ ചൂണ്ടിക്കാണിക്കുകയും ചെയ്തിരുന്നു.

ആ കുഞ്ഞിന്റെ ജനനത്തിനു മുമ്പും പിമ്പും ഞങ്ങളനുഭവിച്ച കഷ്ടനഷ്ടങ്ങൾ ചില്ലറയായിരുന്നില്ല. ആ കഥ കേട്ടാൽ കല്ലുപോലും കരഞ്ഞുപോകും.

അന്നു ഞാൻ നാലു മാസം ഗർഭിണിയായിരുന്നു. ചെങ്കൽപ്പെട്ടു ജയിലിൽ എനിക്കു തന്നിരുന്നത് ഒരുതവി ഉപ്പുമാവ് മാത്രമാണ് എന്ന കാര്യം നേരത്തേ സൂചിപ്പിച്ചിരുന്നല്ലോ? അതും എപ്പോഴും അളവിൽ കുറച്ചു മാത്രമേ കിട്ടിയിരുന്നുള്ളൂ. ഭക്ഷണക്കുറവുകാരണം ശരീരം വിറയ്ക്കാൻ തുടങ്ങിയിരുന്നു. ഈ വിവരം ഭർത്താവിനോടു പറഞ്ഞ് ഞങ്ങൾ രണ്ടുപേരും ചേർന്നു കരഞ്ഞത് പഴയ കഥ.

അക്കാലത്ത് ഞങ്ങളുടെ കൈവശം പണമൊന്നും ഉണ്ടായിരുന്നില്ല. ഞങ്ങളെ അറസ്റ്റുചെയ്യുമ്പോൾ കൈവശം അയ്യായിരം രൂപയും മുരുകന്റെ കൈവശം പതിനയ്യായിരം രൂപയുമുണ്ടായിരുന്നു എന്ന കാര്യം ഞങ്ങൾ മറന്നിരിക്കുകയായിരുന്നു. ആ പണം കോടതിയിൽ സൂക്ഷിച്ചിരിക്കുകയായിരുന്നു.

പണം തിരിച്ചുതരണമെന്നാവശ്യപ്പെട്ട് മുരുകൻ ജയിലധികൃതർക്ക് അപേക്ഷ നൽകിയിരുന്നു. പിന്നീട് പല ദിവസങ്ങളിലും മേലാധികാരികളോട് അപേക്ഷിച്ചുകൊണ്ടിരുന്നു. എന്നാൽ ഒരു മറുപടിയും ലഭിച്ചില്ല.

അതിനാൽ മുരുകൻ രണ്ടാമതും ജയിലിൽ നിരാഹാരസമരം തുടങ്ങി. വെള്ളംപോലും കുടിക്കാൻ അദ്ദേഹം തയ്യാറായില്ല. മൂന്നുദിവസം

അദ്ദേഹം സമരത്തിൽ ഉറച്ചുനിന്നു. ഞാനാകെ ഭയപ്പെട്ടുപോയി. ഞാൻ കഷ്ടപ്പെട്ടാലും സാരമില്ല, പണം കിട്ടിയില്ലെങ്കിൽ പൊയ്ക്കോട്ടെ, അതൊന്നും എനിക്കു പ്രശ്നമല്ല. അദ്ദേഹത്തിന്റെ ജീവനായിരുന്നു എനിക്കു പ്രധാനം. അദ്ദേഹത്തിന് ഒന്നും വരുത്തരുതേയെന്നു പ്രാർത്ഥിച്ച് ഞാൻ കഴിച്ചുകൂട്ടി.

നാലാംദിവസമാണ് ജയിലധികാരികൾ ചർച്ചയ്ക്കു വന്നത്. എന്നിട്ടും നിരാഹാരസമരം അവസാനിപ്പിക്കാൻ തയ്യാറായില്ല. പിന്നീട് ജയിൽ വകുപ്പിലെ ഒരു ഉദ്യോഗസ്ഥൻ നേരിട്ട് കോടതിയിൽ നിന്നും പണം വാങ്ങിത്തരാമെന്നു നൽകിയ ഉറപ്പിന്റെ മേൽ അദ്ദേഹം സമരം അവസാനിപ്പിച്ചു എന്നാൽ നൽകിയ ഉറപ്പൊന്നും പാലിക്കപ്പെട്ടില്ല. അതുമിതും പറഞ്ഞ് രണ്ടാഴ്ചകൾ കടന്നുപോയി. കുഞ്ഞിനു പാൽപ്പൊടി, സോപ്പ് എന്നിവ വാങ്ങാൻ പോലും പണമുണ്ടായിരുന്നില്ല. വെറും കയ്യോടെ അഗതികളെപ്പോലെ കഴിച്ചുകൂട്ടി. ഒരു പിഞ്ചു കുഞ്ഞിനെ വച്ചുകൊണ്ട് എന്തുചെയ്യുമെന്നുപോലും ജയിലധികൃതർ ആലോചിച്ചില്ല. അവരെന്തെങ്കിലും ചെയ്യാൻ തയ്യാറായാലും സി.ബി.ഐ. അനുമതി കൊടുത്തിരുന്നില്ല. ഞങ്ങളുടെ മേലുള്ള നിയന്ത്രണം മുഴുവൻ അവർക്കായിരുന്നല്ലോ.

മറ്റു പോംവഴിയില്ലാതെ മുരുകൻ വീണ്ടും നിരാഹാരസമരം തുടങ്ങി. ഇപ്രാവശ്യം രണ്ടാംദിവസംതന്നെ അദ്ദേഹത്തിന്റെ ആരോഗ്യസ്ഥിതി വഷളായി. പതിവുപോലെ മേലാധികാരികൾ വന്ന് ചർച്ച നടത്തി. ഇനി വിട്ടുകൊടുക്കുന്ന പ്രശ്നമേയില്ലെന്ന തീരുമാനത്തിൽ അദ്ദേഹം ഉറച്ചുനിന്നു. സ്വന്തം കുഞ്ഞിന് പാൽപ്പൊടിപോലും വാങ്ങിക്കൊടുക്കാൻ കഴിവില്ലാത്ത ഞാൻ ചത്താലെന്താ, ജീവിച്ചിരുന്നാലെന്താ, ഇതായിരുന്നു അദ്ദേഹത്തിന്റെ നിലപാട്. നശിച്ചുപോകട്ടെ! ഈ അനീതിയെപ്പറ്റി ഈ ലോകം ചർച്ച ചെയ്യാതിരിക്കുമോ? ഇങ്ങനെയുള്ള വിശ്വാസത്തിലാണ് അദ്ദേഹം ഉപവാസം തുടർന്നത്. ഇക്കാലത്താണ് പുതിയ ജയിൽ സൂപ്രണ്ടായി ശ്രീ. മൂർത്തി ചാർജെടുക്കുന്നത്. അദ്ദേഹം നേരിട്ടുവന്ന് പണം വാങ്ങിത്തരാമെന്ന് ഉറപ്പുകൊടുത്തു. അതിന്റെയടിസ്ഥാനത്തിൽ മുരുകൻ നിരാഹാരം അവസാനിപ്പിച്ചു. സൂപ്രണ്ട് നൽകിയ ഉറപ്പ് അദ്ദേഹം പാലിച്ചു. ഞങ്ങൾക്കു പണം നൽകുകയും ചെയ്തു. എന്നാൽ പ്രതിദിനം ഇരുപതുരൂപ മാത്രമേ ചെലവാക്കാൻ പാടുള്ളൂ എന്ന വ്യവസ്ഥയുണ്ടായിരുന്നു. പിന്നീട് അപ്പീൽ കൊടുത്ത് അത് അമ്പതുരൂപയായി വർദ്ധിപ്പിച്ചു കിട്ടി.

മുരുകൻ നടത്തിയ മൂന്നാമത്തെ നിരാഹാരസമരത്തെപ്പറ്റിയും ചിലതു പറയേണ്ടതുണ്ട്.

സി.ബി.ഐ. കസ്റ്റഡിയിൽ വച്ച് 'മൂന്നാംമുറ' പ്രയോഗിച്ച് ഞങ്ങളിൽ നിന്നും വാങ്ങിയ സത്യവാങ്മൂലം സ്വീകരിക്കരുതെന്നു കാണിച്ച് കോടതിയിൽ അപേക്ഷ നൽകിയിരുന്നു. എന്നാൽ ആ അപേക്ഷയ്ക്കു എന്തു സംഭവിച്ചു എന്നുപോലും അറിയിക്കാൻ ആരും തയ്യാറായില്ല. ജയില

ധികാരികൾ ഇക്കാര്യത്തിൽ ഒരു നടപടിയും എടുത്തിരുന്നില്ല. കോടതിയും ഇക്കാര്യത്തിൽ മൗനം പാലിക്കുകയാണുണ്ടായത്.

കാതുകേൾക്കാത്ത വെള്ളക്കാർക്ക് കേൾക്കാൻ തക്കവണ്ണം പാർലമെന്റിൽ ബോംബുപൊട്ടിച്ച ഭഗത്സിങ്ങിനെപ്പോലെ, ഗാന്ധിജി കാട്ടിത്തന്ന അഹിംസാ മാർഗ്ഗത്തിലൂടെ വീണ്ടും നിരാഹാരസമരം ആരംഭിച്ചു.

അദ്ദേഹത്തോടൊപ്പം റോബർട്ട് പയസ്, ജയകുമാർ, ശങ്കർ എന്നീ മൂന്നുപ്രതികളും നിരാഹാര സമരത്തിൽ പങ്കുചേർന്നു. മറ്റുപ്രതികളാരും ഇതിൽ പങ്കെടുത്തിരുന്നില്ല. ഈ സമരം ആറുദിവസം നീണ്ടുനിന്നു. സമരം തുടങ്ങി മൂന്നാംദിവസം തന്നെ ഓരോരുത്തരും അവശരായിക്കൊണ്ടിരുന്നു. ഇതോടെ ഭയപ്പെട്ടുപോയ ജയിലധികൃതർ ഒത്തുതീർപ്പിനു തയ്യാറായി. “കേസ് വിചാരണയ്ക്കു വരുമ്പോൾ നിങ്ങളുടെ ആവശ്യം കോടതിയുടെ ശ്രദ്ധയിൽ കൊണ്ടുവരുന്നതാണ്.” എന്ന ഉറപ്പ് ജയിലധികൃതർ നൽകി. എന്നാൽ കേസ് വിചാരണ തുടങ്ങിയപ്പോൾ അവർ ഇക്കാര്യം പരിശോധിച്ചതേയില്ല. മാത്രമല്ല നിങ്ങളിങ്ങനെയൊരു അപേക്ഷ കൊടുത്തിട്ടുപോലുമില്ല എന്നുപറഞ്ഞ് അവർ കൈകഴുകി. അത് മറ്റൊരു കഥയാണ്.

മറ്റൊരു ലക്ഷ്യത്തിനുവേണ്ടി മുരുകൻ പിന്നെയും സത്യാഗ്രഹസമരം തുടങ്ങി. ജയിലിൽപ്പിറന്ന കുഞ്ഞിന്റെ ജനന സർട്ടിഫിക്കറ്റ് വാങ്ങിത്തരേണ്ട ചുമതല നിയമപ്രകാരം ജയിൽ സൂപ്രണ്ടിന്റേതാണ്. ജനന സർട്ടിഫിക്കറ്റ് ഇല്ലെങ്കിൽ പിൽക്കാലത്ത് കുട്ടിയുടെ പഠനം ഉൾപ്പെടെയുള്ള കാര്യങ്ങൾക്ക് തടസ്സമുണ്ടാകുമല്ലോ? അതിനാൽ പലപ്രാവശ്യം അപേക്ഷകൾ കൊടുക്കുകയും ജയിലധികാരികളുടെ കാലുപിടിക്കുകയും ചെയ്തിട്ടും ഒരു പ്രയോജനവുമുണ്ടായില്ല.

അങ്ങനെ ഗത്യന്തരമില്ലാതെ ഞാൻ തന്നെ സമരം തുടരാമെന്ന് പറഞ്ഞു. “വേണ്ടാ, വേണ്ട നിന്റെ ശരീരത്തിന് അതു താങ്ങാനുള്ള ശക്തിയില്ല. പാലുകുടിക്കുന്ന ഒരു കുഞ്ഞിനെവച്ചുകൊണ്ട് നിരാഹാരസമരം നടത്താൻ പാടില്ല. അതുകൊണ്ട് താൻതന്നെ സമരം തുടങ്ങുമെന്ന് മുരുകൻ ജയിലധികൃതർക്കു കത്തുനൽകി. എന്നാൽ ജയിലധികാരികൾ അതു കാര്യമാക്കാതെ അവഗണിക്കുകയാണ് ചെയ്തത്. ഗത്യന്തരമില്ലാതെ മുരുകൻ വീണ്ടും നിരാഹാരം തുടങ്ങി. നാലാംദിവസമായപ്പോഴേക്കും മുരുകൻ തീർത്തും അവശനായിപ്പോയി. അഞ്ചാം ദിവസം വർത്തമാനം പറയാൻപോലും ശേഷിയില്ലാതെ കിടക്കയിൽത്തന്നെ വീണുകിടന്നു. ആറാം ദിവസമായപ്പോഴേക്കും ‘കോമാ’ സ്റ്റേജിനോടടുത്തെത്തി. ‘കോമാ’ യിലെത്തിക്കഴിഞ്ഞാൽപ്പിന്നെ ജീവൻ വീണ്ടെടുക്കുന്നതു ദുഷ്ക്കരമായിത്തീരും. അതായത് കോമയിലെത്തിയാൽ മരണം ഉറപ്പാണെന്ന് ഡോക്ടർമാർ വിധിയെഴുതി. ഈ ആറുദിവസവും ഒരുതുള്ളി വെള്ളംപോലും കുടിക്കാതിരുന്നതിനാൽ ഇങ്ങനെയൊക്കെയല്ലേ സംഭവിക്കുകയുള്ളൂ... ഞങ്ങൾ നിലവിളിയും പ്രാർത്ഥനയുമായി കഴിച്ചുകൂട്ടി.”

തുടർന്നാണ് ചർച്ചയ്ക്ക് അധികൃതർ തയ്യാറായത്. "ചർച്ചചെയ്യാൻ എന്തിരിക്കുന്നു സാർ, എന്റെ കുഞ്ഞിന് ഒരു ജനന സർട്ടിഫിക്കറ്റു മാത്രമേ ചോദിച്ചുള്ളൂ." അതു സാധിച്ചുതരാൻ നിങ്ങൾക്ക് ഒരു ബുദ്ധിമുട്ടുമില്ല. എന്നാൽ നിങ്ങൾ മനഃപൂർവ്വം ഒന്നും ചെയ്യാത്തതാണ്. ന്യായമായ ഒരാവശ്യത്തിനുവേണ്ടി നിരാഹാരം അനുഷ്ഠിച്ച് മരിച്ചുപോയാലും പ്രശ്നമില്ല എന്നതിൽ അദ്ദേഹം ഉറച്ചുതന്നെ നിന്നു. അതിനുശേഷമാണ് ജനന സർട്ടിഫിക്കറ്റ് കിട്ടിയത്. അതിൽ അച്ഛന്റെ പേർ മുരുകൻ എന്നാണ് രേഖപ്പെടുത്തിയിരുന്നത്. അത് ശ്രീകരൻ എന്നാക്കി മാറ്റിക്കിട്ടുന്നതുവരെ ഞങ്ങൾ സമരം തുടർന്നുകൊണ്ടിരുന്നു.

എന്തിനാണ് നിങ്ങൾ ജയിലിൽ നിരാഹാരസമരം നടത്തിയത് എന്ന ചോദ്യത്തിന് ഒരുദാഹരണം പറയാം. അപ്പോൾ ഞങ്ങൾക്കുണ്ടായ വേദനകൾ നിങ്ങൾക്കു ബോധ്യമാകും.

ഞങ്ങളെ അറസ്റ്റ്ചെയ്തയുടൻ ഭാര്യയും ഭർത്താവും എന്നാണ് രേഖപ്പെടുത്തിയിരുന്നത്. ജയിൽ രേഖകളിലും അങ്ങനെതന്നെയാണുള്ളത്. എന്നാൽ സി.ബി.ഐ. യുടെ കേസ് ഡയറിയിൽ ഒരിടത്തും ഞങ്ങൾ ഭാര്യാഭർത്താക്കന്മാരാണ് എന്നു ചേർത്തിട്ടേയില്ല. എന്നെ 'കുമാരി നളിനി' എന്നാണ് ചേർത്തിട്ടുള്ളത്.

കുഞ്ഞുപിറന്ന് ഒരു വർഷം കടന്നുപോയി. കുഞ്ഞിനേയും കയ്യിലേന്തി കോടതിയിലെത്തുന്ന ഞാനാണ് 'കുമാരി നളിനി'യായി കോടതിക്കുമുന്നിൽ നിൽക്കുന്നത്. അതു സി.ബി.ഐയ്ക്കു മാത്രം അറിയാവുന്ന ഒരു കാര്യമാണ്.

"ഇനിയുമെന്നെ കുമാരി എന്നാണോ വിളിക്കുന്നത്?" ഇനിയും രേഖകൾ മറച്ചുവച്ചിരിക്കുകയാണല്ലോ; ദയവുചെയ്ത് 'ശ്രീമതി നളിനി ശ്രീകരൻ' എന്ന് രേഖകളിൽ തിരുത്തിക്കിട്ടണമെന്ന് ഞാൻ കോടതിയിൽ കേണപേക്ഷിച്ചു. എന്നാൽ ന്യായമായ എന്റെയീ ആവശ്യത്തെ അവർ അവജ്ഞയോടെ തള്ളിക്കളയുകയാണുണ്ടായത്. ഇതിനൊടുവിലാണ് ഞങ്ങൾ രണ്ടുപേരും ഒന്നിച്ച് നിരാഹാരസമരം പ്രഖ്യാപിച്ചത്.

അടുത്ത ഇരുപത്തിമൂന്ന് ദിവസങ്ങൾ ഇഞ്ചിഞ്ചായി മരിച്ചുകൊണ്ട് നിരാഹാരം തുടർന്നു എന്നു വേണം പറയാൻ. ഒരുഘട്ടം കഴിഞ്ഞപ്പോൾ ഡോക്ടർമാർ ഞങ്ങളെ കയ്യൊഴിഞ്ഞു. ഞങ്ങളുടെ ആരോഗ്യസ്ഥിതി വഷളായിക്കൊണ്ടിരുന്നു. ഇനി രക്ഷിച്ചെടുക്കുന്നതു ശ്രമകരമായ കാര്യമാണ്. ഇത്രയൊക്കെയായപ്പോഴാണ് ജയിലധികാരികൾ ചർച്ചയ്ക്കു തയ്യാറായത്. അതിനുശേഷമാണ് ഞങ്ങളുടെ വിവാഹം നിയമാനുസൃതമാണെന്ന് രേഖപ്പെടുത്താൻ തുടങ്ങിയത്.

അറസ്റ്റു ചെയ്യുന്നതിനുമുമ്പുതന്നെ ഞങ്ങൾ തിരുപ്പതിയിൽ വച്ച് വിവാഹിതരായ വിവരം ഓർക്കുമല്ലോ? അതു നിയമാനുസൃതമാണെന്നു തെളിയിക്കാനാണ് സമരം നടത്തിയത്. എന്നാൽ കുഞ്ഞു ജനിച്ചതിനു

ശേഷമാണ് വിവാഹം നടന്നത് എന്ന കള്ള സത്യവാങ്മൂലം നൽകി ഞങ്ങളെ അപമാനപ്പെടുത്തുകയുണ്ടായി.

തുടർന്ന് അവിടെയുള്ള ആശുപത്രിയിൽ ഞങ്ങളെ പ്രവേശിപ്പിച്ചു. ആരോഗ്യസ്ഥിതി സാവകാശം മെച്ചപ്പെടാൻ തുടങ്ങി. ഇക്കാര്യങ്ങളെല്ലാം മാധ്യമങ്ങളിൽ നിന്നും മറച്ചുവയ്ക്കപ്പെടുകയാണുണ്ടായത്. അതുപോലെ 2005–ൽ ഞങ്ങൾ വെല്ലൂർ ജയിലിലായിരിക്കുമ്പോഴും ഒരു വലിയ സമര പരിപാടി നടത്തേണ്ടിവന്നിട്ടുണ്ട്. ആസമയം ഞങ്ങളുടെ കുഞ്ഞ് മുരുകന്റെ അച്ഛനമ്മമാരോടൊപ്പം ശ്രീലങ്കയിലായിരുന്നു. കുഞ്ഞ് നിത്യവും ഞങ്ങളെ കാണാൻ വാശിപിടിച്ച് കരഞ്ഞുകൊണ്ടിരുന്നു. കരഞ്ഞു തളർന്നുപോയ കുഞ്ഞിനെ സംരക്ഷിക്കുന്നത് അവർക്കു വലിയ ബുദ്ധിമുട്ടായി മാറി. ഇവിടെ ഞങ്ങളുടെ സ്ഥിതിയും പരിതാപകരമായിരുന്നു. അതിനാൽ കുഞ്ഞിനെ തിരികെക്കൊണ്ടുവരുന്നതിനുള്ള 'വിസ' വാങ്ങിത്തരണമെന്ന് അപേക്ഷിച്ചു. എന്നാൽ അപേക്ഷ ഇന്ത്യാഗവൺമെന്റ് നിരസിച്ചു. എത്ര ശ്രമിച്ചു നോക്കിയിട്ടും 'വിസ'ലഭിച്ചതേയില്ല.

അമ്മ ഇന്ത്യാക്കാരി. ആ നിലയ്ക്കെങ്കിലും വിസ കിട്ടേണ്ടതായിരുന്നു. കുഞ്ഞു ജനിച്ചതും ഇന്ത്യയിൽ വച്ചായിരുന്നു. അതിനാൽ നിയമാനുസൃതം വിസ തരാൻ കഴിഞ്ഞില്ലെങ്കിൽ മനുഷ്യത്വപരമായ പരിഗണനയുടെ പേരിലെങ്കിലും അതു നൽകാമായിരുന്നു. അതും ചെയ്തില്ല. ഗാന്ധിജിയുടെ നാട്ടിൽ മനഷ്യത്വത്തിന് ഒരു വിലയും ഇല്ലാതെപോയി.

മറ്റൊരു വഴിയുമില്ലാതെ മുരുകൻ മരണംവരെ നിരാഹാരം പ്രഖ്യാപിച്ചു. സമരം തുടങ്ങി ആറാംദിവസം ചർച്ച നടന്നു. വിസ തരാമെന്ന ഉറപ്പ് ലഭിച്ചു. അപ്പോൾ ജയലളിതയായിരുന്നു തമിഴ്നാട് മുഖ്യമന്ത്രിയായിരുന്നത്. ഒത്തുതീർപ്പു വ്യവസ്ഥയനുസരിച്ച് വിസ കിട്ടാനുള്ള നടപടിക്രമങ്ങൾ പൂർത്തിയാക്കി. ഞങ്ങളുടെ മകൾ ജയിലിലെത്തി. ഞങ്ങളെ ക്കണ്ട് അവൾ കണ്ണീരൊഴുക്കി. "ഞാനിനി ശ്രീലങ്കയിലേക്കു പോകില്ല, നിങ്ങളെ വിട്ട് അവിടെ തനിയെ കഴിയാൻ പറ്റില്ല.' ഇവിടെ താമസിച്ചു പഠിച്ചുകൊള്ളാം." അവൾ കരഞ്ഞ് വാശിപിടിച്ചു.

ഇവിടെയെത്തി കുറെനാളുകൾക്കുള്ളിൽ അവളുടെ ആരോഗ്യസ്ഥിതി മെച്ചപ്പെടാൻ തുടങ്ങി. അവൾ എപ്പോഴും പ്രസന്നവതിയായി കാണപ്പെട്ടു. അവളെ ഞങ്ങളോടൊപ്പം താമസിപ്പിച്ചു പഠിപ്പിക്കാനുള്ള അനുവാദത്തിന് അപേക്ഷ സമർപ്പിച്ചു.

ഇതിനിടെ തമിഴ്നാട്ടിൽ ഭരണമാറ്റം വന്നു കഴിഞ്ഞിരുന്നു. നേരത്തേ ഞങ്ങൾക്കനുകൂലമായി സംസാരിച്ചിരുന്ന ഉദ്യോഗസ്ഥന്മാർ പോലും ഞങ്ങൾക്കെതിരെ തിരിഞ്ഞു. നിങ്ങളുടെ കുട്ടി ഇന്ത്യയിൽ തുടർന്നാൽ അവളെ അറസ്റ്റുചെയ്യേണ്ടിവരും എന്നു ഞങ്ങളെ ഭീഷണിപ്പെടുത്തി. നിങ്ങളുടെ മകൾ ശ്രീലങ്കയിലേക്കു തിരിച്ചുപൊയ്ക്കൊള്ളട്ടെ. അവിടെ ച്ചെന്നശേഷം ഇവിടെ തുടർന്നു പഠിക്കാനുള്ള വിസയ്ക്ക് അപേക്ഷിച്ചാൽ ഞങ്ങൾ സഹായിക്കാമെന്ന് പറഞ്ഞ് ഞങ്ങളെ മോഹിപ്പിച്ചു. അവരുടെ

വാക്കുകൾ വിശ്വസിച്ച് മകളെ ശ്രീലങ്കയിലയച്ച ശേഷം സ്റ്റുഡന്റ് വിസയ്ക്ക് അപേക്ഷ സമർപ്പിച്ചു. എന്നാൽ ആ അപേക്ഷ നിഷ്ക്കരുണം തള്ളിക്കളയുകയാണുണ്ടായത്.

ആ കാലഘട്ടത്തിൽ മാത്രമല്ല ഇപ്പോഴും നൂറുകണക്കിന് ശ്രീലങ്കൻ വിദ്യാർത്ഥികൾ ഇന്ത്യയിൽ വന്ന് വിദ്യാഭ്യാസം നടത്തിക്കൊണ്ടിരിക്കുന്നുണ്ട്. എന്നാൽ ഇന്ത്യയിൽ ജനിച്ച, ഇന്ത്യാക്കാരിയായ എന്റെ മകൾക്ക് ഇവിടെ പഠിക്കാൻ അർഹതയില്ലെന്ന മറുപടിയാണ് ഞങ്ങൾക്കു ലഭിച്ചത്. എന്തു ക്രൂരമായിപ്പോയി ആ തീരുമാനം!

ഇക്കാര്യത്തിൽ നീതി തേടിയാണ് ഞങ്ങൾ മറ്റൊരു കഠിനമായ സമരത്തിനു തുനിഞ്ഞത്. 2006-മെയ് മുതൽ ജൂൺ വരെ സമരം നീണ്ടുനിന്നു. ഏതാണ്ട് ഇരുപത്തിമൂന്ന് ദിവസങ്ങൾ! ഇപ്രാവശ്യം ഞങ്ങൾ മരണത്തെ മുഖാമുഖം കണ്ടശേഷമാണ് രക്ഷപ്പെട്ടത്. എന്തിന്, മരണത്തെ സ്പർശിച്ചു എന്നുതന്നെ പറയാം.

ഇങ്ങനെ കഴിഞ്ഞ ഇരുപത്തിയഞ്ച് വർഷങ്ങളിലെ ജയിൽവാസത്തിനിടയിൽ പലപ്പോഴായി മുന്നൂറ്റിഅറുപത്തിയഞ്ചു ദിവസങ്ങൾ നിരാഹാര സമരത്തിലേർപ്പെട്ട് ജീവിതത്തിനും മരണത്തിനുമിടയിൽ ഞങ്ങൾ പോരാടിക്കൊണ്ടിരുന്നു എന്നു പറയാം. സേലം, പൂനമല്ലി, വെല്ലൂർ തുടങ്ങിയ സ്ഥലങ്ങളിലെ ജയിലുകളിലെല്ലാം ഞങ്ങൾ കിടന്നിട്ടുണ്ട്. എന്നാൽ ഈ സമരങ്ങളൊന്നും പെട്ടെന്നെടുത്ത തീരുമാനങ്ങളുടെ അടിസ്ഥാനത്തിലുള്ളവ ആയിരുന്നില്ല. ഞങ്ങളുടെ ആവശ്യങ്ങൾ ബന്ധപ്പെട്ടവരോട് നേരിട്ടു സംസാരിച്ച് പരിഹാരം തേടും പിന്നീട് പരാതി എഴുതി നൽകും. കാലിൽ വീണ് അപേക്ഷിക്കും. ഇതൊന്നും തന്നെ ഫലിക്കാതെ വരുമ്പോഴാണ് വേദനയോടെ നിരാഹാരസമരം നടത്തിവന്നത്. ന്യായത്തിനു വേണ്ടി മുട്ടിയാൽത്തുറക്കാത്ത വാതിലുകളാണ് ഞങ്ങൾ തള്ളിത്തുറക്കാൻ ശ്രമിച്ചിട്ടുള്ളത്.

ഈ സമരങ്ങൾ നടത്തിയിട്ടുള്ളവർക്കേ ഇതിന്റെ മഹത്ത്വം മനസ്സിലാകൂ. നിരാഹാരത്തിനുശേഷം ആരോഗ്യം പൂർവ്വസ്ഥിതിയിലെത്താൻ ദിവസങ്ങളെടുക്കും. വൃക്കകൾക്കു വലിയ കേടുപാടുകൾ സംഭവിക്കും. ശരീരത്തിലൂടെ വൈദ്യുതീപ്രവാഹം കടന്നുപോകുന്നതുപോലെ ഇടയ്ക്കിടെ ഞെട്ടലുണ്ടാകും. ഓരോ ദിവസത്തിനും ഒരു മാസത്തിന്റെ ദൈർഘ്യമുണ്ടാകും. ഉറക്കം പൂർണ്ണമായും ഇല്ലാതാകും. ഇരിക്കുമ്പോൾ കിടക്കാനും കിടക്കുമ്പോൾ എഴുന്നേറ്റു നിൽക്കാനും തോന്നും. അതേപ്പറ്റിയെല്ലാം പറയണമെങ്കിൽ അതിനായി ഒരു പുസ്തകംതന്നെ എഴുതേണ്ടിവരും. അത്ര കഠിനമായ ഒരു സമരമുറയാണ് നിരാഹാര സത്യാഗ്രഹം.

പതിനേഴ്

തകർത്തെറിഞ്ഞ കിളിക്കൂട്

ഈ കേസിൽ പ്രതിചേർക്കപ്പെട്ടവരുടെയെല്ലാം കുടുംബാംഗങ്ങൾ വളരെയധികം കഷ്ടത്തിലായിരുന്നു കഴിഞ്ഞു കൂടിയിരുന്നത്. പലർക്കും ക്രൂരമർദ്ദനങ്ങൾ ഏറ്റുവാങ്ങേണ്ടിവന്നിട്ടുണ്ട്. ഇതിൽ കുറ്റവാളികളാക്കപ്പെട്ട ഒരോരുത്തർക്കുമുണ്ടായ നഷ്ടങ്ങൾ അപരിഹാര്യമായിരുന്നു. ബോംബു സ്ഫോടനത്തിൽ കൊല്ലപ്പെട്ട പോലീസുകാരുടെ കുടുംബാംഗങ്ങൾക്കുണ്ടായ നഷ്ടവും അപരിഹാര്യമായിരുന്നു. ഇതിനെ ഒരു കാരണവശാലും ന്യായീകരിക്കാൻ കഴിയില്ല.

എന്നാൽ ഇതിനെക്കാളൊക്കെയുപരി, ഞങ്ങളുടെ കുടുംബത്തിന് ഏൽക്കേണ്ടിവന്ന കൊടുംക്രൂരതകളും പീഡനങ്ങളും എത്രയോ ഭയാനകമായിരുന്നു. അത് എണ്ണിയെണ്ണിപ്പറഞ്ഞാൽ കണ്ണിൽനിന്നു രക്തമൊഴുകും. എന്റെ അമ്മ പത്മാവതി, അനുജത്തി കല്യാണി, അനുജൻ ഭാഗ്യനാഥൻ, അമ്മയുടെ സഹോദരൻ രാജരത്തിനം, അനുജത്തിയുടെ സുഹൃത്ത് വാസന്തി എന്നിവരുൾപ്പെടുന്ന, ഒരു കിളിക്കൂടുപോലെ സുന്ദരമായിരുന്ന ഒരു കുടുംബത്തെ അടിച്ചുടച്ച്, ഛിന്നഭിന്നമാക്കി, കാൽക്കീഴിലിട്ടു ചവിട്ടിയരച്ചുകളഞ്ഞു സി.ബി.ഐ.

ഇതിനുള്ള ബഹുമതിയെല്ലാം ഇതിന്റെ തലവൻ കാർത്തികേയന് പോയിച്ചേരേണ്ടതാണ്. പെട്ടെന്നൊരു ദിവസം ഞങ്ങളുടെ കുടുംബത്തിലുണ്ടായിരുന്ന എല്ലാവരെയും കസ്റ്റഡിയിലെടുത്തു. അതിലൊരാളായിരുന്നു നാല്പതു വയസ്സുകാരനായ അമ്മയുടെ സഹോദരൻ രാജരത്തിനം. അദ്ദേഹം പൂർണ്ണമായും മാനസിക വളർച്ചയെത്താത്ത ഒരാളായിരുന്നു. എന്തെങ്കിലും ആലോചിച്ചുറപ്പിച്ച് ഒരുകാര്യം ചെയ്യാൻ കെൽപ്പില്ലാത്ത ആളായിരുന്നു. നമ്മൾ പറഞ്ഞുകൊടുത്താലേ എന്തെങ്കിലും ചെയ്യുമായിരുന്നുള്ളൂ. ബന്ധുക്കളെയും ശത്രുക്കളെയും പോലും തിരിച്ചറിയാൻ അദ്ദേഹത്തിനു കഴിവില്ലായിരുന്നു.

ആരെക്കണ്ടാലും ചിരിക്കും. കൊച്ചുകുട്ടികളോടെന്നപോലെ ഓരോന്നും പറഞ്ഞുകൊടുക്കണം. ഒരു രണ്ടുവയസ്സുകാരന്റെ പെരുമാറ്റം,

എപ്പോഴും എന്തെങ്കിലും ചിന്തിച്ചുകൊണ്ടിരിക്കും. അമ്മ ഒരു കുഞ്ഞിനെപ്പോലെയാണ് അദ്ദേഹത്തെ കരുതിയിരുന്നത്. അങ്ങനെയുള്ള ആളിനെപ്പോലും അറസ്റ്റുചെയ്ത് കൊണ്ടുവന്ന് വിചാരണയെന്ന പേരിൽ അതിക്രൂരമായി പീഡിപ്പിച്ചു.

തുടക്കത്തിൽ അദ്ദേഹം കള്ളം പറയുകയാണ്, വെറുതെ അഭിനയിക്കുകയാണ് എന്നൊക്കെക്കരുതിയാണ് മർദ്ദനം നടത്തിയത്. ശിവരാജൻ, ശുഭ, ധനു ഇവരെയൊക്കെ അറിയുമോ എന്നു ചോദിച്ചാൽ 'അറിയും' എന്നു മറുപടി കൊടുക്കും; അവരുടെകൂടെ എവിടെയെല്ലാം പോയി എന്നു ചോദിച്ചാൽ 'അറിയില്ല' എന്നു പറയും; അവസാനംവരെ അവർക്ക് ബോഡിഗാർഡായി കൂടെനടന്നത് നീയല്ലേ എന്നു ചോദിച്ചാൽ 'അതേ' യെന്നു ഉത്തരം പറയും. നീ അവരെയൊന്നും 'കണ്ടിട്ടേയില്ലേ' എന്നു ചോദിച്ചാൽ 'കണ്ടിട്ടേയില്ല' എന്നു മറുപടി പറയും; ബോംബുസ്ഫോടനം നടക്കുമ്പോൾ നീ അവിടെയുണ്ടായിരുന്നോ എന്നു ചോദിച്ചാൽ 'ഉണ്ടായിരുന്നു' എന്നു പറയും. ആ സ്ഫോടനത്തിൽ നീയും ചത്തുപോയില്ലേ എന്നു ചോദിച്ചാൽ 'ഞാനും ചത്തുപോയി' എന്നു പറയും. ഇങ്ങനെയുള്ള ഒരു 'അപ്പാവിയെപ്പോലും' സി.ബി.ഐ വിചാരണയ്ക്കും മൂന്നാംമുറയ്ക്കും വിധേയനാക്കി. ആരംഭത്തിൽ നളിനി, ധനു, ശുഭ എന്നിവരോടൊപ്പം ഇയാളും ചുറ്റിനടന്നിരുന്നു എന്നു തെറ്റിദ്ധരിച്ചാണ്, ഇയാൾക്ക് എല്ലാമറിയാമെന്ന് കണക്കുകൂട്ടിയത്. അതുകൊണ്ടാണ് ഞങ്ങളോടൊപ്പം അദ്ദേഹത്തെയും സി.ബി.ഐ. ക്രൂരമർദ്ദനത്തിന് ഇരയാക്കിയത്.

പിന്നീടാണ് അദ്ദേഹം യഥാർത്ഥത്തിൽ മാനസികവളർച്ചയെത്താത്ത ആളാണെന്ന് അവർ തിരിച്ചറിഞ്ഞത്. മനുഷ്യസ്നേഹവും കരുണയും മുഖമുദ്രയായി കൊണ്ടുനടക്കുന്ന നമ്മുടെ ഭാരതഭൂമിയുടെ സി.ബി.ഐ. എന്താണ് ചെയ്യേണ്ടിയിരുന്നത്?

വീട്ടിലുണ്ടായിരുന്ന എല്ലാവരെയും അറസ്റ്റുചെയ്ത് ആ വീടും പൂട്ടി സീൽ ചെയ്തവർ, ആ പാവത്തിനെ പുറത്തുവിട്ടപ്പോൾ, അദ്ദേഹം എവിടെപ്പോയി കഴിയുമെന്ന് ആലോചിച്ചിരിക്കേണ്ടതല്ലേ? അല്ലെങ്കിൽ ഏതെങ്കിലും ബന്ധുക്കളെ ഏല്പിക്കേണ്ടതല്ലേ അല്ലെങ്കിൽ ഇത്തരക്കാരെ താമസിപ്പിക്കുന്ന ഏതെങ്കിലും സ്ഥാപനത്തിൽ ചെർക്കേണ്ടതായിരുന്നില്ലേ? എന്നാലിതൊന്നും സി.ബി.ഐ. ചെയ്തില്ല. പെട്ടെന്നൊരു ദിവസം അദ്ദേഹത്തെ വാഹനത്തിൽ കയറ്റിക്കൊണ്ടുപോയി ഏതോ ഒരു സ്ഥലത്തു കുപ്പകൊട്ടുന്നതുപോലെ ഇറക്കിവിട്ടിട്ടുപോയി.

അദ്ദേഹത്തിന് ഞങ്ങളുടെ വീടെവിടെയാണെന്നുപോലും കൃത്യമായി അറിയാൻ പാടില്ലായിരുന്നു. മറ്റു ബന്ധുക്കളെപ്പറ്റിയും അറിയില്ലായിരുന്നു. ഇനിയെങ്ങോട്ട്, ആരോടൊപ്പം പോകണമെന്നും നിശ്ചയമില്ലായിരുന്നു. പച്ചവെള്ളം കൊടുക്കാൻ പോലും ആരുമുണ്ടായിരുന്നില്ല.

താടിയും മുടിയും വളർന്ന്, തെരുവുതോറും ഒരു ഭിക്ഷക്കാരനെപ്പോലെ അലഞ്ഞുതിരിഞ്ഞ് എവിടെയോ മരിച്ചുവീഴുകയാണുണ്ടായത്. ഭ്രാന്തനെപ്പോലെ ചുറ്റിനടന്ന അദ്ദേഹം ഒടുവിൽ ഒരു അനാഥപ്രേതമായി മാറി. ആ അനാഥശവം ആര് എവിടെ അടക്കം ചെയ്തു എന്നുപോലും ഞങ്ങൾക്ക് അറിയില്ല. വളരെ നാളുകൾക്കുശേഷം, അതായത് – ഞങ്ങൾ സി.ബി.ഐ.യിൽ നിന്നും ജുഡീഷ്യൽ കസ്റ്റഡിയിലേക്ക് മാറ്റി ജയിലിലടയ്ക്കപ്പെട്ട ശേഷമാണ് ഇക്കാര്യങ്ങൾ അറിയുന്നത്. അദ്ദേഹത്തെ സി.ബി.ഐ. എവിടെയെങ്കിലും കസ്റ്റഡിയിൽ വച്ചിരിക്കുകയായിരിക്കുമെന്നാണ് കരുതിയിരുന്നത്. ഇവിടെ ഒരു കാര്യം ശ്രദ്ധിക്കേണ്ടതാണ്. ഇതുപോലെ ബുദ്ധിഭ്രമമുള്ള ഒരാളെ വീട്ടിൽവച്ചുകൊണ്ട് ശിവരാജനോടൊപ്പം ഗൂഢാലോചന നടത്താൻ ആർക്കെങ്കിലും കഴിയുമോ? അവരുടെ അവകാശവാദം ശുദ്ധതട്ടിപ്പായിരുന്നില്ലേ? ഇപ്രകാരം തന്നെയാണ് എന്നെയും എന്റെ കുടുംബത്തെയും പ്രതികളാക്കി ഈ ലോകത്തെത്തന്നെ വിശ്വസിപ്പിച്ചത്.

അടുത്തത് അനുജത്തി കല്യാണിയെപ്പറ്റിയാണ്. അറസ്റ്റു ചെയ്യുമ്പോൾ അവൾക്ക് ഇരുപത്തിയൊന്നു വയസ്സുമാത്രം പ്രായം. ആ പ്രായത്തിലുള്ള ഒരു പെൺകുട്ടി അനാഥയായി തെരുവിൽ അലയേണ്ടിവരുന്ന ഒരവസ്ഥ ഒന്നാലോചിച്ചു നോക്കൂ. പെൺമക്കളുള്ള രക്ഷിതാക്കൾ തീർച്ചയായും ആലോചിക്കേണ്ടതാണ്. എന്റെ കാര്യം പോകട്ടെ! ഞാൻ മുരുകനെ പ്രേമിച്ചു വിവാഹം കഴിച്ചു. ഗൂഢാലോചനയെപ്പറ്റി ഒന്നുംതന്നെ അറിയാതെ ശിവരാജനുമായി പരിചയപ്പെട്ടു. പലപ്രാവശ്യം അയാളുമായി സംസാരിച്ചു. ധനു, ശുഭ എന്നിവരോടൊപ്പം അഞ്ചുദിവസം ചുറ്റിനടന്നു. ഇതൊന്നും ഞാൻ മറച്ചുവയ്ക്കുന്നതേയില്ല. എന്നാൽ കല്യാണിക്ക് ഈ പറയുന്നവരുമായി ഒരു ബന്ധവും ഉണ്ടായിരുന്നില്ല. അവൾ ഇവരെ കാണുകപോലും ചെയ്തിട്ടില്ല. 'അവളായി, അവളുടെ പാടായി' എന്നപോലെ കഴിഞ്ഞിരുന്നവളായിരുന്നു കല്യാണി. അവൾ ചെയ്ത ഒരേയൊരു കുറ്റം എന്റെ അനുജത്തി ആയിപ്പോയി എന്നതുമാത്രമായിരുന്നു. അവളെയും അറസ്റ്റുചെയ്തു കൊണ്ടുവന്നു. ശുഭയോടും ധനുവിനോടുമൊപ്പം കൂട്ടുകൂടിയിട്ടുണ്ട്. ഗൂഢാലോചനകളെല്ലാം അവൾക്കും അറിയാം എന്ന മട്ടിലായിരുന്നു – സി.ബി.ഐ. അവളെ ശാരീരികമായി പീഡിപ്പിച്ച് ചോദ്യംചെയ്തത്. 'രാപകൽ ഭേദമില്ലാതെ, ഉറങ്ങാൻ പോലും സമ്മതിക്കാതെ, ശരീരത്തിനെയും മനസ്സിനെയും ഉലയ്ക്കുന്ന മൂന്നാംമുറയാണ് അവൾക്കു നേരെ പ്രയോഗിച്ചത്. പൊലീസുകാരുടെ കൈയിലകപ്പെട്ട ഒരു ചെറുപ്പക്കാരിയുടെ ഗതിയെന്തായിരിക്കുമെന്നതിന് ഞാൻ തന്നെ ഒരുദാഹരണമാണ്. അങ്ങനെ നാല്പതു ദിവസങ്ങൾ അവളെ കസ്റ്റഡിയിൽ പാർപ്പിച്ചിരുന്നു. എനിക്കു ലഭിച്ചതുപോലെയുള്ള മർദ്ദനമുറകളെല്ലാം അവൾക്കും ലഭിച്ചിരുന്നു.

അവളെ എങ്ങനെ പ്രതിസ്ഥാനത്തു ചേർക്കാം എന്നുള്ളതിനും അവർ പദ്ധതികൾ തയ്യാറാക്കിയിരുന്നു. എന്നാൽ എങ്ങനെയോ അവൾക്കും ഈ കേസിനും തമ്മിൽ യാതൊരു ബന്ധവുമില്ലെന്നു മനസ്സിലാക്കി അവളെ വിട്ടയയ്ക്കുകയാണുണ്ടായത്. തങ്ങൾ എത്ര ന്യായമായും നീതിപൂർവ്വമാണ് കാര്യങ്ങൾ നടത്തുന്നതെന്ന് മാലോകരെ ബോദ്ധ്യപ്പെടുത്താൻ വേണ്ടികൂടിയാണ് അവളെ പ്രതിചേർക്കാതിരുന്നത് എന്നു ഞാൻ കരുതുന്നു. തുടർന്ന് അവരെന്താണ് ചെയ്യേണ്ടിയിരുന്നത്? ഒരു ചെറുപ്പക്കാരിയെ അറസ്റ്റു ചെയ്തുകൊണ്ടുവന്നു. അവളെ വിട്ടയയ്ക്കാൻ തീരുമാനിച്ചപ്പോൾ പല കാര്യങ്ങളും ആലോചിക്കേണ്ടതായിരുന്നു. അവളുടെ കുടുംബത്തിലെ മറ്റംഗങ്ങളെയെല്ലാം സി.ബി.ഐ. ആസ്ഥാനമായ 'മല്ലിക'യിൽ പാർപ്പിച്ചിരിക്കുകയാണ്. മറ്റു ബന്ധുക്കളെയെല്ലാം കേസന്വേഷണത്തിന്റെ പേരിൽ പിടിച്ചുകൊണ്ടുപോയി മർദ്ദിച്ചവശരാക്കി തിരികെ അയച്ചിരുന്നു. ഈ സാഹചര്യത്തിൽ ആ പാവം പെൺകുട്ടി എങ്ങോട്ടു പോകും? താമസിച്ചിരുന്ന വീടുപൂട്ടി സീൽ വെച്ചിരുന്നു. വീട്ടിലുണ്ടായിരുന്ന കുടുംബസംബന്ധമായ രേഖകൾ, സർട്ടിഫിക്കറ്റുകൾ, പ്രമാണങ്ങൾ എന്നിവയെല്ലാം പൊലീസുകാർ വലിച്ചുവാരി കൊണ്ടുപോയിരുന്നു. അവളുടെ സർട്ടിഫിക്കറ്റുകളോ, മറ്റു രേഖകളോ ഒന്നുംതന്നെ അവളുടെ പക്കൽ ഇല്ലായിരുന്നു. എങ്ങനെ അവൾക്കൊരു ജോലി കണ്ടുപിടിക്കാൻ കഴിയും? അവൾക്ക് അഭയം നൽകാൻ ആരാണുള്ളത്? ആരുമില്ലെങ്കിൽ ഏതെങ്കിലും വനിതാ ഹോസ്റ്റലിലോ മറ്റോ ചേർത്തിരിക്കേണ്ടതല്ലേ? ഇതേപ്പറ്റിയൊന്നും സി.ബി.ഐ. ചിന്തിച്ചതേയില്ല. ഏതാണ്ട് നാല്പതു ദിവസങ്ങൾ കസ്റ്റഡിയിൽ വച്ചിരുന്നശേഷം അവളെ തെരുവിലേക്കു വലിച്ചെറിഞ്ഞു എന്നുതന്നെ പറയാം. പുറത്തുവന്ന കല്ല്യാണിക്ക് താമസിക്കാൻ ഒരിടം പോലും ഉണ്ടായിരുന്നില്ല. റോയപേട്ടയിൽ ഉണ്ടായിരുന്ന വാടകവീടും പൂട്ടി സീൽ ചെയ്തിരുന്നു. അവിടെ പോയി നോക്കിയശേഷം വില്ലിവാക്കത്തുള്ള അവളുടെ വലിയമ്മയുടെ വീട്ടിലേക്കു പോയി. "നിങ്ങൾ കാരണം ഞങ്ങൾ അനുഭവിച്ച കഷ്ടപ്പാടുകൾ ഞങ്ങൾക്കു മതിയായി," എന്നു പറഞ്ഞ് കൈകൂപ്പി "പോയി വാ." എന്നു യാത്രാമൊഴി പറഞ്ഞു വിടുകയാണ് അവരും ചെയ്തത്.

അവരെ ഒരിക്കലും കുറ്റപ്പെടുത്താൻ കഴിയില്ല. ചെറിയമ്മ ഉൾപ്പടെയുള്ളവരെ അറസ്റ്റു ചെയ്തു കൊണ്ടുപോയി ഇരുപതു ദിവസങ്ങളോളം കസ്റ്റഡിയിൽ വച്ച് ക്രൂരപീഡനങ്ങൾ നടത്തിയശേഷമാണ് വിട്ടയച്ചത്. തുടർന്ന് എന്റെ അച്ഛന്റെ ബന്ധുക്കളെ കാണാൻ ചെന്നപ്പോഴും ഇതേ മറുപടി തന്നെയാണ് അവർക്ക് ലഭിച്ചത്. അടുത്ത രക്തബന്ധമുള്ളവർപോലും അവളെ സ്വീകരിക്കാൻ തയ്യാറാകാതിരുന്ന സാഹചര്യത്തിൽ, മറ്റുള്ള അകന്ന ബന്ധുക്കളോ സുഹൃത്തുക്കളോ അവളെ സ്വീകരിക്കാൻ തയ്യാറാകുമോ? അതുമാത്രമല്ല, സി.ബി.ഐ. കസ്റ്റഡിയിൽ ദീർഘനാൾ

ചോദ്യം ചെയ്യലിനുശേഷം പുറത്തുവിട്ട ഒരു പെൺകുട്ടിയെ, അതും പത്ര മാദ്ധ്യമങ്ങളിൽ വലിയ കഥകളിലും വാർത്തകളിലും നിറഞ്ഞു നിന്ന ഒരു പെൺകുട്ടിയെ ആരു സ്വീകരിക്കാൻ തയ്യാറാകും? അങ്ങനെ ഒര നാഥയെപ്പോലെ അവൾ ചുറ്റിത്തിരിയേണ്ടിവന്നു.

ആരും ഏറ്റെടുക്കാനില്ലാതെ, അവസാനം അവളോടൊപ്പം ജോലി ചെയ്തിരുന്ന ഒരു സുഹൃത്തിന്റെ വീട്ടിൽ, മനസ്സില്ലാമനസ്സോടെ അവളെ താമസിപ്പിക്കാൻ തയ്യാറായി. അതും മറ്റാരുമറിയാതെ, രഹസ്യമായിത തുടർന്ന് അവൾ ജോലി ചെയ്തിരുന്ന പഴയ ആശുപത്രിയിൽ ഒരു ജോലി തേടി എത്തി. ഭയപ്പാടോടെ അവർ അവളെ പുറത്താക്കി. എന്തു ചെയ്യും? വയറെന്ന ഒന്നുണ്ടല്ലോ? ഭിക്ഷയെടുക്കാൻ കഴിയുമോ? ഓരോ ആശുപത്രിയിലും ജോലിക്കുവേണ്ടി അവൾ കയറിയിറങ്ങി. ആളെ തിരിച്ചറിഞ്ഞാലുടൻ ഒന്നും പറയാതെ തിരിച്ചയയ്ക്കും.

അങ്ങനെ അനാഥയായി തെരുവുതേറും ജോലിതേടിയലഞ്ഞ് അവസാനം ഒരു പ്രൈവറ്റ് ആശുപത്രിയിൽ ഒരു താൽക്കാലിക ജോലി അവൾക്കു കിട്ടി. കൂട്ടുകാരിയുടെ വീട്ടിൽ താമസിച്ചുകൊണ്ടുതന്നെ ജോലിക്കു പോകാൻ തുടങ്ങി. ഞങ്ങളെ കാണാൻ വരുമ്പോഴെല്ലാം ഉടുത്തിരുന്നത് പഴയ വസ്ത്രങ്ങളായിരുന്നു. ഉണ്ടായിരുന്ന തുണി മണികളെല്ലാം പൂട്ടിയിട്ട വീട്ടിലായിരുന്നു. ഒരു ലജ്ജയുമില്ലാതെ തുറന്നു പറയട്ടെ, ഉടുതുണിക്കു മറുതുണിയില്ലാതെ ദയനീയമായ അവസ്ഥയിലായിരുന്നു അവൾ! ഞങ്ങളെ കാണുമ്പോഴൊക്കെ എനിക്കാരുമില്ല, ഞാൻ അനാഥയായിപ്പോയി എന്നു പറഞ്ഞ് അവൾ നിലവിളിച്ചു കൊണ്ടിരുന്നു. ഞങ്ങൾക്ക് അവളെ ആശ്വസിപ്പിക്കാൻ എങ്ങനെ കഴിയും?

നാട്ടിലെ പ്രമുഖ വ്യക്തികളെ, പാർട്ടി നേതാക്കന്മാരെ ആരെയെങ്കിലും കണ്ട് സഹായമഭ്യർത്ഥിക്കുവാൻ ഞങ്ങൾ നിർദ്ദേശിച്ചു 'പെരിയാർ ഇല്ല'ത്തിൽച്ചെന്ന് അവരുടെ സഹായം അഭ്യർത്ഥിക്കണം. അവിടെ തങ്ങാൻ ഒരിടം കിട്ടാതിരിക്കില്ല എന്നെല്ലാം അവളെ സമാധാനിപ്പിക്കാൻ വേണ്ടി പറഞ്ഞയയ്ക്കും! അവിടെയൊക്കെ പോയി മടുത്താണ് വന്നിരിക്കുന്നതെന്നു പറഞ്ഞ് അവൾ കരഞ്ഞു. അവിടെയും ഒരു 'രാഷ്ട്രീയ' മുണ്ടായിരുന്നു. ഞങ്ങളോട്, പ്രത്യേകിച്ച്, എന്റെ അനുജത്തിയോട് അനുഭാവം കാണിച്ചാൽ അവർക്കെന്തോ ബുദ്ധിമുട്ടുകൾ ഭാവിയിൽ ഉണ്ടായേക്കുമോ എന്ന് അവർ ഭയപ്പെട്ടിരുന്ന കാര്യം പിന്നീടാണ് മനസ്സിലാക്കാൻ കഴിഞ്ഞത്.

സുഹൃത്തിന്റെ വീട്ടിൽത്താമസിച്ചുകൊണ്ട് ജോലിതുടർന്നു. അങ്ങനെയിരിക്കയാണ് ബസ്സ്റ്റാൻഡിൽ വച്ചു കണ്ട ഒരാളുമായി അടുപ്പത്തിലാകുന്നത്. അവളുടെ പരിതാപകരമായ അവസ്ഥ മനസ്സിലാക്കി അവളെ ആശ്വസിപ്പിക്കത്തക്കവിധം അയാൾ സംസാരിക്കാൻ

തുടങ്ങി. അവളുടെ ദയനീയ കഥകേട്ടു സഹതാപം തോന്നി, അതു പിന്നീടു ആദരവായും അവസാനം പ്രേമമായും വളർന്നു. തുടർന്ന് അച്ഛനമ്മമാരുടെ അനുവാദത്തോടെ അയാളുടെ വീട്ടിൽ താമസിപ്പിക്കുകയും, പിന്നീട് ആചാരപ്രകാരം വിവാഹം കഴിക്കുകയും ചെയ്തു.

ആരോരുമില്ലാതെ അലഞ്ഞുനടന്ന അവൾക്ക് കിട്ടിയ ആ സൗഭാഗ്യം- വിവാഹം, കുടുംബജീവിതം- എല്ലാംതന്നെ ഞങ്ങൾക്ക് വളരെ ആശ്വാസപ്രദമായിത്തീർന്നു.

ഏറ്റെടുക്കാനാരുമില്ലാതെ തെരുവുതോറും അലഞ്ഞുനടന്ന് എന്റെ അനുജത്തിയുടെ ജീവിതം ദുരിതപൂർണ്ണമാകുമെന്നു ധരിച്ച സി.ബി.ഐയുടെ കണക്കുകൂട്ടലുകൾ തെറ്റിപ്പോയി. അത് മറ്റുള്ളവർക്ക് ഭയവും മുന്നറിയിപ്പും നൽകുമെന്നായിരുന്നു അവരുടെ പ്രതീക്ഷ. അതിനുവേണ്ടിത്തന്നെയാണ് കല്യാണിയെ അവർ തെരുവിലേക്ക് വലിച്ചെറിഞ്ഞത്.

അവളുടെ ഗതിയോർക്കുമ്പോൾ ഇപ്പോഴും എന്റെ ചങ്കിടിപ്പ് നിലച്ചുപോകും! ഒരു പെൺകുട്ടി അനാഥയായി, ഒറ്റയ്ക്ക് ചെന്നൈപോലുള്ള ഒരു പട്ടണത്തിൽ കഴിഞ്ഞുകൂടുന്നതു ചിന്തിക്കാൻപോലും കഴിയാത്ത ഒന്നാണ്.

പൊതുജനക്ഷേമത്തിനായി പ്രവർത്തിക്കുന്ന എത്രയോ സംഘടനകളും സന്നദ്ധസേവകരും അവിടെയുണ്ടായിരുന്നു. എന്നാൽ അവൾക്ക് അഭയം നൽകാൻ ഭയംമൂലം ആരും മുന്നോട്ടു വന്നില്ല എന്നതാണ് വസ്തുത. യഥാർത്ഥ കുറ്റവാളികളെ കണ്ടുപിടിക്കാൻ കഴിയാതിരുന്നതിന്റെ ജാള്യതയും കുറ്റബോധവും മറച്ചുവയ്ക്കാൻ ഇത്തരം ഹീനകൃത്യങ്ങൾ അവർ തുടർന്നുകൊണ്ടേയിരുന്നു.

ഇവിടെ സി.ബി.ഐ. കസ്റ്റഡിയിലിരുന്ന കാലത്ത് ഞങ്ങളുടെ സ്ഥിതിയും എത്ര ദയനീയമായിരുന്നു? ഞാനും ഭർത്താവും അമ്മയും അനുജനും ഒരേ കെട്ടിടത്തിന്റെ പല മുറികളിലായിട്ടാണ് അടച്ചിടപ്പെട്ടിരുന്നത്. എന്നാൽ ആർക്കും പരസ്പരം കാണാനോ സംസാരിക്കാനോ അനുവാദമുണ്ടായിരുന്നില്ല.

എന്റെ ഭർത്താവിന്റെ ആർത്തനാദം കേൾക്കുമ്പോഴാണ് അദ്ദേഹം ജീവിച്ചിരിക്കുന്നു എന്ന് ഞാനറിയുന്നത്. എന്നാൽ നിശ്ശബ്ദമായിരിക്കുമ്പോൾ അദ്ദേഹം മരിച്ചുകാണുമോ എന്ന സംശയം മനസ്സിൽ ഉദിക്കുമായിരുന്നു. അപ്പോൾ ഒരു ഭ്രാന്തിയെപ്പോലെ ആയിത്തീരും.

നേരത്തെ പറഞ്ഞതുപോലെ അന്വേഷണസംഘത്തലവൻ രഘോത്തമന്റെ മുറിയുടെ വലതുഭാഗത്തായിരുന്നു എന്നെ ചങ്ങലയിൽ ബന്ധിച്ചിരുന്ന സെൽ. ഛർദ്ദിച്ചാലും തുണികൊണ്ടു തുടച്ച് അതിൽത്തന്നെ കിടക്കേണ്ടിവരും. കഴുകാൻ വെള്ളം പോലും തന്നിരുന്നില്ല.

ഒരുമാസത്തിനുശേഷം ഡൽഹിയിൽനിന്നും സി.ബി.ഐയുടെ ഒരു യർന്ന ഉദ്യോഗസ്ഥൻ പരിശോധനയ്ക്ക് എത്തിയശേഷമാണ് തറയിൽ വിരിച്ചുകിടക്കാൻ ഒരു കാർപ്പറ്റ് അനുവദിച്ച് ഉത്തരവിടുന്നത്.

എന്നാൽ അവിടെയുണ്ടായിരുന്ന ഉദ്യോഗസ്ഥർ അത് അനുസരിച്ചില്ല. അതിനുപകരം ഓഫീസ് വരാന്തയിൽ കാൽച്ചവിട്ടിയായി ഉപയോഗിച്ചിരുന്ന, അഴുക്കും ചളിയും പുരണ്ട ഒരു പഴകിയ കാർപ്പെറ്റ് ഇട്ടുതന്നു. അതിൽ അല്പം വെള്ളം വീഴാനിടയായാൽ മണ്ണും ചളിയും കൂടിക്കലർന്ന് ഒരു കുഴമ്പുപോലെയായി ഒട്ടിപ്പിടിക്കാൻ തുടങ്ങും. അതിൽ കിടക്കുന്നതിനേക്കാൾ ഭേദം സിമന്റുതറ തന്നെയായിരുന്നു നല്ലത്. അതിനാൽ അഴുക്കുനിറഞ്ഞ ആ കാർപ്പറ്റ് ചുരുട്ടി ഒരു മൂലയിൽ വച്ച് വെറുംതറയിൽ കിടപ്പു തുടർന്നു.

ജയിലിനുള്ളിലും ഇതേപ്പോലെ താറുമാറായ അവസ്ഥയിലായിരുന്നു ഞങ്ങളുടെ വാസം. ഞങ്ങളുടെ കുടുംബം നാലുദിശകളിലായി ഛിന്നഭിന്നമായിത്തീർന്നിരിക്കുന്നു. വ്യക്തി സ്വാതന്ത്ര്യം, മനുഷ്യാവകാശങ്ങൾ ഇതെല്ലാം ഞങ്ങൾക്ക് അന്യമായിരുന്നു. ആരോ ചെയ്ത ഒരു ക്രൂരകൃത്യത്തിന് നിരപരാധികളായ ഞങ്ങളുടെ ജീവിതമാണ് പിച്ചിച്ചീന്തി എറിയപ്പെട്ടത്.

അർത്ഥതലങ്ങളുള്ള ഗ്രാഫിക്സ് ചിത്രങ്ങൾ സഹിതമാണ് ഡോക്യുമെന്ററി പ്രദർശിപ്പിച്ചിരിക്കുന്നത്.

ഈ ഡോക്യുമെന്ററി മറ്റു പല ചാനലുകളും പ്രക്ഷേപണം ചെയ്യുകയും ലക്ഷക്കണക്കിനാളുകൾ കാണുകയും ചെയ്തിട്ടുണ്ട്.

അതിൽ ത്യാഗരാജൻ 'ഒരു സ്ത്രീക്കല്ലാതെ' എന്നു പറയുമ്പോൾ, അതോടൊപ്പം എന്റെ ചിത്രം പ്രദർശിപ്പിച്ച്, തൊട്ടടുത്തായി തമിഴ്പ്പുലികളുടെ ആസ്ഥാനമായ ശ്രീലങ്കയിലെ 'വന്നി'യുടെ ദൃശ്യങ്ങളും കാട്ടി ഇവിടെ മുതൽ അവിടെ വരെ വയർലെസ് സന്ദേശങ്ങൾ കൈമാറിയിരുന്നതായി വിവരിക്കുന്നു.

എന്നു വച്ചാൽ 'നളിനി' എന്ന ഞാനും തമിഴ് പുലികളുടെ ഹെഡ് ക്വാർട്ടേഴ്സും തമ്മിൽ വയർലസ് സന്ദേശങ്ങൾ കൈമാറിയിരുന്നുവെന്ന് ചുരുക്കം.

ഇതെന്തൊരു ദുഷ്പ്രചരണമാണ്? എന്തൊരു – കൊടും ചതി! വീണു കിടക്കുന്ന പശുവിനുമേൽ ചാടി വീഴുന്ന കുറുനരിയുടെ ഗുണം! ഇതു ചെയ്യാൻ പ്രേരിപ്പിച്ചത് ആരാണ്? എന്തിനുവേണ്ടിയാണ് ഇതു ചെയ്തത്? എന്താണ് ഇതിനു പിന്നിൽ പ്രവർത്തിച്ചവരുടെ ലക്ഷ്യം? ഈ ഗൂഢ ലക്ഷ്യത്തെപ്പറ്റി ത്യാഗരാജന് അറിയുമായിരുന്നില്ലേ?

ഇങ്ങനെ ഒരുപാട്ചോദ്യങ്ങൾ മനസ്സിൽ വിങ്ങലായി ഇന്നും നിലനിൽക്കുന്നു.

ഇവിടെ ഒരു കാര്യം വ്യക്തമാക്കേണ്ടതുണ്ട്. ഈ കേസ് അന്വേഷിച്ച സി.ബി.ഐ പ്രത്യേക അന്വേഷണസംഘത്തിന്റെ രേഖകൾ, പ്രതികളുടെ സത്യവാങ്മൂലങ്ങൾ, സാക്ഷിമൊഴികൾ, കേസ് വിചാരണ നടത്തിയ ടാഡ കോടതി, അപ്പീൽ പരിഗണിച്ച സുപ്രീംകോടതി എന്നിവിടങ്ങളിലെങ്ങുംതന്നെ ഇങ്ങനെയൊരു ഡോക്യുമെന്ററിയെപ്പറ്റി ഒരു പരാമർശം പോലും ഉണ്ടായിട്ടില്ല.

ജയിൽ കമ്മീഷന്റെ അന്വേഷണ റിപ്പോർട്ടിലും വർമ്മാ കമ്മീഷൻ റിപ്പോർട്ടിലും ഇതേപ്പറ്റി ഒന്നും തന്നെ പറഞ്ഞിട്ടില്ല. വാസ്തവം ഇതായിരിക്കേ, ഈ വർഷങ്ങൾക്കുശേഷം, നടന്നിട്ടില്ലാത്ത ഒരു കാര്യം ശ്രീ. ത്യാഗരാജന് എങ്ങനെയാണ് വെളിപ്പെടുത്താൻ കഴിയുന്നത്? അദ്ദേഹത്തെ കൊണ്ടു നിർബന്ധിച്ചു പറയിക്കുന്നത് ആരാണ്? കോടതികൾ പറയാത്ത കാര്യങ്ങൾ പറയുന്നത് കോടതിയലക്ഷ്യമല്ലേ? അല്ലെങ്കിൽ നിങ്ങൾക്കുമാത്രം ഈ രഹസ്യവിവരം എവിടെനിന്നു കിട്ടി? എന്തിനാണ് അത് ഇത്രനാളും മറച്ചുവച്ചത്? ഇതിനുള്ള ഉത്തരം അദ്ദേഹം നൽകേണ്ടതാണ്.

ഇങ്ങനെ ഇതുവരെ ആരും പറയാത്ത ഒരു കാര്യം യാതൊരു തെളിവുകളും ആധാരവുമില്ലാതെ, മൂന്നാംമുറ ഉപയോഗിച്ച് സത്യവാങ്മൂലം രേഖപ്പെടുത്താൻ മാത്രം നിയോഗിക്കപ്പെട്ട ത്യാഗരാജന് എങ്ങനെ വെളിപ്പെടുത്താൻ കഴിയും? അതോ അദ്ദേഹം അന്വേഷണസംഘത്തിൽ

“ഞാനെഴുതിക്കൊടുത്ത സത്യവാങ്മൂലം വധശിക്ഷ വിധിക്കാൻ കാരണമാകുമെന്ന് ഒരിക്കലും കരുതിയിരുന്നില്ല, അതിനാൽ ചെയ്തു പോയ തെറ്റുകൾ തിരുത്താനാഗ്രഹിച്ച് ഇപ്പോൾ സത്യാവസ്ഥ തുറന്നു പറയുകയാണ് “ആ പെണ്ണ് നളിനി” എന്നു തുടർച്ചയായ രണ്ട് അഭി മുഖങ്ങളിൽ ത്യാഗരാജൻ പറയുന്നു.

ഈ സന്ദർഭത്തെ നാം സൂക്ഷ്മമായി പരിശോധിക്കേണ്ടതാണ്. താനൊരു വലിയ നീതിമാനാണ്, ധർമ്മത്തിന്റെയും നീതിയുടെയും പക്ഷത്തു മാത്രമേ നിലയുറപ്പിക്കുകയുള്ളൂ എന്ന് സ്വയം പ്രഖ്യാപിച്ചു കൊണ്ട്, മറുവശത്ത് താൻ ചെയ്തുകൂട്ടിയ ഒളിവുമറവുകളില്ലാത്ത അനീതികളെയും പടച്ചുണ്ടാക്കിയ കള്ളക്കഥകളെയും കറുപ്പുതുണി കൊണ്ടു മൂടിമറയ്ക്കാൻ ശ്രമിക്കുകയാണ്. അതായത് എന്റെ മേലുള്ള ആരോപണങ്ങളെ ബലപ്പെടുത്തി, അതുവഴി ഭർത്താവിന്റെ തൂക്കുകയർ ഒന്നുകൂടി മുറുക്കിയെടുക്കാനും ശ്രമിക്കുകയാണ് ത്യാഗരാജൻ. അതിനു വേണ്ടിയാണ് ഈ ഡോക്യുമെന്ററി തയ്യാറാക്കിയത് എന്ന കാര്യത്തിൽ സംശയമില്ല.

എന്തെന്നാൽ ഭർത്താവിന്റെ മേലുള്ള ഏക കുറ്റം ഭാര്യയായ എന്നെ മസ്തിഷ്ക പ്രക്ഷാളനം നടത്തി ഈ കുറ്റകൃത്യത്തിൽ പങ്കാളിയാക്കി യെന്നുള്ളതാണ്. അതിനാൽ ഈ കേസിൽ എന്നെ നിരപരാധിയായി പ്രഖ്യാപിച്ചാൽ ഭർത്താവും നിരപരാധിയാണെന്നു വിധിക്കേണ്ടിവരും. അതിനാൽ മുരുകനെയെങ്കിലും കഴുമരത്തിൽ കയറ്റണമെന്ന ചില ആളു കളുടെ നിർബന്ധത്തിൽ ത്യാഗരാജനും പങ്കാളിയാകേണ്ടിവന്നതു പോലെയായിരുന്നു കാര്യങ്ങളുടെ പോക്ക്. ഞങ്ങളുടെ പ്രാണവേദനയുടെ മേൽ അദ്ദേഹത്തിനെന്താണിത്ര കമ്പം! പ്രാണവേദന ഒരിക്കലും ഒരാ ളുടെ മാത്രം കുത്തകയായിരിക്കുകയില്ല എന്നത് ഓർക്കുന്നതു നന്ന്! അദ്ദേഹത്തിനു ഞങ്ങളുടെ മേൽ പരാതിയും കോപവും ഉണ്ടാകുന്നതിന് ന്യായമായ ചില കാരണങ്ങളുണ്ട്. അയാൾ ഞങ്ങളെ എത്ര ഹീനമായ രീതിയിലാണ് പീഡനങ്ങൾക്കു വിധേയരാക്കിയത്. നിയമവിരുദ്ധമായി എത്രയെത്ര കാര്യങ്ങളാണ് അയാൾ ഞങ്ങൾക്കെതിരെ പ്രയോഗിച്ചത്? അവസാനം എത്രമാത്രം ഭീഷണിപ്പെടുത്തിയാണ് കുറ്റസമ്മതമൊഴി കളിൽ ഞങ്ങളുടെ കയ്യൊപ്പുകൾ വാങ്ങിയെടുത്തത്? ഇക്കാര്യങ്ങളെല്ലാം ഞങ്ങൾ തെളിവുകൾ സഹിതം രേഖാമൂലം പരാതി കോടതിയിൽ സമർപ്പിച്ചിട്ടുള്ളതാണ്.

അദ്ദേഹത്തിനെതിരെ ഞങ്ങൾ നടത്തിയ ക്രോസ് വിസ്താരങ്ങളിലും മേൽപ്പറഞ്ഞ കാര്യങ്ങൾ ഉൾപ്പെടുത്തിയിരുന്നു. മാത്രമല്ല ഗർഭിണിയാ യിരുന്ന എന്നോടുകാട്ടിയ കൊടും ക്രൂരതകളും അങ്ങേയറ്റം അപലപ നീയമായിരുന്നു. ഈ പീഡനങ്ങളെപ്പറ്റിയെല്ലാം അക്കാലത്ത് രണ്ടു പ്രമുഖ വാരികകളിൽ തുടർച്ചയായി ലേഖനങ്ങൾ പ്രസിദ്ധീകരിക്കുകയും ചെയ്തിട്ടുള്ളതാണ്. അത് ഞങ്ങൾക്കുണ്ടായ ദുരനുഭവങ്ങൾക്ക്

ലോകജനശ്രദ്ധ പിടിച്ചെടുക്കാൻ സഹായകമായി. അതൊന്നും അയാളോടുള്ള ഏതെങ്കിലും വ്യക്തിവിദ്വേഷത്തിന്റെ പേരിലായിരുന്നില്ല.

ഞങ്ങൾക്കു നേരിടേണ്ടിവന്ന ഒരനീതി ഇനി മറ്റാർക്കും, പ്രത്യേകിച്ച് ഒരു സ്ത്രീക്കും, ഉണ്ടാകാനിടവരരുത്. ഇരയായ ഞങ്ങൾക്ക് നിയമപരമായ സംരക്ഷണമെങ്കിലും ലഭിക്കേണ്ടതല്ലേ? അതിനുവേണ്ടി മാത്രമാണ് വരികളിൽ അവ പ്രസിദ്ധീകരിക്കാൻ ഇടയായത്.

ഇല്ലാത്ത കുറ്റാരോപണം നടത്തി ത്യാഗരാജനെ അപമാനിക്കണം എന്ന ലക്ഷ്യം ഞങ്ങൾക്ക് അല്പം പോലും ഉണ്ടായിരുന്നില്ല. അദ്ദേഹത്തെപ്പോലെ ഹൃദയശൂന്യരായിരുന്നില്ല ഞങ്ങൾ രണ്ടുപേരും!

എന്നാൽ എനിക്കെതിരെ സംഘടിത ശക്തിയോടുകൂടി അദ്ദേഹം നടത്തിയ ഇന്റർവ്യൂകളും മറ്റു ദുഷ്പ്രചരണങ്ങളും ഡോക്യുമെന്ററി പ്രദർശനവുമെല്ലാം കാണുമ്പോൾ അദ്ദേഹം എന്നെ ഉന്മൂലനാശം വരുത്തിയേ അടങ്ങൂ, ഒരു കണക്കിലും രക്ഷപ്പെടാൻ പാടില്ല എന്ന പിടിവാശിയോടെ പ്രവർത്തിക്കുന്ന തരത്തിൽ മുറിവേറ്റ ഒരു മൃഗത്തെപ്പോലെയായി ത്തീർന്നു എന്ന വസ്തുത എനിക്കു ബോധ്യമായി.

അയാളുടെ മനസ്സിനേറ്റ ആ മുറിവ് ന്യായമാണോ അന്യായമാണോ എന്നു തീരുമാനിക്കേണ്ടത് ത്യാഗരാജന്റെ മനസ്സാക്ഷിയും ഈശ്വരനും മാത്രമാണ്. അതോടൊപ്പം വായനക്കാർക്കും ഒരു തീരുമാനത്തിലെത്താം.

"ഒരാളിന്റെ കുറ്റസമ്മതമൊഴിയിൽ മാത്രമേ തിരുത്തൽ വരുത്തിയിട്ടുള്ളൂ, മറ്റുള്ളതിനെല്ലാം പ്രതികൾ പറയുന്നതുമാത്രമേ രേഖപ്പെടുത്തിയിട്ടുള്ളൂ അതുകൊണ്ട് അവരെല്ലാം യഥാർത്ഥ കുറ്റവാളികൾ തന്നെ" എന്ന് പല ഇന്റർവ്യൂകളിലും ത്യാഗരാജൻ വെളിപ്പെടുത്തിയിട്ടുണ്ട്.

അങ്ങനെയെങ്കിൽ, "എന്നെ തേജോവധം ചെയ്ത് വെള്ളക്കടലാസുകളിലും എന്തൊക്കെയോ എഴുതിപ്പിടിച്ച പേപ്പറുകളിലും ഒപ്പിടുവിച്ചു" എന്ന് പേരറിവാളൻ ടാഡ കോടതിയിലും ചെന്നൈ ഹൈക്കോടതിയിലും മൊഴികൊടുത്തിരുന്നതും പേരറിവാളന്റെ വക്കീൽ ത്യാഗരാജനെ ക്രോസ് വിസ്താരം ചെയ്തപ്പോൾ ഇതെല്ലാം രേഖപ്പെടുത്തുകയും ചെയ്തതുമെല്ലാം തെറ്റായിരുന്നോ? അത് അസത്യമായിരുന്നോ? അല്ലല്ലോ?

അതു പോകട്ടെ, ഈ ത്യാഗരാജൻ വിശ്വസിക്കാൻ പറ്റുന്ന ആളാണോ? അയാൾ നിയമപ്രകാരം തനിക്കു ലഭിച്ചിട്ടുള്ള അധികാരങ്ങൾ ദുരുപയോഗം ചെയ്യാതെ നീതിപൂർവ്വം പ്രവർത്തിച്ചിരുന്ന ആളാണോ? ഇതേപ്പറ്റിയും നാം അറിഞ്ഞിരിക്കേണ്ടതാണ്.

"രാജീവ് വധക്കേസ് പ്രത്യേക അന്വേഷണ സംഘത്തലവൻ രഘോത്തമന്റെ കത്തുകിട്ടിയ ഉടൻ ഞാൻ കൊച്ചിയിൽ നിന്നും വന്ന് ആഗസ്റ്റ് 6, 7 തീയതികളിൽ നളിനിയുടെ കുറ്റസമ്മതമൊഴി രേഖപ്പെടുത്തുകയും അന്നുതന്നെ അത് മുദ്രവച്ച കവറിൽ കോടതിയിൽ സമർപ്പിക്കുകയും ചെയ്തു" എന്നു ത്യാഗരാജൻ കോടതിയിൽ സാക്ഷി പറഞ്ഞിട്ടുള്ളതാണ്.

എന്നാൽ അന്വേഷണ സംഘത്തലവൻ രഘോത്തമൻ തന്റെ പുസ്തകത്തിന്റെ 60, 61, 62 പേജുകളാൽ (8-ാം അദ്ധ്യായം) ഇതിൽ നിന്നും വ്യത്യസ്തമായ തരത്തിലാണ് ഇതേപ്പറ്റി എഴുതിയിട്ടുള്ളത്. ഞങ്ങളെ അറസ്റ്റു ചെയ്തതിന്റെ തൊട്ടടുത്ത ദിവസം, അതായത് 1991 ജൂൺ 15, 16 തീയതികളിൽ ത്യാഗരാജൻ ഞങ്ങളുടെ സത്യവാങ്മൂലങ്ങൾ രേഖപ്പെടുത്തിയെന്നും അതാണ് ഈ കേസന്വേഷണത്തിന് വഴിതുറന്നുകിട്ടാൻ സഹായകമായത് എന്നും എഴുതിയിരുന്നു.

ഇതിൽ ഏതാണു ശരി? അന്വേഷണസംഘത്തലവൻ രഘോത്തമൻ പറയുന്നതോ, അതോ മൊഴിരേഖപ്പെടുത്താൻ ചുമതലയേൽപ്പിക്കപ്പെട്ട ത്യാഗരാജൻ പറയുന്നതോ?

അതുമാത്രമല്ല ഞാൻ സ്വന്തം താത്പര്യപ്രകാരം മുന്നോട്ടുവന്നു കൊടുത്തുവെന്നു പറയപ്പെടുന്നതും ത്യാഗരാജൻ രേഖപ്പെടുത്തിയതുമായ കുറ്റസമ്മതമൊഴി അന്നുതന്നെ അന്വേഷണസംഘത്തലവനെ ഏൽപ്പിച്ചത് എന്തിനായിരുന്നു! ചട്ടപ്പടി അതു സീൽ ചെയ്ത് നേരിട്ടു കോടതിയിൽ സമർപ്പിക്കുകയല്ലേ ചെയ്യേണ്ടിയിരുന്നത്? ഇതുതന്നെ കടുത്ത നിയമലംഘനമല്ലേ? ഈ സംഭവത്തെ എങ്ങനെ നിസ്സാരമായി തള്ളിക്കളയാനാകും?

ആ കുറ്റസമ്മതമൊഴി ഇല്ലായിരുന്നെങ്കിൽ ഞങ്ങളെല്ലാം നിരപരാധികളാകുമായിരുന്നില്ലേ? ഈ കേസുതന്നെ തുടർന്നു നടത്താൻ അവർക്കു കഴിയുമായിരുന്നില്ല. സി.ബി.ഐ. തലവൻ രഘോത്തമനും ഒരഭിമുഖത്തിൽ ഇക്കാര്യം സ്ഥിരീകരിച്ചിട്ടുള്ളതാണ്. ആ നിരീക്ഷണം സുപ്രീം കോടതിയും അംഗീകരിച്ചിട്ടുണ്ട്.

അടുത്തതായി സി.ബി.ഐ. അന്വേഷണസംഘം ഒരിക്കലും ചെയ്യാൻ പാടില്ലാത്ത, കരിപുരണ്ട ചില വിഷയങ്ങളെപ്പറ്റിയും പറയാതിരിക്കാൻ നിർവ്വാഹമില്ല. ഞങ്ങൾ സ്വമനസ്സാലേ മുൻവന്ന് കുറ്റസമ്മതമൊഴി നൽകിയെന്നുള്ള സി.ബി.ഐയുടെ അവകാശവാദം ശരിയാണെങ്കിൽ, പിന്നെന്തിനാണ് ഞങ്ങളെ തുടർന്ന് അറുപതു ദിവസങ്ങൾ പൊലീസ് കസ്റ്റഡിയിൽ വച്ചു പീഡിപ്പിച്ചത്? അതോ അവിടെ ഞങ്ങളെ യോഗ, ധ്യാനം മുതലായവ പരിശീലിപ്പിക്കുകയായിരുന്നോ? മറ്റുകേസുകളിൽ കുറ്റം ചുമത്തപ്പെടുന്നവരെ പരമാവധി പതിനഞ്ച് ദിവസങ്ങളാണ് പൊലീസ് കസ്റ്റഡിയിൽ വയ്ക്കാൻ നിയമം അനുവദിച്ചിട്ടുള്ളത്. ഞങ്ങളുടെ കുറ്റസമ്മതമൊഴി വാങ്ങിയശേഷവും അതിന്റെ നാല് ഇരട്ടി ദിവസങ്ങൾ, അതായത് അറുപതു ദിവസങ്ങൾ, എന്തിനാണ് ഞങ്ങളെ കസ്റ്റഡിയിൽ പാർപ്പിച്ചിരുന്നത്?

കൊലക്കേസുകളിൽ നടന്ന കാര്യങ്ങൾ വെളിപ്പെടുത്തിക്കിട്ടാൻ പരമാവധി മൂന്നു ദിവസങ്ങൾതന്നെ അധികമാണ്. പ്രതിചേർക്കപ്പെട്ടവരെ മനപ്പൂർവ്വം പീഡിപ്പിക്കുന്നതിനും കേസിനെപ്പറ്റി നല്ലവണ്ണം ആലോചിച്ച് അവരുടെ ഇഷ്ടപ്രകാരം വളച്ചൊടിച്ച്, അതിനൊപ്പിച്ചു വ്യാജരേഖകളും

കള്ളസാക്ഷികളെയും തയ്യാറാക്കുന്നതിനും വേണ്ടിയാണ് ഈ അറുപതു ദിവസങ്ങൾ ഉപയോഗിച്ചതെന്ന കാര്യം ഇപ്പോൾ വ്യക്തമായിക്കാണുമല്ലോ?

സി.ബി.ഐ. അംഗങ്ങളും മനുഷ്യർ തന്നെയല്ലേ? മാനത്തുനിന്നും പൊട്ടിവീണവരൊന്നുമല്ലല്ലോ? അവരും തെറ്റുകുറ്റങ്ങൾക്കതീതരല്ല എന്ന് പല രാഷ്ട്രീയകക്ഷി നേതാക്കന്മാരും സാക്ഷ്യപ്പെടുത്തിയിട്ടുള്ളതാണ്. നോയ്ഡ (NOIDA) എന്ന സ്ഥലത്ത് മുപ്പതു കുട്ടികളെ കാണാതായ സംഭവം സി.ബി.ഐ. അന്വേഷിച്ചിരുന്നു. വളരെയധികം ജനശ്രദ്ധനേടിയ ആ കേസിൽ പായൽ എന്ന പെൺകുട്ടിയുടെ അച്ഛൻ ലാൽ എന്നയാളിനെ കള്ളസാക്ഷിയാക്കിച്ചേർത്ത്, വെള്ളക്കടലാസിൽ ഒപ്പിട്ടു വാങ്ങി എന്ന കാര്യം പരസ്യമായിരുന്നല്ലോ? 2007 ജനുവരി 22-ാം തിയതിയിലെ എല്ലാം പത്രങ്ങളുടെയും വെല്ലൂർ എഡിഷനുകളിൽ ഈ വാർത്ത വളരെ പ്രാധാന്യത്തോടെ പ്രസിദ്ധീകരിച്ചിരുന്നു.

എന്തിന്? മുൻപ്രധാനമന്ത്രി വി.പി. സിങ് കൈക്കൂലി വാങ്ങിയതായി സി.ബി.ഐ. കള്ളക്കേസ് കെട്ടിയുണ്ടാക്കിയ വാർത്ത വന്നിരുന്നില്ലേ? അതിന്റെ സത്യാവസ്ഥ മനസ്സിലാക്കിയ അദ്ദേഹത്തിന്റെ അനുയായികൾ വളരെയധികം ദുഃഖിച്ചില്ലേ?

സി.ബി.ഐയുടെ മേൽ ജനങ്ങൾക്കുള്ള വൻവിശ്വാസ്യത കൂടി നഷ്ടപ്പെടുത്തും വിധം ധാരാളം വാർത്തകൾ ഇപ്പോൾ വന്നുകൊണ്ടിരിക്കുകയാണല്ലോ? സി.ബി.ഐ. അധികാരികൾ കൈക്കൂലികേസുകളിൽ ഉൾപ്പെട്ട് അറസ്റ്റുചെയ്യപ്പെടുന്ന സംഭവങ്ങളും വായിക്കാൻ ഇടയാകുന്നുണ്ട്. അവരിലും വ്യാജന്മാരും കൈക്കൂലിക്കാരും അധികരിച്ചുകൊണ്ടിരിക്കുന്നു എന്നത് വേദനാജനകമാണ്.

സി.ബി.ഐയുടെ മേൽ അനാവശ്യമായി കളങ്കം ചേർക്കുവാൻ ഞാനാഗ്രഹിക്കുന്നില്ല. അതിൽ എത്രയോ നീതിമാന്മാരായ ഉദ്യോഗസ്ഥൻമാരുണ്ട്? ഇത്രയും മഹത്തായ ആ സംവിധാനത്തിൽ കളങ്കിതരും ഉണ്ടെന്നു ചൂണ്ടിക്കാണിക്കുക മാത്രമാണ് എന്റെ ലക്ഷ്യം. ഇക്കൂട്ടത്തിലാണ് ഞങ്ങൾ ത്യാഗരാജനെ കണക്കുകൂട്ടിയിരിക്കുന്നത്. അദ്ദേഹത്തിനെതിരെ മനപ്പൂർവ്വം കുറ്റം കെട്ടിച്ചമയ്ക്കുകയാണെന്നു കരുതരുത്. അങ്ങനെയൊരു ഉദ്ദേശ്യവും എനിക്കില്ല. ഇപ്പോഴും ഞാനദ്ദേഹത്തെ എന്റെ പിതൃതുല്യനായിട്ടാണ് കണക്കാക്കുന്നത്.

അങ്ങനെ കരുതപ്പെടുന്ന അദ്ദേഹം, പ്രതികൾ സ്വന്തം ഇഷ്ടപ്രകാരം നൽകിയ കുറ്റസമ്മതമൊഴി എഴുതിയെടുക്കുക എന്ന ജോലി മാത്രമേ താൻ ചെയ്തിട്ടുള്ളൂ എന്നും കേസന്വേഷണത്തിലെ ഒരംഗമായി താൻ പ്രവർത്തിച്ചിട്ടില്ലെന്നും കോടതിയിൽ ബോധിപ്പിച്ചിരുന്നു. എന്തുവലിയ വ്യാജപ്രസ്ഥാവനയായിരുന്നു അത്!

അദ്ദേഹം കേസന്വേഷണ ഉദ്യോഗസ്ഥനായിത്തന്നെയാണ് ഞങ്ങളുടെ മുന്നിൽ എത്തിയിരുന്നത്. അതു തെളിയിക്കുന്നതിനുള്ള

സാക്ഷികളും രേഖകളും ഇഷ്ടംപോലെ ലഭ്യമാണ്. ഒരുപക്ഷേ ഇത് അവിശ്വസിനീയമായി നിങ്ങൾക്കു തോന്നിയേക്കാം. പ്രത്യേക അന്വേഷണ സംഘത്തലവൻ ശ്രീ. കാർത്തികേയനും രഹസ്യാന്വേഷണ സംഘത്തലവൻ രഘോത്തമനും എഴുതിയ പുസ്തകത്തിൽ ത്യാഗരാജൻ സി.ബി.ഐയുടെ എസ്.ഐ.ടിയിൽ(Special Investigation Team) അംഗമായിരുന്നുവെന്ന് രേഖപ്പെടുത്തിയിട്ടുണ്ട്.

വാസ്തവം അതായിരിക്കേ, ഈ മനുഷ്യൻ കോടതിയിൽ "കുറ്റസമ്മതമൊഴി രേഖപ്പെടുത്താൻ വേണ്ടി മാത്രമാണ് ഞാൻ വന്നിട്ടുള്ളത്, അന്വേഷണ സംഘത്തിൽ ഞാൻ അംഗമായിരുന്നില്ല "എന്ന വ്യാജമൊഴി നൽകി; ഇങ്ങനെയുള്ള ആളിന്റെ സത്യസന്ധതയിൽ സംശയം തോന്നുക സ്വാഭാവികമല്ലേ?

ഇവിടെ മറ്റൊരു ചോദ്യവും ഉയർന്നു വരുന്നുണ്ട്, ഈ കേസിൽ പ്രതിചേർക്കപ്പെട്ട ഞങ്ങൾ പതിനാറു പേരും സ്വന്തം ഇഷടപ്രകാരം കുറ്റസമ്മതമൊഴി നൽകി എന്നത് സത്യമാണെങ്കിൽ, ഞങ്ങളെ എല്ലാവരെയും ഒരു ന്യായാധിപന്റെ മുന്നിൽ ഹാജരാക്കി സത്യവാങ്മൂലം രേഖപ്പെടുത്താമായിരുന്നില്ലേ? എന്താണ് അങ്ങനെ ചെയ്യാതിരുന്നത്? അങ്ങനെ ചെയ്തിരുന്നെങ്കിൽ ആ മൊഴി കുറെക്കൂടി വിശ്വാസയോഗ്യമാകുമായിരുന്നില്ലേ? അങ്ങനെയൊരു നല്ല സന്ദർഭം കൈവന്നിട്ടും ത്യാഗരാജൻ അതു പ്രയോജനപ്പെടുത്താതിരുന്നത് എന്തുകൊണ്ടാണ്? ആരാണ് അതിനു തടസ്സമായി നിന്നത്? എന്തിനാണ് ഒരു പൊലീസ് മേധാവി സത്യവാങ്മൂലം വാങ്ങുന്നത്?

ഒരു ന്യായാധിപന്റെ മുന്നിൽ ഞങ്ങളുടെ മൊഴി രേഖപ്പെടുത്തുകയോ, അല്ലെങ്കിൽ മൊഴിയുടെ ആഡിയോ, വീഡിയോ റിക്കാർഡിഗ് നടത്തുകയോ ചെയ്തിരുന്നുവെങ്കിൽ അവരുടെ ഇഷ്ടപ്പടി വസ്തുതകളെ വളച്ചൊടിക്കാനും കൂട്ടിച്ചേർക്കാനും കഴിയുമായിരുന്നില്ല എന്ന വസ്തുത തെളിയുന്നുണ്ടല്ലോ!

ടാഡ ചട്ടം 15 അനുസരിച്ച് ഞങ്ങളുടെ മൊഴിരേഖപ്പെടുത്താൻ തീരുമാനിച്ചത് ശരിയായ നടപടി ആയിരുന്നു. എന്നാൽ അതേ ചട്ടമനുസരിച്ച് മൊഴികളുടെ ഓഡിയോ, വീഡിയോ റിക്കാർഡിഗ് നടത്തിയിരിക്കേണ്ടതല്ലേ?

ഞങ്ങളുടെ മൊഴിരേഖപ്പെടുത്താൻ ചുമതലയേറ്റ ത്യാഗരാജൻ അധികാര ദുർവിനിയോഗം നടത്തിയ ആളാണെന്ന് കേരളാഹൈക്കോടതി ചൂണ്ടിക്കാട്ടിയിട്ടുള്ള വ്യക്തിയാണ്. എത്രയോ പ്രഗദ്ഭരായ അധികാരികൾ സി. ബി. ഐ.യിലുള്ളപ്പോൾ കളങ്കിതനായ ഒരാളെത്തന്നെ ഇവിടെ മൊഴിരേഖപ്പെടുത്താൻ നിയോഗിച്ചതിലുള്ള വൈരുദ്ധ്യം നാമിവിടെ പരിശോധിക്കേണ്ടതാണ്. ഇവിടെയും നിയമവിരുദ്ധ നടപടികൾ നടത്താൻ വേണ്ടി ബോധപൂർവ്വമാണ് കാർത്തികേയനെ ചുമതലപ്പെടുത്തിയത്.

കേരളത്തിലെ ഒരു കോൺവെന്റിൽ വച്ച് സിസ്റ്റർ അഭയ എന്ന കന്യാസ്ത്രീ സംശയകരമായ സാഹചര്യത്തിൽ കൊല്ലപ്പെട്ടു. രണ്ടു വൈദികരും മറ്റൊരു കന്യാസ്ത്രീയും അവിഹിത ബന്ധത്തിലേർപ്പെടുന്നതിനു ദൃക്സാക്ഷിയായ അഭയയെ കൊന്നു കിണറ്റിലിടുകയാണുണ്ടായത് എന്നാണ് കേസ്. അഭയയുടെ മരണം ആത്മഹത്യയാക്കി മാറ്റാൻ പരിശ്രമിച്ച വ്യക്തിയാണ് ത്യാഗരാജൻ. ത്യാഗരാജന്റെ സമ്മർദ്ദതന്ത്രങ്ങൾക്കു വഴങ്ങാൻ തയ്യാറാകാതെ ആ കേസിന്റെ അന്വേഷണ ഉദ്യോഗസ്ഥൻ രാജിവച്ച് പുറത്തുവന്ന് സത്യാവസ്ഥ വെളിപ്പെടുത്തിയപ്പോഴാണ് ഇക്കാര്യം പരസ്യമായത്. ഇതുസംബന്ധമായ വിവരങ്ങൾ 19/5/1991-ലെ 'ഫ്രണ്ട് ലൈൻ' എന്ന ഇംഗ്ലീഷ്മാസിക റിപ്പോർട്ടു ചെയ്തിട്ടുള്ളതാണ്. ആർക്കുവേണ്ടിയാണ് ത്യാഗരാജൻ ഈ കേസിൽ ഒരു കൊലപാതകത്തെ ആത്മഹത്യയാക്കി മാറ്റാൻ ശ്രമിച്ചത്?

ഇങ്ങനെ കളങ്കിതനായ ഒരു പൊലീസ് ഉദ്യോഗസ്ഥനെത്തന്നെ മുൻ പ്രധാനമന്ത്രി രാജീവ് ഗാന്ധി വധക്കേസിൽ പ്രതിചേർക്കപ്പെട്ടവരുടെ കുറ്റസമ്മതമൊഴി രേഖപ്പെടുത്താൻ ചുമതലപ്പെടുത്തിയത് ന്യായമാണോ? ഏതു സാഹചര്യത്തിലാണ് ഇയാൾ അഭയക്കേസുമായി ബന്ധപ്പെടാനിടയായി എന്നത് ഇന്നും ഉത്തരം കിട്ടാത്ത ചോദ്യമായി അവശേഷിക്കുന്നു. ഈ സംശയങ്ങൾക്ക് ഇടം കൊടുക്കാതെ സത്യസന്ധരായ മറ്റുദ്യോഗസ്ഥരെ ഇക്കാര്യത്തിനു ചുമതലപ്പെടുത്തേണ്ടതല്ലേ? സി.ബി.ഐയിൽ പ്രാപ്തരായ വേറെ ഉദ്യോഗസ്ഥന്മാർ ഉണ്ടായിരുന്നില്ലേ?

ഞങ്ങളുടെ കേസ് വിസ്താരം നടന്ന എട്ടുവർഷങ്ങളിൽ എന്നെപ്പറ്റിയും എന്റെ ഭർത്താവ്, അച്ഛനമ്മമാർ, മറ്റു കുടുംബാംഗങ്ങൾ എന്നിവരെപ്പറ്റിയും സി.ബി.ഐ പ്രത്യേക അന്വഷണസംഘം നൽകിയിട്ടുള്ള വിവരങ്ങൾ മാത്രമാണ് പത്രമാസികകളിലും ദൃശ്യമാധ്യമങ്ങളിലും പ്രസിദ്ധീകരിച്ചിട്ടുള്ളത്. അവയെല്ലാം തന്നെ വാസ്തവവിരുദ്ധങ്ങളായ നുണക്കഥകൾ മാത്രമായിരുന്നു.

എന്നാൽ ജയിലിനുള്ളിൽ നടന്നതും കോടതിയിൽ നടന്ന കേസ് വിസ്താരവും ക്രോസ് വിസ്താരത്തിനുള്ളിൽ ഞങ്ങൾ ചോദിച്ച ചോദ്യങ്ങൾക്ക് ഉത്തരംമുട്ടി നിന്നതും ഒരു ഘട്ടത്തിൽ ഞങ്ങൾ പ്രതികളുമായി സഹകരിച്ചിട്ടുണ്ടാകാം, പക്ഷേ ഗൂഢാലോചനയെപ്പറ്റി അറിഞ്ഞിരിക്കാനിടയില്ല എന്നുള്ള കോടതിയുടെ നിരീക്ഷണവും മറ്റുംപുറത്തുവരാതിരിക്കാനായി ടാഡ നിയമത്തിലെ വകുപ്പുകളുപയോഗിച്ച് മൂടി മറച്ചുവയ്ക്കാൻ സി.ബി.ഐയ്ക്കു കഴിഞ്ഞു. അതായത് ടാഡ നിയമപ്രകാരം രഹസ്യവിചാരണ (IN CAMERA) യാണ് നടത്തിയത്. അതിനാൽ പത്രക്കാർക്കോ സന്ദർശകർക്കോ കോടതിമുറിയിൽ പ്രവേശനം അനുവദിച്ചിരുന്നില്ല. പരസ്യവിചാരണ നടത്തിയാൽ സാക്ഷികൾക്കും മറ്റും പുറത്തുള്ളവരിൽ നിന്നും നടക്കാനിടയുള്ള അക്രമങ്ങളെ തടയാനാണ് രഹസ്യവിചാരണ നടത്തുന്നതെന്നായിരുന്നു ഔദ്യോഗിക വിശദീകരണം.

പ്രത്യേകിച്ച് അന്വേഷണം ഉദ്യോഗസ്ഥർക്ക് ഭീഷണി ഉണ്ടാകാതിരിക്കാൻ വേണ്ടികൂടിയാണ് രഹസ്യവിചാരണ നടത്തിയത്.

എന്നാൽ ഇത്രനാളും ഞങ്ങൾ ഭീഷണിപ്പെടുത്തലുകൾക്കിടയിലാണ് കഴിഞ്ഞുകൂടിയിരുന്നത്. ഞങ്ങൾക്കു വേണ്ടി ഹാജരായ വക്കീലന്മാർക്കുപോലും ഭീഷണി ഉണ്ടായിട്ടുണ്ട്. ഇതേപ്പറ്റിയെല്ലാം കോടതിയിൽ പരാതികളും നൽകിയിട്ടുണ്ട്. എന്നാൽ ഏതെങ്കിലും ജീവനക്കാരോ, പൊലീസ് അധികാരികളോ തങ്ങൾക്കെതിരെ എന്തെങ്കിലും ഭീഷണി ഉണ്ടായിരുന്നതായി ഒരു പരാതിയും ഇതുവരെ കൊടുത്തിട്ടില്ല.

ത്യാഗരാജൻ എന്നെ രണ്ടുദിവസങ്ങളിൽ ചോദ്യം ചെയ്തതായും, എന്റെ ദേഹപരിശോധനയും കൈവശമുണ്ടായിരുന്ന വസ്തുക്കളുടെ കണക്കെടുപ്പും നടത്തിയതായും അദ്ദേഹത്തിനു മുന്നിൽ ഞാൻ ഏകദേശം ആറുമണിക്കൂറുകൾ ഇരുന്നതായും കോടതിയിൽ സാക്ഷി മൊഴി നൽകിയിട്ടുണ്ട്. അങ്ങനെയെങ്കിൽ എന്റെ കഴുത്തിൽ താലിയുണ്ടായിരുന്നത് അദ്ദേഹം കാണാതെ പോയത് എന്തുകൊണ്ടാണ്? എന്റെ കാൽ വിരലുകളിൽ അണിഞ്ഞിരുന്ന മെട്ടി അദ്ദേഹം കണ്ടില്ലേ? അതും പോകട്ടെ, എന്നോടു ധാരാളം ചോദ്യങ്ങൾ ചോദിച്ചു എന്നും മൊഴികൊടുത്തിരുന്നല്ലോ? അങ്ങനെയെങ്കിൽ നിന്റെ വിവാഹം കഴിഞ്ഞതാണോ, ഭർത്താവിന്റെ പേരെന്താണ്, ഇപ്പോൾ ഗർഭിണിയല്ലേ മുതലായ എന്തെങ്കിലും ചോദ്യങ്ങൾ എന്നോടു ചോദിച്ചിട്ടുണ്ടോ? ഇക്കാര്യങ്ങളെല്ലാം ചോദിച്ചു രേഖപ്പെടുത്തേണ്ടതല്ലേ?

ഇതൊന്നും അന്വേഷിക്കാതെ എന്നെ 'മിസ്.നളിനി' എന്നാണ് രേഖകളിൽ ചേർത്തിരിക്കുന്നത്.(പ്രോസിക്യൂഷൻ രേഖകൾ 76,77,78) ഇതാണോ കുറ്റാന്വേഷണം?

നിങ്ങളുടെ വീട്ടിൽ, നിങ്ങളുടെ സ്വന്തബന്ധങ്ങളിൽ, നാലുമാസം ഗർഭിണിയായി കഴുത്തിൽ താലിയും കാൽ വിരലുകളിൽ മെട്ടിയും ധരിച്ചിരിക്കുന്ന സ്ത്രീകളെ 'കുമാരി നളിനി' എന്നു വിളിക്കുന്ന പതിവാണോ ഉള്ളത്?

ഇതൊക്കെപ്പോകട്ടെ! അവസാന ദിവസങ്ങളിൽ നിങ്ങൾ ചാടിയെഴുന്നേറ്റു വന്ന് എന്റെ വസ്ത്രങ്ങൾ വലിച്ചുകീറി അപമാനിക്കാൻ ശ്രമിച്ചപ്പോൾ " ഞാൻ ഗർഭിണിയാണു സാർ, എന്നെ ഉപദ്രവിക്കരുത്, എന്നെ വിടൂ... എന്നെ സ്വന്തം മകളെപ്പോലെ കാണണം" എന്നെല്ലാം കേണപേക്ഷിച്ചില്ലേ, അതിനുശേഷവും നിങ്ങളെന്നെ മിസ്.നളിനി എന്നാണല്ലോ രേഖകളിൽ എഴുതിചേർത്തത്, അപ്പോഴൊന്നും നിങ്ങൾക്കു മനസ്സാക്ഷിക്കുത്ത് അനുഭവപ്പെട്ടില്ലേ?

എന്നിട്ട് ഇത്രയും വർഷങ്ങൾക്കുശേഷം ഇപ്പോൾ "മനസ്സാക്ഷി എന്നെ കുത്തിനോവിക്കുന്നു, ഞാൻ നീതി നിഷേധം നടത്തി! എന്നെല്ലാം ഏറ്റു പറയുന്നത് എന്തിനുവേണ്ടിയാണ്?

പത്തൊമ്പത്

വൈരുദ്ധ്യങ്ങളുടെ ആൾരൂപം

'കുറ്റസമ്മതമൊഴി' എന്നത് കുറ്റവാളിക്കു മനംമാറ്റമുണ്ടായി കുറ്റം ചെയ്തതിലുള്ള പശ്ചാത്താപത്തോടെ സ്വയം മുന്നോട്ടുവന്ന് നൽകുന്ന മൊഴിയാണ്. അങ്ങനെയുള്ള മൊഴി രേഖപ്പെടുത്തേണ്ടത് നിഷ്പക്ഷനായ, കളങ്കരഹിതനായ, ന്യായാധിപനു തുല്യനായ ഒരു വ്യക്തിയായിരിക്കേണ്ട താണ്. ഇക്കാര്യത്തിൽ നിയമപരമായിട്ടുള്ള നടപടികളെല്ലാം കൃത്യമായി പാലിക്കുകയും വേണം.

"ഇങ്ങനെയൊരു കുറ്റസമ്മതമൊഴി നൽകാൻ നിങ്ങളെ ആരെങ്കിലും നിർബന്ധിക്കുകയോ ഭീഷണിപ്പെടുത്തുകയോ ചെയ്തിട്ടുണ്ടോ, ആരെ ങ്കിലും ശാരീരികമായോ മാനസികമായോ പീഡിപ്പിച്ചിട്ടുണ്ടോ, നിങ്ങൾ നൽകുന്ന കുറ്റസമ്മതമൊഴി പരിഗണിച്ച് നിങ്ങൾക്കു വധശിക്ഷവരെ നൽകാൻ കഴിയുമെന്ന വിവരം നിങ്ങൾക്കറിയാമോ, ഇതിലെല്ലാമുപരി ഇങ്ങനെയൊരു കുറ്റസമ്മതമൊഴി തന്നേതീരൂ എന്ന യാതൊരു നിർബ ന്ധവുമില്ല എന്ന വിവരം നിങ്ങൾക്ക് അറിയാമോ, " ഇങ്ങനെ പല ചോദ്യ ങ്ങളും ചോദിച്ച് അതിനുള്ള ഉത്തരം രേഖപ്പെടുത്തേണ്ടതാണ്. അതിനു ശേഷം അവർക്ക് 24 മണിക്കൂർ സാവകാശം നൽകണം. മൊഴിയെടുക്കു ന്നതിനുമുമ്പ് പൊലീസ് കസ്റ്റഡിയിൽ നിന്നും മാറ്റിപ്പാർപ്പിച്ചിരിക്കണം, ഇതാണ് നിയമം.

എന്നാൽ ഞങ്ങൾക്കു സംഭവിച്ചതെല്ലാം ചട്ടങ്ങൾക്കും കീഴ്വഴക്ക ങ്ങൾക്കും വിരുദ്ധമായ കാര്യങ്ങളാണ്. ഒരോരുത്തർക്കും പത്തുമുതൽ ഇരുപതുമണിക്കൂർ വരെ സമയം മാത്രമേ അനുവദിച്ചിരുന്നുള്ളൂ. മാത്ര മല്ല ഞങ്ങളെല്ലാം അപ്പോഴും സി.ബി.ഐ. കസ്റ്റഡിയിൽ ഭീതിയോടെ കഴിഞ്ഞുകൂടുകയായിരുന്നു, സത്യവാങ്ങ്മൂലം രേഖപ്പെടുത്തിക്കഴി ഞ്ഞാൽപ്പിന്നെ പൊലീസ് കസ്റ്റഡിയിൽ വിടാൻ പാടില്ല എന്നാണു നിയമം അനുശാസിക്കുന്നത്. എന്നാൽ അതിനുശേഷം രണ്ടുമൂന്നു ദിവസ ങ്ങൾകൂടി ഞങ്ങളെ സി.ബി.ഐ കസ്റ്റഡിയിൽ പാർപ്പിച്ചിരുന്നു.

കുറ്റസമ്മതമൊഴി രേഖപ്പെടുത്തുമ്പോൾ പ്രതികൾക്കുവേണ്ടി ഒരു വക്കീൽ കൂടെയുണ്ടായിരിക്കണം. വക്കീലിനെ ഏർപ്പെടുത്താനുള്ള ശേഷി

പ്രതികൾക്കില്ലെങ്കിൽ സർക്കാർതന്നെ ഒരു വക്കീലിനെ ഏർപ്പെടുത്തിക്കൊടുക്കേണ്ടതാണ്. അങ്ങനെയൊരു വക്കീലിന്റെ മുന്നിൽ വച്ചു വേണ്ടിയിരുന്നു എന്റെയും ഭർത്താവിന്റെയും മൊഴി രേഖപ്പെടുത്തേണ്ടിയിരുന്നത്.

എന്നാൽ ഞങ്ങളുടെ കാര്യത്തിൽ ഇത്തരം നിബന്ധനകളൊന്നും തന്നെ പാലിക്കപ്പെട്ടിട്ടില്ല. ഇവിടെ "നിയമങ്ങളെത്തന്നെ" തടങ്കലിൽ അടച്ചിരിക്കുകയായിരുന്നു.

എന്നെയും മുരുകനെയും അറസ്റ്റുചെയ്ത് ആദ്യമായി കോടതിയിൽ ഹാജരാക്കിയത് 1991 ജൂൺ 15-ാം തീയതിയായിരുന്നു. അന്ന് കോടതിയിൽ, "സർ, ഞങ്ങൾ നിരപരാധികളാണ്, സ്വന്തമായി ഒരു വക്കീലിനെ ഏർപ്പെടുത്താൻ ഞങ്ങൾക്കു പണമില്ല. അതിനാൽ സർക്കാർ ഒരു വക്കീലിനെ ഏർപ്പാടു ചെയ്തുതരണം," എന്നു ഞങ്ങൾ അപേക്ഷിച്ചിരുന്നു. ഇക്കാര്യം കോടതിരേഖകളിലുണ്ട്. അടുത്തദിവസം പത്രങ്ങളും ഇതു റിപ്പോർട്ടുചെയ്തിരുന്നു.

എന്നാൽ രണ്ടുവർഷം വരെ ഒരു വക്കീലിനേയും ഞങ്ങൾക്കുവേണ്ടി ചുമതലപ്പെടുത്തിയിരുന്നില്ല. ഒരു തീരുമാനത്തിലും എത്താതെ അത് നീണ്ടുപൊയ്ക്കൊണ്ടിരുന്നു.

ഞങ്ങളുടെ ഭാഗത്തുള്ള ന്യായങ്ങൾ ഭീഷണിയും നിർബന്ധപ്പെടുത്തലുമില്ലാതെ നൽകുന്നതിനുള്ള അവസരങ്ങൾ നിഷേധിച്ച്, നിയമപരമായി ഞങ്ങൾക്കു കിട്ടേണ്ട സഹായങ്ങളും തടഞ്ഞുവച്ച് അന്യായമായാണ് ഞങ്ങളുടെ കുറ്റസമ്മതമൊഴി അവരുടെ താത്പര്യങ്ങൾക്കനുസരിച്ച് എഴുതിവാങ്ങിയത്.

എസ്.ഐ.ടിയുടെ തലവൻ രഘോത്തമൻ (പ്രോസിക്യൂഷൻ സാക്ഷി 288), കൊച്ചിയിലുള്ള ത്യാഗരാജൻ ഐ.പി.എസിന് (പ്രോ.സാക്ഷി 52) ഒരു കത്തയച്ചു.

ഞങ്ങളെല്ലാവരും രാജീവ് ഗാന്ധി വധത്തിൽ പങ്കെടുത്ത ശേഷം കുറ്റസമ്മതമൊഴി തരാൻ സ്വയം മുന്നോട്ടു വന്ന് കാത്തിരിക്കുകയാണെന്നും അതുകൊണ്ട് എത്രയും പെട്ടെന്ന് അവരെക്കണ്ട് അതു രേഖപ്പെടുത്തിത്തരണമെന്നുമായിരുന്നു ആ കത്തിന്റെ ഉള്ളടക്കം. ആ കത്തും പ്രോസിക്യൂഷൻ രേഖകളിൽ ഉൾപ്പെടുത്തിയിട്ടുണ്ട്.

അതനുസരിച്ച് കൊച്ചിയിൽ നിന്നും ചെന്നൈയിലെത്തിയ ത്യാഗരാജൻ 'മല്ലിക'യിൽ നിന്നും 1991 ആഗസ്റ്റ് 6-ാം തീയതി പൂനമല്ലി സ്പെഷ്യൽ ജയിലിലെത്തിച്ചേർന്നു. അവിടെയെത്തിയ അദ്ദേഹം, മേൽപ്പറഞ്ഞ കത്തിന്റെ ബലത്തിൽ അദ്ദേഹത്തിന്റെ മുന്നിൽ എന്നെ ഹാജരാക്കാൻ ആവശ്യപ്പെട്ടു. അതനുസരിച്ച് എന്നെ അദ്ദേഹത്തിന്റെ മുന്നിൽ ഹാജരാക്കി.

എന്നെ കണ്ടയുടൻ അദ്ദേഹം "എന്താ നിങ്ങൾ സ്വമേധയാ കുറ്റസമ്മതമൊഴിതരാൻ വന്നിരിക്കുകയല്ലേ.", എന്നു തുടങ്ങി, "നിങ്ങളെ

ആരും ഭീഷണിപ്പെടുത്തുകയോ നിർബ്ബന്ധിക്കുകയോ ചെയ്തിട്ടില്ലല്ലോ," മുതലായ ചോദ്യങ്ങൾ ചോദിച്ച് അതു രേഖപ്പെടുത്തി.

"ഞങ്ങൾ കുറ്റസമ്മതമൊഴി നൽകാൻ വാശിപിടിച്ച് ഉറക്കമിളച്ചു കാത്തിരിക്കുകയാണെന്നും, ഞങ്ങളുടെ മനസ്സ് മാറുന്നതിനു മുമ്പ് തന്നെ മൊഴി രേഖപ്പെടുത്തണമെന്ന് ഞങ്ങൾ നിർബന്ധം പിടിക്കുകയാണെന്നുമുള്ള മട്ടിലായിരുന്നു അദ്ദേഹത്തിന്റെ പെരുമാറ്റം. ഈ മൊഴി കൊടുക്കുന്നതിനാൽ ഭർത്താവിനു വധശിക്ഷ ലഭിച്ചാലും പ്രശ്നമില്ല; എന്റെ വയറ്റിൽ വളരുന്ന കുഞ്ഞിന് അച്ഛനില്ലാതെ വന്നാലും പ്രശ്നമില്ല. ജയിലിലുള്ള അമ്മയ്ക്കും അനിയൻ ഭാഗ്യനാഥനും വധശിക്ഷ കിട്ടുന്നെങ്കിൽ കിട്ടിക്കൊള്ളട്ടെ, എന്നെക്കൂടി തൂക്കിക്കൊല്ലുന്നെങ്കിൽ കൊന്നുകൊള്ളട്ടെ, എന്തു വന്നാലും എനിക്ക് കുറ്റസമ്മതമൊഴി കൊടുത്തേ മതിയാകൂ സാർ... എന്നു ഞാൻ പിടിവാശിയിൽ ഉറച്ചു നിന്നു എന്ന തരത്തിലായിരുന്നു പിന്നീടുള്ള നടപടികൾ.

1991 ആഗസ്റ്റ് 7-ന് ഉച്ചയ്ക്ക് ഒരു മണിക്ക് ചെന്നൈയിൽ നിന്നും പൂനമല്ലി ജയിലിലെത്തി പ്രതിയായ നളിനിയെ ഹാജരാക്കാൻ പൊലീസിനു കത്തു നൽകിയതായും അതനുസരിച്ചു അവരെന്നെ അദ്ദേഹത്തിനു മുന്നിൽ ഹാജരാക്കിയെന്നും എന്നെ കണ്ടയുടൻ ഇന്നലെ നിങ്ങൾക്കനുവദിച്ചിരുന്ന സമയത്ത് നന്നായി ആലോചിച്ചില്ലേ എന്നും കുറ്റസമ്മതമൊഴി തരാൻ സമ്മതമല്ലേയെന്നും ചോദിച്ചശേഷം ഞാൻ പറഞ്ഞ മറുപടികൾ എഴുതിത്തീർത്തപ്പോൾ വൈകിട്ട് അഞ്ചു മണിയായിരുന്നുവെന്നും അദ്ദേഹം സാക്ഷി മൊഴി നൽകിയിരുന്നു.

അതായത് വൈകിട്ട് അഞ്ചു മണിക്ക് മൊഴി രേഖപ്പെടുത്തിക്കഴിഞ്ഞയുടൻ, അതു കവറിലാക്കി സീൽ ചെയ്തു പ്രത്യേക കോടതി ജഡ്ജിക്കു കൈമാറിയെന്നും അദ്ദേഹത്തിന്റെ സാക്ഷിമൊഴിയിൽ പറഞ്ഞിട്ടുണ്ട്.

തുടർന്നു ഭർത്താവിന്റെ കുറ്റസമ്മതമൊഴിയെപ്പറ്റി പറയുമ്പോൾ അതേദിവസം, അതായത് ആഗസ്റ്റ് 7-ന് ഉച്ചയ്ക്ക് ഒരു മണിക്കു മല്ലികയിൽ നിന്നും പുറപ്പെട്ട് പൂനമല്ലി ജയിലിലെത്തിയെന്നും അന്ന് അഞ്ചു മണിയോടെ മുരുകന്റെ കുറ്റസമ്മതമൊഴി രേഖപ്പെടുത്തിയെന്നും ത്യാഗരാജൻ സമ്മതിക്കുന്നു.

അതായത് ആഗസ്റ്റ് 7-ന് ഒരു മണിക്ക് ചെന്നൈ അഡയാറിലുള്ള 'മല്ലിക'യിൽ നിന്നും രണ്ടുപ്രാവശ്യം പൂനമല്ലി ജയിലിൽ ത്യാഗരാജൻ എത്തിയിട്ടുണ്ട്. ഒരേസമയം രണ്ടു ത്യാഗരാജന്മാർ! രണ്ടിടത്തു പ്രത്യക്ഷപ്പെട്ട് രണ്ടുപേരിൽനിന്നും ഒരേ സമയം മൊഴി രേഖപ്പെടുത്തി ! കഥകൾ മെനയുമ്പോൾ 'ഒരു സിനിമാ സ്റ്റൈൽ' അല്പം ഉണ്ടാകാതിരിക്കുമോ?

ഇനി മറ്റൊരു കഥ.......

ആദ്യദിവസം ഞങ്ങളോടു സംസാരിച്ച് ഞങ്ങൾക്കു സാവകാശം തന്നു എന്ന് പറയുന്നുണ്ടല്ലോ എന്നു ഞങ്ങളോടു ചോദിച്ചെഴുതിയതു

രണ്ടു പേജു മാത്രം. അതിൽ ഒരു പേജ് എഴുതി തീർക്കാൻ എൺപതു മിനിറ്റെടുത്തു എന്ന് ത്യാഗരാജൻ കോടതിയിൽ കൊടുത്ത സാക്ഷിമൊഴിയിൽ (പേജ് 69) പറഞ്ഞിരിക്കുന്നു.

ആഗസ്റ്റ് 7-ന് വൈകിട്ട് അഞ്ചുമണിക്ക് എന്റെ മൊഴി രേഖപ്പെടുത്തിയ ശേഷം മറ്റു ജോലികൾക്കായി നാല്പതു മിനിറ്റു ചെലവാക്കി എന്ന് ത്യാഗരാജൻ സാക്ഷിമൊഴി (പേജ് 310) യിൽ പറയുന്നു. അങ്ങനെയെങ്കിൽ വൈകിട്ട് 5.40-ന് മുരുകന്റെ മൊഴിയെടുക്കാനാരംഭിച്ച്, രണ്ടു പേജുകളെഴുതാൻ നൂറ്റിയറുപതു മിനിട്ടുകളെടുത്തു. അപ്പോൾ രാത്രി 8.40ന് ആയിരിക്കണം ആ ജോലി പൂർത്തിയാക്കുന്നത്. അതിനുശേഷം (പ്രൊസിക്യൂഷൻ രേഖ 81) മുരുകന് ഇരുപതു മണിക്കൂർ നേരം ചിന്തിക്കാനനുവദിച്ച്, അടുത്ത ദിവസം വീണ്ടും മുരുകനെ കണ്ടു എന്നും ത്യാഗരാജൻ എഴുതിയിരിക്കുന്നു.

അങ്ങനെയെങ്കിൽ അടുത്ത ദിവസം അതായത് ആഗസ്റ്റ് 8-ാം തീയതി വൈകിട്ട് 4.30മണിക്കു മാത്രമേ മുരുകന്റെ മൊഴി രേഖപ്പെടുത്തുന്നതു തുടരാൻ കഴിയുകയുള്ളൂ. എന്നാൽ ഉച്ചയ്ക്ക് ഒരു മണിക്ക് മൊഴി രേഖപ്പെടുത്താൻ തുടങ്ങി എന്നും അദ്ദേഹം കോടതിയിൽ സാക്ഷിമൊഴി കൊടുത്തിട്ടുണ്ട്. ഇതെങ്ങനെ സാധ്യമാകുമെന്ന് ത്യാഗരാജൻ തന്നെയാണ് മറുപടി പറയേണ്ടത്. ക്ഷേത്രത്തിലെ വഞ്ചിപ്പെട്ടിയിൽ പിടിപ്പണം വാരിയിടുന്നതുപോലെ, സമയക്രമത്തെയും വെറും ഊഹങ്ങളുടെ അടിസ്ഥാനത്തിൽ വാരിയിടുകയാണ് ചെയ്തിട്ടുള്ളത്. നീതിയും നിയമവുമൊക്കെ ആരു കണക്കിലെടുക്കാനാണ്?

ഇതിൽ നിന്നും കുറ്റസമ്മതമൊഴികളെല്ലാം അദ്ദേഹംതന്നെ തന്റെയിഷ്ടത്തിന് എഴുതിയുണ്ടാക്കിയതാണെന്നു വ്യക്തം.

പിന്നീട് ത്യാഗരാജനെ ക്രോസ്‌വിസ്താരം ചെയ്യുമ്പോൾ ആഗസ്റ്റ് 7-ാം തീയതി ഉച്ചയ്ക്ക് ഏകദേശം ഒരു മണിക്ക് മുരുകന്റെ മൊഴി രേഖപ്പെടുത്താൻ തുടങ്ങി. തുടർച്ചയായി അഞ്ചുമണിക്കൂർ നേരം ഒറ്റയിരിപ്പിന് എഴുതിത്തീർത്തുവെന്നു അദ്ദേഹം സാക്ഷി പറയുന്നുണ്ട്. ഇതിനിടയിൽ ചായകുടിക്കുകയോ, എന്തെങ്കിലും ലഘുഭക്ഷണം കഴിക്കുയോ ചെയ്തില്ലേ? ബാത്റൂമിൽ പോയില്ലേ? ജഡ്ജിക്ക് അയയ്ക്കാനുള്ള കവറിന്റെ പുറത്ത് അഡ്രസ് ടൈപ്പു ചെയ്യുന്നതിന് എത്രനേരമെടുത്തു എന്നെല്ലാം ക്രോസ് വിസ്താരത്തിനിടയിൽ ഉയർന്ന ചോദ്യങ്ങൾക്കുള്ള ഉത്തരങ്ങളിൽ നിന്നാണ് ഈ സമയക്രമങ്ങളുടെ വിവരങ്ങൾ പരസ്യമായത്. (പേജ് 310, 311)

എന്റെ മൊഴി രേഖപ്പെടുത്തിയ ശേഷം ചായകുടിക്കുന്നതിനും മറ്റാവശ്യങ്ങൾക്കുമായി നാല്പത്തിയഞ്ചു മിനിറ്റോളം സമയം അദ്ദേഹം എടുത്തിരുന്നു. അങ്ങനെയിരിക്കെ എന്റെ മൊഴി രേഖപ്പെടുത്തിക്കഴിഞ്ഞ അഞ്ചു മണിക്കുതന്നെ മുരുകന്റെ മൊഴി രേഖപ്പെടുത്താൻ തുടങ്ങിയെന്ന് കാർത്തികേയൻ പറഞ്ഞത് വാസ്തവവിരുദ്ധമാണ്.

മറ്റൊരു വൈരുദ്ധ്യത്തിന്റെ കഥ–

രഘോത്തമൻ അയച്ച കത്തുകിട്ടിയ ശേഷമാണ് മുരുകന്റെ കുറ്റസമ്മതമൊഴി രേഖപ്പെടുത്താൻ ത്യാഗരാജൻ പൂനമല്ലിയിൽ എത്തുന്നത് എന്നതിന്റെ വസ്തുതകൾ പരിശോധിക്കാം. രഘോത്തമൻ അയച്ച കത്തിൽ ഭർത്താവിന്റെ പേര് സുരേഷ് വയസ് 21. അച്ഛന്റെ പേര് ചിത്തിര വേൽ. സ്വദേശം മീശാലൈ, ചാവക്കഞ്ചേരി, ജാഫ്ന, ശ്രീലങ്ക എന്നാണ് കൊടുത്തിട്ടുള്ളത്.

ഈ മേൽ വിലാസവും ഭർത്താവുമായും ഒരു ബന്ധവുമില്ല. ഈ സുരേഷ് ആരാണെന്നുപോലും ആർക്കും അറിയില്ല.

ഭർത്താവിന്റെ യഥാർത്ഥപേര് ശ്രീഹരൻ, വയസ്സ് 20. അച്ഛന്റെ പേര് വെറ്റിവേൽ. സ്വദേശം ഇത്താവിൽ, പളൈ, കിളിനൊച്ചി.

ഇവിടെ ഒരു കാര്യം ഓർക്കേണ്ടതാണ്, കുറ്റസമ്മത മൊഴി വാങ്ങുന്നതിനു മുമ്പ് അമ്പത്തിയെട്ട് ദിവസങ്ങൾ മുരുകൻ സി.ബി.ഐ. കസ്റ്റഡിയിലായിരുന്നു. എന്നാൽ അദ്ദേഹത്തിന്റെ യഥാർത്ഥപേരും മേൽവിലാസവും ഒരിടത്തും രേഖപ്പെടുത്തിയിട്ടില്ല. അതെല്ലാം മുരുകൻ ബോധപൂർവ്വം മറച്ചുവയ്ക്കുകയാണ് ചെയ്തിട്ടുള്ളത്. അതിനു കാരണവുമുണ്ട്. തന്റെ യഥാർത്ഥപേരും മേൽവിലാസവും പരസ്യമായാൽ നാട്ടിലുള്ള തന്റെ ബന്ധുക്കൾ, രക്ഷിതാക്കൾ എന്നിവരുടെയെല്ലാം ജീവനുപോലും ആപത്തുണ്ടാകുമെന്നത് ഒരു കാര്യം. മറ്റൊന്ന് മുരുകന്റെ ജ്യേഷ്ഠൻ നേരത്തെത്തന്നെ തമിഴ്പുലികളുടെ പോരാളിയായിരുന്നു അദ്ദേഹം യാദൃച്ഛികമായ ഒരു സ്ഫോടനത്തിൽ കൊല്ലപ്പെട്ടു. ആ വാർത്തയറിഞ്ഞ അദ്ദേഹത്തിന്റെ അമ്മ ചോമണിയുടെ മാനസികനില തകരാറിലായിരുന്നു. ഏതാണ്ട് ഇരുപതു മാസക്കാലം അവരൊരു മാനസികരോഗിയായിക്കഴിഞ്ഞുകൂടി. അങ്ങനെയിരിക്കെ രണ്ടാമത്തെ മകനും ഇതുപോലെയൊരു വിപത്തിൽപ്പെട്ട വിവരം അറിയാനിടയായാൽ യഥാർത്ഥത്തിൽ അവരൊരു 'മുഴുഭ്രാന്തി'യായി മാറിയേക്കുമോ എന്ന് അദ്ദേഹം ഭയപ്പെട്ടിരുന്നു.

മാത്രമല്ല, ഞാനും ഭർത്താവ് മുരുകനും അറസ്റ്റുചെയ്യപ്പെട്ട വിവരം അദ്ദേഹത്തിന്റെ അമ്മ ചോമണി അറിയുന്നത് പതിനെട്ട് മാസങ്ങൾക്കുശേഷമാണ്. അതുവരെ മറ്റു ബന്ധുക്കൾക്ക് ഇതേപ്പറ്റി ഏകദേശം അറിയാമായിരുന്നെങ്കിലും അത് അമ്മയിൽനിന്നും മറച്ചുവയ്ക്കുകയാണ് ചെയ്തത്. വീണ്ടും അവരെ ഒരു ഷോക്കിലേക്ക് തള്ളിവിടാതിരിക്കാൻ വേണ്ടിയാണ് മുരുകൻ സ്വന്തം പേര് മറച്ചുവച്ചത്. ഈ നിലയിലാണ് മുരുകന്റെ കുറ്റസമ്മതമൊഴി ത്യാഗരാജൻ രേഖപ്പെടുത്തുന്നത്. മൊഴിയിൽ മുരുകൻ തന്റെ യഥാർത്ഥ പേരായ 'ശ്രീകരൻ' എന്നുതന്നെ തമിഴിലെഴുതിയാണ് ഒപ്പിട്ടിരിക്കുന്നത്.

ഒരു ന്യായാധിപന്റെ അധികാരാവകാശങ്ങളോടെ മൊഴിരേഖപ്പെടുത്തിയ ത്യാഗരാജൻ, താനെന്തുകൊണ്ടാണ് ശ്രീഹരൻ എന്നു

ഒപ്പിടുന്നത്, തന്റെ പേര് സുരേഷ് എന്നല്ലേ എന്നു ചോദിക്കേണ്ടതായിരുന്നില്ലേ?

അമ്പത്തിയെട്ടു ദിവസങ്ങൾ സി.ബി.ഐ. കസ്റ്റഡിയിൽ വിചാരണ നേരിട്ടിട്ടും നീ നിന്റെ യഥാർത്ഥപേരു മറച്ചുവച്ചില്ലേ? അപ്പോൾപ്പിന്നെ നീ സ്വമനസ്സാലെ തരുന്ന കുറ്റസമ്മതമൊഴി ഞാനെങ്ങനെ വിശ്വസിക്കും? ഇതിൽ പല കുരുക്കുകളുമുണ്ട്. അങ്ങനെയെങ്കിൽ നീ ആരുടെയോ ഭീഷണിക്കു വഴങ്ങിയാണ് ഇപ്പോൾ മൊഴി കൊടുക്കുന്നത്? അതുകൊണ്ട് ഈ മൊഴി സ്വീകരിക്കാൻ കഴിയില്ല എന്നു പറഞ്ഞ് അദ്ദേഹം മടങ്ങിപ്പോകേണ്ടതല്ലേ? അങ്ങനെ ചെയ്യാതിരുന്നതുകൊണ്ടല്ലേ ഇപ്പോൾ മനസ്സാക്ഷിക്കുത്ത് അനുഭവിക്കേണ്ടി വന്നത്?

ഇവിടെ മുരുകൻ സ്വയം കുറ്റസമ്മതം നടത്തേണ്ട യാതൊരു സാഹചര്യവും ഉണ്ടായിരുന്നില്ല. അതിന് ഉപോൽബലകമായ തെളിവ് മുരുകനെതിരെ ലഭിച്ചിരുന്നില്ല. അതിനാൽ ത്യാഗരാജൻ മുരുകന്റെ കുറ്റസമ്മതമൊഴി രേഖപ്പെടുത്താൻ പാടില്ലായിരുന്നു. പ്രതി ചേർക്കപ്പെട്ട ഒരാൾ കുറ്റസമ്മതമൊഴി കൊടുക്കാൻ സ്വയം മുന്നോട്ടു വരികയാണെങ്കിൽ, അതു തെളിയിക്കാൻ വിശ്വാസയോഗ്യവും സത്യസന്ധവുമായ തെളിവുകൾ ഉണ്ടായിരിക്കണം. മാത്രമല്ല സ്വമേധയാ മുന്നോട്ടുവന്നാണ് മൊഴികൊടുക്കുന്നത് എന്നതിനും വിശ്വസനീയമായ കാരണങ്ങളും തെളിവുകളും ആവശ്യമാണ്. ഇവിടെ ഈ നിബന്ധനകളെല്ലാം കാറ്റിൽപ്പറത്തുകയാണ് ത്യാഗരാജൻ ചെയ്തത്.

അദ്ദേഹം നീതിപൂർവ്വമല്ല പ്രവർത്തിച്ചിട്ടുള്ളത് എന്നതിനേക്കാൾ ഗുരുതരമാണ് മുരുകൻ തന്റെ യഥാർത്ഥപേരിൽ ഒപ്പിട്ടതുപോലും കണ്ടുപിടിക്കാൻ അദ്ദേഹത്തിനു കഴിഞ്ഞില്ല എന്നത്! ഇതിനുള്ള കാരണം അദ്ദേഹത്തിന്റെ ശ്രദ്ധ മുഴുവൻ കിട്ടിയ വസ്തുതകൾ കൂട്ടിച്ചേർത്ത് കള്ളക്കഥ കെട്ടിച്ചമയ്ക്കുന്നതിലായിരുന്നു എന്നുള്ളതാണ്.

എസ്.ഐ.ടി. തലവൻ കൊടുത്ത കത്തിലെ പേരും മേൽവിലാസവും പോലും തെറ്റായിരുന്നു എന്നു പറഞ്ഞാൽ സി.ബി.ഐയുടെ കുറ്റാന്വേഷണവും വിചാരണയുമെല്ലാം അബദ്ധജഡിലമായിരുന്നുവെന്ന് ബോധ്യമാകും.

മറ്റൊരു കാര്യം–ത്യാഗരാജൻ പൂനമല്ലി ജയിലിലെത്തിയ ആദ്യദിവസം എന്നെ അദ്ദേഹത്തിന്റെ മുന്നിൽ ഹാജരാക്കിയ ഉദ്യോഗസ്ഥന്റെ പേര് രേഖകളിലുണ്ട്. എന്നാൽ തിരികെ ഏറ്റുവാങ്ങിയത് ആരെന്നതിന് ഒരു രേഖയുമില്ല. എനിക്കുമാത്രമല്ല, പ്രതിചേർക്കപ്പെട്ട മറ്റു പതിനാറു പേരുടെ സ്ഥിതിയും ഇതുതന്നെയായിരുന്നു. എന്തുകൊണ്ടാണ് പേരുചേർക്കാൻ വിട്ടുപോയത് എന്നു ചോദിച്ചാൽ അതിനുള്ള ഉത്തരം വ്യാജസത്യവാങ്മൂലം തയ്യാറാക്കിയതുകൊണ്ടാണ് ഈ പിഴവുകളെല്ലാം വന്നുചേർന്നത് എന്നുതന്നെ!

ഒന്നാംദിവസം തയ്യാറാക്കി എന്നെക്കൊണ്ട് ഒപ്പിട്ടുവച്ച കുറ്റസമ്മത മൊഴി വെറും രണ്ടുപേജു മാത്രമുള്ളതായിരുന്നു (Exibit 76) ഞാൻ പറഞ്ഞുകൊടുത്തത് എഴുതിയെടുക്കുന്നതിന് നൂറ്റിയറുപതു മിനിറ്റ് സമയമെടുത്തു. അതായത് രണ്ടുമണിക്കൂർ നാല്പതു മിനിറ്റ്!

രണ്ടാം ദിവസം പതിനാറു പേജുള്ള മൊഴിയാണ് തയ്യാറാക്കി ഒപ്പിടുവിച്ചത്. ആദ്യദിവസത്തെ ഒരു പേജ് തയ്യാറാക്കാൻ എൺപതു മിനിറ്റെടുത്തു. അക്കണക്കിന് പതിനാറ് പേജ് എഴുതിയെടുക്കാൻ ആയിരത്തിയിരുന്നൂറ്റിയെമ്പതു മിനിറ്റുകൾ– അതായത് $21\frac{1}{2}$ മണിക്കൂറെങ്കിലും വേണ്ടിവരുമായിരുന്നു.

എന്നാൽ ആഗസ്റ്റ് 8–ാം തീയതി ഉച്ചയ്ക്ക് ഒരുമണിക്ക് തുടങ്ങി വൈകിട്ട് അഞ്ച് മണിക്ക്– അതായത് വെറും നാലു മണിക്കൂർകൊണ്ട്, എന്റെ കുറ്റസമ്മതമൊഴി രേഖപ്പെടുത്തിയെന്ന് ത്യാഗരാജൻ സാക്ഷിമൊഴി നൽകിയിട്ടുണ്ട്. പറയുന്നതു കള്ളത്തരമാണെങ്കിലും അതു വിശ്വാസയോഗ്യമായ രീതിയിൽ അവതരിപ്പിക്കണമല്ലോ!

ഇതേ വൈരുദ്ധ്യങ്ങൾ മുരുകന്റെ മൊഴിരേഖപ്പെടുത്തുന്നതിലും ഉണ്ടായിട്ടുണ്ട്.

1991 ആഗസ്റ്റ് 8–ാം തീയതി ഒറ്ററാത്രിയിൽ 8 മണിമുതൽ വെളുപ്പിന് 1.30 മണിവരെ മുരുകനെ കൊണ്ടുപോയി ഭീഷണിപ്പെടുത്തി പീഡിപ്പിച്ചാണ് മൊഴിയിൽ ഒപ്പിടുവിച്ചത്. (പ്രോസിക്യൂഷൻ രേഖകൾ 80,81) ആ സമയത്ത് അദ്ദേഹത്തിനുമുന്നിൽ രണ്ടു പോംവഴികൾ മാത്രമേ ഉണ്ടായിരുന്നുള്ളൂ. ഒന്ന്, അവർ പറയുന്നതെല്ലാം അനുസരിച്ച് ഒപ്പിട്ടുകൊടുക്കുക, അല്ലെങ്കിൽ എതിർത്തുനിന്ന് അവരുടെ മർദ്ദനമേറ്റു മരിക്കുക. എന്നെ അനാഥയാക്കി മരിക്കാൻ അദ്ദേഹത്തിനു താത്പര്യമില്ല. ഞാൻ ജീവിച്ചിരിക്കുന്ന കാലത്തോളം എന്നെ സംരക്ഷിക്കുക, അതിനു വേണ്ടി എന്തുവിട്ടുവീഴ്ചകൾക്കും തയ്യാറാകുക, ഇതായിരുന്നു മുരുകന്റെ ലക്ഷ്യം. ഈ ലക്ഷ്യത്തിനു വേണ്ടി സ്വന്തം ജീവൻ നിലനിർത്തേണ്ടത് അത്യാവശ്യമാണ്. അതുകൊണ്ട് അവർ പറയുന്നതെന്തും അനുസരിക്കുകയും കുറ്റസമ്മത മൊഴിയിൽ ഒപ്പിട്ടുനൽകുകയും ചെയ്തു. ഇതാണ് അന്നു നടന്നത്.

ആദ്യദിവസം കുറ്റസമ്മതമൊഴി രേഖപ്പെടുത്താൻ തുടങ്ങിയതുതന്നെ മൂന്നാംപേജു മുതലാണ്. ആദ്യത്തെ രണ്ടു പേജുകൾ അങ്ങനെതന്നെ ഒഴിച്ചിട്ട ശേഷമാണ് മൂന്നാം പേജ് എഴുതിത്തുടങ്ങിയത്.

കഴിഞ്ഞ അദ്ധ്യായത്തിൽ പറഞ്ഞതുപോലെ, ത്യാഗരാജൻ നേരത്തേ എഴുതിത്തയ്യാറാക്കി കൊണ്ടുവന്നിരുന്ന കടലാസുകൾ നോക്കിയെഴുതുകയും ഇടയ്ക്കിടെ ചില ചോദ്യങ്ങൾ ചോദിച്ച് അതിന്റെ ഉത്തരവും ചേർത്ത് ടൈപ്പ് ചെയ്ത് അപ്പോഴപ്പോൾ ഓരോ പേജിലും ഒപ്പിട്ടു വാങ്ങിക്കൊണ്ടിരിക്കുകയും ചെയ്തു. ഓരോ പേപ്പറിലും ഒപ്പിട്ടുവാങ്ങാൻ ഏതാണ്ട് അരമണിക്കൂർ സമയമെടുത്തിരുന്നു. ഇതിനിടയിൽ, 'ഈ

ഒപ്പുകൾ സ്വന്തം ഇഷ്ടപ്രകാരമല്ല ഇടുന്നത്, ഭീഷണിപ്പെടുത്തി വാങ്ങിയതാണ്' എന്നു പിൽക്കാലത്തു മറ്റുള്ളവരെ ബോധ്യപ്പെടുത്താൻ എന്തെങ്കിലുമൊരു വിദ്യ പ്രയോഗിക്കണമെന്ന് മുരുകന് തോന്നി. എന്തു ചെയ്യണമെന്ന് ഗാഢമായി ചിന്തിച്ച് ഈശ്വരനെ ധ്യാനിച്ചുകൊണ്ടുനിന്നു. അതിനിടയിൽ 3,4,5 പേജുകളിൽ ഒപ്പുവാങ്ങിക്കഴിഞ്ഞിരുന്നു.

പെട്ടെന്നാണ് മിന്നൽപോലെ ഒരാശയം അദ്ദേഹത്തിന്റെ മനസ്സിലുദിച്ചത്. ദിക്കറിയാതെ നടുക്കടലിൽ ചുറ്റിത്തിരിയുന്നവർക്ക് പെട്ടെന്ന് ഒരു മിന്നൽപ്പിണർപോലെ ഒരു വെളിച്ചം അങ്ങകലെ ഒരു പർവ്വതത്തിന്റെ രൂപത്തിൽ പ്രത്യക്ഷപ്പെട്ടാൽ എങ്ങനെയിരിക്കും, അത്തരമൊരു പ്രതീതി മുരുകന് ഉണ്ടായി.

ഓരോ ഒപ്പിന്റെ അടിയിലും ത്യാഗരാജൻ ശ്രദ്ധിക്കാത്ത വിധം ഒരു ന്യൂനചിഹ്നം (മൈനസ് (-)) ഇട്ട് ഇതു ഞാൻ നിരാകരിക്കുന്നു എന്നു സൂചിപ്പിക്കുവാൻ അദ്ദേഹം തീരുമാനിച്ചു. തനിക്കു യോജിപ്പുള്ള ഇടങ്ങളിൽ ഒപ്പിനു താഴെ ഒരു അധിക ചിഹ്നം (+) ഇടാനും മറന്നില്ല. അദ്ദേഹത്തിന്റെ കുറ്റസമ്മതമൊഴിയിലുള്ള ഓരോ ഒപ്പിന്റെ അടിയിലും ഇങ്ങനെ മൈനസ് അല്ലെങ്കിൽ പ്ലസ് ചിഹ്നങ്ങൾ ചേർത്തിട്ടുണ്ട്. 6 മുതൽ 14 വരെയുള്ള പേജുകളിൽ ഒപ്പിനുതാഴെ മൈനസ് ചിഹ്നം ഇട്ടിട്ടുണ്ട്. അവസാനത്തെ പേജ്, അതായത് 15-ാം പേജിൽ ഒപ്പിടുകയേ ചെയ്തിട്ടില്ല. ഒന്നുകിൽ വിട്ടുപോയതാകാം, അല്ലെങ്കിൽ ആ പേജ് പിന്നീട് എഴുതിച്ചേർത്തതാകാം! ഏതായാലും എന്തുകൊണ്ടാണ് അങ്ങനെ സംഭവിച്ചതെന്ന കാര്യം ഇന്നും അജ്ഞാതമാണ്.

രണ്ടാം ദിവസം എഴുതേണ്ട സത്യവാങ്മൂലം ആദ്യദിവസംതന്നെയെഴുതി ഒപ്പുവാങ്ങിയ ശേഷമാണ് ഒന്നാം ദിവസത്തെ (1991 ആഗസ്റ്റ് 7) കയ്യൊപ്പു വാങ്ങിയിട്ടുള്ളത്. അതുകൊണ്ട് ഒന്നും രണ്ടും പേജുകളിലെ ഒപ്പിനടിയിലും ന്യൂനചിഹ്നം ഇടാൻ കഴിഞ്ഞിട്ടുണ്ട്. 3,4,5 പേജുകളിൽ സാധാരണ ഒപ്പുമാത്രമേ ഇട്ടിട്ടുള്ളൂ.

ഇനി എടുത്തു പറയേണ്ട മറ്റൊരു കാര്യവും അവിടെ നടന്നു. 13-ാം പേജിൽ ഒപ്പിടാൻ തുടങ്ങുമ്പോൾ ഞാൻ സമയം നോക്കി. രാത്രി ഒരു മണി കഴിഞ്ഞിരുന്നു. അതായത് 9-ാം തീയതി ആയിരുന്നു. അതുകൊണ്ട് 14-ാം പേജിൽ ഒപ്പിടുമ്പോൾ അടിയിൽ ന്യൂനചിഹ്നമിട്ട് 9.8.91 എന്നു തീയതിയെഴുതി. അതിനു മുമ്പുള്ള പേജുകളിലെല്ലാം 8.8.91 എന്നാണ് എഴുതിയിരുന്നത്.

ഇതൊന്നുംതന്നെ ത്യാഗരാജൻ ശ്രദ്ധിച്ചതേയില്ല. അദ്ദേഹത്തിന്റെ ശ്രദ്ധ മുഴുവൻ എങ്ങനെയെങ്കിലും ഈ മൊഴികളിൽ ഒപ്പുവാങ്ങിത്തീർക്കുക എന്ന കാര്യത്തിൽ മാത്രമായിരുന്നു.

ഒപ്പിനു താഴെ ന്യൂനചിഹ്നമിട്ടത് താൻ മനസ്സോടെയല്ല ഒപ്പിട്ടത് എന്നു തെളിയിക്കുന്നതിനുവേണ്ടി മാത്രമായിരുന്നു. അല്ലാതെ ഇതിനു

നിയമപരമായി എന്തെങ്കിലും സാധ്യതയുണ്ടെന്ന ധാരണയൊന്നും അപ്പോൾ മുരുകന് ഉണ്ടായിരുന്നില്ല.

പിൽക്കാലത്ത് കേസുനടത്തിപ്പുമായി ബന്ധപ്പെട്ട് മുരുകൻ പല നിയമ പുസ്തകങ്ങളും വായിക്കാൻ തുടങ്ങി. അങ്ങനെയിരിക്കെ യാദൃച്ഛികമായിട്ടാണ് 'അത്തിപൂത്തതുപോലെ' ആ നിയമ വ്യവസ്ഥകൾ അദ്ദേഹത്തിന്റെ കണ്ണിൽപ്പെട്ടത്. ഈ നിയമങ്ങൾ മുരുകനുവേണ്ടി എഴുതിയുണ്ടാക്കിയതാണെന്നുപോലും തോന്നിപ്പോയി.

ഒപ്പിനുതാഴെ മുരുകൻ ഇട്ടിരുന്ന ആ ന്യൂനചിഹ്നങ്ങൾക്കെല്ലാം ചില നിയമസാധുതകൾ ലഭിക്കുന്ന ആ വകുപ്പുകൾ ഇതാണ്.

I.P.C. Section 29: The word document denotes any matter expressed or described upon any substance by means of letters, figures or marks or by more than one of those means intended to be used or which may be used, as evidence of that matter.

(ഇന്ത്യൻ ശിക്ഷാനിയമം 29 അനുസരിച്ച്, ഒരു ഡോക്യുമെന്റ് എന്നാൽ;– ഒരു വിഷയത്തിനു തെളിവായി കരുതപ്പെടുന്ന അക്ഷരങ്ങൾ, അക്കങ്ങൾ, അല്ലെങ്കിൽ എന്തെങ്കിലും അടയാളങ്ങൾ എന്നിവ ഉപയോഗിച്ച് രേഖപ്പെടുത്തിയിട്ടുള്ള എന്തും ഡോക്യുമെന്റായി കണക്കാക്കാവുന്നതാണ്.)

അതനുസരിച്ച് മുരുകൻ പല പേജുകളിൽ ഒപ്പിനുതാഴെ ഇട്ടിരുന്ന ന്യൂനചിഹ്നങ്ങൾ ഒരു മുഖ്യതെളിവായിട്ടെടുത്തുകൊണ്ട്, വിചാരണസമയത്ത് അതിടാനുണ്ടായ സാഹചര്യങ്ങൾ കൂടി പരിശോധിക്കാവുന്നതാണ്. ആ സമയത്ത് ന്യൂനചിഹ്നങ്ങളിട്ടതിന്റെ കാര്യകാരണങ്ങൾ വിശദീകരിക്കാൻ മുരുകന് അവസരം നൽകേണ്ടതായിരുന്നു. അപ്പോൾ എന്തിനുവേണ്ടിയാണ് ഒപ്പിനുതാഴെ ന്യൂനചിഹ്നം ഇട്ടതെന്നു മുരുകനു വിശദീകരിക്കാൻ അവസരം ലഭിക്കുമായിരുന്നു.

ആദ്യം എഴുതിയ മൂന്നു പേജുകളിൽ (പേജ് 3,4,5) മുരുകൻ കയ്യൊപ്പു മാത്രമേ ഇട്ടിരുന്നുള്ളൂ. ആ സമയത്തും ഏതെങ്കിലും ഒരടയാളമിടുന്നതിനെപ്പറ്റി ആലോചിച്ചുകൊണ്ടിരിക്കുകയായിരുന്നു. 6–ാം പേജ് ഒപ്പിടുന്ന സമയത്താണ് എനിക്ക് ന്യൂനചിഹ്നം ഇടണമെന്ന യുക്തി തോന്നിയത്. അങ്ങനെയാണ് 6 മുതൽ 14 വരെയുള്ള പേജുകളിൽ ന്യൂനചിഹ്നം (-) ഇട്ടത്. അതോടൊപ്പം രണ്ടാം ദിവസം എഴുതിയ 1,2 പേജുകളിൽ ഒപ്പിനുതാഴെയും ന്യൂനചിഹ്നം ഇട്ടു. ഇക്കാര്യം ക്രോസ് വിസ്താരത്തിൽ മുരുകൻ വിശദീകരിച്ചു.

എന്നാൽ ഈ വാദം സ്വീകരിക്കാതിരുന്നതിന് പ്രോസിക്യൂഷൻ ഒരു വിശദീകരണവും നൽകിയിരുന്നില്ല.

Indian Evidence Act- സെക്ഷൻ 15 അനുസരിച്ച് ഒരു കുറ്റം യാദൃച്ഛികമായി സംഭവിച്ചതാണോ, അല്ലെങ്കിൽ കരുതിക്കൂട്ടി ചെയ്തതാണോ എന്നുള്ള പ്രശ്നത്തിനെ സംബന്ധിച്ച് ഇപ്രകാരം വിശദീകരിക്കുന്നു.

Indian Evidence Act. Sec. 15:-

Facts bearing on question whether act was accidental or intentional- when there is a question whether act was accidental or done with a particular knowledge or intention, the fact that such act formed part of a series of similar occurence, in each of which the person doing the act was concerned is relevant.

(ഒരു കുറ്റകൃത്യം സ്വാഭാവികമായി നടന്നുപോയതാണോ, അതോ ഗൂഢലക്ഷ്യങ്ങളോടെ ചെയ്തതാണോ, അല്ലെങ്കിൽ ബോധപൂർവ്വം ചെയ്തതാണോ എന്ന ചോദ്യം വരുമ്പോൾ, രേഖകളിൽ (കുറ്റസമ്മത മൊഴിയിൽ) ഒന്നോ അതിലധികമോ പേജുകളിൽ ഒരേപോലെയുള്ള ഒരടയാളം അല്ലെങ്കിൽ ഒരു ചിഹ്നം ഇട്ടിരുന്നാൽ അതും തെളിവായി കരുതപ്പെടും. അതിൻപ്രകാരം ഒരു വിവരത്തെ പരോക്ഷമായി അറിയിക്കുകയാണെന്നു കരുതണം.)

അതിനാൽ ഭർത്താവ്, തന്റെ ഇഷ്ടത്തിനു വിപരീതമായി, ഭീഷണിപ്പെടുത്തിയാണ് കുറ്റസമ്മതമൊഴിയിൽ ഒപ്പിടേണ്ടിവന്നത്, എന്ന വിവരം ന്യൂനചിഹ്നമിട്ട് അറിയിക്കുകയായിരുന്നു എന്നു ചട്ടം പറയുന്നു. അതു മാത്രമല്ല, കുറ്റസമ്മതമൊഴി വാങ്ങിയ നേരവും കാലവുമെല്ലാം കണക്കിലെടുക്കേണ്ടതാണെന്നു ക്രോസ് വിസ്താരത്തിൽ മുരുകൻ ചൂണ്ടിക്കാണിച്ചിട്ടുമുണ്ട്.

ത്യാഗരാജൻ വാങ്ങിയെടുത്ത കുറ്റസമ്മതമൊഴി അദ്ദേഹംതന്നെ എഴുതിയുണ്ടാക്കിയതാണ് എന്നതിന് മറ്റൊരു തെളിവുകൂടി ഹാജരാക്കാം.

നേരത്തെ പറഞ്ഞതുപോലെ 14-ാം പേജിൽ കയ്യൊപ്പുവാങ്ങുമ്പോൾ സമയം പാതിരാത്രി കടന്നിരുന്നു. അതിനാൽ മുരുകൻ അടുത്തദിവസം എന്ന വിധത്തിൽ ഒപ്പിനു കീഴേ 9.8.91 എന്നാണ് തീയതി ചേർത്തത്. അതുപോലെതന്നെ ആദ്യദിവസത്തെ 1,2 പേജുകളിലും 9.8.91 എന്ന തീയതിയാണ് ചേർത്തത്. അതുകൊണ്ട് കുറ്റസമ്മതമൊഴിയുടെ ഒന്നും രണ്ടും പേജുകളിലെ തീയതി 9.8.91 എന്നും 3 മുതലുള്ള പേജുകളിൽ 8.8.91 എന്നുമാണ് വച്ചിട്ടുള്ളത്. ഇക്കാര്യം ത്യാഗരാജനും സ്ഥിരീകരിച്ചിട്ടുള്ളതാണ്.

ഇതു കണ്ടുപിടിച്ച് അതിനുള്ള കാരണം ചോദിച്ച് മുരുകനെ ഭീഷണിപ്പെടുത്തിയ ത്യാഗരാജൻ, 'നീ എന്നെ പറ്റിക്കാൻ നോക്കുന്നോ' എന്നു ചോദിച്ചുകൊണ്ട് ഞാനിട്ടിരുന്ന 9 എന്ന തീയതിയുടെ മേൽ 7 എന്നു തിരുത്തിയെഴുതി (overwriting) അതുകൊണ്ട് രണ്ടുദിവസങ്ങളിലായാണ് മൊഴിരേഖപ്പെടുത്തിയതെന്ന ത്യാഗരാജന്റെ വാദവും പൊളിഞ്ഞു വീഴുന്നു. ഒറ്റദിവസംകൊണ്ട് ത്യാഗരാജൻ തന്നിഷ്ടപ്രകാരമാണ് കുറ്റസമ്മതമൊഴി തയ്യാറാക്കിയത് എന്ന് തെളിയുന്നു.

ആയിരം തെളിവുകൾ ചൂണ്ടിക്കാട്ടി വിശദീകരിച്ചാലെന്ത്, വിശദീകരിച്ചില്ലെങ്കിലെന്ത്?, പാവങ്ങളുടെ വാക്കുകൾ ആരു കേൾക്കാനാണ്? അമിതാധികാരം കൈവശമുള്ളവരുടെ മുന്നിൽ ഞങ്ങളെപ്പോലുള്ളവർ ഉയർത്തിയ ന്യായവാദങ്ങൾ തൂക്കുകയറിൽക്കിടന്നാടി എന്നു പറയേണ്ടി വരും. അധികാരത്തിന്റെ ഗർവ്വും ഭീഷണിപ്പെടുത്തലുംകൊണ്ട് നീതി ദേവതയുടെ കണ്ണുകൾ മൂടിക്കെട്ടിയിരിക്കുകയാണ്. ഇവിടെ ഞങ്ങൾക്കു നീതി നിഷേധിക്കപ്പെട്ടു.

പ്രതി ചേർക്കപ്പെട്ടവരിൽ നിന്നും വാങ്ങുന്ന കുറ്റസമ്മതമൊഴികളിലുള്ള മുഖ്യവിഷയങ്ങളെല്ലാം കൈവശമുള്ള രേഖകളും തെളിവുകളുമായി ഒത്തുപോകുന്നതായിരിക്കണം. വിയോജിപ്പുണ്ടായാൽ ആ കുറ്റസമ്മതമൊഴി സ്വീകരിക്കാൻ പാടില്ലാത്തതാണ് എന്ന് നിയമത്തിൽ ഉറപ്പിച്ചു പറയുന്നുണ്ട്.

എന്നാൽ എന്റെയും ഭർത്താവിന്റെയും കുറ്റസമ്മതമൊഴികൾ പരിശോധിച്ചാൽ മുപ്പത്തിയഞ്ചിൽ അധികം വ്യത്യസ്ത അഭിപ്രായങ്ങൾ പ്രകടമാണ്. ഇതിനു തക്കതായ തെളിവുകളുമുണ്ട്. പരസ്പരവിരുദ്ധവും വൈരുദ്ധ്യങ്ങൾ നിറഞ്ഞതുമായ സംഭവങ്ങൾ തമ്മിൽ സംയോജിപ്പിച്ചു കൊണ്ടുപോകാൻ പ്രോസിക്യൂഷൻ ശ്രമിച്ചിരുന്നു. പ്രോസിക്യൂഷൻഭാഗം 52–ാം സാക്ഷിയായ ത്യാഗരാജൻ, കോടതിയിൽ വ്യാജമൊഴി നൽകുകയും സത്യത്തെ മനപ്പൂർവ്വം മറച്ചുവയ്ക്കുകയും ചെയ്യുന്നതിന് ഒരു മടിയുമില്ലാത്ത ആളാണെന്നത് തെളിയിക്കപ്പെട്ട വസ്തുതയാണ്.

ഇങ്ങനെയുള്ള ഒരു ഉദ്യോഗസ്ഥൻ തന്നിഷ്ടപ്രകാരം തയ്യാറാക്കിയ ഒരു കുറ്റസമ്മതമൊഴിയിൽ ധാരാളം സത്യവിരുദ്ധമായ വസ്തുതകൾ ഉണ്ടായിരിക്കും എന്നത് നിസ്തർക്കമാണ്. അതു തെളിയിക്കാൻ നൂറു കണക്കിനു തെളിവുകളും കോടതിയിൽ ഹാജരാക്കിയിരുന്നു.

പ്രോസിക്യൂഷൻ രേഖ നമ്പർ 81 എന്നത് ഭർത്താവു സ്വമേധയാ കൊടുത്തതെന്നു പറയപ്പെടുന്ന കുറ്റസമ്മതമൊഴിയാണ്. എന്റെ സത്യവാങ്മൂലം 77–ാം നമ്പരായിട്ടാണ് രേഖപ്പെടുത്തിയിരിക്കുന്നത്.

മുരുകന്റെ മൊഴിയിൽ "1989–ൽ ജാഫ്നാനഗരം തമിഴ്പുലികളുടെ നിയന്ത്രണത്തിലായിരുന്നു ഉണ്ടായിരുന്നത്. അവിടെ യാഴ് കോട്ടയ്ക്കകത്തുള്ള ജയിലിൽ തമിഴ്പുലികളായ തടവുകാരെ ചോദ്യം ചെയ്തിരുന്ന ജോലിയാണ് താൻ ചെയ്തിരുന്നത് എന്നു സമ്മതിച്ചിരുന്നതായി രേഖപ്പെടുത്തിയിട്ടുണ്ട്.

ഇതിന്റെ സത്യാവസ്ഥ എന്തെന്നാൽ 1988 മുതൽ 90 വരെ ജാഫ്ന പട്ടണത്തിന്റെ 'പരിപൂർണ്ണനിയന്ത്രണം ശ്രീലങ്കൻ സൈന്യവും ഇന്ത്യൻ സമാധാനസേനയും സംയുക്തമായാണ് ഏറ്റെടുത്തിരുന്നത്. മറ്റാർക്കും അവിടെ ഒരു കാര്യവുമുണ്ടായിരുന്നില്ല.'

അക്കാലത്ത് തമിഴ്പുലികൾ ജാഫ്നയിൽ നിന്നും പിൻവാങ്ങി മുല്ലത്തീവു വനങ്ങളിൽ ഒളിച്ചു കഴിയുകയായിരുന്നു എന്നത് പരസ്യമായ

വസ്തുതയാണ്. I.P.K.F കമാണ്ടറായിരുന്ന (പ്രോസിക്യൂഷൻ സാക്ഷി-186) സബർലാൽ എന്നയാളും ക്രോസ്‌വിസ്താരസമയത്ത് കോടതിയിൽ ഇക്കാര്യം സമ്മതിച്ചിട്ടുള്ളതാണ്.

അതിനാൽ മുരുകൻ കൊടുത്തു എന്നു പറയുന്ന ആ മൊഴി വസ്തുതാവിരുദ്ധമാണെന്നു തെളിയുന്നില്ലേ? അതുപോലെ മറ്റൊരിടത്ത്, "എന്റെ ജ്യേഷ്ഠൻ ശിവശീറി തമിഴ്പ്പോരാളിയായിരുന്നു. സൈന്യവുമായി നടന്ന ഏറ്റുമുട്ടലിൽ അദ്ദേഹം കൊല്ലപ്പെട്ടു" എന്ന് മുരുകൻ മൊഴികൊടുത്തിരുന്നതായി കുറ്റസമ്മതമൊഴിയിലുണ്ടായിരുന്നു.

1987 ആഗസ്റ്റ് 11-ന് മുരുകന്റെ ജ്യേഷ്ഠൻ സങ്കത്താനൈ എന്ന സ്ഥലത്തു നടന്ന ഒരു സ്ഫോടനത്തിലാണ് മരിച്ചത്. അവിടെ ഒരു കാലത്തും ശ്രീലങ്കൻ സൈന്യവും തമിഴ്പുലികളുമായി ഒരു ഏറ്റുമുട്ടലും നടന്നിരുന്നില്ല. മാത്രമല്ല ആ കാലയളവിൽ ഇരുകൂട്ടരും വെടിനിർത്തൽ പ്രഖ്യാപിച്ചിരുന്നതുമാണ്. ഇന്ത്യയും ശ്രീലങ്കയും തമ്മിലുണ്ടായ ഒരു ഉടമ്പടി പ്രകാരമായിരുന്നു അവിടെ വെടിനിർത്തൽ പ്രഖ്യാപിച്ചിരുന്നത്. അതിനാൽ അക്കാലത്ത് ലങ്കൻ സൈന്യം അവരുടെ താവളം വിട്ടു പുറത്തുവന്നിട്ടേയില്ല.

മാത്രമല്ല, മുരുകന്റെ സഹോദരൻ എങ്ങനെയാണ് മരിച്ചതെന്ന് (പ്രോസിക്യൂഷൻ രേഖ 140) തമിഴ്പുലികൾ വീരമൃത്യു വരിച്ചവരുടെ ലിസ്റ്റിൽ വ്യക്തമായി രേഖപ്പെടുത്തിയിട്ടുണ്ട്. വസ്തുത ഇതായിരിക്കെ, മുരുകൻ സ്വന്തം സഹോദരന്റെ മരണത്തെപ്പറ്റി തെറ്റായ വിവരങ്ങൾ നൽകുമോ?

മനംമാറ്റമുണ്ടായി സ്വയം സമർപ്പിച്ച കുറ്റ സമ്മതമൊഴിയിൽ എങ്ങനെയാണ് ഇപ്രകാരമുള്ള തെറ്റുകൾ കടന്നുകൂടുന്നത്? അതുപോലെ മുരുകൻ, "ഞാൻ 1991 ജനുവരി 3-ാം വാരത്തിൽ ഇന്ത്യയിലെത്തി." എന്നു പറഞ്ഞതായി മൊഴിയിലുണ്ട്. എന്നാൽ എസ്.ഐ.ടി. തലവൻ രഘോത്തമൻ (പ്രോസിക്യൂഷൻ സാക്ഷി -288) അവർകൾ കൊടുത്ത സാക്ഷിമൊഴിയിൽ '1991 മാർച്ച് 12-ാം തീയതിയാണ് മുരുകൻ ഇന്ത്യയിലെത്തുന്നതെന്ന്' പറയുന്നുണ്ട്. ഇതിൽ ഏതാണ് സത്യം? ത്യാഗരാജൻ എഴുതിച്ചേർത്തതോ രഘോത്തമൻ കൊടുത്ത മൊഴിയോ?

സത്യം പറഞ്ഞാൽ മുകളിൽ കൊടുത്തിരിക്കുന്ന രണ്ടു തീയതികളും ശരിയല്ല. 1991 ജനുവരി 26-ാം തീയതിയാണ് മുരുകൻ ഇന്ത്യയിലെത്തിയത്-അതായത് ചെന്നൈയിലെത്തിയത്. അങ്ങനെയെങ്കിൽ ഈ വിവരം മുരുകനിൽ നിന്നും ശേഖരിക്കാൻ സി.ബി.ഐക്ക് കഴിയാതിരുന്നത് എന്തുകൊണ്ടാണ്? അതോ മനപ്പൂർവ്വം അവരെ വഴിതെറ്റിക്കാൻ വേണ്ടി കള്ളം പറഞ്ഞതാണോ? ഇതിലേതാണു ശരിയെന്ന് അന്വേഷണസംഘമാണ് മറുപടി പറയേണ്ടത്.

എന്നാൽ അവർ പറയില്ല. എന്തെന്നാൽ ഞാനോ ഭർത്താവോ മറ്റുള്ളവരോ സ്വന്തം ഇഷ്ടപ്രകാരം കുറ്റസമ്മതമൊഴി കൊടുത്തു എന്നു

പറയുന്നത് അസത്യമാണെന്ന് അവർതന്നെ സമ്മതിക്കുന്നതിനു തുല്യമാണ് അത്.

മുരുകന്റെ സത്യവാങ്മൂലത്തിൽ ശ്രീപെരുമ്പത്തൂർ സ്ഫോടനത്തിനു രണ്ടു ദിവസങ്ങൾക്കു ശേഷം, അതായത്, 91 മെയ് 23-ന്, റോയപ്പേട്ടയിലുള്ള അമ്മയുടെ വീട്ടിൽ അദ്ദേഹം തങ്ങിയിരുന്നതായും അടുത്ത ദിവസം ഞാനും മുരുകനും കൂടി വില്ലിവാക്കത്തുള്ള എന്റെ വാടകവീട്ടിൽ കഴിച്ചുകൂട്ടി എന്നും, 25-ാം തീയതി ഞങ്ങൾ തിരുപ്പതിയിൽപോയതായും എഴുതിച്ചേർത്തിട്ടുണ്ട്.

എന്നാൽ പ്രോസിക്യൂഷൻ സാക്ഷിയായി സി.ബി.ഐ. ഹാജരാക്കിയ 'റാണി എന്ന സ്ത്രീ, ഞാനും മുരുകനും 23-ാം തീയതി മുഴുവൻ സമയവും വില്ലിവാക്കത്തുള്ള വീട്ടിൽ ഉണ്ടായിരുന്നു; പുറത്തെങ്ങും പോയിരുന്നില്ല' എന്നു മൊഴി കൊടുത്തിരുന്നു. മറ്റൊരു പ്രോസിക്യൂഷൻ സാക്ഷിയായ സുജയ എന്നവർ, നളിനി മെയ് 24-ാം തീയതി പതിവുപോലെ ഓഫീസിലെത്തിയെന്നും ദിവസം മുഴുവൻ ജോലിചെയ്തശേഷം വൈകിട്ടാണ് വീട്ടിൽ തിരിച്ചെത്തിയതെന്നും മൊഴി കൊടുത്തിരുന്നു.

ഇതിലേതാണ് സത്യം? മുരുകൻ പറഞ്ഞതോ, പ്രോസിക്യൂഷൻ സാക്ഷി നൽകിയ മൊഴിയോ?

അടുത്തതായി, മുരുകൻ 'ഇംഗ്ലീഷു പഠിക്കാൻ വേണ്ടി ശബരി ട്യൂട്ടോറിയൽ കോളേജിൽ മുടങ്ങാതെ പോയിരുന്നില്ലെന്നും രണ്ടോ മൂന്നോ ദിവസങ്ങൾ മാത്രം പോയശേഷം അങ്ങോട്ടു പോയിട്ടേയില്ലെന്നു മുരുകൻ തന്നെ പറഞ്ഞതായും ത്യാഗരാജൻ കുറ്റസമ്മതമൊഴിയിൽ എഴുതിച്ചേർത്തിരുന്നു. എന്നുവച്ചാൽ ട്യൂട്ടോറിയലിൽ പോകാതെ ഗൂഢാലോചനയിൽ പങ്കെടുക്കുകയായിരുന്നു എന്നു തെളിയിക്കാനുള്ള ഗൂഢശ്രമം!

എന്നാൽ പ്രോസിക്യൂഷൻ സാക്ഷിയായി ഹാജരായ ട്യൂട്ടോറിയൽ അദ്ധ്യാപകന്റെ മൊഴിയിൽ മുരുകൻ മുടങ്ങാതെ കോളേജിൽ വന്നിരുന്നുവെന്നും തുടർച്ചയായി നാല്പത്തിയൊന്നു ദിവസങ്ങൾ ഹാജരായി ആദ്യത്തെ കോഴ്സ് പരീക്ഷ പാസ്സായി സർട്ടിഫിക്കറ്റ് വാങ്ങിയിരുന്നെന്നും, രണ്ടാം ഘട്ട കോഴിസിന് 91-മെയ് 9-ന് ചേർന്നിരുന്നുവെന്നും മൊഴി നൽകുകയുണ്ടായി.

മെയ് 18-ന് വേദാരണ്യത്തുനിന്നും ചെന്നൈയിലെത്തിയ മുരുകൻ നളിനിയുടെ ഓഫീസിലേക്കു ഫോൺ ചെയ്തു. അന്നു അവർ രണ്ടുപേരും വില്ലിവാക്കത്തുള്ള വാടകവീട്ടിൽ രാത്രി തങ്ങി. 19-ാം തീയതി റോയപ്പേട്ടയിൽ അമ്മ പത്മാവതിയുടെ വീട്ടിൽ ശിവരാജൻ, ധനു, ശുഭ എന്നിവർ വന്നുചേരുമെന്ന് അറിഞ്ഞുകൊണ്ട് ഞങ്ങൾ ചെന്നിരുന്നുവെന്നും മുരുകൻ സത്യവാങ്മൂലത്തിൽ പറയുന്നു. ഇതിലുള്ള വൈരുദ്ധ്യവും നമ്മൾ അറിഞ്ഞിരിക്കേണ്ടതാണ്.

91 മെയ് 18 എന്ന തീയതി ആ മാസത്തിലെ മൂന്നാം ശനിയാഴ്ചയാണ്. ഇതിൽ ഏറ്റവും രസകരമായ വസ്തുത, ഞാൻ ജോലി

ചെയ്തിരുന്ന കമ്പനിയിൽ ഒന്നും മൂന്നും ശനിയാഴ്ചകൾ അവധിയായിരിക്കുമെന്ന് പ്രോസിക്യൂഷൻ സാക്ഷിയായി ഹാജരായ കമ്പനിയധികൃതർ കോടതിയിൽ മൊഴി നൽകിയിട്ടുള്ളതാണ് രേഖകളിലും ഇക്കാര്യം വ്യക്തമാകുന്നുണ്ട്.

ഓഫീസ് അവധിയായതിനാൽ ഞാൻ പോകാതിരുന്ന ദിവസം എങ്ങനെയാണ് മുരുകൻ എന്നെ ഓഫീസിലെ ഫോണിൽ വിളിച്ചു സംസാരിക്കുന്നത്? അതിനുശേഷം ഓഫീസിൽ വന്ന് എന്നെ എങ്ങനെ കാണും? അക്കാലത്ത് സെൽഫോണുകൾ ഉണ്ടായിരുന്നില്ല. പിന്നെങ്ങനെ രണ്ടുപേരും ചേർന്ന് വില്ലിവാക്കത്തു പോയി താമസിക്കും? എത്ര വലിയ കള്ളക്കഥയാണ് ഇവിടെ എഴുതിച്ചേർത്തിരിക്കുന്നത്?

ഇനി സി.ബി.ഐ.യുടെ മറ്റൊരു കഥ –

'നളിനി' എന്ന ഞാൻ കൊടുത്തിരുന്ന കുറ്റസമ്മത മൊഴിയിൽ, "18 –5–91–ന് ഞാൻ വില്ലിവാക്കത്തുള്ള വീട്ടിലായിരുന്നു. അപ്പോൾ ശുഭ, ധനു എന്നിവരെ കൂട്ടിക്കൊണ്ട് ശിവരാജൻ വന്നു. അവരെ രണ്ടുപേരെയും വീട്ടിലാക്കി ശിവരാജൻ തിരിച്ചുപോയി. അന്നു ഞങ്ങൾ മൂവരും സിനിമയ്ക്കു പോയി. അവർ രണ്ടുപേരും അന്നുരാത്രി എന്റെ വീട്ടിൽത്തന്നെ തങ്ങി. അടുത്തദിവസം, അതായത് 19–ാം തീയതി ഞാൻ ശുഭയേയും ധനുവിനേയും കൂട്ടി മഹാബലിപുരത്ത് ചുറ്റിക്കണ്ട ശേഷം അന്ന് രാത്രിയിലും വില്ലിവാക്കത്തുള്ള എന്റെ വീട്ടിൽത്തന്നെ കഴിഞ്ഞു", എന്നു പറയുന്നു. 'വെള്ളക്കാക്ക മലർന്നു പറന്നു' എന്ന കഥതന്നെ ഇതും! മെയ് 18 എന്ന തീയതിയെ ചുറ്റിപ്പറ്റി എത്രയെത്ര കഥകളാണ് സി.ബി.ഐ മെനഞ്ഞെടുത്തിട്ടുള്ളത്?

ഈ 18–ാം തീയതി ഞാൻ ഓഫീസിൽ പോയിരുന്നോ? അന്നുരാത്രി മുരുകൻ എന്നോടൊപ്പം തങ്ങി എന്നതു ശരിയാണോ? അല്ലെങ്കിൽ അതേ ദിവസം ശുഭയും ധനുവുമൊത്ത് സിനിമ കണ്ട ശേഷം എന്റെ വീട്ടിൽ കഴിഞ്ഞുവെന്ന് പറയുന്നത് സത്യമാണോ? മെയ് 19ന് ശുഭയെയും ധനുവിനെയും കൂട്ടി ഞാൻ മഹാബലിപുരത്തു പോയി എന്നതു സത്യമാണോ? ഇതാണോ സി.ബി.ഐ.യുടെ "സത്യമേവ ജയതേ!" എന്ന മുദ്രാവാക്യം?

ഞാനും മുരുകനും സ്വമേധയാ കൊടുത്ത മൊഴിയിൽ ഇത്രയും പിഴവുകൾ എങ്ങനെ വന്നു ചേരും? അതുപോലെ സാക്ഷിമൊഴികളിലും ഇത്രയും വൈരുദ്ധ്യങ്ങൾ ഉണ്ടാകുന്നതെങ്ങനെ? ഔദ്യോഗിക രേഖകളിലും ഇതുപോലെ അനേകം വൈരുദ്ധ്യങ്ങൾ ദൃശ്യമാണ്. ഇതെല്ലാം സി.ബി.ഐ. നേരിട്ടു തയ്യാറാക്കിയ തിരക്കഥയാണ്.

മാത്രമല്ല, രസകരമായ ഈ വൈരുദ്ധ്യങ്ങൾ ക്രോസ് വിസ്താരത്തിനിടയിൽ തെളിയിക്കപ്പെട്ടപ്പോൾ കോടതിമുറിക്കുള്ളിൽ കൂട്ടച്ചിരി ഉയർന്നിരുന്നു.

മുരുകൻ കൊടുത്തുവെന്നു പറയുന്ന മൊഴിയുടെ 4-ാം പേജിൽ 'വെല്ലൂർ കോട്ട ജയിലിന്റെ സ്കെച്ചും പ്ലാനും വയർലെസ് മൂലം പൊട്ടു അമ്മന് അയച്ചു കൊടുത്തു" എന്ന് എഴുതിയിരുന്നു. അതാണ് മുരുകൻ സ്വമനസ്സാലേ കൊടുത്ത കുറ്റസമ്മതമൊഴി!

ഇതിനുള്ള പ്രോസിക്യൂഷൻ സാക്ഷികളായി ജയിൽ വകുപ്പിലെ രണ്ടു എഞ്ചിനീയർമാരെ കോടതിയിൽ ഹാജരാക്കിയിരുന്നു. അവരെ മുരുകൻ ക്രോസ് വിസ്താരം ചെയ്തപ്പോൾ, "വയർലെസ് എന്നത് ഫാക്സ് മെഷീനല്ല, അതിൽക്കൂടി ശബ്ദസന്ദേശം മാത്രമേ അയയ്ക്കാൻ' കഴിയൂ.. സ്ഥലത്തിന്റെ സ്കെച്ച്, പ്ലാൻ മുതലായ അയയ്ക്കാൻ കഴിയില്ലല്ലോ! എന്നു ചോദിച്ചു.

വെല്ലൂർ ജയിലിന്റെ, സ്കെച്ചും പ്ലാനും മുരുകൻ എന്നു ശ്രീലങ്കയിലേക്ക് അയച്ചുകൊടുത്തു എന്നു സി.ബി.ഐ. പറയുന്നതു ശുദ്ധ ഭോഷ്ക്കല്ലേ? ഇതാണോ കുറ്റാന്വേഷണം?

പ്രോസിക്യൂഷനുവേണ്ടി സി.ബി.ഐ. ഹാജരാക്കിയ സാക്ഷികളുടെ മൊഴിയനുസരിച്ച് ശിവരാജൻ മുരുകന്റെ ബോസ്, കമാണ്ടർ, നേതാവ്, മേലാധികാരി എന്നീ നിലകളിലായിരുന്നു പ്രവർത്തിച്ചിരുന്നത്. എന്നാൽ മുരുകന്റെ സത്യവാങ്മൂലത്തിൽ ശിവരാജനെപ്പറ്റി പറയുന്നയിടങ്ങളിലെല്ലാം അവൻ, ഇവൻ എന്നിങ്ങനെയാണ് സംബോധന ചെയ്തിട്ടുള്ളത്. ആരെങ്കിലും തന്റെ ബോസിനെ അല്ലെങ്കിൽ കമാണ്ടറെ അവൻ, ഇവൻ എന്ന് മര്യാദയില്ലാതെ വിളിക്കുമോ? അതും തമിഴ്പുലികളെപ്പോലെ ശക്തമായ ഒരു സംഘടനയിൽ!

എന്താണ് നടന്നതെന്നാൽ, നമ്മുടെ പൊലീസുകാർ കുറ്റവാളികളെ 'അവൻ, ഇവൻ എന്നു വിളിച്ചു ശീലിച്ചുപോയവരാണ്. രേഖകളിലും അങ്ങനെ തന്നെ എഴുതിച്ചേർക്കും' ആ 'പ്രവർത്തി ദോഷം' ത്യാഗരാജൻ ഇവിടെയും ആവർത്തിച്ചു എന്നു മാത്രം!

കുറ്റസമ്മതമൊഴി രേഖപ്പെടുത്തിയ ആദ്യദിവസത്തെ മുരുകന്റെ പെരുമാറ്റത്തെപ്പറ്റി ത്യാഗരാജൻ, "മുരുകനോടു പല ചോദ്യങ്ങളും ചോദിച്ചു, അതിനുള്ള മറുപടികളെഴുതി, വീണ്ടും അയാളെ വായിച്ചു കേൾപ്പിച്ചാണ് കയ്യൊപ്പു വാങ്ങിയിട്ടുള്ളത്" എന്ന് സാക്ഷിമൊഴിയിൽ രേഖപ്പെടുത്തിയിട്ടുണ്ട്.

അത്ര കൃത്യതയോടെ തയ്യാറാക്കിയ മൊഴിയിൽ മുരുകന്റെ പ്രായം ഇരുപത് എന്നതിനു പകരം ഇരുപത്തിയൊന്ന് എന്നും അച്ഛന്റെ പേര് 'വെറ്റിവേൽ' എന്നതിനു പകരം 'വെട്ടിവേൽ' എന്നും ചേർത്തിട്ടുണ്ട്. മുരുകന്റെ വിദ്യാഭ്യാസം A/L (Advanced Level) എന്നതിനു പകരം പത്താം ക്ലാസ് എന്നു ചേർത്തിരിക്കുന്നു. അറസ്റ്റു ചെയ്ത തീയതി 14-6-91 എന്നതിനു പകരം 15-6-91 എന്ന് എഴുതിയിട്ടുണ്ട്.

അതായത് അടിസ്ഥാനപരമായ അഞ്ചു വിവരങ്ങൾ തെറ്റായിട്ടാണ് രേഖപ്പെടുത്തിയിട്ടുള്ളത്. ഇത് ആർക്കെങ്കിലും നിഷേധിക്കാൻ

കഴിയുമോ? അല്ലെങ്കിൽ മുരുകൻ തെറ്റിച്ചു പറഞ്ഞതാണെന്ന് നിങ്ങൾ കരുതുന്നുണ്ടോ? പിന്നെന്തുകൊണ്ടാണ് ഇത്രയും തെറ്റുകൾ കടന്നുകൂടാനിടയായത്?

ഇങ്ങനെയുള്ള പല ചോദ്യങ്ങൾക്കും ഒറ്റ ഉത്തരമേയുള്ളൂ. അവരുടെ താത്പര്യപ്രകാരം അവർ എഴുതിയുണ്ടാക്കി, അത്രതന്നെ! മുരുകനെക്കൂടാതെ മറ്റു പതിനഞ്ചു പ്രതികളും കുറ്റസമ്മതമൊഴി കൊടുത്തിട്ടുണ്ട്. അതിൽ എഴുപേർ എന്റെ ഭർത്താവിനെപ്പറ്റി പറയുമ്പോൾ 'മുരുകൻ എന്നു വിളിക്കുന്ന ദാസ്' എന്നോ, 'ദാസ് എന്നു വിളിക്കുന്ന മുരുകൻ' എന്നോ ആണ് മൊഴി കൊടുത്തിട്ടുള്ളത്. അതെങ്ങനെയാണ് അടുത്തിടപഴകുന്ന ഒരാളെ രണ്ടുപേരുകളിൽ വിളിക്കുന്നത്? ഇതും സത്യവാങ്മൂലം ത്യാഗരാജന്റെ 'കരവിരുത്' തന്നെയെന്ന് തെളിയിക്കുന്നു.

അങ്ങനെ ഈ കുറ്റസമ്മതമൊഴി വൈരുദ്ധ്യങ്ങളുടെ ഒരു കൂമ്പാരമാണ്. ക്രോസ് വിസ്താരത്തിനിടയിൽ ജഡ്ജി ഉൾപ്പെടെ കോടതി മുഴുവൻ പൊട്ടിച്ചിരിക്കുന്ന സന്ദർഭങ്ങളും ഉണ്ടായിട്ടുണ്ട്. അങ്ങനെ ഈ കെട്ടുകഥകളും കൂട്ടിച്ചേർക്കലുകളും ഒന്നൊന്നായി തകർന്നു വീണുകൊണ്ടിരുന്നു. എന്നാൽ ഇതൊന്നും റിപ്പോർട്ടുചെയ്യാൻ പത്രക്കാരെ അനുവദിച്ചിരുന്നില്ലല്ലോ? അതുകൊണ്ട് ഇതൊന്നും പുറംലോകം അറിയാതെ പോയി.

ഇനി മറ്റൊന്നുകൂടിപ്പറയാം. ഒരാളിന്റെ സത്യവാങ്മൂലം അയാൾ സംസാരിക്കുന്ന ഭാഷയിൽ, അയാൾ പറയുന്ന അതേ ശൈലിയിൽത്തന്നെയാണ് എഴുതിയെടുക്കേണ്ടത്, എന്നു നിയമത്തിൽ വ്യവസ്ഥയുണ്ട്.

ഇരുപത്തിയഞ്ച് വർഷങ്ങൾ കടന്നുപോയിരിക്കുന്നു. തമിഴ്നാട്ടിൽ തമിഴ് സംസാരിക്കുന്ന തടവുകാരോടൊപ്പം ഇത്രയും നാൾ കഴിച്ചുകൂട്ടിയിട്ടും മുരുകന് തന്റെ ശ്രീലങ്കൻ തമിഴ്ശൈലി മാറ്റാൻ കഴിഞ്ഞിട്ടില്ല. ഇപ്പോഴും ലങ്കൻ തമിഴിലാണ് അദ്ദേഹം സംസാരിക്കുന്നത്. എന്നാൽ കുറ്റസമ്മതമൊഴി ശുദ്ധമായ തമിഴിലാണ് രേഖപ്പെടുത്തിയിട്ടുള്ളത്.

സുപ്രീം കോടതി വിധികളിൽ പറയുന്ന യാതൊരു നടപടിക്രമങ്ങളും ഞങ്ങളുടെ കാര്യത്തിൽ പാലിച്ചിട്ടില്ല. അങ്ങനെ നടപടിക്രമങ്ങൾ കൃത്യമായി പാലിച്ചിരുന്നെങ്കിൽ ഞങ്ങളുടെ കുറ്റസമ്മതമൊഴി സ്വീകരിക്കാതെ കോടതി തള്ളിക്കളയുമായിരുന്നു.

നമ്മുടെ പ്രമുഖനായ ഒരു നേതാവും മുൻ പ്രധാനമന്ത്രിയുമായ രാജീവ്ഗാന്ധി വധക്കേസിൽ, സുപ്രീംകോടതി അനുശാസിക്കുന്ന നിബന്ധനകളെല്ലാം കാറ്റിൽപ്പറത്തി, യഥാർത്ഥ കുറ്റവാളികളെ രക്ഷപ്പെടുത്തുന്നതിനുവേണ്ടി, വ്യാജരേഖകളും തെളിവുകളുമുണ്ടാക്കിയാണ് സി.ബി.ഐ. പ്രവർത്തിച്ചതെന്ന കാര്യം എത്ര വേദനാജനകമാണ്. അത് നാടിനു തന്നെ നാണക്കേടായി മാറിയിരിക്കുന്നു.

യഥാർത്ഥ കുറ്റവാളികളെ രക്ഷപ്പെടുത്തിയ ഇവരോട് രാജീവ്ഗാന്ധിയുടെ ആത്മാവ് പൊറുക്കുമോ?

ഇരുപത്

പൊട്ടിച്ചിതറി...

ഒരു ബോംബു സ്ഫോടനത്തേക്കാൾ ശക്തമായി പൊട്ടിച്ചിതറുന്നവിധം ഞങ്ങളുടെ ഹൃദയങ്ങളെ നൂറുതവണകളായി അടിച്ചുനുറുക്കിക്കൊണ്ടിരിക്കുകയാണ്. ജീവിതവുമില്ല, മരണവുമില്ലാത്ത അവസ്ഥയിലാണ് ഞങ്ങൾ. മനുഷ്യസഹജമായ എല്ലാ ഉണർവുകളെയും വ്രണപ്പെടുത്തപ്പെട്ട ജീവിതം!

എന്തെല്ലാം വേദനകളാണ് ഞങ്ങൾ അനുഭവിച്ചു തീർത്തത്! പോരാത്തതിന് ഞങ്ങളെ പലതരത്തിൽ കഷ്ടപ്പെടുത്തി ചിലർ ആഹ്ലാദിക്കുന്നു. രാജീവ് ഗാന്ധിയോടൊപ്പം മരിച്ച 17 പേരുടെ മരണത്തിനുള്ള ഉത്തരവാദിത്വവും ഞങ്ങളുടെ മേൽ അടിച്ചേൽപ്പിക്കാൻ സാദ്ധ്യമല്ല. അവരുടെ മരണത്തിന്റെ പേരിൽ ഞങ്ങളെ ശിക്ഷിക്കാൻ കഴിയില്ലെന്ന് സുപ്രീംകോടതി വിധിയിൽ വ്യക്തമായി പറഞ്ഞിട്ടുണ്ട്. അതുകൊണ്ടാണ് ഈ കേസ് ടാഡ ചട്ടത്തിൻ കീഴിൽ കൊണ്ടുവരാൻ സാദ്ധ്യമല്ലെന്ന് സുപ്രീംകോടതി വിധിച്ചത്. അതായത് രാജീവ്ഗാന്ധി വധത്തെ ഒരു തീവ്രവാദി ആക്രമണമായി കരുതാനാവില്ല. അത് രണ്ടു പ്രത്യേക വിഭാഗങ്ങൾ തമ്മിലുണ്ടായിരുന്ന വിരോധത്തിന്റെ പേരിൽ നടന്ന കൊലപാതകം മാത്രമാണെന്ന് സുപ്രീംകോടതി വ്യക്തമാക്കിയിട്ടുണ്ട്. എന്നാൽ രാഷ്ട്രീയ ലാഭത്തിനുവേണ്ടി ഈ വിഷയത്തെ 'തീവ്രവാദ പ്രവർത്തനം' എന്ന വാസ്തവവിരുദ്ധമായ പ്രചരണത്തിലാണ് ചിലർ ഏർപ്പെട്ടിരിക്കുന്നത്. ആ സ്ഫോടനത്തിൽ കൊല്ലപ്പെട്ട മറ്റു പതിനേഴു പേരുടെ കുടുംബത്തിന്റെ ഗതി എന്താണ്? അവരെങ്ങനെ കഴിഞ്ഞു കൂടുന്നു? എന്നാൽ നളിനി മുരുകന്റെ മകൾ മാത്രം ലണ്ടനിൽ മെഡിസിനു പഠിക്കുകയാണല്ലോ? അതെങ്ങനെ? ആരാണ് സഹായിക്കുന്നത് എന്നിങ്ങനെ പലതരത്തിലുള്ള പരിഹാസ്യമായ ചോദ്യങ്ങൾ ചോദിച്ച് ചിലർ വ്യാജപ്രചരണങ്ങൾ നടത്തി വരുന്നുണ്ട്. "അവർക്ക് എന്തിന്റെ കുറവാണ്? അവരുടെ മകൾ ലണ്ടനിൽ പഠിക്കുന്നു. നമ്മുടെ കുഞ്ഞുങ്ങളെ നോക്കൂ എന്തുമാത്രം കഷ്ടപ്പാടുകളാണ് അവർ സഹിക്കുന്നത്?"

ഇങ്ങനെ ആവർത്തിച്ച് ചോദിച്ച് ഒരു ദയയുമില്ലാതെ ഞങ്ങളുടെമേൽ ആക്രമണം അഴിച്ചുവിട്ടുകൊണ്ടിരിക്കുകയാണ്. ഒരു കാരണവശാലും ഞങ്ങൾ ജയിൽ മോചിതരാകാതിരിക്കാൻ ഇക്കൂട്ടർ പരിശ്രമിച്ചു കൊണ്ടിരിക്കുന്നു. പലരും വിചാരിക്കുന്നതുപോലെ, എന്റെ മകൾക്ക് ഉണ്ടായിട്ടുള്ള കഷ്ടപ്പാടുകളും, അവളുടെ ജീവനുമേലുള്ള ഭീഷണിയും ഇപ്പോഴും അനുഭവിച്ചുകൊണ്ടിരിക്കുന്ന പ്രയാസങ്ങളും അത്ര നിസ്സാരങ്ങളല്ല. രക്തക്കണ്ണീരൊഴുക്കുന്ന കഥകളാണവ. അതുമുഴുവൻ എഴുതിയും കരഞ്ഞും തീർക്കണമെങ്കിൽ ഒരു യുഗം തന്നെ വേണ്ടി വരും!

ഒരു കാര്യം ഇപ്പോഴും തുറന്നുപറയട്ടെ! ആരുടെ മരണവും എനിക്കു വേദനാജനകമാണ്. അതു വേണ്ടപ്പെട്ടവരോ, വെറുക്കപ്പെട്ടവരോ എന്ന വ്യത്യാസമൊന്നും എനിക്കില്ല. ആയിരക്കണക്കിനു, ലക്ഷക്കണക്കിനു നമ്മുടെ ജനങ്ങൾ കൊല്ലപ്പെട്ടപ്പോൾ വേദനിക്കാത്തവരായി ആരെങ്കിലു മുണ്ടോ? ഈശ്വരൻ കനിഞ്ഞു തന്ന ജീവൻ! അതു തിരിച്ചെടുക്കാനുള്ള അവകാശം മറ്റാർക്കുമില്ല എന്ന ഗാന്ധിജിയുടെ അഹിംസാമാർഗ്ഗത്തിൽ വിശ്വസിക്കുന്നവളാണ് ഞാൻ.

ആ സ്ഫോടനത്തിൽ കൊല്ലപ്പെട്ട പതിനേഴു പേരുടെ കുടുംബാംഗ ങ്ങളെയോർത്ത് ഞങ്ങൾ പലപ്പോഴും സങ്കടപ്പെട്ടിട്ടുണ്ട്. ഓരോ ദിവ സത്തെ പ്രാർത്ഥനയിലും അവരുടെ ക്ഷേമത്തിനുവേണ്ടി സർവ്വേശ്വര നോട് പ്രാർത്ഥിച്ചുകൊണ്ടിരിക്കുകയാണ്. അവരുടെ ഈ നഷ്ടങ്ങൾക്ക് ഞങ്ങളെ കുറ്റവാളികളായി ചിത്രീകരിക്കുന്നതിന്റെ വേദനയാണ് ഇങ്ങനെ പ്രാർത്ഥിക്കുവാൻ എന്നെ പ്രേരിപ്പിക്കുന്നത്. ഇക്കാര്യം എത്ര പേർക്ക റിയാം? അവർ എന്തു പാപം ചെയ്തവരാണ്? നിരപരാധികളായ ഞങ്ങൾ ക്കുണ്ടായതുപോലെയുള്ള അവസ്ഥയാണ് അവരുടേതും. എന്നെപ്പോലെ തന്നെ ഈ ഗൂഢാലോചനയെപ്പറ്റി അറിയാതെ വന്നുപെട്ടുപോയവരാണ് അവരും. ഒരേയൊരു വ്യത്യാസം അവർ മരിച്ചുപോയി എന്നതാണ്. ഞങ്ങളോ ചത്തുജീവിക്കുന്നു എന്നു മാത്രം.

സ്വന്തബന്ധങ്ങളെ പിരിഞ്ഞ് പരിതപിക്കുന്നത് എത്ര ക്രൂരമായ കാര്യ മാണെന്ന് എന്നെക്കാൾ, അല്ല ഞങ്ങളെക്കാൾ അധികം അനുഭവിച്ചവർ മറ്റാരെങ്കിലും ഉണ്ടായിരിക്കുമെന്ന് ഞാൻ കരുതുന്നില്ല. ബന്ധുക്കളെ പ്പിരിഞ്ഞതിന്റെ വേദന ദിവസവും അനുഭവിക്കുന്നവളാണ് ഞാൻ.

നിരപരാധികളായ ഞങ്ങളെ കഴിഞ്ഞ ഇരുപത്തിയഞ്ച് വർഷങ്ങളായി അന്യായമായി തടങ്കലിൽ പാർപ്പിച്ച് പീഡിപ്പിക്കുന്നതുകൊണ്ട് ആ പതി നേഴ് കുടുംബങ്ങൾക്കുണ്ടായിട്ടുള്ള മുറിവുകൾ ഉണങ്ങാൻ പോകുന്നില്ല. നിശ്ചയമായും അവരുടെ വേദനകൾ അകറ്റപ്പെടേണ്ടതാണ്. എന്നാൽ അവരുടെ വേദനകളെ രാഷ്ട്രീയ ലാഭത്തിനുവേണ്ടി പ്രയോജനപ്പെടു ത്തുന്നത് എത്ര ക്രൂരമാണ്, അതിലെന്തു ന്യായമാണുള്ളത്? അവർ സത്യം മനസ്സിലാക്കിയിരിക്കേണ്ടതാണ്. അവരെക്കരുതിയെങ്കിലും

യഥാർത്ഥകുറ്റവാളികളെ കണ്ടുപിടിച്ച് വെളിച്ചത്തുകൊണ്ടുവരേണ്ടത് അത്യാവശ്യമാണ് എന്നൊരപേക്ഷ മാത്രമാണ് എനിക്കിപ്പോഴുള്ളത്.

എഞ്ചിൻ മോഷ്ടിച്ചുകൊണ്ടുപോയവനെ വിട്ടിട്ട് കരിപെറുക്കിക്കൊണ്ടിരുന്നവനെ പിടികൂടുന്ന കഥയാണ് ഈ കേസിൽ നടന്നിട്ടുള്ളത് എന്ന് പലരും പലവിധത്തിൽ എഴുതിയിട്ടുണ്ട്.

ശരി, ഇനി എന്റെ മകൾ പെട്ട പെടാപ്പാടുകളെപ്പറ്റി പറയാം. അവൾ ലണ്ടനിൽ 'പരമസുഖ'ത്തിൽ പഠിച്ചുകൊണ്ടിരിക്കുകയാണ് എന്ന വിമർശനം ഉയരുന്നതിനു മുമ്പു മുതലുള്ള കാര്യങ്ങളിൽ നിന്നും തുടങ്ങാം. ചില കാര്യങ്ങൾ തുറന്നുതന്നെ പറയേണ്ടിവരും. മറന്നുപോകുന്നത് മനുഷ്യസ്നേഹികളെ നിസ്സാരവൽക്കരിക്കുന്നതുപോലെ തോന്നും.

എന്റെ മകൾ ഇന്നും ജീവനോടെ ഇരിക്കുന്നു എന്നതുതന്നെ അദ്ഭുതകരമായ കാര്യമാണ്. ഈശ്വരാനുഗ്രഹം ഒന്നുകൊണ്ടു മാത്രമാണ് അവൾ ഇപ്പോഴും ജീവിച്ചിരിക്കുന്നത്. ഈശ്വരൻ നേരിട്ടു പ്രത്യക്ഷപ്പെടാതെ ചില ദൂതന്മാരെ മനുഷ്യരൂപത്തിൽ അയച്ചാണ് അവളെ സംരക്ഷിച്ചത് എന്നുള്ളതാണ് വസ്തുത. അതിനാൽ സി.ബി.ഐയിലും പൊലീസിലുമുള്ള എല്ലാവരും ക്രൂരന്മാരും മനുഷ്യപ്പറ്റില്ലാത്തവരുമാണ് എന്നു പറയാൻ കഴിയില്ല. അവിടെ മനുഷ്യരൂപമെടുത്ത ഈശ്വരതുല്യരും ഉണ്ടായിരുന്നു.

ഗർഭിണിയായിരിക്കുമ്പോൾപോലും എന്നെ ജയിലിൽ ചങ്ങലയിൽ ബന്ധിച്ചിട്ടിരുന്ന കാര്യം അറിയാമല്ലോ? അപ്പോൾ എനിക്കെതിരേ നടന്ന അക്രമങ്ങൾക്കും അനീതികൾക്കും കയ്യും കണക്കുമുണ്ടായിരുന്നില്ല. ഈ പീഡനത്തിനിടയിൽ ആവശ്യത്തിനു ഭക്ഷണംപോലും കിട്ടാതെ ഞാൻ കഷ്ടപ്പെട്ടിരുന്നു. രുചികരമായ ഭക്ഷണം കിട്ടണമെന്ന വാശിയൊന്നും എനിക്കുണ്ടായിരുന്നില്ല. എന്നാൽ ഒരു നേരമെങ്കിലും വയർ നിറച്ച് കഴിക്കാനുള്ളത് ലഭിച്ചിരുന്നെങ്കിൽ എന്ന് ഏങ്ങിക്കൊണ്ടിരുന്ന കാലമായിരുന്നു അത്. എന്റെ ശരീരം വാടിത്തളർന്നിരുന്നു.

അന്ന് ചില വനിതാ വാർഡർമാർ ഒരു ഗർഭിണിക്ക് ആവശ്യമായ ഭക്ഷണം കൊണ്ടുവരുമായിരുന്നു. ആരുമില്ലാത്ത തക്കംനോക്കി ചുറ്റുപാടുകൾ നിരീക്ഷിച്ചശേഷം ഇതു കഴിച്ചോ എന്നു പറഞ്ഞ് രഹസ്യമായി എനിക്ക് ഭക്ഷണം കൊണ്ടുവന്നു തരുമായിരുന്നു. ആദ്യമൊക്കെ അതു വാങ്ങിക്കഴിക്കാൻ ഞാൻ വിസമ്മതിച്ചു. കാരണം എന്റെ കുഞ്ഞിനെ ഗർഭത്തിൽവച്ചു തന്നെ കൊന്നുകളയാനുള്ള പദ്ധതി ജയിലിനുള്ളിൽ അരങ്ങേറിയിരുന്നല്ലോ? അതിനാൽ, ആരാണ് എന്താണ് തരുന്നതെന്ന ഭയമുണ്ടായിരുന്നു. അതുകൊണ്ട് ആദ്യമൊക്കെ അതു സ്വീകരിക്കാൻ വിസമ്മതിച്ചിരുന്നു. പിന്നീടാണ് അവർക്ക് ഭയത്തിനുള്ള കാരണം ബോധ്യമായത്. അവർ എന്നോട് ദേഷ്യപ്പെടുകയേ ചെയ്തില്ല. പകരം എന്റടുത്തു വന്നിരുന്ന് ഒരു വായ് അവർ കഴിച്ചശേഷം ഒരു ഉരുള എനിക്കും തന്ന്, അങ്ങനെ മാറിമാറിക്കഴിച്ച് എന്റെ ഭയത്തോടൊപ്പം

വിശപ്പിനെയും മാറ്റിയെടുക്കാൻ അവർ ശ്രമിച്ചുകൊണ്ടിരുന്നു. അവരൊക്കെയാണ് എന്റെ കൺകണ്ട ദൈവങ്ങൾ. അവരുടെ സ്നേഹവായ്പുകൾക്കു മുന്നിൽ വിങ്ങിക്കരഞ്ഞുകൊണ്ട് കൈകൂപ്പി നിന്ന നാളുകളായിരുന്നു അത്.

അവരെപ്പോലെയുള്ള ചിലരുടെ ആശ്വാസവാക്കുകളും സ്നേഹപ്രകടനങ്ങളും ഇല്ലായിരുന്നെങ്കിൽ സി.ബി.ഐ. കസ്റ്റഡിയിലിരുന്ന അറുപത് ദിവസങ്ങളിൽ ഗർഭസ്ഥശിശുവിനോടൊപ്പം ഞാനും എന്നേ കാലയവനികയ്ക്കുള്ളിൽ മറഞ്ഞുപോകുമായിരുന്നു!

ഇരുമ്പഴികൾക്കുള്ളിലെ വെറും നിലത്ത് കൊതുകുകടിയേറ്റു കിടന്ന് എന്റെ മകളുടെ ശരീരം തടിച്ചുവീർത്തിരുന്നു. അന്ന് ഒരു കൊതുകുവല വാങ്ങിത്തരാൻ ഉത്തരവിട്ട ജയിൽ സൂപ്രണ്ട് സുബ്രഹ്മണ്യ അയ്യരും അതു വാങ്ങിക്കൊണ്ടുത്തന്ന കുയിൽ ദാസനും എനിക്ക് എന്നും ഈശ്വരതുല്യരാണ്.

ഞങ്ങൾ സമരംനടത്തി നേടിയെടുത്ത ഞങ്ങളുടെതന്നെ പണം ഒരു വർഷത്തെ ചിലവിന് തികഞ്ഞിരുന്നു. 1992 ജൂലൈ മാസത്തോടെ കൈവശമുണ്ടായിരുന്ന പണമെല്ലാം തീർന്നുപോയിരുന്നു. പിഞ്ചിക്കീറി കുത്തിത്തയ്ച്ച ഒരു ലുങ്കി മാത്രമേ എന്റെ ഭർത്താവിന് അപ്പോഴുണ്ടായിരുന്നുള്ളൂ. എനിക്കും മാറ്റിയുടുക്കാൻ വസ്ത്രങ്ങളൊന്നും ഉണ്ടായിരുന്നില്ല. എന്റെ സാരിയും പിഞ്ചിപ്പോയിരുന്നു. അമ്മയുടെ ഒരു സാരി വാങ്ങി മാറ്റിയുടുത്തശേഷം ഉടുത്തിരുന്ന സാരി കഴുകി അത് ഉണങ്ങുന്നതുവരെ കാത്തിരിക്കും.

അപ്പോഴെനിക്ക് മൂന്നു നൈറ്റികൾ ഉണ്ടായിരുന്നു. ജയിലിൽ എന്നോടൊപ്പം സെൽവലക്ഷ്മി, ശാന്തി എന്നിങ്ങനെ രണ്ടു തടവുകാരുണ്ടായിരുന്നു. സെൽവലക്ഷ്മിയുടെ ഭർത്താവ് വിജയനെതിരെയും ശാന്തിയുടെ ഭർത്താവ് ജയകുമാറിനെതിരെയും കള്ളസാക്ഷി പറയാൻ വിസമ്മതിച്ചതിനാണ് ഇരുവരെയും ജയിലിലടച്ചിരുന്നത്. അവരുടെ നില എന്റേതിനേക്കാൾ പരിതാപകരമായിരുന്നു. അതിനാൽ എനിക്കുണ്ടായിരുന്ന രണ്ടു നൈറ്റികൾ അവർക്കു കൊടുത്തു. മിച്ചമുണ്ടായിരുന്ന ഒരെണ്ണം പിഞ്ചിത്തുടങ്ങിയിരുന്നു.

ഈ കഷ്ടപ്പാടുകൾക്കിടയിൽ ഒരു ആയുധപൂജ ദിവസം ഞങ്ങളെ സേലം ജയിലിലേക്കു മാറ്റി. അവിടെയുണ്ടായിരുന്ന ആതിര എന്ന തടവുകാരിയുടെ ഒരു പഴയ ചുരിദാർ വാങ്ങിയാണ് കുറെനാൾ ഞാൻ ധരിച്ചിരുന്നത്.

ഇതു മനസ്സിലാക്കിയ മുരുകൻ 'എന്നെ വിശ്വസിച്ചു പിന്നാലെ വന്ന നിനക്ക് ഒരു സാധാരണ തുണിപോലും വാങ്ങിത്തരാൻ കഴിയുന്നില്ലല്ലോ' എന്ന സങ്കടത്തോടെ, മനസ്സുതകർന്ന് നിലവിളിക്കാൻ തുടങ്ങി. അതു മാത്രമല്ല, കുഞ്ഞിന് പാൽപ്പൊടിയോ, പഞ്ചസാരയോ ഒരു തരിപോലും ഉണ്ടായിരുന്നില്ല. ആകെ ഒരു നേരത്തേക്കുണ്ടായിരുന്ന പാൽപ്പൊടി

കുഞ്ഞിനു മൂന്നുനേരമായി കൊടുക്കേണ്ടി വന്നു. ദൈവമേ! എന്തിനാണ് ഞങ്ങളോട് ഈ പരീക്ഷണം? മുരുകൻ മുറിക്കുള്ളിൽപ്പോയി വിതുമ്പിക്കരഞ്ഞു. ഇതുകണ്ട ശുഭസുന്ദരം കാരണം തിരക്കി. വെറുതെയൊരു സങ്കടം മാത്രം എന്നു പറഞ്ഞ് തൽക്കാലത്തേക്കു രക്ഷപ്പെട്ടു. എന്നാൽ കുഞ്ഞിനു കൊടുക്കാൻ പാൽപ്പൊടിയില്ല എന്ന വിവരം മറ്റു തടവുകാർ എങ്ങനെയോ മനസ്സിലാക്കി. ഈ വിവരമറിഞ്ഞ അഡീഷണൽ ജയിൽ സൂപ്രണ്ട് രാമചന്ദ്രൻ സ്വന്തം പോക്കറ്റിൽനിന്നും 500 രൂപ കൊടുത്തയച്ച് പാൽപ്പൊടിയും പഞ്ചസാരയും വാങ്ങിത്തന്നു. അതു രണ്ടുമാസത്തേക്കുണ്ടായിരുന്നു. അക്കാലത്ത് 500 രൂപാ വലിയ ഒരു തുകയായിരുന്നു. ആ സൂപ്രണ്ടിനെയും ഞങ്ങൾ ദൈവത്തെപ്പോലെയാണ് കാണുന്നത്.

ജയിൽ സൂപ്രണ്ടുമാർ പൊതുവേ തടവുകാരുടെ പിതൃസ്ഥാനീയരായി കരുതപ്പെടുന്നവരാണ്. 'പിതാവിന്റെ വാക്കുകളെക്കാൾ വലിയ മന്ത്രമില്ല' എന്നു പറഞ്ഞതുപോലെ, തടവുകാരുടെ മനസ്സ് മാറ്റിയെടുത്ത്, നല്ല മനുഷ്യരാക്കി സമൂഹത്തിലേക്കു തിരിച്ചയയ്ക്കേണ്ട ചുമതലയുള്ളവരായിരുന്നു അവർ. എന്നാൽ പല സൂപ്രണ്ടുമാരും അങ്ങനെ പെരുമാറുന്നവരായിരുന്നില്ല. അവർക്ക് തടവുകാരുടെ മേൽ അപരിമിതമായ അധികാരങ്ങളുണ്ടായിരുന്നു. എന്നാൽ ബാലചന്ദ്ര, ശേഖർ, രാമചന്ദ്രൻ, സെന്തൂർപാണ്ടി, ദുരൈസാമി, ജയരാജ് തുടങ്ങിയ സൂപ്രണ്ടുമാർ 'അച്ഛനേക്കാൾ' വലിയ മനസ്സിനുടമകളും ഈശ്വരതുല്യരുമായിരുന്നു. ഇതുപോലെ മറ്റു പല ഉദ്യോഗസ്ഥന്മാരും ഉണ്ടായിരുന്നു. അവരുടെയെല്ലാം പേരുകൾ ഓർത്തുവയ്ക്കാൻ ഇപ്പോൾ കഴിയുന്നില്ല.

സേലത്തുനിന്നും വീണ്ടും പൂനമല്ലിയിൽ ഞങ്ങൾക്കായി തയ്യാറാക്കപ്പെട്ട പ്രത്യേക ജയിലിലേക്ക് മാറ്റി. അതിനെ ഒരു ജയിലെന്നു വിളിക്കാൻ കഴിയില്ല. ഹിറ്റ്ലറുടെ കോൺസെൻട്രേഷൻ ക്യാമ്പ് എന്നു വിളിക്കാനും കഴിയില്ല. അങ്ങനെ ഇതുരണ്ടുമല്ലാത്ത ഒരു പ്രത്യേക സ്ഥലം. ഒരു പുൽക്കൊടിയോ, ചെടിയോ, മരമോ ഒന്നുമില്ലാത്ത ഒരിടം. അവിടെ ഒരു പച്ചപ്പുല്ലുപോലും കാണാൻ പാടില്ലെന്ന് ആർക്കോ നിർബന്ധമുള്ളപോലെ തോന്നും. ഇപ്പോഴും മരുഭൂമിപോലെ കാണപ്പെടുന്ന ഈ പ്രദേശം, ജയിലാകുന്നതിനുമുമ്പ് ഒരു 'കാവു' പോലെ പച്ചപ്പായിക്കിടന്നിരുന്നു. അതെല്ലാം വേരോടെ പിഴുതെറിഞ്ഞാണ് അവിടം ജയിലാക്കി മാറ്റിയത്.

എവിടെ നോക്കിയാലും കമ്പിവല കെട്ടിമറിച്ച വേലിക്കെട്ടുകൾ. ആകാശം കാണാനേ കഴിയില്ല. ഇരുമ്പു ഗർഡറിട്ടു മൂടിയ മേൽക്കൂര. തീ പറക്കുന്ന അടുക്കളപോലെ എപ്പോഴും ചുട്ടുപഴുത്തുകിടക്കും. റൊട്ടി പൊരിച്ചെടുക്കുന്ന 'ബോർമ്മ' എന്നു തോന്നും. അതിനുള്ളിലാണ് എന്റെ കൈക്കുഞ്ഞുമായി കഴിഞ്ഞുകൂടിയത്. ആ കൊടുംചൂടിൽ കുഞ്ഞിന്റെ ദേഹത്തുനിന്നും തോലിളകിപ്പോകാൻ തുടങ്ങിയിരുന്നു. ഒരുപൊടിക്കാറ്റു

പോലും ഉള്ളിൽക്കടക്കാതെ എല്ലാ പഴുതുകളും അടച്ചിരുന്നു. ചരിത്ര പ്രസിദ്ധമായ ആന്തമാൻ ജയിലറകളേക്കാൾ ഭീതിദമായിരുന്നു ഈ 'പ്രത്യേക' ജയിലിന്റെ അവസ്ഥ.

എന്റെ മകളോടൊപ്പം നേരത്തേ പറഞ്ഞ വിജയൻ-സെൽവലക്ഷ്മി ദമ്പതിമാരുടെയും, ജയകുമാർ-ശാന്തി ദമ്പതിമാരുടെയും ഓരോ കുട്ടികൾ ജയിലിലുണ്ടായിരുന്നു. പാവം! ആ കുഞ്ഞുങ്ങളും ഇവിടെ ചത്തുജീവിച്ചു എന്നുതന്നെ പറയാം. പ്രപഞ്ചസ്രഷ്ടാവായ ഈശ്വരൻ പോലും ഇതുപോലൊരു സ്ഥിതിയിൽ താമസിക്കേണ്ടിവന്നാൽ ആത്മഹത്യചെയ്തുകളയുമെന്നത് ഉറപ്പാണ്. അല്ലെങ്കിൽ അധികം വൈകാതെ മുഴുഭ്രാന്തനായി മാറിപ്പോകുമായിരുന്നു. അത്ര പരിതാപകരമായിരുന്നു ആ സ്പെഷ്യൽ ജയിലിലെ അവസ്ഥ.

സെൽവലക്ഷ്മിയും ശാന്തിയും അവരുടെ കുഞ്ഞുങ്ങളേയും കൊണ്ട് അവിടെക്കഴിഞ്ഞുകൂടാൻ വളരെ കഷ്ടപ്പെട്ടു. അവിടെയിരുന്നാൽ വെന്തുരുകിപ്പോകുമെന്നു ഭയന്ന് പുറത്തുള്ള ചില ബന്ധുവീടുകളിലേക്ക് അവർ കുഞ്ഞുങ്ങളെ മാറ്റി. എന്നാൽ ഞങ്ങൾക്ക് അതിനുള്ള സൗകര്യമുണ്ടായിരുന്നില്ല. എന്റെ കുടുംബത്തിലുള്ള മറ്റെല്ലാവരും ജയിലിലായിരുന്നതിനാൽ ആരെ ഏൽപ്പിക്കാനാണ്? മാത്രമല്ല, അല്പബന്ധമെങ്കിലുമുള്ള എല്ലാവരും ഭയപ്പെട്ട് ഞങ്ങളിൽനിന്നും അകന്നു കഴിയുകയുമായിരുന്നു.

മറ്റൊരു ഗതിയുമില്ലാതെ ആ "അടുപ്പിൽ" ഒരു കരിവാടുപോലെ വെന്തുനീറി ഞാനും മകളും കഴിച്ചുകൂട്ടി.

ഒരു പ്രധാനകാര്യം ഇവിടെ സൂചിപ്പിക്കാനുണ്ട്. രമേഷ് എന്നു പേരുള്ള ഒരു സി.ബി.ഐ. ഇൻസ്പെക്ടർക്ക് മുരുകനോട് എന്തോ ഒരടുപ്പം തോന്നിയിരുന്നു. അദ്ദേഹം എന്നെ സ്വന്തം സഹോദരിയെപ്പോലെയാണ് കരുതിയിരുന്നത്. നല്ലൊരു ഈശ്വരഭക്തൻ. അദ്ദേഹത്തിന്റെ കസ്റ്റഡിയിൽ ഞങ്ങളുള്ളപ്പോൾത്തന്നെ അദ്ദേഹം ഒരു കാര്യം പറഞ്ഞിരുന്നു. ജനിക്കാൻപോകുന്ന നിങ്ങളുടെ കുഞ്ഞിനെപ്പറ്റിയോർത്ത് വിഷമിക്കേണ്ട, അതിനെ എന്നെ ഏൽപ്പിക്കൂ... ഞാൻ നന്നായി വളർത്തി പഠിപ്പിച്ചുകൊള്ളാം... ഇങ്ങനെ ആവശ്യപ്പെട്ടുകൊണ്ടേയിരുന്നു.

മുരുകനോടും അദ്ദേഹം ഇതേ ആവശ്യം ആവർത്തിച്ചു. "മുരുകാ... കുഞ്ഞുപിറന്നയുടൻ എന്നെ ഏൽപ്പിക്കണം. ഒന്നും പേടിക്കേണ്ട; ഞാൻ പൊന്നുപോലെ നോക്കിക്കൊള്ളാം... നളിനിയോടും പറയണം..."

ചെങ്കൽപ്പെട്ട് ജയിലിൽവച്ച് കുട്ടി ജനിച്ച വിവരം അറിഞ്ഞയുടൻ "കുഞ്ഞിനെ കൊടുത്തയയ്ക്കണം, നല്ലതുപോലെ വളർത്തി പഠിപ്പിച്ചുകൊള്ളാം" എന്നു പറഞ്ഞ് ആളെ അയച്ചിരുന്നു. എനിക്കാകെ സങ്കടം തോന്നി. എതിർത്തു പറയാനും കൊടുക്കാനും വയ്യാത്ത അവസ്ഥ. ഓരോ പ്രാവശ്യവും എന്തെങ്കിലുമൊരു കാരണം പറഞ്ഞ് ഒഴിഞ്ഞുമാറും. ഇടയ്ക്കിടെ കുഞ്ഞിന്റെ സുഖവിവരം തിരക്കി ആളിനെ അയച്ചുകൊണ്ടിരുന്നു.

ഇങ്ങനെ ആറു വർഷങ്ങൾ കടന്നുപോയി. കാലക്രമത്തിൽ ആ വിഷയമേ മറന്നതുപോലെയായി. അദ്ദേഹത്തിന്റെ ക്ഷേമാന്വേഷണങ്ങളും ക്രമേണ ഇല്ലാതായി. അപ്പോഴാണ് കേസ് വിചാരണ കോടതിയിൽ ആരംഭിച്ചത്. ആ കേസിൽ ഒരു സാക്ഷിയായി അദ്ദേഹം ടാഡ കോടതിയിലെത്തി. അപ്പോഴേക്കും അദ്ദേഹത്തിന് ഡെപ്യൂട്ടി സൂപ്രണ്ടായി പദവി ഉയർച്ച ലഭിച്ചിരുന്നു. കോടതിയിൽ സാക്ഷി പറഞ്ഞശേഷം നേരെ മുരുകന്റെയടുത്തെത്തി. "എന്താ, മുരുകാ എങ്ങനെയുണ്ട്", എന്നു കുശലപ്രശ്നം നടത്തിയശേഷം, "കുട്ടി ഇപ്പോൾ എവിടെയുണ്ട്. ഇപ്പോഴെങ്കിലും ഞാൻ പറയുന്നതു കേൾക്കൂ... കുഞ്ഞിനെ എന്നെ ഏൽപ്പിക്ക്... ഞാൻ നന്നായി നോക്കിക്കൊള്ളാം..." എന്നു കലങ്ങിയ കണ്ണുകളോടെ പറഞ്ഞു.

കണ്ടുനിന്ന എന്റെ കണ്ണുകളും നിറഞ്ഞൊഴുകി. അദ്ദേഹത്തിനു പെൺകുഞ്ഞുങ്ങളെന്നാൽ ജീവനാണ് എന്ന വിവരം എനിക്കറിയാമായിരുന്നു. എന്നാൽ ഞങ്ങളോടും ഞങ്ങളുടെ കുഞ്ഞിനോടും ഇത്രയും സ്നേഹം ഉള്ളിൽ സൂക്ഷിച്ചിരുന്ന വിവരം ഞാൻ അറിഞ്ഞിരുന്നതേയില്ല! ഇതിനിടയിൽ ഉദ്യോഗക്കയറ്റം ലഭിച്ച് ഡെപ്യൂട്ടി സൂപ്രണ്ടായിട്ടും അദ്ദേഹത്തിന് യാതൊരു മാറ്റവും വന്നിരുന്നില്ല എന്നത് ആശ്ചര്യമായിത്തോന്നി.

അങ്ങനെയൊരാളിന്റെ മനസ്സു വിഷമിപ്പിക്കാതെ എന്തു മറുപടിയാണു പറയേണ്ടതെന്നറിയാതെ ഞങ്ങൾ വലഞ്ഞു. പെട്ടെന്ന്, "ഒരു കുഴപ്പവുമില്ല; ബന്ധുക്കളോടൊപ്പം പുറത്തു സുഖമായി കഴിയുകയാണ്" എന്ന മുരുകന്റെ മറുപടി കേട്ട് അദ്ദേഹത്തിന്റെ മുഖം തെളിഞ്ഞു.

"കുട്ടി നന്നായിട്ടിരിക്കുന്നുവെന്നറിഞ്ഞതിൽ സന്തോഷം. എവിടെയായാലും നന്നായിരുന്നാൽ മതി. ജനിക്കുന്നതിനു മുമ്പുതന്നെ കഷ്ടപ്പെടാനായിരുന്നു അതിനു വിധി. ജനിച്ച ശേഷമെങ്കിലും നന്നായിട്ടിരിക്കട്ടെ. പിന്നൊരു കാര്യം. എന്തെങ്കിലും കഷ്ടപ്പാടോ, ബുദ്ധിമുട്ടോ ഉണ്ടായാൽ എന്നെ അറിയിക്കാൻ മറക്കരുത്. ഞാൻ വന്ന് കുഞ്ഞിനെ കൊണ്ടുപൊയ്ക്കോളാം. ദൈവം നിങ്ങളെ അനുഗ്രഹിക്കട്ടെ!" എന്ന് ആശംസിച്ചിട്ടാണ് അദ്ദേഹം പോയത്.

രമേഷ് എന്ന ആ ഉദ്യോഗസ്ഥന് മുരുകനോട് വളരെ സ്നേഹമായിരുന്നു; "എടാ മുരുകാ... എന്തെല്ലാം പീഡനങ്ങൾ സഹിക്കേണ്ടിവന്നു? എന്തെല്ലാം തരത്തിലാണ് നിന്നെ പാടുപെടുത്തിയത്? എന്നിട്ടും അവസാനം വരെ നീ നിന്നിടത്തുതന്നെ ഉറച്ചുനിന്നല്ലോ? ഞങ്ങളുടെ നാട്ടുകാരിപ്പെണ്ണിനെ നീ കയ്യൊഴിഞ്ഞില്ലല്ലോ? ഇവിടെ നടന്ന ക്രൂരതകൾ സഹിക്കാൻ വയ്യാതെ അവളെവിട്ട് ഓടിക്കളയാൻ പല ചാൻസും കിട്ടിയിട്ടും വിട്ടുപോയില്ലല്ലോ? ഈ പെണ്ണിനുവേണ്ടി അതെല്ലാം നിന്നു നീ സഹിക്കുകയായിരുന്നല്ലോ? ചുമ്മാതല്ല ഓരോരുത്തർ "Love is great" എന്നു പറയുന്നത്. അതുനീ തെളിയിച്ചു കാണിച്ചെടാ.. അതാണ് എനിക്ക് നിന്നോടിത്ര സ്നേഹം." അദ്ദേഹം പറയുമായിരുന്നു.

ഇങ്ങനെ ചില യഥാർത്ഥ മനുഷ്യസ്നേഹികൾ പൊലീസുകാർക്കിടയിലും ഉണ്ടായിരുന്നു. മറ്റു ചില ഉദ്യോഗസ്ഥർ ഞങ്ങൾ അനുഭവിക്കുന്ന കൊടിയ മർദ്ദനങ്ങൾ കണ്ടുനിൽക്കാൻ ശേഷിയില്ലാതെ വിഷമിച്ചിരുന്നു. മറ്റുചിലർ, "നിങ്ങൾ നിരപരാധികളാണെന്നു ഞങ്ങൾക്കറിയാം. പക്ഷേ, ഞങ്ങൾക്കൊന്നും ചെയ്യാൻ കഴിയില്ല; എന്നു പറഞ്ഞു സങ്കടപ്പെടാറുണ്ട്. ജപമണി, മോഹൻരാജ് തുടങ്ങിയ ചിലർ ജയിലിൽ നടന്ന പല ചട്ടലംഘനങ്ങൾ ചൂണ്ടിക്കാണിച്ച് പുറത്തുപോയിട്ടുണ്ട്. മറ്റുചിലർ, "കുറ്റവാളികളെ മുൻകൂട്ടി തീരുമാനിച്ചശേഷമാണ്" അന്വേഷണം നടന്നത്" എന്ന എതിരഭിപ്രായം രേഖപ്പെടുത്തിയ ശേഷം ഈ കേസന്വേഷണത്തിൽ നിന്നും വിട്ടുനിന്നിട്ടുമുണ്ട്. ഒരു സർക്കാരുദ്യോഗസ്ഥന്റെ കടമ എന്നതിലുപരി നാട്ടിലെ പ്രമുഖനായ ഒരു നേതാവിന്റെ വധം സ്വതന്ത്രമായി അന്വേഷിക്കാൻ ശ്രമിച്ചവരുടെ കൈകൾ കെട്ടപ്പെട്ടിരിക്കുകയായിരുന്നു എന്നതാണ് യാഥാർത്ഥ്യം.

ഇതൊക്കെയാണെങ്കിലും മനുഷ്യന്റെ മനസ്സാക്ഷിക്ക് ഒരിക്കലും വിശ്രമമില്ല. ചെയ്ത തെറ്റുകൾ മനസ്സിനെ കുത്തിമുറിവേൽപ്പിച്ചുകൊഠണ്ടേയിരിക്കും. മരണംവരെ അതു വിടാതെ നമ്മെ പിൻതുടരും. ഒരിക്കൽ അതു പരസ്യമായി വിളിച്ചുപറയാൻ അവർ തയ്യാറായില്ലെങ്കിലും, "അവർ നിരപരാധികളായിരുന്നു" എന്ന് മരിക്കുന്നതിനുമുമ്പ് മനസ്സാക്ഷി അവരോട് മന്ത്രിച്ചുകൊണ്ടേയിരിക്കും എന്ന പ്രത്യാശ എനിക്കുണ്ട്.

അങ്ങനെയുള്ളവരും നന്നായിരിക്കണം എന്ന പ്രാർത്ഥന മാത്രമേ എനിക്കുള്ളൂ.

സ്വിറ്റ്സർലന്റിലുള്ള മുരുകന്റെ ചിറ്റപ്പൻ അരുൾനായകവും ചിറ്റമ്മ വസന്തയും പലരോടും പണം കടംവാങ്ങിയാണ് അവനെ കൊണ്ടുപോയത്. ആ കടംവീട്ടാൻ അവൻ ശ്രമിക്കുന്ന വിവരം അറിഞ്ഞശേഷം അവരെ ചുറ്റിപ്പറ്റിയുള്ള അന്വേഷണങ്ങളും അവസാനിപ്പിച്ചു. അവസാനം മുരുകന്റെ സഹതടവുകാരനായി ജയിലിൽ കഴിഞ്ഞിരുന്ന കോവൈ ശുചീന്ദ്രൻ മകളെ ഏറ്റെടുത്തു വളർത്താമെന്ന് സമ്മതിച്ചു. അതനുസരിച്ച് അയാളുടെ അമ്മയെ വരുത്തി കുഞ്ഞിനെ കൊടുത്തയയ്ക്കാനുള്ള ഏർപ്പാടുകൾ ചെയ്തു.

ഒരാഴ്ചയോളം എനിക്ക് ഉറങ്ങാനേ കഴിഞ്ഞില്ല. എന്റെ കുഞ്ഞ് ആദ്യമായി പുറംലോകം കാണാൻ പോകുന്നു, എന്ന സന്തോഷം ഒരു വശത്ത്... അയ്യോ, മകൾ ഞങ്ങളെ വിട്ടുപോകുന്നല്ലോ എന്ന സങ്കടം മറുവശത്ത് ഞങ്ങളെ ആട്ടിയുലച്ചുകൊണ്ടിരുന്നു.

ഇതിനിടയിൽ ജയിൽ സൂപ്രണ്ടിന്റെ അനുവാദം വാങ്ങി ഒരു ഫോട്ടോഗ്രാഫറെ വരുത്തി ഞങ്ങൾ കുഞ്ഞിനോടൊപ്പം നിൽക്കുന്ന പല പോസിലുള്ള ഫോട്ടോകൾ എടുപ്പിച്ചു. ആ ദിവസം മറക്കാൻ ഇന്നും ഞങ്ങൾക്കു കഴിയില്ല. ആ ഫോട്ടോയിൽ കരഞ്ഞുകലങ്ങിയ ഞങ്ങളുടെ മുഖങ്ങളാണ് കാണാൻ കഴിയുന്നത്. കുഞ്ഞു ഞങ്ങളെ വിട്ടുപിരിഞ്ഞു പോകുന്നതിന്റെ താങ്ങാൻ കഴിയാത്ത സങ്കടമായിരുന്നു അന്ന്.

കാലം അതിവേഗം കടന്നു പൊയ്ക്കൊണ്ടിരുന്നു. കുഞ്ഞിനെയുമെടുത്ത് ഞങ്ങൾ നിൽക്കുന്ന ആ ഫോട്ടോകൾ ഇന്നും ഞങ്ങൾ കണ്ടുകൊണ്ടിരിക്കുകയാണ്, ഇപ്പോഴും ആ ഫോട്ടോയിലെ കുഞ്ഞിന്റെ കവിളിൽ തഴുകിയാണ് ഞാൻ ആശ്വസിക്കുന്നത്. അന്നവൾ ധരിച്ചിരുന്ന ഉടുപ്പുകളുടെ മണംനുകർന്ന് അത് നെഞ്ചോടുചേർത്ത് പിടിച്ചാണ് ഞാനുറങ്ങുന്നത്. അപ്പോൾ എന്റെ മകളെ അടക്കിപ്പിടിച്ച് ഉറങ്ങുന്നതിന്റെ ഒരാശ്വാസം കിട്ടും. ആ കുട്ടിയുടുപ്പുകളോടു സംസാരിക്കുമ്പോൾ അവളോടു നേരിട്ടു സംസാരിക്കുന്നതിന്റെ ഒരു സന്തോഷം കിട്ടും.

ഈ വിവരമറിഞ്ഞ് അനിയത്തി കല്യാണി കോപത്തോടെ പൂനമല്ലി ജയിലിലെത്തി. എന്തുകൊണ്ടാണ് കുഞ്ഞിനെ അവരെ ഏൽപ്പിക്കാത്തത് എന്നുചോദിച്ച് വഴക്കുണ്ടാക്കിയാണ് തിരിച്ചുപോയത്. അത് ഞങ്ങൾക്കിടയിൽ ചിലപ്രശ്നങ്ങൾ ഉണ്ടാക്കാൻ കാരണമായി. അവൾക്ക് ഞങ്ങൾമൂലം കൂടുതൽ പ്രയാസങ്ങളുണ്ടാകരുതെന്നു മാത്രമേ ഞങ്ങൾ കരുതിയിരുന്നുള്ളു. എന്നാൽ കല്യാണി അതിനെ മറ്റുതരത്തിൽ വ്യാഖ്യാനിക്കുകയാണു ചെയ്തത്. ഞാൻ പറഞ്ഞ സമാധാനവാക്കുകളൊന്നും ചെവികൊള്ളാൻ അവൾ കൂട്ടാക്കിയില്ല.

പിന്നീട് സേലം ജയിലിൽ നിന്നും ഞങ്ങളെ പൂനമല്ലിയിലേക്കു മാറ്റിയശേഷമാണ് മുൻ തീരുമാനമനുസരിച്ച് 24-1-1994-ൽ ശുചീന്ദ്രന്റെ അമ്മ വന്ന് മകളെകൂട്ടിക്കൊണ്ടു പോയത്. പുതിയ ജയിലിൽ 17-1-93 മുതൽ 24-1-94 വരെ മാത്രമേ അവൾ കഴിഞ്ഞുകൂടിയിരുന്നുള്ളൂ. കൂട്ടിൽനിന്നും

തുറന്നുവിടപ്പെട്ട കിളിക്കുഞ്ഞിനെപ്പോലെ വിശാലമായ തുറന്ന ലോകത്തേക്ക് അവൾ ചിറകടിച്ച് പറന്നുപോയി. അവൾ പോയശേഷം ആ ജയിലും പരിസരവും നിശ്ചലമായിപ്പോയി എന്നു പറയാം. ആ ജയിലിനുള്ളിൽ എല്ലായിടത്തും ഓടിച്ചാടിനടക്കാൻ അവൾക്ക് സ്വാതന്ത്ര്യമുണ്ടായിരുന്നു. അവളുടെ കൂകലും വിളിയും കിളിക്കൊഞ്ചൽ മൊഴിയുമെല്ലാം അവിടമാകെ നിറഞ്ഞുനിൽക്കുന്നതുപോലെ എനിക്കു തോന്നും.

ഓർമ്മകൾ എന്നെ വേട്ടയാടിക്കൊണ്ടിരുന്നു. എന്റെ സെല്ലിലുള്ള പൈപ്പിൽ വെള്ളം വരുമ്പോഴെല്ലാം അവൾ അതു തുറന്നുവച്ച് 'കുളിയും കളിയു'മൊക്കെയായി കുറുമ്പുകാട്ടി രസിക്കുമായിരുന്നു.

രാപകൽ ഭേദമില്ലാതെ ഞാൻ നിയമപുസ്തകങ്ങളെല്ലാം വായിച്ച് കുറിപ്പുകൾ എടുത്തുകൊണ്ടിരിക്കുമ്പോഴെല്ലാം അവളെന്റെ പെൻസിലെടുത്ത് ബുക്കുകളിൽ കുത്തിവരച്ചുകൊണ്ടിരിക്കും. അതിൽ നിന്നും അവളെ പിന്തിരിപ്പിക്കുവാൻ കഴിയുമായിരുന്നില്ല.

കേസു വിസ്താരം നടക്കുന്ന ദിവസങ്ങളിൽ ഇതിനെപ്പറ്റിയൊന്നും കാര്യമാക്കാതെ ശബ്ദമുണ്ടാക്കി ഓടിക്കളിച്ചുകൊണ്ടിരിക്കും. അവിടെ ഡ്യൂട്ടിയിലുള്ള വനിതാപൊലീസുകാരുമായി കളിക്കും. അവർ ധരിച്ചിരുന്ന ആഭരണങ്ങൾ നിർബന്ധിച്ച് അഴിപ്പിച്ചു വാങ്ങിക്കൊണ്ടുവന്ന് എന്നെ അണിയിച്ച് സൗന്ദര്യം നോക്കി ആസ്വദിക്കും. അതിനുശേഷം തിരിച്ചു കൊടുക്കും. അങ്ങനെയുള്ള ദിവസങ്ങളുടെ മധുരസ്മരണകളോടെയാണ് ഇന്നും ഞാൻ ജീവിച്ചുപോകുന്നത്.

ഈ കേസിൽ ഞങ്ങൾക്കെതിരെ സി.ബി.ഐ നടത്തിയിരുന്ന വ്യാജപ്രചരണങ്ങൾ, പലവിധത്തിലും ഞങ്ങളുടെ ജീവിതത്തെ പിടിച്ചുകുലുക്കിക്കൊണ്ടിരുന്നു. പുറത്തുള്ളവർ മാത്രമല്ല, ജയിലിനുള്ളിലെ, മറ്റ് അന്തേവാസികളിൽ ചിലർപോലും ഞങ്ങളെ തീണ്ടാപ്പാടകലത്തിൽ നിർത്തുന്നതിന് ആ പ്രചാരണങ്ങൾ വഴിവച്ചു. അവർ ഞങ്ങളെക്കണ്ടാൽ മുഖം തിരിച്ചുകളയും. ഒരു കാട്ടുമൃഗം നമ്മെ കടിച്ചുകീറി വലിച്ചെറിഞ്ഞാൽ എങ്ങനെയിരിക്കും വേദന? അതേപോലെ എന്റെ മനസ്സ് കീറിമുറിക്കപ്പെട്ടാണ് കഴിഞ്ഞുകൂടിയിരുന്നത്. ഇതുപോലെയുള്ള പല അപമാനങ്ങളും ജയിലിനുള്ളിൽ സഹിക്കേണ്ടി വന്നിട്ടുണ്ട്.

അങ്ങനെ അപമാനിക്കാനിടയായ ഒരു സന്ദർഭം ഇവിടെ വിവരിക്കാം.

കുഞ്ഞ് ഞങ്ങളെ വിട്ടുപോകുന്നതിനു മൂന്നു ദിവസം മുമ്പ്, അതായത് 21.1.1994-ൽ അവളുടെ ജന്മദിനമായിരുന്നു. എങ്ങനെയോ കഷ്ടപ്പെട്ട് ഒരു പെട്ടി ചോക്ലേറ്റുവാങ്ങി ജയിലിൽ എല്ലാവർക്കും കൊടുക്കാൻ ഏർപ്പാടുചെയ്തിരുന്നു. ജയിലിലെ വാർഡർമാർ ഉൾപ്പെടെ എല്ലാവർക്കും അവൾ ചോക്ലേറ്റ് കൊടുത്തുകൊണ്ടിരുന്നു. മിക്കവരും ചോക്ലേറ്റ് വാങ്ങി മകൾക്ക് പിറന്നാളാശംസകൾ നേർന്നു. എന്നാൽ ഒരു സെല്ലിന്റെ മുന്നിൽ ചെന്നുനിന്ന അവൾ, "മാമാ, ചോക്ലേറ്റ് എടുക്ക്, മാമാ, ചോക്ലേറ്റ് എടുക്ക്." എന്നു പറഞ്ഞുകൊണ്ട് ഒരുപാടുനേരം കാത്തുനിന്നു. ഉള്ളിലുണ്ടായിരുന്ന

ആൾ അത് കേട്ടഭാവംപോലും കാട്ടാതെ ഒരു പൊട്ടനെപ്പോലെ ഭിത്തിയിലേക്ക് മുഖംതിരിച്ച് അങ്ങനെയിരുന്നു. കുട്ടി കുറെക്കൂടി അടുത്തു ചെന്നുനിന്ന്, “മാമാ, ചോക്ലേറ്റ് എടുക്കണം,” എന്നുപറഞ്ഞിട്ടും അയാൾ കേട്ടഭാവം നടിച്ചതേയില്ല. അയാളുടെ വിവരത്തെപ്പറ്റി എന്തു പറയാനാണ്?

ഇതെല്ലാം കുറെ ദൂരെനിന്നും കണ്ടുകൊണ്ടിരുന്ന ഭർത്താവ് ഓടിപ്പോയി കുഞ്ഞിനെ തൂക്കിയെടുത്തു കൊണ്ടുവന്നു. അദ്ദേഹത്തിന്റെ കണ്ണുകൾ നിറഞ്ഞു തുളുമ്പിയിരുന്നു. ഒരു പിഞ്ചുകുഞ്ഞിനോട് എത്രമാത്രം വെറുപ്പാണ് കാട്ടുന്നത് എന്നോർത്ത് അദ്ദേഹം ആകെ വികാരപരവശനായി അവരുടെ രാഷ്ട്രീയം ഞങ്ങളുടെ പിഞ്ചുകുഞ്ഞിനോടു കാട്ടണമായിരുന്നോ? ഇതോർത്ത് ഞാനും കരഞ്ഞുപോയി.

ജയിലിനുള്ളിൽ ഞങ്ങൾ എത്രമാത്രം അപമാനം സഹിച്ചിട്ടുണ്ടെങ്കിലും ഞങ്ങളുടെ മകൾക്ക് അനുഭവിക്കേണ്ടി വന്ന ആ അപമാനം ഇന്നും എന്നെ വേദനിപ്പിച്ചുകൊണ്ടിരിക്കുന്നു, ഇത്രകാലം കഴിഞ്ഞിട്ടും!

എങ്ങനെയോ കോയമ്പത്തൂരിൽ കൊണ്ടുവന്ന ഞങ്ങളുടെ മകളെ, അച്ഛനമ്മമാരുടെ പേരുകൾ മറച്ചുവച്ച് അവിടെയൊരു സ്കൂളിൽ ചേർത്തു. അവൾക്കു യാതൊരു കുറവും വരുത്താതെ അയാൾ നല്ലതുപോലെ അവളെ വളർത്തി. എങ്കിലും അച്ഛനമ്മമാരെ പിരിഞ്ഞുള്ള ജീവിതം അവൾക്ക് വളരെയധികം വേദനാജനകമായിരുന്നു എന്നു പറയാം. ഞങ്ങളും ജയിലിനുള്ളിൽ അവളെയോർത്ത് സങ്കടപ്പെട്ടു കഴിച്ചുകൂട്ടി.

എങ്ങനെയോ ഒരു ആറുമാസങ്ങൾ കടന്നുപോയി. ഒരവധിദിവസം അവളെ ജയിലിൽ കൂട്ടിക്കൊണ്ടുവന്നു. അവൾ വരുമെന്നു പറഞ്ഞതിന്റെ തലേനാൾ എനിക്ക് ഉറങ്ങുവാനേ കഴിഞ്ഞില്ല. രാത്രി മുഴുവൻ ‘നേരം ഒന്നു വെളുത്തു കിട്ടണേ’ എന്ന പ്രാർത്ഥനയിൽ കഴിച്ചുകൂട്ടി. രാവിലെ പത്തുമണിയോടുകൂടി അവളെ കൊണ്ടുവന്നു. ഒരു പ്രത്യേകമുറിയിൽ പൊലീസുകാരുടെ മദ്ധ്യത്തിൽ ഞാനും ഭർത്താവും അവളെ കാത്തിരുന്നു.

അവൾ വന്നു. എന്നെക്കണ്ടിട്ടും ഗൗനിച്ചതേയില്ല. നേരെ അച്ഛന്റടുത്തുപോയി അദ്ദേഹത്തെ കെട്ടിപ്പിടിച്ച് തോളിൽ മുഖം ചേർത്ത് വിങ്ങിവിങ്ങിക്കരഞ്ഞുകൊണ്ടിരുന്നു. ഒരു മരുന്നിനുപോലും എന്റെ നേരെ അവൾ നോക്കിയില്ല. അല്പസമയത്തിനുശേഷം ഞാൻ അവളുടെ നേർക്ക് കൈനീട്ടിയപ്പോൾ അവൾ എന്റെ കയ്യിൽ അടിക്കാൻ തുടങ്ങി.

‘അമ്മയെ നോക്കൂ മോളേ, അമ്മയുടെ അടുത്തു വാ.. എന്നെല്ലാം ഞാൻ അപേക്ഷിച്ചുനോക്കി. അവൾ അനങ്ങിയില്ല. അവളെന്നെ മറന്നു കഴിഞ്ഞിരുന്നു. എന്നെ തിരിച്ചറിയാൻപോലും അവൾക്കു കഴിയുന്നില്ല എന്നു ഞാൻ കരുതി. ഞാനാകെ തളർന്നുപോയി. വാർഡർമാരും

പൊലീസുകാരും നിറകണ്ണുകളോടെ എന്നെ സമാധാനിപ്പിക്കാൻ ശ്രമിച്ചു കൊണ്ടിരുന്നു.

എന്നിട്ടും അവളെന്നെ ഒന്നുനോക്കുകപോലും ചെയ്തില്ല. അച്ഛന്റെ കഴുത്തിൽ കെട്ടിപ്പിടിച്ച് തേങ്ങിക്കൊണ്ടിരുന്നു. എനിക്കു സഹിക്കാൻ കഴിഞ്ഞില്ല. ഞാനാകെ തകർന്നുതരിപ്പണമായിപ്പോയിരുന്നു. ചിറകിൽ മുറിവേറ്റ പക്ഷിയെപ്പോലെ ലക്ഷ്യമില്ലാതെ പുലമ്പിക്കൊണ്ട് ഞാൻ അങ്ങുമിങ്ങും നടന്നു. എന്റെയീ ദയനീയാവസ്ഥ കണ്ട് മുരുകനും കരഞ്ഞുപോയി.

പെട്ടെന്ന് അദ്ദേഹം, "ഒരു പ്രശ്നവുമില്ല നീ അല്പം സമാധാനമായിരിക്കൂ" എന്നു പറഞ്ഞയുടൻ അദ്ദേഹത്തിന് എന്തോ ഉൾവിളിയുണ്ടായി. "നീ പോയി നമ്മുടെ മകൾക്കുവേണ്ടി വാങ്ങിവച്ചിരിക്കുന്ന കളിപ്പാട്ടങ്ങളെല്ലാം എടുത്തു കൊണ്ടു വാ.., അതുകണ്ടാൽ അവളുടെ മനസ്സു മാറും", എന്നു പറഞ്ഞയുടൻ മറ്റൊന്നും ആലോചിക്കാതെ' ഞാനെന്റെ സെല്ലിലേക്കോടി. അതിനിടെ, "മോളേ, നിനക്ക് അമ്മയോട് എന്തിനായീ' ദേഷ്യം? നിന്നെ ഇവിടെനിന്നും പറഞ്ഞയച്ചതിന്റെ ദേഷ്യമാണോ എന്നെല്ലാം ചോദിച്ചു. പെട്ടെന്ന് അവൾ ഒന്നും ആലോചിക്കാതെ തന്നെ മറുപടി പറഞ്ഞു. "അതേ.. ദേഷ്യമുണ്ട്," എന്നു പറഞ്ഞ് വീണ്ടും കരയാൻ തുടങ്ങി.

അതിനിടെ കളിപ്പാട്ടങ്ങൾ വാരിയെടുത്ത് മടിയിൽവച്ച് ഞാൻ ഓടി വന്നു. ഞാനടുത്തു നിൽക്കുമ്പോൾ ത്തന്നെ, "എന്താ മോളേ, അമ്മയോടു മിണ്ടുന്നില്ലേ? നിന്നെ പറഞ്ഞയച്ചതിന്റെ കോപമാണോ നിനക്ക്?" എന്നു വീണ്ടും ചോദിച്ചു. "അതേ, അതിനുള്ള പണിഷ്മെന്റാണ്." എന്നു പറഞ്ഞ് കരഞ്ഞുകൊണ്ടുതന്നെ ചിരിക്കാൻ തുടങ്ങി. ഞങ്ങളെ പിരിഞ്ഞുള്ള ജീവിതം അവളെ ആകെ മാറ്റിമറിച്ചിരുന്നു.

പിന്നെയും എന്തൊക്കെയോ പറഞ്ഞ് മുരുകൻ അവളെ സമാധാനിപ്പിക്കാൻ ശ്രമിച്ചുകൊണ്ടിരുന്നു. അവളോടി വന്ന് എന്റെ തോളിൽ മുഖമമർത്തി കരയാൻ തുടങ്ങി. അവളുടെ ശരീരം മുഴുവൻ നടുങ്ങിവിറച്ചു കൊണ്ടിരുന്നു.

അവളെ എങ്ങനെ സമാധാനിപ്പിക്കാൻ കഴിയും? ഒരു മറുപടിയും പറയാൻ കഴിയാതെ സമയം കടന്നുപൊയ്ക്കൊണ്ടിരുന്നു. ഞങ്ങളുടെ സന്ദർശന സമയം അവസാനിക്കാൻ പോകുന്നു എന്ന് വാർഡർമാർ മുന്നറിയിപ്പുതന്നു. ഇനി അല്പനേരംകൂടി സാർ എന്ന് ഞങ്ങൾ കേണപേക്ഷിക്കുന്നതു അവൾ ശ്രദ്ധിച്ചുകൊണ്ടിരുന്നു.

അല്പം കഴിഞ്ഞ് ഒന്നും പറയാതെ ശുചീന്ദ്രന്റെ അമ്മയുടെ അടുത്തു പോയി ചേർന്നുനിന്നു. അവരുടെ ഇടുപ്പിൽ കയറിയിരുന്ന് ഞങ്ങളുടെ നേർക്കു കൈവീശി. കണ്ണിൽനിന്നും മറയുന്നതുവരെ അവൾ തിരിഞ്ഞു നോക്കിയതേയില്ല.

കുഞ്ഞിന്റെ മുന്നിൽ അധികം കരയരുത്. അതവളുടെ മനസ്സിനെ ബാധിക്കും എന്ന് അദ്ദേഹം എന്നെ ഉപദേശിച്ചിരുന്നതിനാൽ ഇതുവരെ അടക്കിവച്ചിരുന്ന എല്ലാ സങ്കടങ്ങളും അണപൊട്ടിയൊഴുകി.

“എന്റെ പൊന്നുമോൾ എന്നെയൊന്നു തിരിഞ്ഞുപോലും നോക്കാതെ പൊയ്ക്കളഞ്ഞല്ലോ,” എന്നു പറഞ്ഞ് ഉച്ചത്തിൽ നിലവിളിക്കാൻ തുടങ്ങി. മുരുകനും കരഞ്ഞു. അവിടെയുണ്ടായിരുന്ന ജയിലധികാരികളും ഒന്നും മിണ്ടാൻ കഴിയാതെ നിറകണ്ണുകളോടെ നിശ്ശബ്ദരായി നോക്കി നിന്നു.

എന്നാൽ യഥാർത്ഥത്തിൽ നടന്നത് മറ്റൊന്നാണ്. ഞങ്ങളുടെ മുന്നിൽ കരയാതെ നിന്ന ആ പിഞ്ചുകുഞ്ഞ് പൂനമല്ലി ബസ് സ്റ്റാൻഡിൽ ചെന്നപ്പോൾ മുതൽ നിലവിളിക്കാൻ തുടങ്ങി, “അമ്മേ, അമ്മേ,” എന്നുള്ള ദയനീയ വിലാപം. എത്ര ശ്രമിച്ചിട്ടും അവളെ സമാധാനിപ്പിക്കാൻ ആർക്കും കഴിഞ്ഞില്ല. ബസ്സിൽക്കയറിയശേഷവും മൂന്നു മണിക്കൂർ നിർത്താതെ കരഞ്ഞുകൊണ്ടിരുന്നു. അവസാനം തളർന്നുറങ്ങിപ്പോയി. സേലത്ത് എത്തുന്നതുവരെ ഉണർന്നതേയില്ല. അവിടെയെത്തിയശേഷവും മുഖം വാടിക്കരിഞ്ഞു തന്നെയിരുന്നു. തുടർന്ന് രണ്ടാഴ്ചയോളം നല്ല പനിയുണ്ടായിരുന്നു. ഈ വിവരങ്ങളൊന്നും ഞങ്ങളെ അറിയിച്ചിരുന്നില്ല. ഞങ്ങൾ സങ്കടപ്പെടുമെന്നു കരുതിയാണ് അറിയിക്കാതിരുന്നത്. ഏതാനും മാസങ്ങൾക്കു ശേഷമാണ് ഈ വിവരം ഞങ്ങളറിയുന്നത്.

കോയമ്പത്തൂരിൽ അവൾ മൂന്നുവർഷം തുടർന്നു പഠിച്ചു. ഇതിനിടെ ചെന്നൈയിലേക്കു വരാൻ അമ്മയോട് മുരുകൻ പലതവണ ആവശ്യപ്പെട്ടുകൊണ്ട് കത്തയച്ചു. ഇക്കാലത്ത് ശ്രീലങ്കയിൽ തമിഴ്പുലികളുടെ ചാവേറാക്രമണം തീവ്രമടഞ്ഞിരുന്നു. മാത്രമല്ല ശ്രീലങ്കയിൽ നിന്നും ചെന്നൈയിലേക്കു വന്നുപോകാനുള്ള സാമ്പത്തികശേഷിയും അവർക്കില്ലായിരുന്നു.

ആരിൽനിന്നൊക്കെയോ കടംവാങ്ങി മുരുകന്റെ അമ്മ ചോമണി 1997 അവസാനം ചെന്നൈയിലെത്തി. അക്കാലത്ത് ശ്രീലങ്ക മുഴുവൻ ഒരു വാർത്ത പ്രചരിച്ചിരുന്നു. ഇന്ത്യയിലെ സി.ബി.ഐ. ഇവിടെയുള്ള ശ്രീലങ്കക്കാരെ മുഴുവൻ വിചാരണയ്ക്കെന്ന പേരിൽ അറസ്റ്റുചെയ്ത് കസ്റ്റഡിയിൽ വയ്ക്കും. ഇങ്ങനെ അകപ്പെട്ടുപോയ പലരും ആത്മഹത്യചെയ്യുകയോ, പൊലീസ് കസ്റ്റഡിയിൽ കൊല്ലപ്പെടുകയോ ചെയ്തിട്ടുണ്ട്. ചോമണി അമ്മയും ഇതുപോലെ ആപത്തിൽപ്പോയിച്ചാടാൻ പോകുകയാണെന്ന് പലരും പറഞ്ഞുപരത്തി. മുരുകന്റെ കൂടെപ്പിറപ്പുകൾ പോലും അതു വിശ്വസിച്ചിരുന്നു. അക്കാര്യം അറിഞ്ഞുകൊണ്ടുതന്നെയാണ് അവർ അമ്മയെ ഇങ്ങോട്ടയച്ചത്.

എന്നാൽ പ്രചരിപ്പിച്ചിരുന്നതുപോലെ ഒന്നും സംഭവിച്ചില്ല. ചെന്നൈയിലെത്തി രണ്ടുദിവസം കഴിഞ്ഞ് കോയമ്പത്തൂരിൽവന്ന് മകളെയും കൂട്ടി ചെന്നൈയിൽ തിരിച്ചെത്തി. ഇനി ഞങ്ങളുടെ കൂടെത്താമസിക്കണമെന്നു

അനിയത്തി കല്യാണി നിർബന്ധം പിടിച്ചതുകൊണ്ട്, മകളും അമ്മയും അവരുടെകൂടെ താമസം തുടങ്ങി.

ചിറ്റപ്പൻ, ചിറ്റമ്മ, അവരുടെ കുട്ടികൾ, അമ്മൂമ്മ എല്ലാവരും ഒന്നിച്ചുള്ള കൂട്ടുകുടുംബം. മാറിയ സാഹചര്യം അവൾ നന്നായി ആസ്വദിച്ചു. സന്തോഷംകൊണ്ട് എന്റെ മകളുടെ മുഖച്ഛായതന്നെ മാറിപ്പോയി എന്നു പറയാം. അതിനുശേഷമാണ് ഞങ്ങൾക്കെതിരെ കോടതിവിധി പ്രഖ്യാപിക്കപ്പെട്ടത്. 28.1.1998-ൽ പ്രതികളായ ഇരുപത്തിയാറ് പേർക്കും വധശിക്ഷ വിധിച്ചു. അതനുസരിച്ച് എന്നെയും ഭർത്താവ് ഉൾപ്പെടെ മറ്റു ചിലരെയും സേലം ജയിലിലേക്ക് മാറ്റി. ചില ദിവസങ്ങൾക്കുശേഷം അവിടെ വച്ച് മകളുമായി നടന്ന ഒരു കൂടിക്കാഴ്ച ജീവിതാവസാനംവരെ മറക്കാൻ കഴിയാത്ത ഒന്നായിത്തീർന്നു.

രണ്ടടി വീതിയിൽ, നാലടി ഉയരത്തിൽ രണ്ടു ഭിത്തികൾ. ഇടുപ്പുവരെ ഉയരം കാണും. അതിനുമുകളിൽ ഇരുമ്പുകമ്പിവല കൊണ്ട് വേലി. ആദ്യം മുരുകന്റെ അമ്മയും എന്റെ മകളും ഇതിനുള്ളിൽ കടന്നു നിന്നു. അവിടെ രണ്ട് കമ്പിവേലികൾക്കപ്പുറത്ത് തന്റെ മകനെക്കണ്ടയുടൻ അമ്മ വായിലും വയറ്റത്തും അടിച്ചു നിലവിളിക്കാൻ തുടങ്ങി.

അവിടെയുണ്ടായിരുന്ന പൊലീസുകാരെ നോക്കി, “എങ്ങനെയെങ്കിലും എന്റെ മകനെ വിട്ടയക്കണം ഏമാനേ... ഈ കൊലപാതകത്തെപ്പറ്റി അവനൊന്നും അറിഞ്ഞുകൂടാ സാറേ... നാട്ടുകാരനായതുകൊണ്ട് ശിവരാജനുമായി കൂട്ടുകൂടിയതാണ് സാറേ. ഇങ്ങനെ ഓരോന്നും വിളിച്ചുപറഞ്ഞ് നെഞ്ചത്തടിച്ച് നിലവിളിക്കാൻ തുടങ്ങി.

അമ്മൂമ്മയുടെ നിലവിളികണ്ട് മകളും അവരുടെ കാലിൽ കെട്ടിപ്പിടിച്ചു കരയാൻ തുടങ്ങി. മറുവശത്ത് അച്ഛന്റെ ശബ്ദവും അവൾക്കു കേൾക്കാമായിരുന്നു, എന്നാൽ മുഖം കാണാൻ കഴിഞ്ഞിരുന്നില്ല. “അച്ഛാ, എന്നെയൊന്നു നോക്കൂ, എന്നെയൊന്ന് എടുത്തു പൊക്കൂ. അമ്മൂമ്മേ എന്നെയൊന്ന് എടുക്കൂ... എനിക്ക് അച്ഛനെ കാണണം” എന്ന് വീണ്ടും വീണ്ടും നിലവിളിച്ചുകൊണ്ടിരുന്നു പാവം കുഞ്ഞ്.

എത്തിച്ചാടുമ്പോൾ മകളുടെ രണ്ടു കൈകൾ മാത്രമേ മുരുകനു കാണാൻ കഴിഞ്ഞിരുന്നുള്ളൂ. ഭിത്തിയുടെ ഉയരം കാരണം മുഖം കാണാനേ കഴുയുമായിരുന്നില്ല. മുരുകൻ അമ്മയോട് കുഞ്ഞിനെ എടുത്തുയർത്താൻ ഉച്ചത്തിൽ വിളിച്ചു പറഞ്ഞു. അതവർ കേട്ടതേയില്ല. അവരപ്പോഴും പൊലീസുകാരോട് പായാരം പറഞ്ഞു നിലവിളിക്കുകയായിരുന്നു.

പാവം ആ അമ്മയ്ക്ക് എന്തറിയാം? തന്റെ മകൻ കഴുകുമരത്തിൽ കയറാൻ പോകുന്നു എന്ന സങ്കടം. അതിനാൽ ചുറ്റിലും നടക്കുന്നതൊന്നും തിരിച്ചറിയാൻ അവർക്കു കഴിഞ്ഞിരുന്നില്ല.

അടുത്തുനിന്നിരുന്ന കുഞ്ഞ് അച്ഛനെക്കാണാൻ കഴിയാതെ കുതിച്ചു കുതിച്ചു ചാടിക്കൊണ്ടിരുന്നു. കുട്ടിയുടെ സങ്കടകരമായ അവസ്ഥ കണ്ട്

മനമലിഞ്ഞ മുരുകൻ ഒരു ഘട്ടത്തിൽ അമ്മയെ ശാസിക്കുന്ന അവസ്ഥയിലെത്തി. അദ്ദേഹം ഉച്ചത്തിൽ പറഞ്ഞു, "അമ്മേ എന്തെടുക്കുകയാണവിടെ? ആദ്യം മോളേ എടുത്തുകാണിക്കൂ..."

അപ്പോഴാണ് അവരൊന്നടങ്ങിയത്. കുഞ്ഞിനെ എടുത്തുയർത്തി മുരുകനു കാട്ടിക്കൊടുത്തു. കരഞ്ഞുകരഞ്ഞ് അദ്ദേഹത്തിന്റെ മുഖവും ചുവന്നു തുടുത്തിരുന്നു. ഇങ്ങേപ്പുറത്ത് അമ്മയുടെ നിലവിളി... അങ്ങേപ്പുറത്ത് അച്ഛന്റെ പൊട്ടിക്കരച്ചിൽ... എന്താണ് നടക്കുന്നതെന്നു മനസ്സിലാക്കാൻ കഴിയാതെ കുഞ്ഞ് അതിനേക്കാൾ ഉച്ചത്തിൽ കരഞ്ഞുകൊണ്ടിരുന്നു. ഒരുകണക്കിന് എല്ലാവരും ഒന്നടങ്ങി. അവിടെ ഡ്യൂട്ടിയിലുണ്ടായിരുന്ന പൊലീസുകാരും കുട്ടിയുടെ അവസ്ഥ കണ്ട്, "മോളുടെ അച്ഛന് ഒന്നും സംഭവിക്കില്ല" എന്ന് അവളെ ആശ്വസിപ്പിക്കുന്നുണ്ടായിരുന്നു. അമ്മ നിലവിളി വീണ്ടും തുടങ്ങിയിരുന്നു.

'വിധിയുടെ ഓരോ വിളയാട്ടുകൾ നോക്കണേ' മകന്റെ ഗതിയോർത്ത് അമ്മയുടെ സങ്കടം... മകളുടെ ഭാവിയോർത്ത് അച്ഛന്റെ സങ്കടം. അവിടെയുള്ള കമ്പിവലകളെപ്പോലും അലിയിക്കാൻ പോന്നതായിരുന്നു അവിടെ നടന്ന സംഭവങ്ങൾ. തുടർന്ന് വനിതാ ജയിലിലായിരുന്ന എന്നെക്കാണാൻ അവർ വന്നപ്പോഴും ഇതേ സ്ഥിതി തന്നെ! എന്നെക്കണ്ടയുടൻ അവർ നെഞ്ചത്തടിച്ചു നിലവിളിക്കാൻ തുടങ്ങിയിരുന്നു. അവിടെയും കുട്ടിയുടെ മുഖം കാണാൻ അതിനെ എടുത്തുയർത്തിക്കാട്ടേണ്ടി വന്നു. കുഞ്ഞിനെ എടുത്തുയർത്തിക്കാണിച്ചയുടൻ അമ്മ തലകറങ്ങി കമ്പിയഴികളിൽ പിടിച്ച് നിലത്തേക്കു ചാഞ്ഞുവീണു.

എന്തൊരു ഹൃദയസ്പർശിയായ രംഗമായിരുന്നു അത്.

വധശിക്ഷ വിധിക്കപ്പെട്ട പ്രതികൾക്ക് ജയിലിനുള്ളിൽ കഠിനമായ നിയന്ത്രണങ്ങളുണ്ട്. കുഞ്ഞിനെ കയ്യിലെടുത്ത് ഒരുമ്മ കൊടുക്കാൻ പോലും കഴിയുമായിരുന്നില്ല. അവളെയൊന്നു ചേർത്തുപിടിക്കാൻപോലും കഴിഞ്ഞില്ല. മരണശിക്ഷ വിധിക്കപ്പെട്ടവർക്ക് ഇതിനൊന്നും അവസരം അനുവദിച്ചിരുന്നില്ല.

അതിനുശേഷം മരുകൻ അമ്മയോട് "ഞങ്ങൾക്കെന്തു വന്നാലും സാരമില്ല, അമ്മ കുട്ടിയേയും കൊണ്ട് ശ്രീലങ്കയിലേക്കു പോകണം" എന്ന് നിർബന്ധിച്ചു പറഞ്ഞു. എന്നാൽ അവർ ഇവിടെ നിന്നും ശ്രീലങ്കയിലേക്കു പോകുന്നത്, പ്രത്യേകിച്ച് ഒരു കുഞ്ഞിനെയും കൂട്ടി പോകുന്നത് അത്ര എളുപ്പമായിരുന്നില്ല. ഈ കുട്ടി ഏതാണ്? ഇന്ത്യൻ പ്രജയാണോ, അതോ ശ്രീലങ്കക്കാരിയാണോ? നിങ്ങളുടെ പേരക്കുട്ടിയാണെന്നുള്ളതിന് തെളിവെവിടെ? തുടർച്ചയായ ഈ ചോദ്യങ്ങൾ കേട്ട് അവർ എന്തു ചെയ്യണമെന്നറിയാതെ വലഞ്ഞു.

സംസ്ഥാനത്തെ ഉദ്യോഗസ്ഥന്മാരെ കാണുമ്പോൾ കേന്ദ്രഗവൺമെന്റിനെ സമീപിക്കാൻ പറയും. കേന്ദ്രത്തിൽച്ചെന്നാൽ നേരെ

സംസ്ഥാനത്തേക്കു പറഞ്ഞയയ്ക്കും. ഒരു കൊച്ചുകുട്ടിയെ കയ്യിലേന്തി, ചെകുത്താനും കടലിനും നടുവിലകപ്പെട്ട അവസ്ഥയിലായി അവർ!

ഇന്നത്തെ ചെറുപ്പക്കാർക്കുള്ള തന്റേടവും കാര്യപ്രാപ്തിയുമൊന്നും അന്നത്തെ ചെറുപ്പക്കാർക്ക് ഉണ്ടായിരുന്നില്ല. ആ സന്ദിഗ്ദ്ധമായ സാഹചര്യത്തിൽ ഒരു സഹായത്തിനായി ആരും മുതിർന്നില്ല എന്നു പറയാം. അവസാനം ഇളങ്കോവൻ, ആറുമുഖം എന്നീ വക്കീലന്മാരുടെ സഹായത്തോടെ ചെന്നൈയിലുള്ള ശ്രീലങ്കൻ എംബസി ഉദ്യോഗസ്ഥരെ നേരിൽക്കണ്ട് കുഞ്ഞിന്റെ ദയനീയാവസ്ഥ അവരെ ബോധ്യപ്പെടുത്തി. മനസ്സലിവുതോന്നിയ എംബസി ഉദ്യോഗസ്ഥർ ഒരു എമർജൻസി വിസ നൽകി ശ്രീലങ്കയിലേക്കു പോകാൻ അമ്മയെയും മകളെയും അനുവദിച്ചു.

അങ്ങനെ വളരെ കഷ്ടപ്പെട്ട് ശ്രീലങ്കയിലെ 'പളൈ' എന്ന ജന്മനാട്ടിൽ എത്തിച്ചേർന്നു. അവിടെയെത്തിയിട്ടും പ്രശ്നങ്ങൾ അവസാനിച്ചില്ല. കുട്ടിയുടെ അച്ഛനമ്മമാരുടെ പേരുവിവരം പുറത്താകാൻ പാടില്ല; ശ്രീലങ്കൻപോലീസ് ഒരു വശത്ത്, തമിഴ്പുലികൾക്കെതിരെ പ്രവർത്തിക്കുന്ന മറ്റു വിമോചന സംഘടനകൾ മറുവശത്ത്. ഇരുവിഭാഗവും തമിഴ്പുലികളുടെമേൽ സമ്മർദ്ദതന്ത്രം പ്രയോഗിച്ചുകൊണ്ടിരുന്നു. സുരക്ഷയെക്കരുതി രഹസ്യമായി വേണം കുട്ടിയെ പാർപ്പിക്കേണ്ടത്. എന്തൊക്കെയോ പറഞ്ഞൊപ്പിച്ച് അടുത്തുള്ള ഒരു സ്കൂളിൽ പ്രവേശനം വാങ്ങി. കുട്ടിയെ ഇന്ത്യക്കാരിയായിക്കാണാമോ അതോ ശ്രീലങ്കക്കാരിയായിക്കാണണമോ എന്ന ചോദ്യം ഉയർന്നു വന്നു.

ഇക്കാലത്താണ്, അതായത് 2011-ൽ, ലങ്കയിലെ ആനൈയിരവിൽ തങ്ങിയിരുന്ന സൈന്യത്തിനു നേരേ തമിഴ്പുലികൾ ഉഗ്രമായ ആക്രമണം അഴിച്ചുവിട്ടത്. ബോംബുസ്ഫോടനങ്ങളും വെടിവയ്പ്പും ആ പ്രദേശത്തുള്ളവരെയാകെ പരിഭ്രാന്തരാക്കി. മുരുകൻ ജനിച്ചുവളർന്ന ആ സ്ഥലം ബോംബു വർഷത്തിൽ നനഞ്ഞു കുതിർന്നു. ജനങ്ങൾ വീടുകളുപേക്ഷിച്ച് പലായനം ചെയ്യാൻ തുടങ്ങി. മുരുകന്റെ കുടുംബാംഗങ്ങളും കൈയിൽ കിട്ടിയതെല്ലാം വാരിയെടുത്ത്, ഉടുതുണിക്കു മറുതുണിയില്ലാതെ കുട്ടികളേയും കൂട്ടി അഗതികളെപ്പോലെ ജാഫ്നയിലെത്തി.

വീട്ടിലുണ്ടായിരുന്ന റേഷൻകാർഡുകൾ, പ്രമാണങ്ങൾ എന്നീ പ്രധാനരേഖകളും ആഭരണങ്ങളുംപോലും തേടിയെടുക്കാനുള്ള സാവകാശം ലഭിച്ചില്ല. കുട്ടികളെ രക്ഷിക്കാൻ മാത്രമേ അവർക്കു കഴിഞ്ഞുള്ളൂ. ജാഫ്നയിൽ സ്ഥിരമായി താമസിക്കാനുള്ള സൗകര്യങ്ങൾ ഉണ്ടായിരുന്നില്ല. കുറെ ദിവസങ്ങൾ ഒരു സ്കൂളിൽ തങ്ങി. അക്കാലത്ത് സ്വിറ്റ്സർലന്റിലായിരുന്ന മുരുകന്റെ അനുജൻ ഐങ്കരൻ അർദ്ധപട്ടിണി കിടന്നും തനിക്കു കിട്ടുന്ന വരുമാനത്തിന്റെ ഒരുഭാഗം വീട്ടിലേക്ക് അയച്ചു

കൊണ്ടിരുന്നു. അതുവച്ച് ഒരു ചെറിയവീട് വാടകയ്ക്കെടുത്ത് ഒരുനേരം മാത്രം ഭക്ഷണം കഴിച്ചുകൊണ്ട് കുറെ നാൾ കഴിച്ചുകൂട്ടി. ആ പട്ടിണിയിലും പരിവട്ടത്തിലുമാണ് എന്റെ മകൾ വളർന്നത്.

ഓരോ ദിവസവും ഒരു യുഗമാക്കി, എങ്ങനെയോ അവൾ അവിടെ പത്താംക്ലാസ്സ് പാസ്സായി.

"എന്തു കഷ്ടനഷ്ടങ്ങൾ വന്നാലും അത് പഠനത്തെ ബാധിക്കരുത്. അതുമാത്രമാണ് നിന്നെയും നിന്റെ കൂടെയുള്ളവരെയും ഈ കഷ്ടപ്പാടിൽനിന്നും രക്ഷിക്കാൻ പറ്റിയ ഏകമാർഗ്ഗം." ഇങ്ങനെ മുരുകൻ നിരന്തരം കത്തുകളയച്ചുകൊണ്ടിരുന്നു.

എന്നാണോ തൂക്കുമരത്തിൽ കയറാനുള്ള ഉത്തരവ് വരുന്നത് എന്നു കാത്ത് ഓരോ ദിവസവും മരിച്ചുജീവിച്ചുകൊണ്ടിരുന്ന ആ ദിവസങ്ങളിൽ "ഞങ്ങൾ മരിച്ചുപോയാലും നീ സങ്കടപ്പെടരുത്.. പഠിച്ചു നീ വലിയൊരാളായിത്തീരണം; അതുമാത്രമേ ഭാവിയിൽ നിന്നെ രക്ഷപ്പെടുത്തുകയുള്ളൂ... അതുമാത്രമേ നിനക്കു സമൂഹത്തിൽ പേരും പെരുമയും നേടിത്തരികയുള്ളൂ..." ഇങ്ങനെ തുടർച്ചയായി ഞാനും അവൾക്ക് കത്തുകൾ അയച്ചുകൊണ്ടിരുന്നു.

'മോളേ', ഞങ്ങളുടെ ജീവിതം ഞങ്ങളിൽനിന്നും തട്ടിയെടുക്കപ്പെട്ടു. ഞങ്ങളിനി ജീവിതത്തിലേക്കു മടങ്ങിവരാൻ പോകുന്നില്ല. ഞങ്ങളുടെ ജീവിതം ഇനി നിന്നിലൂടെയാണ് ഈ ലോകം കാണാൻ ഞങ്ങളാഗ്രഹിക്കുന്നത്. നീ നല്ലനിലയിൽ എത്തിച്ചേർന്നാൽ അതുതന്നെ ഞങ്ങളുടെ എല്ലാ വേദനകളും ഇല്ലാതാകും. ഞങ്ങൾക്കു നഷ്ടപ്പെട്ടുപോയ ജീവിതം ഇനി നിന്നിലൂടെയാണ് വീണ്ടെടുക്കേണ്ടത്. അതാണ് ഞങ്ങളുടെ ആഗ്രഹം.

ഇങ്ങനെയെല്ലാം ഞാനും ഭർത്താവും മുടങ്ങാതെ മകൾക്ക് കത്തുകളയച്ചുകൊണ്ടിരുന്നു.

ഞങ്ങളുടെ ഈ കത്തുകൾ ഭാവിയിൽ വളരെ ഉയരങ്ങളിലെത്താൻ അവളെ സഹായിക്കുമെന്നും അന്നു ഞങ്ങൾ പ്രതീക്ഷിച്ചിരുന്നതേയില്ല!

ഇരുപത്തിരണ്ട്

നടുക്കടലിൽ എന്റെ മകൾ

ഞങ്ങളെ അറസ്റ്റുചെയ്യുമ്പോൾ മുരുകന്റെ കുടുംബം അരപ്പട്ടിണിയിലാണ് കഴിഞ്ഞിരുന്നത്. ദിവസവും ഒരുനേരം അല്ലെങ്കിൽ കഷ്ടിച്ച് രണ്ടു നേരം ഭക്ഷണം കഴിച്ചാണ് നാളുകൾ തള്ളിനീക്കിക്കൊണ്ടിരുന്നത്. മുരുകന്റെ ഒരു മൂത്തസഹോദരിയൊഴികെ മറ്റെല്ലാവരും ഇളയവരായിരുന്നു. എല്ലാം ചെറിയ കുട്ടികൾ! വിദേശത്തുപോകാനായി മുരുകൻ ചെന്നൈയിൽ എത്തിയശേഷം, അനിയൻ ഐങ്കരനെ ലങ്കൻ സൈന്യം നിരന്തരമായി വേട്ടയാടാൻ തുടങ്ങി. മുരുകന്റെ ജ്യേഷ്ഠന്റെ പേരു പറഞ്ഞാണ് ഇപ്പോൾ ഐങ്കരനെയും നിരന്തരം പീഡിപ്പിച്ചുകൊണ്ടിരിക്കുന്നത്.

1988-ൽ ഐങ്കരനേയും ചിറ്റപ്പൻ ചിന്നയ്യായേയും പിടിച്ചുകൊണ്ടുപോയ പട്ടാളം അവരെ ഒരു തെങ്ങിൻ തോപ്പിൽ കെട്ടിയിട്ടു. ചിറ്റപ്പന്റെ മുന്നിൽവച്ചുതന്നെ ഐങ്കരനെ അവർ ക്രൂരമായി മർദ്ദിച്ചു. ഇതുകണ്ട് ഭയന്നു വിറച്ചു പനിപിടിച്ചു അദ്ദേഹം മൂന്നാംദിവസം മരണമടഞ്ഞു.

തുടർന്ന് തെങ്ങിൻതോപ്പിൽ നിന്നും കൊണ്ടുപോയ ഐങ്കരനെ രണ്ടു മാസത്തോളം സൈന്യത്തിന്റെ കസ്റ്റഡിയിൽ വച്ചു പീഡിപ്പിച്ചശേഷം വിട്ടയച്ചു.

ഇതറിഞ്ഞ് മുരുകന്റെ അച്ഛനമ്മമാർ ഐങ്കരനെ ഇനിയും നാട്ടിൽ നിർത്തുന്നത് അപകടമാണെന്നു മനസ്സിലാക്കി എങ്ങനെയെങ്കിലും വിദേശത്ത് എവിടെയെങ്കിലും അയയ്ക്കാനുള്ള ശ്രമം തുടങ്ങി. അക്കാലത്ത് മുരുകന്റെ ചെറിയമ്മ വസന്തയും ചെറിയച്ഛൻ അരുൾനായകവും സ്വിറ്റ്സർലന്റിലായിരുന്നു. അവരുടെ സഹായത്തിൽ പലയിടത്തും തേടിയലഞ്ഞ് അവസാനം ഐങ്കരനും അവിടെയെത്തി.

ഭർത്താവ് മുരുകനും അറസ്റ്റുചെയ്യപ്പെട്ടിരുന്നില്ലെങ്കിൽ ഇപ്പോൾ ഐങ്കരനെപ്പോലെ സ്വിറ്റ്സർലന്റിൽ കഴിഞ്ഞുകൂടേണ്ടതായിരുന്നു. എല്ലാം വിധിയുടെ വിളയാട്ടം എന്നല്ലാതെ എന്തു പറയാനാണ്? എങ്ങനെയോ സ്വിറ്റ്സർലന്റിൽ എത്തിച്ചേർന്ന ഐങ്കരൻ അവിടെ വല്ലാതെ

കഷ്ടപ്പെടേണ്ടിവന്നു. പല മാസങ്ങളായിട്ടും ജോലിയൊന്നും കിട്ടാതിരുന്നതിനാൽ അവനെ അഗതിമന്ദിരത്തിൽ ചേർത്തിരുന്നു. അവിടെനിന്നും അഗതികൾക്കുകിട്ടുന്ന സഹായധനത്തിന്റെ ഒരു പങ്ക്, മുണ്ടുമുറുക്കിയുടുത്ത് ജയിലിലുള്ള ഞങ്ങൾക്കും ശ്രീലങ്കയിലെ അവന്റെ വീട്ടിലേക്കും അയച്ചുകൊടുത്തുകൊണ്ടിരുന്നു.

അതിനുശേഷമാണ് ഒരു ഹോട്ടലിൽ ക്ലീനിംഗ് ജോലി കിട്ടുന്നത്. അതിനേക്കാൾ മെച്ചപ്പെട്ട ശമ്പളം കിട്ടുമെന്ന് പ്രതീക്ഷിച്ച് രണ്ടുവർഷത്തോളം വനത്തിനുള്ളിൽ മരംമുറിക്കുന്ന ജോലി ചെയ്തു. മഞ്ഞുമൂടിക്കിടക്കുന്ന വനത്തിനുള്ളിൽ കൊടുംതണുപ്പിൽ അപകടകരമായ സാഹചര്യത്തിൽ ജോലിചെയ്യേണ്ടിവന്ന അവൻ ഭാഗ്യം കൊണ്ടാണ് രക്ഷപ്പെട്ടത്.

അതിനാൽ ആ ജോലിയുപേക്ഷിച്ച് പഴയ ഹോട്ടലിൽ വീണ്ടും ക്ലീനിംഗ് തുടങ്ങി. എങ്ങനെയൊക്കെയോ കുറെ പണം സ്വരൂപിച്ച ഐങ്കരൻ തന്റെ അനുജൻ മയൂരനേയും സ്വിറ്റ്സർലന്റിൽ കൊണ്ടുപോയി. രണ്ടുപേരുടെയും കഠിനാധ്വാനത്തിന്റെ ഫലമായി ലഭിച്ചിരുന്ന പണത്തിന്റെ ഒരു പങ്ക് ഞങ്ങൾക്കും, മുരുകന്റെ വീട്ടിലേക്കും അയച്ചുതന്നുകൊണ്ടിരുന്നു. അതുമാത്രമല്ല അവിടെയെത്തിച്ചേരാൻ അവർ പലരിൽ നിന്നും വാങ്ങിയ കടം അടച്ചുതീർക്കേണ്ട ബാദ്ധ്യതയും അവർക്കുണ്ടായിരുന്നു. അതിനാൽ വ്യക്തിപരമായ ചെലവുകൾ അവർ മാറ്റിവയ്ക്കുകയാണ് ചെയ്തത്.

അവിടത്തെ കൊടുംതണുപ്പിൽ സാധാരണക്കാരുടെ ജീവിതം തന്നെ അസഹ്യമായിരുന്നു. കുറഞ്ഞ വരുമാനക്കാരുടെ ജീവിതം അസഹനീയവും.

വീണ്ടും അവരുടെ അശ്രാന്തപരിശ്രമത്തിന്റെ ഫലമായി സഹോദരി സരോജയേയും സ്വിറ്റ്സർലന്റിൽ കൊണ്ടുവന്നു. അവൾക്ക് അവിടെയൊരു പെട്രോൾ പമ്പിൽ ജോലികിട്ടി. മൂന്നുപേരും ചേർന്ന് കടങ്ങളെല്ലാം വീട്ടുക മാത്രമല്ല, ശ്രീലങ്കയിലുള്ള മൂത്തചേച്ചിയുടെ വിവാഹച്ചെലവിന് ആവശ്യമായി പണം അയച്ചുകൊടുക്കുകയും ചെയ്തു.

കല്യാണത്തിന് അധികം ചെലവായ പണത്തിന്റെ കടം തീർക്കാൻ വീണ്ടും അവർ കൂട്ടായി അദ്ധ്വാനിക്കാൻ തുടങ്ങി. ഒരു വർഷത്തെ അവരുടെ സമ്പാദ്യം ഉപയോഗിച്ച് ചേച്ചിയുടെ ഭർത്താവിനെയും അവരുടെ ഇളയ സഹോദരനെയും ലണ്ടനിലെത്തിച്ചു. തുടക്കത്തിൽ ഇവരെല്ലാം വെറും കൂലിവേലക്കാരായാണ് അവിടെ കഴിഞ്ഞിരുന്നത്.

ഇതിനിടയിൽ സ്വിറ്റ്സർലന്റിലായിരുന്ന മയൂരനേയും സരോജയേയും അവിടത്തെ സർക്കാർ നാടുകടത്താൻ ഉത്തരവിട്ടു. എന്തുചെയ്യണമെന്നറിയാതെ അവർ പരുങ്ങി. അവിടെ നിന്നും എങ്ങനെയൊക്കയോ അഗതികളായി ലണ്ടനിൽ എത്തിച്ചേർന്നു.

ഹോട്ടലിൽ ക്ലീനിംഗ്ജോലികൾ ചെയ്തുകൊണ്ടിരുന്ന ഐങ്കരൻ തന്റെ വ്യക്തിപരമായ ആവശ്യങ്ങളെല്ലാം മാറ്റിവച്ച് കുടുംബത്തിലെ മറ്റുള്ളവർക്കുവേണ്ടി സഹിച്ച കഷ്ടപ്പാടുകൾ പറഞ്ഞറിയിക്കാൻ പ്രയാസമാണ്. ആ ബുദ്ധിമുട്ടുകൾക്കിടയിലും അല്പാല്പം പണം സ്വരുക്കൂട്ടിവച്ച് 'യൂറോപ്യൻ കാറ്ററിംഗ്' പരീക്ഷ അവൻ പാസ്സായി.

ആ കോഴ്സ് മുഴുമിപ്പിക്കാൻ ഐങ്കരൻ പെട്ടപാട് ചില്ലറയല്ല. സാധാരണ ജോലിസമയത്തിന്റെ മൂന്നിരട്ടിനേരം പണിയെടുത്തുകൊണ്ടാണ് ആ കോഴ്സ് പൂർത്തിയാക്കിയത്. ആ പഠനം അവന്റെ ജീവിതത്തിലെ ഒരു വഴിത്തിരിവായിത്തീർന്നു എന്നു പറയാം. അതിനുശേഷം നല്ല ശമ്പളം കിട്ടുന്ന ജോലിയിൽ പ്രവേശിക്കുവാൻ കഴിഞ്ഞു. ഇന്ന് ഇംഗ്ലണ്ടിലെ പേരുകേട്ട ഒരു 'ഷെഫ്' ആയി ജോലി ചെയ്തു വരുന്നു. മറ്റു രണ്ടു സഹോദരന്മാരും അവിടെ ഒരു പലചരക്കുകടയിൽ സാധനങ്ങൾ കയറ്റിയിറക്കുന്ന ജോലി ചെയ്യാൻ തുടങ്ങി. ചാക്കുകെട്ടുകൾ ചുമന്നു ചുമന്ന് അവരുടെ മുതുകുകൾ തഴമ്പുപിടിച്ചു തുടങ്ങി. ഈ വിവരമറിഞ്ഞ മുരുകൻ വളരെയധികം സങ്കടപ്പെട്ടു. അനേകവർഷങ്ങൾ ഇതേ ജോലിയിൽത്തന്നെ അവർ തുടർന്നു.

ഈ കഠിനാധ്വാനത്തിൽനിന്നും മിച്ചം പിടിച്ച പണമുപയോഗിച്ച് സ്വന്തമായ ഒരു പലചരക്കുകട ഇരുവരും ചേർന്ന് തുടങ്ങി. അതിനുവേണ്ടി വാങ്ങിയ കടങ്ങൾ വീട്ടാൻ പിന്നെയും വർഷങ്ങൾ വേണ്ടിവന്നു. ഇപ്പോഴും അവരുടെ കടയിലേക്കുള്ള സാധനങ്ങളുടെ കയറ്റിയിറക്ക് അവർ തന്നെയാണ് ചെയ്യുന്നത്. ഒരു കൂലിക്കാരനെ വച്ചാൽ ചെലവു കൂടുമല്ലോ?

ഇതിനിടെ മറ്റൊരു സഹോദരി സുകന്യയെ ജർമ്മനിയിൽ ജോലിയുള്ള ഒരാളിനു വിവാഹം ചെയ്തു കൊടുത്തു. പിന്നീട് മൂത്തചേച്ചി രാജേശ്വരിയേയും അവരുടെ ലണ്ടനിലുള്ള ഭർത്താവിന്റെയടുത്തെത്തിക്കാനും അവർക്കു കഴിഞ്ഞു.

ഇങ്ങനെ കഷ്ടപ്പെട്ട് അവരിപ്പോൾ ഒരുവിധം കരപറ്റിയെന്നു പറയാം. എന്നാൽ വിദേശത്തുനിന്നും ആരൊക്കെയോ ഞങ്ങൾക്കു സാമ്പത്തിക സഹായം നൽകിവരുന്നു എന്ന പ്രചരണം അസൂയാലുക്കൾ പ്രചരിപ്പിച്ചു വരുന്നുണ്ട്.

തമിഴ്പുലികളോ മറ്റാരെങ്കിലുമോ ഞങ്ങൾക്കു പണം തന്നു സഹായിച്ചിരുന്നെങ്കിൽ ജയിലിൽ ഞങ്ങൾ ഉടുതുണിക്കു മറുതുണിയില്ലാതെ കഴിഞ്ഞുകൂടേണ്ട ആവശ്യമെന്താണ്? ഞങ്ങളുടെ കുഞ്ഞിനു പാൽപ്പൊടിയും പഞ്ചസാരയും വാങ്ങാൻപോലും പണമില്ലാതെ മറ്റു പലരുടെയും ഔദാര്യത്തിൽ കഴിയേണ്ട കാര്യമെന്താണ്? ഈ കഷ്ടപ്പാടുകളോർത്ത് ഇരുമ്പഴിക്കുള്ളിൽ കണ്ണീരൊഴുക്കി കഴിയേണ്ട സ്ഥിതി ഉണ്ടാകുമായിരുന്നില്ല.

വിദേശത്തു ചെന്ന മുരുകന്റെ സഹോദരങ്ങൾ അവിടെ കൂലിപ്പണിയെടുത്തു കഷ്ടപ്പെട്ടത് എന്തിനായിരുന്നു? ആവശ്യത്തിനു പണമുണ്ടായിരുന്നെങ്കിൽ അവരവിടെ ആർഭാടജീവിതം നയിക്കുമായിരുന്നില്ലേ? തമിഴ്പുലികളുടെയോ മറ്റാരുടെയെങ്കിലുമോ ഔദാര്യം ഞങ്ങൾ സ്വീകരിച്ചിട്ടില്ലെന്ന് നെഞ്ചുവിരിച്ചു പറയാൻ ഞങ്ങൾക്കു കഴിയും. അങ്ങനെ ആരുടെയെങ്കിലും ഔദാര്യത്തിൽ ജീവിക്കാനാഗ്രഹിക്കുന്നവരല്ല എന്റെ ഭർത്താവിന്റെ കുടുംബം!

അതുപോകട്ടെ, ഇനി എന്റെ മകൾക്ക് അനുഭവിക്കേണ്ടിവന്ന കഷ്ടപ്പാടുകളെപ്പറ്റി പറയാം- ലങ്കയിൽ മുരുകന്റെ വീട്ടിലുള്ള എല്ലാവരും വിദേശങ്ങളിലേക്ക് രക്ഷപ്പെട്ടുപോയി എന്നു പറയാം. അവസാനം ഞങ്ങളുടെ മകളും മുരുകന്റെ പ്രായമായ അച്ഛനുമമ്മയും മാത്രമായി ആ വീട്ടിൽ. പ്രായപൂർത്തിയെത്തിയ മകളെ വൃദ്ധരായ മാതാപിതാക്കളോടൊപ്പം ഏകയായി താമസിപ്പിക്കുന്നത് ആപത്താണെന്ന് ഞങ്ങൾ കരുതി. ആഭ്യന്തരയുദ്ധം കൊടുമ്പിരികൊണ്ടിരിക്കുന്ന ഈ കാലഘട്ടത്തിൽ തനിയെയിരിക്കുന്നത് സുരക്ഷിതമല്ല. അതോർത്ത് ഞങ്ങളാകെ ഭയപ്പെട്ടിരുന്നു. അവളെപ്പറ്റിയോർത്ത് ഞങ്ങൾ ഭ്രാന്തുപിടിച്ചതുപോലെ കഴിച്ചുകൂട്ടി.

അതിനാൽ മറ്റുപോംവഴികളില്ലാതെ മകളെ ചെന്നൈയിൽ കൊണ്ടുവന്നു പഠിപ്പിക്കാൻ ഞങ്ങൾ ശ്രമം തുടങ്ങി. എന്നാൽ ഇങ്ങോട്ടു വരാനുള്ള വിസ നൽകാൻ ഇന്ത്യാഗവൺമെന്റ് വിസമ്മതിച്ചു. പല അപേക്ഷകളും അയച്ചുനോക്കി. യാതൊരു ഫലവുമുണ്ടായില്ല. ഗത്യന്തരമില്ലാതെ മുരുകൻ സത്യാഗ്രഹസമരം ആരംഭിച്ചു. അദ്ദേഹത്തിന്റെ ആരോഗ്യനില വഷളായതറിഞ്ഞ് മകൾക്ക് വിസ അനുവദിച്ചു കിട്ടി.

അതനുസരിച്ച് അവൾ ചെന്നൈയിൽ എത്തിയപ്പോഴാണ് ഒരു കാര്യം ബോധ്യമായത്. അത് ഇവിടെ തുടർന്നു പഠിക്കാൻ കഴിയുന്ന വിസ ആയിരുന്നില്ല. വെറും മൂന്നു മാസത്തെ സന്ദർശനവിസ മാത്രം! അതിനാൽ മറ്റു പോംവഴിയില്ലാതെ അവളെ ശ്രീലങ്കയിലേക്കു തന്നെ തിരിച്ചയയ്ക്കേണ്ടിവന്നു. എന്റെ അനുജൻ ഭാഗ്യനാഥനോടൊപ്പമായിരുന്നു ഇവിടെ അവൾ താമസിച്ചിരുന്നത്.

പൊലീസ് കൂടെക്കൂടെ ആ വീട്ടിൽ വന്ന് അവിടെയുള്ളവരെ മൃദുവായ ഭാഷയിൽ ഭീഷണിപ്പെടുത്തിക്കൊണ്ടിരുന്നു. അവൾ ഇവിടെത്തന്നെ താമസിച്ചുകൊണ്ടിരുന്നാൽ ഞങ്ങൾക്ക് അറസ്റ്റുചെയ്യേണ്ടിവരും. പിന്നെ ജയിൽവാസം. അതിനുശേഷം കോടതിവിധി വാങ്ങിയാൽ മാത്രമേ വിട്ടയയ്ക്കാൻ കഴിയൂ. അതുകൊണ്ട് എത്രയും പെട്ടെന്ന് അവളെ ശ്രീലങ്കയിലേക്ക് തിരിച്ചയയ്ക്കണം, ഇങ്ങനെ സ്നേഹത്തിന്റെ ഭാഷയിൽ, എന്നാൽ ഒരു ഭീഷണി ഒളിപ്പിച്ചുവച്ച് അവർ സംസാരിച്ചുകൊണ്ടിരുന്നു. അവൾ ശ്രീലങ്കയിൽ ചെന്നശേഷം സ്റ്റുഡന്റ് വിസയ്ക്ക്

അപേക്ഷിച്ചാൽ ഞങ്ങൾവേണ്ട സഹായങ്ങൾ ചെയ്തു തരാമെന്ന് പൊലീസുകാർ ഞങ്ങൾക്ക് ഉറപ്പുനൽകി, അതനുസരിച്ച് ശ്രീലങ്കയിലെത്തിയ അവൾ സ്റ്റുഡന്റ് വിസയ്ക്ക് അപേക്ഷ നൽകി. എന്നാൽ അവളുടെ അപേക്ഷ ഇന്ത്യൻ എംബസി നിഷ്കരുണം നിഷേധിച്ചു. ഞങ്ങളുടെ ദയനീയസ്ഥിതി കണക്കിലെടുത്ത് നിയമപരമായി ചെയ്യാവുന്ന കാര്യങ്ങൾ ചെയ്തുതരണമെന്ന് ഞങ്ങൾ കേന്ദ്ര-സംസ്ഥാന ഗവൺമെന്റുകൾക്ക് നിരന്തരം അപേക്ഷകൾ അയച്ചുകൊണ്ടിരുന്നു. ആ അപേക്ഷകളെല്ലാം അകാലചരമം പ്രാപിക്കുകയാണുണ്ടായത്. മറ്റു പോംവഴികളില്ലാതെ ഞാനും ഭർത്താവും മരണംവരെ നിരാഹാരസമരം പ്രഖ്യാപിച്ചു. ആ സമരം ഇരുപത്തിമൂന്ന് ദിവസങ്ങൾ നീണ്ടുനിന്നു.

ഞാൻ ഇന്ത്യൻ പ്രജയാണ്. എന്റെ മകൾ ജനിച്ചതും ഇന്ത്യയിൽത്തന്നെ! അതിനാൾ അവൾ അന്യനാട്ടുകാരിയാണെന്നു മുദ്ര കുത്തി പുറത്താക്കുന്നതും വിസ നിഷേധിക്കുന്നതും എന്തു നിയമത്തിന്റെ പേരിലാണെന്ന് പലരും ചോദിക്കുന്നു.

ഈ സംഭവം മുൻ അദ്ധ്യായങ്ങളിൽ വിവരിച്ചിട്ടുള്ളതാണ്. ഇരുപത്തിമൂന്ന് ദിവസത്തെ ഉപവാസം ഞങ്ങളുടെ ആരോഗ്യത്തെ വല്ലാതെ ബാധിച്ചിരുന്നു. ബന്ധപ്പെട്ടവർ വന്ന് നൽകിയ ഉറപ്പിന്റെ അടിസ്ഥാനത്തിൽ, ഗത്യന്തരമില്ലാതെ ഞങ്ങളും ഉപവാസം അവസാനിപ്പിക്കാൻ നിർബന്ധിതരായി.

എന്നാൽ ഇന്ത്യാഗവൺമെന്റ് നൽകിയ ഉറപ്പ് പാലിക്കപ്പെട്ടില്ല. മറ്റു പോംവഴികളില്ലാതെ കോടതിയിൽ കേസ് ഫയൽ ചെയ്തു.

ഇതിനിടെ വിദേശത്തുള്ള മുരുകന്റെ സഹോദരങ്ങളും മറ്റു ബന്ധുക്കളും ഒത്തുചേർന്ന് മകളെ വിദേശത്തു കൊണ്ടുപോകാനുള്ള ശ്രമങ്ങൾ ആരംഭിച്ചു. പ്രായപൂർത്തിയായ ഒരു പെൺകുട്ടിയെ വൃദ്ധരായ മുത്തച്ഛനോടും മുത്തശ്ശിയോടുമൊപ്പം തനിയെ വിട്ടിരിക്കുന്നത് ആപത്താണെന്ന് അവരും മനസ്സിലാക്കിയിരുന്നു. നളിനിയുടെയും മുരുകന്റെയും മകളായിരുന്നതിനാൽ ഏജന്റുമാർ നാലിരട്ടിത്തുകയാണ് അവളെ വിദേശത്തു കടത്തിത്തരാനാവശ്യപ്പെട്ടത്. അത്രവലിയ ഒരു തുക സ്വപ്നം കാണാൻപോലും അന്ന് കഴിയുമായിരുന്നില്ല. അതിനാൽ മറ്റു മാർഗ്ഗങ്ങൾ ആരായാൻ തുടങ്ങി. ബന്ധുക്കളെല്ലാം ചേർന്ന് പലരിൽനിന്നായി കടം വാങ്ങി ഏജന്റുമാർ ആവശ്യപ്പെട്ട പണം മകളെ ലണ്ടനിലെത്തിക്കാൻ നൽകി.

കപ്പൽമാർഗ്ഗം അഗതികളായി വിദേശത്തേക്ക് രക്ഷപ്പെടാൻ ശ്രമിച്ച് കടലിൽ മുങ്ങിമരിച്ച ശ്രീലങ്കൻ തമിഴരുടെ എണ്ണം മൂവായിരത്തിലധികം വരും. എവിടെ വച്ചാണ് മുങ്ങിയതെന്നോ അവരുടെ മൃതദേഹങ്ങൾക്ക് എന്തു സംഭവിച്ചുവെന്നോ ഉള്ള യാതൊരു വിവരവും ഇതുവരെ ലഭിച്ചിട്ടില്ല. അതുമായി ബന്ധപ്പെട്ടു കിട്ടുന്ന ഓരോ വാർത്തകളും ഞങ്ങളുടെ

വയറ്റിൽ തീ കോരിയിടുകയാണുണ്ടായത്. എന്നിട്ടും ഞങ്ങൾക്കും ഞങ്ങളുടെ ബന്ധുക്കൾക്കും മറ്റൊരു മാർഗ്ഗവും തോന്നിയില്ല. എപ്പോൾ ആരിൽനിന്നാണ് ആക്രമണമുണ്ടാകുമെന്നറിയാതെ ഭീതിയോടെ ശ്രീലങ്കയിൽക്കിടന്നു കൊല്ലപ്പെടുന്നതിനേക്കാൾ നല്ലത് ഇതുതന്നെയാണെന്ന് അവർ തീരുമാനിച്ചു. അതിനായി അവർ മാനസികമായി തയ്യാറെടുത്തു കഴിഞ്ഞിരുന്നു.

ജീവിക്കാൻവേണ്ടി മരിക്കാൻവരെ തയ്യാറാകുന്ന ഒരു യാത്രയായിരുന്നു അത്! ഈ യാത്രയെപ്പറ്റി ഇങ്ങനെയല്ലാതെ മറ്റെന്തു പറയാനാണ്?

അങ്ങനെ, ഒരുനാൾ ലങ്കാതീരത്തുനിന്നും പഴകി ദ്രവിച്ച ഒരു കപ്പലിൽ അഗതികളായ മറ്റു തമിഴരോടൊപ്പം ഞങ്ങളുടെ മകളും യാത്ര തുടങ്ങി. ഒന്നോ രണ്ടോ ദിവസങ്ങളല്ല, ആഴ്ചകളുമല്ല, രണ്ടുമാസങ്ങൾക്കുമേൽ നീണ്ടുനിന്ന ആപൽക്കരമായ ഒരു നീണ്ട കടൽയാത്ര! പോകുന്ന പോക്കിൽ എന്തുവേണമെങ്കിലും സംഭവിക്കാം. കടൽക്ഷോഭത്തിൽപെട്ടുപോയേക്കാം, നീർച്ചുഴിയിലകപ്പെട്ടുപോയേക്കാം, ഏതെങ്കിലുമൊരു രാജ്യത്തെ പട്ടാളം വളഞ്ഞുപിടിച്ചേക്കാം, ഏതെങ്കിലും കടൽക്കൊള്ളക്കാരുടെ പിടിയിൽ അകപ്പെട്ടേക്കാം, അല്ലെങ്കിൽ അവരുടെ തോക്കിനിരയായിത്തീർന്നേക്കാം; ഇതിലെന്താണ് നടക്കുന്നതെന്ന് ആർക്ക് പറയാൻ കഴിയും?

മാത്രമല്ല, ആദ്യത്തെ കടൽയാത്ര ആയതിനാൽ കടുത്ത ഛർദ്ദി, മയക്കം, പനി മുതലായവമൂലം വളരെ കഷ്ടപ്പെടേണ്ടി വന്നു. എന്തു സംഭവിച്ചാലും വേണ്ടില്ല, എങ്ങനെയെങ്കിലും അക്കരെയെത്തിയാലേ ജീവിതത്തിൽ സ്വന്തമായി ഒരു മേൽവിലാസമുണ്ടാക്കാൻ കഴിയൂ! വഴിയിൽ എന്തു സംഭവിച്ചാലും എല്ലാം ഈശ്വരനിലർപ്പിച്ച് കനത്ത മനസ്സോടെ യാത്ര തുടരുകയാണുണ്ടായത്. വിപരീതമായി എന്തെങ്കിലും സംഭവിച്ചാൽ കടലിൽച്ചാടി മരിക്കാൻവരെ അവൾ തയ്യാറെടുത്തിരുന്നു. അങ്ങനെയെങ്കിൽ കടൽക്കാക്കകൾക്കും മത്സ്യങ്ങൾക്കും ഒരു ദിവസത്തെ ഭക്ഷണം ഉറപ്പായി. യാത്രയ്ക്കിടയിൽ ആരുമായും ബന്ധപ്പെടാനുള്ള വാർത്താവിനിമയ സൗകര്യങ്ങളൊന്നും തന്നെ ഉണ്ടായിരുന്നില്ല. കപ്പൽ ഇപ്പോഴെവിടെയാണ്? അതിലെ യാത്രക്കാരുടെ അവസ്ഥയെന്താണ്? എന്തെങ്കിലും പ്രശ്നങ്ങളുണ്ടോ തുടങ്ങിയ യാതൊരു വിവരങ്ങളും പുറത്തറിയാൻ കഴിഞ്ഞിരുന്നില്ല. അവരെ ഇവിടെനിന്നും കയറ്റി അയച്ചവർ എന്തെങ്കിലും പറഞ്ഞാൽ മാത്രമേ അറിയാൻ കഴിയൂ...

ചുരുക്കിപ്പറഞ്ഞാൽ ഭാഗ്യംകൊണ്ട് രക്ഷപ്പെട്ടാൽ ജീവിതം ഉറപ്പ്; എന്തെങ്കിലും അരുതാത്തതു നടന്നാൽ മരണം ഉറപ്പ്!

മുരുകന്റെ ലണ്ടനിലുള്ള സഹോദരങ്ങളും ഇവിടെ ഞങ്ങളും ഉറക്കമിളച്ച് നാളുകൾ തള്ളിനീക്കിക്കൊണ്ടിരുന്നു. രാത്രിയിൽ ഉറക്കം

വരികയേയില്ല. ആ സെല്ലിനുള്ളിലെ ഇരുട്ടും അതിനുള്ളിലെ നിശ്ശബ്ദതയും ഏകാന്തവാസവും കാരണം മകളുടെ ഓർമ്മകൾ എന്നെ വേട്ടയാടിക്കൊണ്ടിരിക്കും. എന്റെ ഹൃദയമിടിപ്പുകൾ ആ മുറി മുഴുവൻ നിറഞ്ഞുനിൽക്കുമായിരുന്നു. അറിയാവുന്ന എല്ലാ ദൈവങ്ങളെയും മാറിമാറി വിളിച്ച് എന്റെ മകളെയും ആ കപ്പലിലുള്ള എല്ലാവരേയും ഒരാപത്തും വരുത്താതെ കരയിലെത്തിക്കേണമേ എന്നു പ്രാർത്ഥിച്ചുകൊണ്ട് ഞങ്ങൾ കാത്തിരുന്നു.

പുലർച്ചെ ഉണർന്നെഴുന്നേറ്റാലുടൻ കുളികഴിഞ്ഞ് വീണ്ടും പ്രാർത്ഥനയിൽ മുഴുകിക്കഴിയും. ഭക്ഷണം കഴിക്കാൻ തീരെ താത്പര്യം തോന്നാറില്ല. ജീവൻ നിലനിർത്താൻവേണ്ടി മാത്രം എന്തെങ്കിലുമൊന്ന് തൊട്ടും തൊടാതെയും കഴിച്ചെന്നു വരുത്തും. ഭക്ഷണം കഴിക്കുമ്പോൾ മകളെക്കുറിച്ച് ഓർത്താൽ അത് തൊണ്ടയിൽ കുടുങ്ങിപ്പോകുന്നതുപോലെ തോന്നും. അഗതികളായി കടലിൽ യാത്രചെയ്യുന്നവരെപ്പറ്റി എന്തെങ്കിലും വാർത്തകളുണ്ടോ എന്നറിയാൻ കിട്ടുന്ന പത്രങ്ങളെല്ലാം പരതും. ചിലപ്പോൾ കൈകൾ വിറയ്ക്കാൻ തുടങ്ങും. പത്രത്തിന്റെ ഓരോ പേജും മറിക്കുന്നതുതന്നെ കഠിനമായ വേദനയോടുകൂടിയാണ്. മാനസികമായി ഞാനത്രയും തകർന്നു പോയിരുന്നു. എന്നാൽ മകളുടെ ലണ്ടനിലേക്കുള്ള ആദ്യയാത്ര പരാജയപ്പെടുകയാണുണ്ടായത്.

കപ്പൽ പലനാടുകളിൽ ചുറ്റിത്തിരിഞ്ഞ് അവസാനം ഒരു ഇസ്ലാമിക രാഷ്ട്രത്തിന്റെ അതിർത്തിയിൽക്കൂടി യാത്രതുടരുന്നതിനിടെ അവർ പിടികൂടി. ആ രാജ്യത്തെ നിയമമനുസരിച്ച് അവരുടെ നാട്ടിൽ ജയിലിലടയ്ക്കാൻ പറ്റാത്തതുകൊണ്ട് അവരെ ശ്രീലങ്കയിലേക്കുതന്നെ തിരിച്ചയച്ചു! ശ്രീലങ്കൻ കടൽത്തീരത്തു കപ്പലടുത്തയുടൻതന്നെ അതിലുണ്ടായിരുന്ന എല്ലാവരെയും അറസ്റ്റുചെയ്യാൻ തടവിലാക്കി. അക്കൂട്ടത്തിൽ ആരൊക്കെയാണ് തമിഴ്പുലികളുടെ അംഗങ്ങൾ, ആരെല്ലാമാണ് പുലികളെ അനുകൂലിക്കുന്നവർ, എന്നെല്ലാം അന്വേഷണം തുടങ്ങി.

അങ്ങനെ ഞങ്ങളുടെ മകളും ജയിലിൽ അടയ്ക്കപ്പെടേണ്ട ഗതികേടിലെത്തിച്ചേർന്നു എന്നു പറയാം.

ആരാണവൾ? അവളുടെ അച്ഛനമ്മമാർ ആരൊക്കെ? ഇതെല്ലാം അന്വേഷിക്കാൻ തുടങ്ങിയാൽ ആകെ കുഴപ്പത്തിൽപ്പെടും. അത് ആറ്റുവെള്ളത്തെ ഭയന്നോടി പൊട്ടക്കിണറ്റിൽ വീണുപോയ കഥപോലെയായിത്തീരും. ലണ്ടനിൽ മകളെ സ്വീകരിക്കാൻ കാത്തിരുന്ന ബന്ധുക്കളെല്ലാം നിരാശരായി. ഇനിയെന്തുചെയ്യണമെന്ന് അവർക്കും നിശ്ചയമുണ്ടായിരുന്നില്ല. ജയിൽവാസികളായ ഞങ്ങളുടെ അവസ്ഥ എന്തുപറയാനാണ്? സ്ഥിതി അത്രത്തോളം വഷളായിരുന്നു. മകളെ സ്ഥിരമായി ജയിലിലടയ്ക്കുന്നതിനുമുമ്പ് എങ്ങനെയെങ്കിലും പുറത്തുകൊണ്ടുവരണം. അതിനു നല്ലൊരു തുകവേണം. അതിനായി എന്തുചെയ്യണമെന്നറിയാതെ

ലണ്ടനിലുള്ള ബന്ധുക്കൾ കുഴപ്പത്തിലായി. കുരുവിചേർത്തു വയ്ക്കുന്നതുപോലെ ഒന്നുംരണ്ടുമായി സ്വരുക്കൂട്ടിവച്ചാണ് ഈ കടൽയാത്രയ്ക്കുള്ള പണം കണ്ടെത്തി ഏജന്റുമാർക്കു കൊടുത്തത്. ഇപ്പോഴവരുടെ കയ്യിലും പണമൊന്നുമുണ്ടായിരുന്നില്ല. ലണ്ടനിലുള്ള ഓരോ ബന്ധുക്കളും അവർക്കു സ്വാധീനമുണ്ടായിരുന്ന ഇടങ്ങളിൽ നിന്നെല്ലാം വീണ്ടും പണം ശേഖരിക്കാൻ തുടങ്ങി.

ഓരോ നിമിഷവും വിലപ്പെട്ടതായിരുന്നു. ഏതു കാലതാമസവും പ്രശ്നങ്ങൾ കൂടുതൽ വഷളാക്കുമെന്നതിനാൽ എല്ലാവരും പണമുണ്ടാക്കാൻവേണ്ടി നെട്ടോട്ടമോടിക്കൊണ്ടിരുന്നു. എങ്ങനെയൊക്കെയോ ഭീമമായ ഒരു തുക സമാഹരിച്ച് കാണേണ്ടവരെക്കണ്ട് കൊടുത്തു. അങ്ങനെ മകളെ ജയിലിൽ നിന്നും മോചിപ്പിച്ചു. ആ സമയത്ത് ഞങ്ങളനുഭവിച്ച വേദനകൾ എങ്ങനെ വാക്കുകൾകൊണ്ട് വർണ്ണിക്കാനാണ്? അത്ര സങ്കടകരമായിരുന്നു ആ ദിവസങ്ങൾ.

ലണ്ടനിലുള്ള മുരുകന്റെ സഹോദരങ്ങളും ബന്ധുക്കളും ആ അപകടസന്ധിയിൽനിന്നും മകളെ മോചിപ്പിക്കുവാൻവേണ്ടി ഓടിയ നെട്ടോട്ടത്തിന്റെ 'ഷോക്കി'ൽ നിന്നും രക്ഷനേടാൻ ആഴ്ചകളോളം കാത്തിരിക്കേണ്ടിവന്നിട്ടുണ്ട്. ജയിലിൽ ഞങ്ങളും 'ചത്തു ജീവിക്കുകയായിരുന്നു' എന്നു പറയാം. ഇന്നും ഓർക്കുമ്പോൾ നെഞ്ചിടിപ്പ് കൂടിക്കൊണ്ടിരിക്കുന്നു.

മുരുകന്റെ സഹോദരങ്ങൾ കടം വീട്ടുവാനായി പിന്നെയും കഠിനാദ്ധ്വാനം ചെയ്യേണ്ടി വന്നു. സാധാരണ ജോലിസമയത്തിന്റെ ഇരട്ടിനേരം പണിയെടുത്ത് പണമുണ്ടാക്കാൻ ശ്രമിച്ചു. വീണ്ടും ഓടിയലഞ്ഞ് കടം വാങ്ങി ചില മാസങ്ങൾക്കുശേഷം വീണ്ടും ശ്രമിച്ച് അവളെ ലണ്ടനിലെത്തിച്ചു.

മുരുകന്റെ ലണ്ടനിലുള്ള ചിറ്റപ്പൻ, ചിറ്റമ്മ എന്നിവരുടെ സംരക്ഷണയിൽ അവിടെ പത്താംക്ലാസ്സ് പഠനം തുടർന്നു. ഇതിനിടയിൽ ഒരു വർഷത്തെ പഠനം മുടങ്ങിയിരുന്നു. അവളുടെ ചെലവുകൾ അവിടെയുള്ള എല്ലാ ബന്ധുക്കളും ചേർന്നു നടത്തി.

ഇവിടെ മറ്റൊരുകാര്യംകൂടി സൂചിപ്പിക്കേണ്ടതുണ്ട്. മകൾക്കുവേണ്ടി ചിലവാക്കിയ കടങ്ങൾ തീർക്കാൻ അവർക്ക് ആറുവർഷങ്ങൾ വേണ്ടി വന്നു. ഈ വിവരങ്ങൾ അവിടെയുള്ള തമിഴ്നാട്ടുകാർക്കെല്ലാം അറിവുള്ളതാണ്.

പത്താംക്ലാസ്സ് കഴിഞ്ഞ് പ്ലസ് വൺ-നു പഠിക്കുമ്പോൾ മുതൽ ഞങ്ങളുടെ മകൾ പകുതിനേരം ജോലിയ്ക്കു പൊയ്ക്കൊണ്ടിരുന്നു. ബന്ധുക്കളുടെ സഹായം ഒരു പരിധിവരെ ഉണ്ടായിരുന്നെങ്കിലും അവൾക്കൊരു ആത്മവിശ്വാസം ഉണ്ടാക്കിയെടുക്കാൻ ആ പാർട്ട്-ടൈം ജോലി സഹായകമായി. നല്ലമാർക്കുവാങ്ങി വിജയിച്ചതിനാൽ യൂണിവേഴ്സിറ്റി

പ്രവേശനത്തിന് വലിയ ബുദ്ധിമുട്ടുണ്ടായില്ല. കോളേജിലെ ചില പ്രൊഫസർമാർ പഠനച്ചെലവുകൾക്ക് പണം കടംകൊടുത്ത് അവളെ സഹായിച്ചിട്ടുണ്ട്. ഇംഗ്ലണ്ടിലെ സർക്കാർ ബാങ്കിൽനിന്നും വിദ്യാഭ്യാസവായ്പ അനുവദിച്ചുകിട്ടിയിരുന്നു. അങ്ങനെ കഷ്ടപ്പെട്ടു പഠിച്ചാണ് അവളൊരു ഡോക്ടറായത്.

ഇപ്പോഴും അവൾക്കു കിട്ടുന്ന ശമ്പളത്തിന്റെ മൂന്നിലൊരുഭാഗം ബാങ്കുവായ്പയ്ക്കായി തിരിച്ചുപിടിച്ചുകൊണ്ടിരിക്കുന്നു. അവൾ ഈ കടങ്ങൾ വീട്ടിത്തീർക്കാൻ ഇനിയുമൊരു പതിനഞ്ചു വർഷങ്ങൾ കാത്തിരിക്കേണ്ടിവരും.

ഗർഭത്തിലായിരിക്കുമ്പോൾത്തന്നെ അവൾ പല ജയിലുകളിലും മാറിമാറി അഗതിയായി കഴിച്ചുകൂട്ടേണ്ടിവന്നു. ജനനശേഷവും ഒരിടത്തുനിന്നും മറ്റൊരിടത്തേക്കു മാറിമാറിത്താമസിക്കേണ്ട അവസ്ഥ തുടർന്നു. കാലാവസ്ഥാ വ്യതിയാനങ്ങൾ പോലും തിരിച്ചറിയാൻ അവൾക്കു കഴിഞ്ഞിരുന്നില്ല. അവളുടെ ജീവിതത്തിന്റെ കണക്കുപുസ്തകത്തിൽ എപ്പോഴും കടമാണ് മുന്നിൽ നിൽക്കുന്നത്.

ഇനിയെങ്കിലും നിങ്ങളൊന്നു പറയൂ! അവൾപെട്ടപാടിനു കയ്യും കണക്കുമുണ്ടോ? ഇനിയെങ്കിലും പറയുമോ ലണ്ടനിൽ അവൾ സുഖവാസത്തിലാണെന്ന്?

മുരുകന്റെ സഹോദരങ്ങളുടെയും ബന്ധുക്കളുടെയും കണ്ണീരും വിയർപ്പും, കഠിനാദ്ധ്വാനവുമില്ലായിരുന്നെങ്കിൽ അവൾ ഇന്നീനിലയിൽ എത്തിച്ചേരുമായിരുന്നില്ല.

ഇനി മറ്റൊന്നുകൂടിപറയാം. ഇപ്പോൾ ഞാൻ മുരുകന്റെ കുടുംബക്കാരെപ്പറ്റിമാത്രം പറഞ്ഞുകൊണ്ടിരിക്കുകയാണ്. എന്റെ കുടുംബത്തിലുള്ളവരെപ്പറ്റിയും എന്തെങ്കിലും പറയണമല്ലോ? എല്ലാം വിസ്തരിച്ചെഴുതാൻ ആഗ്രഹമുണ്ട്. എന്നാൽ എന്തെഴുതണം, ഏതൊഴിവാക്കണം എന്നൊന്നും നിശ്ചയമില്ല.

1991–ൽ എന്റെ സഹോദരൻ ഭാഗ്യനാഥനെ അറസ്റ്റുചെയ്തപ്പോൾ, അവന് പ്രതിമാസം 20,000 രൂപവരെ ശമ്പളം കിട്ടിക്കൊണ്ടിരുന്നു. അവൻ എട്ടുവർഷത്തെ ജയിൽവാസത്തിനുശേഷം പുറത്തുവരുമ്പോൾ, ഒരു നേരത്തെ ഭക്ഷണത്തിനുപോലും വകയില്ലാത്ത അവസ്ഥയിലെത്തിച്ചേർന്നു. അവൻ ബി.കോം. പാസ്സായിരുന്നു. ആ സർട്ടിഫിക്കറ്റുമായി പല സ്ഥാപനങ്ങളിലും കയറിയിറങ്ങിയെങ്കിലും എങ്ങുമൊരു ജോലി തരപ്പെട്ടില്ല. പരിചയക്കാരെയും ബന്ധുക്കളെയും സമീപിച്ചുനോക്കി. ആരുമൊരു സഹായഹസ്തം നീട്ടിയില്ല. പലരുടെയും മുന്നിൽ അപമാനപ്പെട്ടതു തന്നെ മിച്ചം. ഒരു ജോലി തേടി പല വാതിലുകൾമുട്ടി ഒന്നും കിട്ടാതെ ആകെ നിരാശനായി ജീവിതത്തോടുതന്നെ ഒരു വിരക്തി അനുഭവിച്ചുകൊണ്ടിരുന്നു. ഇപ്പോൾ താംബരത്ത് ഏതോ ഒരു സ്ഥാപനത്തിൽ

നിന്നും കിട്ടുന്ന തുച്ഛമായ വരുമാനംകൊണ്ട് കുടുംബം നടത്തിക്കൊണ്ടുപോകുന്നു.

അമ്മയുടെ നില അതിനേക്കാൾ ദയനീയമായിരുന്നു. 1991-നു മുമ്പ് പത്മാവതിയമ്മ എന്നുപറഞ്ഞാൽ നാട്ടിലൊരു നിലയുംവിലയുമുണ്ടായിരുന്നു. എല്ലാവരും ബഹുമാനിക്കുകയും അംഗീകരിക്കുകയും ചെയ്തിരുന്നു. എന്തു സഹായത്തിനും ആളുകളുണ്ടായിരുന്നു. ഇഷ്ടംപോലെ കടം കൊടുക്കാനും ആളുകളുണ്ടായിരുന്നു. എന്നാൽ ജയിൽമോചിതമായി പുറത്തുവന്നശേഷം കാണുന്നവരൊക്കെ മുഖം തിരിച്ചുകളയും. മറ്റുചിലർ ഭീതിയോടെ ഒഴിഞ്ഞുമാറി നടക്കാൻതുടങ്ങി. അത്രമാത്രം ഭീകരമായ കഥകളാണ് സി.ബി.ഐ. ഞങ്ങളെപ്പറ്റി പ്രചരിപ്പിച്ചിരുന്നത്.

ഏതെങ്കിലും ബന്ധുക്കളോടൊപ്പം താമസിക്കാമെന്നുവച്ചാൽ അവിടെയും തടസ്സങ്ങൾതന്നെ. കാരണമെന്തെന്നറിയില്ല; ആരുടെ ദുഷ്പ്രചരണമാണ് എന്നുമറിയില്ല. ഞങ്ങളെ എപ്പോഴും അകറ്റിനിർത്താനായിരുന്നു അവർക്കു താത്പര്യം. രാജീവ് വധത്തിന്റെ സൂത്രധാരർ ഞങ്ങൾതന്നെയെന്ന കുപ്രചരണം അത്രമാത്രം തീവ്രമായിരുന്നു. ആ ദുഷ്പ്രചരണങ്ങളുടെ കോട്ടമതിലുകൾ ഞങ്ങളുടെ വിലാപങ്ങൾ പുറത്തുപോകാതെ തടുത്തുനിർത്തിയിരുന്നു.

നല്ല ഒരു ജോലിയും കിട്ടിയില്ല. വരുമാനവുമില്ല. എന്തിന്, താമസിക്കാനൊരു വീടുപോലുമില്ല. ഇതിനിടെ ആറു വാടകവീടുകളിൽ താമസിക്കേണ്ടിവന്നു. എന്നെ ജയിൽമോചിതയാക്കാൻ എന്തെങ്കിലുമൊന്ന് ചെയ്യണമെന്ന് കരുതിയാലുടനെ പല സ്ഥലങ്ങളിൽനിന്നും എതിർപ്പുകൾ ഉയരും. ആ എതിർപ്പ് പലപ്പോഴും അമ്മയുടെ വാടകവീട് ഒഴിഞ്ഞുകൊടുക്കേണ്ട അവസ്ഥയിൽവരെ ചെന്നെത്തും. വെല്ലൂരിൽവന്ന് എന്നെയും മുരുകനെയും കാണണമെന്ന് ആഗ്രഹമുണ്ടെങ്കിലും അതിലും പ്രശ്നങ്ങളുണ്ട്. വഴിച്ചെലവിനുള്ള പണംപോലും പലപ്പോഴും ഉണ്ടായിരിക്കുകയില്ല. വെറുതെയൊന്നു കണ്ടുമടങ്ങാനാണെങ്കിലും അതിനും ചെലവുകളുണ്ടല്ലോ? അതിനുവേണ്ടി എന്തെങ്കിലും കഠിനമായ ജോലികൾ ചെയ്തേ കഴിയൂ!

ഏതെങ്കിലുമൊരു ജോലികിട്ടുകതന്നെ ഒരു വലിയ പ്രശ്നമായിരിക്കേ, എങ്ങനെ ഞങ്ങളെ വന്നു കണ്ടുപോകാൻ കഴിയും? അതുമാത്രമല്ല, സന്ദർശനാനുമതി കിട്ടാൻ പലനടപടിക്രമങ്ങളും പൂർത്തിയാക്കണം. ഒന്നും പുറത്തുപറയാൻ പാടില്ല. അതുകൊണ്ട് ഞങ്ങൾക്കുവേണ്ടി, ഞങ്ങളുടെ മോചനത്തിനു വേണ്ടി എന്തെങ്കിലും ചെയ്യാൻ അമ്മയ്ക്കു കഴിഞ്ഞിരുന്നില്ല. അതിനു താത്പര്യമുണ്ടെങ്കിലും സാഹചര്യങ്ങൾ അനുകൂലമായിരുന്നില്ല. മാത്രമല്ല, അതിനാവശ്യമായ പണച്ചെലവുകൾ നടത്താനുള്ള വഴിയുമുണ്ടായിരുന്നില്ല. ആരോടും കടം ചോദിക്കാനും

നിർവ്വാഹമില്ല. ഇതിനിടെ എന്തെങ്കിലും ജോലിചെയ്തു കിട്ടുന്നതു കൊണ്ടു ദിവസങ്ങൾ തള്ളിനീക്കിക്കൊണ്ടിരിക്കുന്നു.

എന്റെ അമ്മയും അനുജനും ഇപ്പോഴും അങ്ങനെയുള്ള കഷ്ടപ്പാടുകൾ സഹിച്ചാണ് കഴിഞ്ഞുകൂടുന്നത്. പുറത്തുപോയി എന്തെങ്കിലുമൊരു ജോലിചെയ്യാമെന്നു വച്ചാൽ അതിന്റെ ഭവിഷ്യത്ത് വാടകയ്ക്കു താമസിക്കുന്ന വീട്ടുടമസ്ഥനുമാത്രമല്ല, അവരുടെ ബന്ധുക്കൾക്കുപോലും വന്നു ചേരും. അതിനാൽ മറ്റു മാർഗ്ഗങ്ങളില്ലാതെ വീടൊഴിയാൻ അവർ നിർബന്ധിക്കും. അതിനാൽ കഴിയുന്നിടത്തോളം പുറത്തെങ്ങും പോകാതെ, അധികമാരുമായും സഹകരണമില്ലാതെ പരമാവധി അജ്ഞാതവാസം നടത്തിക്കൊണ്ടിരിക്കുന്നു.

ഓരോ മാസവും വീട്ടുവാടക കൊടുക്കുന്നതു തന്നെ ജീവിതത്തിലെ ഏറ്റവും വലിയ കീറാമുട്ടിയായി നിലനിൽക്കുന്നു.

ഇത്തരം അഗ്നിപരീക്ഷകൾ ഞങ്ങൾ നേരിട്ടുകൊണ്ടിരിക്കുമ്പോഴും ഇവിടെ തങ്ങളുടെ രാഷ്ട്രീയ ലാഭങ്ങൾക്കുവേണ്ടി, ഞങ്ങളുടെ മേൽ അനാവശ്യമായ പഴികൾ ചാരി ഇപ്പോഴും ഓരോരുത്തർ കഥകൾ മെനഞ്ഞുകൊണ്ടിരിക്കുന്നു. ആരെന്തുവേണമെങ്കിലും പറഞ്ഞു കൊള്ളട്ടെ!

ദൈവം അവരെ അനുഗ്രഹിക്കട്ടെ!

ഇരുപത്തിമൂന്ന്

തിന്നുമുടിച്ച നീതിയുടെ അനീതികൾ

"2000 വർഷങ്ങൾക്കുമുമ്പു നടന്ന ചരിത്രപരമായ ഒരു തെറ്റ് ആവർത്തിക്കപ്പെടുകയാണ്. ജനങ്ങളുടെ ക്രോധാവേശങ്ങൾക്ക് അടിമപ്പെട്ട് നിരപരാധിയായ യേശുനാഥനെ കുരിശിൽ തറയ്ക്കാൻ ഉത്തരവിട്ട യഹൂദരാജാവ് പീലാത്തോസിന്റെ അവസ്ഥയിൽ ഞങ്ങളും ആയിത്തീർന്നു."

ഞങ്ങളുടെ കേസിൽ വിധിപ്രഖ്യാപനം നടത്തിയ സുപ്രീംകോടതി ന്യായാധിപന്മാരിൽ ഒരാളായിരുന്ന ജസ്റ്റിസ് കെ.ടി. തോമസിന്റെ വാക്കുകളാണിവ.

ഞങ്ങൾക്കു വിധിക്കപ്പെട്ട വധശിക്ഷയെപ്പറ്റി പിൽക്കാലത്ത് അദ്ദേഹം "നീതിപൂർവമായകശാപ്പ്" (Judicial Murder) എന്ന തലക്കെട്ടിൽ എഴുതിയ ഒരു ലേഖനത്തിലാണ് മേൽപ്പറഞ്ഞ ഉദ്ധരണിയുള്ളത്.

"കോടതിവിധികൾ വിമർശനാതീതമല്ല. വിധികളിൽ തെറ്റുപറ്റുകയില്ലെന്ന് ഉറപ്പിച്ചു പറയാൻ കഴിയില്ല. ന്യായാധിപന്മാരും മനുഷ്യർതന്നെയാണല്ലോ? അവരും തെറ്റുകൾ ചെയ്യാൻ സാധ്യതയുള്ളവരാണ്. കോടതിവിധികളെപ്പറ്റി സത്യസന്ധമായ വസ്തുതകളുടെ അടിസ്ഥാനത്തിൽ നടത്തുന്ന വിമർശനങ്ങൾ സ്വാഗതം ചെയ്യപ്പെടേണ്ടതാണ്. അത് കോടതിയലക്ഷ്യത്തിന്റെ പരിധിയിൽ വരുന്നതല്ല."

ഇങ്ങനെ പല കേസുകളിലും സുപ്രീംകോടതിയുടെ വിധിന്യായങ്ങൾ വ്യക്തമാക്കിയിട്ടുണ്ട്. പല നിയമജ്ഞന്മാരും, തലമുതിർന്ന അഭിഭാഷകരും വിരമിച്ച സുപ്രീംകോടതിയിലെയും ഹൈക്കോടതികളിലെയും ന്യായാധിപന്മാരും മനുഷ്യാവകാശ പ്രവർത്തകരും പല ലേഖനങ്ങളിലും അഭിമുഖങ്ങളിലും ചർച്ചകളിലുമെല്ലാം ഇക്കാര്യം വ്യക്തമാക്കിയിട്ടുള്ളവരാണ്.

അതിന്റെ അടിസ്ഥാനത്തിലാണ് ഞങ്ങളുടെ കേസിൽ സുപ്രീംകോടതി പ്രസ്താവിച്ച വിധിയിലുള്ള ചില പാകപ്പിഴകൾ ചൂണ്ടിക്കാട്ടാൻ

ഞാൻ തയ്യാറാകുന്നത്. വിധിന്യായത്തെ കുറ്റപ്പെടുത്തുകയല്ല എന്റെ ലക്ഷ്യം. അതിൽ വന്നിട്ടുള്ള തെറ്റുകുറ്റങ്ങൾ തുറന്നുകാണിക്കുന്നത് സമൂഹനന്മയ്ക്ക് ഉതകുന്ന ഒന്നാണെന്ന ബോധ്യത്തിന്റെയടിസ്ഥാന ത്തിലാണ് വിമർശനം. ഞങ്ങൾക്കുമേൽ അടിച്ചേൽപ്പിക്കപ്പെട്ട നീതി നിഷേധം തുറന്നുകാണിക്കുക മാത്രമാണ് എന്റെ ലക്ഷ്യം.

ഞങ്ങൾക്കു വന്നുചേർന്ന അനീതി ഇനിയാർക്കും വരാതിരിക്കണ മെന്നുള്ള സദുദ്ദേശ്യം കൂടി ഈ വിമർശനങ്ങൾക്കു പിന്നിലുണ്ടെന്നു പറയാം. ഇതുപോലെയുള്ള പ്രമാദമായ കേസുകളിൽ നിരപരാധികൾ ശിക്ഷിക്കപ്പെട്ടതിന്റെ ധാരാളം ഉദാഹരണങ്ങൾ ചരിത്രത്താളുകളിൽ രേഖ പ്പെടുത്തിയിട്ടുണ്ട്. അതുകൊണ്ട് ഇത്തരം അന്യായമായ വിധിപ്രസ്താ വങ്ങളെ ജനമധ്യത്തിൽ തുറന്നുകാണിക്കേണ്ടത് അതിന്റെ 'ഇര'യായി ത്തീർന്ന എന്റെ കടമയാണെന്ന് കരുതുന്നു.

എനിക്കുമുമ്പുതന്നെ ഈ കേസിന്റെ വിധിയെപ്പറ്റി മുൻ സുപ്രീം കോടതി ന്യായാധിപരായിരുന്ന ജസ്റ്റിസ് വി.ആർ. കൃഷ്ണയ്യർ, മാർക്കണ്ഡേയ കട്ജു, മുൻ മുംബൈ ഹൈക്കോടതിയിലെ ജസ്റ്റിസ് സുരേഷ്, എന്തിന്, ഈ വിധിപ്രഖ്യാപനം നടത്തിയ ബഞ്ചിലെ ജസ്റ്റിസ് കെ.ടി. തോമസ് എന്നിവർപോലും കഠിനമായ വിമർശനങ്ങൾ നടത്തു കയും അതിൽ വന്നുചേർന്നിട്ടുള്ള തെറ്റുകുറ്റങ്ങൾ ചൂണ്ടിക്കാണിക്കു കയും ചെയ്തിട്ടുള്ളതാണ്.

അവർ മാത്രമല്ല, ജീവിതത്തിന്റെ നാനാതുറകളിലുള്ള പല പ്രമു ഖരും ഈ കേസിന്റെ വിധിയിലുണ്ടായിട്ടുള്ള പാകപ്പിഴകൾ ചൂണ്ടി ക്കാട്ടാൻ മുന്നോട്ടുവന്നിട്ടുണ്ട്. യാതൊരടിസ്ഥാനവും ഇല്ലാതെയല്ല അവ രെല്ലാം ഈ കുറ്റാരോപണം നടത്തുന്നത്. അതിനാവശ്യമായ ധാരാളം തെളിവുകളും രേഖകളും ലഭ്യമാണ്.

ഞാനീ പറയാൻ പോകുന്നതു കേൾക്കുമ്പോൾ നിങ്ങൾ അദ്ഭുത പരതന്ത്രരായേക്കാം...

വർഷം കൃത്യമായി പറഞ്ഞാൽ 2000. പേരറിവാളൻ (അറിവ്), ശാന്തൻ, മുരുകൻ പിന്നെ ഞാനുമുൾപ്പെടെ നാലുപേരുടെ വധശിക്ഷ ഉറപ്പാക്കിയിരുന്ന കാലം. അന്ന് തലമുതിർന്ന അഭിഭാഷകയായിരുന്ന സുധാരാമലിംഗം, മുൻ രാഷ്ട്രപതി വി.വി. ഗിരിയുടെ മരുമകളും ദേശീയ വനിതാകമ്മീഷൻ അദ്ധ്യക്ഷയുമായിരുന്ന മോഹിനിഗിരി എന്നിവർ എന്നെക്കാണാൻ പ്രത്യേകം പ്രത്യേകമായി വന്നിരുന്നു.

ആ സന്ദർഭത്തിൽ സുപ്രീംകോടതി വിധിയിലെ പാകപ്പിഴകൾ തെളി വുകൾ സഹിതം ഞാൻ ചൂണ്ടിക്കാട്ടിയപ്പോൾ അവർക്കാർക്കും അതു വിശ്വസിക്കാനേ കഴിഞ്ഞില്ല. അവർ അമ്പരന്നുപോയി. ഇങ്ങനെയൊക്കെ നടക്കുമോ എന്ന് അവർക്ക് ആശ്ചര്യം! സുപ്രീംകോടതിയും, സി.ബി. ഐയും ഇങ്ങനെയൊക്കെ കാട്ടിക്കൂട്ടുമോ എന്ന സംശയം. അതങ്ങനെ വിട്ടുകൊടുക്കാൻ പാടില്ല എന്ന നിശ്ചയദാർഢ്യവും അവരുടെ

വാക്കുകളിൽ പ്രതിഫലിച്ചിരുന്നു. അക്കാര്യങ്ങൾ വെളിപ്പെടുത്തുന്നതിനു മുമ്പായി ഒരുകാര്യം വ്യക്തമാക്കാൻ ഞാനാഗ്രഹിക്കുന്നു.

ഞാൻ ഇപ്പോൾ ചൂണ്ടിക്കാണിക്കാൻ പോകുന്നവ ആകെ വന്നു ചേർന്നിട്ടുള്ള പാകപ്പിഴകളുടെ ചെറിയ ഒരംശം മാത്രമാണ്. ഒരുദാഹരണത്തിനു വേണ്ടിമാത്രം എന്നപോലെ! അത്രയേയുള്ളൂ...

ഞങ്ങൾക്കെതിരെയുള്ള വിധിന്യായത്തിൽ 200-ൽ അധികം തെറ്റുകളും വൈരുദ്ധ്യങ്ങളും ഉണ്ട്. അതിനുമാത്രമായി 1000 പേജുള്ള ഒരു പുസ്തകമെഴുതാൻ കഴിയും. അതിനുള്ള രേഖകളും എന്റെ കൈവശമുണ്ട്.

ആ 200 തെറ്റുകുറ്റങ്ങൾ ചൂണ്ടിക്കാട്ടിക്കൊണ്ട് അതിനുള്ള തെളിവുകൾ സഹിതം ഏതാണ്ട് 1000 പേജുകൾ വരുന്ന ഒരു മെമ്മോറാണ്ടം 1999-ൽ ഞാനും എന്റെ ഭർത്താവും ചേർന്ന് തമിഴ്നാട് ഗവർണർക്ക് അയച്ചുകൊടുത്തിട്ടുണ്ട്. 2000-ൽ രാഷ്ട്രപതിക്കും ഈ കത്തിന്റെ ഒരു കോപ്പി അയച്ചുകൊടുത്തിരുന്നു. അതിൽപ്പറഞ്ഞിട്ടുള്ള ചില കാര്യങ്ങൾ മാത്രമേ ഇവിടെ ചൂണ്ടിക്കാണിക്കാൻ ഉദ്ദേശിക്കുന്നുള്ളു. TADA കോടതി വിധിക്കുശേഷം 1999-ൽ ഞങ്ങളുടെ കേസ് സുപ്രീംകോടതിയിലെത്തിയിരുന്നു. അന്ന് ന്യായാധിപന്മാരായ ജസ്റ്റിസ് കെ.ടി. തോമസ്, ജസ്റ്റിസ് വാധ്വാ, ജസ്റ്റിസ് മുഹമ്മദ് ഖാദ്രി എന്നീ മൂന്നുപേർകൊണ്ട ബഞ്ചാണ് കേസ് പരിഗണിച്ചത്. ഇവരാണ് കേസിൽ പ്രത്യേകം പ്രത്യേകം വിധിന്യായം തയ്യാറാക്കിയത്. അതിൽ ജസ്റ്റിസ് തോമസും ജസ്റ്റിസ് ഖാദ്രിയും ഒരേ വിധിയാണ് എഴുതിയത്. ജസ്റ്റിസ് വാധ്വായുടെ വിധിന്യായം വ്യത്യസ്തമായിരുന്നു. അദ്ദേഹം എന്താണ് എഴുതിയിരുന്നതെന്നു നോക്കാം.

വാധ്വായുടെ വിധിന്യായം പേജ്-358

എന്റെ അനുജത്തിയുടെ സുഹൃത്തും ഞങ്ങളുടെ വീട്ടിൽ ഗസ്റ്റായി താമസിച്ച് ജോലിക്കു പോയിക്കൊണ്ടിരുന്നവളുമായ (പ്രോസിക്യൂഷൻ സാക്ഷി 233) വാസന്തിയെ എന്റെ സ്വന്തം സഹോദരിയായിട്ടാണ് വിധിയിൽ എഴുതിയിട്ടുള്ളത്. ഈ കേസിൽ 16-ാം പ്രതി രവിചന്ദ്രൻ തമിഴ്നാട്ടുകാരനാണ്. അയാളുടെ പിതാവ് സർക്കാർ ജീവനക്കാരനായിരുന്നു. അറപ്പുക്കോട്ടക്കാരനായ രവിചന്ദ്രൻ ശ്രീലങ്കൻ പൗരനാണെന്നും എൽ.ടി.ടി.ഇയിൽ അംഗമായിരുന്നുവെന്നും തെറ്റായി രേഖപ്പെടുത്തിയിട്ടുണ്ട്. ആ ഒരൊറ്റക്കാരണത്താലായിരിക്കണം രവിചന്ദ്രൻ വധശിക്ഷയ്ക്കു വിധിക്കപ്പെട്ടത്. സത്യം ആർക്കറിയാം? ഈ കേസിൽ പ്രതികളായി രണ്ടു ശാന്തന്മാർ ഉണ്ടായിരുന്നു അതിൽ ഒരാളാണ് കൊല്ലപ്പെട്ട ഗുണ്ടുശാന്തൻ. മറ്റേയാൾ ഇപ്പോഴും ജയിൽവാസം അനുഭവിച്ചുകൊണ്ടിരിക്കുന്ന ചിന്നശാന്തൻ. കൊല്ലപ്പെട്ട ഗുണ്ടുശാന്തന്റെ പേരിലുള്ള

ആരോപണങ്ങളെല്ലാം ചിന്നശാന്തന്റെമേൽ കെട്ടിവച്ച്, രണ്ടും ഒരാളാണെന്ന നിഗമനത്തിലാണ് വധശിക്ഷ വിധിച്ചിരിക്കുന്നത്. ഈ തെറ്റ് പുഃനപരിശോധനാഹർജിയിൽ ഞങ്ങൾ ചൂണ്ടിക്കാണിച്ചിരുന്നു. ഇങ്ങനെയുള്ള പല തെറ്റുകൾ ചേർത്തുവച്ച് വിധിന്യായം തയ്യാറാക്കുമ്പോൾ അത് എത്രമാത്രം വിശ്വാസയോഗ്യമായിരിക്കുമെന്നത് ചിന്തിക്കേണ്ടതാണ്. ആ വേദനകളുടെ കഥകൾ ഒന്നൊന്നായി വിവരിക്കാം.

വാധ്വായുടെ വിധിന്യായം പേജ്-107:

" തമിഴരെ കൊന്നൊടുക്കി, സ്ത്രീകളെ ബലാൽസംഗം ചെയ്തു പീഡിപ്പിച്ച ഇന്ത്യൻ സമാധാന ദൗത്യസേനയെ (I.P.K.F) ശ്രീലങ്കയിലേക്കയച്ചതിന്റെ ഉത്തരവാദി രാജീവ് ഗാന്ധിയാണെന്ന് ശിവരാജൻ, ശുഭ, ധനു, മുരുകൻ എന്നിവർ പറഞ്ഞതായി എന്റെ കുറ്റസമ്മതമൊഴിയിൽ (പോസിക്യൂഷൻ രേഖ 77) ഉള്ളതായി എഴുതിച്ചേർത്തിട്ടുണ്ട്."

ഇത് ശുദ്ധനുണയാണ് 1991 മെയ് 21ന് രാജീവ്ഗാന്ധി കൊല്ലപ്പെടുന്നതിനു മുമ്പ് മുരുകൻ ആരോടെങ്കിലും ഈ വിഷയത്തെപ്പറ്റി സംസാരിച്ചതിന് യാതൊരു തെളിവോ സാക്ഷികളോ ഇല്ല. സി.ബി.ഐ. പോലും ഇങ്ങനെയൊരു വിവരം എവിടെയും രേഖപ്പെടുത്തിയിട്ടില്ല. അതിനു വിപരീതമായി എന്റെ പേരിൽ തയ്യാറാക്കപ്പെട്ടിരുന്ന കുറ്റസമ്മതമൊഴിയിൽ, "ഇന്ത്യാഗവൺമെന്റ് ശ്രീലങ്കയിലേക്കയച്ച സമാധാനദൗത്യസേന ശ്രീലങ്കൻ തമിഴരോടു കാട്ടിയ ക്രൂരതകളെപ്പറ്റി ഞാൻ ശുഭ, ധനു, മുരുകൻ എന്നിവരോടു പറയുന്നതു പതിവായിരുന്നുവെന്ന്," എഴുതിയിരുന്നു.

ഇതാണ് എന്റെ ഭർത്താവ് എന്നോടു പറഞ്ഞതായി, അതും ഇന്ത്യാഗവൺമെന്റ് എന്നു പറഞ്ഞതിനെ, രാജീവ് ഗാന്ധിയുടെ തീരുമാനമായി തെറ്റായി വ്യാഖ്യാനിച്ച് വിധിയെഴുതിയിരുന്നു ജസ്റ്റിസ് വാധ്വ. രേഖകളോ, സാക്ഷികളോ ഇല്ലാത്ത ഒരു പ്രസ്താവനയാണത്.

ഇന്ത്യാഗവൺമെന്റിന്റെ തീരുമാനം എന്നതിനും രാജീവ് ഗാന്ധിയുടെ തീരുമാനം എന്നതിനും തമ്മിൽ ധാരാളം വ്യത്യാസങ്ങളില്ലേ? സാക്ഷികളും തെളിവുകളുമില്ലാത്ത കാര്യങ്ങൾ എങ്ങനെയാണ് വിധിയിൽ എഴുതിച്ചേർക്കുന്നത്?

മാത്രമല്ല ശിവരാജൻ, മുരുകൻ, ശുഭ, ധനു എന്നീനാലു പേരും ചേർന്ന് എന്നോട് എപ്പോഴെങ്കിലും സംസാരിച്ചിട്ടുണ്ടെന്നതിന് യാതൊരു സാക്ഷിമൊഴികളും ആധാരങ്ങളുമില്ല. അതും മെയ് 7നും 21നുമിടയിലുള്ള പതിനാല് ദിവസങ്ങളിൽ

മുരുകൻ ഒരിക്കൽപോലും ശിവരാജൻ, ശുഭ, ധനു എന്നിവരെ സന്ധിച്ചിട്ടേയില്ല എന്ന് സി.ബി.ഐ. രേഖകളിൽത്തന്നെ പറ യുന്നുണ്ട്. പിന്നെങ്ങനെയാണ് ന്യായാധിപൻ ഇങ്ങനെയൊരു വിധിയെഴുതുന്നത്?

വിധിയുടെ 114-ാം പേജിൽ

'91 മെയ് 11-ാം തീയതി എന്റെ ഭർത്താവ് (മൂന്നാംപ്രതി) ശുഭ, ധനു എന്നിവരിൽ നിന്നും, പ്രോസിക്യൂഷൻ രേഖ 95,96 നമ്പറുകളിൽ കോടതിയിൽ ഹാജരാക്കപ്പെട്ടിട്ടുള്ള കത്തുകൾ ഏറ്റുവാങ്ങി" എന്നെഴുതിയിട്ടുണ്ട്.

മേൽപ്പറഞ്ഞ 95,96 രേഖകൾ ശുഭ, ധനു എന്നിവർ പൊട്ടുഅമ്മന് എഴുതിയതായി പറയപ്പെടുന്ന കത്തുകളാണ്. ഈ കത്തുകൾ ശുഭ, ധനു എന്നിവരിൽ ആരാണെഴുതിയ തെന്ന് അവസാനംവരെ കണ്ടുപിടിക്കപ്പെട്ടിട്ടേയില്ല എന്ന കാര്യം അവിടിരിക്കട്ടെ, ആ കത്തുകളിൽ ഗൂഢാലോചനയെ പ്പറ്റി ഒന്നുതന്നെ പറഞ്ഞിരുന്നുമില്ല. അങ്ങനെയുള്ള ഒരു കത്തിനെപ്പറ്റി മുരുകന് അവസാനം വരെ അറിഞ്ഞുകൂടായി രുന്നു എന്നതിന് തെളിവുകളുണ്ട്. ഈ കത്തുകൾ ശുഭ, ധനു എന്നിവർ ശിവരാജനെ ഏല്പിച്ചെന്നും അയാൾ അതുവാങ്ങി ഒരു കവറിലിട്ട് ഒട്ടിച്ച്, വീണ്ടും മറ്റൊരു കവറിലാക്കി (പ്രോസി ക്യൂഷൻ തെളിവ് 276) മുരുകന്റെ കയ്യിൽ കൊടുത്തതായി സി.ബി.ഐ. കുറ്റപത്രത്തിൽ പറയുന്നുണ്ട്. ആ കവറിന്റെ പുറത്ത് "From: Raghu, To: Po" എന്നെഴുതിയിരിക്കുന്നു. ഇത് എന്റെ ഭർത്താവാണ് എഴുതിയതെന്നും സി.ബി.ഐ. പറഞ്ഞി രിക്കുന്നു. എന്നാൽ അത് മുരുകന്റെ കൈപ്പടയാണെന്ന് തെളി യിക്കാൻ അവർ തുനിഞ്ഞിട്ടില്ല. അതും വിട്ടുകളയാം.

ശുഭയും ധനുവും കൊടുത്ത കത്ത് വാങ്ങിയ ശിവരാജൻ അതൊരു കവറിലിട്ട് സീൽ ചെയ്ത് മുരുകന്റെ കയ്യിൽ കൊടുത്തു എന്നു പറഞ്ഞാൽ, അതിനുള്ളിലുള്ള വിവരം മുരുകൻ അറിയരുതെന്ന് ശിവരാജൻ ആഗ്രഹിച്ചിരുന്നതാ യിട്ടല്ലേ മനസ്സിലാക്കേണ്ടത്. സി.ബി.ഐ. രേഖകൾ പ്രകാരം ശുഭയും ധനുവും കൊടുത്തു എന്നു പറയപ്പെടുന്ന കത്ത് മുരുകൻ വാങ്ങിയിട്ടേയില്ല എന്നാണ് കാണുന്നത്.

ആ കത്തിൽ എഴുതിയിരുന്നതെന്താണ് എന്ന കാര്യം മുരു കന് അറിഞ്ഞുകൂടായിരുന്നു എന്ന് കുറ്റസമ്മതമൊഴിയിലും സാക്ഷിമൊഴികളിലും നിന്ന് മനസ്സിലാക്കാം. എന്നാൽ വിധി ന്യായത്തിൽ ശുഭയുടെയും ധനുവിന്റെയും പക്കൽനിന്നും മുരുകൻ ആ കത്ത് ഏറ്റുവാങ്ങിയതായി എഴുതിയിട്ടുണ്ട്.

തുടർന്ന് മെയ് 7-ാം തീയതി വി.പി. സിങ് പങ്കെടുത്ത പൊതു സമ്മേളനത്തിൽ വച്ച് ശുഭയേയും ധനുവിനേയും കണ്ടശേഷം, മെയ് 25 വരെയുള്ള ദിവസങ്ങളിൽ മുരുകൻ അവരെ കണ്ടിട്ടേയില്ല എന്നത് സി.ബി.ഐ. രേഖകളിൽനിന്നു തന്നെ വ്യക്തമാകും. പിന്നെങ്ങനെയാണ് ശുഭയിൽനിന്നും ധനുവിൽനിന്നും മുരുകൻ മെയ് 11-ാം തീയതി ആ കത്തുവാങ്ങിയെന്ന് വിധിന്യായത്തിൽ പറയുന്നത് എങ്ങനെ സത്യമാകും?

വിധിന്യായം പേജ് 114:

മെയ് 20-ാം തീയതി റോയപ്പേട്ടയിലെ വീട്ടിൽ ഒരു മീറ്റിംഗ് നടന്നതായി എഴുതിയിട്ടുണ്ട്. ആ മീറ്റിംഗിൽ ഞാനും എന്റെ ഭർത്താവും, കൂടാതെ ശിവരാജൻ, പേരറിവാളൻ, ഭാഗ്യനാഥൻ, ഹരിബാബു എന്നിവരു പങ്കെടുത്തു എന്ന സൂചനയുണ്ട്.

എന്നാൽ എനിക്കുവേണ്ടി തയ്യാറാക്കപ്പെട്ട കുറ്റസമ്മത മൊഴിയിൽ (പ്രോ. രേഖ 71), അതേദിവസം ശിവരാജൻ വില്ലിവാക്കത്തുള്ള വീട്ടിൽ വന്നിരുന്നു എന്നും എന്നാൽ ഉള്ളിൽ കടക്കാതെ പുറത്തുതന്നെ നിന്ന് ഒന്നുരണ്ടുകാര്യങ്ങൾ പറഞ്ഞശേഷം പോയതായും രേഖപ്പെടുത്തിയിരിക്കുന്നു.

അതേദിവസം, പ്രോസിക്യൂഷൻ സാക്ഷിയായി മാറിയ എന്റെ അനുജത്തിയുടെ സുഹൃത്ത് വാസന്തിയുടെ മൊഴിയിൽ അന്ന് റോയപ്പേട്ടയിലെ വീട്ടിൽ അങ്ങനെയൊരു മീറ്റിംഗ് നടന്നിട്ടില്ലെന്നു വ്യക്തമാക്കുന്നുണ്ട്. ആ സമയത്ത് അവൾ ആ വീട്ടിലുണ്ടായിരുന്നു. ശിവരാജൻ അന്നവിടെ വന്നതായും പറയുന്നില്ല.

പേരറിവാളനുവേണ്ടി തയ്യാറാക്കിയ കുറ്റസമ്മതമൊഴിയിലും അങ്ങനെയൊരു മീറ്റിംഗ് നടന്നതായി പറയുന്നില്ല. “ശിവരാജൻ വന്നിട്ടുപോയ കാര്യം മറ്റാരോ പറഞ്ഞാണ് താൻ അറിയുന്നതെന്നു വ്യക്തമാക്കിയിട്ടുണ്ട്.”വാസ്തവം ഇതായിരിക്കേ,

“എന്തടിസ്ഥാനത്തിന് അങ്ങനെയൊരു മീറ്റിംഗ് നടന്ന വിവരം വിധിന്യായത്തിൽ വന്നത് എന്നു വ്യക്തമല്ല.”

വിധിന്യായം പേജ് 357:

ശ്രീപെരുമ്പത്തൂർ സമ്മേളനസ്ഥലത്ത് ശുഭ, ധനു എന്നിവർ ശ്രീലങ്കക്കാരാണെന്നു തിരിച്ചറിയാതിരിക്കാൻ, അവരെ മറച്ചുപിടിക്കേണ്ട ചുമതല നളിനിക്കായിരുന്നുവെന്നും നളിനി അതനുസരിച്ച് പ്രവർത്തിച്ചുവെന്നുമാണ് വിധിന്യായത്തിൽ പറയുന്നത്.

ഈ വാക്കുകൾ സാക്ഷിമൊഴികൾക്കു വിരുദ്ധമാണ്. അന്നുവൈകിട്ട് 6.30 മണിക്ക് എന്നെ ശുഭയോടൊപ്പം വിട്ടിട്ട് ധനുവും ശിവരാജനും എങ്ങോട്ടോ പോയിരുന്നു. സ്ഫോടനം നടക്കുന്നതിനു കുറെ മുമ്പ് ശുഭ അവിടെനിന്നും എന്നെയും കൂട്ടി യോഗസ്ഥലത്തിനു പുറത്തുവന്നിരുന്നു. സി.ബി.ഐ. തയ്യാറാക്കിയ അതേ രേഖകളും സാക്ഷികളും ഇതുതന്നെ യാണ് പറഞ്ഞിട്ടുള്ളത്.

അവിടെ ശിവരാജന്റെ നിർദ്ദേശാനുസരണം ഞാൻ പ്രവർത്തിച്ചതായി ആരെങ്കിലും സാക്ഷിപറയുകയോ, അതു തെളിയിക്കാനുള്ള രേഖകൾ ഹാജരാക്കുകയോ ചെയ്യാൻ അവർക്കു കഴിഞ്ഞിട്ടില്ല. അങ്ങനെ, ഇല്ലാത്ത ഒരു കാര്യം ന്യായാധിപന് എങ്ങനെ പറയാൻ കഴിയും?

"നളിനി, അവരെ ചുമതലപ്പെടുത്തിയിരുന്നതിനനുസരിച്ച് ശുഭയേയും കൂട്ടി ഒരു പ്രത്യേക ഇടത്തേക്കു മാറി, ആരും കണ്ടുപിടിക്കാതിരിക്കാൻ ഒളിച്ചു. എന്നു വിധിന്യായത്തിൽ പറ യുന്നുണ്ട്." അങ്ങനെയൊരു വിവരം സി.ബി.ഐയുടെ ഏതെ ങ്കിലും രേഖകളിലോ, സാക്ഷിമൊഴികളിലോ എങ്ങുംതന്നെ കാണാനില്ല.

സ്ഫോടനത്തിനുശേഷവും ജൂൺ 10-ാം തീയതിവരെ അവധിദിവസങ്ങളൊഴികെ, മുടങ്ങാതെ ഞാൻ ഓഫീസിൽ പോയിരുന്നു. റോയപ്പേട്ടയിൽ അമ്മയുടെ വീട്ടിലും വില്ലിവാക്ക ത്തുള്ള വാടകവീട്ടിലും ഞാൻ പലപ്രാവശ്യം പോയിട്ടുണ്ട്. ഇതിനുള്ള സാക്ഷികളും തെളിവുകളും സി.ബി.ഐ. രേഖ കളിൽത്തന്നെയുണ്ട്. പിന്നെയെന്തിനു ഞാൻ ശുഭയോടൊപ്പം ഒളിവിൽപ്പോയി എന്ന് വിധിന്യായത്തിൽ പറഞ്ഞു?

വിധിന്യായം പേജ് 358:-

"എൽ.ടി.ടി.ഇ. അംഗം മുത്തുരാജയുടെ സഹോദരിയും പ്രോസിക്യൂഷൻ സാക്ഷി (210) യുമായ ശങ്കരി നളിനിക്ക് തമിഴ്പുലികളുമായുള്ള ബന്ധം വെളിപ്പെടുത്തിയിട്ടുണ്ട്," എന്നെഴുതിയിരുന്നു.

മുത്തുരാജാ, തമിഴ്പുലിയല്ല. വെറും അനുഭാവി മാത്രമാ ണെന്ന് സി.ബി.ഐ. രേഖകളിൽത്തന്നെ പറയുന്നുണ്ട്. സാക്ഷിമൊഴികളിലും ഇതുതന്നെയാണ് കാണാനുള്ളത്. വിധി ന്യായത്തിന്റെ മറ്റൊരു ഭാഗത്ത് ഇതു സമ്മതിക്കുന്നുമുണ്ട്. ടാഡ കോടതി വിധിയും ഇതുതന്നെയാണ് പറയുന്നത്. മാത്ര മല്ല ശങ്കരിയുടെ പെരുമാറ്റം സഹിക്കവയ്യാതെ ഞാൻ അവ രുടെ വീട്ടിൽനിന്നും തിരിച്ച് ഒരു ലേഡീസ് ഹോസ്റ്റലിലെത്തി.

അവിടെ ഇരുപത്തിമൂന്ന് ദിവസങ്ങൾ കഴിഞ്ഞുവെന്നും പറയുന്നു.

അങ്ങനെയെങ്കിൽ അവരുമായുള്ള എന്റെ ബന്ധം നന്നായിരുന്നില്ല എന്നല്ലേ അർത്ഥം? കൂടാതെ ഈ സാക്ഷി വേറെ എന്തെങ്കിലും മൊഴി നൽകിയതായും പറയുന്നില്ല. പിന്നെങ്ങനെയാണ് സാക്ഷിമൊഴിയില്ലാത്ത കാര്യങ്ങൾ വിധിന്യായത്തിൽ വരുന്നത്? കാരണം ഒന്നുമാത്രമേയുള്ളൂ....ഞാനും മുരുകനും തമ്മിലുള്ള പ്രേമവും ഭാര്യാഭർത്തൃബന്ധവുമാണ് ഇത്തരം ദുർവ്യാഖ്യാനം നടത്താൻ അദ്ദേഹത്തെ പ്രേരിപ്പിച്ചിട്ടുള്ളത്.

വിധിന്യായം പേജ് 119, 120:-

"പ്രോസിക്യൂഷൻ സാക്ഷി, ടാക്സി ഡ്രൈവർ രാമസ്വാമി (107)യുടെ പേരിൽ തിരുപ്പതിയിൽ ഹോട്ടൽമുറി ബുക്കു ചെയ്തു,"എന്ന് വിധിന്യായത്തിൽ പറയുന്നുണ്ട്. എന്നാൽ രാമസ്വാമി നൽകിയ സാക്ഷിമൊഴിയിൽ, "ഞാൻ തിരുപ്പതിയിൽ മുറിയൊന്നും എടുത്തിട്ടില്ല, ശിവരാജനാണ് അയാളുടെ പേരിൽ മുറി ബുക്കുചെയ്തതെന്ന് പത്രത്തിൽ വായിച്ചാണ് അറിഞ്ഞത്" എന്നു പറയുന്നു.

വിധിന്യായം പേജ് 137:-

'പൊട്ടുഅമ്മൻ 3-ാം പ്രതി മുരുകനെ ഒരു പ്രധാന ജോലി ഏൽപ്പിച്ച് ഇന്ത്യയിലേക്കയച്ചു' എന്നു കാണുന്നു. എന്നാൽ മുരുകനുവേണ്ടി തയ്യാറാക്കപ്പെട്ട കുറ്റസമ്മതമൊഴിയിൽ (പ്രോ. രേഖ 81), "ചെന്നൈയിലെ കോട്ട, പൊലീസ് ആസ്ഥാനം എന്നിവയുടെ ഫോട്ടോയും പ്ലാനുകളും ശേഖരിച്ച് അയയ്ക്കുന്ന ജോലിമാത്രമാണ് എന്നെ ഏൽപ്പിച്ചിരുന്നതെന്ന് രേഖപ്പെടുത്തിയിരിക്കുന്നു. ആ ജോലി പൂർത്തിയായശേഷം മെയ് 8-ന് ശ്രീലങ്കയിൽ തിരിച്ചുചെല്ലാൻ സന്ദേശം ലഭിച്ചതായും, കടൽക്കരയിൽ കാത്തുനിന്ന് ബോട്ടുകിട്ടാതിരുന്നതിനാൽ പോകാൻ കഴിഞ്ഞില്ലെന്നും" മുരുകൻ പറഞ്ഞതായി എഴുതിയിട്ടുള്ളതല്ലാതെ "പ്രധാനജോലി" എന്ന വാക്ക് എവിടെയും ചേർത്തിട്ടില്ല.

ഇതു വായിക്കുന്നവർക്ക് പൊട്ടുഅമ്മന്റെ നിർദ്ദേശപ്രകാരം രാജീവ്ഗാന്ധിയെ വധിക്കാൻ വേണ്ടി മാത്രമാണ് മുരുകൻ ചെന്നൈയിൽ എത്തിയതെന്ന തെറ്റിദ്ധാരണ ഉണ്ടാകാനിടയുണ്ട്.

വാധ്വായുടെ വിധിന്യായം പേജ് 140:-

1991 മെയ് ആദ്യവാരത്തിൽ "രണ്ടുപെൺകുട്ടികളെ കൊണ്ടുവന്നിട്ടുണ്ട്, അവരെ ഉപയോഗിച്ച് ജോലി തീർക്കുന്നതിന് ഒരു ഇന്ത്യാക്കാരിയുടെ സഹായം ആവശ്യമുണ്ടെ"ന്നു മുരുകനോട് ശിവരാജൻ പറഞ്ഞതായി രേഖപ്പെടുത്തിയിട്ടുണ്ട്.

91 മെയ് ആദ്യവാരത്തിൽ ഇങ്ങനെയൊരു ചർച്ച മുരുകനും ശിവരാജനും തമ്മിൽ നടന്നതിന് യാതൊരു തെളിവുകളും എവിടെയും കാണാനുണ്ടായിരുന്നില്ല.

അതിനു വിപരീതമായി മുരുകൻ കൊടുത്തു എന്നു പറയപ്പെടുന്ന കുറ്റസമ്മതമൊഴിയിൽ, "91 മാർച്ചിൽ, ഭാവിയിൽ ഇന്ത്യൻ നേതാക്കളുമായി നല്ല ബന്ധം സ്ഥാപിക്കാനായി അവരെ ഹാരാർപ്പണം ചെയ്യുന്നതിന് ഒരു ഇന്ത്യൻ പെൺകുട്ടിയുടെ സഹായം ആവശ്യമുണ്ടെന്നു മുരുകനോട് ശിവരാജൻ പറഞ്ഞു" എന്നും 91 ഏപ്രിൽ ആദ്യവാരം, "ശുഭ, ധനു എന്നീ പെൺകുട്ടികളെ കൂട്ടിക്കൊണ്ടുവരാനിരിക്കുകയാണെന്നും അവരോടൊപ്പം പോയി 'കാര്യം സാധിക്കുന്നതിന്' (ശ്രീലങ്കക്കാരിയല്ലാത്ത ഒരു പെൺകുട്ടിയെ) നളിനിയെ ഉപയോഗപ്പെടുത്താൻ തീരുമാനിച്ചു" എന്നു മാത്രമേ എഴുതിയിരുന്നുള്ളൂ.

ഈ രണ്ടുഭാഗങ്ങളും കൂട്ടിവായിച്ചാൽ ആ കാര്യം (ജോലി) 'നല്ല ബന്ധം സ്ഥാപിക്കുന്നതിന് നേതാക്കൾക്കു ഹാരാർപ്പണം നടത്തുന്നതാണ്'എന്നു മനസ്സിലാകും. ഇതുമായി ബന്ധപ്പെട്ട് വ്യക്തമായി മുരുകനോട് ശിവരാജൻ എന്തെങ്കിലും പറഞ്ഞതായോ, അല്ലെങ്കിൽ മുരുകൻ ശിവരാജനോടു പറഞ്ഞതായോ ഒരു കുറിപ്പും എവിടെയും കാണാനില്ല. മനംമാറി മുരുകൻ സ്വയം മുന്നോട്ടു വന്ന് കുറ്റസമ്മതമൊഴികൊടുത്തു എന്നതു സത്യമാണെങ്കിൽ ആ ഭാഗം എവിടെ? പിന്നെ എന്തടിസ്ഥാനത്തിലാണ് മുരുകൻ കുറ്റസമ്മതം നടത്തി എന്നെഴുതുന്നത്? ഇതിൽ സത്യത്തിന്റെ ഒരു കണികപോലുമില്ല.

മൊഴിയുടെ ആദ്യഭാഗത്ത് "ഞാൻ ശ്രമിക്കാം" എന്ന് മുരുകൻ പറയുന്നതായി കാണുന്നുണ്ട്. രണ്ടാം ഭാഗത്ത്- "നളിനിയെ ഉപയോഗിക്കാൻ തീരുമാനിച്ചു" എന്നു പറയുന്നുണ്ട്. "തീരുമാനിച്ചു" എന്നു പറഞ്ഞാൽ ആരു തീരുമാനിച്ചു എന്നാണ്? മുരുകൻ തീരുമാനിച്ചു എന്നു പറയാൻ കഴിയില്ല. എന്നാൽപ്പിന്നെ ആരാണ് തീരുമാനിച്ചതെന്നു വ്യക്തമല്ല.

ഇതുമായി ബന്ധപ്പെട്ട് മെയ് 7-നു ശേഷം മുരുകൻ ആരോടെങ്കിലും സംസാരിച്ചു എന്നതിന് ഒരു തെളിവുമില്ല.

അടുത്തതായി മെയ് 7 വരെ ശിവരാജൻ, ശുഭ, ധനു എന്നീ മൂന്നുപേരെക്കൂടാതെ മറ്റാർക്കും ഈ ഗൂഢാലോചന അറിഞ്ഞിരിക്കാനിടയില്ലെന്ന് ഇതേ വിധിന്യായത്തിലെ ആദ്യ പകുതിയിൽ പറഞ്ഞിട്ടുണ്ട് എന്ന കാര്യം മറ്റു സംഭവങ്ങളുമായി ചേർത്തുവച്ച് നോക്കേണ്ടതാണ്.

ഈ രണ്ടുപെൺകുട്ടികൾക്കും ശുഭ, ധനു എന്നീ പേരുകളിട്ടത് 91 മെയ് 2-ാം തീയതി അവർ ചെന്നൈയിലെത്തിയ ശേഷമാണെന്ന് സി.ബി.ഐ. കുറ്റപത്രത്തിൽ പറയുന്നുണ്ട്. അതിനു മുമ്പ് അവരുടെ പേരുകൾ നിത്യ, അൻപ് എന്നിങ്ങനെയായിരുന്നെന്നും പറയുന്നുണ്ട്. അങ്ങനെയെങ്കിൽ 91 ഏപ്രിൽ ആദ്യവാരത്തിൽത്തന്നെ ശുഭ, ധനു എന്നീ പേരുകൾ ശിവരാജൻ ഉപയോഗിച്ചിരുന്നതായി പറഞ്ഞാൽ, അതെങ്ങനെ സത്യമാകും? ഈ വിവരം എന്തിനാണ് കോടതിയിൽ മറച്ചുവച്ചത്?

അടുത്തതായി വിധിന്യായത്തിലെ ഒരു പ്രധാനഭാഗം നാം അറിഞ്ഞിരിക്കേണ്ടതാണ്.

299-ാം പേജിൽ, "എനിക്കോ എന്റെ ഭർത്താവിനോ എന്തെങ്കിലും നീതിനിഷേധമോ, ഞങ്ങൾക്കെതിരായി ഏകപക്ഷീയമായി എന്തെങ്കിലും (prejudice) പ്രവർത്തിക്കുകയോ കേസിന്റെ വിചാരണ സമയത്ത് (during the trial period) ഉണ്ടായതായി ഞങ്ങൾ ഒരു പരാതിയും നൽകിയിട്ടില്ല എന്ന് എഴുതിയിരുന്നു."

ഈ കേസിന്റെ അന്വേഷണവും കേസുവിചാരണയും, അബദ്ധങ്ങളുടെയും വൈരുദ്ധ്യങ്ങളുടെയും ഒരു കൂമ്പാരാമായിരുന്നെന്നും സാമാന്യനീതിയുടെ നഗ്നമായ ലംഘനമാണ് ഇവിടെ നടന്നിട്ടുള്ളതെന്നും പറയാം. സി.ബി.ഐയുടെ പ്രത്യേക അന്വേഷണസംഘം (S.I.T) നടത്തിയ ക്രൂര മർദ്ദനമുറകൾ താങ്ങാൻ കഴിയാതെ ഏതാണ്ട് മുപ്പത്തിയഞ്ച് പേർ ആത്മഹത്യ ചെയ്തിട്ടുണ്ട്.

പ്രതി ചേർക്കപ്പെട്ട് അറസ്റ്റു ചെയ്ത കോടിക്കരഷൺമുഖം എന്നയാളെ എസ്.ഐ.ടി. കരുതിക്കൂട്ടി കൊലപ്പെടുത്തുകയായിരുന്നു, എന്ന് മാധ്യമങ്ങളിൽ വാർത്തകൾ വന്നിരുന്നു. ഞങ്ങൾ കൊടുത്ത പരാതികൾക്ക് എസ്.ഐ.ടി. തന്ന രസീതുകൾപോലും തെളിവായി ഞങ്ങളുടെ പക്കലുണ്ട്. സാക്ഷികളായ ഭദ്രിനാരായണൻ, പ്രഭാകരൻ, ആവഡി മനോഹരൻ

എന്നിവരുടെ മൊഴികൾ, ഗുണ്ടുശാന്തൻ എഴുതിയെന്നു പറയപ്പെടുന്ന കത്ത്, എന്നിവ മാത്രമല്ല സി.ബി.ഐ. തയ്യാറാക്കിയ വയർലെസ് സന്ദേശങ്ങളും തെളിവുകളായി കണക്കാക്കാവുന്നതാണ്. പത്രങ്ങളിൽ വന്ന ഫോട്ടോകൾ, ജയിൽ ഡോക്ടർമാരുടെ കുറിപ്പുകൾ മുതലായവകളെല്ലാം തെളിവുകളായിട്ടുണ്ട്.

ഞാനും ഭർത്താവും അന്വേഷണ സംഘത്തിനെതിരെയും ഞങ്ങൾക്കു നേരിടേണ്ടിവരുന്ന പീഡനങ്ങളെ സംബന്ധിച്ചും അഞ്ഞൂറിൽ അധികം പരാതികൾ രേഖാമൂലം നൽകിയിട്ടുണ്ട്.

ഇതൊക്കെയുണ്ടായിരുന്നിട്ടും എനിക്കും ഭർത്താവിനും അന്വേഷണസമയത്തോ, വിചാരണ സമയത്തോ യാതൊരു അക്രമവും അനീതിയും നേരിടേണ്ടി വന്നിട്ടില്ലെന്നും അതു സംബന്ധമായി യാതൊരു പരാതിയും ഞങ്ങൾ കൊടുത്തിട്ടില്ലെന്നും സുപ്രീംകോടതി വിധിയിൽ എടുത്തുപറഞ്ഞിരിക്കുന്നത് പ്രോസിക്യൂഷനും സി.ബി.ഐയും ഒത്തുകളിച്ച് വ്യാജരേഖകളും കള്ളസാക്ഷിമൊഴികളും കോടതിയിൽ സമർപ്പിച്ച് ന്യായാധിപന്മാരെ തെറ്റിദ്ധരിപ്പിക്കുകയായിരുന്നുവെന്ന് വ്യക്തമാണ്.

എന്തെന്നാൽ വിചാരണക്കോടതിയിൽ ഞങ്ങൾ അവസാനമായി രേഖാമൂലം സമർപ്പിക്കപ്പെട്ട വാദങ്ങളോടും, സിആർ. പി.സി. 313-ാം വകുപ്പനുസരിച്ച് കോടതിയിൽ സമർപ്പിച്ച സത്യവാങ്മൂലങ്ങളോടുമൊപ്പം, നേരത്തേ കൊടുത്തിട്ടുള്ള പരാതികളുടെ പകർപ്പുകളും ഞങ്ങൾ ഹാജരാക്കിയിട്ടുള്ളതാണ്. എന്നാൽ ഇതൊന്നും തന്നെ സുപ്രീംകോടതി ന്യായാധിപന്മാരുടെ കണ്ണിൽപ്പെട്ടില്ല എന്നു പറഞ്ഞാൽ ഇതു ന്യായമായി, നേരായ മാർഗ്ഗത്തിൽ നടന്ന ഒരു വിചാരണയായിരുന്നില്ലെന്ന് ബോധ്യമാകും.

അതുമാത്രമല്ല വിധിന്യായത്തിന്റെ 356-ാം പേജിൽ മറ്റൊരു കാര്യം എഴുതിച്ചേർത്തിട്ടുണ്ട്. പ്രോസിക്യൂഷൻ സാക്ഷികൾ രവി (115), ശശികല (132) എന്നിവർക്ക് ഞാൻ (നളിനി) കുറ്റസമ്മതമൊഴി കൊടുത്തതായി എഴുതിയിട്ടുണ്ട്. (Extra Judicial Confession) ഒരുപ്രതി, അല്ലെങ്കിൽ ഒരു കുറ്റാരോപിതൻ താൻ ചെയ്തു എന്നാരോപിക്കുന്ന കുറ്റങ്ങൾ നേരിട്ട്, പരസ്യമായി ഏറ്റുപറഞ്ഞ് കൊടുക്കുന്ന മൊഴിയാണ് യഥാർത്ഥ കുറ്റസമ്മതമൊഴിയായി കണക്കാക്കേണ്ടത്. തന്റെ മേൽ ആരോപിക്കപ്പെട്ട കുറ്റത്തെ എതിർത്തു പറയുന്ന സത്യവാങ്മൂലത്തെ കുറ്റസമ്മതമൊഴിയായി കണക്കാക്കാൻ പാടില്ല എന്ന് സുപ്രീംകോടതി വിധിമുറകളിൽത്തന്നെ രേഖപ്പെടുത്തിയിട്ടുള്ളതാണ്.

എന്നാൽ മേൽപ്പറഞ്ഞ രണ്ടു സാക്ഷികളും എന്താണ് പറഞ്ഞിട്ടുള്ളത്? “ഞാനൊരു ശ്രീലങ്കൻ തമിഴനെ വിവാഹം കഴിച്ചു. അങ്ങനെയൊരു കുറ്റം മാത്രമേ ഞാൻ ചെയ്തിട്ടുള്ളൂ. അതുകൊണ്ടാണ് പാവപ്പെട്ടവളായ എന്നെ ഈ കേസിൽ പ്രതിചേർത്തിട്ടുള്ളത്. സാഹചര്യങ്ങൾ അങ്ങനെയായിപ്പോയി” എന്നു ഞാൻ പറഞ്ഞതായിട്ടാണ് അവർ മൊഴി കൊടുത്തിട്ടുള്ളത്. അതല്ലാതെ മറ്റൊന്നും പറഞ്ഞിട്ടില്ല. അവർ രണ്ടുപേരും എനിക്കനുകൂലമായിട്ടാണ് സാക്ഷി പറഞ്ഞിട്ടുള്ളത്. ഞാൻ കുറ്റം ചെയ്തതായി സമ്മതിച്ചുവെന്ന് ഇരുവരും ഒരിടത്തും പറഞ്ഞിട്ടില്ല. എന്നിട്ടും സുപ്രീംകോടതി വിധി ഞങ്ങൾക്കെതിരായത് എന്തുകൊണ്ട്?”

ജസ്റ്റിസ് വാധ്വായുടെ വിധിയിൽ (പേജ് 358) “പ്രോസിക്യൂഷൻ സാക്ഷിയായ പത്രപ്രവർത്തകൻ ജ്ഞാനി പൊതുയോഗസ്ഥലത്തു വച്ച് ശിവരാജനെ കണ്ടതായി പറയുന്നു” എന്നെഴുതിയിരുന്നു. എന്നാൽ ജ്ഞാനിയുടെ സാക്ഷിമൊഴിയിൽ അങ്ങനെ പറഞ്ഞിട്ടേയില്ല. അയാൾക്ക് ശിവരാജനെ പരിചയമുണ്ടായിരുന്നില്ല. അതും വിധിന്യായത്തിൽ വന്നുചേർന്ന ഗുരുതരമായ പിഴവാണ്.

“തൊട്ടടുത്ത പേജിൽ പ്രോസിക്യൂഷൻ സാക്ഷിയും പത്രപ്രവർത്തകനുമായ ഭഗവാൻ സിങ് ഒരു ഐ വിറ്റ്നസ് (Eye witness) ആണെന്നും അദ്ദേഹം സമ്മേളന സ്ഥലത്ത് ശിവരാജൻ, ഹരിബാബു, നളിനി എന്നിവരെ കണ്ടിരുന്നതായും പറയുന്നുണ്ട്. അതുമാത്രമല്ല കോടതിയിൽ നളിനിയെ തിരിച്ചറിയുകയും ചെയ്തിട്ടുണ്ട്.” എന്നും എഴുതിയിരിക്കുന്നു. ഇവിടെ നളിനിയെപ്പറ്റി പറഞ്ഞിരിക്കുന്നു എന്നുള്ളത് ശുദ്ധ നുണയാണ്. ഭഗവാൻ സിങ് എന്ന ആ സാക്ഷി ‘നളിനി’ എന്ന വാക്കുപോലും ആ മൊഴിയിൽ പറഞ്ഞിട്ടില്ല; തിരിച്ചറിഞ്ഞിട്ടുമില്ല!

അടുത്തതായി ജസ്റ്റിസ് കെ.ടി. തോമസും ജസ്റ്റിസ് ഖാദ്രിയും എഴുതിയ വിധിന്യായത്തെപ്പറ്റി പരിശോധിക്കാം.

ഞങ്ങളുടെ ജീവിതത്തെ ഉന്മൂലനാശം വരുത്തിയതും സാക്ഷിമൊഴികളിലും സത്യവാങ്മൂലങ്ങളിലും ഇല്ലാത്ത കാര്യങ്ങളെല്ലാം ഉണ്ടെന്നു വരുത്തി എഴുതിയിട്ടുള്ളതുമായ ഒന്നായിരുന്നു ആ വിധി.

വിധിന്യായം പേജ് 11:-

‘91 മെയ് 19-ന് ശ്രീപെരുമ്പുത്തൂരിനെക്കുറിച്ചുള്ള എല്ലാ വിവരങ്ങളും ശിവരാജൻ നളിനിയോടു ചോദിച്ചു

മനസ്സിലാക്കിയിരുന്നു," എന്ന് എഴുതിയിട്ടുണ്ട് എന്റെ കുറ്റസമ്മതമൊഴിയിൽ. "ശിവരാജൻ ശ്രീപെരുമ്പുത്തൂരെപ്പറ്റി ചോദിച്ചു, എനിക്ക് അതേപ്പറ്റി ഒന്നുമറിഞ്ഞുകൂടാ, വേണമെങ്കിൽ ആരോടെങ്കിലും ചോദിച്ചു മനസ്സിലാക്കി പറഞ്ഞുകൊടുക്കാം എന്നു പറഞ്ഞപ്പോൾ അതുവേണ്ട, ആരോടും ഇതേപ്പറ്റി പറയാൻ പാടില്ല, ഞാൻ തന്നെ അന്വേഷിച്ചു കണ്ടുപിടിച്ചുകൊള്ളാമെന്നു പറഞ്ഞിട്ടുപോയി" എന്നാണ് എഴുതിയിരുന്നത്.

അങ്ങനെയുള്ളപ്പോൾ വിധിന്യായത്തിൽ ഇപ്രകാരം എഴുതുന്നതെങ്ങനെ?

വിധിന്യായം പേജ് 12:-

"നളിനി, മുരുകൻ, പേരറിവാളൻ, ഹരിബാബു എന്നിവർ മെയ് 20-ാം തീയതി 12-ാം പ്രതി ജയകുമാറിന്റെ വീട്ടിൽ വച്ച് ശിവരാജനുമായി സംസാരിച്ചിരുന്നു" എന്ന് എഴുതിയിട്ടുണ്ട്.

അത് സത്യത്തിനും നീതിക്കും നിരക്കുന്നതല്ല. കരുതിക്കൂട്ടി എഴുതിപ്പിടിപ്പിച്ച നുണ! അതായത് എന്റെ കുറ്റസമ്മതമൊഴിക്കു വിപരീതമായ ഒന്നാണത്. മുരുകൻ, പേരറിവാളൻ, ഹരിബാബു എന്നിവർക്ക് ജയകുമാറിന്റെ വീടെവിടെയാണെന്നുപോലും അറിയാമായിരുന്നില്ല. മാത്രമല്ല അവർക്ക് ജയകുമാറിനെയും പരിചയമുണ്ടായിരുന്നില്ല എന്നാണ് എന്റെ കുറ്റസമ്മതമൊഴിയിൽ പറഞ്ഞിട്ടുള്ളത്.

"മെയ് 20 ന് വൈകിട്ട് റോയപ്പേട്ടയിലെ വീട്ടിൽ വന്ന ശിവരാജൻ എന്നോടുമാത്രം രഹസ്യമായി മൂന്നേ മൂന്നു വാക്കുകൾ പറഞ്ഞിട്ടുപോയി എന്നു ഞാൻ കുറ്റസമ്മതമൊഴിയിൽ പറഞ്ഞിരുന്നതിനെയാണ് വിധിന്യായത്തിൽ തെറ്റിദ്ധരിച്ച് എഴുതിച്ചേർത്തിരിക്കുന്നത്."

വിധിന്യായം പേജ് 12:-

മെയ് 21-ാം തീയതി എന്റെ ഭർത്താവ് എന്നെക്കാത്തിരുന്നെന്നും അദ്ദേഹത്തിന്റെ നിർദ്ദേശാനുസരണം ഞാൻ വില്ലിവാക്കത്തുള്ള വീട്ടിലേക്കു തിടുക്കത്തിൽ പോയെന്നും എഴുതിയിരുന്നു.

എന്റെ സത്യവാങ്മൂലത്തിലോ, വേറെ ഏതെങ്കിലും രേഖകളിലോ "എന്റെ ഭർത്താവ് എന്നെക്കാത്തിരുന്നു" എന്നുള്ളതിന് യാതൊരു തെളിവുമില്ല.

അതിനുവിപരീതമായി, 21-ാം തീയതി ഉച്ചഭക്ഷണത്തിനു റോയപ്പേട്ടയിലെ വീട്ടിൽചെന്നപ്പോൾ എന്റെ ഭർത്താവിനെ ഞാൻ കണ്ടതായും അപ്പോൾ നാം ശിവരാജന്റെ കോപത്തിനിരയാകരുതെന്ന് എടുത്തുപറഞ്ഞ് വേഗത്തിൽ പൊയ്ക്കോളാൻ പറഞ്ഞു എന്നു മാത്രമാണ് എന്റെ കുറ്റസമ്മതമൊഴിയിലുള്ളത്. എന്റെ ഭർത്താവിന് ഗൂഢാലോചനയെപ്പറ്റി നേരത്തേ അറിയാമായിരുന്നു എന്നു കാണിക്കുന്നതിനുവേണ്ടി "waited for", "instructed"(കാത്തിരുന്നു; നിർദ്ദേശിച്ചു) എന്നീ രണ്ടു വാക്കുകൾ അനാവശ്യമായി വരികൾക്കിടയിൽ തിരുകിക്കയറ്റി വാചകത്തിന്റെ അർത്ഥം തന്നെ തലകീഴാക്കി മാറ്റിയെടുത്തുകളഞ്ഞു!

വിധിന്യായം, പേജ് 13:-

"ശുഭ, തനിക്കും തന്റെ കൂട്ടാളിക്കും തങ്ങളുടെ ദൗത്യം (mission) പൂർത്തിയാക്കാൻ നളിനി ആത്മാർത്ഥമായി ശ്രമിച്ചെന്നും അതിന് അവരോട് നമ്മൾ നന്ദിയുള്ളവരായിരിക്കുമെന്നും" പറഞ്ഞതായി രേഖപ്പെടുത്തിയിട്ടുണ്ട്.

ഈ കേസുമായി ബന്ധപ്പെട്ട് മേൽപ്പറഞ്ഞതുപോലെ ആശയവിനിമയം നടന്നതിനുള്ള തെളിവുകളോ, രേഖകളോ ഇല്ല. പിന്നെ എന്തടിസ്ഥാനത്തിലാണ് ന്യായാധിപന്മാർ നടക്കാത്ത കാര്യങ്ങൾ നടന്നതായും അതിനുള്ള തെളിവുകളുള്ളതായും എങ്ങനെ പറയാൻ കഴിയുന്നുവെന്ന് മനസ്സിലാകുന്നില്ല.

വിധിന്യായം പേജ് 57:-

"പെൺകുട്ടികളെ സ്റ്റേജിലേക്ക് കൂട്ടിക്കൊണ്ടുപോകാതിരുന്നതിന് ശിവരാജൻ നളിനിയെ ശകാരിച്ചു", എന്ന് എഴുതിയിരുന്നു.

91 മെയ് 7-ന് വി.പി. സിങ് പങ്കെടുത്ത പൊതുസമ്മേളനം കഴിഞ്ഞയുടൻ, അവിടെ ഞാൻ ഭയവിഹ്വലയായി ഇരുന്നതിന് ശിവരാജൻ എന്നെ ശാസിച്ചുവെന്നും സ്റ്റേജിൽ കയറാതിരുന്നതിന് ശുഭയെയും ധനുവിനെയും അയാൾ കഠിനമായി അധിക്ഷേപിച്ചു സംസാരിച്ചുവെന്നു മാത്രമാണ് എന്റെ കുറ്റസമ്മതമൊഴിയിൽ എഴുതിയിരുന്നത്.

ഇതാണ് തെറ്റായി വ്യാഖ്യാനിച്ച് മറ്റു നിഗമനങ്ങളിലെത്തി വിധിന്യായത്തിൽ എഴുതിച്ചേർത്തത്.

ജസ്റ്റിസ് കെ.ടി. തോമസിന്റെയും ജസ്റ്റിസ് ഖാദ്രിയുടെയും വിധിന്യായം പേജ് 57, 58:-

"മെയ് 7-ാം തീയതി വി.പി. സിങ് പങ്കെടുത്ത സമ്മേളനം തീർന്നയുടൻ "വധഗൂഢാലോചന" എങ്ങനെ നടപ്പാക്കാനാണ് തീരുമാനിക്കപ്പെട്ടിരിക്കുന്നതെന്ന് എനിക്കു മനസ്സിലായി," എന്നെഴുതിയിരുന്നു.

ഇങ്ങനെയൊരു ബോദ്ധ്യം എനിക്കു വന്നതായി പറയുന്നതിനുള്ള ഒരു തെളിവും ഹാജരാക്കാൻ പ്രോസിക്യൂഷനു കഴിഞ്ഞിട്ടില്ല. എന്റെ കുറ്റസമ്മതമൊഴിയിൽ, "അവർ എന്തോ ഉറച്ച ഒരു തീരുമാനമെടുത്തു നടപ്പാക്കാൻ പോകുന്നു എന്നു ഞാൻ വിശ്വസിക്കുന്നു", എന്നാണ് എഴുതിയിരിക്കുന്നത്. ആ മൊഴിയിൽ 'വധഗൂഢാലോചന' എന്ന വാക്ക് കുത്തിത്തിരുകിയിട്ടുള്ളതാണ്. നാലിടങ്ങളിൽ ഇതേവാക്ക് എഴുതിച്ചേർത്ത് ഒരു നിരപരാധിയെ കുറ്റവാളിയാക്കിത്തീർക്കാമെന്ന് സുപ്രീം കോടതി ന്യായാധിപന്മാർ തന്നെ തെളിയിച്ചു കഴിഞ്ഞിരിക്കുകയാണ്.

സുപ്രീംകോടതി വിധിയിൽപ്പോലും ഇത്തരം ക്രമക്കേടുകൾ നടക്കുമ്പോൾ, ഞങ്ങളുടെ കുറ്റസമ്മതമൊഴി രേഖപ്പെടുത്തിയ ത്യാഗരാജൻ (പ്രോസിക്യൂഷൻ സാക്ഷി 52) എന്തെല്ലാം കുത്തിത്തിരിപ്പുകൾ ചെയ്തിരിക്കുമെന്നത് ഊഹിച്ചെടുക്കാൻ അധികം ബുദ്ധിമുട്ടേണ്ടി വരില്ല. എന്റെ സത്യവാങ്മൂലത്തിൽ മാത്രമല്ല, മറ്റെല്ലാവരുടെയും കുറ്റസമ്മതമൊഴിയിലും ഈ ക്രമക്കേടുകൾ വ്യാപകമായി നടന്നിട്ടുണ്ട്. അവർക്ക് ഇഷ്ടപ്പെട്ടവിധത്തിൽ കള്ളക്കഥകൾ ചേർത്താണ് മൊഴികൾ രേഖപ്പെടുത്തിയിട്ടുള്ളത്.

വിധിന്യായം പേജ് 58:-

"മെയ് 17-ന് രാജീവ്ഗാന്ധിയുടെ തമിഴ്നാട് തിരഞ്ഞെടുപ്പ് പ്രചരണത്തെപ്പറ്റി ശിവരാജൻ എന്നോടു പറഞ്ഞു. ആ പ്രചരണ സമ്മേളനങ്ങളിൽ പങ്കെടുക്കാൻ ശിവരാജൻ എന്നെയും ക്ഷണിച്ചു. രാജീവ്ഗാന്ധി കൊല്ലപ്പെടാൻ പോകുന്നുവെന്ന് എനിക്ക് അറിയാമായിരുന്നു. ശ്രീപെരുമ്പുത്തൂരിലെ സമ്മേളന സ്ഥലത്തിന്റെ വിവരങ്ങൾ ശിവരാജൻ എന്നോടു ചോദിച്ചു മനസ്സിലാക്കി. ഞങ്ങൾ തമ്മിൽ നടന്ന ചർച്ചകളെപ്പറ്റി മറ്റാരോടും ഒന്നും പറയരുതെന്ന് എന്നോടു കർശനമായി നിർദ്ദേശിച്ച ശേഷമാണ് ശിവരാജൻ പോയത്", എന്ന് എഴുതിയിരുന്നു.

മെയ് 17-ാം തീയതി ഞാനും ശിവരാജനും തമ്മിൽ സന്ധിച്ചതിന് സാക്ഷികളോ തെളിവുകളോ സി.ബി.ഐ. രേഖകളിൽ ഒരിടത്തുമില്ല. എന്റെ കുറ്റസമ്മതമൊഴിയിലും അങ്ങനെ രേഖപ്പെടുത്തിയിട്ടില്ല. യഥാർത്ഥത്തിൽ എന്റെ കുറ്റസമ്മതമൊഴിയിൽ രേഖപ്പെടുത്തിയിരുന്നത് ഇപ്രകാരമാണ്;

"മെയ് 19-ാം തീയതി വൈകിട്ട് ശിവരാജൻ രാജീവ്ഗാന്ധിയുടെ തമിഴ്നാട് തിരഞ്ഞെടുപ്പ് പ്രചരണ പരിപാടിയുടെ പൂർണ്ണരൂപം എന്നെ കാണിച്ചു. അപ്പോൾ അയാൾ ആകെ വികാരവിവശനായിപ്പോയതു കണ്ട് എനിക്കും ആകപ്പാടെ ഒരു ഭീതിയും സംഭ്രമവും തോന്നി. വളരെ പണിപ്പെട്ട് സ്വയം നിയന്ത്രിച്ച ഞാൻ ഇത്ര ദൂരത്തിലുള്ള യോഗങ്ങളിൽ പങ്കെടുക്കാൻ എനിക്കു ബുദ്ധിമുട്ടാണെന്നും ഓഫീസിൽ നിന്നും ലീവ് കിട്ടുകയില്ലെന്നും അറിയിച്ചു. അടുത്തെവിടെയെങ്കിലും പരിപാടിയുണ്ടെങ്കിൽ പങ്കെടുക്കാമെന്നും ഞാൻ പറഞ്ഞു" എന്നാണ് എന്റെ മൊഴി. ഇതും ത്യാഗരാജൻ എഴുതിപ്പിടിപ്പിച്ച കല്ലുവച്ച നുണകളാണ്.

ഇംഗ്ലീഷിൽ "strong feeling" (ശക്തമായ വികാരവിക്ഷോഭം) എന്നുള്ളതിനെ (definite knowledge) നിശ്ചയമായും അറിവുണ്ടായിരുന്നു എന്ന് എങ്ങനെയാണ് വിവർത്തനം ചെയ്യാൻ കഴിയുന്നത്?

ഇതു ശരിയാണെങ്കിൽ മെയ് 21-ാം തീയതിയാണ് ശുഭയും ധനുവും രാജീവ്ഗാന്ധി വധത്തെപ്പറ്റി എന്നോട് ആദ്യമായി തുറന്നു പറയുന്നത്. നിങ്ങളും ഞങ്ങളോടൊപ്പം വന്നാൽ ഞങ്ങൾ സന്തോഷിക്കുമെന്നു പറഞ്ഞ് എന്റെ സമ്മതം ചോദിക്കേണ്ട ആവശ്യമെന്ത്?

"അതിരിക്കട്ടെ ജസ്റ്റിസ് തോമസും, ജസ്റ്റിസ് ഖാദ്രിയും മറ്റൊരിടത്ത്, മെയ് 21-ന് വൈകിട്ടാണ്, മുൻകൂട്ടി തയ്യാറാക്കിയ പദ്ധതിയനുസരിച്ചുള്ള ആ ഗൂഢാലോചനയിൽ ഞാനും പങ്കാളിയായത്" എന്നെഴുതിയിട്ടുണ്ട്. അതെങ്ങനെയാണ്?

അതുമാത്രമല്ല ശ്രീപെരുമ്പുത്തൂരിന്റെ സ്ഥലവിവരണം (topography) ശിവരാജൻ എന്നിൽനിന്നും ശേഖരിച്ചുകൊണ്ടുപോയി എന്ന് എന്റെ കുറ്റസമ്മതമൊഴിയിൽ എവിടെയും പറയുന്നില്ല. എങ്കിലും അതിൽ അങ്ങനെ എഴുതിച്ചേർത്തിട്ടുണ്ട്. കാരണമെന്തെന്നാൽ എന്റെ കുറ്റസമ്മതമൊഴിയിൽ എന്താണ് എഴുതിയിരിക്കുന്നതെന്ന് തുറന്ന മനസ്സോടെ ആഴത്തിൽ പരിശോധിച്ചിട്ടേയില്ല. അവരെടുത്ത തീരുമാനങ്ങൾക്കനുസരിച്ച്, അവിടെയുമിവിടെയും നിന്ന് ചില വാക്കുകൾ

അടർത്തിയെടുത്ത്, പോരാത്തതിന് മനസ്സിൽ തോന്നിയ തെല്ലാം വിമർശനപരമായി എഴുതിച്ചേർത്തിരിക്കുകയാണ്.

വിധിന്യായം പേജ് 58:-

"ശുഭ, ധനു എന്നിവരെ സുരക്ഷിതരായി കൂട്ടിക്കൊണ്ടു പോകുന്നതിന് അടുത്ത ദിവസം വൈകിട്ട് മൂന്നു മണിക്ക് എന്നെക്കാത്തിരിക്കണമെന്ന് ശിവരാജൻ മെയ് 20-ാം തീയതി വൈകിട്ട് റോയപ്പേട്ടയിലെ വീട്ടിൽ വന്നു പറഞ്ഞിട്ടുപോയി", എന്നെഴുതിയിട്ടുണ്ട്.

ഇവിടെ "ശുഭയേയും ധനുവിനെയും സുരക്ഷിതരായി കൂട്ടിക്കൊണ്ടുപോകണം" എന്ന വാചകം ശിവരാജൻ ഉപയോഗപ്പെടുത്തിയതായി എന്റെ കുറ്റസമ്മതമൊഴിയിൽ ഒരിടത്തും പറയുന്നില്ല. ഇവിടെ കെട്ടിച്ചമച്ച കഥയ്ക്ക് ഇടയിലൊരു തടസ്സം നേരിടാതിരിക്കാനായി ഇടയ്ക്കിടെ ചില വാക്കുകളോ, വാചകങ്ങളോ തിരുകിക്കയറ്റുന്ന ഒരു നോവലിസ്റ്റിന്റെ മനോനിലയിൽ എഴുതപ്പെട്ടിട്ടുള്ളതാണ്.

ജസ്റ്റിസ് കെ.ടി. തോമസിന്റെയും ജസ്റ്റിസ് ഖാദ്രിയുടെയും വിധിന്യായം പേജ് 59:-

മെയ് 21-ന് വൈകിട്ട് 4 മണിക്ക് ശുഭയേയും ധനുവിനെയും ശ്രീപെരുമ്പുത്തൂരിൽ പോകുന്നതിനായി ബസ്സ്റ്റാൻഡിലേക്ക് കൂട്ടിക്കൊണ്ടുപോയി, എന്ന് തീർപ്പിൽ എഴുതിയിട്ടുണ്ട്.

എന്റെ കുറ്റസമ്മതമൊഴി പരിശോധിച്ചാൽ ശിവരാജൻ, ശുഭ, ധനു എന്നിവരോടൊപ്പം ഞാനും പോയതായിട്ടാണ് എഴുതിയിട്ടുള്ളത്. അവരെ ഞാനാണ് കൂട്ടിക്കൊണ്ടുപോയതെന്ന് എഴുതിയിട്ടേയില്ല. ബസ്സിൽ ഞങ്ങൾക്ക് ടിക്കറ്റെടുത്തത് ശിവരാജൻ ആണെന്നു മാത്രമേയുള്ളൂ. കൂടെപ്പോയി (went along) എന്നും 'കൂട്ടിക്കൊണ്ടുപോയി' (took them) എന്നതിനും തമ്മിൽ വലിയ വ്യത്യാസങ്ങളൊന്നും തന്നെയില്ല.

എന്നാൽ ഞാനില്ലായിരുന്നെങ്കിൽ അവർക്ക് ശ്രീപെരുമ്പുത്തൂരിൽ പോകാനേ കഴിയുമായിരുന്നില്ല എന്നു ദുർവ്യാഖ്യാനം ചെയ്താൽ എങ്ങനെയിരിക്കും?

മാറ്റിയെഴുതുന്നതു കൊച്ചുകൊച്ചു വാക്കുകളാണെങ്കിലും കൂട്ടിച്ചേർത്തു വായിക്കുമ്പോൾ എന്റെ ജീവിതത്തെത്തന്നെ നാമാവശേഷമാക്കാൻ ശേഷിയുള്ള കൊടുംക്രൂരമായ വാക്കുകളായി അവ മാറിയിരുന്നു.

വിധിന്യായം പേജ് 63:-

M.O. 144 എന്ന വീഡിയോടേപ്പിൽ ശിവരാജൻ ഇരിക്കുന്നത്, സ്വയംഭൂ എന്ന മാധ്യമപ്രവർത്തകൻ (പ്രോ. സാക്ഷി 93) തിരിച്ചറിഞ്ഞതായി വിധിയിൽ പറയുന്നു.

അങ്ങനെയൊന്നും പറഞ്ഞിട്ടേയില്ല. വി.പി. സിങ് പങ്കെടുത്ത സമ്മേളനത്തിന്റെ വീഡിയോ ടാഡ കോടതിയിൽ പ്രദർശിപ്പിച്ചിരുന്നു. പ്രോസിക്യൂഷൻ സാക്ഷിയായ ജ്ഞാനി ശിവരാജനെ തിരിച്ചറിഞ്ഞിട്ടേയില്ല. ശിവരാജനെ നേരിട്ടറിയാവുന്ന ആരുംതന്നെ ആ വീഡിയോയിൽ ശിവരാജനെ തിരിച്ചറിയുകയേ ചെയ്തിട്ടില്ല.

ഞങ്ങളും ആ വീഡിയോയിൽ ഉണ്ടായിരുന്നുവെന്ന് ഞങ്ങൾക്കു വേണ്ടി ഹാജരായ വക്കീലന്മാർ സമ്മതിച്ചിട്ടുള്ളതായും വിധിന്യായത്തിൽ പറയുന്നുണ്ട്.

ഒരു കേസിലെ പ്രതികളെ (തടവിൽ കഴിയുന്നവരെ) ആ കേസിലെ സാക്ഷികളും കൂട്ടുപ്രതികളും മാത്രമേ നിയമപ്രകാരം തിരിച്ചറിയാൻ കഴിയുകയുള്ളൂ. അതുമാത്രമേ തെളിവായി കണക്കാക്കുകയുള്ളൂ.

എന്നാൽ ഈ കേസിൽ രേഖകൾ ആവശ്യമായതിനാൽ ന്യായാധിപരും വക്കീലന്മാരും തിരിച്ചറിയൽ നടത്തി അതു തെളിവായി സ്വീകരിച്ചുകൊണ്ടിരിക്കുകയാണ്. ഈ അമിത താത്പര്യവും മറ്റേതെങ്കിലും കേസിൽ കാണാൻ കഴിയുമോ? ആ വീഡിയോയിൽ സ്ത്രീകൾക്കു മാത്രമായി ഒരു പ്രത്യേക ഇടമില്ല. എന്റെ പടവും അതിൽ കാണിച്ചിട്ടില്ല എന്നത് എടുത്തുപറയേണ്ട കാര്യമാണ്.

വിധിന്യായം പേജ് 65:-

പ്രോസിക്യൂഷൻ സാക്ഷി 179, കുറേനാൾ മുമ്പു തന്റെ കടയിൽ നിന്നും വാങ്ങിയ അതേ നിറത്തിലുള്ള ചുരിദാർ ധരിച്ച ഒരു പെൺകുട്ടിയുടെ ഫോട്ടോ പേപ്പറിൽ കണ്ടിരുന്നു, എന്നു വിധിന്യായത്തിൽ എഴുതിയിരുന്നു.

എന്നാൽ പ്രോസിക്യൂഷൻ സാക്ഷിയായ ആ കടക്കാരൻ, തന്റെ കടയിൽ ചുരിദാർ വാങ്ങാൻ വന്ന പെൺകുട്ടിയെ കണ്ടിട്ടേയില്ല എന്നാണ് പറഞ്ഞിട്ടുള്ളത്. എന്നാൽ ധനുവിന്റെ ഫോട്ടോ ആ കടക്കാരൻ കണ്ടതായി വിധിയിൽ പറയുന്നു. സാക്ഷിമൊഴികൾ പരിശോധിക്കാതെയാണ് 'വധശിക്ഷ' വിധിച്ചിട്ടുള്ളത് എന്നു പറയുമ്പോൾ എന്തു പറയാനാണ്?

വിധിന്യായം പേജ് 66:-

"രാജീവ്ഗാന്ധി കൊല്ലപ്പെട്ട സ്ഥലത്തുള്ള എന്റെ സാന്നിദ്ധ്യം (Participation in the assassination scene of Rajeev Gandhi) സംബന്ധിച്ച് ഞാൻ കൊടുത്ത കുറ്റസമ്മതമൊഴി, പ്രോസിക്യൂഷൻ സാക്ഷി അനസൂയ (32) കൊടുത്ത മൊഴിയുമായി യോജിച്ചുപോകുന്നതാണ്" എന്നെഴുതിയിരിക്കുന്നു.

ഇതെന്തു കാലക്കേടാണ്? സ്ഫോടനം നടന്ന സ്ഥലത്ത് ഡ്യൂട്ടിയിലുണ്ടായിരുന്ന അനസൂയ എന്താണ് പറഞ്ഞിട്ടുള്ളത്? "സ്ഫോടനം നടക്കുന്നതിനു മൂന്നു മണിക്കൂർ മുമ്പുതന്നെ നളിനിയും ശുഭയും അവിടെ വന്നു. സ്ത്രീകളിരിക്കുന്ന ഭാഗത്തുപോയിരിക്കാൻ ഞാനവരോടു പറഞ്ഞു. എന്നെ തുറിച്ചു നോക്കിക്കൊണ്ട് അവർ പോയി സ്ത്രീകളുടെ ഭാഗത്തിരുന്നു' എന്നാണ് പറഞ്ഞിട്ടുള്ളത്. ധനുവിനോടൊപ്പം എന്നെ കണ്ടതായി എവിടെയും പറയുന്നില്ല.

ഒരു സ്ഥലത്ത് വെറും കാഴ്ചക്കാരായിരുന്നു എന്നതിനും അവിടെ നടന്ന സംഭവത്തിൽ പങ്കെടുത്തു എന്നു പറയുന്നതിനും തമ്മിൽ വളരെ വ്യത്യാസങ്ങളുണ്ട്. എങ്ങനെ നോക്കിയാലും എന്റെ കുറ്റസമ്മതമൊഴിയും അനസൂയ എന്ന പൊലീസുകാരിയുടെ മൊഴിയും ഒരിക്കലും യോജിച്ചു പോകുന്നതല്ല. എന്നിട്ടും ഈ രണ്ടു മൊഴികളും യോജിക്കുന്നതാണെന്ന് വിധിന്യായത്തിൽ പറയുന്നു.

വിധിന്യായം പേജ് 76, 77:-

"ശിവരാജനും തമിഴ്പുലികളുടെ ഉന്നതസ്ഥാനത്തുള്ളവരും ഇന്ത്യയിലെ ഒരു പ്രമുഖ നേതാവിനെ വധിക്കാൻ പദ്ധതി തയ്യാറാക്കിയിട്ടുണ്ട്" എന്ന വിവരം (knowledge) മുരുകന് അറിയാമായിരുന്നു. അദ്ദേഹം ശിവരാജനുമായി നടത്തിയ സംഭാഷണത്തിൽ നിന്നും മുരുകൻ ഇക്കാര്യം നേരത്തേ അറിഞ്ഞിരുന്നുവെന്ന് വിധിയിൽ എഴുതിയിട്ടുണ്ട്.

മനസ്സിൽ തോന്നുന്നത് എഴുതി വയ്ക്കുന്നതിന് അനുമാനം, ഊഹം എന്നൊക്കെപ്പറയാം. എന്നാൽ ഇത്തരം വാക്കുകളെ അറിഞ്ഞു (knowledge) എന്ന വാക്കിനു തുല്യമായി എടുക്കാൻ കഴിയില്ലെന്ന് നിയമത്തിൽ വ്യക്തമായി പറയുന്നുണ്ട്.

ഒരാൾ ഒരുകാര്യം എന്റെ ഭർത്താവ് അറിയരുതെന്നു കരുതി, അതിനുള്ള മറയായി, മറ്റൊരു വിഷയം ന്യായമായ കാരണങ്ങളോടൊപ്പം മാറ്റിപ്പറയുമ്പോൾ അദ്ദേഹത്തിന്

യഥാർത്ഥ സംഭവത്തെപ്പറ്റി ഒരു സംശയം തോന്നാനിടയുണ്ട്. എന്നാൽ അക്കാര്യം അദ്ദേഹം നേരിട്ട് ചോദിച്ച് ഉറപ്പുവരുത്തിയില്ല. അതേപ്പറ്റി സംസാരിച്ചതുമില്ല. അങ്ങനെയുള്ളപ്പോൾ "കൃത്യമായി അറിഞ്ഞിരുന്നു" എന്ന് എങ്ങനെ പറയാൻ കഴിയും?

ഇങ്ങനെ മൂന്നു ന്യായാധിപന്മാരുടെയും തീർപ്പുകളിൽ ധാരാളം വൈരുദ്ധ്യങ്ങൾ ചൂണ്ടിക്കാണിക്കാനുണ്ട്.

ഇപ്പോൾ എടുത്തുപറഞ്ഞിട്ടുള്ളത് ഏതാനും ചില സംഭവങ്ങൾ മാത്രമാണ്. കുന്നോളമുള്ള വൈരുദ്ധ്യങ്ങളിൽ, കടുകോളമുള്ളവ മാത്രമേ ഇവിടെ എടുത്തു കാണിച്ചിട്ടുള്ളൂ.

കേസുവിചാരണയുടെ നടപടിക്രമങ്ങൾ പരിശോധിച്ചാൽ വേദനാജനകമായ മറ്റൊരു കാര്യമാണ് ഓർമ്മയിൽ വരുന്നത്?

ബോഫോഴ്സ് പീരങ്കി അഴിമതിക്കേസിൽ നടപടിയെടുത്ത മുൻപ്രധാനമന്ത്രി വി.പി.സിങ്ങിനെതിരെ "സെന്റ് ഹിറ്റ്സ്" അഴിമതിക്കേസ് കെട്ടിച്ചമയ്ക്കുക മാത്രമല്ല, ബോഫോഴ്സ് കേസിൽ യഥാർത്ഥ കുറ്റവാളികളെ രക്ഷിക്കുകയും ചെയ്തതും മറ്റാരുമല്ല, ഇതേ സി.ബി.ഐയുടെ പ്രത്യേക അന്വേഷണ സംഘമായിരുന്നു വെന്ന് പത്രമാധ്യമങ്ങൾ ദീർഘകാലമായി പ്രചരിപ്പിച്ചു വരുന്നുണ്ട്.

ഇന്ത്യയുടെ ഒരു മുൻ പ്രധാനമന്ത്രിക്കുപോലും ഈ ദുരവസ്ഥ വന്നുചേർന്നു എന്നു പറഞ്ഞാൽ ഞങ്ങളെപ്പോലെയുള്ള നിരപരാധികളെ ബലിയാടുകളാക്കുക അത്ര വലിയ ബുദ്ധിമുട്ടുള്ള കാര്യമൊന്നുമല്ല.

ഇരുപത്തിനാല്

ആരാണീ മുരുകൻ?

അച്ഛനമ്മമാരിട്ട പേര് നിലനിന്നില്ല. താൻ സ്വയം സ്വീകരിച്ച പേരും നില നിന്നില്ല. എന്നാൽ ഇല്ലാത്ത ഒരു പേരുപയോഗിച്ച്, അത് ലോകം മുഴുവൻ ചർച്ചയ്ക്കു വിധേയമാക്കുവാൻ കഴിയുമോ? നിശ്ചയമായും കഴിയും. നമ്മുടെ സി.ബി.ഐ.യാണ് അതു സാധ്യമാക്കി 'റെക്കോഡ്' സ്ഥാപിച്ച മഹാന്മാർ!

എന്റെ ഭർത്താവ് ശ്രീഹരനാണെന്നു പറഞ്ഞാൽ ആർക്കും മനസ്സി ലാകുകയില്ല. അതാരാണെന്ന് അവരുടൻ തിരിച്ചുചോദിക്കും. അങ്ങനെ ഇല്ലാത്ത ഒരു പേരിൽ ഭർത്താവിനെ വിളിക്കേണ്ട ഒരു നിർബന്ധത്തിനു ഞാൻ കീഴ്പ്പെടേണ്ടിവന്നു. ഇല്ലാത്തതിനെ ഉള്ളതാക്കിത്തീർക്കാനും, ഉള്ളതിനെ ഇല്ലാതാക്കാനും കാർത്തികേയൻ തലവനായുള്ള സി.ബി.ഐയുടെ പ്രത്യേക അന്വേഷണസംഘത്തിനു (എസ്.ഐ.ടി.) മാത്രമേ കഴിയൂ! നാം എത്ര പരിശ്രമിച്ചാലും അതു മാറ്റിയെടുക്കാൻ കഴിയില്ല. അതിനുള്ള ശക്തി സി.ബി.ഐയ്ക്കു മാത്രമേ കാണുകയുള്ളൂ.

ഇന്ന് എന്റെ ഭർത്താവിന്റെ യഥാർത്ഥ പേര് ശ്രീഹരൻ ആണെന്നു പറഞ്ഞാൽ അദ്ദേഹം ജനിച്ചുവളർന്ന നാട്ടിലുള്ളവർക്കുപോലും തിരിച്ച റിയാൻ കഴിയില്ല. ശ്രീഹരനോ? അതാരാ? ഇങ്ങനെ എല്ലാവരും ചോദിക്കും. ഇവിടെ ചെന്നൈയിൽ ഞങ്ങളുമായി അടുത്തുപെരുമാറു ന്നവരോടു ചോദിച്ചാലും അതേ മറുപടി മാത്രമേ ലഭിക്കുകയുള്ളൂ. രാജീവ് ഗാന്ധി വധക്കേസിൽ ശിക്ഷിക്കപ്പെട്ട് ദീർഘകാലമായി ശ്രീഹ രൻ ജയിലിലാണെന്ന കാര്യം അറിയാമോ എന്നുചോദിച്ചു നോക്കൂ... ഓ... അതാരാ എന്നെല്ലാവരും തിരിച്ചു ചോദിക്കും. ഇവിടെ ചെന്നൈ യിലും ഞങ്ങളുമായി സഹകരിക്കുന്നവരോടു ചോദിച്ചാലും അതുതന്നെ മറുപടി. എന്നാൽ മുരുകനെ അറിയുമോ എന്നു ചോദിച്ചു നോക്കൂ... "ഓ... അയാളോ?... അറിയും..." എല്ലാവരും തിരിച്ചുപറയും...

ഈ വിധത്തിൽ സി.ബി.ഐ. അധികാരികൾ ലോകം മുഴുവനുമുള്ള മാധ്യമങ്ങളിൽ, ഇല്ലാത്ത ഒരു പേർ നിരന്തരം പ്രചരിപ്പിച്ചു എന്നതോ, അത് എന്റെ ഭർത്താവിന്റെ യഥാർത്ഥ പേരല്ല എന്ന വസ്തുതയോ,

ആർക്കും അറിയില്ല. എനിക്കും ഞങ്ങളുടെ ബന്ധുക്കൾക്കും, എന്തിന്, എന്റെ ഭർത്താവിനുപോലും ആ പേരിൽ നിന്നും ഇന്നും മോചനമില്ല എന്നതാണ് യാഥാർത്ഥ്യം. അങ്ങനെ ഞങ്ങളുടെ നെറ്റിയിൽ ബലാൽക്കാരമായി ഒട്ടിച്ചുവച്ചതാണ് ആ നാമധേയം!

എന്റെ ഭർത്താവിന്റെ യഥാർത്ഥ പേര് ശ്രീഹരൻ. അദ്ദേഹം ചെന്നൈയിലെത്തിയശേഷം 'ദാസ്' എന്നാണ് എല്ലാരെയും പരിചയപ്പെടുത്തിയത്. അതിനുള്ള കാരണം, തന്റെ യഥാർത്ഥപേര് വെളിപ്പെടുത്തിയാൽ, തന്റെ ജ്യേഷ്ഠൻ തമിഴ്പ്പുലികളിൽപ്പെട്ട ആളായിരുന്നതുകൊണ്ട് ശ്രീലങ്കയിലുണ്ടായ ദുരനുഭവങ്ങൾ ഇവിടെയും ആവർത്തിക്കുമോ എന്ന ഭയമായിരുന്നു. അതുകൊണ്ടാണ് ഇവിടെ 'ദാസ്' എന്നപേരിൽ മറ്റുള്ളവരുമായി ഇടപഴകിയത്.

ഈ കേസിൽ പതിനഞ്ച് സാക്ഷികളെ ചോദ്യം ചെയ്ത് സത്യവാങ്മൂലം രേഖപ്പെടുത്തിയിട്ടുണ്ട്. അവരിൽ ഒരാൾപോലും 'മുരുകൻ' എന്ന് അദ്ദേഹത്തെ സംബോധന ചെയ്തിട്ടില്ല. പകരം 'ദാസ് എന്നു വിളിക്കുന്ന മുരുകൻ' എന്നോ; 'മുരുകൻ എന്നു വിളിക്കുന്ന ദാസ്' എന്നോ മാത്രമാണ് ഓരോരുത്തരും മൊഴിനൽകിയിട്ടുള്ളത്. സി. ബി. ഐ. ആണ് മുരുകൻ എന്ന പേര് അദ്ദേഹത്തെ അടിച്ചേൽപ്പിച്ചത് എന്നുള്ളതിന്റെ ആദ്യത്തെ തെളിവാണ് മേൽപ്പറഞ്ഞ സാക്ഷിമൊഴികൾ.

ഇംഗ്ലീഷ് കോച്ചിംഗിന് രണ്ടു ട്യൂട്ടോറിയലുകളിൽ ചേർന്നപ്പോഴും 'ദാസ്' എന്ന പേരാണ് നൽകിയിട്ടുള്ളത്. ഈ വിവരം ആ സ്ഥാപനങ്ങളുടെ ചുമതലയുള്ള അദ്ധ്യാപകൻ കോടതിയിൽ സാക്ഷിമൊഴി നൽകിയിട്ടുള്ളതാണ്. കൂടാതെ ഗജലക്ഷ്മി, ശശികല, മധുരരവി, മാരിയപ്പൻ, ഡോക്ടർ ഫെർണാണ്ടസ് ഫോട്ടോഗ്രാഫർ ഹരിബാബുവിന്റെ പിതാവ് സുന്ദരമണി, ശ്രീലങ്കക്കാരനായ ലിംഗം എന്നിവരും കോടതിയിൽ ഇതേ മൊഴിതന്നെയാണ് നൽകിയിട്ടുള്ളത്. അവരാരും 'മുരുകൻ' എന്ന പേരിലാണ് അദ്ദേഹത്തെ പരിചയപ്പെട്ടതെന്ന് പറഞ്ഞിട്ടില്ല.

എന്നാൽ ചിലയാളുകൾ 'മുരുകൻ' എന്ന പേരിൽതന്നെ കോടതിയിൽ അദ്ദേഹത്തെ തിരിച്ചറിഞ്ഞിട്ടുണ്ട്. എന്നാൽ ക്രോസ് വിസ്താരത്തിൽ എങ്ങനെയാണ് ആ പേര് നിങ്ങൾക്കറിയാവുന്നത് എന്ന ചോദ്യത്തിന്, 'പത്രത്തിൽ കണ്ടതാണ്', അല്ലെങ്കിൽ 'പൊലീസുകാർ പറഞ്ഞാണ് അറിയുന്നത്' എന്ന മറുപടിയാണ് അവർ കോടതിയിൽ നൽകിയിട്ടുള്ളത്. അങ്ങനെ പറഞ്ഞവരിൽ മാരിയപ്പൻ, ഫെർണാണ്ടസ്, സുന്ദരമണി എന്നിവർ മുരുകനെ നേരിട്ട് മുമ്പു കണ്ടിട്ടില്ലെന്നും മൊഴി നൽകിയിട്ടുണ്ട്.

1991 ജൂൺ 16-ാം തിയതിയാണ് "മൊട്ടത്തലയൻ മുരുകൻ" എന്ന പേര് ആദ്യമായി പത്രങ്ങളിൽ പ്രചരിച്ചത്. അതായത് ഞങ്ങളെ കോടതിയിൽ ഹാജരാക്കിയതിന്റെ തൊട്ടടുത്ത ദിവസമാണ് ജൂൺ 16.

സി.ബി.ഐ.ക്കാർ കൊടുക്കാതെ പത്രക്കാർക്ക് 'വെളിപാടാ'യി ആ പേരു കിട്ടാൻ സാധ്യതയില്ല എന്ന കാര്യം പലർക്കും അറിയാവുന്നതാണ്.

ഞങ്ങളെ അറസ്റ്റു ചെയ്യുന്നതിനു മുമ്പുള്ള പത്രവാർത്തകളിലെല്ലാം എന്റെ ഭർത്താവിന്റെ പേര് ദാസ് എന്നാണ് വന്നിട്ടുള്ളത്. എന്തിന്, ആദ്യ മായി ഞങ്ങളെ കോടതിയിൽ ഹാജരാക്കുമ്പോൾ പോലും 'ദാസ്' എന്ന പേരാണ് പത്രങ്ങളിൽ പ്രസിദ്ധീകരിച്ചിരുന്നത്.

സി.ബി.ഐ. പ്രത്യേക അന്വേഷണസംഘം (എസ്.ഐ.ടി.) തലവൻ കാർത്തികേയൻ എഴുതിയ "സത്യമേവ ജയതേ" എന്ന പുസ്തകത്തിന്റെ 94-ാം പേജിൽ ഒരു കാര്യം വെളിപ്പെടുത്തിയിട്ടുണ്ട്.

അതായത്, "മെയ് മാസം 30-ാം തീയതി ചെന്നെ വില്ലുവക്കം ഹൈക്കോർട്ട് കോളനിയിൽ താമസക്കാരനായ ഒരാൾ പത്രങ്ങളിൽ ഞങ്ങൾ കൊടുത്തിരുന്ന പരസ്യം കണ്ടതിനെത്തുടർന്നു ഞങ്ങൾക്കു നൽകിയ വിവരങ്ങൾ ഈ കേസന്വേഷണത്തിനു വളരെ പ്രയോജന പ്പെട്ടു എന്നു പറഞ്ഞിരിക്കുന്നു.

"രാജീവ്ഗാന്ധി കൊല്ലപ്പെട്ട മെയ് 21-ാം തീയതി ഉച്ചയ്ക്കുശേഷം എന്റെ ഭാര്യ, ഞങ്ങളുടെ അയൽവാസി നളിനിയും 'മനുഷ്യബോംബ്' എന്നു സംശയിക്കുന്ന, പച്ചയും ഓറഞ്ചും നിറത്തിലുള്ള സാൽവാർ-കമ്മീസ് ധരിച്ച പെൺകുട്ടിയും പൈജാമയും കൂർത്തയും ധരിച്ച ഒരു പുരുഷനും മറ്റൊരു പെൺകുട്ടിയും ഉൾപ്പെടെ നാലുപേരെ കണ്ടതായി അറിയിച്ചു. നളിനിയുടെ വീട്ടിൽ ദാസ് എന്ന ഒരു ചെറുപ്പക്കാരൻ കൂടെ ക്കൂടെ വന്നു പോകാറുണ്ടെന്നും, മെയ് 26-നുശേഷം നളിനിയെ കണ്ടിട്ടേ യില്ലെന്നും പറഞ്ഞു. മാത്രമല്ല നളിനി അഡയാറിൽ എന്തോ ജോലിക്ക് പൊയ്ക്കൊണ്ടിരിക്കുന്നവളാണെന്നും" അറിയിച്ചു.

ഈ മൊഴിയിലും പരസ്പരവിരുദ്ധമായ പല കാര്യങ്ങളുമുണ്ടെന്നു ള്ളത് മറ്റൊരു വിഷയമാണ്.

എന്നാൽ കാർത്തികേയൻ എഴുതിയ അതേ പുസ്തകത്തിൽ മെയ് 30 വരെ എന്റെ ഭർത്താവിനു ദാസ് എന്ന പേരു മാത്രമേ ഉണ്ടായിരു ന്നുള്ളു എന്നു വ്യക്തമാക്കുന്നുണ്ട്. ഇതിനു വേറെ തെളിവ് ആവശ്യ മില്ലല്ലോ.

അതു മാത്രമല്ല, ത്യാഗരാജൻ ഐ.പി.എസ്. എഴുതിയ റോബർട്ട് പയസ്സ്, പേരറിവാളൻ, എന്റെ സഹോദരൻ ഭാഗ്യനാഥൻ, അമ്മ പത്മാ വതി, രവിചന്ദ്രൻ, ശാന്തൻ, നളിനി എന്ന ഞാനുൾപ്പടെയുള്ളവരുടെ കുറ്റസമ്മത മൊഴിയിലും എന്റെ ഭർത്താവിന്റെ പേരു പറയേണ്ടയിട ങ്ങളിലെല്ലാം മുരുകൻ എന്നപേര് കൂട്ടിച്ചേർത്ത് എഴുതുകയാണു ചെയ്തത്.

അതിൽപ്പോലും ഞാനും അമ്മയും അനുജൻ ഭാഗ്യനാഥനും പേരറി വാളനും 'ദാസ്' എന്ന പേരിലാണ് ഇടപഴകിയിരുന്നതെന്ന് പറയുന്നുണ്ട്.

ആ വീട്ടിലുണ്ടായിരുന്ന മറ്റുസാക്ഷികളും ഇതുതന്നെയാണ് പറഞ്ഞിട്ടു ള്ളത്. മറ്റുള്ളവരുടെ കുറ്റസമ്മത മൊഴികളിലും മുരുകൻ എന്ന പേരു മാത്രമേ ഉണ്ടായിരുന്നുള്ളൂ.

ഇങ്ങനെ തങ്ങൾക്കു പരിചയമില്ലാത്ത ഒരു പേരിൽ ഒരാളിനെ ക്കുറിച്ചു കുറ്റസമ്മതമൊഴിയിൽ രേഖപ്പെടുത്താൻ ഒരു സാധ്യതയുമില്ല. ഇതിൽനിന്നും എന്തു മനസ്സിലാക്കാം? ഞങ്ങളാരും തന്നെ സ്വന്തം ഇഷ്ട പ്രകാരം ത്യാഗരാജനു മുന്നിൽ കുറ്റസമ്മത മൊഴി നൽകിയിട്ടേ യില്ലെന്നും അദ്ദേഹത്തിന്റെ നുണപ്രചരണത്തിന് ഇതുതന്നെ പ്രധാന തെളിവാണെന്നും നിസ്സംശയം പറയാം. അതുമാത്രമല്ല, 'മുരുകൻ' എന്ന പേര് തനിക്കുണ്ടെന്ന് എന്റെ ഭർത്താവിനുപോലും അറിഞ്ഞുകൂടാത്ത സ്ഥിതിക്ക് മറ്റുള്ളവരെങ്ങനെയാണ് 'മുരുകൻ' എന്ന പേര് കുറ്റസമ്മത മൊഴിയിൽ പറയുന്നത്? അപ്പോൾ ആ കുറ്റസമ്മതമൊഴിയുടെ വിശ്വാ സ്യത എത്രമാത്രമുണ്ടെന്ന് മനസ്സിലാകും!

ശരി, ഇനി ഈ 'മുരുകൻ' ആരാണെന്ന വിഷയത്തിലേക്കു വരാം, കേട്ടോളൂ....

മെയ് 21-ന് രാജീവ്ഗാന്ധി പങ്കെടുത്ത ചടങ്ങിന്റെ ഫോട്ടോയെടുത്തു കൊണ്ടിരുന്ന ഹരിബാബുവും സ്ഫോടനത്തിൽ കൊല്ലപ്പെട്ടിരുന്നു. എന്നാൽ അയാൾ ജീവിച്ചിരിപ്പുണ്ടെന്നു കാണിക്കുന്ന ഒരു ഡോക്യു മെന്ററി പ്രസിദ്ധീകരിക്കുകയും അതേപ്പറ്റി ചർച്ചകൾ നടക്കുകയും ചെയ്തിരുന്നു. അതു മറ്റൊരു കഥയാണ്. അതവിടെ നിൽക്കട്ടെ....

ഹരിബാബുവിന്റെ വീട്ടിൽ മെയ് 25-ന് പൊലീസ് പരിശോധന നടത്തി; അതായത് രാജീവ്ഗാന്ധി വധം നടന്ന് മൂന്നു ദിവസങ്ങൾക്കു ശേഷം ഹരിദാസ് നായർ ഐ.പി.എസ് എന്ന സി.ബി.ഐ. ഓഫീസ റുടെ നേതൃത്വത്തിൽ നടന്ന ആ പരിശോധനയിൽ ഈ കേസിലെ ഒരു പ്രതിയായിരുന്ന ശാന്തന്റെ സ്യൂട്ട്കെയ്സ്, മുരുകൻ എന്ന പേരെഴുതിയ ഒരു പോസ്റ്റൽ കവർ, അതിനുള്ളിൽ ഈ കേസുമായി ബന്ധമില്ലാത്ത ചില വസ്തുക്കൾ എന്നിവ കണ്ടെടുത്തതായി (Search/Seizure memo) രേഖപ്പെടുത്തിയിട്ടുണ്ട്.

ഇവിടെ ഒരു കാര്യം നാം ശ്രദ്ധിക്കേണ്ടതുണ്ട്. അന്നുതന്നെ (ഗുണ്ടു) ശാന്തനെ ഈ കേസ്സിലെ പ്രതിയാക്കി ഈ ഓഫീസിൽ ഉൾപ്പെടുത്തി യിരുന്നു. മേൽപ്പറഞ്ഞ ശാന്തൻ സി.ബി.ഐ. യാൽ വെടിവച്ചുകൊല്ല പ്പെട്ട തിരുച്ചിശാന്തൻ തന്നെയായിരിക്കാനാണ് സാധ്യത, അതായത് ഗുണ്ടുശാന്തൻ! എന്തെന്നാൽ ഇപ്പോൾ ജയിലിലുള്ള ചിന്നശാന്തനെ പ്പറ്റിയുള്ള വിവരങ്ങൾ സി.ബി.ഐയ്ക്കു കിട്ടുന്നത് ജൂലൈ ഒന്നാം തീയതിക്കുശേഷമാണ്. സാക്ഷിമൊഴികളിലും അതുതന്നെയാണ് കാണു ന്നത്.

എങ്ങനെ നോക്കിയാലും ജൂൺ 6-ന് മുമ്പ് അവർക്ക് ചിന്നശാന്തനെ പ്പറ്റി അറിയാൻ ഒരു സാധ്യതയുമില്ലെന്ന് സി.ബി.ഐ. രേഖകളിൽത്തന്നെ

കാണാനുണ്ട്. ഹരിബാബുവിന്റെ സൗഹൃദയവലയത്തിനുള്ളിലിരുന്നവർക്ക് ഗുണ്ടുശാന്തനോടു മാത്രമേ സൗഹൃദമുണ്ടായിരുന്നുള്ളൂവെന്ന് സി.ബി.ഐ. തന്നെ പറയുന്നു. ആ ഗുണ്ടുശാന്തൻ തമിഴ്പുലികളുടെ രാഷ്ട്രീയവിഭാഗത്തിന്റെ തമിഴ്നാട്ടിലെ ചുമതലക്കാരനായി സേവനമനുഷ്ഠിച്ചുവരികയായിരുന്നു. അതിനാൽ ഇവിടെയുള്ള പലർക്കും അയാളെ അറിയാമായിരുന്നു. അക്കാലത്ത് ശ്രീലങ്കൻ തമിഴരുടെ വിമോചനത്തിനുവേണ്ടി പ്രവർത്തിക്കുന്ന എല്ലാ സംഘടനകളെയും തമിഴ്ജനത മാത്രമല്ല, സർക്കാരുകൾ പോലും ആദരിച്ചിരുന്നു.

അതിനാൽ ഹരിബാബു ആ ഗുണ്ടുശാന്തന്റെ നിർദ്ദേശമനുസരിച്ചാണ് പ്രവർത്തിച്ചിരുന്നതെന്നു കരുതാൻ സാധ്യതയുണ്ട്. എന്നാൽ സി.ബി.ഐ. ഹരിബാബുവിന്റെ വീട്ടിൽനിന്നും പിടിച്ചെടുത്ത സ്യൂട്ട്കെയ്സ് ചിന്നശാന്തന്റേതാണെന്ന തെറ്റിദ്ധാരണയിൽ കേസവസാനിപ്പിക്കുകയാണു ചെയ്തത്. ഇതേഗതി തന്നെയാണ് മുരുകൻ എന്നു പേരെഴുതിയ ആ കവറിന്റെ കാര്യവും.

ആ കവർ ഏതോ ഒരു മുരുകൻ ഹരിബാബുവിന് അയച്ചതായിരിക്കണം. അതിന് എന്റെ ഭർത്താവുമായി യാതൊരു ബന്ധവുമില്ല. അതു മാത്രമല്ല ആ കവറിലുണ്ടായിരുന്ന വസ്തുക്കൾക്ക് ഈ കേസുമായി ഒരു ബന്ധവുമുണ്ടായിരുന്നില്ല.

ഈ കേസന്വേഷണം നടത്തിയ എസ്.ഐ.ടി. ചീഫ് രഘോത്തമൻ "രാജീവ് വധ"ത്തെപ്പറ്റി ഒരു പുസ്തകം എഴുതിയിരുന്നു. അതിന്റെ 47-ാം പേജിൽ ഇങ്ങനെ പറയുന്നു. "ഹരിബാബു എന്ന ഒരു പേരൊഴികെ, ഞങ്ങൾക്ക് ആദ്യം കൂടുതൽ തെളിവുകൾ ലഭിക്കാൻ തുടങ്ങിയത് ഈ സംഭവത്തിനു ശേഷമാണ്.

ആരാണീ ഭാഗ്യനാഥൻ? ആരാണീ മുത്തുരാജൻ? മുരുകൻ ആരാണ്? ഈ കത്തിൽ കാണുന്ന ഈ പേരുകൾ യഥാർത്ഥത്തിൽ ഈ കേസുമായി ബന്ധപ്പെട്ടതാണോ? എങ്കിൽ എത്രമാത്രം?"

ആ 'മുരുകൻ' എന്ന പേരു നേരിട്ടു എന്റെ ഭർത്താവിന്റേതാക്കി മാറ്റി. എത്ര വിചിത്രമായ സംഭവം! ഇതേപ്പറ്റി ഒരു വിശദീകരണം സി.ബി.ഐ. എവിടെയും നടത്തിയിട്ടില്ല.

ആ മുരുകനാണ് ഇയാൾ എന്ന് ഒറ്റവരി ഉത്തരം മാത്രമേ അവർ നൽകിയിട്ടുള്ളൂ. അതാണ് അധികാരത്തിന്റെ അഹന്ത! സാക്ഷികളെപ്പറ്റിയോ, തെളിവുകളോ ചോദിക്കാൻ പാടില്ല.

ഞങ്ങളെ അപഹാസ്യരാക്കിക്കാണിക്കുക എന്ന ഒരു ലക്ഷ്യമാണ് സി.ബി.ഐയ്ക്ക് ആദ്യംമുതൽ ഉണ്ടായിരുന്നത്. അതിന്റെ പ്രതിഫലനമാണ് "മൊട്ടത്തലമുരുകൻ" എന്ന കഥാപാത്രത്തെ തുറന്നുവിടാനിടയായത്. ഒറ്റക്കണ്ണൻ ശിവരാജൻ, ഗുണ്ടുശാന്തൻ എന്നതുപോലെ, മൊട്ടത്തലയൻ മുരുകൻ എന്ന പുതിയ ഒരു കഥാപാത്രവും പിറവിയെടുത്തു.

എങ്ങനെയോ എന്റെ ഭർത്താവിന് ജന്മനാ മുടിയില്ലാത്തവനായിരുന്നു എന്ന് എല്ലാവരെയും വിശ്വസിപ്പിക്കുകയായിരുന്നു. അദ്ദേഹത്തിന്റെ തല മുടി പൂർണ്ണമായി വളർന്നശേഷം "ഇതാണോ മൊട്ടത്തലയൻ മുരുക നെന്നു പലർക്കും വിശ്വസിക്കാനേ കഴിഞ്ഞില്ല. ഈ മുടി ഇപ്പോഴെവിടെ നിന്നു വന്നു? എന്തുതരം എണ്ണയാണ് തലയിൽപ്പുരട്ടുന്നത് എന്നുവരെ ആയിരക്കണക്കിനു പേർ അദ്ദേഹത്തോട് ചോദിച്ചുകഴിഞ്ഞിരുന്നു. പലരും എന്നോടുപോലും ഇക്കാര്യം ചോദിച്ചിട്ടുണ്ട്. ഞാനെന്തു മറുപടി യാണ് പറയേണ്ടത്? കരയണോ അതോ ചിരിക്കണോ? ആ രഹസ്യ തൈലത്തെപ്പറ്റി സി.ബി.ഐയുടെ പ്രത്യേക അന്വേഷണസംഘത്തിനു മാത്രമേ അറിയൂ! ചിരിക്കണമോ, കരയണമോ? എന്നു തിരിച്ചറിയാൻ കഴിയാതെ പല വർഷങ്ങൾ കടന്നുപോയി.

ഇതിനേക്കാൾ രസകരമായ മറ്റൊരു കാര്യംകൂടി പറയാം. ജയിലിലെ മറ്റ് അന്തേവാസികൾ, എന്തിന് ജയിൽ ജീവനക്കാർപോലും ആരാണു മുരുകനെന്ന് അദ്ദേഹത്തോടുതന്നെ ചോദിച്ചിട്ടുണ്ട്. അവരെ സംബന്ധി ച്ചിടത്തോളം അവരുടെ മനസ്സുകളിൽ മൊട്ടത്തലയനായിട്ടാണ് പതിഞ്ഞി ട്ടുള്ളത്. അങ്ങനെ ചോദിക്കുന്നവരോട് എന്റെ ഭർത്താവ് 'അയാൾ ക്ഷേത്ര ത്തിൽ പോയിരിക്കുകയാണ് അല്ലെങ്കിൽ സ്കൂളിൽ പോയിരിക്കുകയാണ്' എന്ന് കുട്ടിക്കളിയായും മറുപടി പറയാറുണ്ടായിരുന്നു.

സമരങ്ങളിലൊക്കെ പങ്കെടുത്തു ജയിലിൽ വരുന്നവർ അദ്ദേഹത്തെ ക്കണ്ട് സംസാരിച്ചശേഷം 'മുരുകനെ കാണാൻ പറ്റിയില്ലല്ലോ' എന്ന് അന്വേഷിച്ചുകൊണ്ടിരിക്കും. തുടക്കത്തിൽ സി.ബി.ഐ. പുറത്തുവിട്ട പ്രചാരവേലകൾ അത്ര ശക്തമായിരുന്നു.

എന്റെ ഭർത്താവിനു സി.ബി.ഐ. നൽകിയ മുരുകൻ എന്ന പേര് ലണ്ടനിലെ കോടതിയിൽവരെ ചർച്ചാവിഷയമായിത്തീർന്നിട്ടുണ്ട്.

എന്റെ ഭർത്താവിന്റെ അനുജൻ മയൂരൻ ലണ്ടനിൽ അഭയംതേടി യെത്തിയ ശേഷം കുറെ നാളത്തേക്ക് അവിടെ താമസിക്കുന്നതിനുള്ള അനുമതി ലഭിച്ചിരുന്നില്ല. കൊടുത്ത അപേക്ഷകളെല്ലാം നിരസിക്കപ്പെട്ടു. അവസാനം ഒരു വക്കീൽ മുഖേന കോടതിയെ സമീപിച്ചു. മയൂരൻ കൊടുത്ത പരാതിയിൽ, "സർ, മുൻ ഇന്ത്യൻ പ്രധാനമന്ത്രി രാജീവ്ഗാന്ധി വധക്കേസിൽ വധശിക്ഷ വിധിക്കപ്പെട്ടു തടവിൽ കഴിയുന്ന മൂന്നാംപ്രതി ശ്രീഹരന്റെ ഇളയസഹോദരനാണ് ഞാൻ. അതിനാൽ സ്വന്തം നാട്ടിൽ എനിക്കു സുരക്ഷിതത്വം ഇല്ല. അതിനാൽ ലണ്ടനിൽ അഭയാർത്ഥിയായി കഴിയാനുള്ള അനുവാദം എനിക്കു തരണം" എന്ന് അപേക്ഷിച്ചിരുന്നു.

എന്നാൽ ആ കേസിൽ ശ്രീഹരൻ എന്ന പേരിൽ ഒരു പ്രതിയേയില്ല എന്ന കാരണം പറഞ്ഞ് ജഡ്ജി അപേക്ഷ നിരസിച്ചു. "ആ കേസിലെ പ്രതിയായ ശ്രീഹരനെ മുരുകൻ എന്ന പേരിലാണ് ആ കേസിൽ ഉൾപ്പെടുത്തിയിരിക്കുന്നത്" എന്നു വാദിച്ചെങ്കിലും കോടതി ആ വാദം അംഗീകരിച്ചില്ല.

നമ്മുടെ സി.ബി.ഐ. അവർക്കു തോന്നിയ ഒരു പേരെടുത്ത് മറ്റൊരാളിനു നൽകി, അവരുടെ മഹത്ത്വം വെളിപ്പെടുത്തയവരാണെന്ന കാര്യം ലണ്ടനിലെ ജഡ്ജി എങ്ങനെ അറിയാനാണ്? ഛെ..ഛെ.. ഒരു രാജ്യത്തെ ഏറ്റവും വലിയ കുറ്റാന്വേഷണ ഏജൻസി ഇത്രവലിയ ഒരു തെറ്റുചെയ്യുമെന്ന് ആ ജഡ്ജി ഒട്ടും വിശ്വസിച്ചില്ല. അതും വധശിക്ഷയ്ക്കു വിധിക്കപ്പെട്ട ഒരു വ്യക്തി ഒരു അപരനാമത്തിലാണ് പ്രതിചേർക്കപ്പെട്ടിരിക്കുന്നത്- എന്ന കഥ ആ ജഡ്ജിന് വിചിത്രമായിട്ടാണ് തോന്നിയത്. എന്റെ ഭർത്താവിന്റെ ജനനസർട്ടിഫിക്കറ്റ് ഹാജരാക്കിയിട്ടും ജഡ്ജിക്കു വിശ്വാസമായില്ല. അതുരണ്ടും രണ്ടു വ്യത്യസ്ത വ്യക്തികളാണ് എന്ന അഭിപ്രായത്തിൽ അദ്ദേഹം ഉറച്ചുനിന്നു. അദ്ദേഹത്തെ അത് എങ്ങനെ വിശ്വസിപ്പിക്കാൻ കഴിയും എന്നത് ഒരു വലിയ കീറാമുട്ടിയായിത്തീർന്നു.

അവസാനം എന്റെ ഭർത്താവിനെ മുരുകൻ എന്നു വിളിക്കാൻ കാരണമായതിനുള്ള രേഖകൾ, യഥാർത്ഥപേര് ശ്രീഹരനാണ് എന്നതിനുള്ള തെളിവുകൾ, കോടതി വിധികളുടെ ചില പകർപ്പുകൾ ഇവയെല്ലാം ഇവിടെ നിന്നും അയച്ചുകൊടുത്തു. അതെല്ലാം പരിശോധിച്ച ആ ജഡ്ജി, "ഓ... ഇയാളാണോ അയാൾ", എന്ന് അദ്ഭുതപരതന്ത്രനായി. അവസാനം ആ വാദം അംഗീകരിക്കപ്പെട്ടു. അങ്ങനെ ഒരു മുഴുത്ത കുമ്പളങ്ങ ഇലയിൽ വിളമ്പിയ ചോറിനുള്ളിൽ ഒളിച്ചുവയ്ക്കാനും അതു തിരിച്ചെടുക്കാനുമുള്ള വിദ്യ നന്നായിട്ടറിയാവുന്ന സി.ബി.ഐയുടെ കയ്യിൽ എന്നെപ്പോലെയുള്ള ഒരു പഞ്ചപാവം പെട്ടുപോയാൽ എങ്ങനെ രക്ഷപ്പെടാൻ കഴിയും?

അതിനാൽ, മുരുകൻ എന്ന മറ്റേതോ ഒരാൾ ഫോട്ടോഗ്രാഫർ ഹരിബാബുവിന്റെ സുഹൃദ്വലയത്തിലുണ്ടായിരിക്കണം. ഒരുപക്ഷേ, ആ മുരുകനും ഗുണ്ടുശാന്തനും പരസ്പരം ബന്ധപ്പെട്ടിരിക്കാനും സാധ്യതയുണ്ട്. ചിലപ്പോൾ പരസ്പരം പരിചയമില്ലാതെയുമിരിക്കാം. അല്ലെങ്കിൽ അയാൾ ഒരു സാധാരണക്കാരനായിരിക്കാം.. അതുമല്ലെങ്കിൽ കേസുമായി ബന്ധമുള്ള ആളുമായിരിക്കാം. അങ്ങനെയെങ്കിൽ അയാളെ അന്വേഷിച്ചു കണ്ടുപിടിക്കേണ്ടതല്ലേ? അയാൾക്ക് ഹരിബാബുവുമായുള്ള ബന്ധം അന്വേഷിച്ചു കണ്ടുപിടിക്കേണ്ടതായിരുന്നില്ലേ?

ഹരിബാബുവിന്റെ എല്ലാ സുഹൃത്തുക്കളേയും കൊണ്ടുവന്നു ചോദ്യം ചെയ്തപ്പോൾ, 'ആരാണീ മുരുകൻ?' എന്ന അന്വേഷണത്തിനു പ്രാധാന്യം കൊടുത്തിരിക്കേണ്ടതല്ലേ?, എന്താണത് ചെയ്യാതിരുന്നത്?

ഗുണ്ടുശാന്തനെ കരുതിക്കൂട്ടി വെടിവച്ചു കൊന്നു കളഞ്ഞത് എന്തിനു വേണ്ടിയാണ്? കാരണം തിരക്കിയാൽ, 'ആത്മരക്ഷാർത്ഥം' എന്നായിരിക്കും മറുപടി. അക്കാലത്തും അതിനുശേഷവും ഇവിടെ തങ്ങിയിരുന്ന തമിഴ്പുലികൾ എവിടെയെങ്കിലും വെടിവയ്പ്പു നടത്തിയ സംഭവം ഉണ്ടായിട്ടില്ല. ഒന്നുകിൽ രക്ഷപ്പെടാൻ ശ്രമിച്ചിട്ടുണ്ട്. അല്ലെങ്കിൽ 'സയനൈഡ്' ഗുളിക കഴിച്ച് ആത്മഹത്യ ചെയ്തിട്ടുണ്ട് എന്ന വാർത്തകൾ വന്നിരുന്നു.

അങ്ങനെയുള്ളപ്പോൾ എന്തിനു ഗുണ്ടുശാന്തനെ വെടിവച്ചു കൊന്നു? ചില സത്യങ്ങൾ മൂടിമറയ്ക്കാൻ വേണ്ടിയാണ് സി.ബി.ഐ. അങ്ങനെ ചെയ്തത്. നടന്ന സംഭവങ്ങൾ അങ്ങനെയൊരു നിഗമന ത്തിലെത്താൻ നിർബന്ധിക്കുകയാണ്.

ഇനി അവിശ്വസനീയമായ മറ്റൊരു സംഭവം കൂടി വിവരിക്കാം. ഞങ്ങളുടെ വീട്ടിലുള്ള എല്ലാവർക്കും എന്റെ ഭർത്താവിന്റെ പേര് 'ദാസ്' എന്നുമാത്രമേ അറിയാമായിരുന്നുള്ളൂ. എല്ലാവരും അദ്ദേഹത്തെ വിളി ക്കുന്നതും അങ്ങനെ തന്നെ. എന്നാൽ ഫോട്ടോഗ്രാഫർ ഹരിബാബുവിനു മാത്രം ദാസിനെ പരിചയപ്പെടുത്തിയിരിക്കുന്നതു 'മുരുകൻ' എന്ന പേരി ലാണെന്ന് സി.ബി.ഐ വാദിക്കുന്നു.

അതേ സി.ബി.ഐ തന്നെയാണ് ഇടയ്ക്കിടെ ഹരിബാബു ഞങ്ങ ളുടെ വീട്ടിൽ വരാറുണ്ടായിരുന്നെന്നും എഴുതിയിട്ടുള്ളത്. മാത്രമല്ല അയാൾ ഞങ്ങളുടെ വീട്ടുകാരുമായി നല്ല സൗഹൃദത്തിലായിരുന്നെന്നും അവർ പറയുന്നു.

അപ്രകാരം നല്ല സുഹൃത്തുക്കളായിക്കഴിയുമ്പോൾ ഒരേ വീട്ടിലുള്ള ആളുകൾ പലപേരിൽ എന്റെ ഭർത്താവിനെ വിളിച്ചിരുന്നുവെന്നു പറഞ്ഞാൽ അതു വിശ്വസിക്കാൻ കഴിയുമോ? മഹാനായ ഒരു നേതാ വിനെ വധിക്കാൻ ഗൂഢാലോചനയുമായി വന്ന ഒരാൾ ഇങ്ങനെ കുട്ടിത്ത ത്തോടെ പെരുമാറിയെന്നു പറയാൻ നമ്മുടെ സി ബി ഐ.യ്ക്കുമാത്രമേ കഴിയൂ!

ഇവിടെ മറ്റൊരു കാര്യവും ശ്രദ്ധിക്കേണ്ടതാണ്. താൻ മുരുകനെന്നു വിളിക്കുന്ന ഒരാളെ മറ്റുള്ളവർ എന്തിനു 'ദാസ്' എന്നു വിളിക്കുന്നു എന്ന കാര്യം ഹരിബാബു ചോദിക്കാതിരിക്കുമോ? തന്നോടു അടുത്തു പെരു മാറുന്നവരോട് അന്വേഷിച്ചിരിക്കേണ്ടതല്ലേ? ഇങ്ങനെയുള്ള ഒരു ചോദ്യ ത്തിനും ഉത്തരമില്ല. ചോദിച്ചാൽ, "ചത്തുപോയ ഹരിബാബുവിനോടു മാത്രം അദ്ദേഹം 'മുരുകൻ' എന്ന പേരിലാണ് ഇടപ്പെട്ടിരുന്നത്," എന്ന ഒറ്റയുത്തരം മാത്രമേയുള്ളൂ..!

ഒരുവേള, ഹരിബാബുവിന്റെ പ്രേതത്തെ ചോദ്യം ചെയ്തപ്പോൾ കിട്ടിയ അറിവായിരിക്കും? അങ്ങനെയെങ്കിൽ കോടതിയിൽ അതി നുള്ള തെളിവുകൾ ഹാജരാക്കേണ്ടതായിരുന്നില്ലേ? എന്തുകൊണ്ടു ചെയ്തില്ല?

അതിനാൽ അവരുടെ കെട്ടുകഥകൾക്ക് അനുസൃതമായി, എന്റെ ഭർത്താവും ഫോട്ടോഗ്രാഫർ ഹരിബാബുവും തമ്മിൽ അടുത്തബന്ധം പുലർത്തിയിരുന്നു എന്നു വരുത്തിത്തീർക്കാൻ വേണ്ടി ഒരു കൃത്രിമ തിരിച്ചറിയൽ കാർഡ് അവർ തയ്യാറാക്കി. അങ്ങനെയാണ് ഒരു അസത്യം സത്യമാക്കി മാറ്റിയത്. ഈ തിരിച്ചറിയൽ കാർഡിന്റെ സത്യാവസ്ഥയും ക്രോസ് വിസ്താരവേളയിൽ കോടതിയിൽ തോലുരിച്ചുകാട്ടപ്പെടേണ്ടി വന്നു.

ഒരാളെ മനഃപൂർവ്വം കുറ്റവാളിയാക്കി മാറ്റണമെങ്കിൽ, ആദ്യം അയാളെ "സ്വഭാവഹത്യ"(Character Assassination) നടത്തണം. അങ്ങനെ കൃത്യമായ പദ്ധതികൾ തയ്യാറാക്കിയാണ് എന്റെ ഭർത്താവിനെ കള്ളക്കേസ്സിൽ കുടുക്കിയത്. ഞാൻ നേർച്ച നേർന്നിരുന്നതിന്റെ പേരിൽ തിരുപ്പതിയിൽപ്പോയി തലമുണ്ഡനം ചെയ്തതിനാണ് "മൊട്ടത്തലയൻ മുരുകൻ" എന്ന 'വട്ടപ്പേര്' എന്റെ ഭർത്താവിനു പത്രങ്ങളിൽ ചാർത്തിക്കൊടുത്തത്. ഇതേപ്പറ്റി എന്തുപറയാനാണ്?

'അസത്യമേവ ജയതേ!' എന്നേ ഇക്കാര്യത്തിൽ പറയാൻ സാധിക്കൂ!

ഇനി കുറെക്കൂടി തെളിച്ചുപറഞ്ഞാൽ ഞങ്ങളെ അറസ്റ്റുചെയ്യുന്നതിനുമുമ്പു പുറത്തുവന്നിരുന്ന എല്ലാവാർത്തകളിലും സി.ബി.ഐ. പുറപ്പെടുവിച്ച ലുക്കൗട്ട് നോട്ടീസുകളിലും 'ദാസ്' എന്നു തന്നെയാണ് കൊടുത്തിരുന്നത്. അറസ്റ്റു ചെയ്ത് കോടതിയിൽ ഹാജരാക്കുമ്പോഴും ആ പേരാണ് കൊടുത്തിട്ടുള്ളത്.

അതിനുശേഷമാണ് 'മുരുകൻ' എന്ന പേരിൽ രേഖകളിൽ ചേർക്കാൻ തുടങ്ങിയത്. അദ്ദേഹവും ഹരിബാബുവും തമ്മിൽ നല്ല ബന്ധം നിലനിന്നിരുന്നു എന്നതിന് തെളിവുകളുണ്ടാക്കിയത് അതിനുശേഷമാണ്. അധികാരം കയ്യിലുണ്ടെങ്കിൽ "ആനയും ഉറുമ്പും തമ്മിൽ മല്ലയുദ്ധം നടത്തി" എന്ന തരത്തിൽ ഒരു വാർത്ത വിശ്വാസയോഗ്യമായി പ്രചരിപ്പിക്കുവാൻ കഴിയും.

ഇനി മറ്റൊരു സംഭവം ഒഴിവാക്കാൻ പറ്റാത്തതാണ്. എന്റെ ഭർത്താവിന്റെ മേൽത്താടിയിലെ രണ്ടു പല്ലുകൾ പുഴുക്കുത്തുള്ളവയാണെന്ന് സി.ബി.ഐ പറയുന്നുണ്ട്. അതു ശരിയാക്കിയെടുക്കാൻ റോബർട്ട് പയസ്സിനെയും കൂട്ടി അദ്ദേഹം പാരീസ് കോർണറിലുള്ള സർക്കാർ ആശുപത്രിയിൽ പോയി. അവിടെവച്ച് അദ്ദേഹത്തിന്റെ പുഴുപ്പല്ലുകൾ രണ്ടും നീക്കം ചെയ്തതായി കുറ്റപത്രത്തിൽ എഴുതിയിട്ടുണ്ട്. അതായത് ഈ കേസിലെ മറ്റൊരു പ്രതിയായ റോബർട്ട് പയസ്സും എന്റെ ഭർത്താവും നല്ല സുഹൃത്തുക്കളായിരുന്നുവെന്ന് കാണിക്കാൻ വേണ്ടിയാണ് രണ്ടുപേരുംകൂടി ആശുപത്രിയിൽപ്പോയ കഥ ചമച്ചത്.

ക്രോസ് വിസ്താരത്തിൽ സാക്ഷിക്കൂട്ടിൽ സർക്കാർ ആശുപത്രിയിലെ ചീഫ്മെഡിക്കൽ ഓഫീസർ നിൽക്കുന്നു. അദ്ദേഹം എന്റെ ഭർത്താവിനെ ചൂണ്ടിക്കാട്ടി ഇയാളാണ് മുരുകൻ, അടുത്തുനിൽക്കുന്ന റോബർട്ട് പയസ്സിനോടൊപ്പം ആശുപത്രിയിൽ വന്നിരുന്നു. ഞാൻ മുരുകന്റെ മേൽത്താടിയിലെ രണ്ടു പല്ലുകൾ പിഴുതു കളഞ്ഞിട്ടുള്ളതാണ്.

മുരുകൻ ആ ഡോക്ടറെ ക്രോസ്‌വിസ്താരം നടത്തി.

"സർ, എന്റെ രണ്ടുപല്ലുകളെടുത്തു എന്നത് സത്യമല്ലേ?" അദ്ദേഹം അതു സമ്മതിച്ചു. "എന്റെ പല്ലുകൾ തന്നെയല്ലേ എടുത്തത്? മുരുകൻ വീണ്ടും ചോദിച്ചു. അതും ഡോക്ടർ സമ്മതിച്ചു.

“അതേ, ഒരു സംശയവുമില്ല.”

ഏതെല്ലാം പല്ലുകളാണ് എടുത്തതെന്നു പറയാമോ എന്ന ചോദ്യത്തിനു ഡോക്ടർ രണ്ടുപല്ലുകളുടെ അടയാളം പറഞ്ഞു കൊടുത്തു.

അവസാനം ന്യായാധിപനെ നോക്കി എന്റെ ഭർത്താവ് , “സർ, മറ്റേതെങ്കിലുമൊരു ദന്തഡോക്ടറെ വരുത്തി എന്റെ മേൽത്താടിയിലെ പല്ലുകൾ പരിശോധിച്ച് ഒരു റിപ്പോർട്ടുവാങ്ങാൻ ഉത്തരവുണ്ടാകണമെന്ന് അപേക്ഷിച്ചു. ആ ഡോക്ടർ പിഴുതെടുത്ത ആ രണ്ടുപല്ലുകളും നല്ല ബലമായി ഇപ്പോഴും എനിക്കുണ്ട്. എന്റെ മേൽത്താടിയിലെ ഒരു പല്ലും ഇതുവരെ നഷ്ടപ്പെട്ടിട്ടില്ല. ഇതു സത്യമാണോ എന്നു അങ്ങുതന്നെ പരിശോധിച്ചു ഉറപ്പുവരുത്തണമെന്ന് മുരുകൻ പറഞ്ഞയുടൻ കോടതിമുറിയിൽ കൂട്ടച്ചിരി മുഴങ്ങി. മറ്റുമാർഗ്ഗമില്ലെങ്കിൽ ഈ ഡോക്ടർ ഒന്നുകൂടി പരിശോധിച്ചുനോക്കട്ടെയെന്നും അദ്ദേഹം കോടതിയിൽ പറഞ്ഞു.

“ അതിന്റെ ആവശ്യമില്ല അതൊരു നിർദ്ദേശമായി നിങ്ങൾ എഴുതിക്കൊടുത്താൽ മതി” എന്നു കോടതി നിർദ്ദേശിച്ചു. അദ്ദേഹം അതുപോലെ ചെയ്തു. അതിനു ശേഷം ഡോക്ടറുടെ മൊഴിയിൽ പറഞ്ഞിരുന്ന ഓരോ കാര്യങ്ങളെപ്പറ്റി തുടർന്നുള്ള ചോദ്യങ്ങൾക്ക്, “അറിയില്ല, അറിയില്ല” എന്നുമാത്രമേ ഡോക്ടർക്കു മറുപടി പറയാനുണ്ടായിരുന്നുള്ളൂ.

യഥാർത്ഥത്തിൽ നടന്നതെന്താണ്! റോബർട്ട് പയസ്സ് ആ ആശുപത്രിയിൽ പോയത് സത്യമാണ്. കൂടെ മറ്റൊരാളുമുണ്ടായിരുന്നു. ഇതു മനസ്സിലാക്കിയ സി. ബി. ഐ. കൂടെയുണ്ടായിരുന്നതു മുരുകനാണെന്ന് ഉറപ്പിച്ചു. അങ്ങനെത്തന്നെയാണ് കുറ്റസമ്മതമൊഴിയിലും രേഖപ്പെടുത്തിയിട്ടുള്ളത്. അങ്ങനെ യാഥാർത്ഥ്യം ഇപ്പോഴും എന്നെനോക്കി പല്ലിളിച്ചുകൊണ്ടിരിക്കുകയാണ്.

അതേപോലെ മറ്റൊരു സംഭവം കൂടി വിവരിക്കാം. ശിവരാജനും ശുഭയും ബാംഗ്ലൂരിൽ വച്ച് ആത്മഹത്യ ചെയ്തകാര്യം പറഞ്ഞിരുന്നല്ലോ? അവരുടെ മൃതദേഹങ്ങൾ അവിടെ ഗവൺമെന്റ് ആശുപത്രിയിൽ സൂക്ഷിച്ചിരുന്നു. മരിച്ചത് ശിവരാജനും ശുഭയും തന്നെയെന്നു തിരിച്ചറിയേണ്ടതുണ്ട്. അതിനായി ചെങ്കൽപ്പെട്ട് ജയിലിൽ കിടക്കുന്ന നളിനിയെ ബാംഗ്ലൂരിൽ കൂട്ടിക്കൊണ്ടുപോയി, മരിച്ചവർ ശിവരാജനും ശുഭയും തന്നെയാണെന്ന് ഉറപ്പാക്കിയെന്ന് കർണ്ണാടകത്തിലെ ചീഫ് മെഡിക്കൽ ഓഫീസർ കോടതിയിൽ മൊഴി നൽകിയിട്ടുണ്ട്. ഡോക്ടർ എന്റെ നേരെ കൈചൂണ്ടി അവരാണ് ബാംഗ്ലൂർ ആശുപത്രിയിൽ വന്ന് മൃതദേഹങ്ങൾ തിരിച്ചറിഞ്ഞതെന്നും മൊഴികൊടുത്തു.

ഇതിനിടെ കോടതി ഉച്ചഭക്ഷണത്തിനു പിരിഞ്ഞു. വീണ്ടും കൂടിയപ്പോൾ പബ്ലിക്ക് പ്രോസിക്യൂട്ടർ ഡോക്ടറെ ക്രോസ് വിസ്താരം ചെയ്തു. “ശിവരാജൻ, ശുഭ എന്നിവരുടെ മൃതദേഹങ്ങൾ തിരിച്ചറിഞ്ഞ നളിനി ഈ കോടതിയിൽ തന്നെയുണ്ട്. അവരെ തിരിച്ചറിയാൻ താങ്കൾക്ക് കഴിയുമോ?” ഡോക്ടറുടെ മൊഴി ബലപ്പെടുത്താനാണ് ഈ ചോദ്യം.

ഡോക്ടർ പ്രതിക്കൂട്ടിലുണ്ടായിരുന്ന എല്ലാവരേയും നിരീക്ഷിച്ചശേഷം, "അതാണ് നളിനി" എന്ന് എന്നെ കാട്ടികൊടുത്തു.

അതിനുശേഷം സാക്ഷി പറയാനെത്തിയ പ്രത്യേക അന്വേഷണ സംഘത്തലവൻ രഘോത്തമൻ, "ഞാൻ നളിനിയെ ബാംഗ്ലൂരിൽ കൂട്ടിക്കൊണ്ടുപോയിട്ടേയില്ല, ഈ കേസിലെ പ്രതിയായ വിജയന്റെ ഭാര്യ സെൽവലക്ഷ്മിയേയാണ് ഞാൻ കൂട്ടിക്കൊണ്ടുപോയത്. അവരുടെ വീട്ടിലാണ് ശിവരാജൻ താമസിച്ചിരുന്നത്. അവർക്കാണ് ശിവരാജനെ നന്നായി തിരിച്ചറിയാൻ കഴിയുന്നത്. അതുകൊണ്ടാണ് സെൽവലക്ഷ്മിയെ കൂട്ടിക്കൊണ്ടു പോയതെന്നും അദ്ദേഹം മൊഴികൊടുത്തു."

"സർ, താങ്കൾ പറയുന്നതു ശരിതന്നെയോ? പറഞ്ഞതിൽത്തന്നെ ഉറച്ചുനിൽക്കുന്നോ? കർണ്ണാടക ചീഫ് മെഡിക്കൽ ഓഫീസർ, നളിനിയാണ് മൃതദേഹങ്ങൾ തിരിച്ചറിഞ്ഞതെന്നു മൊഴികൊടുത്തിട്ടുണ്ടല്ലോ, അതു കള്ളമാണോ?"

എന്ന് മുരുകൻ ചോദിച്ചു.

"അതേ, അദ്ദേഹം അങ്ങനെ പറഞ്ഞിട്ടുണ്ടെങ്കിൽ അത് അസത്യമാണ്. ഞാൻ നളിനിയെ കൂട്ടിക്കൊണ്ടുപോയിട്ടേയില്ല. ഞാനറിയാതെ മറ്റാർക്കും നളിനിയെ ബാംഗ്ലൂരിൽ കൊണ്ടുപോകാനും കഴിയില്ല." എന്ന് ഉറപ്പിച്ചു പറഞ്ഞു.

സർക്കാരിൽ ഉയർന്ന പദവിയിലിരിക്കുന്ന ഡോക്ടർമാരെയും മറ്റ് ഉദ്യോഗസ്ഥന്മാരെയുംപോലും വ്യാജസാക്ഷിമൊഴി നൽകാൻ നിർബന്ധിക്കുമ്പോൾ ഞങ്ങളെപ്പോലെയുള്ള പാവങ്ങളുടെ ഗതിയെന്താകും?

അപ്പോൾപ്പിന്നെ "സ്വമേധയാ മുന്നോട്ടു വന്നാണ് ഞങ്ങൾ കുറ്റസമ്മതമൊഴി കൊടുത്തിട്ടുള്ളത്" എന്നത് എത്രമാത്രം നീതിപൂർവ്വമായിരിക്കുമെന്ന് നിങ്ങൾതന്നെ തീരുമാനിച്ചുകൊള്ളുക.

വീണ്ടും നമുക്ക് ഇടയ്ക്കുവച്ചു നിർത്തിയ ഇടത്തേക്കു തിരിച്ചു പോകാം.

സി.ബി.ഐ. ഓഫീസർ ഹരിദാസ്നായർ, മരിച്ചുപോയ ഫോട്ടോഗ്രാഫർ ഹരിബാബുവിന്റെ വീട്ടിൽ നടന്ന പരിശോധനയിൽ കണ്ടെടുത്ത കത്തിലുണ്ടായിരുന്ന 'മുരുകൻ' എവിടെപ്പോയി? ആരാണ് ആ മുരുകൻ? റോബർട്ട് പയസ്സിന്റെ കൂടെ ആശുപത്രിയിൽപ്പോയി പല്ലെടുപ്പിച്ചത് ആരായിരുന്നു? അയാളുടെ സ്ഥാനത്ത് എന്റെ ഭർത്താവിനെ എന്തിനാണ് കൊണ്ടുവന്നത്? അങ്ങനെയെങ്കിൽ എന്റെ ഭർത്താവാരാണ്?

ദയവായി ആരെങ്കിലും ഇതിനു മറുപടി പറയണം.

ഇരുപത്തിയഞ്ച്

ശിവരാജനെ വിട്ടുകളഞ്ഞത് എന്തുകൊണ്ട്?

ഈ കേസിൽ മുഖ്യ കുറ്റവാളിയായ ശിവരാജൻ യഥാർത്ഥത്തിൽ പിടികൂടാൻ പറ്റാത്ത ആളായിരുന്നോ? അതോ മനഃപൂർവ്വം പിടിക്കാതിരുന്നതോ എന്ന ചോദ്യം പലരും ഉന്നയിച്ചിട്ടുണ്ട്. ഈ ചോദ്യം ഞങ്ങളോടു ചോദിച്ചാൽ അയാളെ നിഷ്പ്രയാസം പിടിക്കാമായിരുന്നു എന്നാണ് ഉത്തരം. എന്നാൽ "അയാളെ പിടികിട്ടാപ്പുള്ളി"യായി സി.ബി.ഐയുടെ പ്രത്യേക അന്വേഷണ സംഘം പ്രഖ്യാപിക്കുകയായിരുന്നു.

ഇതു ഞാൻ മനഃപൂർവ്വം കുറ്റപ്പെടുത്താൻവേണ്ടി പറയുന്നതല്ല, ഒന്നുകൂടി തെളിച്ചുപറഞ്ഞാൽ എന്റെ സ്വന്തം അഭിപ്രായമേ അല്ല! ഞാനീപ്പറയുന്നതെല്ലാം പല പ്രാവശ്യമായി സി.ബി.ഐ. തന്നെ പറഞ്ഞിട്ടുള്ള കാര്യങ്ങളാണ്. കോടതിയിൽ സമർപ്പിച്ചിട്ടുള്ള രേഖകൾ, പത്രറിപ്പോർട്ടുകൾ, മറ്റുചില പ്രധാന തെളിവുകൾ എന്നിവയിൽനിന്നും ശേഖരിച്ച വിവരങ്ങളാണ് ഞാൻ പങ്കുവയ്ക്കുന്നത്. ഇതു പൂർണ്ണമായി വായിച്ച ശേഷം നിങ്ങൾ ഒരു തീരുമാനത്തിൽ എത്തിച്ചേരുക.

1991 മെയ് 21-ാം തീയതി രാത്രിയിലാണ് രാജീവ്ഗാന്ധി ബോംബു സ്ഫോടനത്തിൽ കൊല്ലപ്പെട്ടത്. സംസ്ഥാന സി.ബി.-സി.ഐ.ഡി. പൊലീസ് നടത്തിയിരുന്ന കേസ് അന്വേഷണം കേന്ദ്രകുറ്റാന്വേഷണ ഏജൻസിയായ സി.ബി.ഐയ്ക്കു കൈമാറുകയും അവർ അതിനായി ഒരു പ്രത്യേക അന്വേഷണ സംഘത്തെ (S.I.T - Special Investigation Team) നിയോഗിക്കുകയും ചെയ്തു. അപ്പോൾ മുതൽ പ്രതികൾക്കായുള്ള തിരച്ചിൽ ആരംഭിച്ചു.

മെയ് 23-ാം തീയതി തഞ്ചാവൂർ ബസ്സ്റ്റാൻഡിൽ നിന്നും ശങ്കർ എന്നയാളെ ഈ കേസുമായി ബന്ധപ്പെട്ട് അറസ്റ്റ്ചെയ്തു. അടുത്ത ദിവസംതന്നെ അയാൾ തമിഴ്പുലികളിൽപ്പെട്ട ആളാണെന്നും ചെന്നൈ പുരശവാക്കത്തുള്ള ഒരു ലോഡ്ജിൽ തങ്ങിയിരുന്നുവെന്നും അറിയാൻ കഴിഞ്ഞെന്ന് പൊലീസുകാർ നൽകിയ വിവരങ്ങൾ പത്രങ്ങളിലെല്ലാം പ്രാധാന്യത്തോടെ പ്രസിദ്ധീകരിച്ചിരുന്നു.

അയാളുടെ ഡയറിയിൽ നിന്നും ഒരു തുണ്ടുകടലാസ് കണ്ടെടുത്തു. അതിൽ രണ്ടു പേരുടെ മേൽവിലാസവും ഫോൺനമ്പറുകളും ഉണ്ടായിരുന്നു. അതിലൊന്ന് നളിനിദാസ് എന്ന പേരും ഞാൻ ജോലി ചെയ്യുന്ന ഓഫീസിന്റെ നമ്പറുമായിരുന്നു. രണ്ടാമത്തേത് എബനേസർ സ്റ്റോർ, റോബർട്ട്പയസ്സ് എന്നപേരും ഒരു ഫോൺ നമ്പറുമായിരുന്നു. ഈ രണ്ടു ഫോൺനമ്പറുകൾ കേന്ദ്രീകരിച്ച് അന്വേഷണം ആരംഭിച്ചു.

സത്യംപറഞ്ഞാൽ ആ നിമിഷം മുതൽ ഞാനും റോബർട്ട് പയസ്സും സി.ബി.ഐയുടെ അന്വേഷണ വലയത്തിലായിക്കഴിഞ്ഞു എന്നു പറയാം.

മെയ് 24-ാം തീയതിയിലെ പത്രങ്ങളിൽ വന്ന വാർത്തയിൽ, ശങ്കർ എന്ന തമിഴ്പുലി ചെന്നൈ പുരശപാക്കത്തുള്ള ഒരു ലോഡ്ജിലാണ് തങ്ങിയിരുന്നതെന്നും അയാളെ അവിടെകൊണ്ടുവന്നു താമസിപ്പിച്ചതും അതിനുള്ള ചെലവുകൾ വഹിച്ചതും ശിവരാജൻ എന്നയാളായിരുന്നുവെന്നും വിവരിച്ചിരുന്നു. മെയ് 23-ാം തീയതിതന്നെ ശിവരാജനെപ്പറ്റിയുള്ള വിവരങ്ങളെല്ലാം സി.ബി.ഐയ്ക്കു ലഭിച്ചിരുന്നു.

ഈ ശങ്കറാണ് രാജീവ് വധക്കേസിൽ 4-ാം പ്രതിയായതും പിന്നീട് വധശിക്ഷ വിധിക്കപ്പെട്ട ഇരുപത്തിയാറ് പേരിൽ ഒരാളായിത്തീർന്നതും. എന്നാൽ, ഒരാൾ തമിഴ്പുലികളിൽപ്പെട്ട ആളാണെന്നുള്ളതുകൊണ്ടും ശിവരാജൻ എന്നയാളുമായി ബന്ധപ്പെട്ടിരുന്നു എന്നതുകൊണ്ടും മാത്രം അയാളെ കൊലപാതകിയായി കണക്കാക്കാനാവില്ല എന്ന കാരണം പറഞ്ഞ് ശങ്കറിനെ സുപ്രീംകോടതി വെറുതെ വിട്ടു.

ശങ്കറിൽ നിന്നും എന്റെ പേരും ഫോൺ നമ്പറും സി.ബി.ഐയ്ക്കു ലഭിച്ചയുടൻ അവരെന്നെ പിൻതുടരാൻ തുടങ്ങിയിരുന്നു. എന്നു വച്ചാൽ അന്നു മുതലേ എന്റെ ഭർത്താവിനേയും അവർ പിൻതുടരാൻ ആരംഭിച്ചിരുന്നു. ഇക്കാര്യം നിഷേധിക്കാൻ ആർക്കും കഴിയുമായിരുന്നില്ല. ശങ്കറിൽനിന്നായിരുന്നു ശിവരാജനെപ്പറ്റിയുള്ള വിവരങ്ങളെല്ലാം അവർ ശേഖരിച്ചത്.

മെയ് 23, 24, 25 തീയതികളിൽ എന്റെ ഓഫീസിന് അവധിയാണെന്ന വിവരം 23-ാംതീയതി രാവിലെ ഓഫീസിലെത്തുമ്പോഴാണ് ഞാനറിയുന്നത്. അന്നു ഞാൻ ഓഫീസിൽ വന്നുപോയ ഉടൻ സി.ബി.ഐ. ഓഫീസിലെത്തി എന്നെപ്പറ്റി അന്വേഷിച്ചിരുന്നു. അപ്പോൾത്തന്നെ എന്റെ ഓഫീസ്, വീട് എന്നിവിടങ്ങളിൽ രഹസ്യ നിരീക്ഷണത്തിനായി പൊലീസിനെ നിയോഗിച്ചിരുന്നു. ഞാൻ പോകുന്നയിടങ്ങളിലെല്ലാം എന്നെ പിൻതുടരാനുള്ള ഏർപ്പാടുകൾ ചെയ്തിരുന്നു.

ഇതൊന്നും ചെയ്തിരുന്നില്ലെന്നു സി.ബി.ഐ. വാദിച്ചാൽ, അവരുടെ അന്വേഷണരീതിതന്നെ ചോദ്യചിഹ്നമായി മാറി എന്നു സമ്മതിക്കേണ്ടി വരും!

ഈ ഘട്ടത്തിൽ റായപ്പേട്ടയിലുള്ള വീട്ടിൽ നിന്നും അഡയാറിലുള്ള എന്റെ ഓഫീസിലേക്ക് പതിവുപോലെ എന്റെ ഭർത്താവ് എന്നെത്തേടി വന്നുകൊണ്ടിരിക്കുകയായിരുന്നു. അതിനാൽ അദ്ദേഹവും പൊലീസിന്റെ നിരീക്ഷണത്തിലായിരിക്കാനുള്ള സാധ്യതയുണ്ട്.

മെയ് 23-ാം തീയതി സ്ഫോടനസ്ഥലത്തു നിന്നും ഹരിബാബുവിന്റെ ക്യാമറയും, അതിലുണ്ടായിരുന്ന ഫോട്ടോകളും പൊലീസിനു ലഭിച്ചിരുന്നു. അതിൽ ശിവരാജൻ, ധനു, ശുഭ എന്നിവരോടൊപ്പം എന്റെ ഫോട്ടോയും ഉണ്ടായിരുന്നു. ആ ഫോട്ടോയിലുണ്ടായിരുന്നവരെപ്പറ്റി തീവ്രമായ അന്വേഷണങ്ങൾ നടന്നുകൊണ്ടിരുന്നു. ഈ ക്യാമറ, 23-ാം തീയതിതന്നെ പൊലീസിനു ലഭിച്ചിരുന്നു എന്നതിന് സാക്ഷികളുള്ളതാണ്.

ശിവരാജന്റെ പേര് ശങ്കറിൽനിന്നാണ് പൊലീസിന് ആദ്യം ലഭിച്ചത്. ഒപ്പം അയാളുടെ ഫോട്ടോയും ലഭിച്ചിരുന്നു. അതവിടെ നിൽക്കട്ടെ!

ഹരിബാബുവിന്റെ ക്യാമറയിൽനിന്നും ലഭിച്ച, കൈയിൽ ചന്ദനമാലയുമായി നിൽക്കുന്ന ധനുവിന്റെ ഫോട്ടോ, മെയ് 26-ാം തീയതിയിലെ എല്ലാ പത്രങ്ങളിലും വൻ പ്രാധാന്യത്തോടെ പ്രസിദ്ധപ്പെടുത്തിയിരുന്നു. അടുത്ത ദിവസത്തെ സായാഹ്നപത്രങ്ങളിൽ പൈജാമയും കുർത്തായും ധരിച്ചു നിൽക്കുന്ന ശിവരാജന്റെ ചിത്രവുമുണ്ടായിരുന്നു.

ഹരിബാബു, ഫോട്ടോഗ്രാഫിയിൽ നിപുണനായ ശുഭസുന്ദരത്തിന്റെ വിദ്യാർത്ഥിയായിരുന്നതിനാൽ, മെയ് 23-ാംതീയതി തുടങ്ങിയ വിചാരണയുടെ ഒടുവിൽ, മെയ് 29 ന് ശുഭസുന്ദരത്തെ കസ്റ്റഡിയിലെടുത്തു. അതോടൊപ്പം ഹരിബാബുവിന്റെ മറ്റെല്ലാ സുഹൃത്തുക്കളെയും ചോദ്യം ചെയ്യാൻ തുടങ്ങിയിരുന്നു. പൊലീസ് നാലുപാടും അന്വേഷണം വ്യാപിപ്പിച്ചുകൊണ്ടിരുന്നു.

ജൂൺ മൂന്നാം തീയതി എന്റെ സഹോദരൻ ഭാഗ്യനാഥനെയും ചോദ്യംചെയ്യാൻ തുടങ്ങിയിരുന്നു. എന്നും രാവിലെ പൊലീസ് വന്ന് അവനെ കൂട്ടിക്കൊണ്ടുപോകും. പകൽമുഴുവൻ ചോദ്യം ചെയ്തശേഷം രാത്രിയിൽ ഭക്ഷണസമയമാകുമ്പോഴേക്കും വീട്ടിൽ കൊണ്ടുവന്നുവിടും. ഈ പതിവ് മൂന്നു ദിവസങ്ങൾ തുടർന്നു.

ജൂൺ 6-ാം തീയതി ഭാഗ്യനാഥനെ അറസ്റ്റുചെയ്തു. അപ്പോഴും ഞങ്ങളുടെ വീടിനുചുറ്റും പൊലീസ് കാവലുണ്ടായിരുന്നു എന്നതു സത്യമല്ലേ?

മെയ് 23-ാം തീയതിതന്നെ പേരറിവാളൻ ഞങ്ങളുടെ വീട്ടിൽനിന്നും അയാളുടെ സാധനങ്ങളെല്ലാം എടുത്തുകൊണ്ട് സ്വദേശത്തേക്കു പോയിരുന്നു. അയാളെത്തേടി പൊലീസ് ജൊലാർപേട്ടവരെ പോയി അന്വേഷണങ്ങൾ നടത്തി. ആ പ്രദേശങ്ങളിലും പൊലീസ് നിരീക്ഷണം ഏർപ്പെടുത്തി.

ഈ സാഹചര്യത്തിൽ എന്റെ ഭർത്താവിനു റോയപ്പേട്ടയിലെ വീട്ടിലും കഴിയാൻ പറ്റാത്ത അവസ്ഥ വന്നു ചേർന്നു. എന്തെന്നാൽ ഞങ്ങളുടെ

പ്രേമ വിവാഹം അമ്മ അറിഞ്ഞുകഴിഞ്ഞിരുന്നു. അതുകൊണ്ട് അദ്ദേഹത്തോട് അനിയൻ ഭാഗ്യനാഥന്റെ പ്രസ്സിലേക്ക് മാറിത്താമസിക്കാൻ ഞാൻ നിർബന്ധിച്ചു.

അതിനാൽ ജൂൺ 27 മുതൽ ഭാഗ്യനാഥന്റെ പ്രസ്സിന്റെ ഒരു ഭാഗത്തു താമസം തുടങ്ങി. എല്ലാ ദിവസവും വൈകിട്ട് ജോലികഴിഞ്ഞ് ഞാൻ പ്രസ്സിൽ പോയി അദ്ദേഹത്തെ കണ്ട് ഭക്ഷണവും വാങ്ങിക്കൊടുത്ത ശേഷമാണ് വീട്ടിൽപോയിരുന്നത്. എന്നെ പിൻതുടർന്നിരുന്ന പൊലീസുകാർ ഇതെല്ലാം മനസ്സിലാക്കിയിരിക്കണം.

ജൂൺ 6-ന് ഭാഗ്യനാഥനെ അറസ്റ്റുചെയ്ത് മൂന്നു ദിവസങ്ങൾക്കു ശേഷം, അതായത് ജൂൺ 10-ന് എന്റെ അമ്മ, അനുജത്തി കല്യാണി, അവളുടെ സുഹൃത്ത് വാസന്തി, മനസ്സിന് വളർച്ചയെത്താത്ത അമ്മാവൻ രാജരത്തിനം എന്നിവരെയും അറസ്റ്റുചെയ്തു. അന്നുതന്നെ ജയകുമാർ, അയാളുടെ ഭാര്യ ശാന്തി, അവരുടെ കുഞ്ഞ് എന്നിവരെയും അറസ്റ്റു ചെയ്തു.

അന്നുതന്നെ റോബർട്ട്പയസ്സിനെയും കുടുംബസഹിതം അറസ്റ്റു ചെയ്തു. പൊലീസ് തേടിക്കൊണ്ടിരുന്ന പേരറിവാളൻ ജൂൺ 11-ാം തീയതി കീഴടങ്ങി. അടുത്ത ദിവസത്തെ പത്രങ്ങളിൽ എന്റെ ഫോട്ടോ പ്രസിദ്ധപ്പെടുത്തിയിരുന്നു. അതിനോടൊപ്പം എന്റെ ഭർത്താവിന്റെ വിവരങ്ങളും ദാസ് എന്ന പേരിൽ ചേർത്തിരുന്നു അതിനടുത്ത ദിവസം അദ്ദേഹത്തിന്റെ ഫോട്ടോയും ദാസ് എന്ന പേരിൽ പത്രങ്ങളിൽ പ്രസിദ്ധീകരിച്ചു. എന്നാൽ അദ്ദേഹത്തിന്റെ യഥാർത്ഥ ഫോട്ടോ ആയിരുന്നില്ല പത്രങ്ങളിൽ വന്നത്.

ദാസിനെ നന്നായി അടുത്തറിയുന്നവർ പറഞ്ഞുകൊടുത്ത അടയാളങ്ങൾ വച്ച് കമ്പ്യൂട്ടറിൽ അദ്ദേഹത്തിന്റെ രേഖാചിത്രം പൊലീസ് തയ്യാറാക്കിയിരുന്നു. ആ രേഖാചിത്രം ഏകദേശം ദാസിനെപ്പോലെതന്നെ തോന്നിക്കുന്നത്ര കൃത്യമായിരുന്നു. എന്നു വച്ചാൽ ദാസിനെ നല്ല പരിചയമുള്ളവർ പൊലീസിനെ സഹായിക്കാനുണ്ടായിരുന്നു എന്നു ചുരുക്കം. അങ്ങനെ പൊലീസിനെ സഹായിച്ചവരാണ് പിൽക്കാലത്ത് എനിക്കെതിരെ നട്ടാൽ കുരുക്കാത്ത നുണക്കഥകൾ പ്രചരിപ്പിച്ചത്.

മേൽപ്പറഞ്ഞവരെയെല്ലാം കസ്റ്റഡിയിലെടുത്തശേഷം അവസാനമായിട്ടാണ്, അതായത് ജൂൺ 14-ാം തീയതി, അർദ്ധരാത്രിയിൽ സെയ്ദാപ്പേട്ട ബസ് സ്റ്റാൻഡിൽ വന്നിറങ്ങുമ്പോഴാണ് ഞങ്ങളെ അറസ്റ്റുചെയ്തത്. അതിനാൽ ഞങ്ങൾ പറഞ്ഞുകൊടുത്ത പ്രകാരം ആരെയും അറസ്റ്റു ചെയ്തിട്ടില്ല. മറ്റെല്ലാവരും അറസ്റ്റുചെയ്യപ്പെട്ടശേഷം അവസാനമായിട്ടായിരുന്നു ഞങ്ങളുടെ അറസ്റ്റ് എന്നത് വേറൊരു വിഷയമാണ്.

ഈ പറഞ്ഞവരെല്ലാം വധശിക്ഷ വിധിക്കപ്പെട്ട ഇരുപത്തിയാറ് പേരിൽ ഉൾപ്പെടും. ഞങ്ങളെക്കൂടാതെ ധാരാളം പേരെ അറസ്റ്റുചെയ്ത് സി.ബി.ഐ. ആസ്ഥാനാമായ 'മല്ലിക'യിൽ അടച്ചിരുന്നു.

നേരത്തെ നിർത്തിയിടത്തു നിന്നു തുടങ്ങാം.

സംഭവം നടന്ന മെയ് 21 മുതൽ ജൂൺ 14 വരെയുള്ള ഇരുപത്തിനാലു ദിവസങ്ങൾ, മേൽപ്പറഞ്ഞ പല ആളുകളുമായി ശിവരാജൻ ബന്ധപ്പെട്ടുകൊണ്ടേയിരുന്നു. ഇക്കാര്യം സി.ബി.ഐ. രേഖകളിൽത്തന്നെ പലയിടങ്ങളിലും സൂചിപ്പിക്കുന്നുണ്ട്. ചില സാക്ഷിമൊഴികളിലും ഇക്കാര്യം സ്ഥിരീകരിക്കുന്നു.

മെയ് 23-ാം തീയതി ശിവരാജൻ ഞങ്ങളെ വന്നുകണ്ടിരുന്നു. 25-നും 26-നും ഞങ്ങളോടൊപ്പം തിരുപ്പതിയിൽ വന്നു തിരികെപ്പോന്നിരുന്നു. അതിനുശേഷം എന്റെ ഭർത്താവുമായി രണ്ടുതവണ വീണ്ടും കൂടിക്കാഴ്ച നടത്തിയിരുന്നു. അനുജൻ ഭാഗ്യനാഥനേയും അയാൾ പലപ്രാവശ്യം കണ്ടിട്ടുണ്ട്.

മെയ് 26നും ജൂൺ 7-നും ഇടയിലുള്ള ദിവസങ്ങളിൽ ശിവരാജൻ പലപ്രാവശ്യം എന്റെ ഭർത്താവിനെയും പൊലീസ് നിരീക്ഷണത്തിലിരുന്ന പലരെയും സന്ധിച്ചിരുന്നതായി സി.ബി.ഐ. തന്നെ കഥകളുണ്ടാക്കിയിരുന്നു.

ഈയവസരത്തിൽ സി.ബി.ഐ. പുറത്തുവിട്ട മറ്റൊരു കഥയും ശ്രദ്ധാർഹമാണ്.

ജൂൺ 7-ാം തീയതി ശിവരാജൻ, ശുഭ, ശാന്തൻ, എന്റെ ഭർത്താവ്, ഞാൻ എന്നീ അഞ്ചുപേരും അഡയാറിലുള്ള അഷ്ടലക്ഷ്മി ക്ഷേത്രത്തിൽ ഒന്നിച്ചുകൂടി സംസാരിച്ചുകൊണ്ടിരുന്നതായും അപ്പോൾ ശുഭയ്ക്ക് അവിടെയുള്ള ഒരാശുപത്രിയിൽ ചികിത്സ തേടിയിരുന്നെന്നും സി.ബി.ഐ. ഒരു കഥ പ്രചരിപ്പിച്ചിരുന്നു. ഈ കഥ വിശ്വസിക്കുകയാണെങ്കിൽ ഞങ്ങൾ ഒന്നിച്ചുകൂടിയിരുന്നു എന്നു വ്യക്തമാകുന്നു. മറ്റുള്ളവരുടെ കാര്യം വിട്ടുകളയാം; രാജീവ് വധത്തിനു ശേഷം പൊലീസുകാർ ഓഫീസിൽവന്ന് എന്നെ ചോദ്യം ചെയ്തിരുന്നു. അതേതുടർന്ന് എന്നെ പിൻതുടരുകയും ചെയ്തിരുന്നു. അതിനുശേഷം എന്നെ വന്നുകണ്ടിട്ടുപോയ എന്റെ ഭർത്താവിനെയും പൊലീസ് നിരീക്ഷണത്തിലാക്കിയിരുന്നു. ആ സമയത്ത് ഞങ്ങളെല്ലാവരും ഒന്നിച്ചുണ്ടായിരുന്നു എന്ന് ഇപ്പേൾ പറയുന്ന പൊലീസുകാർ എന്തുകൊണ്ടാണ് അന്നു ഞങ്ങളെ അറസ്റ്റുചെയ്യാതിരുന്നത്? അല്ലെങ്കിൽ പിൻതുടരാതിരുന്നത് എന്തുകൊണ്ടാണ്? ഞങ്ങളുടകൂടെ ശിവരാജനുമുണ്ടായിരുന്നല്ലോ? എന്തിനാണ് ശിവരാജനെ രക്ഷപ്പെടാൻ അനുവദിച്ചത്?

ഒന്നുകിൽ ഞങ്ങളെ പിൻതുടർന്ന് ഞങ്ങളുടെ നീക്കങ്ങൾ ശ്രദ്ധിച്ചുകൊണ്ടിരുന്നു എന്നു പറയുന്നതു ശുദ്ധനുണ. അല്ലെങ്കിൽ മനഃപൂർവ്വം ശിവരാജനെ രക്ഷപ്പെടുത്താൻ വേണ്ടി കരുതിക്കൂട്ടി കണ്ണടച്ചു. എന്താ ശരിയല്ലേ?

ഞങ്ങളിൽ ആരെയെങ്കിലും ഒരാളെ ശരിയായി പിൻതുടർന്നിരുന്നെങ്കിൽ ശിവരാജനെ എളുപ്പത്തിൽ പിടികൂടാമായിരുന്നില്ലേ?

പിന്നെന്തിനാണ് ശിവരാജനിൽനിന്നും സി.ബി.ഐ. ഒളിച്ചോടിയത്? ഇതിന്റെ നിജസ്ഥിതി അറിയണമെങ്കിൽ കോൺഗ്രസ് നേതാവ് തിരുച്ചി വേലുസ്വാമി എഴുതിയ 'രാജീവ്ഗാന്ധി വധം – തൂക്കുകയറിൽ നിജം' എന്ന തമിഴ് പുസ്തകത്തിൽ, ഈ കേസുമായി ബന്ധപ്പെട്ട് അറസ്റ്റു ചെയ്തു വിട്ടയക്കപ്പെട്ട ബാംഗ്ലൂർ രംഗനാഥൻ പറഞ്ഞ സത്യങ്ങൾ വായിക്കണം.

അതുമാത്രമല്ല, ശിവരാജനെ അറസ്റ്റുചെയ്യാൻ പല സന്ദർഭങ്ങളും സി.ബി.ഐയ്ക്കു ലഭിച്ചിട്ടുണ്ട്. അന്വേഷണ സംഘത്തിന്റെ ആസ്ഥാനമായ 'മല്ലിക'യിൽ രാജീവ് വധത്തെപ്പറ്റിയുള്ള വിവരങ്ങൾ അറിയിക്കാൻവേണ്ടി മാത്രമായി അനേകം ഫോൺനമ്പറുകൾ പരസ്യപ്പെടുത്തിയിരുന്നു.

അതനുസരിച്ച് 'മല്ലികയിലേ'ക്ക് ഫോൺ ചെയ്തിരുന്നതായി പലരും വെളിപ്പെടുത്തിയിട്ടുണ്ട്. അതിനുള്ള തെളിവുകളുമുണ്ട്. പ്രത്യേകിച്ച് ഈ കേസിലെ പ്രതികളായ ജയകുമാർ, വിജയൻ എന്നിവരുടെ അയൽവാസികളിൽ ചിലർ പല പ്രാവശ്യം മല്ലികയിൽ വിളിച്ച് വിലപ്പെട്ട വിവരങ്ങൾ പലതും നൽകിയിരുന്നതായി സാക്ഷിമൊഴികളിലുണ്ട്.

മേൽപ്പറഞ്ഞ ഫോണുകളിൽ വരുന്ന വിവരങ്ങളുടെ ചുവടുപിടിച്ച് വേണ്ട നടപടികളെടുക്കാൻ വേണ്ടി മാത്രമായി ഒരു പ്രത്യേക സംഘത്തെ ചുമതലപ്പെടുത്തിയിരുന്നു. അതിൽ നന്നായി തമിഴ് അറിയുന്നവർ ആരും തന്നെ ഉണ്ടായിരുന്നില്ല. അവർക്ക് ഇംഗ്ലീഷും നന്നായി അറിയില്ലായിരുന്നു. അതിൽ ഹിന്ദിയും തെലുങ്കും അറിയുന്നവർ മാത്രമേ ഉണ്ടായിരുന്നുള്ളൂ. അന്വേഷണസംഘത്തലവൻ കാർത്തികേയൻ ബോധപൂർവ്വം നടപ്പാക്കിയ ഒരു പദ്ധതിയായിരുന്നു അത്. എസ്.ഐ.ടിയിലുണ്ടായിരുന്ന ജപമണി മോഹൻരാജ് എന്ന ഓഫീസർ, "തമിഴറിയാത്തവരെയാണല്ലോ, ഇങ്ങനെയൊരു ചുമതല ഏൽപ്പിച്ചിരുന്നതെന്നു", വ്യസനത്തോടെ പറഞ്ഞിട്ടുണ്ട്. എന്നിട്ടും അക്കാര്യത്തിൽ ഒരു മാറ്റവും വരുത്തിയില്ല.

മറ്റുചില വ്യക്തമായ വിവരങ്ങൾ ഇവിടെ പ്രതിപാദിക്കാം.

1. ഹരിബാബുവിന്റെ മാതാപിതാക്കൾ, ശുഭസുന്ദരം, സാക്ഷികളായ രവിശങ്കർ, അരുൾമണി, ഭാഗ്യനാഥൻ, പേരറിവാളൻ എന്നിവരുടെ അന്വേഷണ വലയം.
2. ശങ്കർ, ജഗദീശൻ (ഇവരെ അറസ്റ്റുചെയ്തശേഷം വിട്ടയച്ചു) എന്നിവരുടെ അന്വേഷണവലയം.
3. ഞാൻ, എന്റെ ഭർത്താവ് (മുരുകൻ), അനുജത്തി കല്യാണി എന്നിവരെ ചുറ്റിപ്പറ്റിയുള്ള അന്വേഷണ വലയം.
4. റോബർട്ട് പയസ്സിന്റെ കുടുംബം, ജയകുമാറിന്റെ കുടുംബം എന്നിവരുടെ അന്വേഷണ വലയം ഇവയെല്ലാം പൊലീസിന്റെ സൂക്ഷ്മ നിരീക്ഷണത്തിൻ കീഴിലായിരുന്നു.

മേൽപ്പറഞ്ഞ നാലുവിഭാഗക്കാരെയോ, അല്ലെങ്കിൽ സി.ബി.ഐ.യുടെ നിരീക്ഷണത്തിലുണ്ടായിരുന്ന മറ്റുചിലരെയോ ശിവരാജൻ ജൂൺ 15 വരെ കൂടെക്കൂടെ സന്ദർശിച്ചുകൊണ്ടിരുന്നു. അതിന് സാക്ഷികളുമുണ്ട്. ഞാനീ പ്പറഞ്ഞ കാര്യങ്ങളെല്ലാം സി.ബി.ഐ. രേഖകളിൽത്തന്നെയുള്ളവയാണ്.

ഇതിൽനിന്നും എന്താണ് മനസ്സിലാകുന്നത്. രാജീവ് വധം മുതൽ ജൂൺ 15 വരെ ശിവരാജനേയും സി.ബി.ഐ. പിൻതുടർന്നിരുന്നു എന്നു തന്നെ!

ജൂൺ 6-ാം തീയതി എന്റെ സഹോദരൻ ഭാഗ്യനാഥനെ അറസ്റ്റു ചെയ്യുന്നു. അതിനുമുമ്പുള്ള മൂന്ന് ദിവസങ്ങളിൽ അവനെ രാവിലെ മുതൽ രാത്രിവരെ പൊലീസ് കസ്റ്റഡിയിൽ സൂക്ഷിക്കുന്നു. അപ്പോൾ സമ്മേ ളന സ്ഥലത്തു ഞാൻ നിൽക്കുന്ന ഫോട്ടോ പൊലീസിന്റെ പക്കലുണ്ടാ യിരുന്നു. എന്നിട്ടും എന്തുകൊണ്ടാണ് അന്നൊന്നും എന്നെ അറസ്റ്റു ചെയ്യാതിരുന്നത്? അക്കാലത്ത് എന്റെ ഭർത്താവും എന്നെക്കാണാൻ വന്നു കൊണ്ടിരുന്നു. എന്തുകൊണ്ട് അദ്ദേഹത്തേയും അപ്പോൾ പിടികൂടിയില്ല.

ഇതിലെ രസകരമായ വസ്തുത എന്തെന്നാൽ കേസന്വേഷണത്ത ലവൻ രഘോത്തമൻ എഴുതിയ പുസ്തകത്തിന്റെ 49-ാം പേജിൽ അറസ്റ്റു ചെയ്യപ്പെട്ട ശങ്കറിൽനിന്നും എന്റെ പേരും ഓഫീസിന്റെ ഫോൺ നമ്പരും കിട്ടിയ കാര്യം പറഞ്ഞശേഷം, "അതിന്റെയടിസ്ഥാനത്തിൽ ആ രണ്ടു ഫോൺ നമ്പരിലും വിളിച്ചന്വേഷിച്ചപ്പോൾ ആദ്യത്തേത് അഡയാറിലുള്ള ആനബോൺ സിലിക്കോൺ എന്ന സ്ഥാപനത്തിന്റേതാണെന്നും നളിനി അവിടെ ജോലിചെയ്തുകൊണ്ടിരിക്കുന്നുവെന്നും മനസ്സിലാക്കി. രണ്ടാ മത്തെ നമ്പർ പോരൂരിലുള്ള എബനേസർ സ്റ്റോർ എന്ന പലചരക്കുകട യുടേതാണെന്നും തിരിച്ചറിഞ്ഞു.

അന്വേഷണ സംഘത്തിന്റെ ഒരു ഗ്രൂപ്പ് ഇതിനകം ആനബോൺ സിലി ക്കോൺ കമ്പനിയിലെത്തി എന്നെ ചോദ്യം ചെയ്തു കഴിഞ്ഞിരുന്നു. കാര്യമായ ഒരു വിവരവും അവർക്ക് എന്നിൽനിന്നും ലഭിച്ചില്ല. "എനിക്കു ദാസിനെ അറിയാം.. ദാസിന്റെ പരിചയത്തിലുള്ളവരുമായി എനിക്കൊരു ബന്ധവുമില്ല." എന്നു ഞാൻ പറഞ്ഞതായി അന്വേഷിച്ച പൊലീസുകാർ റിപ്പോർട്ടു നൽകിയിരുന്നു.

അതു ന്യായം തന്നെയല്ലേ? പൊലീസുകാർ ദാസ് ആരാണെന്നറി യാൻ റോയപ്പേട്ടയിൽ പോയിരുന്ന സമയത്താണ് "ഭാഗ്യനാഥന്റെ വീട്ടിൽ നളിനിയെ കണ്ടിരുന്നുവെന്ന് അന്വേഷണോദ്യോഗസ്ഥൻ പറഞ്ഞു", എന്നെഴുതിയിരുന്നത്.

തുടർന്ന് എന്റെ അനുജൻ ഭാഗ്യനാഥനെ അറസ്റ്റുചെയ്തകാര്യം പറഞ്ഞശേഷം 50-ാം പേജിൽ "നളിനിയെ കണ്ടെത്താനായില്ല, രക്ഷ പ്പെട്ടുകളഞ്ഞു. അഡയാറിലുള്ള അവരുടെ ഓഫീസിൽ വീണ്ടും നളി നിയെ അന്വേഷിച്ചുചെന്നപ്പോൾ അവർ ജോലിരാജിവച്ചു എന്ന് കത്തെ ഴുതിവച്ചശേഷം എവിടെയോ പൊയ്ക്കളഞ്ഞു", എന്നു പറയുന്നു. വെറും

സംശയത്തിന്റെ പേരിൽ ഒരു പെൺകുട്ടിയെ അറസ്റ്റുചെയ്താൽ അതവളുടെ ഭാവിയെ ദോഷകരമായി ബാധിക്കും എന്നുള്ളതുകൊണ്ട് നളിനിയുടെ കാര്യത്തിൽ ഞങ്ങളൊരു വിട്ടുവീഴ്ച ചെയ്തു, അതു തെറ്റായിപ്പോയി എന്നെഴുതിയിരുന്നു.

രഘോത്തമൻ തന്റെ പുസ്തകത്തിൽ ഞാൻ ജോലിചെയ്തിരുന്ന ഓഫീസിൽ പോയി, എന്നെ ചോദ്യം ചെയ്ത കാര്യം അംഗീകരിച്ചിട്ടുണ്ട്. അങ്ങനെയെങ്കിൽ അന്നുമുതൽ എന്നെ നിരീക്ഷിക്കേണ്ടതല്ലേ? പിറ്റേ ദിവസം ചെന്നപ്പോൾ ഞാൻ ജോലി രാജിവച്ച് സ്ഥലം വിട്ടു എന്നുപറയുന്നത് എന്തബദ്ധമാണ്?

ജോലി രാജിവച്ചശേഷവും ഞാനെന്റെ വീട്ടിൽത്തന്നെയുണ്ടായിരുന്നു. തുടർന്ന് ജൂൺ 10 വരെ ജോലിക്കു പോയതുപോലെ തന്നെയായിരുന്നു ഞാൻ. എന്റെ അനുജനെ അറസ്റ്റുചെയതശേഷം ഞങ്ങൾ കൂട്ട ആത്മഹത്യയ്ക്കു ശ്രമിച്ചതും അപ്പോൾ യാദൃശ്ചികമായി എന്റെ ഭർത്താവ് അവിടെയെത്തി ഞങ്ങളെ രക്ഷപ്പെടുത്തിയതും യാഥാർത്ഥ്യമായിരുന്നല്ലോ? ഞങ്ങളുടെ കുറ്റസമ്മതമൊഴിയിലും ഇതുതന്നെയാണ് പറഞ്ഞിട്ടുള്ളത്. പ്രോസിക്യൂഷൻ സാക്ഷിയായി മാറിയ, ഞങ്ങളുടെ വീട്ടിൽ തങ്ങിയിരുന്ന വാസന്തിയും ഇക്കാര്യം കോടതിയിൽ മൊഴി നൽകിയിട്ടുള്ളതാണ്. അങ്ങനെയിരിക്കേ ഞാൻ രക്ഷപ്പെട്ടു എന്നു പറയുന്നത് എന്തു വിഡ്ഢിത്തമാണ്?

അതു പോകട്ടെ, ജൂൺ 7-ാം തീയതി ഞങ്ങൾ അഡയാർ അഷ്ടലക്ഷ്മി ക്ഷേത്രത്തിൽ ഒത്തുകൂടിയെന്ന് സി.ബി.ഐ. കണ്ടുപിടിച്ചതായി പറയുന്നുണ്ടല്ലോ, അപ്പോഴെങ്കിലും എന്നെ പിടികൂടാമായിരുന്നില്ലേ? അതുകൊണ്ട് ഞങ്ങളെല്ലാവരും സി.ബി.ഐ.യുടെ അന്വേഷണവലയത്തിലായിരുന്നുവെന്ന് പറയുന്നതു സത്യമാണോ? അല്ലെങ്കിൽ മനഃപൂർവ്വം ശിവരാജനെ രക്ഷപ്പെടുത്തുകയായിരുന്നു എന്നുള്ളതു സത്യമാണോ? ഇതിൽ ഏതെങ്കിലും ഒന്നുമാത്രമേ സത്യമായിരിക്കാൻ സാധ്യതയുള്ളൂ! അവസാനമായി 91 ആഗസ്റ്റ് 19-ാം തീയതിയാണ് ശിവരാജനും ശുഭയും ബാംഗ്ലൂരിൽ ആത്മഹത്യ ചെയ്തുവെന്നു പറയപ്പെടുന്നത്? ഇതിനിടയിലുള്ള അറുപത്തിയഞ്ച് ദിവസങ്ങളിൽ ശിവരാജനെ ജീവനോടെ പിടികൂടാൻ എത്രയോ അവസരങ്ങൾ ലഭിച്ചിട്ടുള്ളതായി സാക്ഷിമൊഴികളിൽ കാണുന്നുണ്ട്. ഓരോ പ്രാവശ്യവും തലനാരിഴയ്ക്കു രക്ഷപ്പെട്ടു എന്നു പറയുന്നതുപോലെ, അതായത് പൊലീസ് എത്തുന്നതിന് തൊട്ടുമുമ്പ് ശിവരാജൻ തന്റെ ഒളിസ്ഥലത്തുനിന്നും രക്ഷപ്പെട്ടെന്ന് പ്രചരണം നടത്തിക്കൊണ്ടിരുന്നു. എന്തിനാണീ ഒളിച്ചുകളി?

അവസാനമായി ബാംഗ്ലൂരിൽ ശിവരാജൻ ഒളിച്ചിരുന്ന വീട് ചുറ്റി വളഞ്ഞപ്പോഴും, ത്വരിതഗതിയിൽ ഒരു നടപടിയും സ്വീകരിച്ചില്ല. മനഃപൂർവ്വം ഇരുപതു മണിക്കൂർ കാത്തിരുന്ന ശേഷമാണ്, അല്ലെങ്കിൽ വൈകിച്ച ശേഷമാണ് നടപടി തുടങ്ങിയതു തന്നെ! മയക്കുമരുന്നു വരാൻ കാത്തിരിക്കുകയായിരുന്നു എന്നാണ് മറുപടിയെങ്കിൽ, ഡൽഹിയിൽ

നിന്നും സൈനികവിമാനത്തിൽ ബാംഗ്ലൂരിൽ ഒരുമണിക്കൂറിനകം എത്തിക്കാമായിരുന്നല്ലോ?

പിന്നെന്തിനാണീ നാടകം അരങ്ങേറിയത്? "ശിവരാജനെ ജീവനോടെ പിടികൂടാൻ ഒരു ശ്രമവും എടുത്തിട്ടില്ല. അതാണ് സത്യം! അക്കാലത്ത് എസ്.ഐ.ടിയുടെ ഈ മെല്ലെപ്പോക്കിനെ വിമർശിക്കാത്ത ഒരു വാർത്താ മാധ്യമവും ഉണ്ടായിരുന്നില്ല.

ആരെല്ലാം എന്തെല്ലാം പറഞ്ഞാലും "ശിവരാജനെ ജീവനോടെ പിടികൂടാൻ സി.ബി.ഐ. ആഗ്രഹിച്ചിരുന്നതേയില്ല", എന്ന് ഈ കേസിൽ പ്രതിയാക്കി അറസ്റ്റുചെയ്യപ്പെട്ട്, വധശിക്ഷയ്ക്കും വിധിക്കപ്പെട്ടശേഷം വിട്ടയയ്ക്കപ്പെട്ട ബാംഗ്ലൂർ സ്വദേശി രംഗനാഥൻ വ്യക്തമായി മൊഴിനൽകിയിരുന്ന കാര്യം ഇവിടെ എടുത്തുകാണിക്കേണ്ടതാണ്.

ഇനി, എന്തിനാണ് എന്നെയും എന്റെ ഭർത്താവിനെയും ഇത്രയും ക്രൂരമായ പീഡനങ്ങൾക്ക് ഇരയാക്കിയതെന്ന് വീണ്ടും ഇവിടെ വിവരിക്കാൻ ഞാനാഗ്രഹിക്കുന്നു.

എന്റെ ഭർത്താവിനെ പ്രധാന കുറ്റവാളിയാക്കി മാറ്റണം. അതിനുവേണ്ടി എന്നെ മാപ്പുസാക്ഷിയാക്കണം. ഈ ലക്ഷ്യത്തോടുകൂടിയാണ് ഞങ്ങളുടെ വിവാഹം നടന്ന കാര്യം മറച്ചുവച്ചത്. ശിവരാജനെയും ശുഭയെയും പിടികൂടാൻ കഴിയില്ലെന്ന് മുൻകൂട്ടി നിശ്ചയിച്ചുറപ്പിച്ചു. ആ തീരുമാനത്തിൽനിന്നും രക്ഷനേടാനാണ് ഞങ്ങളുടെ മേൽ പീഡനങ്ങൾ തുടർന്നത്. എന്റെ ഭർത്താവിനെതിരെയുള്ള വ്യാജ കുറ്റാരോപണം എന്നെക്കൊണ്ട് അംഗീകരിപ്പിക്കണം. ശിവരാജന്റെ സ്ഥാനത്ത് എന്റെ ഭർത്താവിനെ പ്രധാനപ്രതിയാക്കി മാറ്റണം. ഇങ്ങനെ എല്ലാം കൂട്ടിച്ചേർത്തു നോക്കിയാൽ ശിവരാജനെ പിടികൂടണമെന്ന ലക്ഷ്യം സി.ബി.ഐയ്ക്ക് തുടക്കം മുതലേ ഉണ്ടായിരുന്നില്ല എന്നു ബോധ്യമാകും.

അതു മാത്രമല്ല, ഈ കേസിൽ, വിചാരണപോലും കൃത്യമായി, ശരിയായ രീതിയിൽ നടന്നിട്ടില്ല. ഇതേ അഭിപ്രായം ഈ കേസുമായി ബന്ധപ്പെട്ട പലരും പല സന്ദർഭത്തിലായി സമ്മതിച്ചിട്ടുള്ളതാണ്. ഈ അന്വേഷണ സംഘത്തിലുണ്ടായിരുന്ന ഇൻസ്പെക്ടർ ജപമണി, മോഹൻരാജ് 9-8-16-ലെ "കുമുദം റിപ്പോർട്ടർ" വാരികയ്ക്കു നൽകിയ ഒരഭിമുഖത്തിൽ, "ഈ കേസിൽ വൻതോക്കുകളായ ചില പ്രതികളെ രക്ഷപ്പെടുത്തിയ ശേഷം, ഇവരെ (ഞങ്ങളെ) ഇനിയും തുടർന്ന് തടങ്കലിൽ വച്ചിരിക്കേണ്ട കാര്യമുണ്ടോ?" എന്ന ചോദ്യം ഉയർത്തിയിരുന്നു.

"കേസന്വേഷണത്തിനിടയിൽ തമിഴ്നാട്ടിലെ ചില രാഷ്ട്രീയ നേതാക്കളും പ്രമാണിമാരും പ്രതിസ്ഥാനത്തുണ്ടായേക്കാമെന്ന സൂചന ലഭിച്ചിരുന്നതിനാൽ, അവരെ ചോദ്യം ചെയ്യാൻ അനുവാദം ചോദിച്ചിട്ടും നിഷേധാത്മകമായ നിലപാടാണ് സ്വീകരിക്കപ്പെട്ടത്", എന്ന് അന്വേഷണ സംഘത്തലവൻ രഘോത്തമൻ എഴുതിയ പുസ്തകത്തിന്റെ 210-ാം പേജിൽ വിവരിക്കുന്നുണ്ട്.

അങ്ങനെയെങ്കിൽ ഇപ്പറഞ്ഞ നേതാക്കന്മാരും പ്രമാണിമാരും ആരൊക്കെയാണ്? സ്ഫോടനം നടന്ന സ്ഥലം വരെ ശിവരാജനെ അനുഗമിച്ച നേതാക്കൾ ആരെല്ലാം? എന്തിനാണ് അവർ അന്വേഷണത്തിനു വിലങ്ങുതടിയായി നിൽക്കുന്നത്? ഈ ചോദ്യങ്ങൾക്ക് ഉത്തരമേയില്ല.

"തമിഴ് പുലികളെയും തമിഴ്നാട്ടിലെ സാധാരണക്കാരെയും ചോദ്യം ചെയ്യാനുള്ള അനുമതിമാത്രമേ ഞങ്ങൾക്കു ലഭിച്ചിരുന്നുള്ളൂ. അല്ലാതെ തമിഴ്നാട്ടിലെ രാഷ്ട്രീയനേതാക്കളെ ആരെയും ചോദ്യം ചെയ്യാൻ എനിക്ക് അനുമതി നിഷേധിച്ചുകൊണ്ടേയിരുന്നു", എന്ന് രഘോത്തമന്റെ പുസ്തകത്തിന്റെ 129-ാം പേജിൽ വെളിപ്പെടുത്തിയിട്ടുണ്ട്. എന്താണിതിന്റെ അർത്ഥം? എന്താണ് ഇങ്ങനെ സംഭവിച്ചത്?

പല അദ്ഭുതങ്ങളുടെയും ഭണ്ഡാരം തുറക്കാതെ തന്നെ ഇപ്പോഴുമുണ്ട്. ഇപ്പോഴും ചില സംശയങ്ങൾ സംശയങ്ങളായിത്തന്നെ നിലനിൽക്കുന്നു. ചില കുഴപ്പങ്ങൾ തീർക്കപ്പെടാതെ അവശേഷിക്കുന്നു. പല രാഷ്ട്രീയ പ്രമുഖരേയും ചോദ്യം ചെയ്തിട്ടില്ല. ചിലർ ബോധപൂർവ്വം സംരക്ഷിക്കപ്പെട്ടു. ചിലർ സ്വയം സംരക്ഷണവലയം തീർത്തിട്ടുമുണ്ട്, എന്ന് രഘോത്തമന്റെ പുസ്തകത്തിന്റെ മുഖവുരയുടെ 9-ാം പേജിൽ സൂചിപ്പിച്ചിരിക്കുന്നത് ആരെയാണ്? അങ്ങനെ രക്ഷിക്കപ്പെട്ടവർ ആരൊക്കെയാണ്? ആരൊക്കെ രക്ഷപ്പെടാനാണ് അവസരമൊരുക്കിക്കൊടുത്തത്. അവരും ശിവരാജനുമായി എന്തു ബന്ധമാണുള്ളത്? ഇതിൽ കൂടുതലൊന്നും പറയാൻ ഞാനാഗ്രഹിക്കുന്നില്ല.

ഇതിനെല്ലാം ഉത്തരം പറയേണ്ടത് എസ്.ഐ.ടി. ചീഫായിരുന്ന ശ്രീ. കാർത്തികേയൻ തന്നെയാണ്.

എന്നാൽ കാർത്തികേയൻ എന്താണ് പറയുന്നതെന്നു നോക്കാം...

"പ്രത്യക്ഷമായും പരോക്ഷമായും ഞങ്ങളെ ഭീഷണിപ്പെടുത്തിയോ, അധികാരത്തിന്റെയോ ഭീഷണിയുടെയോ സ്വാധീനമുപയോഗിച്ചോ കേസന്വേഷണത്തിൽ തലയിട്ട്, അന്വേഷണത്തെ വഴിതിരിച്ചുവിടാൻ ശ്രമങ്ങൾ പലതും നടന്നപ്പോൾ ഞാനൊന്നുകൊണ്ടും പരിഭ്രാന്തനായില്ല", എന്ന് അദ്ദേഹത്തിന്റെ പുസ്തകം 11-ാം പേജിൽ രേഖപ്പെടുത്തിയിട്ടുണ്ട്.

അപ്രകാരം ചെയ്തത് ആരൊക്കെയാണെന്ന് തുറന്നു പറയാനുള്ള ബാധ്യത ഒരു നീതിമാനായ ഉദ്യോഗസ്ഥന് ഉണ്ടായിരിക്കേണ്ടതല്ലേ? കേസന്വേഷണത്തിലിടപെട്ട് അതിനെ വഴിതിരിച്ചുവിടാൻ ശ്രമിച്ചവർക്കും ശിവരാജനും തമ്മിൽ എന്തു ബന്ധമാണുണ്ടായിരുന്നതെന്ന് അന്വേഷിക്കാതിരുന്നത് എന്തുകൊണ്ടാണ്?

ഇതിനും ഉത്തരമില്ല.

ഇതൊക്കെ നടന്നതിനുശേഷവും ശിവരാജൻ രക്ഷപ്പെട്ടുപോയി ആത്മഹത്യചെയ്തെന്ന് എങ്ങനെ വിശ്വസിക്കാൻ കഴിയും?

മുഴുക്കുമ്പളങ്ങ ഇലയിൽ വിളമ്പിയ ചോറിനുള്ളിൽ ഒളിച്ചുവയ്ക്കാൻ കാർത്തികേയന്റെ നേതൃത്വത്തിലുള്ള സി.ബി.ഐയുടെ പ്രത്യേക അന്വേഷണ സംഘത്തിനു മാത്രമേ കഴിയൂ എന്നു വിശ്വസിക്കേണ്ടിവരും!

ഇരുപത്തിയാറ്

എന്റെ മോചനവും പ്രിയങ്കയുടെ സന്ദർശനവും – 1

19.3.2008 തിങ്കളാഴ്ച. അതിനു രണ്ടുദിവസം മുമ്പ്, അതായത് ശനിയാഴ്ച, പതിവുപോലെ എന്റെ ഭർത്താവ് എന്നെക്കാണാൻ വന്ന് തിരിച്ചുപോയിരുന്നു. മകളെപ്പറ്റിയായിരുന്നു ഞങ്ങൾ കൂടുതലും സംസാരിച്ചത്. ഈയടുത്തകാലത്തെടുത്ത അവളുടെ ഒരു ഫോട്ടോപോലും ഞങ്ങളുടെ കൈവശമില്ല. അവളെക്കണ്ടിട്ട് ഒരുപാടു വർഷങ്ങളായി. ഇപ്പോൾ അവളുടെ രൂപം എങ്ങനെയായിരിക്കുമെന്നുപോലും സങ്കല്പിക്കാൻ കഴിയുന്നില്ല.

ഒരു ഫോട്ടോ അയച്ചുതരാൻ പറയാനൊരു വഴിയുമില്ലല്ലോ എന്ന് ആലോചിച്ച് ജീവച്ഛവമായി ഓരോന്നാലോചിച്ചുകൊണ്ടിരുന്നു.

അപ്പോൾ സമയം രാവിലെ 11. മണി. ജയിൽ ജീവനക്കാരും വാർഡർമാരും അങ്ങോട്ടുമിങ്ങോട്ടും ഓടിക്കൊണ്ടിരുന്നു. ഈ പരക്കംപാച്ചിൽ ഒരു അസാധാരണ സംഭവമായിട്ടാണ് തോന്നിയത്. നേരത്തേ മുതൽ എന്നെ ഒരു പ്രത്യേകസെല്ലിൽ അടച്ചിരുന്നതിനാൽ ഇമ്മാതിരിയുള്ള പ്രശ്നങ്ങളൊന്നും എന്നെ ബാധിക്കുമായിരുന്നില്ല. എന്റെ സെല്ലിൽ ഞാനെപ്പോഴും ഒറ്റയ്ക്കായിരിക്കും. അതുകൊണ്ട് ഈ വിരട്ടുന്നവരൊന്നും എന്റടുത്തുവരേണ്ട ഒരു കാര്യവുമില്ല. ദീർഘകാലമായി ഞാൻ ഏകാന്തത്തടവിലാണ് കഴിഞ്ഞുവരുന്നത്. എന്റെ മുറിക്ക് ഒറ്റവാതിൽ മാത്രം. അതിനുവെളിയിൽ ഇരുപത് അടി ഉയരമുള്ള ഒരു ചുറ്റുമതിൽ. മതിലിന് ഒരു ഇരുമ്പുഗേറ്റ്. ഇത്രയുമൊക്കെ ഉള്ളതുകൊണ്ട് ആരുംവന്ന് 'അകത്തുപോകൂ...' എന്ന് ആജ്ഞാപിക്കേണ്ട ഒരു കാര്യവുമുണ്ടാകാറില്ല. അതുകൊണ്ട് കിളിവാതിലിലൂടെ പുറത്തു നടക്കുന്ന വിശേഷങ്ങൾ കണ്ടുകൊണ്ടിരുന്നു.

അവിടെനടക്കുന്ന വെപ്രാളം കൂടിക്കൊണ്ടിരുന്നു. ഞാൻ കമ്പിയഴികളിൽപ്പിടിച്ച് "എന്താണിവിടെ നടക്കുന്നത്?" എന്ന ആകാംക്ഷയോടെ അവിടെത്തന്നെ നിന്നു.

അവിടെയുണ്ടായിരുന്ന ജയിൽ ജീവനക്കാർക്കോ വാർഡർമാർക്കോ അവിടെ എന്താണ് നടക്കുന്നത് എന്നതിനെപ്പറ്റി ഒരു ധാരണയുമുണ്ടായിരുന്നില്ല. എന്തെങ്കിലും അറിയാമായിരുന്നെങ്കിൽ എന്നോടു പറയുമായിരുന്നു. ആർക്കും ഒരു നിശ്ചയവുമില്ല! ഉദ്യോഗസ്ഥരുടെ 'പരക്കംപാച്ചിൽ' ഒന്നൊതുങ്ങി അവിടെ ആകമാനമൊരു ശ്മശാനമൂകത നിലനിന്നു.

ഞങ്ങളുടെ ജയിലിനുള്ളിൽ വല്ലപ്പോഴും ഇങ്ങനെയൊക്കെ നടക്കാറുണ്ട്. എന്നാൽ ഇന്നു നടന്നതുപോലെ ഇതുവരെ ഉണ്ടായിട്ടില്ലെന്നു പറയാം. പ്രതിമാസ കണക്കെടുപ്പുസമയത്ത് എല്ലാവരെയും അവരവരുടെ സെല്ലുകളിലേക്ക് അയയ്ക്കും. ഓരോ സെല്ലിലും വന്ന് തടവുകാരുടെ എണ്ണമെടുത്തുകൊണ്ടുപോകും. ആ സമയത്ത് സെല്ലുകൾ പൂട്ടിയിടാറില്ല. അതുകൊണ്ട് പ്രത്യേകിച്ച് ഒരു സമ്മർദ്ദവും ആർക്കും അനുഭവപ്പെടാറില്ല. അത് കാലാകാലങ്ങളായി നിലനിന്നുപോരുന്ന ഒരാചാരമായി മാറിക്കഴിഞ്ഞിരുന്നു.

എന്നാൽ ഇന്നു നടക്കുന്നതത്രയും വിചിത്രവും ഭീതിജനകവുമായിരുന്നു. എന്താണ് നടക്കാൻ പോകുന്നതെന്നറിയാതെ, ഭയാശങ്കകളോടെ അഴികളിൽപിടിച്ച് അങ്ങനെ തന്നെ നിന്നു. മനസ്സിനുള്ളിൽ ആകെയൊരു ഭയവും സംഭ്രമവും തളംകെട്ടി നിന്നു.

അധികം വൈകാതെ ഒരു പൊലീസ് ഓഫീസറും ഒരു വാർഡറും എന്റെ സെല്ലിനു നേരെ പരിഭ്രമത്തോടെ ഓടിവന്നുകൊണ്ടിരുന്നു. അതു കൂടി കണ്ടതോടെ എന്റെ നെഞ്ചിടിപ്പ് ക്രമാതീതമായി. ശരീരമാസകലം നടുങ്ങിവിറച്ചു. കാൽപ്പാദങ്ങൾ നിലത്തുറയ്ക്കുന്നില്ല. കാരണം ഏതു നേരത്തും ജയിലിനുള്ളിൽ എന്തുവേണമെങ്കിലും സംഭവിക്കാൻ സാദ്ധ്യതയുണ്ട്. വധശിക്ഷ വിധിക്കപ്പെട്ടിരുന്ന എന്റെ ഭർത്താവിന്റെ ഗതി എന്തായിത്തീർന്നിരിക്കുമോ എന്തോ? എന്തെങ്കിലും ഭീകരമായ വാർത്തയും കൊണ്ടായിരിക്കുമോ അവരുടെ വരവ്? നെഞ്ചിടിപ്പ് കൂടിക്കൊണ്ടിരുന്നു. എനിക്ക് ശ്വാസംവിടാൻ പോലും ബുദ്ധിമുട്ട് അനുഭവപ്പെടാൻ തുടങ്ങിയിരുന്നു.

ഭയാനകമായ ഒരു വാർത്ത കേൾക്കാൻ വേണ്ടിയാണോ ഇത്ര കാലവും ഈ ശരീരവും മനസ്സും ക്രൂരപീഡനങ്ങൾക്കിരയായിക്കൊണ്ടിരുന്നത്?

സത്യം പറഞ്ഞാൽ എന്റെ സർവ്വനാഡീഞരമ്പുകളും ചലനമറ്റതുപോലെയായി. കണ്ണിൽ ഇരുട്ടു കയറുന്നതുപോലെ തോന്നി.

ഓടിവന്നവർ വാതിൽ തുറന്ന്, "സൂപ്രണ്ടമ്മ നിങ്ങളെ കാണണമെന്നു പറയുന്നു, കൂടെ വരൂ..." എന്താണു കാര്യമെന്ന് ചോദിക്കാൻ ഞാൻ ആഗ്രഹിച്ചു. എന്നാൽ എന്റെ ശബ്ദം പുറത്തേക്കു വരുന്നില്ല. ശബ്ദം തൊണ്ടയിൽ കുടുങ്ങിപ്പോയതുപോലെ! അവർ ഒന്നുംതന്നെ

വെളിപ്പെടുത്തിയില്ല. അവരുടെ മൗനം എന്റെ ഭയം ഇരട്ടിപ്പിച്ചു. അവർ തിരിഞ്ഞുനടന്നു. ഞാനും പിന്നാലെ ഓടിയും നടന്നും അവരെ അനുഗമിച്ചു. "ദൈവം ആപത്തൊന്നും വരുത്തരുതേ!, എന്റെ ഭർത്താവിന് ഒന്നും സംഭവിക്കരുതേ..." ഇങ്ങനെ ആയിരം പ്രാവശ്യം പ്രാർത്ഥിച്ചു കൊണ്ട് എന്നേക്കാൾ മുൻപേ എന്റെ മനസ്സ് പാഞ്ഞുകൊണ്ടിരുന്നു. എന്നെ സൂപ്രണ്ടിന്റെ മുറിയിലാക്കി, കൂട്ടിക്കൊണ്ടുവന്നവർ സ്ഥലം വിട്ടു.

സൂപ്രണ്ടിനെ ഞാൻ ഭീതിയോടെ നോക്കി. അടുത്ത് കസേരയിൽ മറ്റൊരാളിരിക്കുന്നു. പച്ചസാരിയുടുത്ത്, നല്ല ഉയരമുള്ള, ചുവന്നുതുടുത്തു സുന്ദരിയായ ഒരു സ്ത്രീ! കഴുത്തിൽ നേർത്ത ഒരു ചെയിൻ, കാതിൽ ചെറിയ ഒരു കമ്മൽ, ഇവമാത്രം ധരിച്ച് 'സിമ്പിളാ'യി കാണപ്പെട്ടു. ലളിതമായ വേഷം!

മുഖം നല്ല പ്രകാശമാനമായിരുന്നു. അവർ എന്റെമേൽ സൂക്ഷ്മ ദൃഷ്ടികൾ പായിച്ചുകൊണ്ടിരുന്നു. ആ മുഖത്ത് ശോകവും ക്രോധവും സമ്മിശ്രമായി കാണപ്പെട്ടു.

ഞാൻ അമ്പരപ്പോടെ നിന്നനിൽപ്പിൽ അവിടെയുള്ള പരിസരം വീക്ഷിച്ചു. പെട്ടെന്ന് സൂപ്രണ്ട് എഴുന്നേറ്റ് കതകുചാരി പുറത്തേക്കു പോയി. എതിരെ കസേരയിലിരുന്ന അവരുടെ ദൃഷ്ടികളിൽ നിന്നും കൂരമ്പുകൾ പാഞ്ഞുവന്ന് എന്റെ ശരീരത്തിൽ തുളച്ചുകയറിക്കൊണ്ടിരുന്നു. ഇത് എന്നിൽ ഭീതിയും കുഴപ്പവും വർദ്ധിപ്പിച്ചു. ഞാനാ മുറിയിൽ കടന്നുചെന്നപ്പോൾ മുതൽ അവരെന്നെ കത്തിയെരിയുന്ന കണ്ണുകളോടെ തുറിച്ചുനോക്കിക്കൊണ്ടേയിരുന്നു എന്നുതന്നെ പറയാം.

പെട്ടെന്ന് അവർ ആരാണെന്ന് ഊഹിക്കാൻ എനിക്കു കഴിഞ്ഞില്ല.

വന്നിരിക്കുന്നത് സോണിയാഗാന്ധിയുടെ മകൾ പ്രിയങ്കയാണെന്നറിഞ്ഞയുടൻ എന്റെ സർവ്വ നാഡീഞരമ്പുകളും സ്തംഭിച്ചുപോയി. എന്റെയീ ഗതികെട്ട നിലയിൽ എന്നെക്കാണാൻ പ്രിയങ്കാഗാന്ധി വരുമെന്ന് സ്വപ്നംകാണാൻപോലും കഴിയുമോ? അങ്ങനെയൊരു കാര്യം ആലോചിക്കാൻ പോലും അസാധ്യമായിരുന്നു. സംഭവം അവിശ്വസനീയമായിത്തോന്നി. ആസമയത്ത് എന്റെയവസ്ഥ എന്തായിരിക്കുമെന്ന് നിങ്ങൾ ഊഹിച്ചാൽ മതി.

എന്റെ പരിഭ്രമവും, ഭയപ്പാടുമെല്ലാം അവർ തിരിച്ചറിഞ്ഞതുപോലെ തോന്നി. അവരുടെ കൂർമ്മബുദ്ധിയിൽ അതു തെളിഞ്ഞുകണ്ടിരിക്കാം. എന്നെ സൂക്ഷിച്ചുനോക്കിക്കൊണ്ട് അവർ പറഞ്ഞു–

"ഞാൻ പ്രിയങ്ക ഗാന്ധി!"

എനിക്ക് എന്റെ കാതുകളെ വിശ്വസിക്കാൻ കഴിഞ്ഞില്ല. ഈ കേട്ടത് സത്യമാണോ? എനിക്കു മതിഭ്രമം പിടിപെട്ടുപോയോ എന്നുപോലും

തോന്നി. പെട്ടെന്നുണ്ടായ ഞെട്ടലിൽ ഞാനൊരു ശിലാവിഗ്രഹം പോലെ നിന്നുപോയി. അതുകൊണ്ട് വീണ്ടുംപറഞ്ഞു.

"ഞാൻ പ്രിയങ്ക ഗാന്ധി!"

അപ്പോഴാണ് എനിക്ക് സ്വബോധം തിരിച്ചുകിട്ടിയത്. നടന്നതെല്ലാം യഥാർത്ഥമാണെന്ന് അപ്പോഴാണ് ബോധ്യമായത്.

ഉടനെ, ആ കൈകളിൽ പിടിച്ച് 'ഞാനൊരു തെറ്റുംചെയ്തിട്ടില്ല, ഗൂഢാ ലോചനക്കാര്യം അറിയാതെയാണ് ഞാനവരുടെകൂടെ കുറെ ദിവസം ചെലവഴിച്ചത്, എന്താണ് നടന്നതെന്ന് ഇപ്പോഴും എനിക്കു നന്നായിട്ടറി യില്ല, നിരപരാധിയായ എന്നെ ബലിയാടാക്കുകയായിരുന്നു' എന്നു നില വിളിച്ചു പറയണമെന്നുണ്ടായിരുന്നു. എന്നാൽ നിന്നിടത്തുനിന്നും ഒന്നനങ്ങാൻപോലും പറ്റാതെ ഞാനവിടത്തന്നെ നിന്നു. ആ സമയത്ത് അങ്ങനെയൊരു പരിഭ്രമം എന്നെ പിടികൂടിയിരുന്നു.

ഞാനും എന്റെ കുടുംബവും കഴിഞ്ഞ പതിനേഴു വർഷങ്ങളായി അനുഭവിച്ചുതീർത്ത കൊടുംയാതനകൾ, എന്റെ കുടുംബമേ ഛിന്ന ഭിന്നമായിപ്പോയതിന്റെ വിരക്തി, ജയിലിലെ ഏകാന്തവാസം തന്ന വേദനകൾ, എന്റെ ഭർത്താവിനെയും കുഞ്ഞിനെയും പിരിഞ്ഞു കഴി യേണ്ടിവരുന്ന ഉറക്കമില്ലാത്ത രാത്രികൾ, ഇതിൽനിന്നെല്ലാം എപ്പോ ഴാണ് ഒരു മോചനമെന്ന അനന്തമായ കാത്തിരിപ്പ് ഇതെല്ലാം എന്നെ ദിവസവും തേജോവധം ചെയ്തുകൊണ്ടിരുന്നു.

ഈ ഊരാക്കുടുക്കിൽനിന്നും എങ്ങനെയെങ്കിലും ഒന്നു രക്ഷപ്പെട ണമെന്നുള്ള എന്റെ തീവ്രമായ ആഗ്രഹമാണ് ആ കൈകളിൽപ്പിടിച്ച് നിലവിളിക്കണമെന്ന തോന്നലുണ്ടാക്കിയത്. എങ്കിലും എന്റെ വീട്ടിൽ വന്നെത്തിയ ഒരു വിരുന്നുകാരിയെപ്പോലെ എന്നെത്തേടിവന്ന ഒരാളോട് അങ്ങനെ പെരുമാറുന്നത് മര്യാദയല്ല, അതു നമ്മുടെ സംസ്കാരത്തിനു യോജിച്ചതുമല്ല. അതിനാൽ അതു വേണ്ടെന്നു വച്ചു. അവരുടെ ഇടതു വശത്തു കസേരയിലിരിക്കാൻ എന്നെ ആഗ്യം കാണിച്ച്, കണ്ണുകളിലൂടെ ആശയവിനിമയം നടത്തി. 'ആശയവിനിമയം നടത്തി' എന്നല്ല, ആജ്ഞാ പിച്ചു എന്നു പറയുന്നതായിരിക്കും ശരി! അവരോടൊപ്പം ഇരിക്കുന്നത് ഉചിതമായിരിക്കുമോ എന്ന സന്ദേഹത്തിൽ, "വേണ്ട മാഡം, സാരമില്ല, ഞാനിവിടെ നിന്നു സംസാരിച്ചുകൊള്ളാം.."

സത്യത്തിൽ അങ്ങനെ നിന്നുകൊണ്ട് വർത്തമാനം പറയുന്നത് എന്നെ സംബന്ധിച്ചിടത്തോളം ബുദ്ധിമുട്ടുള്ള കാര്യമാണ്. പരിഭ്രമം, ആശയക്കുഴപ്പം ഇവയെല്ലാം കാരണം ഞാനാകെ അവശയായിക്കഴിഞ്ഞി രുന്നു എന്നതാണ് സത്യം. അതു മനസ്സിലാക്കിയിട്ടാണോ എന്തോ, രണ്ടാ മതും കസേരയിലേക്കു കൈചൂണ്ടി കണ്ണുകൾകൊണ്ട് ഇരിക്കാൻ ക്ഷണിച്ചു. നിങ്ങൾ നിൽക്കുമ്പോൾ തനിക്കു സംസാരിക്കാൻ കഴിയില്ല എന്നു സൂചിപ്പിക്കുന്നതുപോലെ!

എനിക്ക് ആകപ്പാടെ ഒരു നടുക്കം. ഒരു വേവലാതിയോടും ഭയത്തോടും കൂടി അവർ ചൂണ്ടിക്കാട്ടിയ കസേരയിൽ തൊട്ടുംതൊടാതെയും ഞാനിരുന്നു.

എന്നാൽ അവരുടെ മുഖത്തേക്ക് നേരെ നോക്കാൻ എനിക്കു കഴിഞ്ഞില്ല. അതിനുള്ള ധൈര്യം എനിക്കില്ലായിരുന്നുവെന്ന് പറയുന്നതായിരിക്കും കൂടുതൽ ഉത്തമം. ഞാൻ ഇടയ്ക്കിടെ തല ഉയർത്തുകയും കുനിയുകയും ചെയ്തുകൊണ്ടിരുന്നു. ഞാൻ കുറ്റവാളിയാണെന്നു ലോകത്തെ മുഴുവൻ വിശ്വസിപ്പിച്ചുകഴിഞ്ഞിരുന്നു. എന്തിന് എന്റെ അടുത്ത സുഹൃത്തുക്കൾ, ബന്ധുക്കൾ തുടങ്ങിയവർപോലും വിശ്വസിച്ചു കഴിഞ്ഞിരുന്നു. അങ്ങനെയുള്ളപ്പോൾ ഇവർമാത്രം എന്നെ നിരപരാധി എന്നും പാവമെന്നും കരുതുമോ എന്ന സങ്കടം എന്റെയീ കുഴപ്പങ്ങൾക്കെല്ലാം കാരണമായിത്തീർന്നു.

കുറെക്കൂടി വിശദീകരിച്ചു പറഞ്ഞാൽ, മഹാനായ ആ ദേശീയ നേതാവിനെ, തിരഞ്ഞെടുപ്പു പ്രചരണശേഷം കാണാൻ കാത്തിരുന്ന സ്വന്തം പിതാവിനെ, പൈശാചികമായി കൊല്ലപ്പെട്ട നിലയിൽ കാണേണ്ടി വന്ന ആ പതിനേഴു വയസ്സുകാരി പെൺകുട്ടിക്ക് എന്നെ ഒരു നിരപരാധിയായിക്കാണാൻ കഴിയുമോ? അതു ഞാനെങ്ങനെ വിശ്വസിക്കും? ആ സങ്കടവും ദുഃഖവുമാണ് അവരുടെ മുന്നിൽ തലകുനിക്കാൻ എന്നെ പ്രേരിപ്പിച്ചത്. അവരെന്നെ ഒരു കുറ്റവാളിയായിക്കാണുന്നത് സഹിക്കാനുള്ള ശേഷി അപ്പോഴെനിക്ക് ഉണ്ടായിരുന്നില്ലെന്ന് പറയേണ്ടിവരും.

കുറെ നേരം കൂടി അവരെനോക്കിക്കൊണ്ട് അങ്ങനെതന്നെയിരുന്നു. അപ്പോഴവിടെയുണ്ടായിരുന്ന നിശ്ശബ്ദതയായിരുന്നു ഏറെ ഭയാനകം! തലകുനിച്ചിരുന്ന സ്ഥിതിയിൽത്തന്നെ ഞാനവരെ ഏറുകണ്ണിട്ടുനോക്കി. അവരുടെ കവിളുകൾ ചുവന്നുതുടുത്തിരുന്നു.

പെട്ടെന്ന് വിറയാർന്ന ചുണ്ടുകളോടെ എന്നെ നോക്കി, “എന്തിനാണ് അങ്ങനെ ചെയ്തത്, എന്റെയച്ഛൻ എത്ര സൗമ്യശീലനായിരുന്നു, എത്ര നല്ലവനായിരുന്നു? എന്തുണ്ടെങ്കിലും പറഞ്ഞുതീർക്കാമായിരുന്നില്ലേ? പിന്നെന്തിനാണ് അതു ചെയ്തത്?” എന്നു പറഞ്ഞ് കണ്ണുകൾ നിറഞ്ഞൊഴുകി അവർ കരയാൻ തുടങ്ങി. ആ കണ്ണുനീർ അപ്രതീക്ഷിതമായിരുന്നു. കണ്ണീരിന്റെ വില ശരിയ്ക്കറിയാവുന്നവളാണ് ഞാൻ.

ആ കാഴ്ച എന്നെ പിടിച്ചുലച്ചുകളഞ്ഞു. ‘ചുട്ടുപൊള്ളുന്ന വെയിലത്തു വീണുകിടക്കുന്ന പുഴുവിനെപ്പോലെ’ ഞാൻ പിടഞ്ഞു.

“അയ്യോ മാഡം, എനിക്കൊന്നുമറിഞ്ഞുകൂടാ... ഒരുറുമ്പിനെപ്പോലും നോവിക്കാൻ ത്രാണിയില്ലാത്തവളാണ് ഞാൻ, എന്റെ സാഹചര്യവും സന്ദർഭവും എന്നെ കുറ്റവാളിയാക്കപ്പെടാൻ കാരണമായതാണ്. പ്ലീസ്...” എന്നു പറഞ്ഞ് ഞാനും കരയാൻ തുടങ്ങി.

എന്റെ വേദനയേക്കാൾ അവരുടെ നിലവിളിയാണ് എനിക്ക് അസഹനീയമായിത്തോന്നിയത്. ഞാനും നിലവിളിച്ചുകൊണ്ട്, “പ്ലീസ്, കരയാതെ

മാഡം, കരയാതെ..." എന്നിങ്ങനെ അവരെ സമാധാനിപ്പിക്കാൻ ഞാനും ശ്രമിച്ചുകൊണ്ടിരുന്നു. സമയം നീങ്ങിക്കൊണ്ടിരുന്നു. രണ്ടുപേരും തേങ്ങിക്കരഞ്ഞു കുറെ നേരം കഴിച്ചുകൂട്ടി.

എന്തുചെയ്യണമെന്ന് എനിക്കൊരു നിശ്ചയവുമില്ല. ഒരു ഘട്ടത്തിൽ പെട്ടെന്ന്,

"യഥാർത്ഥത്തിൽ ഞാൻ കുറ്റവാളിയാണെന്ന് മാഡം കരുതുന്നുണ്ടെങ്കിൽ ഇപ്പോൾ നിങ്ങളുടെ മുന്നിൽവച്ചുതന്നെ ഞാനെന്റെ ജീവനെടുത്തുകൊള്ളാം; അതല്ലെങ്കിൽ നിങ്ങളുടെ ഇഷ്ടംപോലെ എന്റെ ജീവനെടുത്തുകൊള്ളുക... അങ്ങനെയെങ്കിലും ഞാനൊന്നു സമാധാനിച്ചുകൊള്ളട്ടെ!" എന്റെ വാക്കുകൾ കേട്ടയുടൻ അവർ കരച്ചിലടക്കി എന്നെ സൂക്ഷിച്ചുനോക്കി. അവർ കണ്ണുകൾ തുടച്ചു.

ഇവിടെ, ഈ ജയിലിൽ പ്രിയങ്ക നളിനിയെ വന്നു കണ്ടതെന്തിനാണ്? എങ്ങനെ കണ്ടുമുട്ടി? പ്രിയങ്ക എന്തെല്ലാം ചോദിച്ചറിഞ്ഞു? എന്തെല്ലാം കാര്യങ്ങളെപ്പറ്റി സംസാരിച്ചു; സന്ദർശനത്തിനിടയിൽ പ്രിയങ്കയുടെ അവസ്ഥ, അവരുടെ വികാരപ്രകടനങ്ങൾ ഇവയെല്ലാം എങ്ങനെയായിരുന്നു? നളിനിയുടെ പെരുമാറ്റം എങ്ങനെയായിരുന്നു? ഈ കൂടിക്കാഴ്ചയുടെ ഉദ്ദേശ്യലക്ഷ്യങ്ങൾ എന്തെല്ലാമായിരുന്നു? ഈ സന്ദർശനം ഏർപ്പാടു ചെയ്തത് ആരാണ്? ഈ സന്ദർശനം കൊണ്ട് നേട്ടമുണ്ടായത് ആർക്കാണ്? ഇത് പരമരഹസ്യമായി സൂക്ഷിച്ചതെന്തിന്? സംഭവം നടന്ന് 17-വർഷങ്ങൾക്കുശേഷം ഇങ്ങനെയൊരു കൂടിക്കാഴ്ചയുടെ ആവശ്യമെന്തായിരുന്നു? പരമരഹസ്യമായി നടപ്പാക്കിയ ഈ കണ്ടുമുട്ടൽ പരസ്യമാക്കപ്പെട്ടത് എങ്ങനെ? അതിനുത്തരവാദി ആരാണ്? ഇങ്ങനെ നൂറുകണക്കിനു ചോദ്യങ്ങൾ പലർക്കും ചോദിക്കാനുണ്ട്. ഇതിനുള്ള ഉത്തരങ്ങൾ അറിയാൻ ലോകംമുഴുവൻ താത്പര്യത്തോടുകൂടി കാത്തിരിക്കുന്നു.

ഇതിനെല്ലാമുള്ള ഉത്തരം പറയാൻ എനിക്കു കഴിയില്ല. പല ലക്ഷ്യങ്ങളോടുകൂടി, പലരും പല ചോദ്യങ്ങളും ഉന്നയിക്കാൻ സാധ്യതയുണ്ട്. അതെല്ലാം ഞാനുമായി ബന്ധപ്പെട്ടതാണെന്നു വിശ്വസിക്കാൻ പ്രയാസമുണ്ട്.

കണ്ടുമുട്ടുന്നതു രണ്ടുപേർ തമ്മിലാണെങ്കിലും അതിൽ ഒരു വ്യക്തിയുടെ വികാരവിചാരങ്ങളെ മാനിക്കേണ്ടത് പരിഷ്കൃത സമൂഹത്തിൽ ഒരു മനുഷ്യന്റെ കടമയാണ്. അതിൽനിന്നും വ്യതിചലിക്കാൻ എനിക്കു കഴിയില്ല.

എന്തു പറയണം, എന്തു പറഞ്ഞുകൂടാ എന്നതിനേക്കാൾ, ഏതാവശ്യമുണ്ടോ അതുമാത്രം പറയുന്നതാണ് നല്ല മര്യാദ എന്നു ഞാൻ കരുതുന്നു.

കണ്ണുകൾ തുടച്ച പ്രിയങ്ക സ്വയം സമാധാനിക്കാൻ ശ്രമിക്കുന്നതുപോലെ തോന്നി. ഇതിനിടെ ഒന്നു നേരേ ചൊവ്വേ ശ്വാസംവിടാനുള്ള

അവസരം എനിക്കു വീണുകിട്ടി. അവരുടെ കരഞ്ഞുകലങ്ങിയ കണ്ണുകളും, ചുവന്നുതുടുത്ത കവിളുകളും കണ്ടപ്പോൾ എനിക്കും സഹിക്കാൻ കഴിയാത്ത വേദന തോന്നി. ആര്, ആരെയാണ് സമാധാനിപ്പിക്കേണ്ടത്? 'അവർക്കു നഷ്ടപ്പെട്ടത് ഒരു വിലപ്പെട്ട ജീവനാണ്. എനിക്കു നഷ്ടപ്പെട്ടത് എന്റെ ജീവിതമാണ്. ജീവനുണ്ടായിരുന്നിട്ടും ജീവച്ഛവമായി കഴിയേണ്ട ദയനീയസ്ഥിതി! ഇതു രണ്ടും നഷ്ടം തന്നെ!'

ഇതു രണ്ടും തമ്മിലുള്ള വ്യത്യാസം എന്തെന്നാൽ അവരുടെ മുന്നിൽ ഞാനൊരു കൊടുംകുറ്റവാളി, കൊലപാതകി! എന്റെ കണ്ണിൽ അവരൊരു പഞ്ചപാവം! അത്രമാത്രമേയുള്ളൂ.

തിരഞ്ഞെടുപ്പു പ്രചരണത്തിനുപോയി തിരിച്ചുവരാമെന്നു പറഞ്ഞു പോയ തന്റെ സ്വന്തം പിതാവിന്റെ ദാരുണമായ അന്ത്യം ഏതു മക്കൾക്കാണ് താങ്ങാൻ കഴിയുക? മറക്കാൻ കഴിയുക? ഈ സംഭവം ലോകത്തെത്തന്നെ പിടിച്ചുകുലുക്കിയിരുന്നു. ഇന്ത്യയിൽ ഇതൊരു ഭൂകമ്പംതന്നെ സൃഷ്ടിച്ചിരുന്നു. ഭൂരിപക്ഷം വീടുകളിലും രണ്ടുദിവസത്തേക്ക് ഭക്ഷണംപോലുമുണ്ടാക്കാൻ ആരും തയ്യാറായിരുന്നില്ല. എല്ലായിടത്തും ശ്മശാനമൂകത!

ടെലിവിഷനിൽ കാണിച്ച ഘോരദൃശ്യങ്ങൾ കണ്ട സ്ത്രീകൾ അലറിവിളിച്ച് ബോധംകെട്ടുവീണു. ഇത് ഇത്ര കൃത്യമായി ഞാൻ പറയുന്നത്, എന്റെ വീടും ആ ദിവസങ്ങളിൽ ഒരു മരണവീടിന്റെ പ്രതീതി ജനിപ്പിച്ചിരുന്നു.

ആ ദൃശ്യങ്ങൾ ടി.വിയിൽ കണ്ട ഞാനും എന്റമ്മയും അനുജത്തിയും വാസന്തിയും അന്ന് ഭക്ഷണം പോലും ഉണ്ടാക്കാതെ രണ്ടു ദിവസങ്ങൾ കരഞ്ഞുവിളിച്ചു കഴിച്ചുകൂട്ടി.

ഇരുപത്തിയേഴ്

എന്റെ മോചനവും പ്രിയങ്കയുടെ സന്ദർശനവും - 2

മൗനം ഭഞ്ജിച്ച് വീണ്ടും സംഭാഷണം തുടർന്നു. “മാഡം, നിങ്ങൾക്ക് താത്പര്യമുണ്ടെങ്കിൽ എന്റെ നിരപരാധിത്വം തെളിയിക്കാൻ ചില തെളിവുകൾ, കേസുമായി ബന്ധപ്പെട്ട ചില സത്യങ്ങൾ, സാഹചര്യങ്ങൾ ഇവയെപ്പറ്റി വിശദമായി ബോധ്യപ്പെടുത്തിത്തരാം...” ഞാൻ അനുവാദം ചോദിച്ചു.

ആകട്ടെയെന്ന അർത്ഥത്തിൽ തലയാട്ടിയതിനാൽ ഞാൻ സംഭാഷണം തുടർന്നു. “ഞങ്ങളുടെ പേരിലുള്ള കുറ്റസമ്മതമൊഴികൾ, സാക്ഷികൾ, സി.ബി.ഐ. കൊടുത്തിട്ടുള്ള രേഖകൾ, ചോദ്യം ചെയ്തതിന്റെ രേഖകൾ, ഇവയൊക്കെവെച്ച് എനിക്കു പറയാൻ കഴിയും, ഞങ്ങൾ കുറ്റവാളികളല്ലെന്ന്!”, ഇങ്ങനെ ഞാൻ പറഞ്ഞ കാര്യങ്ങൾ അടുക്കടുക്കായി ചുരുക്കത്തിൽ പറയാം...

എന്റെ ഭർത്താവ് എന്നെ മസ്തിഷ്ക പ്രക്ഷാളണം (Brain Wash) ചെയ്ത് കുറ്റം ചെയ്യാൻ പ്രാപ്തയാക്കിയെടുത്തു എന്ന് സി.ബി.ഐ. കുറ്റപത്രത്തിൽ പറഞ്ഞിട്ടുണ്ട്. അതു ശരിയാണെങ്കിൽ ഞാൻ ഒറ്റയ്ക്കു താമസിക്കുന്നതല്ലേ അതിനു കൂടുതൽ സൗകര്യപ്രദം? അതോ രക്ഷാകർത്താക്കളോടൊപ്പം താമസിക്കുന്നതോ? തീർച്ചയായും ഞാനൊറ്റയ്ക്കു താമസിക്കുന്നതായിരിക്കും. അങ്ങനെയെങ്കിൽ എന്നെ എന്റെ വീട്ടിൽ കൊണ്ടുപോയി താമസിപ്പിക്കുവാൻ അദ്ദേഹം ഇത്രയും ബുദ്ധിമുട്ടേണ്ട ആവശ്യം ഉണ്ടായിരുന്നോ? ഇല്ലല്ലോ? മനഃപൂർവ്വം ഒരു കുറ്റകൃത്യം ചെയ്യാൻ തയ്യാറാകുന്നവർ ഇങ്ങനെ ചെയ്യുമോ?

എന്നാൽ സി.ബി.ഐയുടെ കുറ്റപത്രത്തിൽ യാതൊരു തെളിവുകളുമില്ലാതെയാണ് എന്റെ ഭർത്താവ് എന്നെ ബ്രയിൻവാഷ് ചെയ്തു എന്നു പറഞ്ഞിരിക്കുന്നത്. ആ പ്രസ്താവന കുറ്റാന്വേഷണമുറകൾ വച്ചു പരിശോധിച്ചാലും നിയമപരമായി നോക്കിയാലും യോജിച്ചുപോകുന്നതല്ല.

യഥാർത്ഥത്തിൽ വിദേശത്തുപോയി ഒരു ജോലി കണ്ടുപിടിക്കാൻ വേണ്ടിയാണ് എന്റെ ഭർത്താവ് ചെന്നൈയിൽ വന്നത്. അതിനുള്ള

തെളിവായി രണ്ടു കത്തുകൾ ചെന്നൈയിൽ വരുമ്പോൾ അദ്ദേഹത്തിന്റെ കൈവശമുണ്ടായിരുന്നു. ഒന്ന് സ്വിറ്റ്സർലന്റിൽനിന്നും അദ്ദേഹത്തിന്റെ ചെറിയമ്മ അരുൾവസന്ത എഴുതിയത്. മറ്റൊന്ന് കാനഡയിലുള്ള മുരുകന്റെ വലിയച്ഛന്റെ മകൾ ജയം എഴുതിയത്. ഇതിൽ ഒരെഴുത്ത് ഞങ്ങളെ കാണിച്ച് ചോദ്യം ചെയ്തിരുന്നു. എന്നാൽ രേഖകളിൽ അത് ഉൾപ്പെടുത്തിയതേയില്ല. അത് രേഖകളിലുണ്ടായിരുന്നെങ്കിൽ അദ്ദേഹം കുറ്റം ചെയ്യണമെന്ന ലക്ഷ്യത്തോടെയല്ല ചെന്നൈയിൽ വന്നതെന്നു ബോധ്യപ്പെടുത്താമായിരുന്നു. അതുകൊണ്ടാണ് സി.ബി.ഐ. അതു ബോധപൂർവ്വം മറച്ചുവച്ചത്. എന്നാൽ ചെറിയമ്മയുടെ കത്ത് പ്രോസിക്യൂഷൻ രേഖ 452-ആയി ചേർത്തിട്ടുണ്ട്. അതിൽ അവർ മുരുകനെ അധികം വൈകാതെ സ്വിറ്റ്സർലന്റിലേക്കു കൊണ്ടുപോകാമെന്ന് എഴുതിയിരുന്നു.

തമിഴ്പുലികളുടെ നിയമാവലിയിൽ കഠിനമായ ഒരു പ്രത്യേക വകുപ്പുണ്ട്. വിവാഹം കഴിക്കാൻ പുരുഷന്മാർക്ക് ഇരുപത്തിയാറ് വയസ്സും സ്ത്രീകൾക്ക് ഇരുപത്തിയൊന്നു വയസ്സും തികഞ്ഞിരിക്കണമെന്നുള്ളത് നിർബന്ധമാണ്. വിവാഹം ചെയ്യുന്നതിന് മുൻകൂട്ടി അനുമതിയും വാങ്ങിയിരിക്കണം. ഈ നിയമം ലംഘിച്ചാൽ കടുത്ത ശിക്ഷ അനുഭവിക്കേണ്ടി വരും. സാധാരണയായി ആരും ഈ നിയമം ലംഘിക്കാറില്ല, എന്നത് ഒരു കീഴ്വഴക്കമായിരുന്നു.

അങ്ങനെയുള്ള സ്ഥിതിക്ക് എന്റെ ഭർത്താവ് 21-ാം വയസ്സിൽ എന്നെ വിവാഹം ചെയ്യാൻ തയ്യാറാകുമോ? കല്യാണത്തിനുശേഷം ശ്രീലങ്കയിൽ തിരിച്ചുപോകാൻ ബോട്ടുകിട്ടുന്നതിനുവേണ്ടി ഒരാഴ്ച വേദാരണ്യം കടൽക്കരയിൽ എന്റെ ഭർത്താവ് എന്തിനു കാത്തിരിക്കണം? തമിഴ്പുലികൾക്ക് ഇങ്ങനെയൊരു കീഴ്വഴക്കവുമില്ലല്ലോ? ഈ വസ്തുതകളൊന്നും സി.ബി.ഐ. രേഖകളിൽ ഉണ്ടായിരുന്നില്ല.

സംഭവത്തിനുശേഷം സി.ബി.ഐ. ശിവരാജനെത്തേടി തീവ്രമായ അന്വേഷണം നടത്തിക്കൊണ്ടിരുന്നു. എന്നാൽ 1991 ജൂൺ 7-ന് പുലികളുടെ കേന്ദ്രനിർദ്ദേശപ്രകാരം ശിവരാജൻ ചുമതലകൾ മുരുകനെ ഏൽപിച്ചശേഷം ശ്രീലങ്കയിലേക്കു പോയി എന്നാണ് സി.ബി.ഐ. കേസ് ഡയറിയിലുള്ളത്. ഈ രണ്ടു പ്രസ്താവനകളും പരസ്പരവിരുദ്ധമാണ്, മാഡം!

തമിഴ്പുലികളുടെ പ്രസ്ഥാനത്തിൽ അംഗമായിരുന്നെങ്കിൽ അനുവാദമില്ലാതെ കല്യാണം കഴിച്ചശേഷം ശ്രീലങ്കയിലേക്കു തിരിച്ചുപോകാൻ ശ്രമിക്കില്ലായിരുന്നു. ഈ കേസിൽ മുരുകൻ കുറ്റവാളിയായിരുന്നെങ്കിൽ ശിവരാജന്റെയും ശുഭയുടെയും കൂടെ ശ്രീലങ്കയിലേക്കു കടന്നുകളയുമായിരുന്നു.

ഈ വിവരങ്ങളൊക്കെയാണ് സി.ബി.ഐ. അവരുടെ താത്പര്യപ്രകാരം മാറ്റിമറിച്ചത്. കഴുത്തിൽ താലി, കാൽവിരലുകളിൽ മെട്ടി, രണ്ടുമാസം

ഗർഭിണി, എന്റെ ഭർത്താവ് ദാസ്, ഈ വിവരങ്ങളെല്ലാം കോടതിരേഖകളിൽത്തന്നെ ഉള്ളപ്പോഴാണ് സി.ബി.ഐ. എന്നെ മിസ്സ്. നളിനി (കുമാരി നളിനി) എന്ന് എഴുതിയിരുന്നത്. കാരണം ഞാൻ വിവാഹിതയാണെന്നു സമ്മതിച്ചാൽ മുരുകൻ തമിഴ്പുലി സംഘടനയിൽ അംഗമല്ലെന്നു സമ്മതിക്കേണ്ടിവരും! അദ്ദേഹം നിരപരാധിയാണെങ്കിൽ ഞാനും നിരപരാധിയായിരിക്കുമല്ലോ? അങ്ങനെ വന്നാൽ സി.ബി.ഐ. യഥാർത്ഥ കുറ്റവാളികളെ അന്വേഷിച്ചു പുറത്തുകൊണ്ടുവരേണ്ടി വരുമല്ലോ? അതു ബുദ്ധിമുട്ടായതുകൊണ്ടാണ് ഞങ്ങളെ കുറ്റവാളികളാക്കിയത്.

തമിഴ്പുലി നേതൃത്വത്തിന്റെ നിർദ്ദേശപ്രകാരം ശ്രീലങ്കയിൽ തിരിച്ചുപോകാനായി മുരുകൻ ഒരു ബോട്ടുതേടി ഒരാഴ്ചക്കാലം വേദാരണ്യത്തിൽ കാത്തിരുന്ന് അതു ലഭിക്കാതിരുന്നതിനാൽ ജൂൺ 18-ാം തീയതി ചെന്നൈയിൽ തിരിച്ചെത്തിയെന്ന് സി.ബി.ഐ. കഥകളുണ്ടാക്കി. ഇവിടെ ഒരു കാര്യം എനിക്കു പ്രത്യേകമായി വിശദീകരിക്കാനുണ്ട് മാഡം; അതു ഞാൻ പറയട്ടെ..?

"ആകട്ടെ!" തുടരാൻ എനിക്ക് അനുമതി നൽകി. "അക്കാലത്ത് ശ്രീലങ്കയിൽനിന്നും ധാരാളം ബോട്ടുകൾ ദിവസവും വേദാരണ്യത്തു വന്നു പൊയ്ക്കൊണ്ടിരുന്നു എന്ന് സി.ബി.ഐ. തന്നെ സമ്മതിക്കുന്നുണ്ട്. ദിവസവും തമിഴ്നാട്ടിൽ വന്നുപോകുന്ന പതിവ് തമിഴ്പുലികൾക്കുണ്ടെന്ന് സി.ബി.ഐ. തന്നെ പറയുന്നുണ്ട്. അങ്ങനെയെങ്കിൽ എന്റെ ഭർത്താവിന് അതിൽക്കയറി രക്ഷപ്പെടാമായിരുന്നില്ലേ?"

അദ്ദേഹത്തിന് നേതൃത്വവുമായി വയർലെസ് ബന്ധമുണ്ടായിരുന്നെന്ന് അവർ പറയുന്നു. അങ്ങനെയെങ്കിൽ ഒരു വയർലെസ് മെസ്സേജ് നൽകിയാൽ ഒരു രണ്ടാംനിര നേതാവിനെ കൊണ്ടുപോകാൻ ഒരു ബോട്ടുകിട്ടാതിരിക്കുമോ? അതിനായി ഒരാഴ്ച വേദാരണ്യത്തിൽ കാത്തിരിക്കേണ്ടി വരുമായിരുന്നോ? ബോട്ടുകിട്ടാതെ തിരികെ ചെന്നൈയിലേക്കുതന്നെ വരുമായിരുന്നോ? വാക്കി-ടാക്കിയിൽ ഒരു മെസേജ് അയച്ചാൽ ഒരു ബോട്ട് വരുമായിരുന്നില്ലേ?

എന്താണ് അങ്ങനെ സംഭവിക്കാതിരുന്നത്? കാരണം അദ്ദേഹം ഒരു സാധാരണ മനുഷ്യൻ? അതേപ്പറ്റി സി.ബി.ഐ. പറയുന്നതൊന്നും സത്യമേയല്ല! ആ സമയത്ത് അദ്ദേഹം തന്റെ ബന്ധുക്കളോടൊപ്പം ക്ഷേത്രദർശനത്തിനു പോയിരുന്നുവെന്നതാണ് സത്യം.

സി.ബി.ഐ. പറയുന്നപ്രകാരം, മുകളിൽനിന്നുള്ള നിർദ്ദേശമനുസരിച്ച് തന്റെ കൃത്യം നിർവ്വഹിച്ചശേഷം ബോട്ടിൽക്കയറി ശ്രീലങ്കയിലേക്കു രക്ഷപ്പെട്ടിരുന്നെങ്കിൽ പിന്നീട് തിരികെ വരേണ്ട ആവശ്യമേ ഉണ്ടായിരുന്നില്ലല്ലോ? അല്ലെങ്കിൽ ഇവിടെ എല്ലാമൊന്നു ശാന്തമാകുമ്പോൾ, കുറെ നാളുകൾക്കുശേഷം മടങ്ങി വരാമായിരുന്നല്ലോ?

മെയ് 21-ലെ സ്ഫോടനത്തിനും അദ്ദേഹത്തിനും തമ്മിൽ യാതൊരു ബന്ധവുമുണ്ടായിരുന്നില്ല. മേൽപ്പറഞ്ഞ സാഹചര്യങ്ങളെല്ലാം

അദ്ദേഹത്തിന്റെ നിരപരാധിത്വം തെളിയിക്കാൻ കഴിയുന്നവയാണ്. ഇതൊക്കെ അവരെന്താണ് കണക്കിലെടുക്കാതിരുന്നത്?

ഏതെങ്കിലുമൊരു സ്ത്രീ, തന്റെ കടിഞ്ഞൂൽ ഗർഭസമയത്ത് ഇതുപോലെയൊരു സംഭവം നടക്കുന്ന സ്ഥലത്ത് അറിഞ്ഞുകൊണ്ടു പോകുമോ? അതെന്റെ ഗർഭത്തിന്റെ ആദ്യമാസങ്ങളായിരുന്നു. ചെറിയ ഞെട്ടൽ, ദീർഘയാത്ര, നടപ്പ്, ഉഗ്രസ്ഫോടന ശബ്ദം ഇവയെല്ലാം ഗർഭഛിദ്രത്തിനു കാരണമാകുമെന്ന് എനിക്കു നന്നായറിയാം.

എന്റെയമ്മ, ഇരുപത്തിയഞ്ച് വർഷക്കാലം പ്രസവസംബന്ധമായ സേവനങ്ങളനുഷ്ടിച്ച, പേരും പെരുമയും നേടിയ ഒരു സൂതികർമ്മിണിയായിരുന്നു. അതുകൊണ്ട് ഒരുപരിധിവരെ ഇത്തരം വിഷയങ്ങൾ എനിക്കു നല്ല പരിചിതമായിരുന്നു.

1991-മെയ് 7-ാം തീയതി വി.പി. സിങ് പങ്കെടുത്ത സമ്മേളനത്തിനു പോയത് ഒരു 'റിഹേഴ്സൽ' ആയിരുന്നുവെന്ന് സി.ബി.ഐ. പറയുന്നു. സുപ്രീം കോടതിപോലും ഞാനും എന്റെ ഭർത്താവും ഗൂഢാലോചനയിൽ പങ്കാളികളാണെന്നുള്ള ആരോപണത്തെ എതിർത്തിട്ടുണ്ട്. മാത്രമല്ല, അതേ സി.ബി.ഐ. തൊണ്ടിയായി കോടതിയിൽ സമർപ്പിച്ച വയർലെസ് സെറ്റിൽനിന്നും കിട്ടുന്ന വിവരമനുസരിച്ച് 'ശിവരാജൻ, ശുഭ, ധനു' എന്നീ മൂന്നുപേർക്കല്ലാതെ, മറ്റാർക്കും ഈ ഗൂഢാലോചനയെപ്പറ്റി അറിഞ്ഞുകൂടായിരുന്നു എന്ന് സുപ്രീംകോടതിതന്നെ സമ്മതിച്ചിട്ടുള്ളതാണ്. അങ്ങനെയുള്ളപ്പോൾ എനിക്കും എന്റെ ഭർത്താവിനും ഇതിൽ പങ്കുണ്ടെന്നുള്ളത് വെറും കെട്ടുകഥ മാത്രമാണ്.

ശുഭയും ധനുവും എന്നോടൊപ്പം കഴിയാനുണ്ടായ സാഹചര്യം ശരിയായി പരിശോധിക്കേണ്ടതായിരുന്നു. എന്നാൽ അതിന് ആരുംതന്നെ ശ്രമിച്ചിട്ടില്ല.

1991 മെയ് 4, 5, 12, 18, 19 എന്നീ അഞ്ചു ദിവസങ്ങളിലും ഞാൻ അവരുമായി കടകൾ, ബീച്ച്, മഹാബലിപുരം, സിനിമാ തിയേറ്റർ, ക്ഷേത്രങ്ങൾ എന്നിവിടങ്ങളിൽ ചുറ്റിനടന്നു. ആ ദിവസങ്ങളിലെല്ലാം എന്റെ ഓഫീസിനും അവധിയായിരുന്നു. മനഃപൂർവ്വം കുറ്റംചെയ്യാൻ തീരുമാനിച്ചു നടക്കുന്നവർ ഇങ്ങനെ അവധി ദിവസങ്ങൾ നോക്കിയാണോ പെരുമാറുന്നത്?

ഞാൻ ശിവരാജനോട്, "ദൂരെ സ്ഥലത്തേക്കൊന്നും എനിക്കുവരാൻ കഴിയില്ല, അതുപോലെ അവധിയെടുത്തും വരാൻ പറ്റില്ല എന്നു ഞാൻ മെയ് 19-ാം തീയതി പറഞ്ഞെന്ന് സി.ബി.ഐ. തന്നെ രേഖപ്പെടുത്തിയിട്ടുണ്ട്."

കടകളിലും ബീച്ചിലുമെല്ലാം ശുഭയോടും ധനുവിനോടുമൊപ്പം പോയതുപോലെ തന്നെയാണ് ശ്രീപെരുമ്പുത്തൂരിലേക്കും അവരുടെ കൂടെ പോയത്. അതിങ്ങനെ പൊല്ലാപ്പായിത്തീരുമെന്ന് ഞാൻ പ്രതീക്ഷിച്ചതേയില്ല.

അപ്പോൾ പ്രിയങ്ക, “നീയില്ലാതെ അവർക്ക് പോകാൻ കഴിയുമായിരുന്നില്ലേ..?” എന്ന് ചോദിച്ചു.

“ഞാനില്ലാതെ പറ്റില്ലെന്ന് അവർക്ക് തോന്നിക്കാണും, മാഡം! അവർ ശ്രീലങ്കക്കാരാണ്. തമിഴ്നാട്ടിലുള്ള ഈ സ്ഥലങ്ങൾ അവർക്ക് പരിചിതമല്ല. മാത്രമല്ല, അവരുടെ സംഭാഷണവും ഇവിടെയുള്ളവർക്ക് മനസ്സിലാക്കാൻ ബുദ്ധിമുട്ടാണ്. അവർ ചെറിയ പെൺകുട്ടികളാണെന്നുള്ളതും, എന്റെ ഭർത്താവിന്റെ നാട്ടുകാരാണെന്ന പരിഗണനയും ഞാൻ അവർക്ക് കൊടുത്തിരുന്നു. ഇവിടെയുള്ള സ്ഥലങ്ങൾ മനസ്സിലാക്കാൻ അവരെന്നെ ഉപയോഗപ്പെടുത്തിയതായിരിക്കാം. അതുകൊണ്ട് ചെറിയ ഒരു ഉപകാരമല്ലേ എന്ന സദുദ്ദേശത്തോടുകൂടിയാണ് ഞാൻ അങ്ങനെയൊക്കെ ചെയ്തത്.”ഇതെല്ലാം സി.ബി.ഐ. യോടു ഞാൻ വിശദീകരിച്ചിട്ടുള്ളതാണ്. എന്നിട്ടും അവർ ഇതെല്ലാം എങ്ങനെയൊക്കെ വളച്ചൊടിച്ചു എന്ന കാര്യം വിശദീകരിച്ചുകൊടുത്തു. എന്റെ ഭർത്താവിന്റെ പേരിലുള്ള പ്രധാന ആരോപണം അദ്ദേഹമെന്നെ ബ്രയിൻവാഷ് ചെയ്തു എന്നതാണ്. ഞങ്ങൾ ആദ്യം കണ്ടുമുട്ടിയ നാൾ മുതൽ അവസാനം വരെ ഞങ്ങൾ തമ്മിൽ സന്ധിക്കുന്നത് വളരെ അപൂർവ്വമായിരുന്നു. അങ്ങനെയുള്ള സന്ദർഭങ്ങളിൽ ഞങ്ങൾ സംസാരിച്ചിരുന്ന കാര്യങ്ങളെപ്പറ്റി കുറ്റസമ്മത മൊഴിയിൽ ഞാൻ വിശദമായി പറഞ്ഞിട്ടുണ്ട്. മാത്രമല്ല, മെയ് 7-ാം തീയതി മുതൽ 23-ാം തീയതി വരെ ഞങ്ങൾ പരസ്പരം കണ്ടിട്ടേയില്ല! ഈ വിവരം ഞങ്ങളുടെ വീട്ടിൽ താമസിച്ചിരുന്ന അനിയത്തിയുടെ സുഹൃത്ത് വാസന്തിയുടെ മൊഴിയിൽനിന്നും വ്യക്തമാണ്. എന്നാൽ ഞങ്ങൾ ഈ ദിവസങ്ങളിൽ സന്ധിച്ചിരുന്നതായി സി.ബി.ഐ. എന്റെ കുറ്റസമ്മതമൊഴിയിൽ എഴുതിപിടിപ്പിച്ചിട്ടുണ്ട്. ഇക്കാര്യങ്ങൾ പോലും പരസ്പരവിരുദ്ധമാണ്.

പ്രിയങ്ക: “നിന്റെ ഭർത്താവ് എന്തുവരെ പഠിച്ചിട്ടുണ്ട്?”

ഞാൻ: “പ്ളസ് ടു വരെ.. കണക്കായിരുന്നു പ്രധാന വിഷയം. ഇടയ്ക്കു വച്ച് പഠനം മുടങ്ങിപ്പോയി.”

പ്രിയങ്ക: “ശ്രീലങ്കക്കാരനാണെങ്കിൽ തമിഴ്പുലികളുമായി ബന്ധം കാണുമെന്ന് നിനക്കറിഞ്ഞുകൂടായിരുന്നോ?”

ഞാൻ: ആ സമയത്ത് എനിക്ക് അത്രമാത്രം കാര്യങ്ങളൊന്നും അറിഞ്ഞുകൂടായിരുന്നു. അന്ന് കേന്ദ്ര-സംസ്ഥാന സർക്കാരുകളും, തമിഴ്നാട്ടിലെ എല്ലാ ജനങ്ങളും തമിഴ്പുലികളെ ആദരിച്ചിരുന്നു; മാഡം! ഇവിടെ ഉള്ളതുപോലെ ഒന്നിലധികം സംഘടനകളുണ്ടെന്ന് ഞാൻ കേട്ടിട്ടുണ്ട്. അദ്ദേഹത്തിന്റെ ജ്യേഷ്ഠൻ തമിഴ്പുലികളോടൊപ്പം ഉണ്ടായിരുന്നെന്നും മൂന്നുവർഷത്തിനു മുമ്പ് കൊല്ലപ്പെട്ടുവെന്നും എനിക്കറിയാമായിരുന്നു. അവിടെ നടക്കുന്ന വംശീയ സംഘട്ടങ്ങളിൽപ്പെട്ട് അവരുടെ കുടുംബം അനുഭവിച്ചിരുന്ന കഷ്ടപ്പാടുകളെപ്പറ്റി എന്നോടു പറഞ്ഞിട്ടുണ്ട്. അതിനാൽ എനിക്ക് അദ്ദേഹത്തിന്റെ കുടുംബത്തോടും ഒരു സഹതാപം

തോന്നി. അതല്ലാതെ പുലികളുടെ പ്രവർത്തനത്തെപ്പറ്റി മറ്റൊന്നും എന്നോടു പറഞ്ഞിരുന്നില്ല. അതുമാത്രമല്ല, ഞങ്ങൾ തമ്മിൽ അധികം ഇടപഴകാനുള്ള സൗകര്യങ്ങളും ലഭിച്ചിരുന്നില്ല. അദ്ദേഹത്തെ താൽക്കാലികമായി ഞങ്ങളുടെ വീട്ടിൽ താമസിപ്പിച്ചിരുന്നു. അതിനുള്ള നന്ദി സൂചകമായി എന്നേയും എന്റമ്മയേയും പിണക്കം തീർത്തു യോജിപ്പിക്കാൻ അദ്ദേഹം ശ്രമിച്ചുകൊണ്ടിരുന്നു. ഞങ്ങളോടു കാട്ടിയ ആ താത്പര്യമാണ് അദ്ദേഹം എന്റെ ഭർത്താവാകാൻ കാരണമായത്. ഇപ്പോഴും എന്നെ ജീവനുതുല്യം അദ്ദേഹം സ്നേഹിക്കുന്നു. ഈ ഗൂഢാലോചനയെപ്പറ്റി അദ്ദേഹത്തിന് മുൻകൂട്ടി അറിയാമായിരുന്നെങ്കിൽ തീർച്ചയായും എന്നെ ആപത്തിൽ ചാടിക്കുമായിരുന്നില്ല. ഞങ്ങൾ മനസ്സറിയാതെ ഇതിൽ പെട്ടുപോയതു മനസ്സിലാക്കിയ അദ്ദേഹം എന്നെയും എന്റെ കുടുംബത്തെയും രക്ഷിക്കാനായി സ്വന്തം ജീവൻപോലും ബലി കൊടുക്കാൻ തയ്യാറായിരുന്നു. നേരത്തെ അദ്ദേഹം വിവരം അറിഞ്ഞിരുന്നെങ്കിൽ ഞങ്ങളെ രക്ഷിക്കാൻവേണ്ട കാര്യങ്ങൾ ചെയ്യുമായിരുന്നു. ഞാനാണ് മുഖ്യ കുറ്റവാളിയെന്നു സി.ബി.ഐ പറയുന്നു. കൃത്യം നടന്ന ദിവസവും എന്റെ പെരുമാറ്റങ്ങളെല്ലാം എന്നത്തേയും പോലെ സാധാരണമായിരുന്നു. അതിനുള്ള തെളിവുകൾ സി.ബി.ഐ യുടെ പക്കൽത്തന്നെയുണ്ട്. അന്നെനിക്ക് യാതൊരു പരിഭ്രമവും ഉണ്ടായിരുന്നില്ല. ഇങ്ങനെയൊരു ഗൂഢാലോചനയെ അറിഞ്ഞുകൊണ്ട് പങ്കാളിയാകുന്നവർക്ക് സംഭവത്തിനു മുമ്പും പിൻപുമുള്ള ദിവസങ്ങളിൽ ഇങ്ങനെ പെരുമാറാൻ കഴിയുമോ? ഇതിനെല്ലാം വേണ്ടത്ര തെളിവുകളുണ്ട്.

അക്കാലത്ത് പൊലീസ് പിടിയിൽപ്പെട്ടുപോയ പലരും സയനൈഡ് ഗുളിക കഴിച്ച് ആത്മഹത്യ ചെയ്തിട്ടുണ്ട്. ഗൂഢാലോചനയുമായി യാതൊരു ബന്ധവുമില്ലാത്തവർപോലും മറ്റു പല കാരണങ്ങളാൽ പിടിക്കപ്പെട്ടപ്പോൾ അങ്ങനെ ചെയ്തിട്ടുണ്ട്. എന്നാൽ എന്റെ ഭർത്താവ് അതിനൊന്നും തന്നെ മുതിർന്നില്ല. അദ്ദേഹം യഥാർത്ഥ കുറ്റവാളിയായിരുന്നെങ്കിൽ അതുതന്നെ ചെയ്യുമായിരുന്നു. എന്തുകൊണ്ടാണ് അദ്ദേഹം അങ്ങനെ ചെയ്യാതിരുന്നത്? ഇങ്ങനെയുള്ള കാര്യങ്ങളെല്ലാം ഞാൻ വിശദീകരിച്ചു.

പ്രിയങ്ക: നിങ്ങൾ സ്വയം സത്യവാങ്മൂലമൊന്നും നൽകിയിട്ടില്ലേ?

ഞാൻ: തുടർച്ചയായി എന്നെ ശാരീരികമായി പീഡിപ്പിച്ചുകൊണ്ടേയിരുന്നു. അങ്ങനെ ഞാൻ ശാരീരികമായും മാനസികമായും അവശയായി കഴിഞ്ഞിരുന്നു. അതിനാൽ എനിക്ക് ഗ്ലൂക്കോസ് ട്രിപ്പിടാൻ തുടങ്ങി. അവസാനം എന്നെ ചോദ്യം ചെയ്ത ഉദ്യോഗസ്ഥൻ വസ്ത്രാക്ഷേപം ചെയ്യാൻവരെ മുതിർന്നു. അതിനുശേഷവും കുറ്റസമ്മതം നടത്താതിരിക്കാൻ എനിക്കു കഴിയുമായിരുന്നില്ല. ഈ സാഹചര്യത്തിലാണ് ഞാൻ കീഴടങ്ങിയതും അവർ പറഞ്ഞയിടങ്ങളിലെല്ലാം ഒപ്പുവച്ചുകൊടുത്തതും. എന്റെ ഭർത്താവിനെയും 'ജീവിക്കണോ അതോ മരിക്കണോ?', എന്ന

അവസ്ഥയിൽ കൊണ്ടെത്തിച്ചാണ് കുറ്റസമ്മതമൊഴിയിൽ ഒപ്പിടുവിച്ചത്. ഈ കാര്യങ്ങളെല്ലാം ഞാൻ പ്രിയങ്കയെ ബോധ്യപ്പെടുത്തി.

പ്രിയങ്ക: അവർ 'ചാവേറു' കൾ ആയിരുന്നെന്ന വിവരം നിനക്കറിയാമായിരുന്നില്ലേ..?

ഞാൻ: ഇല്ല മാഡം, അറിഞ്ഞിരുന്നെങ്കിൽ ഞാൻ അവരോടൊപ്പം പോകുമായിരുന്നില്ല. ചെന്നൈയിൽ ജനിച്ചുവളർന്ന എനിക്ക് അതംഗീകരിക്കാൻ ഒരിക്കലും കഴിയില്ല. എനിക്ക് എന്റെ കുഞ്ഞാണ് ഏറ്റവും വിലപ്പെട്ടത്. എന്നെക്കൊണ്ട് ഒപ്പിടുവിച്ച കുറ്റസമ്മതമൊഴിയിൽ മെയ് 21-ാം തീയതി വൈകിട്ട് വില്ലിവാക്കത്തുള്ള വീട്ടിൽവച്ച് ശുഭയും ധനുവും ഗൂഢാലോചനയെപ്പറ്റി എന്നോട് പറഞ്ഞിട്ടുണ്ടെന്നും അതേസമയം എന്റെ അനുജന്റെ കുറ്റസമ്മതമൊഴിയിൽ സംഭവസ്ഥലത്തു ചെന്നശേഷമാണ് എന്നോടു വിവരം പറയുന്നതെന്നും രേഖപ്പെടുത്തിയിട്ടുണ്ട്. ഇതുരണ്ടും പരസ്പരവിരുദ്ധമാണ്. അതുകൊണ്ടുതന്നെ സത്യാവസ്ഥ ബോധ്യമാകും.

പ്രിയങ്ക: നിന്റെ ഭർത്താവ് ഇതെപ്പറ്റി നിന്നോട് പറഞ്ഞിട്ടുള്ളതായി വിധിന്യായത്തിൽ പറഞ്ഞിട്ടുണ്ടല്ലോ?

ഞാൻ: ഇല്ല മാഡം, എന്റെ ഭർത്താവിന്റെയോ മറ്റാരുടെയെങ്കിലുമോ കുറ്റസമ്മതമൊഴിയിലും അങ്ങനെ പറഞ്ഞിട്ടില്ല. കുറെക്കൂടി വ്യക്തമായിപ്പറഞ്ഞാൽ ഈ ഗൂഢാലോചന എന്റെ ഭർത്താവിൽനിന്നും മറച്ചുവയ്ക്കാൻ ശിവരാജൻ ചെയ്ത കാര്യങ്ങൾ കേസ് ഡയറിയിൽ പലസ്ഥലത്തും വ്യക്തമാക്കിയിട്ടുണ്ട്. മാഡം സമ്മതിക്കുകയാണെങ്കിൽ ഇപ്പോൾത്തന്നെ അതിനുള്ള തെളിവുകൾ ഞാൻ കാണിച്ചുതരാം. അതെല്ലാം എന്റെ സെല്ലിലുണ്ട്. അനുവാദം കിട്ടിയാൽ ഞാൻ പോയി എടുത്തുകൊണ്ടുവരാം.

അതുവേണ്ടെന്ന് പ്രിയങ്ക എന്നെ വിലക്കി. വിധിന്യായത്തിലും ധാരാളം പാകപ്പിഴകളുണ്ട്, മാഡം, എന്നു പറഞ്ഞ് ചില ഉദാഹരണങ്ങൾ ഞാൻ വിവരിച്ചുകൊടുത്തു. കേട്ടുകൊണ്ടിരുന്ന അവരുടെ മുഖം വാടി. അവരാകെ ആശയക്കുഴപ്പത്തിലായതുപോലെ തോന്നി. അതിൽ താത്പര്യമില്ലാതിരുന്ന ഞാൻ ഉദാഹരണങ്ങൾ നൽകുന്നത് അവസാനിപ്പിച്ചു. അനുകൂലമായ മറ്റുചില സാഹചര്യത്തെളിവുകളിലേക്ക് ഞാൻ കടന്നു.

മറ്റൊരു പ്രധാന കാര്യമുണ്ട്, മാഡം. ഹരിബാബു എടുത്ത ഫോട്ടോയിൽ ധനുവിന്റെ പിന്നിലായി, അവളുടെ വലതുതോളിനു മുകളിൽക്കൂടി ആരുടെയോ ഒരു കൈ നിങ്ങളുടെ അച്ഛനെ തള്ളുന്നതായി വ്യക്തമായിട്ടു കാണുന്നുണ്ട്. അയാൾ എന്തിനാണ് അദ്ദേഹത്തെ തള്ളിയത്? ആ കൈ ആരുടേതാണ്? അയാളെ ഇതിനു നിയോഗിച്ചത് ആരെന്നറിയാൻ ഒരുത്തരെയും ഇതുവരെ ചോദ്യംചെയ്യുകപോലും ചെയ്തിട്ടില്ല. അതിനുള്ള യാതൊരു ശ്രമവും നടന്നിട്ടില്ല. അതിനൊരു മറുപടിയും സി.ബി.ഐ. ഇതുവരെ പറഞ്ഞിട്ടുമില്ല.

പ്രിയങ്ക: നീയെങ്ങനെയാണ് സംഭവസ്ഥലത്ത് എത്തിയത്?

ഞാൻ: ബസ്സിലാണു പോയത്, മാഡം. എനിക്കു സംശയം തോന്നാതിരിക്കാൻ വേണ്ടിയായിരിക്കും അങ്ങനെയൊരു റിസ്ക്കെടുക്കാൻ അവർ തയ്യാറായതെന്നു ഞാൻ കരുതുന്നു. മാത്രമല്ല, യോഗസ്ഥലത്തുനിന്നും 6.30 മണിയോടെ ശിവരാജനും ധനുവും എന്നെ വിട്ട് എങ്ങോട്ടോ പോയിരുന്നു. അതുകഴിഞ്ഞ് ഏകദേശം ഒരു മൂന്നരമണിക്കൂറിനു ശേഷമാണ് സ്ഫോടനം നടന്നത്. അതിനുശേഷം അവിടെ നടന്ന കാര്യങ്ങളെല്ലാം ഞാൻ വിവരിച്ചു പറഞ്ഞുകൊടുത്തു. വിധിന്യായത്തിൽ ഞാൻ കൊലയാളികളെ ഒളിപ്പിച്ചുവച്ചുവെന്ന ആരോപണം തെറ്റായി എന്റെ മേൽ ചുമത്തിയിട്ടുണ്ട് എന്ന കാര്യവും ഞാൻ വിവരിച്ചുകൊടുത്തു.

അതുമാത്രമല്ല മാഡം, സംഭവസ്ഥലത്തു വച്ചു മരണമടഞ്ഞ ഫോട്ടോഗ്രാഫർ ഹരിബാബുവിന്റെ നിരപരാധിത്വവും ലതാകണ്ണൻ, അവരുടെ മകൾ കോകില എന്നിവരുടെ അവസ്ഥ തന്നെയായിരുന്നു എന്റേതുമെന്നും ഞാൻ വിശദീകരിച്ചു. ഗൂഢാലോചന അറിഞ്ഞിരുന്നെങ്കിൽ ഇത്ര അടുത്തുനിന്നുകൊണ്ട് ഹരിബാബു ഫോട്ടോ എടുക്കുകയില്ലായിരുന്നു. അതുമാത്രമല്ല ശിവരാജൻ, ശുഭ, ധനു, ലതാകണ്ണൻ, അവരുടെ മകൾ കോകില, ഞാൻ എന്നിവരുടെ ഫോട്ടോയും എടുക്കില്ലായിരുന്നു, തുടങ്ങിയ കാര്യങ്ങളും അതിനുശേഷം ഞങ്ങൾ തിരുപ്പതിയിൽ പോയിവന്ന കാര്യങ്ങളും, പിന്നീട് ശിവരാജന് ഈ കൊലപാതകവുമായി ബന്ധമുണ്ടെന്ന് അറിഞ്ഞതിനുശേഷം അയാളിൽ നിന്ന് ഒഴിഞ്ഞുമാറിയ കാര്യവും ഞാൻ പ്രിയങ്കയെ ധരിപ്പിച്ചു.

പ്രിയങ്ക: അതിനുശേഷം നിങ്ങൾ ശിവരാജനെ കണ്ടിട്ടേയില്ലേ?

ഞാൻ: ഇല്ല.

പ്രിയങ്ക: വിവരമറിഞ്ഞയുടൻ എന്തു കൊണ്ടാണ് പൊലീസിനെ അറിയിക്കാതിരുന്നത്?

ഞാൻ: ആ സമയത്ത് എന്റെ ഭർത്താവിന്റെ സുരക്ഷയ്ക്കുവേണ്ടിയാണ് അറിയിക്കാതിരുന്നത്. അദ്ദേഹത്തിന് ഒരാപത്തും വരാൻ പാടില്ല. എങ്ങനെയെങ്കിലും അദ്ദേഹം ജോലിതേടി വിദേശത്തുപോകണം. അതിനുള്ള ചുമതല ശിവരാജനെയാണ് ഏൽപിച്ചിരിക്കുന്നത്. അതിനു ഭംഗം വരാൻ പാടില്ല. മാത്രമല്ല, ഞങ്ങൾ പരാതി നൽകിയാൽ ഞങ്ങളെ എങ്ങനെയെങ്കിലും അയാൾ ചതിയിൽപ്പെടുത്തുമോ എന്ന ഭയവും എനിക്കുണ്ടായിരുന്നു, മാഡം എന്നു പറഞ്ഞതോടൊപ്പം, അയാളെ പിടിക്കാനുള്ള പല സന്ദർഭങ്ങൾ ഉണ്ടായിരുന്നിട്ടും എന്തുകൊണ്ടു കഴിഞ്ഞില്ല എന്നതിനെപ്പറ്റി മുൻ അദ്ധ്യായങ്ങളിൽ പറഞ്ഞിരുന്ന കാര്യങ്ങളും ഞാൻ വിവരിച്ചുകൊടുത്തു. എല്ലാം അവർ ശ്രദ്ധാപൂർവ്വം കേട്ടുകൊണ്ടിരുന്നു.

പ്രിയങ്ക: എന്നു മുതലാണ് പൊലീസ് നിങ്ങളെ പിൻതുടരാൻ തുടങ്ങിയത്?

ഞാൻ: മെയ് 27-ാം തീയതി മുതൽ പൊലീസ് എന്നെ നേരിട്ടു ചോദ്യം ചെയ്യാൻ തുടങ്ങിയിരുന്നു. എന്നാൽ 23-ാം തീയതി തന്നെ ഞങ്ങളെപ്പറ്റിയുള്ള എല്ലാ വിവരങ്ങളും ലഭിച്ചിരുന്നുവെന്ന് പിന്നീട് സി.ബി.ഐയിൽ നിന്നും അറിയാൻ കഴിഞ്ഞിട്ടുണ്ട്, മാഡം. അതുമാത്രമല്ല, എന്റെ ഭർത്താവ് ചെന്നൈയിൽ വരുമ്പോൾ കൈവശം തിരിച്ചറിയൽ രേഖകൾ ഒന്നും തന്നെ ഉണ്ടായിരുന്നില്ല. ആകെയുണ്ടായിരുന്നത് അദ്ദേഹത്തിന്റെ ജ്യേഷ്ഠൻ ശിവശീരി എന്നയാളുടെ ഫോട്ടോ പതിച്ചിട്ടുള്ള തിരിച്ചറിയൽ കാർഡായിരുന്നു. രണ്ടുപേരെയും കണ്ടാൽ ഏകദേശം ഒരുപോലെ തന്നെ തോന്നുമായിരുന്നു. മുരുകന്റെ തിരിച്ചറിയൽ കാർഡ് ശ്രീലങ്കൻ സൈന്യം പിടിച്ചെടുത്തശേഷം തിരികെ നൽകിയിരുന്നില്ല. അതുകൊണ്ടാണ് ജ്യേഷ്ഠന്റെ തിരിച്ചറിയൽ കാർഡുമായി വന്നത്. ശിവശീരി തമിഴ്പുലികളോടൊപ്പം പ്രവർത്തിച്ചുകൊണ്ടിരിക്കുമ്പോൾ അപ്രതീക്ഷിതമായി കൊല്ലപ്പെട്ടയാളാണ്. ഒരു പെരുംകൊലപാതകം നടത്താൻ വരുന്നയാൾ തിരിച്ചറിയൽ രേഖയുമായി വരുമോ? ആരെങ്കിലും സ്വയം കാട്ടിക്കൊടുക്കുമോ, മാഡം? ആ തിരിച്ചറിയൽ രേഖ 52-ാം നമ്പർ തെളിവായി ഈ കേസിൽ ചേർത്തിരുന്നു. എന്നാൽ വിചാരണ സമയത്ത് ഇതേപ്പറ്റി വാദപ്രതിവാദങ്ങളൊന്നും തന്നെ നടന്നിട്ടില്ല. അതങ്ങനെതന്നെ മറച്ചുവയ്ക്കുകയാണുണ്ടായത്. അതേപ്പറ്റി ഒരു വാദം നടന്നിരുന്നെങ്കിൽ ഞങ്ങൾ നിരപരാധികളാണെന്നുള്ള സത്യം വെളിച്ചത്തുകൊണ്ടുവരാൻ അതു സഹായകമാകുമായിരുന്നു. അതുകൊണ്ടാണ് മനപ്പൂർവ്വം അതൊളിപ്പിച്ചത്.

ഏതു വീട്ടിൽനിന്നാണോ വ്യാജതിരിച്ചറിയൽ കാർഡ് കണ്ടെടുത്തത്, അതേവീട്ടിൽ നിന്നുതന്നെയാണ് മുരുകന്റെ പേരിലുള്ള യഥാർത്ഥ തിരിച്ചറിയൽ കാർഡും കിട്ടിയതെന്നാണ് പൊലീസിന്റെ വാദം. (പ്രോസിക്യൂഷൻ രേഖ-501)

ക്രോസ് വിസ്താരത്തിൽ മുരുകൻ എന്ന പേരിലുള്ള തിരിച്ചറിയൽ കാർഡ് വ്യാജമാണെന്നു തെളിഞ്ഞിരുന്നു. ആരെങ്കിലും ഒരേവീട്ടിൽ രണ്ടു തിരിച്ചറിയൽ രേഖകളുമായി ഒളിവിൽ കഴിയുമോ? ഇതും കണക്കിലെടുക്കേണ്ടതാണ്, മാഡം.

ഡൽഹിയിൽ ഒരത്യാവശ്യകാര്യമുണ്ട്, അതിന് എന്റെ അമ്മ (പത്മാവതി) കൂടെച്ചെല്ലണമെന്ന് ശിവരാജൻ എന്റെ ഭർത്താവിനോടു പറഞ്ഞിരുന്നു. ഇതറിഞ്ഞ അമ്മ, മുൻപരിചയമില്ലാത്ത ഒരാളിന്റെ കൂടെപ്പോകാൻ പറ്റില്ല, നീ കൂടി (ദാസ് എന്ന മുരുകൻ) വന്നാൽ താനും പോകാമെന്ന് സമ്മതിക്കുകയുണ്ടായി. ഇല്ലെങ്കിൽ പോകില്ലെന്ന് അമ്മ തീർത്തു പറഞ്ഞു. അതിനാൽ ഡൽഹിയാത്ര ശിവരാജൻ റദ്ദുചെയ്തു. ഗൂഢാലോചനയിൽ എന്റെ ഭർത്താവിനും പങ്കുണ്ടായിരുന്നെങ്കിൽ, അദ്ദേഹത്തെയും കൂടെക്കൂട്ടി ഡൽഹിക്കു പോകുമായിരുന്നില്ലേ? പിന്നെന്തുകൊണ്ടാണ് ആ പരിപാടി ഉപേക്ഷിച്ചത്? എന്തെന്നാൽ, എന്റെ ഭർത്താവ് ഒന്നുമറിയരുതെന്ന് ശിവരാജനു നിർബന്ധമുണ്ടായിരുന്നു എന്നതുതന്നെ, മാഡം, അതാണ് സത്യം!

തിരുച്ചിയിൽ തങ്ങിയിരുന്ന ഗുണ്ടുശാന്തൻ ശ്രീലങ്കയിലേക്കയച്ച ഒരു കത്തിൽ, എന്റെ ഭർത്താവിന്റെ കുറ്റങ്ങളും കുറവുകളും ചൂണ്ടിക്കാട്ടി, അയാൾ കാരണം പല കുഴപ്പങ്ങളുമുണ്ടായി എന്ന് എഴുതിയിരുന്നു. ആ കത്തിന്റെ പകർപ്പും തെളിവായി സ്വീകരിച്ചിരുന്നു.

അതുപോലെ ശിവരാജനെപ്പറ്റിയും എന്റെ ഭർത്താവിനെപ്പറ്റിയും ഞങ്ങൾ തമ്മിലുള്ള ബന്ധത്തെപ്പറ്റിയും വിശദമാക്കി, ഞങ്ങളെ വിശ്വസിക്കാൻ കൊള്ളുന്നവരല്ല എന്ന വയർലെസ് സന്ദേശം ശ്രീലങ്കയിലേക്ക് അയച്ചിരുന്നതായും രേഖകളിൽ എഴുതിയിരുന്നു. ഇതിൽ നിന്നും തമിഴ്പുലികൾ എന്നെ വിശ്വസിച്ചിരുന്നില്ല എന്നല്ലേ അർത്ഥമാക്കേണ്ടത്?

ഇങ്ങനെ ഈ പുസ്തകത്തിന്റെ മുൻ അദ്ധ്യായങ്ങളിൽ പറഞ്ഞിരിക്കുന്ന പല കാര്യങ്ങളും ഞാൻ പ്രിയങ്കയെ ബോധ്യപ്പെടുത്തി.

ശാന്തയായി, കൂർമ്മദൃഷ്ടികളോടെ അവർ അതെല്ലാം കേട്ടുകൊണ്ടിരുന്നു. വളരെ അത്യാവശ്യ ഘട്ടങ്ങളിൽ മാത്രമേ ചില ചോദ്യങ്ങൾ ചോദിച്ചിരുന്നുള്ളൂ. അപ്പോഴാണ് പെട്ടെന്നെനിക്ക് ഒരു ബോധോദയമുണ്ടായത്. ഇതുവരെ ഞങ്ങൾ രണ്ടുപേരെപ്പറ്റി മാത്രമാണ് പറഞ്ഞുകൊണ്ടിരിക്കുന്നത്. എന്റെ ഭർത്താവിനോടൊപ്പം തൂക്കുമരം കാത്തിരിക്കുന്ന മറ്റു രണ്ടുപേരെപ്പറ്റിയും പറയണമെന്ന് എനിക്കുതോന്നി. മാത്രമല്ല, ജീവപര്യന്തം ശിക്ഷിക്കപ്പെട്ട റോബർട്ട് പയസ്സ്, രവിചന്ദ്രൻ, ജയകുമാർ എന്നിവരെപ്പറ്റിയും പറയണം. അവരും നിരപരാധികളാണെന്നു ബോധ്യപ്പെടുത്താൻ പറ്റിയ സന്ദർഭം ഇതുതന്നെയെന്നു കരുതി അവരെപ്പറ്റിയും പറഞ്ഞു.

അപ്പോഴാണ് അവരുടെ മുഖഭാവം മാറാൻ തുടങ്ങിയത്. അവരുടെ നോട്ടവും, മുഖം ചുവക്കാൻ തുടങ്ങിയതും അവരുടെയുള്ളിൽ തിളച്ചുപൊന്തുന്ന വികാരവിക്ഷോഭങ്ങൾ വെളിപ്പെടുത്താൻ ഇടയാക്കി. ഒരുഘട്ടത്തിൽ ഞാൻ പറയുന്ന ഓരോ വാക്കിനെയും, മറുചോദ്യങ്ങൾ കൊണ്ട് തടസ്സപ്പെടുത്തി അവരുടെ അതൃപ്തി പ്രകടിപ്പിച്ചുകൊണ്ടിരുന്നു. കുറുക്കിട്ട് അവർ, “നിന്നെപ്പറ്റി പറഞ്ഞു, നിന്റെ ഭർത്താവിനെപ്പറ്റിയും പറഞ്ഞു. അതിലൊരു ന്യായമുണ്ട്. മറ്റുള്ളവർക്ക് വേണ്ടി എന്തിനാണ് നീ വക്കാലത്ത് ഏറ്റെടുക്കുന്നത്? മറ്റുള്ളവരുടെ കാര്യത്തിൽ നിനക്കെന്താണിത്ര താത്പര്യം?” എന്ന് അല്പം ദേഷ്യത്തോടെ ചോദിച്ചു. ഇങ്ങനെ ഒരതൃപ്തിയും എതിർപ്പും ഞാനൊട്ടും പ്രതീക്ഷിച്ചിരുന്നതല്ല.

“അതല്ല, മാഡം, അവരും നിരപരാധികളാണ്,” എന്നു ഞാൻ പറഞ്ഞു തുടങ്ങിയപ്പോഴേക്കും “ദേ, ഇങ്ങോട്ടു നോക്ക്.. നിങ്ങളെല്ലാവരും നിരപരാധികളാണോ? നിങ്ങൾക്കാർക്കും ഈ സംഭവത്തിൽ ഒരു പങ്കുമില്ലേ? അങ്ങനെയെങ്കിൽ ഈ വിചാരണയും സാക്ഷികളും തെളിവുകളുമെല്ലാം കള്ളമാണോ? നീയെന്താ പറഞ്ഞുവരുന്നത്”, എന്ന് കഠിനമായ ദേഷ്യത്തിൽ ഉച്ചത്തിൽ ചോദിച്ചു തുടങ്ങിയപ്പോൾ ഞാൻ ഭയപ്പെട്ട് കിടുകിടെ വിറയ്ക്കാൻ തുടങ്ങി.

ഇതിൽക്കൂടുതൽ എന്തുപറയണമെന്ന് ഒരു നിശ്ചയവുമില്ലാതെ ഞാൻ സ്തംഭിച്ചു നിന്നു. സി.ബി.ഐ. അന്വേഷണവും കോടതിവിധികളുമെല്ലാം തെറ്റായിരുന്നുവെന്ന് എങ്ങനെ അവരെ ബോദ്ധ്യപ്പെടുത്തും? അങ്ങനെ പറഞ്ഞാൽ അവരുടെ കുടുംബം ആകെ കബളിപ്പിക്കപ്പെട്ടതായി അവർക്കു തോന്നാനിടയാകും. അങ്ങനെ തോന്നിയാൽ അവർക്ക് അതെങ്ങനെ സഹിക്കാൻ പറ്റും? ഞാനാകെ പരിഭ്രമിച്ച് നാക്കു പൊന്താത്ത അവസ്ഥയിലെത്തിച്ചേർന്നു. അവരുടെ ആശങ്കയെയും ആ എതിർപ്പിനെയും മനസ്സിലാക്കാൻ എനിക്കു കഴിഞ്ഞു. ഒരു നാടിന്റെ മഹാനായ നേതാവ്, മുൻപ്രധാനമന്ത്രി, ഇങ്ങനെയെല്ലാമായിരുന്ന ഒരു വ്യക്തിയെ വധിച്ച കേസ് ഇത്ര ലാഘവത്തോടെ, ഇത്രമോശപ്പെട്ട രീതിയിലാണോ വിചാരണ നടത്തിയിട്ടുള്ളത്? യഥാർത്ഥ കുറ്റവാളികളെ ഇതുവരെ കണ്ടുപിടിക്കപ്പെട്ടിട്ടില്ലേ?

നമ്മളെയെല്ലാം വിഡ്ഢികളാക്കുകയായിരുന്നോ നമ്മുടെ സി.ബി.ഐ? അച്ഛന്റെ മരണത്തിൽ അവർക്കു നീതി കിട്ടിയില്ലേ? കിട്ടിയെന്നു പറയുന്ന നീതി, അനീതിയായിരുന്നുവെന്ന ആശങ്കയിലാണ് അവർ, എന്നെനിക്കു തോന്നി.

ഇക്കാരണങ്ങളാണ് എന്റെ മേൽ രോഷം പ്രകടിപ്പിക്കാനിടയായയതെന്ന് എനിക്കു മനസ്സിലായി.

അവരുടെ കോപപ്രകടനം എന്നിൽ കഠിനമായ ഭീതിയും നടുക്കവുമുണ്ടാക്കി. രോഷത്തോടെ അവർ പറഞ്ഞ വാക്കുകളിൽ ഒരു ഭീഷണിയുടെ സ്വരം ഉണ്ടായിരുന്നു. ചില സത്യങ്ങൾ വെളിപ്പെടുത്തിയപ്പോൾ അവർ ദേഷ്യപ്പെട്ടതേയില്ലല്ലോ എന്ന കാര്യം നാമോർക്കണം. ഞാൻ പറഞ്ഞ കാര്യങ്ങളെല്ലാം ശ്രദ്ധിച്ചു കേട്ടു. സ്വാഭാവികമായി ഉയർന്നുവരാവുന്ന ചില സംശയങ്ങൾക്കു മാത്രമേ വിശദീകരണം ആവശ്യപ്പെട്ടുള്ളൂ.

ഞങ്ങളുടെ കൂടിക്കാഴ്ച സുമാർ ഒന്നര മണിക്കൂർ നീണ്ടുനിന്നുകാണും. ഇതിൽ അമ്പതു മിനിറ്റുകൾ ഞാൻ പറയുന്നത് സശ്രദ്ധം കേട്ടുകൊണ്ടിരുന്നു. ഇടയിൽ ചില ലളിതമായ ചോദ്യങ്ങൾ മാത്രമേ ചോദിച്ചുള്ളൂ. മുഖത്ത് അതൃപ്തിയും വെറുപ്പും പ്രകടമായിരുന്നു. ചില സമയങ്ങളിൽ ആശ്ചര്യവും അവർ പ്രകടിപ്പിച്ചിരുന്നു.

ഞാൻ മറ്റുള്ളവരെപ്പറ്റി പറയാൻ തുടങ്ങിയപ്പോഴാണ് അവർ അതൃപ്തി വ്യക്തമായി പ്രകടിപ്പിച്ചത്. തുടർന്ന് മറുചോദ്യങ്ങൾ ചോദിച്ച് തന്റെ എതിർപ്പും വിയോജിപ്പും കൂടുതലായി പുറത്തുകാട്ടാൻ തുടങ്ങി. ഈ കേസിന്റെ അന്വേഷണവും വിചാരണയും പൂർണ്ണമായും തെറ്റായ വഴികളിലൂടെയാണ് നടന്നത് എന്ന എന്റെ പ്രസ്താവന മുറിവേറ്റിരുന്ന ആ മനസ്സ് അംഗീകരിക്കാൻ തയ്യാറായില്ല. ആ നീരസമാണ് കോപമായി വെളിയിൽ വന്നത്. ആ കോപം എന്നെ ഭയപ്പെടുത്തിയതിനാൽ ഞാൻ മൗനം ഭജിച്ചു.

ക്രിക്കറ്റ് കളി നടന്നുകൊണ്ടിരിക്കുന്നു. മോശമായ ഒരു പന്ത് ശരിയായി അടിക്കാൻ കഴിയാതിരുന്നതിനാൽ ഔട്ടാകേണ്ടി വരുമ്പോൾ ബാറ്റ്സ്മാനുണ്ടാകുന്ന ഒരു സങ്കടമുണ്ടല്ലോ, അത് പ്രകടിപ്പിക്കാൻ ചിലപ്പോൾ ബാറ്റുകൊണ്ട് നിലത്ത് ശക്തിയായി അടിക്കും; അല്ലെങ്കിൽ ബാറ്റുകൊണ്ട് മറ്റെന്തെങ്കിലുമൊക്കെച്ചെയ്യും. കോപം പന്തിനോടാണോ, അതോ ശരിയായി ബാറ്റുചെയ്യാൻ കഴിയാതിരുന്ന തന്റെ കഴിവുകേടാണോ എന്നു തീരുമാനിക്കുന്നതിനു പകരം, പഴിയെല്ലാം ബാറ്റിന്റെ മേൽ ചുമത്തി സമാധാനിക്കുന്നതുപോലെ.

ഇവിടെ പ്രിയങ്ക എന്നോട് ദേഷ്യപ്പെട്ടതിനേയും ഞാൻ അതുപോലെയാണു കാണുന്നത്. കാരണം പ്രിയങ്കഗാന്ധി ഒരസാധാരണ വ്യക്തിത്വത്തിനുടമയാണ്. എന്തും ദീർഘവീക്ഷണത്തോടെ സ്വീകരിച്ച് വലിയ രാഷ്ട്രീയ നേതൃത്വം ഏറ്റെടുക്കാനുള്ള ശേഷിയുള്ളവരായാണ് കരുതപ്പെടുന്നത്. അവരുടെ വ്യക്തിവൈഭവവും അറിവും ജ്ഞാനവും അസാധാരണമായ ധൈര്യവും നേരിൽ കണ്ടറിയാൻ എനിക്കു സാധിച്ചു. അതുകൊണ്ട് പറയുകയാണ്; അവർക്കെന്നോട് വ്യക്തിപരമായ ഒരു നീരസവും ഉണ്ടാകാനിടയില്ല എന്ന യാഥാർത്ഥ്യം മനസ്സിലാക്കാൻ അപ്പോഴെനിക്കു കഴിഞ്ഞിരുന്നില്ല. എന്റെ വിശദീകരണങ്ങളെല്ലാം സർക്കാർ രേഖകളിലുണ്ടായിരുന്നവയായിരുന്നു എന്ന് അവർക്കറിയാൻ പറ്റാത്ത കാര്യമല്ല. അതുകൊണ്ട് അവർ പ്രകടിപ്പിച്ച രോഷം മുഴുവൻ ഇതുമായി ബന്ധപ്പെട്ടു നടന്ന തെറ്റായ അന്വേഷണത്തിന്റെയും വിചാരണയുടെയും നേർക്കായിരുന്നു എന്നു ഞാൻ കരുതുന്നു. അതല്ലാതെ ഒരു ജയിൽപ്പുള്ളിയോട് അവർ കാട്ടിയ സഹാനുഭൂതി അവരുടെ കുലീനത്വം വെളിപ്പെടുന്ന തരത്തിലുള്ളതായിരുന്നു.

എന്റെ സംഭാഷണം ശ്രദ്ധാപൂർവ്വം കേട്ടുകൊണ്ടിരിക്കേണ്ട ഒരു ബാധ്യതയും അവർക്കില്ല. അവർക്കാവശ്യമുള്ള സംശയനിവാരണങ്ങളും വിശദീകരണങ്ങളും ലഭിക്കാൻ എന്തെല്ലാം വേറേ മാർഗ്ഗങ്ങളുണ്ട്? അതൊന്നും ഉപയോഗിക്കാതെ അവർ നേരേ എന്റടുത്തേക്കാണ് വന്നത്. സ്വതന്ത്രമായി സംസാരിക്കാൻ എന്നെ അനുവദിച്ച് നല്ല ഒരു കേഴ്വിക്കാരിയായി അവർ ഇരുന്നു. വളരെ അത്യാവശ്യമായ സന്ദർഭങ്ങളിൽ മാത്രമേ ഇടപെട്ട് ചില ചോദ്യങ്ങൾ ഉന്നയിച്ചുള്ളൂ. അതല്ലാതെ അവരെന്നെ പൂർണ്ണമായി തള്ളിക്കളഞ്ഞിട്ടില്ല എന്നതും അവരുടെ ഉത്തമഗുണങ്ങൾക്ക് ഉദാഹരണമാണ്.

എല്ലാം പറഞ്ഞവസാനിച്ച് യാത്ര ചോദിക്കാൻ തുടങ്ങുമ്പോൾ "മാഡം, നിങ്ങൾ സുരക്ഷിതയായി വീട്ടിൽ എത്തിച്ചേർന്നു എന്ന വാർത്ത എനിക്കു കിട്ടുന്നതുവരെ ഭക്ഷണംപോലും ഉപേക്ഷിച്ച് ഞാൻ കാത്തിരിക്കും. ആ സന്ദേശം ലഭിച്ച ശേഷമേ ഞാൻ ഭക്ഷണം കഴിക്കൂ! ആ നല്ല വാർത്ത എനിക്കെത്തിക്കുവാൻ വേണ്ട ഏർപ്പാടുകൾ ചെയ്യണം," എന്നു ഞാൻ അപേക്ഷിച്ചപ്പോൾ അവരും ശാന്ത സ്വരത്തിൽ "ഒരു പ്രശ്നവുമില്ല; അങ്ങനെ ചെയ്യാം", എന്ന് ഉറപ്പു നൽകി അവർ യാത്രയായി.

കഴിഞ്ഞ പതിനേഴു വർഷമായി ഞാനനുഭവിക്കുന്ന വേദനകളും യാതനകളുമാണ് ഇങ്ങനെ ഒരാവശ്യം മുന്നോട്ടു വയ്ക്കാൻ എന്നെ പ്രേരിപ്പിച്ചത്. അവർ പോകുന്ന വഴിയിൽ യാദൃച്ഛികമായി എന്തെങ്കിലും ദുരനുഭവങ്ങൾ ഉണ്ടായാൽ അതിന്റെ ഉത്തരവാദിത്വവും ഞാൻ ഏറ്റെടുക്കേണ്ടി വരുമോ എന്ന ഭയം എന്നെ വേട്ടയാടാൻ തുടങ്ങി. ഇനിയും അങ്ങനെയൊരാക്ഷേപം കേൾക്കാനുള്ള ശക്തി ഒരണുവിട പോലും എന്നിലില്ല എന്നതായിരുന്നു വാസ്തവം. ഇപ്പോഴേ ഒരു ജീവച്ഛവമായിട്ടാണ് ഞാൻ കഴിഞ്ഞുകൂടുന്നത്. ഇനി എന്താണ് എനിക്കു പ്രതീക്ഷിക്കുവാനുള്ളത്?

ഞാൻ വാക്കുകൊടുത്തതുപോലെ അന്നു ഞാൻ ഉച്ചഭക്ഷണം കഴിച്ചില്ല. ആ വിവരം അപ്പോൾത്തന്നെ ജയിലധികൃതർക്കു ലഭിച്ചു. ഉടൻതന്നെ അവർ ഡൽഹിയുമായി ബന്ധപ്പെട്ട്, 'മാഡം സുരക്ഷിതയായി എത്തിച്ചേർന്നു', എന്ന നല്ല വാർത്ത എനിക്ക് എത്തിച്ചുതന്നു. അതിനുശേഷം രണ്ടാമത്തെ രാത്രിയിലാണ് ഞാൻ ഭക്ഷണം കഴിക്കുന്നത്.

പ്രിയങ്കയുടെ സന്ദർശനത്തെപ്പറ്റി ഞാൻ ആരോടും വെളിപ്പെടുത്തിയില്ല. എന്റെ അമ്മയെയും വക്കീലിനെയും വിളിച്ചുവരുത്തി അവരോടു മാത്രം കാര്യങ്ങൾ പറഞ്ഞു. അവരും ഇക്കാര്യം രഹസ്യമാക്കി വച്ചു.

പ്രിയങ്കയുടെ സന്ദർശനം കഴിഞ്ഞ് പതിനൊന്നു ദിവസങ്ങൾക്കു ശേഷമാണ് എന്റെ ഭർത്താവ് എന്നെക്കാണാൻ വന്നത്. അദ്ദേഹത്തോടും ഈ വിവരം പറഞ്ഞു. ആദ്യം അതു വിശ്വസിക്കാൻ അദ്ദേഹത്തിനു കഴിഞ്ഞില്ല. ഞാനെന്തോ കിറുക്കു പറയുകയാണ് എന്നാണ് അദ്ദേഹത്തിന് ആദ്യം തോന്നിയത്. എനിക്കെന്തെങ്കിലും പ്രശ്നങ്ങൾ ഉണ്ടോയെന്ന് എന്നോട് ചോദിച്ചു. എനിക്ക് കുഴപ്പമൊന്നുമില്ലെന്ന് അദ്ദേഹത്തിനു ബോധ്യപ്പെടാൻ വളരെ സമയം വേണ്ടിവന്നു. എനിക്ക് അദ്ദേഹത്തോട് ദേഷ്യം തോന്നി. അദ്ദേഹം അതു കാര്യമാക്കാതെ ചിരിച്ചുതള്ളി. ഞാൻ കഴിയുന്നത്ര വിശദമായി നടന്നതെല്ലാം പറഞ്ഞുകൊടുത്തു. അസാധാരണമായി ആദ്യം കേട്ടുകൊണ്ടിരുന്ന അദ്ദേഹം പിന്നീട് എന്തോ ഗാഢമായ ചിന്തയിൽ മുഴുകി. ഈ സംഭവം നടന്നിട്ട് പതിനൊന്നു ദിവസങ്ങൾ കടന്നുപോയിരിക്കുന്നു. എന്നിട്ടും ഇതുവരെ പരസ്യമായിട്ടില്ല. ഈ സന്ദർശനം പരമരഹസ്യമായി വച്ചിരുന്നതിനു പിന്നിൽ എന്തെങ്കിലും കാരണങ്ങളുണ്ടായിരിക്കും. അതുകൊണ്ട് അറിഞ്ഞോ അറിയാതെയോ ഇത് ആരോടും വെളിപ്പെടുത്താൻ പാടില്ല എന്ന് അദ്ദേഹം തറപ്പിച്ചു പറഞ്ഞു. വക്കീലിനെയും അമ്മയെയും വിവരം അറിയിച്ച കാര്യം അറിഞ്ഞ അദ്ദേഹം എന്നെ ശാസിച്ചു.

"നീയെന്തിനാണ് ഇത്ര ധൃതി കാട്ടിയത്?" അദ്ദേഹം തന്റെ പരിഭ്രമം മറച്ചുവച്ചില്ല. ഇനി വളരെ സൂക്ഷിച്ചു പെരുമാറണമെന്ന് എന്നെ ഉപദേശിച്ചു. ആ സന്ദർശനത്തെപ്പറ്റി അദ്ദേഹം പല ചോദ്യങ്ങളും ചോദിച്ച് സംശയനിവാരണം വരുത്തി. അദ്ദേഹവും മറ്റാരോടും ഈ വിവരം പറഞ്ഞില്ല.

ഒരു മാസത്തിനുശേഷം, അതായത് 2008 മാർച്ച് 19-നാണ് മറ്റൊരു വക്കീൽ മുഖേന ഈ വിവരം പരസ്യമായത്. അതേത്തുടർന്ന് ഈ കൂടിക്കാഴ്ചയുടെ ഗുണദോഷങ്ങളെപ്പറ്റി മാധ്യമങ്ങളിൽ വലിയ ചർച്ചകൾ നടന്നു. ഞങ്ങളാരും പുറത്തുവിടാത്ത ഈ രഹസ്യം എങ്ങനെ പരസ്യമായി? അതിന്റെ പിന്നിൽ പ്രവർത്തിച്ചവർ ആരൊക്കെയെന്ന് അല്പാല്പമായി വെളിച്ചത്തുവരാൻ തുടങ്ങി.

പ്രിയങ്ക എന്നെ സന്ദർശിച്ചതിനെപ്പറ്റി പല പുതിയ കാര്യങ്ങളും കൂട്ടിക്കെട്ടി പല പ്രചരണങ്ങളും നടക്കാൻ തുടങ്ങി.

എന്തിനേറെപ്പറയുന്നു, ഈ സന്ദർശനത്തിന്റെ പേരിൽ ഞാനും എന്റെ ഭർത്താവും തമ്മിൽ അഭിപ്രായവ്യത്യാസങ്ങളും കലഹവും നടന്നതായി വരെ ചിലർ വ്യാജപ്രചരണങ്ങൾ നടത്താൻ തുടങ്ങി. ജയിലിനു പുറത്തു നടക്കുന്നതിനെപ്പറ്റി ഞങ്ങൾക്ക് യാതൊരറിവും ഉണ്ടായിരുന്നില്ല. ഈ ദുഷ്പ്രചരണങ്ങൾ ഞാനറിയുന്നതിനു മുമ്പുതന്നെ ലോകം മുഴുവൻ പ്രചരിച്ചു കഴിഞ്ഞിരുന്നു, എന്നത് എന്നെ കുറച്ചൊന്നുമല്ല സങ്കടപ്പെടുത്തിയത്.

ജയിലിനുള്ളിലെ പീഡനങ്ങൾ പോരാത്തതിന് വീണ്ടും എന്നെ ചൂടുവെള്ളത്തിൽ മുക്കിപ്പിഴിഞ്ഞെടുത്തതുപോലെ ആക്കിത്തീർത്തു. ഈ ചിത്രവധത്തേക്കാൾ നല്ലത് യഥാർത്ഥ തൂക്കുമരത്തിൽ ഏറ്റുകയായിരുന്നു നല്ലതെന്ന് ചിന്തിച്ച്, ഉറക്കം നഷ്ടപ്പെട്ട് വളരെനാൾ ഞാൻ മരിച്ചുജീവിച്ചു എന്നു പറയാം.

എനിക്കെതിരായ പ്രധാന ആരോപണം, പ്രിയങ്ക എന്നെ സന്ദർശിച്ചു പോയ ശേഷം ഞാൻ കൊടുത്ത ഏതോ വെളിപ്പെടുത്തലിന്റെ അടിസ്ഥാനത്തിലാണ് ശ്രീലങ്കയിൽ വംശീയകലാപം മൂർച്ഛിച്ചതും, ആയിരക്കണക്കിനു പേർ പടുംകൊല ചെയ്യപ്പെട്ടതും അതിന്റെ അവസാനത്തിൽ അടിച്ചമർത്തപ്പെട്ടതെന്നുമുള്ള വിഷലിപ്തമായ പ്രചരണം ചിലർ അഴിച്ചുവിട്ടു. ചിലർ യഥാർത്ഥ വസ്തുതകൾ മനസ്സിലാക്കാതെ അഭിപ്രായം പറഞ്ഞവരാണ്. മറ്റുചിലർ ബോധപൂർവ്വം പൊയ്പ്രചാരം നടത്തുന്നവരാണ്.

മറ്റുചിലർ 'കത്തിയെരിയുന്ന വീട്ടിൽനിന്നും ഊരിയെടുക്കുന്ന കഴുക്കോൽ' ലാഭം എന്ന മട്ടിൽ ദുഷ്പ്രചരണം തുടർന്നുകൊണ്ടിരുന്നു. വേറെ ചിലർ അപവാദപ്രചരണം നടത്തി എന്റെ മോചനം തടയുക എന്ന ലക്ഷ്യത്തോടെ പ്രവർത്തിച്ചിട്ടുള്ളവരാണ്.

കലത്തിലുള്ളതല്ലേ വായിൽ വന്നു ചേരൂ. ബുദ്ധിയിലുള്ളതല്ലേ വായിൽക്കൂടി പുറത്തുവരൂ. മൊട്ടത്തലയും കഷണ്ടിയും കൂട്ടിക്കെട്ടുന്നതുപോലെയായിരുന്നു ചിലരുടെ പ്രചരണങ്ങൾ.

കഴിഞ്ഞ പതിനേഴു വർഷങ്ങളായി ജയിലറയുടെ നാലുചുവരുകൾക്കുള്ളിൽ കരഞ്ഞുവിളിച്ചു കഴിഞ്ഞുകൂടുന്ന എന്റെ പക്കൽ പ്രസ്ഥാനത്തെപ്പറ്റി എന്തു രഹസ്യം ഇരിക്കാനാണ്? എനിക്കെന്തു പറയാൻ കഴിയും?

വിഷം തുപ്പുന്ന പ്രചരണങ്ങൾ നടത്തുന്നവരുടെ കയ്യിലില്ലാത്ത എന്തു വിവരങ്ങളാണ് എന്റെ കൈവശമുള്ളത്? എന്തോ രഹസ്യം ഞാൻ പ്രിയങ്കയ്ക്കു കൈമാറി എന്നു പ്രചരിപ്പിക്കുന്നവർ ആ രഹസ്യം എന്താണെന്നുകൂടി പറയേണ്ടതല്ലേ? എന്തുകൊണ്ടാണ് അതു മറച്ചുവയ്ക്കുന്നത്?

ഞങ്ങളെ അറുപതു ദിവസങ്ങൾ സി.ബി.ഐ. കസ്റ്റഡിയിൽ വച്ചിരുന്നു. അക്കാലത്ത് ഐ.ബി, റോ തുടങ്ങിയ പല രഹസ്യാന്വേഷണ ഏജൻസികളും ഞങ്ങളെ മാറിമാറി ചോദ്യം ചെയ്തിരുന്നു. അതെല്ലാം ഓഡിയോയിലും വീഡിയോയിലും രേഖപ്പെടുത്തുകയും ചെയ്തിട്ടുണ്ട്. അതുമാത്രമല്ല, പല വിദേശരാജ്യങ്ങളിൽ നിന്നുപോലും വിവരങ്ങൾ ശേഖരിച്ചിരുന്നു. ഇതിൽനിന്നൊന്നും കിട്ടാത്ത രഹസ്യങ്ങളാണോ ഞാൻ പുറത്തുവിടുന്നത്? അവർക്കു കിട്ടാത്ത വിവരങ്ങൾ ശേഖരിക്കാനാണോ പ്രിയങ്ക എന്നെക്കാണാനെത്തിയത്?

അവർക്കെന്തോ അവിശ്വാസമുണ്ടായിക്കാണണം! ഞങ്ങൾ കൊടുത്തിട്ടുള്ള കുറ്റസമ്മതമൊഴികൾ ഞങ്ങൾ സ്വമേധയാ കൊടുത്തതല്ലെന്ന് അവർ കരുതുന്നതുപോലെ തോന്നുന്നു. പല വർഷങ്ങളായി ഇക്കാര്യത്തിൽ അവർക്ക് സംശയങ്ങൾ ഉണ്ടായിരുന്നിരിക്കണം. അതിന്റെ സത്യാവസ്ഥ അറിയാൻ വേണ്ടിയായിരിക്കണം അവരെന്നെ സന്ദർശിച്ചത്.

പ്രിയങ്ക എന്നെ സന്ധിച്ചു തിരിച്ചുപോയശേഷം, അവർ എല്ലാ രഹസ്യങ്ങളും മനസ്സിലാക്കിക്കഴിഞ്ഞുകാണും എന്നുകരുതി 'പോരാട്ടം തീവ്രമടഞ്ഞു' എന്നു കള്ളപ്രചരണം നടത്തിയവരെപ്പറ്റി ചില സത്യങ്ങൾ ഞാനിവിടെ വെളിപ്പെടുത്തുകയാണ്.

(ഇപ്പോൾ) അക്കാലത്ത് കോൺഗ്രസ്സിന്റെ ഔദ്യോഗിക വക്താവായിരുന്ന തിരുച്ചിവേലുസ്വാമി, ജയിൻ കമ്മീഷനു മുന്നിൽ ഈ കൊലപാതകത്തിനും തമിഴ്പുലികൾക്കും തമ്മിൽ യാതൊരു ബന്ധവുമില്ലെന്നും ഇതിനു പിന്നിൽ മറ്റെന്തോ ഗൂഢാലോചന നടന്നിട്ടുണ്ടെന്നും മൊഴി നൽകിയിട്ടുള്ളതാണ്. അതിനുശേഷം സോണിയഗാന്ധി നേരിട്ടു തിരുച്ചിവേലുസ്വാമിയെ വിളിച്ചുവരുത്തി ചർച്ച നടത്തിയിരുന്നു. മണിക്കൂറുകളോളം നീണ്ടുനിന്ന ആ കൂടിക്കാഴ്ചയിൽ വേലുസ്വാമി പറഞ്ഞ കാര്യങ്ങളും സോണിയാഗാന്ധിയുടെ ചോദ്യങ്ങൾക്ക് അദ്ദേഹം കൊടുത്ത മറുപടിയുമെല്ലാം ഓഡിയോ കാസറ്റിൽ പകർത്തിയിട്ടുണ്ടെന്നാണ് അദ്ദേഹം എഴുതിയിട്ടുള്ള പുസ്തകത്തിൽ പറഞ്ഞിട്ടുള്ളത്. അതിൽ വെളിപ്പെടുത്താത്ത രഹസ്യങ്ങളാണോ എന്നിൽ നിന്നും ലഭിക്കാൻ പോകുന്നത്?

കൂടാതെ, ഞങ്ങളോടൊപ്പം വധശിക്ഷയ്ക്കു വിധിക്കപ്പെട്ട്, പിന്നീട് സുപ്രീംകോടതി വിട്ടയച്ച, ബാംഗ്ലൂർ സ്വദേശി രങ്കനാഥൻ ആറുവർഷം ജയിൽവാസം അനുഭവിച്ച ആളാണ്. സ്വതന്ത്രനാക്കപ്പെട്ട ശേഷം അയാളെയും സോണിയഗാന്ധി വിളിച്ച് സംസാരിച്ചിരുന്നു. ആ സംഭാഷണവും

പരമരഹസ്യമായിട്ടാണ് നടന്നത്. ആരാണ് ശിവരാജൻ? അയാൾക്കിവിടെ ആരെല്ലാമായി ബന്ധങ്ങളുണ്ടായിരുന്നു? ഈ സംഭവത്തിൽ അയാളുടെ പങ്കെന്തായിരുന്നു? തുടങ്ങിയ വിവരങ്ങളെല്ലാം അയാളിൽനിന്നും സോണിയഗാന്ധി ശേഖരിച്ചിരുന്നു. രാജീവ് വധക്കേസിൽ വധശിക്ഷ വിധിക്കപ്പെട്ട എല്ലാവർക്കും അത് ഒഴിവാക്കിക്കൊടുക്കണമെന്ന് സോണിയാഗാന്ധി രാഷ്ട്രപതിക്ക് കത്തയച്ചത് ഈ കൂടിക്കാഴ്ചയ്ക്കു ശേഷമാണ്. അവിടെനിന്നും കിട്ടാത്ത രഹസ്യം തേടിയാണോ പ്രിയങ്ക എന്നെക്കാണാൻ എത്തിയത്?

മറ്റൊരു പ്രധാനപ്പെട്ട കാര്യവും ഇത്തരുണത്തിൽ വെളിപ്പെടുത്തേണ്ടതായിട്ടുണ്ട്. 2000-ാം ആണ്ടിൽ ഞങ്ങൾ നാലുപേരുടെ വധശിക്ഷ എപ്പോൾ വേണമെങ്കിലും നടപ്പായേക്കുമെന്ന സന്ദിഗ്ധാവസ്ഥ നിലനിൽക്കുന്ന ഘട്ടം! വധശിക്ഷ ഒഴിവാക്കണമെന്നാവശ്യപ്പെട്ട് പി. നെടുമാരൻ, സഖാവ് ത്യാഗു എന്നിവർ ഡൽഹിയിലെത്തി. അവർ അന്നത്തെ പ്രധാനമന്ത്രി വാജ്പേയി, ആഭ്യന്തരമന്ത്രി അദ്വാനി, പ്രതിപക്ഷനേതാവ് സോണിയാഗാന്ധി എന്നിവരെ നേരിൽക്കണ്ട് അപേക്ഷ സമർപ്പിച്ചിരുന്നു. മാത്രമല്ല, സോണിയാഗാന്ധിയുമായി പ്രത്യേകം കൂടിക്കാഴ്ചയും നടത്തിയിരുന്നു. അവരുടെ ശ്രമഫലമായാണ് ഞങ്ങൾക്കു വിധിക്കപ്പെട്ട വധശിക്ഷ കുറെ നാളത്തേക്കു നീട്ടിവയ്ക്കാനിടയാക്കിയത്. ഈ സംഭവത്തിന് എല്ലാവിധ ഒത്താശകളും ചെയ്തുകൊടുത്തവരുടെ കൂട്ടത്തിൽ ശ്രീ. വൈ. ഗോപാലസ്വാമി(വൈകോ)യുമുണ്ടായിരുന്നു.

അപ്പോഴൊന്നും ഈ ദുഷ്പ്രചരണങ്ങൾ നടത്തുന്നവർ രംഗത്തുണ്ടായിരുന്നില്ല. എന്നാൽ പ്രിയങ്ക എന്നെ വന്നുകണ്ടപ്പോൾ മാത്രമാണ് അവർക്കെന്തോ അരുതാത്തതു നടക്കുന്നു എന്ന തോന്നലുണ്ടായത്. അതു സാരമില്ല, വിട്ടുകളയാം!

2008-ൽ ഇന്ത്യാ-ശ്രീലങ്ക ബന്ധം എങ്ങനെയായിരുന്നു എന്ന് സൂക്ഷ്മമായി പരിശോധിക്കുന്നവർക്ക് ഞങ്ങളുടെ കൂടിക്കാഴ്ചയുടെ പ്രാധാന്യം വ്യക്തമാകും. എന്നാൽ അതു മനസ്സിലാക്കാൻ എനിക്കു പിന്നെയും രണ്ടു വർഷങ്ങൾ കാത്തിരിക്കേണ്ടി വന്നു. അതും എന്റെ വക്കീലന്മാർ ശേഖരിച്ച വസ്തുതകളുടെ അടിസ്ഥാനത്തിലാണ് അത് അറിയാനിടയായത്.

അക്കാലത്ത് ശ്രീലങ്ക ഇന്ത്യയുമായുള്ള നയതന്ത്രബന്ധം അവഗണിച്ച് ചൈനയുമായി കൂടുതൽ അടുത്തിടപഴകാൻ തുടങ്ങിയിരുന്നു. ആ ബന്ധം തുടർന്നാൽ ഇന്ത്യയുടെ അതിർത്തി സംരക്ഷണവിഷയത്തിൽ പല തിരിച്ചടികളും നേരിടേണ്ടി വന്നേക്കും. ഇതേപ്പറ്റി പല രാഷ്ട്രതന്ത്രജ്ഞരും എഴുതിയിരുന്നു. അതിനാൽ എന്തെങ്കിലുമൊരു നയതന്ത്രനീക്കം നടത്തി ശ്രീലങ്കയെ വരുതിക്കു കൊണ്ടുവരുവാൻ ഇന്ത്യ തീവ്രമായി ആഗ്രഹിച്ചിരുന്നു.

എന്നാൽ ശ്രീലങ്കയാകട്ടെ, രാജീവ് വധക്കേസ് സംബന്ധമായ കാര്യങ്ങൾ സജീവമായിരിക്കുന്നിടത്തോളംകാലം ഇന്ത്യ, ശ്രീലങ്കൻ തമിഴരുടെ

പ്രശ്നങ്ങളിൽ തലയിടുകയോ, അവരോട് എന്തെങ്കിലും അനുഭാവം പ്രകടിപ്പിക്കുകയോ ചെയ്യുകയില്ലെന്ന് കണക്കുകൂട്ടലിൽ ഇന്ത്യയെ അവഗണിക്കുന്ന നിലപാടാണ് സ്വീകരിച്ചുകൊണ്ടിരുന്നത്.

ഈ പ്രശ്നത്തെ ഒരു 'ഷോക്ക്ട്രീറ്റ്മെന്റ്' നടത്തി ശരിപ്പെടുത്തിയെടുക്കണം. നിങ്ങൾ ആ നിലപാടിൽ തുടർന്നാൽ ഞങ്ങൾ രാജീവ് വധ ക്കേസിന്റെ കാര്യങ്ങൾ മറന്ന് വീണ്ടും ശ്രീലങ്കൻ തമിഴരുടെ പ്രശ്ന ങ്ങൾ ഏറ്റെടുക്കാൻ മുന്നോട്ടുവരും! അതിനുവേണ്ടി ഞങ്ങൾ ആ കേസിലെ പ്രതികളുടെ ശിക്ഷ ഇളവുചെയ്തു കൊടുക്കാൻ വരെ തയ്യാറാ യേക്കും, എന്ന സന്ദേശം നൽകിയാൽ ശ്രീലങ്ക നമ്മുടെ വരുതിക്കു വരു മെന്ന് കണക്കുകൂട്ടി.

അങ്ങനെ അവർ വഴിക്കു വന്നുകഴിഞ്ഞാൽ മറ്റെന്തെങ്കിലും കാരണം പറഞ്ഞ് അതിൽനിന്നും പിൻതിരിയാം. അതായത് ഒരു നയതന്ത്രനീക്കം നടത്തി ഒരു ചുവടു മുന്നേറുമ്പോൾ, വേണ്ടിവന്നാൽ എപ്പോൾ വേണ മെങ്കിലും പിൻമാറാൻ കഴിയുന്ന എന്തെങ്കിലുമൊരു സൗകര്യം ഉണ്ടാക്കി വച്ചശേഷമേ മുന്നേറാവൂ എന്നു ചുരുക്കം. അതിനുള്ള മുന്നോടിയായി ട്ടാണ് ഈ പ്രിയങ്ക-നളിനി കൂടിക്കാഴ്ച ഏർപ്പാടു ചെയ്തത്.

അതുകൊണ്ടാണ് ഈ കൂടിക്കാഴ്ച നിയമപരമായ നടപടിക്രമങ്ങൾ പാലിക്കാതെയും യാതൊരു രേഖകളും സൂക്ഷിക്കാതെയും രഹസ്യമായി നടപ്പാക്കിയത്. അതുകൊണ്ടാണ് ആവശ്യമെന്നുതോന്നിയ ഘട്ടത്തിൽ ആ രഹസ്യം ബോധപൂർവ്വം പരസ്യപ്പെടുത്തിയത്.

ഞങ്ങളുടെ കൂടിക്കാഴ്ചയുടെ പിന്നണിയിൽ പ്രവർത്തിച്ചവർക്കെല്ലാം ഈ വസ്തുത അറിയാമായിരുന്നു എന്ന് ഉറപ്പിച്ചുപറയാൻ കഴിയില്ല. ഏതോ നല്ലകാര്യത്തിനായിരിക്കാം എന്നുമാത്രം കരുതിയാണ് അവരി തൊക്കെ ചെയ്തു വച്ചത്.

അക്കാലത്തു പുറത്തുവന്ന വാർത്തകളെല്ലാം ഈ വസ്തുതയാണ് വെളിപ്പെടുത്തുന്നത്. ആ കൂടിക്കാഴ്ചയെ ലോകമാധ്യമങ്ങളെല്ലാം പുകഴ്ത്തി പ്രചരിപ്പിച്ചിരുന്നു.

ഈ രഹസ്യ സന്ദർശന വിവരം പുറത്തായതിന്റെ അടുത്ത ദിവസം തന്നെ, മുൻകൂട്ടി പറഞ്ഞുറപ്പിച്ചിരുന്നതുപോലെ ശ്രീലങ്കൻ പ്രസിഡണ്ട് മഹീന്ദാരാജ പക്സേയുടെ സഹോദരൻ ബാസിൽ രാജപക്സേ ഇന്ത്യ യിൽ പറന്നെത്തി. അദ്ദേഹം മൂന്നുദിവസങ്ങൾ ഇന്ത്യയിൽ തങ്ങി. കേന്ദ്ര ഗവൺമെന്റുമായി ചർച്ചകൾ നടത്തി ഒരു സമവായം ഉണ്ടാക്കാൻ മുൻകൈയെടുത്തു. അങ്ങനെ ശ്രീലങ്ക ഇന്ത്യയുടെ നിയന്ത്രണത്തിൻ കീഴിലായി.

ശ്രീലങ്കയിൽ വംശീയകലാപം അവസാനിച്ചശേഷം അവിടത്തെ സൈനികത്തലവനായ കോത്തപയ രാജപക്ക്സേ, "ഇത് ഇന്ത്യയ്ക്കു വേണ്ടിയുള്ള യുദ്ധമാണ്, ഇന്ത്യയുടെ ഉപദേശപ്രകാരമാണ് യുദ്ധം അവ സാനിപ്പിച്ചത്" എന്ന് അഭിമുഖ സംഭാഷണത്തിൽ വ്യക്തമാക്കി. ഇതേ

പോലെ ഒരു നയതന്ത്രനാടകം 1987–ലും നടന്നിരുന്നു. അന്ന് രാജീവ് ഗാന്ധി ആയിരുന്നു ഇന്ത്യൻ പ്രധാനമന്ത്രി. അക്കാലത്ത് ശ്രീലങ്കൻ തമിഴ രിൽ ഭൂരിപക്ഷവും അധിവസിച്ചിരുന്നത് ജാഫ്നാ തമിഴ്പുലികളുടെ അധീനത്തിലായിരുന്നു. 1987 ന്റെ തുടക്കത്തിൽ 'ജാഫ്നാവടമരാട്ചി' പ്രദേശങ്ങളെ 'ഓപ്പറേഷൻ ലിബറേഷൻ' എന്ന പേരിൽ ഒരു കടന്നാ ക്രമണം നടത്തി തിരിച്ചുപിടിച്ചു. ആ സൈനിക നടപടി 'തമിഴ്ഈഴം' സംഘടനകളെ കഠിനമായി ബാധിച്ചു. ലക്ഷക്കണക്കിന് തമിഴർ അഭയാർത്ഥികളായി മാറി. അക്കാലത്ത് ശ്രീലങ്ക-അമേരിക്ക ബന്ധം രഹസ്യമായി വളർന്നുകൊണ്ടിരുന്നു.

ട്രിങ്കോമാലിയിൽ അമേരിക്കൻ നാവികസേനയ്ക്ക് തുറമുഖം സ്ഥാപിക്കാനുള്ള അനുമതി കൊടുക്കാൻ വരെ ശ്രീലങ്ക തയ്യാറായി. ഈ കളികളെല്ലാം സസൂക്ഷ്മം വീക്ഷിച്ചിരുന്ന രാജീവ്ഗാന്ധി ഒരു നയതന്ത്ര തീരുമാനമെടുത്തു. ഇന്ത്യൻ വ്യോമസേന ശ്രീലങ്കയുടെ അനുവാദ മില്ലാതെ ജാഫ്നയിൽ പറന്നെത്തി അഗതികളായ തമിഴർക്ക് ഭക്ഷണവും മറ്റത്യാവശ്യ വസ്തുക്കളും വിതരണം ചെയ്തു.

അതായത് ഇന്ത്യയുടെ സുരക്ഷിതത്വം അവഗണിച്ചാൽ തമിഴ്പുലി കളെ ഞങ്ങൾ പരിപൂർണ്ണമായി സംരക്ഷിക്കും എന്ന സന്ദേശമാണ് ഈ നീക്കത്തിലൂടെ ഇന്ത്യ ശ്രീലങ്കയ്ക്കു നൽകിയത്. ഇതേത്തുടർന്ന് അവിടെയുള്ള മറ്റു തമിഴ് വിമോചന സംഘടനകൾക്കും ഇന്ത്യ സഹായ സഹകരണങ്ങൾ നൽകി.

എൽ.ടി.ടി.ഇ. തലവൻ വേലുപ്പിള്ള പ്രഭാകരനെയും മറ്റു സംഘടനാ നേതാക്കളെയും ഡൽഹിയിൽ വിളിപ്പിച്ച് ചർച്ചകൾ നടത്തി. അത്രതന്നെ! ദാ കിടക്കുന്നു, ശ്രീലങ്കൻ സർക്കാർ! ഈ ചെയ്തത് ശരിയായോ എന്ന് ശ്രീലങ്ക മറ്റു നാടുകളുടെ അഭിപ്രായംതേടി.

അവസാനം ഗത്യന്തരമില്ലാതെ അവർ നമ്മുടെ വഴിക്കുവന്നു. ശ്രീലങ്ക ഇന്ത്യയുടെ മുന്നിൽ മുട്ടുകുത്തി. അങ്ങനെ "രാജീവ്-ജയവർദ്ധനെ ഉടമ്പടി" തയ്യാറായി. അതിൽ ഒപ്പുവയ്ക്കാനായി രാജീവ്ഗാന്ധി ശ്രീലങ്ക യിലെത്തി. അവിടെ കടുത്ത എതിർപ്പു നിലനിന്നിരുന്നു. അതിന്റെ പ്രതി ഫലനമെന്നവണ്ണം ഒരു ശ്രീലങ്കൻ പട്ടാളക്കാരൻ രാജീവ്ഗാന്ധിയെ തോക്കിന്റെ പാത്തികൊണ്ട് അടിച്ചുകൊല്ലാൻ ശ്രമിച്ചു. രാജീവ്ഗാന്ധി തലനാരിഴയ്ക്കു രക്ഷപ്പെടുകയും ഉടമ്പടിയിൽ ഒപ്പുവയ്ക്കുകയും ചെയ്തു.

ഈ ഉടമ്പടിപ്രകാരം ജാഫ്നയിൽ നടന്ന, ചരിത്രം കണ്ടിട്ടില്ലാത്ത, ഒരു മഹാസമ്മേളനത്തിൽ തമിഴ്പ്പുലിത്തലവൻ പ്രഭാകരൻ ഇങ്ങനെ പ്രസ്താവിച്ചു.

"ഞങ്ങൾ ഇന്ത്യയെയും അവിടത്തെ ജനങ്ങളേയും സ്നേഹിക്കുന്നു. ഇന്ത്യൻ സൈന്യത്തിനു മുന്നിൽ ഞങ്ങൾ ഞങ്ങളുടെ ആയുധങ്ങൾ

സമർപ്പിക്കുന്നു. ഇനി ശ്രീലങ്കൻ തമിഴരുടെ സുരക്ഷിതത്വം ഇന്ത്യയുടെ കൈകളിലാണ്."

അങ്ങനെ ഇന്ത്യൻ സമാധാന ദൗത്യസേന (ഐ.പി.കെ.എഫ്.) ശ്രീലങ്കയിലെത്തി തമിഴ് ഭൂരിപക്ഷ മേഖലകളിൽ നിലയുറപ്പിച്ചു. ഇന്ത്യൻ സൈന്യത്തെ ശ്രീലങ്കൻ തമിഴ്വംശജർ ആഘോഷപൂർവ്വം സ്വീകരിച്ചു. തമിഴ് ഭൂരിപക്ഷ പ്രദേശങ്ങളിലെല്ലാം ഉത്സവലഹരിയിലമർന്നു. ഇന്ത്യ ഇനിമേൽ അവരെ സംരക്ഷിച്ചുകൊള്ളുമെന്ന് അവർ വിശ്വസിച്ചു. എന്നാൽ യഥാർത്ഥത്തിൽ നടന്നതോ? ശ്രീലങ്ക വിരിച്ച ചതിക്കുഴിയിൽ ഇന്ത്യ വീണുപോയി! ശ്രീലങ്കയുടെ പോരാട്ടങ്ങളുടെ മുന്നിൽ ഇന്ത്യ നിലയുറപ്പിക്കേണ്ടിവന്നു. തമിഴ്പുലികളെ അടിച്ചമർത്താനെന്ന പേരിൽ നിരപരാധികളായ തമിഴർക്കെതിരെ അക്രമങ്ങൾ തുടർന്നു. 10,000-ൽ അധികം നിരാലംബരായ തമിഴർ കൊല്ലപ്പെട്ടു. മൂവായിരത്തിലധികം സ്ത്രീകൾ ബലാത്സംഗത്തിനിരയായി. നാലായിരത്തോളം ഇന്ത്യൻ സൈനികർ ശ്രീലങ്കയിൽ കൊല്ലപ്പെട്ടു.

അറുന്നൂറ്റിയമ്പത് തമിഴ്പുലികളും കൊല്ലപ്പെട്ടവരുടെ കൂട്ടത്തിൽപ്പെട്ടും. തമിഴരുടെ ആയിരക്കണക്കിനു കോടിരൂപയുടെ സ്ഥാവരജംഗമസ്വത്തുക്കൾ നശിപ്പിക്കപ്പെട്ടു. ഇന്ത്യാഗവൺമെന്റും പതിനായിരക്കണക്കിനു കോടിരൂപ അനാവശ്യമായി പാഴാക്കി.

ഈ യുദ്ധം ആരംഭിച്ച് ഏതാനും മാസങ്ങൾക്കുള്ളിൽ ഇന്ത്യാ-ശ്രീലങ്കാ സൗഹൃദത്തിൽ കല്ലുകടികളുണ്ടായി. ഇന്ത്യൻ സമാധാനസേന ഉടൻ ശ്രീലങ്ക വിടണമെന്ന് മുൻ പ്രധാനമന്ത്രി പ്രേമദാസയും ആവശ്യപ്പെട്ടു. ഇന്ത്യൻ സൈന്യത്തെ കീഴടക്കാൻ ശ്രീലങ്കൻ സൈന്യം തമിഴ് പുലികളുമായിപ്പോലും രഹസ്യമായ ധാരണകളുണ്ടാക്കി. തുടർന്ന് വി.പി. സിങ് ഇന്ത്യൻ പ്രധാനമന്ത്രിയായ ശേഷമാണ് ഇന്ത്യൻ സൈന്യത്തെ ശ്രീലങ്കയിൽ നിന്നും പിൻവലിച്ചത്. ഈ വിവരങ്ങളെല്ലാം സി.ബി.ഐ സമാഹരിച്ച് രാജീവ് വധക്കേസിനോടനുബന്ധിച്ച് കോടതിയിൽ സമർപ്പിച്ചിരുന്നു. അതിന്റെയടിസ്ഥാനത്തിലാണ് ഞാനീ വിവരങ്ങൾ വെളിപ്പെടുത്തുന്നത്.

1987-ന്റെ തുടക്കത്തിൽ എങ്ങനെ നല്ലതുനടക്കുമെന്നു പ്രതീക്ഷിക്കുകയും എഴുതുകയും ചെയ്തിരുന്നോ, അതേപോലെതന്നെയാണ് 2008-ൽ പ്രിയങ്കയുമായുള്ള കൂടിക്കാഴ്ചയ്ക്കു ശേഷവും നല്ലതു നടക്കുമെന്നു പ്രതീക്ഷിച്ച് കാത്തിരുന്നത്. വിസ്മയകരമായ പല വസ്തുതകളും എഴുതപ്പെട്ടു. 1987-ലും 2009-ലും ഒരു സർവ്വനാശം നമ്മെക്കാത്തിരുന്നുവെന്ന് ഒരു സംശയംപോലും ആർക്കുമുണ്ടായിരുന്നില്ല.

1987-ൽ ശ്രീലങ്ക-അമേരിക്ക സൗഹൃദം പൂത്തുലയാൻ തുടങ്ങിയപ്പോൾ തമിഴരുടെ പ്രശ്നങ്ങളോട് അനുഭാവം കാട്ടി കരുക്കൾ നീക്കി അതിനു തടയിട്ടു. 2009-ൽ ശ്രീലങ്ക-ചൈന ബന്ധം വളരാൻ തുടങ്ങിയപ്പോഴും രാജീവ് വധത്തിൽ തടവിൽക്കഴിയുന്ന ഏഴുപേരെയും

വിട്ടയ്ക്കാൻ പോകുന്നു എന്ന തോന്നലുണ്ടാക്കി മറ്റൊരു കരുനീക്കം നടത്തി ആ ബന്ധത്തെയും തടുത്തുനിർത്തി.

അതല്ലാതെ ഞങ്ങളെ വിട്ടയയ്ക്കാനുള്ള ഒരു നിർദ്ദേശവും ഈ കൂടിക്കാഴ്ചയിൽനിന്നും ഉരുത്തിരിഞ്ഞില്ല. പ്രിയങ്ക എന്നെ സന്ദർശിച്ച് മടങ്ങിപ്പോയിട്ട് ഇപ്പോൾ എട്ടുവർഷങ്ങൾ കടന്നുപോയിരിക്കുന്നു. ഞങ്ങളിപ്പോഴും ഇരുമ്പഴികൾക്കു പിന്നിലാണ് കഴിഞ്ഞുപോരുന്നത്. ജീവിതത്തിന്റെ ഇരുട്ടറകളിൽനിന്നും ഒരു മോചനം ഞങ്ങൾക്കിനിയും ഉണ്ടായിട്ടില്ല.

എന്നാൽ പ്രിയങ്ക-നളിനി കൂടിക്കാഴ്ചയ്ക്കുശേഷമാണ് ശ്രീലങ്കയിൽ വംശീയകലാപം തീവ്രമടഞ്ഞതെന്നും തമിഴർ കൂട്ടത്തോടെ കൊല്ലപ്പെട്ടതെന്നുമുള്ള ദുഷ്പ്രചരണം ഇവിടെ വ്യാപകമായി അരങ്ങേറി. ഞങ്ങളുടെ കൂടിക്കാഴ്ചയ്ക്കു വളരെ മുമ്പുതന്നെ, അതായത് 2006-ൽത്തന്നെ, മാവിലാറുവിൽ ആഭ്യന്തരയുദ്ധം തുടങ്ങിക്കഴിഞ്ഞിരുന്നു. ആ യുദ്ധത്തിന് ഓപ്പറേഷൻ പെക്കാൻ എന്ന പേരും മാധ്യമങ്ങൾ നൽകി. അതിനുശേഷം പുലികളിൽ നിന്നും ശ്രീലങ്കൻ സൈന്യം 'മാന്നാർജില്ല' തിരിച്ചുപിടിക്കുകയും ചെയ്തിരുന്നു. തുടർന്ന് അടുത്തടുത്ത ജില്ലകളിലേക്ക് ശ്രീലങ്കൻ സൈന്യം അതിവേഗം മുന്നേറിക്കൊണ്ടിരുന്നു.

അപ്രകാരമുള്ള തിരിച്ചടികൾ നേരിട്ടുകൊണ്ടിരിക്കുമ്പോഴാണ് ഇവിടെ വെല്ലൂരിൽ ഞങ്ങളുടെ കൂടിക്കാഴ്ച നടന്നത്. അതിനുശേഷം ഇന്ത്യയെ മുന്നിൽ നിർത്തി പല വിദേശരാജ്യങ്ങളുടെ സൈന്യങ്ങളുടെയും സഹായത്തോടെയാണ് ശ്രീലങ്കയിലെ വംശീയകലാപം അടിച്ചമർത്തിയത്. അതിനാൽ ഞങ്ങളുടെ കൂടിക്കാഴ്ചയും ശ്രീലങ്കയിൽ നടന്ന കലാപങ്ങളും തമ്മിൽ യാതൊരു ബന്ധവുമില്ല എന്ന വസ്തുത സന്മനസ്സുള്ളവർക്കു ബോധ്യമാകും. എന്നാൽ മയക്കത്തിലാണ്ടു കഴിയുന്നവർക്ക് ഇതൊന്നും പറയാൻ കഴിയില്ല.

അടുത്തതായി, പ്രിയങ്ക പ്രതീക്ഷിച്ച മറുപടി എന്നിൽനിന്നും ലഭിച്ചിരുന്നെങ്കിൽ അവർ തൃപ്തയാകുമായിരുന്നു. അത്, ഒരുപക്ഷേ, എന്റെ മോചനത്തിനും വഴിവയ്ക്കുമായിരുന്നു. എന്നാൽ ചർച്ചയുടെ ഒരു ഘട്ടം വരെ എനിക്കനുകൂലമായിരുന്ന സാഹചര്യങ്ങൾ ഒറ്റയടിക്കു മാറിമറിഞ്ഞ് എനിക്കെതിരെ തിരിയുകയാണുണ്ടായത്. ആ കൂടിക്കാഴ്ചയ്ക്കു ശേഷമാണ്, അതായത് 2008-നു ശേഷമാണ് എനിക്ക് മാനസികസംഘർഷങ്ങൾ അധികരിച്ചത്.

അന്നുമുതൽ മുകളിൽനിന്നുള്ള ഉത്തരവിന്റെ പേരിൽ ദിവസേന ഒരു മുന്നറിയിപ്പുമില്ലാതെ എന്റെ സെല്ലിൽ പരിശോധന തുടങ്ങി. നിന്നാൽ കുറ്റം, നടന്നാൽ കുറ്റം, ഇങ്ങനെ യാതൊരു കാരണവുമില്ലാതെ എന്നെ വേട്ടയാടിക്കൊണ്ടിരുന്നു. അതിരാവിലെ തന്നെ പരിശോധന എന്ന പേരിൽ വരും. ഒരുതരം മാനസിക പീഡനം മുടങ്ങാതെ നടന്നുകൊണ്ടിരുന്നു.

എന്റെ മോചനം തടയുക എന്ന ലക്ഷ്യത്തോടുകൂടിയാണ് ഞാൻ സെൽഫോൺ കൈവശം വച്ചിരുന്നു എന്ന പേരിൽ ഒരു കള്ളക്കേസ് എന്റെ പേരിലുണ്ടാക്കിയത്. സെല്ലിനുപുറത്തുള്ള ശുചിമുറിയിൽനിന്നും കണ്ടെടുത്ത ഉപയോഗശൂന്യമായ ഒരു പഴയഫോണാണ് കേസിന് ആധാരമായ തെളിവായി ചൂണ്ടിക്കാട്ടിയത്. പിന്നീട് ഹൈക്കോടതി ജഡ്ജി ദേവദാസ് ആ കേസ് തള്ളിക്കളഞ്ഞിരുന്നു. ഒന്നുകിൽ ഞാൻ ആത്മഹത്യ ചെയ്യണം; അല്ലെങ്കിൽ എനിക്ക് ചിത്തഭ്രമം പിടിപെടണം; ഈ ഗൂഢലക്ഷ്യത്തോടെയാണ് ഈ ആസൂത്രണങ്ങളെല്ലാം നടന്നത്. മാസത്തിൽ രണ്ടുപ്രാവശ്യം എന്റെ ഭർത്താവിനെ കാണാൻ എനിക്കു നൽകിയിരുന്ന ആനുകൂല്യങ്ങൾ പിൻവലിച്ചു.

വെല്ലൂരിൽ നിന്നും ചെന്നൈ പുഴൽ ജയിലിലേക്ക് എന്നെ മാറ്റി. ക്രമേണ എന്റെ തൊണ്ട, വായ്, കുടൽ എന്നിവിടങ്ങളിലെല്ലാം വ്രണങ്ങൾ രൂപപ്പെടാൻ തുടങ്ങി. ദിവസവും ഭക്ഷണത്തിൽ കലർത്തിത്തന്നിരുന്ന ഏതോ ഗുളികയായിരുന്നു അതിനുള്ള കാരണം.

മനഃസാക്ഷിയുള്ള ഒരുദ്യോഗസ്ഥനാണ് എന്നോടീ രഹസ്യം വെളിപ്പെടുത്തിയത്. അതിനെ നേരിടാൻ മറ്റുചില ഏർപ്പാടുകൾ ചെയ്താണ് ഞാൻ രക്ഷപ്പെട്ടത്. അതുപോലെ എന്റെ ജീവനുതന്നെ ഭീഷണിയുണ്ടെന്ന് ഞാൻ ഭയപ്പെട്ടു. ഇതെല്ലാം ചൂണ്ടിക്കാട്ടി ഞാനും എന്റെ ഭർത്താവും ജയിലധികൃതർക്ക് പരാതികൾ നൽകിയിട്ടുണ്ട്.

ഇതെല്ലാം നടന്നത് ആ 'കൂടിക്കാഴ്ചയ്ക്കു' ശേഷമാണ്. എന്തിനാണ് എനിക്കെതിരെ ഈ ചതിപ്രയോഗങ്ങൾ നടന്നത്. നുണ പ്രചരണങ്ങൾ നടത്തിയവരെ സന്തോഷിപ്പിക്കാൻ വേണ്ടിയാണോ ഇതെല്ലാം ചെയ്തത്? അതല്ലാതെ മറ്റുകാരണങ്ങളൊന്നും ഉള്ളതായി എനിക്കറിയില്ല.

ഏതായാലും ഒരു കാരണവശാലും ഞാൻ മോചിതയാകാൻ പാടില്ല. ഞാൻ പുറത്തുവന്നാൽ മറ്റുള്ളവരെക്കൂടി മോചിപ്പിക്കാൻ പരിശ്രമിക്കും. അതിനുവേണ്ടി ശബ്ദമുയർത്തും. എന്തെങ്കിലുമൊക്കെ കാട്ടിക്കൂട്ടും. അതു മറ്റുചിലരെ ബാധിച്ചേക്കും. അങ്ങനെ ബാധിക്കപ്പെടുന്നവരാണ് ഞങ്ങളുടെ കൂടിക്കാഴ്ചയെപ്പറ്റി ദുഷ്പ്രചരണങ്ങൾ നടത്തിയതെന്നു ഞാൻ കരുതുന്നു.

ആ സന്ദർശനത്തിനെതിരായി എന്റെമേൽ പഴിചുമത്തിയ എല്ലാവരും അവസാനംവരെ എന്നെ കുറ്റവാളിയാക്കി ചിത്രീകരിക്കാനും എന്നെ വിട്ടയയ്ക്കുന്നതിനുള്ള സാഹചര്യങ്ങൾ ഉണ്ടാകാതിരിക്കാനുമുള്ള ഗൂഢലക്ഷ്യത്തോടെയാണ് പ്രവർത്തിച്ചുവന്നത്.

മാത്രമല്ല, എനിക്കനുകൂലമായി എന്തെങ്കിലും സത്യാവസ്ഥകൾ പുറത്തുവന്നാൽ, അതു നിലനിൽക്കാൻ പാടില്ല എന്ന ലക്ഷ്യത്തോടെ പല ദുഷ്പ്രചരണങ്ങളും അവർ നടത്തിക്കൊണ്ടിരുന്നു. ഇപ്പോഴും അതു തുടരുന്നു.

“ആ പ്രിയങ്ക എന്ന സ്ത്രീ കാണാൻ വന്നാലും നമ്മൾ ശ്രദ്ധയോടെ ഇരിക്കേണ്ടതായിരുന്നില്ലേ? അവരെ കാണാൻ പറ്റില്ലെന്നു പറയേണ്ട തല്ലേ? അവരെ കാണേണ്ട ആവശ്യമെന്തോണുള്ളത്?” ഇങ്ങനെ ബോധ പൂർവ്വം പ്രചരണം നടത്തിയ പോരാളികളോട് എനിക്കൊന്നേ പറയാനുള്ളൂ... നമ്മുടെ നാട്ടിലെ ഏറ്റവും പ്രമുഖ കുടുംബം. നാടിനെ ഭരിച്ചിരുന്നവർ; അവർ നമ്മെ തേടിവന്നാൽ പുറംതിരിഞ്ഞുനിൽക്കാൻ നമുക്കു കഴിയുമോ? അങ്ങനെ ചെയ്താൽ ശ്രീലങ്കയിൽ പോരാട്ടം അവസാനിച്ച ശേഷം എന്തായിരിക്കും സംഭവിക്കുക? കാണാൻ വിസമ്മതിച്ച് അപമാനപ്പെടുത്തി തിരിച്ചയച്ചിരുന്നെങ്കിൽ, അക്കാരണം കൊണ്ടാണ് ശ്രീലങ്കയിൽ വംശഹത്യ തീവ്രമടഞ്ഞത് എന്ന പ്രചരണം നടക്കുമായിരുന്നില്ലേ? അതിനെന്തു മറുപടി പറയും?

തെരുവുയോഗങ്ങൾ സംഘടിപ്പിച്ച് ഞങ്ങൾ ‘നിരപരാധികളാണ്, വിട്ടയയ്ക്കണം’ എന്ന് സോണിയാഗാന്ധിയുടെ കുടുംബത്തോട് അപേക്ഷിച്ചാൽ എങ്ങനെയിരിക്കും? എന്നാൽ അതേ സോണിയാകുടുംബം നമ്മെത്തേടി വരുമ്പോൾ, ‘ഞങ്ങൾ നിരപരാധികളാണ് എന്നു പറയാനുള്ള അവസരം നഷ്ടപ്പെടരുത് എന്നു കരുതി കണ്ടുമുട്ടിയത് തെറ്റാണോ? ഇതെന്തു ന്യായം? മനസ്സു നേർമ്മയുള്ളതായിരുന്നാൽ നമ്മുടെ ചിന്തകളും നേർമ്മയുള്ളതായിരിക്കും. മറ്റെന്തു പറയാനാണ്?

ഇതു മാത്രമല്ലാതെ മറ്റൊന്നുകൂടിപ്പറയാം! എന്തെങ്കിലും കാരണവശാൽ, ഈ പാവം പെണ്ണ് നിരപരാധിയാണെന്ന് അവർക്കു ബോധ്യപ്പെട്ടിരിക്കാം. രഹസ്യസന്ദർശനത്തെ ഈ പെൺകുട്ടി പരസ്യപ്പെടുത്തുകയില്ല എന്നും വിശ്വസിച്ചിരിക്കണം. അതുകൊണ്ടുകൂടിയായിരിക്കും എന്നെക്കാണാനെത്തിയത്. എന്നാൽ ആ സന്ദർശനം അക്കാലത്ത് മനുഷ്യത്വപരമായ ഒന്നായിട്ടാണ് ചിത്രീകരിക്കപ്പെട്ടതും, എഴുതപ്പെട്ടതും!

എന്തിന്, പ്രിയങ്കാകുടുംബം എന്നോടു ക്ഷമിച്ചിരിക്കുന്നതായും എന്നെ മോചിപ്പിച്ചു എന്നു വരെയും ചിലർ പ്രചരിപ്പിച്ചു. എന്നാൽ എന്തെങ്കിലും നടന്നോ?

ഇപ്പോൾ ഞാൻ തിരിഞ്ഞുനോക്കുകയാണ്. ആ കൂടിക്കാഴ്ച നടന്ന ശേഷം ഒൻപതു വർഷങ്ങൾ കടന്നുപോയിരിക്കുന്നു. ഞങ്ങൾക്ക് ഇതുവരെ നല്ലതായി ഒന്നുംതന്നെ നടന്നിട്ടില്ല. “എന്റെ വേദന കുറയ്ക്കാനായി നടത്തിയ കൂടിക്കാഴ്ച”, എന്ന് പ്രിയങ്ക ഒരറിയിപ്പു കൊടുത്തിരുന്നു. 2008-ൽ നടന്ന ഒരഭിമുഖത്തിൽ പ്രിയങ്ക ഇങ്ങനെ പറഞ്ഞിരുന്നു. “അവരോട് ക്ഷമിക്കണമെന്ന ഉദ്ദേശ്യത്തോടുകൂടിയാണ് വെല്ലൂരിൽ പോയത്. അവിടെ ചെന്നശേഷമാണ് അതിന്റെ ആവശ്യമില്ലെന്ന് എനിക്കു തോന്നിയത്. അവരെ കണ്ടശേഷമാണ് എന്റെ വേദനയും നളിനിയുടെ വേദനയും ഒന്നുപോലെ തന്നെയെന്നെനിക്കു തോന്നിയത്.”

എങ്ങനെയോ ഞാൻ നിരപരാധിയാണെന്ന ഒരു ബോധ്യം പ്രിയങ്കയ്ക്ക് ഉണ്ടായിക്കാണണം. അതേസമയം പരസ്യമായി എന്നെ

വിട്ടയയ്ക്കണമെന്ന് പറയാനും കഴിയുന്നില്ല. ഇന്ത്യയിലെ സി.ബി.ഐ. എന്ന സ്ഥാപനം നശിച്ചുപോകരുതെന്നും കരുതിക്കാണണം.

പ്രിയങ്കയെപ്പോലെ തന്നെ അവരുടെ സഹോദരൻ രാഹുൽഗാന്ധി പറഞ്ഞ ഒരു കാര്യവും ശ്രദ്ധാർഹമാണ്.

ഝാർക്കണ്ട് സംസ്ഥാനത്ത് മാവോവാദികളാൽ കൊലചെയ്യപ്പെട്ട ഫ്രാൻസിസ് ഇന്ദുവാർ-ന്റെ വീട്ടിൽ അനുശോചനം അറിയിക്കാൻ അദ്ദേഹം പോയിരുന്നു. മരിച്ച ജവാന്റെ മക്കളെ രാഹുൽ സമാശ്വസിപ്പിച്ചത് ഇങ്ങനെയായിരുന്നു.

“ഞാനും തീവ്രവാദത്തിന് എന്റച്ഛനെ ബലികൊടുത്ത ആളാണ്. അതിന്റെ വേദന എനിക്കു നന്നായറിയാം. അന്നെനിക്ക് വെറും പത്തൊമ്പതു വയസ്സു പ്രായമേ ഉണ്ടായിരുന്നുള്ളൂ. അതുകൊണ്ട് നിങ്ങളുടെ വേദന എനിക്ക് നന്നായി മനസ്സിലാകും. ദുഃഖത്തിൽനിന്നും വേഗം മോചനം നേടട്ടെ!”

ഉടനെ ഫ്രാൻസിന്റെ മക്കൾ രാഹുലിനോട്,

“ഞങ്ങളുടെ അച്ഛനെക്കൊന്നവരോട് ഞങ്ങൾ ക്ഷമിച്ചു കഴിഞ്ഞു, നിങ്ങളോ?” എന്നു ചോദിച്ചു.

പെട്ടെന്നു രാഹുൽ മറുപടി പറഞ്ഞു, “ഞാനും നിങ്ങളെപ്പോലെതന്നെയാണ്, ആ കൊലയാളികൾക്ക് ഞാൻ എന്നേ മാപ്പുകൊടുത്തുകഴിഞ്ഞു.”

ഈ വിവരം 2010 മാർച്ചിൽ പരസ്യമായി. അതിനുശേഷം ആറുവർഷങ്ങൾ പിന്നെയും കടന്നുപോയി. എന്നിട്ടും ഞങ്ങളെ മോചിപ്പിക്കാൻ ആർക്കും താത്പര്യമില്ലാതായിരിക്കുകയാണ്.

അതുമാത്രമല്ല 1999 ഫെബ്രുവരിമാസം ശ്രീമതി സോണിയാഗാന്ധി അന്നത്തെ രാഷ്ട്രപതി കെ.ആർ. നാരായണന് അയച്ച കത്തിൽ ഇങ്ങനെ പറഞ്ഞിരിക്കുന്നു.

“എന്റെ പ്രിയ ഭർത്താവ് രാജീവ് ഗാന്ധിയുടെ വധത്തിനു പിന്നിൽ പ്രവർത്തിച്ച നാലുപേർക്കും മരണശിക്ഷതന്നെ നൽകണമെന്ന് ഞങ്ങളുടെ കുടുംബം ആഗ്രഹിക്കുന്നില്ല. എനിക്കോ എന്റെ മക്കൾക്കോ ആ നാലുകൊലയാളികളെയും തൂക്കിലേറ്റുന്നതിൽ യാതൊരു താത്പര്യവുമില്ല! അതുമാത്രമല്ല, എട്ടുവയസ്സുമാത്രം പ്രായമുള്ള ഒരു കുഞ്ഞിന്റെ അമ്മയായ നളിനിയെ തൂക്കിലേറ്റുന്നതു ഞങ്ങൾ ഒട്ടുംതന്നെ ആഗ്രഹിക്കുന്നില്ല. എന്റെ പ്രിയ ഭർത്താവ് രാജീവ്ഗാന്ധിയുടെ നിര്യാണം മൂലം എന്റെ കുഞ്ഞുങ്ങൾ എത്രമാത്രം സങ്കടപ്പെട്ടിട്ടുണ്ടോ, അതുപോലെ ഈ ലോകത്ത് മറ്റൊരു കുഞ്ഞ് അതിന്റെ അച്ഛനെയും അമ്മയെയും ഒരേ സമയം നഷ്ടപ്പെട്ട് അനാഥയാകുന്നതിൽ ഞങ്ങൾക്കു തീരെ താത്പര്യമില്ല.”

ഇതൊക്കെ എടുത്തു പറയാനുള്ള കാരണം പ്രിയങ്കയുടെ സന്ദർശനം ഞങ്ങളെ മോചിപ്പിക്കുക എന്ന ലക്ഷ്യത്തോടെയായിരുന്നില്ല എന്നതാണ്. അത് മറ്റെന്തോ രാഷ്ട്രീയ കാരണങ്ങളാലായിരിക്കുമെന്നു തന്നെ മനസ്സിലാക്കാൻ ഞങ്ങൾക്കു കഴിയുന്നുണ്ട്.

ഇരുപത്തിയെട്ട്

ആശ്വാസമായി കുഞ്ഞുങ്ങളുടെ സാന്നിദ്ധ്യം

കരിമ്പാറക്കൂട്ടങ്ങൾക്കിടയിൽപ്പോലും ഈശ്വരൻ ജീവജലം സൂക്ഷിച്ചു വച്ചിരിക്കുന്നതുപോലെ ഈ കാരാഗൃഹവാസത്തിൽ എനിക്കും ആശ്വാസമായി ചിലവ കരുതിവച്ചിരുന്നു.

എന്റെ പ്രസവവേദനയുടെ നാളുകളെപ്പറ്റി നേരത്തേ പറഞ്ഞിരുന്നല്ലോ? എന്റെയും എന്റെ കുഞ്ഞിന്റെയും പ്രാണൻ രക്ഷിച്ചെടുക്കാൻ കഴിയുമോ? അതോ ഇല്ലയോ? അങ്ങനെ മൃതപ്രായയായി കഴിഞ്ഞുകൂടിയ കഥകൾ ഓർക്കുന്നുണ്ടാകുമല്ലോ!

പ്രസവം നടന്ന ദിവസം തന്നെ എന്നെയും കുഞ്ഞിനെയും ജയിലിലേക്കു തിരികെക്കൊണ്ടു വന്നിരുന്നു. അപ്പോഴും രക്തസ്രാവം നിലച്ചിരുന്നില്ല. വൃത്തിയുള്ള തുണികളോ, കോട്ടൻ മുതലായ വസ്തുക്കളോ സെല്ലിൽ ഉണ്ടായിരുന്നില്ല. ഗത്യന്തരമില്ലാതെ എന്റെ പഴയ സാരികൾ കീറിയെടുത്ത് ഉപയോഗിക്കേണ്ടി വന്നു. ഒരു നവജാത ശിശുവിനും അതിന്റെ അമ്മയ്ക്കും എന്തെല്ലാം വസ്തുക്കളും മരുന്നുകളും വേണ്ടി വരും? എന്നാൽ അതൊന്നും ജയിലിൽ ഉണ്ടായിരുന്നില്ല. അഥവാ ഉണ്ടെങ്കിലും തടവുകാർക്കു ലഭിക്കില്ല. രാത്രികാലങ്ങളിൽ ഇതുവല്ലതും ആവശ്യം വന്നാൽ ആരോടും ചോദിക്കാൻ പോലും കഴിയില്ലായിരുന്നു. അവരെ കുറ്റം പറഞ്ഞിട്ടും കാര്യമില്ല. ജയിൽനിയമങ്ങളിൽ അങ്ങനെയാണുള്ളത്. ഇത്രയും വർഷങ്ങൾ കടന്നുപോയിട്ടും അന്നുണ്ടായ വേദനയുടെ വടുക്കൾ മായാതെ ഇന്നും നിലനിൽക്കുന്നു. മാത്രമല്ല, 'പരിശോധന' എന്ന പേരിൽ ഓരോ പൊലീസുകാർ കാട്ടികൂട്ടുന്ന 'ഹിംസകൾ' സഹിക്കാനേ കഴിയില്ലായിരുന്നു. തളർന്നവശയായി എഴുന്നേൽക്കാൻ പോലും കെൽപ്പില്ലാതെ കിടക്കുന്ന സമയത്തും ജയിൽ വാർഡർമാർ വന്ന്, 'എഴുന്നേൽക്ക്, സെർച്ച് ചെയ്യണം, എന്ന് ഉത്തരവിടും. പ്രസവക്ഷീണം വിട്ടുമാറാത്ത പച്ചിളംമേനി' -ക്കാരിക്ക് എഴുന്നേൽക്കാൻ ശ്രമിക്കുമ്പോഴേ പ്രാണവേദന അനുഭവപ്പെടും. ആ വേദനകളെല്ലാം എന്നെങ്കിലും മറക്കാൻ കഴിയുമോ?

അതിനാൽ ഇനിമേൽ ജയിലിൽ ഒരു ഗർഭിണിക്കും ഇങ്ങനെയൊരു ദുരവസ്ഥ വന്നുചേരരുതെന്ന് ഞാനെപ്പോഴും ചിന്തിച്ചുകൊണ്ടിരിക്കും.

പല സന്ദർഭങ്ങളിലും ഗർഭിണികൾ തടവുകാരായി വന്നെത്താറുണ്ട്. ജീവപര്യന്തം തടവുകാരികളിൽ ചിലർ പരോൾ കഴിഞ്ഞു മടങ്ങുമ്പോൾ ഗർഭിണികളായിട്ടായിരിക്കും വന്നു ചേരുക. അവരെയൊക്ക ശുശ്രൂഷിക്കുന്ന ചുമതല ഞാനേറ്റെടുത്തു. എന്റെ കൈവശം വന്നു ചേരുന്ന ഓരോ വസ്തുക്കളും ഭദ്രമായി സൂക്ഷിച്ചുവയ്ക്കാൻ ഞാൻ ശ്രമിച്ചിരുന്നു.

ഒരു സാധാരണ പ്രസവമെടുക്കുന്നതിന് കുറഞ്ഞപക്ഷം ആറു കോട്ടൺ സാരികളെങ്കിലും വേണം. അമ്മയുടെയും കുഞ്ഞിന്റെയും ശരീരം തുടച്ച് വൃത്തിയാക്കുന്നതിനും വിരിച്ചുകിടത്തുന്നതിനും ഇത് അത്യാവശ്യമാണ്.

ഞാൻ ഉടുത്തു പഴകിയ കോട്ടൺ സാരികൾ നന്നായി കഴുകി, വെയിലത്തുണക്കി, മടക്കി ഭദ്രമായി സൂക്ഷിച്ചുവയ്ക്കും. പരിചയക്കാരുടെ പക്കലുള്ളതും ചോദിച്ചുവാങ്ങി ഇതുപോലെ സൂക്ഷിച്ചു വയ്ക്കും. ഏതെങ്കിലുമൊരു തടവുകാരിക്ക് പ്രസവവേദന വന്നാലുടൻ, ഞാൻ സൂക്ഷിച്ചു വച്ചിരിക്കുന്ന അത്യാവശ്യ വസ്തുക്കളും തുണിയും മറ്റുമായി അവരുടെ സെല്ലിലേക്കോടും.

അവരോടൊപ്പമിരുന്ന് കുഞ്ഞിനെ അമ്മയിൽനിന്നും വേർപിരിച്ച് ശുദ്ധി ചെയ്ത് അമ്മയുടെ മാറോടു ചേർത്തുകിടത്തിയശേഷം ആ സെല്ലിലുള്ള മറ്റുതടവുകാരികൾക്ക് അമ്മയെയും കുഞ്ഞിനെയും പരിചരിക്കുന്നതിനുള്ള നിർദ്ദേശങ്ങളും കൊടുത്തശേഷമേ അവിടം വിട്ട് ഞാൻ പോകാറുള്ളൂ. അന്നെനിക്കു കിട്ടുന്ന മാനസിക സംതൃപ്തി പറഞ്ഞറിയിക്കാൻ പ്രയാസമാണ്. പകുതിയിലധികം പ്രസവങ്ങളും തികച്ചും കുഴപ്പം പിടിച്ചവയായിരിക്കും.

സാധാരണയായി രാത്രിയിലാണ് പ്രസവവേദന തുടങ്ങുക. വൈകിട്ട് ആറു മണിക്ക് സെല്ലുകൾ പൂട്ടികഴിഞ്ഞാൽ ഒരു കാരണവശാലും അടുത്ത ദിവസം രാവിലെ ആറു മണിക്കുമുമ്പ് അവ തുറക്കാറില്ല. അതുവരെ ആ സ്ത്രീ – കൊടിയവേദന കടിച്ചമർത്തി നരകയാതന അനുഭവിക്കേണ്ടിവരും. കൂടെയുള്ളവർ എത്ര ബഹളമുണ്ടാക്കിയാലും നിലവിളിച്ചാലും ഒരുത്തരും തിരിഞ്ഞുനോക്കാറില്ല.

ഒരു തെരുവുനായ് വഴിയോരത്ത് ആപത്തിൽപ്പെട്ടു കിടന്നാൽപോലും സഹായത്തിന് ഓടിയെത്തുന്ന മനുഷ്യരുള്ള ഒരു നാട്ടിലാണ്, ജയിലിൽ കഴിയുന്ന ഒരു ഗർഭിണിയുടെ ദീനരോദനം കേൾക്കാൻ ആരും തയ്യാറാകാത്തത്. രാത്രിയിൽ എന്തു സംഭവിച്ചാലും സെല്ലുകൾ തുറക്കാറില്ല.

അതേ സെല്ലിലുള്ള മറ്റു സഹതടവുകാരികളുടെ സഹായത്തിൽ പ്രസവം നടന്നുകഴിഞ്ഞിരിക്കും. എന്നിട്ട് എപ്പോഴാണോ നേരം വെളുക്കുന്നതെന്ന് എണ്ണിയെണ്ണി കാത്തിരിക്കും. സെല്ലു തുറന്നാലുടൻ അവർ ഓടിവന്ന് എന്റെ സെല്ലിനുമുമ്പിൽ കാത്തു നിൽക്കും. കാരണം

പ്രസവസഹായത്തിനുള്ള വസ്തുക്കളൊന്നും തന്നെ അവരുടെ പക്കൽ ഉണ്ടായിരിക്കാനിടയില്ല. അത്രകണ്ട് മുൻകരുതൽ അവരെടുത്തിരിക്കുകയില്ല.

നിയമപ്രകാരം ഗർഭിണികളായ തടവുകാരികളെ പ്രസവത്തിനും മൂന്നുദിവസം മുമ്പേ ആശുപത്രിയിൽ പ്രവേശിപ്പിക്കേണ്ടതാണ്. എന്നാൽ അധികാരികൾ അതു ചെയ്യുകയില്ല എന്നു മാത്രമല്ല ഒരു താത്പര്യം പോലും പുറത്തുകാട്ടാറില്ല. എന്തുകൊണ്ടാണ് ഇക്കാര്യത്തിൽ അവരിങ്ങനെ അലംഭാവം കാട്ടുന്നതെന്ന് എത്ര ആലോചിച്ചിട്ടും എനിക്കു മനസ്സിലാകുന്നില്ല. രാവിലെ മുറി തുറന്നാലുടൻ കൈവശമുള്ള അത്യാവശ്യ മരുന്നുകളും കോട്ടൺ തുണികളുമായി അവരുടെ സെല്ലിലേക്ക് ഞാനോടും.

അവിടെച്ചെന്ന് അമ്മയേയും കുഞ്ഞിനേയും തുടച്ചു വൃത്തിയാക്കി സ്വസ്ഥമായി കിടത്തിക്കഴിഞ്ഞ ശേഷമേ എനിക്കു മനശ്ശാന്തി ലഭിക്കുകയുള്ളൂ. ആ സമയത്തു മാത്രം സ്വതന്ത്രമായി പെരുമാറാൻ വാർഡർമാർ എന്നെ അനുവദിക്കും. എന്തെന്നാൽ ഇക്കാര്യത്തിൽ എന്നെക്കാൾ പരിചയസമ്പന്നരായ മറ്റാരും ആ ജയിലിൽ ഉണ്ടായിരിക്കുകയില്ല എന്നത് വാർഡർമാർക്കു നന്നായറിയാം. അത്രതന്നെ!

ഇങ്ങനെ 2000 ജൂൺ മുതൽ 2016 വരെയുള്ള പതിനാറു വർഷങ്ങളിൽ ഇരുപതിനുമേൽ കുഞ്ഞുങ്ങൾ എന്റെ മേൽനോട്ടത്തിൽ ജയിലിനുള്ളിൽ പിറന്നു വീണിട്ടുണ്ട്. ആ കുഞ്ഞുങ്ങളെ കുളിപ്പിക്കുക, പനി, ജലദോഷം ഇവ വന്നാൽ എന്നോടൊപ്പം വച്ച് ശുശ്രൂഷിക്കുക, പാലുകൊടുക്കേണ്ട സമയങ്ങളിലൊഴികെ മറ്റെല്ലായ്പ്പോഴും അവരെ കാത്തു സൂക്ഷിക്കുക ഇതിനൊക്കെ ഞാൻ സദാ സന്നദ്ധയായിരിക്കും. അവരെ കളിപ്പിക്കുകയും എഴുതാനും വായിക്കാനും പഠിപ്പിക്കുകയും ചെയ്യും. രാത്രിയിൽ മാത്രമേ ഈ കുഞ്ഞുങ്ങൾ അവരുടെ അമ്മമാരോടൊപ്പം ഉറങ്ങാറുള്ളൂ. മറ്റു സമയങ്ങളിലെല്ലാം അവർ എന്നോടൊപ്പമായിരിക്കും. കൊതിതീരെ കളിക്കുക മാത്രമല്ല, ചിലപ്പോൾ അധികാരപൂർവ്വം എന്നോടു വഴക്കിടുകയും ചെയ്യുമായിരുന്നു.

എന്റെ ഭർത്താവു കഴിയുന്ന മെയിൽവാർഡിൽ വിശേഷദിവസങ്ങളിൽ എന്തെങ്കിലും മധുരപലഹാരങ്ങൾ ഉണ്ടാക്കാറുണ്ട്. അവിടെ നിന്നും കിട്ടുന്നത് പൊതിഞ്ഞെടുത്ത് ഈ കുട്ടികൾക്കു കൊടുക്കാനായി എന്നെക്കാണാൻ വരുമ്പോൾ കൊണ്ടുവരും. പതിനഞ്ചുദിവസത്തിലൊരിക്കൽ നടക്കുന്ന ഞങ്ങളുടെ കൂടിക്കാഴ്ചദിവസങ്ങളിൽ എന്നെക്കാൾ മുമ്പേ അദ്ദേഹത്തെ കാത്തിരിക്കും ഈ കുട്ടികൾ. സന്ദർശകമുറിയുടെ കമ്പിയഴികൾക്കുള്ളിൽ നിന്നും 'മാമാ...മാമാ...' എന്ന് ഉച്ചത്തിൽ വിളിക്കും. അദ്ദേഹത്തെ കൈകാൽവീശി അഭിവാദ്യം ചെയ്തു സ്വീകരിക്കാൻ അവർ തിക്കുംതിരക്കും കൂട്ടും. വാർഡർമാർ വിരട്ടിയോടിക്കുന്നതുവരെ കുട്ടികൾ അവിടെത്തന്നെ നിൽക്കും. അവർ അദ്ദേഹത്തിനുനേരെ

കൈകാലുകൾ കാട്ടി ആശയവിനിമയം നടത്തിക്കൊണ്ട് അവിടെത്തന്നെ നിൽക്കും.

അദ്ദേഹം വന്നശേഷം കൈയിൽ കരുതിയിരിക്കുന്ന പലഹാരപ്പൊതി മറച്ചുപിടിച്ചുകൊണ്ട് ഒന്നുമറിയാത്ത മട്ടിൽ എന്നോടു സംസാരിച്ചു കൊണ്ടു നിൽക്കും. ഇതുകണ്ടുകൊണ്ട് കുട്ടികൾ അക്ഷമരായി കാത്തു നിൽക്കും. കുറേനേരം കാത്തുനിന്നു മടുക്കുമ്പോൾ, 'മാമ, കയ്യിലിരി ക്കുന്നത് തന്നിട്ട് നിങ്ങൾ കാര്യം പറഞ്ഞാൽ മതി', എന്ന് അവകാശ ത്തോടും, അല്പം വിരട്ടുന്നതുപോലെയും അവർ കൂട്ടത്തോടെ പറയും. അദ്ദേഹം ഇതു ഞാനെന്റെ ഭാര്യയ്ക്കു കൊടുക്കാൻ കൊണ്ടുവന്നതാണ് എന്നു പറഞ്ഞ് അവരെ ശുണ്ഠി പിടിപ്പിക്കും.

കുട്ടികൾ അക്ഷമരാകും. ചാടിപ്പിടിച്ച് പൊതി കൈക്കലാക്കി വിജയാ രവം മുഴക്കി അവർ അകത്തേക്ക് ഓടിപ്പോകും. യാഥാർത്ഥത്തിൽ അത് അവർക്കുവേണ്ടി മാത്രമായി കൊണ്ടുവന്നതാണ് എന്ന കാര്യം അവർ അറിഞ്ഞിരിക്കാനിടയില്ല.

എന്നാൽ എല്ലായ്പ്പോഴും വാർഡർമാർ കുട്ടികൾക്ക് ഇതിന് അനു വാദം നൽകാറില്ല. അതിനാൽ ഞാൻ പോകുന്ന വഴിയിൽ അവർ കാത്തു നിൽക്കും. ഇടുപ്പിൽ കൈകൾ വച്ചുകൊണ്ട് അധികാരപൂർവ്വം "ഹേയ്.. ഞങ്ങടെ മാമൻ ഞങ്ങൾക്കു കൊണ്ടുവന്ന സ്വീറ്റ് ഇങ്ങുതരൂ", എന്ന് എന്നോട് ആജ്ഞാപിക്കും. 'ഞാൻ മുന്നേ, ഞാൻ മുന്നേ' എന്ന മട്ടിൽ അവർക്കിടയിൽ കിടമൽസരം നടക്കും. അങ്ങനെ കോലാഹലമുണ്ടാക്കി ചിലപ്പോൾ കുട്ടികൾ വാർഡർമാരിൽനിന്നും അടിവാങ്ങുന്ന ദിവസങ്ങളു മുണ്ട്. അതു കാണുമ്പോൾ എനിക്കുണ്ടാകുന്ന സങ്കടവും ചില്ലറയല്ല.

ഞാനിടപ്പെട്ട് എന്തെങ്കിലും സംസാരിച്ചാൽ ആ ദേഷ്യവും കുട്ടി കളുടെമേൽ തീർക്കുമെന്നുള്ളതുകൊണ്ട് ഇതുകണ്ടാലും ഞാനൊന്നും മിണ്ടാതെ മൗനമായി തേങ്ങിക്കരയും. ആ കുഞ്ഞുങ്ങൾ വേദനകൊണ്ടു പുളയുമ്പോൾ ഞാനെന്റെ കുഞ്ഞിന്റെ കാര്യമോർത്തു കരയും.

എന്റെ ഭർത്താവിന് കുഞ്ഞുങ്ങളെന്നാൽ പ്രാണനാണ്, ജയിലിലായ ശേഷം അദ്ദേഹം തയ്യൽ പഠിക്കുകയും പുതിയ ഡിസൈനുകളിൽ കുട്ടി കൾക്കുള്ള വസ്ത്രങ്ങളുണ്ടാക്കുന്നതിൽ മികവു നേടുകയും ചെയ്തി രുന്നു. ദീപാവലി, പൊങ്കൽ മുതലായ വിശേഷദിവസങ്ങളിൽ അറുപതു ജോടി വസ്ത്രങ്ങൾ വരെ കുട്ടികൾക്കായി എന്റെ ഭർത്താവും സഹായി കളും ചേർന്ന് തുന്നിയിട്ടുണ്ട്. ചുരിദാർ തയ്ക്കാൻ കൊണ്ടുവരുന്ന തുണി കളുടെ തുണ്ടുകൾ ആകർഷകമായി തയ്ച്ചുചേർത്താണ് പുതിയ വസ്ത്ര ങ്ങൾ കുട്ടികൾക്കായി ഉണ്ടാക്കിയിരുന്നത് എന്നതാണ് ഏറ്റവും രസകര മായ വസ്തുത. അത്ര ഭംഗിയുള്ളവയായിരുന്നു ആ പുതുവസ്ത്രങ്ങൾ. ഓരോ വസ്ത്രത്തിലും എന്റെ കുഞ്ഞിന്റെ മുഖമാണ് കാണുന്നതെന്ന് അദ്ദേഹം ഇടയ്ക്കിടെ പറയാറുണ്ടായിരുന്നു. ഞാനും അങ്ങനെതന്നെ യാണ് കരുതിയിരുന്നത്.

ആണ്ടുതോറും ഞാൻ കൊടുക്കുന്ന പട്ടികയനുസരിച്ച് എല്ലാ കുട്ടികൾക്കും പുതുവസ്ത്രങ്ങൾ അദ്ദേഹം സംഘടിപ്പിച്ചുകൊണ്ടുവരും.

സ്ത്രീവാർഡിലുള്ള എല്ലാ ആൺകുട്ടികളും പെൺകുട്ടികളും അദ്ദേഹത്തോട് അഗാധമായ സ്നേഹവും അടുപ്പവും കാത്തുസൂക്ഷിച്ചിരുന്നു. ഒരോ പ്രാവശ്യവും അദ്ദേഹത്തിന്റെ വരവിനായി അവർ ആകാംക്ഷയോടെ കാത്തിരിക്കും. ഒരിക്കൽ ഇരുപത്തിമൂന്നു ദിവസങ്ങൾ അദ്ദേഹം നിരാഹാരമിരുന്നതിനാൽ അദ്ദേഹത്തിന്റെ ആരോഗ്യനില അത്യധികം വഷളായിത്തീർന്നിരുന്നു. അതേത്തുടർന്ന് ആശുപത്രിയിൽ പ്രവേശിപ്പിക്കപ്പെട്ടിരുന്നതിനാൽ എന്നെക്കാണാൻ വരുന്നതിന് അദ്ദേഹത്തിനു കഴിഞ്ഞിരുന്നില്ല.

ഈ സംഭവം ആ കുട്ടികളെ വളരെയധികം വേദനിപ്പിച്ചു. വരുമ്പോഴെല്ലാം അദ്ദേഹം പലഹാരങ്ങൾ കൊണ്ടുവരുന്നതുകൊണ്ടുമാത്രമല്ല, അദ്ദേഹത്തെ കാണുന്നതും അവർക്ക് സന്തോഷപ്രദമായിരുന്നു. അദ്ദേഹം ഒരിക്കലെങ്കിലും വരവു മുടക്കിയാൽ, 'എന്താണ് മാമൻ വരാത്തത്?' എന്നു ചോദിച്ച് എന്നെ പിഴിഞ്ഞെടുക്കും. അതവർക്ക് വളരെ സന്തോഷപ്രദമായ കാര്യമാണ്.

ഒരു കാര്യം മറക്കാതെ നിങ്ങളെ അറിയിക്കേണ്ടതുണ്ട്. പന്ത്രണ്ടു വർഷങ്ങൾക്കു മുമ്പുള്ള കഥയാണ്.

ഒരു സായാഹ്നം. എന്റെ സെല്ലിനടുത്തുള്ള പൈപ്പിൽനിന്നും വെള്ളമെടുക്കാൻ ഒരമ്മയും കുഞ്ഞും വന്നു. ആറുമണി കഴിഞ്ഞാൽ സെല്ലിൽനിന്നും പുറത്തുപോകാൻ കഴിയില്ലല്ലോ. അതിനാൽ കുടങ്ങളിൽ വെള്ളംനിറച്ചു കരുതിവയ്ക്കാനാണ് എല്ലാവരും വരുന്നത്. കൂട്ടത്തിൽ ഞാനും അവിടെ നിന്നിരുന്നു.

എന്നെ കണ്ടയുടൻ ആ കുഞ്ഞ് അമ്മയുടെ ഒക്കത്തുനിന്നും താഴെയിറങ്ങി എന്റെനേർക്ക് തത്തിത്തത്തി നടന്നുവന്ന്, എന്നെ പിടികൂടി. ഞാനതിനെ കോരിയെടുത്ത് ലാളിക്കാൻ തുടങ്ങി. ആ സമയം കുറച്ചകലെ ഞങ്ങളെ വീക്ഷിച്ചുകൊണ്ടുനിന്ന വനിതാ പൊലീസ് സുപ്രണ്ടിനെ ഞാൻ കണ്ടിരുന്നില്ല. കുഞ്ഞിന്റെ അമ്മയും അവരുടെ സാന്നിദ്ധ്യം അറിഞ്ഞിരുന്നില്ല. ജയിലിലെ അന്തേവാസികളായ കുട്ടികൾ എന്നോട് അത്യധികം സ്നേഹവും താത്പര്യവും കാണിക്കുന്നതിനാൽ അവർക്കെന്നോട് നേരത്തേതന്നെ ഒരുതരം അസൂയയും പകയും ഉണ്ടായിരുന്നു. ഇന്നതൊരു വലിയ പ്രശ്നമായി മാറി.

അവർ ഞങ്ങളുടെ അടുത്തേക്കു പാഞ്ഞുവന്നു. ആ കുഞ്ഞിന്റെ അമ്മയുടെ തലമുടിക്കു കുത്തിപ്പിടിച്ചു വലിച്ചുനിലത്തിട്ട് ആഞ്ഞുതൊഴിക്കാൻ തുടങ്ങി. കൊടിയ മർദ്ദനം തന്നെ അവിടെ അരങ്ങേറി. "കുട്ടിയെ ഉണ്ടാക്കിയാൽപ്പോരാ, നീ തന്നെ അതിനെ നോക്കുകയും വേണമെടീ... നിനക്കുനോക്കാൻ വയ്യെങ്കിൽ വെളിയിലെവിടെയെങ്കിലും വലിച്ചെറിഞ്ഞു കള... പിന്നെന്തിനാടീ ഇവിടെ വച്ചോണ്ടിരിക്കുന്നത്...? എന്നു

തുടങ്ങി അസഭ്യവർഷം ചൊരിഞ്ഞുകൊണ്ട് ആ പാവം അമ്മയുടെ ഇരു കവിളുകളിലും മാറിമാറി ആഞ്ഞടിച്ച് കടന്നുപോയി. അടുത്തുനിന്ന എന്നോട് ഒരക്ഷരം പോലും ഉരിയാടിയില്ല. എന്നാൽ എന്നെ തുറിച്ചു നോക്കിക്കൊണ്ടാണ് അവർ സ്ഥലം വിട്ടത്. എന്നാൽ കുഞ്ഞിന്റെ അമ്മയെ അടിച്ച അടികളെല്ലാം എനിക്കുള്ളതായിരുന്നുവെന്ന് നന്നാ യറിയാം.

ഇതുകണ്ടുകൊണ്ട് അവിടെ കൂടിനിന്നവരെല്ലാം ഭയവിഹ്വലരായി ത്തീർന്നു. അതിനുശേഷം ഒരുത്തരും കുഞ്ഞുങ്ങളെ എന്റെയടുത്തേക്കു പറഞ്ഞുവിടാൻ ധൈര്യം കാട്ടിയില്ല. അതുമാത്രമല്ല, എന്നോടു മിണ്ടാൻപോലും പാടില്ല; അഥവാ മിണ്ടിയാൽ നിന്റമ്മയെ പൊലീസു കാർ കയ്യേറ്റം ചെയ്യും എന്നെല്ലാം പറഞ്ഞ് കുഞ്ഞുങ്ങളെ ഭയപ്പെടുത്തുക പോലും ചെയ്യുമായിരുന്നു വാർഡർമാർ.

അതുകേട്ട് ചില കുട്ടികൾ ഭയന്നു വിറയ്ക്കുകയും എന്നെ കണ്ടാ ലുടൻ അടുത്തുപോലും വരാതെ മുഖം തിരിച്ചു നടന്നു കളയുകയും ചെയ്യും. മറ്റുചിലർ എന്നെ കണ്ടാലുടൻ ഞെട്ടിവിറച്ച് കരയാൻ തുടങ്ങും! ഉടനെ അമ്മമാർ കുഞ്ഞുങ്ങളെയും കൂട്ടി ദൂരേക്കു മാറിക്കളയും. പാവം, അവർക്കെന്തുചെയ്യാൻ കഴിയും? ജയിലിൽക്കഴിയുന്ന തടവുകാർ വാർഡർമാരുടെ അടിയും തൊഴിയും ഏറ്റുവാങ്ങാൻ വിധിക്കപ്പെട്ട വരാണ്.

ഇതിൽ ഏറ്റവും അദ്ഭുതകരമായ കാര്യം എന്തെന്നാൽ, വാർഡർ മാർക്കും പൊലീസുകാർക്കും തടവുകാരെ ഇഷ്ടംപോലെ മർദ്ദിക്കുവാൻ അവകാശമുണ്ടെന്നു തെറ്റിദ്ധരിച്ചു വച്ചിരിക്കുന്നവരാണ് ഭൂരിപക്ഷം വനിതാ തടവുകാരും! അതിനുള്ള അധികാരം അവർക്കുണ്ടെന്ന് പലരും കരുതുന്നു. സത്യം പറഞ്ഞാൽ മേൽപ്പറഞ്ഞ സംഭവത്തിനുശേഷം ഞാനും മാനസികമായി അല്പം തളർന്നുപോയ അവസ്ഥയിലായിരുന്നു. ആരും തുണയില്ലാതെ അനന്തമായ മരുഭൂമിയിൽ ഒറ്റപ്പെട്ടുപോയതു പോലെയുള്ള അവസ്ഥയിലായി ഞാൻ മാറി. ആ പൊലീസ് ഓഫീസർ, സ്ഥലം മാറിപ്പോകുന്നതുവരെ എന്റെയീ അവസ്ഥ തുടർന്നു. അതുവരെ ഒരു കുട്ടിപോലും എന്നെത്തേടി വന്നിട്ടില്ല. ആ ഓഫീസർ പോയശേഷം കാര്യങ്ങൾ പടിപടിയായി പുരോഗമിക്കാൻ തുടങ്ങി.

കുട്ടികൾ എന്നെക്കണ്ടാൽ ഓടിയെത്തും. അവരെന്നോടു നിർബന്ധം പിടിക്കും. അവരെ ഒരമ്മയും തടുത്തു നിർത്തിയില്ല. എപ്പോഴും എന്റെ കൂടെ കളിക്കാൻ തുടങ്ങും. പാട്ടുപാടും. പാഠങ്ങൾ പഠിക്കും... മാത്രമല്ല ഇടയ്ക്കിടെ ശണ്ഠ കൂടുകയും ചെയ്യും. കുറേക്കൂടി വ്യക്തമായിപ്പറ ഞ്ഞാൽ എന്നെ ഭള്ളുപറഞ്ഞിട്ട് ഓടിപ്പൊയ്ക്കളയും. അടുത്ത ദിവസം മടിച്ചു മടിച്ച് വീണ്ടും അടുത്തേക്കു വരും. ഇന്നലെ എന്നെ വഴക്കു പറഞ്ഞ് ഓടിപ്പോയതല്ലേ എന്ന ഭാവത്തിൽ ഞാൻ ഗൗനിക്കാതെ നിൽക്കും. ഒരു പ്രത്യേക തരത്തിൽ അവരെ നോക്കും ഇതെല്ലാം അല്പ

നേരത്തേക്കു മാത്രം. രണ്ടുപേരും ഉച്ചത്തിൽ പൊട്ടിച്ചിരിക്കും. അവർ കാട്ടുന്ന ചില കുസൃതിത്തരങ്ങളും ചില ചേഷ്ടകളും എനിക്ക് അങ്ങേയറ്റം ഇഷ്ടമായിരുന്നു.

അങ്ങനെ ഇടപഴകുന്ന പല കുട്ടികളെയും പഠനത്തിനും മറ്റുമായി ബന്ധുക്കൾ കൂട്ടിക്കൊണ്ടുപോകുന്ന സ്ഥിതി വന്നുചേരും. അല്ലെങ്കിൽ ഏതെങ്കിലും അനാഥാലയത്തിൽ ചേർന്നു പഠിപ്പിക്കാനയയ്ക്കും. ആറു വയസ്സിനു മുകളിലുള്ള ഒരു കുട്ടിയെയും അമ്മയോടൊപ്പം ജയിലിൽ താമസിക്കാൻ അനുവദിക്കില്ല. പുറത്തെവിടെയെങ്കിലും അയച്ചേ പറ്റൂ. അതാണു നിയമം! അങ്ങനെ ഓരോരുത്തരും പിരിഞ്ഞുപോകുമ്പോൾ ഞാൻ സങ്കടപ്പെടും. എന്നെപ്പോലെതന്നെ പിരിഞ്ഞുപോകുന്ന ആ കുട്ടികളും സങ്കടപ്പെടും. പിന്നീടെപ്പോഴെങ്കിലും അവർ അമ്മയെക്കാണാൻ വരുമ്പോൾ എനിക്കതു ബോധ്യമാകും, പേരിനു അമ്മയെക്കണ്ട ശേഷം കൂടുതൽസമയവും എന്നോടൊപ്പമായിരിക്കും അവർ ചെലവഴിക്കുന്നത്. വീട്ടിൽനിന്നും അവർ കൊണ്ടുവരുന്ന ഭക്ഷണസാധനങ്ങൾ വാർഡർമാർ തടഞ്ഞുവയ്ക്കും. "മാമീ നിങ്ങൾക്കുവേണ്ടികൊണ്ടുവന്ന പലഹാരങ്ങൾ അവർ പിടിച്ചുവയ്ച്ചു..." എന്ന് സങ്കടത്തോടെ പറയും. പുറത്തുനിന്നും ജയിലിലേക്ക് ഭക്ഷണം കൊണ്ടുവരാൻ അനുമതി ഇല്ലെന്നകാര്യം അവർക്കറിഞ്ഞുകൂടല്ലോ? അന്നെനിക്ക് കിട്ടുന്ന ഭക്ഷണം ഞാനവരെ കഴിപ്പിച്ചശേഷമേ പറഞ്ഞയയ്ക്കൂ. ചില കുട്ടികൾ, 'ഇന്നുമുഴുവൻ ഞാൻ മാമിയുടെ കൂടെത്തന്നെ കഴിയും', എന്നു പറഞ്ഞ് നിർബന്ധം പിടിക്കും. അവരെ എങ്ങനെയെങ്കിലുമൊന്നു സമാധാനിപ്പിച്ച് പറഞ്ഞയയ്ക്കാൻ പെടാപ്പാടുപെടേണ്ടിവരും.

അവർക്കെന്തെങ്കിലും ആവശ്യമുണ്ടെങ്കിൽ ഒട്ടും മടിക്കാതെ എന്നോടു ചോദിക്കും. ഇപ്പോഴും പതിനേഴും പതിനെട്ടും വയസ്സുള്ള ചെറുപ്പക്കാർ പോലും എന്നെക്കാണാൻ വരും. അതിൽ ചിലരുടെ അമ്മമാർ ശിക്ഷാകാലാവധി പൂർത്തിയാക്കി ജയിലിൽ നിന്നും പോയിരിക്കും. എന്നിട്ടും അവർ എന്നെക്കാണാൻ മാത്രമായി വരും. ദീർഘനേരം സന്തോഷത്തോടെ സംസാരിച്ചുകൊണ്ടിരിക്കും. അതിനിടയിൽ ഇപ്പോഴും പിണക്കങ്ങൾ ഉണ്ടാകാറുണ്ട്. "നിങ്ങളൊരു മാമിയാണോ..." എന്നുവരെ കൈചൂണ്ടി എന്റെ നേരേ കയർക്കും.

ഈ കുട്ടികളുടെ സ്നേഹവാത്സല്യങ്ങൾ ഈ ഇരുണ്ട ഇടനാഴികൾ നൽകുന്ന ഏകാന്തതയിൽ എന്തെന്നില്ലാത്ത ആശ്വാസം നൽകിയിരുന്നു. അതൊരു മരപ്പച്ചപോലെ ഊഷ്മളമായി അനുഭവപ്പെട്ടിരുന്നു. എന്റെ മോചനം കാത്ത് കണ്ണിലെണ്ണയൊഴിച്ച് കാത്തിരുന്ന രണ്ടു സഹോദരങ്ങൾ, ഒരു ആൺകുട്ടിയും സഹോദരിയും ശുഭപ്രതീക്ഷയോടെ പുറത്തു കാത്തിരിക്കുന്ന വിവരം എനിക്കറിയാൻ കഴിഞ്ഞിട്ടുണ്ട്.

ജയിലിനുള്ളിലും ഇത്തരം സ്നേഹസംഗമങ്ങൾ നടക്കാറുണ്ട്. ഈശ്വരൻ കരിമ്പാറക്കൂട്ടങ്ങൾക്കിടയിൽപ്പോലും ജീവജലം സൂക്ഷിച്ചുവയ്ക്കുന്നത് ഇങ്ങനെതന്നെയല്ലേ?

ഇരുപത്തിയൊമ്പത്

വക്കീലായി മാറിയ കഥ

ഈ കേസിൽ ഒരു കുടുംബം മുഴുവൻ അകപ്പെട്ടുപോയത് ഞങ്ങളുടേതു മാത്രമാണ്. എന്റെ അമ്മ പത്മാവതി, നളിനി എന്ന ഞാൻ, അനുജൻ ഭാഗ്യനാഥൻ, അനുജത്തി കല്യാണി അമ്മയുടെ സഹോദരൻ, എന്റെ ഭർത്താവ് എന്നീ ആറുപേർ ഒരേ കുടുംബത്തിലുള്ളവരാണെന്ന കാര്യം ഓർക്കണം.

ഇതിൽ അനുജത്തിയെയും അമ്മാവനെയും നാൽപ്പതു ദിവസങ്ങൾ കസ്റ്റഡിയിൽ വച്ച് കൊടും പീഡനങ്ങൾക്കിരയാക്കിയ ശേഷമാണ് നടുത്തെരുവിലേക്ക് സി.ബി.ഐ. വിരട്ടിയോടിച്ചത്. ഞങ്ങളെ അറസ്റ്റു ചെയ്തപ്പോൾ വീട്ടിലുണ്ടായിരുന്ന എല്ലാ വിലപ്പെട്ട രേഖകളും, അതായത് സ്കൂൾ സർട്ടിഫിക്കറ്റുകൾ, ഡിഗ്രി സർട്ടിഫിക്കറ്റുകൾ, ജനനസർട്ടിഫിക്കറ്റുകൾ, വീടിന്റെയും മറ്റും ആധാരങ്ങൾ, റേഷൻകാർഡ്, തിരിച്ചറിയൽകാർഡുകൾ എന്നിവയെല്ലാം അവർ വാരിവലിച്ചെടുത്തു കൊണ്ടുപോകുക മാത്രമല്ല വീടുപൂട്ടി സീൽ വയ്ക്കുകയും ചെയ്തിരുന്നു.

രേഖകളൊന്നും തിരിച്ചു നൽകാതെ ഒരിളം പെൺകുട്ടിയെ നടുത്തെരുവിലേക്ക് വലിച്ചെറിഞ്ഞ കഥയോർത്താൽ ഇപ്പോഴും ഉൾക്കിടിലമുണ്ടാകും! ഇപ്പോൾ ഇരുപത്തിയഞ്ച് വർഷങ്ങൾ കടന്നുപോയിരിക്കുന്നു. മേൽപ്പറഞ്ഞ രേഖകൾ തിരിച്ചുകിട്ടാൻ ഞങ്ങൾ പല അപേക്ഷകളും കൊടുത്തുനോക്കി. അതു തിരികെ നൽകാൻ ഇതുവരെ തയ്യാറായിട്ടില്ല. ആ വീട്ടിൽ നിന്നും ഞങ്ങളൊന്നുംതന്നെ എടുത്തിട്ടില്ലെന്നു പറഞ്ഞ് സി.ബി.ഐ. കൈകഴുകി. അങ്ങനെ ഞങ്ങളുടെ കുടുംബത്തെ ഉന്മൂലനാശം വരുത്താൻ ബോധപൂർവ്വം അവർ പദ്ധതി തയ്യാറാക്കിയിരുന്നു എന്നോർക്കുമ്പോൾ ഇപ്പോഴും അദ്ഭുതം തോന്നുന്നു.

അറുപതു ദിവസങ്ങൾ സി.ബി.ഐ. കസ്റ്റഡിയിൽ വച്ചശേഷമാണ് ഞങ്ങളെ ചെങ്കൽപ്പട്ട് ജയിലിലേക്കു മാറ്റുന്നത്. അതായത് ജുഡീഷ്യൽ കസ്റ്റഡിയിൽ വിട്ടത്. ആദ്യം അമ്മയെയും സഹോദരനെയുമാണ് അങ്ങോട്ടയച്ചത്. മൂന്നു ദിവസങ്ങൾക്കുശേഷം എന്നെയും ഭർത്താവിനെയും അവിടെയെത്തിച്ചു. തൊട്ടടുത്ത ദിവസമാണ് പേരറിവാളനെയും

റോബർട്ട് പയസ്സിനെയും ജയിലിൽ കൊണ്ടുവന്നത്. അങ്ങനെ പടിപടിയായ പ്രതിചേർക്കപ്പെട്ട ഇരുപതു പേരെ അവിടെ തടവിലാക്കി.

ഈ ഞെട്ടലിൽനിന്നും കരകയറാൻ ഞങ്ങൾക്കു കഴിഞ്ഞില്ല. ഞങ്ങളുടെ കുടുംബം ആകെയൊന്നു പച്ചപിടിച്ചു വരികയായിരുന്നു. ഒറ്റയ്ക്ക് രാപ്പകൽ കഷ്ടപ്പെട്ട് ഞങ്ങളെയെല്ലാം ഒരു കരയ്ക്കെത്തിക്കാൻ ശ്രമിച്ചിരുന്ന അമ്മയ്ക്ക് ഒരാശ്വാസം ലഭിക്കാൻ തുടങ്ങിയിരുന്നു. ഞങ്ങൾ ഓരോരുത്തരും ജോലിക്കു ചേർന്ന് സ്വന്തമായി വരുമാനം വന്നു തുടങ്ങിയ സമയം. നാലുപേരുടെയും ശമ്പളം ഒരു വീട്ടിൽ വന്നെത്തുന്ന അവസ്ഥ. ഇതെല്ലാം ചേർത്തുവച്ച് നല്ല ഒരു വീടുവാങ്ങാൻ ഞങ്ങൾ കൂട്ടായി ശ്രമിച്ചു തുടങ്ങി.

അങ്ങനെയിരിക്കുമ്പോഴാണ് തളിർച്ചെടിയിൽ തിളച്ചവെള്ളം ഒഴിച്ചതുപോലെ ഞങ്ങളെ ഈ കേസിലുൾപ്പെടുത്തി അറസ്റ്റുചെയ്തത്. ഞങ്ങളുടെ ബന്ധത്തിലുള്ള എല്ലാവരെയും പിടികൂടി ഭീഷണിപ്പെടുത്തുകയും പീഡിപ്പിക്കുകയും ചെയ്തു. ഞങ്ങൾക്ക് യാതൊരു രാഷ്ട്രീയ പിൻബലവും ഉണ്ടായിരുന്നില്ല. ഞങ്ങളെ സഹായിക്കാനും ആരുമുണ്ടായിരുന്നില്ല. ചോദിക്കാനും പറയാനും ആരോരുമില്ലാതെ ഞങ്ങൾ പൊലീസ് കസ്റ്റഡിയിൽ കഴിച്ചുകൂട്ടി. ചെങ്കൽപ്പട്ടു ജയിലിലും ഞങ്ങളുടെ സ്ഥിതി ദയനീയമായിരുന്നു.

മറ്റുപ്രതികൾക്കുവേണ്ടി പല വക്കീലന്മാരും ജയിലിൽ വന്നു പൊയ്ക്കൊണ്ടിരുന്നു. എന്നാൽ ഞങ്ങളെക്കാണാൻ ഒരുത്തരും എത്തിയിരുന്നില്ല. ആരെങ്കിലും വന്നിട്ടുണ്ടെങ്കിൽ അവർ ഞങ്ങളെക്കാണാതെ മടങ്ങിപ്പോയിരുന്നു. അതെല്ലാമോർക്കുമ്പോൾ ഇന്നും എനിക്ക് സങ്കടം താങ്ങാനാകുന്നില്ല. ഇതേപ്പറ്റിയെല്ലാം മുൻ അധ്യായങ്ങളിൽ പറഞ്ഞിട്ടുണ്ട്.

ഞങ്ങളെപ്പറ്റി സി.ബി.ഐ. പലതരം നുണക്കഥകളുടെ ഭാണ്ഡക്കെട്ടുകൾ അഴിച്ചുവിട്ടു. ഞാൻ ഗർഭിണിയായതിനെപ്പറ്റി, “ആരാണ് ഭർത്താവ്? ശിവരാജനോ.. അതോ.. മുരുകനോ?” ആരാണെന്നു നിശ്ചയമില്ല എന്ന രീതിയിലാണ് അവർ വ്യാപകമായ പ്രചരണങ്ങൾ നടത്തി ഞങ്ങളെ അപമാനിച്ചുകൊണ്ടിരുന്നത്. ഇതെല്ലാം ഞങ്ങളുടെ മനോനിലയെയും ആത്മവിശ്വാസത്തെയും തകർത്തെറിഞ്ഞു. മറ്റുള്ളവരും ഈ ദുഷ്പ്രചരണങ്ങൾ വിശ്വസിച്ച് ഞങ്ങളിൽനിന്നും അകലുകയും ഞങ്ങളെ അവഗണിക്കുകയും ചെയ്യാൻ തുടങ്ങി. ഇതും ഞങ്ങളെ കുറച്ചൊന്നുമല്ല ദുഃഖിപ്പിച്ചത്. മറ്റുചിലർ സ്വന്തം തെറ്റുകൾ മൂടിവയ്ക്കാൻവേണ്ടി ‘ചത്തവനെ കുത്തുന്നതുപോലെ’ ഞങ്ങളുടെ മേൽ പുതിയപുതിയ ആരോപണങ്ങളുമായി രംഗത്തുവരാൻ തുടങ്ങി.

ഇങ്ങനെയുള്ള സന്ദിഗ്ധഘട്ടത്തിലാണ് വക്കീൽ ദുരൈസ്വാമി എന്നെകാണാൻ വന്നത്. ഞങ്ങളെ ഏതെല്ലാം തരത്തിലാണ് ഈ കേസ് ബാധിക്കുന്നത് എന്നതിനെപ്പറ്റി അദ്ദേഹത്തോടു ഞാൻ വിശദമായി

സംസാരിച്ചു. അദ്ദേഹവും എല്ലാംകേട്ട് എന്നെ ആശ്വസിപ്പിച്ചു തിരികെപ്പോയി.

1992 മെയ് 19-ാം തീയതി, സെയ്ദാപ്പേട്ടയിലെ ശ്രീലങ്കൻ അഭയാർത്ഥി ക്യാമ്പിൽ നിന്നും നാലഞ്ചുപേരേക്കൂടി തെരഞ്ഞുപിടിച്ച് ഈ കേസിൽ പ്രതിചേർക്കുകയും തൊട്ടടുത്തദിവസം തന്നെ ഇവരുടെ കുറ്റപത്രം സമർപ്പിക്കുകയും ചെയ്തു. ഇതിനുശേഷമാണ് പ്രതികളുടെ കൂട്ടത്തിൽ ആർക്കൊക്കെയാണ് വക്കീലന്മാരില്ലാത്തതെന്ന് കോടതി പരിശോധിക്കാൻ തുടങ്ങിയത്. അതായത് ഞങ്ങളെ ജയിലിലടച്ച് ഒരു വർഷത്തിനു ശേഷം! അപ്പോഴേക്കും ഞങ്ങളുടെ പേരിൽ കുറ്റപത്രം സമർപ്പിച്ചു കഴിഞ്ഞിരുന്നു. കുറ്റപത്രം ഇംഗ്ലീഷിലായിരുന്നതിനാൽ അതിന്റെ തമിഴ് പരിഭാഷ ആവശ്യപ്പെട്ട് അപേക്ഷ സമർപ്പിച്ചു. അന്ന് എന്റെ കുഞ്ഞിന് ഒരു വയസ്സ് പൂർത്തിയായിക്കഴിഞ്ഞിരുന്നു.

1992-ലെ ആയുധപൂജാസമയത്ത് സേലം ജയിലിലേക്കു ഞങ്ങളെ മാറ്റി. അവിടെ ഒരു മൂന്നുമാസമുണ്ടായിരുന്നു. അക്കാലത്ത് ഞങ്ങളോട് വ്യത്യസ്തമായ നിലപാടുകളായിരുന്നു അധികൃതർ കൈക്കൊണ്ടിരുന്നത്.

ഇതിനിടെ രാജീവ്ഗാന്ധി വധക്കേസിലെ പ്രതികൾക്കുവേണ്ടി മാത്രമായി പ്രത്യേക ജയിൽ പൂനമല്ലിയിൽ തയ്യാറാക്കി. ഏറ്റവും മോശമായ രീതിയിൽ ഉണ്ടാക്കിയതായിരുന്നു പുതിയ ജയിലും പരിസരവും. 1993 ജനുവരി ഒന്നാംതീയതി ഞങ്ങളെ പൂനമല്ലി ജയിലിലേക്കു മാറ്റി. അപ്പോഴേക്കും രണ്ടുവർഷം കടന്നുപോയിരുന്നു.

അങ്ങനെ രണ്ടുവർഷങ്ങൾക്കുശേഷമാണ് ആവശ്യമെങ്കിൽ വക്കീലിന്റെ സേവനം ഉപയോഗപ്പെടുത്താമെന്നുള്ള അറിയിപ്പ് കോടതിയിൽ നിന്നും ലഭിക്കുന്നത്. ആരെയാണ് വക്കീലാക്കേണ്ടത് എന്നതിനെപ്പറ്റി ഒരു ധാരണയും എനിക്കുണ്ടായിരുന്നില്ല. മാത്രമല്ല വക്കീൽഫീസു കൊടുക്കാനുള്ള പണവും ഞങ്ങളുടെ കൈവശമുണ്ടായിരുന്നില്ല. അപ്പോഴേക്കും മൂന്നു വർഷങ്ങൾ കടന്നുപോയി. ആ സമയത്താണ് സീനിയർ വക്കീലായ ശ്രീ ദുരൈസ്വാമി എന്നെവന്നുകണ്ട് വക്കാലത്ത് ഏറ്റെടുക്കാൻ സമ്മതിച്ചത്. വക്കാലത്തു കൊടുത്തകാര്യം കോടതിയിൽ എഴുതിക്കൊടുക്കാനും അദ്ദേഹം ആവശ്യപ്പെട്ടു.

ഇതേപ്പറ്റി ഞാൻ ഭർത്താവുമായി സംസാരിച്ചു. ഇതുവരെ അവിടെ നടന്ന കാര്യങ്ങളെല്ലാം കണ്ടു മനസ്സുമടുത്തുപോയ അദ്ദേഹം, "എനിക്കെന്തുവേണമെങ്കിലും സംഭവിച്ചുകൊള്ളട്ടെ, ഞാനൊരു വക്കീലിനെയും ഏർപ്പെടുത്താൻ ആഗ്രഹിക്കുന്നില്ല. എല്ലായിടത്തും എന്നെ അവർ ഒറ്റപ്പെടുത്തുകയാണ്. കോടതിയും അതുതന്നെയാണ് ചെയ്തുകൊണ്ടിരിക്കുന്നത്. അതിനാൽ ഞാൻ കോടതിനടപടികൾ ബഹിഷ്കരിക്കാൻ പോവുകയാണ്. നിനക്കു വേണമെങ്കിൽ വക്കീലിനെ ഏർപ്പാടുചെയ്തുകൊള്ളുക," എന്ന് തറപ്പിച്ചു പറഞ്ഞു.

എനിക്കൊന്നും മനസ്സിലായില്ല. അദ്ദേഹത്തിന്റെ നിഷേധത്തിന് ധാരാളം കാരണങ്ങളുണ്ട്, എന്ന കാര്യം എനിക്കു നല്ല ബോധ്യമുള്ളതാണ്. അതുകൊണ്ട് കൂടുതൽ നിർബന്ധിക്കാൻ നിൽക്കാതെ എന്റെ വക്കാലത്ത് ശ്രീ. ദുരൈസ്വാമിക്ക് നൽകിയ കാര്യം കോടതിയെ അറിയിച്ചു.

എന്റെ ഭർത്താവാകട്ടെ, "രണ്ടു വർഷങ്ങൾക്കുമുമ്പ് ആദ്യമായി കോടതിയിൽ ഹാജരാക്കിയപ്പോൾത്തന്നെ ഞങ്ങൾക്ക് വക്കീലിനെ വയ്ക്കാനുള്ള സാമ്പത്തികശേഷിയില്ലാത്തതിനാൽ സർക്കാർ ചെലവിൽ വക്കീലിനെ ഏർപ്പാടുചെയ്തുതരണമെന്ന് കോടതിയോട് അപേക്ഷിച്ചിരുന്നതാണ്. എന്നാൽ ആ അപേക്ഷയിൽ നാളിതുവരെ ഒരു തീരുമാനവുമെടുത്തിട്ടില്ല. പൊലീസ് കേസന്വേഷണം പൂർത്തിയാക്കി, കുറ്റപത്രം കോടതിയിൽ സമർപ്പിച്ചിട്ടുതന്നെ രണ്ടുവർഷങ്ങളായി. കോടതി പക്ഷപാതപരമായിട്ടാണ് പെരുമാറുന്നത്", എന്നു വാദിച്ച് ഒഴിഞ്ഞുമാറി.

മാത്രമല്ല, കോടതിയുടെ പക്ഷപാതപരമായ നടപടികൾ അക്കമിട്ടു നിരത്തി, "കോടതിയിൽ നിന്നും നീതി കിട്ടുമെന്ന് ഒരു പ്രതീക്ഷയും എനിക്കില്ല. അതിനാൽ ഒരു വക്കീലിനെയും ഏർപ്പെടുത്താൻ ഇഷ്ടപ്പെടുന്നില്ല. കോടതി എന്തുശിക്ഷ വേണമെങ്കിലും വിധിച്ചുകൊള്ളട്ടെ, ഞാനിനി മേലാൽ കോടതിയിൽ ഹാജരാകാൻ ആഗ്രഹിക്കുന്നില്ല', എന്ന് ഒരു കത്തെഴുതി, കഴിഞ്ഞ രണ്ടു വർഷങ്ങളിൽ കൊടുത്തിട്ടുള്ള അപേക്ഷകളുടെ വിവരങ്ങൾ, രേഖകൾ സഹിതം കോടതിയിൽ സമർപ്പിച്ചു.

ഇത്രയുമായപ്പോഴേക്കും, ഞങ്ങളെ പാർപ്പിച്ചിരുന്ന ജയിലിനുള്ളിൽ ഒരു "മഹാപ്രളയം" തന്നെ രൂപപ്പെട്ടതുപോലെയായി. എന്റെ ഭർത്താവ് ഒരു വക്കീലിനെ -ഏർപ്പെടുത്താതിരുന്നാൽ അതു മറ്റുപ്രതികളെയും ദോഷകരമായി ബാധിക്കും, അങ്ങനെ സംഭവിക്കും, ഇങ്ങനെ സംഭവിക്കും, എന്നെല്ലാം വലിയ ചർച്ചകൾ നടന്നുകൊണ്ടിരുന്നു. ഈ സംഭവങ്ങൾ എന്നെയും ഭയപ്പെടുത്താൻ പോന്നവയായിരുന്നു. പുറത്തുള്ള ചില വക്കീലന്മാരും ഞങ്ങളെ സഹായിക്കാൻ തുനിഞ്ഞ ചിലരും 'മുരുകന്റെ തീരുമാനം മാറ്റാൻ നിർബന്ധിക്കണമെന്ന് എന്റെമേലും സമ്മർദ്ദം ചെലുത്താൻ തുടങ്ങി.'

"അങ്ങനെ കോടതി നടപടികൾ ബഹുഷ്കരിക്കുന്നതു നന്നല്ല; അതു മറ്റുള്ളവരെ ബാധിക്കുന്ന കാര്യമാണ്. വിട്ടേക്കൂ... നിങ്ങളുടെ ഭാര്യ നളിനിയെയും അതു ദോഷകരമായി ബാധിക്കും", എന്നു ചിലർ മുരുകനോടു പറഞ്ഞുനോക്കി. മറ്റു ചിലരാകട്ടെ, "വക്കീലിനെ വയ്ക്കാതിരുന്നാലെന്താ? നിങ്ങൾക്കുതന്നെ സ്വയം വാദിക്കാമല്ലോ? ഞങ്ങൾ നിയമപുസ്തകങ്ങൾ എത്തിച്ചു തരാം, അതു വായിച്ചുപഠിച്ച് അതനുസരിച്ചു പ്രവർത്തിക്കുക", എന്ന മട്ടിൽ അദ്ദേഹത്തിന് ഒരു പുതിയ ദിശാസൂചന നൽകി. എങ്ങനെയെങ്കിലും അദ്ദേഹത്തെ കോടതിയിലെത്തിക്കാൻ ചില ഉദ്യോഗസ്ഥരും പരിശ്രമം തുടങ്ങി.

എന്നാൽ അദ്ദേഹം ഇതൊന്നും ചെവിക്കൊള്ളാൻ തയ്യാറായില്ല. “പറ്റില്ല എന്നു ഞാൻ പറഞ്ഞാൽ പറ്റില്ല എന്നു തന്നെ! ഞാൻ കാരണം മറ്റുള്ളവർക്ക് ഒന്നും സംഭവിക്കാൻ പോകുന്നില്ല. ഇവിടെ കാര്യങ്ങളെല്ലാം മുൻകൂട്ടി തീരുമാനിച്ചുറച്ച ശേഷമാണ് നടത്തുന്നത്, ഈ കോടതിയിൽ നിന്നും ഒരിക്കലും നീതി ലഭിക്കുകയില്ല” എന്ന് മുരുകൻ തിട്ടവട്ടമായി തീരുമാനമെടുത്തു കഴിഞ്ഞിരുന്നു.

നിങ്ങൾക്കു ‘സ്റ്റോറി ഓഫ് കേസി’നെ സംബന്ധിച്ച് ഒന്നുമറിഞ്ഞുകൂടാ. ഇത് ക്രിമിനൽ ഗൂഢാലോചന എന്ന വകുപ്പുപ്രകാരം, എടുത്തിട്ടുള്ള കേസാണ്. അതിനെ നിങ്ങൾ ‘ചലഞ്ച്’ ചെയ്യാതിരുന്നാൽ അത് നിങ്ങളുടെ ഭാര്യയേയും ദോഷകരമായി ബാധിക്കും. അങ്ങനെയാണ് ഈ കുറ്റപത്രം സമർപ്പിച്ചിരിക്കുന്നത്. അവസാനമായി നിങ്ങളുടെ കുഞ്ഞിന്റെ ഭാവിയെപ്പോലും ദോഷകരമായി ബാധിക്കുന്ന ചില കാര്യങ്ങളുണ്ടെന്നു കൂടി എടുത്തുപറഞ്ഞ് അദ്ദേഹത്തെ ഒരു വിധത്തിൽ സമ്മതിപ്പിച്ചെടുത്തു.

എന്നാൽ ഇങ്ങനെ നിർബന്ധിച്ചവരെല്ലാവരും ഞങ്ങളുടെ അഭ്യുദയകാംക്ഷികളായിരുന്നുവെന്ന് ഇപ്പോഴും ഞങ്ങൾ വിശ്വസിക്കുന്നില്ല. ഓരോരുത്തർക്കും ഓരോ ഗൂഢലക്ഷ്യമുണ്ടായിരുന്നുവെന്ന് പിന്നീടാണ് ഞങ്ങൾക്ക് ബോധ്യമായത്.

എങ്ങനെയോ ഒരു കണക്കിന് അദ്ദേഹം സമ്മതം മൂളി. ആരെവേണം വക്കീലാക്കാനെന്ന ആലോചന തുടങ്ങി. അവസാനമാണ് - വീരശേഖരൻ എന്ന വക്കീലിനെ അദ്ദേഹത്തിനു വേണ്ടി നിയമിക്കാനുള്ള അപേക്ഷ കോടതിയിൽ സമർപ്പിച്ചത്. ഈ വീരശേഖരനായിരുന്നു കോടിയക്കരഷൺമുഖത്തിനുവേണ്ടി ധൈര്യസമേതം കോടതിയിൽ ഹാജരായ വക്കീൽ. അത് സി.ബി.ഐക്ക് വലിയ തിരിച്ചടിയായി മാറി. അതിനാൽ ആ വക്കീലിനെ പിൽക്കാലത്ത് കോടമ്പാക്കത്തു വച്ചു നടന്ന ഇ.പി.ആർ. എൽ.എഫ്. തലവൻ പത്മനാഭ വധക്കേസിൽ പ്രതിചേർത്ത് അവർ പകരം വീട്ടി.

എന്റെ ഭർത്താവ്, വീരശേഖരനെ വക്കാലത്ത് ഏൽപിക്കാൻ പോകുന്ന വിവരം ജയിലിനുള്ളിലെ ചാരന്മാരിൽ നിന്നും അറിയാനിടയായ സി.ബി.ഐ, അദ്ദേഹത്തെയും പ്രോസിക്യൂഷൻ സാക്ഷികളുടെ പട്ടികയിൽ ചേർത്ത് വിചാരണ ചെയ്യാൻ കോടതിയിൽ അനുമതിക്ക് അപേക്ഷിച്ചു. അങ്ങനെ ഒരു പ്രതിയുടെ വക്കാലത്ത് ഏറ്റെടുക്കുവാൻ കഴിയാനാവാത്ത വിധം വീരശേഖരനെ സി.ബി.ഐ. കുടുക്കി. ഇത് എന്റെ ഭർത്താവിന്റെ മേലും അവിശ്വാസമുണ്ടാക്കാൻ കാരണമായി മാറി.

ഈ സംഭവത്തിനുശേഷം ഒരു വക്കീലിനെ വച്ചു കേസുനടത്തിക്കാനുള്ള താത്പര്യം എനിക്കും നഷ്ടപ്പെട്ടുവെന്നു പറയാം. അതിനാൽ കോടതി നടപടികളിലുള്ള വിശ്വാസം എനിക്കു നഷ്ടപ്പെട്ടുവെന്ന് കാണിച്ച് ഞാനും കോടതിയിൽ അപേക്ഷ സമർപ്പിച്ചു.

വീണ്ടും പല കോണുകളിൽനിന്നും പലതരം സമ്മർദ്ദങ്ങൾ, ഞങ്ങളുടെമേൽ പതിച്ചുകൊണ്ടിരുന്നു. 'നിന്റെ മകൾ ഇവിടെ കഴിയേണ്ടവളാണ്. അവൾക്കു തുടർന്നു പഠിക്കണം. ഇതിനെല്ലാം തടസ്സങ്ങൾ ഏർപ്പെടും. നിങ്ങൾമൂലം നിങ്ങളുടെ കുഞ്ഞിന്റെ ശോഭനമായ ഭാവി നശിച്ചുപോകാനിട വരും.. എന്നെല്ലാം പലവിധ സമ്മർദ്ദങ്ങളുണ്ടായതിനാൽ അദ്ദേഹം കോടതി ബഹിഷ്കരണത്തിൽ നിന്നും പിന്മാറാൻ തയ്യാറായി.

എന്നാൽ ഒരു വക്കീലിനെ ഏർപ്പെടുത്തുകയില്ല എന്ന കാര്യത്തിൽ അദ്ദേഹം ഉറച്ചുനിന്നു. ഒരു വക്കീലിന്റെ സഹായമില്ലാതെതന്നെ തനിക്ക് സ്വയം കേസു വാദിക്കാൻ കഴിയുമെന്നും അതിന് നിയമത്തിന്റെ പിൻബലമുണ്ടെന്നും അദ്ദേഹം അവകാശപ്പെട്ടു. അഡ്വക്കേറ്റ് ചന്ദ്രശേഖരൻ രണ്ടു നിയമ പുസ്തകങ്ങൾ അദ്ദേഹത്തിന് എത്തിച്ചുകൊടുത്തു.

ഈ പുസ്തകങ്ങൾ വായിച്ചുതുടങ്ങിയപ്പോൾ മുതൽ അദ്ദേഹത്തിന് ഇന്ത്യൻ നീതിന്യായ വ്യവസ്ഥകളിൽ വിശ്വാസം തോന്നാൻ തുടങ്ങി. എന്നാൽ അതു നടപ്പാക്കേണ്ടവർ അന്യായമായി ഇടപെട്ടാൻ ഈ വ്യവസ്ഥകളെല്ലാം കീഴ്മേൽമറിയുമെന്ന് എനിക്കോ എന്റെ ഭർത്താവിനോ അക്കാലത്ത് അറിവുണ്ടായിരുന്നില്ല. തുടർന്ന് അദ്ദേഹംതന്നെ നിയമപുസ്തകങ്ങൾ വാങ്ങി വായിക്കാൻ തുടങ്ങി.

1950–നു ശേഷം നമ്മുടെ സുപ്രീംകോടതി പുറപ്പെടുവിച്ചിട്ടുള്ള എല്ലാ വിധിന്യായങ്ങളും അദ്ദേഹം താത്പര്യപൂർവ്വം വായിച്ചു പഠിച്ചുകൊണ്ടിരുന്നു. അതേതാണ്ട് അമ്പതിനായിരത്തിലധികം പേജുകൾ വരും. അതിൽ നിന്നും ഞങ്ങളുടെ കേസിന് ഉപകരിച്ചേക്കുമെന്നു തോന്നിയ എല്ലാത്തിന്റെയും കുറിപ്പുകൾ എഴുതി സൂക്ഷിച്ചു. അതു തുടർച്ചയായി – വായിച്ചതിനാൽ കേസ് നടത്തിപ്പു സംബന്ധമായി ഒരുപാടു പുതിയ അറിവുകൾ ഞങ്ങൾക്കു ലഭിച്ചു. ഇപ്പോഴാണ് ഞങ്ങൾക്കുള്ള അജ്ഞത ബോധ്യമായത്.

ഞങ്ങളുടെ കേസിൽ ഹാജരാക്കപ്പെട്ട ആയിരത്തിൽപ്പരം സാക്ഷിമൊഴികളും അത്രയും തന്നെ രേഖകളും പ്രതിചേർക്കപ്പെട്ടവരുടെ പേരിൽ തയ്യാറാക്കിയ സത്യവാങ്മൂലങ്ങളും വീണ്ടും വീണ്ടും വായിച്ച് പഠിച്ച് കുറിപ്പുകൾ തയ്യാറാക്കി ദിവസവും പതിനെട്ടു മണിക്കൂർ വരെ അദ്ദേഹം ഇതിനായി നീക്കിവച്ചു. ഉറക്കം തന്നെ വളരെ കുറവായിരുന്നു.

അക്കാലത്ത് ഇംഗ്ലീഷിൽ പ്രാഥമിക പരിജ്ഞാനമേ അദ്ദേഹത്തിന് ഉണ്ടായിരുന്നുള്ളൂ. അതിനാൽ നിയമപുസ്തകങ്ങളിൽ നിന്ന് ഞങ്ങൾക്കു സഹായകരമായ വിവരങ്ങൾ ഞാൻ തേടിപ്പിടിച്ച് അദ്ദേഹത്തിനു വിവരിച്ചുകൊടുക്കും. അങ്ങനെ നിയമകാര്യങ്ങളോടൊപ്പം അദ്ദേഹത്തിന്റെ ഇംഗ്ലീഷ് പരിജ്ഞാനവും സാവധാനം വളരാൻ തുടങ്ങി. യാതൊരു അപകർഷതാബോധവുമില്ലാതെ ഇംഗ്ലീഷിലുള്ള സംശയങ്ങൾ എന്നോടു ചോദിച്ച് പഠിച്ചുകൊണ്ടിരുന്നു. ഞാനും അക്കാലത്ത് രാപ്പകൽ വ്യത്യാസമില്ലാതെ നിയമ പുസ്തകങ്ങൾ വായിച്ചു പഠിക്കുകയും കുറിപ്പുകൾ

തയ്യാറാക്കുകയും ചെയ്തുകൊണ്ടിരുന്നു. എന്റെ മേലുള്ള കുറ്റാരോപണങ്ങൾക്കുള്ള മറുപടിയും ഞാൻ തന്നെ തയ്യാറാക്കി. നിയമസഹായം എനിക്കും വേണ്ടി വരുമല്ലോ! എന്റെ മകൾ അപ്പോൾ ചെറിയ കുട്ടിയായിരുന്നു. കൊതുകുകടിയേറ്റ് അവളുടെ ശരീരം മുഴുവൻ തടിച്ച് വിങ്ങിയിരുന്നു. കൂടെക്കൂടെ പനിയുമുണ്ടാകും. ഞാനെഴുതിവച്ചിരിക്കുന്ന കുറിപ്പുകളെല്ലാം അവൾ വലിച്ചുവാരിയെറിഞ്ഞ് നശിപ്പിക്കും. ചിലപ്പോൾ കീറിയെറിഞ്ഞുകളയും. ചിലപ്പോൾ വെള്ളം കൊണ്ടുവന്ന് ഈ കടലാസുകളിന്മേൽ ഒഴിക്കും. ഞാനെപ്പോഴും അവളോടൊപ്പം കളിച്ചുകൊണ്ടിരിക്കണം. ഇല്ലെങ്കിൽ ആകെ ബഹളമാണ്. ഇങ്ങനെയുള്ള പ്രയാസങ്ങൾക്കിടയിലും ഞാനും എന്റെ ഭർത്താവും നിയമ പഠനം തുടർന്നുകൊണ്ടിരുന്നു.

ഈ കേസ്സിൽ സാക്ഷിപ്പട്ടികയിലുണ്ടായിരുന്ന ആയിരം പേരിൽ ഇരുന്നൂറ്റിയെൺപതു പേർ മാത്രമേ നേരിട്ടു കോടതിയിലെത്തി മൊഴി നൽകിയിട്ടുള്ളൂ. എന്റെ ഭർത്താവ് ഇവരുടെയെല്ലാം മൊഴികൾ പലയാവർത്തി വായിച്ച് ശരിയായി മനസ്സിലുറപ്പിച്ചു. അതുമാത്രം ഏതാണ്ട് ഇരുപതിനായിരം പേജുകൾ വരും. ഓരോ സാക്ഷിമൊഴിയും ഇരുപത് പ്രാവശ്യത്തിൽ കുറയാതെ വായിച്ച് കുറിപ്പെടുത്തു സൂക്ഷിച്ചു. ഓരോ സാക്ഷിയും പറഞ്ഞിരിക്കുന്ന ഓരോ കാര്യങ്ങളും ഏതേതു പേജുകളിലാണ് ഉള്ളതെന്ന് ഉറക്കത്തിൽനിന്നും ഉണർത്തി ചോദിച്ചാലും വള്ളിപുള്ളി തെറ്റിക്കാതെ പറയാൻ കഴിയുന്നവിധം തയ്യാറെടുപ്പ് അദ്ദേഹം നടത്തി. അത്ര കൃത്യമായി കേസുസംബന്ധമായ നടപടിക്രമങ്ങളെല്ലാം ഹൃദിസ്ഥമാക്കി. ഈ തയ്യാറെടുപ്പുകളാണ് ക്രോസ് വിസ്താരത്തിൽ അദ്ദേഹം കാണിച്ച സാമർത്ഥ്യത്തിന്റെ പിന്നണി രഹസ്യം!

1995–ൽ ആണെന്നു തോന്നുന്നു. മറ്റുനടപടികൾ പൂർത്തിയാക്കി ആദ്യഘട്ട സാക്ഷിവിസ്താരം തുടങ്ങിക്കഴിഞ്ഞിരുന്നു. അപ്പോഴാണ് ഭർത്താവ് ആദ്യമായി കോടതിയിൽ ഹാജരാകുന്നത്. ഒന്നാം സാക്ഷി ശ്രീ. പെരുമ്പുത്തൂർ ക്രൈം ആൻഡ് ലോ ആൻഡ് ഓർഡർ സർക്കിൾ ഇൻസ്പെക്ടർ മധുരം. ഇദ്ദേഹമാണ് രാജീവ് വധക്കേസിന്റെ എഫ്.ഐ.ആർ. തയ്യാറാക്കിയത്. സമ്മേളനസ്ഥലത്തെ ക്രമസമാധാനപാലനത്തിന്റെ ചുമതലയും ഇദ്ദേഹത്തിനായിരുന്നു. അതിനാൽ ഇദ്ദേഹത്തെ പലരും ക്രോസ്‌വിസ്താരം നടത്തിയിരുന്നു. ഇയാളെ ക്രോസ് വിസ്താരം നടത്തുന്നതിന് എന്റെ ഭർത്താവിന് പത്താമത്തെ ഊഴമാണ് ലഭിച്ചത്. ഒമ്പത് വക്കീലന്മാരുടെ ക്രോസ് വിസ്താരങ്ങൾക്കു ശേഷമാണ് അദ്ദേഹം തന്റെ ക്രോസ് വിസ്താരം ആരംഭിച്ചത്. ഏതാണ്ട് അരദിവസം അദ്ദേഹത്തിന്റെ ക്രോസ് വിസ്താരം നീണ്ടുനിന്നു.

കേസിലെ മൂന്നാം പ്രതി ശ്രീഹരന്റെ ക്രോസ് വിസ്താരമെന്ന് കോടതിയിൽ അറിയിപ്പു വന്നു. അദ്ദേഹം എഴുന്നേറ്റു. കോടതിയിൽ കൂടിയിരുന്നവരുടെയെല്ലാം കണ്ണുകൾ അദ്ദേഹത്തിന്റെ മേലായിരുന്നു. അവരുടെ ഓരോരുത്തരുടെയും മുഖങ്ങളിൽ വ്യത്യസ്തമായ ഭാവഹാവാദികൾ

തെളിഞ്ഞു കണ്ടു. ചിലർക്ക് ആശ്ചര്യം! ചിലർക്ക് ഇങ്ങനെയൊക്കെ, നടക്കുമോ എന്ന സംശയം; മറ്റുചിലർക്ക്, 'ഇവനെന്തറിഞ്ഞുകൊണ്ടാണ് ഇങ്ങനെ എഴുന്നേറ്റു നിൽക്കുന്നതെന്ന പരിഹാസം; ചിലർക്ക്, നല്ലൊരു 'കോമഡി ഷോ' കാണാൻ പോകുന്നതിന്റെ 'ത്രിൽ'; ഇങ്ങനെ പല കണ്ണുകളിൽ നിന്നും പാഞ്ഞുവന്ന കൂരമ്പുകളെ തൃണവൽഗണിച്ച് അദ്ദേഹം നിന്നു. ഞാൻ അടുത്തുണ്ടെന്നുള്ള ഒരു വലിയ ഉറപ്പും ബലവും അദ്ദേഹത്തിനുണ്ടായിരുന്നു. വലിയ കൃഷ്ണഭക്തനും ദേവീഭക്തനുമായതിനാൽ അല്പനേരം കണ്ണടച്ചു. പ്രാർത്ഥനയിൽ മുഴുകി. ചോദ്യങ്ങൾക്കിടയിൽ കൂടെക്കൂടെ എന്നെ നോക്കി താൻ ചെയ്യുന്നതെല്ലാം ശരിയായ രീതിയിലല്ലേ എന്ന സംശയം തീർത്തശേഷമേ അടുത്ത ചോദ്യത്തിലേക്കു കടക്കുകയുള്ളൂ. ഒന്നും മനസ്സിലായില്ലെങ്കിൽ എന്നോടു ചോദിച്ചു സംശയം തീർക്കും.

ഇൻസ്പെക്ടർ മധുരത്തിൽ നിന്നും മുഖ്യമായ ഒരു സംശയനിവാരണം വരുത്തേണ്ടതുണ്ടായിരുന്നു.

അതായത് ഇന്ത്യൻ സൈനികനും ബോംബു വിദഗ്ധനുമായ മേജർ സബർവാൾ, ശ്രീ പെരുമ്പുത്തൂർ സ്ഫോടനത്തിന് ഉപയോഗിച്ച ബോംബിനെപ്പറ്റി ആധികാരികമായ ഒരു പരിശോധനാ റിപ്പോർട്ട് പുറപ്പെടുവിച്ചിരുന്നു. അതിൽ സ്ഫോടനത്തിനുപയോഗിച്ച ബോംബിന്റെ തരം, സവിശേഷതകൾ, അതിന്റെ സ്ഫോടനശേഷി, മുതലായ സൂക്ഷ്മമായ വിവരങ്ങൾ നൽകിയതോടൊപ്പം, സംഭവം നടന്ന ശ്രീപെരുമ്പത്തൂരിൽ തമിഴ് പുലികളുടെ ഒരു പരിശീലന കേന്ദ്രം ഉണ്ടായിരുന്നതായും, അവരാണ് ഈ സ്ഫോടനത്തിനു പിന്നിലെന്ന്, ഉറപ്പിച്ചു പറയുന്നുവെന്നും സാക്ഷിമൊഴി നൽകിയിരുന്നു.

ഞങ്ങൾക്കു നൽകിയ കുറ്റപത്രത്തോടൊപ്പം മേജർ സബർവാളിന്റെ മൊഴിയുടെ പകർപ്പും നൽകിയിരുന്നു. എന്തൊരു അബദ്ധജടിലമായ ഒരു പ്രസ്താവനയായിരുന്നു അത്? ആ പ്രസ്താവന അംഗീകരിച്ചു കൊടുത്താൽ കുറ്റം തെളിയിക്കാൻ അതൊരു പ്രധാന രേഖയായിത്തീരുകയും പ്രതികൾക്ക് കഠിനശിക്ഷ ലഭിക്കാനിടയാവുകയും ചെയ്യുമെന്നുള്ളത് തർക്കമറ്റ വസ്തുതയാണ്. ഇതു മനസ്സിലാക്കിയ എന്റെ ഭർത്താവ് ഇൻസ്പെക്ടർ മധുരത്തെ ചോദ്യശരങ്ങൾകൊണ്ടു മൂടി. ചോദ്യം നേരിട്ടു ചോദിക്കാതെ,'നിങ്ങൾ ശ്രീ.പെരുമ്പത്തൂരിൽ ചാർജെടുത്തിട്ട് എത്ര നാളുകളായി?, ഈ കൃത്യം നടന്നതിന്റെ പിന്നണിയിലുള്ള സംഭവങ്ങൾ എന്തെല്ലാം?, ഇതിനുമുമ്പ് ഇതുപോലെയുള്ള ഏതെങ്കിലും സ്ഫോടനക്കേസ് അന്വേഷിച്ചിട്ടുണ്ടോ,' എന്നിങ്ങനെ ചുറ്റി വളച്ച് ചോദിച്ചശേഷം പെട്ടെന്ന്, "നിങ്ങളുടെ അധികാരപരിധിയിൽ എവിടെയെങ്കിലും ഏതെങ്കിലും തീവ്രവാദിഗ്രൂപ്പുകളുടെ താവളമുണ്ടായിരുന്നതായി നിങ്ങൾ മേലധികാരികൾക്ക് റിപ്പോർട്ടു ചെയ്തിട്ടുണ്ടോ?" എന്നു ചോദിച്ചു.

"ഇല്ല" എന്ന് ഇൻസ്പെക്ടർ മറുപടി നൽകി. "ഏതെങ്കിലും തീവ്രവാദികളുടെ പരിശീലനകേന്ദ്രം ഉണ്ടായിരുന്നോ? ഇപ്പോഴുമുണ്ടോ?" എന്ന് ചോദിച്ചു.

'അങ്ങനെയൊന്നുമില്ല. എന്റെ അധികാരപരിധിയിലെങ്ങും അങ്ങനെയൊരു പരിശീനലനകേന്ദ്രമില്ല', അദ്ദേഹം ഉറപ്പിച്ചു പറഞ്ഞു.

"തമിഴ് പുലികളുടെ പരിശീലനകേന്ദ്രം ആ ഭാഗത്തുണ്ടായിരുന്നതായി കേൾക്കുന്നുണ്ടല്ലോ" എന്ന ചോദ്യത്തിന്,

"അങ്ങനെയൊന്നും ഈ ഭാഗത്തില്ല", എന്ന് പരിഭ്രമത്തോടെ ഇൻസ്പെക്ടർ മറുപടി കൊടുത്തു. എന്തെന്നാൽ അവിടെ തീവ്രവാദികളുടെ പരിശീലനകേന്ദ്രം ഉണ്ടായിരുന്നതായി സമ്മതിച്ചാൽ അയാളുടെ പണി പോയതു തന്നെ! അതുകൊണ്ട്,

"അങ്ങനെയാരെങ്കിലും പറഞ്ഞിട്ടുണ്ടെങ്കിൽ അതു ശുദ്ധനുണയാണ്; അത് വെറും കിംവദന്തി മാത്രമാണ്", എന്നു വീണ്ടും മറുപടി.

"അപ്പോൾ അങ്ങനെ ആരെങ്കിലും പറഞ്ഞിട്ടുണ്ടെങ്കിൽ അതു കളവാണ്, അല്ലേ?"

"അതെ, അങ്ങനെ ആരെങ്കിലും പറഞ്ഞിട്ടുണ്ടെങ്കിൽ കളവാണ്, സംശയമില്ല". ഉറച്ച മറുപടി.

ഈ ചോദ്യങ്ങളുടെ പൊരുൾ മനസ്സിലാക്കാൻ കഴിയാതെ പബ്ലിക് പ്രോസിക്യൂട്ടർമാർ അന്യോന്യം നോക്കിക്കൊണ്ടിരുന്നു.

ഇതു കണ്ടുകൊണ്ടിരുന്നവർ എന്റെ ഭർത്താവിനെ കുറ്റപ്പെടുത്തുന്ന തരത്തിൽ അദ്ദേഹത്തിനു നേരെ നോട്ടമെറിഞ്ഞുകൊണ്ടിരുന്നു. മറ്റു വക്കീലന്മാരുടെ മുഖഭാവവും ഏതാണ്ട് അതേപോലെയൊക്കെ ആയിരുന്നു. ഏതോ ചോദിക്കാൻ പാടില്ലാത്ത കാര്യം ചോദിച്ചതുപോലെയുള്ള മുഖഭാവങ്ങൾ.

കോടതി നടപടികളവസാനിച്ച്, എല്ലാവരും പിരിയാൻ തുടങ്ങുമ്പോൾ ചിലർ, "പോയി.... എല്ലാംപോയി.. ഇനി ഒരു രക്ഷയുമില്ല.. ഇത്തരം ഏടാകൂടം പിടിച്ച ചോദ്യങ്ങൾ ചോദിച്ചാൽ ദോഷമേ വരൂ..." എന്ന് പരസ്പരം കുശുകുശുത്തുകൊണ്ടിരുന്നു.

തിരിച്ചു ജയിലിലെത്തിയിട്ടും "അങ്ങനെ ചോദിക്കാൻ പാടില്ലായിരുന്നു, അതെല്ലാവരെയും കുഴപ്പത്തിൽ ചാടിക്കും," എന്നിങ്ങനെ ഓരോരോ കുത്തുവാക്കുകൾ പലരും പറഞ്ഞുകൊണ്ടു നടന്നു.

എന്നാൽ എന്റെ ഭർത്താവ്, "മേജർ സബർവാൾ പറഞ്ഞിട്ടുള്ള കാര്യങ്ങൾ അപ്പടി സമ്മതിച്ചുകൊടുത്താൽ, നാളെ അതൊരു വലിയ സാഹചര്യത്തെളിവായിട്ടെടുക്കുകയും കുറ്റം തെളിയിക്കപ്പെട്ടതായി പ്രഖ്യാപിക്കാനിടയാകുകയും ചെയ്യും. അതുകൊണ്ടാണ് ഇൻസ്പെക്ടറുടെ മൊഴി തെറ്റായിരുന്നുവെന്നു തെളിയിക്കാൻ ഞാൻ ശ്രമിച്ചത്." എന്ന് അദ്ദേഹം വിശദീകരിച്ചു കൊടുത്തിട്ടും അതംഗീകരിക്കാൻ ആരും തയ്യാറായില്ല.

കാരണം എങ്ങനെയെങ്കിലും കൊച്ചാക്കിക്കാണിക്കാൻ എല്ലാവരും അവസരം കാത്തിരിക്കുകയായിരുന്നു. എന്നതു തന്നെ!

ഇപ്രകാരം ഓരോ സാക്ഷികളുടെയും പൊയ്മുഖങ്ങൾ ക്രോസ് വിസ്താരത്തിനിടയിൽ അദ്ദേഹം തുറന്നുകാട്ടിക്കൊണ്ടിരുന്നു. പല സാക്ഷികളുടെ മൊഴികളിലെ കള്ളത്തരങ്ങൾ അദ്ദേഹം എങ്ങനെയാണ് പുറത്തുകൊണ്ടുവരുന്നതെന്ന് പലർക്കും ബോധ്യപ്പെട്ടിട്ടില്ല.

'വായാണോ പുളിക്കുന്നത്, അതോ മാങ്ങയോ?' എന്ന് സംശയിക്കുന്നതുപോലെ അവരുടെ പരദൂഷണനം തുടർന്നുകൊണ്ടിരുന്നു.

കോടതിയിൽ പ്രോസിക്യൂഷൻ സാക്ഷികൾ എല്ലാവരെയും പ്രതിഭാഗം വക്കീലന്മാരായ ഒമ്പതുപേരും ക്രോസ് വിസ്താരം നടത്തേണ്ടതുണ്ട്. ഈ ഒമ്പതുപേർക്കും കഴിയാത്തത് എന്റെ ഭർത്താവിനു കഴിയുമോ? ഇതായിരുന്നു ഓരോരുത്തരുടെയും സംശയം.

ഏതായാലും സാക്ഷിമൊഴികൾ നന്നായി പഠിച്ച് കുറിപ്പെടുത്തു വച്ചിരുന്നതിനാൽ കാര്യങ്ങൾ എളുപ്പമായിരുന്നു. ഓരോരുത്തരുടെയും മൊഴികൾ അദ്ദേഹത്തിനു മനഃപ്പാഠമായിരുന്നതിനാൽ മൂന്നോ നാലോ ചോദ്യങ്ങൾക്കൊണ്ട് അവരുടെ മൊഴി തെറ്റായിരുന്നു എന്നു തെളിയിക്കാൻ അദ്ദേഹത്തിനു കഴിഞ്ഞിരുന്നു. പല സാക്ഷികളും അദ്ദേഹത്തിന് മുന്നിൽ പതറിവീഴുന്ന കാഴ്ച പലരെയും അദ്ഭുതപ്പെടുത്തി.

ഇതെല്ലാം കാരണം ഞങ്ങൾക്കു മറ്റു ചില ബുദ്ധിമുട്ടുകളും വന്നുചേർന്നു. എന്റെ ഭർത്താവ് തന്റെ പാണ്ഡിത്യം തെളിയിക്കാൻ വേണ്ടിയാണ് കോടതിയിൽ ഇത്തരത്തിൽ പെരുമാറുന്നതെന്നു ദുഷ്പ്രചരണം ചിലർ ജയിലിനുള്ളിൽ നടത്തി.

ജയിലിലെ അന്തേവാസികളിൽ ഒന്നോ രണ്ടോ പേരോടുമാത്രമേ അദ്ദേഹം സംസാരിച്ചിരുന്നുള്ളൂ. അതുകൊണ്ട് ഇതേപ്പറ്റി അദ്ദേഹത്തോടു നേരിട്ടു സംസാരിക്കാൻ ആരും തയ്യാറായില്ല. മറ്റു ചിലർ വന്ന് ഇനി ആരെയും ക്രോസ് വിസ്താരം ചെയ്യരുതെന്നും അദ്ദേഹത്തോട് ആവശ്യപ്പെട്ടു. അത് അദ്ദേഹത്തിനു വലിയ ധർമസങ്കടത്തിനു കാരണമായിത്തീർന്നു.

അതിനാൽ ഞാൻ അദ്ദേഹത്തോടു പറഞ്ഞു. "നമുക്കെതിരെ മൊഴി കൊടുത്തിട്ടുള്ളവരെ മാത്രം ക്രോസ് വിസ്താരം നടത്തിയാൽ മതി. മറ്റുള്ളവരുടെ കാര്യത്തിൽ നാം ഇടപെടേണ്ട... നമ്മളെന്തിനു വെറുതെ പ്രശ്നങ്ങളുണ്ടാക്കണം; വിട്ടേക്കാം."

അതിനാൽ അന്നുമുതൽ 32-ാം സാക്ഷി വരെയുള്ളവരെ അദ്ദേഹം വിട്ടുകളഞ്ഞു. ദിവസവും കോടതിയിൽ ഹാജരാകും. ചില കുറിപ്പുകൾ തയ്യാറാക്കും. അത്രതന്നെ...! ആരെയും ക്രോസ് വിസ്താരം നടത്തിയില്ല. എന്നാൽ 32-ാം സാക്ഷിയെ ക്രോസ് വിസ്താരം ചെയ്യേണ്ടത് അത്യാവശ്യമായിത്തീർന്നു. ആ സാക്ഷി സബ്ബ്-ഇൻസ്പെക്ടർ അനസൂയ

ആയിരുന്നു. സ്ഫോടനം നടക്കുമ്പോൾ അവർ സമ്മേളന സ്ഥലത്ത് ഡ്യൂട്ടിയിലുണ്ടായിരുന്നു. അവരുടെ ശരീരം മുഴുവൻ ബോംബിൽ നിന്നും തെറിച്ചുപോയ ലോഹച്ചീളുകൾ തറച്ചു കയറിയിരുന്നു. ഒരു കണക്കിന് അവർ ചത്തു ജീവിച്ചു എന്നു പറയാം. പത്രവാർത്തകളിൽ നിന്നും അവരുടെ സ്ഥിതി വഷളായ വിവരമറിഞ്ഞ് അവർക്കുവേണ്ടി ഞങ്ങളും പ്രാർത്ഥിച്ചിരുന്നു. ആരോ വച്ച ചതിക്കുഴിയിൽ ഞങ്ങളോടൊപ്പം അവരും വീണുപോയതാണല്ലോ എന്ന സഹതാപം ഞങ്ങൾക്കു തോന്നിയിരുന്നു. എന്നാൽ സി.ബി.ഐ. നിർദ്ദേശപ്രകാരം ഞങ്ങൾക്കെതിരെ വ്യാജമൊഴി നൽകാനാണ് അവർ കോടതിയിൽ വന്നിരുന്നത്.

അപ്പോഴേക്കും അവർ ഡി.എസ്.പി. ആയിക്കഴിഞ്ഞിരുന്നു. രാജീവ് ഗാന്ധി വധിക്കപ്പെട്ട സമ്മേളന സ്ഥലത്ത് താൻ ഡ്യൂട്ടിയിലുണ്ടായിരുന്നു എന്നും അവിടെ വച്ച് ശുഭയോടൊപ്പം എന്നെയും കണ്ടിരുന്നുവെന്നും അവർ മൊഴി നൽകിയിരുന്നു. അതേസമയം ധനുവും ശിവരാജനും ഞങ്ങളുടെ കൂടെയല്ല, പ്രത്യേകമായിട്ടാണ് വന്നത് എന്നും അവർ മൊഴി നൽകിയിരുന്നു. അവരോടൊപ്പം എന്നെ കണ്ടിട്ടേയില്ല എന്ന മൊഴി എനിക്ക് അനുകൂലമായിരുന്നു.

അനസൂയ കൊടുത്ത സാക്ഷിമൊഴിയിലും എനിക്കുവേണ്ടി സി.ബി.ഐ. തയ്യാറാക്കിയ കുറ്റസമ്മതമൊഴിയിലും പ്രകടമായ പല വൈരുധ്യങ്ങളും കടന്നു കൂടിയിരുന്നു. ആ കുറ്റസമ്മതമൊഴി വ്യാജമായി തയ്യാറാക്കിയതാണ് എന്നുള്ളതിന് ഇവരുടെ സാക്ഷിമൊഴി മാത്രം മതി തെളിവ്! ഞാൻ സംഭവസമയത്തുണ്ടായിരുന്നുവെന്ന അവരുടെ മൊഴി സത്യമാണ്. അതിനെ ഞാൻ എതിർക്കേണ്ട കാര്യവുമില്ല. ഞാൻ സമ്മേളനസ്ഥലത്തുണ്ടായിരുന്നു എന്നതുകൊണ്ടുമാത്രം എന്നെ കുറ്റവാളിയാക്കാൻ സാധ്യമല്ല.

അതു തെളിയിക്കാനാണ് ഞങ്ങളുടെ മേൽ വ്യാജ കുറ്റസമ്മത മൊഴി തയ്യാറാക്കിയത്. അതിൽ പറഞ്ഞിരിക്കുന്നതിനു കടക വിരുദ്ധമായിരുന്നു അനസൂയ കൊടുത്ത മൊഴി, അതിപ്രകാരമായിരുന്നു,

“ഞാൻ ഡ്യൂട്ടിയിലുണ്ടായിരുന്ന സമയത്ത് ഏകദേശം വൈകട്ട് 6.45 മണിക്കാണ് നളിനിയും ശുഭയും യോഗസ്ഥലത്തു വന്നെത്തിയത്. ഞാനവരെ തടഞ്ഞുനിർത്തി. സ്ത്രീകളിരിക്കുന്ന സ്ഥലത്തേക്കു പോയിരിക്കാൻ ആവശ്യപ്പെട്ടയുടൻ ശുഭ എന്നെ രൂക്ഷമായി തുറിച്ചുനോക്കിയ ശേഷം പോയി. അതിനാൽ ശുഭയെയും അവരോടൊപ്പമുണ്ടായിരുന്ന നളിനിയെയും എനിക്കു നന്നായി മനസ്സിലാക്കാൻ കഴിഞ്ഞു.”

ഇത്രയും ക്രൂരമായ ഒരു ഗൂഢാലോചന നടപ്പിലാക്കാൻ വരുന്ന ആരെങ്കിലും യാതൊരു കാരണവുമില്ലാതെ ഒരു പൊലീസുകാരിയെ രൂക്ഷമായി നോക്കിയിട്ടു പോകുമോ? അങ്ങനെ തുറിച്ചു നോക്കി ഒരാൾ തന്നെ തിരിച്ചറിയുന്നതിനുള്ള അവസരം സ്വയം സൃഷ്ടിച്ചെടുക്കുമോ? വായനക്കാർ തന്നെ അതിനുള്ള ഉത്തരം കണ്ടുപിടിക്കേണ്ടതാണ്.

എന്നാൽ ഞാനാണ് നളിനിയെന്ന് കോടതിമുറിയിലുള്ള എന്നെ എങ്ങനെ തിരിച്ചറിയാൻ അവർക്കു കഴിയും? അതിലും ഒരു ചെറിയ പ്രശ്നമുണ്ടായിരുന്നു. വെറും പ്രശ്നമല്ല, അതൊരു കീറാമുട്ടിയായി ത്തീർന്നിരുന്നു. ഈ കേസിലെ മറ്റൊരു പ്രതിയായ സെൽവലക്ഷ്മി കാഴ്ചയിൽ എന്നെപ്പോലെ തന്നെ തോന്നും, പെട്ടെന്നു രണ്ടുപേരെയും ഒന്നിച്ചു കണ്ടാൽ ആരാണു നളിനിയെന്ന് തിരിച്ചറിയാൻ കഴിയില്ല.

നേരത്തേ മഹിളാകോൺഗ്രസ് നേതാവ് രമാദേവി കള്ളസാക്ഷി പറയാനെത്തി സെൽവലക്ഷ്മിയെക്കണ്ട് അതു നളിനിയാണെന്നു തിരിച്ചറിഞ്ഞിരുന്നു. ആ സംഭവം സി.ബി.ഐ.യുടെ മുഖംമൂടി അഴിഞ്ഞു വീഴാൻ ഇടയാക്കിയിരുന്നു. എന്റെ ഫോട്ടോകൾ കാണിച്ച് ആവശ്യമായ റിഹേഴ്സലുകൾ നടത്തിയിരിക്കണം. അതിങ്ങനെ അലങ്കോലമായ തിനാൽ സി.ബി.ഐ. വേറെ ചില ശ്രമങ്ങൾ നടത്തിയിരുന്നു. അതിനാൽ എന്നെ തിരിച്ചറിയാനുള്ള ചുമതല ഡി.എസ്.പി. അനസൂയയെ ഏൽപ്പിക്കുകയായിരുന്നു. അതിനായി കോടതി മുറിയിൽ ഒരു 'സെറ്റപ്പ്' ഒരുക്കിയിരുന്നു. പുരുഷന്മാർ പ്രതിക്കൂട്ടിൽ ഇരിക്കുന്നു. പ്രതിക്കൂടിനു പുറത്തിട്ടിരിക്കുന്ന നീളമുള്ള ഒരു ബഞ്ചിലാണ് പ്രതികളായ സ്ത്രീകൾ ഇരിക്കുന്നത്. അതിനു വലതുവശത്തുള്ള ബഞ്ച് വനിതാ പൊലീസുകാർക്കുള്ളതാണ്.

മറ്റു ദിവസങ്ങളിലൊന്നുമില്ലാതിരുന്ന ഒരു പുതിയ ഏർപ്പാട് അന്നു മാത്രം കോടതിയിൽ കാണാനിടയായി. കോടതിയിൽ ഡ്യൂട്ടിയിലുണ്ടായിരുന്ന ഒരു വനിതാ സബ്ബ്-ഇൻസ്പെക്ടർ പതിവിനു വിപരീതമായി ഞങ്ങളുടെ ബഞ്ചിന്റെ ഒരറ്റത്തു വന്നിരുന്നു. അവരെ തൊട്ടുകൊണ്ട് മറ്റു പ്രതികളായ വനിതകളും ഇരിക്കുന്നു. ഇതിന്റെ പിന്നിലുള്ള ഗൂഢലക്ഷ്യം അപ്പോഴെനിക്കു മനസ്സിലായിരുന്നില്ല.

അനസൂയ എന്നെ തിരിച്ചറിയാനായി സാക്ഷിക്കൂട്ടിൽ നിന്നും ഇറങ്ങി വനിതാ സബ്-ഇൻസ്പെക്ടരുടെ അടുത്തേക്കു വന്നു. ആ സബ്ബ് ഇൻസ്പെക്ടർ അവരുടെ ഒരു കൈ തുടയിൽ വച്ച് മൂന്നു വിരലുകൾ മാത്രം നീട്ടിപ്പിടിച്ചിരുന്നു. ഈ മൂന്നു വിരലുകളിൽ സൂക്ഷിച്ചു നോക്കിയ അനസൂയ ആ പൊലീസുകാരിയിൽ നിന്നും മൂന്നാമതായി ഇരിക്കുന്ന എന്റെ നേരെ കൈചൂണ്ടി 'ഇതാണ് നളിനി' എന്ന് കോടതിയെ ബോധ്യപ്പെടുത്തി.

ഈ ഗൂഢനീക്കങ്ങൾ സശ്രദ്ധം വീക്ഷിച്ചുകൊണ്ടിരുന്ന എന്റെ ഭർത്താവ് എഴുന്നേറ്റ് ഒരു തടസ്സവാദം ഉന്നയിച്ചു. അനസൂയയ്ക്ക് നളിനിയെ തിരിച്ചറിയാൻ കഴിഞ്ഞില്ല. അതിനാൽ അടുത്തിരുന്ന വനിതാ സബ്ബ് - ഇൻസ്പെക്ടർ ഇങ്ങനെ അടയാളം കാണിച്ചുക്കൊടുത്ത വിവരം അദ്ദേഹം കോടതിയെ ബോധ്യപ്പെടുത്തി. ആയതിനാൽ ഈ സാക്ഷിമൊഴി അംഗീകരിക്കരുതെന്ന് അദ്ദേഹം വാദിച്ചു. തലയുയർത്തി നോക്കിയ ജഡ്ജി പെട്ടെന്നു കുനിഞ്ഞിരുന്നു. ഒന്നും ചോദിക്കുകയോ പറയുകയോ

ചെയ്തില്ല. ഇതു കണ്ട ഞങ്ങൾക്കുണ്ടായ മനഃപ്രയാസം ചില്ലറയല്ല. ഞങ്ങളുടെ മനസ്സുകളിൽ പ്രതിഷേധവും സങ്കടവും അലയടിച്ചു. കൺമുന്നിൽ നടക്കുന്ന ഈ അനീതികളെ തടയാൻ കഴിയുന്നില്ലല്ലോ എന്നോർത്ത് വേദന കടിച്ചമർത്തി. ഈ സംഭവം എന്റെ ഭർത്താവിനെ കുറച്ചൊന്നുമല്ല പിടിച്ചുകുലുക്കിയത്!

ആ വ്യാജമൊഴി നൽകാനെത്തിയ പൊലീസുകാരിയുടെ മുഖംമൂടി കോടതിമുറിക്കുള്ളിൽ വച്ചുതന്നെ അഴിച്ചുമാറ്റണമെന്ന് അദ്ദേഹം തീരുമാനിച്ചു. ഉറക്കമിളച്ചിരുന്ന് അദ്ദേഹം ആ സാക്ഷിമൊഴി വീണ്ടും വീണ്ടും വായിച്ചു അതിസൂക്ഷ്മമായ ഒരു ക്രോസ് വിസ്താരത്തിന് അദ്ദേഹം സ്വയം സജ്ജനായി.

അടുത്ത ദിവസം ക്രോസ് വിസ്താരത്തിനുള്ള സമയമെത്തി, വിസ്താരം തുടങ്ങി. അല്പസമയത്തിനുള്ളിൽ തന്റെ പൊയ്മുഖം അഴിഞ്ഞുവീഴുന്ന വിവരം അനസൂയയ്ക്കു ബോധ്യപ്പെടാൻ തുടങ്ങി. എന്തുപറഞ്ഞാലും അവർ ഉന്നതപദവിയിലുള്ള ഒരു പൊലീസ് ഓഫീസറാണല്ലോ? അതവർക്ക് വേഗത്തിൽ ബോധ്യപ്പെടും. അവർ ആകെ അക്ഷമയായി.

തുടർന്നുള്ള എല്ലാ ചോദ്യങ്ങൾക്കും അവർ, 'പറയാൻ കഴിയില്ല, ഉത്തരം പറയില്ല,' എന്ന കടുത്ത സ്വരത്തിൽ പതിനൊന്നു പ്രാവശ്യം ആവർത്തിച്ചു. ഈ പതിനൊന്നു നിഷേധ ഉത്തരങ്ങളും അവരുടെ മുൻ സാക്ഷ്യങ്ങൾക്കു കടകവിരുദ്ധമായ മറുപടികളായിരുന്നു. കോപംകൊണ്ട് അവരുടെ കണ്ണുകളിൽ ഇരുട്ടു കയറി. ഒരു പ്രോസിക്യൂഷൻ സാക്ഷി എനിക്കറിഞ്ഞുകൂടാ, ഓർമ്മയില്ല. മറന്നുപോയി എന്നൊക്കെ വേണമെങ്കിൽ പറയാം. അതിലൊരു ന്യായമുണ്ടെന്നു വാദത്തിനുവേണ്ടി സമ്മതിക്കാം, എന്നാൽ 'ഞാൻ പറയില്ല; പറയാൻ കഴിയില്ല; ഉത്തരം പറയാൻ ബുദ്ധിമുട്ടുണ്ട്'എന്നിങ്ങനെ മറുപടി പറഞ്ഞാൽ എന്താണ് അതിന്റെയർത്ഥം? എനിക്ക് ഉത്തരമറിയാം. അതൊന്നും 'നിന്നോടു പറയേണ്ട കാര്യമില്ല;' അല്ലെങ്കിൽ 'നീ തന്നെ ഒരു കൊടുംകുറ്റവാളി, നിന്റെ ചോദ്യങ്ങൾക്കെല്ലാം മറുപടി പറയേണ്ട കാര്യമുണ്ടോ,' എന്ന ധിക്കാരമാണ് ഇവിടെ അവർ പ്രകടിപ്പിച്ചത്. ഏതായാലും അവരുടെ മറുപടികളെല്ലാം അപ്പോഴപ്പോൾ ടൈപ്പു ചെയ്ത് അവരുടെ ഒപ്പും വാങ്ങി സൂക്ഷിച്ചിരുന്നു.

നിയമപ്രകാരം അവർ ഉത്തരം പറഞ്ഞ രീതി ശുദ്ധ അസംബന്ധമാണ്. അതുമാത്രമല്ല, ശിക്ഷാർഹമായ കുറ്റം കൂടിയാണ്. ഈ കേസിന്റെ ഗതിയെത്തന്നെ മാറ്റിമറിക്കാൻ ആ മറുപടി ഉതകുമെന്ന് അനസൂയ തിരിച്ചറിഞ്ഞതേയില്ല. എന്നാൽ പ്രോസിക്യൂഷൻ വക്കീലന്മാർ അതു മനസ്സിലാക്കിക്കഴിഞ്ഞിരുന്നു. ആ സാക്ഷിമൊഴിയുടെ പകർപ്പ് ഞങ്ങൾക്ക് ഉടൻതന്നെ ലഭിക്കുകയില്ല. അതിനു ചില ദിവസങ്ങൾ വേണ്ടിവരും. മാത്രമല്ല ആ സാക്ഷിമൊഴി ഞങ്ങൾക്കു നൽകാൻ പരമാവധി

കാലതാമസം വരുത്താനും അവർ ശ്രമിച്ചു. പിന്നീട് എന്റെ ഭർത്താവ് ക്രമപ്രകാരം അപേക്ഷകൊടുത്ത് അനസൂയയുടെ മൊഴിപ്പകർപ്പു വാങ്ങി പരിശോധിച്ചു.

എന്തദ്ഭുതം! എവിടെയെല്ലാം അവർ 'ഉത്തരം പറയാൻ കഴിയില്ല; പറയില്ല', എന്നു പറഞ്ഞിരുന്നോ അവിടെയെല്ലാം നേരത്തേ ടൈപ്പു ചെയ്തത് മായിച്ചുകളഞ്ഞ് അതിനുമുകളിൽ ഓർമ്മയില്ല; അറിഞ്ഞു കൂടാ; മറന്നുപോയി എന്നിങ്ങനെ രണ്ടാമതു ടൈപ്പുചെയ്ത് മാറ്റിയിരുന്നു. (Over writing)

ബോധപൂർവ്വം നിയമവിരുദ്ധമായ വഴികളിലൂടെ കുത്സിത പ്രവർത്തനങ്ങൾ കോടതിക്കുള്ളിൽ വച്ചു തന്നെ നടന്നുകഴിഞ്ഞിരുന്നു. ന്യായാധിപന്മാർ അറിയാതെയാണ് ഇതെല്ലാം നടക്കുന്നതെങ്കിലും നിയമപ്രകാരം അതിനുള്ള ഉത്തരവാദി അവർതന്നെയാണ്. അല്ലെങ്കിൽ അങ്ങനെ തെറ്റു ചെയ്തവരെ കണ്ടുപിടിച്ച് മാതൃകാപരമായ ശിക്ഷ നൽകേണ്ടതാണ്. എന്നാലിവിടെ അതൊന്നും തന്നെ സംഭവിച്ചില്ല.

ഇതെല്ലാംകണ്ട് ഞെട്ടിത്തരിച്ച എന്റെ ഭർത്താവ് നടന്ന കാര്യങ്ങൾ വിശദീകരിച്ച് ന്യായാധിപന് രേഖാമൂലം ഹർജി സമർപ്പിച്ചു. ബഹു. കോടതി ഒപ്പിട്ടു സാക്ഷ്യപ്പെടുത്തിയ മൊഴികളിൽ ബോധപൂർവ്വം തിരുത്തലുകൾ വരുത്തുകയും ഓവർറൈറ്റിംഗ് നടത്തുകയും ചെയ്തതായാണ് ഹർജിയിലുണ്ടായിരുന്നത്. കുറ്റക്കാർക്കെതിരെ കർശന നടപടികൾ സ്വീകരിക്കണമെന്നും ആവശ്യപ്പെട്ടു. എന്നാൽ ഈ പരാതിക്കുള്ള ഉത്തരം വെറും മൗനം മാത്രമായിരുന്നു. കാര്യങ്ങൾ ഇങ്ങനെപോയാൽ എങ്ങനെ നീതി നടക്കാനാണ് എന്നുള്ളതുകൊണ്ട് ഇതിനെതിരെ തുടർപോരാട്ടംതന്നെ നടത്താൻ എന്റെ ഭർത്താവു തീരുമാനിച്ചു.

മറ്റൊരു പോംവഴിയുമില്ലാതെ, കഴിഞ്ഞ അഞ്ചുവർഷങ്ങൾക്കിടയിൽ എനിക്കെതിരെ നടന്ന ഇരുപത്തിയേഴ് നീതി ലംഘന സംഭവങ്ങൾ ചൂണ്ടിക്കാട്ടി മേൽനടപടികൾ സ്വീകരിക്കണമെന്ന് ടാഡ – കോടതിയിൽ പരാതി സമർപ്പിച്ചശേഷം, "നേരത്തേ പലപ്രാവശ്യം തന്നിട്ടുള്ള പരാതികളിന്മേൽ നടപടികൾ സ്വീകരിച്ച് എനിക്കു നീതി ലഭിക്കുന്നതുവരെ എനിക്ക് വിശ്വാസപൂർവ്വം ഈ കോടതി നടപടികളിൽ തുടർന്നു പങ്കെടുക്കാൻ കഴിയില്ല" എന്ന് എഴുതിക്കൊടുത്തശേഷം അദ്ദേഹം കോടതി ബഹിഷ്കരിച്ചു പുറത്തുപോയി.

അതിനുശേഷം ഏതാണ്ട് ഒന്നരവർഷക്കാലം അദ്ദേഹം ഒരു കോടതിനടപടികളിലും പങ്കെടുത്തില്ല. കോടതി ബഹിഷ്കരണം തുടർന്നുപോന്നു. ടാഡ – പ്രത്യേക കോടതിയിൽ ഞാനൊഴികെയുള്ള എല്ലാ തടവുകാരും മുടങ്ങാതെ പങ്കെടുത്തു. കോടതിയിൽ ഓരോ ദിവസവും നടക്കുന്ന സംഭവങ്ങളുടെ കുറിപ്പുകൾ തയ്യാറാക്കി ഞാൻ അദ്ദേഹത്തിനു വിശദീകരിച്ചുകൊണ്ടിരുന്നു. എന്തുവേണമെങ്കിലും നടന്നുകൊള്ളട്ടെ, വരുന്നിടത്തുവച്ചു കാണാം എന്ന മട്ടിൽ അദ്ദേഹം കഴിച്ചുകൂട്ടി.

ഇവിടെ ഒരു കാര്യം വ്യക്തമാക്കേണ്ടതുണ്ട്. എന്റെ ഭർത്താവ് ഇപ്രകാരം കോടതി നടപടികൾ ബഹിഷ്കരിച്ചതിന്റെ ഗുണഭോക്താക്കൾ സി.ബി.ഐ. ആയിരുന്നു. അവൻ ഈ കാലഘട്ടം അവർക്കനുകൂലമാക്കി കേസ് മാറ്റിമറിച്ചെടുത്തു. ഈ കാലഘട്ടത്തിൽ നൂറുകണക്കിന് സാക്ഷികളെ കൊണ്ടുവന്ന് അവർക്കനുകൂലമായി മൊഴി കൊടുപ്പിച്ചു. അതിൽ ഏറ്റവും പ്രധാനപ്പെട്ട കാര്യം എന്റെ ഭർത്താവിനെതിരെയുള്ള എല്ലാ പ്രധാന സാക്ഷികളെയും ഈ കാലയളവിൽ വിസ്തരിച്ച് മൊഴി രേഖപ്പെടുത്തുന്ന ജോലികൾ പൂർത്തീകരിച്ചു കഴിഞ്ഞിരുന്നു. അതിനാൽ ഈ സാക്ഷികളെ ക്രോസ് വിസ്താരം നടത്താനുള്ള അവസരമാണ് നഷ്ടപ്പെട്ടുപോയത്. എന്നാലും ടാഡ – നിയമപ്രകാരം കുറ്റാരോപിതർ എപ്പോൾ ഹാജരാകുന്നുവോ അപ്പോൾ പ്രോസിക്യൂഷൻ സാക്ഷികളെ വിളിച്ചുവരുത്തി ക്രോസ് വിസ്താരം നടത്താൻ കഴിയും. അതിനുള്ള അവസരം നിഷേധിക്കാൻ പാടില്ലെന്ന് നിയമത്തിൽ കൃത്യമായി എഴുതിച്ചേർത്തിട്ടുണ്ട്.

ഈ നിയമം സി.ബി.ഐയെ സംബന്ധിച്ചിടത്തോളം കണ്ണിലെ കരടായി മാറിയിരുന്നു. നേരത്തെ പ്രോസിക്യൂഷൻ ഹാജരാക്കിയ സാക്ഷികളെല്ലാംതന്നെ 'വ്യാജന്മാരായിരുന്നു' എന്ന് അദ്ദേഹം കോടതിയിൽ തെളിയിച്ചിരുന്നു. അങ്ങനെയൊന്ന് വീണ്ടും നടക്കാതിരിക്കാൻ സി.ബി.ഐ. കുറുക്കുവഴിയിൽ തീവ്രമായി ശ്രമിച്ചുകൊണ്ടിരുന്നു.

അതായത്, എന്റെ ഭർത്താവ് മനഃപ്പൂർവ്വം കോടതി നടപടികൾ ബഹിഷ്കരിക്കുകയായിരുന്നെന്നും അതിനാൽ അദ്ദേഹത്തെ ബലം പ്രയോഗിച്ച് വിചാരണക്കോടതിയിൽ ഹാജരാക്കാൻ ഹൈക്കോടതി ഉത്തരവിടണമെന്ന് ആവശ്യപ്പെട്ട് സി.ബി.ഐ. ഹർജി നൽകിയിരുന്നു.

ഇതൊക്കെ വായിക്കുന്നവർക്ക്, എന്റെ ഭർത്താവ് ബോധപൂർവ്വം കോടതി ബഹിഷ്കരിക്കുകയായിരുന്നെന്നും കോടതി നടപടികളോടു സഹകരിക്കുന്നില്ല എന്നും തോന്നാനിടയുണ്ട്. പുറമെ അത്തരത്തിലുള്ള വിഷലിപ്തമായ വാർത്തകളുണ്ടാക്കി പ്രചരിപ്പിച്ചുകൊണ്ടിരുന്നു. എന്നാൽ സത്യത്തിൽ ഉള്ളിൽ നടക്കുന്ന നീതിനിഷേധങ്ങളും അതു സംബന്ധമായ വിവരങ്ങളും പുറത്തുള്ളവർക്ക് അറിയാൻ യാതൊരു മാർഗ്ഗവും ഉണ്ടായിരുന്നില്ല. അടച്ചിട്ട കോടതിമുറിയിൽ (In Camera) നടക്കുന്ന വിചാരണയിൽ പത്രമാധ്യമങ്ങൾക്ക് പ്രവേശനം അനുവദനീയമല്ലാത്തതിനാൽ അവിടെ നടക്കുന്നതൊന്നും പുറത്തറിയാൻ ഒരു മാർഗ്ഗവുമുണ്ടായിരുന്നില്ല.

സി.ബി.ഐ. ചെന്നെ ഹൈക്കോടതിയിൽ സമർപ്പിച്ചിരുന്ന ഹർജി കോടതി ഫയലിൽ സ്വീകരിച്ചിരുന്നു. അതനുസരിച്ച് ഭർത്താവിനു നോട്ടീസ് അയച്ചു.

ആ കേസിനെ അദ്ദേഹം എങ്ങനെയാണ് നേരിട്ടത്?

മുപ്പത്

വക്കീലായി മാറിയ കഥ - 2

ഞങ്ങൾ അറസ്റ്റുചെയ്യപ്പെട്ടതുമുതൽ ഞങ്ങൾക്ക് എങ്ങനെയെല്ലാം നീതിയും ന്യായവും നിഷേധിക്കപ്പെട്ടോ, എപ്പോഴെല്ലാം ഞങ്ങൾ അതേപ്പറ്റി പരാതികൾ നൽകിയിരുന്നോ, അപ്പോഴെല്ലാം അതിന്റെ പേരിൽ ഞങ്ങൾക്ക് ഒരു കഴഞ്ചു നീതിയെങ്കിലും തന്നിട്ടുണ്ടോ ഇല്ലയോ എന്നെല്ലാം ഒരു പട്ടിക തയ്യാറാക്കി വേണ്ടപ്പെട്ട തെളിവുകൾ സഹിതം എന്റെ ഭർത്താവ് ഒരു പരാതിയായി കോടതിയിൽ സമർപ്പിച്ചിരുന്നു.

ഈ സാഹചര്യത്തിലാണ് ചെന്നൈ ഹൈക്കോടതിയിൽ നിന്നും സമൻസ് വരുന്നത്. അതനുസരിച്ച് അദ്ദേഹം കോടതിയിൽ ഹാജരായി. പതിവുപോലെ കോടതി പരിസരത്ത് ശക്തമായ പൊലീസ് കാവൽ ഏർപ്പെടുത്തിയിരുന്നു. അവിടെ കോടതിയിൽ പരസ്യമായ ഒരു വിചാരണയും നടന്നില്ല. സുരക്ഷാകാരണങ്ങൾ പറഞ്ഞ് ന്യായാധിപന്റെ ചേംബറിനുള്ളിൽ വച്ചാണ് വിചാരണ നടന്നത്.

സി.ബി.ഐ സമർപ്പിച്ചിരുന്ന ഹർജിയിലെ കാര്യങ്ങളെപ്പറ്റി എന്റെ ഭർത്താവിനോടു ചോദിച്ചശേഷം, “എന്തൊക്കെപ്പറഞ്ഞാലും നിങ്ങൾ ടാഡ കോടതിയിൽ ഹാജരായേ തീരൂ, അതാണ് ശരിയായ രീതി”, എന്നൊക്കെ വിശദമായി പറഞ്ഞുകൊടുത്തു.

അതിനുള്ള മറുപടിയായി, “അക്കാര്യത്തിൽ എനിക്ക് യാതൊരു ആക്ഷേപവുമില്ല സാർ, എന്നാൽ എനിക്കിവിടെ പലപ്രാവശ്യം സാമാന്യ നീതി നിഷേധിക്കപ്പെട്ടിരിക്കുകയാണ്, അതെല്ലാം ഞാൻ ഹർജിയായി സമർപ്പിച്ചിട്ടുണ്ട്, അതിന്റെ പേരിൽ യാതൊരു നടപടിയും നാളിതുവരെ ഉണ്ടായിട്ടില്ല, ആരും അക്കാര്യം ഗൗനിക്കുന്നതേയില്ല, ഈ സാഹചര്യത്തിൽ ടാഡ കോടതിയിൽ ഹാജരാകുന്നതിൽ യാതൊരർത്ഥവുമില്ല”, എന്ന് വിനയപുരസരം കോടതിയെ ബോധിപ്പിച്ചു. തുടർന്ന് ജഡ്ജിയുടെ നിർദ്ദേശപ്രകാരം കോടതി ബഹിഷ്കരണത്തിനുള്ള കാരണങ്ങളെല്ലാം രേഖാമൂലം സമർപ്പിച്ചു. ആ കേസിന്റെ തീർപ്പിൽ, “ മുരുകൻ തന്റെ തീരുമാനത്തിൽ ഉറച്ചുനിൽക്കുകയാണ്, അയാളെ നിർബന്ധിച്ച് ടാഡ കോടതിയിൽ ഹാജരാകണമെന്ന് ഉത്തരവിടാൻ വകുപ്പുകൾ ഒന്നും

തന്നെയില്ല;"എന്നു പ്രഖ്യാപിക്കുക മാത്രമല്ല, നേരത്തെ പ്രോസിക്യൂഷൻ സാക്ഷിയായി കോടതിയിൽ മൊഴി നൽകിയവരെ വീണ്ടും വിളിച്ച് ക്രോസ് വിസ്താരം നടത്തേണ്ട ആവശ്യവുമില്ല", എന്നും ഉത്തരവിൽ വ്യക്തമാക്കിയിരുന്നു. എന്നാൽ എന്തുകൊണ്ടാണ് എന്റെ ഭർത്താവ് ടാഡ കോടതി ബഹിഷ്കരിച്ചത് എന്നതിനെപ്പറ്റി ഒരു വാക്കുപോലും വിധിയിൽ സൂചിപ്പിച്ചിരുന്നില്ല.

നിങ്ങൾക്ക് എന്തെല്ലാം അനീതികളുണ്ടായാലും അതെല്ലാം സഹിച്ച് നിങ്ങൾ കോടതിയിൽ ഹാജരാകേണ്ടതാണ് എന്നായിരുന്നു ആ വിധിയുടെ ധ്വനി. ഹൈക്കോടതിയുടെ ഈ വിധിക്കെതിരെ അദ്ദേഹം സുപ്രീം കോടതിയിൽ അപ്പീൽ നൽകി. ഒരൊറ്റ മാസത്തിനുള്ളിൽ അതിന്മമ്മേലുള്ള വിധിയും പ്രഖ്യാപിക്കപ്പെട്ടു. കഴിഞ്ഞ ഇരുപത്തിയഞ്ച് വർഷത്തിനുള്ളിൽ ഞങ്ങൾക്ക് ആദ്യമായി ലഭിച്ച "ഇൻസ്റ്റന്റ് ജസ്റ്റിസ്" ആയിരുന്നു അത്. അത്രവേഗത്തിൽ സി.ബി.ഐ കാര്യങ്ങൾ നീക്കിയിരുന്നവെന്നു വ്യക്തം.

"The petition is dismissed," 'നിങ്ങളുടെ പരാതി തള്ളിയിരിക്കുന്നു', എന്ന ഒറ്റവാചകമേ വിധിയിൽ ഉണ്ടായിരുന്നുള്ളൂ. അപ്പീലിനു കാരണമായ, ഏതാണ്ട് അമ്പത് പേജോളം വരുന്ന, ഇംഗ്ലീഷിൽ തയ്യാറാക്കപ്പെട്ട ഹർജിയാണ് കോടതിയിൽ സമർപ്പിച്ചിരുന്നത്. ആ കേസിൽ നേരിട്ടു ഹാജരാകാനും സ്വയം കേസുവാദിക്കാനുമുള്ള അനുവാദത്തിന് അപേക്ഷിച്ചിരുന്നു. എന്നാൽ അപ്പീലിന്റെ വിധിന്യായം കേട്ട് ഞങ്ങൾ ഞെട്ടിപ്പോയി. ഞങ്ങളുടെ മനസ്സ് കലങ്ങിപ്പോയി എന്നുതന്നെ പറയാം. ഞങ്ങൾക്കെന്തു ചെയ്യാൻ കഴിയും?

സി.ബി.ഐയുടെ താത്പര്യപ്രകാരമുള്ള വിധിയാണ് അന്നുണ്ടായത്. എന്റെ ഭർത്താവിന്റെ അസാന്നിദ്ധ്യത്തിൽ നേരിട്ടു ഹാജരായി മൊഴി കൊടുത്തുകഴിഞ്ഞിരുന്ന പ്രോസിക്യൂഷൻ സാക്ഷികളെ വീണ്ടും ക്രോസ് വിസ്താരം നടത്താൻ അനുവദിക്കണമെന്ന അദ്ദേഹത്തിന്റെ അപേക്ഷ കോടതി നിഷ്ക്കരുണം തള്ളിക്കളഞ്ഞു. ഇതായിരുന്നു സി.ബി.ഐയുടെ ഒറ്റ ആവശ്യവും!

അവരുടെ ഇഷ്ടംപോലെ കാര്യങ്ങൾ നീങ്ങിയതിൽ അവർ സന്തോഷിച്ചു. നീതിനടപ്പാക്കേണ്ടവർ തന്നെയാണ് നീതി നിഷേധത്തിനുള്ള വഴികൾ തേടിക്കൊണ്ടിരുന്നത്. പ്രത്യേക അന്വേഷണ സംഘവും നീതി നിഷേധത്തിനുള്ള വഴികളാണ് തേടിക്കൊണ്ടിരിക്കുന്നത്.

ഭർത്താവ് കോടതിയിൽ ചെന്നാൽ അവർക്കു പ്രശ്നം. കാരണം അദ്ദേഹം അനാവശ്യമായ ചോദ്യങ്ങൾ ചോദിച്ച് സാക്ഷികളെയും മറ്റും ബുദ്ധിമുട്ടിക്കുംപോലും! 'ശരി, ഞാൻ കോടതിയിലേക്കു വരുന്നതേയില്ല' എന്നു പറഞ്ഞ് ബഹിഷ്കരിച്ചാൽ അതും പ്രശ്നം!

മുരുകൻ ഇങ്ങനെ കോടതി ബഹിഷ്കരിക്കുന്നതുകൊണ്ട് മറ്റുള്ളവർക്കു ദോഷമേ ഉണ്ടാകൂ... അയാളെന്താണ് ഇങ്ങനെയെല്ലാം

പെരുമാറുന്നത് എന്നെല്ലാം അവർ പ്രചരിപ്പിച്ചുകൊണ്ടിരുന്നു. "ഇഷ്ട മില്ലാത്തച്ചി, തൊട്ടതെല്ലാം കുറ്റം!" എന്നു പറയുന്നതുപോലെയായി കാര്യ ങ്ങൾ. അങ്ങനെയുള്ള ഗതികേടിലായിപ്പോയി ഞങ്ങൾ. എന്തുചെയ്യാൻ കഴിയും?

വക്കീലന്മാർ, ഞങ്ങളോടു സ്നേഹവും സഹതാപവുമുള്ള ഉദ്യോഗ സ്ഥർ, ബന്ധുക്കൾ, സഹതടവുകാർ എന്നിങ്ങനെ പലനിലകളിലുള്ള വർപോലും, "മുരുകൻ കോടതിയിൽ ഹാജരാകുന്നതാണ് നല്ലത്", എന്നു സമ്മർദ്ദം ചെലുത്താൻ തുടങ്ങിയിരുന്നു. അവരെല്ലാം എന്നെയും നിർബ്ബ ന്ധിച്ചു തുടങ്ങി. അവരോട് എന്തു മറുപടിയാണ് പറയേണ്ടത് എന്നറി യാതെ ഞാൻ വലഞ്ഞു.

ആ വിവരം അദ്ദേഹത്തോടു പറഞ്ഞാൽ, "നീതിക്കു വേണ്ടിയുള്ള പോരാട്ടത്തിലാണ് ഞാൻ, എല്ലാവരുടെയും മോചനത്തിനുവേണ്ടിയാണ് ഞാനിതൊക്കെ ചെയ്യുന്നത്. കൺമുന്നിൽ നടക്കുന്ന അനീതികൾ കണ്ടിട്ട് വെറുതെയിരുന്നാൽ എങ്ങനെ നീതി നടപ്പാക്കാൻ കഴിയും. കൺമുന്നിൽ നടക്കുന്ന അന്യായങ്ങളെല്ലാം കണ്ടുകൊണ്ട് അതിനെതിരെ പോരാട്ടം നടത്താതിരുന്നാൽ ജീവിതകാലം മുഴുവൻ കൽത്തുറങ്കിൽത്തന്നെ കഴിഞ്ഞുകൂടേണ്ടി വരും", എന്നു മറുപടി പറയും.

മറ്റൊരു പോംവഴിയുമില്ല. മറ്റുള്ളവരുടെ പഴികൾക്കും പരിഹാസ ത്തിനും നാമെന്തിനു പാത്രമാകണം? "എല്ലാവരും എന്റെ മേലാണ് സമ്മർദ്ദം ചെലുത്തിക്കൊണ്ടിരിക്കുന്നത്. അതുകൊണ്ട് ഒന്നും മിണ്ടാതെ കോടതി ബഹിഷ്ക്കരണം അവസാനിപ്പിക്കുന്നതാണ് നല്ലത്," എന്നെല്ലാം പറഞ്ഞുപറഞ്ഞ് ഒരുകണക്കിന് അദ്ദേഹത്തെക്കൊണ്ടു സമ്മതിപ്പിച്ചു.

വിചാരണ നടന്ന നാലുവർഷങ്ങളിൽ രണ്ടരവർഷവും അദ്ദേഹം കോടതി നടപടികൾ ബഹിഷ്കരിച്ചിരുന്നു. വിചാരണയുടെ ഏറ്റവും പ്രധാനപ്പെട്ട ഘട്ടങ്ങളായിരുന്നു അത്. ഏതായാലും ബഹിഷ്കരണം ഉപേക്ഷിച്ച് അദ്ദേഹം വീണ്ടും കോടതി നടപടികളുമായി സഹകരിച്ചു പ്രവർത്തിക്കാൻ തുടങ്ങി.

എന്റെ ഭർത്താവ് വീണ്ടും കോടതിയിൽ വരാൻ തുടങ്ങിയപ്പോഴേക്കും പ്രധാനപ്പെട്ട നൂറോളം പ്രോസിക്യൂഷൻ സാക്ഷികളുടെ വിസ്താരം പൂർത്തിയായിരുന്നു. അവരെയെല്ലാം വീണ്ടും കോടതിയിൽ വിളിച്ചുവ രുത്തി ക്രോസ്‌വിസ്താരം നടത്താൻ അവസരം നൽകണമെന്നാവശ്യ പ്പെട്ട് അദ്ദേഹം കോടതിയിൽ ഹർജി നൽകി.

ഹൈക്കോടതി വിധി ചൂണ്ടിക്കാട്ടി ടാഡ കോടതി ജഡ്ജി ആ അപേക്ഷ തള്ളിക്കളഞ്ഞു. ഒരു പുനർവിചാരണയ്ക്ക് അനുമതി നൽകാൻ ടാഡ ജഡ്ജിക്ക് അധികാരമുണ്ടായിരുന്നു. എന്നിട്ടും സി.ബി. ഐയുടെ താത്പര്യപ്രകാരം അനുമതി നിഷേധിക്കപ്പെടുകയാണുണ്ടാ യത്.

അങ്ങനെയൊരു അവകാശം പോലും നൽകാതെ ഞങ്ങൾ 26 പേർക്കും യാതൊരു ദയാദാക്ഷ്യണ്യവുമില്ലാതെ വധശിക്ഷ വിധിക്കുകയാണ് ടാഡ കോടതി ചെയ്തത്.

ഈ സംഭവങ്ങളൊന്നും സുപ്രീംകോടതിയുടെ ശ്രദ്ധയിൽപ്പെട്ടിട്ടേയില്ല. ഹൈക്കോടതി നേരത്തെ ഒരുത്തരവ് പുറപ്പെടുവിച്ചിരുന്നു. അതിനാൽ എന്തെങ്കിലും പ്രയോജനമുണ്ടാകുന്നെങ്കിൽ ഉണ്ടായിക്കൊള്ളട്ടെ എന്നു കരുതി വീണ്ടും ടാഡ കോടതിയെ സമീപിച്ചു.

നേരത്തെ നടന്ന ക്രോസ്‌വിസ്താരവേളയിൽ പല സംഭവങ്ങളും നടന്നിരുന്നു. ക്രോസ് വിസ്താരത്തിൽ ഓരോ സാക്ഷിയേയും ചോദ്യശരങ്ങൾകൊണ്ട് കിടുകിടെ വിറപ്പിച്ച്, ആ സാക്ഷി പറഞ്ഞതെല്ലാം തെറ്റാണെന്ന് തെളിയിച്ചുകൊണ്ടിരുന്നല്ലോ? അതിനുശേഷം സി.ബി.ഐ പുതിയ ചില തന്ത്രങ്ങൾ മെനയാൻ തുടങ്ങി. അതായത് എന്തു ചോദിച്ചാലും അതിനുള്ള കൃത്യമായ ഉത്തരം നൽകാൻ പാടില്ല. വേറെ എന്തെങ്കിലും മാറ്റിപ്പറയണമെന്ന് സാക്ഷികളെ അവർ പഠിപ്പിച്ചു.

അതനുസരിച്ച് പതിനഞ്ചിൽ അധികം സാക്ഷികൾ ശരിയായ മറുപടി പറയാതെ പരസ്പരം ബന്ധമില്ലാതെ പലതും പറയാൻ തുടങ്ങി. ഇടയിൽ തെറ്റായ വിവരങ്ങളും നൽകാനാരംഭിച്ചു. ചട്ടപ്രകാരം ഇതു കുറ്റമാണ്. സാക്ഷികളോടു ചോദിക്കുന്ന ചോദ്യങ്ങൾക്കുള്ള ഉത്തരം മാത്രമേ പറയാൻ പാടുള്ളൂ. സി.ബി.ഐയ്ക്കുവേണ്ടി, ചോദ്യങ്ങളുമായി ബന്ധമില്ലാത്ത കാര്യങ്ങൾ പറയാൻ പാടില്ല. ഇതെല്ലാം നിരീക്ഷിച്ച് സാക്ഷികളെ നേർവഴിക്കു കൊണ്ടുവരേണ്ടത് ജഡ്ജിയാണ്. എന്റെ ഭർത്താവ് ഒരു ജയിൽപ്പുള്ളിയാണല്ലോ? അയാൾക്കെന്തറിയാനാണ് എന്ന് ജഡ്ജി കരുതിയിരിക്കും. അതിനാൽ ആരാണിതു ചോദ്യംചെയ്യാൻ പോകുന്നത് എന്ന് അലക്ഷ്യഭാവത്തിൽ ജഡ്ജി ഇരുന്നു.

കോടതിയിൽ മാധ്യമങ്ങൾക്കു പ്രവേശനമുണ്ടായിരുന്നെങ്കിൽ ഇതുപോലെയുള്ള നിയമലംഘനങ്ങൾ നടക്കുകയില്ലായിരുന്നു. ഇരുമ്പുമറയ്ക്കുള്ളിൽ എന്തു നടന്നാലും അതുതന്നെ ന്യായം! രഹസ്യ വിചാരണയുടെ ഉദ്ദേശ്യംതന്നെ അതാണല്ലോ?

ഇവിടെ എടുത്തുപറയേണ്ട ഒരു കാര്യം ക്രോസ് വിസ്താരത്തിനിടയിൽ ചോദിക്കുന്ന ചോദ്യങ്ങൾ ടൈപ്പ് ചെയ്ത് രേഖപ്പെടുത്താറില്ല. സാക്ഷികളുടെ ഉത്തരങ്ങൾ മാത്രമേ രേഖപ്പെടുത്തുകയുള്ളൂ. അതുകൊണ്ടെന്താ? ചോദ്യമെന്തെന്ന് അറിയാതെ ഉത്തരം ശരിയോ തെറ്റോ എന്നു പറയാൻ കഴിയുമോ? ഇതൊരു കുഴപ്പംപിടിച്ച പണിതന്നെ! അങ്ങനെ സാക്ഷിവിസ്താരത്തിന്റെ ഉദ്ദേശ്യലക്ഷ്യങ്ങളെത്തന്നെ അട്ടിമറിക്കുന്ന കാര്യങ്ങളാണ് കോടതിയിൽ നടന്നത്. ഒരു ഘട്ടംവരെ ക്ഷമിച്ച അദ്ദേഹം അവസാനം "ഞാൻ ചോദിക്കുന്ന ചോദ്യങ്ങൾക്ക് ഉത്തരം പറയാൻ സാക്ഷി തയ്യാറാകുന്നില്ല, ചോദ്യങ്ങളുമായി പുലബന്ധമില്ലാത്ത ഉത്തരങ്ങളാണ് നൽകുന്നത്, അത് കേസ് വിസ്താരത്തെ

വഴിതെറ്റിക്കുന്നതും പ്രതികൾക്ക് ദോഷകരമായ രീതിയിലുമാണ് നടക്കുന്നത്. അതുകൊണ്ട് ബഹുമാനപ്പെട്ട കോടതി, "ഞാൻ ചോദിക്കുന്ന ചോദ്യങ്ങൾകൂടി രേഖപ്പെടുത്താൻ ഉത്തരവിടണം, മാത്രമല്ല സാക്ഷികളോടും ശരിയായ ഉത്തരം നൽകാൻ പ്രേരിപ്പിക്കണം", എന്നൊരു അപേക്ഷ നൽകി. പതിവുപോലെ ജഡ്ജി തലയുയർത്തി ഒന്നു നോക്കിയ ശേഷം വീണ്ടും മൗനമായി കുനിഞ്ഞിരുന്നു.

മറ്റു പോംവഴിയില്ലാതെ ഈ സംഭവം ചൂണ്ടിക്കാട്ടി നിയമപ്രകാരം പരാതി സമർപ്പിച്ചു. അത് ജഡ്ജിക്കു വലിയ വിഷമമായി പോലും! ആ പരാതി സ്വീകരിച്ചാൽ കോടതിയിൽ ഇത്തരം കപടനാടകങ്ങൾ നടന്നു എന്നതിന് അതൊരു രേഖയായി മാറും. അതു പിന്നീട് പല പ്രശ്നങ്ങൾക്കും കാരണമാകും. അതിനാൽ ഇനിമേൽ ക്രോസ് വിസ്താരത്തിൽ ചോദിക്കുന്ന ചോദ്യങ്ങളും രേഖപ്പെടുത്തണമെന്ന് വാക്കാൽ ഉത്തരവിട്ടു. അതിനുശേഷം അദ്ദേഹം കൊടുത്ത അപേക്ഷ തള്ളിക്കളഞ്ഞു. ഇതേപോലെ കോടതിയിൽ നടന്ന മറ്റൊരു സമർത്ഥമായ തട്ടിപ്പിന്റെ കഥയും അറിഞ്ഞിരിക്കേണ്ടതാണ്.

സാക്ഷികൾക്ക് കോടതിയിൽ ഹാജരാകാനുള്ള സമൻസ് കോടതി നേരിട്ട് അയച്ചുകൊടുക്കും, അല്ലെങ്കിൽ ബന്ധപ്പെട്ട പൊലീസ് സ്റ്റേഷൻ വഴി സമൻസുകൾ നേരിട്ട് എത്തിച്ചുകൊടുക്കും, അതു കിട്ടുന്നവർ നേരിട്ടു കോടതിയിൽ ഹാജരാകും. കേസ് അന്വേഷണച്ചുമതലയുള്ളവർ ഇക്കാര്യത്തിൽ ഇടപെടാൻ പാടില്ല എന്നാണ് നിയമം.

എന്നാൽ ഞങ്ങളുടെ കാര്യത്തിൽ നേരെ വിപരീതമായിട്ടാണ് കാര്യങ്ങൾ നടന്നത്. ടാഡ കോടതി നൽകുന്ന സമൻസ് സി.ബി.ഐ ഒന്നിച്ചു ശേഖരിച്ച്, അവരുടെ സ്വന്തം വാഹനത്തിൽ സാക്ഷികളെ കയറ്റി മല്ലികയിലെത്തിച്ച് കൊടുക്കേണ്ട മൊഴികൾ പഠിപ്പിച്ച് കോടതിയിൽ നേരിട്ടു ഹാജരാക്കുകയാണ് ചെയ്തിരുന്നത്.

ഇതെല്ലാം ഞങ്ങളുടെ കൺമുന്നിൽ നടന്ന കാര്യങ്ങളാണ്. ഇതു ഞങ്ങൾ തുറന്നു പറയുന്നതു വലിയ കുറ്റമാണെന്നറിയാം. ഇതു ഞങ്ങളെ എങ്ങനെ പ്രതികൂലമായി ബാധിക്കുമെന്നും അറിയാം. എന്നാൽ വ്യക്തമായ തെളിവുകളും രേഖകളുമില്ലാതെ ഞങ്ങൾ ഒരു ആരോപണവും ഉന്നയിച്ചിട്ടില്ല. ഞാൻ പറയുന്ന ഓരോന്നിനും കൃത്യമായ തെളിവുകൾ എന്റെ പക്കലുണ്ട്. ഈ സംഭവങ്ങളെല്ലാം അപ്പോഴപ്പോൾ രേഖാമൂലം കോടതിയിൽ എഴുതി സമർപ്പിച്ചിട്ടുണ്ട്. ബദരീനാഥ്, ആവഡി മനോഹരൻ, പ്രഭാകരൻ എന്നീ മൂന്നുസാക്ഷികൾതന്നെ ഇക്കാര്യം നേരിട്ട് കോടതിയെ അറിയിച്ചിട്ടുള്ളതാണ്. "സി.ബി.ഐ. ഞങ്ങളെ മല്ലികയിൽ താമസിപ്പിക്കുകയും കോടതിയിൽ സാക്ഷി പറയേണ്ട കാര്യങ്ങൾ പഠിപ്പിക്കുകയും ചെയ്തിട്ടുണ്ട്." സാക്ഷികൾ പഠിച്ച കാര്യങ്ങൾ കോടതിയിൽ ആവർത്തിക്കും. ഇവരെ സാക്ഷിപ്പട്ടികയിൽ ഉൾപ്പെടുത്തിയതും സി.ബി.ഐയുടെ താത്പര്യപ്രകാരമാണ്. എന്നിട്ടും അവർ തങ്ങളുടെ

മനസ്സാക്ഷിയനുസരിച്ചാണ് കോടതിയിൽ മൊഴി നൽകിയത്. എന്നാൽ ഈ സാക്ഷികൾ കൂറുമാറിയതായി പ്രഖ്യാപിച്ച് അവരെ ഒഴിവാക്കി.

അങ്ങനെ ന്യായമായ രീതിയിൽ ഒരു അന്വേഷണവും വിചാരണയും നടത്താതെ അവർക്കു തോന്നിയ ആളുകളെ ചൂണ്ടിക്കാട്ടി, "ഇവരാണു കുറ്റവാളികൾ" എന്നു തീരുമാനിക്കുകയാണുണ്ടായത്. അതിനു സഹായകമായ രീതിയിൽ സാക്ഷികളെയും തരപ്പെടുത്തി, അങ്ങനെ അവർ കൊണ്ടുവന്ന സാക്ഷികൾമൂലം തന്നെ കേസന്വേഷണത്തിന്റെ അടിത്തറ തകരാൻ തുടങ്ങിയിരുന്നു. അതിനെ താങ്ങുകൊടുത്തു നിലനിർത്താൻ അധികാര ദുഷ്പ്രഭുത്വത്തെ കൂട്ടുപിടിച്ചുകൊണ്ടിരുന്നു.

ഇപ്പറഞ്ഞതിനും വ്യക്തമായ തെളിവുകളുണ്ട്. സെൽവം എന്നൊരാളെ പ്രോസിക്യൂഷൻ സാക്ഷിയായി കൊണ്ടുവന്നിരുന്നു. അയാളുടെ വീട്ടിലാണ് എന്റെ ഭർത്താവ് താമസിച്ചിരുന്നതെന്നും ആ വീട്ടിൽ പൊലീസ് നടത്തിയ റെയ്ഡിൽ അദ്ദേഹത്തിന്റെ തിരിച്ചറിയൽ കാർഡ് കണ്ടെടുത്തുവെന്നും വീട്ടുടമസ്ഥൻ ടാഡ കോടതിയിൽ മൊഴി നൽകിയിരുന്നു. ഈ മൊഴി അങ്ങനെതന്നെ അപ്പീൽ കോടതിയിലും നൽകണമായിരുന്നു. അതിനുള്ള തയ്യാറെടുപ്പുകളെല്ലാം നടത്തിയാണ് അയാളെ കോടതിയിൽ ഹാജരാക്കിയത്. എന്റെ ഭർത്താവ് അയാളെ ക്രോസ് വിസ്താരം നടത്തി. "നിങ്ങളുടെ വീട്ടിൽ നിന്നും പൊലീസ് കണ്ടെടുത്ത സാധനങ്ങളുടെ ലിസ്റ്റ് നിങ്ങൾ വായിച്ചുനോക്കിയാണോ ഒപ്പിട്ടുകൊടുത്തത്" എന്ന ചോദ്യത്തിന് 'അതെ' എന്നു അയാൾ ഉത്തരം പറഞ്ഞു.

"ശരി, എന്നെ നിങ്ങളുടെ വീട്ടിൽവച്ചു കണ്ടിട്ടുണ്ടോ, അവിടെ തങ്ങിയിരുന്നത് ഞാൻ തന്നെയാണോ" എന്നീ ചോദ്യങ്ങൾക്കും 'അതേ'യെന്ന് ഉത്തരം നൽകി.

'എന്റെ ഫോട്ടോ സി.ബി.ഐ. നിങ്ങളെ കാണിച്ച്, 'ഇയാളാണു മുരുകൻ' എന്നു പറയാൻ പൊലീസുകാർ നിങ്ങളോട് ആവശ്യപ്പെട്ടിരുന്നു. അതനുസരിച്ചല്ലേ നിങ്ങളെന്നെ തിരിച്ചറിഞ്ഞത്?' എന്നു ചോദിച്ചു.

"അങ്ങനെയൊന്നുമില്ല, നിങ്ങളെ എന്റെ വീട്ടിൽ വച്ചു കണ്ടിട്ടുള്ളതുകൊണ്ടാണ് തിരിച്ചറിഞ്ഞത്."

"അതല്ല, പല പത്രങ്ങളിലും മറ്റും വന്ന ഫോട്ടോ അവർ കാണിച്ചുതന്നതു വച്ചല്ലേ നിങ്ങൾ എന്നെ തിരിച്ചറിഞ്ഞത്?" എന്ന ചോദ്യത്തിന്, "അങ്ങനെയൊരു ഫോട്ടോയും എന്നെ അവർ കാണിച്ചിട്ടില്ല" എന്ന് മറുപടി പറഞ്ഞു.

"സി.ബി.ഐ എഴുതിത്തന്ന കടലാസിലല്ലേ നിങ്ങൾ ഒപ്പിട്ടുകൊടുത്തത്? നിങ്ങൾക്ക് എഴുതാനും വായിക്കാനും കഴിയില്ല, എന്ന് അറിയുന്നുണ്ടല്ലോ, ശരിയല്ലേ?"

"അല്ല, എനിക്ക് എഴുതാനും വായിക്കാനുമറിയാം. എഴുതിയിരുന്നതു വായിച്ചു മനസ്സിലാക്കിയാണ് ഞാൻ ഒപ്പിട്ടുകൊടുത്തത്."

"ആ വീട്ടിൽ എന്റെ ഒരു ഫോട്ടോയും നിങ്ങൾ കണ്ടില്ല, അല്ലേ?"

'അതേ'

"അങ്ങനെയെങ്കിൽ പൊലീസുകാർ എന്റെ ഫോട്ടോ കാണിച്ച് ഇയാളാണു മുരുകൻ എന്നു പറയണമെന്നു പറഞ്ഞതിനെ നിങ്ങൾ എതിർക്കുന്നു, അല്ലേ?"

"അതേ"

"ശരി, നിങ്ങളെന്റെ ഒരു ഫോട്ടോയും കണ്ടിട്ടില്ല എന്നു പറയുന്നു, പൊലീസുകാർ എന്റെ ഫോട്ടോ നിങ്ങളെ കാണിച്ചോ എന്ന ചോദ്യത്തിന് നിങ്ങൾ 'ഇല്ല' എന്നു മറുപടി പറയുന്നു. അങ്ങനെയെങ്കിൽ നിങ്ങളുടെ വീട്ടിൽ എന്റെ ഫോട്ടോ ഒട്ടിച്ച തിരിച്ചറിയൽ കാർഡ് ഉണ്ടായിരുന്നെന്ന്, പൊലീസുകാർ കണ്ടെത്തുന്നു, അതു നിങ്ങളെ കാണിച്ച്, ഇയാൾ തന്നെ യല്ലേ നിങ്ങളുടെ വീട്ടിൽ താമസിച്ചിരുന്നത് എന്ന് ചോദിച്ച് ഉറപ്പു വരുത്തി യെന്ന് നിങ്ങൾ സാക്ഷിമൊഴിയിൽ ഒപ്പിട്ടുകൊടുത്തിട്ടുണ്ടല്ലോ അതു കാണുമല്ലോ?"

അതിന് മറുപടി പറയാൻ കഴിയാതെ അയാൾ നിന്നു പരുങ്ങി, മൗന മായി തലകുനിച്ചു നിന്നു.

കോടതിമുറിയിൽ ചിരി മുഴങ്ങി. ജഡ്ജി തലകുമ്പിട്ടിരുന്നു. അതിന്ശേഷം നടന്നതാണ് ഏറ്റവും വലിയ നീതി നിഷേധം.

ഒരു സാക്ഷിയെ പ്രതിഭാഗം ക്രോസ്‌വിസ്താരം നടത്തിക്കഴിഞ്ഞ ശേഷം വീണ്ടും പ്രോസിക്യൂഷൻ ക്രോസ് വിസ്താരം നടത്താൻ പാടില്ല എന്നതാണ് ചട്ടം. എന്നാലിവിടെ പ്രോസിക്യൂഷൻ സാക്ഷിയായിരുന്ന സെൽവത്തെ പ്രോസിക്യൂഷൻ വക്കീൽ വീണ്ടും ക്രോസ് ചെയ്തു.

"നിങ്ങൾ അങ്ങനെ പറഞ്ഞല്ലോ, അതു കള്ളമല്ലേ? അതു തെറ്റായി പറഞ്ഞതല്ലേ? അയാളെ കുഴപ്പത്തിൽ ചാടിക്കാൻ വേണ്ടിയല്ലേ അങ്ങനെ ചോദിച്ചത്?" ഇങ്ങനെ നേരത്തേ സമ്മതിച്ചിരുന്നത് മാറ്റിമറിക്കാനുള്ള ശ്രമം തുടർന്നുകൊണ്ടിരുന്നു.

നിയമപ്രകാരം ഇതൊരു തെറ്റായ നടപടിയാണ്. എന്തുചെയ്യും? ഇവിടെയെല്ലാം നിയമവിരുദ്ധമായിട്ടാണ് നടന്നുകൊണ്ടിരുന്നത്. മറ്റൊരു നിയമലംഘനത്തേയും ഇവിടെ ചൂണ്ടിക്കാട്ടേണ്ടതുണ്ട്. നിയമപ്രകാരം തെറ്റല്ലെങ്കിലും മനസ്സാക്ഷിയനുസരിച്ച് നോക്കിയാൽ അതംഗീകരിക്കാൻ കഴിയാത്ത കാര്യമാണ്. അതേപ്പറ്റി ഓർത്ത് ഞാനും എന്റെ ഭർത്താവും വളരെ നാൾ സങ്കടപ്പെട്ടിട്ടുണ്ട്. എന്തിന്, ഇന്നും ഞങ്ങൾ സങ്കടപ്പെട്ടു കൊണ്ടിരിക്കുകയാണ്.

ടി. പാണ്ഡ്യൻ സാക്ഷിപ്പട്ടികയിൽ ഉണ്ടായിരുന്നു. 1991–ൽ പാർലമെന്റി ലേക്കും നിയമസഭയിലേക്കും ഒരേസമയം തിരഞ്ഞെടുപ്പു നടന്നു. അന്നു കോൺഗ്രസ്സിനോടൊപ്പം യു.സി.പി.ഐ. (യുണൈറ്റഡ് കമ്മ്യൂണിസ്റ്റ് പാർട്ടി) സഖ്യകക്ഷിയായിരുന്നു. അതിനാൽ തിരഞ്ഞെടുപ്പിന്റെ

അവസാനഘട്ട പ്രചരണത്തിനെത്തിയ രാജീവ്ഗാന്ധിയുടെ പ്രസംഗങ്ങൾ തമിഴിലേക്ക് മൊഴിമാറ്റിക്കൊണ്ടിരുന്നത് ശ്രീ. പാണ്ഡ്യനായിരുന്നു. അദ്ദേഹം ചെന്നൈ വിമാനത്താവളം മുതൽ ശ്രീപെരുമ്പത്തൂർ വരെ രാജീവ് ഗാന്ധിയോടൊപ്പമുണ്ടായിരുന്നു.

സ്ഫോടനം നടക്കുമ്പോൾ ശ്രീ. പാണ്ഡ്യൻ രാജീവ്ഗാന്ധിയിൽ നിന്നും ഏതാനും അടി അകലത്തിലാണ് നിന്നിരുന്നത്. അതിനാൽ അദ്ദേഹത്തിനും മാരകമായി പരുക്കേറ്റിരുന്നു, എന്നു പറയുന്നതിനേക്കാൾ മരിച്ച്, ഉയർത്തേഴുന്നേറ്റു എന്നു പറയുന്നതായിരിക്കും ശരിയാവുക. സാക്ഷി പറയാൻ എത്തുമ്പോഴും അദ്ദേഹത്തിന്റെ ശരീരത്തിന്റെ പലഭാഗങ്ങളിലും ബോംബിൽ നിന്നു ചിതറിയ ചീളുകൾ തുളച്ചു കയറിയിരുന്നതായി പത്രങ്ങളിൽ വായിച്ചു ഞാനും അറിഞ്ഞിരുന്നു.

സത്യം പറഞ്ഞാൽ അന്ന് ശ്രീ.ടി. പാണ്ഡ്യൻ ആരാണെന്നുപോലും എനിക്കോ, എന്റെ ഭർത്താവിനോ അറിഞ്ഞുകൂടായിരുന്നു. ആ നിലയ്ക്കാണ് അദ്ദേഹം സാക്ഷി പറയാനെത്തിയത്. അദ്ദേഹം ഞങ്ങളെ കുറ്റപ്പെടുത്തി ഒന്നും പറഞ്ഞില്ല. സംഭവസ്ഥലത്തു നടന്ന കാര്യങ്ങൾ മാത്രമേ അദ്ദേഹം കോടതിയിൽ മൊഴികൊടുത്തുള്ളൂ.

അദ്ദേഹം അധ്വാനവർഗത്തിന്റെ നേതാവായിരുന്നുവെന്നും ന്യായത്തിന്റെ ഭാഗത്തു മാത്രമേ നില്ക്കുകയുള്ളു എന്നും ഞങ്ങൾക്ക് അറിഞ്ഞുകൂടായിരുന്നു. ഈ സാഹചര്യത്തിലാണ് എന്റെ ഭർത്താവ് അദ്ദേഹത്തെ ക്രോസ്സ് വിസ്താരം നടത്തിയത്.

അദ്ദേഹം പറഞ്ഞ ഓരോ കാര്യങ്ങളേയും ഖണ്ഡിച്ച് എന്റെ ഭർത്താവ് ചോദ്യങ്ങൾ ചോദിച്ചുകൊണ്ടിരുന്നു. ഒരു ഘട്ടത്തിൽ കോപാകുലനായ ശ്രീ. പാണ്ഡ്യൻ, “നിങ്ങൾ ബോംബു വയ്ക്കും, ഞങ്ങളുടെ നേതാവിനെ വധിക്കും, അങ്ങനെയുള്ള നിങ്ങളുടെ ചോദ്യങ്ങൾക്കെല്ലാം ഞാൻ ഉത്തരം പറഞ്ഞുകൊണ്ടേയിരിക്കണമോ?” എന്നുച്ചത്തിൽ ചോദിച്ചു. ആ ചോദ്യത്തെ ഞങ്ങളാരും ഖണ്ഡിച്ചില്ല.

കോടതി മുറിയിലും പരിസരത്തും അല്പനേരം നിശ്ശബ്ദത നിലനിന്നു. തുടർന്ന് എന്റെ ഭർത്താവ് ഒന്നും ചോദിച്ചില്ല.

അല്പനേരം കഴിഞ്ഞ് അദ്ദേഹം ഒന്നു ശാന്തനായപ്പോൾ ചോദിച്ച ചില ചോദ്യങ്ങൾക്ക് ശാന്തനായി മറുപടി നൽകിയിട്ട് പോയി.

യഥാർത്ഥത്തിൽ അദ്ദേഹം ആരായിരുന്നു? അദ്ദേഹത്തിന്റെ രാഷ്ട്രീയാഭിപ്രായങ്ങൾ എന്തായിരുന്നു? തമിഴ് രാഷ്ട്രീയത്തിൽ അദ്ദേഹത്തിന്റെ സ്ഥാനമെന്തായിരുന്നു? ഇതേപ്പറ്റി യാതൊന്നും എനിക്ക് അറിഞ്ഞുകൂടാത്ത കാലമായിരുന്നു അത്. അങ്ങനെയുള്ളപ്പോൾ എന്റെ ഭർത്താവിന് അദ്ദേഹത്തെപ്പറ്റി എന്തറിയാനാണ്? മറ്റുള്ളവരെ വേദനിപ്പിക്കുന്ന ഇത്തരം സംഭവങ്ങൾ നടന്നുകൂടാത്തതായിരുന്നു.

പാണ്ഡ്യനുണ്ടായ കോപം ന്യായമാണ്. കാരണം അദ്ദേഹം സ്ഫോടനത്തിന്റെ തിക്തഫലം അനുഭവിച്ച ആളാണ്. അതുമാത്രമല്ല സി.ബി.ഐയുടെ നുണക്കഥകൾ എല്ലാവരും വിശ്വസിച്ചിരുന്ന കാലമായിരുന്നു അത്. അതേസമയം ഞങ്ങളുടെ ഭാഗത്തും ചില ന്യായങ്ങൾ ഉണ്ടായിരുന്നു.

നിരപരാധികളായ ഞങ്ങൾക്കെതിരെ സി.ബി.ഐ. പടച്ചുണ്ടാക്കിയ കള്ളക്കേസിൽ അവർക്കുവേണ്ടി അദ്ദേഹം സാക്ഷി പറയാൻ എത്തിയല്ലോ എന്ന സങ്കടം ഞങ്ങൾക്കുണ്ടായിരുന്നു. അന്യായമായി ഞങ്ങൾക്കെതിരെ കൊട്ടിയടയ്ക്കപ്പെട്ട തടവറയുടെ വാതിലുകൾ ചവിട്ടിപ്പൊളിച്ച് പുറത്തുവരാൻ ഞങ്ങൾ കാട്ടിക്കൂട്ടിയ ശ്രമങ്ങളുടെ ഭാഗമായിരുന്നു അതെന്നു പറയാം. അങ്ങനെ ഞങ്ങൾ ഒരിക്കൽ നോവിച്ചുവിട്ട അദ്ദേഹം "നിരപരാധികളെ വിട്ടയയ്ക്കണം" എന്ന് സോണിയാഗാന്ധിക്ക് കത്തെഴുതുകയുണ്ടായി. വിധിയുടെ ഓരോ വിളയാട്ടങ്ങൾ!

പിന്നീട് പല വർഷങ്ങൾക്കുശേഷം ഇന്ത്യൻ കമ്മ്യൂണിസ്റ്റുപാർട്ടിയുടെ സംസ്ഥാന ജോയിന്റ് സെക്രട്ടറി ശ്രീ. മഹേന്ദ്രൻ ഒരിക്കൽ എന്റെ ഭർത്താവിനെ കാണാൻ ജയിലിൽ വന്നിരുന്നു. ആ അവസരം ശരിയായി പ്രയോജനപ്പെടുത്തണമെന്നു കരുതിയ എന്റെ ഭർത്താവ്, മറ്റു വിഷയങ്ങൾ സംസാരിച്ചു തുടങ്ങുന്നതിനു മുമ്പുതന്നെ, "അന്ന് ആളറിയാതെ അങ്ങനെയെല്ലാം പെരുമാറി പോയതാണ്. അതുകൊണ്ട് പാണ്ഡ്യൻ സാറിനോട് ഞാൻ ക്ഷമ ചോദിക്കുന്നു, ഞങ്ങളോടും ക്ഷമിക്കണം, ദയവായി ഇക്കാര്യം അദ്ദേഹത്തോടു മറക്കാതെ പറയണം."എന്ന് അഭ്യർത്ഥിച്ചു.

അതിനുശേഷം എന്നെ കാണാനെത്തിയ ഭർത്താവ്, "മഹേന്ദ്രൻ സാറു വന്നിരുന്നു, പാണ്ഡ്യൻ സാറിനോടു മാപ്പുചോദിക്കുന്ന കാര്യം അറിയിക്കാൻ പറഞ്ഞയച്ചിട്ടുണ്ട്", എന്നു പറഞ്ഞു തുടങ്ങി. "ഇപ്പോഴാണ് എനിക്കൊരു മനഃസമാധാനം വന്നത്", എന്നും അദ്ദേഹം പറഞ്ഞു.

"കൊടും ഭീകരനായ തീവ്രവാദി" എന്നു ലോകം മുഴുവൻ പ്രചരിപ്പിക്കപ്പെട്ട എന്റെ ഭർത്താവ് സത്യത്തിൽ ചഞ്ചലമായ ഒരു മനസ്സിനുടമയായിരുന്നു. സ്നേഹം തോന്നിയാൽ എന്തു സഹായവും ചെയ്യാൻ മടിയില്ലാത്ത ആളാണെന്ന് എടുത്തുപറയാൻ എത്രയോ ഉദാഹരണങ്ങൾ ഉണ്ട്? എത്രയോ പേർക്കു സഹായം ചെയ്യാൻ പോയി ആപത്തിൽച്ചാടിയിട്ടുണ്ട്. അതു വിവരിക്കാൻ ഒരു പ്രത്യേക പുസ്തകം തന്നെ എഴുതേണ്ടിവരും....

ശരി.. അതെല്ലാം വിട്ടുകളയാം....

മുപ്പത്തിയൊന്ന്

വക്കീലായി മാറിയ കഥ - 3

വീണ്ടും കോടതി നടപടികളിലേക്കു വരാം. പൂനമല്ലി ടാഡ കോടതിയിൽ കേസ് വിസ്താരം നടന്നുകൊണ്ടിരിക്കെ പ്രതികളെല്ലാം ചേർന്ന് ഒരുകോടതി ബഹിഷ്കരണം നടത്തിയിരുന്നു. അതായത് പ്രതിചേർക്കപ്പെട്ട ഞങ്ങൾക്കുവേണ്ടി സർക്കാർ ഏർപ്പെടുത്തിയ വക്കീലന്മാർക്ക് ഫീസൊന്നും നൽകിയിരുന്നില്ല. ഒരു കേസിൽ സർക്കാരിനുവേണ്ടി ഹാജരാകുന്ന വക്കീലിനു കൊടുക്കുന്ന അതേ തുക പ്രതിഭാഗത്തിനുവേണ്ടി ഹാജരാകുന്ന വക്കീലന്മാർക്കും കൊടുക്കേണ്ടതാണ്.

പണം കൊടുക്കണമെന്ന് സുപ്രീംകോടതി പലപ്രാവശ്യം സർക്കാരിനു നിർദ്ദേശം നൽകിയിരുന്നു. അതിന്റെയടിസ്ഥാനത്തിലാണ് വക്കീലന്മാർ പണം ആവശ്യപ്പെട്ടത്. യാതൊരു പ്രതിഫലവും ലഭിക്കാതെ ഇരുപത് മാസക്കാലം സ്വന്തം ചെലവിൽ വന്നുപോയി ഇവർ കേസു നടത്തിക്കൊണ്ടിരിക്കുകയായിരുന്നു. എത്രനാൾ ഇങ്ങനെ തുടരാൻ കഴിയും? എന്നാൽ പ്രോസിക്യൂഷനുവേണ്ടി ഹാജരായിക്കൊണ്ടിരുന്ന വക്കീലന്മാർക്ക് പ്രതിദിനം അയ്യായിരം രൂപ വരെ ശമ്പളമായി നൽകിയിരുന്നു. എല്ലാവർക്കും തുല്യനീതി എന്ന അടിസ്ഥാനതത്ത്വം ഇവിടെ പാലിക്കപ്പെട്ടിട്ടില്ല എന്നതിനു വേറെ തെളിവ് ആവശ്യമില്ലല്ലോ.

സുപ്രീംകോടതി നിർദ്ദേശമുണ്ടായിരുന്നിട്ടുപോലും ഇതായിരുന്നു അവസ്ഥ.

ഇവിടെ ആ ഉത്തരവുകളെല്ലാം കാറ്റിൽ പറത്തിയിരുന്നു. ഒരു വർഷത്തിൽ കൂടുതലായിട്ടും ഇവർക്ക് ശമ്പളമൊന്നും നൽകിയിരുന്നില്ല. ചെന്നൈ ഹൈക്കോടതിയിൽ കേസ് ഫയൽ ചെയ്ത്, ഉടൻ ശമ്പളം നൽകണമെന്ന വിധി വക്കീലന്മാർ നേടിയിരുന്നു. എന്നിട്ടും ശമ്പളം കൊടുത്തില്ല. വക്കീലന്മാരെ മാനസികമായി പീഡിപ്പിക്കണം. അവരെ എങ്ങനെയെങ്കിലും ഈ കേസിൽ നിന്നും വിരട്ടിയോടിക്കണം, എന്ന തരത്തിലാണ് കാര്യങ്ങൾ നടന്നുകൊണ്ടിരുന്നത്.

അതുകൊണ്ടാണ് ഇരുപത്തിയാറ് വക്കീലന്മാരും ഒന്നിച്ചു കോടതി ബഹിഷ്കരിച്ചപ്പോൾ അവരോടൊപ്പം കേസിലെ എല്ലാ പ്രതികളും

അതിൽ പങ്കാളികളായത്. വക്കീലന്മാർ കോടതിയിൽ ഹാജരായില്ലെങ്കിൽ സി.ബി.ഐയ്ക്ക് ഒന്നും ചെയ്യാൻ കഴിയില്ല. അതുകൊണ്ട് അവരാരും കോടതിയിലെത്തിയില്ല. കിട്ടാനുള്ള ശമ്പളം കിട്ടുന്നതുവരെ കോടതി ബഹിഷ്കരണം തുടർന്നു. അവസാനം ഹൈക്കോടതി ഇടപെട്ട് പ്രശ്നം അവസാനിപ്പിച്ചു എന്നു പറയാം.

അതുപോലെ മറ്റൊരു പരീക്ഷണ ഘട്ടവും ഞങ്ങൾക്കു നേരിടേണ്ടി വന്നിട്ടുണ്ട്.

എനിക്കു വേണ്ടി കോടതിയിൽ ഹാജരായിരുന്നത് മുതിർന്ന അഭിഭാഷകനായ ശ്രീ ദുരൈ സ്വാമിയായിരുന്നു. അദ്ദേഹത്തെ സി.ബി.ഐ. പലതരത്തിലും ദ്രോഹിച്ചുകൊണ്ടിരുന്നു. ഒരിക്കൽ പുറത്തുനിന്നും അദ്ദേഹത്തിന്റെ ജീവന്റെ നേർക്കുപോലും ഭീഷണി ഉണ്ടായിരുന്നു. ആ വിവരം പരാതിയായി അദ്ദേഹം കോടതിയിൽ സമർപ്പിച്ചിരുന്നു. കുറ്റവിചാരണ നിയമം മുന്നൂറ്റിപതിമ്മൂന്ന് അനുസരിച്ച് എല്ലാ ആരോപണങ്ങൾക്കും ഞങ്ങളിൽ നിന്നും മറുപടി ആവശ്യപ്പെടാറുണ്ട്. അതിൽ ഞങ്ങൾക്കു നേരിടേണ്ടി വന്ന നീതി നിഷേധം ഉൾപ്പെടെയുള്ള എല്ലാ നിയമ ലംഘനങ്ങളെയും വിശദമായി എഴുതിക്കൊടുത്തിട്ടുണ്ട്. അക്കൂട്ടത്തിൽ വക്കീൽ ദുരൈ സ്വാമിക്കെതിരെ നടന്ന വധശ്രമവും ഞങ്ങൾ ചൂണ്ടിക്കാണിച്ചിരുന്നു. അദ്ദേഹത്തിനു ലഭിച്ച വധഭീഷണിക്കത്തിന്റെ പകർപ്പും പരാതിയോടൊപ്പം ചേർത്തിരുന്നു.

ഇങ്ങനെ പലവിധത്തിലും ഞങ്ങൾ സി.ബി.ഐയ്ക്ക് ബുദ്ധിമുട്ടുകൾ ഏർപ്പെടുത്തിക്കൊണ്ടിരുന്നതിനാൽ അവരും പ്രതികാരം ചെയ്യാൻ തക്കം പാർത്തിരിക്കുകയായിരുന്നു.

ദുരൈ സ്വാമിക്ക് ബൈപാസ് സർജറി കഴിഞ്ഞിട്ട് അധികനാളായിരുന്നില്ല. പത്തുപതിനഞ്ചടിയിൽ കൂടുതൽ നടക്കരുതെന്ന് ഡോക്ടർമാർ അദ്ദേഹത്തെ ഉപദേശിച്ചിരുന്നു. അതിൽക്കൂടുതൽ നടന്നാൽ ശ്വാസതടസ്സം നേരിടും.

അതറിഞ്ഞ സി.ബി.ഐ പഴിതീർക്കാനുള്ള ശ്രമം ആരംഭിച്ചു. പതിവിനു വിപരീതമായി അദ്ദേഹത്തിന്റെ കാർ കോടതി വളപ്പിൽ കയറാനുള്ള അനുമതി നിഷേധിച്ചു. കാവലിലുണ്ടായിരുന്ന. സി.ആർ.പി. എഫുകാർ നിർബന്ധപൂർവ്വം ആ തീരുമാനത്തിൽ ഉറച്ചു നിന്നു. എന്നാൽ പ്രോസിക്യൂഷൻ ഭാഗത്തെ വക്കീലന്മാരുടെയും, സി.ബി.ഐ. ഉദ്യോഗസ്ഥന്മാരുടെയും വാഹനങ്ങളെ നിർബാധം ഉള്ളിൽ കടത്തിവിട്ടുകൊണ്ടിരുന്നു. എന്നാൽ സീനിയർ വക്കീലും രോഗിയുമായ ദുരൈസ്വാമിയുടെ കാറിനുമാത്രം ഉള്ളിൽ പ്രവേശനം നിഷേധിച്ചു. തന്റെ രോഗസ്ഥിതി ചൂണ്ടിക്കാണിച്ചിട്ടും യാതൊരു പ്രയോജനവുമുണ്ടായില്ല. ഗേറ്റിനു പുറത്തുനിന്നും ഉള്ളിലേക്ക് അഞ്ഞൂറു മീറ്ററിലധികം ദൂരമുണ്ട്. എങ്ങനെയോ നടന്നുവന്ന് കോടതിക്കുള്ളിലെത്തി ജഡ്ജിയെ വിവരങ്ങൾ ധരിപ്പിച്ചു.

“ഇങ്ങനെയൊക്കെ നടക്കുന്നതു ന്യായമാണോ?, ഇവിടെ നടക്കുന്നതൊന്നും നിയമവിധേയമായ കാര്യങ്ങളല്ല; അങ്ങ് ഉടൻ ഇക്കാര്യത്തിൽ ഇടപെട്ട് ഉത്തരവുണ്ടാകണം...”

ജഡ്ജിക്കു സംഗതിയുടെ ഗൗരവം മനസ്സിലായി. മേലിൽ ഇത്തരം നടപടികൾ ആവർത്തിക്കരുതെന്ന് അദ്ദേഹം സി.ബി.ഐയ്ക്ക് കർക്കശമായ താക്കീതു നൽകി. അതോടെ എല്ലാം ശരിയായി എന്നു കരുതിയിരുന്ന ദുരൈസ്വാമിയുടെ കാർ അടുത്ത ദിവസവും സി.ആർ.പി.എഫ്. തടഞ്ഞുനിർത്തി. ആരു പറഞ്ഞാലും അവർ അനുസരിക്കുന്ന മട്ടില്ല.

എസ്.ഐ.ടി. തലവൻ കാർത്തികേയനാണ് അവരുടെ കൺകണ്ട ദൈവം! അദ്ദേഹം പറയുന്നതുപോലെ മാത്രമേ അവർ അനുസരിക്കുകയുള്ളൂ! ജഡ്ജിയും കോടതിയുമൊന്നും അവർക്കൊരു പ്രശ്നമേ ആയിരുന്നില്ല.

അന്നും കഷ്ടപ്പെട്ട് കോടതിയിലെത്തിയ ദുരൈസ്വാമി ജഡ്ജിയെ വിവരങ്ങൾ ധരിപ്പിച്ചു. അത്രയേയുള്ളൂ... ജഡ്ജി സിദ്ധിക് അവർകളുടെ മനസ്സിൽ ഇത്രനാളും ഒതുക്കിവച്ചിരുന്ന സങ്കടം അണപൊട്ടിയൊഴുകാൻ തുടങ്ങി. സി.ബി.ഐ. യുടെ പ്രവൃത്തികളെല്ലാം കണ്ടില്ലെന്നു നടിച്ചു നടന്ന അദ്ദേഹം അന്നാകെ തകർന്നുപോയി. ഇവിടെ എന്തൊക്കെയാണ് നടക്കുന്നതെന്നു നിറകണ്ണുകളോടെ ചോദിക്കുക മാത്രമല്ല, വാവിട്ടു നിലവിളിക്കുകയും ചെയ്തു. അതും പരസ്യമായി കോടതി മുറിയിൽ വച്ച്!

കണ്ടുകൊണ്ടിരുന്നവർക്കെല്ലാം അദ്ഭുതം. ആർക്കും ഒന്നും മനസ്സിലായില്ല. ഞങ്ങളുടെയും കണ്ണുകൾ നിറഞ്ഞു. കരയാൻ പാടില്ലാത്തവർ കരഞ്ഞാൽ കണ്ടുനിൽക്കുന്നവരെയും ഉരുക്കിക്കളയുമല്ലോ!

അദ്ദേഹമിങ്ങനെ വാവിട്ടുകരഞ്ഞതിനു പിന്നിൽ എന്തെങ്കിലും കാരണങ്ങൾ ഉണ്ടായിരിക്കും. സാഹചര്യങ്ങളുടെ സമ്മർദ്ദത്തിൽ സ്വതന്ത്രമായ തീരുമാനങ്ങളെടുക്കാൻ അദ്ദേഹത്തിനു കഴിയില്ലായിരിക്കാം... പക്ഷേ, എല്ലാത്തിനും ഒരതിർവരമ്പു വേണ്ടേ? ആ അതിർവരമ്പുകൾ ലംഘിച്ച് വക്കീൽ ദുരൈ സ്വാമിക്കെതിരെ നടന്ന അപമാനം കണ്ടപ്പോൾ അദ്ദേഹത്തിനു പിടിച്ചുനിൽക്കാൻ കഴിയാതെ വന്നിരിക്കാം. ആ അടക്കിപ്പിടിച്ചു വച്ചിരുന്ന സങ്കടങ്ങളെല്ലാം അപ്രതീക്ഷിതമായ ആ സംഭവത്തോടെ അണപൊട്ടിയൊഴുകിയതായിരിക്കാം കണ്ടത്.

എങ്ങനെയായാലും അനീതികളെ തുടർന്നു സഹിച്ചുകൊണ്ടിരിക്കാൻ കഴിയില്ല എന്നതിന്റെ ബഹിർസ്ഫുരണമായിരിക്കാം അത്, ഏതാനും മാസങ്ങൾക്കകം അദ്ദേഹം സ്ഥലം മാറിപ്പോയി. ആ സ്ഥാനത്തേക്ക് ജസ്റ്റിസ് നവനീതം ചുമതലയേറ്റു.

എന്റെ മനസ്സിൽ നിന്നും മാഞ്ഞുപോകാത്ത ഒരു കറുത്തപൊട്ടുപോലെയുള്ള ഒരു സംഭവം എടുത്തുപറയേണ്ടതുണ്ട്.

ടാഡ കോടതിയിൽ ഒരാൾ സാക്ഷി പറയാൻ എത്തിയാൽ അയാളെ പ്രതിഭാഗത്തിനുവേണ്ടി ഒൻപതു വക്കീലന്മാർ ക്രോസ്‌വിസ്താരം നടത്തും. അതിനുശേഷമാണ് എന്റെ ഭർത്താവിന്റെ ഊഴം. അദ്ദേഹം എഴുന്നേറ്റ് ക്രോസ് ചെയ്യാൻ തുടങ്ങിയാലുടൻ മറ്റു പ്രതികളെല്ലാം നേരത്തേ പറഞ്ഞുറപ്പിച്ചു വച്ചിരുന്നതുപോലെ ഒന്നടങ്കം എഴുന്നേറ്റ് കോടതിയിൽ നിന്നും പുറത്തേക്കു പോകും. ഞാനും എന്റെ സഹോദരൻ ഭാഗ്യനാഥനും അമ്മയും ബാംഗ്ലൂർ നാഗരാജനും വിക്കിയും മാത്രമേ കോടതിയിൽ അവശേഷിക്കുകയുള്ളൂ. മറ്റുള്ളവരെല്ലാം വരിവരിയായി പുറത്തേക്കു പോകും.

അതായത് എന്റെ ഭർത്താവിന്റെ നടപടികളോടു സഹകരിക്കാൻ അവർക്കു താത്പര്യമില്ല, അതുകൊണ്ട് അവർ കോടതി ബഹിഷ്കരിക്കുന്നു എന്നു കരുതാം. അല്ലെങ്കിൽ അദ്ദേഹം നടത്തുന്ന ക്രോസ് വിസ്താരവും അവർക്കും തമ്മിൽ ബന്ധമൊന്നുമില്ല; ഞങ്ങളിൽ നിന്നും വ്യത്യസ്തരാണവർ: ഞങ്ങളെപ്പോലെ അവരെയും കരുതാൻ പാടില്ല എന്നു പറയുന്നതുപോലെ തോന്നും.

എന്നാൽ ഈ സംഭവം ഞങ്ങളുടെ മനസ്സുകളിൽ ഒരിക്കലും ഉണങ്ങാത്ത മുറിവായിത്തീർന്നു എന്നു പറയാം. സഹതടവുകാരുടെ ബഹിഷ്കരണം എന്നെയോ എന്റെ ഭർത്താവിനെയോ ഒരുതരത്തിലും ബാധിച്ചില്ല. അവരെഴുന്നേറ്റു പോകുമ്പോൾ മറ്റു വക്കീലന്മാർ ഞങ്ങളുടെ നേരെ പരിഹാസ്യമായി നോക്കും. എല്ലാവരും പോയിക്കഴിയുന്നതുവരെ ചിരിച്ച മുഖത്തോടെ എന്റെ ഭർത്താവ് നോക്കി നിൽക്കും. അവർ കണ്ണിൽ നിന്നും മറയുമ്പോൾ വീണ്ടും വിസ്താരം ആരംഭിക്കും. കഴിഞ്ഞുപോയ ഇത്തരം സംഭവങ്ങൾക്ക് കാലം തന്നെ തക്കതായ മറുപടി തരും എന്ന വിശ്വാസത്തിൽ ഞങ്ങൾ ജീവിതം തള്ളിനീക്കി വരുന്നു. എന്തുംവരട്ടെ! സത്യത്തിനും നീതിക്കും വേണ്ടിയുള്ള പോരാട്ടത്തിൽ അപമാനങ്ങളും പരീക്ഷണങ്ങളും നേരിടേണ്ടിവരും എന്ന ഉറച്ച വിശ്വാസത്തിൽ അദ്ദേഹം ക്രോസ്‌വിസ്താരം തുടർന്നുപോന്നു.

മനഃശാസ്ത്രപരമായി ഞങ്ങളെ തളർത്താനുള്ള അത്തരം അവഗണനകൾ അദ്ദേഹത്തിന്റെ പ്രവർത്തനങ്ങളെ ഒരുതരത്തിലും ബാധിച്ചില്ല. അന്ന് ഭർത്താവ് ഇങ്ങനെ ധൈര്യസമേതം ക്രോസ് വിസ്താരം നടത്തിയതിന്റെ ഫലമായിട്ടാണ് സുപ്രീംകോടതിയിൽ നിന്നും അനുകൂലമായ ചില പരാമർശങ്ങൾ ഉണ്ടാകാനിടയായത്. മാത്രമല്ല ഈ കേസു നടത്തിപ്പിൽ നടന്ന ചില പിഴവുകൾ ചൂണ്ടിക്കാണിക്കാനും അദ്ദേഹത്തിനു കഴിഞ്ഞു.

ഫോറൻസിക് വിദഗ്ധനായ ചന്ദ്രശേഖറെ ക്രോസ് വിസ്താരം ചെയ്തത് ഭർത്താവിന്റെ ഇക്കാര്യത്തിനുള്ള വൈദഗ്ധ്യം വെളിപ്പെടുത്തുന്നതാണ്. സ്ഫോടനത്തിനുപയോഗിച്ച വസ്തുക്കൾ, അതിന്റെ പ്രത്യേകതകൾ എന്നിവ ഉൾപ്പെടുന്ന വിശദമായ റിപ്പോർട്ടാണ് ചന്ദ്രശേഖർ

കോടതിയിൽ നൽകിയിരുന്നത്. ഇതേപ്പറ്റി ഇന്ത്യൻ സൈന്യത്തിലെ മേജർ സബർവാളും വ്യത്യസ്തമായ മറ്റൊരു റിപ്പോർട്ട് നൽകിയിരുന്നു.

എന്റെ ഭർത്താവ് ഉറക്കമിളച്ചിരുന്ന് ഈ റിപ്പോർട്ടുകൾ പഠിച്ച്, അവ തമ്മിലുള്ള വൈരുദ്ധ്യങ്ങളുടെ കുറിപ്പുകൾ തയ്യാറാക്കി, അതെല്ലാം കോടതിയുടെ ശ്രദ്ധയിൽ കൊണ്ടുവന്നു. നാലുദിവസം നടന്ന ക്രോസ്വിസ്താരത്തിൽ ചന്ദ്രശേഖരന്റെ മൊഴിയും സാക്ഷികളുടെ മൊഴിയും തമ്മിൽ ധാരാളം പൊരുത്തക്കേടുകൾ ഉണ്ടെന്നും സമർത്ഥിക്കാൻ അദ്ദേഹത്തിനു കഴിഞ്ഞു.

ഉദാഹരണത്തിന്, സ്ഫോടനം നടക്കുന്നതിനു തൊട്ടു മുമ്പ് സ്റ്റേജിൽ പത്തടി ചതുരത്തിനുള്ളിൽ നാല്പതിൽ അധികംപേർ രാജീവ് ഗാന്ധിക്കുചുറ്റും തിക്കിത്തിരക്കി നിന്നിരുന്നതായും ചന്ദ്രശേഖർ മൊഴി കൊടുത്തിരുന്നു. ഈ മൊഴിയെ മറ്റുചില സാക്ഷികളും ശരിവച്ചിരുന്നു. ഹരിബാബു എടുത്തെന്നു പറയപ്പെടുന്ന ഫോട്ടോകളിലും ഈ വസ്തുത സ്ഥിരീകരിക്കുന്നുണ്ട്.

ആ അവസാന നിമിഷത്തിലെ തിക്കിലും തിരക്കിലും പെട്ട് തങ്ങൾ രണ്ടു പേരും സ്റ്റേജിൽ നിന്നും വളരെ അകലത്തേക്ക് തള്ളപ്പെട്ടുപോയി എന്ന് മരതകം ചന്ദ്രശേഖറും വനിതാ പൊലീസ് ഓഫീസർ അനസൂയയും സാക്ഷിമൊഴി നൽകിയിരുന്നു. ആ സമയത്ത് രാജീവ്ഗാന്ധിയുടെ അടുത്തുനിൽക്കുന്ന ഒരാളിന് കുനിഞ്ഞ് അദ്ദേഹത്തിന്റെ കാലിൽ വീഴാനുള്ള മൂന്നടി സ്ഥലം എങ്ങനെയുണ്ടായി എന്ന് അദ്ദേഹം ചോദിച്ചു. ഈ ചോദ്യത്തിന് ഉത്തരംമുട്ടി ചന്ദ്രശേഖരൻ നിന്നു പരുങ്ങി. എന്തെന്നാൽ ധനു കുനിഞ്ഞ് രാജീവ്ഗാന്ധിയുടെ കാലിൽ തൊട്ടു വന്ദിച്ചപ്പോഴാണ് അവളുടെ മുതുകിൽ കെട്ടിവച്ചിരുന്ന ബോംബ് പൊട്ടിച്ചിതറിയതെന്ന് ചന്ദ്രശേഖരൻ സാക്ഷിമൊഴിയിൽ പറഞ്ഞിരുന്നു.

അങ്ങനെ ധനു കുനിഞ്ഞ് രാജീവ്ഗാന്ധിയുടെ കാലിൽ തൊട്ടയുടൻ സ്ഫോടനം നടന്നു എന്ന് ചന്ദ്രശേഖരൻ നൽകിയ മൊഴി വാസ്തവ വിരുദ്ധമാണെന്ന് തെളിഞ്ഞു. എന്റെ ഭർത്താവിന്റെ ഓരോ ചോദ്യങ്ങളും ചന്ദ്രശേഖരന്റെ മൊഴിയെ അടിസ്ഥാനപ്പെടുത്തിയുള്ളതായിരുന്നു. ആ ബോംബ് ക്ലേമോർ (Claymore) ഇനത്തിലുള്ളതാണെന്നും അതിന്റെ ഒരു വശത്തുമാത്രമേ പെല്ലറ്റുകൾ ഉണ്ടായിരുന്നുള്ളൂ എന്നും അദ്ദേഹം മൊഴി കൊടുത്തിരുന്നു. കൂടാതെ ആ ബോംബ് പത്തംഗുലംചതുരവും അറുപതു ഡിഗ്രി വളവും ഒരംഗുലം ഘനമുള്ളതായിരുന്നു എന്നും അദ്ദേഹം മൊഴികൊടുത്തിരുന്നു. വളവിന്റെ ഉൾവശത്ത് വെടിമരുന്നും അതിന്റെ മുകൾ ഭാഗത്ത് പെല്ലറ്റുകളും നിറച്ചിരുന്നുവെന്നും അദ്ദേഹം പറഞ്ഞിരുന്നു. ബോംബിന്റെ വളവുള്ള ഭാഗം ധനുവിന്റെ മുതുകിൽ വരത്തക്കവണ്ണം വച്ചുകെട്ടിയിരുന്നു എന്നും, മുതുകുഭാഗത്ത് വെടിമരുന്നും, അതിനു പുറത്ത് പെല്ലെറ്റുകളും (ലോഹച്ചീളുകൾ) ഇരുന്നതായും അദ്ദേഹം മൊഴി കൊടുത്തിരുന്നു. ബോംബു മുതുകിൽ കെട്ടിയിരുന്ന ആൾ കുനിയുമ്പോൾ

അത് മൂന്നടി ഉയരത്തിലായിരിക്കും. ആ മൂന്നടി ഉയരത്തിൽനിന്നും എത്ര ഡിഗ്രി ചുറ്റളവിൽ പെല്ലറ്റുകൾ പതിക്കുമെന്ന ചോദ്യത്തിന് അദ്ദേഹം വിശദമായ മറുപടി നൽകി.

ആ മൂന്നടി ഉയരത്തിൽനിന്നും അതിനു മുകളിലുള്ള 60 ഡിഗ്രി കോണിലേക്കാണ് പെല്ലറ്റുകൾ പാഞ്ഞത് എന്ന് അദ്ദേഹം വിവരിച്ചു. അങ്ങനെയെങ്കിൽ എതിരെ നിന്ന രാജീവ്ഗാന്ധിക്ക്, കുനിഞ്ഞു നിൽക്കുന്ന ധനുവിന്റെ ഉയരത്തിൽ നിന്നും ഒരടി മുകളിലായിരിക്കും പെല്ലറ്റുകൾ പതിക്കുക. അതിനു താഴെയുള്ള പ്രതലങ്ങളിലേക്ക് ഒരു കാരണവശാലും പെല്ലറ്റുകൾ പതിക്കുകയില്ലെന്ന് അദ്ദേഹം തറപ്പിച്ചു പറഞ്ഞു.

"ആ സ്ഫോടനത്തിൽ മരിച്ചവർ, പരിക്കു പറ്റിയവർ എന്നിവരുടെ മെഡിക്കൽ റിപ്പോർട്ടുകൾ നന്നായി പരിശോധിച്ചിരുന്നോ?" എന്ന ചോദ്യത്തിന് 'തീർച്ചയായും' എന്ന് മറുപടി നൽകി.

അങ്ങനെയെങ്കിൽ രാജീവ്ഗാന്ധിയുടെ കാലുകളിലും അദ്ദേഹം ധരിച്ചിരുന്ന ലോട്ടസ് ഷൂവിലും ധനുവിന്റെ കാലുകളിലും ധാരാളം പെല്ലെറ്റുകൾ തറച്ചു കയറിയിരുന്നു എന്നു പറയുന്നതു തെറ്റല്ലേ എന്ന് ചോദിച്ചു. ചോദ്യം കേട്ട് ചന്ദ്രശേഖരന് ഉത്തരം മുട്ടി. എന്തു പറയണമെന്നറിയാതെ "എനിക്കറിഞ്ഞുകൂടാ" എന്ന് മറുപടി നൽകി. ഏഷ്യയിലെ ഏറ്റവും പ്രമുഖനായ, പ്രശസ്തനായ ശ്രീ ചന്ദ്രശേഖരൻ ഈ കേസിൽ ഞങ്ങൾക്കെതിരായി സാക്ഷി പറഞ്ഞത് എന്തിനാണെന്ന് മനസ്സിലാകുന്നില്ല. അദ്ദേഹത്തിന്റെ മൊഴിയിൽ പരസ്പരവിരുദ്ധമായ പല കാര്യങ്ങളും ഉണ്ടായിരുന്നുവെന്നത് അദ്ദേഹത്തിന് അറിയാതിരിക്കാൻ ഇടയില്ല. അദ്ദേഹത്തിന്റെ അറിവിനും കഴിവിനും മുന്നിൽ ഇതൊരു സാധാരണ സംഭവം മാത്രമാണ്. എന്നിട്ടും സത്യവിരുദ്ധമായി മൊഴികൊടുക്കാൻ അദ്ദേഹത്തെ നിർബന്ധിച്ചത് ആരാണെന്നുള്ള അദ്ഭുതം ഞങ്ങൾക്ക് ഇന്നുമുണ്ട്. ഉദാഹരണത്തിനുവേണ്ടി മാത്രമാണ് രണ്ടു സംഭവങ്ങൾ ചൂണ്ടിക്കാട്ടിയത്. പറയാനാണെങ്കിൽ ധാരാളമുണ്ട്.

തുടർന്നുള്ള പല ചോദ്യങ്ങൾക്കും അദ്ദേഹം മൊഴിയിൽ പറഞ്ഞിരുന്നതിനു വിപരീതമായ മറുപടിയാണ് നൽകിയത്. നാലു ദിവസങ്ങളായല്ലോ, ഒന്നു നിർത്തിക്കൂടെ എന്ന് അദ്ദേഹം ആംഗ്യം കാണിച്ചതിനാൽ എന്റെ ഭർത്താവ് ക്രോസ് വിസ്താരം അവസാനിപ്പിച്ചു. ഇതു ഞാൻ മാത്രമല്ല കോടതിമുറിയിലുണ്ടായിരുന്ന മറ്റു പലരും കണ്ടിരുന്നു.

ഇവിടെ ഒരു കാര്യം എടുത്തു പറയേണ്ടതുണ്ട്. അദ്ദേഹം ഉന്നത വിദ്യഭ്യാസവും ഉയർന്ന പദവിയും ഉള്ളയാൾ. എന്നിട്ടും അതൊന്നും പുറത്തുകാട്ടാതെ വ്യക്തമായ മറുപടികൾ നൽകി. എന്റെ ഭർത്താവ് ഒരു കൊലപാതകിയും ജയിൽപ്പുള്ളിയുമാണെന്നുള്ള വസ്തുതകളൊന്നും പരിഗണിക്കാതെ, പല ചോദ്യങ്ങളും രസിച്ചു. അത് അദ്ദേഹത്തിന്റെ മഹാമനസ്കതയുടെ തെളിവാണ്. മറ്റാരെങ്കിലുമായിരുന്നെങ്കിൽ എന്റെ

ഭർത്താവിന്റെ ചോദ്യങ്ങൾ അവഗണിച്ച് തള്ളിക്കളയുമായിരുന്നു. സഹജീവികളോട് സ്നേഹം കാത്തു സൂക്ഷിക്കുന്ന ഒരപൂർവ്വ വ്യക്തിത്വത്തിനുടമയായിരുന്നു ശ്രീ. ചന്ദ്രശേഖരൻ.

അദ്ദേഹത്തെപ്പോലെ തന്നെ ഡി.ജി.പി. ശ്രീ. രാഘവനും ഇന്ത്യൻ അംബാസിഡർ ശ്രീ. അഭയങ്കറും അദ്ദേഹത്തെ ഒരു കുറ്റവാളിയായിക്കാണാതെ, കേസിലെ ഒരു വാദിയെപ്പോലെ പരിഗണിച്ച്, ചോദ്യങ്ങൾക്കെല്ലാം വിശാലമനസ്സോടെ മറുപടി നൽകിയിട്ടുണ്ട്.

സാക്ഷിപ്പട്ടികയിൽ ശ്രീലങ്കൻ ഡെപ്യൂട്ടി കമ്മീഷണർ വന്നിരുന്നു. തമിഴ്പുലികളെപ്പറ്റി സി. ബി. ഐ. പറഞ്ഞുകൊടുത്ത കാര്യങ്ങൾ അതേപടി പറയാനാണ് അദ്ദേഹം വന്നിരുന്നത്. അദ്ദേഹത്തെയും എന്റെ ഭർത്താവ് ക്രോസ് ചെയ്തു. അക്കാലത്ത് നന്നായി ഇംഗ്ലീഷ് സംസാരിക്കുവാൻ മുരുകനു കഴിഞ്ഞിരുന്നില്ല. അതിനാൽ ചോദ്യങ്ങൾ മുൻകൂട്ടി എഴുതിക്കൊണ്ടു വന്നാണ് ചോദിച്ചുകൊണ്ടിരുന്നത്.

ക്രോസ് വിസ്താരം നടക്കുന്നതിനിടയിൽ ഏതോ ഒരു ചോദ്യം ചോദിച്ചയുടൻ 'So' എന്ന വാക്കു പറഞ്ഞ് അദ്ദേഹം നിർത്തി. 'So' എന്ന വാക്കിന് അതുകൊണ്ട്/അതിനാൽ എന്ന അർത്ഥം മാത്രമേ എന്റെ ഭർത്താവിന് അറിയാമായിരുന്നുള്ളൂ. അതിനാൽ അദ്ദേഹം തുടർന്നു സംസാരിക്കുമെന്നു പ്രതീക്ഷിച്ച് മൗനമായി നിന്നു. അപ്പോൾ കോടതി ജീവനക്കാർ അടുത്ത ചോദ്യം ചോദിക്കാൻ ആംഗ്യം കാട്ടി. മറുപടി പൂർണമായി പറയട്ടെ എന്നു കരുതി എന്റെ ഭർത്താവു കാത്തുനിന്നു. അപ്പോഴാണ് ഇക്കാര്യം എന്റെ ശ്രദ്ധയിൽപ്പെട്ടത്. അദ്ദേഹം എന്നോട്, "എന്താണ് അയാൾ മറുപടി പറയാത്തത്" എന്നു ചോദിച്ചു.

"ഇല്ല, നിങ്ങളുടെ ചോദ്യത്തിന്, 'So' അതുകൊണ്ടെന്താണ്? എന്ന വാക്ക് ഉത്തരമായിട്ടാണ് പറഞ്ഞിട്ടുള്ളത്. അത്രയേയുള്ളൂ....

ഇത് ശ്രദ്ധിച്ചുകൊണ്ടുനിന്ന ആ ഉദ്യോഗസ്ഥൻ അടുത്തുള്ളവരോട് എന്തോ പറഞ്ഞു ചിരിച്ചു. എന്നാൽ തെറ്റായിട്ടോ, അദ്ദേഹത്തെ കുറ്റം പറയുന്നതായിട്ടോ ഒന്നും ചെയ്തില്ല. അടുത്ത ചോദ്യങ്ങൾക്ക് ഉത്തരം പറഞ്ഞശേഷം എന്റെ ഭർത്താവിനെ അഭിനന്ദിക്കാനും അദ്ദേഹം മറന്നില്ല. "ഇത്ര ചെറുപ്പത്തിലെ ഇത്രയും കഠിനാധ്വാനം ചെയ്തിരിക്കുന്നല്ലോ; ഇംഗ്ലീഷ് നന്നായി അറിഞ്ഞുകൂടാ എന്ന അപകർഷതാബോധമില്ലാതെ വന്നു നിൽക്കുന്നല്ലോ... നന്നായിരിക്കുന്നു" എന്നു പറഞ്ഞാണ് അദ്ദേഹം പോയത്. ഇതെല്ലാം മറക്കാൻ പറ്റാത്ത സംഭവങ്ങളായതുകൊണ്ടാണ് എടുത്തു പറഞ്ഞത്.

ക്രോസ് വിസ്താരം അവസാനിക്കുന്ന ദിവസം. അതിനുശേഷം വിധി പ്രഖ്യാപിക്കാൻ വേണ്ടിയാണ് അടുത്ത സിറ്റിംഗ് ഉള്ളത്. ആ അവസാന ദിവസം പ്രോസിക്യൂഷനുവേണ്ടി ഹാജരായ സീനിയർ അഭിഭാഷകരായ ദാണ്ഡേയും ഗോപിനാഥും എന്നെ അടുത്തേക്കു വിളിച്ചു. ഇതുവരെ ഞങ്ങൾക്കെതിരായി കേസുവാദിച്ചുകൊണ്ടിരുന്നവരായിരുന്നു അവർ

ഇരുവരും കോടതിയിൽ ഞങ്ങളുടെ പെരുമാറ്റം സസൂക്ഷ്മം നിരീക്ഷിച്ചിരുന്നു.

പരിഭ്രമത്തോടെ ഞാനവരുടെ അടുത്തേക്കു ചെന്നു. ഞാനടുത്തു ചെന്നപ്പോൾ അവർ എഴുന്നേറ്റു. "ഇതുവരെ ഞങ്ങൾ ചെയ്തത് ഞങ്ങളുടെ ഡ്യൂട്ടിയാണ്. അതെല്ലാം അവസാനിച്ചു. ഇനി നിങ്ങളോടു സംസാരിക്കുന്നതിന് ഞങ്ങൾക്കു തടസ്സമില്ല. ഇതു പറഞ്ഞയുടൻ ഞാനവരുടെ കാലുകളിൽ തൊട്ട് നമസ്കരിച്ചു. അവർ രണ്ടുപേരും എന്റെ അച്ഛനോളം പ്രായമുള്ളവരായിരുന്നു. അതുകൊണ്ടാണ് വിങ്ങിപ്പൊട്ടിക്കൊണ്ട് അങ്ങനെ ചെയ്തത്.

പെട്ടെന്ന് അവർ, "ഈശ്വരൻ നിങ്ങൾക്ക് ഒരു കുറവും വരുത്തുകയില്ല... ദീർഘസുമംഗലിയായിരിക്കട്ടെ... എന്ന് ആശിർവദിച്ച ശേഷം, "മറ്റൊരു പ്രധാനപ്പെട്ട കാര്യമുണ്ട്.. നിന്റെ ഭർത്താവ് മുരുകനെ ഞങ്ങൾ നന്നായി മനസ്സിലാക്കിയിട്ടുണ്ട്. ഈ ചെറുപ്രായത്തിൽ എത്ര ഭംഗിയായിട്ടാണ് ക്രോസ് വിസ്താരം നടത്തിയത്. ഞങ്ങളുടെയൊക്കെ സന്തോഷം പ്രകടിപ്പിക്കാൻ കഴിഞ്ഞിരുന്നില്ലെങ്കിലും ഞങ്ങൾ മനസ്സാ അയാളെ പുകഴ്ത്തികൊണ്ടിരിക്കുകയായിരുന്നു. കേസിൽ നിന്നും സ്വതന്ത്രനായി പുറത്തിറങ്ങിയശേഷം അയാളെ വക്കീൽ പരീക്ഷയ്ക്കു പഠിപ്പിക്കണം, നല്ല ഒരു വക്കീലായിത്തീരാനുള്ള എല്ലാ കഴിവുകളുമുണ്ട്. അതിനു ഞങ്ങളുടെ ആശിർവാദങ്ങൾ ഉണ്ടായിരിക്കും..." എന്നു പറഞ്ഞാണ് യാത്രയായത്.

മനുഷ്യൻ എത്രതരം? എന്താണു പറയേണ്ടത്? പ്രതീക്ഷിക്കാത്ത നേരത്ത് പ്രതീക്ഷിക്കാത്തവരിൽ നിന്നും വന്നുചേരുന്ന സഹായഹസ്തം എത്ര ശക്തമായിരിക്കും? അതിനുശേഷം വിധിപറയാൻ മൂന്നുമാസങ്ങളെടുത്തു. ആ മൂന്നുമാസങ്ങളും ശുഭപ്രതീക്ഷയോടെയാണ് കഴിഞ്ഞുകൂടിയത്. കല്യാണം കഴിഞ്ഞ് ഒന്നിച്ചു താമസിക്കാൻ തുടങ്ങുന്നതിനു മുമ്പ് ഞങ്ങളെ പിരിച്ചുകളഞ്ഞതാണല്ലോ! കഴിഞ്ഞ ആറരവർഷക്കാലം എത്ര ക്രൂരമായ പീഡനങ്ങളാണ് ഏറ്റുവാങ്ങേണ്ടിവന്നത്? എന്തെല്ലാം വേദനകൾ സഹിച്ചു? ഏതെല്ലാം തരത്തിലുള്ള ആൾക്കാരെ കണ്ടുമുട്ടി? എന്തെല്ലാം പുതിയപുതിയ അനുഭവങ്ങളാണ് ഉണ്ടായത്? അതെല്ലാം മറക്കാനാഗ്രഹിച്ചു... എല്ലാവരെയും സ്നേഹിക്കാൻ തീവ്രമായി ആഗ്രഹിച്ചു...

എന്നാൽ തലയിലെഴുത്ത് മറ്റൊരു വിധത്തിലായിരുന്നുവെന്ന് ആ സമയത്ത് ആർക്കും ഊഹിക്കാൻപോലും കഴിഞ്ഞിരുന്നില്ല.

വിധിപ്രഖ്യാപനം നടന്ന ദിവസമുണ്ടായ സംഭവങ്ങളെപ്പറ്റിയും പറയേണ്ടതുണ്ട്. ബാക്കിയുള്ള ജീവിതകാലത്ത് ഒരിക്കലും അതു മറക്കാൻ സാധിക്കുകയില്ല. ജീവിതത്തിലൊരിക്കലും മറക്കാൻ കഴിയാത്ത ദിവസമായിരുന്നല്ലോ അത്?

വിധി പറയുന്നതിന്റെ തലേരാത്രിയിൽ ഉറങ്ങാനേ കഴിഞ്ഞില്ല. നേരം പുലർന്നാൽ ഇവിടെയുള്ള പലരും സ്വതന്ത്രരായി പുറത്തുപോകും. നളിനിക്കു മാത്രം ശിക്ഷ കിട്ടിയേക്കും... അതും ഒരു ആറ്... അല്ലെങ്കിൽ ഏഴു വർഷത്തെ തടവുശിക്ഷ... ഇതുവരെ അനുഭവിച്ച തടവുകാലം കൂടി ശിക്ഷയായി കണക്കാക്കി വിട്ടയച്ചേക്കാം... അല്ലെങ്കിൽ കൂടിയാൽ ഒരു വർഷം കൂടി ജയിൽവാസം അനുഭവിക്കേണ്ടിവന്നേക്കാം? ഇങ്ങനെയൊക്കെയാണ് പലരും കണക്കുകൂട്ടുകയും പറയുകയും ചെയ്തുകൊണ്ടിരുന്നത്. ഇതുതന്നെ പല മുതിർന്ന അഭിഭാഷകരും പറഞ്ഞുകൊണ്ടിരുന്നത്.

കേസുവിസ്താരം പൂർത്തിയായ ദിവസം കോടതി ജീവനക്കാരും ഇതുതന്നെ പറഞ്ഞാണ് യാത്രയായത്.. അന്നവിടെ ഡ്യൂട്ടിയിലുണ്ടായിരുന്ന പൊലീസുകാരും ഞങ്ങളെ സമാശ്വസിപ്പിച്ച് അയയ്ക്കുകയായിരുന്നു.

ഏറെക്കുറെ നിയമ പരിജ്ഞാനമുണ്ടായിരുന്ന ഞാനും അതുതന്നെയാണ് പ്രതീക്ഷിച്ചിരുന്നത്. ഒരു പക്ഷേ, എന്റെ ഭർത്താവ് ജയിൽ മോചിതനായാൽ അദ്ദേഹത്തോട് എന്തെല്ലാം പറഞ്ഞയയ്ക്കണമെന്ന് ആലോചിച്ചു വച്ചിരുന്നു.

ഈ മാനസികാവസ്ഥയിലാണ് ഉറക്കം വരാതെയും വന്നും കഴിച്ചുകൂട്ടിയത്. അപ്പോഴാണ് “അയ്യോ... അയ്യോ...” എന്ന് അമ്മയുടെ നിലവിളി ഉയർന്നുകേട്ടത്. ഞെട്ടിവിറച്ചുപോയി. പരിഭ്രമത്തോടെ എന്താണമ്മേ... എന്നു ചോദിച്ചുകൊണ്ട് അമ്മയെ പിടിച്ചുകുലുക്കി. വിറച്ചുകൊണ്ട് അമ്മ പിടഞ്ഞെഴുന്നേറ്റു അമ്മയുടെ മുഖം ഭയാനകമായി കാണപ്പെട്ടു.

“ഒന്നുമില്ല... ഛേ... എന്തോ ഒരു കെട്ട സ്വപ്നം...!” എന്നു പറഞ്ഞ് അവർ കാറിത്തുപ്പി. “എന്തുസ്വപ്നമാണമ്മേ... പറയൂ... എന്താണ്...” വീണ്ടും വീണ്ടും ഞാൻ ആവർത്തിച്ചുകൊണ്ടിരുന്നു.

“ അറിഞ്ഞുകൂടാ... നമ്മോടൊപ്പം ഉള്ളവരുടേതു പോലെ ഒരു മുഖം. നല്ല പരിചിതമായതുപോലെയാണ് തോന്നിയത്. കുഞ്ഞിനെ നോക്കിക്കൊള്ളണമെന്ന് എന്നോടു പറഞ്ഞു. മുഖം ശരിയായി ഓർമ്മ വരുന്നില്ല. പെട്ടെന്ന് ആ സ്ത്രീ തുറിച്ചു നോക്കിക്കൊണ്ട്, “ഇങ്ങോട്ടു നോക്കൂ... പരിചയപ്പെട്ടതൊക്കെ ശരി...ഒന്നിച്ചു കഴിഞ്ഞിരുന്നു എന്നു പറഞ്ഞുകൊണ്ട് നാളെ വിട്ടയച്ചാൽ എന്റെ വീടിന്റെ പരിസരത്തുപോലും വന്നുപോകരുത്... ങാ ഹാ... നോക്കിക്കൊള്ളാൻ പറയുന്നോ..? പിച്ചും പേയും പറഞ്ഞുകൊണ്ടിരുന്നു... നിന്റെ ചെറിയമ്മയുടെ മുഖം പോലെ തോന്നുന്നു... എന്നാൽ കൃത്യമായി കാണാൻ കഴിയുന്നില്ല... എന്തോ ഒരു കെട്ട കിനാവു പോലെ തോന്നുന്നു...” എന്നു നിലവിളിച്ചുകൊണ്ട് അമ്മ പറഞ്ഞുകൊണ്ടിരുന്നു.

“പോട്ടമ്മേ... വിട്ടുകള... പാഴ്സ്വപ്നത്തെപ്പറ്റി പറഞ്ഞുകൊണ്ടിരിക്കാതെ... നല്ലതേ നടക്കൂ... ഒന്നും ഭയപ്പെടരുത്.. ഈശ്വരൻ നമ്മോടൊപ്പമുണ്ട്..

നമ്മളെ കാത്തുകൊള്ളും..” ഇങ്ങനെ അമ്മയെ ആശ്വസിപ്പിച്ചുകൊണ്ടിരുന്നു.

നേരം പുലർന്നു. ആർക്കും ഭക്ഷണമൊന്നും കഴിക്കാൻ കഴിഞ്ഞില്ല. സ്വതന്ത്രമായ ശേഷം വീട്ടിൽച്ചെന്നു കഴിക്കാമെന്നു വിചാരിച്ചിരുന്നവരുമുണ്ട്. ജയിൽ ജീവനക്കാരും മറ്റും മുൻകൂർ 'ആശംസകൾ' അറിയിച്ചുകൊണ്ടിരുന്നു.

ജഡ്ജി കോടതിയിൽ വന്നിരുന്നയുടൻ വിധിന്യായം വായിക്കാനാരംഭിച്ചു. ഈ കേസിൽ പ്രതിച്ചേർക്കപ്പെട്ട എല്ലാവരും കുറ്റവാളികളാണ് എന്നു പറഞ്ഞുതുടങ്ങി, ഓരോരുത്തരും ചെയ്ത കുറ്റങ്ങൾ വകുപ്പുതിരിച്ച് വിവരിച്ചുകൊണ്ടിരുന്നു. എല്ലാവരും പ്രാർത്ഥനാ നിരതരായി വിധി പ്രഖ്യാപനം പ്രതീക്ഷിച്ചുകൊണ്ടു നിന്നു.

ആദ്യമായി (A1) നളിനിക്ക് വധശിക്ഷ എന്ന പ്രഖ്യാപനം വന്നു. എല്ലാവരും ഞെട്ടി. എനിക്കു ശിക്ഷ കിട്ടിയേക്കും... എന്നാൽ ലഘുവായ ശിക്ഷയായിരിക്കുമെന്ന് എല്ലാവരും കരുതിയിരുന്നതുകൊണ്ടാണ് കേട്ടവരെല്ലാം ഞെട്ടിയത്.

അടുത്തതായി (A2) ശാന്തനും വധശിക്ഷ! എല്ലാവരും തലയുയർത്തി നോക്കി.

തുടർന്ന് A3 മുരുകനും വധശിക്ഷ വിധിച്ചു എന്നുകേട്ടതോടെ അവിടെ എന്താണു നടക്കുന്നതെന്ന് എല്ലാവരും ആശ്ചര്യപൂർവ്വം നോക്കിനിന്നു. കോടതി ജീവനക്കാർ, പൊലീസുകാർ, പ്രതിഭാഗം വക്കീലന്മാർ എന്നിവരെല്ലാം ഒരുമാതിരിയായി നോക്കിനിന്നു. അടുത്തതായി A4. ശങ്കറിനും മരണശിക്ഷ എന്നു പ്രഖ്യാപിച്ചയുടൻ എന്റെ ഭർത്താവ് ഉച്ചത്തിൽ പൊട്ടിച്ചിരിച്ചു.

അവിടെക്കൂടിയിരുന്നവരാരും തന്നെ പ്രതീക്ഷിച്ചിരുന്നതല്ല ഇത്തരമൊരു പ്രതികരണം. എന്താണിങ്ങനെ ചിരിക്കുന്നതെന്ന് ആരോ ചോദിച്ചു. “പിന്നെന്താ... ശങ്കറിനും വധശിക്ഷയാണെന്നു പറഞ്ഞാൽ ഇതൊരു കോമാളിക്കൂത്തായിട്ടല്ലേ തോന്നുകയുള്ളൂ... അയാൾക്കും ഈ കേസിനും തമ്മിൽ പുലബന്ധം പോലുമില്ലെന്നു സാക്ഷികളും തെളിവുകളുമെല്ലാം കൃത്യമായി ഉണ്ടായിരുന്നിട്ടും അയാൾക്ക് വധശിക്ഷ വിധിച്ചു എന്നു കേട്ടാൽപ്പിന്നെ ചിരി വരാതിരിക്കുമോ?” എന്നായി അദ്ദേഹം. മിണ്ടാതിരിക്കാൻ ഞാൻ പറഞ്ഞു.

അതിനുശേഷം അവിടെ നിൽക്കാൻ താത്പര്യമില്ലാതെ അദ്ദേഹം കോടതിമുറിക്കു പുറത്തുകടന്നു. അപ്പോഴവിടെ അങ്കലാപ്പോടെ തെക്കുവടക്കു നടന്നുകൊണ്ടിരുന്ന ജയിൽ സൂപ്രണ്ട് മുരുകനെ കണ്ടയുടൻ, “എന്താ മുരുകാ...എല്ലാവർക്കും മരണശിക്ഷയാണോ, ഇതെന്തൊരു വിധിയാണ്?”, എന്ന് അദ്ഭുതത്തോടെ ചോദിച്ചു. കൂട്ടത്തിൽ ആരെയൊക്കെയോ തെറിയഭിഷേകം ചെയ്തുകൊണ്ടിരുന്നു. അവിടെ അരങ്ങേറുന്ന അനീതികൾ സഹിക്കവയ്യാതെ തനിക്കുള്ള വിയോജിപ്പ് വാക്കുകളായി

പുറത്തുവരികയായിരുന്നു. ഇക്കാര്യം കോടതിക്കുള്ളിൽവന്നു എന്ന് ഭർത്താവാണ് എന്നോടു പറഞ്ഞത്.

ഈ സമയം കോടതിക്കുള്ളിൽ ഉണ്ടായിരുന്ന സി. ബി. ഐ.യ്ക്കു വേണ്ടി ഹാജരായ സീനിയർ അഡ്വക്കേറ്റ് ശ്രീ. രാജമാണിക്യം എഴുന്നേറ്റു നിന്നു. സി.ബി.ഐ.യ്ക്കു വേണ്ടി കേസ് വാദിക്കുന്ന വക്കീലന്മാരുടെ നേതൃസ്ഥാനം ഇദ്ദേഹത്തിനായിരുന്നു. ഒരുവിധം ന്യായമായി മാത്രമേ സംസാരിക്കുകയുള്ളൂ. ഏതു വിഷയത്തേയും തട്ടിക്കയറുന്ന വിധത്തിൽ സമീപിക്കാറില്ല. ഇല്ലാത്തത് ഉണ്ടെന്നു സമർത്ഥിക്കാൻ തയ്യാറാകാത്ത ആൾ; വാക്ചാതുര്യം കാട്ടി ജഡ്ജിയെ സ്വാധീനിക്കാൻ ശ്രമിക്കാറില്ല, അതുകൊണ്ടാണോ എന്തോ, വിചാരണയുടെ ആദ്യഘട്ടത്തിലുണ്ടായിരുന്നെങ്കിലും തുടർന്നു കോടതിയിൽ ഹാജരായിരുന്നില്ല. അദ്ദേഹത്തിനുപകരം ജേക്കബ് ഡാനിയലായിരുന്നു വിചാരണയ്ക്കു നേതൃത്വം കൊടുത്തിരുന്നത്.

അങ്ങനെയുള്ള ശ്രീ. രാജമാണിക്യം അസ്വസ്ഥമായ ഭാവത്തോടെ ചുറ്റും തുറിച്ചുനോക്കിക്കൊണ്ട് കോടതിമുറിയിൽ നിന്നും പുറത്തേക്കു പോയി. അദ്ദേഹം പുറത്തേക്കു പോകാൻ തുടങ്ങുമ്പോഴാണ് എന്റെ വക്കീൽ ശ്രീ. ദുരൈസ്വാമി ധൃതിയിൽ കോടതിയിലേക്കു വന്നു കൊണ്ടിരുന്നത്. രാജമാണിക്യത്തിന്റെ ജൂനിയറായി പ്രാക്ടീസ് ചെയ്തിരുന്ന വ്യക്തിയായിരുന്നു ദുരൈ സ്വാമി.

ദുരൈ സ്വാമിയെ കണ്ടയുടൻ രണ്ടുകൈക്കൊണ്ടും സ്വന്തം തലയ്ക്കടിച്ചുകൊണ്ട്, നിറകണ്ണുകളോടെ രാജമാണിക്യം പുറത്തേക്കു പോയി. വയറ്റത്തും മുഖത്തും മാത്രം അടിച്ചില്ലെന്നേയുള്ളൂ. അധികം വൈകാതെ അദ്ദേഹത്തിന് ഹാർട്ട് അറ്റാക്ക് ഉൾപ്പെടെയുള്ള പ്രശ്നങ്ങൾ ഉണ്ടായതായി കേട്ടിരുന്നു.

തുടർന്ന് മറ്റുള്ള ഓരോ പ്രതികൾക്കും തുടരെത്തുടരെ വധശിക്ഷ... വധശിക്ഷ... എന്ന് ജഡ്ജി വിധിന്യായം പ്രഖ്യാപിച്ചു കൊണ്ടേയിരുന്നു. ഇതു കേട്ടുകൊണ്ടിരിക്കാൻ കഴിയാതെ സി.ബി.ഐയുടെ വക്കീലന്മാർ ഒഴികെ മറ്റുള്ളവരെല്ലാം കോടതിമുറിയിൽ നിന്നും പുറത്തേക്കു പോയി. ജേക്കബ് ഡാനിയൽ ഒഴികെയുള്ള മറ്റെല്ലാ സി.ബി.ഐ. വക്കീലന്മാരുടെയും മുഖം വിവർണ്ണമായി കാണപ്പെട്ടു. ഇങ്ങനെയൊരു വിധി ആരും പ്രതീക്ഷിച്ചിരുന്നതേയില്ല...

എന്തിന്, കോടതി ജീവനക്കാർ പോലും കോടതി മുറിയിൽ ഇരിക്കാൻ കഴിയാതെ കണ്ണുകൾ തുടച്ചുകൊണ്ട് ഉള്ളിലേക്കു പോയി. ഡ്യൂട്ടിയിലുണ്ടായിരുന്ന പൊലീസുകാരും സങ്കടത്തോടെ അല്പം പുറത്തേക്കു മാറി നിന്നു.

അവസാനം കോടതിമുറിയിൽ പ്രതികൾ മാത്രം അവശേഷിച്ചു. ഇരുപത്തിയാറ് പ്രതികൾക്കും വധശിക്ഷ വിധിച്ചുകൊണ്ടുള്ള പ്രസ്താവന വന്നു കഴിഞ്ഞിരുന്നു. എനിക്കു കരച്ചിലടക്കാൻ കഴിഞ്ഞില്ല. കൂടെ

അമ്മയും സെൽവലക്ഷ്മി, ശാന്തി, ആതിര എന്നിവരും നിലവിളിച്ചു കൊണ്ടിരുന്നു. കൂട്ടത്തിൽ ചില പുരുഷന്മാരും കരയാൻ തുടങ്ങി. ചിലർ അപ്രതീക്ഷിതമായ വിധി കേട്ട് വായ്തുറക്കാൻ പോലും കഴിയാതെ അസ്തപ്രജ്ഞരായി നിന്നു. ആർക്ക് ആരെയാണ് ആശ്വസിപ്പിക്കാൻ കഴിയുക? എല്ലാം അവസാനിച്ചു കഴിഞ്ഞു എന്ന മട്ടിൽ എല്ലാവരും കണ്ണീർവാർത്തു നിന്നു. അമ്മയുടെ സ്വപ്നത്തിൽ കണ്ടിരുന്ന ആ രൂപം "എന്റെ വീടിനടുത്തുപോലും വന്നു പോകരുത്", എന്ന് ആജ്ഞാപിച്ച തിനു സമാനമായിത്തന്നെ വിധിയുമുണ്ടായി.

വിധിയുടെ വിവരങ്ങൾ അറിഞ്ഞ് ധാരാളം പേർ കോടതിമുറ്റത്തു തടിച്ചുകൂടി. ഞങ്ങൾക്ക് ചുറ്റും മുന്നൂറിൽ അധികം പൊലീസുകാരെ നിയോഗിച്ച് മൂന്നടുക്കുള്ള സുരക്ഷയൊരുക്കി. തമിഴ്നാട് സ്പെഷ്യൽ കമാണ്ടോ ഫോഴ്സിലും സി.ആർ.പി.എഫിലുമുള്ള എല്ലാവരും ചെറുപ്പ ക്കാരായിരുന്നു.അക്കൂട്ടത്തിൽ ധാരാളം തമിഴരുമുണ്ടായിരുന്നു. ഞങ്ങൾ നിന്നിരുന്ന കോടതിമുറിയുടെ വലതുഭാഗത്ത് അഞ്ചടി ഉയരമുള്ള വലിയ ജനലുകളുണ്ടായിരുന്നു. അതിൽ കമ്പിവല ഉറപ്പിച്ചിരുന്നു. അതിലൂടെ നോക്കിയാൽ പുറത്തുള്ളവരെ നന്നായി കാണാമായിരുന്നു. അവിടെ യാണ് ശോകമൂകരായി പൊലീസുകാർ കൂടി നിന്നിരുന്നത്. അവർ ഓരോ രുത്തരും തള്ളവിരലുയർത്തിക്കാട്ടി "ഭയപ്പെടേണ്ട, സുപ്രീം കോടതിയിൽ അപ്പീൽ പോകാം.." എന്നു പറഞ്ഞ് ഞങ്ങളെ ആശ്വസിപ്പിച്ചു. ചില പൊലീസുകാർ കണ്ണീരൊഴുകുന്നതും കാണാമായിരുന്നു. കോടതി ക്കുള്ളിൽ ഡ്യൂട്ടിയിലുണ്ടായിരുന്ന വനിതാ പൊലീസുകാരും ഞങ്ങളെ ആശ്വസിപ്പിച്ചു. "സങ്കടപ്പെടേണ്ട, ഈശ്വരൻ നിങ്ങളോടൊപ്പമുണ്ട്; നല്ലതേ വരൂ..."

"മേൽക്കോടതികളിൽ നിന്നും നീതിലഭിക്കും... നന്നായി ഭക്ഷണം കഴിക്കണം; നന്നായി ഉറങ്ങണം..." എന്നെല്ലാം തമിഴിലും ഹിന്ദിയിലും പലരും ഉച്ചത്തിൽ വിളിച്ചു പറഞ്ഞുകൊണ്ടിരുന്നു. അവിടെ കൂടിയിരു ന്നവരിൽ 90ശതമാനം പൊലീസുകാരും ഞങ്ങൾക്കനുകൂലമായി അഭി പ്രായപ്രകടനങ്ങൾ നടത്തിക്കൊണ്ടിരുന്നു. ഇവരിൽ പകുതിപ്പേർ തമിഴ്നാടു പൊലീസുകാരും മറ്റുള്ളവർ കേന്ദ്രസർവ്വീസിലുള്ളവരുമായി രുന്നു.

ഈ രണ്ടു വിഭാഗവും സി.ബി.ഐ. ചീഫ് കാർത്തികേയന്റെ നിയ ന്ത്രണത്തിലായിരുന്നു. അവരിൽ നിന്നാണ് ഞങ്ങൾക്ക് ഇത്തരത്തിലുള്ള ആശ്വാസവാക്കുകൾ വന്നുകൊണ്ടിരുന്നത്. കഴിഞ്ഞ അഞ്ചുവർഷ ങ്ങളായി ഞങ്ങളെ കണ്ടുകൊണ്ടിരുന്നവരാണ്. എന്നാൽ ഇന്നുവരെ ഞങ്ങളോട് യാതൊന്നും സംസാരിച്ചിരുന്നില്ല. ഞങ്ങൾ നിരപരാധികളാണ് എന്ന ധാരണ അവർക്കുണ്ടായിരുന്നു. അല്ലെങ്കിൽ ഇരുപത്തിയാറു പേർക്കും വധശിക്ഷ വിധിച്ചതറിഞ്ഞ് അവർ ഇത്രമാത്രം വികാരാധീന രാകുകയില്ലായിരുന്നു.

വധശിക്ഷ വിധിച്ചതറിഞ്ഞിട്ടു പോലും ഞാൻ കരയാതിരിക്കുകയായിരുന്നു. എന്നാൽ ഒരുറുമ്പിനുപോലും ദോഷം വരാതിരിക്കാൻ ആഗ്രഹിച്ചിരുന്ന എന്നെ ഒരു "കൊടും തീവ്രവാദി" എന്ന് വിധിന്യായത്തിൽ ജഡ്ജി എടുത്തു പറഞ്ഞപ്പോൾ എന്റെ സർവ്വ നിയന്ത്രണങ്ങളും വിട്ടുപോയി. അതോടൊപ്പം അവിടെയുണ്ടായിരുന്ന പൊലീസുകാരുടെ ആശ്വാസവാക്കുകളും എന്നെ വളരെയധികം ദുഃഖിപ്പിച്ചു. അക്കൂട്ടത്തിൽ തമിഴറിയാത്തവരുമുണ്ടായിരുന്നു. ഹിന്ദി അറിയാവുന്ന തമിഴ് പൊലീസുകാരാണ് അവരുടെ വാക്കുകൾ ഞങ്ങൾക്കു മൊഴിമാറ്റിത്തന്നത്. ഊരും പേരും അറിയാത്തവർ പോലും ഞങ്ങളുടെ മേൽ കാട്ടിയ ആദരവ് എന്റെ സങ്കടം വർദ്ധിപ്പിക്കുകയാണു ചെയ്തത്. എന്നോടൊപ്പമുള്ള മറ്റു പ്രതികളുടെ അവസ്ഥയും ഇതുതന്നെയായിരുന്നു.

വിധിപ്രഖ്യാപനം വൈകിട്ട് 6.30 മണിവരെ നീണ്ടുനിന്നു. അതിനുശേഷം ജീവച്ഛവങ്ങളെപ്പോലെ സെല്ലിനുള്ളിലേക്കു കടന്നു. അവിടെ മറ്റൊരു ഞെട്ടൽ ഞങ്ങളെ കാത്തിരിക്കുന്നുണ്ടായിരുന്നു. സെല്ലുകളെല്ലാം തുടച്ചു വൃത്തിയാക്കിയിരുന്നു. ഞങ്ങളുടെ വസ്ത്രങ്ങൾ, പുസ്തകങ്ങൾ, കുറിപ്പെഴുതാൻ വച്ചിരുന്ന നോട്ടുബുക്കുകൾ ഇവയൊന്നുംതന്നെ അവിടെയുണ്ടായിരുന്നില്ല. തുടച്ചു 'വൃത്തി'യാക്കിയ കൂട്ടത്തിൽ അതും തുടച്ചു നീക്കിയിരുന്നു. ധരിച്ചിരുന്ന വസ്ത്രങ്ങളല്ലാതെ മറ്റൊന്നും ആർക്കുമുണ്ടായിരുന്നില്ല. ഭക്ഷണം കഴിക്കാനുള്ള പാത്രങ്ങളും ഗ്ലാസ്സുകളുപോലും അവിടെ ഉണ്ടായിരുന്നില്ല.

വധശിക്ഷ വിധിച്ചു കഴിഞ്ഞാൽ സെല്ലിനുള്ളിൽ ഒന്നും സൂക്ഷിക്കാൻ പാടില്ല എന്നാണ് ചട്ടം.

അന്നുരാത്രി ആരും ഭക്ഷണം കഴിച്ചില്ല. എങ്ങനെ കഴിക്കാൻ കഴിയും? എന്റെ ഭർത്താവ് അദ്ദേഹത്തിന്റെ സെല്ലിൽ വിധിന്യായം വായിച്ചുകൊണ്ടിരുന്നു. അന്നു രാത്രിയിൽ അദ്ദേഹം ഉറങ്ങിയതേയില്ല. നേരം പുലർന്നു. വിധിന്യായത്തിൽ പറഞ്ഞിരുന്ന കാര്യങ്ങൾ മുഴുവൻ മനസ്സിലാക്കിയിരുന്നു. രാവിലെ എന്നെ കണ്ടയുടൻ ഒരു 'കള്ളച്ചിരി'ചിരിച്ചു. അതുകണ്ട് എനിക്കു ദേഷ്യം തോന്നി. എല്ലാവരും ദുഃഖഭാരം താങ്ങാനാവാതെ കഴിയുമ്പോൾ ഇങ്ങനെ ചിരിച്ചാൽ മറ്റുള്ളവർ തെറ്റിദ്ധരിക്കാനിടയാകും. മാത്രമല്ല "നിങ്ങൾക്കു വട്ടുപിടിച്ചെന്നു മറ്റുള്ളവർ കരുതും" എന്നും ഞാൻ ഓർമ്മിപ്പിച്ചു.

"അതെല്ലടോ, വിധിമുഴുവൻ വായിച്ചു കഴിഞ്ഞപ്പോൾ ഉച്ചത്തിൽ പൊട്ടിച്ചിരിക്കണമെന്നു തോന്നി. അല്ലെങ്കിൽ നിലവിളിക്കണമെന്നു തോന്നി. ഇതുരണ്ടും ചെയ്യാൻ എനിക്കു കഴിഞ്ഞില്ല. ശരീരം മുഴുവൻ കത്തിയെരിയുന്ന പ്രതീതിയാണുള്ളത്. ആ വേദനയാണ് നിന്റെ മുന്നിൽ ചിരിച്ചു കാണിക്കാനിടയാക്കിയത്."

അതിനു ഞാനെന്തു മറുപടിയാണ് പറയേണ്ടത്? ഞാനദ്ദേഹത്തെത്തന്നെ നോക്കിക്കൊണ്ടുനിന്നു.

“ഒരു കാര്യം നിനക്കറിയാമോ? നമ്മൾ രണ്ടുപേരും കഠിനമായി പരിശ്രമിച്ച് പതിമ്മൂന്ന് വിലപ്പെട്ട തെളിവുകൾ ശേഖരിക്കുകയും ആയിരക്കണക്കിന് പേജുകളുള്ള നമ്മൾക്കനുകൂലമായ കുറിപ്പുകൾ തയ്യാറാക്കുകയും ചെയ്തിരുന്ന കാര്യം ഓർക്കുന്നുണ്ടോ?”

അപ്പോഴാണ് കഠിനാധ്വാനത്തിന്റേതായ ആ നാളുകൾ ഓർമ്മയിലെത്തിയത്

വാദം പൂർത്തിയായ ഉടൻ ഞങ്ങൾക്ക് എന്തെങ്കിലും പറയാനുണ്ടോ എന്ന് ജഡ്ജി ഓരോരുത്തരോടും ചോദിച്ചിരുന്നു. എന്റെ ഭർത്താവ് പറഞ്ഞുതരികയും അതുകേട്ട് ഞാൻ എഴുതിയെടുക്കുകയും ചെയ്തിരുന്നത് എത്രയുണ്ടെന്നറിയാമോ!

ഏകദേശം അയ്യായിരം പേജുകൾ. ഇതിൽ നാലായിരം പേജും ഞാനെഴുതിയാണ്. ബാക്കിയുള്ള ആയിരം പേജ് അദ്ദേഹം തനിയെയാണ് എഴുതിയത്. പഴയ കോടതി വിധികളും നിയമപുസ്തകങ്ങളും വായിച്ചു വായിച്ച് ഞങ്ങൾക്കുനിഷേധിക്കപ്പെട്ട നീതി തിരിച്ചു പിടിക്കാൻ വേണ്ടി സമർപ്പിച്ചിട്ടുള്ള പരാതികളുടെ ചുരുക്കം എന്നിവ ദിവസവും എഴുപത്തിയഞ്ചു പേജുകളിൽ കുറയാതെ ഞങ്ങൾ എഴുതി സൂക്ഷിച്ചിരുന്നു. ഇതിനുവേണ്ടി മാത്രം പകൽസമയങ്ങളിൽ ഒന്നിച്ചിരിക്കാനുള്ള പ്രത്യേക അനുമതി ഞങ്ങൾക്കു ലഭിച്ചിരുന്നു.

അനുമതിയെന്നാൽ ഞങ്ങളെ രണ്ടുപേരെയും സ്വകാര്യമായി കാണാനുള്ള സൗകര്യം ചെയ്തിരുന്നു എന്നല്ല എന്റെ ഭർത്താവിനരികിൽ ഒരു പൊലീസുകാരനും എനിക്കരുകിൽ ഒരു പൊലീസുകാരിയും എപ്പോഴുമുണ്ടായിരിക്കും. ഞങ്ങൾക്കിടയിൽ ഒരു വലിയ കാർഡ്ബോർഡ് പെട്ടി ഒരു മതിലുപോലെ ഞങ്ങളെ വേർതിരിക്കാനായി വച്ചിരിക്കും. അങ്ങനെയിരുന്നുകൊണ്ടാണ് ഇത്രയും എഴുതിത്തീർന്നത്.

ഒരു കണക്കിൽപ്പറഞ്ഞാൽ ഞങ്ങൾ കുറിച്ചെടുക്കുന്ന പ്രധാന വസ്തുതകൾ അപ്പോഴപ്പോൾ സി.ബി.ഐ. അധികാരികൾക്കു കിട്ടിക്കൊണ്ടിരുന്നു എന്നതാണ് വസ്തുത. അതിനനുസരിച്ച് പുതിയ പുതിയ സാക്ഷികളെയും അവർ തയ്യാറെടുപ്പിച്ചുകൊണ്ടിരുന്നു.

രാത്രിമുഴുവൻ എന്റെ ഭർത്താവ് തയ്യാറാക്കിക്കൊണ്ടുവരുന്ന വസ്തുതകൾ അദ്ദേഹം പറഞ്ഞുതരുന്നതു കേട്ട് ഞാനെഴുതിയെടുക്കുകയായിരുന്നു രീതി. വ്യക്തിപരമായി ഒരു വാക്കുപോലും പരസ്പരം പറയാനോ ചോദിക്കാനോ ഉള്ള അനുവാദം ഉണ്ടായിരുന്നില്ല. ഞങ്ങളുടെ വികാരങ്ങളെ കടിച്ചൊതുക്കി കല്ലുപോലെ ഞങ്ങൾ പെരുമാറിക്കൊണ്ടിരുന്നു. ഇതൊക്കെയാണെങ്കിലും വേദനകളും ദുഃഖങ്ങളും കൂടെക്കൂടെ മനസ്സിൽ ഓടിയെത്തും. അതെല്ലാം കണ്ണുകളിലൂടെ പരസ്പരം കൈമാറി ആശ്വസിക്കും. അങ്ങനെ നിയമം തടഞ്ഞ വഴിയിലൂടെ ഞങ്ങൾ സഞ്ചരിക്കും.

ഒരു വശത്ത് ഞങ്ങളുടെ കുഞ്ഞിനെയോർത്തുള്ള ദുഃഖം മറുവശത്ത് ഇത്തരം ബുദ്ധിമുട്ടുകൾ; ഇതെല്ലാം സഹിച്ച് ഞങ്ങളുടെ ഭാഗത്തുള്ള ന്യായവാദങ്ങൾ എഴുതിക്കൊണ്ടിരുന്നു. അവയെല്ലാം ചേർത്ത് പതിമ്മൂന്ന് ഫയലുകളായി കോടതിയിൽ സമർപ്പിച്ചിരുന്നു.

അതുകൂടാതെ ചട്ടം 313 അനുസരിച്ച് ഞങ്ങളിൽ നിന്നും എഴുതി വാങ്ങിയിരുന്ന സ്റ്റേറ്റ്മെന്റുകൾ അഞ്ഞൂറ് പേജോളം ഉണ്ടായിരിക്കും. അതുൾപ്പെടെ അയ്യായിരത്തിഅഞ്ഞൂറു പേജുകൾ വരുന്ന, നീതി നിഷേധങ്ങൾ തെളിവുകൾ സഹിതമാണ് ഞങ്ങൾ കോടതിയിൽ സമർപ്പിച്ചത്.

വിധിപ്രസ്ഥാവിക്കുന്നതിനു മുമ്പ് ഈ രേഖകളും കൂടി പരിശോധിക്കണമെന്ന് ഞങ്ങൾ കോടതിയിൽ അപേക്ഷിച്ചിരുന്നു. ഇതെല്ലാം നിയമാനുസൃതമായ മാർഗ്ഗങ്ങൾ തന്നെയാണ്. തടവുകാലത്ത് ഞങ്ങളനുഭവിച്ച പല വിധ കഷ്ടപ്പാടുകളിൽ ഒന്നായിരുന്നു ഇതും. നാലുവർഷത്തെ കഠിനമായ പരിശ്രമമായിരുന്നു ഇതിനു പിന്നിൽ.

ഇപ്പോഴാണ് അക്കാര്യം ഞാനോർത്തത്. ‘‘അതേ...അതു കൊണ്ടെന്താ?”, ഞാൻ ചോദിച്ചു. “വിധി ന്യായത്തിൽ നമ്മൾ എഴുതി സമർപ്പിച്ചിരുന്ന അയ്യായിരത്തിഅഞ്ഞൂറു പേജുവരുന്ന രേഖകളിൽ നിന്നും അല്ലെങ്കിൽ അതിൽപ്പറഞ്ഞിരിക്കുന്ന കാര്യങ്ങളിൽ നിന്നും ഒന്നിനെപ്പറ്റിയും ഒരു പരാമർശം പോലുമില്ല. ഇതെന്തു ന്യായമാണ്? നമ്മൾ ചൂണ്ടിക്കാട്ടിയ കാര്യങ്ങൾ ഒന്നുകിൽ അംഗീകരിക്കണം, അല്ലെങ്കിൽ നിരാകരിക്കണം. അതവരുടെ ഇഷ്ടം പോലെ ചെയ്തു കൊള്ളട്ടെ. എന്നാൽ പ്രതികൾ ഉയർത്തിയ ഈ ന്യായവാദങ്ങൾ തള്ളിക്കളയുന്നതായും അവർ തെറ്റുകാരാണെന്നും എടുത്തുപറയേണ്ടതല്ലേ? വേണോ, വേണ്ടയോ? അയ്യായിരത്തിഅഞ്ഞൂറു പേജുകളിലുള്ള ഒരു വാക്കുപോലും വിധിയിൽ കണ്ടില്ലല്ലോ? ഇതെന്തു നീതിയാണ്?” എന്നും അദ്ദേഹം പറഞ്ഞുകൊണ്ടിരുന്നു.

സാധാരണയായി, നാട്ടിൻപുറങ്ങളിൽ നടക്കുന്ന പഞ്ചായത്തുകളിൽപ്പോലും എതിർകക്ഷികൾ ഇങ്ങനെ പറയുന്നു, എന്നാൽ ബാധിക്കപ്പെട്ടയാൾ മറ്റൊരു തരത്തിൽപ്പറയുന്നു. അതിനാൽ രണ്ടുകൂട്ടരുടെയും അഭിപ്രായം കേട്ടശേഷം ഞങ്ങളൊരു തീരുമാനത്തിലെത്തിച്ചേർന്നു എന്ന് പറയുന്നതാണ് ഒരു സാമാന്യ മര്യാദ.

എന്നാൽ ഏറ്റവും വലിയ ജനാധിപത്യരാജ്യത്തെ നീതിന്യായ വ്യവസ്ഥിതിയിൽ ഇതെല്ലാം പുറംതള്ളപ്പെട്ടുപോയല്ലോ എന്ന സങ്കടമാണ് ഞങ്ങളെ ഏറ്റവും കൂടുതൽ തളർത്തിക്കളഞ്ഞത്. ഞങ്ങളുന്നയിച്ച ഒരു വാദംപോലും പരിഗണിച്ചില്ല എന്നു പറഞ്ഞാൽ വിധിപ്രഖ്യാപിച്ച ജഡ്ജിയുടെ മാനസികാവസ്ഥ എന്തായിരുന്നു എന്ന് ഞങ്ങൾക്ക് സംശയങ്ങളുണ്ടാകുന്നത് സ്വാഭാവികമാണ്. നീതിനടപ്പാക്കുന്നു എന്നപേരിൽ

എന്തിനാണ് ഈ കപടനാടകം അരങ്ങേറിയതെന്നാണ് എന്നാണ് ഞങ്ങൾക്കു ചോദിക്കാനുള്ളത്.

ഞാനിതുവരെ പരിശോധിച്ച ആയിരക്കണക്കിനു വിധിന്യായങ്ങളിൽ ഏറ്റവും വിചിത്രമായ ഒന്നായിരുന്നു ഈ കേസിലെ വിധി.

പിൽക്കാലത്ത് ഈ കേസിന്റെ അപ്പീൽ സുപ്രീം കോടതിയിൽ പരിഗണിച്ചുകൊണ്ടിരിക്കുമ്പോൾ തുറന്ന കോടതിയിൽ ഇതിനെ Judicial Massacre(നീതിപൂർവ്വമായ കൂട്ടക്കൊല) എന്നു വിശേഷിപ്പിക്കുകയുണ്ടായി. പ്രോസിക്യൂഷൻ നിരത്തിയ വാദങ്ങളെയും, സാക്ഷിമൊഴികളെയും പറ്റി പറയുമ്പോൾ "മഞ്ഞപ്പിത്തം ബാധിച്ചവന് എല്ലാം മഞ്ഞയായിട്ടേ തോന്നുകയുള്ളൂ..." എന്നും കോടതി ചൂണ്ടിക്കാട്ടുകയുണ്ടായി.

ഇവിടെ മറ്റുചിലതു കൂടി ചൂണ്ടിക്കാണിക്കാനുണ്ട്. നിങ്ങൾതന്നെ ഒരു തീരുമാനം എടുത്തുകൊള്ളുക.

ഞങ്ങളുടെ കേസുവിചാരണയുടെ തുടക്കം മുതൽ ഏഴുവർഷം വരെ ഒരേ ന്യായാധിപനാണ് കേസ് കേട്ടുകൊണ്ടിരുന്നത്. പെട്ടെന്ന് ആ സ്ഥാനത്തു തുടരാനിഷ്ടപ്പെടാതെ സ്ഥലം മാറിപ്പോയതുകൊണ്ടാണ് ജസ്റ്റിസ് നവനീതം ആ സ്ഥാനത്തേക്കു വന്നത്. അദ്ദേഹം ചുമതലയേറ്റെടുത്ത ശേഷം നാലോ അഞ്ചോ സാക്ഷികളുടെ വിസ്താരം മാത്രമേ നടന്നിട്ടുള്ളൂ... അദ്ദേഹം ആകെ മൂന്നുമാസം മാത്രമേ ഈ കേസു കേട്ടിട്ടുള്ളൂ.

അതിനുള്ളിൽ സി.ബി.ഐ. സമർപ്പിച്ച നാല്പതിനായിരം പേജു വരുന്ന കുറ്റപത്രങ്ങൾ, പ്രതിസ്ഥാനത്തുള്ള ഞങ്ങൾക്കുവേണ്ടി സമർപ്പിക്കപ്പെട്ട പതിനായിരം പേജുകൾ വരുന്ന രേഖകൾ, സാക്ഷിമൊഴികൾ എല്ലാം ചേർത്ത് അമ്പതിനായിരം പേജിൽ കുറയാത്ത റിക്കാർഡുകൾ, തെളിവുകൾ ഇവയെല്ലാം പരിശോധിച്ച് ഒരു തീർപ്പുകൽപ്പിക്കാൻ തീർച്ചയായും മൂന്നു മാസങ്ങൾ പോരാതെവരും. എത്ര പ്രഗദ്ഭനായാലും ഈ ചുരുങ്ങിയ കാലത്തിനുള്ളിൽ ഒരു പ്രാവശ്യംപോലും വായിച്ചു തീർക്കാൻ സാധ്യമല്ല.

1998– ജനുവരി 28 നായിരുന്നു വിധിപ്രഖ്യാപനം ഉണ്ടായത്. അതിന്റെ തലേദിവസം ഞങ്ങളെ കാണാൻ എല്ലാവരും വന്നിരുന്നു. അന്നു വൈകിട്ട് സന്ദർശക മുറിയിൽനിന്നുകൊണ്ട്, കാണാൻ വന്നവരോട് സംസാരിച്ചുകൊണ്ട് നിൽക്കുകയായിരുന്നു. ആ മുറിയുടെ പിൻവാതിലിൽക്കൂടി നോക്കിയാൽ കോടതിക്കെട്ടിടവും കോടതിമുറിയുടെ മുൻവാതിലും കാണാം. ജയിൽ കോമ്പൗണ്ടിനുള്ളിൽത്തന്നെയായിരുന്നു ടാഡ കോടതി പ്രവർത്തിച്ചിരുന്നത്. ജയിലിന്റെ ചുറ്റുമതിലിൽ ഒരു ഇരുമ്പുഗേറ്റ്. അതു തുറന്നാൽ ഞങ്ങൾ കാലു കുത്തുന്നത് കോടതി വരാന്തയിലാണ്.

ഞങ്ങൾ പുറത്തേക്കു നോക്കിക്കൊണ്ടു നിൽക്കുമ്പോൾ അവിടെ ഒരു ലോറി വന്നുനിന്നു. അതിൽ പത്രക്കെട്ടുകൾപോലെ തോന്നിക്കുന്ന

കുറെ അധികം പാക്കറ്റുകൾ ഇറക്കിക്കൊണ്ടിരുന്നു. ഓരോ കെട്ടും ഒന്നര അടിവലിപ്പമുള്ളവയായിരുന്നു. അതെന്താണെന്ന് ആർക്കും ഒരു പിടിയും കിട്ടിയില്ല. കോടതി ജീവനക്കാരും സി.ബി.ഐ. ഉദ്യോഗസ്ഥരുമാണ് കെട്ടുകൾ ഇറക്കിക്കൊണ്ടിരുന്നത്.

അടുത്ത ദിവസം വിധിന്യായം വായിച്ചു കഴിഞ്ഞയുടൻ ഞങ്ങൾക്കെല്ലാം അതിന്റെ ഓരോ കോപ്പി തന്നപ്പോൾ മാത്രമാണ് തലേദിവസം ലോറിയിൽ കൊണ്ടുവന്നിറക്കിയത് ഈ കേസിന്റെ വിധിപ്പകർപ്പുകളായിരുന്നുവെന്ന് ഞങ്ങൾക്കു ബോധ്യമായത്.

അതുപോലെ മറ്റൊരു കാര്യംകൂടി മറന്നുപോകാതിരിക്കാൻ ഇവിടെ ചൂണ്ടിക്കാണിക്കാം.

ആ വിധിന്യായത്തിലെ ഭാഷാശൈലി, വാക്യഘടന, വാക്കുകൾ എടുത്തുപയോഗിച്ചിരിക്കുന്നതിന്റെ രീതി, വിഷയം വ്യക്തമാക്കുന്നവിധം ഇതെല്ലാം പരിശോധിച്ചാൽ വിധിന്യായം പ്രഖ്യാപിച്ച ന്യായാധിപൻ തന്നെയാണ് അതെഴുതിയതെന്നു വിശ്വസിക്കാൻ പ്രയാസമാണ്. സി.ബി.ഐ. യുടെ ഒരു വക്കീൽ എഴുതിയതുപോലെയാണ് തോന്നിയത്. പ്രത്യേകിച്ച് എന്നെ ഈ കേസുമായി ബന്ധിപ്പിക്കുന്ന വിവരങ്ങൾ കുറ്റപത്രത്തിലുപയോഗിച്ചിരുന്നത് അങ്ങനെത്തന്നെ എഴുതിച്ചേർത്തിരിക്കുകയാണ്.

കേസ് നടന്നുകൊണ്ടിരുന്ന ഏഴ് വർഷക്കാലം ഞങ്ങൾ കണ്ടുപഠിച്ചിരുന്ന ഒരു കാര്യമുണ്ടായിരുന്നു. സി.ബി.ഐയ്ക്കുവേണ്ടി കേസുവാദിക്കുന്ന വക്കീലിന്റെ സംഭാഷണശൈലി, വാക്യഘടന, ഞങ്ങൾക്കെതിരെ രേഖപ്പെടുത്തിയിരിക്കുന്ന സാക്ഷിമൊഴികൾ എഴുതിച്ചേർത്തിരിക്കുന്ന വിധം ഇവയെല്ലാം സി.ബി.ഐ. തന്നിട്ടുള്ള രേഖകളിലുള്ളതിന്റെ തനിപ്പകർപ്പായിട്ടാണ് ഞങ്ങൾക്കു മനസ്സിലാക്കാൻ സാധിച്ചത്.

സി.ബി.ഐ. യുടെ ഇതേ വക്കീൽ ഞങ്ങൾക്കെതിരെ സമർപ്പിച്ചിട്ടുള്ള അഞ്ഞൂറിൽ അധികം പരാതികളുടെ നാലായിരം പേജുകൾ വരുന്ന രേഖകളുടെ പകർപ്പ് ഞങ്ങളുടെ കൈവശമുണ്ട്. ഒരെഴുത്തുകാരന്റെ കൃതികൾ പതിവായി വായിക്കുന്ന ഒരാളിന്, പേരു വയ്ക്കാതെ അതേ എഴുത്തുകാരൻ എഴുതുന്ന മറ്റൊരു കഥയോ, ലേഖനമോ പെട്ടെന്നു തിരിച്ചറിയാൻ ബുദ്ധിമുട്ടുണ്ടാകുകയില്ല.

കഴിഞ്ഞ ഏഴുവർഷങ്ങളായി ഇതേ വക്കീലെഴുതിയ നാലായിരം പേജുകൾ വരുന്ന അപേക്ഷകൾ രാപകൽഭേദമില്ലാതെ വായിച്ചു ശീലിച്ച ഞങ്ങൾക്ക് അതു തിരിച്ചറിയാനൊരു പ്രയാസവുമില്ല. മാത്രമല്ല ഈ ഓരോ അപേക്ഷയ്ക്കും കൃത്യമായ മറുപടിയും ഞങ്ങൾ കൊടുത്തിട്ടുണ്ട്. വിധിന്യായത്തിന്റെ ഏതാനും പേജുകൾ വായിച്ചപ്പോൾത്തന്നെ ഞങ്ങൾക്കു സംഗതി ബോധ്യമായിട്ടുള്ളതാണ്.

ഇതു തെളിയിക്കാൻ ധാരാളം വസ്തുതകളും രേഖകളും ഹാജരാക്കാൻ എനിക്കു കഴിയും. കോടതിവിധികൾ വിമർശിക്കപ്പെടാൻ പാടില്ല

എന്നില്ല. വിമർശിക്കാം. അതിൽ പോരായ്മകളുണ്ടെങ്കിൽ ചൂണ്ടിക്കാണിക്കാമെന്ന് ഹൈക്കോടതിതന്നെ റൂളിംഗ് നൽകിയിട്ടുള്ളതാണ് അതിന്റെയടിസ്ഥാനത്തിലാണ് ഈ വിധിയിൽ വന്നുചേർന്നിട്ടുള്ള ചില ഭീമമായ അബദ്ധങ്ങൾ ചൂണ്ടിക്കാണിക്കാൻ മുതിരുന്നത്. ഇതിനോട് എതിർപ്പുള്ളവരും കണ്ടേക്കാം.

അവരോട് എനിക്കൊന്നേ പറയാനുള്ളൂ. ഇതേ ന്യായാധിപൻ ശ്രീ. നവനീതം മുമ്പ് എഴുതിയ ജഡ്ജുമെന്റുകളും ഇപ്പോൾ ഞങ്ങൾ ഇരുപത്തിയാറ് പേർക്ക് വധശിക്ഷ വിധിച്ചുകൊണ്ട് എഴുതിയ വിധിന്യായവും വായിച്ചുനോക്കി രണ്ടും തമ്മിൽ ഭാഷാശൈലിയിലുള്ള വ്യത്യാസങ്ങൾ ബോധ്യപ്പെടാൻ വളരെ എളുപ്പമാണ്. അതുപോലെ തന്നെ സി.ബി.ഐ. രേഖകളിലെ വാചകഘടന പരിശോധിച്ചാലും ഞാൻ പറഞ്ഞ സത്യം മനസ്സിലാക്കാം.

അതുകൊണ്ടാണ് ഞാൻ ഉറപ്പിച്ചു പറയുന്നത്, ഞങ്ങളുടെ വിധിന്യായം എഴുതിയത് ജസ്റ്റിസ് നവനീതമല്ല; സി.ബി.ഐയും അവരുടെ വക്കീലും ചേർന്നെഴുതിയിട്ടുള്ളതാണ് എന്ന്!

അതുപോകട്ടെ! പൂനമല്ലി ജയിലിൽ ഞങ്ങൾക്കായുള്ള അവസാന പ്രഭാതം. രാവിലെ തന്നെ ഞങ്ങളെ ഏഴുപേർ വീതമുള്ള ഗ്രൂപ്പുകളായി പിരിച്ചു. ചെന്നൈ പുഴൽ ജയിലിലേക്ക് ഏഴുപേർ, വെല്ലൂർ ജയിലിലേക്ക് ഏഴുപേർ, സേലം ജയിലിലേക്ക് ഏഴുപേർ; അങ്ങനെ ഇരുപത്തിയൊന്ന് പുരുഷ തടവുകാരെയും മാറ്റി. ഞാനുൾപ്പെടെ ബാക്കിയുള്ള അഞ്ചു സ്ത്രീകളെ വെല്ലൂരിൽ സ്ത്രീകൾക്കു മാത്രമായുള്ള ജയിലിലേക്കും അയച്ചു. അവിടെ ചെന്നു ചേർന്നപ്പോൾ കിട്ടിയ സ്വീകരണവും തുടർന്നു നടന്ന അക്രമങ്ങളും പറയാൻ തുടങ്ങിയാൽ അതിനുമാത്രമായി ഒരു പുസ്തകം തന്നെ എഴുതേണ്ടിവരും. ചില കാര്യങ്ങൾ ഒരിക്കലും പുറത്തു പറയാൻ കഴിയാത്തവയാണ്. തമിഴ്നാട്ടിലെ വനിതാജയിലുകൾക്കുള്ളിലുള്ള വനിതകളായ ഉദ്യോഗസ്ഥകൾ ഇങ്ങനെയൊക്ക പെരുമാറുമോ എന്ന് മൂക്കത്ത് വിരൽവച്ചു ചോദിക്കേണ്ടി വരും!

ഒരു നാലുമാസത്തോളം തടവുകാർ തമ്മിൽ ഒരുതരത്തിലും ബന്ധപ്പെടാതെയാണ് കഴിച്ചുകൂട്ടിയത്. ആരെപ്പറ്റിയും ഒരു വിവരവും അറിയാൻ കഴിഞ്ഞിരുന്നില്ല. ഞാനും എന്റെ ഭർത്താവും തമ്മിലും ഈ കാലയളവിൽ കണ്ടിട്ടേയില്ല.

അതിനുശേഷമാണ് സന്ദർശകരെ കാണാൻ അനുവദിച്ചു തുടങ്ങിയത്. അതിനുശേഷം ഓരോരുത്തരായി ഞങ്ങളെ കാണാൻ വന്നു തുടങ്ങി. അവരിൽനിന്നാണ് മറ്റുള്ളവരെപ്പറ്റിയുള്ള വിവരങ്ങൾ അറിയാൻ കഴിഞ്ഞത്.

മുപ്പത്തിരണ്ട്

തൂക്കുമരത്തിന്റെ നിഴലിൽ

മരണം കാത്ത് തൂക്കുമരത്തിന്റെ നിഴലിൽ കാത്തിരുന്ന ആ ഭീകരമായ നാളുകൾ അത്ര എളുപ്പത്തിൽ മറക്കാൻ കഴിയുന്നവയല്ല. അപകടത്തിൽപ്പെട്ടു മരിക്കുന്നതു വേറെ, യുദ്ധത്തിൽ മരിച്ചുപോകുന്നതും വേറെ, എന്തിന് ആത്മഹത്യപോലും വേറിട്ടുനിൽക്കുന്നവയാണ്. അതെല്ലാം ആകസ്മികമായി നൊടിയിടയിൽ വന്നുചേരുന്ന മരണങ്ങളാണ്.

എന്നാൽ മുൻകൂട്ടി തീയതിയും സമയവും നിശ്ചയിച്ച് ഏഴുദിവസങ്ങൾ കാത്തിരിക്കാൻ അനുവദിച്ചശേഷം മരണശിക്ഷ നടപ്പാക്കുന്ന ആ രീതിയുണ്ടല്ലോ, അതായിരിക്കും ലോകത്തിലെ ഏറ്റവും ക്രൂരമായ ശിക്ഷാസമ്പ്രദായം!

ഇക്കാര്യത്തിൽ എന്താണു നമ്മുടെ നിയമവ്യവസ്ഥിതി അനുശാസിക്കുന്നത്? മുഖം കറുപ്പു തുണികൊണ്ടു മൂടി, കൈകൾ പിന്നിൽ ചേർത്തുകെട്ടി, കാലുകൾ പരസ്പരം ബന്ധിപ്പിച്ച ശേഷം തൂക്കിലിടണമെന്നാണ് ചട്ടം! അതായത് തൂങ്ങിയാടുന്ന ആ ഉടലിൽ നിന്നും വേദനയുടെ യാതൊരു ലാഞ്ചനയോ, മരണവെപ്രാളമോ പുറത്തുവരാൻ പാടില്ല; ഒരു മരക്കട്ടപോലെ അരമണിക്കൂർ കൊലക്കയറിൽ തൂങ്ങിയാടി ജീവൻ വെടിയണം. സ്വാഭാവികമായുണ്ടാകുന്ന ഉടലിന്റെയും ഉയിരിന്റെയും സ്പന്ദനങ്ങളെപ്പോലും നിയമത്തിന്റെ കുരുക്കിൽപ്പെടുത്തി അടിച്ചമർത്തുന്ന ഭീകരത! മരണത്തെക്കുറിച്ചോർക്കുമ്പോൾ ഞെട്ടലുണ്ടാകുക സ്വാഭാവികമാണ്. എന്നാൽ കൊല്ലപ്പെടുന്നവരുടെ ആത്മാഭിമാനത്തെ വ്രണപ്പെടുത്തി, ഒരു ഭീരുവിനെയെന്നപോലെ, മൃഗീയം എന്നു വിശേഷിപ്പിക്കുന്നതിനേക്കാൾ ഹീനമായ രീതിയിൽ കൊന്നുതള്ളുന്നതിനുള്ള ന്യായം എന്താണെന്ന് എത്ര ആലോചിച്ചിട്ടും മനസ്സിലാകുന്നില്ല.

സദ്ദാംഹുസൈനും ഭഗത്സിംഗും അദ്ദേഹത്തിന്റെ കൂട്ടാളികളും എല്ലാംതന്നെ ഇത്തരമൊരു വധശിക്ഷ നടപ്പാക്കുന്ന രീതിയോട് വിയോജിപ്പുള്ളവരായിരുന്നു. അഭിമാനത്തോടെ, ധൈര്യപൂർവ്വം മരണത്തെ എതിരേറ്റവരാണവർ. തങ്ങളെ വെടിവച്ച് വീഴ്ത്തണമെന്നാണ് അവർ ആവശ്യപ്പെട്ടിരുന്നത്. എന്റെ ഭർത്താവാകട്ടെ, “എന്നായാലും മരിച്ചേ

തീരൂ. അതേപ്പറ്റിയോർത്ത് സങ്കടപ്പെടുന്നില്ല. എന്നാൽ എന്തിനുവേണ്ടിയാണ് മരിക്കുന്നത്, എങ്ങനെയാണ് മരിക്കുന്നത് എന്നതിനെപ്പറ്റി മാത്രമേ എനിക്ക് ഉത്കണ്ഠയുള്ളൂ", എന്ന് അദ്ദേഹം ഇടയ്ക്കിടെ പറയാറുണ്ടായിരുന്നു. എനിക്കും അങ്ങനെ മരിക്കാൻ താത്പര്യം ഉണ്ടായിരുന്നില്ല. അതിനാൽ കണ്ണുകൾ മൂടിക്കെട്ടി, കൈകാലുകൾ ബന്ധിച്ചു നടപ്പാക്കുന്ന മരണം സ്വപ്നം കണ്ട് ഞാൻ കഴിച്ചുകൂട്ടി.

ഈ ചടങ്ങുകളെപ്പറ്റിയെല്ലാം പത്രങ്ങൾ പൊടിപ്പും തൊങ്ങലും വച്ച കഥകളുണ്ടാക്കുമല്ലോ! അതൊക്കെ വായിച്ച് എന്റെ മകൾ എത്രമാത്രം സങ്കടപ്പെടും? ആ വേദന ജീവിതകാലം മുഴുവൻ അവളെ വേട്ടയാടിക്കൊണ്ടിരിക്കുമല്ലോ! ഇത്തരം ചിന്തകൾ മനസ്സിനെ കുത്തിനോവിച്ചുകൊണ്ടിരുന്നു. ഉറക്കം പൂർണ്ണമായും നഷ്ടപ്പെട്ടു കഴിഞ്ഞിരുന്നു. അതു പോകട്ടെ!

എനിക്കുമാത്രം വധശിക്ഷ നടപ്പാക്കാൻ നാലുതവണ തീയതി തീരുമാനിച്ചിരുന്നു. എന്റെ ഭർത്താവുൾപ്പെടെ മറ്റുള്ളവർക്കെല്ലാം ആറു പ്രാവശ്യമാണ് വധശിക്ഷ നടപ്പാക്കാൻ ദിവസം നിശ്ചയിച്ചത്. അന്തരംഗത്തിൽ ചാരം മൂടിക്കിടക്കുന്ന, ഉറക്കം വരാത്ത ആ നാളുകളെപ്പറ്റിയുള്ള സ്മരണകൾ വീണ്ടും പൊടിതട്ടിയെടുത്തു ഞാൻ നോക്കുകയാണ്.

28.1.1998-ൽ പൂനമല്ലി സ്പെഷ്യൽ ടാഡ കോടതി ഞങ്ങൾ 26 പ്രതികൾക്കും വധശിക്ഷ വിധിച്ചകാര്യം മുൻ അദ്ധ്യായത്തിൽ പറഞ്ഞിരുന്നല്ലോ.

അതിനെ തുടർന്ന് തൊട്ടടുത്തദിവസം എന്നെയും, അമ്മ, ജയകുമാറിന്റെ ഭാര്യ ശാന്തി, വിജയന്റെ ഭാര്യ സെൽവലക്ഷ്മി, ആതിര എന്നീ അഞ്ചുപേരെയും വെല്ലൂരിലുള്ള വനിതാജയിലിലേക്കു മാറ്റി. അന്നവിടെ നടന്ന കാര്യങ്ങൾ ഓർക്കുമ്പോൾ ദേഹമാസകലം നടുങ്ങിപ്പോകുന്നു. സൈനിക ക്യാമ്പുകളിൽ ശത്രുപക്ഷത്തിനു നേരെ മാത്രമേ ഇത്തരം കൊടിയ പീഢനകഥകൾ കാണാൻ കഴിയുകയുള്ളൂ. ശത്രുക്കൾക്കുപോലും ഇത്തരം ക്രൂരത അനുഭവിക്കാനിടവരരുതേ എന്നു മാത്രമാണ് എന്റെ പ്രാർത്ഥന.

ആദ്യം ഞങ്ങളെ ഒറ്റവരിയിൽ നിർത്തി. അതിനു പ്രത്യേക കാരണങ്ങൾ ഉണ്ടായിരുന്നില്ല. ഞങ്ങൾക്കെതിരെ മറ്റു ചില പുതിയ തടവുപുള്ളികളെയും നിർത്തിയിരുന്നു. രണ്ടു വനിതാ വാർഡർമാരാണോ, അതോ പരിശീലനം ലഭിച്ച ജീവപര്യന്തം തടവുകാരാണോ എന്നറിയില്ല, ഓടിവന്ന് പുതിയ തടവുകാരികളെ ശരമാരികണക്കെ മർദ്ദിക്കാൻ തുടങ്ങി. നിർത്താതെയുള്ള ഇടിയും തൊഴിയും! ആ പ്രദേശം മുഴുവൻ മുഴങ്ങുന്ന നിലവിളിശബ്ദം! ജയിൽ ഭാഷയിൽ ഇതിനെ 'നടയടി' എന്നുപറയും. 'വധശിക്ഷാവിധി'യുടെ ഞെട്ടലിൽ നിന്നും മോചിതരാകാത്ത ഞങ്ങളുടെ ഗതി ഒന്നോർത്തുനോക്കൂ.. അകത്തുകടക്കുന്ന ഓരോരുത്തർക്കും ഒരു

'ഷോക്ക് ട്രീറ്റുമെന്റ്' നടത്തി ജയിലിനുള്ളിലെ ഭീകരതയെപ്പറ്റി ഒരു ബോധവൽക്കരണം നടത്തും. എങ്കിലേ പുതിയ തടവുകാർ ഭീതിയോടും അനുസരണയോടുംകൂടി പെരുമാറുകയുള്ളൂ. അതാണ് ഈ 'നടയടി' യുടെ അടിസ്ഥാന തത്ത്വം!

അതേപോലെ ഞങ്ങളെയും കൈകാര്യം ചെയ്ത് അടുത്തുള്ള സെല്ലിലേക്കു കൊണ്ടുപോയി. അവരുടെ വായിൽനിന്നു വീണുകൊണ്ടിരുന്ന 'തെറിയഭിഷേകം' കാതുകളിൽ ആസിഡ് ഒഴിക്കുന്നതുപോലെ എരിയാൻ തുടങ്ങി. ഒരു പുഴുവിനെ തീക്കുണ്ഡത്തിനു നേരേ പിടിക്കുന്നതുപോലെ ആ വാക്കുകൾ കൊടുംവിഷത്തേക്കാൾ മാരകമായിരുന്നു. അപ്രതീക്ഷിതമായുണ്ടായ ആ ശാരീരിക പീഡനങ്ങളുടെ ഞെട്ടലിൽ നിന്നും കരകയറുന്നതിനുമുമ്പ് അടുത്ത അതിശയം ഞങ്ങളെ കാത്തിരിക്കുന്നുണ്ടായിരുന്നു. ഞങ്ങൾ അഞ്ചുപേരെയും ഒരു സെല്ലിന്റെ മുന്നിൽ നിർത്തി. ഒരു വനിതാവാർഡൻ വന്നു. "അഴിക്കിനെടീ തുണിയൊക്കെ..." അവർ അലറി, "എല്ലാം ഊരിവയ്ക്ക്!" ഞങ്ങൾക്കൊന്നും മനസ്സിലായില്ല. എന്താ, തുണി അഴിച്ചു വയ്ക്കാനോ എന്ന സംശയത്തിൽ അന്യോന്യം നോക്കി.

"എന്താടീ... നോക്കിക്കൊണ്ടു നിൽക്കുന്നത്? തുണിയെല്ലാം അഴിച്ചു താഴെയിടാൻ....", അവർ വീണ്ടും ആജ്ഞാപിച്ചു. ഒന്നും മനസ്സിലാകാതെ ഞങ്ങൾ മിഴിച്ചു നിന്നു. പെട്ടെന്ന് ഞങ്ങളുടെ മേൽ ചാടിവീണു. ഓരോരുത്തരേയും മാറിമാറി മർദ്ദിക്കാൻ തുടങ്ങി.

"ഇങ്ങോട്ടു നോക്കിനെടീ.... നിങ്ങൾ സ്വയം തുണിയെല്ലാം ഉരിഞ്ഞു മാറ്റിയാൽ ഈ മുറിക്കുള്ളിൽത്തന്നെ നിൽക്കാം; അല്ലെങ്കിൽ ഞങ്ങൾതന്നെ അഴിക്കേണ്ടിവന്നാൽ ഈ ജയിൽ വളപ്പിനുള്ളിൽ ഒരു റൗണ്ട് തുണിയില്ലാതെ ഓടിക്കും. ഇതിലേതു വേണമെന്ന് വേഗം തീരുമാനിക്ക്..."എന്ന് ഒരു രാക്ഷസിയെപ്പോലെ ഞങ്ങളെ ഭീഷണിപ്പെടുത്തി. ഈ സമയം ജയിലിലെ വനിതാ സൂപ്രണ്ടും അടുത്തുണ്ടായിരുന്നു.

"അധികം വൈകാതെ തൂങ്ങിച്ചാകാൻ പോകുന്ന നിനക്കെല്ലാം തുണിയെന്തിനാടീ...." എന്നു തുടങ്ങി എഴുതാൻ പറ്റാത്ത വാക്കുകളിൽ ഞങ്ങളെ ശകാരിച്ചുകൊണ്ടിരുന്നു. സത്യം പറഞ്ഞാൽ നഗ്നരായി നിൽക്കുന്നതിനെക്കാൾ അപമാനകരമായിരുന്നു ആ ക്രൂരമായ വാക്കുകൾ!

അതിനുശേഷം ഞങ്ങൾക്ക് മാനമോ അഭിമാനമോ ഒന്നും കിടപിടിക്കാൻ കഴിയില്ലായിരുന്നു. ഞങ്ങളെ തീയിൽ വാട്ടിയെടുത്ത്, ഞങ്ങളിലുണ്ടായിരുന്ന മാനാഭിമാനങ്ങളെയെല്ലാം ഉരുക്കിയെടുത്ത് പുറത്തേക്ക് ഒഴുക്കിക്കളഞ്ഞിരുന്നു. ശരീരത്തിൽ ഒരു നൂലിഴപോലുമില്ല. എല്ലാം ഊരി നിലത്തെറിഞ്ഞു. പരിപൂർണ്ണ നഗ്നരായി നിന്ന ഞങ്ങളുടെമേൽ മർദ്ദനം തുടർന്നുകൊണ്ടിരുന്നു. ഓരോരുത്തരുടെയും ശരീരത്തിൽ ചാരക്കണ്ണുകളോടെ നിരീക്ഷിച്ചുകൊണ്ടിരുന്നു. ഏതാനും നിമിഷങ്ങളിൽ ഇതെല്ലാം

നടന്നു കഴിഞ്ഞു. തുടർന്ന് അവിടെ നടന്ന എല്ലാക്കാര്യങ്ങളും തുടർന്നെഴുതാൻ എനിക്കു ശക്തിയില്ല.

അല്പമൊന്നു ചിന്തിച്ചു നോക്കൂ.. സി.ബി.ഐ. ഞങ്ങളുടേമേൽ എത്ര മാത്രം ക്രൂരമായ മർദ്ദന മുറകളാണ് പ്രയോഗിച്ചിരുന്നത്? എന്നിട്ടും ഇതു പോലെ പൂർണ്ണനഗ്നരാക്കി നിർത്തി പീഡിപ്പിച്ചിട്ടില്ല. നമ്മുടെ സംസ്കാരമനുസരിച്ച് ഒരു പെൺകുട്ടി സ്വന്തം അമ്മയുടെ മുന്നിൽപ്പോലും പൂർണ്ണ നഗ്നയായി നിൽക്കാൻ മടിക്കും. എന്നാൽ സ്ത്രീകൾക്കായുള്ള ജയിലിലോ? പെറ്റമ്മയുടെ മുന്നിൽ നഗ്നയായി മകൾ! മകളുടെ മുന്നിൽ നഗ്നയായി അമ്മ! എന്തൊരു കൊടുംക്രൂരത! ദേഹപരിശോധന എന്ന പേരിൽ നിയമത്തെ എങ്ങനെയെല്ലാം അവരവരുടെ ഇഷ്ടപ്രകാരം വളച്ചൊടിക്കാം എന്നതിന് വേറെ ഉദാഹരണം ആവശ്യമുണ്ടോ?

കൂനിക്കൂടി ആ മുറിക്കുള്ളിൽ ചുരുണ്ടുകൂടിക്കിടന്നു. ലജ്ജയിലും, അവഹേളനത്തിലും ഞങ്ങൾ മുങ്ങിത്താണുകൊണ്ടിരുന്നു.

ഞങ്ങൾ അന്യോന്യം മുഖത്തേക്കു നോക്കാൻ പോലും മടിച്ചു. നിലത്തു കണ്ണുകളൂന്നിയിരുന്നു.. ഇങ്ങോട്ടു വരുന്ന വഴിയിൽ വച്ചേ മരിച്ചിരുന്നെങ്കിൽ ഇതിലും എത്രയോ ഭേദമായിരുന്നു. അല്ലെങ്കിൽ സി.ബി.ഐ. നടത്തിയ മർദ്ദനത്തിനിടയിൽ കൊല്ലപ്പെട്ടിരുന്നെങ്കിലും ഇതിലും നന്നായിരുന്നേനെ. തമിഴ്പുലികൾ കൈയിൽ സയനൈഡ് കുപ്പികൾ കരുതുമെന്നു കേട്ടിട്ടുണ്ട്. അങ്ങനെയൊരെണ്ണം കിട്ടിയിരുന്നെങ്കിൽ എത്ര നന്നായിരുന്നു. അഞ്ചുപേരും പിറന്ന വേഷത്തിൽ കുത്തിയിരിക്കേണ്ട ഗതികേടിനേക്കാൾ എത്രയോ ഭേദമാണ് വിഷംകഴിച്ച് തൽക്ഷണം മരിച്ചു വീഴുന്നത്?

ഓർക്കുമ്പോൾ സഹിക്കാൻ കഴിയുന്നില്ല. ഇതൊക്കെയായിട്ടും ഒരു തുള്ളിക്കണ്ണീർ വീഴാൻ ബാക്കിയുണ്ടായിരുന്നില്ല. ശരീരം മുഴുവൻ കത്തിയെരിയുന്നതുപോലെ! അത്രയും സങ്കടം, നിരാശ, അപമാനം! അതേ നിലയിൽ ഉച്ചവരെ ഞങ്ങളെ ഇരുത്തി. ഈ സമയമെല്ലാം വാർഡർമാരും മറ്റുതടവുകാരുമെല്ലാം കൂട്ടത്തോടെ വന്ന് ഞങ്ങളെ പരിഹസിച്ച് ചിരിച്ചിട്ടുപൊയ്ക്കൊണ്ടിരുന്നു. ചില വനിതാവാർഡർമാർ വന്ന് നീയൊക്കെ കൊലപാതകികളല്ലേടീ... എന്ന് ആക്രോശിച്ചുകൊണ്ട് ചവിട്ടുകയും തൊഴിക്കുകയും ചെയ്തിട്ടുപോയി.

ഇങ്ങനെയൊക്കെ നടന്നതിന് മറ്റുചില കാരണങ്ങളുമുണ്ടായിരുന്നു. ചെങ്കൽപ്പട്ട്, സേലം, പൂനമല്ലി എന്നീ ജയിലുകളിൽ ഞങ്ങൾ കഴിയുമ്പോൾ ആർക്കെങ്കിലും എന്തെങ്കിലും അക്രമമോ, അനീതിയോ നേരിടേണ്ടി വരുമ്പോൾ ഞങ്ങൾ ഒന്നിച്ച് നിന്ന് അതിനെ എതിർത്തു തോൽപിക്കുമായിരുന്നു. അന്നവിടെ അസിസ്റ്റന്റ് ജയിൽ സൂപ്രണ്ടായി ഡ്യൂട്ടിയിലുണ്ടായിരുന്നവരാണ് ഇപ്പോൾ ഇവിടെ സൂപ്രണ്ടായി പ്രമോഷൻ നേടി എത്തിയിട്ടുള്ളത്. പഴയ- കടം ഇങ്ങനെ ഞങ്ങളുടെ- 'തുണി

യുരിഞ്ഞ്' തീർക്കുകയായിരുന്നു അവർ! അതുമാത്രമല്ല, അവർക്ക് വേറെയും ചില ലക്ഷ്യങ്ങളുണ്ടായിരുന്നു.

ഉച്ചയ്ക്കുശേഷം ഞങ്ങളുടെ ശാരീരിക അടയാളങ്ങളെല്ലാം രേഖപ്പെടുത്തിയ ശേഷമാണ് വസ്ത്രങ്ങൾ തിരികെത്തന്നത്. പിന്നീട് ജയിലിനുള്ളിൽത്തന്നെയുള്ള മറ്റൊരു പ്രത്യേക സെല്ലിലേക്ക് ഞങ്ങളെ കൂട്ടിക്കൊണ്ടുപോയി.

ആ പ്രത്യേക ജയിൽ മുറിക്ക് 'കണ്ടംസെൽ' എന്നാണ് പേര് (Condemned Cell). ബ്രിട്ടീഷുകാർ നൽകിയിരുന്ന പേരാണത്. പൊതുസമൂഹത്തിൽ ജീവിക്കാൻ അർഹതയില്ലാത്തവർ, വധശിക്ഷ വിധിക്കപ്പെട്ട് മരണം കാത്തിരിക്കുന്നവർ, എന്നിവരെയെല്ലാം കണ്ടംസെല്ലിൽ ഏകാന്തത്തടവിലിടുകയാണ് പതിവ്. അതിനോടു ചേർന്നാണ് വധശിക്ഷ നടപ്പാക്കുന്ന കഴുകുമരമുള്ള മുറിയുമുള്ളത്. സ്വാതന്ത്ര്യസമരകാലത്ത് പല വനിതാ വാളണ്ടിയർമാരെയും ഇവിടെ തൂക്കിലേറ്റിയിട്ടുണ്ട്.

അതുപോലെ വധശിക്ഷ വിധിക്കപ്പെട്ട ചില വനിത കുറ്റവാളികളെയും ഇവിടെ തൂക്കിക്കൊന്നിട്ടുണ്ട്. ഈ ഏകാന്തത്തടവറയിൽ ആറോ ഏഴോ സെല്ലുകളുണ്ടായിരിക്കും. ചുറ്റിലും പതിനഞ്ച് അടി ഉയരത്തിൽ മതിൽക്കെട്ട്, ഓരോന്നിനും ഇരുമ്പുകതകുകളുള്ള ഓരോ വാതിൽ. പൊതുജയിലറകളിൽനിന്നും വളരെ ദൂരത്തായി ജയിലിനുള്ളിലെ മറ്റൊരു ജയിലിലാണ് കണ്ടംസെൽ! ആകെയൊരു ശ്മശാനമൂകത എപ്പോഴും അവിടെ തളംകെട്ടി നിൽക്കും.

സാധാരണയായി കണ്ടംസെൽ ആളനക്കമില്ലാതെ പൂട്ടിക്കിടക്കുകയാണ് പതിവ്. മരണശിക്ഷ വിധിക്കപ്പെട്ടവരെ മാത്രമേ അവിടെ പാർപ്പിക്കുകയുള്ളൂ. ആളില്ലാത്തപ്പോൾ അതൊരു പ്രേതഭവനം പോലെ കാണപ്പെടും. നേരത്തെ തൂക്കിലേറ്റപ്പെട്ടവരുടെ പ്രേതങ്ങൾ അവിടെ ചുറ്റിത്തിരിഞ്ഞു നടക്കുന്നുണ്ടെന്നാണ് വിശ്വാസം. രാത്രിയിൽ ദീനരോദനങ്ങളും ഞരക്കങ്ങളും കേൾക്കാമെന്ന് ചില തടവുകാർ പറഞ്ഞുകേട്ടിട്ടുണ്ട്. അതിനാൽ ആരും ആ ഭാഗത്തേക്കു പോകുകയേയില്ല. കഴുകുമരവും അതിനകത്തുതന്നെ ആയതിനാൽ ഭയം ഇരട്ടിക്കും.

ജയിലിനുള്ളിൽ കലാപമുണ്ടാക്കാൻ ശ്രമിക്കുന്നവരെ, അല്ലെങ്കിൽ അനുസരണക്കേടു കാണിക്കുന്നവരെ 'കണ്ടം സെല്ലിൽ' അടയ്ക്കുമെന്നു ഭീഷണിപ്പെടുത്തിയാൽ മതി, ഭയന്നു വിറച്ച് കാലിൽ വീണു മാപ്പു ചോദിച്ച് നല്ല പിള്ളയായിത്തീരും! എന്നിട്ടും ചിലരെ ഇവിടെ അടച്ചുവച്ചിട്ടുണ്ടു പോലും! അവിടെ വനിത വാർഡർമാർക്കു ഡ്യൂട്ടി നൽകിയാൽ അവർ ഭയപ്പെട്ട് ലീവെടുത്തു മുങ്ങിക്കളയും. മറ്റുപോംവഴിയില്ലാതെ ഡ്യൂട്ടി ഏറ്റെടുക്കുന്ന ചില വാർഡർമാർ തടവുകാരി ഉറങ്ങാൻ സമ്മതിക്കാതെ നേരം പുലരുന്നതുവരെ വർത്തമാനം പറഞ്ഞുകൊണ്ടിരിക്കാൻ നിർബന്ധിക്കും.

അത്രയ്ക്കുണ്ട് അവർക്കുള്ളിലും ഭയം. ഇവിടെ ഡ്യൂട്ടി ചെയ്ത് പേടിച്ച് പനിവന്നു കിടപ്പായിപ്പോയവരും ഉണ്ടത്രേ!

അങ്ങനെയുള്ള കണ്ടംസെൽ, അന്ന് ചില ജീവപര്യന്തം തടവുകാരെക്കൊണ്ട് തൂത്തു വൃത്തിയാക്കിച്ചു വച്ചിരുന്നു. ദീർഘകാലം ആൾപ്പെരുമാറ്റമില്ലാതെ പൂട്ടിയിട്ടിരുന്ന മുറികൾ വൃത്തിയാക്കുന്നതിനിടയിൽ ഒരു തടവുകാരിയുടെ കാലിൽ ഒരിരുമ്പുകഷ്ണം കൊണ്ട് മുറിവുണ്ടായി. രക്തപ്രവാഹം തടയാൻ കഴിയാതെ അവർ കഷ്ടപ്പെട്ടു. അപ്രതീക്ഷിതമായുണ്ടായ ആ സംഭവം, അവിടെ അധിവസിക്കുന്ന ഏതോ അജ്ഞാതപ്രേതം 'രക്തബലി' ആവശ്യപ്പെട്ടതുകൊണ്ടാണ് ഉണ്ടായതെന്ന് ചിലർ പ്രചരിപ്പിച്ചു. അതിനാൽ മറ്റുതടവുകാർ അവിടെ വൃത്തിയാക്കാൻ മടിച്ചുനിന്നു. ആകപ്പാടെ ആ സംഭവം അവിടെ ഭീതി പരത്താനിടയാക്കി.

അങ്ങനെ 'രക്തബലിദാനം' നടത്തിയ ആ പ്രേതഭൂമിയിൽ ഓരോ തനി അറയിൽ ഞങ്ങളെ പൂട്ടിയിട്ടു.

ഒരേ നിരയിലുള്ള ആ സെല്ലുകളിലുള്ളവർ ഒരു കാരണവശാലും പരസ്പരം സംസാരിക്കാൻ പാടില്ല എന്ന് കർശന നിർദ്ദേശം നൽകിയിരുന്നു. ആ ഉത്തരവു ലംഘിച്ചാൽ ഈ സെല്ലിനുള്ളിലും നഗ്നയായിക്കിടക്കേണ്ടിവരുമെന്ന ഭീഷണിയും ഉയർത്തി.

ഇത്രയും കേട്ടാൽപ്പിന്നെ ആരെങ്കിലും വായ്തുറക്കുമോ? ഞങ്ങളെല്ലാം തൂക്കുകയറിന്റെ നിഴലിൽപ്പെട്ടു കഴിയുന്നവരാണ്. വധശിക്ഷ നടത്താനുള്ള ഉത്തരവു ലഭിച്ചാൽ തുടർന്നുള്ള ഏഴുപ്രവൃത്തിദിവസത്തിനു തൊട്ടടുത്തനാൾ ശിക്ഷ നടപ്പാക്കിയിരിക്കണമെന്നാണ് ചട്ടം. വധശിക്ഷ കാത്തുകഴിയുന്നവർക്ക് ചില പ്രത്യേക നടപടിക്രമങ്ങളുണ്ട്. ഞങ്ങളുടെ സെല്ലിന്റെ വാതിലുകൾ തുറക്കാൻ പാടില്ല. ഇരുപത്തിനാല് മണിക്കൂറും പൂട്ടിത്തന്നെ കിടക്കണം. ഭക്ഷണവും വെള്ളവുമെല്ലാം കമ്പിയഴികൾക്കുള്ളിലൂടെ എത്തിച്ചുതരും. മറ്റു കർമ്മങ്ങൾ സെല്ലിനുള്ളിൽത്തന്നെയുള്ള തുറന്ന സ്ഥലത്ത് നിർവ്വഹിക്കണം.

അതിനോടു ചേർന്നുതന്നെയാണ് ഉറങ്ങാനുള്ള സ്ഥലവും. ഓരോ സെല്ലിന്റെയും മുന്നിൽ ഓരോ വനിതാവാർഡർമാർ വീതം ഞങ്ങളെത്തന്നെ കണ്ണിമവെട്ടാതെ നോക്കിക്കൊണ്ടു നിൽക്കും. അതുകണ്ടാൽ 'നിനക്കു കഴുകുമരത്തിൽക്കയറാനുള്ള സമയമടുത്തു', എന്ന് ഓർമ്മിപ്പിച്ചുകൊണ്ടിരിക്കുന്നതുപോലെ തോന്നും.

പതിവുകാവൽക്കാർ മാത്രം പോരാ എന്നതുകൊണ്ടായിരിക്കാം കൂടുതലായി രണ്ടുപേരെക്കൂടി ഡ്യൂട്ടിക്ക് നിയോഗിച്ചു. അതുംകൂടാതെ ഗേറ്റിനു സമീപത്തും മറ്റു രണ്ടുപേർ അധികച്ചുമതലയേറ്റു നിന്നിരുന്നു. അങ്ങനെ ചുറ്റിലും വനിതാപൊലീസുകാരുടെ തലകൾക്കു നടുവിലാണ് ഞങ്ങൾ

കഴിഞ്ഞുകൂടിയിരുന്നത്. ഇരുൾപരക്കാൻ തുടങ്ങുമ്പോഴേ അവിടമാകെ ശ്മശാനമൂകത കളിയാടും. പേടിതീർക്കാൻ വേണ്ടി ഡ്യൂട്ടിയിലുള്ളവർ പരസ്പരം സംസാരിച്ചുനിൽക്കും.

ആദ്യദിവസം രാത്രിയിൽ അകാരണമായ ഒരു ഭയം എന്നെ പിടികൂടി. ഞങ്ങൾക്കു തൊട്ടടുത്താണ് കഴുകുമരമുള്ളത്. ഏതാനം ദിവസങ്ങൾക്കുള്ളിൽ അതിൽ തൂങ്ങിക്കിടക്കേണ്ടി വരുമല്ലോ എന്നോർത്തപ്പോൾ ശരീരം നടുങ്ങി. ആ തൂക്കുമരത്തെക്കുറിച്ച് വാർഡർമാർ പൊടിപ്പും തൊങ്ങലും വച്ച പല കഥകളും ഞങ്ങളെ പറഞ്ഞു കേൾപ്പിച്ചിരുന്നു. മാത്രമല്ല ഒരു പ്രേതം അവിടെ സദാ ചുറ്റിത്തിരിയുന്നുണ്ടെന്നും അവർ സാക്ഷ്യപ്പെടുത്തുന്നു. ഇതൊക്കെക്കേട്ടാൽ ആർക്കെങ്കിലും ഉറക്കം വരുമോ?

വലതുവശത്തു സെല്ലിൽ നിന്നും അമ്മയുടെ നിലവിളി കേട്ടതുപോലെ എനിക്കു തോന്നി. വലതുവശത്ത് സെൽവലക്ഷ്മിയുടെ മുറിയിൽ നിന്നും കരച്ചിൽ കേൾക്കുന്നതുപോലെ തോന്നി.

മരിക്കുന്നതിന് എനിക്കു ഭയമില്ല. എന്നാൽ എന്റെ മകളെ അനാഥയാക്കിമാറ്റിയിട്ടു പോകണമല്ലോ എന്നോർക്കുമ്പോഴാണ് ചിത്തഭ്രമം ബാധിച്ചതുപോലെ തേങ്ങിക്കരയുന്നത്. ഇനി ഏഴു ദിവസങ്ങൾക്കുള്ളിൽ ഞങ്ങളെല്ലാം വെറും പിണമായി മാറും! ജീവിതം ഇത്രവേഗം എരിഞ്ഞടങ്ങുമെന്ന് ഞങ്ങളാരും കരുതിയിരുന്നില്ല.

മറ്റുള്ളവർക്ക് ഒരു കണക്കിനു സമാധാനിക്കാം. കാരണം പുറത്തുള്ള ഏതെങ്കിലും ബന്ധുക്കൾ സഹായത്തിനുണ്ടാകും. അവർ കുഞ്ഞുങ്ങളുടെ സംരക്ഷണം ഏറ്റെടുത്തുകൊള്ളുമെന്നുള്ള പ്രതീക്ഷയുണ്ട്. എന്നാൽ എനിക്കോ? ഞാൻ, അമ്മ പത്മാവതി, സഹോദരൻ ഭാഗ്യനാഥൻ, ഭർത്താവ് മുരുകൻ എന്നിങ്ങനെ ഒരു കുടുംബം മുഴുവൻ തൂക്കുമരത്തിന്റെ നിഴലിലാണ്. എന്റെ കുടുംബത്തിലെ പ്രധാന അംഗങ്ങൾ ഞങ്ങൾ അഞ്ചുപേരാണ്. ഞങ്ങളില്ലെങ്കിൽപ്പിന്നെ ആരാണ് ഞങ്ങളുടെ മകളുടെ സംരക്ഷണം ഏറ്റെടുക്കാനുള്ളത്?

ഈ കേസ് ഏറ്റവുമധികം ബാധിച്ചത് ഞങ്ങളെയാണ്. ഞങ്ങളെ സഹായിക്കാൻ, ഞങ്ങൾക്കുവേണ്ടി പ്രാർത്ഥിക്കാൻ ആരാണ് പുറത്തുള്ളത്?

എങ്ങനെയോ രക്ഷപ്പെട്ടു പുറത്തുപോകാൻ കഴിഞ്ഞ അനുജത്തി കല്യാണിയും ചുഴലിക്കാറ്റിൽപ്പെട്ട് ചുറ്റിത്തിരിഞ്ഞ്, ഒരുകണക്കിനു കരകയറി പുതിയ ഒരു ജീവിതം കെട്ടിപ്പടുക്കാൻ തുടങ്ങിയിരുന്നു. അവൾ മുടങ്ങാതെ ജോലിക്കുപോയെങ്കിലേ ഭക്ഷണം കഴിക്കാൻ കഴിയുകയുള്ളൂ. പോരെങ്കിൽ ഇടയ്ക്കിടെ ഞങ്ങളെ വന്നു കാണുകയും ചെയ്യുന്നുണ്ട്. അവൾ എത്രമാത്രം അപമാനവും കഷ്ടപ്പാടുകളും സഹിച്ചാണ് ഈ നിലയ്ക്ക് എത്തിച്ചേർന്നതെന്ന് ഞങ്ങൾക്കു മാത്രമേ അറിയൂ! ഈ

സമൂഹം ഞങ്ങളെ എങ്ങനെയെല്ലാം കഷ്ടപ്പെടുത്തി എന്നും മറ്റുമുള്ള ചിന്തകളിൽ മുഴുകി ഞാൻ സങ്കടപ്പെട്ടു കഴിഞ്ഞുകൂടി.

നേരം പുലർന്നു. എന്നാൽ ഞങ്ങൾക്കു നേരം പുലർന്നിട്ടില്ല. പകൽ മുഴുവൻ ആരെങ്കിലും സന്ദർശകരുണ്ടാകും. എന്തെങ്കിലും വിവരങ്ങൾ അവരിൽ നിന്നും ലഭിക്കും. പ്രത്യേകിച്ച് എന്റെ ഭർത്താവിനെപ്പറ്റി എന്തെങ്കിലും അറിയാൻ കഴിയുമോ എന്ന പ്രതീക്ഷയിൽ കാത്തിരുന്നു. മറ്റുള്ളവരുടെ സ്ഥിതിയും വ്യത്യസ്തമായിരുന്നില്ല. എന്നാൽ അവരോട് സംസാരിക്കാൻ അനുവാദമില്ലാതിരുന്നതിനാൽ അവരെന്താണ് വിചാരിക്കുന്നതെന്നു തിരിച്ചറിയാൻ ഒരു വഴിയുമില്ലായിരുന്നു. വലിയ സങ്കടം ഞങ്ങളെ അടിമുടി പിടിച്ചുകുലുക്കിക്കൊണ്ടിരുന്നു.

"എടീ പടുപാപീ... എത്ര നേരമെന്നല്ല.. കാൽ നൂറ്റാണ്ടു പിന്നിട്ടാലും നിനക്ക് ഈ നാലുചുവരുകൾ കണ്ടുകൊണ്ടിരിക്കാനേ യോഗമുള്ളൂ" എന്ന് കാലം പറഞ്ഞത് നീ കേട്ടില്ലേ?

മൂന്നാംദിവസം നേരം പുലർന്നു. അന്നു ഞങ്ങളെത്തേടി വക്കീലന്മാരോ, ഏതെങ്കിലും നേതാക്കന്മാരോ, അഭ്യുദയകാംക്ഷികളോ ആരും തന്നെ എത്തിയില്ല. ഞങ്ങൾക്കൊന്നും മനസ്സിലായില്ല. പുറത്തെന്താണു നടക്കുന്നതെന്ന് ഞങ്ങളെങ്ങനെ അറിയാനാണ്?

പൂനമല്ലി ടാഡ കോടതിയിൽ വിധിപ്രഖ്യാപനം കഴിഞ്ഞശേഷം ഞങ്ങളുടെ വക്കീലന്മാർ ഞെട്ടലിലും സങ്കടത്തിലും ഞങ്ങളെ കാണാൻപോലും നിൽക്കാതെ പോയിരുന്നു. അടുത്തതായി എന്തു ചെയ്യാം, അല്ലെങ്കിൽ എന്തുചെയ്യാൻ പോകുന്നു എന്നുള്ള കാര്യം ഞങ്ങളുമായി ഒരു കൂടിയാലോചനയും നടത്തിയിരുന്നില്ല.

ഞങ്ങളെ എല്ലാവരും കൈവിട്ടുകളഞ്ഞോ? ഇത്രയുമൊക്കെയേ ഉള്ളോ? ആരും വന്നു ഞങ്ങളെ കാണാതിരുന്നാലെങ്ങനെയാ? ഇങ്ങനെ ഞാൻ പുലമ്പിക്കൊണ്ടിരുന്നു.

പുലരികളെല്ലാം ഞങ്ങൾക്കു സാധകമാകാതെപോയ ജീവിതത്തെ ഓർമ്മപ്പെടുത്തിക്കൊണ്ടേയിരുന്നു. നാലാം ദിവസവും ഒന്നും സംഭവിക്കാതെ കടന്നുപോയി. ഇനി അവശേഷിക്കുന്നത് മൂന്നു ദിവസങ്ങൾ മാത്രം! അതുകഴിഞ്ഞാൽ തൂക്കിലേറ്റും. ഓർക്കുമ്പോൾത്തന്നെ ശരീരം ഞെട്ടിവിറയ്ക്കും. കാലുകൾ നിലത്തുറപ്പിച്ചു നിൽക്കാൻ കഴിയുന്നില്ല. ഓർക്കുമ്പോഴെല്ലാം ഉള്ളംകൈകളും കാലുകളും വിയർത്തൊഴുകാൻ തുടങ്ങും. ഉറക്കമെന്നകാര്യം എന്നേ മറന്നുകഴിഞ്ഞിരുന്നു. ഭക്ഷണം എന്തുകിട്ടിയാലും ഇറക്കാൻ കഴിയുന്നില്ല. എന്റെ കുഞ്ഞ് തെരുവിൽ അലഞ്ഞുനടക്കുന്ന ഭീതിദമായ കാഴ്ചയാണ് എന്നെ പിടിച്ചുകുലുക്കിക്കൊണ്ടിരുന്നത്. ആ സങ്കടാവസ്ഥകളെയെല്ലാം എങ്ങനെ എഴുതി പ്രകടിപ്പിക്കാൻ കഴിയും?

എന്നാൽ പുറമേ നടന്നുകൊണ്ടിരുന്ന കാര്യങ്ങൾ വ്യത്യസ്തമായിരുന്നു. നേതാക്കന്മാരും, വക്കീലന്മാരും അഭ്യുദയകാംക്ഷികളുമെല്ലാം

അവർക്കുണ്ടായ ഞെട്ടലിൽ നിന്നും മുക്തരായിരുന്നില്ല. ഇങ്ങനെയൊരു വിധി ആരും പ്രതീക്ഷിച്ചിരുന്നതല്ല. പ്രതീക്ഷയ്ക്കു നേർവിപരീതമായ കാര്യങ്ങളാണ് നടന്നത്. അടുത്തതായി എന്തു ചെയ്യണമെന്നതിനെപ്പറ്റി ഒരു നിശ്ചയവും ആർക്കുമുണ്ടായിരുന്നില്ല. ഞെട്ടലിൽനിന്നുണർന്ന് വധ ശിക്ഷ സ്റ്റേ ചെയ്യിക്കാൻ സുപ്രീംകോടതയിൽ ശ്രമം ആരംഭിച്ചുകഴിഞ്ഞിരുന്നു. അതിനുള്ള ഓട്ടപ്പാച്ചിലിനിടയിലാണ് വക്കീലന്മാർക്ക് ഞങ്ങളെ കാണാനുള്ള സാവകാശം കിട്ടാതെ പോയത്.

എന്നാൽ ഈ പരിശ്രമങ്ങളെപ്പറ്റി ഞങ്ങൾക്ക് ഒരു ധാരണയും ഉണ്ടായിരുന്നില്ല. അതിനാലാണ് അവരെപ്പറ്റി മോശമായി ചിന്തിക്കാൻ ഞങ്ങൾ നിർബന്ധിതരായത്.

അഞ്ചാംദിവസവും അസ്തമിച്ചു. അടുത്ത സെല്ലിൽ നിന്നും അമ്മയുടെ ദയനീയമായ വിലാപങ്ങൾ കേൾക്കാമായിരുന്നു. തുടർന്ന് സെൽവലക്ഷ്മി, ശാന്തി, ആതിര, ഞാൻ....അന്തരീക്ഷത്തിൽ കൂട്ടനിലവിളി മുഴങ്ങിക്കേട്ടു. പരസ്പരം സംസാരിക്കുവാനുള്ള അവസരംപോലും നിഷേധിച്ച സ്ഥിതിയിൽ മറ്റെന്തു ചെയ്യാൻ കഴിയും? മരണം പടിവാതിൽക്കൽ എത്തിനിൽക്കുന്നു.. മരണം അനിവാര്യമായിരിക്കുന്നു. ജനിച്ചാൽ ഒരിക്കൽ മരണം ഉറപ്പാണ്. എന്നാൽ ഇത്ര ദയനീയാവസ്ഥയിൽ വരാൻ പാടില്ല. ആ പരിസരം ഞങ്ങൾക്കു പരിചിതമല്ല. ചുറ്റുമുള്ള കാവൽക്കാരും അപരിചിതരാണ്. മരുന്നിനുപോലും ഒരുവാക്കു മിണ്ടാൻ കഴിയാതെ, ശ്മശാനമൂകതയിൽ, മരണത്തെ തൊട്ടുകൊണ്ട് നിൽക്കേണ്ടിവന്നാൽ എങ്ങനെയിരിക്കും?

അന്നു വൈകിട്ടോടെ ആ ശുഭവാർത്ത ഞങ്ങളെത്തേടിയെത്തി. വധ ശിക്ഷ സുപ്രീംകോടതി സ്റ്റേ ചെയ്തു! ടാഡ കോടതി വിധിക്കെതിരെ അപ്പീൽ സമർപ്പിക്കാൻ സമയം ആവശ്യമുണ്ടെന്നും, അതിനാൽ വധ ശിക്ഷ സ്റ്റേ ചെയ്യണമെന്നുള്ള അപേക്ഷയിലാണ് കോടതി വിധിയുണ്ടായത്. ഈ വിവരം മനുഷ്യസ്നേഹിയായ ഒരു പൊലീസ് അധികാരിയാണ് രഹസ്യമായി എന്നെ അറിയിച്ചത്.

മരുഭൂമിയിൽ ദാഹിച്ചു വലഞ്ഞ് അലഞ്ഞു നടന്ന ഞങ്ങളുടെ മുന്നിൽ ഒരു തെളിനീരുവി പ്രത്യക്ഷപ്പെട്ടതുപോലെയുള്ള ആശ്വാസമായിരുന്നു ആ വാർത്ത ഞങ്ങൾക്കു സമ്മാനിച്ചത്.

അടുത്ത ദിവസം ഞങ്ങളുടെ സെല്ലിന്റെ വാതിലുകൾ തുറക്കപ്പെട്ടു. അതുതന്നെ ആശ്വാസപ്രദമായിരുന്നു. അപ്പോഴും വരാന്തയിൽനിന്നും പുറത്തിറങ്ങാൻ അനുമതി നിഷേധിച്ചിരുന്നു. വരാന്തയിൽ മറ്റൊരു വാതിലുണ്ട്. അതു തുറന്നിരുന്നില്ല. അതോടൊപ്പം കണ്ടംസെല്ലിന്റെ മുന്നിലുള്ള ഗേറ്റും അടഞ്ഞുതന്നെ കിടന്നു. പൂർണ്ണമായ ഒറ്റപ്പെടുത്തൽ, ഏകാന്തമായ സെൽവാസം ഇതെല്ലാംവിട്ട് തടവുകാർക്ക് തമ്മിൽ കാണാനുള്ള ഒരവസരം ലഭിച്ചതുതന്നെ ഒരു മഹാകാര്യമായിരുന്നു. മരണത്തിന്റെ

പടിവാതിലിൽ നിൽക്കുമ്പോഴും സഹജീവികളെ കാണാനുള്ള അവസരം ലഭിച്ചത് അതീവഹൃദ്യമായിരുന്നു.

വക്കീലന്മാരായ രാമസുബ്രഹ്മണ്യം, പരമേശ്വരൻ, വിജയകുമാർ എന്നിവരാണ് സുപ്രീംകോടതിയിൽനിന്നും സ്റ്റേ ഓർഡർ സമ്പാദിച്ചത്. ഈ വിവരം അറിഞ്ഞയുടൻ മേൽപ്പറഞ്ഞ മൂന്നുപേർക്കും മാത്രമല്ല, വക്കീൽ സമുദായത്തിനുമൊത്തം ഞങ്ങളുടെ കണ്ണീരിൽക്കുതിർന്ന നന്ദി മനസ്സാ ഞങ്ങൾ രേഖപ്പെടുത്തി. ഈ വിധി സമ്പാദിക്കാൻവേണ്ട എല്ലാ സഹായവും ചെയ്തുകൊടുത്തത് ശ്രീ. പി. നെടുമാരനായിരുന്നു. ഈ വിവരങ്ങളെല്ലാം വളരെ വൈകിയാണ് ഞങ്ങൾ അറിയുന്നത്. അങ്ങനെ താൽക്കാലികമായിട്ടാണെങ്കിലും മരണത്തിൽനിന്നും ഒരു മോചനം ലഭിച്ചു എന്നു പറയാം.

വനിതാ ജയിലിലെ സ്ഥിതിഗതികൾ ഇതായിരുന്നെങ്കിൽ ഭർത്താവുൾപ്പെടെയുള്ളവരെ പാർപ്പിച്ചിരുന്നയിടത്തും സ്ഥിതി പരിതാപകരമായിരുന്നു. എന്നാൽ അവിടെ ആരെയും വിവസ്ത്രരാക്കിയിരുന്നില്ല. മർദ്ദന മുറകളും ഉണ്ടായിരുന്നില്ല. അവിടെ സെല്ലിനുള്ളിൽ കടത്തി ഉടുക്കാൻ ഓരോ മുണ്ടുനൽകിയ ശേഷമാണ് ദേഹപരിശോധന നടത്തിയതും അടയാളങ്ങൾ രേഖപ്പെടുത്തിയതും. അതിനുശേഷം ഓരോരുത്തരേയും തനി സെല്ലുകളിലേക്കു മാറ്റി. അതും കണ്ടംസെല്ലുകളിൽത്തന്നെ!

അവിടെയും അദ്ഭുതകരവും അവിശ്വസനീയവുമായ ഒരു സംഭവം ആവർത്തിച്ചും അവിടെ കണ്ടംസെല്ലിൽ നിന്നും അല്പം അകലെയായിട്ടാണ് വധശിക്ഷ നടപ്പാക്കാനുള്ള സ്ഥലം. അവിടെയും 'തൂക്കുമേട' വൃത്തിയാക്കാൻ രണ്ടു തടവുകാരെ നിയോഗിച്ചിരുന്നു. കൂട്ടത്തിൽ ഒരു പൊലീസുകാരനും ഉണ്ടായിരുന്നു.

അവിടെ അവസാനമായി ഒരാൾക്കു വധശിക്ഷ നൽകിയത് 1983-ൽ ആയിരുന്നു. അതിനുശേഷം പതിനാറു വർഷങ്ങളായി അത് പൂട്ടിക്കിടക്കുകയായിരുന്നു. വളരെ ശ്രമപ്പെട്ട് വാതിൽ തുറന്ന് ഉള്ളിൽക്കടന്നവർ ഉച്ചത്തിൽ നിലവിളിച്ചുകൊണ്ട് പുറത്തേക്ക് ഓടിവന്നു. ഒരു വലിയ മൂർഖൻ പാമ്പ്, ഒരാളിന്റെ ഇടുപ്പുയരത്തിൽ, പത്തിവിടർത്തി ആടുന്ന കാഴ്ചയും അതിന്റെ സീൽക്കാരവും കേട്ടാണ് അവർ ഭയപ്പെട്ടത്. ആ സീൽക്കാരത്തോടൊപ്പം ഉഷ്ണക്കാറ്റും ആ പ്രദേശത്ത് വീശിയടിക്കുന്നതുപോലെ അവർക്കു തോന്നി. പ്രാണരക്ഷാർത്ഥം പുറത്തേക്ക് ഓടിവന്നവർ ശ്വാസമടക്കിപ്പിടിച്ച് ആ വാർത്ത അറിയിച്ചപ്പോൾ ആ പ്രദേശമാകെ ഞെട്ടിവിറച്ചു.

വിവരമറിഞ്ഞ ജയിൽ സൂപ്രണ്ട് വടിതടികളുമായി ഒരുകൂട്ടം തടവുകാരോടൊപ്പം അവിടെ വന്നെത്തി. മുറിമുഴുവൻ വിശദമായി പരിശോധിച്ചു. ഒരു പാമ്പിന് ഒളിച്ചിരിക്കാൻ പറ്റിയ ഒരിടവും അവിടെ ഉണ്ടായിരുന്നില്ല. തൂത്തുകൂട്ടി വച്ചിരുന്ന കുപ്പക്കൂനകളെല്ലാം അതേപടി

അവിടെയുണ്ടായിരുന്നു. ഒരു ഇഴജന്തു സഞ്ചരിച്ചതിന്റെ ഒരടയാളം പോലും കണ്ടെത്താൻ അവർക്കു കഴിഞ്ഞില്ല. നേരിട്ടുകണ്ടു എന്നു പറഞ്ഞ രണ്ടുപേരും അവരുടെ വാക്കുകളിൽ ഉറച്ചുനിന്നു. ആർക്കും ഒന്നും മനസ്സിലായില്ല.

അവിടെ ഏതോ ദിവ്യശക്തി ഒളിഞ്ഞിരിക്കുന്നതായി ചിലർ അഭിപ്രായപ്പെട്ടു. തുടർന്ന് പ്രത്യേകം പൂജയും മറ്റും നടത്തിയശേഷമാണ് ശുചീകരണ പ്രവർത്തനങ്ങൾ പുനരാരംഭിച്ചത്. ഇതേ സംഭവം മുമ്പും ഉണ്ടായിട്ടുണ്ടെന്ന് ചിലർ അഭിപ്രായപ്പെട്ടു. എന്നാൽ രണ്ടാമതു പോയവർക്ക് ഒന്നുംതന്നെ കാണാൻ കഴിഞ്ഞിട്ടില്ല. നിരപരാധികളെ തൂക്കിലേറ്റുന്നത് ദൈവികഭാവമുള്ള ആ ജീവിക്കുപോലും ഇഷ്ടപ്പെടുന്നില്ലെന്ന് ഭക്തർ വിശ്വസിച്ചു. അതേസമയം ഞങ്ങൾ പ്രാർത്ഥിക്കുന്ന ദൈവമാണ് ആ രൂപത്തിൽ അവിടെ പ്രത്യക്ഷപ്പെട്ടതെന്ന് ഞങ്ങളും വിശ്വസിച്ചു.

എങ്ങനെയോ തൂക്കുമരത്തിന്റെ നിഴലിൽനിന്നും തൽക്കാലത്തേക്കെങ്കിലും ഞങ്ങളുടെ ജീവൻ തിരിച്ചുകിട്ടിയതിൽ ആശ്വാസംകൊണ്ടു.

ഞങ്ങളുടെ ഹർജി ഫയലിൽ സ്വീകരിച്ച സുപ്രീംകോടതി പതിനാറ് മാസങ്ങൾക്കുശേഷം, കൃത്യമായി പറഞ്ഞാൽ 11-5-1999-ൽ, വിധി പ്രസ്താവിച്ചു. ഇരുപത്തിയാറ് പ്രതികളിൽ പത്തൊമ്പതു പേരെ നിരുപാധികം മോചിപ്പിച്ചു. റോബർട്ട് പയസ്സ്, രവിചന്ദ്രൻ, ജയകുമാർ എന്നീ മൂന്നു പ്രതികൾക്കു ജീവപര്യന്തം തടവുശിക്ഷ വിധിച്ചു. പേരറിവാളൻ, ശാന്തൻ, എന്റെ ഭർത്താവ്, ഞാൻ എന്നീ നാലുപേരുടെ വധശിക്ഷ സുപ്രീംകോടതി ശരിവച്ചു!

ആ വാർത്ത ഇടിത്തീയായി എന്റെ തലയിൽ വന്നു പതിച്ചു! ഞങ്ങളെയും കോടതി വിട്ടയയ്ക്കുമെന്നാണ് കരുതിയിരുന്നത്. ഇങ്ങനെയൊരു തീർപ്പ് ഞങ്ങൾ പ്രതീക്ഷിച്ചിരുന്നതേയില്ല. എനിക്കു വധശിക്ഷ നൽകുകയും എന്റെ ഭർത്താവിനെ വിട്ടയയ്ക്കുകയും ചെയ്തിരുന്നെങ്കിലും ഞാൻ സന്തോഷിക്കുമായിരുന്നു. എന്റെ കുഞ്ഞിന് അച്ഛനെയെങ്കിലും കിട്ടുമല്ലോ! അദ്ദേഹം എന്നെ സംരക്ഷിച്ചതുപോലെ ഞങ്ങളുടെ മകളെയും സംരക്ഷിച്ചുകൊള്ളുമെന്ന മനഃസമാധാനത്തോടെ എനിക്കു മരിക്കാമായിരുന്നു.

എന്നാൽ വിധി എന്റെ കുഞ്ഞിനെ അനാഥയാക്കിക്കളഞ്ഞല്ലോ എന്നോർത്ത് ഞാൻ ദുഃഖിച്ചു. രാത്രിയിൽ കണ്ണടച്ചാലുടൻ അനാഥയായ എന്റെ കുഞ്ഞ് നടുത്തെരുവിൽ അലഞ്ഞു നടക്കുന്നതായി സ്വപ്നം കാണാൻ തുടങ്ങും. ഞങ്ങൾ രണ്ടുപേരും മരിച്ചാൽപ്പിന്നെ അവളെങ്ങനെ കഴിഞ്ഞുകൂടും? ഇങ്ങനെ ഞാൻ പിച്ചുംപേയും പറഞ്ഞുകൊണ്ടിരുന്നു.

സുപ്രീംകോടതി വിധിക്കുശേഷം രണ്ടാം തവണയും വധശിക്ഷ നടപ്പാക്കാനുള്ള തീയതി തീരുമാനിക്കപ്പെട്ടു. വിട്ടയച്ചവരുടെ കൂട്ടത്തിൽ എന്റെ അമ്മയും, ശാന്തി, സെൽവലക്ഷ്മി, ആതിര എന്നിവരുമുണ്ടായിരുന്നു.

അത് ഒരു കണക്കിന് എനിക്കു സന്തോഷപ്രദമായിരുന്നു; എങ്കിലും കണ്ടംസെല്ലിലെ ഏകാന്തവാസം എന്നെ ജീവനോടെ ചുട്ടെരിച്ചുകൊണ്ടിരുന്നു. വിട്ടയയ്ക്കപ്പെട്ടവർ പോകുന്നതുനോക്കി ഇരുമ്പഴികളിൽ പിടിച്ച് ഒരു ശിലാവിഗ്രഹം പോലെ ഞാൻ നിന്നു. എന്റെ നെഞ്ചു പൊട്ടിച്ചിതറുന്നതുപോലെ തോന്നി.

പെട്ടെന്ന് സെല്ലിനുള്ളിലേക്കു തിരിച്ചുവന്ന ഞാൻ കണ്ണുകൾമൂടി വാവിട്ടു നിലവിളിക്കാൻ തുടങ്ങി. ഈശ്വരാ! ഇതെന്തു പരീക്ഷണമാണ്? അന്നുരാത്രി മുഴുവൻ നിർത്താതെ ഞാൻ കരഞ്ഞുവിളിച്ചു കഴിച്ചുകൂട്ടി. അഞ്ചുപേരുണ്ടായിരുന്ന ആ കണ്ടംസെല്ലിൽ ഇപ്പോൾ ഞാനൊരുത്തി മാത്രം! കണ്ടംസെൽ എന്നാലേ ഒരു ചുടുകാടിന്റെ പ്രതീതിയുള്ള സ്ഥലമാണ്. ആ ശ്മശാനമൂകതയിൽ എന്റെ കാലടി ശബ്ദംപോലും ഭയാനകമായിത്തോന്നി.

എന്റെ വിതുമ്പലും തേങ്ങലും ഉച്ചത്തിൽ മുഴങ്ങി എന്നെത്തന്നെ ഭയപ്പെടുത്താൻ തുടങ്ങി. പഴയതുപോലെ എന്റെ സെല്ലിന്റെ വാതിലുകൾ നിരന്തരമായി പൂട്ടിയിട്ടു. ഇരുപത്തിനാല് മണിക്കൂർ നേരവും വാർഡർമാർ ഡ്യൂട്ടിയിൽ ഉണ്ടായിരിക്കും. ആകെയുള്ള ആശ്വാസം അതുമാത്രമായിരുന്നു. രാത്രിഡ്യൂട്ടിയിലുള്ളവർ ഭയം മാറ്റാനായി എന്നോടു തുടർച്ചയായി സംസാരിച്ചുകൊണ്ടേയിരിക്കും. ആ ശ്മശാന നിശ്ശബ്ദതയും കൂരിരുട്ടും അത്രമാത്രം ഭയാനകമായിരുന്നു.

കൂടെക്കൂടെ വൈദ്യപരിശോധനയ്ക്ക് ഡോക്ടർ എത്തുമ്പോൾ മാത്രമാണ് സെല്ലിന്റെ വാതിലുകൾ തുറക്കുന്നത്. വീണ്ടും ദിവസങ്ങൾ എണ്ണിയെണ്ണിക്കഴിയേണ്ട അവസ്ഥ. ഏഴുദിവസങ്ങൾ കഴിഞ്ഞാലുടൻ തൂക്കിലേറ്റും! ദിവസങ്ങൾ ആറായി, അഞ്ചായി, നാലായി ചുരുങ്ങിക്കൊണ്ടിരുന്നു. അന്ന് ഒരു ഡോക്ടർ വന്ന് പരിശോധന നടത്തി തിരികെപ്പോയി. എന്തുകൊണ്ടാണോ എന്നറിയില്ല, പോകുമ്പോൾ എന്റെ മുതുകിൽത്തട്ടി, "ഒന്നും ഭയപ്പെടരുത്"എന്ന് ആശ്വസിപ്പിച്ചിട്ടുപോയി. ഞാൻ നിരപരാധിയാണെന്ന ബോദ്ധ്യം അദ്ദേഹത്തിനുണ്ടായിരിക്കണം. "ദൈവം നിന്നെ കാത്തുരക്ഷിച്ചുകൊള്ളും. ദൈവം മനുഷ്യന്റെ രൂപത്തിലാണ് വന്നെത്തുക! പ്രതീക്ഷയോടെ കാത്തിരിക്കുക."

അദ്ദേഹം ഉപദേശിച്ചതിനുശേഷം ആ ഡോക്ടർ ചെയ്ത സഹായങ്ങൾക്കും എന്നെ താത്പര്യപൂർവ്വം പരിചരിച്ചതിനും ജീവിതകാലം മുഴുവൻ ഞാൻ നന്ദിയുള്ളവളായിരിക്കും.

ആ ഡോക്ടർ പറഞ്ഞത് ഏതാനും വാക്കുകളായിരുന്നെങ്കിലും ഞാൻ വിങ്ങിപ്പൊട്ടിപ്പോയി. സെല്ലിലെ ഏകാന്തതയിൽ, ഒരു സഹജീവിയുടെ ശബ്ദം പോലും കേൾക്കാനില്ലാതെ, നാലു ചുവരുകൾക്കുള്ളിൽ ഭ്രാന്തമായി കഴിഞ്ഞുകൂടിയിരുന്ന എനിക്ക്, ആ ഡോക്ടറുടെ വാക്കുകൾ സുഖശീതളമായ ഒരു മന്ദമാരുതൻ പോലെ നിർവൃതിദായകമായി ത്തീർന്നു.

ഇതൊക്കെയാണെങ്കിലും എന്റെ ആത്മവിശ്വാസം ചോർന്നുപോയിരുന്നു. സുപ്രീംകോടതിയും ഞങ്ങളുടെ വധശിക്ഷ ഉറപ്പാക്കിയതിനാൽ ഇനിയെന്തു പ്രതീക്ഷിക്കാനാണ് ഉള്ളത് എന്ന വിരക്തിയിൽ കഴിഞ്ഞുകൂടി. ഞാൻ എന്നെത്തന്നെ മറന്നു; എന്റമ്മയെ മറന്നു; ജീവന്റെ ജീവനായ ഭർത്താവിനെയും മറന്നു; എന്റെ മനസ്സുമുഴുവൻ നിറഞ്ഞുനിന്നത് എന്റെ പൊന്നു മകൾ മാത്രം!

"എന്നെ അനാഥയാക്കി പൊയ്ക്കളയല്ലേ, അമ്മേ.." എന്ന അവളുടെ ദീനരോദനം എന്റെ കാതുകളിൽ മുഴങ്ങിക്കൊണ്ടിരുന്നു.

ഞങ്ങളോട് ഒരു കരുണയും കാട്ടേണ്ട. ഞങ്ങൾക്കു നിഷേധിക്കപ്പെട്ട നീതിയുടെ പകുതി ഞങ്ങൾക്കു തിരിച്ചുതന്നാൽ മാത്രം മതി! ഞങ്ങൾ രണ്ടുപേരിൽ ഒരാളെങ്കിലും ജീവിച്ചിരുന്നെങ്കിൽ എന്റെ മകൾ അനാഥയായിപ്പോകാതെ കഴിയുമായിരുന്നുവെന്നു ഞങ്ങളുടെ വിലാപം നീതിമാന്മാരുടെ ബധിരകർണ്ണങ്ങളിൽ വീഴാതെപ്പോയി.

നാലാമത്തെ പകലും അസ്തമിച്ചു. ഇരുൾ മൂടാൻ തുടങ്ങിയിരുന്നു. ഇതിൽകൂടുതൽ പുലമ്പലുകൾക്കോ, പായാരംപറച്ചിലിനോ ഇനിയെന്തു പ്രസക്തി? ഇനി വെറും മൂന്നു ദിവസങ്ങൾക്കുള്ളിൽ കഴുകുമരത്തിൽ തൂങ്ങിയാടി ജീവൻ വെടിയേണ്ടിവരുമെന്ന ഉറച്ച വിശ്വാസത്തിൽ ഭിത്തിയിൽ ചാരിയിരുന്ന് ഇരുമ്പഴികൾ എണ്ണിക്കൊണ്ടിരുന്നു. അപ്പോൾ സമയം വെളുപ്പിന് രണ്ടോ മൂന്നോ മണിയായിക്കാണും. എനിക്ക് അഭിമുഖമായി ഇരുമ്പഴികൾക്കപ്പുറത്ത് വരാന്തയുടെ ചുവരിൽ ചാരി ഒരു രൂപം! ചെമ്പട്ടുടുത്ത ആ രൂപം എന്നെത്തന്നെ തുറിച്ചുനോക്കി നിൽക്കുന്നു. ഞാനാകെ ഭയന്നു വിറച്ചുപോയി. ദുർഗ്ഗാദേവി കൺമുന്നിൽ പ്രത്യക്ഷപ്പെട്ടതുപോലെ!

വാവിട്ടു നിലവിളിക്കാൻ ശ്രമിച്ചു. ശബ്ദം പുറത്തുവരുന്നില്ല. എന്നെ നോക്കിച്ചിരിച്ചുകൊണ്ടു നിൽക്കുന്ന ആ രൂപം എനിക്കു ചിരപരിചിതമാണ് എന്ന ഒരു തോന്നൽ എനിക്കുണ്ടായി. ആ ചെമ്പട്ടു പുടവ ഞാൻ വാങ്ങിക്കൊടുത്തതാണ്. ഭയപ്പെട്ട് ഞാൻ പിന്നിലേക്ക് തിരിഞ്ഞുനോക്കി. അതാ ആ രൂപം അവിടെയും! എന്നാൽ മുഖഭാവം ആകെ മാറിയിരുന്നു. മുഖമാകെ മങ്ങിക്കാണപ്പെട്ടു. ഇപ്പറഞ്ഞതെല്ലാം നൊടിയിടയിൽ സംഭവിച്ചു കഴിഞ്ഞിരുന്നു. ആ രൂപം അപ്രത്യക്ഷമായി. എനിക്കു വിശ്വസിക്കാൻ കഴിഞ്ഞില്ല. ഒരുവേള, എനിക്കു ചിത്തഭ്രമം പിടിപെട്ടതാകാം... അല്ല... ഞാൻ സ്വബോധത്തിൽത്തന്നെയാണ്, ആ രൂപത്തെ ദർശിച്ചത്.

അതാരായിരിക്കും? എന്തായിരിക്കും വരവിന്റെ ഉദ്ദേശ്യം? അതെന്താണ് എന്നോടു പറഞ്ഞത്. ആ ചിരിയുടെ അർത്ഥമെന്താണ്? ഇങ്ങനെ ചിന്തിച്ചുകൊണ്ട് ധൈര്യം സംഭരിച്ച് എഴുന്നേറ്റുചെന്ന് കമ്പിയഴികളിൽ പിടിച്ചു പുറത്തേക്കു നോക്കി. അവിടെ തെല്ലകലത്തിലായി രണ്ടു വനിതാ വാർഡർമാർ പാറാവുഡ്യൂട്ടിയിൽ നിന്നിരുന്നു. അവരല്ലാതെ മറ്റാരും അവിടെയുണ്ടായിരുന്നില്ല. അതേ സമയം എന്റെ മുഖത്തിനടുത്തുകൂടി

ഒരാൾ നടന്നുപോകുമ്പോൾ ഉണ്ടാകുന്നതുപോലെ ഒരു കാറ്റു വീശി ക്കടന്നുപോയി.

ഞാൻ പുറത്തേക്കു സൂക്ഷിച്ചുനോക്കുന്നതു കണ്ട ഒരു വാർഡർ വിവരം തിരക്കി. ഞാൻ കണ്ട കാഴ്ച അവരോടു പറഞ്ഞാൽ, അവർ ഭയന്നു പോകുമല്ലോ എന്നു കരുതി 'ഒന്നുമില്ല' എന്നു മറുപടി പറഞ്ഞു.

'എന്താ ഉറക്കം വരുന്നില്ലേ?'

'അതേ!'

അതോടെ അവരും വർത്തമാനം അവസാനിപ്പിച്ചു. എനിക്കും അധിക സമയം നിൽക്കാൻ കഴിയാതിരുന്നതിനാൽ തിരികെ വന്നു ചുരുണ്ടുകൂടി ക്കിടന്നു. ഈ കുഴപ്പങ്ങൾക്കിടയിൽ എവിടെനിന്നാണ് ഉറക്കം വന്നതെന്നു മനസ്സിലായില്ല. നേരം നന്നേ പുലരുന്നതുവരെ ഉറങ്ങി.

അടുത്ത ദിവസം ഉച്ചയ്ക്കാണ് സുപ്രീംകോടതിയിൽ പുനഃപ്പരിശോ ധനാ ഹർജി സമർപ്പിച്ചിട്ടുണ്ടെന്ന വിവരം ലഭിച്ചത്. ആ വിവരം ജയിൽ വകുപ്പിനെയും അറിയിച്ചിരുന്നു. അതിന്റെ ഫലമായി വിധിനടപ്പാക്കുന്ന തിനു രണ്ടുദിവസം മുമ്പ് വീണ്ടും സ്റ്റേ അനുവദിച്ചു കിട്ടി. അങ്ങനെ തത്ക്കാലത്തേക്ക് വധശിക്ഷ നിർത്തിവച്ചു. തുടച്ചുമിനുക്കി വച്ചിരുന്ന തൂക്കുമുറി വീണ്ടും അനിശ്ചിതമായി പൂട്ടിയിട്ടു. അങ്ങനെ രണ്ടാംതവ ണയും കൊലക്കയറിൽ നിന്നും രക്ഷനേടി.

ആ സന്തോഷത്തിന് വെറും ഒരു മാസത്തെ ആയുസ്സ് മാത്രമേ ഉണ്ടാ യിരുന്നുള്ളൂ. ജൂൺ അവസാനത്തോടെ ഞങ്ങളുടെ പുനഃപ്പരിശോധനാ ഹർജി സുപ്രീംകോടതി തള്ളി.

ഇതോടെ പരമാധികാര കോടതിയെ സമീപിക്കാനുള്ള അവസാ നത്തെ വഴിയും അടഞ്ഞു. വീണ്ടും വെല്ലൂർ ജയിലിൽ എനിക്കുവേണ്ടി യുള്ള ഏഴുദിവസങ്ങളുടെ 'കൗണ്ട് ഡൗൺ' തുടങ്ങി.. എന്റെ സെല്ലിനു വീണ്ടും പൂട്ടുവീണു. തൂക്കുമുറിയുടെ വാതിലുകൾ തുറക്കുകയും അറ്റ കുറ്റപ്പണികൾ പുനരാരംഭിക്കുകയും ചെയ്തു. പ്രതിയെ കയറ്റിനിർത്താ നുള്ള പീഠം പരിശോധിച്ച് കാര്യക്ഷമത ഉറപ്പുവരുത്തി. കൊലക്കയർ തൂക്കിയിടാനുള്ള തൂണുകൾ നന്നാക്കി. അതിനോടു ചേർന്നുള്ള യന്ത്ര ഭാഗങ്ങൾ എണ്ണയിട്ടു മിനുക്കിയെടുത്തു. എന്റെ ശരീരഭാരത്തിനു തുല്യ ഭാരമുള്ള മണൽ ചാക്കുകൾ തൂക്കിയിട്ട് കയറിന്റെ ബലം ഉറപ്പിച്ചു. ദിവ സവും എന്റെ തൂക്കം നോക്കി രേഖപ്പെടുത്തിക്കൊണ്ടിരുന്നു.

ഡോക്ടർ വന്നു. പരിശോധിച്ച് തിരിച്ചുപോയി. ഏഴ്, ആറ്, അഞ്ച്.... കൗണ്ട് ഡൗൺ ആരംഭിച്ചു. വക്കീലന്മാർ എന്റെ സെല്ലിനു മുന്നിൽ കൂടി നിന്ന് ഗൗരവമായി ചർച്ചകൾ നടത്തിക്കൊണ്ടിരുന്നു. വധശിക്ഷ നടപ്പാ ക്കാനുള്ള തീയതി തീരുമാനിച്ചുകഴിഞ്ഞാൽപ്പിന്നെ സെല്ലിന്റെ വാതിൽ തുറക്കാൻ പാടില്ലെന്നാണ് നിയമം. ഡോക്ടർ പരിശോധനയ്ക്കെത്തു മ്പോൾ മാത്രം തുറക്കും. വക്കീൽ കമ്പിയഴികൾക്കടുത്തു വന്ന് എന്നോടു

സംസാരിച്ച് തിരിച്ചുപോയി. അദ്ദേഹം എന്താണ് ചോദിച്ചതെന്നോ, ഞാനെന്തു മറുപടി പറഞ്ഞുവെന്നോ ഇപ്പോൾ ഓർത്തെടുക്കാൻ കഴിയുന്നില്ല. ഒരു വെറും ഔപചാരികമായ ചടങ്ങാണ് എന്ന തരത്തിൽ ഞാനും വലിയ താത്പര്യമൊന്നും കാട്ടിയില്ല.

എന്റെ ചിന്തകൾ വേറിട്ട രീതിയിലാണ് നീങ്ങിക്കൊണ്ടിരുന്നത്. നീതിയ്ക്കുവേണ്ടി ആശ്രയിക്കാവുന്ന സുപ്രീംകോടതിയെ രണ്ടുപ്രാവശ്യം സമീപിച്ചിരുന്നു. ഇനി അതിനുള്ള അവസരവുമില്ല. അതിനാൽ ഭാവി അനിശ്ചിതത്വത്തിൽ തുടർന്നു. രക്ഷപ്പെടാനുള്ള എല്ലാ പഴുതുകളും അടഞ്ഞുകഴിഞ്ഞു. ഇനി എനിക്കു ചെന്നെത്താവുന്ന ഒരേയൊരിടം തൂക്കുമരം മാത്രം! അതു നേരിടാൻ ഞാൻ മാനസികമായി തയ്യാറെടുത്തു കഴിഞ്ഞിരുന്നു. കരഞ്ഞുവിളിച്ചു കഴിയുന്നതൊക്കെ അവസാനിപ്പിച്ച് ഇവിടെയിരുന്നു ചെയ്യാൻ കഴിയുന്ന കാര്യങ്ങൾ ചെയ്യണമെന്ന ഉറച്ച തീരുമാനത്തിൽ ഞാനെത്തിച്ചേർന്നു. എന്റെ മരണശേഷം എന്തെല്ലാം കാര്യങ്ങൾ നടക്കണം? അതേപ്പറ്റിയായി എന്റെ ചിന്തകൾ!

എന്റെ മരണശേഷം മകളെ ആരെല്ലാം എങ്ങനെയെല്ലാം പരിപാലിക്കണമെന്ന് അമ്മയ്ക്കും സഹോദരനുമുള്ള ദീർഘമായ കത്ത് തയ്യാറാക്കി വച്ചു. അതുപോലെ എന്നെയും എന്റെ ഭർത്താവിനെയും കുഞ്ഞിനെയും ആരംഭം മുതൽ താങ്ങിനിർത്തിയ എന്റെ ഭർത്താവിന്റെ അമ്മ, സഹോദരന്മാർ, നാത്തൂന്മാർ, എന്നിവർക്കെല്ലാം കത്തെഴുതി വച്ചു. "ഞാനും എന്റെ ഭർത്താവും തമ്മിലുള്ള ബന്ധം വെറും മൂന്നോ നാലോ മാസം മാത്രമേ നീണ്ടുനിന്നിരുന്നുള്ളൂ. അതിനിടെ പ്രേമവും വിവാഹവും ജയിൽവാസവും പിന്നീടിപ്പോൾ തൂക്കുമരത്തിന്റെ നിഴലിലുള്ള കാത്തിരിപ്പുമായി കടന്നുപോയി. ഭാര്യാഭർത്താക്കന്മാരായി ഞങ്ങൾ ഒന്നിച്ചു കഴിഞ്ഞത് വെറും രണ്ടു ദിവസങ്ങൾ മാത്രം! മനസ്സുതുറന്നു സംസാരിക്കാൻ കിട്ടിയത് പത്തിൽ താഴെ ദിവസങ്ങൾ! അതിനാൽ ഒരു കാര്യം ചെയ്യണമെന്ന് എഴുതി വച്ചു. മരണശേഷം ഞങ്ങളെ രണ്ടുപേരെയും ഒരേ സ്ഥലത്ത് ഒരുമിച്ചു അടക്കം ചെയ്യണം. യാതൊരു കാരണശാലും ഇതിൽ വീഴ്ച പറ്റരുത്. മരണശേഷമെങ്കിലും മണ്ണിനടിയിൽ ഞങ്ങൾ ഒന്നിച്ചു കഴിഞ്ഞുകൊള്ളട്ടെ."

ഇതൊന്നുമല്ലാതെ അവസാനമായി എനിക്ക് മറ്റൊരാഗ്രഹമുണ്ടായിരുന്നു. അതിനുവേണ്ടിയും ഒരു കത്തെഴുതി സൂക്ഷിച്ചു.

"എന്റെ പൊന്നു മോളേ,"

തൂക്കിലേറ്റുന്നതിനു മുമ്പ് എന്റെ അവസാനത്തെ ആഗ്രഹമെന്താണെന്ന് ജയിലധികാരികൾ തീർച്ചയായും ചോദിക്കും. അപ്പോൾ എന്റെ ആ ആഗ്രഹം എന്താണെന്നു ഞാൻ വെളിപ്പെടുത്തും. അതെന്താണെന്ന് നിനക്കറിയാമോ? 'ഒരു ദിവസം എനിക്ക് എന്റെ ഭർത്താവിനോടും മകളോടുമൊപ്പം കഴിയാനുള്ള അവസരം നൽകണം.'

നന്നായി വളർന്നു കഴിഞ്ഞ നിന്നെ എന്റെ കൈകളിൽ വാരി ഊട്ടണം. ഞാനും നിന്റെ ആച്ഛനും ചേർന്ന് നിന്നെ തോളിലേറ്റി ഞങ്ങളുടെ സങ്കടങ്ങൾ കരഞ്ഞുതീർക്കണം. "അവസാനമായി നിന്നെ മടിയിൽക്കിടത്തി, "ഞങ്ങളുടെ പൊന്നുമോളേ, നിന്നെയിങ്ങനെ നടുത്തെരുവിലേക്ക് അനാഥയായി വലിച്ചെറിഞ്ഞു പോകുന്നതിന് നീ ഞങ്ങളോടു ക്ഷമിക്കണം. ഈശ്വരൻ ഞങ്ങൾക്കു വരമായിത്തന്ന നിന്നെ ഈശ്വരൻ തന്നെ കാത്തുകൊള്ളും", എന്ന് ഉച്ചത്തിൽ നിലവിളിച്ച് നിന്റെ മുന്നിൽ ഞങ്ങൾക്കു ക്ഷമ ചോദിക്കണം! എന്തെങ്കിലും കാരണവശാൽ ആ ആഗ്രഹവും നടക്കാതെ വന്നാൽ ഈ കത്തുതന്നെ നിന്നോടു മാപ്പപേക്ഷിക്കും... എന്റെ പൊന്നുമോളേ...."

ഇങ്ങനെയെഴുതി കത്തവസാനിപ്പിച്ചു. അങ്ങനെ ഒരു ദിവസം കൂടി കഴിഞ്ഞുകിട്ടി. ഇനി ആകെ അവശേഷിക്കുന്നത് രണ്ടോ മൂന്നോ ദിവസങ്ങൾ മാത്രം!

ഇതിനിടയിൽ ജയിലിനുപുറത്ത് വക്കീലന്മാരും നേതാക്കളും കൂടിയാലോചിച്ച് സംസ്ഥാന ഗവർണർക്ക് ഒരു ദയാഹർജി സമർപ്പിക്കാൻ തീരുമാനിക്കുകയും ഹർജി നൽകുകയും ചെയ്തു. തത്ഫലമായി എന്റെ വധശിക്ഷ നാലാംപ്രാവശ്യവും സ്റ്റേ ചെയ്തു. അതും ഒരു വെറും താത്ക്കാലിക നടപടി മാത്രം! എങ്കിലും അതുതന്ന ആശ്വാസം പറഞ്ഞറിയിക്കാൻ വാക്കുകൾ കിട്ടുന്നില്ല.

ആ സമാശ്വാസത്തിന് വെറും അഞ്ചുമാസത്തെ ആയുസ്സു മാത്രമേ ഉണ്ടായിരുന്നുള്ളൂ. 5-11-1999-ൽ അന്നത്തെ തമിഴ്നാട് ഗവർണറായിരുന്ന ജസ്റ്റിസ് ഫാത്തിമാ ബീവി ഞങ്ങളുടെ ദയാഹർജി നിഷ്കരുണം തള്ളിക്കളഞ്ഞു. ഈ തീരുമാനം തമിഴ്ജനതയെ മുഴുവൻ വൻ പ്രതിഷേധത്തിലേക്കു തള്ളിവിട്ടു. അങ്ങനെ അവസാനത്തെ പ്രതീക്ഷയും തകർന്നു തരിപ്പണമായിപ്പോയതിൽ എന്റെ അഭ്യുദയകാംക്ഷികൾ പ്രതിഷേധിക്കാൻ തുടങ്ങി.

ഞങ്ങളുടെ വധശിക്ഷ നടപ്പാക്കുന്നതിനെതിരെയുള്ള തടസ്സങ്ങളെല്ലാം നീങ്ങിയിരുന്നു. ഞങ്ങൾക്കുള്ള അവസാന വാതിലും അടഞ്ഞുകഴിഞ്ഞു. പഴയതുപോലെ വീണ്ടും സെല്ലിൽ പൂട്ടിയിട്ടു. അടുത്ത ഏഴു കറുത്ത രാത്രികൾക്കായുള്ള കാത്തിരിപ്പ് തുടർന്നു. എന്റെ ഭർത്താവുൾപ്പടെ മറ്റു മൂന്നുപേരുടെ ഗതിയും സമാനമായിരുന്നു.

ഇപ്രാവശ്യം എന്റെ ഭർത്താവു കിടന്നിരുന്ന സെല്ലിലാണ് ആ അദ്ഭുതം അരങ്ങേറിയത്. പതിവുപോലെ തൂക്കുമുറി വൃത്തിയാക്കാൻ ഉള്ളിൽക്കടന്നവർ അലമുറയിട്ടുകൊണ്ട് പുറത്തേക്ക് ഓടി വന്നു. ഏഴടിയിൽ കുറയാതെ നീളവും മുട്ടോളം ഉയരവും, ഇരുകൈകളും നീട്ടിയാലുള്ളത്ര വീതിയിൽ പടമെടുത്തുനിൽക്കുന്നതുമായ മൂർഖൻ പാമ്പിനെ കണ്ടുവെന്നാണ് പുറത്തേക്കു വന്നവർ പറഞ്ഞത്. അതിന്റെ സീൽക്കാരം ഭയാനകമായിരുന്നുപോലും!

ആയുധങ്ങളുമായി ഒരു വലിയ സംഘം ഉള്ളിൽക്കടന്ന് അരിച്ചു പെറുക്കിനോക്കിയിട്ടും യാതൊന്നും കണ്ടെത്താനായില്ല. ഇതു രണ്ടാം തവണയാണ് അദ്ഭുതകരമായ ആ മായക്കാഴ്ച ജയിലിൽ കാണുന്നത്. എങ്ങനെ ഇതൊക്കെ സംഭവിക്കുന്നു എന്നതിന് യാതൊരു വിശദീകരണവുമില്ല.

ഇതിനിടയിൽ, ഞങ്ങളുടെ ദയാഹർജി ഗവർണർ തന്നിഷ്ടപ്രകാരം റദ്ദാക്കിയ നടപടി നിയമവിരുദ്ധമാണെന്നു മദ്രാസ് ഹൈക്കോടതി വിധി പ്രസ്താവിച്ചു. നിയമപ്രകാരം തമിഴ്നാട് മന്ത്രിസഭകൂടി എടുക്കുന്ന തീരുമാനമനുസരിച്ച് മാത്രമേ ഗവർണർക്ക് ഇത്തരമൊരു ഉത്തരവു നടപ്പാക്കാൻ കഴിയൂ എന്നും വിധിന്യായത്തിൽ പ്രസ്താവിച്ചിരുന്നു. മാത്രമല്ല ഉടനടി മന്ത്രിസഭ വിളിച്ചുകൂട്ടി ഒരു തീരുമാനമെടുത്ത് ഗവർണ്ണറെ അറിയിക്കാനും കോടതി നിർദ്ദേശിച്ചു. അങ്ങനെ നാലാം തവണയും ഞങ്ങളുടെ വധശിക്ഷ നിർത്തിവയ്ക്കപ്പെട്ടു.

തുടർന്ന് കോടതി വിധിയനുസരിച്ച് മന്ത്രിസഭ കൂടി. സുപ്രീംകോടതി വിധിയിൽ എനിക്കനുകൂലമായുണ്ടായിരുന്ന ചില പരാമർശങ്ങൾ ചൂണ്ടിക്കാട്ടി എന്റെ മാത്രം മരണശിക്ഷ ജീവപര്യന്തം തടവായി കുറയ്ക്കാനും അതേ സമയം മറ്റുമൂന്നു പേരുടെയും വധശിക്ഷ ശരിവയ്ക്കാനും മന്ത്രിസഭ ഗവർണ്ണർക്കു ഉപദേശം നൽകി.

ഇക്കാലത്തു തന്നെ ഞങ്ങൾ നാലുപേരുടെയും വധശിക്ഷ ജീവപര്യന്തമായി കുറയ്ക്കണമെന്ന് ശ്രീമതി. സോണിയാഗാന്ധിയും രാഷ്ട്രപതിയോട് അപേക്ഷിച്ചിരുന്നു.

അവസാനം എന്റെ മാത്രം വധശിക്ഷ ഇളവുചെയ്ത് ജീവപര്യന്തമാക്കാനും, മുരുകൻ, ശാന്തൻ, പേരറിവാളൻ എന്നിവരുടെ വധശിക്ഷ നടപ്പാക്കാനും ഗവർണർ ശുപാർശ ചെയ്തു.

ഈ ഉത്തരവും ഒരു വെള്ളിടിയായി ഞങ്ങളുടെ മേൽ പതിച്ചു എന്നു പറയാം. ഈ വിധിയും അപ്രതീക്ഷിതമായിരുന്നു.

ഈ ഉത്തരവിൻപ്രകാരം പുരുഷന്മാരുടെ ജയിലിൽ കഴിഞ്ഞിരുന്ന മൂന്നുപേരുടെയും വധശിക്ഷ നടപ്പാക്കാനുള്ള ഏഴുദിവസങ്ങളുടെ 'കൗണ്ട് ഡൗൺ' ആരംഭിച്ചു കഴിഞ്ഞിരുന്നു. പഴയ നടപടി ക്രമങ്ങളെല്ലാം മുറ തെറ്റാതെ ആവർത്തിക്കപ്പെട്ടു.

ഇനി ആകെ അവശേഷിച്ചിരുന്ന ഒരേ ഒരാശ്രയം രാഷ്ട്രപതിക്കു ദയാഹർജി സമർപ്പിക്കുക എന്നതു മാത്രമായി. അതിനുള്ള നടപടിക്രമങ്ങളും തിടുക്കത്തിൽ തുടങ്ങി. അതനുസരിച്ച് മൂന്നുപേരുടെയും ദയാഹർജികൾ രാഷ്ട്രപതിക്കു സമർപ്പിച്ചു.

ആ ശ്രമം ഫലം കണ്ടു. മൂന്നുപേരുടെയും വധശിക്ഷ സ്റ്റേ ചെയ്യാൻ രാഷ്ട്രപതി ഉത്തരവിട്ടു.

അതിനുശേഷം ശിക്ഷയിൽ എന്തെങ്കിലും ഇളവുകിട്ടാനുള്ള ഒരു നടപടിയും കൈക്കൊണ്ടില്ല. കെ.ആർ.നാരായണൻ രാഷ്ട്രപതിയായിരുന്ന കാലത്ത് ദയാഹർജി പരിഗണിച്ചതേയില്ല. അതിനുശേഷം ഡോ. അബ്ദുൽ കലാം രാഷ്ട്രപതിയായി. അദ്ദേഹത്തിന്റെ കാലത്ത് കേന്ദ്ര മന്ത്രിസഭ രണ്ടുപ്രാവശ്യം, 'ദയാഹർജി' തള്ളിക്കളയാൻ രാഷ്ട്രപതിയെ ഉപദേശിച്ചു. എന്നാൽ രണ്ടുപ്രാവശ്യവും ആ ഉപദേശം രാഷ്ട്രപതി തള്ളിക്കളഞ്ഞു. അവരൊക്കെ മനംമാറ്റമുണ്ടായവരാണ്. ഈ സമൂഹത്തിൽ ജീവിക്കേണ്ടവരാണവർ; അതിനാൽ മന്ത്രിസഭാ തീരുമാനം പുനഃപരിശോധിക്കണമെന്ന് അദ്ദേഹം കത്തയച്ചു. എന്നാൽ മൂന്നാമതും ദയാഹർജി തള്ളിക്കൊണ്ട് ക്യാബിനറ്റ് തീരുമാനമെടുത്തു രാഷ്ട്രപതിയെ അറിയിച്ചു. അതിനുശേഷം ഡോ. അബ്ദുൾ കലാം ആ ഫയൽ പരിഗണിച്ചതേയില്ല.

തുടർന്ന് ശ്രീമതി പ്രതിഭാപാട്ടീൽ രാഷ്ട്രപതിയായി. 2011 ആഗസ്റ്റിൽ മൂന്നുപേരുടെയും ദയാഹർജി തള്ളിക്കൊണ്ട് രാഷ്ട്രപതി ഉത്തരവിറക്കി.

ഈ അറിയിപ്പ് തമിഴ്നാട്ടിൽ വൻപ്രക്ഷോഭത്തിനു കളമൊരുക്കി. യുവാക്കൾ പല സ്ഥലങ്ങളിലും പ്രതിഷേധറാലികൾ സംഘടിപ്പിച്ചു. ഈ പ്രതിഷേധങ്ങൾ വക വയ്ക്കാതെ ഈ മൂവരുടെയും വധശിക്ഷ നടപ്പാക്കാനുള്ള തീയതി നിശ്ചയിച്ചു. വീണ്ടും അവരെ കണ്ടംസെല്ലിൽ പൂട്ടിയിട്ടു. അവർക്കുള്ള പൊലീസ് കാവലും ശക്തമാക്കി.

ഈ സ്ഫോടനാത്മകമായ അന്തരീക്ഷത്തിൽ ജയിലിനുള്ളിൽ മറ്റു ചില ഗൂഢാലോചനകളും നടക്കുന്നുണ്ടായിരുന്നു. ഈ മൂവരും തൂക്കുകയറിൽക്കിടന്നു പിടഞ്ഞു മരിക്കുന്നതു നേരിൽ കാണണമെന്ന് ചില പൊലീസ് ആഫീസർമാർ ആഗ്രഹിച്ചു. അതിനുവേണ്ടി തൂക്കുമുറിക്കുള്ളിൽ വീഡിയോ ക്യാമറകൾ സ്ഥാപിക്കാനുള്ള ശ്രമങ്ങൾ നടത്തി. അതിനുള്ള ഏർപ്പാടുകളെല്ലാം രഹസ്യമായി നടത്തി.

ഇക്കാര്യങ്ങളോർത്താൽ ഇന്നും എന്റെ നെഞ്ചുപിടയ്ക്കും. നിരപരാധികളായ ചിലരുടെ മരണവെപ്രാളം കണ്ടുരസിക്കാൻ ആഗ്രഹിച്ചവരുടെ മനോനിലയെപ്പറ്റി എന്തു പറയാനാണ്? അവരെ ദൈവം രക്ഷിക്കട്ടെ എന്നല്ലാതെ എന്തു പറയാൻ? ഈ സംഭവം അന്ന് പത്രമാധ്യമങ്ങളിൽ വലിയ വാർത്താപ്രാധാന്യം നേടിയിരുന്നു. എങ്കിലും ജയിലധികൃതർ ആ വാർത്ത നിഷേധിച്ചിരുന്നില്ല.

തമിഴ്നാട്ടിൽ നടന്ന പ്രക്ഷോഭങ്ങളുടെ ഭാഗമായി ചെങ്കൊടി എന്ന പെൺകുട്ടി ഞങ്ങൾക്കു വേണ്ടി ആത്മാഹുതി ചെയ്തു. ചെങ്കൊടിക്ക് എന്റെ മകളുടെ പ്രായമേ ഉണ്ടായിരുന്നുള്ളൂ എന്നറിവായ നിമിഷം എന്റെ ഹൃദയം നുറുങ്ങിപ്പോയിരുന്നു. താങ്ങാനാവാത്ത സങ്കടം എന്നെ വന്നു മൂടി. ദീർഘായുസായിരിക്കേണ്ട ഇളം കുരുന്നുകൾ ഞങ്ങൾക്കു വേണ്ടി ജീവത്യാഗം ചെയ്തല്ലോ എന്നോർത്ത് ഞാൻ സങ്കടപ്പെട്ടു. 'ചെങ്കൊടി'യെ

ഞങ്ങളുടെ രക്ഷയ്ക്കു വന്നെത്തിയ കുലദൈവത്തെപ്പോലെ ഞങ്ങളിന്നും ആരാധിക്കുന്നു. വിദേശത്തു പഠിക്കാൻ പോയിരിക്കുന്ന എന്റെ മകളുടെ സ്ഥിതിതന്നെ ഞങ്ങളെ ആവശ്യത്തിലധികം സങ്കടപ്പെടുത്തിയിരുന്നു. പലവർഷങ്ങളായി അവളുടെ മുഖംപോലും ഒന്നു കാണുവാൻ ഞങ്ങൾക്കു കഴിഞ്ഞിട്ടില്ല. അതിന്റെ സങ്കടത്തിൽ നിന്നും മോചിതരാകാത്ത ഞങ്ങൾക്ക് ചെങ്കൊടിയുടെ മരണം അവളുടെ കുടുംബത്തെ എങ്ങനെയാണ് ബാധിച്ചിരിക്കുന്നത് എന്നോർക്കുമ്പോൾ സഹിക്കാൻ കഴിയുന്നില്ല! ആ ആത്മാവിനോടുള്ള കടപ്പാടിന്, ആ ത്യാഗത്തിന് എന്തു പ്രതിഫലമാണു കൊടുക്കാൻ ഞങ്ങൾക്കു കഴിയുക? എത്ര ജന്മമെടുത്താലും ആ കടം വീട്ടാൻ ഞങ്ങൾക്കു കഴിയില്ല.

പിന്നീട് ചെന്നൈ ഹൈക്കോടതിയിൽ ഞങ്ങൾക്കു വേണ്ടി സമർപ്പിക്കപ്പെട്ട ഒരു ഹർജിയുടെ പേരിൽ വധശിക്ഷ തടഞ്ഞുകൊണ്ടുള്ള ഒരിടക്കാല സ്റ്റേ ഉത്തരവും ലഭിച്ചു. അങ്ങനെ ആ മൂന്നുപേരുടെയും വധശിക്ഷ ആറാം തവണയും നിർത്തി വയ്ക്കപ്പെട്ടു.

ആസമയത്ത് ആയിരക്കണക്കിനു ചെറുപ്പക്കാർ ചെന്നൈ ഹൈക്കോടതിക്കു മുന്നിൽ പ്രകടനങ്ങളും മറ്റും നടത്താൻ തുടങ്ങിയതിനാൽ രാജീവ് ഗാന്ധി വധക്കേസ് സുപ്രീംകോടതിയിലേക്കു മാറ്റി.

തീവ്രമായ വാദപ്രതിവാദങ്ങൾക്കൊടുവിൽ മുരുകൻ, ശാന്തൻ, പേരറിവാളൻ എന്നീ മൂന്നു പേരുടെയും വധശിക്ഷ റദ്ദാക്കുകയും, ജീവപര്യന്തം തടവാക്കി മാറ്റി ഉത്തരവു പുറപ്പെടുവിക്കുകയും ചെയ്തു.

ഇപ്പോൾ ഈ കേസിൽ ശിക്ഷിക്കപ്പെട്ട് ജയിലിൽ കഴിയുന്ന ഏഴു പേർക്കും ജീവപര്യന്തം തടവുശിക്ഷയാണ് കോടതി വിധിച്ചിരിക്കുന്നത്. ശിക്ഷാ കാലാവധി ഇരുപത്തിയാറുവർഷം വർഷം പൂർത്തിയാക്കി ഇപ്പോൾ 27-ാം വർഷത്തിലേക്കു കടക്കുകയാണ്. ഇരട്ട ജീവപര്യന്തത്തിന്റെ കാലാവധിയും കടന്നു പോയിരിക്കുന്നു.

എങ്ങനെയോ ലോകചരിത്രത്തിൽ ആർക്കും നേടാൻ കഴിയാത്ത ഒരു ബഹുമതി എന്നെത്തേടി എത്തിയിരിക്കുകയാണ്.

ലോകത്ത് ഏറ്റവുമധികം കാലം തടവുശിക്ഷയനുഭവിച്ച 'വനിത' എന്ന ബഹുമതിയാണ് എന്നെത്തേടി എത്തിയിരിക്കുന്നത്.

ഈ റിക്കാർഡു തിരുത്താൻ ഒരു സ്ത്രീക്കും അവസരം കൊടുക്കരുതെന്നാണ് എന്റെ ആഗ്രഹം. ആ ക്രൂരമായ ബഹുമതി എന്റെ പേരിൽ ചരിത്രത്തിൽ ഇടംപിടിച്ചുകൊള്ളട്ടെ.

ഈ ഘട്ടത്തിൽ ജഗദീശ്വരനോട് ഈറൻ കണ്ണുകളോടെ ഒരു പ്രാർത്ഥന മാത്രമേ എനിക്കുള്ളൂ. ഞാനനുഭവിച്ച കഷ്ടപ്പാടുകളെപ്പോലെ, എന്റെ കുടുംബത്തിനേർപ്പെട്ട ദുരിതങ്ങളെപ്പോലെ ലോകത്തിന്റെ ഒരു കോണിലും ഒരു ജീവിക്കും ഉണ്ടാകരുതേ.... ഈശ്വരാ.....

മുപ്പത്തിമൂന്ന്

ഇന്നു ഞങ്ങൾ

എന്റെ ഭർത്താവ് എന്റെ വീട്ടിൽ താമസിച്ചത് വെറും മൂന്നുമാസങ്ങൾ. അക്കാലത്ത് വില്ലിവാക്കത്ത് ഞാൻ തനിച്ചു താമസിക്കുകയായിരുന്നു. ഒരു മാസത്തിനുശേഷമാണ് അദ്ദേഹം എന്നെക്കാണാൻ വന്നത്. അങ്ങനെ ഞങ്ങൾ പരസ്പരം കാണുകയും സംസാരിക്കുകയും ചെയ്തത് ഏതാണ്ടു ഇരുപതുദിവസങ്ങൾ! ഇതിനിടയിൽ പ്രണയകാലം വെറും പത്തുപതിനഞ്ചു ദിവസങ്ങൾ മാത്രം! ഇതിൽ സ്വകാര്യമായി അടുത്തിടപഴകാൻ സൗകര്യം കിട്ടിയത് വെറും രണ്ടു ദിവസം. എന്റെ ജീവിതത്തിലെ ഏറ്റവും സന്തോഷകരമായ നിമിഷങ്ങൾ ഇത്രമാത്രം! മരുഭൂമിയിൽപ്പതിച്ച ചാറ്റൽ മഴ! അതാണ് ഞങ്ങളുടെ ജീവിതത്തിലെ സുവർണ്ണ മുഹൂർത്തം. ഇതു തട്ടിക്കിഴിച്ചാൽപ്പിന്നെ ഞങ്ങളുടെ ജീവിതത്തിൽ സന്തോഷമോ, സമാധാനമോ ഉണ്ടായിട്ടില്ല. കൈകോർത്തുപിടിച്ചു കൊണ്ട് ഞങ്ങൾ നേരെ കാരാഗ്രഹത്തിലേക്ക് ഓടിക്കയറുകയായിരുന്നു. ഞങ്ങളുടെ ഇരുണ്ടകാലം ഇപ്പോൾ ഇരുപത്തിയാറു വർഷങ്ങൾ പിന്നിട്ട് ഇഴഞ്ഞു നീങ്ങിക്കൊണ്ടിരിക്കുന്നു.

ജീവിക്കണമെന്ന മോഹം! അതെങ്ങനെ സാധ്യമാകും? നെഞ്ചിടിപ്പോടെ കാത്തിരുന്നു. ഞങ്ങൾക്കുവേണ്ടി എത്രയോ സുമനസ്സുകൾ പാടുപെട്ടുകൊണ്ടിരിക്കുന്നു. അവരുടെ വിശ്വാസങ്ങൾ സംരക്ഷിക്കാനെങ്കിലും ഞങ്ങൾ ജീവിക്കാനായി പുതുവഴികൾ തേടിക്കൊണ്ടിരിക്കുന്നു.

ആ അന്വേഷണമാണ് ഞങ്ങളുടെ തുടർപഠനത്തിന് കളമൊരുക്കിയത്. കേസ് സ്വയം വാദിക്കാനായി നിയമ പുസ്തകങ്ങൾ വായിക്കാൻ തുടങ്ങി. നൂറുക്കണക്കിനു നിയമപുസ്തകങ്ങൾ തേടിപ്പിടിച്ചു വായിച്ചു. അത് ഞങ്ങളെ കാര്യപ്രാപ്തിയുള്ളവരാക്കാൻ സഹായിച്ചു. മാത്രമല്ല ഞങ്ങളുടെ ആത്മവിശ്വാസം വളർത്താനും അത് ഉപകരിച്ചു.

എന്റെ ഭർത്താവിന് ഡോക്ടറോ, എഞ്ചിനീയറോ ആവാനായിരുന്നു കുട്ടിക്കാലത്ത് ആഗ്രഹം. എന്നാൽ ശ്രീലങ്കയിൽ നടന്നിരുന്ന ആഭ്യന്തര യുദ്ധത്തിനിടയിൽ ജീവൻ രക്ഷിക്കാൻ തന്നെ പാടുപെടേണ്ടിവന്നു. ആ

പ്രയാസങ്ങളാണ് അദ്ദേഹത്തിന്റെ ജീവിതത്തിൽ അപ്രതീക്ഷിതമായ വഴിത്തിരിവുണ്ടാക്കിയത്. എങ്കിലും അദ്ദേഹത്തിന്റെ പഠനത്തോടുള്ള ആഭിമുഖ്യം കെട്ടടങ്ങിയിരുന്നില്ല. അതിനാൽ ജയിലിൽ കിട്ടാവുന്ന ആനുകൂല്യങ്ങളെല്ലാം പഠനത്തിനുവേണ്ടി പരമാവധി പ്രയോജനപ്പെടുത്തി.

ഞങ്ങൾ ജയിലിൽ കിടന്നുകൊണ്ടു തന്നെ പല പരീക്ഷകളും പാസ്സായിട്ടുണ്ട്. എങ്കിലും മനഃശാസ്ത്രവും നിയമവും പഠിക്കാനുള്ള അവസരം ലഭിച്ചില്ല. കാരണം ജയിൽ ചട്ടങ്ങൾ അതു പഠിക്കാൻ തടവുകാരെ അനുവദിച്ചിരുന്നില്ല എന്നതുതന്നെ!

ഞങ്ങൾക്കുണ്ടായ സങ്കടങ്ങൾ മറ്റു തടവുകാർക്കും ഉണ്ടാകാതിരിക്കാൻ അദ്ദേഹം നേടിയ അറിവുകൾ മറ്റുള്ളവർക്ക് പകർന്നുകൊടുക്കാൻ സന്നദ്ധനായി. സ്കൂളിലെ ജയിലിലുള്ള കുട്ടികൾക്കു കംമ്പ്യൂട്ടർ പരിശീലനം നൽകുക, ചിത്രകല അഭ്യസിപ്പിക്കുക എന്നിവയ്ക്ക് അദ്ദേഹം സമയം കണ്ടെത്തി. ഇംഗ്ലീഷ് എഴുതാനും വായിക്കാനും അദ്ദേഹം അവരെ പഠിപ്പിച്ചു. തയ്യൽ പഠിക്കുകയും അതു മറ്റുള്ളവരെ പഠിപ്പിക്കുകയും ചെയ്തുകൊണ്ടിരുന്നു. സമാധാനം കാംക്ഷിക്കുന്ന മനസ്സ് ഒന്നിൽനിന്നു മറ്റൊന്നിലേക്ക് ചാഞ്ചാടിക്കൊണ്ടിരുന്നു.

ഗാന്ധി ജയന്തിയോടനുബന്ധിച്ചു നടക്കുന്ന കായിക മത്സരങ്ങളിൽ വോളിബോൾ, ഷട്ടിൽ, ചെസ്സ്, ഓട്ടം എന്നീ മത്സരങ്ങളിൽ പങ്കെടുക്കുകയും സമ്മാനങ്ങൾ നേടുകയും ചെയ്തിട്ടുണ്ട്. കലാമത്സരങ്ങൾക്ക് വേണ്ടി ലഭ്യമായ പരിമിത വസ്തുക്കൾ കൊണ്ട് സ്റ്റേജ് മനോഹരമായി അലങ്കരിക്കുവാൻ അദ്ദേഹം മുൻകൈ എടുക്കുകയും ജയിൽ സൂപ്രണ്ടിന്റെ പ്രശംസയ്ക്കു പാത്രമാവുകയും ചെയ്തിട്ടുണ്ട്.

മധുര പലഹാര നിർമ്മാണത്തിനും അദ്ദേഹം പ്രാഗദ്ഭ്യം നേടി. വനിതാസെല്ലിലെ അന്തേവാസികളായ കുട്ടികൾക്ക് പുതിയ ഉടുപ്പുകൾ തയ്ച്ചുകൊടുക്കുക, പലഹാരങ്ങൾ ഉണ്ടാക്കി കൊണ്ടുവന്നു നൽകുക മുതലായ ചെറിയ കാര്യങ്ങൾ ചെയ്ത് അതിൽനിന്നും വലിയ സംതൃപ്തി അദ്ദേഹം അനുഭവിച്ചുകൊണ്ടിരുന്നു. ഇതെല്ലാം മനസ്സിൽ മായാതെ കിടക്കുന്ന മധുരസ്മരണകളാണ്.

ഒരു ഘട്ടത്തിൽ ചെടികളോടും മരങ്ങളോടും താത്പര്യം തോന്നാൻ തുടങ്ങി, അദ്ദേഹത്തിന്റെ സെല്ലിനുചുറ്റും ഉണങ്ങി വരണ്ടുകിടന്നിരുന്നു. സുരക്ഷയെ മുൻനിർത്തിയാണ് അങ്ങനെ തരിശായി സൂക്ഷിച്ചിരുന്നത്. 2005–നു ശേഷം ജയിൽ സൂപ്രണ്ടിൽ നിന്നും അനുമതി വാങ്ങി അവിടെയൊരു പൂന്തോട്ടം നിർമ്മിക്കാൻ തുടങ്ങി. വേപ്പ്, തെങ്ങ്, മാവ്, പ്ലാവ്, നെല്ലി, ബദാം, ഞാവൽ, പപ്പായ, സപ്പോട്ടാ എന്നീ മരങ്ങൾ അവിടെ നട്ടുപിടിപ്പിച്ചു. അമ്പതോളം മരങ്ങൾ ജയിൽ കോമ്പൗണ്ടിൽ വളർത്തുകയും അവ ഇപ്പോഴും സംരക്ഷിച്ചു വരികയും ചെയ്യുന്നു.

എന്നെക്കാണാൻ വരുമ്പോഴെക്കെ അതേപ്പറ്റി അഭിമാനപൂർവ്വം സംസാരിക്കും. ഇന്ന് ആ സ്ഥലം മനോഹരമായ ഒരു ഉദ്യാനമായി മാറി

ക്കഴിഞ്ഞിരിക്കുന്നു. ജയിലധികാരികളും സന്ദർശകരും ഇതു കണ്ട് സന്തോഷിക്കുകയും അദ്ദേഹത്തെ അഭിനന്ദിക്കുകയും ചെയ്യാറുണ്ട്. ചെടികളെയും മരങ്ങളെയും അദ്ദേഹം ജീവനുതുല്യം സ്നേഹിക്കുന്നു.

ഒരിക്കൽ അദ്ദേഹത്തിന്റെ ദയാഹർജി രാഷ്ട്രപതി തള്ളിയതിനെത്തുടർന്ന് വധശിക്ഷ നടപ്പാക്കാനുള്ള ശ്രമങ്ങൾ ജയിലിൽ ആരംഭിച്ചു. അതിനുവേണ്ടി അദ്ദേഹത്തിന്റെ സെല്ലിനുമുമ്പിലുള്ള ഒരു മരം മുറിച്ചുനീക്കാൻ തുടങ്ങി. ഒരു കൊമ്പു മുറിച്ചയുടൻ അദ്ദേഹം രോഷാകുലനായി.

"എടേയ്, ഇതൊക്കെ എത്രകൊല്ലത്തെ അധ്വാനംകൊണ്ട് വളർത്തിയെടുത്തതാണെന്ന് അറിയാമോടോ... എന്റെ സ്വന്തം കുഞ്ഞിനെപ്പോലെയാണ് ഞാനിതിനെ പോറ്റി വളർത്തുന്നത്. അതു മുറിക്കരുതെടാ... രണ്ടു ദിവസത്തിനുള്ളിൽ എന്നെ തൂക്കിലേറ്റും... അതിനെന്തിനാടാ, ഈ മരം മുറിക്കുന്നത്.."

ഇങ്ങനെ മരം വെട്ടുകാരനോടു തുടർച്ചയായി വഴക്കിട്ടുകൊണ്ടിരുന്നു. അതിനാൽ മരംവെട്ടുകാരൻ ജയിലധികാരികളെ കൂട്ടിക്കൊണ്ടുവന്നു.

അവരോട്, "സർ എന്നെ വെട്ടിമുറിച്ചോ, മരം മുറിക്കരുത്..." എന്ന് അലറിക്കരഞ്ഞു. ഇതു കണ്ട് മരം മുറിക്കൽ നിർത്തിവച്ചു. മരങ്ങളെയും ചെടികളെയും അത്രമാത്രം അദ്ദേഹം സ്നേഹിച്ചിരുന്നു.

2011– അവസാനത്തോടെ അദ്ദേഹം ആത്മീയ മാർഗ്ഗത്തിലേക്കു തിരിഞ്ഞു. ധ്യാനം, യോഗ, മുടങ്ങാതെ ക്ഷേത്ര ദർശനം എന്നിവയിൽ അദ്ദേഹം കൂടുതലായി ഇടപെടാൻ തുടങ്ങി. ഇപ്പോൾ അദ്ദേഹമൊരു സമ്പൂർണ്ണ സന്ന്യാസിയായി മാറിക്കഴിഞ്ഞിരിക്കുന്നു. ഈ വേഷത്തിൽ അദ്ദേഹത്തെ കാണുമ്പോഴെല്ലാം ഞാൻ മനസ്സുരുകി സങ്കടപ്പെടും. അത് അദ്ദേഹത്തിനു മനഃസ്സമാധാനം നൽകുമെങ്കിൽ ആയിക്കൊള്ളട്ടെയെന്ന് ഞാനും മൗനമായിരുന്നു.

കാലമാകുന്ന നദിയിൽ ഞങ്ങളെല്ലാം വെറും കളിവഞ്ചികൾ മാത്രമാണ്. എങ്ങോട്ടു പോകണം, എവിടെ നിൽക്കണം എന്നെല്ലാം തീരുമാനിക്കുന്നത് വിധിയാണ്.

കഴിഞ്ഞ ഇരുപത്തിയാറ് വർഷത്തെ ജയിൽ വാസത്തിനിടയിൽ എന്റെ ഭർത്താവ് നേടിയ പരീക്ഷാ വിജയങ്ങൾ ഇവയാണ്.

1. M. C. A.- കമ്പ്യൂട്ടർ ബിരുദാനന്തര ബിരുദം. ജയിലിൽ നിന്നും പഠിച്ച് മറ്റുള്ളവരുടെ കൂട്ടത്തിൽ 87% മാർക്കുനേടി– GNOU - India.
2. B.C.A കമ്പ്യൂട്ടർ ഡിഗ്രി– ഇതിലും ഏറ്റവും കൂടുതൽ മാർക്ക് I.G.N.O.U.
3. Diploma Certificate of Fashion Designs - T.N.O.P - India
4. Diploma in Desk Top Publishing - T.N.O.P.

5. Certificate in Computing - I.G.N.O.U
6. Certificate in Two Wheeler Mechanism and Servicing - T.P.E.V.R. Govt. Polytechnic
7. Certificate of English Type Writing - Polytechnic - T.P.E.V.R. Govt. Polytechnic
8. Certificate in Radio Mechanism - T.P.E.V.P. Poly
9. Certificate of Department of Business Administration Auxilium College.
10. Appraisal of Certificate of Superintendant - Central Prison - Vellore.
11. Certificate of Higher Secondary Course - Govt. of India
12. ചിത്രകല അഭ്യസിക്കുകയും ഇരുന്നൂറോളം ചിത്രങ്ങൾ വരയ്ക്കുകയും ചെയ്തു.
13. തയ്യൽ പരിശീലനം നേടി-സ്ത്രീകളുടെയും പുരുഷന്മാരുടെയും വസ്ത്രങ്ങളുണ്ടാക്കാൻ വിദഗ്ധൻ.
14. ചെരുപ്പ് തുന്നൽ പരിശീലനം
    (Central Govt. Certificate)
15. പാചകകല. (Sweet and savouries Specialist)
16. Art of living Certificate from Sankarji.
17. ധ്യാനം – ശേഷാദ്രി മഹർഷി
18. യോഗാഭ്യാസം
19. കൃഷ്ണ ഭക്തി പ്രസ്ഥാനം ആത്മീയശിക്ഷണം.

ഇത്രയുമൊക്കെ പഠിച്ചശേഷം മനസ്സമാധാനം തേടി അദ്ദേഹം ആത്മീയപാതയിലേക്ക് പ്രയാണം തുടങ്ങി. ദിവസവും എട്ടുമണിക്കൂർ ധ്യാനം. കൂടാതെ മറ്റുള്ളവർക്കും ധ്യാനത്തിൽ പരിശീലനം നൽകാൻ തുടങ്ങി.

ഞാനും ഇതുപോലൊക്കെത്തന്നെ...ജയിലിലടയ്ക്കപ്പെട്ടപ്പോൾ മുതൽ കൊടിയ പീഡനങ്ങളും യാതനകളും അനുഭവിച്ചുകൊണ്ടിരുന്നു. എങ്ങനെയെങ്കിലും മരിച്ചാൽ മതി എന്ന വിരക്തിയിൽ കഴിഞ്ഞുകൂടിയ കാലവും ഉണ്ടായിരുന്നു. ഏതെല്ലാം തരത്തിലാണ് അപമാനങ്ങൾ സഹിക്കേണ്ടി വന്നത്? ചുറ്റുമുണ്ടായിരുന്നവരേക്കാൾ കൂടെനിന്ന് പഴിപറഞ്ഞവരാണ് എന്നെ അധികം വേദനിപ്പിച്ചിട്ടുള്ളത്. അതിൽനിന്നും രക്ഷ നേടുന്നതിനായി ഞാനും പഠനത്തിലേക്കു തിരിഞ്ഞു. അറസ്റ്റിലാകുന്നതിനു മുമ്പുതന്നെ ഞാൻ ഇംഗ്ലീഷ് സാഹിത്യത്തിൽ ബിരുദാനന്തരബിരുദം നേടിയിരുന്നു. അതിനുശേഷം കഴിഞ്ഞ ഇരുപത്തിയാറ് വർഷത്തെ ജയിൽ വാസത്തിനിടയിൽ താഴെപ്പറയുന്ന പരീക്ഷകൾ പാസ്സായി.

1. M.C.A- കമ്പ്യൂട്ടർ ബിരുദാനന്തര ബിരുദം.
2. B.C.A- കമ്പ്യൂട്ടർ ബിരുദം
3. കരകൗശല വസ്തുക്കൾ നിർമ്മാണത്തിൽ പരിശീലനം
4. Beautician Course
5. തുന്നൽ പരിശീലനം.
6. എംബ്രോയിഡറി
7. Art of living Course
8. ധ്യാനം
9. കൃഷ്ണഭക്തി പ്രസ്ഥാനം- ആത്മീയപഠനം
10. പൂന്തോട്ടനിർമ്മാണം (Gardening)

ഇത്രയും പഠനം പൂർത്തിയാക്കുന്നതിന് മുൻ ജയിൽ D.G.P ശ്രീ രാമമൂർത്തി, മുൻ ജയിൽ സൂപ്രണ്ട് ശ്രീ രാമചന്ദ്രൻ, ജയിൽ സൂപ്രണ്ട് ശേഖർ, ജയിൽ സ്കൂൾ അദ്ധ്യാപകൻ മതിയഴകൻ എന്നിവർ എല്ലാവിധ സഹായങ്ങളും നൽകിയിട്ടുണ്ട്.

ഇപ്പോൾ ഞാനും ആത്മീയജീവിതത്തിലേക്ക് നടന്നടുത്തുകൊണ്ടിരിക്കുകയാണ്. മനസ് നയിക്കുന്ന വഴിയിലേക്ക് ഞാനും നീങ്ങിക്കൊണ്ടിരിക്കുന്നു. ദിവസവും ആറു മണിക്കൂർ ധ്യാനത്തിന് ചെലവഴിക്കുന്നു. എന്നെ പാർപ്പിച്ചിരിക്കുന്ന സെല്ലിനു ചുറ്റും മനോഹരമായ ഒരു പൂന്തോട്ടം ഞാൻ നിർമ്മിച്ചു. നിത്യേന പൂജയ്ക്കുള്ള പുഷ്പങ്ങൾ അവിടെ നിന്നാണ് ശേഖരിക്കുന്നത്.

ഇതിനെല്ലാമുപരി, ജയിൽവാസമനുഭവിച്ചു വരുന്ന സ്ത്രീ തടവുകാരുടെ കുട്ടികളുടെ അമ്മയായിനിന്ന്, അവരോടൊപ്പം കളിച്ച്, അവർക്കു കഥകൾ പറഞ്ഞുകൊടുത്ത്, പാഠങ്ങൾ പഠിപ്പിച്ച് സമയം തള്ളിനീക്കുന്നതിനാണ് സമയം ചെലവഴിക്കുന്നത്. ഈ കുഞ്ഞുങ്ങളാണ് താങ്ങും തണലുമായി എന്നെ സംരക്ഷിക്കുന്നത്. ഇതേപ്പറ്റിയൊക്കെ മുൻ അദ്ധ്യായങ്ങളിൽ വിവരിച്ചിട്ടുണ്ട്.

ഇരുൾ മൂടിയ ഞങ്ങളുടെ ജീവിതത്തിലേക്കു കടന്നുവരുന്ന ചില പ്രഭാകിരണങ്ങളാണ് ഈ ഓർമ്മകൾ. ഈ ഓർമ്മകൾ ചുമന്നുകൊണ്ടാണ് എന്റെ മകളെ കെട്ടിപ്പുണരാൻ കഴിയുന്ന ആ നല്ല നാളേക്കുവേണ്ടി ശുഭപ്രതീക്ഷയോടെ, ആത്മവിശ്വാസത്തോടെ ഞാൻ കാത്തിരിക്കുന്നത്...

നിങ്ങളോടൊപ്പം കൈകോർത്തു പിടിച്ചു നടക്കാൻ കഴിയുന്ന ആ നല്ല നാളുകൾക്കുവേണ്ടി ഞാൻ കാത്തിരിക്കുന്നു.

അനുബന്ധം

എത്രയും വേഗം വിട്ടയയ്ക്കണം

ടി. ഹരിപരന്താമൻ

(റിട്ട. ജസ്റ്റിസ്, ചെന്നൈ ഹൈക്കോടതി)

അഡ്വക്കറ്റ് പുകഴേന്തി എന്റെ നല്ല സുഹൃത്താണ്. തമിഴ് രാഷ്ട്രീയത്തിൽ മുന്നണിപ്പോരാളിയാണ്. അദ്ദേഹമാണ് നളിനി മുരുകന്റെ ആത്മകഥയ്ക്ക് ഒരു മുഖവുര എഴുതാൻ എന്നോടാവശ്യപ്പെട്ടത്. നളിനിയുടെയും മുരുകന്റെയും താത്പര്യപ്രകാരമായിരുന്നു ആ ആവശ്യം ഉന്നയിച്ചത്. ആ പുസ്തകം വായിച്ചശേഷം എഴുതാമെന്ന് സമ്മതിച്ചു. ശ്രദ്ധാപൂർവ്വം വായിച്ചുകഴിഞ്ഞാണ് ഇതെഴുതാൻ തുനിഞ്ഞത്.

നളിനിയും മുരുകനും കഴിഞ്ഞ ഇരുപത്തിയാറ് വർഷങ്ങളായി രാജീവ് വധക്കേസിൽ ശിക്ഷിക്കപ്പെട്ട് ജയിൽവാസം അനുഭവിച്ചുവരികയാണ്. പുസ്തകത്തിന്റെ കൂടുതൽ പേജുകളും അവരുടെ ജയിൽവാസവും കേസിന്റെ നാൾവഴികളും വിവരിക്കുന്നതാണ്. നളിനിയുടെ വാക്കുകളിൽത്തന്നെ പറഞ്ഞാൽ ലോകത്ത് ഏറ്റവും കൂടുതൽ കാലം ജയിൽവാസം അനുഭവിക്കുന്ന 'വനിത' അവരാണ്.

അവർ രണ്ടുപേരെയും ഞാൻ കണ്ടിട്ടില്ല. നേരിട്ടു പരിചയവുമില്ല. എന്നിട്ടും ഞാൻ ആമുഖമെഴുതണമെന്ന് അവർ നിർബന്ധിച്ചത് എന്തിനാണെന്ന് അറിഞ്ഞുകൂടാ.

ഹൈക്കോടതി ജഡ്ജ് പദവിയിൽനിന്നും ഞാൻ 16-3-2016-ൽ വിരമിച്ചു, അതിനോടനുബന്ധിച്ച് സുഹൃത്തുക്കളായ അഭിഭാഷകർ എനിക്കൊരു യാത്രയയപ്പ് സൽക്കാരം നടത്തിയിരുന്നു. സഖാവ് നല്ലകണ്ണ് ആണ് മുഖ്യപ്രഭാഷണം നടത്തിയത്. ചടങ്ങ് കഴിഞ്ഞയുടൻ പത്രമാദ്ധ്യമപ്രവർത്തകർ എന്നോട് രാജീവ് വധക്കേസിൽ ഇരുപത്തിയഞ്ച് വർഷമായി

ജയിൽശിക്ഷ അനുഭവിച്ചുവരുന്ന ഏഴുപേരുടെ മോചനത്തെ പ്പറ്റിയുള്ള അഭിപ്രായം ആരാഞ്ഞിരുന്നു. ഗാന്ധിജി വധ ക്കേസിൽ ജീവപര്യന്തം തടവിനു ശിക്ഷിക്കപ്പെട്ട ഗോപാൽ ഗോഡ്സെയെ ഇരുപത് വർഷത്തെ ജയിൽവാസത്തിനുശേഷം വിട്ടയച്ചതിനാൽ രാജീവ് വധക്കേസിൽ ഇരുപത്തിയഞ്ച് വർഷം പൂർത്തിയായ എല്ലാ പ്രതികളെയും ഉടനടി മോചിപ്പിക്കണ മെന്നാണ് എന്റെ അഭിപ്രായമെന്ന് പറഞ്ഞിരുന്നു.

ഈ അഭിപ്രായം അവർ അറിഞ്ഞിട്ടുണ്ടാകുമോ എന്ന് എനിക്ക് ഉറപ്പില്ല. എങ്കിലും എന്റെ പൂർവ്വകാല രാഷ്ട്രീയജീവിതം കണക്കിലെടുത്ത് ആമുഖമെഴുതുന്നതിൽ തെറ്റില്ല എന്നു കരുതുന്നു.

ഗണിതശാസ്ത്രത്തിൽ ബിരുദാനന്തര ബിരുദപഠനകാലത്തും നിയമ വിദ്യാർത്ഥിയായിരിക്കുമ്പോഴും പിന്നീട് അഭിഭാഷക നായി പ്രാക്ടീസ് ചെയ്യുമ്പോഴും ഞാൻ ഇടതുപക്ഷ രാഷ്ട്രീയ ത്തിൽ സജീവമായി പ്രവർത്തിച്ചിട്ടുണ്ട്. ഞാൻ അംഗമായിരുന്ന രാഷ്ട്രീയപ്രസ്ഥാനം ശ്രീലങ്കൻ തമിഴരുടെ സ്വയം നിർണ യാവകാശങ്ങളെ എതിർത്തതുകൊണ്ടും ഇന്ത്യൻ സമാധാന ദൗത്യസേനയുടെ ശ്രീലങ്കൻ പ്രവർത്തനങ്ങളെ ആദരിച്ചതു കൊണ്ടും ആ പ്രസ്ഥാനവുമായുള്ള ബന്ധം അവസാനിപ്പിച്ചു.

ഈ പുസ്തകം വായിച്ചപ്പോൾ നളിനിയും കുടുംബവും ഈഴ ത്തമിഴർക്ക് അനുകൂലമായി എന്റെ നിലപാടിനോട് യോജിച്ചു പോകുന്നവരാണെന്ന് ബോധ്യമായി.

നളിനിയുടെ അമ്മ പത്മാവതി മൈലാപ്പൂരിലുള്ള ഒരു സ്വകാര്യ ആശുപത്രിയിലെ നഴ്സായിരുന്നു. അവരുടെ പിതാവ് ഒരു തികഞ്ഞ ഗാന്ധിയൻ. 'പത്മാവതി' എന്ന പേര് അവർക്കു നൽകിയതുതന്നെ ഗാന്ധിജിയായിരുന്നു എന്ന് അവർ അവകാശപ്പെടുന്നു.

നളിനിയുടെ അമ്മ പത്മാവതി, അനുജത്തി കല്യാണി, അനുജൻ ഭാഗ്യനാഥൻ, പത്മാവതിയുടെ സഹോദരൻ, മാന സികവളർച്ചയില്ലാത്ത രാജരത്തിനം എന്നിവരാണ് നളിനി കുടുംബത്തിലെ മറ്റംഗങ്ങൾ. ശ്രീലങ്കൻ തമിഴർക്ക് തമിഴ്നാട്ടിൽ പൂർണ ആദരവു നൽകിയിരുന്ന കാലമായിരുന്നു അത്. ശ്രീല ങ്കൻ തമിഴ് വിമോചന പോരാളികൾക്ക് ഇവിടെ ധാരാളം അനു യായികളായ ചെറുപ്പക്കാരുണ്ടായിരുന്നു. അതിലൊരാളായി രുന്നു നളിനിയുടെ സഹോദരൻ ഭാഗ്യനാഥൻ. ഇവർ ഒത്തു

കൂടുന്ന ഒരു താവളമായിരുന്നു ശുഭസുന്ദരത്തിന്റെ ഫോട്ടോ സ്റ്റുഡിയോ. അക്കൂട്ടത്തിൽ ഭാഗ്യനാഥനുമുണ്ടായിരുന്നു. ഇവിടെ വെച്ചാണ് അയാൾ പേരറിവാളനുമായി സൗഹൃദത്തിലാകുന്നത്.

1991 ജൂലായ് മാസത്തിൽ ഇക്കൂട്ടത്തിൽ വന്നുചേർന്ന ആളാണ് ശ്രീലങ്കൻ വംശജനായ ദാസ്, ഇയാളുടെ യഥാർത്ഥ പേര് ശ്രീഹരൻ, പത്താംക്ലാസ് വിദ്യാഭ്യാസം. അച്ഛൻ, അമ്മ, ഒരു ജ്യേഷ്ഠൻ, ഒരു ജ്യേഷ്ഠത്തി, മൂന്ന് അനുജന്മാർ, മൂന്ന് അനുജത്തിമാർ. ഇങ്ങനെ എണ്ണംകൊണ്ട് ഒരു വലിയ കുടുംബം. ദാസിന്റെ ജ്യേഷ്ഠൻ തമിഴ് പോരാളിയായിരിക്കെ ഒരപകടത്തിൽ മരണമടഞ്ഞിരുന്നു. അതിൽ ശ്രീലങ്കയിൽത്തന്നെ പ്രവർത്തിച്ചിരുന്ന മറ്റു പോരാട്ടസംഘടനകളിൽനിന്നും ശ്രീലങ്കൻ സൈന്യത്തിൽനിന്നും ഇന്ത്യൻ സമാധാനദൗത്യസേനയിൽനിന്നും ശ്രീഹരന് കൂടെക്കൂടെ പീഡനങ്ങൾ ഏറ്റുവാങ്ങേണ്ടിവന്നിരുന്നു. പലപ്പോഴും ഇയാളെ അവർ പിടിച്ചുകൊണ്ടുപോയി തേജോവധം ചെയ്യുക പതിവായി. ഈ പീഡനങ്ങൾമൂലം പലപ്പോഴും അയാൾ മരണത്തെ മുഖാമുഖം കാണേണ്ടിവന്നിട്ടുണ്ട്. അതിനാൽ നിൽക്കക്കള്ളിയില്ലാതെ, വിദേശത്തെവിടെയെങ്കിലും പോയി ഒരു ജോലി സമ്പാദിക്കാൻ ശ്രീഹരനെ മാതാപിതാക്കൾ ചെന്നൈയിലെത്തിച്ചു.

ശ്രീലങ്കൻ തമിഴർ പലരും യഥാർത്ഥ പേര് മറച്ചുവെച്ചാണ് തമിഴ്നാട്ടിൽ തങ്ങിയിരുന്നത്. ഈയിടെ പ്രദർശനത്തിനെത്തിയ 'ആണ്ടവൻ കട്ടികളെ' എന്ന സിനിമയിൽ ഒരു ശ്രീലങ്കൻ തമിഴൻ ഊമയായി അഭിനയിച്ച് തമിഴ്നാട്ടിൽ തങ്ങുന്നത് നായകൻ കണ്ടുപിടിക്കുന്ന ഒരു രംഗമുണ്ട്. ശ്രീലങ്കൻ തമിഴരുടെ സംഭാഷണത്തിൽനിന്നും അവരെ തിരിച്ചറിഞ്ഞ് പൊലീസ് പിടികൂടുന്നത് തടയാനാണ് ഊമയായി അഭിനയിച്ചിരുന്നത്. ഒരു വാടകവീട് കിട്ടുന്നതുവരെ നളിനിയുടെ വീട്ടിൽ താമസിച്ചിരുന്ന ശ്രീഹരനും നളിനിയും പ്രേമബദ്ധരായിത്തീരുന്നു. 21-4-1991-ൽ അവർ വീട്ടുകാരറിയാതെ തിരുപ്പതി ക്ഷേത്രത്തിൽവെച്ച് വിവാഹിതരാകുകയും തുടർന്ന് നളിനി ഗർഭിണിയാകുകയും ചെയ്യുന്നു.

ശ്രീഹരന്റെ നാട്ടുകാരനായിരുന്നു ശിവരാജൻ. ശ്രീഹരന് വിദേശത്ത് ജോലി തരപ്പെടുത്തിക്കൊടുക്കാമെന്ന് ശിവരാജൻ ഏൽക്കുന്നു. ഈ ശിവരാജനാണ് 3.5.1991-ൽ ശുഭ, ധനു എന്നിവരെ കൊണ്ടുവന്ന് നളിനിക്ക് പരിചയപ്പെടുത്തിക്കൊടുക്കുന്നത്.

ശിവരാജൻ, ശുഭ, ധനു എന്നിവർ രാജീവ്ഗാന്ധിയെ വധിക്കാനുള്ള ഗൂഢപദ്ധതിയുമായിട്ടാണ് ചെന്നൈയിൽ എത്തുന്നത്. ഈ വിവരം നളിനിക്കും ശ്രീഹരനും അറിയില്ലായിരുന്നുവെന്ന് നളിനി ആത്മകഥയിൽ വിസ്തരിച്ച് എഴുതുന്നുണ്ട്. 21-5-1991-ൽ മനുഷ്യബോംബ് സ്ഫോടനത്തിൽ രാജീവ്ഗാന്ധി കൊല്ലപ്പെട്ടു. സി.ബി.ഐയുടെ പ്രത്യേക അന്വേഷണസംഘം കുറ്റാന്വേഷണം ഏറ്റെടുത്തു. അവർ ധാരാളംപേരെ അറസ്റ്റുചെയ്ത് സി.ബി.ഐ. ആസ്ഥാനമായ 'മല്ലിക'യിൽ കൊണ്ടുവന്ന് ചോദ്യം ചെയ്തു.

രാജീവ് വധത്തിൽ ഏറ്റവും കൂടുതൽ പീഡനം അനുഭവിക്കേണ്ടിവന്നത് നളിനിയുടെ കുടുംബത്തിനായിരുന്നു. ആ കുടുംബത്തിലെ എല്ലാവരും തടവിലായി. കേസ് രേഖകളിൽ നളിനിയുടെ ഭർത്താവിന്റെ പേര് 'ദാസ്' എന്നാണ് രേഖപ്പെടുത്തിയിരുന്നത്. പിന്നീട് അന്വേഷണസംഘം അയാൾക്ക് ചാർത്തിക്കൊടുത്ത പേരാണ് 'മൊട്ടത്തലയൻ മുരുകൻ' എന്നത്. അറസ്റ്റു ചെയ്യപ്പെടുമ്പോൾ മുടി വടിച്ചിരുന്നതുകൊണ്ടാണ് ആ പേരു വീണത്. ഇപ്പോഴും അയാളെ 'മൊട്ടത്തലയൻ മുരുകൻ' എന്നാണ് ലോകം അറിയുന്നതെന്ന് നളിനിയുടെ ആത്മകഥയിൽ പറയുന്നു. അതിനാൽ ഇനിമേൽ ഞാനും മുരുകൻ എന്ന പേരുതന്നെ ആമുഖത്തിൽ ഉപയോഗിക്കുന്നു.

മുരുകന്റെ അനുജന്മാരും അനുജത്തിമാരും അഗതികളായി സ്വിറ്റ്സർലന്റ്, ലണ്ടൻ എന്നിവിടങ്ങളിൽ ചുറ്റിക്കറങ്ങി ദുരിതങ്ങൾ അനുഭവിച്ച്, തൂപ്പുജോലിവരെ ചെയ്ത് പണമുണ്ടാക്കി അവരുടെ മൂത്ത സഹോദരിമാരുടെ വിവാഹം നടത്തിക്കൊടുക്കുകയും നളിനിയുടെ മകൾക്ക് ലണ്ടനിൽ പഠിക്കാനുള്ള സഹായങ്ങൾ ചെയ്തുകൊടുക്കുകയും ചെയ്യുന്നു.

മുരുകന്റെ അനുജൻ മയൂരന് ലണ്ടനിൽ അഭയം ലഭിച്ചില്ല. അയാളുടെ സഹോദരൻ ശ്രീഹരൻ രാജീവ് വധക്കേസിൽ ശിക്ഷിക്കപ്പെട്ട് ജയിലിൽ കഴിയുകയാണെന്നും അതിനാൽ തനിക്ക് ശ്രീലങ്കയിലേക്ക് തിരിച്ചുപോയാൽ ജീവനുവരെ ആപത്തുണ്ടാകുമെന്നും അതുകൊണ്ട് ലണ്ടനിൽ അഭയം നൽകണമെന്നും കാണിച്ച് ശ്രീഹരൻ ലണ്ടൻ കോടതിയിൽ പരാതി നൽകി.

ആ കേസ് പരിഗണിച്ച ജഡ്ജി, ശ്രീഹരൻ എന്ന ഒരാൾ രാജീവ് വധക്കേസ് പ്രതിപട്ടികയിൽ ഇല്ലെന്ന് പ്രസ്താവിച്ചു. ഇതേ

കേസിലെ പ്രതിയായ മുരുകൻ തന്നെയാണ് ഈ ശ്രീഹരൻ എന്ന് കോടതിയെ ബോധ്യപ്പെടുത്താൻപെട്ട കഷ്ടപ്പാടുകൾ ഇതിൽ വിശദമായി പ്രതിപാദിക്കുന്നു.

ഒരു ശ്രീലങ്കൻ തമിഴനെ പ്രേമിച്ചു വിവാഹം കഴിച്ചതു കൊണ്ടാണ് നളിനിയും കുടുംബവും ഈ കേസിൽ അറസ്റ്റ് ചെയ്യപ്പെടാനും സി.ബി.ഐ. കസ്റ്റഡിയിൽ ക്രൂരമർദ്ദനങ്ങൾക്ക് വിധേയരാകാനും ഇടയായതെന്ന് ആത്മകഥയിലുണ്ട്.

നളിനിയുടെ കുടുംബാംഗങ്ങളെ മുഴുവൻ അറസ്റ്റുചെയ്ത പ്രത്യേക അന്വേഷണസംഘം അവരുടെ വീട് പൂട്ടി സീൽ ചെയ്തു. വീട്ടിലുണ്ടായിരുന്ന വിലപ്പെട്ട രേഖകൾ മുഴുവൻ അവർ കൊണ്ടുപോയി. അറസ്റ്റു ചെയ്യപ്പെടുമ്പോൾ നളിനി രണ്ടു മാസം ഗർഭിണിയായിരുന്നു.

ഇരുമ്പഴികൾക്കുള്ളിൽ നടക്കുന്ന മനുഷ്യാവകാശലംഘനങ്ങളെക്കുറിച്ച് ഗവേഷണം നടത്തുന്നവർക്ക് ഒരു ആധികാരിക ഗ്രന്ഥമായിരിക്കും ഈ ആത്മകഥ!

നളിനിയുടെ മാതൃസഹോദരൻ (മാതുലൻ) രാജരത്തിനം ബുദ്ധിവളർച്ചയില്ലാത്ത ഒരാളാണെന്നു മനസ്സിലാക്കാൻ കഴിയാതെ നാല്പത് ദിവസങ്ങൾ കസ്റ്റഡിയിൽ ക്രൂരമായി പീഡിപ്പിക്കപ്പെട്ടു.

പിന്നീട് ഇയാൾ മനോവൈകല്യമുള്ള ആളാണെന്ന് തിരിച്ചറിയുകയും അയാളെ പൊലീസ് വാഹനത്തിൽ കയറ്റി കുപ്പ തള്ളുന്നതുപോലെ എവിടെയോ ഉപേക്ഷിക്കുകയും രോഗിയായി ഭക്ഷണംപോലും ലഭിക്കാതെ തെണ്ടിത്തിരിഞ്ഞ് അനാഥശവമായി മാറിപ്പോയി എന്നും നളിനി എഴുതുന്നു. ഇതേ ഗതിതന്നെയായിരുന്നു അനുജത്തി കല്യാണിക്കും. അവളെ നാല്പത് ദിവസങ്ങൾ കസ്റ്റഡിയിൽവെച്ച് ക്രൂരമർദ്ദനങ്ങൾക്കിരയാക്കി. പിന്നീട് ഈ കേസുമായി അവൾക്ക് യാതൊരു ബന്ധവുമില്ലെന്നു തിരിച്ചറിഞ്ഞ് അവളെയും വഴിയാധാരമാക്കിയെന്ന് നളിനി ആത്മകഥയിൽ വിവരിക്കുന്നു.

വീടുപൂട്ടി സീൽ വച്ചിരുന്നു. പൊലീസിനെ ഭയന്ന് ബന്ധുക്കളാരും അവളെ ഏറ്റെടുക്കാൻ തയ്യാറായില്ല. എത്രയോ സന്നദ്ധസംഘടനകളും മനുഷ്യസ്നേഹികളും ഈ നാട്ടിലുണ്ട്. അവരാരുംതന്നെ കല്യാണിയെ സംരക്ഷിക്കാൻ മുന്നോട്ടു വരാതിരുന്നത് പൊലീസിനെ ഭയന്നാണെന്ന് നളിനി അവകാശപ്പെടുന്നു.

കല്യാണി ജോലി ചെയ്തിരുന്ന ആശുപത്രിയിൽ തിരികെ പ്രവേശിപ്പിക്കാൻപോലും ഉടമ സമ്മതിച്ചില്ല. തുടർന്ന് അഗതിയായി തെരുവിൽ അലഞ്ഞുനടക്കേണ്ടിവന്നു. ആ യുവതി യാതൊരാശ്രയവുമില്ലാതെ ചെന്നൈ തെരുവുകളിൽ കഴിഞ്ഞുകൂടേണ്ടിവരുന്ന ക്രൂരമായ സംഭവങ്ങൾ നളിനി പുസ്തകത്തിൽ വിശദമായി രേഖപ്പെടുത്തിയിട്ടുണ്ട്.

ബസ് സ്റ്റാന്റിൽ വെച്ച് പരിചയപ്പെട്ട വിശാലഹൃദയനായ ഒരു ചെറുപ്പക്കാരൻ കല്യാണിയുടെ കദനകഥകേട്ട് മനസ്സലിഞ്ഞ് അവളെ വിവാഹം ചെയ്യാൻ മുന്നോട്ടുവന്നു. അനാഥയായ അവൾക്കു ലഭിച്ച വലിയൊരു ആശ്വാസമായിരുന്നു ആ വിവാഹം.

നളിനിയും ഭർത്താവ് മുരുകനും പ്രത്യേക അന്വേഷണസംഘത്തിന്റെ കസ്റ്റഡിയിൽ നേരിടേണ്ടിവന്ന ക്രൂരമായ പീഡനങ്ങളുടെ കഥ വിശദമായി നളിനി വിവരിക്കുന്നുണ്ട്.

കേസ് ഡയറിയിലെല്ലാം നളിനിയെ അവിവാഹിതയായിട്ടാണ് ചിത്രീകരിച്ചിരിക്കുന്നത്. എസ്.ഐ.ടി. തലവൻ കാർത്തികേയൻ നളിനിയെ മാപ്പുസാക്ഷിയാക്കി മാറ്റാൻ തീവ്രമായി ശ്രമിച്ചു.

മുരുകൻ നളിനിയെ ഗൂഢലക്ഷ്യങ്ങളോടെ തെറ്റിദ്ധരിപ്പിച്ചാണ് വിവാഹം ചെയ്തതെന്ന് തുടങ്ങി, രാജീവ് വധത്തിൽ മുരുകന്റെ പങ്കിനെപ്പറ്റി അന്വേഷണസംഘം പറയുന്നതെല്ലാം തലകുലുക്കി സമ്മതിച്ച് കുറ്റസമ്മതമൊഴി എഴുതിക്കൊടുക്കണമെന്നുവരെ കാർത്തികേയൻ നിർബന്ധിച്ചിരുന്നതായി നളിനി വെളിപ്പെടുത്തുന്നു.

അന്വേഷണസംഘത്തലവൻ രഘോത്തമൻ നളിനിയുടെ താലിമാല ബലമായി വലിച്ചുപൊട്ടിച്ചെടുക്കുകയും കൈകളിൽ അണിഞ്ഞിരുന്ന കുപ്പിവളകൾ ഉടച്ചുകളയുകയും ചെയ്തു. മാത്രമല്ല വിവാഹിതരായ സ്ത്രീകൾ കാൽവിരലുകളിൽ അണിയുന്ന മെട്ടിയും ബലമായി ഊരിമാറ്റി.

നളിനി അറസ്റ്റു ചെയ്യപ്പെടുമ്പോൾ തയ്യാറാക്കിയ പ്രഥമവിവര റിപ്പോർട്ടിൽ നളിനി താലിയും വളകളും കാൽവിരൽ മെട്ടിയും അണിഞ്ഞിരുന്നതായി രേഖപ്പെടുത്തുകയും അതിൽ ദാസ് നളിനിയുടെ ഭർത്താവാണെന്ന് എഴുതിച്ചേർക്കുകയും ചെയ്തിരുന്നു. ഇക്കാര്യം പ്രത്യേക അന്വേഷണസംഘം കണക്കിലെടുക്കുകയേ ചെയ്തില്ല.

എസ്.ഐ.ടി. മുരുകനെ ക്രൂരമായി മർദ്ദനമുറകൾക്കു വിധേയ നാക്കി. അവർ പറയുന്നതുപോലെ സത്യവാങ്മൂലം നൽകി യില്ലെങ്കിൽ കൊന്നുകളയുമെന്നും രക്ഷപ്പെട്ടോടാൻ ശ്രമിച്ച പ്പോൾ കൊല്ലപ്പെട്ടതായി രേഖയുണ്ടാക്കുമെന്നും നളിനിയെ ഭീഷണിപ്പെടുത്തി. എന്നിട്ടും നളിനി അവരുടെ ഭീഷണിക്ക് വഴങ്ങിയില്ല.

നളിനിയെ ഉറങ്ങാൻപോലും അനുവദിക്കാതെ സമ്മർദ്ദത്തിലാ ക്കാനുള്ള ശ്രമം അവർ തുടർന്നു. ദിവസം ഒരു മണിക്കൂർ പോലും ഉറങ്ങാൻ സമ്മതിച്ചിരുന്നില്ല. ഉറങ്ങാൻ തുടങ്ങു മ്പോഴെല്ലാം മർദ്ദിക്കുകയും പറഞ്ഞ കാര്യങ്ങൾതന്നെ വീണ്ടും വീണ്ടും ആവർത്തിക്കാൻ നിർബന്ധിക്കുന്ന മനശ്ശാസ്ത്രപര മായ സമ്മർദ്ദതന്ത്രം അവർ പ്രയോഗിക്കുകയും ചെയ്യുന്നു.

ഒരുയർന്ന പൊലീസ് ഓഫീസർ നളിനിയെയും മുരുകനെയും പരസ്യലൈംഗികബന്ധത്തിൽ ഏർപ്പെടാൻപോലും നിർബന്ധി ച്ചെന്ന് നളിനി വെളിപ്പെടുത്തുന്നു. ആ ഉദ്യോഗസ്ഥൻ ഇംഗ്ലീ ഷിൽ ആവശ്യപ്പെട്ട അക്കാര്യം മുരുകന് മനസ്സിലായിരുന്നില്ല. നളിനി പറഞ്ഞ് ഇതറിഞ്ഞ മുരുകൻ അയാളോട് കയർ ക്കുകയും പഠിച്ചിട്ടാണോ അതോ നീലച്ചിത്രം കണ്ടിട്ടാണോ ജോലിക്കു ചേർന്നത് എന്ന് ആക്ഷേപിക്കുകയും ചെയ്തു. ഇതിന്റെ പേരിലും മുരുകന് ക്രൂരമർദ്ദനങ്ങൾ ഏറ്റുവാങ്ങേണ്ടി വന്നു.

മറ്റൊരു ഉദ്യോഗസ്ഥൻ മർദ്ദനത്തിനു പകരം തെറിയഭിഷേകം നടത്തിയാണ് തേജോവധം ചെയ്തിരുന്നത്. തന്റെ വയറ്റിൽ വളരുന്ന കുഞ്ഞ് ശിവരാജന്റേതല്ലേ എന്നുവരെ ചോദിച്ചിരുന്നു. അഞ്ചടി സമചതുരത്തിലുള്ള ഒരു സെല്ലിലാണ് നളിനിയെ പാർപ്പിച്ചിരുന്നത്. കൈകാലുകൾ എപ്പോഴും ചങ്ങലയിൽ ബന്ധിച്ചിരുന്നു. തുടർച്ചയായുള്ള മർദ്ദനവും വിലങ്ങുകളും കാരണം കൈകാലുകളിൽ വ്രണങ്ങളുണ്ടായി.

നളിനിയെ കുറ്റസമ്മതം നടത്തിക്കുവാൻ എസ്.ഐ.ടി. കണ്ടു പിടിച്ച മറ്റൊരു മാർഗ്ഗമായിരുന്നു ഗർഭഛിദ്രം നടത്തിക്കുക എന്നത്. അതിനുവേണ്ടി നളിനിയെ അവർ ഒരു ലേഡീഡോക്ട റുടെ അടുത്ത് കൊണ്ടുപോയി. പരിശോധിച്ച ഡോക്ടർ, “നിങ്ങൾ പഠിപ്പും വിവരവുമുള്ള ഒരു സ്ത്രീയായിരുന്നിട്ടും ഈ ഘട്ടത്തിൽ അബോർഷൻ ആവശ്യപ്പെടുന്നത് അമ്മയ്ക്കും കുഞ്ഞിനും മരണകാരണമായേക്കും” എന്നും ധരിപ്പിച്ചു.

അപ്പോഴാണ് ഗർഭച്ഛിദ്രം നടത്തിക്കാനാണ് തന്നെ കൂട്ടിക്കൊണ്ടുവന്നിരിക്കുന്നതെന്ന യാഥാർത്ഥ്യം നളിനി അറിയുന്നത്. അവർക്ക് കൂടെക്കൂടെ പനിയും തളർച്ചയും വരുന്നതുകൊണ്ടാണ് ഡോക്ടറെ കാണാൻ പോകുന്നതെന്നാണ് നളിനിയെ ധരിപ്പിച്ചിരുന്നത്.

ഡോക്ടറുടെ കാലിൽ വീണ് നളിനി നടന്ന സംഭവങ്ങളെല്ലാം വിവരിച്ചു. എന്നിട്ട് ഗർഭച്ഛിദ്രം നടത്തരുതേയെന്ന് അപേക്ഷിച്ച് കൂട്ടിക്കൊണ്ടുവന്ന ഉദ്യോഗസ്ഥനോട് അബോർഷൻ നടത്താൻ സാധ്യമല്ലെന്ന് ഡോക്ടർ അറിയിച്ചു. എന്നിട്ടും ആ ഉദ്യോഗസ്ഥൻ ഡോക്ടറുടെ മേൽ നിർബന്ധം തുടർന്നു. കോപാവേശത്തിൽ ഡോക്ടർ പറഞ്ഞു.

"നിങ്ങളുടെ ഡിപ്പാർട്ടുമെന്റിൽത്തന്നെ ഒരു ആശുപത്രി തുടങ്ങണം. നിങ്ങളുടെ ഉത്തരവനുസരിച്ച് അവർ കാര്യങ്ങൾ നടത്തിത്തരും." ഉറച്ച സ്വരത്തിൽ താക്കീത് ചെയ്തശേഷം അയാളോട് പുറത്തുപോകാൻ ആജ്ഞാപിച്ചു.

ആ ലേഡിഡോക്ടർ ആരാണെന്നുപോലും ഇപ്പോൾ നളിനിക്ക് അറിഞ്ഞുകൂടാ. എങ്കിലും തന്റെ മനസ്സിൽ ദൈവികമായ ഒരു സ്ഥാനമാണ് അവർക്ക് നൽകിയിട്ടുള്ളതെന്നും തന്റെ നിത്യപ്രാർത്ഥനകളിൽ അവരേയും ഓർക്കാറുണ്ടെന്നും നളിനി അനുസ്മരിക്കുന്നു.

കുറ്റസമ്മതമൊഴി രേഖപ്പെടുത്താൻ മാത്രമായി കൊച്ചിയിൽ നിന്നും ഉയർന്ന പൊലീസ് ഓഫീസർ ത്യാഗരാജനെ എസ്.ഐ.ടി. തലവൻ രഘോത്തമൻ വിളിച്ചുവരുത്തി. രാജീവ് വധക്കേസിലെ പ്രതികൾ കുറ്റസമ്മതമൊഴി നൽകാൻ സ്വമേധയാ മുന്നോട്ടുവന്നിട്ടുണ്ടെന്നും അത് രേഖപ്പെടുത്തിക്കൊടുക്കണമെന്നുമായിരുന്നു രഘോത്തമൻ ത്യാഗരാജനോട് ആവശ്യപ്പെട്ടിരുന്നത്. രഘോത്തമൻ അയച്ച ഈ കത്ത് കേസ് രേഖകളിലുണ്ട്. ത്യാഗരാജന്റെ ദുഷ്പ്രവർത്തികൾ വിവരിക്കാൻ മാത്രമായി മൂന്ന് അധ്യായങ്ങൾ ഈ പുസ്തകത്തിൽ എഴുതിയിട്ടുണ്ട്.

19-5-1991-ൽ ത്യാഗരാജന്റെ ദുഷ്ചെയ്തികളെ വിമർശിച്ചുകൊണ്ട് ഫ്രണ്ട് ലൈൻ വാരികയിൽ ലേഖനം വന്ന കാര്യവും നളിനി വിവരിക്കുന്നു. ആ ലേഖനത്തിൽ സിസ്റ്റർ അഭയ വധക്കേസ് ആത്മഹത്യയാക്കി മാറ്റാൻ ത്യാഗരാജൻ അന്വേഷണ ഉദ്യോഗസ്ഥരുടെ മേൽ സമ്മർദ്ദം ചെലുത്തിയിരുന്നെന്നും അതു

താങ്ങാനാകാതെ പ്രധാന അന്വേഷണോദ്യോഗസ്ഥൻ രാജി വെച്ച് ഈ സംഭവം പരസ്യപ്പെടുത്തിയെന്നും ഇക്കാര്യത്തിൽ ത്യാഗരാജനെ ഹൈക്കോടതി വിമർശിച്ചുവെന്നും വിസ്തരിക്കുന്നുണ്ട്. ഇതൊക്കെ അറിഞ്ഞുവെച്ചുകൊണ്ടുതന്നെയാണ് ത്യാഗരാജനെ തങ്ങളുടെ കുറ്റസമ്മതമൊഴി രേഖപ്പെടുത്താൻ വിളിച്ചുവരുത്തിയത്. 6-8-91-ൽ ത്യാഗരാജൻ പൂനമല്ലി ജയിലിലെത്തി. രഘോത്തമൻ അയച്ച കത്തുകാട്ടി, നളിനിയെ വിചാരണയ്ക്കു കൂട്ടിക്കൊണ്ടുവരാൻ അയാൾ ജയിലധികൃതരോട് ആവശ്യപ്പെടുന്നു. നളിനിയെ ത്യാഗരാജനു മുന്നിൽ ഹാജരാക്കി.

അന്നുതന്നെ 'സ്വന്തം ഇഷ്ടപ്രകാരം' കുറ്റസമ്മതമൊഴി നൽകാൻ കാത്തിരുന്ന നളിനിയോട് "ആരെങ്കിലും നിങ്ങളെ ഭീഷണിപ്പെടുത്തുകയോ കുറ്റസമ്മതമൊഴി കൊടുക്കാൻ നിർബന്ധിക്കുകയോ ചെയ്തിട്ടുണ്ടോ" എന്നു ചോദിച്ച്, ഇല്ലെന്ന് ഉറപ്പുവരുത്തിയതായി ത്യാഗരാജൻ രേഖപ്പെടുത്തിയിട്ടുണ്ട്. അങ്ങനെ നളിനി സ്വമേധയാ മൊഴി കൊടുക്കുകയായിരുന്നു എന്ന് ത്യാഗരാജൻ ഉറപ്പുവരുത്തിയതായി അവർ സമർത്ഥിക്കുന്നു.

തുടർന്ന് മൊഴി രേഖപ്പെടുത്താൻ ഒരു ദിവസത്തെ സാവകാശം നൽകിയെന്നും നന്നായി ആലോചിച്ച് തീരുമാനമെടുക്കണമെന്ന് ഉപദേശിച്ചുവെന്നും ത്യാഗരാജൻ രേഖപ്പെടുത്തി.

അന്വേഷണ ഉദ്യോഗസ്ഥരിൽ ഏറ്റവും ക്രൂരനായിരുന്നു ത്യാഗരാജനെന്ന് നളിനി പറയുന്നു. കുറ്റസമ്മതമൊഴിയെടുപ്പിക്കാൻ അയാൾ നളിനിയോടു ചെയ്ത മനുഷ്യത്വരഹിതമായ നടപടികൾ വിശദമായി ഈ ആത്മകഥയിലുണ്ട്. അയാൾ പറയുന്നത് അനുസരിച്ചില്ലെങ്കിൽ നഗ്നയായി നിർത്തി അപമാനിക്കുമെന്നുവരെ വിരട്ടിയത്രേ! നളിനി അയാളുടെ കാലിൽ വീണ് വിലപിച്ചപ്പോൾ അയാളുടെ കോപം ഇരട്ടിച്ചുവെന്നും നളിനി വെളിപ്പെടുത്തുന്നു.

"പെട്ടെന്ന് എന്റെ നെഞ്ചത്തു ചവിട്ടുക മാത്രമല്ല, ഞാൻ ധരിച്ചിരുന്ന ചുരിദാറും ഷാളും പിടിച്ചുവലിക്കുകയും ചെയ്തു. ഇങ്ങനെയൊരു പെരുമാറ്റം ഞാൻ പ്രതീക്ഷിച്ചിരുന്നതേയില്ല."
– നളിനി തുടരുന്നു

"ഞെട്ടലിൽ ഞാൻ തരിച്ചുനിന്നുപോയി. വീണ്ടും എന്റെ ചുരിദാർ പിടിച്ചുവലിക്കാൻ തുടങ്ങി. പഴകിപ്പിഞ്ചിയിരുന്ന തുണി കീറിപ്പോയി."

"ഇതൊരു തുടക്കം മാത്രമാണ്. വെളിയിൽ ചെറുപ്പക്കാരായ പൊലീസുകാർ കാത്തുനിൽക്കുന്നുണ്ട്. പൂർണനഗ്നയാക്കി നിന്നെ അവരുടെ മുന്നിലിട്ടുകൊടുക്കും. പിന്നെന്താണ് നടക്കുന്നതെന്ന് നിനക്കറിയാമല്ലോ..?"

ത്യാഗരാജൻ ഇങ്ങനെ ഭീഷണിപ്പെടുത്തിയാണ് തന്നെക്കൊണ്ട് കുറ്റസമ്മതമൊഴിയിൽ ഒപ്പുവയ്പിച്ചതെന്ന് നളിനി വിവരിക്കുന്നു.

ഇതേപോലെ 'മൂന്നാംമുറകൾ' പ്രയോഗിച്ചാണ് മറ്റെല്ലാ പ്രതികളുടെയും കുറ്റസമ്മതമൊഴി വാങ്ങിയിട്ടുള്ളത്. മുരുകന്റെ കുറ്റസമ്മതമൊഴി രേഖപ്പെടുത്തിയതിനെപ്പറ്റി നളിനി ദീർഘമായി വിവരിക്കുന്നുണ്ട്. അതിൽ ഒരു സംഭവം മാത്രം സൂചിപ്പിക്കാം. മുരുകൻ തനി ശ്രീലങ്കൻ തമിഴിലാണ് സംസാരിച്ചിരുന്നത്. എന്നാൽ തമിഴ്നാട്ടിലെ ഭാഷാശൈലിയാണ് കുറ്റസമ്മതമൊഴിയിലുള്ളത്. ആ ഒരൊറ്റക്കാരണം മതി, മുരുകന്റെ കുറ്റസമ്മതമൊഴി അയാളുടേതായിരുന്നില്ല എന്നു തെളിയിക്കാൻ എന്ന് നളിനി അവകാശപ്പെടുന്നു.

പ്രത്യേക അന്വേഷണസംഘത്തിന്റെ കസ്റ്റഡിയിൽ നളിനിയും മറ്റു പ്രതികളും അറുപത് ദിവസം കഴിച്ചുകൂട്ടി. ഇവിടെവച്ച് എല്ലാവരുടെയും കുറ്റസമ്മതമൊഴി രേഖപ്പെടുത്തിയ ശേഷമാണ് ജുഡീഷ്യൽ കസ്റ്റഡിയിലാക്കുന്നത്.

ക്രിമിനൽ നടപടിച്ചട്ടങ്ങളനുസരിച്ച് പൊലീസ് കസ്റ്റഡിയിൽ രേഖപ്പെടുത്തുന്ന മൊഴിക്ക് നിയമസാധുതയില്ല. എന്നാൽ ടാഡ ചട്ടങ്ങളനുസരിച്ചുള്ള അന്വേഷണവും വിചാരണയുമായതിനാൽ ആ മൊഴികൾ ടാഡ കോടതിയിൽ സ്വീകരിക്കാമെന്ന സൗകര്യവും പ്രയോജനപ്പെടുത്തിയാണ് അന്വേഷണസംഘം പ്രവർത്തിച്ചതെന്ന് നളിനി കുറ്റപ്പെടുത്തുന്നു.

ഇതേ കുറ്റസമ്മതമൊഴിയുടെ അടിസ്ഥാനത്തിലാണ് ടാഡ കോടതി ഇരുപത്തിയാറ് പ്രതികൾക്കും വധശിക്ഷ വിധിച്ചതും പിന്നീട് സുപ്രീംകോടതി ജീവപര്യന്തമായി കുറച്ചതുമെന്ന് നളിനി വ്യക്തമാക്കുന്നു.

ടാഡ കോടതിയുടെ വിധിയെ നിയമാനുസൃതമായ കൂട്ടക്കൊല (Judicial Massacre) എന്ന് സുപ്രീംകോടതി വിമർശിക്കുക മാത്രമല്ല, ഈ കേസ് തീവ്രവാദപ്രവർത്തനമായി കണക്കാക്കാൻ കഴിയില്ലെന്നും അഭിപ്രായപ്പെട്ടെങ്കിലും അതേ കുറ്റസമ്മതമൊഴിയുടെ അടിസ്ഥാനത്തിലാണ് നളിനിയുൾപ്പെടെ

ഏഴുപേർക്ക് ജീവപര്യന്തം തടവുശിക്ഷ വിധിക്കാനിടയായ തെന്നും വേദനയോടെ അവർ വെളിപ്പെടുത്തുന്നു.

മാത്രമല്ല, കേസുകേട്ട ന്യായാധിപനല്ല വിധിന്യായം എഴുതി യതെന്നും അതു മറ്റാരോ എഴുതിയതാണെന്ന ഗുരുതരമായ ആരോപണവും തെളിവുകൾ നിരത്തി നളിനി വ്യക്തമാക്കുന്നു.

സാക്ഷിവിസ്താരം കേട്ട ജഡ്ജിയല്ല വിധി പുറപ്പെടുവിച്ചി ട്ടുള്ളത്. ഏഴു വർഷം നീണ്ടുനിന്ന വിചാരണ രേഖപ്പെടുത്തിയ ന്യായാധിപൻ സ്ഥലം മാറിപ്പോകുന്നു. ആ ന്യായാധിപനെപ്പറ്റി നളിനി എഴുതുന്ന ചില കാര്യങ്ങൾ ഈ ആമുഖത്തിൽ എടുത്തുകാട്ടുന്നത് നന്നായിരിക്കുമെന്ന് ഞാൻ കരുതുന്നു.

നളിനിയുടെ അഭിഭാഷകൻ ദുരൈസ്വാമി ഹൃദയശസ്ത്രക്രിയ കഴിഞ്ഞ ആളായതിനാൽ അധികദൂരം നടക്കാൻ കഴിഞ്ഞിരു ന്നില്ല. സി.ബി.ഐയുടെ അഭിഭാഷകന്മാർക്ക് കാറിൽ കോടതി വളപ്പിൽ കടക്കാൻ അനുവാദം നൽകിയിരുന്നു. എന്നാൽ നളിനി യുടെ വക്കീലിന്റെ കാർ കോടതിവളപ്പിനു പുറത്ത് അര കിലോ മീറ്റർ അകലത്തിൽ വരെ വരാൻ മാത്രമേ അനുവാദം നൽകി യിരുന്നുള്ളൂ. ഇത്രയും ദൂരം നടന്നെത്താൻ അദ്ദേഹം ഏറെ ബുദ്ധിമുട്ടിയിരുന്നു. നടന്ന് ശ്വാസംമുട്ടലോടെ കോടതിയിലെ ത്തിയ അദ്ദേഹം ഇക്കാര്യം ജഡ്ജിയുടെ മുന്നിൽ അവതരി പ്പിച്ചു. അതനുസരിച്ച് നളിനിയുടെ വക്കീലിനും കോടതിവളപ്പു വരെ കാറിൽ വരാൻ ഉത്തരവിട്ടു. എന്നിട്ടും നളിനിയുടെ വക്കീ ലിന്റെ കാർ കോടതിവളപ്പിനു പുറത്തുതന്നെ നിർത്തേണ്ടി വന്നു. ഇത് വീണ്ടും ജഡ്ജിയുടെ ശ്രദ്ധയിൽ കൊണ്ടുവന്ന പ്പോൾ അദ്ദേഹം ഉച്ചത്തിൽ നിലവിളിച്ചെന്നും ഇവിടെ എന്തൊ ക്കെയാണ് നടക്കുന്നതെന്ന് പറഞ്ഞ് സങ്കടപ്പെട്ടെന്നും നളിനി എഴുതുന്നു.

ഈ സംഭവത്തിനുശേഷം നളിനിയുടെ വക്കീലിന്റെ കാറും കോടതിപരിസരത്ത് വരാൻ അനുവാദം കൊടുത്തിരുന്നുവത്രേ! നളിനി വിവരിക്കുന്ന മറ്റൊരു സംഭവവും ചൂണ്ടിക്കാണിക്കാൻ ഞാനാഗ്രഹിക്കുന്നു. ഈ കേസിലെ പ്രതികൾക്കുവേണ്ടി ഹാജരായിരുന്ന വക്കീലന്മാർക്ക് മാസക്കണക്കിന് ഫീസ് നൽകാതെയിരുന്നിട്ടുണ്ട്. എന്നാൽ സി.ബി.ഐ. അഭിഭാഷ കർക്ക് കൃത്യമായി ഫീസ് നൽകിയിരുന്നു. അതിനാൽ പ്രതി ഭാഗം അഭിഭാഷകർ കോടതി ബഹിഷ്കരിച്ച് സമരം നടത്തി. അതിനുശേഷമാണ് അവർക്കും കൃത്യമായി ഫീസ് നൽകാൻ ഉത്തരവുണ്ടായത്.

സുപ്രീംകോടതി വിധിയിലും സാക്ഷിമൊഴികൾ കൃത്യമായി പരിഗണിക്കപ്പെട്ടിട്ടില്ല. ഇക്കാര്യം പട്ടിക നിരത്തി നളിനി സമർത്ഥിക്കുന്നുണ്ട്.

ഇതേപ്പറ്റി ആയിരം പേജുകളുള്ള ഒരു പുസ്തകം തന്നെ എഴുതാനുണ്ടെന്ന് നളിനി അവകാശപ്പെടുന്നു.

ത്യാഗരാജനെപ്പോലെയുള്ള പൊലീസ് ഓഫീസർമാരെ നിശിതമായി വിമർശിക്കുന്ന നളിനി, നീതിമാന്മാരായ ഉദ്യോഗസ്ഥരെ പുകഴ്ത്താനും മറന്നിട്ടില്ല.

തന്റെ കെട്ടുതാലി പൊട്ടിച്ചെടുത്തെങ്കിലും S.I.T. തലവൻ ശ്രീ. രഘോത്തമൻ മനഃസാക്ഷിയുള്ള ഉദ്യോഗസ്ഥനാണെന്ന് നളിനി പറയുന്നു. ചില കാര്യങ്ങളിൽ മറ്റു പൊലീസ് ഉദ്യോഗസ്ഥരുടെ നടപടിയിൽ അദ്ദേഹം വിയോജിപ്പ് പ്രകടിപ്പിച്ചിട്ടുണ്ട്. നളിനിയെ അധികം ദേഹോപദ്രവം ഏല്പിക്കാതിരിക്കാൻ അദ്ദേഹത്തിന് എപ്പോഴും കാണാൻപറ്റുന്ന വിധത്തിലുള്ള ഒരു സെല്ലിലാണ് നളിനിയെ പാർപ്പിച്ചിരുന്നത്. അതിനാൽ അദ്ദേഹത്തിന്റെ അസാന്നിധ്യത്തിലാണ് മറ്റുള്ളവർ നളിനിയെ മൂന്നാംമുറയ്ക്ക് ഇരയാക്കിയിട്ടുള്ളത്. നളിനിയുടെ അമ്മയ്ക്കും സഹോദരനും ഈ കേസുമായി ഒരു ബന്ധവുമില്ലെന്ന നിലപാടായിരുന്നു അദ്ദേഹത്തിന് ഉണ്ടായിരുന്നത്. അതാണ് അദ്ദേഹം മനസ്സാക്ഷിയുള്ള ആളായിരുന്നു എന്ന് നളിനി എഴുതാൻ കാരണം.

ജയിൽ സൂപ്രണ്ടായിരുന്ന ബ്രാഹ്മണനായ സുബ്രഹ്മണ്യനെ ദൈവത്തെപ്പോലെയാണ് നളിനി കണ്ടിരുന്നത്. നളിനി ഗർഭിണിയായിരിക്കുമ്പോൾ അവരെ കാണാൻ മുരുകന് അനുമതി നിഷേധിച്ചതിൽ പ്രതിഷേധിച്ചാണ് മുരുകൻ ജയിലിൽ ആദ്യം നിരാഹാരസമരം നടത്തിയത്. അതിനുശേഷം ദിവസവും പതിനഞ്ച് മിനിറ്റുനേരം ജയിൽ സൂപ്രണ്ടിന്റെ മുറിയിൽ സന്ദർശിക്കാൻ അനുവാദം ലഭിച്ചു. അവർ പരസ്പരം സ്പർശിക്കാൻ പാടില്ലെന്ന് ജയിലർ ഗോവിന്ദരാജ് കർശനനിർദ്ദേശം നൽകിയിരുന്നു. നിലത്തിരുന്നശേഷം എഴുന്നേൽക്കാൻ നളിനി ഏറെ ബുദ്ധിമുട്ടിയിരുന്നു. തറയിൽക്കൂടി ഇഴഞ്ഞ് അടുത്തുള്ള ജനൽക്കമ്പിയിൽ പിടിച്ച് സാവധാനം എഴുന്നേൽക്കുന്നത് വളരെ ശ്രമകരമായിരുന്നു.

ഗോവിന്ദസ്വാമിക്കു പകരം മാറിവന്ന സുബ്രഹ്മണ്യം ഈ കാഴ്ച കണ്ടുകൊണ്ടുവന്ന് മുരുകനെ അസഭ്യം പറയാൻ തുടങ്ങി. മുരുകന് കാരണം മനസ്സിലായില്ല. നേരത്തെയുണ്ടായിരുന്ന

ജയിലർ ഏർപ്പെടുത്തിയിരുന്ന വിലക്കിന്റെ കാര്യം മുരുകനിൽ നിന്നറിഞ്ഞ സുബ്രഹ്മണ്യന്റെ കണ്ണുകളിൽ കോപാഗ്നി ആളി ക്കത്തി.

"ഏതു തേ... മോനാണ് അങ്ങനെ പറഞ്ഞത്? നിന്റെ പൊണ്ടാ ട്ടിയെ നീ തന്നെ പിടിച്ചെഴുന്നേൽപ്പിക്കണമെടാ... നീയല്ലാതെ മറ്റു വല്ലവനുമാണോടാ നിന്റെ പൊണ്ടാട്ടിയെ പിടിച്ചെഴു ന്നേൽപ്പിക്കേണ്ടത്...? ഏതു... മോനാ അങ്ങനെ പറഞ്ഞത്? അവന്റെ പൊണ്ടാട്ടിയെ അവൻ മറ്റാളുകളെക്കൊണ്ടാണോ പിടിച്ചെഴുന്നേൽപ്പിക്കുന്നത്...?"

ഇങ്ങനെ കോപത്തോടെ സുബ്രഹ്ണ്യം പറഞ്ഞ കാര്യങ്ങൾ നളിനി വിശദീകരിക്കുന്നു.

അദ്ദേഹം ഒരു ദൈവമാണെന്ന് നളിനി പറയുന്നു. അതുപോലെ നളിനി ദൈവത്തെപ്പോലെ കരുതിയിരുന്ന മറ്റു ചിലരെക്കുറിച്ചും പുസ്തകത്തിൽ പറയുന്നുണ്ട്.

1. ചില വനിതാ വാർഡർമാർ ഗർഭിണികൾക്കാവശ്യമായ പോഷകാഹാരങ്ങൾ വീട്ടിൽനിന്നും കൊണ്ടുവന്ന് നളിനിക്ക് രഹസ്യമായി കൊടുത്തിരുന്നു.
2. മേൽപ്പറഞ്ഞ സുബ്രഹ്മണ്യം നളിനിയുടെ കുഞ്ഞിന് കൊതുകുവല വാങ്ങിക്കൊടുക്കാൻ നിർദ്ദേശിച്ചു.
3. അതനുസരിച്ച് കൊതുകുവല വാങ്ങിക്കൊടുത്ത കുയിൽ ദാസൻ.
4. അഞ്ഞൂറ് രൂപ മുടക്കി നളിനിയുടെ കുഞ്ഞിന് പാൽ പ്പൊടിയും പഞ്ചസാരയും വാങ്ങിക്കൊടുത്ത ഡെപ്യൂട്ടി ജയിൽ സൂപ്രണ്ട് രാമചന്ദ്രൻ.
5. ശേഖർ, സെന്തൂർ പാണ്ടി, ജയരാജ് എന്നീ ജയിൽ സൂപ്രണ്ടുമാർ മനുഷ്യത്വത്തോടെ പെരുമാറിയിട്ടുണ്ടെന്ന് നളിനി എഴുതുന്നു.
6. പ്രസവവേദനയെടുത്തു പുളയുമ്പോൾ പൊലീസ് വാഹന ത്തിൽ തന്നെ ആശുപത്രിയിലെത്തിക്കാൻ ഏർപ്പാടുചെയ്ത ജയിലധികാരി ബാലചന്ദ്രൻ.
7. നളിനിയുടെ കുഞ്ഞിനെ ഏറ്റെടുത്തു വളർത്തിക്കൊള്ളാ മെന്ന് പല പ്രാവശ്യം അപേക്ഷിച്ച ഇൻസ്പെക്ടർ രമേഷ്.
8. ജപമണി, മോഹൻരാജ് എന്നിവർ ജയിലിനുള്ളിൽ നടക്കുന്ന അക്രമങ്ങളെ എതിർത്ത് പുറത്തുപോയവർ.

ജയിലിനുള്ളിൽ മുരുകൻ നടത്തിയ നിരാഹാര സമരങ്ങളെപ്പറ്റി പറയാതെ ഈ ആമുഖം പൂർത്തിയാക്കാൻ കഴിയില്ല.

നളിനി ഗർഭിണിയായിരുന്നതുകൊണ്ടും പ്രസവശേഷം ശാരീരികമായി നിരവധി അവശതകൾ ഉണ്ടായിരുന്നതുകൊണ്ടും മുരുകൻ മാത്രമാണ് ജയിലിനുള്ളിൽ നിരാഹാരസമരങ്ങൾ നടത്തിയത്. ഒരേ ജയിലിൽ കഴിയുമ്പോൾ, ഗർഭിണിയായ ഭാര്യയെ കാണാൻ വേണ്ടിയുള്ളതായിരുന്നു മുരുകന്റെ ആദ്യത്തെ ഉപവാസസമരം. കുഞ്ഞിനു പാൽപ്പൊടിപോലും വാങ്ങാൻ പണമില്ലാതെ വലഞ്ഞ മുരുകൻ, തങ്ങളെ അറസ്റ്റു ചെയ്യുമ്പോൾ കൈവശമുണ്ടായിരുന്നതും അറസ്റ്റിനുശേഷം പൊലീസ് പിടിച്ചെടുത്തിരുന്നതുമായ പണം തിരിച്ചുകിട്ടാൻ വേണ്ടിയായിരുന്നു രണ്ടാമത്തെ നിരാഹാരസമരം. സമരം ആരംഭിച്ച് നാല് ദിവസങ്ങൾക്കുശേഷം ജയിൽ സൂപ്രണ്ട് മുരുകനുമായി ചർച്ച നടത്തുകയും പണം തിരികെ നൽകാനുള്ള അനുവാദം ബന്ധപ്പെട്ട കോടതിയിൽനിന്നും വാങ്ങി നൽകാമെന്നു സമ്മതിക്കുകയും ചെയ്തതിന്റെ അടിസ്ഥാനത്തിൽ മുരുകൻ നിരാഹാരം അവസാനിപ്പിച്ചു.

എന്നാൽ വാഗ്ദാനം നിറവേറ്റപ്പെട്ടില്ല. വിശപ്പ് താങ്ങാൻ കഴിയാതെ കുഞ്ഞ് നിർത്താതെ നിലവിളിച്ചുകൊണ്ടിരുന്നു. അതിനാൽ മുരുകൻ മൂന്നാംതവണ നിരാഹാരം തുടങ്ങി. മൂന്നു ദിവസങ്ങൾ കഴിഞ്ഞ് പുതിയതായി വന്ന ജയിൽ സൂപ്രണ്ട് ശ്രീ. മൂർത്തി, പണം വാങ്ങിക്കൊടുക്കാമെന്നേറ്റതിന്റെ അടിസ്ഥാനത്തിൽ മുരുകൻ സമരം അവസാനിപ്പിച്ചു. അദ്ദേഹം വാഗ്ദാനം പാലിച്ചു. കോടതിയിടപെട്ട് മുരുകനിൽനിന്നും പിടിച്ചെടുത്ത പണം തിരികെ നൽകാൻ ഉത്തരവിട്ടു.

പൊലീസ് കസ്റ്റഡിയിൽ മർദ്ദിച്ചും ഭീഷണിപ്പെടുത്തിയും എഴുതിവാങ്ങിയ കുറ്റസമ്മതമൊഴി വിചാരണക്കോടതി സ്വീകരിക്കരുതെന്നാവശ്യപ്പെട്ട് മുരുകൻ നാലാമതും നിരാഹാരസമരം തുടങ്ങി. മുരുകനോടൊപ്പം റോബർട്ട് പയസ്സ്, ജയകുമാർ, ശങ്കർ എന്നിവരും നിരാഹാരസമരത്തിൽ പങ്കുചേർന്നു. ഈ സമരം ആറു ദിവസം നീണ്ടുനിന്നു. അവരുടെ ആവശ്യങ്ങൾ കോടതിയുടെ ശ്രദ്ധയിൽ കൊണ്ടുവരാമെന്ന് ജയിൽ അധികൃതർ ഉറപ്പു കൊടുത്തു. അതിന്റെയടിസ്ഥാനത്തിൽ നിരാഹാരസമരം അവസാനിപ്പിച്ചു. എന്നിട്ടും മർദ്ദനമുറകൾ ജയിലിൽ നടക്കുന്നു എന്ന പരാതി കോടതി പരിഗണിച്ചില്ല എന്ന് നളിനി പരിതപിക്കുന്നു.

നളിനിയുടെ കുഞ്ഞിന്റെ ജനനസർട്ടിഫിക്കറ്റ് ആവശ്യപ്പെട്ട് പല തവണ മുരുകൻ കൊടുത്ത അപേക്ഷകൾ ഒന്നും പരിഗണിക്കാതെ വന്നപ്പോൾ അഞ്ചാംതവണയും മുരുകൻ നിരാഹാര സമരം പ്രഖ്യാപിച്ചു. ആറു ദിവസത്തെ സമരത്തിനൊടുവിൽ കുട്ടിയുടെ ജനനസർട്ടിഫിക്കറ്റ് കിട്ടി. അതിൽ അച്ഛന്റെ പേര് മുരുകൻ എന്നാണ് രേഖപ്പെടുത്തിയിരുന്നത്. അത് ശ്രീഹരൻ എന്ന് മാറ്റിക്കിട്ടാൻ സമരം തുടരുകയും അത് തിരുത്തിക്കൊടുക്കുകയും ചെയ്തു. അതിനെത്തുടന്ന് മുരുകൻ നിരാഹാരം അവസാനിപ്പച്ചു.

കേസ് ഡയറിയിൽ കുമാരി നളിനി എന്നെഴുതിച്ചേർത്തിരിക്കുന്നത് തിരുത്തി ശ്രീമതി നളിനി എന്നാക്കി മാറ്റാൻ ആവശ്യപ്പെട്ട് മുരുകൻ ആറാംതവണയും നിരാഹാരസമരം തുടങ്ങി. ഒപ്പം നളിനിയും ഈ നിരാഹാരസമരത്തിൽ പങ്കുചേർന്നു. ഇരുപത്തിമൂന്ന് ദിവസങ്ങൾ നീണ്ടുനിന്ന ആ സമരം ഫലം കണ്ടു. രേഖകളിലെല്ലാം ശ്രീമതി നളിനി എന്നാക്കി മാറ്റാൻ ആ സമരത്തിനു കഴിഞ്ഞു.

കുഞ്ഞുങ്ങളെ മാതാപിതാക്കളോടൊപ്പം ജയിലിൽ കഴിയാൻ അനുവദിക്കുന്നതിന് ഒരു പ്രായപരിധിയുണ്ട്. കുട്ടികളുടെ ക്ഷേമത്തിനുവേണ്ടിയാണ് അങ്ങനെയൊരു നിയമം ഉള്ളത്. അതിനാൽ നളിനിയുടെ മകളെ മുരുകന്റെ രക്ഷിതാക്കളോടൊപ്പം ശ്രീലങ്കയിലേക്ക് അയച്ചു. അവിടെ പഠനം തുടർന്നു. അച്ഛനെയും അമ്മയെയും പിരിഞ്ഞതിലുള്ള ദുഃഖം താങ്ങാനാവാതെ കുട്ടി രോഗിയായിത്തീർന്നു. അതിനാൽ കുട്ടിയെ ചെന്നൈയിൽ കൊണ്ടുവരാനുള്ള വിസയ്ക്കുവേണ്ടി അപേക്ഷ സമർപ്പിച്ചു. എന്നാൽ വിസ ലഭിച്ചില്ല. അതിനാൽ മുരുകൻ ഏഴാംതവണ നിരാഹാരസമരം പ്രഖ്യാപിച്ചു. വിസ വാങ്ങിനൽകാമെന്ന വ്യവസ്ഥ അംഗീകരിച്ച് മുരുകൻ നിരാഹാരം അവസാനിപ്പിച്ചു. വൈകാതെ വിസ ലഭിച്ചു. കുട്ടി ചെന്നൈയിൽ തിരിച്ചെത്തി. എന്നാൽ കിട്ടിയത് വെറും വിസിറ്റിംഗ് വിസ മാത്രമായിരുന്നു എന്ന് മനസ്സിലാക്കാൻ വൈകി.

ജയലളിത മുഖ്യമന്ത്രിയായിരുന്നപ്പോഴെല്ലാം ജയിൽ നടപടികൾ നീതിപൂർവ്വമായിരുന്നുവെന്നും എന്നാൽ കരുണാനിധി അധികാരത്തിലിരുന്നപ്പോഴെല്ലാം അത് കഠിനമായിരുന്നുവെന്നും നളിനി പല പ്രാവശ്യം ആത്മകഥയിൽ ആവർത്തിക്കുന്നു.

2006–ൽ തമിഴ്നാട്ടിൽ ഭരണമാറ്റം വന്നതോടുകൂടി ജയിൽ നടപടികൾ കർശനമായി. നളിനിയുടെ മകളെ ഉടനടി ശ്രീലങ്കയിലേക്ക് തിരിച്ചയയ്ക്കണമെന്നും അല്ലെങ്കിൽ അറസ്റ്റു ചെയ്യുമെന്നും ഭീഷണിപ്പെടുത്തിക്കൊണ്ടിരുന്നു എന്ന് നളിനി എഴുതുന്നു. മാത്രമല്ല ശ്രീലങ്കയിലേക്ക് തിരിച്ചുപോയാൽ സ്റ്റുഡന്റ് വിസ തരപ്പെടുത്തിക്കൊടുക്കാമെന്നും അധികാരികൾ ഉറപ്പു കൊടുത്തിരുന്നു. അതനുസരിച്ച് ശ്രീലങ്കയിലെത്തിയ കുട്ടിക്ക് ഇന്ത്യയിലേക്ക് വിസ നിഷേധിക്കുകയാണുണ്ടായത്.

നൂറുകണക്കിന് ശ്രീലങ്കൻ കുട്ടികൾക്ക് ഇന്ത്യയിൽ പഠിക്കാൻ വിസ കൊടുത്തുകൊണ്ടിരിക്കുന്ന കാലമായിരുന്നു അത്. എന്നാൽ ഒരിന്ത്യക്കാരിക്ക്, ഇന്ത്യയിൽ പിറന്ന കുഞ്ഞിന് ഇന്ത്യയിൽ പഠിക്കാൻ വിസ നിഷേധിച്ചത് ക്രൂരമായി നടപടിയായിപ്പോയി എന്ന് നളിനി വിലപിക്കുന്നു. ഇതിൽ പ്രതിഷേധിച്ച് മുരുകൻ എട്ടാംതവണ നിരാഹാരം പ്രഖ്യാപിച്ചു. 2006 മെയ് അവസാനം ആരംഭിച്ച ആ സമരം ഇരുപത്തിമൂന്നു ദിവസങ്ങൾ നീണ്ടുനിന്നു. ജയിലധികൃതർ നൽകിയ ഉറപ്പിന്റെ അടിസ്ഥാനത്തിൽ മുരുകൻ സമരം അവസാനിപ്പിച്ചു. എന്നാൽ വാഗ്ദാനം നിറവേറ്റപ്പെട്ടില്ല. കുട്ടി ശ്രീലങ്കയിൽത്തന്നെ താമസിച്ചു പഠനം തുടർന്നു.

ഇരുപത്തിയാറ് വർഷത്തെ ജയിൽവാസത്തിനിടയിൽ മുന്നൂറ്റിയറുപത്തിയഞ്ച് ദിവസങ്ങൾ മുരുകൻ നിരാഹാരസമരത്തിലായിരുന്നു. 2001–ൽ ആനയിരവിലെ സൈനികക്യാമ്പിനുനേരെ തമിഴ്പുലികൾ നടത്തിയ ആക്രമണത്തിനു തിരിച്ചടിയായി നടന്ന സൈനികനീക്കം കാരണം നളിനിയുടെ മകൾ തങ്ങിയിരുന്ന ഗ്രാമം മുഴുവൻ ഒഴിഞ്ഞ് ജാഫ്നയിൽ അഭയം തേടിയിരുന്നു. മുരുകന്റെ മാതാപിതാക്കളോടൊപ്പം കുട്ടിയും ജാഫ്നയിൽ തങ്ങി. പഠനം തുടർന്നു. വിദേശത്തുനിന്നും ലഭിച്ചിരുന്ന തുച്ഛമായ വരുമാനംകൊണ്ട് ഒരു നേരം മാത്രം ഭക്ഷണം കഴിച്ച് അർദ്ധപട്ടിണിയിലാണ് കുട്ടി 10–ാം ക്ലാസ് പഠനം പൂർത്തിയാക്കിയത്.

ശ്രീലങ്കയിൽനിന്നും ലണ്ടനിലേക്ക് ഒരു ബോട്ടിൽ മറ്റഭയാർത്ഥികളോടൊപ്പം കുട്ടിയെയും കയറ്റി അയയ്ക്കുന്നു. ദീർഘമായ ആ സമുദ്രയാത്ര അത്യന്തം അപകടകരമായിരുന്നു. ഒരു ഇസ്ലാമിക രാജ്യാതിർത്തിയിൽ ആ ബോട്ടിനെ തടയുകയും ശ്രീലങ്കയിലേക്കുതന്നെ തിരിച്ചയയ്ക്കപ്പെടുകയും ചെയ്യുന്നു.

വീണ്ടും മറ്റൊരു ബോട്ടിൽ നളിനിയുടെ മകൾ ലണ്ടനി ലെത്തിച്ചേരുന്നു. അവിടെ ചിറ്റപ്പൻമാരുടെയും അപ്പച്ചിമാരു ടെയും ബ്രിട്ടീഷ് സർക്കാരിന്റെയും ബാങ്കു ലോണുകളുടെയും സഹായത്തിൽ മെഡിസിൻ പഠനം പൂർത്തിയാക്കി. ഇപ്പോൾ ലണ്ടനിൽ ഡോക്ടറായി ജോലി നോക്കുകയാണ്. ഈ നില യിൽ എത്തിച്ചേരാൻ തന്റെ മകൾ അനുഭവിച്ച ദുരിതങ്ങൾ ആത്മകഥയിൽ ഹൃദയസ്പൃക്കായി എഴുതിയിട്ടുണ്ട്.

ജയിലിൽ ഏതെങ്കിലും തടവുകാരികൾ പ്രസവിച്ചാൽ നളിനി സഹായവുമായി ഓടിയെത്തും. ഇക്കാര്യത്തിൽ ജയിലധികാരി കൾ നളിനിയെ തടയാറില്ല. നളിനിയുടെ ശുശ്രൂഷയിൽ ജയിലിൽ ഇരുപതോളം പ്രസവങ്ങൾ നടന്നിട്ടുണ്ട്. ആ കുട്ടി കളെയെല്ലാം വളർത്തുകയും പഠിപ്പിക്കുകയും ചെയ്യുന്നതിന് നളിനി പരിശ്രമിച്ചുവരുന്നു.

പ്രിയങ്കാഗാന്ധി വെല്ലൂർ ജയിലിൽ വന്ന് നളിനിയെ നേരിൽ ക്കണ്ട കാര്യം പറയാതെ ഈ ആമുഖം പൂർത്തിയാക്കാൻ കഴി യില്ല. 19.3.2008-ൽ അതീവരഹസ്യമായി, ജയിൽ നിയമ ങ്ങളൊന്നും പാലിക്കാതെ പ്രിയങ്ക നളിനിയെ കാണുന്നു. ഈ രഹസ്യസന്ദർശനത്തിന്റെ ലക്ഷ്യമെന്തായിരുന്നു എന്ന കാര്യം ഇന്നും അവ്യക്തമായി അവശേഷിക്കുന്നു.

രാജീവ്വധത്തെപ്പറ്റി പ്രിയങ്ക ഒരുപാടു കാര്യങ്ങൾ ചോദിച്ച റിഞ്ഞു എന്നും അവരുടെ കൂടിക്കാഴ്ച ഒന്നരമണിക്കൂർ നീണ്ടു നിന്നുവെന്നും നളിനി വിവരിക്കുന്നു. ഈ കൂടിക്കാഴ്ച ഇന്ത്യാ ഗവണ്മെന്റിന്റെ ഒരു നയതന്ത്രനടപടിയായിരുന്നുവെന്ന് നളിനി വ്യക്തമാക്കുന്നു. 1987-ൽ ട്രിങ്കോമാലിയിൽ ഒരു തുറമുഖം തുറക്കാൻ ശ്രീലങ്ക അമേരിക്കയ്ക്ക് അനുവാദം കൊടുക്കാൻ തീരുമാനിച്ചിരുന്നു. അതിനു തടയിടാൻവേണ്ടി ഇന്ത്യൻ വ്യോമ സേന ശ്രീലങ്കൻ അതിർത്തിയിൽ രഹസ്യമായി കടന്നുകയറി ജാഫ്നയിൽ യുദ്ധത്തിൽ അഗതികളായിക്കഴിയുന്ന തമിഴർക്ക് ഭക്ഷണം ഇട്ടുകൊടുത്ത് തിരിച്ചുവന്നു. ഇതിന്റെ ഫലമായി ശ്രീലങ്ക ഇന്ത്യയുടെ വരുതിക്കുകീഴിൽ വരികയും ഇന്ത്യ-ശ്രീലങ്കാ ഉടമ്പടിക്ക് കളമൊരുക്കുകയും ചെയ്തു.

അക്കാലത്ത് ശ്രീലങ്കയും ചൈനയും നല്ല സൗഹൃദത്തിലായി രുന്നു. രാജീവ വധക്കേസ് സജീവമായിരിക്കുന്നിടത്തോളം കാലം ഇന്ത്യ, ശ്രീലങ്കൻ തമിഴ് ജനതയ്ക്ക് അനുകൂലമായി ഒരു നീക്കവും നടത്തുകയില്ലെന്ന് ശ്രീലങ്ക കരുതി. ശ്രീലങ്ക-ചൈനാ സൗഹൃദം തകർക്കുക എന്ന ലക്ഷ്യത്തോടെയാണ്

നളിനി-പ്രിയങ്കാ കൂടിക്കാഴ്ച നടന്നതെന്ന് നളിനി വ്യക്തമാക്കുന്നു.

ഈ രഹസ്യ കൂടിക്കാഴ്ചയുടെ വിവരം പരസ്യമാക്കിയതിന്റെ അടുത്ത ദിവസം ശ്രീലങ്കൻ ഭരണാധികാരി രാജപാക്സെയുടെ സഹോദരൻ ജയിലിൽ പറന്നെത്തി. അദ്ദേഹം മൂന്നു ദിവസങ്ങൾ ഇവിടെത്തങ്ങി കേന്ദ്രസർക്കാരുമായി ഒരു ഒത്തുതീർപ്പു ചർച്ച നടത്തി. അതിന്റെ ഫലമായി ശ്രീലങ്ക വീണ്ടും ഇന്ത്യയുടെ വരുതിയിലായിത്തീർന്നെന്ന് നളിനി സമർത്ഥിക്കുന്നു. 2009-ൽ ശ്രീലങ്കൻ പ്രശ്നം അവസാനിച്ചതോടെ, കോത്തപയ രാജപക്സേ, ഈ യുദ്ധം ഇന്ത്യയ്ക്കു വേണ്ടിയുള്ളതായിരുന്നു, ഇന്ത്യയുടെ നിർദ്ദേശപ്രകാരമാണ് യുദ്ധം അവസാനിച്ചത് എന്നു പ്രസ്താവിച്ചതും നളിനി ഈ ആത്മകഥയിൽ ചൂണ്ടിക്കാട്ടുന്നുണ്ട്.

ഈ ആത്മകഥ ഇരുമ്പഴികൾക്കുള്ളിൽ നടക്കുന്ന മനുഷ്യാവകാശ ലംഘനങ്ങളെപ്പറ്റി ഗവേഷണം നടത്തുന്നവർക്ക് ഉപകരിക്കുന്ന ഒരു പുസ്തകമായിരിക്കുമെന്ന് ഒരിക്കൽക്കൂടി ഓർമ്മിപ്പിച്ചുകൊണ്ടും ഇരുപത്തിയാറ് വർഷങ്ങളായി ജയിൽശിക്ഷ അനുഭവിച്ചുവരുന്ന ഏഴുപേരെയും ഉടനടി വിട്ടയയ്ക്കുമെന്നാണ് ഭൂരിപക്ഷം തമിഴരുടെയും അഭിപ്രായമെന്ന് പ്രഖ്യാപിച്ചുകൊണ്ടും ഈ ആമുഖം അവസാനിപ്പിക്കുന്നു. ■